சத்திய சோதனை

மகாத்மா காந்தி

சுயசரிதம்

தமிழில்
'கல்கி' ரா.கிருஷ்ணமூர்த்தி

PEN BIRD™
PUBLICATIONS

+91 8220063246 | penbirdpublications@gmail.com | www.penbird.in

சத்திய சோதனை
மகாத்மா காந்தி
தமிழில்: கல்கி ரா.கிருஷ்ணமூர்த்தி

Sathiyasodhanai
Mahatma Gandhi
Tamil by: Kalki R.Krishnamoorthy

முதல் பதிப்பு - ஜூலை 2024
PB #18   - சுயசரிதம்
வடிவமைப்பு - நா.கௌசிகன்

ISBN: 978-81-969269-4-6

Rs. 550

Printed by: Manipal Technologies Limited, India - 576104

இந்நூலின் எந்தவொரு பகுதியையும் ஆசிரியர் மற்றும் பதிப்பாளரின் எழுத்து பூர்வ அனுமதியின்றி அச்சு மற்றும் மின்னணு வழியே நகல் எடுப்பது, ஒலிப்பதிவு செய்து வெளியிடுவது, துண்டுப் பிரசுரமாக அச்சிட்டு வெளியிடுவது போன்ற செயல்கள் பதிப்புரிமைச் சட்டத்தின்படி தடை செய்யப்பட்டுள்ளது.

"நீ பார்த்து நடப்பதற்கு
இங்கே ஓர் உதாரணம் இருக்கிறது"

பொருளடக்கம்

உள்ளே புகுமுன்... 11

முதல் பாகம்

01. பிறப்பும் பெற்றோரும் 19
02. குழந்தைப் பருவம் 22
03. குழந்தை மணம் 24
04. கணவனின் அதிகாரம் 29
05. பள்ளிக்கூட ஞாபகங்கள் 32
06. ஒரு துக்க சம்பவம் 38
07. திருட்டும் பிராயாச்சித்தமும் 46
08. தந்தையின் மரணமும் என் இருவகை அவமானமும் 50
09. சமயத் தோற்றங்கள் 54
10. இங்கிலாந்து செல்ல ஆயத்தம் 58
11. சாதிப் பிரஷ்டன் 64
12. லண்டன் நகர் சேர்ந்தது 67
13. இஷ்ட விரதம் 71
14. ஆங்கிலேயே கனவானாக முயற்சி 76
15. மாறுதல்கள் 80
16. உணவுப் பரிசோதனைகள் 84
17. சங்கோசம் எனது காப்பு 89
18. பொய்மைப் புரை 94
19. சமயநூல் ஆராய்ச்சிக்கு ஆரம்பம் 98
20. திக்கற்றவர்க்குத் தெய்வமே துணை 103
21. நாராயண ஹேமசந்திரர் 106
22. பாரிஸ் கண்காட்சி 111
23. பாரிஸ்டர் ஆனேன். ஆனால்? 113
24. என் அதைரியம் 116

இரண்டாம் பாகம்

01. ராய் சந்தர் 120
02. வாழ்க்கை தொடங்கிய விதம் 124
03. முதல் வழக்கு 128
04. முதல் அதிர்ச்சி 132
05. தென்னாப்பிரிக்கா செல்ல ஆயத்தம் 137

6

06. நேட்டால் சேர்ந்தது 140
07. சில அனுபவங்கள் 144
08. பிரிடோரியா போகும் வழியில் 149
09. இன்னும் கஷ்டங்கள் 154
10. பிரிடோரியாவில் முதல் தினம் 160
11. கிறிஸ்துவர் சேர்க்கை 164
12. இந்தியர்களின் பழக்கம் தேடுதல் 169
13. 'கூலி' வாழ்வின் கஷ்டங்கள் 173
14. வழக்குத் தயார் செய்தல் 177
15. சமய எழுச்சி 181
15. நானொன்றும் நினைக்க தெய்வமொன்று நினைத்தது 185
17. நோட்டாலில் நிலைபெற்றது 189
18. நிறத் தடை 194
19. நேட்டால் இந்தியக் காங்கிரஸ் 198
20. பாலசுந்தரம் 203
21. மூன்று பவுன் தலைவரி 206
22. பல சமய ஆராய்ச்சி 210
23. குடித்தனம் செய்தல் 214
24. தாய் நாடு நோக்கல் 218
25. தாய் நாட்டில் 222
26. இரு பெரும் அவாக்கள் 227
27. பம்பாய்க் கூட்டம் 231
28. பூனாவிலும் சென்னையிலும் 235
29. விரைவில் திரும்புங்கள் 238

மூன்றாம் பாகம்

01. புயலின் குமுறல் 242
02. புயல் 245
03. சோதனை 249
04. புயலுக்குப் பின் அமைதி 255
05. குழந்தையின் படிப்பு 259
06. தொண்டில் பற்று 263
07. பிரம்மச்சரியம் 1 267
08. பிரம்மச்சரியம் 2 271
09. எளிய வாழ்க்கை 276
10. போயர் யுத்தம் 279
11. சுகாதாரச் சீர்திருத்தமும் பஞ்ச நிவாரணமும் 283
12. இந்தியா திரும்பத் தீர்மானம் 285

7

13. மீண்டும் இந்தியாவில் 290
14. குமாஸ்தா வேலையும் குற்றேவலும் 293
15. காங்கிரஸ் நடைமுறை 296
16. கர்ஸன் பிரபுவின் தர்பார் 298
17. கோகலேயுடன் ஒரு மாதம் I 301
18. கோகலேயுடன் ஒரு மாதம் II 304
19. கோகலேயுடன் ஒரு மாதம் III 308
20. காசியில் 311
21. பம்பாயில் ஸ்திரவாசமா? 316
22. நம்பிக்கை சோதிக்கப்படல் 319
23. மீண்டும் தென்னாப்பிரிக்கா பிரயாணம் 324
24. சகோதரி நிவேதிதை 327

நான்காம் பாகம்

01. சேம்பர்லின் விஜயம் 330
02. அதிகாரவர்க்கத் தெய்வங்கள் 333
03. அவமதிப்புக்குத் தலை குனிந்தது 335
04. தியாக உணர்வு மிகுதல் 338
05. ஆன்ம சோதனையின் பயன் 341
06. ஆயிரம் பவுன் நஷ்டம் 345
07. ஜல சிகிச்சையும் மண் சிகிச்சையும் 347
08. ஓர் எச்சரிக்கை 350
09. அதிகாரிகளுடன் சிறு போர் 353
10. ஓர் புனித ஞாபகம் 357
11. ஐரோப்பிய நண்பர்கள் 1 360
12. ஐரோப்பிய நண்பர்கள் II 363
13. இண்டியன் ஒபீனியன் 367
14. கூலிச்சேரிகள் 370
15. கருமகா மாரி I 373
16. கருமகா மாரி II 376
17. கூலிச்சேரி தீக்கிரையானது 379
18. ஒரு புத்தகத்தின் மந்திர சக்தி 382
19. போனிக்ஸ் குடியேற்றம் 385
20. முதல் இரவு 388
21. போலக் துணிந்திறங்குதல் 390
22. பகவானால் காக்கப் பெறுவோர் 393
23. குடும்ப வாழ்க்கை 397
24. ஜீலூ கலகம் 401

8

25. இதய சோதனை	405
26. சத்தியாக்கிரஹ ஜனனம்	408
27. இன்னும் உணவுப் பரிசோதனைகள்	410
28. கஸ்தூரிபாயின் தைரியம்	412
29. குடும்ப சத்தியாக்கிரஹம்	417
30. புலனடக்க முயற்சிகள்	420
31. உபவாசம்	422
32. உபாத்திமைத் தொழில் செய்தது	426
33. தமிழ் கற்பித்தது	429
34. ஆன்மப் பயிற்சி	431
35. பயிரில் களைகள்	434
36. பிராயச்சித்த உபவாசம்	437
37. லண்டன் பிரயாணம்	439
38. யுத்த ஊழியம்	442
39. பாரமார்த்திகத் துறையில் ஒரு மயக்கம்	445
40. யுத்தத்திலும் சத்தியாக்கிரஹம்	448
41. கோகலேயின் தயாளம்	453
42. பாரிச நோய் சிகிச்சை	455
43. இந்தியா திரும்புதல்	458
44. வக்கீல் தொழில் ஞாபகங்கள்	460
45. மோசடி வேலையா?	464
46. கட்சிக்காரர்கள் சகாக்களானது	466
47. கட்சிக்காரரைக் காப்பாற்றிய விதம்	467

ஐந்தாம் பாகம்

01. இந்தியாவில் முதல் அனுபவம்	472
02. பூனாவில் கோகலேயுடன்	474
03. பயமுறுத்தலா?	477
04. சாந்தி நிகேதனம்	481
05. மூன்றாம் வகுப்புப் பிரயாணம்	485
06. இந்திய ஊழியர் சங்கம்	488
07. கும்ப மேளம்	490
08. லஷ்மணன் பாலம்	495
09. ஆசிரம ஸ்தாபனம்	500
10. ஆரம்ப சோதனை	502
11. ஒப்பந்தக்கூலி முறை ஒழிந்தது	506
12. அவுரித் தோட்ட அநீதி	511
13. சாது பீஹாரிகள்	514

14. அஹிம்சா தரிசனம்	518
15. அஹிம்சையின் வெற்றி	522
16. வேலை முறைகள்	526
17. என் தோழர்கள்	530
18. கிராமத் தொண்டு	533
19. நல்ல கவர்னர்	536
20. தொழிலாளர் தொடர்பு	538
21. ஆசிரம நிலைமை	541
22. உண்ணாவிரதம்	544
23. கேதா சத்தியாக்கிரஹம்	549
24. 'வெங்காயத் திருடன்'	551
25. கேதா சத்தியாக்கிரஹத்தின் முடிவு	554
26. ஒற்றுமை அவா	556
27. சைன்யத்துக்கு ஆள் திரட்டியது	560
28. மரணத்தின் வாயிலில்	568
29. ரௌலட் சட்டமும் எனது தியாகமும்	573
30. அற்புதமான காட்சி	577
31. மறக்கொணாச் சம்பவங்கள்	581
32. மறக்கெணாச் சம்பவங்கள் II	587
33. 'இமாலயத் தவறு'	591
34. 'நவ ஜீவன்' – 'யங் இந்தியா'	594
35. பஞ்சாப்பில்	597
36. கிலாபத்தும் பசுப் பாதுகாப்பும்	601
37. அமிருதசரஸ் காங்கிரஸ்	605
38. காங்கிரஸ் பணி	610
39. கைராட்டினம்	612
40. கைராட்டின வளர்ச்சி	615
41. சுவையுள்ள சம்பாஷணை	619
42. அலை எழுச்சி	622
43. நாகபுரி காங்கிரஸ்	626
முடிவுரை	629

உள்ளே புகுமுன்...

அன்புடையீர்,

என் சுயசரிதையை நான் எழுதவேண்டும் என்று நான்கு, ஐந்து ஆண்டுகளுக்கு முன் என் நெருங்கிய நண்பர்கள் சிலர் சொல்லிக்கொண்டிருந்தார்கள், நானும் எழுத ஒப்புக்கொண்டேன், எழுதவும் ஆரம்பித்தேன். ஆனால், முதல் பக்கத்தை எழுதி முடிப்பதற்குள்ளேயே பம்பாயில் ஒரு கலவரம் மூண்டுவிட்டதால் அவ்வேலை அப்படியே நின்றுவிட்டது. அதன்பின் அடுக்கடுக்காகப் பல சம்பவங்கள் நடந்ததின் விளைவாக எரவாடாவில் என் சிறைவாசத்தை அனுபவிக்க நேர்ந்தது.

அந்தச் சிறையில் என்னுடன் கைதியாக இருந்த ஸ்ரீ ஜயராம்தாஸ், என்னுடைய மற்ற எல்லா வேலைகளையும் ஒதுக்கி வைத்துவிட்டுச் சுயசரிதையை எழுதி முடிக்கும்படி கேட்டுக்கொண்டார். ஆனால் நானோ, சிறையில் பல நூல்களைப் படிப்பது என்று முன்னமே திட்டமிட்டு அவைகளை கொண்டு வந்திருந்தேன். அதை முடிப்பதற்கு முன்னால் நான் வேறு எதுவும் செய்யப்போவது இல்லை என்று அவருக்குச் சொன்னேன்.

ஒருவேளை எராவடாவில் என் சிறைத் தண்டனைக்காலம் முழுவதும் இருக்க நேர்ந்தால் அங்கேயே என் சுயசரிதையையும் எழுதி முடித்தே இருப்பேன். ஆனால், அவ்வேலையை முடிப்பதற்கு இன்னும் ஓராண்டுக்காலம் இருந்தபோதே என்னை விடுதலை செய்துவிட்டார்கள்.

சுவாமி ஆனந்தர் அந்த யோசனையைத் மறுபடியும் என்னிடம் சொன்னார். நான் ஏற்கனவே, தென்னாப்பிரிக்க சத்தியாக்கிரக சரித்திரத்தை எழுதி முடித்துவிட்டிருந்தேன், அதனால் சுயசரிதையை 'நவஜீவனு'க்கு எழுதும் ஆர்வம் எழுந்தது. தனி நூலாகப் பிரசுரிப்பதற்கென்றே அதை நான் எழுதவேண்டும் என்று சுவாமி விரும்பினார். ஆனால், அதற்கு வேண்டிய ஓய்வு நேரம் எனக்கு இல்லை. வாரத்திற்கு ஓர் அத்தியாயம் வீதமே என்னால் எழுத

முடியும். "வாரந்தோறும் 'நவஜீவனு'க்கு நான் ஏதாவது எழுதியாக வேண்டும். அப்படி எழுதுவது சுயசரிதையாக ஏன் இருக்கக்கூடாது?" என்ற என் யோசனையை சுவாமியும் ஏற்றார். நானும் எழுத ஆரம்பித்துவிட்டேன்.

"இம்முயற்சியில் இறங்க நீங்கள் எப்படித் துணிந்தீர்கள்?" என்று தெய்வ பக்தியுள்ள ஒரு நண்பர் கேட்டார். அவருக்கு இதில் சில சந்தேகங்கள் எழுந்திருந்தன. என் மௌன விரதத்தின் ஒருநாளில் அவர் என்னிடம் சொன்னார். "சுயசரிதை எழுதுவது என்பது மேற்கத்திய நாட்டினருக்கே உரிய பழக்கம். கிழக்கத்திய நாடுகளில் மேற்கத்தியநாட்டு நாகரிக வயப்பட்டவர்களைத் தவிர வேறு யாருமே சுயசரிதை எழுதியிருப்பதாக எனக்குத் தெரியவில்லை. மேலும், நீங்கள் என்னதான் எழுதுவீர்கள்? உங்கள் கொள்கைகள் என்று நீங்கள் இன்று கொண்டிருப்பவைகளை நாளைக்கு நிராகரித்துவிடுகிறார்கள் என்று வைத்துக்கொள்ளுவோம், அல்லது, இன்று நீங்கள் வைத்திருக்கும் திட்டங்களை நாளைக்கு நீங்களே மாற்றிக்கொள்ளுகிறீர்கள் என்றும் வைத்துக்கொள்வோம். அப்போது, நீங்கள் பேசியவை அல்லது எழுதியவைகளை ஆதாரமாகக்கொண்டு தங்கள் வாழ்க்கையை அமைத்துக்கொண்டு இருப்பவர்களுக்கு அது தவறான வழியைக் காட்டிவிட்டதாக ஆகிவிடாதா? அதற்காகவாவது சுயசரிதை போன்ற ஒன்றை இப்போதைக்காவது எழுதாமலிருப்பது நல்லதல்லவா?" என்பது அவர் வாதம்.

இந்த வாதத்தில் ஓரளவு உண்மை இருக்கிறது என்பதை நான் உணர்ந்தேன். ஆனால், உண்மையில் சுயசரிதை எழுதுவது என்பதல்ல என் நோக்கம். நான் நடத்தி வந்திருக்கும் சத்திய சோதனைகள் பலவற்றின் கதையைச் சொல்லவே விரும்பினேன்.

என் வாழ்க்கையிலும் இந்தச் சோதனைகளைத் தவிர வேறு எதுவுமே இல்லை. ஆகையால், இக்கதை ஒரு சுயசரிதையாகவே அமையும் என்பது நிச்சயம். அதனால், அதன் ஒவ்வொரு பக்கமும் என்னுடைய சோதனைகளைப் பற்றி மாத்திரமே சொன்னால்கூட, அதைக் குறித்து நான் கவலைப்படமாட்டேன். இந்தத் தொடர் 'சோதனைகளின் வரலாறு'. வாசகர்களுக்குப் பயனுள்ளதாகவே இருக்கும் என்று நம்புகிறேன் அல்லது அந்த நம்பிக்கையுடன் என்னை நானே பாராட்டிக்கொள்கிறேன்.

அரசியலில் நான் செய்திருக்கும் சோதனைகள், இந்தியாவுக்கு மாத்திரமல்ல, ஓரளவுக்கு 'நாகரிக' உலகத்திற்கும் இப்பொழுது தெரிந்தே இருக்கின்றன. அவற்றை நான் முக்கியமாகக்

கருதவில்லை. அது எனக்குத் தேடித்தந்திருக்கும் 'மகாத்மா' பட்டத்தையும் நான் மதிக்கவில்லை. அந்தப் பட்டம் எனக்கு எப்பொழுதும் மன வேதனையையே தந்திருக்கிறது. அந்தப் பட்டத்தினால் நான் எந்தச் சமயத்திலும் ஒரு கண நேரமாவது பரவசம் அடைந்ததாக எனக்கு நினைவே இல்லை. ஆனால், ஆன்மிகத்துறையில் நான் நடத்திய சோதனையைப் பற்றிச் சொல்ல நிச்சயமாக விரும்புவேன். அவை எனக்கு மாத்திரமே தெரிந்தவை.

அரசியல் பணிகளைச் செய்து வருவதற்கு எனக்கு இருந்துவரும் சக்தியையும் நான் அதனிடமிருந்தே பெற்றிருக்கிறேன். இந்தச் சோதனைகள் உண்மையிலேயே ஆன்மிகத்தின் அடிப்படையில் இருப்பதால் இதில் தற்புகழ்ச்சி என்பதற்கே எந்த விதமான இடமும் இல்லை. அவை என்னுடைய அடக்கத்தையே இன்னும் அதிகமாக்கும். இதுவரை செய்திருப்பவற்றை நினைத்துப் பார்க்கப்பார்க்க, அவற்றைக் குறித்துச் சிந்திக்கச்சிந்திக்க, என் குறைபாடுகளையே நான் தெளிவாக உணர்கிறேன்.

நான் விரும்புவதும், இந்த முப்பது ஆண்டுகளாக நான் பாடுபட்டு வந்திருப்பதும், ஏங்கியதும், என்னை நானே நன்கு அறியவேண்டும், கடவுளை நேருக்கு நேராகக் காணவேண்டும், மோட்சத்தை அடையவேண்டும் என்பதற்காகத்தான் இந்த லட்சியத்தை அடையவேண்டும் என்பதற்காகவே நான் வாழ்கிறேன், நடமாடுகிறேன். நான் வாழ்வதும் அதற்காகவேதான். நான் பேசுபவைகள், எழுதுபவைகள் அரசியல் முயற்சிகள் எல்லாம் இக்குறிக்கோளைக் கொண்டவையே.

ஆனால், வாழ்க்கையில் ஒருவருக்குச் சாத்தியமாவது எல்லோருக்குமே சாத்தியமாகும் என்பதை நான் நம்புவதால், என்னுடைய சோதனைகளை ஒளிவுமறைவாகச் செய்யாமல் பகிரங்கமாகவே செய்து வந்திருக்கிறேன். இதனால், அவற்றின் ஆன்மிக மதிப்பு எந்த வகையிலும் குறைந்துவிட்டதாக நான் கருதவில்லை. தனக்கும், தன்னைப் படைத்த கடவுளுக்கும் மாத்திரமே தெரிந்தவையாக உள்ள சில விஷயங்கள் ஒவ்வொருவருக்கும் உண்டு. அவற்றை ஒருவர் மற்றொருவருக்கு எடுத்துச்சொல்லுவது என்பது எளிதல்ல. அதனால் நான் சொல்லப்போகும் சோதனைகள் அப்படிப்பட்டவை அல்ல.

நான் சொல்லப்போவது ஆன்மிகம் சார்ந்தவை. ஏன்? அதைவிட உயர்ந்த வழி என்றே சொல்லிவிடலாம். ஏனெனில், அது மதத்தின் சாரம். வயது முதிர்ந்தவர்கள் மட்டுமின்றி, குழந்தைகளும்

புரிந்துகொள்ளக்கூடிய மதவிஷயங்கள் மாத்திரமே இக்கதையில் சேர்க்கப்படும். பாரபட்சமற்ற வகையில், அடக்கத்துடன் அவற்றை நான் விவரித்துச் சொல்லும்போது, இத்தகையச் சோதனைகளில் ஈடுபட்டிருக்கும் மற்றும் பலரும் தங்கள் முன்னேற்றத்திற்கு வேண்டிய பல ஆதாரங்களை இதில் காணமுடியும்.

இச்சோதனைகள், குறைகளே இன்றிப் பூரணமானவை என்று நான் சொல்லுவதாக எண்ணிவிட வேண்டாம். ஒரு விஞ்ஞானி, தம் ஆராய்ச்சிகளை எவ்வளவு திட்டமிடலுடனும், நுட்பமாகவும் நடத்தினாலும், தான் அறிந்த முடிவுகளே முடிந்த முடிவுகள் என்று அவர் அறிவிப்பதில்லை. இன்னும் தனக்குத் தெரியாத விஷயங்களும் அந்த ஆராய்சியில் இருக்கக்கூடும் எனக் கருதி, அவற்றையும் தெரிந்துகொள்ளத் தயாராக இருக்கிறார். அத்தகைய விஞ்ஞானியின் நிலைதான் என் நிலையும். என்னை நானே ஆழ்ந்து சோதித்து வந்திருக்கிறேன். என்னுள்ளேயே நான் துருவித்துருவித் தேடிப்பார்க்காத இடமில்லை. என் மனநிலை ஒவ்வொன்றையும் சோதித்து அலசிப் பார்த்திருக்கிறேன் என்றாலும், நான் கண்ட முடிவுகள் குறையற்றவை. முடிவானவை என்று சொல்லிக்கொள்ள மாட்டேன். ஆனால், ஒன்று மாத்திரம் சொல்ல முடியும். அதாவது, அந்த முடிவுகள் முற்றும் சரியானவை என்று நான் உணர்கிறேன். இப்போதைக்கு முடிவானவை என்றும் எனக்குத் தோன்றுகிறது.

அவை எனக்கே அப்படித் தோன்றாது போனால் என் முடிவின் அடிப்படையில் நான் எதையும் செய்யமுடியாது. ஆனால், ஒவ்வொரு கட்டத்திலும் அந்த முடிவுகளை ஏற்பது அல்லது நிராகரித்துவிடுவது என்ற முறையை அனுசரித்து வருகிறேன். என்னுடைய செயல்கள், என் அறிவுக்கும் மனத்துக்கும் ஏற்றவையாக இருக்கும் சமயங்களில், நான் என் ஆரம்ப முடிவுகளையே கடைப்பிடித்தாக வேண்டும்.

கொள்கைகளைப் பற்றிய சித்தாந்தங்களை மட்டுமே விவாதிப்பது என்றால், நான் சுயசரிதை எழுதும் முயற்சியில் இறங்கியிருக்க வேண்டியதே இல்லை. ஆனால், எனது நோக்கமோ, இந்தக் கொள்கைகள் நடைமுறையில் பல வகையிலும் அனுசரிக்கப்பட்டு வந்திருப்பதன் வரலாற்றைச் சொல்லப்போகிறது. ஆகவே, நான் எழுதப்போகும் இந்த அத்தியாயங்களுக்கு 'நான் செய்த சத்திய சோதனையின் கதை' என்று தலைப்புக் கொடுத்திருக்கிறேன். அகிம்சை, பிரம்மச்சரியம் முதலிய ஒழுக்க நெறிகளைப் பற்றிய சோதனைகளும் இதில் பேசப்படும். இப்போது இந்த ஒழுக்க நெறிகள் வேறு, சத்தியம் வேறு என்று கருதப்படுகிறது.

ஆனால், சத்தியமே தலையாய தருமம், அதில் மற்றும் பல தருமங்களும் அடங்கி இருக்கின்றன என்றே நான் எண்ணுகிறேன்.

இந்தச் சத்தியம் என்பது வெறும் உண்மை பேசுவது மாத்திரம் அல்ல; உள்ளத்திலும் உண்மையோடு இருப்பது என்பதையும் இது குறிக்கும். அத்துடன் நமக்குத் தோன்றும் சத்தியத்தை மட்டுமின்றி, ஆத்மார்த்தமாக எழும் சத்தியமும், அழிவில்லாத கடவுளையும் அது குறிக்கும். கடவுளைப் பற்றிய விளக்கங்கள் எண்ணற்றவை. காரணம், அவர் காட்சி தரும் வடிவங்கள் பல.

இவைகளைப் பற்றி எண்ணும்போது எழும் ஆச்சரியத்திலும் அச்சத்திலும் பிரமிப்பிலும் மூழ்கிவிடுகிறேன். ஆனால், கடவுள் என்றால் சத்தியம் மாத்திரமே எனக் கருதி நான் வழிபடுகிறேன். அவருடைய தரிசனம் எனக்கு இன்னும் கிட்டவில்லை. இருந்தபோதிலும், நான் அவரைத் தேடிக்கொண்டே இருக்கிறேன். இம்முயற்சியில் வெற்றி பெறுவதற்காக, எனக்கு இனியதான எதையுமே தியாகம் செய்யத் தயாராக இருக்கிறேன். என் உயிரையே இதற்காகத் தியாகம் செய்துவிட வேண்டியிருந்தாலும், அதைச் செய்யவும் நான் தயாராக இருக்கிறேன்.

ஆனால், அந்தப் பூரண சத்தியத்தின் வடிவை நான் அடையும் வரையில், எனக்குத் தெரிந்ததாகவுள்ள சாதாரண சத்தியத்தையே நான் பற்றுக்கோடாகக் கொண்டாக வேண்டும். இதற்கு மத்தியில் இந்தச் சத்தியமே எனக்கு வழிகாட்டும் ஒளியாகவும், பாதுகாக்கும் கவசமாகவும் இருந்தாக வேண்டும். இந்தச் சத்திய வழி, கத்தி முனையைப் போல் நேராகவும் மிகவும் குறுகியதாகவும் கூர்மையானதாகவும் இருந்தபோதிலும், இதுவே எனக்கு மிகச் சீக்கிரத்தில் செல்லக்கூடிய, மிக எளிதான வழியாக இருக்கிறது.

இந்த எளிய வழியின் மூலமே நான் இதுவரை கடந்து வந்திருப்பதால் என் ஹிமாலயத் தவறுகள்கூட எனக்கு அற்பமானவையாகத் தோன்றுகின்றன. ஏனெனில், இந்த வழியே துன்பங்களிலிருந்து என்னைக் காத்து வருகின்றது. இதன்மூலம் என் மனதில் தோன்றும் உள்ளொளிக்கு ஏற்ப நான் முன்னேறிச் சென்றிருக்கிறேன்.

மெய்ப்பொருள் அவர் ஒருவரே; மற்றவையாவும் பொய்யே என்ற ஆழ்ந்த எண்ணம் நாளுக்கு நாள் எனக்குள் வளர்ந்து கொண்டும் வருகிறது. என்னுள் இந்த உறுதிகொள்ள விரும்புவர்கள் உணரட்டும்; அவர்களால் முடிந்தால் அத்தகைய சோதனைகளில் பங்குகொண்டு எனது நம்பிக்கைகளில் பங்குகொள்ளட்டும்.

15

எனக்குச் சாத்தியமானது, ஒரு சிறு குழந்தைக்கும் சாத்தியமானதாகவே இருக்கும் என்ற மற்றொரு நம்பிக்கையும் என்னுள் வளர்ந்து வருகிறது. இதை நான் சொல்வதற்குக் காரணங்களும் இருக்கின்றன.

சத்தியத்தை அடைவதற்கானப் பாதைகள் எப்படிக் கடினமானவையோ, அதேபோல் மிக எளிமையானவையும்கூட. இறுமாப்பைக்கொண்ட ஒருவனுக்கு அவை முற்றிலும் முடியாத விஷயமாகத் தோன்றலாம்; ஆனால், கபடமற்ற ஒரு குழந்தைக்கு அவை எளிதில் செய்யக்கூடியவை.

சத்தியத்தை நாடிச் செல்பவர், தூசியின் தூசியாக பணிவுடன் இருக்கவேண்டும். இந்த உலகம் தூசியைக் காலின் கீழ் வைத்துத் துவைக்கிறது. ஆனால், உண்மையாக சத்தியத்தை நாடுகிறவர், அத்தூசியும்கூட நசுக்கும் அளவுக்குத் தம்மைப் பணிவுள்ளவராக்கிக் கொள்ளவேண்டும். அப்பொழுதுதான் ஒளியை வினாடி நேரத்திற்காவது காணமுடியும். வசிஷ்டருக்கும் விசுவாமித்திரருக்கும் நடந்த வாக்குவாதம் இதை மிகத் தெளிவாக்குகிறது. கிறிஸ்தவமும், இஸ்லாமும்கூட இதைத்தான் சொல்கிறது.

இப்பக்கங்களில் நான் எழுதப்போவதில் ஏதாவது ஒன்று என் தற்பெருமை தொனித்ததுபோல் வாசகரை எண்ண வைக்குமானால், என் சத்தியத்தேடலில் ஏதோ கோளாறு இருக்கிறது என்பதையும், எனக்குத் தோன்றும் காட்சிகளும் கானல்நீரைப் போன்றவையே ஒழிய உண்மையானவை அல்ல என்றும் அந்த வாசகர் புரிந்துகொள்ள வேண்டும். என்னைப் போன்றவர்கள் நூற்றுக்கணக்கில் அழிந்தாலும் சரி, சத்தியம் நிலைக்கட்டும். தவறுகள் செய்யக்கூடிய என் போன்றவர்களின் தன்மையைக் கண்டறிவதற்காக, சத்தியத்தின் பெருமையின் கனத்தை மயிரிழையும் குறைத்து மதிப்பிட்டுவிடக் கூடாது.

இனிவரும் அத்தியாயங்களில் ஆங்காங்கே காணப்படும் புத்திமதிகள் அதிகாரப் பூர்வமானவை என யாரும் எண்ணிவிடக் கூடாது என்பதே என் பிரார்த்தனை. சொல்லப்பட்டிருக்கும் சோதனைகள் உதாரணங்களே. அவற்றின் அடிப்படையில் ஒவ்வொருவரும் தங்கள் குறிகோள்களுக்கு ஏற்ப தகுதிகளுக்கு ஏற்ப சொந்தச் சோதனைகளை மேற்கொள்ளலாம். இந்த உதாரணங்கள் உண்மையில் பயன்தரும் என நம்புகிறேன். ஏனெனில், சொல்லியாக வேண்டிய ஆபாசமான விஷயங்களைக்கூட நான் மறைக்கப் போவதில்லை; குறைத்துக்கூறப் போவதில்லை. என்னுடைய எல்லாக் குற்றங்களையும், தவறுகளையும் வாசகருக்கு அறிவிப்பேன்.

என் நோக்கம், சத்தியாக்கிரக சாத்திரத்தில் நடத்திய சோதனைகளை விவரிப்பதேயன்றி, நான் எவ்வளவு நல்லவன் என்பதைச் சொல்லுவது அன்று. என்னுடைய நன்மை, தீமைகளை மதிப்பிடுவதில் சத்தியத்தைப்போல அதிகக் கண்டிப்பாக இருக்கவே நான் முயற்சிக்கிறேன், அதைப்போலதான் மற்றவர்களும் இருக்க வேண்டுமென்று விரும்புகிறேன். அந்த அளவுகோலைக் கொண்டு என்னை நானே அளவிட்டுக் கொள்ளும்போது, சூரதாஸ் என்னும் பக்தர் பாடியதுபோல நானும்,

'என்னைப்போல் கொடிய,
வெறுக்கத்தக்க பாவி வேறு எவர் உண்டு?
படைத்த பிரமனையே மறந்திடும்
நன்றி கெட்டவன் ஆனேனே நான்!'

என்று கதறவேண்டும். ஏனென்றால், என் வாழ்வின் ஒவ்வொரு நொடியின் சுவாசத்தை நிர்வகிப்பவனுமான, என்னை படைத்த ஆண்டவனுக்கு இன்னும் வெகுதொலைவிலேயே நான் இருந்து வருவது எனக்குத் தொடரும் சித்திரவதையாகவே இருக்கிறது. என்னுள் இருக்கும் தீய குணங்களே என்னை அவனுக்கு மிகத் தொலைவில் நிறுத்தியிருக்கிறது என்பதை நான் அறிந்தே இருந்தாலும், அவற்றிலிருந்து என்னால் முழுவதுமாக விடுபட முடியவில்லை. முன்னுரையை இங்கு நான் முடிக்கவேண்டும். அடுத்த அத்தியாயத்திலிருந்து என் கதையைத் தொடங்குவேன்.

மோ.க.காந்தி

சபர்மதி ஆசிரமம்,
26, நவம்பர், 1925

முதல் பாகம்

01. பிறப்பும் பெற்றோரும்

'காந்தி' வம்சத்தார் பனியா (வைசிய) சாதியைச் சேர்ந்தவர்கள், ஆதிகாலத்தில் அவர்கள் மளிகைக் கடை வியாபாரம் செய்து வந்ததாகத் தெரிகிறது. ஆனால், என் பாட்டனாரிலிருந்து மூன்று தலைமுறையாக அவர்கள் கத்தியவாரிலுள்ள சுதேச சமஸ்தானங்களில் முதன் மந்திரிகளாயிருந்து வந்திருக்கிறார்கள். என்னுடைய பாட்டனாரான உத்தம சந்திர காந்தி என்பவர் மனச்சான்று வழி நின்றவராயிருந்திருக்க வேண்டும். அவர் திவான் உத்தியோகம் பார்த்த போர்பந்தர் சமஸ்தானத்தில் அவருக்கு விரோதமாகச் செய்யப்பட்ட சூழ்ச்சிகளின் பயனாக, அவர் ஜூனாகாத் என்னும் சமஸ்தானத்தில் அடைக்கலம் புக நேர்ந்தது. அச்சமஸ்தான நவாபுக்கு அவர் இடதுகையினால் சலாம் செய்தார், மரியாதைக் குறைவான இச்செயலைக் கவனித்த ஒருவரால் காரணம் கேட்கப்பட்டபோது. அவர், "வலது கை போர்பந்தரின் ஊழியத்துக்கு முன்னமே அர்ப்பணம் செய்யப்பட்டிருக்கிறது" என்று பதிலளித்தார்,

உத்தம சந்திர காந்தியின் முதல் மனைவி இறந்துபோன பின்னர் அவர் இரண்டாம் முறை மணம் செய்துகொண்டார். அவருடைய முதல் மனைவிக்கு நான்கு குழந்தைகள். இரண்டாவது மனைவிக்கு இரண்டு குழந்தைகள். இவர்கள் அறுவரும் மாற்றாந்தாய்ச் சகோதரர்கள் என்பது என் இளம்பிராயத்தில் எனக்குத் தெரியவே தெரியாது. அவ்வளவு வேற்றுமையின்றி அவர்கள் நடந்துகொண்டார்கள். இவர்களில் ஐந்தாம் சகோதரர் கரம் சந்திர காந்தி. அவரைக் காபா காந்தி என்று அழைப்பது வழக்கம். ஆறாவது சகோதரர் துளசிதாஸ் காந்தி. இவர்கள் இருவரும் போர்பந்தர் மன்னரிடம் ஒருவர்பின் ஒருவராய் திவான் வேலை பார்த்தவர்கள். காபா காந்திதான் என்னுடைய தந்தை. இராஜஸ்தான் நீதிமன்றத்தில் இவர் ஓர் அங்கத்தினர். இப்போது அத்தகைய ஸ்தாபனம் ஒன்றும் கிடையாது. ஆனால், அக்காலத்தில் அது மிகவும் செல்வாக்குப்

பெற்றிருந்தது, சமஸ்தானாதிபதிகளுக்கும் அவர்களுடைய இனத்தாருக்கும் ஏற்படும் விவாதங்களை இந்த நீதிமன்றத்தார் தீர்த்துவைப்பர்.

காபா காந்தி சிறிதுகாலத்திற்கு இராஜகோட்டையிலும் பின்னர் வங்க நேரிலும் திவானாயிருந்தார். அவர் காலஞ்சென்றபோது இராஜாகோட்டையிலிருந்து உபகாரச் சம்பளம் பெற்று வந்தார்.

காபா காந்தி மூன்று தடவை மணஞ்செய்துகொண்ட மூன்று மனைவிகளையும் இழந்தபடியால் நான்காம் முறையும் மணம் புரிந்துகொண்டார். முதல் இரண்டு மனைவியராலும் அவருக்கு இரண்டு புதல்விகள் இருந்தனர். கடைசி மனைவியான புத்லி பாய் ஒரு பெண்ணையும், மூன்று புதல்வர்களையும் ஈன்றெடுத்தாள். அவர்களுள் கடைக்குட்டி நான்.

என் தந்தை தம்முடைய இனத்தாரிடம் அபிமானம் உள்ளவர்; உண்மையாளர்; தைரியமும் தயாள குணமும் கொண்டவர். ஆனால், முன் கோபி. ஓரளவு சிற்றின்பப் பிரியராகவும் இருந்திருக்கலாம். ஏனெனில், 40 வயதுக்கு பிறகு அவர் நான்காம் முறை விவாகம் செய்துகொண்டார். ஆனால், அவர் பணத்துக்காக உண்மையை எப்போதும் கைவிட்டதில்லை. நடுநிலைமை பிறழாதவர் என்ற பெயர் அவருக்கு என் குடும்பத்திலும் வெளியிலும் உண்டு. சமஸ்தானத்திடம் அவர் கொண்டிருந்த விசுவாசம் பிரசித்தி பெற்றது. ஒரு சமயம் உதவி பொலிடிகல் ஏஜண்டு உத்தியோகஸ்தர் ஒருவர் இராஜகோட்டை மன்னரைப் பற்றி அவமரியாதையாகப் பேசினார். உடனே காபா காந்தி எழுந்து ஆட்சேபித்தார். ஏஜண்டு கோபங்கொண்டு அவரை மன்னிப்புக் கேட்கச்சொன்னார். அவர் மன்னிப்புக்கேட்க மறுத்ததின்மேல் சில மணி நேரம் காவலில் வைக்கப்பட்டிருந்தார். இறுதியாக அவருடைய உறுதியை கண்டு ஏஜண்டு அவரை விடுதலை செய்துவிட்டார்.

என்னுடைய தந்தைக்குப் பணம் சேர்க்கும் ஆசை எப்போதும் இருந்ததில்லை. எங்களுக்கு அவர் வைத்துப்போன சொத்து மிகவும் கொஞ்சம்.

அனுபவத்தைத் தவிர வேறு கல்விப் பயிற்சி அவருக்கு அதிகம் கிடையாது. அவர் படித்ததெல்லாம் ஐந்தாவது வகுப்பு வரையில்தான். தேச சரித்திரம், பூகோள சாஸ்திரம் இவைகளைப் பற்றி அவருக்கு எதுவுமே தெரியாது. ஆனால், உலக விஷயங்களில் அவருக்குச் சிறந்த அனுபவம் இருந்தபடியால், மிகச் சிக்கலானப் பிரச்சினைகளைத் தீர்த்துவைக்கவும் நூற்றுக்கணக்காண மனிதர்களை

வைத்து நடத்தவும் அவர் சக்தி பெற்றிருந்தார். சமயத்துறையிலும் அவருக்குப் பயிற்சி மிகச் சொற்பம். ஆனால், கோயில்களுக்கு அடிக்கடி போவதாலும், மத உபந்யாசங்களைக் கேட்பதாலும் சாதாரணமாய் எல்லா ஹிந்துக்களும் பெறக்கூடிய சமய ஞானம் அவருக்குமிருந்தது. அந்திய நாட்களில் குடும்பத்தின் பிராமண நண்பர் ஒருவரின் தூண்டுதலின் மீது அவர் கீதை படிக்க ஆரம்பித்தார். அதன்பின்னர் தினந்தோறும் பூஜா காலத்தில் அவர் சில சுலோகங்களைப் பாராயணம் செய்வதுண்டு.

என் தாயாரைப் பற்றி எண்ணும்போது அவருடைய தவ ஒழுக்கமே முதன்மையாய் நினைவுக்கு வருகிறது. அவர் பெரிதும் சமயப்பற்றுக் கொண்டவர். தினசரி தெய்வப் பிரார்த்தனை செய்யாமல் அவர் உணவு கொள்ளமாட்டார். தினந்தோறும் விஷ்ணு கோயிலுக்குச் சென்று வருவார். எனக்கு நினைவு தெரிந்த பின்னர் அவர் ஒரு வருஷமாவது சாதுர்மாஷ்ய விரதம் அனுஷ்டிக்கத் தவறியதில்லை. மிகக்கடுமையான நோன்புகளை அவர் மேற்கொண்டு நிறைவேற்றி வந்தார். உடல் நோய்க் காரணமாகவும் அவர் விரதத்தைக் கைவிடுவதில்லை. ஒருமுறை சாந்தி நாராயண விரதத்தின்போது கடுமையான நோய் வந்தும், அவர் விரதத்தை விடாது நடத்தியது எனக்கு நினைவிருக்கிறது. இரண்டு மூன்று வேளை சேர்ந்தாற்போல் உபவாசமிருத்தல் அவருக்குச் சர்வ சாதாரணம். சாதுர்மாஸத்தில் அவர் தினம் ஒருமுறைதான் உணவு கொள்வார். இது போதாதென்று, ஒரு சாதுர்மாஸத்தில், ஒருநாள் விட்டு ஒருநாள் பூரண உபவாசமிருந்து வந்தார். மற்றொன்று சதுர்மாஸத்தின்போது தினம் சூரிய தரிசனம் செய்யாமல் சாப்பிடுவதில்லை என்று விரதம் எடுத்துக்கொண்டார். நானும் மற்றக் குழந்தைகளும் தெருவில் நின்றுகொண்டு சூரியன் எப்போது மேகக்கூட்டங்கினின்றும் வெளிப்போகிறதென்று காத்துக்கொண்டிருப்போம். மழைகாலத்தில் சில தினங்களில் தினகரன் தரிசனம் அளிக்கக் கருணை செய்வதில்லை என்பது எல்லோர்க்கும் தெரியும். அத்தகைய நாட்களில் சூரியன் அருமையாக வெளிவரும்போது ஓட்டமாக உள்ளே ஓடி அன்னையிடம் தெரிவிப்போம். அவர் ஓடிவந்து பார்ப்பதற்குள் சூரியன் மறைந்துவிடும். “அதனாலென்ன மோசம்! இன்று நான் சாப்பிடுவது பகவானுக்கு விருப்பமில்லை” என்று கூறிக்கொண்டு அவர் மலர்ந்த முகத்துடன் மீண்டும் வீட்டு வேலையைக் கவனிக்கத் தொடங்குவார்.

அவருக்கு அனுபவ ஞானம் நிரம்ப உண்டு. சமஸ்தானத்தைப் பற்றிய எல்லா விஷயங்களும் அவருக்குத் தெரியும். இராஜ

குடும்பத்தைச் சேர்ந்த பெண்மணிகளுக்கு அவரிடம் அதிக மதிப்பு உண்டு. நான் குழந்தையாயிருந்தபோது அவருடன் அடிக்கடி அரண்மனைக்குச் சென்றிருக்கிறேன். இராஜமாதாவுடன் அவர் உற்சாகமாக நிகழ்த்திய விவாதங்கள் பல இன்னும் எனக்கு நினைவிருக்கின்றன.

இத்தகையப் பெற்றோர்களின் புதல்வனாய், 1869ஆம் வருஷம் அக்டோபர் மாதம் 2ஆம் தேதி போர்பந்தர் என வழங்கும் சுதாமாபுரியில் நான் பிறந்தேன். என் குழந்தைப் பருவத்தைப் போர்பந்தரிலேயே கழித்தேன். அங்கு என்னைப் பள்ளிக்கூடத்தில் வைத்த ஞாபகமும் இருக்கிறது. சிறிது கஷ்டப்பட்டுப் பெருக்கல் வாய்ப்பாடுகளை நெட்டுருச் செய்தேன். மற்றப் பிள்ளைகளுடன் சேர்ந்துகொண்டு உபாத்தியாரைத் திட்டக் கற்றுக்கொண்டதைத் தவிர அக்காலத்தைப் பற்றி எனக்கு வேறெதுவும் நினைவில்லை. இதினின்று அக்காலத்தில் நான் பெரிதும் மந்த அறிவு படைத்தவனாய் இருந்திருக்க வேண்டுமென்று ஊகிக்க இடமிருக்கிறது.

02. குழந்தைப் பருவம்

என்னுடைய தந்தை இராஜஸ்தான் நீதிமன்ற அங்கத்தினர் பதவி பெற்றுப் போர்பந்தரிலிருந்து இராஜகோட்டைக்குச் சென்றபோது நான் ஏழு வயதுச் சிறுவனாய் இருந்திருக்க வேண்டும். இராஜகோட்டையில் என்னை ஆரம்பப் பள்ளிக்கூடம் ஒன்றுக்கு அனுப்பினார்கள். அந்த நாட்களைப் பற்றியும், எனக்கு கல்வி கற்பித்த உபாத்தியாயர்களைப் பற்றியும் அவர்களின் பெயர்கள் உள்பட, எனக்கு நன்றாக நினைவிருக்கிறது. போர்பந்தரில் போலவே இங்கும் என் மத்தியதரமான மாணாக்கனாகவே நான் இருந்திருக்க வேண்டும். எனக்குப் பன்னிரண்டு வயதானபோது உயர்தரப் பள்ளிக்கூடத்துக்கு அனுப்பப்பட்டேன். இக்காலத்தில் என்னுடைய உபாத்தியாயர்களிடமாவது, பள்ளிக்கூடச் சிறுவர்களிடமாவது எப்போதேனும் பொய்ச் சொன்னதாக எனக்கு ஞாபகமில்லை. அப்போது எனக்குக் கூச்சம் அதிகமாகயிருந்தது. யாரோடும் கலந்து பழகமாட்டேன். புத்தகங்களுக்கும் பாடங்களுமே உற்ற தோழர்களாயிருந்தன. சரியாக மணி அடிக்கும் சமயத்துக்கும், பள்ளிக்கூடம் விட்டவுடன் வீட்டுக்கு ஓடுவதுமே வழக்கமாயிருந்தது. யாருடனும் பேச நேராதிருக்கும் பொருட்டு வீடு திரும்புகையில் உண்மையாகவே ஓடுவேன். யாரேனும் என்னைக் கேலி செய்வார்களோ என்ற பயமும் அதிகமாயிருந்தது.

உயர்தரப் பள்ளிக்கூடத்தில் நான் சேர்ந்த வருஷத்தில் நடந்த ஒரு சம்பவம் குறிப்பிடத்தக்கதாகும். கல்வி இலாகா இன்ஸ்பெக்டர் மிஸ்டர் கைல்ஸ் என்பவர் எங்கள் பள்ளிக்கூடத்தைப் பரிசோதிப்பதற்காக வந்திருந்தார். அவர் என்னுடைய வகுப்புக்கு வந்தபோது ஐந்து பதங்களைச் சொல்லி எழுதச் சொன்னார். அவைகளில் ஒன்று கெட்டில் (Kettle). நான் இவ்வார்த்தையைத் தவறாக எழுதினேன். உபாத்தியாயர் தமது பாதரட்சை நுனியால் என்னுடைய காலை மிதித்துத் தூண்டினார். அடுத்த பையனுடைய பலகையைப் பார்த்துக் காபி அடிக்கச்சொல்கிறார் என்னும் விஷயம் என் புத்திக்கு எட்டவில்லை. நாங்கள் காபி அடிக்காமல் பார்த்துக்கொள்ளவே உபாத்தியாயர் அங்கிருக்கிறார் என்று எண்ணியிருந்தேன். முடிவு என்னவென்றால். என்னைத்தவிர எல்லா பையன்களும் எல்லா வார்த்தைகளையும் சரியாக எழுதியிருந்தார்கள். நான் ஒருவனே அசடனாய்ப் போனேன். பின்னால், உபாத்தியாயர் என்னுடைய அசட்டுத்தனத்தை எடுத்துக்காட்ட எவ்வளவோ முயற்சி செய்தும் பயனில்லை. காபி அடிக்கும் வித்தை எனக்கு வரவேயில்லை.

இந்நிகழ்ச்சியினால் உபாத்தியாயரிடம் எனக்கிருந்த மதிப்பு எள்ளளவும் குறையவில்லை. பெரியவர்களுடைய குறைகளைப் பொறுத்தவரையில் குருடனாயிருப்பது என் இயற்கையாயிருந்தது. பின்னால், இந்த உபாத்தியாயருடைய வேறு பல குறைகளும் எனக்குத் தெரியவந்தன. ஆயினும் அவரிடம் நான் வைத்திருந்த மரியாதை மட்டும் குறையவில்லை. மூத்தோரின் கட்டளைகளை நிறைவேற்றிவிட்டு அவர்களுடையச் செயல்களைப் பற்றிக் கவனியாமலிருப்பதற்கு நான் கற்றுக்கொண்டிருந்தேன்.

இக்காலத்திய நிகழ்ச்சிகள் இன்றும் இரண்டு என் மனதை விட்டகலாமல் இருந்து வருகின்றன. பாடப் புத்தகங்களைத் தவிர வேறு புத்தகம் எதுவும் நான் படிக்கும் வழக்கமில்லை. படிப்பே எனக்குப் பிடிப்பதில்லை. ஆனால், உபாத்தியாயரால் கண்டிக்கப்படவோ அல்லது அவரை ஏமாற்றவோ நான் விரும்பாதபடியால், பாடங்களை வேண்டா வெறுப்பாய் படித்துத் தொலைப்பேன். பாடம் படிப்பதே இப்படியானால் வேறு புத்தகம் படிப்பதைப் பற்றிக் கேட்பானேன்! ஆனால், ஒருமுறை மட்டும் எப்படியோ என்னுடைய தந்தையிடமிருந்த 'சிரவணபித்ரு பக்தி நாடகம்' என்னும் புத்தகம் என் மனதைக் கவர்ந்தது. அதை மிகச்சுவையுடன் படித்தேன். அதேசமயத்தில் படக்காட்சிக்காரர் சிலர் எங்கள் ஊருக்கு வந்தனர். நான் பார்த்த படங்களில், சிரவணன் கண்ணிழந்த முதியோர்களான தனது தாய் தந்தையாரைக் காவடியில்

வைத்துத் தூக்கிக்கொண்டு போகும் படமும் ஒன்று. மேற்சொன்ன புத்தகமும், படமும் என் மனதில் என்றும் அழியாவண்ணம் பதிந்துவிட்டன. "நீ பார்த்து நடப்பதற்கு இங்கே ஓர் உதாரணம் இருக்கிறது" என்று எனக்கு நானே சொல்லிக்கொண்டேன். சிரவணன் மரணமுற்றதும் அவன் பெற்றோர்கள் துன்பக்கடலில் மூழ்கிப் புலம்பிய புலம்பல் இன்னும் எனக்கு ஞாபகமிருக்கிறது. சோகரசமான அந்தப் பாட்டின் மெட்டு என்னை உருக்கிவிட்டது. என் தந்தை வாங்கிக்கொடுத்த வாத்தியத்தில் நான் அடிக்கடி அதை வாசிப்பதுண்டு.

இம்மாதிரியான இன்னொரு சம்பவம், இதே காலத்தில் நேரிட்டது. ஒரு நாடகக் கூட்டத்தார் நடத்திய அரிச்சந்திர நாடகத்தைப் பார்க்கச் செல்ல என் தந்தையின் அனுமதி பெற்றிருந்தேன். அந்நாடகம் என் ஹிருதயத்தை கவர்ந்துவிட்டது. அதை எத்தனைமுறைப் பார்த்தாலும் எனக்குச் சலிப்புத் தோன்றவில்லை. ஆனால், எவ்வளவு முறைதான் அதே நாடகத்துக்குப் போக அனுமதி கொடுப்பார்கள்! சிலகாலம் அதுவே நினைவாயிருந்தேன். எனக்கு நானே கணக்கற்ற முறை அரிச்சந்திரனாக நடித்து மகிழ்ந்திருக்க வேண்டும். 'அரிச்சந்திரனைப்போல ஏன் எல்லோரும் சத்தியத்தைக் கடைப்பிடித்து நின்று, சத்திய சந்தர்களாயிருக்கக்கூடாது!' என்று இரவும் பகலும் நானே கேட்டுக்கொள்வேன். சத்தியத்தைக் கடைப்பிடித்து நின்று, அரிச்சந்திரன் பட்ட துன்பங்களையெல்லாம் அனுபவிக்க வேண்டுமென்ற இலட்சியம் என் உள்ளத்தில் குடிகொண்டது. அரிச்சந்திரனுடைய கதையை அப்படியே உண்மை என்று நம்பினேன். அதைப்பற்றிச் சிந்திக்குங்காலையில் பல முறைகளில் என்னை அறியாமல் அழுகை வந்துவிடும். அரிச்சந்திரன் சரித்திரப்பூர்வகமான ஒரு மனிதனாயிருக்க முடியாதென்று இப்போது என் அறிவுக்குப் புலனாகிறது. ஆனால், என்னைப் பொறுத்தமட்டில், அரிச்சந்திரனும், சிரவணனும் இறவாவரம் பெற்ற புருஷர்களே ஆவர். அவர்களுடைய நாடகங்களை இன்று படித்தாலும் முன்னைப்போலவே நான் மனமுருகி விடுவேன் என்பதில் ஐயமில்லை.

03. குழந்தை மணம்

இந்த அத்தியாயத்தை எழுதாதிருக்கக் கூடுமானால் எனக்கு எவ்வளவோ சந்தோஷமாயிருக்கும். ஆனால், இச்சரிதையை

முடிப்பதற்கு முன் இத்தகைய கசப்பு மருந்தினை பலமுறை விழுங்கியே ஆகவேண்டும். நான் சத்தியத்தை உபாசிப்பவன் என்பது உண்மையாயின் இவைகளை மறைத்தல் கூடாது. பதின்மூன்றாம் வயதில் எனக்கு மணம் நடந்தது என்ற விஷயத்தை மிக வருத்தத்துடன் இங்கே தெரிவிக்கிறேன். அதே வயதுள்ள சிறுவர்கள் பலர் இப்போது என்னிடம் வளர்ந்து வருகின்றனர். அவர்களைப் பார்க்கும்போதெல்லாம் என்னுடைய கதியை நினைத்து இரக்கமும், அவர்களுக்கு என் கதி நேராதிருப்பது குறித்து மகிழ்ச்சியும் கொள்கிறேன். இவ்வளவு இளம் வயதில் மணம் முடித்தல் நியாயமென்று ஆதரிக்க, அறவழிப்பட்ட வாதம் எதுவும் இருப்பதாக எனக்குத் தெரியவில்லை.

வாசகர்கள் தவறாகக் கொள்ளவேண்டாம். எனக்கு நடந்த நிச்சயதார்த்தமன்று; அசல் கலியாணமே. கத்தியவாரில் நிச்சயதார்த்தமென்றும் கலியாணமென்றும் இரண்டு தனித்தனிச் சடங்குகள் உண்டு. பெண்ணின் பெற்றோரும் பையனின் பெற்றோரும் அவர்களுக்குக் கலியாணம் செய்து வைப்பதாக உறுதிகொடுத்துக் கொள்வதற்கு நிச்சயதார்த்தம் என்று பெயர். இது பின்னால் மாற்றக்கூடாதன்று. நிச்சயதார்த்தம் செய்தபிறகு பையன் இறந்துவிட்டால் பெண் விதந்துவாக மாட்டாள். நிச்சயதார்த்தம் என்பது பெற்றோர்களுக்குள் நடக்கும் ஒப்பந்தம். குழந்தைகளுக்கு அது தெரிந்திருப்பதுகூட அவசியமில்லை. எனக்கே மூன்றுமுறை நிச்சயதார்த்தம் நடத்திருக்க வேண்டுமென்று தோன்றுகிறது. அவை எப்போதென்பது எனக்குத் தெரியாது. எனக்கு நிச்சயதார்த்தம் செய்யப்பட்ட பெண்கள் இருவர் இறந்துபோனதாகச் சொல்லியிருக்கிறார்கள். இதிலிருந்து மூன்றுமுறை நிச்சயதார்த்தம் நடந்திருக்க வேண்டுமென்று ஊகிக்கிறேன். மூன்றாவது நிச்சயதார்த்தம் என்னுடைய ஏழாவது வயதில் நடந்ததாகச் சிறிதளவு ஞாபகம் இருக்கிறது. ஆனால், இவ்விவரம் எனக்கு அறிவிக்கப்பட்டதாக நினைவில்லை. கலியாணத்தை பற்றியோ நன்றாக நினைவிருக்கிறது. அதைப்பற்றியே இவ்வத்தியாயத்தில் எழுதப்போகிறேன்.

நாங்கள் மூன்று சகோதரர்கள் என்று முன்னமே தெரிவித்திருக்கிறேன். எங்களில் மூத்தவருக்கு விவாகம் ஆகிவிட்டது. அடுத்தவர் எனக்கு இரண்டு அல்லது மூன்று வயது பெரியவர். என்னைவிட ஓராண்டு மூத்தவரான எங்கள் சிறு தந்தையின் புதல்வர் ஒருவரும் இருந்தார். எங்கள் மூன்று பேருக்கு சேர்ந்தாற்போல் கலியாணம் செய்துவிட வேண்டுமென்று

பெரியவர்கள் தீர்மானித்தார்கள். இவ்வாறு முடிவு செய்கையில் எங்களுடைய நலத்தையாவது, எங்களுடைய விருப்பத்தையாவது சிறிதும் கவனித்தார்களில்லை. அவர்களுடைய சௌகர்யம், பொருள் செலவு இவை மட்டுமே கவனிக்கப்பட்டன.

ஹிந்துக்களுக்குள் விவாகம் என்பது சாதாரண விஷயமன்று, கலியாணத்தினால் குடும்பமே அழியப் பெறுவோர் பலர். மணமகன், மணமகள் இருவரின் பெற்றோர்களும் இதில் தங்கள் பொருளையும் காலத்தையும் வீணாக்குகிறார்கள். ஒரு மணம் என்றால் அதற்குப் பல மாதங்களுக்கு முன்னிருந்தே சாமான்கள் சேகரிக்கவும், துணி மணிகள், நகைகள் தயாரிக்கவும், விருந்துக்குத் திட்டம் போடவும் ஆரம்பித்துவிடுகிறார்கள். யாருடைய விருந்தில் பாதார்ந்தங்கள் அதிகம் என்பதில்தான் பலத்த போட்டி. பெண்மணிகள், குரல் நன்றாயிருந்தாலும் இல்லாவிடினும் பாடித் தீர்த்துத் தொண்டையைப் புண்ணாக்கிக்கொண்டு சில சமயங்களில் நோய்வாய்ப்படுகிறார்கள். அண்டை அயலார்களுக்குப் பெருந்தொந்தரவு. ஆனாலும், அவர்கள் வாய்திறப்பதில்லை. கூச்சல், குழப்பம், குப்பை, அழுக்கு எல்லாவற்றையும் அண்டை அயலார் பொறுமையுடன் சகித்துக்கொண்டிருப்பர். ஏனெனில், அவர்களும் இவ்வாறு கூத்தடிக்குங்காலம் ஒன்று வருமன்றோ?

இவ்வளவு தொல்லைகளையும், மூன்றுமுறை வைத்துக்கொள்ளாமல் ஒரே முறையில் முடித்துவிடுவது நலமென்று எங்கள் வீட்டுப் பெரியோர் நினைத்தனர். செலவு குறைவு; ஆடம்பரம் அதிகம். மூன்றுமுறைக்குப் பதிலாக ஒரே முறைதான் செலவு செய்ய வேண்டுமாதலால் தாராளமாகப் பணம் செலவிடலாம். என்னுடைய தந்தை, சிறு தந்தை, இருவரும் முதுமைப் பருவத்தினர். அவர்கள் கலியாணம் செய்துவைக்க வேண்டிய கடைசி குழந்தைகள் நாங்கள்தான். தாங்கள் காலமாவதற்குள் எங்களை மணக்கோலத்தில் பார்த்து மகிழ அவர்கள் விரும்பியிருக்கலாம். எனவே, இவ்வாறு மூன்று மணங்களை ஒரே சமயத்தில் நடத்த முடிவு செய்யப்பட்டது. பல மாதங்களுக்கு முன்பே கலியாண வேலைகளும் தொடங்கப்பட்டன.

கலியாணத்துக்கு ஆயத்தம் செய்யப்படுவதினின்றுதான் எங்களுக்குக் கலியாணச் செய்தி தெரியவந்தது. கலியாணமென்றால் நல்ல பட்டாடைகள், மேள முழக்கம், ஊர்வலம், விருந்து விளையாடுவதற்கு ஒரு புதுப்பெண் என்னும் இவற்றையன்றி அதற்கு வேறுபொருள் ஏதேனும் அப்போது நான் அறிந்திருந்தாய் நினைவில்லை. சிற்றின்ப ஆசை பின்னால் வந்தது. என்

வெட்கத்துக்குரிய இவ்விஷயத்தைப் பற்றி இச்சரிதையில் குறிப்பிடுவதற்குத் தகுதியான சில விவரங்களைப் பின்னால் குறிப்பிடுவேன். மற்றபடி அதைக் குறித்து விவரியாமல் விட்டுவிடப் போகிறேன். இச்சில விவரங்களுக்குக்கூட இக்கதையில் ஊடுருவி நிற்கும் மத்திய நோக்கம் எதுவோ அதனுடன் அதிக சம்பந்தமுடையவையல்ல.

எனவே, என்னையும் என் சகோதரரையும் இராஜகோட்டையில் இருந்து போர்பந்தருக்கு அழைத்துச் சென்றார்கள். பிரதான நாடகம் ஆரம்பிக்கப்படுவதற்கு முன் வேடிக்கைக் காட்சிகள் சில நடைபெற்றன. அவற்றுள் ஒன்று எங்கள் உடல் முழுவதும் மஞ்சள் அரைத்துப் பூசியது. ஆனால், இத்தகைய சில்லரை விவரங்களை விடுத்து நான் மேலே செல்லவேண்டும்.

என்னுடைய தந்தை திவானாயிருந்த போதிலும் ஊழியரல்லவா! அதிலும் இராஜகோட்டை மன்னர் அவரிடம் அதிக அபிமானம் வைத்திருந்தார். எனவே, கடைசி நிமிஷம் வரை என் தந்தையை அவர் விடவில்லை. இராஜகோட்டையிலிருந்து போர்பந்தர் 120 மைல் தூரத்தில் இருக்கிறது. கட்டை வண்டியில் 5 நாள் பிரயாணம் செய்யவேண்டும். ஆனால், கலியாணத் தேதிக்கு மூன்று நாளுக்கு முன் வரை, மன்னர் என் தந்தைக்கு விடைகொடுக்கவில்லை. எனவே, மூன்று நாளில் போய்ச் சேர்வதற்குத் தனிக்குதிரை வண்டிகள் அமர்த்திக்கொடுத்தார். ஆனால், இறைவன் திருவுளம் வேறு விதமாயிருந்தது. மூன்றாம் நாள் பிரயாணத்தில் குதிரை வண்டி கவிழ்ந்து என் தந்தைக்கு உடலெல்லாம் காயங்கள் ஏற்பட்டன. தேகமெல்லாம் கட்டுக்களுடன் அவர் வீடு வந்து சேர்ந்தார். இதனால் அவருக்கும் எங்களுக்கும் கலியாணத்தில் அரைவாசி உற்சாகம் போய்விட்டது. ஆயினும் காரியம் நடந்தாக வேண்டும். முகூர்த்தத் தேதிகளை மாற்ற முடியாதன்றோ? என் தந்தைக்கு நேர்ந்த விபத்தைப் பற்றி எனக்குண்டான வருத்தத்தைக் கலியாண வேடிக்கைகளில் முற்றும் மறந்தேன்.

என் பெற்றோர்களிடத்தில் எனக்கு அளவற்ற பக்தியுண்டு. ஆனால், இந்திரிய சுகானுபவங்களிலும் அவ்வளவு பற்று இருந்தது. பெற்றோர்களின் தொண்டில் மற்ற எல்லாச் சுகங்களையும் தியாகம் செய்துவிட வேண்டுமென்று உண்மையை அப்போது அறிந்தவனல்லன். இவ்வாறு நான் புலனின்பத்தை நாடியதற்குத் தண்டனையைப்போல ஒரு நிகழ்ச்சி ஏற்பட்டது. என் உள்ளத்தில் சதா உறுத்திக்கொண்டிருக்கும் இந்நிகழ்ச்சியைப் பற்றிப் பின்னால் கூறுவேன். “உள்ளத்தின் ஆசைகளைத் துறவாமல் உலகப்

பொருள்களை மட்டும் துறத்தல், என்னதான் முயன்றாலும் நீண்டகாலம் நீடித்திராது" என்று நிஷ்குலானந்தர் பாடியிருக்கிறார். இந்தப் பாட்டைப் பாடும்போதும், கேட்கும்போதும் மேற்குறிப்பிட்ட அசந்தர்ப்ப நிகழ்ச்சி என் நினைவுக்கு வந்து என்னை வெட்கித் தலைகுனியச் செய்கிறது.

என் தந்தை, தமது காயங்களையும் கவனியாது மணவினை ஒவ்வொன்றையும் நடத்தி வைத்தார். இன்று நினைத்தாலும் அன்று அவர் பற்பல சடங்குகளையும் செய்தபோது உட்கார்ந்த இடங்களெல்லாம் என் மனக்கண்முன் நிற்கின்றன. எனக்குக் குழந்தைப் பருவத்திலேயே மணஞ்செய்து வைத்தது குறித்துப் பிற்காலத்தில் என் தந்தையைப் பெரிதும் கடிந்துகொள்வேனென்று அப்போது கனவிலும் நினைக்கவில்லை. அன்று நடந்தது ஒவ்வொன்றும் எனக்குச் சரியாகவே பட்டது. அவை எனக்குச் சந்தோஷமும் அளித்தன. மேலும், கலியாணம் செய்துகொள்ள எனக்கும் ஆசையும் இருந்தது. அன்று நாங்கள் திருமண மேடையில் உட்கார்ந்திருந்தது. ஸப்தபதி நடந்தது. மணமகனும் மணமகளும் ஒருவருடைய வாயில் ஒருவர் இனிய தின்பண்டம் ஊட்டியது முதலியன எல்லாம் இப்போது எனக்கு நன்றாக நினைவில் . இருக்கின்றன. ஓ! அந்த முதல்நாள் இரவு, அறியாக் குழந்தைகள் இருவர் சம்சார சாகரத்தில் அதன் பலாபலன்களைப் பற்றிச் சிறிதும் அறியாமலே தொப்பென்று வீழ்ந்தனர்! அம்முதல் நாளிரவு எப்படி நடந்துகொள்ள வேண்டுமென்பதைப் பற்றி எனது அண்ணியார் எனக்குப் புத்திமதி சொல்லியிருந்தார். என் மனைவியை இவ்வாறு யார் தயார் செய்தார்கள் என்பது எனக்குத் தெரியாது. இன்றுவரை அதைப்பற்றி அவளிடம் நான் கேட்டதில்லை. இப்போது கேட்கவும் விரும்புகிறேனில்லை. முதன்முதல் நாங்கள் சந்தித்தபோது பெரிதும் கூச்சப்பட்டோமென்று வாசகர்கள் சொல்லாமலே தெரிந்துகொள்வார்கள். அவளிடம் எவ்வாறு பேசத்தொடங்குவது, என்ன பேசுவது என்று புரியவில்லை. அண்ணியாரின் புத்திமதிகள் அதிகமாகப் பயன்படவில்லை. உண்மையில், இத்தகைய விஷயங்களில் பிறரின் புத்திமதிகளே பயன்படவில்லை. உண்மையில் இத்தகைய விஷயங்களில் பிறரின் புத்திமதிகளே அநாவசியம். முற்பிறப்பின் வாசனைகள் பிறருடைய உதவி தேவையில்லாமல் செய்துவிடுகின்றன. வரவர ஒருவரையொருவர் நன்கு அறிந்துகொள்ளலானோம். தாராளமாகப் பேசவும் தொடங்கினோம். இருவரும் ஒத்த வயதினராயிருந்தோம் ஆனாலும், கணவனுடைய அதிகாரத்தைச் செலுத்தத் தொடங்குவதில் நான் காலம் தாழ்த்தவில்லை.

04. கணவனின் அதிகாரம்

எனக்கும் மணம் நடந்த காலத்தில், ஒரு தம்படி அல்லது காலணா விலையுள்ள துண்டுப்பிரசுரங்கள் வெளியிடப்படுவதுண்டு. இவற்றில் இல்வாழ்க்கை, சிக்கனம், குழந்தை மணம் முதலிய பல விஷயங்களைப் பற்றிச் சொல்லப்பட்டிருக்கும். இத்தகைய துண்டுப்பிரசுரம் ஒன்றைக் கண்டதும் முதலிலிருந்து இறுதிவரை படித்து முடிப்பது என் வழக்கம். நான் படித்தவற்றில் எனக்குப் பிடிக்காதவற்றை உடனே மறந்துவிடுவேன். எனக்கு விருப்பமானவற்றை என் வாழ்க்கையில் நடைமுறைக்குக் கொண்டுவர முயலுவேன். மனைவிக்கு எக்காலத்தும் உண்மையாக நடந்துகொள்ளுதல் கணவனின் கடமை என்று அப்பிரசுரங்களிலே வலியுறுத்திக் கூறப்பட்டிருந்தது என் உள்ளத்தில் ஆழமாகப் பதிந்தது. மேலும், இயற்கையிலேயே சத்தியத்தில் அளவற்ற பற்றுடையேனாதலால் அவளுக்குத் துரோகம் செய்வது முடியாத காரியம். அன்றியும், அவ்விளம்பிராயத்தில் மனைவிக்குத் துரோகம் செய்வதுதான் எப்படி இயலும்?

ஆனால், மனைவிக்கு உண்மையாக நடந்துகொள்ள வேண்டுமென்ற படிப்பினை ஒரு தீய பயனையும் அளித்தது. நான் மனைவிக்கு உண்மையாக நடந்துகொள்வதனால், அவளும் எனக்கு உண்மையாக நடந்துகொள்வது வேண்டாமா? என்று எண்ணினேன். இவ்வெண்ணம் என்னிடம் பொறாமைத் தீயை மூட்டிற்று. அவருடைய கடமையை என்னுடைய உரிமையாக நினைத்துக்கொண்டேன். எனவே, விழிப்புடனிருந்து அவ்வுரிமையை வலியுறுத்த வேண்டுமென்று தீர்மானித்தேன். என் மனைவி என்னிடம் வைத்திருந்த பக்தியில் ஐயங்கொள்ளத் தினைத்துணையும் காரணம் இருந்ததில்லை. ஆனால், பொறாமை, காரணக் காரியங்களை ஆராய்வதுண்டா?

எனவே, எனக்குத் தெரியாமல் ஒன்றும் செய்யக்கூடாது. என்னுடைய அனுமதியின்றி எங்கும் போகக்கூடாது என்று சட்டம் விதித்தேன். இந்தச் சட்டந்தான் எங்களிடையே சண்டை விதையை விதைத்தது. என்னுடைய கட்டுப்பாடு ஏறக்குறை என் மனைவியை சிறையிலிடுவதாகவே இருந்தது. ஆனால், அதற்குட்படும் பெண் கஸ்தூரிபாய் அல்லள். தான் நினைத்தபோது நினைத்த இடத்துக்கு அவள் பிடிவாதமாக சென்றே வந்தாள். நான் கட்டுப்பாட்டை வலுப்படுத்தவலுப்படுத்த அவள் யதேச்சையாக நடப்பது அதிகமாகி வந்தது. இதன் பயனாய் எனக்கு எரிச்சல் அதிகமாயிற்றேயொழிய

வேறில்லை. இத்தகைய சச்சரவுகளினால் குழந்தைத் தம்பதிகளான எங்களுக்குள் ஒருவருக்கொருவர் பேசாமலிருப்பது சர்வ சாதாரணமாகிவிட்டது.

கஸ்தூரிபாய் இவ்வாறு எனது கட்டுப்பாடுகளை மீறி நடந்ததில் குற்றம் எதுவுமில்லை என்று இப்போது எண்ணுகிறேன். கபடமற்ற ஒரு பெண்ணைக் கோயிலுக்குப் போவதிலும் தோழிகளைப் பார்க்கச் செல்வதிலும் கட்டுப்பாடு செய்தால் அவள் எவ்வாறு பொறுத்திருப்பாள்? அவளைக் கட்டுப்பாடு செய்ய எனக்கு உரிமை உண்டானால் என்னைக் கட்டுப்பாடு செய்ய அவளுக்கு உரிமை உண்டல்லவா? இவையெல்லாம் இன்று எனக்குத் தெளிவாக விளங்குகின்றன. ஆனால், அப்போது கணவனுடைய அதிகாரத்தைச் செலுத்த வேண்டுமென்ற எண்ணமே மேலலோங்கி இருந்தது.

மேலே சொன்னவற்றிலிருந்து எங்களுடைய மணவாழ்க்கை முழுவதும் துன்பமயமானது என்று வாசகர்கள் முடிவு செய்துவிட வேண்டாம். என்னுடைய சட்ட திட்டங்களெல்லாம் அன்பிலிருந்தே எழுந்தனவாகும். என் மனைவியை மனைவிகளுக்கோர் இலக்கியமாகச் செய்ய வேண்டுமென்பது என் விருப்பம். அவளை தூய வாழ்க்கை நடத்தச் செய்யவேண்டுமென்றும், நான் கற்பனவெல்லாம் அவளும் கற்று எங்கள் இருவரின் வாழ்க்கையும் எண்ணமும் ஒன்றாகிவிட வேண்டுமென்றும் ஆவல் கொண்டேன்.

கஸ்தூரிபாய்க்கு இத்தகைய ஆவல் ஏதேனும் இருந்ததா என்று எனக்குத் தெரியாது. அவள் எழுத்து வாசனை அறியாதவள். கபடமற்ற தன்மையுள்ள சுயேச்சை விருப்பமும், விடாமுயற்சியும் என் விஷயத்தில் மட்டுமேனும் சங்கோசமும் அவளுடைய இயற்கைக் குணங்கள். தான் கல்வியறிவு இல்லாதவளாயிருந்தது குறித்து அவளுக்கு கவலையே இல்லை. என்னுடைய படிப்புகூட அவளுக்கு இவ்விஷயத்தில் ஊக்கமூட்டவில்லை. எனவே, அவளுடைய அபிவிருத்தியில் நான் கொண்டிருந்த ஆசை என் வரையிலேயே நின்றதாகத் தோன்றுகிறது. நான் முழுமனதுடனும் அவள் ஒருத்தியையே காதலித்ததுபோல் அவளும் என்னைக் காதலிக்க வேண்டுமென விரும்பினேன். ஆனால், ஒரு பக்கமேனும் உண்மை அன்பு இருந்தபடியால் பதிலுக்கு அன்பு கிடைத்திராவிட்டாலும் வாழ்க்கை முழுதும் துன்பமயமா இருந்திருக்க முடியாது.

அவளிடம் அடங்காப் பிரேமை கொண்டிருந்தேன் என்றே சொல்லவேண்டும். பள்ளிக்கூடத்தில் அவளைப் பற்றி நினைப்பேன்.

இரவானதும் அவளைச் சந்திக்கலாம் என்னும் எண்ணம் மனதில் தோன்றிக்கொண்டேயிருக்கும். பிரிவினால் ஏற்படும் துன்பம் சகிக்கவொண்ணாததாய் இருந்தது. இரவில் நெடுநேரம் வரையில் அவளைத் தூங்கவிடாமல் வெறும் பேச்சுப்பேசிக் காலங்கழிப்பேன். இந்த அடங்காக் காதலுடன், கடமையில் தீவிரமான பற்றும் என்னிடம் இருந்திராவிட்டால் அப்போதே நோய் வாய்ப்பட்டு அகால மரணமடைந்திருப்பேன். அல்லது பிறருக்குப் பாரமான வாழ்க்கை நடத்தவேண்டி வந்திருக்கும். ஆனால், ஒவ்வொரு நாள் காலையிலும் செய்யவேண்டிய காரியங்களை செய்து முடித்தே தீரவேண்டியிருந்தது. பொய் சொல்வதென்பது என்னால் இயலாத காரியம். இந்த ஒரு குணத்தினால்தான் பலமுறையும் படுகுழியில் வீழாமல் நான் காப்பாற்றப்பட்டேன்.

கஸ்தூரிபாய்க்கு எழுதப் படிக்கத் தெரியாதென்று முன்னமே சொல்லியிருக்கிறேன். அவளுக்குப் படிக்கக் கற்றுக்கொடுக்க வேண்டுமென்று பெரிதும் கவலைகொண்டிருந்தேன். ஆனால், அப்போது என் அன்பில் காமத்தின் கூறே மேலோங்கி நின்றமையால் அதற்கு நேரமே இருப்பதில்லை. ஏதேனும் கற்றுக்கொடுப்பதென்றால் அவளுடைய விருப்பத்துக்கு விரோதமாய், அதுவும் இரவில்தான் கற்றுக்கொடுக்க வேண்டும். பெரியவர்கள் இருக்கும்போது அவளைப் பார்ப்பதற்கே எனக்குத் துணிவு இருப்பதில்லை என்றால், அவளுடன் பேசுவதைப் பற்றிச் சொல்வானேன்?

அப்போது, கத்தியவாரின் உபயோகமற்ற அநாகரிகமான படுதா வழக்கம் இருந்துகொண்டிருந்தது. அப்போதும் அது முற்றிலும் ஒழிந்துவிடவில்லை. இவ்வாறு சந்தர்ப்பங்கள் எல்லாம் எனக்கு விரோதமாயிருந்தன. ஆகையால், கஸ்தூரிபாய்க்குக் கல்வி புகட்ட நான் செய்த முயற்சிகள் எல்லாம் வீணாயின. கடைசியில் காமம் என்னும் உறக்கத்திலுருந்து நான் விழித்தெழுந்தபோது, பொதுவாழ்வில் ஈடுபட்டவனாகிவிட்டேன். அப்போது, ஓய்வு நேரம் கிடைப்பது அரிதாயிற்று. வேறு உபாத்தியாயர்களைக் கொண்டு கல்வி புகட்டவும் ஏற்பாடு செய்யவில்லை. இதன் பயன் யாதெனில், இன்று கஸ்தூரிபாய் சாதாரணக் கடிதங்கள் எழுதுவதற்கும், எளிய நடையிலுள்ள குஜராத்தி மொழி நூல்களைப் படிப்பதற்குமே மிகவும் கஷ்டப்பட வேண்டியிருக்கிறது. நான் அவளிடம் கொண்டிருந்த அன்பு, காமக் கலப்பற்றதாய் இருந்திருக்குமானால் அவள் இன்று கல்வியறிவில் சிறந்த பெண்மணியாயிருப்பாள் என்பதில் சிறிதும் ஐயமில்லை. படிப்பில் அவளுக்கிருந்த வெறுப்பை நான் மாற்றியிருக்கக்கூடும். தூய அன்பினால் ஆகாத காரியம் எதுவுமில்லையன்றோ?

காமத்தின் அபாயங்களிலிருந்து நான் தப்பியதற்கு ஒரு காரணத்தை மேலே குறிப்பிட்டிருக்கிறேன். மற்றொன்றையும் இங்கே குறிப்பிடுதல் பொருந்தும். ஒருவனுடைய நோக்கம் மட்டும் தூயதாயிருந்தால் அவனை இறைவன் முடிவில் காத்தருவள்வான் என்று நான் பல உதாரணங்களின்றும் அறிந்துகொண்டிருக்கிறேன். இளமை மணம் என்னும் கொடிய வழக்கம் ஹிந்து சமூகத்தில் இருக்கிறதாயினும் மற்றொரு நல்ல வழக்கம் இதன் கொடுமைகளை ஓரளவு தணித்துவருகிறது. இளம்பிராயத்தினாரான தம்பிகளைப் பெற்றோர் அதிக நாள் சேர்ந்திருக்க விடுவதில்லை. குழந்தைப் பிராயத்து மனைவி வருஷத்தில் பாதி நாள் தன் பெற்றோர் வீட்டில் இருக்கிறாள். எங்கள் விஷயத்திலும் இப்படியே. எனக்கு கலியாணமான முதல் ஐந்து வருஷத்தில் (என்னுடைய பதிமூன்றாம் வயதிலிருந்து 18 வயதுவரை) நாங்களிருவரும் சேர்ந்திருந்தது மூன்று வருஷங்களுக்குமேல் இராது. நாங்கள் ஆறுமாதம் சேர்ந்திருப்பதற்குள்ளாக என் மனைவியின் பெற்றோர்கள் அவளைக் கூப்பிட்டனுப்புவார்கள். இத்தகைய பிரிவுகள் அப்போது வருத்தத்தை அளித்தனவாயினும் அவைதான் எங்கள் இருவரையும் காப்பாற்றினவென்று சொல்லலாம். பதினெட்டாம் வயதில் நான் இங்கிலாந்து சென்றதின் பயனாக நீண்டநாள் பிரிவு ஏற்பட்டது. இதுவும் எங்களுக்கு நலமே செய்தது. இங்கிலாந்திலிருந்து திரும்பிய பிறகும் ஆறு மாதங்களுக்குமேல் பம்பாயில் நாங்கள் சேர்ந்து வாழ்ந்ததில்லை. இராஜகோட்டைக்கும் நான் அடிக்கடிப் போய்வர வேண்டியிருந்தது. பின்னர், தென்னாப்பிரிக்கா செல்வதென்னும் யோசனை ஏற்பட்டபோது சிற்றின்ப ஆசையிலிருந்து அநேகமாய் விடுதலை அடைந்துவிட்டேன் என்று சொல்லலாம்.

05. பள்ளிக்கூட ஞாபகங்கள்

எனக்கு மணம் நடந்தபோது உயர்தரப் பள்ளிக்கூடத்தில் படித்துக்கொண்டிருந்ததாக முன்னமே குறிப்பிட்டிருக்கிறேன். நாங்கள் சகோதரர் மூவரும் ஒரே பள்ளிக்கூடத்தில் படித்துக்கொண்டிருந்தோம். மூத்தவர் என்னைவிட நிரம்ப பெரிய வகுப்பில் படித்துக்கொண்டிருந்தார். என்னுடன் மணம் நடந்த சகோதரர்கள் எனக்கடுத்த மேல் வகுப்பில் படித்தார். கலியாணத்தின் பயனாய் எங்கள் இருவருக்கும் ஒரு வருஷம் வீணாயிற்று. இது என்னைவிட என் தமையனாருக்கு அதிக தீமையாய் முடிந்தது. அவர் படிப்பையே நிறுத்திவிட்டார். எவ்வளவு இளைஞர்கள் அவருடைய

கதியையே அடைகின்றனரோ, இறைவனுக்கே தெரியும். தற்போதைய ஹிந்து சமூகம் ஒன்றிலேதான் கலியாணமும் கல்விப் பயிற்சியும் ஒரே சமயத்தில் நடைபெறுகின்றன.

நான் மட்டும் விடாமல் படிக்கலானேன். உயர்தரப் பள்ளிக்கூடத்தில் நான் மந்த புத்தி உடையவனாகக் கருதப்படவில்லை. உபாத்தியாயர்கள் என்னிடம் எப்போதும் அன்பு காட்டினார்கள். வருஷந்தோறும் பையன்களுடைய நடத்தை, கல்வி அபிவிருத்தி இவைகளைப் பற்றிப் பெற்றோருக்கு அனுப்பப்படும் நற்சாட்சிப் பத்திரத்தில் ஒருமுறையாவது என்னைப்பற்றிக் கெடுதலாக எழுதப்படவில்லை. இரண்டாவது வகுப்புக்குப் பிறகு எனக்குப் பரிசுகள் கிடைக்கவும் ஆரம்பித்தன. ஐந்தாவது ஆறாவது வகுப்புகளில் முறையே நான்கு ரூபாயும், பத்து ரூபாயும் உபகாரச் சம்பளம் பெற்றேன். இதன்பொருட்டு என் தகுதியைக் காட்டிலும் என் அதிஷ்டத்துக்கே அதிக நன்றி செலுத்தவேண்டும். கத்தியவாரில் சோராத் பகுதியிலிருந்து வந்த மாணாக்கர்களில் கெட்டிகாரர்களுக்கென்று இந்த உபகாரச் சம்பளங்கள் ஏற்பட்டன. அக்காலத்தில் நாற்பது ஐம்பது பேர் உள்ள வகுப்பில் சோராத்திலிருந்து வந்தவர் பலர் இருக்க முடியாதன்றோ?

என்னுடைய திறமையைப் பற்றி அப்போது எனக்கே நம்பிக்கைக் கிடையாதென்று ஞாபகம். எனக்குப் பரிசுகளும் உபாகாரச் சம்பளமும் கிடைத்தபோதெல்லாம் நான் ஆச்சரியப்படுவது வழக்கம். ஆனால், என்னுடைய நடத்தையைப் பற்றி மட்டும் அதிகக் கவலைகொண்டிருந்தேன். நடத்தையில் ஒரு சிறு குறை ஏற்பட்டுவிட்டாலும் கண்ணீர் விட்டழுவேன். உபாத்தியாயரால் கண்டிக்கப்படத்தக்க செயல் ஏதேனும் செய்துவிட்டாலோ அல்லது உபாத்தியாயர் கருதிவிட்டலோ என் மனம் பொறாது. முதல் வகுப்பிலோ இரண்டாம் வகுப்பிலோ படித்தபோது ஒருமுறை நான் அடிக்கப்பட்டது நினைவிருக்கிறது. அடிபட்டதைவிட, அடிக்குத் தகுந்தவனாக நான் கருதப்பட்டது எனக்கு அதிக வருத்ததை அளித்தது. விம்மிவிம்மி அழுதேன். ஏழாவது வகுப்பில் நான் படித்தபோது மற்றொரு சம்பவம் நடந்தது. தோராப்ஜி என்பவர் அப்போது தலைமை ஆசிரியராயிருந்தார். அவர் கட்டுப்பாட்டை வலியுறுத்துவார். ஒழுங்கு முறைப்படி காரியம் செய்பவர். போதனா சக்தி வாய்ந்தவர். பிள்ளைகள் அவரைப் பெரிதும் விரும்பினார்கள். தேகாப்பியாசம், கிரிக்கெட் ஆட்டம் இரண்டையும் மேல் வகுப்புப் பிள்ளைகளுக்கு அவர் கட்டாயமாகச் செய்தார். இவை இரண்டையும் நான் வெறுத்தேன்.

கட்டாயமாக்கப்படுவதற்கு முன்பு நான் தோகாப்பியாசத்துக்கும் விளையாட்டுகளுக்கும் செல்வதே இல்லை. எனக்கு இயற்கையான கூச்சம், இதற்கு ஒரு காரணமாகும். அது தவறென இப்போது உணர்கிறேன். தேகப்பயிற்சிக்கும் கல்விக்கும் சம்பந்தமில்லையென்று அக்காலத்தில் நினைத்தேன். ஆனால், இன்று மனப்பயிற்சியைப் போலவே உடற்பயிற்சியும் பள்ளிக்கூடத்தில் இடம்பெற வேண்டுமென அறிந்துள்ளேன்.

எனினும், தேகாப்பியாசம் இல்லாதால் எனக்கு அதிக தீமை ஏற்பட விடவில்லை என்பதை இங்கே கூறவேண்டும். இதற்குக் காரணம் திறந்த வெளியில் உலாவுவதில் நன்மையைப் பற்றிப் புத்தகங்களில் நான் படித்திருந்தபடியால் தினந்தோறும் நீண்டநேரம் நடக்கும் வழக்கத்தையும் கைக்கொண்டிருந்ததேயாகும். இவ்வழக்கத்தின் பயனாக என் உடம்பு நல்ல உரம் பெற்றது.

தேகாப்பியாச வகுப்புக்குச் செல்ல நான் விரும்பாததற்கு முக்கியக் காரணம் என் தந்தைக்குப் பணிவிடை செய்வதில் இருந்த விருப்பமேயாகும் பள்ளிக்கூடம் விட்டதும் வீட்டுக்கு விரைந்து சென்று தந்தைக்கு ஊழியம் செய்யத்தொடங்குவேன். கட்டாயத் தேகாப்பியாசம் இவ்வூழியத்துக்குத் தடையாயிருந்தும் இக்காரணத்தைத் தெரிவித்துத் தேகாப்பியாசத்துக்கு வரவேண்டிய கட்டாயத்தினின்றும் என்னை விடுவிக்கும்படி தலைமை ஆசிரியரைக் கேட்டுக்கொண்டேன். ஆனால், அவர் என் வேண்டுகோளை மறுத்துவிட்டார். சனிக்கிழமைகளில் காலை நேரத்தில் மட்டும் பள்ளிக்கூடம். மாலை 4 மணிக்கு தேகாப்பியாசத்துக்காகப் பள்ளிக்கூடத்துக்குப் போகவேண்டும். ஒரு சனிக்கிழமை அன்று நான் காலந்தவறிப்போனேன். என்னிடம் கடிகாரம் இல்லை. சூரியனை மேகங்கள் மறைத்திருந்தபடியால் ஏமாந்துவிட்டேன். எனவே, நான் செல்வதற்குள் பையன்கள் எல்லாரும் திரும்பிவிட்டார்கள். மறுநாள் தலைமையாசிரியர் நான் வராததின் காரணம் கேட்டபோது நிகழ்ந்ததைச் சொன்னேன். அவர் நான் கூறியதை நம்பாமல் ஓர் அணாவோ இரண்டணாவோ (அப்போது நன்றாக நினைவில்லை) அபராதம் விதித்தார்.

பொய் கூறினேனென்பதற்காகத் தண்டிக்கப்பட்டேன்! இது எனக்கு மிகுந்தத் துயரத்தை அளித்து, நான் சொன்னது உண்மையென்று நிரூபிக்கவே வழியில்லை. வேதனை தாங்காது கதறி அழுதேன். உண்மையாளனான ஒருவன் எச்சரிக்கை உடையவனாயுமிருத்தல் வேண்டுமென்று அப்போது உணர்ந்தேன். நான் பள்ளிக்கூடத்தில் கவனயீனமாக நடந்துகொண்டது இந்த ஒரே

முறைதான், முடிவில், அபராதம் தள்ளுபடி செய்யப்பட்டதாகச் சிறிதளவு ஞாபகமிருக்கிறது.

என்னுடைய தந்தை தாமே தலைமை ஆசிரியருக்கு எழுதிய படியால் தேகாப்பியாசத்துக்குப் போகாமலிருக்க எனக்கு முடிவில் அனுமதி கிடைக்கவே செய்தது. தேகாப்பியாசத்தை அலட்சியம் செய்தால் எனக்கு அதிக தீமை விளையாவிடினும், மற்றொன்றை அலட்சியம் செய்ததின் பயனை இப்போது அனுபவித்து வருகிறேன். நல்ல கையெழுத்துக்கும் படிப்புக்கும் சம்பந்தமில்லையென்று அப்போது எவ்வாறோ எனக்கு ஒரு தப்பபிப்பிராயம் ஏற்பட்டிருந்தது. இங்கிலாந்துக்குப் போகும் வரையில் அவ்வபிப்பிராயமே கொண்டிருந்தேன். பிற்காலத்தில், முக்கியமாகத் தென்னாப்பிரிக்காவில் வக்கீல்கள் (தென்னாப்பிரிக்காவில் பிறந்து கல்விப் பயிற்சி பெற்ற) இளைஞர்கள் முதலியோரின் அழகான கையெழுத்தைப் பார்த்தபோது நான் வெட்கமும் பச்சாதாபமும் அடைந்தேன். அவலட்சணமான கையெழுத்தை, கல்விப் பயிற்சியில் குறைபாட்டுக்கு ஓர் அரைகுறையாகக் கொள்ளவேண்டுமென உயர்ந்தேன். பின்னால், கையெழுத்தை விருத்தி செய்ய எவ்வளவு முயன்றும் பயன்படவில்லை. இளமையில் அசட்டை செய்ததின் தீய பயனை இன்றளவும் நிவர்த்தி செய்ய முடியவில்லை.

சிறுவர்களும் சிறுமிகளும் என்னுடைய உதாரணத்தை ஓர் எச்சரிக்கையாகக் கொண்டு. நல்ல கையெழுத்து, கல்வியின் ஓர் அவசியமான பகுதி என்பதை உணர்வார்களாக. குழந்தைகளுக்கு எழுதக் கற்றுக்கொடுப்பதற்கு முன்னால் சித்திரம் வரையக் கற்பிக்க வேண்டுமென்று நான் தற்போது அபிப்ராயப்படுகிறேன். பறவைகள், பூக்கள் முதலியவைகளைப் பார்த்துத் தெரிந்துகொள்வதுபோல் குழந்தைகள் முதலில் எழுத்தைப் பார்த்துக் கற்றுக்கொள்ள வேண்டும். பொருள்களைப்போல் சித்திரம் வரையக் கற்றுக்கொண்ட பிறகுதான் எழுத்து எழுதக் கற்றுக்கொள்ள வேண்டும். இப்படிச் செய்தால் அழகிய கையெழுத்துப் படியும்.

என் பள்ளிக்கூட வாழ்க்கையைப் பற்றி இன்னும் இரண்டு நிகழ்ச்சிகள் குறிப்பிடத்தக்கன. கலியாணத்தின் பயனாக எனக்கு ஓராண்டுப் படிப்பு வீணாகப் போனபடியால் இந்த நஷ்டத்தை ஈடுசெய்வதற்காக நான் ஒரு வருஷத்தில் இரண்டு வகுப்புகள் தாண்டிவிட வேண்டுமென்று உபாத்தியாயர் விரும்பினார். சாதாரணமாய் உழைப்பாளிகளான பிள்ளைகளுக்கு இந்த உரிமை அளிக்கப்பட்டு வந்தது. எனவே, மூன்றாவது வகுப்பில் ஆறு மாதம் படித்து அரை வருஷப் பரீட்சையும் கோடைகால விடுமுறையும்

ஆனதும், மேல் வகுப்புக்கு மாற்றப்பட்டேன். நான்காவது வகுப்பிலிருந்து பல பாடயங்கள் ஆங்கிலத்திலேயே கற்றுக்கொள்ள வேண்டியதாயிருந்தது. எனக்குத் திக்குத்திசைத் தெரியவில்லை. க்ஷேத்திர கணிதம் (*Geometry*) நாலாவது வகுப்பில் ஒரு புதுப்பாடம் ஏற்கனவே அது எனக்குச் சிரமமாயிருந்தது. அதை ஆங்கிலத்தில் கற்க வேண்டியிருந்ததால் கஷ்டம் அதிகமாயிற்று. உபாத்தியாயர் மிக நன்றாகவே சொல்லிக்கொடுத்தார். ஆனால், அறிந்துகொள்ளத்தான் எனக்குச் சக்தி போதவில்லை. பலமுறை மனம் சோர்த்து மீண்டும் மூன்றாவது வகுப்புக்கே போய்விடலாமா என்று எண்ணுவேன். இரண்டு வருஷப் படிப்பை ஒரே வருஷத்தில் முடித்தல் அதிக ஆசை என்று தோன்றும். ஆனால், அப்படிச் செய்தால் எனக்கு மட்டுமன்றி என் உபாத்தியாயருக்கும் அவமானத்தை உண்டுபண்ணும். என்னுடைய முயற்சியில் நம்பிக்கை வைத்தன்றோ அவர் மேல்வகுப்புக்கு ஆறு மாதத்திலேயே மாற்றலாமென்று சிபாரிசு செய்தார். இவ்விருவகை அவமானங்களுக்குப் பயந்து நான் பிடிவாதமாய்ப் படித்து வந்தேன். பெருமுயற்சியின் மீது யூக்ளிட் (*Euclid*)டில் 13வது பாடத்துக்கு வந்ததும் இக்கணிதம் எவ்வளவு சுலபமானதென்று எனக்குத் திடீரென்று புலப்பட்டது.

ஒருவனுடைய அறிவைப் பயன்படுத்துவதின் மூலமாகவே கற்றுக்கொள்ள வேண்டிய எதுவும் கஷ்டமாயிருக்க முடியாது என்பதை உணர்ந்தேன். அதிலிருந்து க்ஷேத்தர கணிதம் எனக்குச் சுலபமாயும் சுவையுள்ளதாயும் ஆகிவிட்டது.

ஆனால், உண்மையில் அதிக கஷ்டம் கொடுத்தது சமஸ்கிருத பாடமேயாகும். க்ஷேத்திர கணிதத்தில் நெட்டுருச் செய்யவேண்டிய எதுவுமில்லை. சமஸ்கிருதத்திலோ எல்லாவற்றையும் மனப்பாடம் செய்தாக வேண்டுமென்று கருதினேன். இந்தப் பாடமும் நாலாவது வகுப்புவரை சிரமத்துடன் படித்து வந்தேன். அந்த வகுப்புக்கு வந்ததும் சோர்வடைந்துவிட்டேன். சமஸ்கிருத உபாத்தியாயர் நிரம்ப கண்டிப்புக்காரர். அவர் பிள்ளைகளைப் பலவந்தப்படுத்தி எல்லாவற்றையும் ஒரேயடியாகப் புகட்டிவிட விரும்புகிறார் என எண்ணினேன்.

பாரஸீக பாஷை உபாத்தியாயருக்கும், சமஸ்கிருத பண்டிதருக்கும் ஒருவகைப் போட்டி நடந்து வந்தது. பாரஸீக மொழி கற்பது சுலபமென்றும், பாரஸீக உபாத்தியாயர் நல்லவரென்றும், பிள்ளைகளை வருத்துவதில்லை என்றும் பிள்ளைகள் அடிக்கடிப் பேசிக்கொண்டிருப்பார்கள். இந்த சுலகப் பேச்சில் மயங்கி ஒரு

தினம் நான் பாரஸீக வகுப்புக்குச் சென்றேன். சமஸ்கிருத பண்டிதருக்கு இது மிக மனவருத்தத்தை அளித்தது. அவர் என்னை அழைத்துப் பின்வருமாறு சொன்னார். "நீ ஒரு வைஷ்ணவரின் புதல்வன் என்பதை மறந்துவிட்டாயா? உன்னுடைய மதத்துக்குரிய மொழியைக் கற்கவேண்டாமா? உனக்கு ஏதேனும் கஷ்டம் தோன்றினால் என்னிடம் வருவதற்கென்ன? என்னாலியன்றவரை உழைத்து உனக்கு சமஸ்கிருதம் சொல்லிக்கொடுக்க வேண்டுமென்பதே என் விருப்பம். போகப்போக, அம்மொழியில் மனதைக் கவரும் விஷயங்களைக் காண்பாய். நீ ஊக்கந் தளர்ந்துவிடக் கூடாது. சமஸ்கிருத வகுப்புக்கு மறுபடியும் வந்துசேர்."

இதைக்கேட்டு நான் வெட்கிப்போனேன். அவருடைய அன்பை நானும் அலட்சியம் செய்ய முடியவில்லை. இன்று கிருஷ்ண சங்கர பண்டியரைப் பற்றி நன்றியோடன்றி நான் எண்ணுவதற்கில்லை. அப்போது கற்றுக்கொண்ட சிறிதளவு சமஸ்கிருதமும் இல்லாவிடின், நமது சமய நூல்களில் எனக்குச் சிரத்தை தோன்றியிருந்தால் அருமை. அம்மொழியை இன்னும் நன்றாகக் கற்றுக்கொள்ளவில்லையே என இன்று வருந்துகின்றேன். ஹிந்து சிறுவர்களுக்கு சிறுமியர்களுக்கும் சமஸ்கிருதத்தில் நல்ல பயிற்சி அவசியம் என்று இப்போது உணர்ந்திருக்கிறேன்.

இந்தியாவில் உயர்தரக் கல்வி முறையில் தாய்மொழியோடு கூட ஹிந்தி, சமஸ்கிருதம், பாரஸீகம், அரபு, ஆங்கிலம் இவ்வளவு மொழிகளுக்கும் இடமிருக்க வேண்டும் என்பது தற்போது என் அபிப்பிராயம். இந்தப் பெரிய ஜாபிதாவைப் பார்த்து மலைக்கவேண்டாம். நமது கல்விமுறை ஒழுங்காக அமைக்கப்பெற்றால் நமது பிள்ளைகள் எல்லாப் பாடங்களையும் அந்நிய மொழியில் கற்கவேண்டியிருக்கும் பெருஞ்சுமை நீங்கினால், இவ்வளவு மொழிகளையும் கற்பது ஒரு கஷ்டமன்று. அதற்கு மாறாக, அது பெரிதும் சந்தோஷமளிப்பதாயிருக்கும். ஒரு மொழியை முறைப்படி கற்றுணர்ந்தவர்களுக்கு மற்ற மொழிகளைக் கற்பது மிக எளிதாகும்.

ஹிந்தி, குஜராத்தி, சமஸ்கிருதம், இம்மூன்றையும் உண்மையில் ஒரு மொழி என்றே சொல்லலாம். பாரஸீக மொழியும் அரபும் இப்படித்தான். பாரஸீகம் ஆரிய மொழிக் கூட்டத்தையும், அரபு ஸெமடிக் மொழிக்கூட்டத்தையும் சேர்ந்தனவாயினும் அவற்றிற்குள் நெருங்கிய உறவு உண்டு. ஏனெனில், இரண்டும் இஸ்லாமின் மூலமாகவே பூரண வளர்ச்சி பெற்றதாக உரிமைப் பாராட்டுகின்றன.

அதனுடைய இலக்கணம் ஹிந்தியிலிருந்து வந்தது. பதங்கள் பெரும்பாலும் பாரஸீக, அரபு மொழிகளுக்குரியவை. நல்ல குஜராத்தியும், நல்ல ஹிந்தியும், நல்ல வங்காளி, மராத்தி பாஷைகளும் கற்க விரும்புவோர் சமஸ்கிருதம் கற்றல் எவ்வாறு அவசியமோ, அவ்வாறே நல்ல உருது கற்க விரும்புவோர் பாரஸீகமும், அரபும் பயிலுதல் அவசியமாகும்.

06. ஒரு துக்க சம்பவம்

உயர்தர பள்ளிக்கூடத்தில் எனக்கிருந்த நண்பர் வெகுசிலரில் ஆப்த நண்பர் என்று சொல்லக்கூடிய இருவர் வெவ்வேறு காலத்தில் இருந்தனர். இவர்களில் ஒருவர் நட்பு நீடித்திருக்கவில்லை. நானாக அவரை கைவிடவில்லை. ஆனால், மற்றொருவருடன் நான் நட்புரிமை கொண்டதன் பொருட்டு அவர்தான் என்னை துறந்து சென்றார். பின்னவருடன் நான் கொண்ட நட்பை என் வாழக்கையிலேயே ஒரு துக்க சம்பவமாக கருதுகிறேன். இந்நட்பு நீண்டகாலம் நீடித்திருந்தது. சீர்திருத்த ஆவேசத்தை அடிப்படையாகக் கொண்டு இந்நட்பு எழுந்தது.

இந்நண்பர் முதலில் என் தமையானாரின் நேசராயிருந்தார். அவர்களிருவரும் ஒரு வகுப்பில் படித்தவர்கள். அவருடைய குறைகளை நான் அறிவேனாயினும் அவரை உண்மையுள்ள நண்பராகக் கருதினேன். என் தாயாரும், மூத்த சகோதரரும், மனைவியும் நான் துர்ச்சகவாசம் பூண்டிருப்பதாக எச்சரிக்கை செய்தனர். கேவலம் மனைவியின் எச்சரிக்கைக்கு நான் செவி கொடுப்பேனா? கணவனின் கௌரவத்துக்கு அது குறைவு என்று எண்ணினேன்! ஆனால், தாயார், மூத்த தமையனார் இவர்களின், அபிப்பிராயத்தைப் புறக்கணிக்க நான் துணியவில்லை. எனினும் அவர்களிடம் பின்வருமாறு மன்றாடினேன்; "நீங்கள் சொல்லும் குறைகள் அவரிடம் இருப்பது எனக்குத் தெரியும். ஆனால், அவருடைய நற்குணங்கள் உங்களுக்குத் தெரியா. அவரைச் சீர்திருத்தும் எண்ணத்துடனேயே நான் அவருடன் சகவாசம் பூண்டிருக்கிறபடியால் அவன் என்னைக் கெட்டவழிக்கு இழுத்தல் முடியாது. அவர் தமது குறைகளைத் திருத்திக்கொண்டால் மிகச்சிறந்த மனிதராவார் என்பது எனக்கு நிச்சயம் தெரியும். என்னைப்பற்றிக் கவலைப்பட வேண்டாமென்று உங்களை இறைஞ்சுகிறேன்."

இதனால் அவர்கள் திருப்தியடைந்ததாக நான் நினைக்கவில்லை ஆயினும் என்னுடைய சமாதானத்தை ஏற்று என் வழியே விட்டுவிட்டார்கள்.

என்னுடைய தவறுதலைப் பின்னால் உணர்ந்தேன். சீர்திருத்தக்காரன் ஒருவன். தான் சீர்திருத்த எண்ணும் ஒருவரிடம் நெருங்கிய சகவாசம் வைத்துக்கொள்ளலாகாது. உண்மை நட்பு என்பது ஆன்ம ஒருமைப்பாடாகும். இத்தகைய நட்பை இவ்வுலகில் காண்பது மிக அருமை. சமமான குணம் படைத்தவர்களிடையேதான் உண்மை நட்பு ஏற்பட்டு நீடித்து நிற்கும். இருவர் நட்புரிமை கொண்டால் பரஸ்பரம் ஒருவனுடைய குணம் மற்றொருவருக்குப் படியவே செய்கிறது. எனவே நட்பில், சீர்திருத்தத்திற்கு அதிக இடமில்லை. மனிதனுக்குக் கெட்ட குணங்கள் எளிதில் படுவதுபோல் நற்குணங்கள் படியா. ஆதலின் மனிதர்களுள் நெருக்கமான தனிப்பட்ட தொடர்பு எதுவும் இருத்தலாகாது என்று நான் அபிப்பிராயப்படுகிறேன். இறைவனது நண்பனாயிருக்க விரும்புவோன் இவ்வுலகில் தன்னந்தனியனாக இருக்கவேண்டும். இன்றேல் உலகம் முழுவதுடனும் நட்புரிமை கொள்ளல் வேண்டும். நான் கூறுவது தவறாயிருக்கலாம். ஆயினும், என் வாழ்க்கையில் நெருங்கிய நட்பை வளர்க்க நான் செய்த முயற்சி பயன்படா தொழிந்தது.

மேற்கூறியவருடன் எனது நட்பு ஆரம்பமான காலத்தில் இராஜகோட்டையின் மீது சீர்திருத்த அலையொன்று மோதிக்கொண்டிருந்தது. எங்கள் உபாத்தியாயர்களில் பலர் இரகசியமாக மது, மாமிசம் உட்கொள்ளுகிறார்கள் என்று இந்நண்பர் எனக்குத் தெரிவித்தார். இராஜகோட்டையில் பிரமுகர்கள் பலரும் இவ்வாறு செய்கிறார்கள் என்று இத்தகையவர்கள் உயர்தரப் பள்ளி மாணாக்கர்களிலும் சிலர் உண்டென்று அவர் கூறினார்.

நான் வியப்பும் வருத்தமும் அடைந்தேன். காரணம் கேட்டபோது என் நண்பர் கூறியதாவது; "புலால் உண்ணாததால் நாம் பலவீனர்களாயிருக்கிறோம். ஆங்கிலேயர்கள் புலால் உண்பவர்களாதலின் நம்மை ஆளும் ஆற்றல் பெற்றிருக்கிறார்கள். என் தேகக்கட்டை நீ பார்க்கிறாய். ஓட்டத்தில் என் திறமை உனக்குத் தெரியும். புலால் உண்ணுவதின் பயன்கள் இவை. மாமிச பட்சணிகளுக்குச் சிரங்குகளும் கொப்புளங்களும் புறப்படா, அருமையாக எப்போதேனும் உண்டானாலும் விரைவில் குணமாகிவிடும். புலால் உண்ணும் நமது உபாத்தியாயர்களும் மற்றும் பிரபல மனிதர்களும் மூடர்களா? அதன் குணங்களை

அவர்கள் அறிவார்கள். நீயும் அவர்களைப் பின்பற்றத்தான் வேண்டும். மேலும், எதையும் சோதனை செய்து பார்த்தலைப்போல் நல்லது வேறில்லை. எனவே, புலால் உண்டு அதனால் எவ்வளவு பலம் பெறுகிறாயென்று நீயே கண்டுகொள்."

இவ்வளவும் ஒரு முறையில் கூறப்பட்டவை அல்ல. பல தினங்களில் பல முறைகளில் அந்நண்பர் எனது மண்டையில் ஏற்ற முயன்ற வாதங்களின் சாரமாகும். எனது சிறிய தமையனார் இவ்வாதக் குழியில் முன்னமே வீழ்ந்துவிட்டார். எனவே, அவரும் என் நண்பரை ஆதரித்தார். அவர்கள் இருவருடனும் ஒப்பிடுங்கால் நான் பலவீனாகவே காணப்பட்டேன். என்னைவிட அவர்கள் உடல் திண்மையும் வலிமையும் பெற்றவர்கள்; துணிவு உள்ளவர்கள். எனது நண்பரின் பராக்கிரமச் செயல்களைக் கண்டு நான் மயங்கிப்போனேன். அவர் நீண்டநேரம் சோர்வுறாமல் மிக விரைவாய் ஓடுவார். குதிப்பதிலும் தாண்டுவதிலும் அவர் சமர்த்தர். அடித்தல் முதலிய உடலை வருத்தும் தண்டனைகள் எவ்வளவையும் அவர் முகஞ்சிணுங்காமல் தாங்குவார். அடிக்கடி இத்தகைய பராக்கிரமச் செயல்கள் புரிந்து எனக்குக் காட்டுவார். தன்னிடமில்லாத குணாதிசியங்களைப் பிறரிடம் காணும்போது பிரமித்தல் இயல்பாதலின், அவருடைய பராக்கிரமச் செயல்களைப் பார்த்து நானும் பிரமித்துவிட்டேன். பின்னர், அவரைப்போல் ஆகவேண்டுமென்ற ஆவல் பலமாக உண்டாயிற்று. ஓடவும் தாண்டவும் சற்றும் இயலாதவன் நான். ஏன் அந்நண்பரைப்போல் நானும் உடல் வலிமை பெறலாகாது?

மேலும், அப்போது நான் கோழையாயிருந்தேன். திருடர் பயமும், பாம்பு, பிசாசு பயமும் என்னைப் பிடுங்கித் தின்றன. இரவில் வெளியே புறப்படமாட்டேன். இருளைக் கண்டு பெரிதும் மருண்டேன். இருட்டில் என்னால் தூங்கவே முடியாது. ஒரு பக்கத்திலிருந்து பிசாசுகளும், மற்றொரு திசையிலிருந்து திருடர்களும் மூன்றாவது திக்கிலிருந்து பாம்புகளும் வருவதாக எண்ணிக்கொள்வேன். எனவே, விளக்கில்லாத அறையில் நான் உறங்க முடிவதில்லை. அருகில், அப்போதுதான் யௌவன திசையை அடைந்திருந்த என் மனைவி படுத்துத் தூங்குவாள். அவளிடம் என் பயங்களை எவ்வாறு வெளியிடுவேன்? என்னைவிட அவள் தைரியசாலி என்று அறிந்து வெட்கினேன். அவளுக்குப் பிசாசு பயம், பாம்பு பயம் இல்லை. இருளில் எங்கு வேண்டுமானாலும் போவாள். என்னுடைய இந்நிலைமை என் நண்பருக்கு நன்றாகத் தெரியும். பாம்புகளை உயிருடன் கையில் பிடித்துக்கொள்ளத்

40

தம்மால் முடியுமென்றும், திருடர்களிடத்தில் தமக்குப் பயமில்லையென்றும், பிசாசு என்பது ஒன்று உண்டென்றோ தாம் நம்புவதில்லை என்றும் அவர் கூறுவார். இவ்வளவும் புலால் உணவின் பயன்களே என்று வற்புறுத்துவார்.

நார்மாத் என்பவர் பாடிய ஒரு சிந்து அக்காலத்தில் பள்ளி பிள்ளைகளிடத்தே அதிகமாக வழங்கி வந்தது. அதன் பொருள் வருமாறு: "வலிமை படைத்த ஆங்கிலேயனைப் பார். சோகை இந்தியன் மீது அவன் ஆட்சி செலுத்துகிறான். காரணம் புலால் உணவு தின்று அவன் ஐந்து முழ உயரம் வளர்ந்திருப்பதே" இவைகளெல்லாம் உரிய பயனை அளித்தன. நாளடைவில் மாமிசம் புசித்தல் நல்லதென்றும், அதனால் உடல் வலிமையும் நெஞ்சுத் துணியும் பெறுவேனென்றும். நாடு முழுவதும் புலால் உண்ணத் தொடங்கிவிட்டால் ஆங்கிலேயரை வென்றுவிடலாமென்றும் நம்பலானேன்.

சோதனை தொடங்குவதற்கு ஒரு தினம் குறிக்கப்பட்டது. அது இரகசியமாக நடைபெறவேண்டியிருந்தது. காந்தி வம்சத்தார் வைஷ்ணவ மதத்தினர். அதிலும், என் பெற்றோர் தீவிர வைஷ்ணவர்கள். விஷ்ணு கோயிலுக்கு அவர்கள் நாள் தவறாது சென்று வருவார்கள். எங்கள் குடும்பத்துக்குச் சொந்தமான கோயில்களும் உண்டு. மற்றும் குஜராத்தில் ஜைன மதம் பலமாக நிலைபெற்றிருந்தது. அம்மதத்தின் செல்வாக்கை எங்கும் எச்சந்தர்ப்பத்திலும் காணக்கூடியதாயிருந்தது. குஜராத்திலுள்ள ஜைனர்களும் வைஷ்ணவர்களும் மாமிச உணவை வெறுக்கும் அளவுக்கு இந்தியாவிலும் வெளிநாடுகளிலும் வேறெவரும் வெறுப்பதில்லை எனக்கூறலாம். இத்தகைய இடத்தில் நான் பிறந்து வளர்ந்து வந்தவன். மேலும், எனது பெற்றோர்களிடம் அளவற்ற பக்தி கொண்டவன், நான் புலால் உண்ட செய்தி அவர்களுக்குத் தெரிந்தால் அந்த நிமிடமே அவர்கள் உயிர்போகும் வண்ணம் திடுக்கிட்டுப் போவார்கள் என்பதை அறிந்திருந்தேன். மற்றும் சத்தியத்தினிடம் எனக்கிருந்த பற்று என்னை அதிக எச்சரிக்கையுடையவனாகச் செய்தது. புலால் உண்ணத் தொடங்கினால் பெற்றோர்களை ஏமாற்றவேண்டி வரும் என்பது அப்போது எனக்குத் தெரியாதென்று சொல்வதற்கில்லை. ஆனால், என் மனம் சீர்திருத்தத்தில் முனைந்திருந்தது. நாவின் சுவையைப் பற்றி எண்ணமே கிடையாது. புலாலுக்கு ஒரு தனிப்பட்ட நல்ல சுவை உண்டென்பதாகவே நான் அறியேன். துணிவும், உடன் வலிமையும் பெற விரும்பினேன். என் தாய் நாட்டு மக்கள்

அனைவரும் அவ்வாறே ஆகவேண்டுமென்றும் பின்னர் ஆங்கிலேயரை வென்று இந்தியாவைச் சுதந்திர நாடாக்கலாமென்றும் எண்ணினேன். ஸ்வராஜ்யம் என்னும் பதத்தை இன்னும் கேள்விப்படவில்லை. ஆனால், விடுதலை என்பதின் பொருளை அறிந்திருந்தேன். சீர்திருத்த வெறியினால் குருடனானேன். காரியம் இரகசியமாயிருக்கும் என நிச்சயமானதும். அதைப் பெற்றோர்களறியாமல் மறைத்தல் மட்டுமே சத்திய பங்கமாகிவிடாதென்று என்னை நானே சமாதானப் படுத்திக்கொண்டேன்.

குறிப்பிட்ட நாள் வந்தது. அப்போது எனது நிலையை உள்ளபடி விவரித்தல் சிரமமான காரியம். 'சீர்திருத்த'த்தில் உற்சாகமும், வாழ்க்கையில் ஒரு புதுமையான மாறுதலைக் காணப்போகிறோமென்ற ஆவலும் ஒரு பக்கம் இருந்தன. மற்றொரு புறத்தில் திருடனைப்போல் ஒளிந்து அக்காரியம் செய்யவேண்டியிருக்கிறதே என்ற வெட்கமும் இருந்தது. இவ்விருவகை உணர்ச்சிகளில் எது மேலெழுந்து நின்றது என்று சொல்வதற்கில்லை. ஆற்றங்கரையில் தனிமையான இடமொன்றை நாடிச் சென்றோம். அங்கே என் வாழ்நாளில் முதல்முதலாக இறைச்சியைக் கண்டேன். அத்துடன் கடை ரொட்டி கொஞ்சமும் இருந்தது. இரண்டும் எனக்குப் பிடிக்கவில்லை. வெள்ளாட்டு மாமிசம் தோலைப்போல் கடினமாயிருந்தது. என்னால் அதைத் தின்னவே முடியவில்லை. அருவருப்பு அதிகமாகவே, முடியாதென்று விட்டுவிட்டேன்.

அன்றிரவெல்லாம் நான் உறக்கம் கொள்ளவில்லை. ஒரு வகைப் பயங்கரத் தோற்றம் உண்டாகிக் கொண்டேயிருந்தது. கொஞ்சம் கண்ணயர்ந்ததும் உயிருள்ள ஆடு ஒன்று என் வயிற்றுக்குள் இருந்து பரிதாபமான குரலில் கத்துவதாகத் தோன்றும், தூக்கிவாரிப்போட்டு எழுந்திருப்பேன். நான் செய்ததை எண்ணிக் கழிவிரக்கம் கொள்வேன். ஆனால், அடுத்தாற்போல் மாமிசம் புசித்தல் ஒரு கடமை என்பதை நினைவுகூர்ந்து மீண்டும் உற்சாகம் கொள்வேன்.

என் நண்பர் எடுத்தக் காரியத்தை இலகுவில் விட்டுவிடுபவர் அல்லர். இறைச்சியைப் பலவகை உயர்ந்த பணியார வகைகளாகப் பாகம் செய்து பார்வைக்கு அழகாயிருக்கும் படியும் செய்து வைக்கலானார். சாப்பிடுவதற்கு ஆற்றங்கரைக்குப் பதிலாக இராஜாங்க மாளிகை ஒன்றையும் பிடித்தார். அங்கிருந்த போஜன மண்டபத்தில் நாற்காலி, மேஜை முதலியவை இடப்பட்டிருந்தன.

அவ்விடத்துத் தலைமைச் சமையற்காரருடன் பேசி என் நண்பர் வேண்டிய ஏற்பாடு செய்திருந்தார்.

இந்தத் தூண்டிலில் நான் விழுந்தேன். ரொட்டியில் வெறுப்பையும் ஆடுகளிடம் இரக்கத்தையும் எப்படியோ போக்கடித்துக் கொண்டேன். இன்னும் இறைச்சி சுவைக்கவில்லையாயினும் இறைச்சிப் பணியாரங்களைச் சுவையுடன் உண்ணத்தொடங்கினேன். இவ்வாறு ஓராண்டு நிகழ்ந்து வந்தது. ஆனால், இந்த ஓர் ஆண்டில் ஆறு முறைக்குமேல் இத்தகைய மாமிச விருந்துகள் நடைபெறவில்லை. இதற்குக் காரணம் இரண்டாகும். முதலாவது இராஜாங்க மாளிகை தினந்தோறும் கிடைப்பதில்லை. இரண்டாவதாக, உயர்ந்த வகை மாமிச உண்டிகளைத் தயாரிப்பதற்குப் பணம் நிரம்ப வேண்டியிருந்தது. இச்சீர்திருத்தத்துக்குக் கொடுப்பதற்கு என்னிடம் பணமில்லை. எனவே பணச்செலவு முழுவதும் நண்பரைப் பொறுத்ததாயிற்று. அவருக்கு எங்கிருந்து பணம் கிடைத்ததோ எனக்குத் தெரியாது. எப்படியோ பணம் மட்டும் கொண்டு வரவே செய்தார். என்னை மாமிச பட்சணி ஆக்குவதில் அவருக்கு அவ்வளவு உறுதி இருந்தது. ஆயினும், அவருடைய வருவாயும் கணக்கானதாகவே இருந்திருக்க வேண்டும். இதனால், இவ்விருந்துகள் நீண்ட நாளைக்கு ஒருமுறையாகச் சிலவே நடைபெற்றன.

இத்தகைய இரகசிய விருந்துகளில் உணவருந்திய தினங்களில் வீட்டில் சாப்பிடுவது இயலாத காரியம். தாயார் சாப்பிடக் கூப்பிட்டு நான் வேண்டாமென்னும் போது காரணம் கேட்டல் இயல்பே அல்லவா? "இன்று எனக்குப் பசிக்கவில்லை வயிற்றில் ஏதோ கோளாறு இருக்கிறது" என்று சமாதானம் சொல்வேன். இவ்வாறு சாக்குப் போக்கு சிருஷ்டிக்கையில் மனம் வருந்தாதிராது. நான் பொய் சொல்கிறேனென்பதும் அதிலும் அன்னையிடம் பொய் சொல்கிறேனென்பதும் எனக்குத் தெரிந்தே இருந்தன. நான் மாமிசம் உட்கொள்ளும் செய்தி என் பெற்றோர்களுக்குத் தெரிந்தால் அவர்கள் பெரிதும் திடுக்கிட்டுப் போவார்கள் என்பதையும் அறிந்திருந்தேன். இவ்வறிவு என் ஹிருதயத்தை அரித்துக்கொண்டிருந்தது.

ஆதலின், நான் யோசித்ததாவது "புலால் உண்பதும், தேசத்தில் உணவுச் சீர்திருத்தம் செய்வதும் அவசியந்தான். ஆனால், புலால் உண்ணாமலிருப்பதைவிடப் பெற்றோரிடம் பொய்ச்சொல்லி ஏமாற்றுதல் கொடியது. ஆதலின், அவர்கள் உயிருடன் உள்ள வரையில் அது செய்யக்கூடாது. அவர்களுக்குப் பிற்காலம் நான்

சுதந்திரமடையும்போது பகிரங்கமாகப் புலால் உண்ணுவேன். அதுவரையில் அதைச் செய்யலாகாது.'

இவ்வாறு நான் செய்த முடிவை என் நண்பருக்குத் தெரிவித்தேன், பின்னர் ஒருபோதும் நான் புலால் தின்றதில்லை. நானும், என் சகோதரருக்கும் மாமிசம் புசிப்பவர்களாக விவரம் என் பெற்றோர்களுக்குத் தெரியவே தெரியாது.

பெற்றோர்களிடம் பொய் சொல்லக்கூடாதென்னும் பரிசுத்த ஆசை காரணமாக நான் புலால் உண்ணுதலை விட்டேன். ஆனால், என் நண்பர்கள் சகவாசத்தை மட்டும் விடவில்லை. அவரைச் சீர்திருத்துவதில் எனக்கு இருந்த உற்சாகமே என்னைப் படுகுழியில் வீழ்த்துவதற்குக் காரணமாயிருந்தது. ஆனால், அவ்வுண்மை அப்போது எனக்குப் புலனாகவேயில்லை.

இந்நட்பின் காரணமாக என் மனைவிக்கு நான் துரோகம் செய்ய இருந்தேன். ஒரு மயிரிழை அளவினால் இதினின்றும் தப்பினேன். இந்நண்பர் ஒருமுறை என்னை விபச்சார வீடொன்றுக்கு அழைத்துச்சென்றார். அங்கு நடந்து கொள்வதற்கு வேண்டிய புத்திமதிகளைக் கூறி என்னை உள்ளே அனுப்பினார். எல்லா ஏற்பாடுகளும் செய்யப்பட்டுவிட்டன. பணமும் கொடுத்தாகிவிட்டது. பாவக்குழியில் தலைகீழாக விழவிருந்தேன். இறைவன் தனது எல்லையற்ற கருணையின் வலிமையால் என்னைத் தடுத்தாட்கொண்டான். அந்த பாவக் குகையில் நுழைந்ததும் என் பார்வை மங்கிப் போயிற்று. பேசுவதற்கு நாவெழவில்லை. படுக்கையில் அவள் அருகில் உட்கார்ந்தேன். ஆனால், ஒரு வார்த்தையும் என்னால் பேசக்கூடவில்லை. இதனால் அவள் பொறுமை இழுந்து என்னைத் திட்டி வெளியே போகச் சொன்னாள். என் ஆண்மைக்கு இதனால் குறைவு வந்துவிட்டதாக எண்ணினேன். தாங்க முடியாத அவமானத்தினால், பூமியே வெடித்து நம்மை விழுங்கிவிடாதா என நினைத்தேன். ஆனால், பின்னர் எப்போதும் என்னைக் காத்தருள் புரிந்ததற்காக இறைவனை மனதார வாழ்த்தி வருகிறேன்.

என் வாழ்க்கையில் இம்மாதிரி நிகழ்ச்சிகள் இன்னும் நான்கு எனக்கு நினைவிருக்கின்றன. அநேகமாக ஒவ்வொரு முறையிலும் என்னுடைய முயற்சியைவிட எனது நல்லதிர்ஷ்டமே என்னைக் காப்பாற்றியது. உயரிய அறநெறியின்படி இவைகளை எல்லாம் ஒழுக்கத் தவறுகள் என்றே கூறவேண்டும். உள்ளத்தில் சிற்றின்ப ஆசை இருந்தது. அது செயலுக்குச் சமானமேயாகும். ஆனால், சாதாரண உலக நிலையினின்று நோக்கும்போது தேகத்தினால்

பாவச்செயல் புரியாதவன் காப்பாற்றப்பட்டவனாகக் கருதப்படுகிறேன். இந்தக் கருத்திலேயே நான் காப்பாற்றப்பட்டேன் என்ற சொல்லலாம். சில தீச்செயல்களினின்றும் மனிதன் தப்புவது அவனுக்கு அவனைச்சுற்றி உள்ளோர்க்கும் தேவானுக்ரஹமாயிருக்கும். அவன் திரும்ப உண்மை உணர்ச்சி பெறும்போது தன்னைக் காப்பாற்றியதற்காக இறைவன் அருளைப் போற்றுகிறான்.

மனிதன் சில சமயங்களில்தான் எவ்வளவு முயன்றாலும் பயன்படாமல் ஆசை வலையில் வீழ்ந்துவிடுகிறான் என்பதை நாம் அறிவோம். மற்றும் சில சமயங்களில் அவன் மனமறிந்து அவ்வாசை வலையில் விழப்போகும்போது தெய்வம் குறுக்கிட்டு அவனைத் தடுத்தாட்கொள்கிறது. இவையெல்லாம் எப்படி நேரிடுகின்றன. மனிதன் தனது செயல்களுக்கு எவ்வளவு தூரம் எஜமானன். எவ்வளவு தூரம் சந்தர்ப்பங்களுக்கு அடிமை, சொந்த முயற்சி எந்த அளவுக்கு பயன்படும், விதி எவ்விடத்தில் குறுக்கிடுகிறது முதலிய விஷயங்கள் நம்மால் அறியக்கூடாத இரகசியங்களாயிருக்கின்றன என்றும் அவை மர்மமாகவே இருக்கும்.

இனி, கதையை விட்ட இடத்துக்கு வருகிறேன். எனது நண்பரின் சகவாசம் தீமை பயப்பதென்று இதனாலும் நான் உணரவில்லை. இன்னும் பலமுறை இத்தகைய கசப்பு மருந்தினை விழுங்கியாக வேண்டியிருந்தது. கடைசியாக நான் சற்றும் எதிர்பாராத குறைகள் அவரிடம் இருப்பதை நேரில் பார்த்தபோதே என் கண்கள் திறந்தன. இவைகளைக் குறித்துப் பின்னால் உரிய இடத்தில் கூறுவேன்.

ஆனால், ஒரு விஷயத்தைப் பற்றி, அது அக்காலத்துக்குரியதாதலின் இங்கே குறிப்பிடவேண்டும். என் மனைவிக்கும் எனக்கும் நேரிட்ட வேற்றுமைகளுக்கு இந்நண்பரின் சகவாசமும் ஒரு காரணம் என்பது சந்தேகமில்லை. நான் மனைவியிடம் அளவற்ற அன்புள்ள கணவனாயிருந்தது போலவே, சந்தேக புருஷனாயும் இருந்து வந்தேன். இந்நண்பர் என் ஐயங்களை வளர்த்து வந்தார். இவருடைய வார்த்தையை நான் முழுவதும் நம்பினேன். இவருடைய செய்திகளை ஆதாரமாகக் கொண்டு என் மனைவியை நான் அடிக்கடி மனம் நோகச் செய்தேன். இந்த எனது ஹிம்சைச் செயலுக்காகப் பின்னால் நான் எப்போதும் வருந்தி வருகிறேன். ஹிந்து மனைவிமார்கள்தான் இத்தகைய கஷ்டங்களைப் பொறுமையுடன் சகிக்கிறார்கள். இதனால்தான் பெண் மக்களை நான் பொறுமையின் அவதாரங்களாகப் போற்றுகிறேன். தவறாக

சந்தேகிக்கப்பட்ட வேலைக்காரன் தன் வேலையை உதறிவிடலாம். தந்தையின் வீட்டைவிட்டு மகன் வெளிக் கிளம்புதல் கூடும். நண்பன் நட்பைத் துறந்துவிட இயலும். மனைவி தன் கணவனிடம் ஐயங்கொண்டால் வாய் திறக்கமாட்டாள். ஆனால், கணவன் அவளிடம் சந்தேகங்கொண்டாலோ, அவளுடைய வாழ்க்கைப் பாழாயிற்று. அவளுக்குப் போக்கிடம் எங்கே? ஹிந்து மனைவி ஒருத்தி விவாகப் பிரிவினைக்கு வழக்குத் தொடர முடியாது. சட்டத்தில் அவளுக்கு எத்தகைய ஆதரவும் இல்லை. என் மனைவியை இந்த நிர்க்கதியான நிலைமைக்குக் கொண்டு வந்துவிட்ட என் கொடுமையை நான் மறத்தலோ, பிறர் மன்னித்தலோ ஒருநாளும் இயலாத காரியம்.

அஹிம்ஸா தர்மத்தை அதன் எல்லா அம்சங்களிலும் நான் நன்கு உணர்ந்தபோதே இச்சந்தேகப் புரை என்னைவிட்டுத் தொலைந்தது. அப்போது பிரும்மச்சரியத்தின் மகிமையையும் உணர்ந்தேன். மனைவி என்பவள் கணவனுக்குத் தொண்டு பூண்ட அடிமை அல்ல என்றும், அவனுடைய உண்மை வாழ்க்கைத் துணைவியும் தோழியுமாவாள் என்றும், கணவனுடைய இன்ப துன்பங்களில் மனைவிக்கு சமமான பாகமுண்டென்றும், தன் வழியைத் தெரிந்துதெடுத்துக்கொள்ளக் கணவனுக்குள்ள சுதந்திரம் அவளுக்கும் உண்டென்றும் அறியலானேன். சந்தேகங்களினால் இருண்டிருந்த அந்நாட்களை எண்ணும்போதெல்லாம், என்னுடைய தவறுகளும் காமாந்தகரச் குரூரச் செயல்களும் நினைவுக்குவர, அவற்றின்மீது அளவிலா அருவருப்பு உண்டாகிறது. எனது நண்பரிடத்தில் நான் கொண்டிருந்த குருட்டு நேசத்தை எண்ணியெண்ணி வருந்துகிறேன்.

07. திருட்டும் பிராயாச்சித்தமும்

புலாலுண்ட காலத்தும், அதற்கும் முன்பும் நிகழ்ந்த என் குறைபாடுகளில் இன்னும் சில சொல்வதற்குப் பாக்கியிருக்கின்றன. என் கலியாணத்துக்கு முன்போ, அது ஆன உடனேயோ இவை நிகழத்தொடங்கின.

என்னுடைய உறவினர் ஒருவரும் நானும் சுருட்டுக் குடிப்பதில் பிரியம் கொண்டோம். சுருட்டுக் குடிப்பதில் நன்மை ஏதேனும் உண்டென்று கருதி அதில் பிரியங்கொள்ளவில்லை. சுருட்டுப் புகை நாற்றத்தில் நாங்கள் இன்புறவும் இல்லை. வாயிலிருந்து சுருள்சுருளாகப் புகை விடுவதில் ஏதோ ஒருவகை மகிழ்ச்சி

இருப்பதாக எண்ணிக்கொண்டோம். என் சிறிய தந்தை சுருட்டுக் குடிப்பதுண்டு. அவர் குடிப்பதைப் பார்த்து நாமும் குடிக்க வேண்டுமென்று நினைத்தோம். ஆனால், எங்களிடம் பணம் இல்லை. எனவே, சிறிய தந்தை எறிந்துவிழும் சுருட்டுத் துண்டுகளைத் திருடி உபயோகிக்க ஆரம்பித்தோம்.

இச்சுருட்டுத் துண்டுகள் எப்போதும் கிடைப்பதில்லை. இவற்றில் புகையும் அதிகமாக வருவதில்லை. எனவே, வீட்டு வேலைக்காரனுக்குக் கொடுக்கப்படும் இனாம் காசிலிருந்து திருட ஆரம்பித்தோம். இந்தக் காசைக் கொண்டு நாட்டுச் சுருட்டுகள் வாங்கினோம். ஆனால், இவற்றை எங்கே வைப்பதென்பது பெரிய பிரச்சினையாகிவிட்டது. பெரியவர்களின் முன்னிலையில் சுருட்டுக் குடிக்க முடியாதென்று சொல்லவேண்டுவதில்லை. இவ்வாறு திருட்டுக் காசைக் கொண்டு சில தினங்கள் கழித்தோம். இதற்கிடையில் துவாரங்களுள்ள ஒருவகைச் செடியின் தண்டுகளைச் சுருட்டைப்போல் உபயோகிக்கலாமென்று கேள்விப்பட்டோம். உடனே இச்செடியைத் தேடி அதன் தண்டைப் புகைப் பிடித்தோம்.

ஆனால், இவையெல்லாம் சிறிதும் திருப்தி அளிக்கவில்லை. சுதந்திரமாக காரியம் செய்ய முடியாதிருந்ததை எண்ணி எங்கள் மனம் துடிதுடித்தது. பெரியவர்களின் உத்தரவின்றி ஒன்றுமே செய்ய முடியாதிருந்த நிலைமை எங்களுக்குச் சகிக்கவில்லை. கடைசியாக வாழ்விலேயே வெறுப்படைந்து தற்கொலை செய்துகொள்ளத் தீர்மானித்தோம்.

ஆனால், தற்கொலை செய்துகொள்வது எப்படி? விஷம் எங்கிருந்து பெறுவது? ஊமைத்தஞ் செடியின் விதையில் விஷம் உண்டென்று கேள்விப்பட்டிருந்தோம். எனவே, காட்டுக்குச் சென்று இவ்விதைகளைத் தேடிக்கொண்டு வந்தோம். மாலை நேரம் இதற்கு நல்லவேளை என்று தீர்மானிக்கப்பட்டது. கேதார்ஜி கோயிலுக்குச் சென்று விளக்கில் நெய் ஊற்றி, தரிசனம் செய்துகொண்டோம். பின்னர், ஒரு தனி மூலையை நாடிச் சென்றோம். ஆனால், சமயத்தில் எங்கள் தைரியம் போய்விட்டது. உடனே மரணம் நேராவிடில் என்ன செய்வது? தற்கொலை செய்து கொண்டு சாவதில் பயன்தான் என்ன? அதைவிடச் சுதந்திரமில்லாமலே உயிர் வாழ்தல் ஏன் கூடாது? இத்தகைய எண்ணங்கள் எழலாயின. ஆயினும் இரண்டு மூன்று விதைகளை விழுங்கிவிட்டோம். அதற்குமேல் தின்ன மனம் துணியவில்லை. இருவருக்கும் மரணத்தில் பயம் உண்டாகிவிட்டது. தற்கொலை எண்ணத்தை மறந்து மன அமைதி பெறுவதற்காக ராம்ஜிகோயிலுக்குச் செல்லத் தீர்மானித்தோம்.

தற்கொலை செய்துகொள்ள எண்ணுவதைப்போல் தற்கொலை செய்துகொள்வது அவ்வளவு எளிதான காரியமன்றென அப்போது நான் உணர்ந்தேன். அதன்பின்னர் யாரேனும் தற்கொலை செய்துகொள்வதாக அச்சுறுத்தினால் நான் பயந்துவிடுவதில்லை.

இந்தத் தற்கொலை முயற்சியின் பயன் கடைசியில் என்ன வாயிற்றென்றால், சுருட்டுத் துண்டுகளைப் புகைப் பிடிக்கும் வழக்கத்தையும் சுருட்டுக்காக வேலைக்காரனின் காசைத் திருடுவதையும் இருவரும் அடியோடு விட்டுவிட்டோம்.

எனக்கு வயது வந்த பின்னர் நான் சுருட்டுக் குடிக்க விரும்பியதே இல்லை. சுருட்டுக் குடிக்கும் வழக்கத்தை அநாகரிகமானது என்றும் அசிங்கமானதென்றும் தீமைப் பயப்பதென்றும் எப்போதும் கருதி வந்திருக்கிறேன். உலக முழுவதிலும் சுருட்டுப் பைத்தியம் ஏன் இவ்வாறு பரவியிருக்கிறதென்பது எனக்குப் புலப்பட்டதே இல்லை. ரயிலில், சுருட்டுக் குடித்துக்கொண்டிருக்கும் ஜனங்கள் அதிகமாக உள்ள வண்டியில் என்னால் பிரயாணம் செய்ய முடிவதில்லை. அத்தகைய இடங்களில் எனக்கு மூச்சுத் திணறிப்போகும்.

மேற்சொன்ன திருட்டுக் குற்றம் என்னுடைய பன்னிரண்டாவது அல்லது பதின்மூன்றாவது வயதிலோ அல்லது இன்னும் சிறு பிராயத்தலோ நிகழ்ந்தது. சுமார் பதினைந்து வயதானபோது அதைவிட பெரிய திருட்டுக் குற்றம் ஒன்றை செய்தேன். இம்முறை, புலாலுண்ண என் சகோதரர் கைக்காப்பிலிருந்து ஒரு துண்டு தங்கம் திருடினேன். இச்சகோதரர் சுமார் 25 ரூபாய் வரை கடன்பட்டிருந்தார். அவர் தமது கையில் கெட்டித் தங்கத்தாலான காப்பு அணிந்திருந்தார். இதிலிருந்து ஒரு துண்டு வெட்டி எடுப்பது கடினமான காரியமாயில்லை.

அவ்வாறு செய்து கடனையும் அடைந்தேன். ஆனால் இக்குற்றம் என்னால் பொறுக்க முடியாததாயிற்று. இனிமேல் எக்காலத்திலும் திருடுவதில்லையென்று உறுதிகொண்டேன். என் தந்தையாரிடத்தில் குற்றம் ஒப்புக்கொள்ளவும் தீர்மானித்தேன். ஆனால், அதற்கு மனத்துணிவு போதவில்லை. தந்தை அடிப்பாரே என்ற பயம் கிடையவே கிடையாது. அவர் ஒருமுறையாவது எங்களில் எவரையும் அடித்திருப்பதாக எனக்கு நினைவில்லை. அவருக்கு இதனால் ஏற்படக்கூடிய மனத்துன்பத்தை எண்ணியே நான் தயங்கினேன். ஆனால், அதற்குத் துணிந்தே தீர வேண்டுமென்று தோன்றிற்று. அவரிடம் எல்லாவற்றையும் சொல்லி மன்னிப்புக் கேட்டுக்கொண்டாலன்றிப் பாவந்தீராதென்று கருதினேன்.

கடைசியாக, ஒரு கடிதத்தில் எல்லாவற்றையும் எழுதித் தந்தையிடம் கொடுத்து மன்னிப்புக் கேட்பதாகத் தீர்மானித்தேன். அவ்வாறே எழுதிக் கடிதத்தை நேரிலேயே அவரிடம் கொடுத்தேன். என்னுடைய குற்றத்தை ஒப்புக்கொண்டதோடன்றி, எனக்குத் தகுந்த தண்டனை அளிக்க வேண்டுமென்றும், என்னுடைய குற்றத்துக்காக அவர் தம்மைத் தண்டித்துக்கொள்ளக் கூடாதென்றும் கேட்டுக்கொண்டிருந்தேன். இனிமேல் திருடுவதில்லை என்று உறுதிமொழியும் கூறியிருந்தேன்.

தந்தையிடம் கடிதத்தைக் கொடுத்தபோது என் உடல் நடுங்கிற்று. அவர் அப்போது பௌத்தர நோயினால் பீடிக்கப்பட்டு படுத்தப்படுக்கையாக இருந்தார். கடிதத்தைக் கொடுத்துவிட்டு அவர் படுத்திருந்த மரப்பலகைக்கு எதிரில் உட்கார்ந்தேன்.

அவர் கடிதத்தை முற்றும் படித்தார். படிக்கும் காலையில் அவர் கண்களிலிருந்து முத்துமுத்தாகக் கண்ணீர்த்துளி வழிந்ததும் கடிதமும் நனைந்துபோயிற்று. ஒரு கணநேரம் அவர் கண்ணைமூடிச் சிந்தனையில் ஆழ்ந்திருந்தார். பின்னர், கடிதத்தைக் கிழித்துப்போட்டார். கடிதத்தைப் படிப்பதற்காக எழுந்து உட்கார்ந்திருந்தவர் மீண்டும் படுத்துக்கொண்டார். நானும் அழலானேன். அவரது அளவிறந்த மன வேதனையை நான் உணர்ந்தேன். நான் ஓர் ஓவியக் கலைஞனாயிருந்தால் அந்தக் காட்சியை அப்படியே இன்று படமாக எழுதிவிடுவேன். இன்னும் என் மனக்கண்ணின் முன்பு அக்காட்சி அவ்வளவு தெளிவாகக் காணப்படுகிறது.

அவ்வன்புக் கண்ணீர்த் துளிகளினால் என் ஹிருதயம் சுத்தமாயிற்று என் பாவம் நீங்கிற்று. அத்தகைய அன்பை அனுபவித்தோர் மட்டுமே அதன், இயல்பை உணர்தல் கூடும். "அன்பென்னுங் கணைகளினால் எய்யப் பெற்றவனே அதன் ஆற்றலை அறிவான்" என்பது பாட்டு.

இது எனக்கு அஹிம்ஸா தர்மத்தின் ஓர் அரிய உதாரண பாடமாக இருந்தது. அக்காலத்தில் இந்நிகழ்ச்சியில் தந்தையின் அன்பை மட்டுமே கண்டேன். இன்றைய தினமோ அது சுத்த அஹிம்ஸையே அன்றி வேறில்லை என அறிந்துள்ளேன். அத்தகைய அஹிம்ஸை உலக மனத்தையும் தழுவுவதாகும். மேலும், அதுதான் தொட்டதையெல்லாம் பொன்னாக்கி விடுகிறது. அதன் ஆற்றலுக்கு அளவு ஏது?

இத்தகைய உன்னதமான மன்னிக்குங் குணம் என் தந்தைக்கு இயல்பாக ஏற்பட்டதன்று. அவர் கோபங்கொண்டு கடுஞ்சொல் மொழிவாரென்றும் நெற்றியில் புடைத்துக்கொள்வாரென்றும் எண்ணினேன். ஆனால், அவருடைய சாந்தம் ஆச்சரியகரமானதாய் இருந்தது. நான் ஒளியாது என் குற்றத்தை ஒப்புக்கொண்டதே இதற்குக் காரணம் என நம்புகிறேன். மன்னிப்பதற்கு உரியவர் ஒருவரிடம் குற்றத்தை ஒளியாது ஒப்புக்கொள்வதுடன் இனிமேல் குற்றம் செய்வதில்லை என்றும் உறுதிமொழி கூறுவதுதான் மிகத்தூய கழிவிரக்கமாகும். நான் எனது குற்றத்தை ஒப்புக்கொண்டதின் பயனாக என்னைப்பற்றி என் தந்தைக்குக் கவலையே இல்லாமல் போயிற்று. என்னிடம் அவர் கொண்டிருந்த அன்பும் அளவிறந்ததாகப் பெருகிற்று.

08. தந்தையின் மரணமும் என் இருவகை அவமானமும்

நான் இப்போது கூறப்போகும் நிகழ்ச்சிகள் எனது பதினாறாவது பிராயத்தில் நடைப்பெற்றன. என் தந்தை பௌத்தர நோயினால் படுத்தப்படுக்கையாகக் கிடந்தார் என்று முன்னமே குறிப்பிட்டிருக்கிறேன். என் அன்னையும், வீட்டு வேலைக்காரக் கிழவன் ஒருவனுமே அவருக்கு வேண்டிய பணிவிடைகளைச் செய்து வந்தோம். எனக்குத் தாதிக்குரிய கடமைகள் ஏற்பட்டிருந்தன. அவை இரணத்தைக் கட்டுதல், மருந்து கொடுத்தல், வீட்டில் கலக்க வேண்டிய மருந்துகளைக் கலந்து தயாரித்தல் முதலியவையாகும். பிரதி தினமும் இரவில் அவருடைய கால்களைப் பிடித்துவிடுவேன். அவர் தூங்கிய பின்னரோ, அல்லது அவர் என்னைப் போகச் சொன்ன பிறகோதான் படுக்கைக்குச் செல்வேன். இப்பணிவிடை செய்வதில் அளவற்ற ஆவல்கொண்டிருந்தேன். அதை எப்போதேனும் அசட்டைச் செய்ததாக எனக்கு ஞாபகமே இல்லை. தினசரி கடன்களுக்கான நேரம் போக, பாக்கி நேரம் முழுவதும் பள்ளிக்கூடத்திலும் தந்தையின் ஊழியத்திலுமாகக் கழிந்து வந்தது. அவர் அனுமதி கொடுக்கும்போது அல்லது அவருக்குக் கொஞ்சம் உடம்பு சௌகரியமாக இருக்கும்போது மட்டும் மாலை நேரத்தில் உலாவச் சென்று வருவேன்.

இது, என் மனைவி மகப்பேற்றை எதிர்ப்பார்த்திருந்த காலமுமாகும். இன்றைக்கு எண்ணிப் பார்க்கும்போது அதன்பொருட்டு நான் இருவகையில் வெட்கித் தலைகுனிய வேண்டியவனென உணர்கிறேன். அக்காலத்தில் நான் மாணாக்கனாக

இருந்தும் புலனடக்கத்தைக் கைக்கொள்ளாமலிருந்தது ஒன்று; கல்வி விஷயத்தில் எனது கடமையை நான் உணர்ந்திருந்தும் காமம் காரணமாக அதில் தவறியதும், அதையும்விடச் சிறந்த கடமையான பெற்றோர் சேவையினின்றும் காமம் காரணமாகவே விழுந்துவிட்டதும் மற்றொன்று. குழந்தைப் பருவத்திலிருந்து சிரவணனுடைய பித்ருபக்தி எனது இலட்சியமாக இருந்து வந்துங்கூட யாது பயன்? ஒவ்வோர் இரவும் எனது கரங்கள் தந்தையின் கால்களைப் பிடித்துக்கொண்டிருக்குங்கால். என் மனம் மட்டும் படுக்கை அறையிலேயே நிற்கும். அதிலும், சமயம், வைத்தியம், சாஸ்திரம், பகுத்தறிவு எல்லாம் மனைவியுடன் உடல் சேர்க்கைக் கூடாதென்று ஒரு முகமாக வலியுறுத்தும்படியான ஒரு சந்தர்ப்பத்தில் காம வயத்தனாய் அதில் ஈடுபட்டேன். என் வேலையிலிருந்து என்னை விடுவிக்கும்போதெல்லாம் மகிழ்ச்சியடைவேன். தந்தைக்கு வணக்கும் செலுத்திவிட்டு நேரகாப் படுக்கை அறைக்குச் செல்வேன்.

என் நிலை இவ்வாறிருக்க, தந்தையின் உடல்நிலை நாளுக்குநாள் கேடாகி வந்தது. ஆயுர்வேத பண்டிதர்கள், யூனானி ஹக்கீம்கள், மற்றும் அரைகுறை வைத்தியர்கள் எல்லோரும் தங்களாலானவற்றை எல்லாம் பார்த்துவிட்டார்கள். ஆங்கில ஸர்ஜன் ஒருவரும் தம் திறமையைப் பிரயோகித்துப் பார்த்தார். இறுதியான முறையாக. சத்திர சிகிச்சை (ஆபரேஷன்) செய்யவேண்டுமென அவர் சொன்னார். ஆனால், குடும்ப வைத்தியர் இதற்குக் குறுக்கே நின்றார். இவ்வளவு முதுமைப் பருவத்தில் சத்திர சிகிச்சைக் கூடாதென்று அவர் சொன்னார். அவ்வைத்தியர் கெட்டிக்காரர், பெயர் பெற்றவர். எனவே, அவருடைய யோசனைதான் கடைசியில் ஒப்புக்கொள்ளப்பட்டது. சத்திர சிகிச்சைக்காக வாங்கிய மருந்துகளெல்லாம் வீணாயின. வைத்தியர் சத்திர சிகிச்சையை அனுமதித்திருந்தால் ரணம் எளிதில் ஆறியிருக்கும். மேலும், பம்பாயில் பிரசித்திபெற்ற ஸர்ஜன் ஒருவரிடமே சத்திர சிகிச்சை செய்துகொள்வதாகத் தீர்மானிக்கப்பட்டிருந்தது. ஆனால், இறைவன் வேறுவிதமாகத் திருவுளங்கொண்டான். மரணம் நெருங்கி நிற்கும்போது, சரியான மருந்தை யாரோ சொல்லக்கூடும்? சத்திர சிகிச்சைக்காகச் சேகரிக்கப்பட்டு இப்போது வீணான பொருள்களுடன் தந்தை பம்பாயிலிருந்து திரும்பி வந்தார். இனி உயிருடன் வாழ்வோமென்ற நம்பிக்கையை அவர் இழந்துவிட்டார். நாளுக்குநாள் பலவீனம் அதிகரித்துக்கொண்டு வந்தது. கடைசியாக, மல ஜல விஸர்ஜனங்களையும் படுக்கையிலிருந்த வண்ணமே செய்யும்படி அவரைக் கேட்டுக்கொள்ளும் நிலைமை ஏற்பட்டது.

ஆனால், அவர் அதை தீர்மானமாக மறுத்துவிட்டார். கடைசிவரையில் அவர் மிகுந்த சிரமத்துடன் படுக்கையைவிட்டு எழுந்து சென்றே மல ஜலம் கழித்து வந்தார். புறத்தூய்மையைப் பற்றி வைஷ்ணவ சமயத்தின் விதிகள் அவ்வளவு கடுமையானவை.

இத்தகைய புறத்தூய்மை இன்றிமையாதது என்பதில் ஐயமில்லை. ஆனால், மேனாட்டு வைத்திய சாஸ்திரம் புறத்தூய்மைக்கு எவ்வித குந்தகமுமின்றி ஸ்நானம் உள்ளிட்ட எல்லா நித்தியக் கடன்களையும் படுக்கையிலேயே முடிப்பதற்கு வசதி செய்திருக்கிறது. இம்முறையினால் நோயாளிக்கு எவ்வித அசௌகரியமும் நேர்வதில்லை. படுக்கையும் சிறிதளவுகூட அசுத்தமாவதில்லை. இத்தகைய தூய்மை வைஷ்ணவ சமயவாதிகளுக்கும் முற்றிலும் பொருத்தமானதே என நான் அபிப்ராயப்படுகிறேன். ஆனால், அக்காலத்தில் என் தந்தையை படுக்கையிலிருந்து எழுந்திருப்பதில் காட்டிய உறுதி எனக்குப் பெரும் வியப்பை மட்டுமே அளித்தது. அவ்வுறுதியை நான் பெரிதும் மதித்துப் போற்றினேனேயன்றி வேறில்லை.

கடைசியாக அப்பயங்கர இரவு வந்தது. அப்போது என்னுடைய தந்தை இராஜகோட்டையில் இருந்தார். என் தந்தையின் உடல்நிலை கேவலமாகி வருகிறதென அறிந்த அவர் இராஜகோட்டைக்கு வந்திருந்ததாக எனக்கு ஞாபகம். சகோதரர்கள் ஒருவரோடொருவர் அளவற்ற அன்பு பூண்டிருந்தார்கள். சிறிய தந்தை நாள் முழுவதும் தம் தமையனாரின் படுக்கை அருகிலேயே உட்கார்ந்திருப்பது, இரவில் எங்கள் எல்லோரையும் உறங்க அனுப்பிவிட்டுத் தாம் மட்டும் தமையனாரின் படுக்கை அருகிலேயே படுத்துறங்குவார். அன்றிரவு நமனுடை இரவாகுமென்று யாரும் எதிர்பார்க்கவில்லை. ஆனால், எந்த நிமிஷத்திலும் அபாயம் உண்டென்று தெரிந்தே இருந்தது.

இரவு 10.30 அல்லது 11 மணி ஆயிற்று. வழக்கம்போல் தந்தையிடம் கால்களைப் பிடித்துக்கொண்டிருந்தேன். சிறிய தந்தை தாம் பிடிப்பதாகக் கூறி என்னைப் போகச்சொன்னார். நான் மகிழ்ச்சியடைந்து நேரே படுக்கையறைக்கு சென்றேன். என் மனைவி பாவம், உறக்கத்தில் ஆழ்ந்து இருந்தாள். ஆனால், நான் போன பின்னர் அவள் எவ்வாறு தூங்கக்கூடும்? அவளை எழுப்பினேன். ஐந்தாறு நிமிஷங்களுக்கெல்லாம் வேலைக்காரன் வந்து கதவைத் தட்டினான். எனக்குத் தூக்கிவாரிப்போட்டது. “எழுந்திருங்கள். அப்பாவுக்கு உடம்பு அதிகமாயிருக்கிறது” என்றான் வேலைக்காரன். முன்னமே அவருக்கு உடம்பு

அதிகமாகத்தான் இருந்தது. எனவே, இச்சமயத்தில் உடம்பு அதிகம் என்றால் என்ன பொருள் என ஊகித்துக்கொண்டேன். படுக்கையிலிருந்து குதித்து எழுந்து வெளியே வந்தேன். "செய்தி என்ன சொல்" என்றேன். "தந்தை காலமாகிவிட்டார்" என்று பதில் வந்தது.

எல்லாம் முடிந்து போயிற்று! கைகளைப் பிசைந்துகொண்டேன். அளவற்ற வெட்கமும், துன்பமும் ஒரே காலத்தில் என்னைச் சூழ்ந்தன. தந்தையின் அறைக்கு விரைந்து ஓடினேன். காமத்தினால் நான் குருடனாகாமல் இருந்திருந்தால், தந்தையின் மரணத்தருவாயில் அவரைப் பிரிந்திருந்த பெருந்துன்பம் நேரிட்டிராது என்பதை எண்ணினேன். அவருடைய கால்களைப் பிடித்துக்கொண்டே இருந்திருப்பேன், என்னுடைய மடியின்மீது படுத்து அவர் உயிர் துறந்திருப்பார். அந்தப் பாக்கியத்துக்கு என் சிறிய தந்தை கொடுத்து வைத்திருந்தார். தமயனாரிடம் அவர் கொண்டிருந்த அளவற்ற வாத்சல்யம் அந்திம காலத்தில் அங்கிருந்து பணிவிடை செய்யும் பாக்கியத்தை அவருக்கு நல்கிற்று! மரணம் நெருங்கிவிட்டதென்பதை என் தந்தை உணர்ந்திருக்கவேண்டும். சைகையினால் பேனாவும் காகிதமும் கேட்டு வாங்கி, இறுதிக் கிரியைகளுக்குத் தயார் செய்யுங்கள் என்று எழுதியிருந்தார். கையிலணிந்திருந்த தண்டைக் காப்பையும் தங்கத்தினால் கட்டப்பெற்ற துளசிமணி மாலையையும் எடுத்துத் தனியாக எறிந்திருந்தார். பின்னர், ஒரு கண நேரத்தில் அவர் உயிர்நீத்தார்.

பின்னால், எனது அவமானமொன்றைப் பற்றி சொல்வதாக முன் அத்தியாயமொன்றில் குறிப்பிட்டிருந்தேன். விழிப்புடன் இருந்து பணிவிடை செய்திருக்க வேண்டிய என் தந்தையின் மரணத்தருவாயினும் சிற்றின்ப ஆசைக்கு நான் வயமானதுதான் அந்த அவமனமாகும். என் வாழ்கையிலே இது என்றும் அழியாத, என்றும் மறக்கவொண்ணாத ஒரு கறை. என் பெற்றோரிடம் நான் அளவற்ற பக்தி கொண்டிருந்தேனென்பதும், அவர்களுக்காக எதையும் நான் தியாகம் செய்திருப்பேன் என்பதும் உண்மையாயினும், அதே சமயத்தில் என் மனம் காமத்துக்கு அடிமைப்பட்டிருந்தபடியால் அப்பக்தியானது சோதிக்கப்பட்டு மன்னிக்கவே முடியாத வண்ணம் தவறிவிட்டது. எனவே, மனைவிக்கு உண்மையுள்ள கணவனாயிருப்பினும் காமாந்தகாரன், என்றே நான் என்னைக் கருதி வந்திருக்கிறேன். நீண்டகாலம் முயன்று அநேக சோதனைகளுக்கான பின்னரே, இக்கொடிய காமத்தளையினின்றும் நான் விடுதலை பெற முடிந்தது.

இரு வகைப்பட்ட என் அவமானத்தைக் கூறும் இந்த அத்தியாயத்தை முடிக்கும் முன், இன்னும் சொல்லவேண்டுவது ஒன்று பாக்கி இருக்கிறது. என் மனைவி ஈன்ற சிறு பிண்டம் மூன்று நான்கு நாட்களில் உயிர் நீத்துச் சென்றது. வேறு முடிவை எதிர்பார்த்திருக்க முடியாது. என்னுடைய இவ்வுதாரணத்தினால் இல்வாழ்க்கையை மேற்கொண்டவர்கள் அனைவரும் எச்சரிக்கப்படுவார்களாக!

09. சமயத் தோற்றங்கள்

எனது ஆறாவது அல்லது ஏழாவது வயதிலிருந்து பதினோறாம் வயதுவரை பள்ளிக்கூடத்தில் பல விஷயங்களும் கற்பிக்கப்பட்டேன். ஆனால், மதத்தைப் பற்றி மட்டும் ஏதும் கற்பிக்கப்படவில்லை. உபாத்தியாயர்கள் எவ்வித பிரயாசையுமின்றி எனக்குச் சொல்லிக் கொடுத்திருக்கக்கூடிய எவ்வளவோ விஷயங்கள் சொல்லிக் கொடுக்கப்படாமலே போயினவென்று கூறலாம். எனினும் போதனையின் மூலமாயன்றி உலகத்தினின்று அங்குமிங்குமாய்ச் சிறிதுசிறிது அறிந்து வந்தேன். சமயம் என்பதை அதன் உயர்ந்த பொருளில் ஆத்மானுபூதி அல்லது ஆத்மஞானம் என்ற கருத்தில் இங்கு உபயோகிக்கிறேன்.

வைஷ்ண குடும்பத்தில் பிறந்தவனாதலின் அடிக்கடி விஷ்ணு கோயிலுக்குப் போகவே செய்தேன். ஆயினும் கோயில் என் மனதைக் கவரவில்லை. அங்குள்ள ஆடம்பரமும், பகட்டும் எனக்குப் பிடிக்கவில்லை. அங்கே பல துன்மார்க்கங்கள் நடைபெறுவதாகவும் கேள்விப்பட்டேன். எனவே, கோயிலுக்குப் போவதில் சிரத்தையிழந்தேன். இவ்வாறு கோயிலிலிருந்து நான் பெறக்கூடியது எதுவுமிலதாயிற்று.

கோயிலில் பெறமுடியாததை என் செவிலித்தாயும், வீட்டின் பழைய வேலைக்காரியுமான ஒருத்தியிடமிருந்து அடைந்தேன். அவள் பெயர் அரம்பை. அவள் என்னிடம் வைத்திருந்த பிரியத்தை இன்னமும் நான் மறந்தேனில்லை. பிசாசு பயம் எனக்குண்டு என்று முன்னமே குறிப்பிட்டிருக்கிறேன். இப்பயத்தைப் நீக்கும் மருந்தாக ஸ்ரீராம நாமத்தை அரம்பை எனக்கு உபதேசித்தாள். அவளுடைய மருந்தைவிட அவளிடத்தில் எனக்கு அதிக நம்பிக்கை இருந்தது. எனவே, இளம்பிராயத்தில் பேய், பிசாசு பயம் நீங்கும் பொருட்டு இராம ஜபம் செய்யலானேன். இது கொஞ்சநாளே நடந்தது. ஆனால், இளம்பிராயத்தில் அவ்வுத்தமி அரம்பை விதைத்த விதை

வீண் போகவில்லை. இன்றைக்கும், ஸ்ரீராம நாமம் எனது அருமருந்தாக இருந்து வருவது அவள் உபதேசத்தின் பயன் என்றே கருதுகிறேன்.

இக்காலத்தில் இராமாயண பக்தரான எனது பங்காளி சகோதரர் ஒருவர், நானும் என் சிறிய தமையனாரும் இராம ரட்சை கற்றுக்கொள்வதற்கு ஏற்பாடு செய்தார். இராம ரட்சை மந்திரத்தை நெட்டுருச் செய்து, தினம் காலையில் ஸ்நானம் முடிந்ததும் பாராயணம் செய்து வந்தோம். போர்பந்தரில் இருந்தவரையில் இவ்வழக்கம் நடந்து வந்தது. இராஜகோட்டைக்குச் சென்றதும் அதை மறந்துவிட்டேன். உண்மையில் அதில் எனக்கு அதிக நம்பிக்கை இல்லை. போர்பந்தரில் அதைப் பாராயணம் செய்து வந்ததற்கு உச்சரிப்புத் தவறின்றி இராமரட்சை சொல்லக்கூடும் என்ற பெருமை ஓரளவு காரணமாகும்.

ஆனால், என் தந்தையின் முன்பு இராமாயண பாராயணம் செய்யப்பட்டதைக் கேட்டுக்கொண்டிருந்ததானது உண்மையிலேயே இராமயணத்தினிடம் எனக்குப் பக்தியை உண்டு பண்ணிவிட்டது. தந்தை நோய் வாய்ப்பட்டிருந்தபோது கொஞ்சநாள் போர்பந்தரில் இருந்தார். பிரதி தினமும் மாலையில் அவர் இராமாயண சிரவணம் செய்வது வழக்கம். பாராயணம் செய்தவர் பெரிய இராம பக்தர். அவர் பெயர் லதா மகராஜ். அவர் பிலேசுவரத்தைச் சேர்ந்தவர். அவரைக் குஷ்டரோகம் பீடித்திருந்ததாம். இராம ஜபத்தின் மகிமையாலும், பிலேசுவரா கோயிலிலுள்ள ஸ்ரீ மகாதேவ ஸ்வாமியின் நிர்மல்யமான வில்வத் தளிர்களை இரணங்களில் வைத்துக் கட்டியதனாலும் அவர் அக்கொடிய நோயைப் போக்கிக்கொண்டார் என்று சொல்வார்கள். அவர் எவ்வகை மருந்தும் அருந்தவில்லையாம். அவருடைய நம்பிக்கையே அவரைக் குணப்படுத்தியதாம். இது உண்மையாகவும் இருக்கலாம்; அல்லாமலும் இருக்கலாம். நாங்கள் என்னமோ இக்கதையை உண்மையயென்றே நம்பினோம். இராமாயண பாராயணம் செய்யத் தொடங்கியபோது அவர் உடலில் அந்நோய் இல்லை என்பது உண்மை. அவருக்கு நல்ல சாரீமிருந்ததும் மிகவும் இனிய குரலில் இராமாயணக் கீதங்களைப் பாடுவார். பின்னர் அவைகளுக்குப் பொருள் உரைப்பார். அப்போது அவர் தம்மை மறந்து பரவசமாவதுடன் கேட்போரையும் மெய்மறக்கச் செய்வார். எனக்கு அப்போது பதின்மூன்று வயது இருந்திருக்கும் என்றாலும் அவர் இராமாயணம் படிப்பதைக் கேட்டு நான் பரவசமானது இன்னும் நினைவிலிருக்கிறது. இராமாயணத்தில் எனக்குள்ள அளவற்ற

பக்திக்கு அப்போதே அடிகோலப்பட்டது. இன்று, துளசிதாஸ் இராமாயணத்தைப் பக்தி நூல்களில் தலைசிறந்ததாக நான் கருதுகிறேன்.

இதற்குச் சில மாதங்களுக்குப் பின்பு இராஜகோட்டைக்கு வந்தோம் இங்கே இராமாயணப் பாராயணம் இல்லை. ஏகாதசி தோறும் பாகவதம் படிக்கப்பட்டது. நான் அதைக் கேட்க சிலசமயம் செல்வதுண்டு. ஆனால், படித்தவர் உருக்கமுண்டாக்கக்கூடிய வல்லவரல்லர். பாகவதம் சமய ஆவேசத்தை ஊட்டக்கூடிய நூல் என்று இன்று நான் அறிந்துள்ளேன். குஜராத்தி மொழியில் அதை மிகுந்தச் சுவையுடன் படித்திருக்கிறேன். இருபத்தொரு நாள் உபவாசம் இருந்தபோது பண்டித மாளவியா சம்ஸ்கிருத பாகவதத்திலிருந்து சில பகுதிகளைப் படிக்கக் கேட்டேன். குழந்தைப்பருவத்திலேயே அவரைப் போன்ற பக்தசிகாமணி ஒருவரிடம் அதைக்கேட்டு, அதனிடம் பக்தி கொண்டோமில்லையே என்று அப்போது வருந்தினேன். குழந்தைப்பருவத்தில் ஏற்படும் அபிப்பிராயங்கள் ஆழ்ந்த வேர் கொண்டு ஒருவனுடைய இயற்கையுடன் ஒன்றாகிவிடுகின்றன. எனவே, இளம்பிராயத்தில் இத்தகைய நல்ல நூல்கள் பல கேட்கும் பேறு பெற்றோருமில்லையே என்ற துயரம் என்னைவிட்டு எப்போதும் நீங்காது.

ஆனால், இராஜகோட்டையிலேயே எனக்குச் சமயப் பொறுமைக்கு அடிகோலப்பட்டது. ஹிந்து மதத்தின் உட்பிரிவுகள், பிற சகோதர மதங்கள் இவைகளிடத்துச் சகிப்புத் தன்மை உண்டாயிற்று. என்னுடைய பெற்றோர்கள், விஷ்ணு கோயிலுக்குச் செல்வது போலவே, சிவன் கோயில், இராமன் கோயிலுக்கும் செல்வார்கள். சிறுவர்களாகிய எங்களையும் அழைத்துப் போவதுண்டு ஜைன பிட்சுக்கள் எங்கள் வீட்டுக்கு அடிக்கடி வருவார்கள். நாங்கள் ஜைனர்கள் அல்லோமாயினும் எங்கள் வீட்டில் உணவு கொள்வார்கள். என் தந்தையிடம் சமயப் பிரச்சினைகளைப் பற்றியும் உலக விஷயங்களைப் பற்றியும் அவர்கள் பேசுவார்கள்.

என் தந்தையார்க்கு முஸ்லிம், பார்ஸி நண்பர்களும் இருந்தார்கள். அவர்கள் தத்தம் சமயங்களைப் பற்றிப் பேசும்போது தந்தை சிரத்தையுடன் செவிகொடுத்துக் கேட்பார். அவருக்குப் பணிவிடை புரிந்துவந்த நான் பல முறைகள் இச்சம்பாஷணைகளைக் கேட்க நேர்ந்தது. இவற்றின் பயனாக எல்லா சமயங்களிடத்தும் சகிப்புத்தன்மை எனக்கு ஏற்பட்டது.

கிருஸ்தவ மதம் மட்டும் இதற்கு விலக்காயிருந்தது. அதனிடம் எனக்கு ஒருவகை வெறுப்பு ஏற்பட்டது. அதற்கு ஒரு காரணம் உண்டு. அக்காலத்தில் பள்ளிக்கூடத்தருகில் மூலையில் கிறிஸ்துவப் பாதிரியார் நின்று ஹிந்துக்களையும் ஹிந்து தெய்வங்களையும் தூஷிப்பார்கள். இதை என்னால் சகிக்கக்கூடவில்லை. ஒருமுறைதான் இவர்களுடைய பிரசங்கத்தைக் கேட்க நின்றிருப்பேன். பின்னர், அவர்கள் கிட்ட நெருங்காதிருப்பதற்கு அதுவே போதுமானதாயிருந்தது. இக்காலத்திலேயே ஒரு பிரபல ஹிந்து, கிறிஸ்துவ மதத்தைக் தழுவியது குறித்துக் கேள்விப்பட்டேன். அவர் ஞானஸ்நானம் செய்விக்கப்பட்டபோது மாட்டிறைச்சி தின்று, சாராயம் குடிக்க வேண்டியிருந்ததென்றும், உடனே தொப்பி உள்பட ஐரோப்பிய உடைதரிக்கவும் தொடங்கிவிட்டாரென்றும் ஊரெல்லாம் பேச்சாயிருந்தது. இவை எனக்குப் பிடிக்கவில்லை. மாட்டிறைச்சி தின்னவும் சாராயம் குடிக்கவும், உடையை மாற்றவும் கட்டாயப்படுத்தும் மதத்துக்கு மதம் என்ற பெயரே தகாது என்று எண்ணினேன். மதம் மாறியவர் தமது மூதாதைகளின் மதத்தையும், பழக்கவழக்கங்களையும், தேசத்தையும் தூஷிக்கத் தலைப்பட்டுவிட்டாரென்றும் கேள்விப்பட்டேன். இவையெல்லாம் சேர்ந்து கிறிஸ்துவ மதத்தில் எனக்கு வெறுப்பை உண்டாக்கின.

மற்றச் சமயங்களிடத்தில் சகிப்புத்தன்மை எனக்கு ஏற்பட்டுவிட்டதாலேயே ஆண்டவனிடம் எனக்கு ஆழ்ந்த நம்பிக்கை உண்டாகிவிட்டது என்பதில்லை. அக்காலத்தில் தந்தையார் சேர்த்துவைத்திருந்த புத்தகங்களை மனுஸ்மிருதியைப் படிக்க நேர்ந்தது. அதில் ஜகச் சிருஷ்டியைப் பற்றியும் அதுபோன்ற விஷயங்களைப் பற்றியும் குறிப்பிட்டிருக்கும் விவரங்கள் எனக்கு நம்பிக்கை ஊட்டவில்லை. இவற்றின் பயனாக எனக்கு ஓரளவு நாஸ்திக மனப்பான்மையும் உண்டாயிற்று.

இப்போதும் ஜீவியவந்தராயிருக்கும் எனது பங்காளி சகோதரர் ஒருவர் அறிவு வன்மையில் எனக்கு மிகுந்த மதிப்பு இருந்தது. எனது ஐயங்களை அவரிடம் கூறினேன். ஆனால், அவரால் அவ்வையங்களைத் தீர்க்கக்கூடவில்லை. "உனக்கு வயது வரும்போது இச்சந்தேகங்களை நீயே தீர்த்துக்கொள்வாய். இந்த வயதில் இப்படிப்பட்ட ஐயங்களே தோன்றக்கூடாது" என்றார். இதன்மேல் நான் வாய் திறக்கவில்லை. ஆனால், மன அமைதி பெற்றுவிடவும் இல்லை. மனுஸ்மிருதியில் உணவு முதலியவற்றைப் பற்றிக்கூறும் அத்தியாயங்கள் தினசரி வாழ்க்கைக்கு முற்றும் மாறுப்பட்டனவாகக் காணப்பட்டன. இவை சம்பந்தமான கேள்விகளுக்கும் மேற்கண்ட விதமான விடைகளே கிடைத்தன.

அறிவு முதிர்ச்சியும் அதிகப் படிப்பும் ஏற்படின் இவ்விஷயங்கள் எல்லாம் தெளிவாகுமென்று எண்ணிக்கொண்டேன்.

மனுஸ்மிருதி அக்காலத்தில் எனக்கு அஹிம்ஸா தர்மத்தை உபதேசிக்கவில்லை என்பது மட்டும் நிச்சயம். நான் புலாலுண்ட வரலாற்றைப் பற்றி முன்னமே கூறியுள்ளேன். புலால் உண்ணுவதை மனுஸ்மிருதி ஆதரிப்பதாகக் காணப்பட்டது. பாம்பு, மூட்டைப்பூச்சி போன்றவைகளைக் கொல்லுதல் அறநெறிக்கு இயைந்ததென்றும் நம்பினேன். அந்த வயதில் மூட்டைப்பூச்சி முதலியவைகளைக் கொல்வதைக் கடமையாகக் கருதிக் கொன்றதாக நினைவிருக்கிறது.

ஆனால், அக்காலத்தில் என் ஹிருதயத்தில் ஆழப்பதிந்தது ஒன்றுண்டு. சன்மார்க்கமே எல்லாவற்றிற்கும் அடிப்படை என்றும். சத்தியமே சன்மார்க்கத்தின் சாரம் என்றும் உறுதிகொண்டேன். எனவே, சத்தியமே எனது வாழ்க்கையின் குறிக்கோளாயிற்று. நாளுக்குநாள் அது வளரத்தொடங்கியது. அதற்கு நான் கொண்ட பொருளும் விரிவாக வந்தது.

அச்சமயம் ஒரு குஜராத்தி பாட்டு என் உள்ளத்தைக் கொள்ளை கொண்டது. தீமைக்குப் பதில் நன்மை செய் என்னும் அப்பாட்டின் போதனை என் வாழ்க்கையில் வழிகாட்டும் தத்துவமாயிற்று. அதில் எனக்கு அவ்வளவு பிரேமை ஏற்பட்டுவிட்டபடியால் அத்தத்துவத்தில் பல சோதனைகள் செய்யத்தொடங்கினேன். மிக அற்புதமானவை என நான் கருதும் அப்பாட்டின் வரிகள் பின்வருமாறு,

> ஒரு குவளை தண்ணீருக்குப் பதில் ஒருவேளை விருந்தளி
> அன்புடன் கூறும் முகமனுக்கு ஆர்வத்துடன் பணிந்து வணங்கு;
> ஒரு காசு உனக்களித்தவனுக்கு, ஒளிர் பொன் கொடுத்து மகிழ்;
> உன் உயிரைக் காத்தவனுக்கு உயிர் அளிக்கத் தயங்காதே;
> இங்ஙனம் அறிஞர் உரைகளையும் செயல்களையும் மதித்து நட;
> ஒவ்வொரு சிறு தொண்டுக்கும் பதின் மடங்கு பரிசு பெறுவாய்.
> ஆனால், உண்மையில் பெரியோர், மன்பதையை ஒன்றென உணர்ந்தோர்
> தீமைக்குப் பதில் அவர்கள் நன்மை செய்து மகிழ்கின்றனர்.

10. இங்கிலாந்து செல்ல ஆயத்தம்

1887ம் ஆண்டில் மெட்ரிகுலேஷன் பரீட்சையில் தேறினேன். ஆமதாபாத், பம்பாய் இவ்விரண்டிடங்களிலும் அப்போது பரீட்சை

நடத்தப்பட்டது. கத்தியவார் வறுமை மிகுந்த நாடாதலின் சமீபத்திலுள்ளதும் அதிக செலவில்லாததுமான ஆமதாபாத்துக்கே அந்நாட்டு மாணாக்கர் சென்றனர். எனவே, குடும்பத்தின் வறுமை காரணமாக நானும் அவ்விடத்துக்கே சென்றேன். இராஜாகோட்டையிலிருந்து ஆமதாபாத்துக்கு முதன்முதலாக அதிலும் துணையின்றி நான் பிரயாணம் செய்தது இப்போதுதான்.

மெட்ரிக்குலேஷன் பரீட்சையில் தேறிய பின், கலாசாலையில் நான் தொடர்ந்து படிக்கவேண்டாமென்று வீட்டுப் பெரியவர்கள் விரும்பினார்கள். பவநகரில் ஒரு கலாசாலை இருந்தது; பம்பாயிலும் இருந்தது. ஆனால், பம்பாயைவிடப் பவநகரில் செலவு குறைவாயிருக்கும் என்பதை தீர்மானித்தேன். அவ்வாறே சென்று சேர்ந்தேன். ஆனால், அங்குத் திக்குத்திசையே புரியவில்லை. எல்லாம் கஷ்டமாக இருந்தன. ஆசிரியர்களின் உபந்நியாசங்கள் முதலில் புரியவே இல்லை. அவைகளில் எனக்குச் சிரத்தை ஏற்படுவது எப்படி? அது ஆசிரியர்களின் குற்றமன்று, அக்கலாசாலை ஆசிரியர்கள் முதல்தரமானவர்கள் என்று பெயர் பெற்றவர்கள். நான் கலாசாலைக் கல்விக்குப் பண்படுத்தப் படாதவனாயிருந்ததே காரணம். முதல் ஆறுமாதம் ஆனதும் விடுமுறைக்கு வீடு திரும்பினேன்.

மாவ்ஜி தவே என்னும் பிராமணர் எங்கள் குடும்பத்தின் பழைய நண்பர், இவர் கல்வியறிவும் சூட்சும புத்தியும் படைத்தவர். என் தந்தையின் மரணத்துக்குப் பின்னரும் அவர் எங்கள் குடும்பத்துடன் தொடர்பு வைத்திருந்தார். விடுமுறைக்கு நான் ஊர் சென்றிருந்தபோது அவர் எங்கள் வீட்டுக்கு ஒருமுறை வந்தார். என் தாயாருடனும் தமையனாருடனும் பேசிக்கொண்டிருக்கையில் என் படிப்பைப்பற்றி அவர் விசாரித்தார். நான் ஸமஸ்தான கலாசாலையில் கல்வி பயில்வதாக அறிந்ததும் அவர் கூறியதாவது, "காலம் மாறிவிட்டது. தகுந்த கல்விப் பயிற்சி இல்லாமல் நீங்கள் ஒருவரும் உங்கள் தந்தையின் பதவிக்கு வரமுடியாது. இந்தப் பையன் இன்னமும் படித்து வருவதால் அவனை அப்பதவிக்குத் தயார் செய்ய நீங்கள் முயலவேண்டும், பி.ஏ. பரீட்சையில் அவன் தேறுவதற்கு இன்னும் நாலைந்து ஆண்டுகள் செல்லும். தேறிய பின்னரும் அறுபது ரூபா சம்பளத்துக்கு தகுதியாவானேயொழிய திவான் பதவிக்குத் தகுதியாகமாட்டான். அதற்குப்பின் என் புதல்வனைப்போல சட்டப் பரீட்சைக்குச் சென்றால் இன்னும் இரண்டு வருஷங்கள் ஆகும். இதற்குள்ளாக எத்தனையோ வக்கீல்கள் திவான் உத்யோகத்துக்கு மனுப்போடத் தயாராகிவிடுவார்கள். இவற்றையெல்லாம்விட

59

அவனை இங்கிலாந்துக்கு அனுப்புவது எத்தனையோ மடங்கு நல்லதென எனக்குத் தோன்றுகிறது. பாரிஸ்டர் ஆவது மிகவும் சுலபம் என்று என் புதல்வன் கேவல்ராம் கூறுகிறான். மூன்று ஆண்டுகளில் திரும்பி வந்துவிடலாம். செலவு நான்கு அல்லது ஐந்து ஆயிரத்துக்குமேல் ஆகாது. இங்கிலாந்திலிருந்து சமீபத்தில் திரும்பிவந்த பாரிஸ்டரைப் பாருங்கள்! எத்தனைத் தோரணையாக வாழ்க்கை நடத்துகிறார்? அவர் கேட்டால் போதும் திவான் பதவி கிடைத்துவிடும். இந்த வருஷத்திலேயே மோகன்தாஸை இங்கிலாந்துக்குக் கட்டாயம் அனுப்பி வையுங்கள். இங்கிலாந்தில் கேவல்ராமுக்கு நண்பர்கள் பலர் இருக்கிறார்கள். அவர்களுக்கு அறிமுகக் கடிதம் கொடுப்பான். மோகன்தாஸ் அங்கே சுகமாக இருந்துவிட்டு வரலாம்."

ஜோஷிஜி – அவரை நாங்கள் அவ்வாறு கூப்பிடுவது வழக்கம். பின்னர் திரும்பி என்னைப் பார்த்து, "இங்கே படிப்பதைவிட இங்கிலாந்து செல்ல நீ விரும்புகிறாயல்லவா?" என்று பரிபூரண நம்பிக்கையுடன் கேட்டார். அதைவிட எனக்கு மகிழ்ச்சி தரும் யோசனை வேறெதுவும் இருந்திருக்க முடியாது. கலாசாலைப் படிப்பு அவ்வளவு தொல்லையாயிருந்தது. எனவே, மேற்படி யோசனையை விரைந்தேற்று, எவ்வளவு விரைவில் அனுப்புகிறார்களோ அவ்வளவுக்கு நல்லது என்ற பதில் சொன்னேன். ஆனால் பரீட்சையில் துரிதமாகத் தேறுவதென்பது சுலபமான காரியமன்று எனத் தோன்றிற்று. எனவே, வைத்தியத்தொழில் பயிற்சிக்குப் போகக்கூடாதா என்று கேட்டேன்.

என் சகோதரர் குறிக்கிட்டு, "தந்தைக்கு அது பிடிப்பதே இல்லை. பிணங்களை அறுக்கும் வேலை வைஷ்ணவர்களுக்குத் தகாதது என்று அவர் சொன்னபோது, உன்னை மனதில் வைத்துக்கொண்டே சொன்னார். நியாயவாதித் தொழிலுக்கு நீ தயாராக வேண்டுமென்பதே தந்தையின் விருப்பம்" என்று கூறினார்.

அப்போது ஜோஷிஜி உரைத்ததாவது, "காந்திஜியைப்போல் வைத்தியத்தொழிலே உதவாதென்ற கொள்கை எனக்கில்லை. நமது சாஸ்திரங்களும் அப்படிச் சொல்லவில்லை. ஆனால், வைத்தியப் பட்டம் திவான் உத்தியோகத்துக்கு உன்னைத் தகுதியாக்காது. நீ திவான் உத்தியோகத்துக்கோ, கூடுமானால் அதைவிடப் பெரிய உத்தியோகத்துக்கோ, வரவேண்டுமென்பது என் விருப்பம். அப்படி வந்தால்தான் இப்பெரிய குடும்பத்தை நீ காப்பாற்றக்கூடும். காலம் விரைவாக மாறி வருகிறது. காலட்சேபம் நாளுக்குநாள் கஷ்டமாகி வருகிறது. அந்நிலையில் நீ பாரிஸ்டராவதே அறிவுடைமையாகும்."

பின்னர் என் தாயாரைப் பார்த்து அவர் கூறியதாவது, "நான் இப்போது போகவேண்டும். நான் கூறியதைப் பற்றி யோசியுங்கள். மறுமுறை நான் இங்கு வரும்போது இங்கிலாந்து போக ஏற்பாடு செய்யப்படுவதாகக் கேள்வியுற விரும்புகிறேன். நான் எவ்வழியிலேனும் உதவி செய்யக்கூடுமானால் நிச்சயமாகத் தெரிவியுங்கள்.'

ஜோஷிஜி விடைபெற்றுச் சென்றார். நான் ஆகாயக் கோட்டைகள் கட்டலானேன்.

எனது மூத்த சகோதரர் மனம் சிந்தையிலாழ்ந்தது. என்னை அனுப்புவதற்குப் பணம் எங்கிருந்து தேடுவது? என்னைப் போன்ற இளைஞர்கள் ஒருவனைத் தனிமையாக வெளிநாட்டுக்கு அனுப்புவது உசிதமா?

என் தாயாரும் அதிக கலக்கத்துக்குள்ளானார். என்னைப் பிரிய அவருக்கு மனமில்லை. எனவே, சாக்குப்போக்குச் சொல்ல முயன்றார். "குடும்பத்தில் அப்போது பெரியவர் உன்னுடைய சிறிய தகப்பனார். முதலில் அவரைக் கலந்துகொள்ள வேண்டும். அவர் சம்மதித்தால் பின்னர் யோசனை செய்வோம்" என்று அவர் கூறினார்.

என் சகோதாருக்கு வேறொரு யோசனை தோன்றிற்று, அவர் சொன்னதாவது: "போர்பந்தர் சமஸ்தானத்தாரிடம் உதவி எதிர்ப்பார்க்க நமக்கு உரிமையுண்டு. இப்போது அங்கு நிர்வாக உத்தியோகஸ்தர் மிஸ்டர் லெலி. அவருக்கு நமது குடும்பத்தினிடமும் நல்ல மதிப்புண்டு. நமது சிறிய தகப்பனாரிடமும் அவர் விசுவாசமுள்ளவர். ஆகையால், இங்கிலாந்தில் உன் படிப்புக்குச் சமஸ்தானத்திலிருந்து ஏதேனும் உதவி அளிக்க அவர் சிபாரிசு செய்யக்கூடும்."

இந்த யோசனை எனக்குப் பிடித்திருந்தது. உடனே போர்பந்தருக்குப் புறப்பட ஆயத்தம் செய்யலானேன். அக்காலத்தில் ரயில் பாதை கிடையாது. ஐந்து நாள் கட்டைவண்டியில் பிரயாணம் செய்யவேண்டும். நான் அக்காலத்தில் கோழையென்பதை முன்னமே சொல்லியிருக்கிறேன். ஆனால், அக்கணத்திலே இங்கிலாந்துக்குப் போகும் ஆசை என்னைப் பரிபூரணமாகக் கொள்ளை கொண்டபடியால், என் கோழைத்தனம் பறந்துபோயிற்று. தோராஜி என்னும் இடம் வரையில் கட்டைவண்டியில் போனேன். பின்னர் ஒருநாள் முன்னதாகப் போகும் பொருட்டு ஒட்டகம் ஒன்றை அமர்த்திக்கொண்டேன். நான் ஒட்டகச் சவாரி செய்தது இதுமே முதன்முறையாகும்.

கடைசியாக, போர்பந்தர் நகரை அடைந்தேன். சிறிய தந்தையின் அடிபணிந்து அவரிடம் எல்லாவற்றையும் கூறினேன். அவர் யோசனை செய்து கூறியதாவது: "நமது மதத்துக்கு விரோதம் செய்யாமல் இங்கிலாந்தில் வசிக்கலாமா என்பதைப்பற்றி எனக்கு நிச்சயமில்லை. நான் கேள்விப்பட்ட வரையில், அது ஐயத்துக்கிடமானதே. இந்தப் பெரிய பாரிஸ்டர்களைப் பார்க்கும்போது அவர்களுடைய வாழ்க்கைக்கு எவ்வளவு வேற்றுமையும் புலனாகவில்லை. அவர்கள் வாயில் சுருட்டு இல்லாத நேரம் கிடையாது. இங்கிலீஷ்காரர்களைப்போல் நாணமின்றி அவர்கள் உடைத் தரிக்கிறார்கள். நமது குடும்பத்துக்கு இவையெல்லாம் தகுந்தவையல்ல. சமீபத்தில் நான் ஸ்தல யாத்திரைக்கும் புறப்படவிருக்கிறேன். இன்னும் நீண்டகாலம் நான் உயிர் வாழ்ந்திரேன். மரண வாயிலில் நின்றுகொண்டிருக்கும் நான், கடல்கடந்து இங்கிலாந்து செல்ல உனக்கு எவ்வாறு அனுமதி கொடுப்பேன்? ஆனால், உன் வழியில் நான் குறுக்கே நில்லேன். உன் தாயாரின் அனுமதியே முதன்மையாக வேண்டும். அவள் அனுமதி கொடுத்தால் சுகமாகப் போய் வா. நான் தடை செய்யேன் என்று தெரிவி. எனது ஆசிகள் உனக்கு எப்போதுமிருக்கும்."

"தங்களிடமிருந்து இதற்குமேல் நான் எதிர்பார்க்க முடியாது. இனி, தாயாரை வயப்படுத்த முயல்கிறேன். ஆனால், மிஸ்டர் லெலிக்குத் தாங்கள் என்னைச் சிபாரிசு செய்யக்கூடாதா?" என்று கேட்டேன்.

"அது எப்படி நான் செய்ய முடியும்? ஆனால், துரை நல்லவர். உன்னுடைய உறவுமுறையைக் குறிப்பிட்டு அவரைப் பார்க்கவேண்டுமென்று தெரிவித்துக்கொள். அவர் நிச்சயமாக உன்னைப் பார்க்கச் சம்மதிப்பார். ஏதேனும் உதவி செய்யவும் கூடும்" என்று அவர் கூறினார்.

என் சிறிய தந்தை துரைக்குச் சிபாரிசுக் கடிதம் கொடுக்க ஏன் மறுத்தார் என்று திட்டமாய்ச் சொல்லமுடியாது. நான் இங்கிலாந்து செல்வது மத விரோதமான காரியமென்று அவர் எண்ணியதால் அக்காரியத்தில் ஒத்துழைக்கத் தயங்கி இருக்கலாமெனத் தோன்றுகிறது.

மிஸ்டர் லெலிக்கு எழுதினேன். தமது ஜாகையில் வந்து பார்க்கும்படி அவர் பதில் விடுத்தார். மாடிப்படியில் அவர் ஏறிக்கொண்டிருந்தபோது என்னைப் பார்த்தார். நின்றுகூடப் பேசவில்லை, "முதலில் பி.ஏ. பரீட்சையில் தேறிவிட்டு என்னை வந்து பார். இப்போது உனக்கு எவ்வகை உதவியும் செய்யமுடியாது"

என்று கண்டிப்பாகச் சொல்லிவிட்டு மேலேறிச் சென்றார் துரையைப் பார்ப்பதற்கென்று தடபுடலான ஏற்பாடு செய்துகொண்டு போயிருந்தேன். அவரிடம் பேசுவதற்குச் சில வாக்கியங்களையும் நெட்டுருச் செய்திருந்தேன். தலைவணங்கி இரு கரங்களாலும் வந்தனமளித்தேன். ஆனால், ஒன்றும் பயனில்லாமல் போயிற்று!

என் மனைவியின் நகைகளைப் பற்றி நினைத்தேன். என் மூத்தச் சகோதரர் உதவமாட்டாரா என்றும் எண்ணினேன். அவரிடம் எனக்குப் பூரண நம்பிக்கை உண்டு. அவருடைய தயாள குணம் அளவு கடந்தது. நமது புதல்வரெனவே எண்ணி அவர் என்னிடம் அன்பு பூண்டிருந்தார்.

அன்னை மட்டும் இன்னமும் மனம் இசையவில்லை. இங்கிலாந்து பிரயாணத்தைப் பற்றி அவர் நுட்பமாக விவரம் விசாரிக்கலானார். இங்கிலாந்துக்குப் போகும் இளைஞர்கள் கெட்டுப்போகிறார்கள் என்று யாரோ ஒருவர் அவருக்குச் சொல்லியிருந்தார். இங்கிலாந்து போவோர் புலால் உண்ண ஆரம்பித்துவிடுவார்களென்று வேறொருவரும், அங்கு சாராயம் குடியாமல் வசிக்க முடியாதென்று மற்ற ஒருவரும் அவருக்குச் சொல்லியிருந்தார்.

"இவை குறித்து என்ன சொல்கிறாய்?" என்று அவர் என்னைக் கேட்டார். "என்னிடம் நம்பிக்கை வைக்கமாட்டீர்களா? உங்களிடம் ஒருநாளும் பொய்யுரையேன். அப்பொருள்களைத் தொடுவதில்லையென ஆணையிடுகிறேன். அத்தகைய அபாயம் ஏதேனும் இருப்பின் ஜோஷிஜி என்னைப் போகச்செல்வாரா?" என்று கூறினேன்.

"உன்னை நான் நம்புவேன். ஆனால், தூரதேசத்தில் உன்னை நம்பி எவ்வாறு விட்டிருப்பேன்? என் மனம் பிரமை கொண்டிருக்கிறது. செய்வதென்னவென்று தெரியவில்லை. பேசார்ஜி ஸ்வாமியைக் கேட்கிறேன்" என்று அவர் சொன்னார்.

பேசார்ஜி ஸ்வாமி என்பவர் பிறப்பினால் பனியா ஜாதியினர். இப்போது ஜைன பிட்சுவாயிருந்தார். ஜோஷிஜியைப் போல் அவரும் எங்கள் குடும்பத்துக்கு வேண்டியவர். அவர் என் துணைக்கு வந்து, "பையனிடம் இம்மூன்று உறுதிமொழிகளையும் வாங்கிக்கொள்கிறேன். பின்னர், அவனைப்போகச் சொல்லலாம்" என்றுகூறினார். அவர் கூறியவண்ணம் மது, மாமிசம், இன்பம் இவைகளை நாடுவதில்லை என்ற பிரதிக்ஞை செய்து கொடுத்தேன். பின்னர், என் தாயாரும் அனுமதி அளித்தார்.

நான் படித்த உயர்தரப் பள்ளிக்கூடத்தில் நான் இங்கிலாந்து போவதை முன்னிட்டு எனக்கு வாழ்த்துக்கூறி அனுப்ப ஒரு கூட்டம் நடந்தது. இராஜகோட்டையிலுருந்து ஓர் இளைஞன் இங்கிலாந்து செல்வது அசாதரண நிகழ்ச்சி அன்றோ? மேற்படி கூட்ட முடிவில் வந்தனங்கூறும் பொருட்டுச் சில வாக்கியங்களை எழுதி வைத்திருந்தேன். ஆனால், அவற்றைத் தட்டுத்தடுமாறி படிப்பதற்குள் நிரம்பப் பிரயாசையாகிவிட்டது. படிக்க எழுந்து நின்றபோது என் உடல் முழுவதும் நடுங்கியதும், தலை சுற்றியதும் நினைவிருக்கின்றன .

பெரியோர்களின் ஆசி பெற்று பம்பாய்க்குப் புறப்பட்டேன். இராஜகோட்டையிலிருந்து பம்பாய்க்கு இதுவே என் முதல் பிரயாணம். எனது சகோதரர் உடன் வந்தார். ஆனால், கைக்கெட்டியது வாய்க்கெட்டுவதற்குள் எத்தனையோ விபத்துக்கள் நேரிடக் கூடுமன்றோ? பம்பாயில் எனக்குக் கஷ்டங்கள் காத்திருந்தன.

11. சாதிப் பிரஷ்டன்

என் அன்னையின் அனுமதியும், ஆசியும் பெற்று, மிகுந்த உற்சாகத்துடன் பம்பாய்க்குப் புறப்பட்டேன். என் மனைவியையும் பிரிந்து சில மாதங்களேயான குழந்தையையும் விட்டுச்சென்றேன். ஆனால், பம்பாய் சேர்ந்ததும், ஜூலை மாதங்களில் இந்து சமுத்திரத்தில் கொந்தளிப்பு அதிகமென்றும், நான் இப்போதுதான் முதல்முதலாகக் கடற்பிரயாணம் செய்யப்போவதால் நவம்பர் மாதத்துக்குமுன் போகக்கூடாதென்றும் என் சகோதரரிடம் நண்பர்கள் தெரிவித்தார்கள். சமீபத்தில் புயற்காற்றில் அகப்பட்டு ஒரு கப்பல் மூழ்கிவிட்டதாகவும் ஒருவர் கூறினார். இதனால் மன அமைதி இழந்த என் சகோதரர் உடனே நான் பிரயாணமாவதற்கு அனுமதி கொடுக்கத் துணியவில்லை. எனவே, பம்பாயில் ஒரு நண்பரின் வீட்டில் என்னை விட்டுவிட்டு அவர்தம் வேலையைப் பார்க்க இராஜகோட்டைக்குத் திரும்பினார். என் பிரயாணச் செலவுக்கான பணத்தை மைத்துனர் ஒருவரிடம் கொடுத்திருந்ததுடன் எனக்கு வேண்டிய உதவிகள் செய்யும்படி நண்பர்களிடமும் சொல்லி இருந்தார்.

பம்பாயில் நாளை எண்ணிக்கொண்டு காலங்கழித்தேன். இங்கிலாந்து செல்வதைப்பற்றி ஓயாது கனவு கண்டு கொண்டிருந்தேன்.

இதற்கு மத்தியில் என்னுடைய சாதியாரிடையே நான் கப்பல் பிரயாணம் செய்யப்போவதைப் பற்றிக் கிளர்ச்சி உண்டாயிற்று. இதுவரை மோத் பனியா சாதியைச் சேர்ந்தவர் எவரும் இங்கிலாந்து சென்றதில்லை. நான் செல்லத் துணிந்தால் தகுந்த சிட்சை விதிக்க வேண்டுமெனத் தீர்மானித்தார்கள். சாதிக்கூட்டம் ஒன்று கூட்டப்பட்டது. அதன்முன் ஆஜராகும்படி எனக்குக் கட்டளை பிறந்தது. நான் போனேன். திடீரென்று அவ்வளவு தைரியம் எவ்வாறு பெற்றேன் என்று எனக்கே தெரியவில்லை. சிறிதும் அஞ்சாமல், தயங்காமல் கூட்டத்திற்கு முன்பு சென்றேன். சாதித்தலைவரான சேத் எனக்கு எட்டிய உறவினர். என் தந்தைக்கு நிரம்ப வேண்டியவர். அவர் என்னைப் பார்த்துக் கூறினார், "நீ இங்கிலாந்து செல்லத் தீர்மானித்திருப்பது தகுதியற்றது என நம் சாதியார் அபிப்பிராயப்படுகின்றனர். கடல் கடந்து செல்லலாகாதென்று நமது சமயம் கட்டளையிடுகின்றது. மற்றும், மதத்துக்கு விரோதமின்றி அங்கு வசிக்க முடியாதென்றும் கேள்விப்பட்டிருக்கிறோம். அங்கு ஐரோப்பியர்களுடன் உட்கார்ந்து உணவு கொள்ளவும் குடிக்கவும் வேண்டியிருக்கும்!"

இதற்கு நான் பின்வருமாறு விடையளித்தேன், "இங்கிலாந்து செல்வது மதத்துக்கு விரோதமென்றே நான் கருதவில்லை. மேற்கல்விப் பயிற்சியை முன்னிட்டே நான் அங்கே செல்ல உத்தேசித்திருக்கிறேன். மேலும், நீங்கள் பெரிதும் அஞ்சுகிற மூன்று பொருள்களையும் தொடுவதில்லை என்று தாயாரிடம் பிரதிக்ஞை செய்திருக்கிறேன். அப்பிரதிக்ஞை எனக்கு நிச்சயமாகப் பாதுகாப்பாயிருக்கும்."

அப்போது சேத் மீண்டும், "ஆனால், அங்கே நமது மத சாரங்களைக் கடைப்பிடிக்க முடியாதென்று நாங்கள் சொல்கிறோமே? உன் தந்தைக்கு நான் எவ்வளவு வேண்டியவன் என்பது உனக்குத் தெரியாதா? என்னுடைய புத்திமதியைக் கேள்" என்றார்.

"தாங்கள் என் தந்தைக்கு வேண்டியவர் என்பதை அறிவேன். தாங்கள் எனக்குப் பெரியாரும் ஆவீர்கள். ஆனால், இவ்விஷயத்தில் நான் எதுவும் செய்வதற்கில்லை. இங்கிலாந்து செல்லும் தீர்மானத்தை மாற்ற முடியாது. என் தந்தையின் நண்பரும் அவருக்கு ஆலோசனை கூறி வந்தவரும், கல்விமானுமான ஒரு பிராமணர் நான் இங்கிலாந்து செல்வதற்கு ஆட்சேபம் கூறவில்லை. என் தாயும் தமையனாரும்கூட அனுமதி கொடுத்துவிட்டனர்" என்று நான் கூறினேன்.

"என்றாலும், சாதிக் கூட்டத்தின் கட்டளையை நீ மீறி நடக்கப்போகிறாயா?"

"வேறு வழியில்லாவிடில் என் செய்வேன்? இவ்விஷயத்தில் சாதிக்கூட்டம் தலையிடக்கூடாதென்று நான் நினைக்கிறேன்."

இதைக் கேட்டதும் சேத்துக்குக் கோபம் பிறந்தது. கடுமொழிகள் கூறலானார். அவற்றினால் நான் அசைந்துவிடவில்லை. எனவே, அவர் கடைசியாகப் பின்வருமாறு உத்தரவு பிறப்பித்தார், "இன்றைய தினமிருந்து இந்தப் பையனைச் சாதிப்பிரஷ்டனாகக் கருதவேண்டும். அவனுக்கு உதவி செய்வோரும் அவனை வழி அனுப்பச் செல்வோரும் ஒன்றேகால் ரூபாய் அபாரதம் விதிக்கப்படுவர்."

இந்நிகழ்ச்சியின் பயனாகப் பிரயாணப்படுவதற்கு என்னுடைய ஆவல் மிகுதியாயிற்று. என் சகோதரரைக் கட்டாயப்படுத்தி அவருடைய மனதை மாற்றிவிட்டால் என் செய்கிறது? எதிர்பாராத சம்பவம் ஏதேனும் நேர்ந்துவிட்டாலோ? இவ்வாறு நான் கவலைப்பட்டுக் கொண்டிருந்தபோது, ஜூனாகாத்தைச் சேர்ந்த வக்கீல் ஒருவர் பாரிஸ்டர் ஆவதற்காகச் செப்டம்பர் 4ஆம் தேதி புறப்பட்டு ஒரு கப்பலில் இங்கிலாந்துக்குப் பிரயாணமாகிறார் என்று கேள்விப்பட்டேன். என் சகோதரர் என்னை கவனித்துக்கொள்ளும்படி சொல்லியிருந்த நண்பர்களைக் கண்டு இவ்விஷயத்தைக் கூறினேன். அத்தகைய துணையுடன் செல்லும் சந்தர்ப்பத்தை நழுவவிடக்கூடாதென்று அவர்களும் அபிப்பிராயப்பட்டார்கள், காலந்தாழ்த்துவதற்கு இடமில்லை. என் சகோதரருக்கு தந்தியடித்தேன். அவர் உடனே அனுமதியளித்தார். அவர் பணங்கொடுத்துப் போயிருந்த மைத்துனரிடம் பணத்தைக் கேட்டேன். ஆனால், அவர் சேத்தின் கட்டளையைக் குறிப்பிட்டு, தாம் சாதிப் பிரஷ்டராக முடியாது என்று கூறிவிட்டார். பின்னர், எங்கள் குடும்ப நண்பர் ஒருவரைத் தேடிக் கண்டு பிரயாணத்துக்கும் சகோதரரிடமிருந்து அதைப் பெற்றுக்கொள்ளும்படியும் வேண்டிக்கொண்டேன். அவர் அதற்கிணங்கியதுடன் எனக்கு உற்சாக மூட்டினார். அவரிடம் அளவற்ற நன்றி உடையவனானேன். பணத்தில் ஒரு பகுதியைக்கொண்டு உடனே கப்பல் சீட்டு வாங்கினேன். பின்னர், பிரயாணத்துக்குத் தயார் செய்யத் தொடங்கினேன். இவ்விஷயத்தில் அனுபவமுள்ள நண்பர் ஒருவர் இருந்தார். அவர் உடைகளும் பிறவும் தயாரித்துக் கொடுத்தார். சில உடைகள் எனக்குப் பிடித்திருந்தன. சில கொஞ்சமும் பிடிக்கவே இல்லை. முக்கியமாக கழுத்துச் சுருக்கு எனக்குப் பெரும் வெறுப்பை அளித்தது. பிற்காலத்தில் இக்கழுத்துச் சுருக்கு அணிவதில் நான்

பெருமகிழ்ச்சி அடைந்ததுண்டு, குட்டைச் சட்டை (ஜாக்கிட்) அடக்கமின்மைக்கு அறிகுறி என்று தோன்றிற்று. ஆனால், இங்கிலாந்து செல்லும் ஆவலுக்கு முன்பு இந்த வெறுப்புகள் எம்மாத்திரம்? பிரயாணத்துக்கு வேண்டியதற்கு மேலேயே உணவுப் பொருள்களும் தயாரித்துக்கொண்டேன். கப்பலில் ஜூனாகாத் வக்கீல ஸ்ரீ திரியம்பக ராய் மஜூம்தார் இருந்த அறையிலேயே நண்பர்கள் எனக்கும் இடம் ஏற்பாடு செய்து கொடுத்தார்கள். என்னைக் கவனித்துக்கொள்ளும்படியும் அவரிடம் சொன்னார்கள். ஸ்ரீ மஜூம்தார் வயது வந்த பெரிய மனிதர் உலக அனுபவமுள்ளவர், நானோ பதினெட்டு வயதுச் சிறுவன் உலகமறியாதவன். என்னைப்பற்றிக் கவலைப்பட வேண்டாமென்று அவர் என் நண்பர்களுக்குக் கூறினார். செப்டம்பர் மாதம் 4 ஆம் தேதி பம்பாயிலிருந்து பிரயாணமானேன்.

12. லண்டன் நகர் சேர்ந்தது

முதல்முதல் கடற்பிரயாணம் செய்வோருக்குச் சாதாரணமாய் வரக்கூடிய நோய் எனக்கு வரவேயில்லை. ஆனால், நாட்செல்லச்செல்ல அலுப்பு அதிகமாயிற்று. பண்டகசாலை உத்தியோகஸ்தரிடம் பேசக்கூட எனக்குச் கூச்சமாயிருந்தது. ஆங்கிலத்தில் பேசும் பழக்கமே எனக்குக் கிடையாது. நாங்கள் இருந்த பகுதியில் ஸ்ரீ மஜூம்தாரைத் தவிர மற்ற எல்லாப் பிராயணிகளும் ஆங்கிலேயர்கள். அவர்களுடன் நான் பேசுவதற்கில்லை. அவர்கள் என்னிடம் வந்து ஏதேனும் பேசினால் புரிவதே கஷ்டமாயிருந்தது. அவர்கள் சொல்வது விளங்கியபோதும் பதில் சொல்ல முடிவதில்லை. பேசுவதற்குமுன் ஒவ்வொரு வாக்கியத்தையும் மனதில் சொல்லிப் பார்த்துக்கொள்ள வேண்டியிருந்தது. மேனாட்டாரைப்போல் மேஜையில் அமர்ந்து கத்தி, முள் முதலிய கருவிகளை உபயோகித்து எனக்குச் சாப்பிடத் தெரியாது. இறைச்சி கலவாத போஜன பதார்த்தம் என்ன இருக்கிறதென்று கேட்கப் போதிய துணிவு கிடையாது. எனவே, நான் மேஜைக்குப் சென்று ஒருநாளும் உணவருந்தவே இல்லை. அறைக்குள்ளேயே உட்கார்ந்து சாப்பிட்டேன். பம்பாயிலிருந்து கொண்டுவந்திருந்த மிட்டாய்களும், பழங்களுமே பெரும்பாலும் என் உணவாயின. ஸ்ரீ மஜூம்தாருக்கு இத்தகைய கஷ்டம் எதுவும் தோன்றவில்லை. அவர் எல்லோருடனும் சரளமாகப் பழகினார். கப்பலில் மேல்தட்டில் அடிக்கடி சென்று உலாவுவார். நானோ நாள்

முழுவதும் என் அறைக்குள்ளேயே அடைந்துக்கிடந்தேன். ஜனங்கள் அதிகம் இல்லாத சமயம் பார்த்தே மேல்தட்டுக்குச் செல்வேன். பிரயாணிகளுடன் கலந்து பழகும்படியும் தாராளமாகச் சம்பாஷிக்கும்படியும் ஸ்ரீ மஜூம்தார் எனக்கு அடிக்கடி கூறி வந்தார். வக்கீல்கள் வாசகர்களாய் இருக்கவேண்டுமென்று கூறி வக்கீல் தொழிலில் தமது அனுபவங்கள் பலவற்றையும் எடுத்துச்சொன்னார். ஆங்கிலம் பேசுவதற்குக் கிடைக்கும் சந்தர்ப்பங்களை நழுவவிட வேண்டாமென்றும் அந்நிய மொழியில் தவறுகள் ஏற்படவே செய்யுமென்றும், அதற்காகக் கவலைப்படக்கூடாதென்றும் புத்திமதி கூறினார். ஆனால், என்ன கூறியும் என் கூச்சம் போகவில்லை.

ஆங்கிலப் பிரயாணி ஒருவர் என்னிடம் எவ்வாறோ அபிமானங்கொண்டு என்னைப் பேச்சுக்கு இழுத்தார். என்னைவிட அவர் வயதில் பெரியவர். என்னுடைய சாப்பாட்டைப் பற்றியும், நான் யார், எங்கே போகிறேன் என்றும், நான் கூச்சப்படும் காரணத்தைக் குறித்தும் விசாரித்தார். என்னை மேஜைக்குச் சாப்பிட வரும்படி சொன்னார். மாமிசம் சாப்பிடுவதில்லை என்று நான் வற்புறுத்திக் கூறியபோது அவர் சிரித்தார். நாங்கள் செங்கடலை அடைந்ததும் அவர் நட்புரிமையுடன் சொன்னதாவது, “இதுவரை எல்லாம் சரிதான், ஆனால் பிஸ்கேகுடாவுக்குப் போய்விட்டால் உமது தீர்மானத்தை மாற்றிக்கொண்டே தீரவேண்டும். இங்கிலாந்து மிகக் குளிர்ச்சியான தேசம். இறைச்சி இல்லாமல் அங்கு உயிர் வாழ்தலே அசாத்யம்.”

“மாமிச உணவு கொள்ளாமல் அங்கே வசிக்க முடியும் என்று நான் கேள்விப்பட்டிருக்கிறேனே?” என்று நான் கூறினேன்.

“அவை எல்லாம் வெறுங்கதை. உமக்குச் சந்தேகமே வேண்டாம். எனக்குத் தெரிந்தவரையில் மாமிசம் புசியாதவர் அங்கு ஒருவர்கூடக் கிடையாது. நான் மதுபானம் செய்வனாயினும், உம்மை மது அருந்தும்படி சொல்கிறேனா? ஆனால், நீர் மாமிசம் தின்றே தீரவேண்டும். அதின்றி ஜீவிக்க முடியாது.”

“தாங்கள் புத்திமதிக்காக வந்தனம். ஆனால், மாமிசத்தைத் தொடுவதில்லை என்று என் தாயாரிடம் பிரதிக்ஞை செய்திருக்கிறேன். எனவே, மாமிசம் தின்னாமல் இங்கிலாந்தில் இருக்க முடியாதென்று கண்டால் திரும்பி வந்தாலும் வந்துவிடுவேனே ஒழிய பிரதிக்ஞா பங்கம் செய்யமாட்டேன்” என்று நான் சொன்னேன்.

பிஸ்கே குடாவை அடைந்தோம். ஆனால், அங்கு மதுவும், மாமிசமும் அவசியமென்னும் உணர்ச்சி எனக்கு ஏற்படவில்லை. மாமிசம் சாப்பிடாதிருந்ததற்கு அத்தாட்சிப் பத்திரங்கள் ஆங்காங்கு சேகரித்துக்கொண்டு வரும்படி எனக்கு உத்தரவிடப்பட்டிருந்ததாலின், அந்த ஆங்கிலேய நண்பரிடம் ஒன்று தரும்படி கேட்டேன். அவர் மகிழ்ச்சியுடன் கொடுத்தார். ஆனால் பின்னர், மாமிசம் சாப்பிடுவோரும் அத்தகைய அத்தாட்சிப் பத்திரங்களைப் பெறக்கூடுமென்று கண்டபோது அம்மோகம் போய்விட்டது. என்னுடைய வார்த்தையை நம்ப மாட்டார்களென்றால் அத்தாட்சிப் பத்திரத்தினால் யாது பயன்?

கடைசியாக, ஸௌதாம்டன் துறைமுகத்தை அடைந்தோம். ஒரு சனிக்கிழமை அன்று அங்குச் சேர்ந்ததாக எனக்கு ஞாபகம். கப்பலில் இருந்தபோது கறுப்பு உடை தரிந்திருந்தேன். என் நண்பர்கள் தயாரித்துக்கொடுத்திருந்த வெள்ளைக் கம்பளி உடுப்பை இறங்கும்போது அணிவதற்கென்றே வைத்திருந்தேன். கப்பலிலிருந்து இறங்கும்போது வெள்ளை உடுப்பை தரித்துக்கொண்டால் நன்றாயிருக்குமென்பது என் எண்ணம். அவ்வாறே உடையை மாற்றிக்கொண்டேன். அப்போது செப்டம்பர் மாதத்தின் கடைசியாதலால் என்னைத்தவிர வேறு யாரும் வெள்ளைக் கம்பளி உடை தரித்திருக்கவில்லை. இறங்கியவர்கள் எல்லோரும் கிரிண்ட்லே கம்பெனியின் ஏஜன்டிடம் சாமான்களை ஒப்புவிப்பதைப் பார்த்து நானும் பெட்டிச்சாவிகள் உள்பட எல்லாச் சாமான்களையும் அவரிடம் ஒப்புவித்தேன்.

டாக்டர் பி.ஜெ.மேதா, ஸ்ரீ தளபதி ராம் சுக்லா, இராஜா ரஞ்சித் சிங், தாதாபாய் நௌரோஜி இந்நால்வருக்கும் என்னிடம் அறிமுகக் கடிதங்கள் இருந்தன. லண்டனில் விக்டோரியா ஹோட்டலில் தங்கும்படி கப்பலில் ஒருவர் எங்களுக்கு யோசனை சொல்லி இருந்தார். எனவே, நானும், ஸ்ரீ மஜூம்தாரும் அங்கு போய்ச் சேர்ந்தோம். நான் ஒருவனே வெள்ளை உடுப்பு அணிந்திருந்தது எனக்கு ஏற்கனவே அவமானமாயிருந்தது. மறுநாள் ஞாயிற்றுக்கிழமை யாதலின் அன்றும் கிரிண்ட்லே கம்பெனியிலிருந்து சமன் வராதென்று ஹோட்டலில் அறிந்ததும் அசாத்திய ஆத்திரம் உண்டாயிற்று.

ஸௌதாம்டனிலிருந்தே டாக்டர் மேதாவுக்கு நான் தந்தி கொடுத்திருந்தேன். அன்று மாலை எட்டு மணிக்கு அவர் என்னைப் பார்க்க வந்தார். மிக்க அன்புடன் எனக்கு முகமன் கூறினார். நான் கம்பளி உடை தரித்திருந்ததைப் பார்த்து அவர் புன்னகை புரிந்தார்.

நாங்கள் பேசிக்கொண்டே இருக்கையில் அவருடைய தொப்பியை நான் எடுத்து, அது எவ்வளவு மிருதுவாயிருக்கிறதென்று பார்ப்பதற்குக் கையினால் தடவினேன். அது ஒருவகைப் பிராணியின் மயிரினால் அலங்கரிக்கப்பட்ட தொப்பி, நான் தடவியதன் பயனாக மயிர் கலைந்துபோயிற்று. டாக்டர் மேதா நான் செய்ததைச் சற்றுக் கோபமாகப் பார்த்து அப்படிச் செய்யாமல் நிறுத்தினார். ஆனால், விஷமம் நடந்தது நடந்துவிட்டது. வருங்காலத்துக்கு இது எனக்கு ஓர் எச்சரிக்கையாயிருந்தது. ஐரோப்பியரின் மரியாதைச் சம்பிரதாயத்தில் இதுவே எனக்கு முதல் பாடம். அச்சம்பிரதாய முறைகளைப் பற்றி டாக்டர் மேதா எனக்கு வேடிக்கையாகப் பாடம் கற்பித்தார். "பிறருடைய பொருள்களை ஒருபோதும் தொடாதே. முதல்முதல் அறிமுகமான உடனேயே இந்தியாவில் நாம் கேட்பதுபோல் கேள்விகள் கேளாதே. இரைந்து பேசாதே. இந்தியாவில் கூப்பிடுவதுபோல் எல்லாரையும் ஸார் என்று கூப்பிடாதே. இங்கே எஜமானர்களைத்தான் வேலைக்காரர்களும் கீழ்த்தர உத்தியோகஸ்தர்களும் அவ்வாறு கூப்பிடுவார்கள்" என்று இவ்விதமாகப் பல விஷயங்கள் தெரிவித்தார். ஹோட்டலில் வசிப்பதில் செலவு அதிகமாகுமென்றும், ஏதேனும் ஒரு குடும்பத்தில் சாப்பிட்டுக்கொண்டு வசித்தாலே நலமென்றும் அவர் கூறினார். மேற்கொண்டு இவ்விஷயத்தைப் பற்றி யோசனையைத் திங்கட்கிழமை வரை தள்ளி வைத்தோம்.

ஹோட்டல் வாசம் எனக்கும் சரி, ஸ்ரீ மஜூம்தாருக்கும் சரி, சற்றும் ஒத்துக்கொள்ளவில்லை. செலவும் அதிகம், சிந்து மாகாண வாசியான ஒருவர் மால்டாவிலிருந்து எங்களுடன் பிரயாணம் செய்து வந்தார். ஸ்ரீ மஜூம்தாரும் அவரும் நண்பர்களாயினர். அவர் லண்டனுக்குப் புதியவர் அல்லராகையால் எங்களுக்கு அறைகள் பார்த்துக்கொடுப்பதாகக் கூறினார். நாங்கள் சம்மதித்தோம். திங்கட்கிழமை எங்கள் சாமான்கள் வந்து சேர்ந்ததும் ஹோட்டல் கணக்கை தீர்த்துவிட்டு, அந்நண்பர் வாடகைக்குப் பிடித்திருந்த அறைகளுக்குப் போய்ச் சேர்ந்தோம். ஹோட்டல் கணக்கு ஏறக்குறைய 3 பவுன் ஆயிற்று. இதை அறிந்ததும் எனக்குத் தூக்கி வாரிப்போட்டது. இத்தனைக்கும், நான் அநேகமாகப் பட்டினி கிடந்தேன் என்று சொல்லலாம். அங்கே கொடுத்த உணவு எதுவும் எனக்குப் பிடிக்கவில்லை. ஏதாவது ஒருவகை உணவு பிடிக்கவில்லை என்று மற்றொன்று கேட்டால் இரண்டுக்கும் பணங்கொடுக்க வேண்டியிருந்தது அவ்வளவேயன்றி, உண்மையில் இத்தனை நாள் வரைக்கும் நான் காலந்தள்ளியது பம்பாயிலிருந்து கொண்டு வந்திருந்த உணவுப்பொருள்களைக் கொண்டே ஆகும்.

புதிய அறைகளிலும் எனக்கு மன அமைதி ஏற்படவில்லை. இடைவிடாமல் சொந்த நாட்டையும், வீட்டையும் பற்றியே நினைத்துக்கொண்டிருந்தேன். என் அன்னையின் அன்பைப் பற்றியும் ஓயாது சிந்தித்தேன். இரவில் கண்ணீர் பெருகிக் கன்னங்களை நனைத்த வண்ணமிருக்கும். வீட்டைப் பற்றிய ஞாபகங்கள் உறக்கமில்லாமல் செய்தன. என்னுடைய துயரத்தைச் சொல்லிப் பகிர்ந்துகொள்வதற்கும் ஒருவருமில்லை. இருந்தாலும் பயன் என்ன? என் துயரம் எவ்விதத்திலும் ஆறுதலடையாது என்பதை அறிந்திருந்தேன். எல்லாம் வழக்கத்துக்கு மாறாயிருந்தன. ஜனங்கள் புதியவர்கள் அவர்களுடைய நடை, உடை, பாவனைகள், வீடுகள் எல்லாம் புதியன. ஆங்கில நாட்டு மரியாதை முறைகளுக்கு நான் முற்றிலும் புதியவன். ஏதேனும் தவறு செய்துவிட போகிறோமோ என்று இடைவிடாமல் எச்சரிக்கையுடனிருக்க வேண்டியிருந்தது. சைவ உணவு விரதம் கொண்டிருந்ததால் அசௌகரியம் அதிகமாயிற்று. விரத பங்கமின்றி நான் சாப்பிடக்கூடிய பதார்த்தங்களும் சுவையற்றவையாய் சப்பென்று இருந்தன. எனவே, இருதலைக்கொள்ளி எறும்பு போலானேன். இங்கிலாந்து வாசம் சகிக்க முடியாதது என்று தோன்றிற்று. இந்தியாவுக்குத் திரும்புவதைப் பற்றியோ நினைப்பதற்குமில்லை. இவ்வளவு தூரம் வந்துவிட்ட பின்னர் மூன்று வருஷம் இருந்தே தீரவேண்டுமென்று என் மனச்சான்று அறிவுறுத்தியது.

13. இஷ்ட விரதம்

திங்கட்கிழமையன்று டாக்டர் மேதா என்னைப் பார்க்க விக்டோரியா ஹோட்டலுக்குச் சென்றார். அங்கிருந்து நாங்கள் புறப்பட்டுச் சென்றுவிட்டதாக அறிந்ததும் புதிய விலாசத்தைக் கேட்டு அறிந்துகொண்டு வந்து சேர்ந்தார். கப்பல் பிரயாணத்தின்போது வெறும் அறிவீனத்தினால் உடம்பில் தேமல் வருவித்துக் கொண்டிருந்தேன். கப்பலில் ஸ்நானம் முதலியவைகளுக்கு நாங்கள் கடல் தண்ணீரையே உபயோகித்தோம். கடல் நீரில் சவர்க்காரம் கரையாது. ஆயினும், சோப் தேய்த்துக்கொள்ளாமல் குளிப்பது நாகரிகத்துக்கு அழகன்றெனக் கருதி நான் அதை உபயோகித்து வந்தேன். இதனால் உடம்பு சுத்தமாவதற்குப் பதிலாகப் பிசுக்கென்று ஆயிற்று. இதன் பயனாகவே தேமல் வந்தது. டாக்டர் மேதாவிடம் அதைக் காட்டினேன். அவர் போடச்சொன்ன காடித் திராவத்தைப் போட்டதும் எரிச்சல் எடுத்து நான் கதறி அழுதது நினைவிருக்கிறது.

என்னுடைய அறை, சாமான்கள் முதலியவற்றை டாக்டர் மேதா பரிசோதித்துவிட்டுத் திருப்தி இன்மைக்கு அறிகுறியாகத் தலையை அசைத்தார். அவர் கூறியதாவது, "இந்த இடம் உதவாது. இங்கிலாந்துக்கு வருவது படிப்புக்காகவே அன்று. அதைவிட முக்கியமானது ஆங்கிலேயரின் வாழ்க்கை முறை, பழக்கவழக்கங்கள் இவற்றில் அனுபவம் பெறுவதேயாகும். இதற்கு நீ ஒரு குடும்பத்தில் இருக்கவேண்டும். ஆனால், அதற்கு ஏற்பாடு செய்யும்வரை சில தினங்கள் என்னுடைய நண்பர்... என்பாருடன் வசித்துச் சிறிது பயிற்சி பெறுதல் நலம். அவரிடம் நான் உன்னை அழைத்துப் போகிறேன்."

நன்றியறிதலுடன் அவருடைய யோசனையை ஏற்றுக்கொண்டு அந்நண்பருடைய அறைகளுக்கே சென்றேன். அவர் என் விஷயத்தில் காட்டிய அன்பும், செலுத்திய கவலையும் அளவற்றவை, தமது சொந்த சகோதரராகவே என்னைப் பாவித்து நடத்தினார். ஆங்கில நடை உடை பாவனைகளைப் பயிற்றுவித்தார். அம்மொழியில் பேசவும் பழக்கிக்கொடுத்தார். ஆனால், எனது உணவு விஷயந்தான் பெரிய பிரச்சினையாகிவிட்டது. உப்பு, மசாலை முதலியவை கலவாமல் வேக வைத்த கறிவகைகள் எனக்குச் சுவைக்கவே இல்லை. எங்களுக்கு உணவளித்த வீட்டுக்காரி எனக்கு என்ன தயார் செய்வதென்று தெரியாமல் திகைத்தாள். காலை வேளையில் ஓட்மீல் என்னும் தானியத்திலான கூழ் அளிக்கப்பட்டது. இது கூடியவரை போதுமானதாயிருந்தது. ஆனால், மத்தியானத்திலும் மாலையிலும் நான் பட்டினியாகவே இருந்து வந்தேன். மாமிசம் சாப்பிடும்படி அந்நண்பர் ஓயாது வாதித்துக்கொண்டு வந்தார். நானும் என் விரதத்தைச் சமாதானமாகச் சொல்லிவிட்டு மௌனம் சாதித்து வந்தேன்.

மத்தியான சிற்றுண்டிக்கும் மாலைப் போஜனத்திற்கும் பசலைக்கீரையும் ரொட்டியும்கூட அளிக்கப்பட்டன. நானோ நன்றாகச் சாப்பிடுகிறவன். பெருவயிறு படைத்தவன். ஆனால், இரண்டு மூன்று ரொட்டித்துண்டுகளைவிட அதிகமாகக் கேட்க எனக்கு வெட்கமாயிருந்தது. அதிகம் கேட்பது தகுதியன்றெனத் தோன்றிற்று. இத்துடன் இவ்விரு வேளைகளிலும் பால்கூடக் கிடையாது. இந்நிலைமை குறித்து ஒருமுறை அந்நண்பர் வெறுப்படைந்து சொன்னதாவது, "நீர் என்னுடைய சகோதரராயிருந்தால் இத்தனை நாள் உம்மை மூட்டைக்கட்டி அனுப்பியிருப்பேன். எழுத்து வாசனை அறியாத தாயாரிடம் செய்துகொடுத்த பிரதிக்ஞையைக் கட்டிக்கொண்டு அழுவதா?

மேலும், இங்குள்ள நிலைமை உமக்கு அப்போது தெரியாது. எனவே, அது பிரதிக்ஞையே அன்று. சட்டத்தில் அது பிரதிக்ஞையாகப் பாவிக்கப்பட மாட்டாது. அத்தகைய வாக்குறுதியை விடாமல் பிடித்துக்கொண்டிருப்பது மூடநம்பிக்கையைத் தவிர வேறில்லை. இந்தப் பிடிவாதத்தினால் இங்கே உமக்கு எவ்வகைப் பயனும் உண்டாகாது. மாமிசத்தை நீர் முன்னமே தின்று அது உமக்குச் சுவைத்ததாக ஒப்புக்கொள்கிறீர். மாமிசம் முற்றும் அநாவசியமான இடத்தில் அதை உண்டீர். இங்கே அது இன்றியமையாததாயிருக்கும் இடத்தில் உண்ண மறுக்கிறீர். என்ன பரிதாபம்."

எனினும், நான் என் மன உறுதியின்றும் பிறழவில்லை. நாள் தவாறமல் அவர் என்னிடம் இதைப்பற்றித் தர்க்கம் செய்வார். ஆனால், நான் மட்டும் முடியாதென்றே கூறி வந்தேன். அவர் வாதம் செய்யச்செய்ய என் மன உறுதியும் அதிகமாகிக்கொண்டே வந்தது. தினம் ஆண்டவனின் துணையை நாடிப் பிரார்த்தனை செய்வேன். அதனால் பலம் பெற்று வந்தேன். கடவுளைப் பற்றிய அறிவு அப்போதெனக்கு உண்டாகிவிட்டதென்பதில்லை. என் நம்பிக்கையே எனக்கு முக்கிய ஆதாரமாயிருந்தது. எனவே செவிலித்தாயான உத்தமி அரம்பை விதைத்த விதை இந்நம்பிக்கையாகப் பயன் தந்தது.

பெந்தாம் என்பவர் எழுதிய *'Theory of Utility'* என்னும் நூலை ஒருநாள் நண்பர் எனக்குப் படித்துக் காட்டினார். எனக்கு ஒன்றுமே புரியவில்லை. பாஷை அவ்வளவு கடினமாயிருந்தது. அவர் படித்துப் பொருள் விளக்கவும் ஆரம்பித்தார். அப்போது நான் கூறியதாவது, "தயவு செய்து மன்னித்துவிடுங்கள். இந்த நுட்பமான விஷயங்கள் எனக்குப் பிடிபடவேயில்லை. மாமிசம் சாப்பிடுதல் அவசியமானதென்று நான் ஒப்புக்கொள்கிறேன். ஆனால், பிரதிக்ஞாபங்கம் செய்யமுடியாது. அதைப்பற்றி நான் வாதம் செய்யவுமில்லை. உங்களுடன் வாதாடி வெற்றிபெற முடியாதென்று எனக்குத் நிச்சயமாகத் தெரியும். என்னைத் தள்ளிவிடுங்கள். என்னிடம் தாங்கள் அன்புகொண்டவர்களென்றும் நன்கறிவேன். என் நிலைமைக்கு இரங்கியே தாங்கள் மீண்டும்மீண்டும் இதைப்பற்றிச் சொல்கிறீர்கள் என்பதும் எனக்குத் தெரியும். ஆனால், நான் என்ன செய்வேன்? என்னதான் இருப்பினும் பிரதிக்ஞை பிரதிக்ஞையே அன்றோ? அதற்குப் பங்கம் செய்ய என்னால் ஆகாது."

நண்பர் ஆச்சரியத்துடன் என்னை உற்றுநோக்கினார். புத்தகத்தை மூடிவிட்டு, "நல்லது, நான் இனிமேல் வாதம் செய்யவில்லை" என்றார். நான் மகிழ்ச்சியடைந்தேன். அதற்குப்பின் அவர் எப்போதும் இதைப்பற்றித் தர்க்கம் செய்யவில்லை. அதற்கு மாறாக அவ்விரண்டும் வேண்டாமென்றே அவர்கூறி வந்தார். புலால் அருந்தாமல் நான் பலவீனமாகிவிடப் போகிறேனே என்றும், இதனால் நான் இங்கிலாந்தில் உற்சாகத்துடன் வசிக்க முடியாமல் போய்விடுமே என்றும் மட்டுமே அவர் கவலைப்பட்டாரேயன்றி வேறில்லை.

என் பயிற்சிக் காலமானது ஒரு மாதம் இவ்வாறு கழிந்தது. இந்நண்பரின் வீடு ரிச்மாண்டு என்னுமிடத்தில் இருந்தது. இங்கிருந்து லண்டனுக்கு வாரத்தில் ஓரிரண்டு முறைக்குமேல் போவது முடியாத காரியம். எனவே, லண்டனிலேயே ஏதேனும் ஒரு குடும்பத்தில் நான் வசிக்கவேண்டுமென்று டாக்டர் மேதாவும் ஸ்ரீ தளபதிராம் சுக்லாவும் தீர்மானித்தார்கள். வெஸ்ட் கென்ஸிங்டனில் ஆங்கிலோ இந்தியர் ஒருவர் வீட்டை ஸ்ரீ சுக்லா கண்டுபிடித்து அங்கு என்னைக் கொண்டு சேர்த்தார். அவ்வீட்டின் எஜமாட்டி விதந்துவான பெண்மணி. என்னுடைய விரதத்தைப் பற்றி அவரிடம் தெரிவித்தேன். என்ன சரியாக கவனித்துக்கொள்வதாக அம்மூதாட்டி வாக்களித்தார். எனவே, அவருடைய வீட்டில் வசிக்க ஆரம்பித்தேன். இங்கேயும் நான் பெரிதும் பட்டினி கிடக்கவே வேண்டியிருந்தது. மிட்டாய்களும் தின்பண்டங்களும் அனுப்பும்படி வீட்டுக்கு எழுதியிருந்தேன். அவை இன்னும் வந்துசேரவில்லை. எனக்கு அளிக்கப்பட்ட உணவெல்லாம் சப்பென்று இருந்தன. பிரதி தினமும் அம்மூதாட்டி உணவு எனக்குப் பிடிக்கிறதா என்று கேட்டுவந்தார். ஆனால் பாவம். அவர் என்ன செய்வார்? எனக்கு இன்னமும் கூச்சம் அதிகமாயிருந்தது இன்னும் கொஞ்சம் வேண்டும் என்று கேட்க என் மனம் துணிவதில்லை. அந்த அம்மையாருக்கு இரு புதல்விகள் இருந்தனர். அவர்கள் வலியுறுத்தி ரொட்டித்துண்டுகள் இரண்டொன்று அதிகமாகவே எனக்கு அளித்து வந்தனர். ஆனால், முழு ரொட்டி ஒன்று தின்றால்தான் என் வயிறு நிறையும் என்பது அவர்களுக்கு எவ்வாறு தெரியும்?

ஆனால், இதற்குள் எனக்குக் கால் முளைத்துவிட்டது. இன்னும் ஒழுங்காகப் படிப்பு ஆரம்பிக்கவில்லை. ஸ்ரீ சுக்லாவின் தூண்டுதலினால் அப்போதுதான் பத்திரிகைப் படிக்கத் தொடங்கி இருந்தேன். இந்தியாவில் நான் பத்திரிகைப் படித்ததே இல்லை. இங்கே கொஞ்சநாள் விடாமல் படித்ததின் பயனாகப் பத்திரிகையில்

சுவை ஏற்படலாயிற்று. டெய்லி நியூஸ், டெயிலி டெலிகிராப், பால்மால் கெஜட் இம்மூன்று பத்திரிகைகளையும் மேலேழுந்த வாரியாகவேனும் படித்துவிடுவேன். இதற்கு ஒருமணி நேரத்திற்குமேல் செல்லாது. பாக்கி நேரத்தை கழிக்கும் பொருட்டு ஊர் சுற்ற ஆரம்பித்தேன். சைவ போஜனசாலை ஒன்றைத் தேடலானேன். இத்தகைய போஜனசாலைகள் நகரத்தில் இருக்கின்றன என்று வீட்டு எஜமாட்டி கூறியிருந்தார். தினம் பத்துப் பன்னிரண்டு மைல் சுற்றுவேன். எங்கேனும் மலிவான போஜன சாலை ஒன்றில் புகுந்து வயிறு நிறைய ரொட்டி தின்பேன். ஆயினும் திருப்தியடைவது மட்டும் கிடையாது. இவ்வாறு சுற்றி அலைகையில் ஒருநாள் பாரிங்டன் தெருவில் இருந்த சைவ போஜன சாலை ஒன்றைக் கண்டுபிடித்தேன். ஒரு குழந்தை தன் மனதுக்கு விரும்பிய பொருளைக் கண்டதும் மகிழ்ச்சி கொள்வதுபோல் நான் அது குறித்து அளவிலா மகிழ்ச்சி கொண்டேன். உள்ளே நுழைவதற்குமுன் கதவுக்கருகில் கண்ணாடிச் சாளரம் ஒன்றுக்குப் பின்னால் விற்பனைக்குப் புத்தகங்கள் வைக்கப்பட்டிருப்பதைப் பார்த்தேன். சாக பட்சணத்தின் மேன்மையைப் பற்றி ஸால்ட் என்பவர் எழுதிய *(Play of vegetarianism)* என்ற புத்தகம் அதில் இருந்தது. ஒரு ஷில்லிங் கொடுத்து அதை வாங்கிக்கொண்டு நேரே போஜன அறைக்குள் நுழைந்தேன். நான் இங்கிலாந்தில் அடிவைத்த பின்னர் இன்றுதான் வயிறார உணவு கொண்டேன். கடைசியாக ஆண்டவன் எனக்குத் துணைபுரிந்தான்.

ஸால்ட் என்பவர் எழுதிய மேற்சொன்ன புத்தகத்தை அடியிலிருந்து முடிவுவரை விடாமல் படித்தேன். அது பெரிதும் என் மனதைக் கவர்ந்தது. அப்புத்தகத்தைப் படித்த தினத்திலிருந்து எனது இஷ்டத்தினால் சைவ உணவு விரதங்கள் கொண்டவனானேன் எனக் கூறலாம். என் தாயாருக்கு நான் செய்து கொடுத்த பிரதிக்ஞையை நினைத்துநினைத்து என் அதிர்ஷ்டத்தை வியந்துகொண்டேன். இதுகாறும் எனது உண்மைப் பற்றுக் காரணமாகவும், தாயார் முன்பு செய்த வாக்குறுதி பிறழக்கூடாதென்ற உறுதி காரணமாகவும் புலால் உண்ணாதிருந்தேன். ஆனால், என் உள்ளத்தில் இந்தியன் ஒவ்வொருவனும் புலால் உண்ண வேண்டுமென்ற எண்ணம் நிலைபெற்றிருந்தது. நான் சுயேட்ச்சை பெற்றுப் பகிரங்கமாகப் புலால் உண்டு மற்றவரையும் அவ்வழியில் திருப்பக்கூடிய நாளை ஆவலுடன் எதிர்பார்த்துக்கொண்டிருந்தேன். ஆனால், இப்போது என் இஷ்டத்தினால் சைவ உணவில் பற்றுக்கொண்டேன். அன்றைய தினத்திலிருந்து சைவ உணவுக் கொள்கையைப் பரப்புவது என் வாழ்க்கைக் கடனாயிற்று.

14. ஆங்கிலேயே கனவானாக முயற்சி

சைவ உணவில் எனக்கிருந்த உறுதி நாளுக்கு நாள் வலுவுற்று வந்தது. ஸால்ட்டின் புத்தகம் படித்த பின்னர் உணவு சம்பந்தமான ஆராய்ச்சி நூல்களைப் படிப்பதில் எனக்கு ஆவல் உண்டாயிற்று. சைவ உணவைப் பற்றிக்கூறும் நூல்கள் என்னென்ன கிடைத்தனவோ அவ்வளவையும் படித்து வந்தேன். இவற்றுள் ஒன்று ஹோவார்டு வில்லியம்ஸ் என்பவர் எழுதிய போஜன தர்மம் *(The Ethics of Diet)* என்னும் நூல், அது ஆதிகாலத்திலிருந்து நாளது வரையில் மனிதர்களின் உணவு சம்பந்தமாக எழுதப்பட்ட எல்லாப் புத்தகங்களின் சரித்திர சாரம். பிதாகோரஸ், ஏசுநாதர் இவர்கள் முதலாக நாளதுவரை இருந்த எல்லாத் தத்துவஞானிகளும், தீர்க்கதரிசிகளும் சாக பட்சணமே செய்து வந்தார்களென்று நிரூபிக்க அந்நூலில் முயற்சி செய்யப்பட்டிருந்தது. உணவுமுறையைப் பற்றி அன்னாகிங்ஸ் போர்டு எழுதிய நூலும் *(The perfect way in Diet)*, டாக்டர் அல்லின்ஸ் ஆரோக்கியத்தையும் சுகாதாரத்தையும் பற்றி எழுதியிருந்த புத்தகங்களும் மிகவும் உபயோகமாயிருந்தன. அல்லியன்ஸ், உணவை ஒழுங்கு செய்வதின் மூலமாகவே நோய்களைக் குணமாக்கும் ஒருமுறையைத் தம் நூல்களில் ஸ்தாபித்திருந்தார். அவர் சைவ உணவே புசிப்பவர், தம்மிடம் சிகிச்சைக்கு வருவோரையும் அவர் சைவ உணவு உட்கொள்ளும்படி வலியுறுத்தி வந்தார். இந்நூல்களை எல்லாம் படித்ததின் பயனாக, உணவு விஷயமான பரிசோதனைகள் என் வாழ்க்கையில் ஒரு முக்கியமான இடம்பெற்றன. ஆரம்பத்தில் தேக சுகத்தைக் கருதியே பெரும்பாலும் இச்சோதனைகளை நடத்தி வந்தேன். பிற்காலத்தில் சமயப் பற்றே அச்சோதனைகட்குப் பிரதான நோக்கமாயிற்று.

இதற்கிடையில் என் நண்பர் என்னைப் பற்றிக் கவலைப்படுவதை நிறுத்தவில்லை. என்னிடம் அவருக்கிருந்த அன்பு காரணமாக நான் புலால் உண்ணாவிடின் உடல் வளம் குன்றிப்போவதுடன் வெறும் களிமண்ணாயிருந்து விடுவேனென்று அவர் எண்ணினார். ஏனெனில், புலாலுண்ணாத வரை ஆங்கில சமூகத்தில் கூச்சமின்றிப் பழக முடியாதென்பது அவர் கருத்து. சைவ உணவு சம்பந்தமான புத்தகங்களை நான் படிப்பதாக அறிந்ததும் இவை என் மூளையைக் கெடுத்துவிடப் போகின்றனவே என்று அவர் அஞ்சினார். நான் என் வேலையை மறந்து உணவுச் சோதனைகளில் காலங்கழித்துப் பித்தனாகிவிடப் போகிறேனே என எண்ணி என்னைச் சீர்திருத்தக் கடைசியாக ஒரு முயற்சி செய்தார்.

ஒருநாள் நாடகத்துக்கு வரும்படி என்னை அழைத்தார். நாடகத்துக்கு முன்பு ஹால்பான் போஜன சாலையில் இருவரும் உணவு அருந்துவது என்று ஏற்பாடு செய்திருந்தார். இந்த போஜன சாலைக் கட்டடம் எனக்கு ஓர் அரண்மனைபோல் தோன்றிற்று. விக்டோரியா ஹோட்டலை விட்டுப்போன பின்னர் அவ்வளவு பெரிய போஜன சாலை ஒன்றுக்கு நான் போனதில்லை. விக்டோரியா ஹோட்டலில் தங்கியிருந்தபோது திக்குத் திசை புரியாதவனாய் இருந்தபடியால் அவ்விடத்தும் அனுபவமும் உதவியாய் இல்லை. அடக்கம் காரணமாக நான் கேள்வி எதுவும் கேட்கமாட்டேன் என்று எண்ணி அவர் என்னை மேற்படி போஜனசாலைக்கு அழைத்துச் சென்றார். அங்கு உணவருந்திக்கொண்டிருந்த பலர் நடுவில் நாங்கள் இருவரும் ஒரு மேஜையில் சாப்பிட உட்கார்ந்தோம். முதலிலே குழம்பு பரிமாறப்பட்டது. என்ன குழம்பு என்று நான் தெரிந்துகொள்ள விரும்பினேனாயினும் நண்பரைக் கேட்கத் துணியவில்லை. பரிசாரகனைக் கேட்கலாமென்று அவனை அழைத்தேன். அதைக் கவனித்த நண்பர், "என்ன?" என்று கடுமையாகக் கேட்டார். குழம்பு புலால் கலப்பற்றதா என்று கேட்க விரும்புவதாகத் தயக்கத்துடன் கூறினேன். "நாகரிக ஜனங்களின் சகவாசத்துக்கு நீர் தகுதியற்றவர். சரியாக நடந்துகொள்ளத் தெரியாவிடில் வெளியே சென்று வேறெந்த ஹோட்டலிலாவது சாப்பிட்டுவிட்டு எனக்காக வாசலில் காத்திரும்" என்று அவர் ஆத்திரமாய் மொழிந்தார். நானோ அளவிறந்த மகிழ்ச்சியுடன் வெளியே ஏகினேன். பக்கத்திலிருந்து சைவ உணவுச்சாலை மூடப்பட்டிருந்தது. எனவே, அன்றிரவு பட்டினிக் கிடந்தேன். நாடகத்துக்கு நண்பருடன் சென்றேனாயினும் என்னால் ஏற்பட்ட அசந்தர்ப்ப நிகழ்ச்சியைப் பற்றி அவர் ஒரு வார்த்தையும் கேட்கவில்லை. நானும் ஒன்றும் சொல்லவில்லை. நான் சொல்லக்கூடியதுதான் என்ன?

நண்பர்கள் என்ற முறையில் எங்களுக்குள் பூசல் விளைந்தது இதுவே கடைசிமுறை. இதனால் எங்கள் நட்புரிமைக்கு எவ்விதக் கெடுதலும் நேரிடவில்லை. என் நண்பரின் முயற்சிகளுக்கெல்லாம் காரணமாயிருந்தது என்னிடம் அவர் கொண்டிருந்த அன்பே என்பதை உணர்ந்தேன். அபிப்பிராயத்திலும், செயலிலும் எங்களுக்குள் வேற்றுமை இருந்ததாயினும் அதானலேயே அவரிடம் நான் பன்மடங்கு அதிக மதிப்புக்கொண்டேன் என்று சொல்லலாம்.

ஆனால், என்னைப்பற்றி அவர் கொண்டிருந்த மனக்கவலையைத் தீர்த்துவிட வேண்டுமென்று முடிவு செய்தேன்.

இனி அசந்தர்ப்பமாய் நடந்துகொள்வதில்லை என்றும், ஜன சமூகத்தில் நாகரிகமாய்ப் பழக முயல்வேனென்றும் அவருக்கு உறுதிகூற விரும்பினேன். சாகபட்சண விரதத்தினால் எனக்கேற்பட்டிருந்த குறைபாட்டுக்கு ஈடுசெய்யும் பொருட்டு மற்ற நாகரிக நடை உடை பாவனைகளை நன்கு பயிலவேண்டுமென எண்ணினேன். இதன்பொருட்டு முடியாத காரியமொன்றை மேற்கொண்டேன். அதாவது நான் ஓர் ஆங்கில கனவானாகிவிட முயற்சி செய்யலானேன்.

பம்பாயிலிருந்து நான் கொண்டுவந்த உடுப்புகள் ஆங்கில நாகரிகத்துக்கேற்றவை அல்லவெனக் கருதி, புதிய உடுப்புகள் வாங்கினேன். பத்தொன்பது ஷில்லிங் கொடுத்துச் சிறந்த தொப்பியொன்று வாங்கிக்கொண்டேன். அக்காலத்தில் அது மிகவும் அதிக விலையாகும். இதுவும் போதாதென்று லண்டனில் நாகரிக வாழ்க்கைக்கே மத்திய ஸ்தலமான பாண்ட் தெருவில், மாலை வேளையில் தரிக்கும் உடுப்பு ஒன்றுக்குப் பத்து பவுன் தொலைத்தேன். தயாளுவும் உத்தமருமான என் சகோதரருக்கு எழுதித் தங்கத்தினாலான இரட்டைக் கடிகாரச் சங்கிலி தருவித்தேன். கடையில் தயாராய்ச் செய்து விற்கும் கழுத்துச் சுருக்கு அணிவது நாகரிமன்றாதலால், நானே கழுத்துச் சுருக்கு தயாரிக்கக் கற்றுக்கொண்டேன். இந்தியாவில் நாவிதனிடம் க்ஷவரம் செய்துகொள்ளும் தினங்களிலன்றிக் கண்ணாடி பார்த்தறியேன். இங்கும் பிரதி தினமும் நிலைக்கண்ணாடியின் முன்பு நின்று, தலைமயிரைச் சீவி, சரியான தோரணைப்படி பிளந்துவிடுவதிலும், கழுத்துச்சுருக்கை நேர் செய்வதிலும் பத்து நிமிஷம் செலவழித்தேன். என் மயிர் மிருதுவானதன்று. எனவே, அதைச் சீவி ஒழுங்குபடுத்துவதற்கு தினம் பெரும்போராட்டம் நடத்தவேண்டி இருந்தது. ஒவ்வொருமுறை தொப்பி வைத்துக்கொள்ளும்போதும் தொப்பியை எடுக்கும்போதும் கை தானாகவே தலைமயிரை நாடிற்று. இவ்வாறே நாகரிக மாந்தர் நடுவில் அமர்ந்திருக்கும்போதெல்லாம் கரம் தானாகவே சென்று தலைமயிரை அடிக்கடி ஒழுங்குபடுத்திக் கொண்டிருக்கும்.

இவையெல்லாம் போதாதென்று ஆங்கில கனவானாவதற்குரிய என்று கருதப்படும் மற்றும் சில பயிற்சிகளிலும் கவனம் செலுத்தினேன். நடனம் பழகுவதும், பிரெஞ்சு பாஷை கற்பதும், பிரசங்க வன்மை பெறுவதும் அவசியமென்று சொன்னார்கள். பிரெஞ்சு பாஷை இங்கிலாந்துக்கு அண்டைநாட்டு மொழி என்பது மட்டுமன்று ஐரோப்பா முழுவதிலும் வெவ்வேறு நாட்டார்

ஒருவரோடொருவர் பேசுவதற்குரிய பொது மொழியாகவுமிருந்தது. நானோ ஐரோப்பாவில் பிராயணஞ்செய்ய விருப்பம் கொண்டிருந்தேன். நடனப்பயிற்சி வகுப்பு ஒன்றில் சேரத் தீர்மானித்து மூன்று வாரங்களில் ஆறு பாடமோ என்னவோ கற்றுக்கொண்டேன். ஆனால், சங்கீதத்துக்கிசைய நடனம் பயில்வது என்னால் ஆகாத காரியமாயிருந்தது. பியானோ வாத்தியத்தின் இசையே எனக்குப் பிடிபடவில்லை. எனவே, தாளத்துக்கொத்தபடி காலை எடுத்துவைக்க முடியவில்லை. பின்னர், என் செய்வது?

துறவி ஒருவர் எலி உபத்திரவத்திற்காகப் பூனை வளர்க்க ஆரம்பித்தாரென்றும், பின்னர் பூனைக்குப் பால் கொடுக்க ஒரு பசு வாங்கினாரென்றும், பசுவை மேய்க்க ஒரு மனிதரைப் பிடித்தாரென்றும் இப்படியே பெரிய குடும்பியாகிவிட்டாரென்றும் ஒரு கதையுண்டு. இத்துறவியின் குடும்பத்தைப்போல் எனது ஆவல்களும் வளரலாயின. மேனாட்டு இசைப்போக்கைத் தெரிந்துகொள்வதற்காகப் பிடில் வாசிக்கக் கற்றுக்கொள்ள விரும்பினேன். எனவே, இன்னொரு மூன்று பவுன் கொடுத்து பிடில் ஒன்ற வாங்கிக்கொண்டு உபாத்தியாயினிக்கு வேறு பணமும் செலவு செய்தேன். பிரசங்க வன்மை பெறும் பொருட்டு மற்றோர் ஆசிரியரைத் தேடிப்பிடித்து அவருக்கு ஒரு கினி (21 ஷில்லிங்) சம்பளம் கொடுத்தேன், பெல் என்பவர் தொகுத்த சொற்பொழிவு நூலை *(Standard Elocupionist)* அவர் பாடப் புத்தகமாகச் சிபாரிசு செய்தார். அந்நூலை வாங்கி, முதலில் பிட்* என்பவரின் பிரங்கமொன்றைப் படிக்கத் தொடங்கினேன். ஆனால், மிஸ்டர் பெல் என் காதில் எச்சரிக்கை மணியடித்துத் தட்டி எழுப்பினார். நான் விழித்துக்கொண்டேன்.

பின்வருமாறு சிந்திக்கலானேன். இங்கிலாந்தில் நான் ஆயுள் முழுவதும் கழிக்கப்போவதில்லை. பின்னர், எதற்காக ஆங்கிலத்தில் பிரசங்கவன்மைப் பயிற்சி பெறவேண்டும்? நடனப் பயிற்சியினால் நான் எவ்வாறு கனவானாக முடியும்? பிடில் இந்தியாவிலேயே கற்றுக்கொள்ளலாம். நான் இங்கிலாந்துக்கு வந்த காரியமென்ன? மாணாக்கனான நான் என் படிப்பை அல்லவா கவனிக்க வேண்டும்? பாரிஸ்டர் ஆவதற்குத் தகுதி செய்துகொள்ள வேண்டாமா? என்னுடைய ஒழுக்கத்தினால் நான் கனவானாயின் நன்று. இல்லாவிடில் அந்த ஆசையைத் துறந்துவிட வேண்டுவதே.

* பிட் (Pitt) என்பவர் பிரசங்க வன்மைக்குப் பெயர்போன பிரிட்டிஷ் முதன் மந்திரிகளில் ஒருவர். ஆங்கிலத்தில் (Bell) என்னும் பதம் மணி என்ற பொருளுடையது.

இத்தகைய எண்ணங்கள் என்னைப் பற்றிக்கொண்டன. பிரசங்க பயிற்சிக்காக நான் அமர்த்திய ஆசிரியருக்கு இவ்விஷயங்களைக் குறிப்பிட்டு இனிமேல் அவரிடம் வராதற்காக மன்னிக்கும்படி கடிதம் எழுதினேன். அவரிடம் இரண்டு மூன்று பாடங்களே கற்றுக்கொண்டேன். நடனப்பயிற்சி ஆசிரியருக்கும் இவ்வாறே கடிதம் எழுதினேன். பிடில் உபாத்தியாயினியிடம் நேரில் சென்று பிடிலை வந்த விலைக்கு விற்றுத்தரும்படி வேண்டினேன். அப்பெண்மணி என்னிடம் நட்புரிமையுடன் பேசினார். நான் இதுகாறும் பொய்யான வாழ்க்கை இலட்சியத்தை மேற்கொண்டிருந்ததாகக் கண்டுபிடித்த விவரத்தை அவரிடம் கூறினேன். அதை முழுவதும் மாற்றிவிட வேண்டுமென நான் உறுதிகொண்டிருந்ததை அவர் பாராட்டித் தைரியமூட்டினார்.

ஆங்கில கனவானாக வேண்டுமென்னும் இம்மோகம் சுமார் மூன்றுமாத காலம் இருந்திருக்கலாம். நாகரிகமான உடையிலிருந்த பைத்தியம் மட்டும் பின்னர் வருஷக்கணக்காக நீடித்திருந்தது. ஆனால், அன்றைய தினத்திலிருந்து நான் மாணாக்கனாகிவிட்டேன்.

15. மாறுதல்கள்

நடனம் முதலிய பயிற்சிகளில் நான் ஈடுபட்டிருந்தபோது இந்திரிய சுகத்தில் ஆழ்ந்துவிட்டதாக யாரும் எண்ண வேண்டாம். அப்போது நான் முழுவதும் மதிமயங்கிப் போய்விடவில்லை என்பதை வாசகர்கள் கவனித்திருப்பார்கள். அவ்வப்போது ஆத்ம சோதனை செய்து வந்தேன். நான் செலவழித்த ஒவ்வொரு பார்த்திங்கு (காலணா)க்கும் கணக்கும் வைத்திருந்தேன். கவலையுடன் யோசனை செய்தே செலவழித்தேன். வண்டிச் சத்தம், தபால் கூலி, பத்திரிகை வாங்கும் செலவு முதலிய மிகச்சிறு செலவினங்களையும் எழுதி வந்தேன். தினந்தோறும் படுக்கைக்குச் செல்வதற்கு முன் செலவு கூட்டிப்போட்டுப் பாக்கிக் காட்டுவேன். அப்போதிருந்து அவ்வழக்கம் என்னை விட்டகலாமலே இருந்து வந்திருக்கிறது. இதன் பயனாக, நான் லட்சக்கணக்கான பொதுப்பணத்தை நிர்வகித்து வந்திருக்கிறேனாயினும், ஒவ்வொரு நிதி விஷயத்திலும் சிக்கனமாய்ச் செலவு செய்து வந்திருக்கிறேன். நான் நடத்திய இயக்கங்கள் எல்லாவற்றிற்கும் கையிருப்புப் பணம் எப்போதும் இருந்து வந்ததே அன்றிக் கடன் ஏற்பட்டதே கிடையாது. இவ்விஷயத்தில் ஒவ்வோர் இளைஞனும் என் வாழ்க்கையை உதாரணமாகக் கொண்டு, தன்னிடம் வந்து செலவழிக்கிற

ஒவ்வொரு பைசாவுக்கும் கணக்கு வைத்து வந்தால் முடிவில் அவன் லாபமடைவது நிச்சயம்.

என் வாழ்வு முறையைக் கருத்துடன் கவனித்து வந்தேனாதலின், இன்னும் சிக்கனமாயிருத்தல் அவசியம் என்று கண்டேன். எனவே, எனது செலவுகளைப் பாதியளவாகக் குறைத்துவிட வேண்டுமென்று முடிவு செய்தேன். கணக்கில் வண்டிச்சத்தச் செலவு அதிகம் காணப்பட்டது. ஒரு குடும்பமொன்றில் நான் உணவருந்தி வந்தபடியால் வாரந்தோறும் குறிப்பிட்டத் தொகைக் கொடுக்கவேண்டியிருந்தது. மற்றும், குடும்பத்தைச் சேர்ந்தவர்களை மரியாதைக்காக எப்போதேனும் ஹோட்டலுக்கு அழைத்துச் செல்வதிலும், அவர்களுடன் விருந்துகள், வேடிக்கைகள் முதலியவற்றுக்குச் செல்வதிலும் செலவு அதிகமாயிற்று. இவைகள் எல்லாவற்றிற்கும் வண்டிச்செலவு ஏராளம். முக்கியமாகப் பெண்மணி ஒருவரை உடன் அழைத்துச்சென்றால் எல்லாச் செலவுகளையும் ஆண்மகனே பொறுத்துக்கொள்ள வேண்டுவது சம்பிரதாயமாயிருந்தது. வெளியே சாப்பிடுவதற்கு அதிக செலவானதோடு அவ்வேளைகளுக்காக, வீட்டுக்கு வாரந்தோறும் கொடுத்தத் தொகையில் குறைக்கப்படுவதுமில்லை. இந்தச் செலவுகளை எல்லாம் நிறுத்திவிடலாமென்று எனக்குத் தோன்றிற்று. சம்பிரதாயம் என்ற பொய் உணர்ச்சியால் வரும் வீண் செலவுகளையும் ஒதுக்கிவிட எண்ணினேன்.

எனவே, இனிமேல் குடும்பத்தில் வசிப்பதற்குப் பதிலாகத் தனி அறைகள் வாடகைக்கு எடுத்துக்கொண்டு வசிக்கவும், அவ்வப்போது செய்யவேண்டியுள்ள வேலைக்குத் தகுந்தபடி வெவ்வேறு இடத்திற்கு ஜாகையை மாற்றிக்கொள்ளவும் தீர்மானித்தேன். இதனால் அனுபவமும் பெறலாமென்று எண்ணினேன். எனக்கு வேலை இருந்த இடத்துக்கு அரைமணி நேரத்தில் நடந்துபோகக்கூடிய தூரத்திற்குள் அறைகள் அமர்த்திக்கொண்டேன். இதனால் வண்டிச் சத்தம் மீதியாயிற்று. இதற்குமுன், காரியமாகப் போகவேண்டிய இடங்களுக்கு வண்டிச் சத்தம் கொடுத்துப்போவேன். பின்னர் உலாவுவதற்கென்று தனியாகச் செல்வேன். புதிய ஏற்பாட்டினால் பணம் மீதியானதுடன் தினம் எட்டு மைல் முதல் பத்து மைல் வரை நடப்பதற்கும் சந்தர்ப்பம் ஏற்பட்டது. அவ்வாறு நீண்டதூரம் நடக்கும் வழக்கத்தை நான் மேற்கொண்டிருந்ததின் பயனாகவே இங்கிலாந்தில் இருக்குங்காலம் முழுவதும் நோயற்ற வாழ்க்கை உடையவனாயிருந்தேன். என் உடலும் உரம் பெற்றது.

இரண்டு அறைகள் உள்ள ஒரு ஜாகையை வாடகைக்குப் பிடித்தேன். ஒன்றை உட்கார்ந்து வேலை செய்வதற்கும்,

மற்றொன்றைப் படுக்கைக்கும் உபயோகித்தேன், என் லண்டன் வாழ்க்கையில் இது இரண்டாவது நிலை, மூன்றாவது இனி வர இருந்தது.

இந்த மாறுதல்களினால் பாதிச் செலவு மீதியாயிற்று. ஆனால், காலத்தை எவ்வாறு பயன்படுத்துவது? பாரிஸ்டர் பரீட்சைக்கு அதிகம் படிக்க வேண்டுவதில்லை என அறிந்திருந்தேன். ஆதலின் நேரத்திற்குப் பஞ்சமே கிடையாது. ஆங்கில மொழிப் பயிற்சி எனக்குப் போதாமலிருந்தது, ஓயாத் தொந்தரவாய் இருந்து வந்தது. “முதலில் பி.ஏ,. பட்டம் பெற்றுப் பின்னர் என்னிடம் வா” என்று மிஸ்டர் லெலி (பிற்காலத்தில் ஸர் பிரடெரிக் லெலி) கூறிய மொழிகள் இன்னும் என் செவியில் தொணித்துக்கொண்டிருந்தன. பாரிஸ்டர் பரீட்சையில் தேறுவதை மட்டும் போதாதென்றும் இலக்கியக் கல்விக்குரிய பட்டமும் ஏதாவது பெறவேண்டுமென்றும் எண்ணினேன்.

ஆக்ஸ்போர்டு, கேம்பிரீட்ஜ் சர்வ கலாசாலைகளைப் பற்றி விசாரித்தேன். நண்பர்களிடமும் கலந்தேன் அவ்விடங்களுக்குச் சென்றால் அதிக செலவாகுமென்றும், நீண்டகாலம் இங்கிலாந்தில் வசிக்க வேண்டிவரும் என்றும் தெரியவந்தன. கடினமான பரீட்சையில் தேறித் திருப்திபெற விரும்பினால் லண்டன் மெட்ரிக்குலேஷன் பரீட்சைக்குப் போகும்படி ஒரு நண்பர் யோசனைக் கூறினார். அதற்கு அதிக உழைப்பு வேண்டுமென்றும் பொது அறிவு பெரிதும் வளர்ச்சியுறுமென்றும், அதற்காகச் செலவு கிடையாதென்றும் தெரியவந்தன. இந்த யோசனை எனக்குப் பிடித்திருந்தது. ஆனால், பரீட்சைக்குரிய விஷயங்களை அறிந்ததும் பயந்துவிட்டேன். லத்தீன் பாஷையும் அதைத் தவிர தற்கால ஐரோப்பிய பாஷை ஒன்றும் கட்டாயமாகப் படிக்கவேண்டியிருந்தது. லத்தீன் மொழி படித்துத் தேறுதல் எப்படி என மலைத்தேன். ஆனால், அந்நண்பர் அப்பாஷைக்குப் பெரிதும் பரிந்து பேசினார்.

“நியாயவாதிகளுக்கு லத்தீன் மிகவும் பயன்படும். லத்தீன் தெரிந்தால் சட்டப் புத்தகங்களை எளிதில் படித்தறியலாம். ரோமன் சட்டத்தில் ஒரு பரீட்சை முழுவதும் லத்தீனிலேயே எழுதியாக வேண்டும். அம்மொழி கற்பதால் ஆங்கில ஞானமும் அபிவிருத்தியடையும்” என்று அவர் கூறினார். நண்பர் கூறியது உசிதமாகப்பட்டது எனவே, எவ்வளவு கஷ்டமாயிருந்தாலும் லத்தீன் கற்றுக்கொள்ளத் தீர்மானித்தேன்.

முன்னாலேயே பிரெஞ்சு கற்றுக்கொள்ள ஆரம்பித்திருந்தேன். ஆதலின், தற்கால ஐரோப்பிய பாஷையாக அதை

எடுத்துக்கொண்டேன். மெட்ரிக்குலேஷன் பரீட்சைக்குத் தயார் செய்யும் ஒரு வகுப்பில் சேர்ந்தேன். ஆறு மாதத்திற்கொரு முறை பரீட்சை, எனக்கு ஐந்து மாத காலமே பாக்கி இருந்தது. ஆங்கில கனவானாக விரும்பிய நான் இப்போது கருத்துள்ள மாணக்கனானேன். தினந்தோறும் படிப்புக்கும் மற்ற வேலைகளுக்கும் நிமிஷம் தவறாமல் காலவரையறை ஏற்படுத்திக்கொண்டேன், ஆனால், குறிப்பிட்டக் காலத்திற்குள் மற்ற பாடங்களுடன் லத்தீன், பிரெஞ்சு இவ்விரண்டு மொழிகளையும் கற்றுக்கொண்டுவிடும் அளவுக்கு என் அறிவும் ஞாபக சக்தியும் துணை செய்யவில்லை. முடிவில், லத்தீன் பரீட்சையில் சுழி போட்டேன். இதனால் வருத்தமுற்றேனாயினும் நம்பிக்கை இழந்துவிடவில்லை. இதற்குள் அம்மொழியில் எனக்குச் சுவையும் ஏற்பட்டுவிட்டது.

பிரெஞ்சுப் பரீட்சைக்கு இன்னொருமுறை போவதால் அம்மொழியில் என் அறிவு அபிவிருத்தியடையுமென எண்ணினேன். விஞ்ஞானப்பகுதியில் மட்டும் புதிய விஷயம் ஒன்றை எடுத்துக்கொள்ளத் தீர்மானித்தேன். இந்தியாவில் ரசாயன சாஸ்திரம் கட்டாயப் பாடமாயிருந்தபடியால் இங்கும் முதன்முறை அதை எடுத்துக்கொண்டிருந்தபடியால் அது அவ்வளவு சுவையாக இல்லை. எனவே இம்முறை சட்ட சாஸ்திரத்தில் வெப்பம், வெளிச்சம் என்னும் விஷயங்களை எடுத்துக்கொண்டேன். அவை எளிதானவை என்று கேள்விப்பட்டிருந்தேன். அனுபவத்தில் அது உண்மை என்று தெரிந்தது.

இவ்வாறு இரண்டாம் முறை பரீட்சைக்குத் தயார் செய்கையில் வாழ்க்கைமுறையை இன்னும் எளிதாக்க முயன்றேன். என் வாழ்க்கைமுறை இன்னமும் என் குடும்ப நிலைமைக்குத் தகுந்ததாகவில்லை என்று நினைத்தேன். அநேக கஷ்டங்களுக்கிடையே நான் கேட்கும்போதெல்லாம் தவறாது பணம் அனுப்பிவந்த என் சகோதரரை நினைத்தபோது என் மனம் பெரிதும் வருந்தியது. மாதம் எட்டு பவுன் முதல் பதினைந்து பவுன்வரை செலவு செய்த மாணாக்கர்களில் பெரும்பாலோர் உபகாரச் சம்பளம் பெறுவோராயிருத்தலை அறிந்தேன். மிக எளிய வாழ்வுக்கு உதாரணமானவர்களும் இல்லாமற்போகவில்லை. என்னைவிட எளிய வாழ்க்கை நடத்திய ஏழை மாணாக்கர் நகரின் ஆபாசச் சந்து ஒன்றில் வாரம் இரண்டு ஷில்லிங் வாடகை கொடுத்துக்கொண்டு ஒரே அறையில் இருந்தார். இரண்டு பென்ஸ் பெறுமான கோக்கோ, ரொட்டி இவற்றுடன் அவருக்கு ஒருவேளை

சாப்பாடு முடிந்துவிடும். அவரைப்போல் ஆவதைப்பற்றி நான் நினைப்பதற்கே இல்லையாயினும், இரண்டு அறைகளுக்குப் பதிலாக ஓர் அறை போதுமென்றும், சிலவேளை நானே அறையில் உணவு தயாரித்துக்கொள்ளலாமென்றும் தீர்மானித்தேன். இதனால் மாதத்திற்கு நான்கு ஐந்து பவுன் மீதியாவதாயிருந்தது.

எளிய வாழ்வைப்பற்றி புத்தகங்கள் சிலவும் எனக்குக் கிடைத்தன. இரட்டை அறைகளைக் காலி செய்துவிட்டுத் தனியறை ஒன்றைப் பிடித்தேன். எண்ணெய் அடுப்பு ஒன்று வாங்கி, காலைவேளைக்கு நானே சமையல் செய்து கொள்ளலானேன். இதற்கு இருபது நிமிஷங்களுக்கு மேலாகவில்லை. ஏனெனில், என் காலைவேளை உணவு ஓட்தானியக் கூழும் கோக்கோவுந்தான். சிற்றுண்டி வெளியில் சாப்பிட்டேன். மாலையில் மீண்டும் அறையிலேயே ரொட்டியும், கோக்கோவும் தயாரித்துக்கொண்டேன். இம்மாதிரி நாள் ஒன்றுக்கு ஒரு ஷில்லிங் மூன்று பென்ஸ் செலவில் வாழ்க்கை நடத்தலானேன். இக்காலம், படிப்பில் நான் பெருமுயற்சி எடுத்துக்கொண்ட காலமுமாகும். எளிய வாழ்க்கையை மேற்கொண்ட காரணத்தினால் படிக்க நிரம்பச் சாவகாசமிருந்தது. முடிவில் பரீட்சையில் தேறினேன்.

எளிய வாழ்வு முறையைக் கைக்கொண்டதால், என் வாழ்க்கை இன்பமற்றதாயிற்று என்று வாசகர்கள் எண்ணவேண்டாம். அதற்கு மாறாக இம்மாறுதல் என் அகவாழ்வையும் புறவாழ்வையும் ஒற்றுமைப்படுத்திற்று. என் குடும்பத்தின் நிலைமைக்கும் அது ஒத்ததாயிருந்தது. பழைய வாழ்க்கையைவிட அது உண்மையோடு இயைந்ததாயிருந்தது என்பது நிச்சயம்; என் ஆன்மா ஆனந்தக்கடலில் மூழ்கித் திளைத்தது.

16. உணவுப் பரிசோதனைகள்

நான் ஆத்ம பரிசோதனை செய்யச்செய்ய, என் அகவாழ்விலும் புறவாழ்விலும் இன்னும் மாறுதல்கள் அவசியமென்று உணரலானேன். வாழ்வுமுறையிலும், செலவினங்களிலும் மாறுதல் செய்யத் தொடங்கிய உடனே அதற்கும் முன்னரே என்று கூறலாம். என் உணவில் மாறுதல்கள் செய்யத்தொடங்கிவிட்டேன். சைவ உணவை ஆதரித்து எழுதிய நூலாசிரியர்கள், மிகவும் நுட்பமாக அவ்விஷயத்தை ஆராய்ச்சி செய்திருந்ததைக் கண்டேன். சமயம், விஞ்ஞானம், சௌகரியம், வைத்தியம் ஆகிய இந்நான்கு வழியிலும்

காரணங்கூறி ஊனுணவு கூடாதென்று அந்நூலாசிரியர் வலியுறுத்தி இருந்தார். புலால் உணவு அறவொழுக்கத்துக்கு மாறுப்பட்டதென்பதற்கு அவர்கள் பின்வருமாறு காரணம் கூறினார். மனிதன் மிருகங்களைவிட மேலானவனாயிருப்பது அவன் மிருகங்களைக் கொன்று தின்று வயிற்றை நிரப்பிக் கொள்வதற்காகவன்று. மேல்வர்க்கத்தைச் சேர்ந்த ஜீவர்கள் கீழ்வர்க்கத்தைச் சேர்ந்தவைகளை ஆதரித்துக் காப்பாற்றவேண்டும். மற்றும், மனிதன் சுகானுபவத்திற்காக உணவு கொள்ளுதல் முறையன்றென்றும், உயிர் வாழ்வதற்காகவே அவன் உணவருந்தல் வேண்டுமென்றும் அவர்கள் ஸ்தாபித்திருந்தனர். இக்காரணத்தினால், அவர்களில் சிலர், புலால் மட்டுமே அன்றி முட்டைகளும், பாலுங்கூட உதவா என்றுகூறித் தாங்களும் அவற்றை அருந்துவதை நிறுத்தியிருந்தனர்.

விஞ்ஞானத்துறையில் ஆராயும்போது, மனிதனின் உடல் அமைப்பு அவன் சமைத்து உண்பதற்காகப் படைக்கப்பட்டவன் அல்லன் என்றும் பச்சையாகக் கடித்துத் தின்னும் இயல்புடன் படைக்கப்பட்டவன் என்றும் காட்டுவதாகச் சிலர் முடிவுகட்டியிருந்தனர். மனிதன் குழந்தைப்பருவத்தில் தாய்ப்பால் மட்டும் அருந்தலாமே அன்றி, பல்முளைக்கத் தொடங்கியதும் கெட்டியான உணவுப் பொருள்களைக் கடித்துத் தின்ன ஆரம்பித்துவிட வேண்டுமென்று அவர்கள் கூறினார்கள். வைத்திய சாஸ்திரத்தின்படி ஊறுகாய், மசாலா வகைகளைச் சேர்ந்த எல்லாவற்றையும் விலக்கிவிட வேண்டுமென்று அவர்கள் சொன்னார்கள். சௌகரியத்தையும், பொருட்செலவையும் உத்தேசிக்கும்போது சைவ உணவே மிகச் சிக்கனமானது என்றும் அவர்கள் நிரூபித்திருந்தனர். இந்த எல்லாக்காரணங்களையும் நான் மனதிற்கொண்டேன். சைவ உணவுச் சாலைகளில் மேற்சொன்ன ஒவ்வொரு காரணத்தையும் முன்னிட்டு அவ்விரதங்கொண்ட மனிதர்களைச் சந்தித்தேன். இங்கிலாந்தில் சைவ உணவுச் சங்கம் ஒன்றும் இருந்தது. இச்சங்கத்தார் வாரப் பத்திரிகை ஒன்றை நடத்தி வந்தனர். நான் அப்பத்திரிகையின் சந்தாதாரனாகச் சேர்ந்தேன். சங்கத்திலும் அங்கத்தினனானேன். விரைவில் நிர்வாக சபைக்குத் தேர்ந்தெடுக்கப்பட்டேன். இங்கே சைவ உணவு இயக்கத்தின் பிரதான புருஷர் பலருடன் எனக்குப் பழக்கம் உண்டாயிற்று. சொந்தத்தில் உணவுப் பரிசோதனைகள் நடத்தவும் ஆரம்பித்தேன்.

ஊரிலிருந்து தருவித்த மிட்டாய்களையும் ஊறுகாய் வகைகளையும் உட்கொள்வதை நிறுத்தினேன். மனம் இப்போது

வேறுவழியில் சென்றிருந்த படியால் மசாலா கலவாமல் வேக மட்டும் வைத்த காய்கறி வகைகள் இப்போது சுவையாயிருந்தன. இத்தகைய சோதனைகள் பலவற்றின் பயனாக, சுவை என்பது நாவில் இல்லை என்றும் மனதிலேயே இருக்கிறதென்றும் அறிந்துகொண்டேன்.

சிக்கனத்தின் அவசியம் என் மனதைவிட்டு அகலவேயில்லை, அக்காலத்திலும், தேயிலை, காப்பி பானங்கள் தீங்கு விளைவிப்பன என்றும், கோக்கோ பானம் நல்லது என்றும் கருதியவர் பலர் இருந்தனர். உடலுக்கு வளம் தரும் பொருள்களை மட்டுமே ஒருவன் உட்கொள்ளவேண்டும் என்று முடிவுக்கு வந்திருந்தேனாதலால் வழக்கமாகத் தேயிலை அல்லது காப்பி பானம் அருந்துவதை விட்டுவிட்டுக் கோக்கோ பானத்தை மேற்கொண்டேன்.

நான் உணவுகொண்ட போஜனசாலைகளில் இரண்டு பிரிவுகள் இருந்தன. ஒரு பிரிவில் பலவகை உணவுப் பண்டங்கள் உண்டு. அவரவர்கள் இஷ்டமானதை வாங்கிச் சாப்பிட்டுப் பண்டங்களின் விலையைக் கொடுத்துவிட வேண்டும். இப்பிரிவில் உணவு கொள்வோருக்கு ஒரு ஷில்லிங் முதல் இரண்டு ஷில்லிங் வரை ஆகும். பெரும்பாலும் பணக்காரர்களே இப்பிரிவில் உணவு சாப்பிடுவார்கள். மற்றொரு பிரிவில் ஒரு சாப்பாட்டுக்கு ஆறு பென்ஸீதான். மூன்று தினுசு உணவும், கொஞ்சம் ரொட்டியும் மட்டுமே கொடுப்பார்கள். நான் அதிக சிக்கன வாழ்க்கையை மேற்கொண்டிருந்தபோது இந்தப் பிரிவிலேயே சாப்பிட்டு வந்தேன்.

பிரதான சோதனையுடன், பல சிறு சோதனைகளும் நடந்து வந்தன. உதாரணமாக ஒருமுறை மாவுப் பண்டங்கள் எல்லாவற்றையும் விலக்கியிருந்தேன். இன்னொரு சமயம் ரொட்டி, பழம் இரண்டும் மட்டுமே உண்டு வந்தேன், மற்றொருமுறை பால், பாற்கட்டி, முட்டைகள் இவைகளை மட்டும் ஆகாரமாகக் கொண்டிருந்தேன். கடைசியில் சொன்ன சோதனையைப் பற்றிச் சிறிது கவனிக்கவேண்டும். அது இரண்டு வாரங்கூட நடைபெறவில்லை. மாவுப்பொருள்களை விலக்கச்சொன்ன ஒருவர் முட்டைகளைப் பெரிதும் சிலாகித்து எழுதியிருந்தார். முட்டைகளைப் புலாலுடன் சேர்க்கக்கூடாதென்பது அவருடைய வாதம். முட்டை தின்பதில் உயிருள்ள பிராணி எதற்கும் தீங்கு செய்யப்படவில்லை என வெளிப்படையாகத் தோன்றியது. இந்த வாதத்தில் மயங்கி நான் முட்டை தின்னத்தொடங்கினேன். ஆனால், இம்மயக்கம் அதிக நாள் நீடித்திருக்கவில்லை. நான் செய்த பிரதிக்ஞைக்கு இப்போது புதிய வியாக்யானம் செய்தல் தவறு என,

நான் செய்தது என் அன்னையிடம். எனவே, அவருடைய வியாக்யானத்தையே நான் ஏற்றுக்கொள்ள வேண்டும். அவர் முட்டையையும் புலாலாகவே கருதினார் என்பதை நான் அறிவேன். இவ்வாறு பிரதிக்ஞையின் உண்மைக் கருத்தை அறிந்ததும் முட்டைகளையும் அது சம்பந்தமான பரிசோதனைகளையும் அறவே விட்டுவிட்டேன்.

இவ்வாதம் சம்பந்தமாகக் கவனிக்கவேண்டிய நுட்பமான விஷயம் ஒன்றுண்டு. இங்கிலாந்தில் புலால் என்பதற்கு மூவகை வியாக்கியானங்கள் கூறப்பட்டன. ஒரு சாரார் புலால் என்பது பறவைகள், மிருகங்கள் இவற்றின் இறைச்சி மட்டுமே என்று கூறினார். இவர்கள் அவ்விருவகை இறைச்சியையும் விலக்கி மீனும், முட்டையும் உட்கொண்டார்கள். மற்றொரு சாரார் எல்லா உயிர் பிராணிகள் எல்லாவற்றின் தசையும், அவ்வாறே அவைகளால் தரப்படும் பொருள்களும் உதவா என்றனர். இவர்களுடைய கொள்கையின்படி முட்டை, பால் இவைகளும் புலாலுணவே ஆகும். என்னைப் பொறுத்தவரை, புலால் என அன்னையர் கொண்ட பொருளே என்னைக் கட்டுப்படுத்துமென்று நம்பினேன். எனவே, என் பிரதிக்ஞையை நிறைவேற்றும் பொருட்டு முட்டைகளை விலக்கியே ஆகவேண்டும் என எண்ணி அவ்வாறே செய்தேன். இதனால் பெரிதும் கஷ்டம் ஏற்பட்டது. ஏனெனில், சைவ உணவுச் சாலைகளில்கூடப் பல உணவுப் பொருள்களில் முட்டை சேர்த்திருந்தார்கள். எனவே, முன்னமே தெரிந்திருந்தாலன்றி. ஒவ்வொரு வகை உணவும் முட்டை சேர்ந்ததா. சேராததா என்ற விசாரித்தறிய வேண்டிய சங்கடமான நிலைமை ஏற்பட்டது. ஏனெனில் மிட்டாய்கள், பணியாரங்கள் பலவற்றில் முட்டை சேர்ந்தே இருந்தது, என் கடமையை உணர்ந்ததால் இதனால் கஷ்டம் நேரிட்டதாயினும், அதனால் என் உணவு மிகவும் எளியதாயிற்று. இது மீண்டும் தொல்லை அளித்தது. எவ்வாறெனில், என் நாவுக்குச் சுவை அளிக்கத்தொடங்கிய பல உணவு வகைகளை இதனால் விட்டுவிட வேண்டி வந்தது. ஆனால், இந்தக் கஷ்டங்களை நான் அந்த நாளில் பொருட்படுத்தவில்லை. ஏனெனில், பிரதிக்ஞையை அணுவளவும் பிறழாது நிறைவேற்றி வருகிறோமென்னும் எண்ணம் மனதிற்குப் பெருந்திருப்தியை அளித்தது. நாவின் சுவையைவிட மனத்தின் இச்சுவை அதிக இன்பமும் சுகமும் தருவதாயிருந்ததோடு நீடித்ததுமாயுமிருந்தது.

ஆனால், இது பெரிதன்று மற்றொரு பிரிதிக்ஞையைப் பொறுத்த பெருஞ்சோதனை இனிமேல்தான் வரவிருந்தது. எனினும் ஆண்டவன் அருள் பெற்றார்க்கு யாரே தீங்கிழைக்க வல்லார்?

பிரதிக்ஞைகள் அல்லது சபதங்களுக்குப் பொருள் கொள்வதைப்பற்றி இவ்விடத்தில் சில வார்த்தைகள் கூறுதல் பொருந்தும். உலகெங்கும் பிதிக்ஞைக்குப் பொருள்கொள்ளும் விஷயம் பெருஞ்சச்சரவுக்கு இடமாயிருந்து வந்திருக்கிறது. பிதிக்ஞை எத்துணைத் தெளிவானதாய் இருப்பினும் ஜனங்கள் தங்களுக்கு அனுகூலமாக அதைத் திரித்துப் பொருள் கொள்கிறார்கள். ஜன சமூகத்தில் எல்லா வகுப்புகளிலும், அரசர்கள் முதல் ஏழைக்குடியானவர்கள் வரை இத்தகையோரைக் காணலாம். சுயநலத்தினால் அவர்கள் குருடர்களாகித் தங்களைத் தாங்களே ஏமாற்றிக்கொள்வதல்லாமல் உலகத்தையும் கடவுளையும் ஏமாற்ற முயல்கிறார்கள். இத்தகைய சந்தர்ப்பங்களில், யார் முன்னிலையில் பிரதிக்ஞை செய்யப்படுகிறதோ. அவர்கள் கூறும் வியாக்யானத்தை உண்மையாக ஏற்றுக்கொள்வதே சிறந்த முறையாகும். இரு பொருள் தரக்கூடிய பிரதிக்ஞைகள் விஷயத்தில் பலத்தில் குறைந்தவர்களின் பொருளை ஏற்றுக்கொள்ளுதல் அடுத்தபடியான முறை... இவ்விரண்டு முறைகளும் நிராகரிக்கப்பட்டால் அந்த சத்தியத்தில் வேர் கொண்டவையான சச்சரவும் அநீதியும் விளையும். சத்தியத்தைத் தேடும் முயற்சியில் ஈடுபட்டவன் எளிதில் முதல்முறையைக் கைக்கொள்ளுகிறான். அவன் வியாக்யானம் கேட்கப் படித்தவர்களிடம் செல்வதில்லை. எனவே, அம்முறைப்படி என் அன்னை புலால் என்பதற்கு என்ன பொருள் கொண்டாரோ அதுவே எனக்கு உண்மைப் பொருளாகும். அனுபவ முதிர்ச்சியும், அதிக அறிவும் பெற்றுள்ளோம் என்னும் கர்வமும் எனக்குக் கற்பிக்கும் பொருள் உண்மைப்பொருளாக மாட்டாது.

இங்கிலாந்தில் நான் சிக்கனத்தையும், தேக சுகத்தையும் இலட்சியங்களாகக் கொண்டே உணவுச்சோதனைகள் நடத்தினேன். சமயத்துக்கும் உணவுக்குமுள்ள சம்பந்தத்தைப் பற்றித் தென்னாப்பிரிக்கா செல்வதற்கு முன்னால் நான் சிந்திக்கவே இல்லை. அங்கே நான் நடத்திய கடுஞ்சோதனைகளைக் குறித்துப் பின்னர் தெரிவிப்பேன். ஆயினும் இச்சோதனைகள் எல்லாவற்றிற்கும் விதை விதைக்கப்பட்டது இங்கிலாந்திலேயே.

ஒரு மதம்விட்டுப் பிற மதம் புகுந்தவன் புதிய மதத்தினிடம், அதிலேயே பிறந்து வளர்ந்தவர்களைவிட அதிக அபிமானம் கொண்டிருப்பது இயல்பு. சைவ உணவு என்பது அப்போது இங்கிலாந்தில் புதிய கொள்கையாயிருந்தது. எனக்கும் அப்படியே. ஏனெனனில், இங்கிலாந்துக்குப் போனபோது புலாலுணவு இன்றியமையாதது என்னும் நம்பிக்கை கொண்டவனாயிருந்தேன்.

பின்னர், அறிவாராய்ச்சியின் மூலமாய்ச் சைவ உணவே சிறந்ததென்னும் கொள்கைக்குத் திரும்பியவன் நான். எனவே, புதிதாக மதம் மாறியவனின் தீவிர உற்சாகத்துடன், நான் இருந்த பேதஸ்வாடர் என்னும் பகுதியில் சைவ உணவுச் சங்கம் ஒன்றை ஸ்தாபிக்கத் தீர்மானித்தேன். அங்கு வசித்த ஸர் எட்சின் அர்ல்டு அவர்களை இச்சங்கத்தின் உப அக்கிராசனராயிருக்கும்படி கேட்டுக்கொண்டேன். வெஜிடேரியன் என்னும் சைவ உணவுப் பத்திரிகையின் ஆசிரியர் டாக்டர் ஓல்ட் பீல்ட் என்பார் சங்கத்தின் அக்கிராசனரானார். காரியதரிசிப் பொறுப்பை நானே ஏற்றுக்கொண்டேன். கொஞ்சநாள் இச்சங்கம் நன்கு நடைபெற்று வந்தது. ஆனால், அடிக்கடி இடம் மாறும் என் வழக்கத்தின்படி அவ்விடத்தைவிட்டு வேறிடத்திற்கு ஜாகையை மாற்றியதும் சங்கமும் கலைந்துபோயிற்று. ஆயினும் இந்தச் சிறு அனுபவத்தினின்றும் பொது ஸ்தாபனங்களை அமைத்து நடத்தும் வழியில் ஓரளவு பயிற்சி பெற்றேன்.

17. சங்கோசம் எனது காப்பு

முன் அத்தியாயத்தில் சைவ உணவுச் சங்கத்தின் நிர்வாகச் சபைக்கு நான் தேர்ந்தெடுக்கப்பட்டதாகக் கூறினேன். நிர்வாகச் சபைக்கூட்டம் ஒவ்வொன்றுக்கும் நான் தவறாமல் போய்வந்தேன். ஆனால், வாய் திறந்து பேசுவது மட்டும் இல்லை. டாக்டர் ஓல்ட் பீல்ட் ஒருமுறை, "என்னிடம் நீங்கள் நன்றாகப் பேசுகிறீர்களே! கமிட்டிக் கூட்டத்தில் மட்டும் ஏன் வாய் மூடி மௌனியா இருக்கிறீர்கள்?" என்று கேட்டார். எல்லோரும் தங்கள் தங்கள் அபிப்பிராயங்களைக் கூறுகையில் நான் மட்டும் மௌனஞ் சாதிப்பது ஒரு விநோதமாகவே தோன்றுமல்லவா? பேசுவதற்கு எனக்கு ஆசை இல்லாமலில்லை. பேசத்தெரியாத குறைதான். மற்ற எல்லா அங்கத்தினர்களும் என்னைவிட அதிக விஷயம் தெரிந்தவர்களாக எனக்குத் தோன்றினார்கள். எப்போதேனும் நான் நிரம்ப தைரியப்படுத்திக்கொண்டு பேச ஆரம்பிக்கலாமென்று நினைத்தால் அப்போது வேறு விஷயம் எடுத்துக்கொள்ளப்பட்டுவிடும். இவ்வாறு நீண்டகாலம் நிகழ்ந்து வந்தது.

இதற்கிடையில் ஒரு முக்கியமான விஷயம் விவாதத்திற்கு வந்தது. அது விவாதிக்கப்படும் கூட்டத்துக்குப் போகாமலிருப்பது தவறென்றும், மௌனமாய் வாக்கு மட்டும் கொடுத்து வருவதோ

கோழைத்தனமாகுமென்றும் நினைத்தேன். அவ்விஷயம் பின்வருமாறு எழுந்தது: அச்சங்கத்தின் அக்கிராசனர் மிஸ்டர் ஹில் என்பவர், அவர் தேம்ஸ் இரும்புத் தொழிற்சாலையின் சொந்தக்காரர். ஒழுக்கத்தூய்மை விஷயத்தில் அவர் கண்டிப்பானக் கொள்கைகளை உடையவர். அவருடைய பண உதவியினாலேயே சங்கம் நடந்து வந்ததென்று கூறுவது மிகையாகாது. நிர்வாகச் சபை அங்கத்தினரில் பலர் அவர் ஆதரவில் வாழ்க்கை நடத்துபவர். சைவ உணவு இயக்கத்தில் பிரசித்திபெற்றவரான டாக்டர் அல்லின்ஸன் என்பாரும் நிர்வாகச் சபையில் ஓர் அங்கத்தினராயிருந்தார். பிரஜா உற்பத்தியைச் செயற்கை முறைகளால் கட்டுப்படுத்தும் இயக்கம் அப்போது புதிதாக ஆரம்பமாகி இருந்தது. டாக்டர் அல்லின்ஸன் அவ்வியக்கத்தை ஆதரிப்பவர். தொழிலாளர்களிடையே அவர் அம்முறைகளைப் பிரச்சாரம் செய்து வந்தார். மிஸ்டர் ஹில்ஸோ, அவ்வியக்கம் ஒழுக்கநெறியை அடியுடன் குலைக்கக் கூடியதென்று கருதினார். சைவ உணவுச் சங்கத்தின் நோக்கம் உணவுச் சீர்திருத்தம் மட்டும் அன்றென்றும், ஒழுக்கச் சீர்திருத்தமும் அதன் வேலையாகுமென்றும் அவர் எண்ணினார். எனவே, டாக்டர் அல்லின்ஸனைப் போன்றோருக்குச் சங்கத்தில் இடங்கொடுக்கக் கூடாதென்பது அவர் அபிப்பிராயமாயிருந்தது. டாக்டர் அல்லியன்ஸனைச் சங்கத்தினின்றும் நீக்கும் பொருட்டு ஒரு தீர்மானமும் கொண்டுவரப்பட்டது. இவ்விவாதம் என் மனதைப் பெரிதும் கவர்ந்திருந்தது. டாக்டர் அல்லியன்ஸன் ஆதரித்த பிரஜா உற்பத்தியைக் கட்டுப்படுத்தும் செயற்கை முறைகள் அபாயகரமானவை என்றும், அவரை எதிர்த்து வேலை செய்தவற்கு மிஸ்டர் ஹில்ஸுக்கு உரிமை உண்டென்றும் நான் கருதினேன். மேலும், மிஸ்டர் ஹில்ஸிடம் எனக்குப் பெரும் மதிப்புண்டு. அவருடைய தாராள குணத்தை நான் வியந்தேன். ஆனால், ஒழுக்கநெறிக் கொள்கைகளைப் பற்றிய அபிப்பிராய பேதம் காரணமாக ஒருவரைச் சைவ உணவுச் சங்கத்தினின்று விலக்குவது சிறிதும் நியாயமாகாதென்று எனக்குத் தோன்றியது. அத்தகையோரைச் சங்கத்தினின்று விலக்கிவிட வேண்டுமென்பது மிஸ்டர் ஹில்ஸின் சொந்த அபிப்பிராயமே ஆகும். சங்கத்தின் குறிப்பிட்ட நோக்கம் சாகபட்சணக் கொள்கையைப் பரப்புவதே அல்லாமல் ஏதோ ஓர் ஒழுக்கமுறையை பரப்புவதன்று. ஆதலின் ஒழுக்கமுறை சம்பந்தமாக ஒருவனுடைய அபிப்பிராயம் எத்தகையதாயினும், சைவ உணவு விரதம் மேற்கொண்டவன் எவனும் இச்சங்கத்தில் சேர உரிமை உடையவன் என்று நான் எண்ணினேன்.

என்னைப்போன்றே அபிப்பிராயங்கொண்டவர் கமிட்டியில் இன்னும் சிலர் இருந்தனர். ஆயினும், என்னுடைய அபிப்பிராயத்தை இம்முறை நானே வெளியிடவேண்டுமென்று என் மனச்சான்று வலியுறுத்திற்று. ஆனால், இதை எவ்வாறு செய்வது? பேசுவதற்கு எனக்குத் தைரியமில்லை. ஆதலின் எழுதிப் படிக்கலாமென்று தீர்மானித்தேன். அவ்வாறே எழுதி எடுத்துக்கொண்டு சங்கத்தின் கூட்டத்துக்குப் போனேன். எனினும் எழுதியதைப் படிக்கக்கூட என்னால் இயலாமல் போயிற்று. அக்கிராசனர், வேறொருவரைக் கொண்டு நான் எழுதியதைப் படிக்கச் செய்தார். முடிவில் டாக்டர் அல்லின்ஸன் கட்சித் தோற்றுப்போயிற்று. இவ்வாறு நான் தலையிட்டு முதல் போராட்டத்திலேயே அபஜெயமடையும் கட்சியைச் சேர்ந்தவனாயிருத்தல் கண்டேன். ஆனால், என்னுடைய கட்சி நியாயமானதென்ற எண்ணம் எனக்கு ஆறுதல் அளித்தது. இந்நிகழ்ச்சிக்குப் பின்னர் நான் கமிட்டியினின்றும் ராஜினாமா செய்ததாக நினைவிருக்கிறது.

நான் இங்கிலாந்திலிருந்த காலம் முழுவதும் இந்தச் சங்கோச் சுபாவம் என்னைவிட்டு அகலவில்லை. சாதாரணமாக நண்பர்களைப் பார்த்துவரச் சொல்லும்போதுகூட ஐந்தாறு பேருக்குமேல் இருந்தால் நான் ஊமையாய்ப் போய்விடுவேன்.

ஒருமுறை ஸ்ரீ மஜூம்தாரும் நானும் வெண்ட்னர் என்னும் இடத்துக்குப் போனோம். அங்குச் சாகபட்சண விரதங்கொண்ட ஒரு குடும்பத்தாருடன் தங்கினோம். போஜன தர்மம் என்னும் நூலின் ஆசிரியர் மிஸ்டர் ஹோவார்டு என்பவரும் அவ்வூரில் தங்கியிருந்தார். அவரை நாங்கள் சந்திக்க நேர்ந்தது. வைச உணவுப் பிரச்சாரக் கூட்டமொன்றில் உபந்நியாசம் செய்வதற்கு அவர் எங்களை அழைத்தார். பிரசங்கத்தை எழுதிப் படிப்பது தவறாகக் கருதப்படமாட்டாதென்று விசாரித்துத் தெரிந்துகொண்டேன். முன்பின் பொருத்தமாயும், சுருக்கமாயும் தங்கள் கருத்தை வெளியிடும் பொருட்டும் பலர் அவ்வாறு செய்வதுண்டு என அறிந்தேன். நினைவிலிருந்து பேசுவதோ என்னால் இயலாத காரியம். எனவே, நான் கூற விரும்பியவற்றை எழுதிக்கொண்டு போனேன். படிக்க எழுந்து நின்றேன். நா எழவில்லை. கண் மங்கலடைந்தது உடல் நடுங்கியது. பிரசங்கம் இத்தனைக்கும் ஒரே தாளில் அடங்கியதொன்று. அதைக்கூட என்னால் படிக்க முடியவில்லை. ஸ்ரீ மஜூம்தார் எனக்காக அதைப் படிக்க வேண்டியதாயிற்று. அவருடைய சொந்தப் பிரசங்கம் என்னவோ மிக நன்றாயிருந்தது. சபையோர் கரகோஷம் செய்தனர். என்னுடைய

வெட்கத்தை சொல்லமுடியாது. எனது திறமையின்மை குறித்துப் பெரிதும் துயரமடைந்தேன்.

இங்கிலாந்தில் கடைசி முறையாக நான் ஒரு பொதுக்கூட்டத்தில் பேச முயன்றது, தாய்நாட்டுக்குத் திரும்ப வேண்டிய நாள் நெருங்கியிருந்த போதாகும். இம்முறையும் பிறரின் நகைப்புக்கு இடமாக என்னைச் செய்துகொண்டேனே அன்றி வேறில்லை. முன்னர் குறிப்பிட்டுள்ள ஹால்பார்ன் போஜன சாலையில் சைவ உணவு இயக்கத்தைச் சேர்ந்த என் நண்பர்களுக்கு விருந்தளிக்கத் தீர்மானித்தேன். "சைவ போஜன சாலைகளில்தான் அவ்வுணவு கிடைக்கும் என்பதென்ன? மற்ற போஜன சாலைகளிலும் சொன்னால் ஏன் செய்து தரமாட்டார்கள்?" என்று எண்ணினேன்.

எனவே, ஹால்பார்ன் போஜனசாலை நிர்வாகியிடம் பேசி சுத்த சைவ உணவு அளிப்பதற்கு ஏற்பாடு செய்தேன். இப்புதிய ஏற்பாடு என் நண்பர்களுக்குப் பெருமகிழ்ச்சியை அளித்தது. எல்லா இடங்களிலும் விருந்துகள் சந்தோஷ அனுபவத்துக்காகவே நடத்தப்படுகின்றன. ஆனால், மேனாட்டினறபோல் விருந்துண்ணல் ஓர் அருங்கலையாக ஆக்கப்பட்டிருப்பது வேறெங்கும் இல்லை. விருந்துகள், அங்கே சங்கீதம், பிரசங்கம் முதலிய ஆடம்பரங்களுடன் நடத்தப்படுகின்றன. நான் நடத்திய சிறு விருந்திலும் இவ்வாடம்பரங்கள் இல்லாமற் போகவில்லை. பேசுவதற்கு என்முறை வந்தபோது எழுந்து நின்றேன். முதலிலேயே மிகுந்த கவலையுடன் சில வாக்கியங்களைச் சிந்தித்து வைத்திருந்தேன். ஆனால், முதல் வாக்கியத்துக்கப்பால் என்னால் போகமுடியவில்லை. ஞாபகசக்தி, அடியுடன் அப்போது போய்விட்டது. நகைச்சுவை பொருந்திய பிரசங்கமொன்றைச் செய்ய உத்தேசித்திருந்த நான், இவ்வாறு என்னை நகைப்புக்கிடமாகச் செய்துகொண்டேன். முடிவில் "கனவான்களே, என்னுடைய அழைப்புக்கிணங்க இவ்விருந்துக்கு விஜயம் செய்ததின் பொருட்டு உங்களுக்கு வந்தனமளிக்கிறேன்" என்று சொல்லிவிட்டு உட்கார்ந்தேன்.

தென்னாப்பிரிக்காவில் நான் இச்சங்கோசத்தைப் போக்கடித்துக்கொண்டேன். ஆனால், எப்போதுமே சரி, அக்குணம் என்னைவிட்டு முழுவதும் அகன்றது என்று சொல்லமுடியாது. முன்னாலேயே தயார் செய்யாமல் சொற்பொழிவு நிகழ்த்துதல் என்னால் இயலாததொன்றாயிருந்தது. முன்பின் பழக்கமில்லாத கூட்டங்களில் பேசுவதற்கு நான் பெரிதும் தயங்கினேன். உபந்நியாசம் செய்யாமல் தப்பித்துக்கொள்ளச் சிறிதேனும் இடமிருந்தால் நான் அதை விடுவதில்லை. இன்றைய தினம்கூட,

வெறும் பேச்சுப்பேசி நண்பர்களின் காலப்போக்குக்கு வழிசெய்ய என்னால் முடியாதென நினைக்கிறேன், அப்படிச் செய்ய விரும்பவும் மாட்டேன்.

ஆனால், ஒன்று கூறவேண்டும். என்னிடத்தில் இயற்கையில் படிந்திருந்த சங்கோச குணத்தினால், அவ்வப்போது பிறர் நகைப்புக்குப் பாத்திரமாகும் ஒன்றேயன்றி வேறு எவ்வித பிரதிகூலமும் எனக்கு நிகழவில்லை. அதற்கு மாறாக, இச்சங்கோச சுபாவம் உண்மையில் எனக்கு நலம் தருவதாகவே இருந்திருக்கிறது. மொழிகளை எண்ணிப் பேச நான் கற்றுக்கொண்டது அதனால் விளைந்த ஒரு பெரும் நன்மை. எண்ணங்களைக் கட்டுப்படுத்தும் வழக்கமும் எனக்குப் படியலாயிற்று. இவற்றின் பயனாகத் தற்போது யோசனை இல்லாத ஒரு வார்த்தையேனும் என் நாவினின்றோ, பேனாவினின்றோ புறப்படுவதில்லை என நான் சொல்லிக்கொள்ளுதல் சாத்தியமாயிருக்கிறது. என்னுடைய சொற்பொழிவுகளில் கூறியவற்றிற்காகவோ. கட்டுரைகளில் வரைந்தவற்றிற்காகவோ நான் எப்போதேனும் வருந்த நேர்ந்ததாக எனக்கு நினைவே இல்லை. எனக்கு நேரிட்டிருக்கக்கூடிய எத்தனையோ கஷ்டங்களினின்றும் இவ்வாறு தப்பினேன். எவ்வளவோ காலவிரயம் ஏற்படாமல் போயிற்று. சத்திய உபாசகன் பாரமத்திகத் துறையில் பயில வேண்டிய கட்டுப்பாடுகளுள் மௌனமும் ஒன்று என அனுபவம் எனக்குக் கற்பித்திருக்கிறது. வேண்டுமென்றோ, தன்னையறியாமலோ உண்மையை மறைத்தும். திரித்தும், மிகைப்படுத்தியும் கூறும் குணம் மனிதனுக்கு இயற்கையாக ஏற்பட்டுள்ள ஒரு பெருங்குறையாகும். அதினின்றும் தப்புவதற்கு மௌனப் பயிற்சி இன்றியமையாத சாதனம். வார்த்தைகளை எண்ணிப் பேசுவோன் யோசனையற்ற மொழிகளைக் கூறான். பேசுவதற்கு ஆசைப்படும் எத்தனையோ பேரை நாம் காண்கிறோம். எந்தக் கூட்டத்திலும் சரி, ஜனங்கள் பேசுவதற்கு அனுமதிகோரும் சீட்டுக்களை அனுப்பி அக்கிராசனரைத் தொந்திரவு செய்யாமல் இருப்பதில்லை. அனுமதி அளித்தால் பேசுகிறவர் காலவரயறையைக் கடந்துவிடுவதும். இன்னும் கொஞ்சம் நேரம் கேட்பதும், அனுமதி இல்லாமல் பேசிக்கொண்டே போவதும் சர்வ சாதரணம். இப்பேச்சுக்களால் உலகத்துக்கு எவ்வித நன்மையும் விளைவதாகச் சொல்ல முடியாது. அவ்வளவு காலமும் வீணேயாகும். உண்மையில் எனது சங்கோச குணம் பலவகை அபாயங்களினின்றும் என்னைக் காப்பாற்றும் கேடயமாயிருந்து வந்திருக்கிறது. என் வளர்ச்சிக்கு அது துணை செய்திருக்கிறது. நான் உண்மை காண்பதற்கு அதுவே பேருதவியாயிருந்து வந்திருக்கிறது.

18. பொய்மைப் புரை

இக்காலத்துடன் ஒப்பிடும்போது நாற்பதாண்டுகளுக்கு முன்பு இங்கிலாந்தில் இந்திய மாணாக்கர் சிலரே இருந்தனர். இவர்கள் மணஞ்செய்து கொண்டவர்களாயிருப்பினும் இங்கிலாந்தில் பிரும்மசாரிகளைப்போல் நடிப்பது வழக்கம். இங்கிலாந்தில் பள்ளிக்கூட மாணாக்கர்களாயினும், கலாசாலை மாணாக்கர்களாயினும் எல்லாரும் பிரும்மசாரிகளே. மணவாழ்க்கைக்கும் படிப்புக்கும் பொருந்தாது என்று அங்கே கருதப்படுகிறது. இந்நாட்டிலும் பண்டைய நாளில் இவ்வழக்கமே நிலவி இருந்தது. மாணாக்கன் பிரம்மசாரி என்றே சாதாரணமாக அழைக்கப்பட்டார். ஆனால், இக்காலத்தில் இங்கே குழந்தை மணம் பரவியிருக்கிறது. இங்கிலாந்தில் இத்தகைய மணம் கிடையவே கிடையாது. ஆதலின் இங்கிலாந்து சென்ற இந்திய இளைஞர்கள் தாங்கள் இல்லறம் மேற்கொண்டவர்களென்று தெரிவிக்க வெட்கப்பட்டார்கள். இம்மாதிரி நடிப்பதற்கு இன்னொரு காரணமும் இருந்தது. விவாகமானவர்கள் என்ற விவரம் தெரிந்துபோய்விட்டால், இவ்விளைஞர்கள் தாங்கள் வசிக்கும் குடும்பத்தைச் சேர்ந்த இளம் பெண்களுடன் உலாவப்போகவும், சல்லாபம் செய்யவும் முடியாது. இத்தகைய சல்லாபம் பெரும்பாலும் குற்றமற்றதேயாகும். பெற்றோர்கள் இதற்கு ஆதரவும் அளித்தார்கள். அந்நாட்டில் இளைஞர்களும், இளம்பெண்களும் இவ்வாறு வாழ்தல் அவசியமாகவே இருக்கலாம். ஏனெனில், அங்கு ஒவ்வோர் இளைஞனும் வாழ்க்கைத் துணைவி ஒருத்தியைத் தேர்ந்தெடுத்தாக வேண்டும். ஆனால், இந்திய இளைஞர்கள் இங்கிலாந்துபோனதும் ஆங்கிலேய இளைஞர்களைப்போல் நடந்துகொண்டால். முடிவு பெரும்பாலும் துன்பத்துக்கிடமாகவே இருக்கும். இது அனுபவத்தில் தெரிந்துள்ள விஷயம்.

ஆங்கில இளம் பெண்களுடன் தோழமை பூணுவதற்காக இளைஞர்கள் பொய் வாழ்வு நடத்தி வருவதைக் கண்டேன். இந்தத் தொற்றுநோய் என்னையும் பற்றிக்கொண்டது. நான் மணம் புரிந்து ஒரு புதல்வனையும் பெற்றவனாயினும் அங்கே பிரும்மசாரியைப்போல் நடிக்கத் தயங்கினேனில்லை. ஆனால், இந்தப் பொய் வாழ்வினால் நான் இன்பமெதுவும் அடையவில்லை. எனது இயற்கையான சங்கோச குணத்தினால் இவ்வழியில் அதிக தூரம் போய்விடாமல் தப்பினேன். நான் வாய்திறவாமல் இருக்கும்போது. என்னுடன் சம்பாஷிக்கவும். உலாவச் செல்லவும் எந்தப் பெண்தான் வலிய வருவாள்?

என்னிடம் சங்கோசம் எவ்வளவு குடிகொண்டிருந்ததோ அவ்வளவு கோழைத்தனமும் இருந்தது. வெண்ட்னரில் நான் சாப்பிட்டுக்கொண்டிருந்தது போன்ற குடும்பங்களில், விருந்தாளிகளை வீட்டுக்காரியின் புதல்வி உலாவ அழைத்துச்செல்வது வழக்கம். அவ்வாறே நான் இருந்த வீட்டுப் பெண்ணும் வெண்ட்னரைச் சுற்றியுள்ள அழகிய குன்றுகளைச் சுற்றிப்பார்க்க என்னை ஒருநாள் அழைத்துச் சென்றாள். நானோ வேகமாய் நடப்பவன். ஆயினும் அப்பெண் என்னைவிட விரைவாக நடந்தாள். வழியெல்லாம் ஏதேதோ பேசிக்கொண்டே போனாள். நானோ ஆம்! இல்லை! என்று மட்டும் பதிலளித்தேன். அபூர்வமாக ஒவ்வொரு சமயம் ஆம் என்ன சௌந்தர்யம்! என்றேன். அவள் பறவையெனப் பறந்துசென்றாள். நான் எப்போது வீட்டுக்குத் திரும்பப் போகிறோமென்று யோசனை செய்யலானேன். கடைசியில் குன்றின் உச்சியை அடைந்தோம். கீழிறங்குவது எப்படி என்பது இப்பொழுது கேள்வியாயிற்று. இருபத்தைந்து பிராயமுள்ள அவ்விளம் பெண், பின்னே உயர்ந்ததான பூட்ஸு அணிந்திருந்தாளாயினும், வில்லிலிருந்து புறப்பட்ட அம்பைப்போல் குன்றின் உச்சியிலிருந்து கீழே குதித்தோடினாள். நான் இறங்குவதற்குத் தவித்தேன். அவள் குன்றின் அடிவாரத்தில் நின்றுகொண்டு புன்னகை புரிந்து எனக்கு உற்சாகமூட்டினாள். தான்வந்து கையைப் பிடித்து இழுத்துக்கொண்டு வரட்டுமா என்றும் கேட்டாள். என் கோழைத்தனத்துக்கும் அளவுண்டல்லவா? நிரம்பக் கஷ்டத்தின் மீதும் சிலவிடங்களில் மெதுவாக நகர்ந்து எப்படியோ கடைசியாகச் கீழே போய்ச்சேர்ந்தேன். அவள் 'சபாஷ்' என்றுகூறிச் சிரித்தபோது எனக்கு வெட்கம் இன்னும் அதிகமாயிற்று.

ஆனால், எங்குமே நான் தீங்குறாமல் தப்பிவிடவில்லை. என்னிடமிருந்த பொய்மைப் புரையை நீக்க இறைவன் திருவுளங்கொண்டார். வெண்ட்னருக்குப் போவதற்கு முன் பிரைடன் என்னுமிடத்துக்குப் போயிருந்தேன். அங்கே போஜன சாலையில் வயது சென்ற மூதாட்டியார் ஒருவரைச் சந்தித்தேன். அவர் விதவை, கொஞ்சம் சொத்துள்ளவர். நான் இங்கிலாந்து சென்ற முதல் வருஷத்தில் இது நிகழ்ந்தது. போஜன சாலையில் கொடுத்த உணவுப்பொருள் ஜாபிதா பிரெஞ்சு மொழியில் எழுதப்பட்டிருந்தபடியால் எனக்குப் புரியவில்லை. நான் உட்கார்ந்திருந்த மேஜையிலேயே அம்மூதாட்டியாரும் அமர்ந்திருந்தார். நான் அவ்விடத்திற்குப் புதியவன் என்பதையும் என்னுடைய தயக்கத்தையும் கவனித்த அவர், உடனே எனக்கு உதவி செய்ய முன்வந்தார். "நீ இவ்விடத்துப் பழக்கமில்லாதவர் எனக்

காண்கிறது. என்ன யோசனை செய்கிறீர்? ஏன் சாப்பாடு எதுவும் கொண்டுவரும்படி சொல்லவில்லை?" என்று அவர் கேட்டார். நான் உணவு ஜாபிதாவை எடுத்து எழுத்துக்கூட்டி வாசிக்க முயன்று ஜாபிதாவில் கண்ட பொருள்களைப் பற்றிப் பரிமாறுகிறவனைக் கேட்டார். நான் அவருக்கு வந்தனமளித்துவிட்டு, எனக்குப் பிரெஞ்சு பாஷை தெரியாததால் "ஏதெது புலால் கலவாத உணவு என்று கண்டுபிடிக்க முடியவில்லை" எனக் கூறினேன்.

"இவ்வளவுதானே? உமக்கு நான் உதவி செய்கின்றேன். இந்த ஜாபிதாவை விளக்கிக் கூறி எதெது நீர் சாப்பிடலாம் என்று காட்டுகிறேன்" என்றார் அம்மூதாட்டியார். நான் அவருடைய உதவியை நன்றியுடன் ஏற்றுக்கொண்டேன்.

இவ்வாறு எங்கள் இருவருக்கும் அறிமுகம் ஆயிற்று. இப்படி ஆரம்பமானது பின்னர் நட்புரிமையாக முதிர்ந்தது. இங்கிலாந்தில் நான் இருந்த அளவும், பின்னர் வெகுகாலம் வரையிலுங்கூட இந்நட்புரிமை இருந்து வந்தது. அவர் தமது லண்டன் விலாசத்தை எனக்குத் தெரிவித்ததுடன் ஒவ்வொரு ஞாயிற்றுக்கிழமையும் தம் வீட்டில் விருந்துண்ண அழைத்தார். இதுவன்றிச் சில விசேஷ சந்தர்ப்பங்களிலும் அவர் எனக்கு அழைப்பு அனுப்புவார். என்னுடைய கூச்சம் போவதற்காக இளம்பெண்களுடன் என்னை அறிமுகம் செய்து வைத்து அவர்களுடன் சம்பாஷிக்கச் செய்வார். அவர்களில் சிறப்பாக ஒரு யுவதியைக் குறிப்பிடவேண்டும். அவள் மூதாட்டியாருடன் வசித்து வந்தவள். அடிக்கடி நாங்கள் இருவரும் முற்றிலும் தனிமையில் விடப்படுவோம்.

முதலில் இவையெல்லாம் எனக்கு நிரம்பத் தொல்லையாய் இருந்தன. என்னால் ஏதேனுமொரு விஷயத்தைப் பற்றிப் பேச்சுத் தொடங்கமுடியாது. விகடமாய்ப் பேசி நகைப்புண்டு பண்ணவும் என்னால் இயலாமலிருந்தது. ஆனால், அம்மூதாட்டியார் இவ்விஷயங்களில் எனக்குப் பயிற்சி அளித்தார். நானும் கற்றுக்கொள்ளலானேன். கொஞ்சநாள் சென்றதும் ஞாயிற்றுக்கிழமைகளை ஆவலுடன் எதிர்பார்க்கத் தொடங்கினேன். மேலே குறிப்பிட்ட இளமங்கையின் சம்பாஷணையில் விருப்பம் கொண்டேன்.

அம்மூதாட்டி தினந்தோறும் தமது வலையை விசாலமாக்கிக்கொண்டு வந்தார். நானும் அம்மங்கையும் அடிக்கடி சந்திப்பதில் அவர் அதிக சிரத்தைக் காட்டினார். எங்களைப்பற்றி அவர் தம் மனதில் ஏதோ திட்டம் போட்டிருந்தார் போலும்.

நான் பெருஞ்சங்கடத்தில் அகப்பட்டுக்கொண்டிருப்பதை உணர்ந்தேன். எனக்குள் பின்வருமாறு எண்ணமிட்டேன். ‘அந்தோ! நான் விவாகமானவன் என்னும் விவரத்தை முன்னமே அம்முதாட்டியாருக்குத் தெரிவித்திருக்கக்கூடாதா? அப்போது எங்களிருவருக்கும் விவாகம் நிச்சயம் செய்ய அவர் உத்தேசித்திருக்க மாட்டாரல்லவா? இப்பொழுதேனும் உண்மையைத் தெரிவித்தால் இனிப் பெருந்துன்பம் உண்டாகாமல் தடுத்துக்கொள்ளலாம்.’ இவ்வாறெண்ணி அடியிற் கண்டவாறு ஒரு கடிதம் எழுதினேன்.

“பிரைடனில் நாம் முதன் முதலில் சந்தித்தத் தினத்திலிருந்து தாங்கள் என்னிடம் மிகுந்த பிரியம் காட்டி வந்திருக்கிறீர்கள். தன்னைத் தங்கள் புதல்வனாகவே எண்ணி என் பொருட்டு கவலை எடுத்து வந்திருக்கிறீர்கள். எனக்கு மணம் செய்துவைக்க வேண்டுமென்று விரும்பி அதற்காக இளம் பெண்களை எனக்கு அறிமுகம் செய்துவைத்து வருகிறீர்கள். ஆனால், காரியம் மிஞ்சிப்போவதற்கு முன்னால், தங்களுடைய அன்புக்கு நான் அருகனல்லன் என்பதைத் தெரிவித்துக்கொள்ள விரும்புகிறேன். தங்கள் வீட்டுக்கு வரத்தொடங்கியபோதே நான் இல்லறத்தான் என்பதைத் தெரிவித்திருக்கவேண்டும். இங்கிலாந்தில் இந்திய மாணாக்கர்கள் பிரும்மசாரிகள்போல் நடப்பதை அறிந்து நானும் அவ்வாறு செய்து வந்தேன். என் தவறினை இப்போது உணர்கிறேன். சிறுவனாயிருந்தபோதே எனக்கு மணம் ஆகிவிட்டது. இதுகாலை எனக்கு ஒரு புதல்வனும் உளன். இத்தனைக் காலம் இவ்விவரங்களைத் தங்களுக்கு அறிவியாதிருந்ததின் பொருட்டு என் உளம் வருந்துகிறது. இப்பொழுதேனும் உண்மை சொல்வதற்கு இறைவன் எனக்கு தைரியம் அளித்தது பற்றி மகிழ்ச்சிக் கொள்கிறேன். என்னைத் தாங்கள் மன்னித்துவிடுவீர்களா? எனக்குத் தாங்கள் அறிமுகம் செய்துவைத்த இளம்பெண் விஷயத்தில் தகுதியற்ற உரிமை எதையும் நான் எடுத்துக்கொண்டதில்லை என்று உறுதிகூறுகிறேன். நான் ஏற்கனவே கலியாணமானவன் என்பது தங்களுக்குத் தெரியாததாலின் எங்களிருவருக்கும் விவாகம் நிச்சயமாக வேண்டுமென்று தாங்கள் விரும்பியது இயல்பே. விஷயம் இதற்குமேல் போகக்கூடாதென்று எண்ணி உண்மை கூறலானேன்.

இக்கடிதத்தைப் படித்ததும், தாங்கள் அன்புக்கு அபாத்திரனாக நான் நடந்துகொண்டதாய் தாங்கள் கருதினால் அதற்காகத் தங்கள் மீது வருத்தப்படமாட்டேன். தாங்கள் இதுகாறும் என்னிடம் காட்டிவந்த பிரியத்திற்கும். செய்த உதவிக்கும் என்றென்றைக்கும்

நன்றிக் கடன்பட்டவனாவேன். இதற்குப் பிறகும் தாங்கள் என்னைப் புறக்கணியாமல், தாங்கள் வீட்டுக்கு வர தகுதியுள்ளவனாகக் கருதினால் நான் மகிழ்சியடைவேனென்று சொல்ல வேண்டுவதில்லை. தங்கள் அன்புக்கு இதை மற்றோர் அறிகுறியாகக் கருதுவதுடன் அவ்வன்புக்குப் பாத்திரமாக நடந்துகொள்ளவும் முயற்சிப்பேன்."

இத்தகைய கடிதத்தை ஒரு நிமிஷத்தில் எழுதிவிட்டானென்று வாசகர்கள் எண்ணவேண்டாம். பலமுறைகள் அடித்தும் திருத்தியும் நான் அதை எழுதி முடித்தேன். இக்கடிதத்தினால் என் உள்ளத்திலிருந்து ஒரு பெருஞ்சுமை நீங்கிற்று. மறு தபாலில் அவ்வம்மையாரின் பதிலும் கிடைத்தது. அதன் கருத்து வருமாறு:

"உண்மை அறிவிக்கும் உமது கடிதம் பெற்றேன். நாங்கள் இருவரும் மிகவும் மகிழ்ச்சி அடைந்தோம். இடிஇடி என்று சிரித்தோம். நீர் கூறும் பொய்மைக் குற்றம் மன்னிக்கறபாலதே. ஆனால், உண்மை நிலையை எங்களுக்கு அறிவித்தது நலமேயாகும். உமக்கு நான் அனுப்பிய அழைப்பு இதனால் மாறுபடவில்லை. அடுத்த ஞாயிற்றுக்கிழமை கட்டாயமாக உம்மை எதிர்ப்பார்க்கிறோம். உமது குழந்தை மனத்தைப்பற்றி எல்லா விவரங்களையும் கேட்டுச்சிரித்து மகிழ ஆவல் கொண்டிருக்கிறோம். இந்நிகழ்ச்சியினால் நமது நட்புரிமை சிறிதும் பாதிக்கப்படவில்லை என்று நான் உறுதிகூறவும் வேண்டுமா?"

இவ்வாறு எனது பொய்மைப் புரை நீங்கப் பெற்றேன். அதன்பின்னர் அவசியம் நேர்ந்தபோதெல்லாம் நான் விவாகமானவன் என்று தெரிவிக்கத் தயங்குவதில்லை.

19. சமயநூல் ஆராய்ச்சிக்கு ஆரம்பம்

இங்கிலாந்தில் எனது இரண்டாம் ஆண்டு வாசத்தின் இறுதியில் இரு சகோதரர்களுடன் எனக்குப் பழக்கம் ஏற்பட்டது. அவர்களிருவரும் பிரம்மஞான சங்கத்தைச் சேர்ந்தவர்கள். விவாகமாகாதவர்கள் என்னிடம் கீதையைப்பற்றி அவர்கள் பிரஸ்தாபித்தார்கள். ஸர் எட்வின் அர்னால்டின் ஆங்கில மொழிபெயர்ப்பை அவர்கள் அப்போது படித்துக்கொண்டிருந்தார்கள். கீதையின் சமஸ்கிருத மூலத்தை தங்களுடன் படிப்பதற்கு என்னை அழைத்தார்கள். சமஸ்கிருதத்திலாவது, குஜராத்தியிலாவது நான் அதுவரை பகவத்கீதை படித்ததேயில்லை. எனவே எனக்குப்

பெரிதும் வெட்கமாயிருந்தது. நான் இதுகாறும் கீதை படித்ததில்லையென்றும், அவர்களுடன் சேர்ந்து படிக்கப் பெரிதும் விரும்புவதாகவும் கூறினேன். சமஸ்கிருதத்தில் எனக்கு அதிக பயிற்சி இல்லையாயினும், மொழிபெயர்ப்பில் மூலத்தின் பொருள் தெளிவாக வராவிடின் சொல்லக்கூடிய அளவுக்கு அப்பாஷை தெரியுமென்று சொன்னேன். ஆகவே, அவர்களுடன் சேர்ந்து கீதை படிக்க ஆரம்பித்தேன். இரண்டாவது அத்தியாயத்தில் உள்ள அடியில் கண்ட பொருள் கொண்ட சுலோகங்கள் என் உள்ளத்தில் நன்கு பதிந்தன:

“மனிதன் இந்திரிய விஷயங்களைப் பற்றிச் சிந்திப்பதினால் அவற்றில் பற்றுதல் உண்டாகிறது. பற்றுதலிலிருந்து ஆசை பிறக்கிறது. ஆசை குரோதமாகக் கொழுந்துவிட்டெரிகிறது. குரோதத்தினால் சிந்தை மயக்கமும், அதிலிருந்து நினைவுத் தவறுதலும் உண்டாகின்றன. நினைவு தவறுதலால் புத்தி நாசமடைகின்றது. புத்தி நாசத்தால் மனிதன் அழிகின்றான்.”

மேற்சொன்ன சுலோகங்கள் இன்னும் என் செவிகளில் ஒலித்துக்கொண்டிருக்கின்றன. பகவத் கீதை ஒரு விலை மதிப்பு அற்ற மாணிக்கமென்று எனக்குத் தோன்றியது. அந்த அபிப்பிராயம் நாளடைவில் உறுதிப்பட்டு வந்து, இன்றைய தினம் ஞான நூல்களில் பகவத்கீதைக்கு ஒப்பானது எதுவுமில்லையென்று நான் கருதுகிறேன். என்னை இருள் சூழும் காலங்களில் அந்நூலே எனக்கு உற்ற துணையாயிருந்து வந்திருக்கிறது. பகவத் கீதையின் ஆங்கில மொழிபெயர்ப்புகள் எல்லாவற்றையும் அநேகமாக நான் படித்திருக்கிறேன். அவற்றுள் ஸர் எட்வின் அர்னால்டின் மொழிபெயர்ப்பே தலைசிறந்ததெனக் கருதுகிறேன். அவர் மொழிபெயர்ப்பு மூலத்தின் பொருளினின்றும் சிறிதும் மாறுபடவில்லையாயினும், அது மொழிபெயர்ப்பாகவே தோன்றவில்லை. அப்போது அந்நண்பர்களுடன் மேலேழுந்தவாரியாகவே கீதை படித்தேன். சில வருஷங்களுக்குப் பின்னரே அதைத் கருத்தூன்றிப் படிக்க ஆரம்பித்தேன். அப்போது கீதை எனக்குத் தினம் பாராயணம் செய்வதற்குரிய நூலாயிற்று.

ஸர் எட்வின் அர்னால்டைப் பற்றி, அவர் பகவத் கீதை மொழிபெயர்த்தவர் என்ற அளவிலேயே அதுவரை கேள்விப்பட்டிருந்தேன். அவர் எழுதிய ஆசிய தீபம் (புத்தர் சரிதை) என்னும் நூலையும் அச்சகோதரர்களே என்னைப் படிக்கச் சொன்னார்கள். பகவத் கீதை மொழி பெயர்ப்பைவிட அதிக சிரத்தையுடன் அப்புத்தகத்தை நான் படித்தேன். அதைப்

படிக்கத்தொடங்கிய பின் முடியும் வரையில் நிறுத்தவே இல்லை. ஒருமுறை அவர்கள் என்னைப் பிளாவட்ஸ்கி அம்மையாரிடம் அழைத்துச்சென்று, அவரையும் பெஸண்டு அம்மையாரையும் அறிமுகம் செய்து வைத்தார்கள். பெஸண்டு அம்மையார் அப்போதுதான் பிரம்மஞான சங்கத்தில் சேர்ந்திருந்தார்கள். அந்நிகழ்ச்சி சம்பந்தமாக அப்போது நடந்த விவாதத்தை நான் சிரத்தையுடன் கவனித்து வந்தேன். அச்சங்கத்தில் சேரும்படி அந்நண்பர்கள் எனக்கு யோசனை கூறினார்கள். நான் மரியாதையாக மறுதளித்துவிட்டேன். "என்னுடைய சொந்த மதத்தைப் பற்றி நான் இன்னும் நன்கறிந்து கொள்ளாதிருக்கையில், மதச்சங்கம் எதிலும் சேர விரும்பவில்லை" என்று சொன்னேன். அவர்கள் சொற்படி 'பிம்மஞானத்தின் திறவுகோல்' என்ற பிளாவட்ஸ்கி அம்மையாரின் நூலைப் படித்ததாகவும் ஞாபகமிருக்கிறது. அப்புத்தகம் ஹிந்து சமய நூல்களைப் படிக்க வேண்டுமென்னும் ஆவலை எனக்குண்டாக்கிற்று. ஹிந்து மதத்தில் குருட்டு நம்பிக்கைகளே மிகுந்திருக்கின்றன என்ற பாதிரிமார்களின் பிரச்சாரத்தினால் எனக்கு உண்டாயிருந்த தப்பபிப்பிராயமும் நீங்கப் பெற்றேன்.

இதே காலத்தில் மான்செஸ்டரிலிருந்து வந்த உத்தமக் கிறிஸ்துவர் ஒருவரை நான் சந்தித்தேன். சைவ போஜனசாலை ஒன்றில் அவர் எனக்கு அறிமுகமானார். கிறிஸ்துவ மதத்தைப் பற்றி அவர் எனக்குச் சொன்னார். இராஜகோட்டையில் கிறிஸ்துவ மதத்தைப் பற்றி எனக்கு ஞாபகமிருந்த விவரங்களை அவரிடம் கூறினேன். அதைக்கேட்ட அவர் வருத்தமடைந்தார். "நான் புலால் அருந்துவதில்லை மதுபானம் செய்வதும் உண்மையே. ஆனால், எங்கள் வேதத்தில் மது, மாமிசம் அருந்தும்படி கட்டளை இடப்படவில்லை. தயவு செய்து தாங்கள் பைபிள் வாசியுங்கள்" என்று அவர் சொன்னார். அவருடைய புத்திமதியை ஏற்றுக்கொண்டேன். அவர் எனக்கு பைபிள் பிரதி ஒன்று வாங்கிக்கொடுத்தார். அவரே பைபிள் விற்பனை செய்வதாகவும் எனக்கு நினைவிருக்கிறது. விளக்கத்துக்காகப் படங்கள் முதலியவை அடங்கிய பைபிள் பழைய ஏற்பாடு (Old Testament) எனக்குச் சிறிதும் சுவையளிக்கவில்லை. ஆதியாகமம் என்னும் முதற்பகுதியைப் படித்தேன். அதற்குப் பின்வரும் பகுதிகளை எப்போது படிக்கத் தொடங்கினாலும் எனக்கு உறக்கம் வந்துவிடும். ஆனால், படித்தோம் என்ற பெயருக்காக, சிரத்தையின்றியும் பொருளை அறிந்துகொள்ளாமலும் ஒருவாறு படித்து முடித்தேன். எண்ணாகமம் என்ற பகுதியைப் படித்தபோது எனக்கு வெறுப்பு உண்டாயிற்று.

ஆனால், புதிய ஏற்பாடு (New Testament) இவ்வாறன்று. சிறப்பாக, மலைப்பொழிவு (Sermon on the Mount) என் ஹிருதயத்தைக் கவர்ந்தேவிட்டது. கீதையுடன் அதை ஒப்பிட்டுப்பார்த்தேன். 'தீமைக்குத் தீமை செய்யாதீர்கள். வலது கன்னத்தில் அடித்தவனுக்கு இடது கன்னத்தையும் காட்டுங்கள். உங்கள் சட்டையை எவனேனும் எடுத்துக்கொண்டுபோனால் உங்கள் போர்வையையும் அவனுக்குக் கொடுங்கள்' என்பன போன்ற உபதேசங்கள் எனக்கு அளவற்ற ஆனந்தத்தை அளித்தன. 'ஒரு குவளை தண்ணீருக்கு ஒரு வேளை உணவளி' என்ற ஷாமல் பட்டரின் பாட்டு எனக்கு நினைவு வந்தது. கீதையின் உபதேசத்தையும் ஆசிய தீபத்தின் அரும்பொருளையும், மலைப்பொழிவையும் ஒன்றுபடுத்திப் பார்க்கலானேன். துறவே உயரிய சமயம் என்ற கருத்து என் உள்ளத்தைக் கவர்ந்தது.

மேற்கூறிய நூல்களைப் படித்ததிலிருந்து மற்ற சமயாச்சாரியார்களின் சரித்திரங்களையும் படிக்க வேண்டுமென்னும் ஆவல் எனக்குண்டாயிற்று. கார்லைல் என்பார் எழுதிய 'வீரரும் வீர பூசையும்' என்ற நூலைப் படிக்கும்படி ஒரு நண்பர் கூறினார். அந்நூலின் வீர தீர்க்கதரிசி என்ற அத்தியாயத்தில் முகமது நபியின் பெருமையைப் பற்றியும் அவரது தைரியம், கடும் விரத வாழ்க்கை இவைகளைப் பற்றியும் படித்துத் தெரிந்துகொண்டேன்.

சமயங்களைப் பற்றி இவ்வளவே அப்போது தெரிந்துகொள்ள முடிந்தது. பரீட்சைக்குப் படிக்க வேண்டியிருந்ததால் மற்ற படிப்புகளில் அதிக நேரம் செலவழிக்க முடியவில்லை. ஆனால், சமய நூல்கள் இன்னும் அதிகம் படிக்க வேண்டுமென்றும், முக்கிய மதங்கள் எல்லாற்றையும் பற்றித் தெரிந்துகொள்ள வேண்டுமென்றும் தீர்மானித்துக்கொண்டேன்.

நாஸ்திகவாதத்தைப் பற்றியும் நான் சிறிதும் தெரிந்துகொள்ளாதிருக்க முடியாதன்றோ? பிராட்லா என்பவரின் பெயரும், நாஸ்திகம் என்று சொல்லப்பட்ட அவருடைய கொள்கையும் ஒவ்வோர் இந்தியருக்கும் தெரிந்திருந்தன. நாஸ்திகத்தைப் பற்றி ஏதோ ஒரு புத்தகமும் படித்தேன். அதன் பெயர் நினைவில்லை. ஆனால், அதனால் என் மனம் சிறிதும் மாறுதலடையவில்லை. ஏனெனில், நாஸ்திகம் என்னும் பாலைவனத்தை நான் முன்னாடியே கடந்தவனாயிருந்தேன். அப்பொழுது பெஸண்டம்மையாரின் பெயர் பெரிதும் பிரபலப்பட்டிருந்தது. அவர் நாஸ்திகத்திலிருந்து அப்போதுதான்

ஆஸ்திகராகி இருந்தார். நாஸ்திகக் கொள்கையில் எனக்கிருந்த வெறுப்பு இதனால் உறுதி பெற்றது. "நான் ஏன் பிரம்மஞான சங்கத்தில் சேர்ந்தேன்?" என்ற அவருடைய புத்தகத்தையும் படித்திருந்தேன்.

இச்சமயத்திலேயே பிராட்லா மரணமடைந்தார். வோகிங் கல்லறையில் அவர் உடல் அடக்கம் செய்யப்பட்டது. லண்டனிலிருந்து இந்தியர்கள் எல்லாரும் பிரேத ஊர்வலத்துக்குச் சென்றிருந்தனர். நானும் போயிருந்தேன். பாதிரிமார் சிலரும் வந்திருந்தனர். பிரேத ஊர்வலம் முடிந்தபின் நாங்கள் திரும்பிப் போவதற்குப் புகைவண்டி நிலையம் ஒன்றில் சற்றுநேரம் காத்திருக்க நேர்ந்தது. அப்பொழுது கூட்டத்திலிருந்து நாஸ்திகர் ஒருவர் வந்திருந்த பாதிரிகளில் ஒருவரை கேள்வி கேட்கத் தொடங்கினார். "நல்லது ஐயா, கடவுள் ஒருவர் இருக்கிறார் என்று நீங்கள் நம்புகிறீர்கள் அல்லவா?" என்று அவர் கேட்டார்.

"ஆம்! நம்புகிறேன்" என்று அவ்வுத்தமர் மெதுவான குரலில் பதில் சொன்னார்.

"பூமியின் சுற்றளவு 28,000 மைல் என்பதையும் தாங்கள் ஒப்புக்கொள்கிறீர்களல்லவா?" என்று அந்நாஸ்திகர் மிகச் சாமர்த்தியமாகக் கேள்விபோடுவதாக நினைத்துக்கொண்டு கேட்டார்.

"ஆம். ஆம்."

"அப்படியானால், தயவுசெய்து சொல்லுங்கள். தங்கள் கடவுள் எவ்வளவு பெரியவர்? அவர் எங்கே இருக்கிறார்?"

"நல்லது, நமக்கு அறியுந்திறன் உண்டாயின. நம் இருவரின் ஹிருதயங்களிலும் அவர் இருக்கவே செய்கிறார்."

"ஓ! இதுதானே வேண்டாமென்கிறேன்? என்னைக் குழந்தை என்று நினைத்துக்கொண்டீர்களா?" என்ற அந்த நாஸ்திக வீரர் கூறிவிட்டுப் பெரும் வெற்றியடைந்தவர்போல் சுற்றிலுமுள்ளவர்களைப் பார்த்தார்.

பாதிரியாரோ அடக்கத்தை அணிகலனாகப் பூண்டு மௌனமாயிருந்தார். இவ்வாக்குவாதமானது நாஸ்திகத்தினிடம் எனக்கிருந்த வெறுப்பை இன்னும், மிகுதியாக்கிற்று.

20. திக்கற்றவர்க்குத் தெய்வமே துணை

ஹிந்து மதத்தைப் பற்றியும், உலகின் பிற சமயங்களைப் பற்றியும் நான் ஓரளவு தெரிந்துகொண்டிருந்தேனாயினும், எனக்கு நேரும் சோதனைகளில் என்னைக் காப்பதற்கு அவ்வறிவு போதாது என்பதை அறிந்தேனில்லை. சோதனைகளின்போது ஒரு மனிதனுக்குத் துணை செய்து காப்பது எது என்பதைப் பற்றி அவை நிகழும் சமயத்தில் அவனுக்கு ஏதும் தெரிவதில்லை. நாஸ்திகனாயிருந்தால், தற்செயலாகத் தப்பிப் பிழைத்தேன் என்பான். இறைவனிடம் நம்பிக்கையுள்ளவனாயின், ஆண்டவன் தன்னைக் காத்தருள் செய்ததாகக் கூறுவான். தனது சமயக் கல்வியும், பாரமார்திகப் பயிற்சியுமே ஆண்டவன் அருளுக்குக் காரணமாயிருந்தன என்ற முடிவு செய்வான். ஆனால், அவன் ரட்சிக்கப்படும் நேரத்தில், தன்னை ரட்சிப்பது தன் பாராமார்த்திகப் பயிற்சிதானா, அல்லது வேறேதுவுமா என்ற அவன் அறியான். தங்கள் பாரமார்த்திக பலத்தைக் குறித்துப் பெருமை கொண்டிருந்தவர்களுக்குள்ளே அப்பெருமை மண்ணில் சாய்வதைப் பாராதவர் எவரே உளர்? சாதன அனுபவம் இல்லாத வெறும் சமய அறிவானது சோதனைக் காலத்தில் உமியைப்போல் பயனற்றதாய் காண்கிறது.

வெறும் சமய அறிவின் பயனற்ற தன்மையை முதன்முதலில் நான் இங்கிலாந்திலேயே கண்டேன். அதற்கு முன்னால் எனக்கு நேர்ந்த சோதனைகளில் எவ்வாறு காப்பாற்றப்பட்டேன் என்று சொல்லமுடியாது. ஏனெனில், அப்போதெல்லாம் மிகச்சிறு வயதினனாயிருந்தேன். ஆனால், இப்போதோ எனக்கு இருபது வயது ஆகியிருந்தது. கணவனாகவும் தந்தையாகவும் கொஞ்சம் அனுபவம் பெற்றிருந்தேன்.

எனது இங்கிலாந்து வாசத்தில் கடைசி வருஷத்தில் அதாவது 1890ல் இச்சம்பவம் நிகழ்ந்ததாக எனக்கு ஞாபகமிருக்கிறது. போர்ட்ஸ்மௌத் நகரில் சைவ உணவு மகாநாடு ஒன்று நடைபெற்றது. அதற்கு நானும் என் இந்திய நண்பர் ஒருவரும் அழைக்கப் பெற்றிருந்தோம். போர்ட்ஸ்மௌத் ஒரு கடற்கரை நகரம். மாலுமித் தொழில் செய்வோர் அந்நகரில் அதிகம். அங்குத் துன்மார்க்கத்தில் ஈடுபட்ட பெண் மக்களையுடைய வீடுகள் நிரம்ப உண்டு. இவர்கள் தொழிலாக விபச்சாரம் செய்யாதவர்களாயினும், தங்கள் கற்பு நிலையைக் குறித்து அதிகம் கவலைப்படாதவர்கள்.

இத்தகைய வீடு ஒன்றில் எங்களுக்கு விடுதி அமர்த்திக் கொடுக்கப்பட்டிருந்தது. வரவேற்புக் கமிட்டியாருக்கு இந்த விவரம் தெரியாதென்று சொல்லவேண்டுவதில்லை. போர்ட்ஸ்மௌத்தைப் போன்ற ஒரு நகரில், எங்களைப் போன்று இரண்டொரு நாள் தங்கிப் போகிறவர்களுக்கு நல்ல விடுதி கெட்ட விடுதி என்று கண்டுபிடித்து அமர்த்துவது எளிதன்று.

மாலையில் மகா நாட்டிலிருந்து விடுதிக்குத் திரும்பினோம். சாப்பாட்டுக்குப் பின்னர் சீட்டாட ஆரம்பித்தோம். வீட்டுக்காரியும் எங்களுடன் சீட்டு விளையாட வந்தாள். இங்கிலாந்தில் கௌரமுள்ள குடும்பங்களிலும் இது வழக்கமாகும். விளையாடும்போது, ஆட்டக்காரர் அனைவரும் குற்றமற்ற கேலிப்பேச்சு சாதாரணம். ஆனால், இங்கே எனது நண்பரும், வீட்டுக்காரியும், தகாத பரிகாசங்களும் செய்யத்தொடங்கினார்கள். எனது நண்பர் இவ்வித்தையில் கைதேர்ந்தவர் என்பது எனக்குத் தெரியாது. நானும் மதிமயங்கிப்போய் இந்தக் கேலிப்பேச்சில் கலந்துகொள்ள ஆரம்பித்தேன். சீட்டையும் விளையாட்டையும் மறந்து நான் வரம்பு மீறிப்போகவிருந்த தருவாயில் ஆண்டவன் எனது நண்பர் மூலமாக எச்சரிக்கை செய்து தடுத்தாட் கொண்டான். "ஓ! இந்தப் பிசாசு உன்னிடம் எங்கிருந்து வந்தது. அப்பனே? எழுந்திருந்து போ சீக்கிரம்" என்று அவர் கூறினார்.

நான் வெட்கித் தலைகுனிந்தேன். அவ்வெச்சரிக்கையை ஏற்றுக்கொண்டேன். உள்ளுக்குள் அந்நண்பருக்கு நன்றியறிதல் செலுத்தினேன். எனது அன்னையின் முன்னிலையில் நான் செய்த பிரதிக்ஞையை நினைவுகூர்ந்தேன். அவ்விடத்தின்றும் ஓட்டம் பிடித்தேன். வேட்டை நாயினால் துரத்தப்பட்ட மானைப்போல் உடல் நடுநடுங்க ஹிருதயம் படபடவென்று அடித்துகொள்ள என் அறையை அடைந்தேன்.

என் மனைவியைத் தவிர்த்த வேறு ஸ்திரி ஒருத்தி என் உள்ளத்தில் காம இச்சையைக் கிளப்பியது இதுவே முதன்முறையாகும். அன்றிரவு எனக்கு உறக்கமே பிடிக்கவில்லை. இந்த வீட்டில் இனி இருக்கலாமா? ஓடிப்போய்விடக் கூடாதா? நாம் எவ்விடத்தில் இருக்கிறோம்? விழிப்புடனிராவிடில் என்ன நேரிடும்? இத்தகைய எண்ணங்கள் பல தோன்றி தூக்கமில்லாமல் செய்தன. இது முதல் மிகவும் எச்சரிக்கையுடன் நடந்துகொள்ளத் தீர்மானித்தேன். அந்த வீட்டைவிட்டுப் போவது போதாதென்றும் ஆனால், அந்நகரைவிட்டே கிளம்பிச் சென்றுவிடுவதென்றும் முடிவு செய்தேன். மகா நாடு இன்னும் இரண்டு தினமே நடக்கவிருந்தது.

மறுநாள் மாலை நான் புறப்பட்டுச் சென்றதாக ஞாபகம். என் நண்பர் மட்டும் இன்னும் சில தினங்கள் அங்கேயே இருந்தார்.

அப்போது சமயத்தின் உட்பொருள் எதுவென்று எனக்குத் தெரியாது. அவ்வாறே கடவுளின் உண்மையைப் பற்றியும், அவருடைய திருவருள் இயங்கும் விதத்தைப் பற்றியும், யாதும் அறியேன். அச்சந்தர்ப்பத்தில் பகவான் என்னைக் காப்பாற்றினார் என்று மட்டும் ஒரே வழி உணர்ந்தேன். இவ்வாறே சோதனைகள் ஏற்பட்டபோதெல்லாம் என்னைக் காத்தருள் செய்திருக்கிறார். இன்றைய தினம் கடவுள் காப்பாற்றினார் என்னும் சொற்றொடர் எனக்கு ஆழ்ந்த பொருள் பொதிந்ததாயிருக்கிறதாயினும், இன்னமும் அதன் முழுக்கருத்தையும் நான் அறிந்துகொண்டதாகச் சொல்லமுடியாது. முழுக்கருத்தையும் உணர்ந்துகொள்ள இன்னும் அதிகமான அனுபவம் வேண்டும். ஆனால், பாராமார்த்திகத் துறையிலும், வக்கீல் தொழிலிலும், பெரும் ஸ்தாபனங்கள் நடத்துவதிலும், அரசியலிலும், எனக்குச் சோதனைகள் நேரிட்டபோதெல்லாம் பகவான் கருணை புரிந்து காப்பாற்றினார் என்று நான் உறுதியாகச் சொல்லக்கூடும். நம்பிக்கைக்குச் சற்றும் இடமில்லாமற்போன பின்பும், துணைவர்களும், சுகபோகங்களும் கைவிட்டுப்போன பிறகும், எப்படியோ உதவி வந்து சேர்வதை என் அனுபவத்தில் கண்டறிந்துள்ளேன். இறைவனிடம் மன்றாடுதலும், பூசையும், பிரார்த்தனையும், பிறவும் வெறும் மூடக்கொள்கைகள் அல்ல. உணவு கொள்ளுதல், தண்ணீர் அருந்தல், அமர்தல், நடத்தல் இவற்றைவிட அவை உண்மையான செயல்கள், அவையே மெய்வினைகள், மற்றவையெல்லாம் பொய் வினைகள் என்ற கூறுதலும் மிகையாகாது.

அத்தகைய பூசை அல்லது பிரார்த்தனை வாக்குவன்மை காட்டுவதற்குரியதல்ல. அவை உதட்டிலிருந்து வருவனவல்ல. பிரார்த்தனை ஹிருதய அந்தரங்கத்தினின்றும் எழுவது. எனவே, நாம் ஹிருதயத்தைத் தூயதாக்கி, அன்பொன்றைத் தவிர வேறெதற்கும் அங்கு இடமில்லாமற் செய்தோமாயின், வீணையின் எல்லாத் தந்திகளும் சுருதிகூட்டி வைக்கப் பெறும்போது இனிய சங்கீதம் எழுந்து இன்பம் விளைப்பதுபோல், உண்மைப் பிரார்த்தனை எழுந்து இறைவன் அருள் கூட்டுவிக்கும். பிரார்த்தனைக்குப் பேச்சு வேண்டாம். ஐம்புலன்களினால் எத்தகைய முயற்சியும் அவசியமில்லை. ஹிருதயத்தைக் காமக்குரோதாதிகளிலிருந்து விடுவித்துத் தூயதாக்குவதற்குப் பிரார்த்தனை உத்தமமான சாதனம் என்பதில் எனக்கு எவ்வளவும் சந்தேகமில்லை. ஆனால், அதனுடன் அளவிறந்த தாழ்மைக் குணமும் கலந்திருத்தல் அத்தியாவசியமாகும்.

21. நாராயண ஹேமசந்திரர்

ஏறக்குறைய இதே சமயத்தில் நாராயண ஹேமசந்திரர் இங்கிலாந்துக்கு வந்தார். அவர் சிறந்த நூலாசிரியர் என்று நான் கேள்விப்பட்டிருந்தேன். தேசிய இந்தியச் சங்கத்தைச் சேர்ந்த மிஸ்மானிக் என்னும் பெண்மணியின் வீட்டில் நாங்கள் சந்தித்தோம். பிறருடன் கலந்து பழகும் குணம் என்னிடம் இல்லையென்று அப்பெண்மணிக்குத் தெரியும். அவருடைய வீட்டுக்குப் போனால் நான் வாயை மூடிக்கொண்டு உட்கார்ந்திருப்பது வழக்கம். யாரேனும் என்னுடன் பேசினால் மட்டுமே பதில் சொல்வேன். எனவே, அவர் என்னை நாராயண ஹேமசந்திரருக்கு அறிமுகம் செய்து வைத்தார். ஹேமசந்திரருக்கு ஆங்கிலம் தெரியாது. அவருடைய உடையோ விநோதமாயிருந்தது. தொளதொளவென்றிருந்த காற்சட்டையும், பார்ஸி மாதிரியில், சுருக்கம் விழுந்த அழுக்குப்பிடித்த பழுப்புநிற மேற்சட்டையும் கம்பளிக் குல்லாவும் அணிந்திருந்தார், கழுத்துப்பட்டை அல்லது சுருக்குக் கிடையாது. நீண்ட தாடி வளர்த்துக்கொண்டிருந்தார்.

உருவத்தில் அவர் குட்டையானவர். ஒல்லியான தேகமுடையவர். முகம் அம்மை வடு நிறைந்தது. மூக்கு கூரானதுமன்று; தட்டையானது மன்று. கையினால் ஓயாமல் தாடியைத் தடவிக்கொண்டேயிருந்தார். நாகரிக மனிதர்கள் கூடியுள்ள இடத்தில் இப்படிப்பட்ட விநோத மனிதர் மீது எல்லாருடைய கவனமும் செல்வது இயல்பே அன்றோ?

"தங்களைப் பற்றி நிரம்பக் கேள்விப்பட்டிருக்கிறேன். தங்கள் புத்தகங்கள் சிலவும் படித்திருக்கிறேன். நான் இருக்கும் இடத்திற்குத் தாங்கள் வந்தால் மிகவும் மகிழ்ச்சியடைவேன்" என்று அவரிடம் கூறினேன்.

ஹேமசந்திரர் கொஞ்சம் கம்மலான குரல் உள்ளவர். முகத்தால் புன்னகையுடன் "ஓ! வருகிறேன். நீர் எங்கே இருக்கிறீர்?" என்று அவர் கேட்டார்.

"ஸ்டோர் தெருவில்"

"நான் இருப்பது அங்கேதான். நான் ஆங்கிலம் கற்றுக்கொள்ள விரும்புகிறேன். கற்றுக்கொடுக்கிறீரா?'

"என்னால் இயலும் அளவு கற்றுக்கொடுக்கத் தயார். அது எனக்குப் பெரிதும் மகிழ்ச்சி தரும். தாங்கள் விரும்பினால் தங்கள் இருப்பிடத்துக்கே வந்து கற்பிக்கிறேன்."

"வேண்டாம். வேண்டாம். நானே வருகிறேன். வரும்போது மொழிபெயர்ப்பு அப்பியாச புத்தகம் ஒன்றும் கொண்டுவருவேன்."

பின்னர், அவர் எப்போது வருவதென்பதைப் பற்றிப் பேசி முடிவு செய்தேன். விரைவில் நாங்கள் இருவரும் நெருங்கிய நண்பர்களானோம்.

ஹேமசந்திரருக்கு இலக்கணம் என்றால் எப்படி இருக்குமென்று தெரியாது. குதிரை என்பது வினைச்சொல் என்றும் ஓடு என்பது பெயர்ச்சொல் என்றும் கூறுவார். இத்தகைய அவரது விநோதத் தவறுகள் பல இன்னும் எனக்கு நினைவிருக்கின்றன. எனக்குத் தெரிந்த சிறிதளவு இலக்கணத்தை அவருக்குக் கற்பிக்க முயன்றது பயன்தரவில்லை. தமக்கு இலக்கணம் தெரியாதது ஓர் அவமானம் என்பதாகவும் அவர் கருதவே இல்லை.

கொஞ்சம் தயக்கம் என்பதில்லாமல் அவர் பின்வருமாறு கூறுவார்: "உம்மைப்போல் நான் பள்ளிக்கூடத்துக்கு எப்போதும் சென்றதில்லை. என் எண்ணங்களை வெளியிடுவதற்கு இலக்கணத்தின் அவசியத்தை நான் உணர்ந்ததுமில்லை. நீர் இவ்வளவு படித்தவராயிற்றே? நல்லது, உமக்கு வங்காளி பாஷை தெரியுமா? எனக்குத் தெரியும், வங்காளத்தில் நான் பிரயாணம் செய்திருக்கிறேன். மகரிஷி தேவேந்திரநாத் தாகூரின் நூல்களைக் குஜராத்தியருக்கு மொழிபெயர்த்துக் கொடுத்தவன் நான்தான். இன்னும் பல மொழிகளிலும் உள்ள அறிவுச் செல்வத்தையும் குஜராத்தியருக்கு மொழிபெயர்த்துக் கொடுக்க விரும்புகிறேன். மூலத்திற்கு நேரான மொழிபெயர்ப்பு நான் செய்வதில்லையென்பது உமக்குத் தெரியும். மூலத்தின் கருத்தை மொழிபெயர்ப்பில் கொண்டுவந்து விடுவதுடன் நான் திருப்தி அடைகிறேன். என்னைவிட அறிவாற்றலில் சிறந்தவர்கள் வருங்காலத்தில் இன்னும் பெரிய காரியங்களைச் செய்யலாம். ஆனால், இலக்கணத்தின் உதவியின்றி நான் செய்திருக்குமளவில் திருப்தி கொண்டிருக்கிறேன். மகாராஷ்டிரமும் ஹிந்தியும், வங்காளியும் எனக்குத் தெரியும், இப்போது ஆங்கிலம் கற்கத் தொடங்கியிருக்கிறேன். ஒவ்வொரு மொழியிலும் எனக்கு வார்த்தைகள் ஏராளமாய்த் தெரிந்தால் போதும். என்னுடைய ஆசை இத்துடன் முடிவடைந்துவிட்டது என்று நினைக்கிறீரா? அந்தப் பயமே வேண்டாம் பிரான்சு தேசத்துக்குச் சென்று பிரெஞ்சு மொழி கற்றுக்கொள்ள விரும்புகிறேன். அம்மொழியில் இலக்கியச் செல்வம் அதிகம் என்று கேள்விப்பட்டுள்ளேன். கூடுமானால் ஜெர்மனி தேசமும் சென்று ஜெர்மானிய பாஷை கற்றுக்கொள்ளவும் விரும்புகிறேன்."

இப்படி இடைவிடாது அவர் பேசிக்கொண்டு போனார். பிறநாடுகளில் பிரயாணம் செய்வதிலும், பிற மொழிகளைக் கற்பதிலும் அவருக்கிருந்த ஆசை அளவற்றது.

"அப்படியானால் அமெரிக்காவுக்குக்கூடப் போவீர்களா?" என்று கேட்டேன்.

"கட்டாயம் போவேன். புது உலகத்தைப் பாராமல் நான் இந்தியாவுக்குத் திரும்புதல் எப்படிச் சாத்தியம்?"

"ஆனால், இவ்வளவுக்கும் பணத்துக்கு என்ன செய்வீர்கள்?"

"பணம் எதற்காக? உம்மைப்போல் நான் நாஸுக்குக் காரனல்லன். பசிக்கு உணவும், உடம்பை மூடத்துணியுமே எனக்கு வேண்டும். நான் எழுதிய புத்தகங்களிலிருந்து கிடைப்பதும், என் நண்பர்கள் கொடுப்பதுமே இதற்குப் போதும். எப்போதும் மூன்றாம் வகுப்பிலேயே நான் பிரயாணம் செய்வது வழக்கம் அமெரிக்காவுக்குப் போகும்போதும் கப்பல் மேல்தட்டில் பிரயாணம் செய்வேன்."

ஹேமசந்தரரின் எளிய வாழ்க்கையும், அவருடைய கபடமற்ற தன்மையும் ஒன்றுக்கொன்று பொருத்தமாயிருந்து. கர்வம் என்பது அவரிடம் அணுவளவும் கிடையாது. ஆனால், நூலாசிரியர் என்ற தனது திறமையைப் பற்றி மட்டும் அவர் கொஞ்சம் உள்ளதற்கு அதிகமாகவே எண்ணிக்கொண்டிருந்தார்.

நாங்கள் தினந்தோறும் சந்தித்தோம். எங்கள் எண்ணங்களிலும் செயல்களிலும் நிரம்ப ஒற்றுமை இருந்தது. இருவரும் சைவ உணவு உண்பவர்கள், அடிக்கடி நாங்கள் சேர்ந்து சிற்றுண்டி அருந்தினோம். இது, நானே சமையல் செய்துகொண்டு வாரம் 17 ஷில்லிங் செலவில் வாழ்க்கை நடத்திய காலம். சிலமுறை அவர் அறைக்கு செல்வேன். மற்றும் சிலமுறை அவர் என் அறைக்கு வருவார். நான் ஆங்கில முறையில் செய்யப்படாவிட்டால் அவருக்குத் திருப்தி உண்டாகாது. பருப்பு இல்லாமல் அவருக்குச் சரிப்படாது. காரட் கிழங்குக் குழம்பு முதலியவை தயாரிப்பேன். என் சுவை இப்படிக் கெட்டுப்போயிற்றே என்று அவர் இரக்கப்படுவார். ஒருமுறை எங்கேயோ இந்தியக் காராமணி கண்டுபிடித்துப் பாகம் செய்து கொண்டுவந்தார். எனக்கு அது நிரம்பப் பிடித்திருந்தது. இதிலிருந்து, நான் தயாரிப்பதில் நன்றாயிருக்கும் உணவுப் பண்டங்களை அவருக்கு அனுப்புவதும் வழக்கமாயிற்று.

அப்போது கார்டினல் மானிங்கின் பெயர் எங்கும் பிரசித்தியாயிருந்தது. அக்காலத்தில் இங்கிலாந்தில் நேர்ந்த

துறைமுகத் தொழிலாளர் வேலை நிறுத்தம், ஜான் பர்ன்ஸ் கார்டினல் மானிங் இவர்களுடைய முயற்சியினால் விரைவில் முடிவடைந்திருந்தது. கார்டினல் மானிங்கின் எளிய வாழ்வைக் குறித்து முதல் மந்திரி டிஸ்ரேலி வியந்து கூறியதை ஹேமசந்திரருக்கு அறிவித்தேன். "அப்படியானால் அந்த மகானை நான் பார்க்கவேண்டும்" என்று அவர் கூறினார்.

"அவர் பெரிய மனிதராயிற்றே? தாங்கள் எப்படி அவரைப் பார்க்க முடியும்?" என்று கேட்டேன்.

"அதற்கு, வழி எனக்குத் தெரியும். என் பொருட்டு நீர் அவருக்கு எழுதவேண்டும். நான் ஒரு நூலாசிரியனென்றும், அவருடைய ஜீவகாருண்ய வேலைக்காக நேரில் கண்டு வாழ்த்துக்கூற விரும்புகிறேனென்றும் எழுதும். எனக்கு ஆங்கிலம் தெரியாததால் மொழிபெயர்ப்பதற்காக உம்மையும் உடன் அழைத்துவர வேண்டியிருப்பதாகத் தெரிவியும்."

அப்டியே ஒரு கடிதம் எழுதினேன். இரண்டு மூன்று நாளில் கார்டினலிடமிருந்து பதில் வந்தது. அவர் தம்மைப் பார்ப்பதற்கு ஒரு நேரம் குறிப்பிட்டிருந்தார். அவ்வாறே நாங்கள் இருவரும் சென்றோம். யாரையாவது பார்க்கச் செல்லுகையில் தரிப்பதற்கென என்னிடம் ஓர் உடுப்பு இருந்தது. அதை நான் தரித்துக்கொண்டேன். ஹேமசந்திரர் வழக்கம்போல் அதே மேல்சட்டையும் கால்சட்டையும்தான் அணிந்து வந்தார். இதன்பொருட்டு நான் கேலி செய்தபோது அவர் கூறியதாவது, "உம்மைப்போன்ற நாகரிக மனிதர்கள் எல்லாரும் வெறுங் கோழைகள், மகான்கள், ஒருவனது வெளித்தோற்றதைக் கண்டு அவனது பெருமையை மதிப்பிடுவதில்லை. அவனது ஹிருதயம் நல்லதா என்றே பார்ப்பார்கள்."

கர்டினல் மாளிகையை அடைந்து நாங்கள் ஆசனத்தில் அமர்ந்ததும் மெலிந்த உயரமான கிழவர் ஒருவர் வந்து எங்களைக் கைகுலுக்கினார். ஹேமசந்திரர் உடனே பின்வருமாறு வாழ்த்துரை கூறினார். "தங்கள் காலத்தை அதிகமாய் வீணாக்க நான் விரும்பவில்லை. தங்களைப்பற்றி நான் நிரம்பக் கேள்விப்பட்டிருக்கிறேன். வேலைநிறுத்தம் செய்த தொழிலாளருக்காக நீங்கள் செய்த அரியவேலையின் பொருட்டு உங்களுக்கு வந்தனம் செலுத்தவேண்டுமென எனக்கு ஆவல் உண்டாயிற்று. உலகிலுள்ள மகான்கள், எல்லாரையும் சென்று தரிசிப்பது என் வழக்கம். அதனாலேயே தங்களுக்கு இத்தொந்தரவு கொடுத்தேன்."

இப்படி அவர் குஜராத்தியில் கூறியதை நான் ஆங்கிலத்தில் மொழிபெயர்த்துச் சொன்னேன்.

“நீங்கள் வந்தது குறித்துச் சந்தோஷம். லண்டன் வாழ்க்கை உங்களுக்கு ஒத்திருக்குமென்றும், இங்குள்ள ஜனங்களுடன் பழக்கம் செய்து கொள்வீர்களென்றும் நம்புகிறேன். ஆண்டவன் உங்களுக்கு அருள்புரிவானாக.”

இவ்வாறு கூறிவிட்டு கார்டினல் எழுந்து நின்று விடையளித்தார்.

ஒருமுறை ஹேமசந்திரர் அரை வேஷ்டியும். மேலே உட்சட்டையும் மட்டும் அணிந்து நான் இருந்த இடத்துக்கு வந்தார். வீட்டுக்காரி அப்போது புதியவள். அவள் ஹேமசந்திரரை இதற்குமுன் பார்த்ததில்லை. அவ்வுத்தமி கதவைத் திறந்து அவரைப் பாத்ததும் பயமடைந்து ஓடிவந்து, “யாரோ பித்தன்போல் தோன்றும் ஒருவன் உங்களைப் பார்க்க விரும்புகிறான்” என்று கூறினாள். நான் போய் பார்த்தபோது ஹேமசந்திரராயிருக்கக் கண்டு வியப்படைந்தேன். அவருடைய கோலம் என்னைத் திடுக்கிடுச் செய்தது. அவர் முகத்தில் மட்டும் வழக்கமான புன்னகையே குடிக்கொண்டிருந்தது.

“தெருவிலுள்ள சிறுவர்கள் தங்களைத் தொடர்ந்து தொந்தரவு கொடுக்கவில்லையா?” என்று கேட்டேன்.

“ஆம், அவர்கள் என் பின்னால் ஓடி வந்தார்கள், ஆனால், அவர்களை நான் லட்சியம் செய்யாமையால் பேசாது திரும்பிவிட்டார்கள்” என்றார்.

லண்டனில் சில மாதங்கள் தங்கியிருந்த பிறகு ஹேமசந்திரர் பாரிஸூக்குச் சென்றார். அங்கே பிரெஞ்சு பாஷை படிக்கவும் சில பிரெஞ்சு நூல்களை மொழிபெயர்க்கவும் தொடங்கினார். அவருடைய மொழி பெயர்ப்பைச் சரிபார்க்கப் போதிய அளவு எனக்குப் பிரெஞ்சு தெரிந்திருந்தது. எனவே, மொழிபெயர்ப்பைப் படிக்க என்னிடம் கொடுத்தார். ஆனால், அது மொழிபெயர்ப்பாகவே இல்லை. சாராம்சத்தையே திரட்டியிருந்தார்.

அமெரிக்காவுக்குப் போகும் தீர்மானத்தையும் அவர் கடைசியாக நிறைவேற்றினார். ஆனால், கப்பல் மேல்தட்டில் பிரயாணம் செய்யும் சீட்டுப் பெறுவதற்கு நிரம்பக் கஷ்டப்பட வேண்டியிருந்தது. அமெரிக்கா ஐக்கிய இராஜ்யத்திலிருந்தபோது ஒருமுறை அவர் வேஷ்டியும் உட்சட்டையும் மட்டும் தரித்து வெளியே போனமையால் அநாகரிகமாக உடையணிந்த குற்றத்திற்காகக் கைது

செய்யப்பட்டார். விசாரணையில் விடுதலை அடைந்தார் என்பது என் ஞாபகம்.

22. பாரிஸ் கண்காட்சி

பாரிஸ் நகரில் 1890ஆம் வருடத்தில் ஒரு பெரிய கண்காட்சி நடைபெற்றது. அதற்காக விமரிசையான ஏற்பாடுகள் செய்யப்பட்டு வந்தது குறித்துப் பத்திரிகையில் படித்திருந்தேன். பாரிஸ் நகரைப் பார்க்கவேண்டுமென்னும் ஆசையும் நிரம்ப இருந்தது. எனவே, இச்சமயத்தில் போய் வந்தால், இரண்டையும் பார்த்ததாகுமென எண்ணினேன். கண்காட்சியில் முக்கியமாக எப்பெல் கோபுரம் (Eiffel Tower) பிரசித்தி பெற்றிருந்தது. ஏறக்குறைய அது 100 அடி உயரமுள்ளது. முழுவதும் இரும்பினால் கட்டப்பட்டது. இன்னும் பார்க்கத் தகுந்த பொருள்கள் பல இருப்பினும் இக்கோபுரமே அவற்றுள் தலையாயதாயிருந்தது. ஏனெனில், அவ்வளவு உயரமான கட்டடம் கீழே விழாமல் நிற்க முடியாதென்று அது காறும் கருதப்பட்டு வந்தது.

பாரிஸில் சைவ உணவு விடுதி ஒன்று இருப்பதாகக் கேள்விபட்டிருந்தேன். எனவே, அங்கு சென்று ஓர் அறையை ஏழு நாளைக்கு வாடகைக்குப் பிடித்தேன். பிரயாணத்தின்போது பாரிஸ் காட்சிகளைப் பார்த்தபோது நிரம்பச் செட்டாகச் செலவு செய்தேன். பாரிஸ் நகரின் அமைப்புப் படமொன்றும். கண்காட்சியின் படமொன்றும், கண்காட்சியைப் பற்றிய விவரங்களடங்கிய புத்தகம் ஒன்றும் வாங்கிக்கொண்டு அவற்றின் உதவியால் பெரும்பாலும் கால்நடையாகவே எல்லாவற்றையும் சுற்றிப்பார்த்தேன். அவற்றைக்கொண்டே பிரதான வீதிகள், பார்க்கவேண்டிய முக்கியமான இடங்கள் எல்லாவற்றையும் கண்டுபிடித்தல் சாத்தியமாயிருந்தது.

கண்காட்சியைப் பற்றிய வரையில், அது மிகப்பெரியதொன்று என்பது, பல்வேறு வகைப் பொருள்கள் வைக்கப்பட்டிருந்தன என்பதுமே ஞாபகமிருக்கின்றன, எப்பெல் கோபுரத்தில் இரண்டு மூன்றுமுறை ஏறி இறங்கியபடியால், அதைப்பற்றி நன்றாய் நினைவிருக்கிறது. கோபுரத்தின் முதல் மாடியில் போஜனசாலை ஒன்று இருந்தது. அவ்வளவு உயரமான இடத்தில் சிற்றுண்டி அருந்தினேன் என்று சொல்லித் திருப்தி அடையும் பொருட்டு ஏழு ஷில்லிங் தொலைத்தேன்.

பாரிஸ் நகரிலுள்ள பண்டைக்காலக் கோயில்கள் இன்னும் என் நினைவில் இருக்கின்றன. அக்கோயில்களின் கம்பீரத் தோற்றமும், அவற்றுள் குடிகொண்டிருந்த அமைதியும் மறக்க முடியாதவையாகும். நாட்டர்டேம் கோயிலின் அற்புத அமைப்பும், அதன் உட்புறத்தில் செய்யப்பட்டிருக்கும் விமரிசையான சித்தரிப்பு வேலைகளும், அழகானச் சிற்பங்களும் பார்த்தோர் உள்ளத்தைவிட்டு என்றும் அகலா, கோடிக்கணக்காகச் செலவு செய்து இத்தகைய தெய்வீகக் கோயில்களைக் கட்டியவர்களின் ஹிருதயத்தில் தெய்வபக்தி குடிகொண்டிருந்திருக்கவே வேண்டுமென எண்ணினேன்.

பாரிஸ் நகரின் நாகரிக தோரணைகளைப் பற்றியும், களியாட்டங்களைப் பற்றியும் நான் நிரம்பக் கேள்விப்பட்டிருந்தேன். ஒவ்வொரு வீதியிலும் அவற்றை மெய்ப்படுத்தும் காட்சிகளைக் கண்டேன். ஆனால், அந்நகரின் கோயில்களுக்குள் ஒருவன் நுழைந்துவிட்டால் வெளிபுறத்துச் சத்தத்தையும், சந்தடியையும் மறந்துவிடுவான். உடனே, அவனிடம் ஒரு மாறுதல் காணப்படும். கன்னிமேரியின் சிலையின் முன்பு மண்டியிட்டுத் தொழுவோரை அணுகும்போது அவன் பயபக்தியுடன் செல்வான். இவ்வாறு மண்டியிடுதல், பிரார்த்தனை செய்தல் எல்லாம் வெறும் மூடநம்பிக்கையாகாது என்று அப்போது எனக்குத் தோன்றிற்று. இன்றளவு அவ்வுணர்ச்சி வளர்ந்து வருகிறதேயன்றி வேறில்லை. பயபக்தியுடன் அங்கு மண்டியிட்டுக் கொண்டிருந்தவர்கள் வெறுங்கல்லுக்கோ பிரார்த்தனை செலுத்திக்கொண்டிருந்தார்கள்? அவர்களைக் கவர்ந்திருந்தது மெய்யன்பேயாகும். அவர்கள் பூசித்தது கல்லையன்று, அக்கல் எதற்கறிகுறியாய் நின்றதோ அத்தெய்வீகத்தையே அவர்கள் ஆராதித்தார்கள். இத்தகைய ஆராதனையால் அவர்கள் இறைவன் மகிமையை வளர்த்தார்களே அல்லாமல் குறைக்கவில்லையென எனக்குத் தோன்றுகிறது.

எப்பெல் கோபுரத்தைப் பற்றி இங்கு ஒரு வார்த்தை கூறவேண்டும். இன்று அக்கோபுரம் எவ்வாறு பயன்படுகிறது என்பது எனக்குத் தெரியாது. அப்போது அக்கோபுரத்தைப் பற்றிப் பலர் புகழ்ந்ததையும், மற்றும் பலர் குறைகூறியதையும் கேட்டேன். அதைக் கண்டித்தவர்களில் முதன்மையானவர் டால்ஸ்டாய் என்று நினைவிருக்கிறது. "மேற்படி கோபுரமானது மனிதனுடைய அறிவுக்கு ஞாபகச் சின்னம் அன்றென்றும் அவனுடைய அறியாமைக்கே ஒரு நினைவுக்குறியாகுமென்றும்" அவர் கூறினார். மேலும் "லாகிரிப் பொருள்களுள் புகையிலேயே மிகக்கொடியது. குடிகாரன் ஒருபோதும் செய்யத் துணியாத குற்றங்களைப்

புகையிலை உபயோகிப்பவன் செய்வான். மது ஒருவனைப் பைத்தியமாக்கும் அல்லது புகையிலையோ மதியை மயக்கி ஆகாயக் கோட்டை கட்டச் செய்யும். இத்தகைய மயக்கத்தில் ஆழ்ந்திருக்கும்போது மனிதன் கட்டியவைகளுள் எப்பெல் கோபுரமும் ஒன்று" என அவர் எழுதினார். அக்கோபுரத்தில் கலைத்திறன் என்பது சிறிதும் கிடையாது. கண்காட்சிக்கு எவ்வகையிலும் அது உண்மை அழகு அளித்தாகச் சொல்லமுடியாது. அத்தகைய உயரமான கட்டடம் அப்போது முற்றிலும் புதியதாகையால் மனிதர்கள் அதைப் பார்க்கவும் அதில் ஏறவும் கும்பல்கும்பலாக வந்தார்கள். கண்காட்சியில் அதை ஒரு விளையாட்டுக் கருவியென்றே சொல்லலாம். நாம் குழந்தைகளாய் இருக்கும்வரை விளையாட்டுக் கருவிகள் நம் மனதைக் கவர்கின்றன. நாம் எல்லாரும் இன்னும் குழந்தைகளே என்பதற்கு எப்பெல் கோபுரம் ஒரு நிதர்சனமான அத்தாட்சியாயிருந்தது. இவ்வுண்மை தெளிவாக விளங்கியது அக்கோபுரத்தினால் விளைந்த பயன் எனக் கூறலாகும்.

23. பாரிஸ்டர் ஆனேன். ஆனால்?

ஒரு மாணாக்கன் பாரிஸ்டர் ஆவதற்கு முன் இரண்டு நிபந்தனைகள் பூர்த்தியாகவேண்டும். மாணாக்கர்களும், அவர்களுக்குப் பட்டம் வழங்க வேண்டியவர்களான பாரிஸ்டர் நீதிபதிக் குழுவினரும் சேர்ந்து உணவருந்தும் விருந்துகளுக்குச் செல்லுதல் ஒன்று; பரீட்சையில் தேறுதல் மற்றொன்று; ஒவ்வொரு மூன்று மாதத்திலும் 24 விருந்துகள் நடைபெறுகின்றன. இவற்றுள் குறைந்தது ஆறு விருந்துகளுக்கு மாணாக்கன் செல்லவேண்டும். இவ்வாறு மொத்தம் மூன்று வருஷங்கள் விருந்துண்ண வேண்டும். விருந்துக்குச் செல்பவர்கள் சாப்பிட்டே ஆகவேண்டுமென்று கட்டாயமில்லை. குறிப்பிட்ட நேரத்தில் சென்று விருந்து முடியும்வரை இருந்தாலும் போதும். ஆனால், நல்ல உணவுப் பண்டங்களும், உயரிய மது வகைகளும் அளிக்கப்பட்டபடியால் சாதாரணமாக எல்லாரும் வயிறு நிறைய உண்டு குடித்தலே வழக்கம். ஒவ்வொரு விருந்துக்கும் இரண்டு ரூபாய் முதல் மூன்று ரூபாய் வரையில் கொடுக்கவேண்டியிருந்தது. இத்தொகை மிதமானதென்றே கருதப்பட்டது. ஏனெனில், ஹோட்டல்களில் சாப்பிட்டால் மது வகைகளுக்கு மட்டும் அவ்வளவு கொடுக்க வேண்டியிருக்கும். இந்தியாவில் இன்னும் நாகரிகமடையாத ஜனங்களுக்கு,

உணவுக்கிரயத்தைவிடப் பானத்தின் கிரயம் இவ்வளவு அதிகமா? என்று ஓர் ஆச்சரியம் ஏற்படலாகும். முதன்முதல் இவ்விவரம் எனக்குத் தெரிந்தபோது நான் திடுக்கிட்டுப்போனேன். குடியில் இவ்வளவு பணத்தை வாரியிறைக்க எப்படித்தான் ஜனங்கள் மனந்துணிகிறார்களோ என்று வியப்புற்றேன். அநேகமாக இவ்விருந்துகளில் நான் ஒன்றும் சாப்பிடுவதில்லை. ரொட்டி, வேக வைத்த உருளைக்கிழங்கு, முட்டைக்கோஸ் என்னும் கீரை இவையே நான் சாப்பிடக்கூடியவை இவைகளும் ஆரம்பத்தில் எனக்குப் பிடிக்காததால் சாப்பிடவில்லை. பின்னால், அவை எனக்குச் சுவைக்கத் தொடங்கியபோது வேறு உணவுப்பொருள்கள் கேட்கவும் எனக்குத் தைரியம் உண்டாகிவிட்டது.

மாணாக்கர்களுக்கு அளிக்கப்பட்ட சாப்பாட்டைவிட பாரிஸ்டர் நீதிபதி கூட்டத்துக்கு அளிக்கப்பட்ட சாப்பாடு உயர்தரமானது. என்னைத்தவிர சைவ உணவு விரதங்கொண்ட பாரிஸ்டர் நீதிபதிக்கூட்டத்துக்கு அளிக்கப்பட்ட சைவ உணவு பதார்த்தங்களில் சில எங்களுக்குத் தரும்படி கோரினோம். எங்கள் கோரிக்கை அங்கீகரிக்கப்பட்டது. அதன் பயனாக எங்களுக்குப் பழங்களும், இன்னும் சில கறிவகைகளும் கிடைத்தன.

விருந்தில், நான்குநான்கு பேருக்கு இரண்டு மதுப்புட்டிகள் வீதம் கொடுக்கப்பட்டன. நான் மது அருந்தாதவனாதலால் என்னைத் தங்கள்தங்கள் கோஷ்டியில் சேர்ந்துகொள்ளும்படி எல்லாரும் அழைத்தார்கள். ஏனெனில், மற்ற மூவரும் இரண்டு புட்டிகளைக் காலி செய்துவிடலாமன்றோ? மூன்று மாதங்களுக்கொருமுறை விசேஷ விருந்து ஒன்று நடக்கும். அன்று சாதாரணமாகக் கொடுக்கப்படும் மது வகைகளோடு சாம்பேன் முதலிய உயர்ந்த மது வகைகள் அதிகப்படியாகக் கொடுக்கப்படும். அத்தகைய தினங்களில் எனக்குக் கிராக்கி நிரம்ப அதிகம்.

மாணாக்கர்கள் பாரிஸ்டர் தொழிலுக்குத் தகுதியாவதற்கு இவ்விருந்துகளால் என்ன பயன் என்பது அப்போதும் எனக்குத் தெரியவில்லை; இப்போதும் தெரியவில்லை. ஒரு காலத்தில் மிகச் சில மாணாக்கர்களே இருந்தபோது அவர்களுடைய பாரிஸ்டர் நீதிபதிகளும் பேசிப் பழகுவதற்குச் சந்தர்ப்பங்கள் ஏற்பட்டன. உபந்நியாசங்கள் செய்யப்பட்டன. மாணாக்கர்கள் உலக ஞானம் பெறுவதற்கும், பேசும் திறமை அடைவதற்கும் இவ்விருந்துகள் சந்தர்ப்பம் ஏற்படுத்தித் தந்தன. என்னுடைய காலத்தில் இது ஒன்றும் சாத்தியமில்லை. நீதிபதிகளும் பாரிஸ்டர்களும் மாணாக்கர்களிடமிருந்து தனியே தூரத்தில் உட்கார்ந்தார்கள்.

இவ்வழக்கத்துக்கு நாளடைவில் பொருளில்லாமலே போயிற்று. எனினும் பழமையில் பற்றுள்ள இங்கிலாந்து, இன்னும் அவ்வேறுபாட்டைக் கடைப்பிடித்தே வருகிறது.

பரீட்சைக்குரிய பாடக்கிரமம் மிகவும் சுலபமானது. பாரிஸ்டர்கள் 'சாப்பாட்டு பாரிஸ்டர்கள்' என்று வேடிக்கையாக அழைக்கப்பட்டு வந்தார்கள். பெயருக்குத்தான் பரீட்சை என்பது எல்லாருக்கும் தெரியும். என் காலத்தில் இரண்டு பரீட்சைகள் உண்டு. ஒன்று ரோமன் சட்டத்திலும், மற்றொன்று இங்கிலாந்தின் பழமை வழக்கச் சட்டத்திலும். இவற்றில் தனித்தனிப் பகுதிகளுக்குப் பரீட்சைகளுக்குச் செல்லலாம். பரீட்சைகளுக்குப் பாட புத்தகங்கள் ஏற்பட்டிருந்தன. ஆனால், அவற்றைப் படிப்பார் யாருமில்லை. குறிப்புப் புத்தகங்களை இரண்டு வாரம் மேலேழுந்தவாரியாகப் படித்துவிட்டு ரோமன் சட்டப் பரீட்சையில் எழுதித் தேறியவர்களையும், அவ்வாறு இரண்டு மூன்று மாதம் குறிப்புக்களைப் படித்துவிட்டு இங்கிலாந்து சட்டத்தில் தேறியவர்களையும் எனக்குத் தெரியும். பரீட்சை வினாக்கள் மிகச்மிகச் சுலபமானவை. பரிட்சகர்களோ தாராள மனமுள்ளவர்கள். ரோமன் சட்டப் பரீட்சையில் 100க்கு 95 பேர் முதல் 99 பேர் வரை தேறிவிடுவார்கள். முடிவான பரீட்சையில் தேறுபவர்கள் 100க்கு 75 பேருக்குச் குறையவில்லை. ஆதலின் பரிட்சையில் தவறிவிடுவோமோ என்ற பயமே கிடையாது. மேலும், பரீட்சைகள் வருஷத்தில் ஒருமுறையன்று, நான்குமுறை நடந்தன. இவ்வளவு சௌகரியமான பரீட்சைகளை யாரும் கஷ்டமென்று கருதமாட்டார்களன்றோ?

ஆனால், நான் மட்டும் அவற்றைக் கஷ்டமாகச் செய்துகொண்டேன். பாட புத்தகங்கள் எல்லாவற்றையும் படித்துவிடுதல் என் கடமையென்று எண்ணினேன். அவற்றைப் படியாமலிருப்பது மோசம் செய்வதாகும் என்று நினைத்தேன். புத்தகங்கள் வாங்குவதில் பணம் நிரம்ப செலவு செய்தேன். ரோமன் சட்டத்தை லத்தீன் பாஷையில் படிக்கத் தீர்மானித்தேன். மெட்ரிக்குலேஷன் பரீட்சைக்குப் படித்த லத்தீன் இப்பொழுது மிகவும் உபயோகமாயிருந்தது. தென்னாப்பிரிக்காவில் ரோமன் டச்சு சட்டமே நாட்டின் சட்டமாதலால். இப்பொழுது நான் படித்தது அவ்வளவும் பின்னால் எனக்குப் பயன்படாமல் போகவில்லை.

இங்கிலாந்தின் பழமை வழக்கச் சட்டத்தை ஒன்பது மாதம் கஷ்டப்பட்டுப் படித்து முடித்தேன். புரூம், ஸ்னெல், வொயிட் டியூடர், வில்லியம்ஸ் எட்வர்டு, கூடில் முதலியோரால் எழுதப்பட்ட

சட்டப் புத்தகங்களை வாசித்தேன். வில்லியம்ஸ் எட்வர்டு என்பவர்களால் எழுதப்பட்ட 'மெய்ச் சொத்து' என்னும் புத்தகம் ஒரு புதுக் கதையைப்போல் சுவை தருவதாயிருந்தது. இந்தியா திரும்பிய பின்னர் அவ்வளவு சுவையுடன் நான் படித்ததாக நினைவிருக்கும் புத்தகம் மேயன் எழுதிய ஹிந்து சட்டமேயாகும். ஆனால், இந்தியச் சட்டப்புத்தகங்களைப் பற்றிக்கூற இது இடமன்று.

பரீட்சைகளில் தேறி 1891ஆம் வருஷம் ஜூன் மாதம் 10ந் தேதி பாரிஸ்டர் கோஷ்டியில் சேர்த்துக்கொள்ளப்பட்டேன். 11ந் தேதி ஹைகோர்ட்டில் நியாயவாதியாகப் பதிவு செய்யப் பெற்றேன். 12ஆம் தேதியன்று இந்தியாவுக்குப் புறப்பட்டேன்.

இவ்வளவு தூரம் படித்தேனாயினும் என்னுடைய அதைரியத்துக்கும் தவிப்புக்கும் அளவில்லை. வக்கீல் தொழில் செய்வதற்குத் தகுதி பெற்றுவிட்டதாக எனக்கு நம்பிக்கை ஏற்படவில்லை. ஆனால், இதைப்பற்றி ஒரு தனி அத்தியாத்திலேயே விவரமாய் கூற இயலும்.

24. என் அதைரியம்

பாரிஸ்டர் ஆதல் மிகச் சுலபமாவே இருந்தது. ஆனால், பாரிஸ்டர் தொழில் நடத்துவதே கஷ்டமாகத் தோன்றிற்று. நான் சட்டங்களைப் படித்திருந்தேனேயொழியச் சட்டவாதம் செய்யும் முறை பயிலவில்லை. சட்டக்கோட்பாடுகளைச் சிரத்தையுடன் படித்திருந்தேன். ஆனால், அவற்றை ஆதாரமாகக் கொண்டு வாதிக்கும்முறை அறிந்தேனில்லை. 'உன்னுடைய சொத்தை மற்றவர்களுடைய சொத்துக்குத் தீங்கு நேராத வகையில் உபயோகப்படுத்துவாயாக என்பது சட்டக் கோட்பாடுகளில் ஒன்று. ஆனால், கட்சிக்காரனுக்குச் சாதகமாக இக்கோட்பாட்டைப் பயன்படுத்துவது எவ்வாறு என்று எனக்குத் தெரியவில்லை. இக்கோட்பாட்டின்மேல் எழுந்த பெரிய வழக்குகளின் விவரம் எல்லாவற்றையும் படித்தேன். எனினும் வருங்காலத்தில் அதை உபயோகப்படுத்தி வழக்குகளில் வாதமிடலாம் என்னும் நம்பிக்கை வரவில்லை.

மேலும், இந்தியச் சட்டத்தைப் பற்றி நான் எதுவுமே படிக்கவில்லை ஹிந்து, முஸ்லிம் சட்டங்கள் எப்படியிருக்குமென்பதே தெரியாது. பிராது நகல் எழுதக்கூட அறிந்தவனல்லன். கடல் நடுவில் விடப்பட்டவன்போல் திசை

தெரியாது தவித்தேன். ஸர் பிரோஸிமஷா மேதா நீதிமன்றத்தில் சிங்கத்தைப்போல் கர்ச்சனை செய்வார் எனக் கேள்விப்பட்டிருந்தேன். அவ்வித்தை அவர் இங்கிலாந்தில் எவ்வாறு கற்றுக்கொண்டிருக்கக் கூடுமென்று ஆச்சரியப்பட்டேன். அவரைப்போல் நியாய வாதத்தில் அவ்வளவு திறமை பெறலாம் என்று கனவில்கூட நான் ஆசைப்படுவதற்கில்லை. அந்தத் தொழிலில் ஜீவனோபாயத்துக்கு வருமானம் கிடைத்தாலே போதுமென நினைத்தேன். அதுவேனும் கிடைக்குமா என்பதே எனக்குப் பெரிதும் சந்தேகமாயிருந்தது.

நான் சட்டம் படித்துக்கொண்டிருந்தபோதே இத்தகைய ஐயங்களும் கவலைகளும் என்னைப் பிடுங்கித் தின்றன. இவற்றை எனது நண்பர் சிலருக்குத் தெரிவித்தேன். தாதாபாய் நௌரோஜியின் புத்திமதியைக் கேட்கும்படி அவர்களில் ஒருவர் சொன்னார். நான் இங்கிலாந்து சென்றபோது தாதாபாய் நௌரோஜிக்கு ஓர் அறிமுகக் கடிதம் கொண்டுபோனேனென்று முன்னமே சொல்லி இருக்கிறேன். ஆனால், அக்கடிதத்தை நான் உடனே பயன்படுத்திக்கொள்ளவில்லை. அவ்வளவு பெரிய மனிதருக்கு அநாவசியமாகத் தொந்தரவு கொடுக்கக்கூடாதென்று எண்ணினேன். ஆனால், அவர் பிரசங்கம் செய்யப்போகிறார் என்று அறிவிக்கப்படும்போதெல்லாம் தவறாது செல்வேன். அவருடைய உருவத்தோற்றும் உபந்நியாசமும் கண்ணுக்கும் செவிக்கும் நல்விருந்தாய் இருக்கும். ஒரு மூலையிலிருந்து கேட்டுவிட்டுப் பிரசங்கம் முடிந்ததும் போய்விடுவேன். மாணாக்கர்களோடு நெருங்கிப் பழகுவதற்காக அவர் ஒரு சங்கம் கண்டிருந்தார். அதன் கூட்டங்களுக்கு நான் போவதுண்டு. மாணாக்கர்களின் நலத்தில் தாதாபாய் காட்டும் கவலையையும், அவரிடம் மாணாக்கர் வைத்திருந்த நன்மதிப்பும் கண்டு மகிழ்ச்சியடைவேன். இவ்வாறு சில காலமான பின்னர், அவர்பால் அணுகி அறிமுகக் கடிதத்தைக் கொடுக்க எனக்குத் தைரியம் பிறந்தது. "உமக்கு விருப்பமானபோதெல்லாம் என்னிடம் வந்து புத்திமதி கேட்கலாம்" என்று அவர் சொன்னார். ஆனால், ஒருமுறைகூட நான் அவரிடம் செல்லவில்லை. இன்றியமையாத அவசியம் ஏற்பட்டாலன்றி அவருக்குத் தொந்தரவு கொடுக்கலாகாதென்று எண்ணினேன். எனவே, என் நண்பரின் யோசனையின்படி அவரிடம் சென்று புத்திமதி கேட்க நான் துணியவில்லை. அந்த நண்பரோ, வேறொருவரோ நன்கு ஞாபகமில்லை. மிஸ்டர் பிரடரிக் பிங்கட் என்பாரைப் பார்க்கும்படி யோசனைக் கூறினார். மிஸ்டர் பிங்கட் கன்ஸர்வேட்டிவ் கட்சியினராயினும் இந்திய மாணாக்கர்களிடம் அன்பு கொண்டவர். அவரன்பு பரிசுத்தமானது. சுயநலக் கலப்பற்றது. மாணாக்கர் பலர்

அவரிடம் புத்திமதியை நாடி வந்தனர். அவரை வந்து பார்க்க அனுமதிகோரி நானும் அவருக்கு எழுதினேன். அவருடைய அனுமதியும் கிடைத்தது.

அவரைச் சந்தித்துப் பேசிய விவரத்தை நான் என்றும் மறவேன், நெருங்கிய பழகிய நண்பரைப்போல் அவர் எனக்கு முகமன் கூறினார். என்னுடைய கவலைகளைக் கேட்டு அவர் நகைத்தார். அவர் கூறியதாவது, "ஒவ்வொருவரும் பிரோஸிமஷா மேதாவாக இருக்க வேண்டுமென்று நினைக்கிறீரா? பிரோஸிஷாக்களும் பட்ருடீன்களும் அபூர்வமாகவே இருப்பார்கள். சாதாரண வக்கீலாக இருப்பதற்கு அசாதாரணமாக சாமர்த்தியம் எதுவும் வேண்டியதில்லை. இதை உறுதியாக நம்பும், சாதாரண முயற்சியும் கண்யமும் இருந்தால் ஜீவனோபயாபாயத்தைப் பற்றிக் கவலைப்பட வேண்டுவதில்லை. வழக்குகள் எல்லாமே சிக்கல் உள்ளவைகளாயிரா. இருக்கட்டும். பொது அறிவுக்குரிய படிப்பு எந்த அளவில் படித்திருக்கிறீர்? சொல்லும் பார்ப்போம்."

என்னுடைய பொதுப் படிப்பு மிகக் கொஞ்சம் என்பதை அவர் அறிந்தபோது சற்று ஏமாற்றமடைந்தார் என்பதைக் கண்டேன். ஆனால், இது ஒரு கணத்தில் மாறிவிட்டது. புன்னகை பூத்த முகத்துடன் அவர் கூறியதாவது, "உம்முடைய கஷ்டம் என்னவென்பது எனக்குத் தெரிகிறது. உமது பொதுப் படிப்பு நிரம்பச் சொற்பம். வக்கீலுக்கு உலக ஞானம் இன்றியமையாதது. உமக்கு அதுதான் இல்லை. இந்திய சரித்திரம்கூட நீர் படித்ததில்லை. வக்கீல் தொழில் செய்வோனுக்கு மனித சுபாவம் நன்கு தெரிந்திருக்கவேண்டும். ஒரு மனிதனுடைய குணங்களை அவன் முகத்தோற்றத்திலிருந்து அறியும் ஆற்றல் வேண்டும். மேலும், இந்தியன் ஒவ்வொருவனுக்கும் இந்தியச் சரித்திரம் தெரிந்திருக்க வேண்டாமா? வக்கீல் தொழிலுக்கும் அதற்கும் சம்பந்தமில்லையாயினும் உமக்குச் சரித்திர ஞானம் அவசியம் தெரிந்திருக்கவேண்டும். கேயும், மாலிஸனும் இயற்றிய 1857ம் வருஷத்துக் கலகத்தின் சரித்திரம்கூட நீர் படித்ததில்லை. உடனே அதை வாங்கிப் படியும், மனித சுபாவத்தை முகத்தில் படித்தறிவதற்கு லவேடர், ஷெம்மல பென்னிக் என்பவர்கள் எழுதிய இரண்டு புத்தகங்களையும் உடனே வாங்கி வாசியும்."

பெரியாரான இந்நண்பரிடம் நான் அளவற்ற நன்றி உடையவனானேன். அவர் முன்னிலையில் என்னுடைய பயங்கள் எல்லாம் பறந்துபோயின. ஆனால், அவரைவிட்டுப் பிரிந்ததும்

பழைய படியே கவலைப்படத் தொடங்கினேன். ஒருவன் முகத்திலிருந்து அவன் குணங்களைக் கண்டுகொள்வதெப்படி? இக்கேள்வி என் உள்ளத்தை அலைத்துக்கொண்டிருந்தது. மறுநாள் வலேடரின் புத்தகத்தை வாங்கினேன். ஷெம்மெல் பென்னிக்கின் புத்தகம் கடையில் கிடைக்கவில்லை. லவெடரின் புத்தகம் மிகவும் கஷ்டமாயிருந்தது. படிப்பதற்கு ரசமாகவும் இல்லை. ஷேக்ஸ்பியரின் முகத்தோற்றத்தைப் பற்றிப் படித்தேனாயினும், லண்டன் தெருக்களில் குறுக்கு நெடுக்காகச் சென்றுகொண்டிருந்த ஷேக்ஸ்பியர்களைக் கண்டுகொள்ளும் ஆற்றல் பெற்றேனில்லை.

லவேடரின் புத்தகத்தினால் நான் புதிய அறிவு எதுவும் பெறவில்லை என்று சொல்லலாம். பொதுவாக, மிஸ்டர் பிங்கட்டின் புத்திமதிகள் எனக்கு நேர்முகமாக எவ்வித நன்மையும் செய்யவில்லை. ஆனால், அவருடைய அன்பு எனக்கு உறுதுணையாயிருந்தது. புன்னகைப்பூத்த அவரது கள்ளமற்ற முகம் எப்போதும் என் நினைவில் பதிந்துகிடந்தது. பிரோஸிஷா மேதாவுக்கிருந்ததுபோல் அவ்வளவு ஞாபக சக்தியும், திறமையும் இருந்தால்தான் வக்கீல் தொழிலில் வெற்றி பெறலாம் என்பதில்லை என்றும், கண்யமும் முயற்சியும் இருந்தால் போதுமென்றும் அவர் உறுதிகூறியதை நான் நம்பினேன். இவ்விரண்டு குணங்களும் என்னிடம் ஓரளவு இருந்தபடியால் சிறிது கவலை நீங்கப் பெற்றவனானேன்.

கேயும் மாலிஸனும் எழுதிய சிப்பாய்க் கலகத்தின் சரித்திரத்தை இங்கிலாந்தில் படிக்கமுடியவில்லை. ஆனால், சந்தர்ப்பம் கிடைத்ததும் படிக்கவேண்டுமென்று எண்ணியிருந்தேன். பின்னால் தென்னாப்பிரிக்காவில் அதைப் படித்தேன்.

இவ்வாறு மனதில் ஒருபுறத்தில் மிக அதைரியமும் மற்றொரு புறத்தில் சிறிதளவு நம்பிக்கையும் கொண்டவனாய் எஸ்.எஸ்.அஸ்ஸாம் என்னும் கப்பலில் பிரயாணம் செய்து பம்பாயில் வந்து இறங்கினேன். துறைமுகத்தில் கடலின் கொந்தளிப்பு அதிகமாக இருந்தபடியால் நீராவிப் படகு மூலம் கரைசேர வேண்டியிருந்தது.

இரண்டாம் பாகம்

01. ராய் சந்தர்

பம்பாய்த் துறைமுகத்தில் கடல் கொந்தளிப்பாயிருந்ததென்று சென்ற அத்தியாயத்தின் இறுதியில் கூறினேன். அரபிக்கடலில் ஜூன், ஜூலை மாதங்களில் இவ்வாறிருப்பது ஆச்சரியமன்று. ஏடன் துறைமுகத்திலிருந்து அலைகள் அதிகமாகவே இருந்தன. அநேகமாகப் பிரயாணிகள் எல்லாரும் நோய்க்கு ஆளாயினர். நான் மட்டும் பூரண சௌக்கியத்துடன் இருந்தேன். கப்பலின் மேல்தட்டில் நின்று பெரியபெரிய அலைகள் வந்து மோதும் காட்சியைப் பார்த்துக்கொண்டிருப்பேன். காலைப் போஜனத்தின்போது என்னைத்தவிர வேறு ஒருவர் அல்லது இருவரே சாப்பிட வருவார்கள். ஓட்மீல் கூழ் அடங்கிய தட்டுகளை மிகவும் எச்சரிக்கையுடன் மடியில் வைத்துக்கொண்டு உண்போம். சற்று அஜாக்கிரதையானால் மடியெல்லாம் கூழாகிவிடும்.

புறத்தில் அடித்த புயலைப்போல் என் அகத்திலும் ஒரு புயல் அடித்துக்கொண்டிருந்தது. ஆனால், புறப்புயலால் நான் கலங்காதது போலவே அகப்புயலினாலும் கலங்கவில்லை என்று சொல்லக்கூடும். சாதிக் கட்டுப்பாட்டுத் தொல்லை என்னை எதிர்கொண்டு அழைக்குமென எதிர்பார்த்தேன். பாரிஸ்டர் தொழில் தொடங்கும் விஷயத்தில் எனது அதைரியத்தைப் பற்றி முன்னமே சொல்லியிருக்கிறேன். மற்றும், சீர்திருத்தக்காரனான நான், சில சீர்திருத்தங்களை எவ்வாறு ஆரம்பிக்கலாமென்று சிந்தித்துக்கொண்டிருந்தேன். ஆனால், நான் எதிர்ப்பார்த்தவற்றைவிட அதிகக் கஷ்டங்கள் எனக்குக் காத்திருந்தன.

என் தமையனார் என்னைச் சந்திப்பதற்காகத் துறைமுகத்துக்கே வந்திருந்தார். அவர் ஏற்கனவே டாக்டர் மேதாவுடனும், அவர் சகோதரருடனும் அறிமுகம் செய்துகொண்டிருந்தார். டாக்டர் மேதா தமது வீட்டிலேயே நான் தங்கவேண்டுமென்று வலியுறுத்தியபடியால் நாங்கள் அவர் வீடு சேர்ந்தோம். இவ்வாறு இங்கிலாந்தில் ஆரம்பமான பழக்கம் இந்தியாவில் வளரலாயிற்று. நாளடைவில் அது எங்கள் இரண்டு குடும்பங்களுக்குள்ளும் நிரந்தரமான நட்பாக முதிர்ச்சியடைந்தது.

என் தாயாரைப் பார்க்கவேண்டுமென்று என் உள்ளம் தவித்தது. இறைவனடி சேர்ந்துவிட்டாரென்றும், இனி தமது பூத உடலினால் என்னை வரவேற்று வாஞ்சையுடன் தழுவி மகிழப்போவதில்லை என்றும் நான் அறியேன். அந்தத் துக்கச் செய்தி இப்போது எனக்கு அறிவிக்கப்பட்டது. ஸ்நானம் முதலிய வழக்கமான கிரியைகளைச் செய்து முடிந்தேன். நான் இங்கிலாந்திலிருந்தபோதே என் அருமை அன்னையார் இறந்துபோனார். அந்நிய நாட்டில் தனித்திருக்கையில் என்னைப் பெருந்துக்கத்துக்கு ஆளாக்க வேண்டாமென்ற கருத்துடன் என் தமையனார் அச்செய்தியைத் தெரிவியாமல் வைத்திருந்தார். ஆனால், இப்போதும் அச்செய்தி கேட்டுப் பெரிதும் கலங்கியே போனேன். இதைப்பற்றி நான் அதிகமாக விவரித்தல் கூடாது. தந்தையின் மரணத்தைவிடத் தாயின் உள்ளத்திலிருந்து நெடுநாள் ஆசைகள் எவ்வளவோ இதனால் பங்கமுற்றுப் போயின. ஆனால், இதுகுறித்த நான் அழுது புலம்ப ஆரம்பித்துவிடவில்லை என்பது நினைவில் இருக்கிறது. கண்ணீரைக்கூடத் தடுத்து நிறுத்திவிட என்னால் முடிந்தது. ஒன்றும் நேரிடாதது போலவே வாழ்க்கையில் இறங்கினேன்.

டாக்டர் மேதா பல நண்பர்களுக்கு என்னை அறிமுகம் செய்துவைத்தார். அவர்களில் ஒருவர் டாக்டர் மேதாவின் சகோதரரான ஸ்ரீ சங்கர் ஜக்ஜீவன் என்பார். இவருக்கும் எனக்குமிடையே அத்தியந்த நேயம் உண்டாகி வளரலாயிற்று. ஆனால், அப்போது எனக்கு அறிமுகமானவர்களில் சிறப்பாகக் குறிப்பிட வேண்டியவர் கவி ராய் சந்து என்னும் இராஜ சந்திரர் ஆவர். இவர் டாக்டர் மேதாவின் மூத்த சகோதரர் ஒருவரின் மாப்பிள்ளை. ரேவா சங்கர் ஜக்ஜீவனின் பெயரால் நடைபெற்ற நகை வியாபாரக்கடையின் கூட்டாளி, அவருக்கு அப்போது 25 வயதுக்கு மேலிராது. ஆனால், முதன்முறை சந்தித்தபோதே, அவர் சிறந்த ஒழுக்கமும், புலமையும் உடையவர் என்பது எனக்குத் தெரிந்துவிட்டது. அவர் சதாவதானி என்று பெயர் பெற்றிருந்தார். அவர் தம் அதிசய ஞாபகசக்தியின் துணையினால் புரியும் அருஞ்செயல்கள் சிலவற்றைப் பார்க்கும்படி டாக்டர் மேதா எனக்குக் கூறினார். ஐரோப்பிய பாஷைகள் எல்லாவற்றிலும் எனக்கு எவ்வளவு வார்த்தைகள் தெரியுமோ அவ்வளவையும் சொல்லி அவைகளைத் திருப்பி ஒப்புவிக்கச் சொன்னேன். ஒன்றுவிடாமல் நான் சொல்லிய வரிசைப்படியே அவர் கூறினார். அவருடைய இச்சக்தியை நான் பெரிதும் வியந்தேனாயினும், அதில் மயங்கிப் போய்விடவில்லை. ஆனால், பின்னர் நான் அறிய வந்த அவருடைய குணநலன்கள் சில உண்மையிலேயே என்னை மயக்கி

அடிமைகொண்டன. சமய நூல்களில் அவருக்கிருந்த அபார அறிவும். அவரது மாசற்ற ஒழுக்கமும், ஆத்மானுபூதிச் செல்வத்தை அடைவதில் அவருக்கிருந்த அடங்கா ஆவலுமே இக்குணங்கள். ஆத்மானுபூதி லட்சியம் ஒன்றுக்காகவே அவர் உயிர் வாழ்ந்தாரெனக் கண்டேன். முக்தானந்தரின் பாட்டு ஒன்றை எப்போதும் அவர் சொல்லிக்கொண்டே இருப்பார். அவர் ஹிருதயத்திலே அப்பாட்டு பதிக்கப்பட்டிருந்ததெனச் சொல்லலாம். அது வருமாறு "தினசரி வாழ்க்கையில் நான் புரியும் செயல் ஒவ்வொன்றிலும் ஆண்டவனை எப்போது காண்கிறேனோ, அப்போதே நான் கிருதார்த்தனாவேன். முக்தானந்தரின் உயிரைத் தாங்கி நிற்கும் நூலிழை அவனே என்பதில் சந்தேகம் யாது?"

ராய் சந்தரின் வியாபாரம் அற்ப சொற்பமானதன்று லட்சக்கணக்கினது. முத்து, வைரப் பரீட்சைகளில் அவர் கைதேர்ந்தவர். வியாபார சம்பந்தமான எவ்வளவு சிக்கலானப் பிரச்சினையும் அவருக்கரியதன்று. ஆனால், இது ஒன்றும் அவர் வாழ்க்கையில் முக்கியமான இடம்பெறவில்லை. ஆண்டவனை நேருக்குநேர் தரிசிக்க வேண்டுமென்ற அடங்காப் பிரேமையே அவருடைய வாழ்வில் முதன்மையான நோக்கமாயிருந்தது. அவருடைய வியாபார மேஜைமீது மத சம்பந்தமான புத்தகம் ஒன்றும், அவருடைய தினசரி (டைரி)யும் எப்போதும் இருந்து கொண்டிருக்கும். வியாபார வேலை முடிந்த உடனே சமய நூலையோ தினசரியையோ எடுத்துக்கொள்வார். அவர் எழுதியவற்றுள் பிரசுரமாகி இருப்பவை பெரும்பாலும் அவருடைய தினசரியிலிருந்து எடுக்கப்பட்டவையாகும். வியாபாரத் துறையில் பெரிய பேரங்களைப் பேசி முடித்துவிட்டு அடுத்த கணக்கில் ஆத்ம ரகசிய தத்துவங்களைப் பற்றி எழுதத் தொடங்கிய ஒருவர், வியாபாரியே யாகார் என்று சொல்லவும் வேண்டுமோ? அத்தகையவரைச் சத்திய உபாசகர் என்றே கூறவேண்டும்.

இவ்வாறு அவர் வியாபார உலகின் மத்தியில் அமர்ந்திருக்கையிலேயே கடவுளைத் தேடும் முயற்சியில் ஈடுபட்டிருப்பதை ஒருமுறை இருமுறையன்று பல முறைகளில் நான் பார்த்தேன். அவர் மனம் சாந்த நிலையினின்றும் நழுவியதை நான் ஒருபோதும் கண்டதில்லை. அவருக்கு என்னிடம் வியாபார விஷயமாகவோ வேறு சுயநலக்காரணம் பற்றியோ எவ்வித சம்பந்தமும் கிடையாது. எனினும், என்னுடன் அவர் நெருங்கிப் பழக மனமுவந்தார். அக்காலத்தில் நான் வக்காலத்து இல்லா வெறும் பாரிஸ்டரேயாயினும் அவர் என்னைப் பார்த்தபோதெல்லாம்

பரமார்த்திக விஷயங்களைப் பற்றிப் பேசத்தொடங்குவார். அப்போது நான் இருளில் வழி தெரியாமல் தடவிக்கொண்டிருந்தவன். சமய சம்பந்தமான விவாதங்களில் அதிக சிரத்தை இருந்ததாகவும் சொல்லமுடியாது. ஆனால், அவருடைய பேச்சில் மட்டும் எனக்கு மிகவும் பிரியமாயிருந்தது. அதற்குப்பின் நான் எவ்வளவோ மதத் தலைவர்கள், சமய குருக்களைப் பார்த்திருக்கிறேன். ஆனால், ராய் சந்தரைப்போல் என் மனதைக் கவர்ந்தவர் அவர்களில் ஒருவர்கூட இல்லையென்று சொல்லலாம். அவருடைய மொழிகள் என் உள்ளத்தில் ஊடுருவிச் சென்று பதிந்தன. அவரது ஒழுக்கப்பற்றைப் போலவே அவரது அறிவு மேன்மையும், அவரிடம் நான் மதிப்புக்கொள்வதற்குக் காரணமாயிற்று. என்னை வேண்டுமென்று அவர் தப்பு வழியில் செலுத்தமாட்டாரென்றும், தமது ஹிருதய அந்தரங்கத்தில் எழும் எண்ணங்களையும் எனக்குத் தெரிவித்துவிடுவாரென்றும் உறுதியான நம்பிக்கைப் பெற்றேன். எனவே, பாரமார்த்திக வாழ்வுத் துறையில் ஏதேனும் நெருக்கடி நேரும்போதெல்லாம் அவரே எனக்குத் தஞ்சமாயிருந்து வந்தார்.

அவரிடம் நான் இவ்வளவு மதிப்பு வைத்திருந்தேனாயினும், எனது ஹிருதய சிம்மாசனத்தில் அவரை எனது குருநாதனாக ஏற்றி வைத்தேனில்லை. அச்சிம்மாசனம் இன்றளவும் வெறுமையாகவே இருக்கிறது. நானும் குரு நாதனை இன்னும் தேடிக்கொண்டுதான் இருக்கிறேன்.

ஆத்ம சாதனத் துறையில் குருவின் முக்கியத்தைப் பற்றிய ஹிந்துமதக் கொள்கையில் எனக்கு நம்பிக்கையுண்டு. குரு உபதேசமின்றி ஒருவன் மெஞ்ஞானம் பெறமுடியாது என்னும் தத்துவத்தில் பெரிதும் உண்மையிருக்கிறது. லௌகிகக் கல்விப் பயிற்சிக்கு, வேறு வழி இல்லாவிடில், அரைகுறையாகத் தெரிந்த உபாத்தியாயரிடமே செல்லலாம். ஆனால், பாரமார்த்திக ஞானம் பெறுவதற்கு இது கூடாது. அதற்குப் பரிபூரண ஞானியையே குருவாகக் கொள்ளவேண்டும். ஆதலின் பூரணத்துவம் பெறுவதற்கு நாம் இடைவிடாத முயற்சி செய்யவேண்டும். ஏனெனில், ஒருவன் தன் தகுதிக்கிசைந்த வண்ணமே குருவைப் பெறுகிறான். பூரணத்துவம் பெறுவதற்காகச் சதா முயற்சி செய்துகொண்டிருத்தல் நம்முடைய உரிமை. இத்துறையில் முயற்சியே பயனாகும். மற்றவை இறைவன் திருவுள்ளபடி நடைபெறும்.

இவ்வாறு ராய் சந்தரை என் குருநாதனாக ஹிருதய சிம்மாசனத்தில் ஏற்றி வையாவிடினும் பல சந்தர்ப்பங்களில் அவர் எனக்கு அருந்துணையாகவும், வழிகாட்டியாகவும் இருந்தார்

என்பதைப் போகப்போகப் பார்ப்போம். தற்கால மனிதர்களில் என் உள்ளத்தைக் கவர்ந்து என் வாழ்க்கையின் போக்கைச் சமைத்தவர் மூவர். ராய் சந்தர் தமது ஜீவிய சங்கத்தினாலும், டால்ஸ்டாய் 'ஆண்டவன் இராஜ்யம், உனக்குள்ளே' *(The Kingdom of god is with you)* என்ற புத்தகத்தாலும், ரஸ்கின் என்பார் 'முடிந்த நிலை' *(Unto this Last)* என்ற நூலினாலும் அவ்வாறு என் வாழ்க்கைக்கு வழிகாட்டிகளாயினர், பின் இருவரையும் பற்றி உரிய இடத்தில் விவரமாகக் கூறுவேன்.

02. வாழ்க்கை தொடங்கிய விதம்

என் தமையனார் என்னைப் பற்றிப் பெரிய ஆகாயக் கோட்டைக் கட்டியிருந்தார். பணம், பெயர், புகழ் இவற்றில் அவருக்குப் பற்று அதிகம். அவர் விசாலமான ஹிருதயம் படைத்தவர். அளவுக்கு மிஞ்சிய தாராள குணமுள்ளவர். இத்துடன் அவர் கபடமற்ற சுபாவம் உடையவராயுமிருந்ததால் அவருக்கு நண்பர்கள் பலர் ஏற்பட்டிருந்தனர். அவர்கள் மூலமாக என்னிடம் கட்சிக்காரர்கள் அதிகமாய் வருவதற்கு ஏற்பாடு செய்யலாம் என அவர் நம்பினார். எனக்கு ஏராளமான வருவாய் கிடைக்குமென்று எதிர்ப்பார்த்து அவர் வீட்டுச் செலவுகளையும் மிகுதியாகப் பெருக்கிவிட்டார். நான் தொழில் நடத்துவதற்கு வேண்டிய முன் ஏற்பாடு ஒன்றும் அவர் பாக்கி வைக்கவில்லை.

நான் வெளிநாட்டுப் பிரயாணம் செய்தது குறித்து என் சாதியாரிடையே தோன்றிய கிளர்ச்சி இன்னும் இருந்தே வந்தது. அதன் பயனாகச் சாதியில் இரண்டு கட்சிகள் ஏற்பட்டிருந்தன. ஒரு கட்சியார் என்னை உடனே சாதியில் திரும்பச் சேர்த்துக்கொண்டனர். மற்றொரு கட்சியார் என்னைச் சாதிப்பிரஷ்டனாக வைத்திருப்பதில் உறுதிகொண்டிருந்தனர். முதலில் சொன்னவர்களை மகிழ்விப்பதற்காக என் சகோதரர் இராஜகோட்டைக்குப் போவதற்குமுன் என்னை நாஸிக் நகருக்கு அழைத்துச்சென்று, அங்கே புண்ணிய நதியான கோதாவரியில் ஸ்நானம் செய்வித்தார். பின்னர், இராஜகோட்டைக்குச் சென்றதும் சாதி விருந்து நடத்தினார். எனக்கு இது ஒன்றும் பிடிக்கவில்லை. ஆனால், என் சகோதரர் என்னிடம் அளவற்ற அன்பும், அதற்கேற்ப நான் அவரிடம் பக்தியும் கொண்டிருந்தபடியால் அவருடைய விருப்பத்தின்படி எல்லாம் மறுத்துக்கூறாமல் நடந்தேன். இப்படியாக, புணர் சாதிப் பிரவேசத்தைப் பற்றிய தொல்லை ஒருவாறு முடிவடைந்தது.

என்னைச் சாதியில் ஏற்றுக்கொள்ள மறுத்தக் கட்சியாரே என்னை ஏற்றுக்கொள்ளும்படி செய்ய நான் எப்பொழுதும் முயலவேயில்லை. அக்கட்சியின் தலைவர்கள் மீது எனக்குக் கோபம் வரவுமில்லை. அவர்களில் சிலர் என்னை வெறுத்தனர். ஆனால், நான் அவர்கள் உள்ளம் புண்படும்படியான காரியம் எதுவும் செய்யாமல் மிக ஜாக்கிரதையாய் இருந்து வந்தேன். அவர்கள் என்னைச் சாதிப் பிரஷ்டனாக்கி விதித்தக் கட்டுப்பாடுகளுக்கு முற்றிலும் இணங்கி நடந்தேன். இக்கட்டுப்பாட்டுகளின்படி, எனது மாமனார், மாமியார், சகோதரி, மைத்துனர் முதலிய உறவினர் யாரும் எனக்கு விருந்தளித்தல் கூடாது. ஆதலின், அவர்கள் வீட்டில் நான் தண்ணீர்கூட அருந்துவதில்லை. இக்கட்டுப்பாட்டை இரகசியமாக மீற அவர்கள் சித்தமாயிருந்தனர். ஆனால், பகிரங்கமாகச் செய்யக்கூடாத ஒரு காரியத்தை இரகசியமாகச் செய்தல் என் இயல்புக்கே முற்றும் மாறானதாகும்.

இவ்வாறு சிறிதும் குறைகூறுவதற்கிடமின்றி நான் நடந்துகொண்டபடியால் சாதியினால் எனக்குத் தொந்தரவு நேரிட்டதே இல்லை. அக்கட்சியார் இன்னமும் என்னைச் சாதிப்பிரஷ்டனாகவே கருதி வருகின்றார்களாயினும் பொதுவாக அவர்கள் என்னிடம் அன்பும் தயாளமுமே காட்டி வந்திருக்கிறார்கள். சாதிக்கென்று நான் எதுவும் செய்யவேண்டுமென எதிர்ப்பாராமலே என்னுடைய வேலைக்கு அவர்கள் உதவியும் செய்திருக்கிறார்கள். நான் அவர்களை எதிர்த்துப் போராடாமல் இருந்ததின் பயனே இது என்பது என் நம்பிக்கை. நான் என்னைச் சாதியில் சேர்த்துக்கொள்ள வேண்டுமென்று கிளர்ச்சி செய்து இன்னும் அதிகக் கட்சிகளை உண்டாக்க முயன்று அவர்களுக்குக் கோபமூட்டி இருப்பேனாயின் அவர்களும் நிச்சயமாகப் பதிலுக்குப் பதில் செய்திருப்பார்கள். இங்கிலாந்திலிருந்து வந்ததும் சாதிக் கிளர்ச்சி என்னும் பெருஞ்சுழலில் அகப்பட்டுக்கொண்டு திண்டாடி இருப்பேன். ஒரு வேலை பொய் நடிப்பை மேற்கொள்ளவேண்டியும் வந்திருக்கலாம். நிற்க.

என் இல்வாழ்க்கை இன்னும் நான் விரும்பியவாறாக இல்லை. இங்கிலாந்து வாசத்தினாலும் என்னிடமிருந்த பொறாமைக் குணம் அகலவில்லை. ஒவ்வொரு சிறு விஷயத்துக்கும் என் மனைவிமீது சந்தேகப்பட்டு எரிந்து விழுந்தேன். எனவே, என் ஆசைகள் எல்லாம் கைகூடாமலே இருந்தன. என் மனைவி எழுதப்படிக்கக் கற்றுக்கொள்ளுதல் அவசியமென்றும் அவளுக்கு நானே சொல்லிக்கொடுக்கலாம் என்றும் எண்ணி இருந்தேன். ஆனால்,

இந்நோக்கம் நிறைவேறா வண்ணம் என் காமம் குறுக்கே நின்றது. என்னிடமிருந்த குறை காரணமாய் அவள் கஷ்டப்பட வேண்டியதாயிற்று. ஒருமுறை கோபித்துக்கொண்டு அவளைத் தந்தை வீட்டுக்கே அனுப்பிவிட்டேன். அவளைக் கொடிய மனத்துயரத்துக்கு ஆளாக்கிய பிறகே திரும்ப அழைத்துக்கொண்டேன். இவையெல்லாம் எனது அறிவீனமே என்று பின்னால் அறிந்தேன்.

குழந்தைகளுக்குக் கல்வி போதிக்கும் முறையில் சீர்திருத்தம் செய்யவேண்டுமென்று திர்மானித்திருந்தேன். என் சகோதரருக்குக் குழந்தைகள் இருந்தன. நான் இங்கிலாந்துக்குப் புறப்பட்டபோது கைக்குழந்தையாக விட்டுச்சென்ற என் புதல்வன் இப்போது நாலு வயதுச் சிறுவனாய் இருந்தான். இந்தக் குழந்தைகளுக்குத் தேகாப்பியாசம் கற்பித்து அவர்களைத் திடகாத்திரர்களாய்ச் செய்யவேண்டுமென்றும் என்னுடைய நேரான மேற்பார்வையில் அவர்களை வளர்க்க வேண்டுமென்றும் எனக்கு ஆசை உண்டு. இதில் என் சகோதரருடைய ஆதரவும் எனக்குக் கிடைத்தது. ஏறக்குறைய இம்முயற்சியில் வெற்றி பெற்றேனென்று கூறலாம். குழந்தைகளின் சங்கத்தை நான் பெரிதும் விரும்பினேன். குழந்தைகளுடன் பரிகாசம் செய்து விளையாடும் வழக்கம் இன்னமும் என்னிடம் இருந்து வருகிறது. குழந்தைகளுக்குப் பாடம் கற்பிக்கும் உபாத்திமைத் தொழில் எனக்கு மிகவும் ஏற்றது என்ற எண்ணம் அன்று முதல் எனக்கு உண்டு.

உணவுச் சீர்திருத்தத்தின் அவசியத்தைப் பற்றிச் சொல்ல வேண்டுவதில்லை. ஏற்கனவே வீட்டிலுள்ளார் தேயிலையும் காபியும் அருந்தி வந்தனர். நான் இங்கிலாந்து வாழ்க்கையிலிருந்து திரும்பியதும் வீட்டில் அதிக வித்தியாசம் காணக்கூடாது என்பதற்காக என் சகோதரர் சில ஏற்பாடுகள் செய்திருந்தார். விசேஷ சந்தர்ப்பங்களில் உபயோகிப்பதற்காக வீட்டிலிருந்த நான் செய்த சீர்திருத்தங்கள் இவைகளுக்குச் சிகரம் வைத்தது போலாயின. ஓட்மீல் கூழையும், தேயிலை, காப்பிக்குப் பதிலாகக் கோக்கோவும் நான் புதிதாகச் சேர்த்தேன். ஆனால், கோக்கோவும் கூடச் சேர்ந்ததேயொழிய தேயிலையும், காபியும் போகவில்லை. ஏற்கனவே செருப்புகளும், பூட்ஸுகளும் உபயோகத்தில் இருந்தன. நான் ஐரோப்பிய உடையையும் சேர்க்கவே எல்லாம் ஐரோப்பிய மயமாயின.

இவ்வாறு செலவு பெருகலாயிற்று. தினந்தோறும் புதியபுதிய பொருள்கள் வாங்கிச் சேர்க்கப்பட்டன. வீட்டு வாயிலில் வெள்ளை

யானையைக் கொண்டுவந்து கட்டியாகிவிட்டது. அதற்குத் தீனிபோடுவது எப்படியென்றுதான் தெரியவில்லை. இராஜகோட்டையில் தொழில் நடத்த ஆரம்பித்தால் நகைப்புக்கிடமாகும் என்பது நிச்சயம். சாதாரண வக்கீல் ஒருவருக்குத் தெரிந்த விஷயங்கள்கூட எனக்குத் தெரியா. ஆயினும் அவரைப்போல் பத்து மடங்கு ஊதியம் எனக்குக் கொடுக்கவேண்டுமென எதிர்பார்த்தேன். இந்நிலைமையில் என்னை அமர்த்துவதற்கு எந்தக் கட்சிக்காரன்தான் அவ்வளவு முட்டாளாயிருப்பான்? அப்படியே ஒரு முட்டாள் இருப்பினும் என் அறியாமையுடன் இறுமாப்பையும், மோசத்தையுங்கூட்டி, உலகத்துக்கு நான் பட்டிருக்கும் கடன் சுமையை இன்னும் பெரிதாக்கிக்கொள்ள வேண்டுமோவென எண்ணினேன்.

பம்பாய்க்குச் சென்று உயர்தர நீதிமன்றத்தில் சிலநாள் அனுபவம் பெறும்படியும், அங்கே இந்தியச் சட்டம் படிப்பதுடன் கூடியவரை முயன்று வழக்குகள் சம்பாதிக்கப் பார்க்கும்படியும் நண்பர்கள் யோசனைக் கூறினார்கள். இந்த யோசனையை ஏற்றுக்கொண்டு நான் பம்பாய் போய்ச் சேர்ந்தேன்.

பம்பாயில் ஒரு பரிசாரகனை வைத்துக்கொண்டு ஜாகை ஏற்படுத்தினேன். பரிசாரகன் பிராமணன், நான் என்னுடைய தொழிலில் எவ்வளவு தேர்ந்தவனோ அவ்வளவு தேர்ச்சிதான் அவனுக்கும் அவனுடைய தொழிலில் உண்டு. நான் அவனை வேலைக்காரனாகப் பாவித்து நடத்தாமல் குடும்பத்தைச் சேர்ந்த ஒருவனாகவே நடத்தினேன். அவன் உடம்பின் மீது தண்ணீரை ஊற்றிக்கொள்வான். ஆனால், சுத்தமாகத் தேய்த்துக் குளிப்பதென்றால் அவனுக்குத் தெரியாது. அவன் ஆடை அழுக்கடைந்தது. பூணூலும் அப்படியே. சாஸ்திரங்களைப் பற்றியோவெனில் அவன் கேள்விப்பட்டதேயில்லை. ஆனால், அவனைவிட நல்ல பரிசாகரனை எங்கே போய்த்தேடுவது?

"நல்லது ரவிசங்கர்! உனக்குச் சமைக்கத் தெரியாமல் இருக்கலாம். சந்தியா வந்தனமாவது தெரிந்திருக்க வேண்டுமே" என்று அவனை நான் கேட்பேன்.

"சந்தியாவந்தனமா? சரிதான், ஐயா! கலப்பைதான் எங்களுக்குச் சந்தியா வந்தனம். மண்வெட்டிதான் அக்னிஹோத்ரம். அப்படிப்பட்ட பிராமணன் நான். தங்கள் தயவினால்தான் பிழைக்கவேண்டும். இல்லாவிட்டால் விவசாயம் இருக்கவே இருக்கிறது" என்று ரவிசங்கர் பதிலளிப்பான்.

எனவே, நான் ரவிசங்கரனுடைய உபாத்தியாயனாக வேண்டியிருந்தது. சாவகாசத்துக்கென்னவோ குறைவில்லை. அரைவாசி சமையல் நான் செய்தேன். கறி காய் வர்க்கங்களை ஆங்கில முறையில் சமைத்து சோதனை செய்யலானேன். எண்ணெய் அடுப்பு ஒன்று வாங்கி ரவி சங்கரின் உதவிகொண்டு அடுப்பங்கரை உத்தியோகத்தில் இறங்கினேன். ஒரே பந்தியில் உண்பது பற்றி எனக்கு ஆட்சேபமில்லை. ரவிசங்கருக்கு ஆட்சேபமிராது போகவே நாங்கள் சுகமாக வாழ்க்கை நடத்தி வந்தோம். ஆனால், ஒரேயொரு குறை மட்டும் குறுக்கே நின்றது. ரவிசங்கர் அழுக்காகத்தான் இருப்பேன் என்று ஆணையிட்டான்! சோற்றையும் அசுத்தமாகவே வைத்திருப்பேன் என்று பிடிவாதம் செய்தான்.

ஆனால், பம்பாயில் நாலைந்து மாதங்களுக்கு மேல் என்னால் காலட்சேபம் செய்யமுடியவில்லை. செலவு நாளுக்கு நாள் பெருகிவர, அதற்குத் தகுந்த வருவாயை மட்டும் காணோம்.

இவ்வாறு நான் வாழ்க்கை நடத்த ஆரம்பித்தேன். பாரிஸ்டர் தொழில் நல்ல தொழில் என்று எனக் கண்டேன். அதில் ஆடம்பரம் அதிகம். அறிவோ கொஞ்சம். எனக்கு ஏற்பட்டிருந்த பொறுப்பை எண்ணிப் பெரிதும் கவலைக்குள்ளானேன்.

03. முதல் வழக்கு

நான் பம்பாயில் இருந்தபோது ஒரு பக்கத்தில் இந்தியச் சட்டங்கள் படிக்கவும் மற்றொரு பக்கத்தில் உணவுப் பரிசோதனைகள் செய்யவும் தொடங்கினேன். இச்சோதனைகளில் வீரசந்திர காந்தி என்னும் நண்பரும் என்னுடன் சேர்ந்துகொண்டார். என் சகோதரரோ, எனக்கு வழக்குகள் தேடிக்கொடுக்கத் தம்மால் இயன்றவரை முயன்றுகொண்டிருந்தார்.

இந்தியச் சட்டம் படித்தல் மிகத் தொல்லையான வேலை. முக்கியமாகச் சிவில் புரோஸீஜர் கோட் புத்தகத்தை என்னால் படிக்கவே முடியவில்லை. ஆனால், சாட்சியச் சட்டம் இவ்வாறன்று. வீர சந்திர காந்தி சொலிஸிடர் பரீட்சைக்குப் படித்துக்கொண்டிருந்தார். பாரிஸ்டர்களைப் பற்றியும் வக்கீல்களைப் பற்றியும் அவர் எனக்குப் பற்பல கதைகள் சொல்வார். "ஸர் பிரோஸிஷாவின் திறமையின் இரகசியம் அவருக்குச் சட்டங்களிலுள்ள அபார அறிவேயாகும். சாட்சியச் சட்டம் முழுவதும் அவருக்குத் தலைகீழ்ப்பாடம். முப்பத்திரண்டாவது பிரிவு சம்பந்தமான எல்லா வழக்குகளையும்

அவர் அறிவார் என்றும், ‘பட்ருடின் தயாப்ஜீயின் விவாதத் திறமை ஆச்சரியகாரமானது; நீதிபதிகளையும் பிரமிக்கச் செய்வது” என்று அவர் கூறுவார். பெரியபெரிய தீரர்களைப் பற்றி இத்தகைய கதைகளைக் கேட்டு என் மனத்தளர்ச்சி மிகுதியாயிற்று.

அவர் மேலும் கூறுவார், “பாரிஸ்டர்கள் சில சமயங்களில் ஐந்து ஆறு வருஷ காலம் வருவாயின்றிக் காத்திருக்க வேண்டிவரும், இப்படிப்பட்டவர்கள் பலர் உண்டு. ஆகையினாலேயே நான் சொலிஸிடர் பரீட்சைக்குப் போகிறேன். மூன்று வருஷ காலத்துக்குள் நீங்கள் உங்கள் வாழ்க்கைப் படகைச் செலுத்தக்கூடுமானால் அதிர்ஷ்டசாலி என்று எண்ணிக்கொள்ளுங்கள்”

மாதா மாதம் செலவுகள் என்னவோ ஏறிக்கொண்டிருந்தன. வீட்டுக்குள்ளேயே பாரிஸ்டர் தொழிலுக்கு இன்னும் தயார் செய்துகொண்டிருக்கையில் வெளியே ‘பாரிஸ்டர்’ என்று விளம்பரப்பலகைத் தொங்கிக்கொண்டு இருப்பது குறித்து என் மனச்சான்று உறுத்திக்கொண்டேயிருந்தது. இதன் பயனாக, நான் படிப்பில் முழுக்கவனம் செலுத்தப்படவில்லை. சாட்சியச் சட்டம் படிப்பதில் ஓரளவு எனக்கு விருப்பம் விழுந்தது. மேயன் என்பவரின் ஹிந்து சட்டத்தை மிகுந்த சிரத்தையுடன் படித்தேன். ஆனாலும், வழக்கு நடத்துவதற்குரிய தைரியம் எனக்கு வரவில்லை. நான் எவ்வளவு அதைரியம் கொண்டிருந்தேனென்று விவரித்தல் அசாத்தியம். மாமனார் வீட்டுக்குப் புதிதாக வந்த மருமகன்போல் பரிதவித்தேன்.

இச்சமயத்திலேயே மமிபாய் என்னும் பெண்மணியின் வழக்கை நடத்துவதாக ஏற்றுக்கொண்டேன். அது ஸ்மால்காஸ் வழக்கு. வழக்குக் கொண்டுவரும் தரகனுக்குத் தரகு கொடுக்கவேண்டும் என்று சொன்னார்கள். இதற்கு நான் பிடிவாதமாக மறுத்துவிட்டேன்.

“மாதம் 3000, 4000 சம்பாதிக்கும் பெயர் பெற்ற வக்கீலான இன்னார்கூடத் தரகு கொடுக்கிறாரே” என்றார்கள்.

“நான் அவரைப் பின்பற்ற வேண்டுவதில்லை. எனக்கு மாதம் 300 ரூபாய் கிடைத்தால் போதும். என் தந்தைக்கு அதற்குமேல் கிடைக்கவில்லை” என்று பதிலளித்தேன்.

“ஆனால், அந்தக்காலம் மலையேறிவிட்டது. பம்பாயில் வாழ்க்கைச் செலவு எவ்வளவோ பெருகி இருக்கிறது. காசில் கருத்தாயிருந்தாலன்றிச் சரிப்படாது.”

என்ன சொல்லியும் நான் கேட்கவில்லை. தரகு கொடுக்கப் பிடிவாதமாய் மறுத்தேன். எனினும் மமிபாயின் வழக்கு என்னிடமே வந்தது. வழக்கு சுலபமானது. 30 ரூபாய் கூலி பேசினேன். வழக்கு ஒரு நாளைக்குமேல் நீடிக்கக் கூடியதன்று.

"ஸ்மால் காஸ்" கோர்ட்டில் நான் ஆஜரானது இதுவே முதல் தடவை. பிரதிவாதியின் சார்பாக நான் ஆஜரான படியால் வாதியின் சாட்சிகளைக் குறுக்கு விசாரணை செய்யவேண்டி வந்தது. நான் எழுந்து நின்றேன். ஆனால், மேலே ஒன்றும் ஓடவில்லை. என் தலை சுழன்றது. நீதிமன்றம் முழுவதும் சுழல்வதுபோல் காணப்பட்டது. கேள்வி ஒன்றும் கேட்பதற்குத் தோன்றவில்லை. நீதிபதி சிரித்திருக்கவேண்டும். அங்கிருந்த மற்ற வக்கீல்களுக்கும் இந்தக் காட்சி குதூகலத்தை அளித்திருக்குமென்பதில் ஐயமில்லை. ஆனால், நானோ இது ஒன்றையும் பார்க்கும் நிலையில் இல்லை. திரும்ப ஆசனத்தில் உட்கார்ந்து என் கட்சிக்காரியின் பிரதிநிதியிடம் என்னால் வழக்கை நடத்த முடியாதென்றும், வாங்கிய பணத்தைத் திருப்பிக் கொடுத்துவிடுவதாகவும் படேல் என்பவரை அமர்த்திக்கொள்ளும்படியும் சொன்னேன். அவ்வாறே ஸ்ரீ படேல் ரூ.51க்கு அமர்த்தப்பட்டார். அவருக்கு இவ்வழக்கு குழந்தை விளையாட்டாய் இருந்தது.

நீதிமன்றத்திலிருந்து ஜாகைக்கு விரைந்து சென்றேன். என் கட்சிக்காரி ஜெயித்தாளோ தோற்றாளோ அறியேன். நிகழ்ந்ததை நினைத்து வெட்கினேன். இனிமேல் வழக்கு நடத்துவதற்குத் தைரியம் வரும் வரையில் வழக்கு ஒப்புக்கொள்வதில்லை எனத் தீர்மானித்தேன். உண்மையில் அதற்குப் பிறகு தென்னாப்பிரிக்காவுக்குப் போவதற்கு முன்னால் நான் நீதிமன்றத்தில் அடி வைக்கவில்லை. ஆனால், மேற்சொன்னாவாறு தீர்மானித்ததில் பாராட்டுவதற்குரியது எதுவும் கிடையாது. வேறு வழியின்மையாலேயே அத்தகைய முடிவுக்கு வந்தேன். என்னை அமர்த்தினால் தோல்வி நிச்சயமென்றறிந்தும் என்னிடம் வழக்கை ஒப்படைக்கும்படி எவன்தான் அவ்வளவு பெரிய முட்டாளாயிருப்பான்?

ஆயினும் பம்பாயில் மற்றொரு வழக்கு என்னிடம் வராமல் போகவில்லை. வழக்கு விண்ணப்பம் தயாரித்துக்கொடுத்தலே அவ்வேலையாகும். போர்பந்தரில் ஓர் ஏழை முஸ்லிமின் நிலம் பறிமுதல் செய்யப்பட்டது. நான் எனது தந்தைக்கேற்ற தனயனாயிருப்பேனென எண்ணி அவர் என்னிடம் வந்தார். அவருடைய கட்சி பலமற்றது எனத் தோன்றியது. ஆயினும் ஒரு

விண்ணப்பம் எழுதிக் கொடுக்கச் சம்மதித்தேன். அச்சுக்கூலியை அவர் பொறுத்துக்கொள்வதாகச் சொன்னார். நகல் விண்ணப்பம் எழுதி என் நண்பர்களிடம் படித்துக்காட்டினேன். அவர்கள் நன்றாயிருக்கிறதென்று சொல்லவே, விண்ணப்பம் தயாரிப்பதற்கேனும் நான் தகுதியுள்ளவன் என்னும் நம்பிக்கை எனக்கேற்பட்டது. உண்மையிலேயே நான் அவ்வாற்றல் பெற்றிருந்தேன்.

கூலியில்லாமல் விண்ணப்பங்கள் தயாரித்துக் கொடுத்துக்கொண்டிருந்தால் எனது தொழில் நன்றாக நடத்தல் கூடும்! ஆனால், அடுப்பில் உலை ஏறுவதற்கு வழி வேண்டுமே? எனவே, எங்கேனும் உபாத்தியாயர் வேலை ஒப்புக்கொள்ளலாமாவென எண்ணினேன். எனக்கு நல்ல ஆங்கில ஞானமிருந்தபடியால், மெட்ரிக்குலேஷன் வகுப்புக்கு ஆங்கிலம் போதிக்கும் வேலை எனக்கு மிகப் பிரியமாயிருந்திருக்கும். இதன்மூலம் வீட்டுச்செலவில் ஒரு பகுதிக்கேனும் வழிபிறக்குமென எண்ணினேன். "ஓர் ஆங்கில உபாத்தியாயர் தேவை, தினம் ஒரு மணி நேரம் கற்பிக்க வேண்டும். சம்பளம் ரூபாய் 75" என்று ஒரு விளம்பரத்தைப் பத்திரிகையில் பார்த்தேன். பிரசித்திபெற்ற உயர்தர பள்ளிக்கூடமொன்றினால் அவ்விளம்பரம் செய்யப்பட்டிருந்தது. நான் விண்ணப்பம் போடவே நேரில் வந்து பார்க்கும்படி பதில் வந்தது. மிகுந்த உற்சாகத்துடன் போனேன். ஆனால், தலைமை ஆசிரியர் நான் பி.ஏ. பட்டாதாரி அல்லன் என அறிந்ததும் என்னை ஏற்க மறுத்துத் தமது வருத்தத்தைத் தெரிவித்தார்.

"லத்தீன் மொழியை இரண்டாம் பாஷையாகக் கொண்டு லண்டன் மெட்ரிக்குலேஷன் பரீட்சையில் தேறியிருக்றேனே" என்று நான் கூறினேன்.

"உண்மையே, ஆனால் எங்களுக்கு பி.ஏ.தான் வேண்டும்" என்றார் தலைமையாசிரியர்.

வேறு வழியில்லை. செய்வதென்னவென்று தெரியாமல் கைகளைப் பிசைந்தேன். என் சகோதரரும் நிரம்பக் கவலைக்குள்ளானார். இனி பம்பாயில் இருப்பதில் பயனில்லை என்று இருவரும் முடிவு செய்தோம். என் சகோதரர் இராஜகோட்டையில் ஒரு சின்ன வக்கீலாகையால் நானும் அங்கேயே வந்தால் விண்ணப்பங்கள் தயாரிப்பது முதலான வேலைகள் தரக்கூடுமென்று கூறினார். ஏற்கனவே இராஜகோட்டையில் ஜாகை இருந்தபடியால், பம்பாய் ஜாகையைக்

கலைப்பதால் நிரம்பப் பணம் மீதியாகும். எனக்கு இந்த யோசனை உசிதமாகத் தோன்றிற்று. இவ்வாறாக ஆறு மாத வாசத்திற்குப் பிறகு எனது பம்பாய்க் குடித்தனம் கலைக்கப்பட்டது.

பம்பாயிலிருந்தபோது நான் தினந்தோறும் உயர்தர நீதிமன்றத்துக்குப் போய்வருவதுண்டு. ஆனால், நான் எதுவும் கற்றுக்கொண்டதாகச் சொல்லமுடியாது. கற்றுக்கொள்வதற்கு வேண்டிய சட்டஞானம் எனக்குப் போதாது. பல சமயங்களில் வழக்கு நடைமுறை எனக்குப் பிடிபடுவதே இல்லை. எனவே, உட்கார்ந்தபடியே தூங்கிவிடுவேன். இதில் எனக்குக் கூட்டாளிகள் பலர் இருந்தபடியால் நான் அவ்வளவாக வெட்கப்படவில்லை. கொஞ்சகாலத்துக்குப் பிறகு, நீதிமன்றத்தில் உறங்குவது ஒரு நாகரிக வழக்கம் என்று எண்ணக் கற்றுக்கொண்டேன். எனவே, வெட்க உணர்ச்சியே இல்லாமல் போயிற்று.

பம்பாயில் இக்காலத்திலும் என்னைப்போல் வருவாய் இல்லாத பாரிஸ்டர்கள் இருப்பாரேல், அவர்களுக்கு வாழ்க்கை நடத்துவது குறித்துச் சில அனுபவ யோசனைகளைக் கூற விரும்புகிறேன். நான் கிர்க்காம் என்னும் பகுதியில் வசித்தேனாயினும், குதிரை வண்டியேனும், டிராம் வண்டியேனும் ஏறுவது கிடையாது. நீதிமன்றத்தக்கு தினந்தோறும் நடந்தே சென்றுகொண்டிருந்தேன். இதற்குச் சுமார் முக்கால் மணி நேரம் பிடிக்கும். திரும்ப வருங்காலையிலும் அநேகமாக நடந்தே வந்தேன். வெயிலில் நடந்துநடந்து எனக்கு வெயில் சூடே தோன்றாமல் போய்விட்டது. நீதிமன்றத்துக்கு நடந்துபோய் நடந்து வரும் வழக்கத்தினால் பணம் நிரம்ப மீதியாயிற்று. மேலும், பம்பாயில் எனது நண்பர்கள் பலரும் நோயினால் பீடிக்கப்படுவது வழக்கமாயிருந்திருக்க, எனக்கு மட்டும் ஒருமுறைகூட நோய் வந்ததாக ஞாபகமில்லை. நான் பணம் சம்பாதிக்க ஆரம்பித்த பிறகும் காரியாலயத்துக்கு நடந்துசென்று வரும் வழக்கத்தை விடவில்லை. இந்த நல்வழக்கத்தின் நற்பயன்களை இன்றளவும் நான் துய்த்து வருகிறேன்.

04. முதல் அதிர்ச்சி

பம்பாயில் ஆசாபங்கமுற்ற நான் இராஜகோட்டைக்குச் சென்று எனக்கென்று ஒரு தனிக் காரியாலயத்தை ஏற்படுத்திக்கொண்டேன். இங்கு என் தொழில் சுமாராய் நன்றாகவே நடந்து வந்தது.

விண்ணப்பங்கள் மகஜர்கள் முதலியவை தயாரித்துக் கொடுப்பதில் சராசரி மாதம் முந்நூறு ரூபாய் வருவாய் கிடைத்தது. ஆனால், இதற்கு எனது திறமையைவிட என் சகோதரரின் செல்வாக்கே முக்கியக் காரணமாகும். அவருடைய கூட்டாளி வக்கீலிடம் வழக்கமாக வரும் கட்சிக்காரர்கள் பலர் உண்டு. மிகவும் முக்கியமான அல்லது முக்கியமானதென்று அவருக்குத் தோன்றுகிற விண்ணப்பம் முதலியவைகளை அவர் பெரிய பாரிஸ்டர்களிடம் அனுப்பி வைப்பது வழக்கம். ஏழைக் கட்சிக்காரர்களுக்கு எழுதவேண்டி விண்ணப்பங்கள் என் பங்குக்கு விழுந்தன.

வழக்குப் பிடித்துத் தருவதற்குத் தரகு கொடுப்பதில்லை என்னும் கொள்கையைப் பம்பாயில் கடைப்பிடித்து நடந்ததாக முன்னம் கூறியுள்ளேன். ஆனால், இங்கே அக்கொள்கையை யினின்றும் பிறழ வேண்டி வந்ததென்பதை ஒப்புக்கொள்ள வேண்டும். "அங்கும் இங்கும் நிலைமை வேறு. பம்பாயில் வழக்குப் பிடித்து வரும் தரகர்களுக்குத் தரகு கொடுக்கவேண்டும். இங்கே பாரிஸ்டர்களை அமர்த்திக்கொடுக்கும் வக்கீல்களுக்கே தரகு தரவேண்டும். பம்பாயைப் போலவே இங்கும் நூற்றுக்கு இவ்வளவு வீதம் தரகு கொடாத பாரிஸ்டர் ஒருவர்கூட இல்லை" என்று எனக்குச் சொன்னார்கள். என் சகோதரரின் வாதத்துக்கு என்னால் பதில் உரைக்க முடியவில்லை. அவர் கூறியதாவது, "நான் இன்னொரு வக்கீலுடன் கூட்டாளியா இருக்கிறேன் என்பது உனக்குத் தெரியுமே. உன்னால் செய்யக்கூடுமான வேலைகள் எல்லாவற்றையும் உனக்கே தந்துவிட வேண்டுமென்றுதான் நான் எப்போதும் விரும்புவேன். ஆனால், என் கூட்டாளிக்கு நீ தரகு கொடுக்க மறுத்துட்டால் எனது நிலை நிரம்பச் சங்கடமாகிவிடும். நீயும் நானும் ஒரே குடும்பத்தைச் சேர்ந்தவர்களாதலால், உனது வருவாய் முழுவதும் நமது பொதுப் பெட்டிக்கே வந்து சேருகிறது. எனவே, எனக்கு அதில் பங்கு கிடைத்து வருகிறது. ஆனால், என் கூட்டாளிக்கு என்ன வழி? உனக்குக் கொடுக்கும் வேலையை வேறொரு பாரிஸ்டருக்குக் கொடுத்தால் அவர் நிச்சயமாகத் தரகு பெறுவாரல்லவா?" இந்த வாதத்தில் மயங்கிவிட்டேன். பாரிஸ்டர் தொழில் நடத்தவேண்டுமானால் தரகு விஷயத்தில் எனது கொள்கையை வலியுறுத்துவதற்கில்லை என்று உணர்ந்தேன். இவ்வாறு வாதித்து என்னை நானே சமாதானம் செய்துகொண்டேன். ஏன்? என்னை நானே ஏமாற்றிக்கொண்டேன் என்று கூறுதல் பொருந்தும். ஆனால், இதைத்தவிர எனக்கு நினைவிருக்கும்வரை, வேறு எந்த வழக்குக்கும் தரகு கொடுத்ததில்லை என்பதையும் கூறவேண்டும்.

இவ்வாறு என் வாழ்க்கை நடப்பதற்குப் போதிய வருவாய் கிடைக்க ஆரம்பித்ததாயினும், இச்சமயத்திலேயே என் வாழ்க்கையின் முதலாவது பேரதிர்ச்சியும் ஏற்பட்டது. பிரிட்டிஷ் உத்தியோகஸ்தர்கள் எப்படி இருப்பார்கள் என்பதாக இதற்குமுன் நான் கேள்விப்பட்டதுண்டு. ஆனால், நேருக்குநேராக யாருடனும் அதுவரை சந்திப்பு நேர்ந்ததில்லை.

காலஞ்சென்ற போர்பந்தர் இராணாவுக்கு முடிசூட்டுதல் நடப்பதற்குமுன் என் சகோதரர் அவருக்கு அந்தரங்கக் காரியதரிசியாகவும் யோசனைச் சொல்வோராகவும் இருந்து வந்தார். அச்சமயத்தில் இராணாவுக்குத் தவறான யோசனை சொன்னார் என்ற ஓர் குற்றத்தை என் சகோதரரின் தலைமீது சுமத்தி இருந்தார்கள். இவ்விஷயம் பொலிடிகல் ஏஜண்டிடம் சென்று அவர் பரிசீலனையில் இதுகாலை இருந்து வந்தது. அவர் என் சகோதரரிடம் கெட்ட அபிப்பிராயம் கொண்டவர். இங்கிலாந்தில் இவ்வுத்தியோகஸ்தரை நான் பார்த்திருந்தேன். அங்கு அவர் என்னிடம் நட்புரிமை பாராட்டினாரென்று சொல்லலாம். என் சகோதரர் நான் இந்த நட்பைப் பயன்படுத்திப் பொலிடிகல் ஏஜண்டிடம் பேசித் தம்மைப் பற்றி அவர் கொண்டுள்ள தப்பபிப்பிராயத்தைப் போக்கவேண்டுமென விரும்பினார். எனக்கு இது சிறிதும் பிடிக்கவில்லை. இங்கிலாந்தில் ஏற்பட்ட சிறிதளவு அறிமுகத்தை இவ்வாறு பயன்படுத்திக்கொள்ள முயல்வது தவறு என்று எண்ணினேன். என் சகோதரரிடம் உண்மையிலேயே குற்றமிருந்தால் என்னுடைய சிபாரிசினால் பயன் விளையாது. அவர் குற்றமற்றவராயிருப்பின் முறைப்படி விண்ணப்பம் அனுப்பிவிட்டு, தாம் நிரபராதி என்ற தைரியத்துடன் முடிவை எதிர்நோக்குவதே சரியாகும். ஆனால், இந்த யோசனை என் சகோதரருக்குப் பிடிக்கவில்லை. "உனக்குக் கத்தியவாரைப் பற்றி ஒன்றும் தெரியாது. நீ உலக அனுபவம் பெறவேண்டும். இங்கே செல்வாக்குத்தான் பிரதானம். உனக்குத் தெரிந்த ஓர் உத்தியோகஸ்தரிடம் என்னைப் பற்றி ஒரு நல்ல வார்த்தை கூறுவது எளிது. சகோதரனுக்குச் செலுத்தவேண்டிய இச்சிறு கடனை ஆற்றத் தயங்குவது உனக்குத் தகாது" என்று அவர் இயம்பினார்.

அவரை மறுத்துக்கூற இயலாதவனாய் எனது விருப்பத்துக்கு விரோதமாக அவ்வுத்தியோகஸ்தரிடம் சென்றேன். அவரிடம் இவ்விஷயமாகப் பேச எனக்கு எவ்வித உரிமையும் கிடையாதென்றும், இதனால் என் சுயமரியாதைக்கு இழுக்குத் தேடிக்கொள்கிறேன் என்றும் நன்குணர்ந்திருந்தேன். அனுமதியும்

கிடைத்தது. பழைய அறிமுகத்தை நான் அவருக்கு நினைப்பூட்டிய உடனேயே, கத்தியவாருக்கும் இங்கிலாந்துக்கும் வித்தியாசம் உண்டென்று அறிந்தேன். ஓய்வு எடுத்துக்கொண்ட உத்தியோகஸ்தரும் வெவ்வேறு மனிதர்கள் என்பதையும் கண்டேன். பொலிடிகல் ஏஜண்டு பழைய அறிமுகத்தை ஒப்புக்கொண்டார். ஆனால், அதை நினைவூட்டியதனால் அவருடைய கடுகடுப்பு அதிகமானதாகக் காணப்பட்டது. "அவ்வறிமுகத்தைத் துர் உபயோகப்படுத்துவதற்காக வந்தீரா, என்ன?" என்ற கேள்வி அவர் நெற்றியில் எழுதப்பட்டிருந்ததுபோல் தோன்றியது. ஆயினும், நான் வந்த காரியத்தைக் கூறத்தொடங்கினேன். அதற்குள் துரை பொறுமையிழந்து, "உமது சகோதரர் சூழ்ச்சிக்காரர். உம்மிடமிருந்து இனி எதுவும் நான் கேட்க விரும்பவில்லை. எனக்கு நேரங்கிடையாது உமது சகோதரர் சொல்லவேண்டுவது ஏதேனுமிருந்தால் முறைப்படி எழுதிக்கொள்ளட்டும்" என்று கூறினார். இந்த விடை போதுமானது. அதற்கு நான் உரியவனாயுமிருக்காலாம். ஆனால், தன்னலம் மனிதனைக் குருடனாக்கி விடுகிறதன்றோ? நான் என் கதையை நிறுத்தினேனில்லை. துரை எழுந்து நின்று, "போதும் நீர் போகலாம்" என்றார்.

"தயவு செய்து நான் சொல்வதைக் கேட்டுவிடுங்கள்" என்றுரைத்தேன் நான். அவருடைய கோபம் அதிகமாயிற்று. தமது சேவகனைக் கூப்பிட்டு என்னை வெளியே அனுப்பும்படி சொன்னார். நான் இன்னமும் தயங்கிக் கொண்டிருக்கையிலேயே சேவகன் வந்து என் தோளில் கையைப் போட்டு அறைக்கு வெளியே கொண்டுவந்து விட்டான்.

துரையும் சேவகனும் போய்விட்டனர். கோபமும் ஆத்திரமும் பொங்கத் துடிதுடித்துக்கொண்டு நான் வெளியே வந்தேன். உடனே, பின்வருமாறு ஒரு சீட்டு எழுதி அனுப்பினேன். "நீர் என்னை அவமதித்துவிட்டீர் உமது சேவகனைக் கொண்டு என்னைத் தாக்கியிருக்கிறீர். இவற்றிற்குத் தகுந்த பரிகாரம் செய்யாவிடின் உம்மீது சட்டப்படி நடவடிக்கை எடுத்துக்கொள்வேன்."

கீழ்க்கண்ட பதிலை அதி விரைவில் துரையின் சேவகன் கொண்டுவந்து கொடுத்தான்.

"நீர் என்னிடம் முரட்டுத்தனமாய் நடந்துகொண்டீர். நான் வெளியே போகச்சொன்னேன். நீர் போகவில்லை. எனவே, சேவகனைவிட்டு வெளியே அனுப்பச் சொல்வதை அன்றி எனக்கு வேறு வழியில்லை. அவன் சொல்லிய பிறகும் நீர் மறுத்தீர். எனவே,

உம்மை வெளியே கொண்டுவிடுவதற்கு வேண்டிய அளவு அவன் பலாத்காரத்தைப் பிரயோகிக்க வேண்டிவந்தது. உமது விருப்பம்போல் என்ன நடவடிக்கை வேண்டுமானாலும் எடுத்துக்கொள்ளலாம்."

சட்டைப்பையில் இந்தப் பதிலுடன் வீடு வந்து சேர்ந்தேன். நிகழ்ந்த எல்லாவற்றையும் சகோதரரிடம் கூறினேன். அவர் மிகுதியும் வருந்தினாராயினும், எனக்கு ஆறுதல் சொல்ல வகை காணவில்லை. அவருடைய வக்கீல் நண்பர்களிடம் கலந்தாலோசித்தார். துரை மீது எவ்வாறு நடவடிக்கை எடுத்துக்கொள்வதென்பது எனக்குத் தெரியவில்லை. அப்போது ஏதோ ஒரு வழக்கின் நிமித்தம் ஸர்பரோஸிஷா மேதா இராஜகோட்டைக்கு வந்திருந்தார். ஆனால், என்னைப்போன்ற பாலிய பாரிஸ்டர் அவரைப் பார்க்கத் துணிவதெப்படி? எனவே, அவரை அமர்த்தியிருந்த வக்கீல் மூலமாக இந்நிகழ்ச்சி சம்பந்தமான விவரங்களை அனுப்பி அவருடைய புத்திமதியை வேண்டினேன். அவர் பின்வருமாறு கூறினாராம்: "வக்கீல்கள், பாரிஸ்டர்கள் பலருக்கு இத்தகைய நிகழ்ச்சிகள் சாதாரண அனுபவம் என்பதாகக் காந்தியிடம் சொல்லுங்கள். இங்கிலாந்திலிருந்து இப்போதுதான் திரும்பி வந்துள்ளபடியால் அவருக்கு ரோஷம் அதிகமாயிருக்கிறது. பிரிட்டிஷ் உத்தியோகஸ்தர்களை அவர் அறியார். ஏதேனும் கொஞ்சம் ரூபாய் சம்பாதித்துச் சுகவாழ்க்கை நடத்தவேண்டுமானால் துரையின் பதில் கடிதத்தைத் கிழித்தெறிந்துவிட்டு வெட்கத்தை வெளியில் சொல்லாமலிருக்கட்டும். துரை மீது நடவடிக்கை நடத்துவதால் அவருக்கு எத்தகைய லாபமும் ஏற்படாது. அநேகமாகத் தமக்கே அழிவு தேடிக்கொள்வார். இன்னும் அவருக்கு வாழ்க்கை அனுபவம் போதாதென்று சொல்லுங்கள்."

இந்தப் புத்திமதி எனக்குக் கொடிய நஞ்சாக இருந்ததாயினும் வேறு வழியின்றி அதை நான் ஏற்றுக்கொள்ள வேண்டியதாயிற்று. எனக்கு நேர்ந்த அவமதிப்பைப் பெட்டியில் வைத்துப் பூட்டிவிட்டு பேசாமல் இருந்தேன். ஆனால், அதினின்றும் நான் ஒரு படிப்பினை கற்றுக்கொள்ளாமல் இல்லை. "இனி ஒருக்காலும் இத்தகைய சங்கடத்தில் அகப்பட்டுக்கொள்ளேன். இதுபோல் நட்பை வேறு அனுகூலம் பெற உபயோகிப்பதற்கு முயலேன்" என்று தீர்மானித்தேன். அன்றைய தினத்திலிருந்து இன்றுவரை நான் ஒருமுறையேனும் அவ்வுறுதியினின்றும் பிறழ்ந்ததில்லை. இந்நிகழ்ச்சியானது என்வாழ்க்கையின் போக்கையே மாற்றியமைத்துவிட்டது.

05. தென்னாப்பிரிக்கா செல்ல ஆயத்தம்

அவ்வுத்தியோகஸ்தரிடம் நான் போனது தவறு என்பதில் ஐயமில்லை. ஆனால், அவர் கடுகடுப்பும் வெஞ்சினமும் அத்தவறுக்கு ஏற்றனவல்ல. வெளியில் பிடித்துத் தள்ளச் சொல்லும்படியான அவ்வளவு பெரிய தவறு நான் செய்யவில்லை. எனக்காக அவர் செலவழித்த காலமெல்லாம் ஐந்து நிமிஷத்துக்கு மேல் இராது. ஆனால், நான் வாய் திறந்து பேசியதே அவருக்குப் பொறுக்கவில்லை. என்னைப் போகுமாறு அவர் மரியாதையாய்க் கேட்டுக்கொண்டிருக்கலாம். ஆனால், அவர் அதிகார வெறியினால் முற்றும் மதிமயங்கிப் போயிருந்தார். அவ்வுத்தியோகஸ்தரிடம் பொறுமை என்னும் குணம் சூன்யமென்றும், தம்மைப் பார்க்க வருவோரை அவமதிப்பது சாதாரண வழக்கமென்றும் பின்னால் தெரிந்துகொண்டேன். ஏதேனும், அணுவளவு அவர் விருப்பத்துக்கு மாறாக நிகழ்ந்துவிட்டாலும் நிச்சயம் துரைக்குக் கோபமுண்டாகிவிடுமாம்.

என்னுடைய வேலை பெரும்பாலும் அவருடைய நீதிமன்றத்தில் நடந்தாக வேண்டியிருப்பது இயல்பன்றோ? அவரை நான் சமாதானப்படுத்துவது இயலாத காரியம். எப்படியேனும் அவருடைய தயவைத் தேடிக்கொள்ள வேண்டுமென்னும் விருப்பமும் எனக்கில்லை. உண்மையில் அவர்மீது நடவடிக்கை எடுத்துக்கொள்ளப் போவதாக அச்சுறுத்திவிட்டுப் பின்னர் பேசாமலிருந்துவிடுவதே எனக்குப் பிடிக்கவில்லை.

இதற்கிடையில், நாட்டின் அரசியல் விஷயங்களைப் பற்றிச் சிறிது அறிந்துகொள்ளலானேன். கத்தியவார் பல சிறு சமஸ்தானங்களடங்கிய பிரதேசமாகையால் அங்கு அரசியல்வாதிகளுக்குக் குறைவில்லை. சமஸ்தானங்கள் ஒன்றுக்கொன்று சூழ்ச்சி முறைகளைக் கையாளுவதும், உத்தியோகஸ்தர்கள் அதிகாரம் பெறவேண்டிச் சூழ்ச்சிகள் புரிவதும் சர்வசாதாரணமாக இருந்தன. மன்னர்கள் சுயபுத்தியின்றி எப்போதும் பிறரை நம்பி இருப்பவர்களாயும் இருந்தார்கள். ஏதேனும் காரியம் ஆகவேண்டி இருந்தால் துரையின் சேவகன் முதல் எல்லாருடைய தயவையும் பெறவேண்டும். சிரஸ்தார் என்னும் உத்தியோகஸ்தர் துரையைவிடப் பெரியவர். துரையின் காதுகளும் கண்களும் அவரே. அதாவது அவர் மூலமாக அன்றித் துரைக்கு எந்த விஷயமும் போகாது. சிரஸ்தார் வைத்ததே சட்டம். துரையைவிட அவருக்கு

வருவாய் அதிகமென்று பிரசித்தியாகச் சொல்லப்படுவதுண்டு. இது ஒருவேளை மிகைப்படுத்திக் கூறப்பட்டிருக்கலாம். ஆனால், அவருடைய வாழ்க்கைமுறை அவரது சொற்ப சம்பளத்துக்கு இயைந்ததாக இல்லை என்பது உண்மை.

இதனாலெல்லாம் கத்தியவார் நச்சுக்காற்று நிரம்பிய பிரதேசம் என்று எனக்குத் தோன்றிற்று. அங்கிருந்து தீங்குறாமல் தப்புவது எப்படி என்று ஓயாது சிந்திக்கலானேன்.

என் மனம் முற்றும் சோர்வுற்றது. என்னுடைய மனச்சோர்வை என் சகோதரரும் நன்கு அறிந்துகொண்டார். எங்கேனும் ஓர் உத்தியோகம் கிடைத்தால் இந்தச் சூழ்ச்சி உலகினின்றும் விடுபட்டிருக்கலாம் என்று நாங்கள் இருவரும் எண்ணினோம். ஆனால், சூழ்ச்சி முறைகளைக் கையாளாமல் மந்திரி பதவி அல்லது நீதிபதி உத்தியோகம் பெறுதல் இயலாத காரியம். பாரிஸ்டர் தொழில் நடத்துவதற்கோ துரையின் கோபம் குறுக்கே நின்றது.

அப்போது போர்பந்தர் சமஸ்தானம் பிரிட்டிஷ் அரசாங்கத்தாரால் நியமிக்கப்பட்ட ஓர் உத்தியோகஸ்தரின் நிர்வாகத்தின் கீழ் இருந்தது. சமஸ்தான மன்னருக்குச் சில புதிய அதிகாரங்களை வாங்கிக்கொடுக்கும் வகையில், எனக்கு அங்கே கொஞ்சம் வேலை ஏற்பட்டது. மேலும், குடியானவர்களிடமிருந்து அதிக குத்தகை வாங்கப்படுவது குறித்தும் நான் நிர்வாக உத்தியோகஸ்தரைப் பார்க்கவேண்டி இருந்தது. இவ்வுத்தியோகஸ்தர் இந்தியரான போதிலும் இறுமாப்பில் துரையைத் தோற்கடிப்பவராக இருந்தார். அவர் திறமை உள்ளவர். ஆனால், அவரது திறமையினால் குடியானவர்களுக்கு எவ்வித நலமும் விளையவில்லை. இராணாவுக்குச் சில புதிய அதிகாரங்கள் வாங்கிக்கொடுப்பதில் நான் ஓரளவு வெற்றி அடைந்தேனாயினும், குடியானவர்களுக்கு என் முயற்சியால் நன்மை ஏற்படவில்லை. அவர்கள் விஷயத்தை மேற்சொன்ன அதிகாரி சரிவரக் கவனிக்கக் கூடவில்லையென்று எனக்குத் தோன்றிற்று.

எனவே, நான் இதிலும் ஏமாற்றம் அடைந்தேன் என்றும் சொல்லலாம். என் கட்சிக்காரர்களுக்கு நீதி செய்யப்படவில்லை என்பதை உணர்ந்தேன். ஆனால், அதைத் தேடிக்கொடுக்கும் ஆற்றல் எனக்கில்லை. பொலிடிகல் ஏஜெண்டுக்காவது கவர்னருக்காவது நான் அப்பீல் செய்திருக்கலாம். ஆனால், பயன் எதுவும் விளைந்திராது, அவர்கள் நாங்கள் தலையிட முடியாது என்று தள்ளி இருப்பார்கள். இம்மாதிரி விஷயங்களுக்கு ஏதேனும் விதிமுறைகள்

சட்டத்திட்டங்கள் இருப்பின் கொஞ்சம் ஆறுதலுக்கு இடமுண்டு. ஆனால், இங்கே துரையிட்டதே சட்டமாயிருந்தது. எனக்குண்டான எரிச்சலைச் சொல்லிமுடியாது.

இதற்கிடையில், போர்பந்தரிலிருந்து ஒரு வியாபாரக் கம்பெனியார் என் சகோதரருக்கு ஒரு கடிதம் எழுதினார்கள். அதன் சாராமாவது: "தென்னாப்பிரிக்காவில் எங்களுக்கு வியாபாரம் நடந்துவருகிறது. எங்கள் கம்பெனி பெரிய கம்பெனி. அங்கே நீதிமன்றத்தில் 40,000 பவுன் எங்களுக்கு வரவேண்டுமென்பதாக ஒரு பெரிய வழக்குத் தொடுத்திருக்கிறோம். வழக்கு நீண்டகாலமாய் நடந்துவருகிறது. சிறந்த வக்கீல்களையும் பாரிஸ்டர்களையும் அமர்த்தி இருக்கிறோம். உங்கள் சகோதரரை அங்கு அனுப்பக்கூடுமானால் எங்களுக்கு உதவியாயிருப்பதோடு அவருக்கும் நன்மையுண்டு. எங்கள் வாழ்க்கைப்பற்றி அவர் அங்குள்ள வக்கீல்களுக்கு எங்களைவிட நன்றாக எடுத்துக்கூறக்கூடும். ஒரு புதிய தேசத்தைப் பார்க்கவும் புதியவர்களோடு பழக்கம் செய்துகொள்ளவும் அவருக்குச் சந்தர்ப்பம் கிடைக்கும்."

என் சகோதரர் இதைப்பற்றி என்னிடம் கூறினார். வக்கீல்களுக்கு வழக்கைப்பற்றி விளக்கிக்கூற வேண்டிய வேலைதானா அல்லது நீதிமன்றத்தில் ஆஜராக வேண்டியிருக்குமா என்பது நன்றாகத் தெரியவில்லை. ஆயினும் எனக்கு ஆசை விழுந்துவிட்டது.

மேலே குறிப்பிட்ட கம்பெனி தாதா அப்துல்லா அண்டு கம்பெனியாகும். அதன் கூட்டாளியான காலஞ்சென்ற சேத் அப்துல் கரீம் ஜாவேரிக்கும் என் சகோதரர் என்னை அறிமுகம் செய்துவைத்தார். சேத் கூறியதாவது: "வேலை கஷ்டமன்று. பல ஐரோப்பிய பிரமுகர்கள் எங்களுக்கு அங்கே நண்பர்கள். அவர்களுடன் நீங்கள் பழக்கம் செய்துகொள்ளலாம். எங்கள் கடை வேலையிலும் நீங்கள் உதவி செய்யலாம். எங்கள் கடிதப் போக்குவரவு பெரும்பாலும் ஆங்கிலத்தில் நடைபெறுகிறது. அங்கே எங்கள் விருந்தாளியாக இருப்பீர்களாதலால் செலவு ஒன்றும் உங்களுக்கில்லை."

"எத்தனை காலத்துக்கு எனது ஊழியம் உங்களுக்குத் தேவை? சன்மானம் என்ன?" என்று நான் கேட்டேன்.

"ஒரு வருஷத்துக்குமேல் வேண்டியிராது. போக வர முதல் வகுப்புப் பிரயாணச் செலவும் மொத்தத்தில் 105 பவுனும் தருகிறோம்."

இது பாரிஸ்டர் என்ற முறையில் தென்னாப்பிரிக்கா செல்வதன்று கம்பெனியின் ஊழியனாகப் போவதேயாகும். ஆனால், எப்படியாவது இந்தியாவை விட்டுப்போனால் போதுமென்ற மனோநிலையில் அப்போதிருந்தேன். புதிய தேசத்தைப் பார்க்கலாம். புதிய அனுபவம் பெறலாம் என்னும் ஆசை வேறு இருந்தது. மேலும், சகோதரருக்கு 105 பவுன் மொத்தமாய் அனுப்பிக் குடும்பச் செலவுக்கு உதவி செய்யலாம். எனவே, பேரம் பேசாமல் நிபந்தனைகளை ஒப்புக்கொண்டு தென்னாப்பிரிக்கா செல்ல ஆயத்தமானேன்.

06. நேட்டால் சேர்ந்தது

இங்கிலாந்துக்கு புறப்பட்டபோது வீட்டைவிட்டுச் செல்வதில் எனக்கு எவ்வளவு துக்கம் ஏற்பட்டதோ அவ்வளவு தென்னாப்பிரிக்காவுக்குப் புறப்பட்டபோது இல்லை. என் அன்னை காலமாகிவிட்டாள். உலக அனுபவம் கொஞ்சம் பெற்றிருந்தேன். வெளிநாட்டிலும் பிரயாணம் செய்திருந்தேன். இராஜகோட்டையிலிருந்து பம்பாய் செல்வது இப்போது மிகவும் சாதாரண விஷயமாக இருந்தது.

இம்முறையில் என் மனைவியைப் பிரிந்து செல்வதில் மட்டுமே வருத்தம் ஏற்பட்டது. இங்கிலாந்திலிருந்து திரும்பிய பின்னர் எங்களுக்கு இன்னொரு குழந்தை பிறந்திருந்தது. எங்களுடைய அன்பு இன்னமும் காமக்கலப்பற்றதாகி விடவில்லை. ஆயினும் அது நாளுக்குநாள் தூய்மைப்பட்டு வந்தது. நான் ஐரோப்பாவிலிருந்து திரும்பிய பின்னர் நாங்கள் அதிகமாகச் சேர்ந்து வாழவில்லை. மேலும், இப்போது நான் அவளுடைய ஆசிரியனாயிருந்த படியாலும், சில சீர்திருத்தங்களைச் செய்வதில் அவளுக்கு உதவி செய்து வந்தபடியாலும், இருவரும் சேர்ந்திருப்பது அவசியமென்பதை உணர்ந்திருந்தோம். ஆயினும் தென்னாப்பிரிக்காவில் எனக்கு விழுந்திருந்த மோகம் பிரிவாற்றாமையைச் சகிப்பதற்குத் தைரியம் அளித்தது. இன்னும் ஓராண்டில் எப்படியும் நாம் சந்திப்போம் என்று அவளுக்குத் தேறுதல் கூறிவிட்டுப் பம்பாய்க்குப் புறப்பட்டேன்.

தாதா அப்துல்லா கம்பெனியின் காரியஸ்தர் மூலமாக நான் பிரயாணச்சீட்டு பெற வேண்டியிருந்தது. ஆனால், குறிப்பிட்ட கப்பலில் இடவசதி கிடைக்கவில்லை. அதில் புறப்படாவிடின் நான்

பம்பாயிலேயே தங்கிடவேண்டியதாக நேரிடும். எங்களால் இயன்றவரை முயன்றும் முதல்வகுப்புச் சீட்டுக் கிடைக்கவில்லை. மேல்தளத்தில் பிரயாணஞ் செய்யச் சித்தமாயிருந்தால் மட்டுமே இக்கப்பலில் போகலாம். முதல் வகுப்புக்குரிய உணவு உங்களுக்கும் கொடுக்க ஏற்பாடு செய்துவிடக்கூடும்" என்று காரியஸ்தர் கூறினார். அப்போதெல்லாம் நான் முதல் வகுப்பிலன்றி பிரயாணஞ் செய்வதில்லை. பாரிஸ்டர் ஒருவர் கேவலம் கப்பலின் மேல்தளத்தில் எப்படிப் பிரயாணம் செய்வது? எனவே, இந்த யோசனையை மறுத்துவிட்டேன். காரியஸ்தர் கூறியதை நான் நம்பவில்லை. முதல் வகுப்பில் இடமில்லாமற் போகாதென்று எண்ணினேன். அவருடைய அனுமதிபெற்று நானே இடந்தேடிப் பிடிப்பதற்காகப் புறப்பட்டுச் சென்றேன். கப்பலுக்குச் சென்று தலைமை உத்யோகஸ்தரைக் கண்டேன். "இடத்துக்கு இவ்வளவு கிராக்கி எப்போதும் ஏற்பட்டதில்லை. இக்கப்பலில் மொஸாம்பிக் கவர்னர் ஜெனரல் பிரயாணம் செய்வதால் கூட்டம் அதிகம். என் செய்வது?" என்று அவர் கூறினார்.

"எப்படியாவது நெருக்கிப் பிடித்து என்னை உள்ளே நுழைத்துவிடத் தங்களால் ஆகாதா?" என்று கேட்டேன்.

அவர் தலையிலிருந்து கால்வரை என்னை உற்றுப்பார்த்துப் புன்னகை புரிந்தார். "ஒருவழி இருக்கிறது. என்னுடைய சொந்த அறையில் அதிகப்படியாக ஒருவருக்கு இடம் உண்டு. சாதாரணமாகப் பிற பிரயாணிகளுக்கு அதைக் கொடுப்பதில்லை. உங்களுக்காக வேண்டுமானால் அவ்விடத்தைத் தருகிறேன்" என்றார். அவருக்கு நன்றிகூறிவிட்டுக் காரியஸ்தரிடம் சென்று பிரயாணச்சீட்டு வாங்கச் செய்தேன். இவ்வாறு 1893ஆம் ஆண்டு ஏப்ரல் மாதத்தில் தென்னாப்பிரிக்காவுக்கு உற்சாகத்துடன் புறப்பட்டேன். அங்கே அதிர்ஷ்டம் எனக்காகக் காத்திருக்கிறதென்று நம்பிச் சென்றேன்.

வழியில் கப்பல் நிற்கவேண்டிய முதலாவது துறைமுகம் லாமூலாகும். புறப்பட்ட பதின்மூன்றாம் நாள் அத்துறைமுகம் சேர்ந்தோம். இதற்குள்ளாக நானும் கப்பல் தலைவரும் நண்பர்களாகிவிட்டோம். அவருக்குச் சதுரங்க ஆட்டத்தில் பித்து உண்டு. ஆனால், அவ்வாட்டம் அதிகமாகத் தெரியாதாதலின், அவரையும்விடக் குறைவாகத் தெரிந்த ஒருவர் அவரோடு விளையாடுவதற்கு வேண்டி இருந்தது. எனவே, என்னை அழைத்தார். சதுரங்கத்தைப் பற்றி நான் நிரம்பக் கேள்விப்பட்டதுண்டு. ஆனால், அதுவரை ஆடியது மட்டும் கிடையாது. அவ்வாட்டத்தில் அறிவுக்கூர்மையைப்

பயன்படுத்துவதற்கு அதிக இடமுண்டு என்று சொல்லக் கேட்டிருந்தேன். கப்பல் தலைவர் எனக்கு அவ்வாட்டம் கற்றுக்கொடுப்பதாகச் சொன்னார். என்னிடம் அளவற்ற பொறுமை குணம் இருந்தபடியால் எனக்குச் சொல்லிக்கொடுக்க அவருக்கு நிரம்பப் பிரியமாயிருந்தது. ஒவ்வொருமுறை நான் தோற்கும்போதும் எனக்குக் கற்றுக்கொடுப்பதில் அவரது அவா அதிகமாயிற்று. சதுரங்கம் எனக்குப் பிடித்தே இருந்தது. ஆனால், அக்கப்பலிலிருந்து இறங்கியவுடன் அவ்விருப்பமும் மறைந்து, காய்களை நகர்த்திவைக்கும் அளவுக்குமேல் நான் அவ்வாட்டம் கற்றுக்கொள்ளவுமில்லை.

கப்பல் லாமூவில் மூன்று, நான்கு மணிநேரம் நங்கூரம் போட்டிருந்தது. பட்டணம் பார்த்து வருவதற்காக நான் கப்பலிலிருந்து இறங்கிச் சென்றேன். கப்பல் தலைவரும் கரைக்குச் சென்றார். ஆனால், துறைமுகம் அபாயகரமானதென்றும், கப்பல் புறப்படுவதற்குமுன் திரும்பிவிட வேண்டுமென்றும் எச்சரிக்கை செய்தார்.

லாமூ மிகச்சிறிய பட்டணம். தபால் ஆபீஸீக்குச் சென்றேன். அங்கே இந்திய குமாஸ்தாக்களைக் கண்டு மகிழ்ச்சியடைந்தேன். அவர்களுடன் கொஞ்சநேரம் பேசிக்கொண்டிருந்தேன். ஆப்பிரிக்க சுதேசிகள் சிலரையும் பார்த்தேன்; அவர்களது வாழ்க்கைமுறைகளை அறிந்துகொள்ள முயன்றேன். அவை என் மனதைப் பெரிதும் கவர்ந்தன. இதில் சிறிதுநேரம் சென்றது. கப்பல் மேல்தளத்தில் பிரயாணம் செய்ய சிலருடன் எனக்குப் பழக்கமாகி இருந்தது. அவர்கள் ஒருவேளையேனும் அமைதியாகச் சமைத்துச் சாப்பிட்டுவிட்டு வரலாமென்று கரைக்கு வந்திருந்தார்கள். அவர்கள் இப்போது கப்பலுக்குப் புறப்பட்டுக்கொண்டிருந்தார்களாதலால் அவர்கள் ஏறிய படகிலேயே நானும் ஏறினேன். துறைமுகத்தில் கடல் கொந்தளிப்பாயிருந்தது. படகிலோ சுமை அதிகம். கப்பலின் ஏணிக்கு நேராகப் படகை நிறுத்துவது இயலாத காரியமாகிவிட்டது. படகு ஏணியைத் தொடும். ஆனால் யாரும் ஏறுவதற்கு முன்பு நகர்ந்துவிடும். கப்பல் புறப்படுவதற்கான முதற்சங்கு ஊதியாகிவிட்டது. நான் பெரிதும் சஞ்சலமுற்றேன். குறிப்பிட்ட கால அளவுக்குமேல் ஐந்து நிமிஷம் இருந்தது. ஒரு நண்பர் எனக்காகப் பத்து ரூபாவுக்கு அதைப் பேசிக்கொடுத்தார். அந்தப் படகு வந்து கூட்டம் அதிகமாயிருந்த படகிலிருந்து என்னை ஏற்றிக்கொண்டது. இதற்குள் ஏணியைத் தூக்கிவிட்டார்கள். எனவே, ஒரு கயிற்றைத் தொங்கவிட்டு என்னை மேலே

இழுக்கும்படியாயிற்று. நான் கப்பலில் அடி வைத்தேனோ இல்லையோ, கப்பலும் புறப்பட்டுவிட்டது. மற்றப் பிரயாணிகள் பின்னால் விடப்பட்டார்கள். கப்பல் தலைவர் எச்சரிக்கை எவ்வளவு முக்கியமானது என்று இப்போது உணர்ந்தேன்.

லாமூவுக்கு அடுத்த துறைமுகம் மொம்பாஸா, பிறகு ஸான்ஸிபார். ஸான்ஸிபாரில் நீண்டகாலம் சுமார் பத்து நாள் வரை தங்கிவிட்டோம். பிறகு வேறொரு கப்பலில் ஏறினோம்.

கப்பல் தலைவர் என்னிடம் பிரியம் கொண்டிருந்தார். ஆனால், அந்தப் பிரியம் விபரீத பயனைத் தந்தது. என்னையும், ஆங்கில நண்பர் ஒருவரையும் தமாஷாகக் கரைக்குப் போய்வரலாம் என்று கூப்பிட்டார். மூவரும் அவருடைய படகில் கரைக்குச் சென்றோம். தமாஷாகப் போய்வருவதென்றால் என்னவென்பது எனக்குக் கொஞ்சமும் தெரியாது. இத்தகைய விஷயங்களின் நான் பெரும் பூஜ்யம் என்பதைக் கப்பல் தலைவர் அறிவார். டாபர் ஒருவன், எங்களை நீகிரோ மாதர் சிலர் வசித்த வீட்டுக்கு அழைத்துச்சென்றான். ஒவ்வொருவருக்கும் ஒவ்வொரு அறையைக்காட்டி உள்ளே போகச்சொன்னான். நான் அறைக்குள் சென்றதும் வெட்கம் சகிக்க முடியாமல் ஊமையாய் நின்றேன். ஒரு வார்த்தையும் பேசவில்லை. அந்த ஸ்திரீ என்னைப்பற்றி என்ன நினைத்தாளோ ஆண்டவனுக்கே தெரியும். கப்பல் தலைவர் அழைத்தும் உள்ளே நுழைந்த வண்ணமே வெளியே வந்தேன். எனது நிலையை அவர் அறிந்துகொண்டார். முதலில் எனக்கு அவமானமாயிருந்தது. ஆனால், அந்த விஷயத்தை நினைத்தாலும் எனக்குப் பயங்கரமாயிருந்தபடியால் வரவர அவமான உணர்ச்சி குன்றியது. அந்த ஸ்திரீயைப் பார்த்தபோது என் மனம் சிறிதும் பேதலியாமலிருந்ததை எண்ணி ஆண்டவனுக்கு நன்றி செலுத்தினேன். எனது பலவீனம் எனக்குப் பெரும் வெறுப்பையளித்தது. அறைக்குள் போகாமலே மறுத்துவிடத் தைரியமில்லாமற் போனதை நினைத்து என்னிடம் நானே இரக்கமுற்றேன்.

என் வாழ்க்கையில் இத்தகைய சோதனைகளில் இது மூன்றாவதாகும். இளைஞர்கள் பலர், ஆரம்பத்தில் பரிசுத்தர்களாயிருந்தும், பிழைப்பட்ட அவமான உணர்ச்சியினால் பாவத்தில் தள்ளப்படுகிறார்கள். நான் இச்சோதனைக்கு ஈடுகொடுத்து வெளிவந்ததின் பொருட்டுப் பெருமை பாராட்டிக்கொள்ளச் சிறிதும் இடமில்லை. அறைக்குள் செல்லவே மறுத்திருப்பின் நான் புகழுக்குரியவனாகியிருப்பேன். என்னைக் காத்தருள் செய்த பெருமை கருணைக்கடலான பகவானுக்கே உரியது.

இந்நிகழ்ச்சியினால் இறைவனிடம் எனது நம்பிக்கை அதிகமாயிற்று. பொய் வெட்கத்தை உதறிவிடவும் ஓரளவு கற்றுக்கொண்டேன்.

ஸான்ஸிபாரில் ஒரு வாரத்திற்குமேல் இருக்கவேண்டி வந்ததால் விடுதி அமர்த்திக்கொண்டு நாலா பக்கமும் சுற்றிப்பார்த்தேன். ஸான்ஸ்பாரில் செடிகொடி மரங்கள் செழித்து வளர்ந்திருப்பதுபோல் மலையாளம் ஒன்றிலேயே நான் பார்த்திருக்கிறேன். பிரம்மாண்டமான விருட்சங்களையும், அவற்றின் பெரிய பழங்களையும் பார்த்துப் பிரமித்துப் போனேன்.

அடுத்தத் துறைமுகமான மொஸாம்பிக்கை அடைந்த பின்னர் அங்கிருந்து புறப்பட்டு மாத இறுதியில் நேட்டாலை அடைந்தோம்.

07. சில அனுபவங்கள்

நேட்டாலுக்குத் துறைமுகம் டர்பன். அதற்குப் போர்ட் நோட்டால் என்றும் பெயருமுண்டு. என்னை அழைத்துச்செல்லும் பொருட்டு அப்துல்லா சேத் துறைமுகத்துக்கு வந்திருந்தார். கப்பல் கரைக்கருகில் வந்ததும், தங்கள் தங்கள் நண்பர்கள் வரவேற்கும் பொருட்டு, கரையிலிருந்து கப்பலுக்கு வந்தவர்களைப் பார்த்துக்கொண்டு நின்றேன். அப்போது இந்தியர்களுக்கு அதிக மரியாதை காட்டப்படுவதில்லை என்று கண்டேன். அப்துல்லா சேத்தை அறிந்தவர்கள் அவரிடம் ஒருவகை அகம்பாவத்துடன் நடந்துகொண்டதைப் பார்த்தபோது என் மனம் வருந்திற்று. ஆனால், அப்துல்லா சேத்துக்கு அது வழக்கமாய்ப் போயிருந்தது. என்னை வேறுபடுத்திக் காட்டிற்று. வங்காளிகள் அணிவது போன்ற தலைப்பாகையும் மேலங்கியும் அணிந்திருந்தேன்.

அப்துல்லா சேத் என்னைக் கம்பெனியின் கட்டடத்துக்கு அழைத்துச்சென்றார். அவருடைய அறைக்குப் பக்கத்தில் எனக்கென்று ஓர் அறை கொடுக்கப்பட்டது. ஆனால், நாங்கள் ஒருவரையொருவர் நன்கு அறிந்துகொள்ள முடியவில்லை. அவரது சகோதரர் என் மூலம் அனுப்பியிருந்த கடிதங்களை அவர் படித்தார். அதனால் அவருடைய மனக்குழப்பம் அதிகமாயிற்றேயன்றி வேறில்லை. தம் சகோதரர் ஒரு வெள்ளை யானையைப் பிடித்து அனுப்பியிருப்பதாக அவர் எண்ணினார். என் உடைகளும் வாழ்வுமுறையும், ஐரோப்பியர்களுடைய உடையையும் வாழ்வு முறையையும்போல் அதிக பணம் விழுங்கக்கூடியனவாக அவருக்குத் தோன்றின. எனக்குக் கொடுப்பதற்கு விசேஷமான

வேலை எதுவும் அப்போதில்லை. அவர்களுடைய வழக்கு டிரான்ஸ்வாலில் நடந்துகொண்டிருந்தது. என்னை உடனே அங்கு அனுப்பி வைப்பதற்கு அர்த்தமில்லை. என்னுடைய திறமையும், கண்யத்தையும் அவர் எவ்வளவு தூரம் நம்புவது? என்னைத் தாமே கண்காணித்துக் கொள்ளலாமென்பதற்கு அவர் பிரிடோரியாவில் இருக்கவும் மாட்டார். பிரதிவாதிகள் பிரிடோரியாவில் இருந்தனர். அவர்கள் ஒருவேளை என்னை வசப்படுத்திவிடக்கூடும். வழக்குச் சம்பந்தமான வேலையை என்னிடம் நம்பி ஒப்புவிக்க முடியாதெனில் வேறென்ன வேலைதான் கொடுப்பது? மற்ற வேலையெல்லாம் அவரது குமாஸ்தாக்களே என்னைவிட நன்றாகச் செய்துவிடுவார்கள். மேலும், குமாஸ்தாக்கள் தவறு செய்தால் அவர்களைக் கண்டிக்கலாம். நான் தவறு செய்தால் அதற்கு இடமுண்டா? எனவே வழக்கு சம்பந்தமான வேலை எதுவும் கொடுப்பதிற்கில்லை என்றால் என்னைத் தண்டத்துக்கு வைத்திருக்க வேண்டியே வரும்.

அப்துல்லா சேத் எழுதப் படிக்கத் தெரியாதவரென்றே சொல்லிவிடலாம். ஆனால், அவர் பெரிய அனுபவசாலி; கூரிய மதி படைத்தவர். தமது மதிநுட்பத்தைத் தாமே உணர்ந்துமிருந்தார். சம்பாஷணைக்கு வேண்டிய அளவு ஆங்கிலம் அவர் அப்பியாசத்தினின்றும் கற்றிருந்தார். இதுவே அவரது தொழில் நடப்பதற்குப் போதுமானதாயிருந்தது. இந்தச் சொற்ப ஆங்கில அறிவைக்கொண்டு பாங்க் மானேஜர்களிடமும், ஐரோப்பிய வியாபாரிகளிடமும் அவர் விவகாரம் நடத்தியதுடன் தமது வக்கீலுக்கும் வழக்கு சம்பந்தமான விவரங்களை விளக்கி வந்தார். அங்கிருந்த இந்தியர்களுக்கு அவரிடம் மிகுந்த மதிப்பு உண்டு. தென்னாப்பிரிக்காவிலுள்ள பெரிய இந்தியக் கம்பெனிகளில் அவருடையதும் ஒன்று. அவருடைய கம்பெனியே எல்லாவற்றிலும் பெரியது என்றும் சொல்லிவிடலாம். அவருக்கு இவ்வளவு அனுகூலங்கள் அமைந்திருந்தும் ஒரு பிரதிகூலம் மட்டும் இருந்தது. அதாவது இயற்கையிலேயே அவர் சந்தேகப் பிராணி!

இஸ்லாம் மதத்தின் சிறப்பைக் குறித்து அவர் பெருமைகொண்டவர். இஸ்லாமிய தத்துவங்களைப் பற்றிச் சம்பாஷிப்பதில் அவருக்கு பிரியம் அதிகம், அவருக்கு அரபு பாஷை தெரியாதாயினும், பரிசுத்த குர்ஆனைப் பற்றியும், மற்ற இஸ்லாமிய சமயநூல்களைப் பற்றியும் நன்கு தெரிந்துகொண்டிருந்தார். அடிக்கடி அந்நூல்களிலிருந்து உதாரணங்கள் எடுத்துக்கூறுவார். அவருடைய சேர்க்கையின் பயனாக நான் இஸ்லாம் மார்க்கத்தைப் பற்றி நிரம்பத்

தெரிந்துகொண்டேன். எங்கள் இருவருக்கும் நெருங்கிய நட்பு ஏற்பட்டபோது மத விஷயங்களைப் பற்றி நீண்ட நேரம் விவாதிப்பதுண்டு.

நான் நேட்டாலுக்கு வந்த இரண்டாம் நாளோ மூன்றாம் நாளோ அவர் என்னை டர்பன் நீதிமன்றத்துக்கு அழைத்துச்சென்றார். அங்கு பலருக்கு என்னை அறிமுகம் செய்து வைத்ததுடன் தமது வக்கீலுக்கு அருகில் உட்காரவைத்தார். மாஜிஸ்ட்ரேட் சற்றுநேரம் என்னை உற்றுப் பார்த்துக்கொண்டிருந்துவிட்டுக் கடைசியாக என்னுடைய தலைப்பாகையை எடுத்துவிடும்படி சொன்னார். நான் அவ்வாறு செய்ய மறுத்து வெளியே சென்றேன்.

எனவே, இங்கேயும் எனக்குப் போராட்டம் காத்துக்கொண்டிருந்தது.

இந்தியரில் சிலர் மட்டும் தலைப்பாகைகளை எடுத்துவிடும்படி ஏன் வற்புறுத்தப்படுகிறார்கள் என்று அப்துல்லா சேத் எனக்கு விளக்கிக் கூறினார். முஸ்லிம் உடைதரித்தவர்கள் தலைப்பாகை அணிந்துகொண்டிருக்கலாமென்றும், மற்ற இந்தியர்கள் நீதிமன்றத்தில் நுழைந்ததும் தலைப்பாகையை எடுத்துவிட வேண்டுமென்றும், இது வழக்கமாய் நடந்து வருகிறதென்றும் அவர் சொன்னார்.

இந்த நுணுக்கமான வேற்றுமை எதற்காக ஏற்பட்டது என்பது சில விவரங்களைக் கூறினால்தான் நன்கு விளங்கும். இந்த இரண்டு மூன்று நாள் அனுபவத்தில் இந்தியர்கள் வெவ்வேறு பகுதியராகப் பிரிக்கப்பட்டிருந்தனர் எனக் கண்டேன். ஒரு பகுதியார் முஸ்லிம் வியாபாரிகள். இவர்கள் தங்களை அராபியர்கள் எனக் கூறிக்கொண்டார்கள். ஹிந்து குமாஸ்தாக்கள். மூன்றாவது பகுதியார் பார்ஸி குமாஸ்தாக்கள். பார்ஸி குமாஸ்தாக்கள் தங்களைப் பாரஸீகர் என்று சொல்லிக்கொண்டார்கள். ஹிந்து குமாஸ்தாக்களின் நிலையே திரிசங்க சுவர்க்கமாயிருந்தது. அராபியர்களுடன் சேர்ந்தாலன்றி அவர்களுக்கு வேறு கதி இல்லை. இம்மூன்று வகுப்பாரைவிட பெரியதொரு நான்காம் வகுப்பு இருந்தது. இது தமிழ்நாட்டிலிருந்தும், தெலுங்கு நாட்டிலிருந்தும், வட இந்தியாவிலிருந்தும் வந்த ஒப்பந்தத் தொழிலாளரும் விடுதலை பெற்ற தொழிலாளரும் அடங்கிய வகுப்பாகும். ஒப்பந்தத் தொழிலாளர் என்பார் ஐந்து வருஷங்களுக்கு வேலை செய்வதாக ஒப்பந்தம் செய்துகொண்டு நேட்டாலுக்கு வந்தவர். எக்ரிமெண்ட் என்னும் ஆங்கில வார்த்தையின் திரிபாகிய “கிரிமித்திலிருந்து” “கிரிமித்யர்” என்று

அவர்களுக்குப் பெயர் வழங்கலாயிற்று. மற்ற மூன்று வகுப்பாருக்கும் இவர்களுக்கும் வியாபார சம்பந்தத்தைத் தவிர வேறு தொடர்பு கிடையாது. சாதாரணமாக ஆங்கிலேயர் இவர்களைக் கூலிகள் என்று அழைத்தனர். தென்னாப்பிரிக்கா சேர்ந்தவரானபடியால் எல்லா இந்தியருமே சாதாரணமாகக் கூலி அல்லது சாமி என்று அழைக்கப்பட்டனர். சாமி என்பது தமிழரின் பெயர்கள் பலவற்றில் விகுதியாக வருவது. இது ஸ்வாமி என்னும் பதம் 'எஜமானன்' என்று பொருள்படுவது. ஆதலின் இந்தியன் ஒருவனுக்குத் தன்னைத் ஓர் ஆங்கிலேயன் சாமி என்றழைப்பதினால் ஆத்திரம் ஏற்பட்டால். அவன் சாமர்த்திய முடையவனுமானால், "நீர் சாமி என்று என்னைக் கூப்பிடுவதில் எனக்கு ஆட்சேபமில்லை. ஆனால், சாமி என்றால் எஜமானன் எனப் பொருள் என்பதை மறந்துவிடுகிறாய். நான் உமது எஜமானன் அல்லவே!" என்று பதில் சொல்லி வாயடைக்க முயல்வதுண்டு. சில ஆங்கிலேயர் இதைக்கேட்டு வெட்கிப்போவர். மற்றும் சிலர் கோபங்கொண்டு திட்டுவதுடன் சமயம் நேர்ந்தால் அடிக்கவும் அடிப்பர். சாமி என்பது இழிவுபடுத்தும் வார்த்தை என்பது அவர்களின் எண்ணம். அதற்கு எஜமானன் என்று பொருள் கொடுப்பதெனில் அவர்களை அவமதிப்பதாகுமன்றோ?

எனவே, என்னைக் கூலி பாரிஸ்டர் என்று அழைத்தார்கள். இந்திய வியாபாரிகள் கூலி வியாபாரிகள் என்றே அழைக்கப்பட்டனர். இவ்வாறாகக் கூலி என்பதின் உண்மைப் பொருள் மறைந்து எல்லா இந்தியர்களுக்கும் அது பொதுவானதொரு பட்டமாயிற்று. கூலி என்று அழைக்கப்படும்போது முஸ்லிம் வியாபாரி ஆத்திரமடைந்து, "நான் கூலியின் அராபியன்" என்றாவது, "நான் வியாபாரி" என்றாவது கூறுவான். அந்த ஆங்கிலேயன் மரியாதைக் குணமுள்ளவனானால் அவனைக் கூலி என்று அழைத்ததற்காக மன்னிப்புக் கேட்டுக்கொள்வான்.

இந்த நிலைமையில் தலைப்பாகை அணிந்துகொள்ளும் விஷயம் மிக முக்கியமானதென்றாயிற்று. இந்தியத் தலைப்பாகையைப் பிறர் கட்டளையின்டி எடுத்தால் அவமதிப்புக்குத் தலைகுனிவதாகவே முடியும். எனவே, தலைப்பாகையை அறவே கைவிட்டு ஆங்கில முறையில் தொப்பியை அணிந்து கொண்டுவிட்டால், அவமதிப்பிலிருந்தும், அது சம்பந்தமான விவகாரமாகியத் தொல்லைகளிலிருந்தும் தப்பித்துக்கொள்ளலாம் என்று எண்ணினேன்.

ஆனால், அப்துல்லா சேத் இந்த யோசனையை அங்கீகரிக்கவில்லை. "அப்படி ஏதாவது செய்தால் பெருந்தீங்கு

விளையும். தலைப்பாகைகளே அணிவோம் என்று வற்புறுத்தி வருவோரைக் காட்டிக்கொடுத்ததாகும். மேலும், தலைப்பாகை தங்கள் தலைக்கு அந்தஸ்தாக இருக்கிறது. தொப்பி அணிந்தால் உங்களை ஹோட்டல் வேலைக்காரனாகவே எண்ணிக்கொள்வார்கள்" என்று அவர் சொன்னார்.

இந்தப் புத்திமதியில் அனுபவ அறிவும், தேசபக்தியும், கொஞ்சம் குறுகிய நோக்கமும் அடங்கியிருந்தன. அனுபவ அறிவு வெளிப்படை, தேசபக்தி இல்லாவிடில் தலைப்பாகையை அவர் வற்புறுத்தியிரார், ஹோட்டல் வேலைக்காரனைப்பற்றி அலட்சியமாகக் குறிப்பிட்டது குறுகிய புத்தியைக் காட்டிற்று. தொழிலாளி வகுப்பைச் சேர்ந்த இந்தியர்களில் ஹிந்துக்கள், முஸ்லிம்கள், கிறிஸ்துவர்கள் என்னும் மூன்று பிரிவினர் இருந்தனர். கிறிஸ்துவர்கள் முதலில் ஒப்பந்தத் தொழிலாளிகளாக வந்து கிறிஸ்து மதத்தைத் தழுவியவர்களின் சந்ததிகள், 1893ஆம் வருஷத்திலேயே அவர்கள் அதிகத் தொகையினராக இருந்தார்கள். அவர்கள் ஆங்கில உடை அணிந்ததுடன் பெரும்பான்மையோர் ஹோட்டல் வேலைக்காரர்களாக ஊழியம் செய்து பிழைத்து வந்தனர். தொப்பிக் கூடாதென்று அப்துல்லா சேத் கூறியது இவ்வகுப்பாரை மனத்திற்கொண்டேயாகும். ஹோட்டலில் வேலைக்காரனாயிருப்பது இழிவானத் தொழில் என்று கருதப்பட்டது. இன்றளவும் பலரிடையே இத்தகைய எண்ணம் குடிகொண்டிருக்கிறது.

மொத்தத்தில் அப்துல்லா சேத்தின் புத்திமதி எனக்கு உசிதமாகப்பட்டது நீதிமன்றத்தில் நடந்த நிகழ்ச்சியைப் பற்றிப் பத்திரிகைகளுக்கு எழுதினேன். அங்கு நான் தலைப்பாகை அணிந்திருந்தது நியாயமே என்று வாதாடினேன். பத்திரிகைகளில் இவ்விஷயமான விவாதம் பலமாக நடந்தது. "வேண்டாத விருந்தாளி" என்று பத்திரிகைகள் எனக்குப் பட்டம் சூட்டின. இவ்வாறு தென்னாப்பிரிக்கா போன சில தினங்களுக்குள் நான் சற்றும் எதிர்பாரா வண்ணம் என் பெயர் நிரம்ப விளம்பரப்படுத்தப்பட்டது. சிலர் என்னை ஆதரித்தனர். மற்றும் சிலர் எனது துணிச்சலைப் பலமாகக் கண்டித்தனர்.

ஏறக்குறைய எனது தென்னாப்பிரிக்கா வாசத்தின் இறுதிவரையில் தலைப்பாகையை நான் கைவிடவில்லை என்று கூறலாம். ஆனால், அங்கு எப்போது எக்காரணம் பற்றி தலைக்கு எந்த அணியையும் அணிவதை விட்டேன் என்பதைப் பின்னால் விவரிப்பேன்.

08. பிரிடோரியா போகும் வழியில்

டர்பன் நகரில் வசித்த இந்தியக் கிறிஸ்துவர்களிடம் எனக்கு விரைவில் பழக்கம் ஏற்பட்டது. நீதிமன்றத்தில் மொழிபெயர்ப்பாளர் உத்தியோகம் வகித்த மிஸ்டர் பால் என்பார் ரோமன் கத்தோலிக்கர். அவரும் காலஞ்சென்ற மிஸ்டர் சுபான் காட்பிரேயும் எனக்கு அறிமுகம் ஆயினர். சுபான் காட்பிரே, சென்ற ஆண்டில் தென்னாப்பிரிக்கா பிரதிநிதிக் கூட்டத்தில் ஒருவராய் இந்தியா போந்த மிஸ்டர் ஜேம்ஸ் காட்பிரேயின் தந்தை. அவர் அப்போது புரோடஸ்டண்டு மிஷனின் கீழ் உபாத்தியாயரா இருந்தார். காலஞ்சென்ற பாரிஸி ரஸ்டம்ஜி, ஆதம்ஜீ மியாகான் என்போரையும் இக்காலத்திலேயே சந்தித்தேன். இவர்கள் இதுகாறும் தொழில் முறையிலன்றி மற்றப்படி ஒருவரோடொருவர் பழக்கமில்லாதவர்கள். ஆயினும் பின்னால் அவர்கள் அனைவரும் என்னோடு நெருங்கிப் பழக நேர்ந்ததைப் போகப்போகப் பார்ப்போம்.

இவ்வாறு நான் புதுப்புது மனிதர்களுடன் பழக்கம் செய்துகொண்டு வருங்காலத்தில், கம்பெனிக்கு அவர்களுடைய பிரிடோரியா வக்கீலிடமிருந்து கடிதம் வந்தது. வழக்குக்கு ஆயத்தம் செய்ய வேண்டுமென்றும், அப்துல்லா சேத்தாவது அல்லது அவருடைய பிரதிநிதியாவது உடனே பிரிடோரியாவுக்கு வந்து சேரவேண்டுமென்றும் அவர் எழுதி இருந்தார்.

அப்துல்லா சேத் அக்கடிதத்தை என்னிடம் கொடுத்துப் படிக்கச்செய்து, “பிரிடோரியாவுக்குப் போகிறீர்களா?” என்று என்னைக் கேட்டார். “வழக்கின் விவரம் தெரிந்துகொண்ட பின்னரே செல்லமுடியும், அங்கு என்ன செய்யவேண்டுமென்பது குறித்து எனக்கு ஒன்றும் தெரியாதே” என்று பதில் சொன்னேன், எனக்கு வழக்கின் விவரத்தை அறிவிக்கும்படி அவர் குமாஸ்தாக்களிடம் கூறினார்.

வழக்கைப்பற்றி ஆராய்ச்சி செய்யத் தொடங்கியதும் “அஆ”விலிருந்தே ஆரம்பிக்க வேண்டுமெனக் கண்டேன். ஸான்ஸிபாரில் நான் இருந்த சில தினங்களில் நீதிமன்ற நிகழ்ச்சிகளைக் கவனிக்கப் போயிருந்தேன். பார்ஸி வக்கீல் ஒருவர் ஒரு சாட்சியை விசாரணை செய்துகொண்டிருந்தார். கணக்குப் புத்தகங்களில் பற்று, வரவு பத்திகளின் பதிவுகளைப்பற்றி அவர் கேள்விகள் கேட்டார். அவை எல்லாம் கிரேக்க பாஷையைப்போல் எனக்குப் புதியனவாகத் தோன்றின. பள்ளிக்கூடத்திலும் சரி,

இங்கிலாந்து வாசத்தின் போதும் சரி, கடைக்கணக்கு முறையைப்பற்றி நான் எதுவும் படிக்கவில்லை.

நான் தென்னாப்பிரிக்காவுக்கு எதை உத்தேசித்து வந்தேனோ அவ்வழக்கு பெரிதும் கணக்குகளைப் பற்றியது. கணக்குமுறை தெரிந்தவனே அவ்வழக்கு விவரத்தை அறியவும் விளக்கிக்கூறவும் கூடும், ஏதோ பற்று வரவுகளைப் பற்றி குமாஸ்தா சொல்லிக்கொண்டே இருந்தார். இதனால் என் மனக்குழப்பம் அதிகமாயிற்றே அன்றி வேறு பயனில்லை. பி.நோட் *(P.Note)* என்றால் என்ன என்றே எனக்குத் தெரியவில்லை. அகராதியில் அந்த வார்த்தைக் கிடையாது. எனது அறியாமையைக் குமாஸ்தாவிடம் தெரிவித்து, பி.நோட், என்றால் பிராமிசரி நோட்டு என அறிந்துகொண்டேன். கணக்கு முறையைப் பற்றிய ஒரு புத்தகமும் வாங்கிப் படித்தேன். இதனால் ஓரளவு நம்பிக்கை உண்டாயிற்று. வழக்கும் புரிந்தது. அப்துல்லா சேத் கணக்கு எழுதத் தெரியாதவராயினும், தமது அனுபவ அறிவைக்கொண்டு கணக்கு சம்பந்தமான எல்லாச் சிக்கலானப் பிரச்சினைகளையும் தீர்த்துவிடக் கூடியவராயிருந்ததைக் கண்டேன். பிரிடாரியாவுக்குப் புறப்படத் தயாராயிருப்பதாகத் தெரிவித்தேன்.

“அங்கு எங்கே தங்குவீர்கள்?” என்று சேத் கேட்டார்.

“தாங்கள் எங்கே தங்கச் சொல்கிறீர்களோ அங்கே தங்குகிறேன்” என்று பதிலளித்தேன்.

“அப்படியானால் நம்முடைய வக்கீலுக்கே எழுதுகிறேன். அவர் நீங்கள் தங்குவதற்கு இடம் தயார் செய்துகொடுப்பார். அங்குள்ள எனது நண்பர்களுக்கும் கடிதம் வரைகிறேன். ஆனால், அவர்களில் எவரோடும் தங்க வேண்டாம். நமது எதிரிகளுக்குப் பிரிடோரியாவில் மிகுந்த செல்வாக்குண்டு. நமது அந்தரங்கக் கடிதங்களை அவர்களிடம் எவரேனும் படிக்க நேரிடின் பெருந்தீங்கு ஏற்படலாம். அவர்களிடம் நீங்கள் எவ்வளவுக்கு நெருங்காதிருக்கிறீர்களோ அவ்வளவுக்கு நல்லது” என்று அப்துல்லா சேத் உரைத்தார்.

நான் அப்போது கூறியதாவது, “தங்கள் வக்கீல் தயார் செய்துகொடுக்கும் இடத்தில் தங்குகிறேன். இல்லாவிடில் நானே இடந்தேடிக்கொள்கிறேன். தாங்கள் அதுகுறித்துக் கவலைப்படவேண்டாம். நமக்குள் அந்தரங்கமாகவுள்ள விஷயங்களை எவரும் அறிந்துகொள்ளார். ஆனால், எதிர்க்கட்சியாருடன் அறிமுகம் செய்துகொள்ளலாமென்றே எண்ணியிருக்கிறேன். அவர்களை நண்பர்களாக்கிக்கொள்ளவும்

விரும்புகிறேன். கூடுமானால் வழக்கை நீதிமன்றத்துக்கு வெளியே ராஜியாகத் தீர்த்துவைப்பதற்கு முயல்வேன். பார்க்கப்போனால் தயேப் சேத் தங்கள் உறவினர்தானே?"

இவ்வழக்கில் பிரதிவாதியான சேத் தயேப் ஹாஜிகான் முகமது என்பார் அப்துல்லா சேத்துக்கு நெருங்கிய பந்து.

ராஜி என்னும் வார்த்தையைக் கேட்டதுமே அப்துல்லா சேத் சிறிது திடுக்கிட்டதைக் கண்டேன். ஆனால், இதற்குள் நான் டர்பனுக்கு வந்த ஆறு, ஏழுநாள் ஆகிவிட்டதாதலின் நாங்கள் ஒருவரையொருவர் அறிந்துகொண்டிருந்தோம். இப்போது என்னை வெள்ளை யானை என்று அவர் கருதவில்லை. ஆதலின், அவர் சொன்னதாவது, "ஆம், ஆம், உண்மையே. நீதிமன்றத்துக்கு வெளியே வழக்குத் தீர்மானித்துவிட்டால் உத்தமந்தான். ஆனால், நாங்கள் உறவினராதலால் ஒருவரையொருவர் நன்கு அறிவோம். தயேப் சேத் இலேசில் ராஜிக்கிணங்கும் மனிதர் அல்லர். கொஞ்சம் விழிப்புடனிருக்கத் தவறினால், நம்மிடமுள்ள இரகசியங்களை எல்லாம் அறிந்துகொண்டு கவிழ்த்துவிடப் பார்ப்பார். ஆதலின் எந்தக் காரியமும் இருமுறை யோசித்துச் செய்யுங்கள்."

"அதைப்பற்றித் தாங்கள் சிறிதும் கவலைப்பட வேண்டாம். வழக்கைப் பற்றித் தயேப் சேத்தினிடமாவது வேறு யாரிடமாவது நான் பேச வேண்டிய அவசியமே இல்லை. அநாவசியமாக வழக்காடிக் கொண்டிருப்பதற்குப் பதிலாக ராஜியாகப் போய்விடலாமே என்று மட்டும் யோசனைக் கூறுவேன்" என்று பதிலளித்தேன்.

டர்பனுக்கு வந்த ஏழாம் நாளோ, எட்டாம் நாளோ அதைவிட்டுப் புறப்பட்டேன் முதல் வகுப்பு வண்டிக்குப் பிரயாணச்சீட்டு வாங்கப்பட்டிருந்தது. இரவில் படுக்கை வேண்டுமென்றால் தனியாக ஐந்து ஷில்லிங் கொடுத்துச் சீட்டுப் பெறுவது வழக்கம். படுக்கைச்சீட்டும் வாங்கிவிட வேண்டுமென்று அப்துல்லா சொன்னார். பிடிவாதமும், கர்வமும் ஒருபுறமும், ஐந்து ஷில்லிங் மீத்துவிட வேண்டுமென்னும் எண்ணம் ஒருபுறமும் தூண்ட நான் இதனை உறுதியாக மறுத்துவிட்டேன். அப்துல்லா சேத் அப்போதே எச்சரிக்கை செய்தார். "இங்கே பாருங்கள். இது இந்தியா அன்று. ஆண்டவன் புண்ணியத்தில் நமக்கு ஒன்றும் குறைவில்லை. ஆதலின் செலவுக்குச் சோம்பிக் கஷ்டத்துக்கு ஆளாக வேண்டாம்" என்று அவர் கூறினார்.

நான் அவருக்கு வந்தனமளித்து என் பொருட்டுக் கவலைப்பட வேண்டாமென்று சொன்னேன்.

நோட்டலின் தலைநகராகிய மேரிட்ஸ்பர்க்குக்கு வண்டி இரவு 9மணிக்குப் போய்ச் சேர்ந்தது. இங்கேதான் பிரயாணிகளுக்குப் படுக்கைக் கொடுக்கப்படுவது வழக்கம். ரயில்வே ஊழியர் ஒருவர் வந்து படுக்கை வேண்டுமா என்று கேட்டார். “வேண்டாம். என்னிடம் படுக்கையிருக்கிறது” என்று விடையளித்தேன். அவ்வூழியர் சென்றார். ஆனால், அடுத்தாற்போல் பிரயாணி ஒருவர் வந்து என்னை மேலும் கீழும் உற்றுப் பார்த்தார். நான் கறுப்பு மனிதன் என்பது தெரிந்ததும் அவர் மனம் அமைதி இழந்தது. அவர் வெளியே சென்று இரண்டொரு உத்தியோகஸ்தர்களை அழைத்துக்கொண்டு திரும்பி வந்தார். அவர்கள் எல்லாரும் சும்மா இருந்தனர். பின்னர் மற்றோர் உத்தியோகஸ்தர் வந்து “வெளியே வாரும். நீர் சாமான் வண்டிக்குப் போகவேண்டும்” என்று கூறினார்.

“என்னிடம் முதல் வகுப்புச் சீட்டு இருக்கிறது” என்று நான் சொன்னேன்.

“அக்கரையில்லை, நீர் சாமான் வண்டிக்குத்தான் போகவேண்டும்.”

“இந்த வண்டியில் பிரயாணம் செய்ய டர்பனில் எனக்கு அனுமதி அளிக்கப்பட்டது. நான் இந்த வண்டியிலேயே பிரயாணம் செய்யப்போகிறேன்.”

“ஒரு நாளுமில்லை, வண்டியைக் காலி செய்கிறீரா, உம்மை வெளியில் பிடித்துத் தள்ளப் போலீஸ்காரனைக் கூப்பிடட்டுமா?”

“போலீஸ்காரன் வரட்டும், நானே வலிய இங்கிருந்த நகரமாட்டேன்.”

போலீஸ்காரன் வந்தான். என்னைக் கையைப்பிடித்து இழுத்து வெளியே தள்ளினான். என்னுடைய சாமான்களும் வெளியே எடுத்து எறியப்பட்டன. நான் வேறு வண்டிக்குப் போக மறுத்தேன். வண்டியும் போய்விட்டது. என்னுடைய கைப்பையை மட்டும் எடுத்துக்கொண்டு பிரயாணிகள் உட்காருவதற்கான அறையை அடைந்து உட்கார்ந்தேன். மற்றச் சாமான்கள் ரயில்வே உத்தியோகஸ்தர்கள் வசம் இருந்தன.

அதுவோ குளிர்காலம், தென்னாப்பிரிக்காவில் உயரமான பிரதேசங்களில் குளிர் மிக அதிகம். மேரிட்ஸ் பர்க் நகர் உயரமான இடத்தில் அமைந்திருக்கிறபடியால் அங்கே குளிரின் கடுமை

சொல்லமுடியாது. என்னுடைய மேலங்கி மற்றச் சாமான்களுடன் இருந்தது. மீண்டும் அவமதிக்கப் போகிறார்களோ என்னும் பயத்தினால் அதைக்கேட்டு வாங்கிக்கொள்ளத் துணியவில்லை. எனவே, குளிரால் நடுங்கிக்கொண்டு உட்கார்ந்தேன், அறையில் வெளிச்சம் இல்லை. நள்ளிரவில் ஒரு பிரயாணி வந்தார். அவர் என்னுடன் பேச விரும்பினார்போலக் காணப்பட்டது. ஆனால், பேசுவதற்கு எனக்குச் சிறிதும் உற்சாகம் இல்லை.

என்னுடைய கடமை என்னவென்று சிந்திக்கலானேன். என் உரிமைகளுக்காக இங்கே போராடுவதா? இந்தியாவுக்குத் திரும்பிவிடுவதா? அல்லது அவமானங்களைக் கவனியாமல் பிரிடோரியாவுக்குச் சென்று வழக்கை முடித்துவிட்டு ஊருக்குத் திரும்புவதா? ஏற்றுக்கொண்ட கடமையை ஆற்றாமல் இந்தியாவுக்குத் திரும்புவது கோழைத்தனமாகும். எனக்கு இங்கு ஏற்பட்ட தொல்லை, நிறத்துவேஷம் என்னும் நோயின் வெளிப்படையான அறிகுறியே அல்லாது வேறில்லை. இந்த நோயை வேருடன் அழிக்க முயலுவதும், அம்முயற்சியில் வருந்துன்பங்களை அனுபவிப்பதும் என் கடமையென எண்ணினேன். நிற வேற்றுமை உணர்ச்சித் தொலைவதற்கு அவசியமான அளவு மட்டுமே அநீதிகளுக்கு நியாயம் தேட வேண்டுமெனத் தீர்மானித்தேன்.

எனவே, அடுத்த வண்டியில் பிரிடோரியாவுக்குப் போவதென்று நிச்சயித்தேன்.

மறுநாள் காலையில், ஜெனரல் மானேஜருக்கு ஒரு நீண்ட தந்தி செய்தியனுப்பினேன். அப்துல்லா சேத்துக்கும் விவரம் அறிவித்தேன். அவர் உடனே ஜெனரல் மானேஜரைக் கண்டு பேசினார். மானேஜர், ரயில்வே உத்தியோகஸ்தர்களின் நடவடிக்கை நியாயமானதே என்று வற்புறுத்திவிட்டு, ஆனால் என்னை அடுத்த வண்டியில் ஏற்றி ஜாக்கிரதையாக அனுப்பும்படி ஸ்டேஷன் மாஸ்டருக்குத் தெரிவித்துவிட்டதாகக் கூறினாராம். அதன்மேல் அப்துல்லா சேத் மேரிட்ஸ்பர்க்கில் இருந்த இந்திய வியாபாரிகளுக்கும், மற்ற இடங்களிலிருந்த தம் நண்பர்களுக்கும் என்னைவந்து பார்த்து, வேண்டுவன செய்யும்படி தந்தியடித்தார். மேரிட்ஸ்பர்க் இந்தியர்கள் ஸ்டேஷனுக்கு வந்து எனக்குத் தேறுதல் கூறுமுகத்தான் அவரவர்கள் அனுபவித்துள்ள இத்தகைய கஷ்டங்களைப் பற்றிக் கூறலானார்கள். எனக்கு நேர்ந்தது அசாதாரணமான நிகழ்ச்சியன்றென்றும், முதல் வகுப்பு, இரண்டாம் வகுப்புகளில் பிரயாணம் செய்யும் இந்தியர்களுக்கு ரயில்வே உத்தியோகஸ்தர்களும், வெள்ளைக்காரப்

பிரயாணிகளும் தொந்தரவு கொடுப்பது சகஜமென்றும் கூறினார்கள். இத்துயரக் கதைகளைச் செவி மடுப்பதில் அன்று பகல் முழுவதும் கழிந்தது. மாலை வண்டி வந்தது. அதில் எனக்காக ஓர் இடம் ஒதுக்கிவைக்கப்பட்டிருந்தது. டர்பனில் படுக்கைச் சீட்டு வாங்க மறுத்த நான் இப்போது அச்சீட்டு ஒன்று வாங்கிக்கொண்டேன்.

ரயில், சார்லஸ் டவுனுக்கு என்னைக் கொண்டுபோய்ச் சேர்த்தது.

09. இன்னும் கஷ்டங்கள்

வண்டி காலையில் சார்லஸ் டவுனை அடைந்தது. அக்காலத்தில் சார்லஸ் டவுனிலிருந்து ஜோகானிஸ்பர்க்குக்கு ரயில் கிடையாது. மாற்றுக்குதிரைகள் போட்டு ஓட்டிய நான்கு சக்கர வண்டியில் போகவேண்டும். வண்டி, வழியில் ஸ்டாண்டர்டன் என்னுமிடத்தில் இரவு தங்குவது வழக்கம். குதிரை வண்டிக்கும் என்னிடம் சீட்டு இருந்தது. ஒருநாள் மேரிட்ஸ்பர்க்கில் தாமதித்துவிட்டதனால் அது விதிப்படி செல்லாமற்போகாது. மேலும், சார்லஸ் டவுனிலிருந்த குதிரைவண்டி ஏஜண்டுக்கு அப்துல்லா சேத் தந்தி அடித்திருந்தார்.

ஆனால், மேற்படி ஏஜண்டுக்கு என்னை வண்டியில் ஏற்ற மறுக்க ஒரு சாக்குத்தான் தேவையாயிருந்தது. நான் அவ்விடத்துக்குப் புதியவன் என்று கண்டதும் அவர், "உம்முடைய சீட்டு ரத்தாகிவிட்டது" என்று கூறினார். அவருக்கு நான் முறையாகப் பதிலளித்தேன். இடமில்லாமைக் காரணமாக அவர் இப்படிச் சொல்லவில்லை. அவர் மனதிலிருந்த காரணம் முற்றும் வேறானது. பிரயாணிகளுக்கு வண்டிக்குள் இடங்கொடுத்தாக வேண்டும்.

ஆனால், நான் கூலியாதலாலும், புது மனிதனாகக் காணப்பட்டபடியாலும் மற்ற வெள்ளைக்காரர்களோடு சேர்த்து உட்காரவையாவிடல் நலம் என்று வண்டித் தலைவன் நினைத்தான். வண்டியை மேற்பார்வை செய்து வந்த வெள்ளைக்காரனுக்குத் தலைவன் என்று பட்டம். வண்டியின் பெட்டிமீது வண்டி ஓட்டிக்கு இருபுறத்திலும் இரண்டு ஆசனங்கள் இருந்தன. இவற்றுள் ஒன்றில் தலைவன் உட்கார்ந்து செல்வது வழக்கம். இன்று அவன் எனக்குத் தன் இடத்தைக் கொடுத்துவிட்டுத்தான் உள்ளே உட்கார்ந்தான். இது பெரும் அநீதியென்றும், என்னை அவமதிப்பதாகும் என்றும் எனக்குத் தெரிந்தே இருந்தன. ஆனால், அவற்றைப் பொறுத்துக்கொள்வதே நலமென்று எண்ணினேன். நான்

பலாத்காரமாக உள்ளே நுழைந்திருக்க முடியாது. ஆட்சேபம் கிளப்பினாலோ வண்டி என்னை விட்டுவிட்டுப் போய்விடும். இதனால், இன்னொரு நாள் வீணாகும். மறுநாள் என்ன நேரிடுமோ என்பது ஆண்டவனுக்கே தெரியும். எனவே, உள்ளுக்குள் ஆத்திரத்தினால் பொருமினேனாயினும், அதை வெளியில் காட்டாமல் வண்டி ஓட்டிக்குப் பக்கத்தில் உட்கார்ந்தேன்.

மூன்று மணி சுமாருக்கு வண்டி பத்தேகோப் என்னுமிடத்தை அடைந்தது. அங்கு வந்ததும், வண்டித் தலைவன் நான் உட்கார்ந்திருந்த இடத்தில் அமர்ந்து சற்றுக் காற்று வாங்கவும் புகைச்சுருட்டு குடிக்கவும் விரும்பினான்போலும். எனவே, அவன் அழுக்கு நிறைந்த சாக்குத் துணி ஒன்றை வண்டியோட்டியிடமிருந்து வாங்கி, வண்டியில் கால் வைத்து ஏறுவதற்கான படிமீது விரித்துவிட்டு, என்னைப் பார்த்து, "சாமி, இதன்மீது உட்கார். வண்டி ஓட்டிக்குப் பக்கத்தில் நான் உட்காரவேண்டும்" என்றான். "இப்போது நீர் வெளியே உட்கார்ந்து புகைச்சுருட்டுக் குடிக்க விரும்புவதால் உமது காலினடியில் உட்காரச் சொல்கிறீர். நான் அங்கு உட்காரமாட்டேன். ஆனால், உள்ளே உட்காருவதற்குத் தயார்."

நான் இவ்வாறு தட்டுத்தடுமாறிச் சொல்லிக்கொண்டே இருக்கையில், அவன் என்னிடம் வந்து என் காதுகளில் ஓங்கி அறையலானான். என் கையைப் பிடித்துக் கீழே இழுக்க முயன்றான். வண்டிப்பெட்டியின் பித்தளைக் கம்பிகளை நான் கெட்டியாகப் பிடித்துக்கொண்டேன். மணிக்கட்டு எலும்புகள் முறிந்துபோனாலும் பிடியை விடுவதில்லை என்று உறுதிகொண்டேன். அம்மனிதன் என்னைத் திட்டிக்கொண்டே இழுப்பதையும் அடிப்பதையும் நான் சும்மா இருப்பதையும் மற்றப் பிரயாணிகள் பார்த்துக்கொண்டிருந்தார்கள். அவன் பலசாலி, நானோ பலவீனன். இந்தக் காட்சியைக் கண்ட பிரயாணிகளில் சிலர் இரக்கமடைந்து, "அப்பா, அவரை விட்டுவிடு. அடியாதே, அவர்மீது குற்றம் இல்லை அவர் கூறுவது உண்மை. அங்கு இடமில்லாவிட்டால் அவர் உள்ளே வந்து எங்களுடன் உட்காரட்டும்" என்றனர். "ஒருக்காலுமில்லை" என்று கூறினான் அம்மனிதன். ஆயினும் கொஞ்சம் அவமானமுற்றவனாகக் காணப்பட்டான். அடிப்பதை நிறுத்திக் கையையும் விட்டான். இன்னும் சிறிதுநேரம் திட்டிவிட்டு, வண்டி ஓட்டிக்கு மறுபக்கத்தில் உட்கார்ந்திருந்த ஹாட்டன்டார் (ஆப்பிரிக்கா சுதேசிகளில் ஓர் இனம்) வேலைக்காரனை வண்டிப் படியில் உட்காரச்செய்து நான் அவருடைய இடத்தில் உட்கார்ந்தேன்.

155

மற்றப் பிரயாணிகள் தங்கள் தங்கள் ஆசனங்களில் அமர்ந்ததும் வண்டி புறப்பட்டது. என் ஹிருதயம் அதிவிரைவாக அடித்துக்கொண்டிருந்தது. பிரிடோரியாவுக்கு உயிருடன் போய்ச்சேருவோமோ என்றெண்ணினேன். அவ்வப்போது வண்டித்தலைவன் என்னைக் கோபமாகப் பார்த்து விரலை ஆட்டி, "பொறு, பொறு ஸ்டாண்டர்டனுக்குப் போனதும் உனக்கு வழி சொல்கிறேன்" என்று உறுமிக் கொண்டிருந்தான். நான் மௌனமாயிருந்து எனக்குத் துணைபுரிந்து காப்பாற்றும்படி ஆண்டவனைப் பிரார்த்தித்துக்கொண்டிருந்தேன்.

இருட்டிய பின்னர் ஸ்டாண்டர்டனை அடைந்தோம். அங்கு இந்தியர் முகங்களைப் பார்த்ததும் ஓரளவு ஆறுதலடைந்து பெருமூச்சுவிட்டேன். வண்டியிலிருந்து இறங்கியதும் அந்நண்பர்கள் "சேத் அப்துல்லாவிடமிருந்து எங்களுக்குத் தந்தி கிடைத்தது. தங்களை ஈஸா சேத்தின் கடைக்கு அழைத்துச்செல்ல வந்திருக்கிறோம்" என்றார்கள். எனக்கு அளவுகடந்து மகிழ்ச்சி உண்டாயிற்று. அவ்வாறே சேத் ஈஸா ஹாஜி ஸீமார் என்பாரின் கடைக்குச் சென்றோம். சேத்தும் அவரது குமாஸ்தாக்களும் என்னைச் சூழ்ந்துகொண்டனர். பிரயாணத்தில் எனக்கு நேர்ந்த கஷ்டங்களை எல்லாம் அவர்களுக்குத் தெரிவித்தேன். எல்லாரும் மிகவும் வருத்தப்பட்டதுடன் தங்கள் தங்கள் அனுபவங்களைக் கூறி எனக்குத் தேறுதல் கூறினார்கள்.

குதிரை வண்டிக் கம்பெனியின் ஏஜண்டுக்கு எல்லா விவரங்களையும் அறிவிக்க விரும்பினேன். ஆதலின் அன்று நிகழ்ந்தன எல்லாவற்றையும் விவரமாய்க் கூறி ஒரு கடிதம் எழுதினேன். அவருடைய மனிதனின் அச்சுறுத்தலைக் குறிப்பிட்டு அடுத்தநாள் காலை புறப்படும்போது வண்டிக்குள் மற்றப் பிரயாணிகளுடன் இடம்தருவதாக உறுதியளிக்க வேண்டுமென்று கேட்டிருந்தேன். அதற்கு ஏஜண்டு பின்வருமாறு பதில் விடுத்தார். "ஸ்டாண்டர்டனிலிருந்து பெரிய வண்டி போகிறது. மனிதர்களும் வேறு. நீங்கள் புகார் கூறும் மனிதன் வரமாட்டான். மற்றப் பிரயாணிகளுடன் உங்களுக்கு இடந்தரப்படும்." இப்பதில் ஓரளவு எனக்கு ஆறுதல் தந்தது. என்னை அடித்தவன் மீது நடவடிக்கை எடுத்துக்கொள்ளும் உத்தேசம் எனக்குக் கிடையாது. எனவே, அச்சம்பவம் இத்துடன் முடிவு பெற்றது.

காலையில் ஈஸா சேத்தின் மனிதர்கள் என்னை வண்டிக்குக் கொண்டுவிட்டார்கள். அதில் நல்ல இடம் கிடைத்தது. எவ்விதத்

தொல்லைக்கும் ஆளாகாமல் அன்றிரவு ஜோகானிஸ்பர்க்கு போய்ச்சேர்ந்தேன்.

ஸ்டாண்டர்டன் சிறு கிராமம். ஜோகனிஸ்பாக் பெரிய நகரம், அப்துல்லா சேத் ஜோகானிஸ்பர்க்கும் செய்தி அனுப்பியிருந்தார். எனக்கு முகமது காஸம் கம்ருதீன் கம்பெனியின் விலாசம் கொடுத்திருந்தார். இக்கம்பெனியின் ஆள், என்னைச் சந்தித்து அழைத்துப்போவதற்காக வண்டி நிற்குமிடத்துக்கு வந்திருந்தானாம். ஆனால், நான் அவனைப் பார்க்கவில்லை. அவனும் என்னை அடையாளங் கண்டுபிடிக்கவில்லை. எனவே, ஒரு ஹோட்டலுக்குச் செல்வதென்று தீர்மானித்தேன். சில ஹோட்டல்களின் பெயர்கள் எனக்குத் தெரிந்திருந்தன. ஒரு ஜட்கா வண்டியைப் பிடித்து காராண்ட் நேஷனல் ஹோட்டலுக்குப் போகும்படி சொன்னேன். அங்கு சென்றதும் மானேஜரைப் பார்த்து ஓர் அறை வேண்டுமென்று கேட்டேன். அவர் என்னைச் சற்று உன்னிப்பாய்ப் பார்த்துவிட்டு "இடமில்லை வருந்துகிறேன்" என்று மரியாதையாகக் கூறி விடைகொடுத்தார். எனவே, வண்டிக்காரனை முகம்மது காஸிம் கம்ருதீன் கடைக்கு ஓட்டச் சொன்னேன். இங்கே அப்துல் கனி சேத் என் வரவை எதிர்பார்த்துக்கொண்டிருந்தார். என்னைக் கண்டதும் அன்புடன் முகமன் கூறி வரவேற்றார். "ஹோட்டலில் இடங்கிடைக்குமென்று எதிர்பார்த்தீர்களா? பேஷ் நன்றாயிருக்கிறது" என்றார்.

"அப்படி எதிர்பார்த்ததில் என்ன விநோதம்?" என்று கேட்டேன்.

"இங்கே கொஞ்சநாள் இருந்தால் தெரிந்துகொள்வீர்கள். எங்களைப் போன்றவர்கள் மட்டுமே இந்நாட்டில் வசிக்க முடியும். இங்கே பணந்தேடவே வந்திருக்கிறோமாதலின் அதை உத்தேசித்து அவமதிப்புகளை நாங்கள் பாராட்டுவதில்லை" என்று அவர் கூறினார். பின்னர், தென்னாப்பிரிக்காவில் இந்தியர் படும் கஷ்டங்களை எல்லாம் விவரித்துரைத்தார்.

சேத் அப்துல் கனியைப் பற்றிப் பின்னால் போகப்போக இன்னும் தெரிந்துகொள்வோம்.

இப்போது, அவர் மேலும் கூறியதாவது, "உங்களைப் போன்றவர்கள் இந்நாட்டில் வசிக்க இயலாது. இங்கே பாருங்கள். நாளை நீங்கள் பிரிடோரியாவுக்கு போகவேண்டுமல்லவா? மூன்றாம் வகுப்பிலேயே நீங்கள் பிரயாணம் செய்தாகவேண்டும். நேட்டால் நிலைமையைவிட டிரான்ஸ்வால் நிலைமை அதிக மோசம். இங்கு முதல் வகுப்பு இரண்டாம் வகுப்புச் சீட்டுகள் இந்தியர்களுக்குக் கொடுக்கப்படுவதே இல்லை."

“இவ்விஷயத்தில் நீங்கள் பிடிவாதமாக முயற்சி செய்திருக்கமாட்டீர்கள்?” என்று நான் கூறினேன்.

“விண்ணப்பங்கள் எவ்வளவோ அனுப்பி இருக்கிறோம். ஆனால், ஒன்று உண்மை. நம்மவர்கள் சாதாரணமாக முதல் வகுப்பு இரண்டாம் வகுப்புகளில் பிரயாணம் செய்ய விரும்புவதில்லை.”

ரயில்வே விதிகள் அடங்கிய புத்தகம் தருவித்துப் பார்த்தேன். சீட்டுக்கொடுக்க மறுப்பதற்கு விதிகள் ஓரளவு இடங்கொடுத்தன. பழைய டிரான்ஸ்வால் சட்டங்களின் பாஷை திட்டமாகவே இராது. அதிலும் ரயில்வே விதிகள் நிரம்ப வளவளவென்று இருந்தன.

“எனக்கு முதல் வகுப்பில் போகவே விருப்பம். அது முடியாதெனில் பிரிடோரியாவுக்கு நேரே ஜட்கா வண்டியில் போய்விடுகிறேன். 37மைல்தானே” என்று சேத்தினிடம் சொன்னேன்.

இதனால் ஏற்படக்கூடிய காலவிரயத்தையும் பணச் செலவையும் அவர் எடுத்துக்காட்டினார். ஆனால், முதல் வகுப்பில் பிரயாணம் செய்வதற்கு இசைந்தார். எனவே, ஸ்டேஷன் மாஸ்டருக்கு ஒரு கடிதம் எழுதினேன். அதில் நான் பாரிஸ்டர் என்பதையும். எப்போதும் முதல் வகுப்பில் பிரயாணம் செய்பவன் என்பதையும் குறிப்பிட்டு, கூடிய சீக்கிரத்தில் நான் பிரிடோரியா போக விரும்புகிறபடியால் அவருடைய பதில் பார்த்துக் கிளம்புவதற்கு நேரமில்லை என்றும். மறுநாள் காலை நேரில் பதில் பெற்றுக்கொள்வதாகவும், முதல் வகுப்புச் சீட்டுக் கிடைக்குமென்று எதிர்பார்ப்பதாகவும் எழுதியிருந்தேன். நேரில் வந்து பதில் பெற்றுக்கொள்வதாகச் சொன்னதில் ஒரு விசேஷ நோக்கம் உண்டு. ஸ்டேஷன் மாஸ்டர் எழுத்து மூலமாகப் பதில் அனுப்புவாராயின் நிச்சயமாக “முடியாது” என்றே எழுதிவிடுவாரென நினைத்தேன். ஏனெனில், கூலி பாரிஸ்டரைப் பற்றி அவர் கொண்டிருக்கும் அபிப்பிராயம் ஒரு மாதிரியானதாகவே இருக்கும். ஆனால், நாகரிகமான ஆங்கில உடை தரித்து அவரிடம் நேரில் சென்று பேசினால், ஒருவேளை மனதை மாற்றி முதல் வகுப்பு சீட்டுக் கொடுக்கும்படி செய்யக்கூடும். ஆகவே, மறுநாள் காலையில் நாகரிகமான சட்டை, கழுத்துச் சுருக்கு முதலியவை அணிந்து ஸ்டேஷனுக்குச் சென்றேன். சீட்டு வாங்குமிடத்தில் ஒரு பவுனை வைத்து முதல் வகுப்புச்சீட்டு ஒன்று தரும்படி கேட்டேன்.

“கடிதம் அனுப்பியது நீர்தானா?” என்று ஸ்டேஷன் மாஸ்டர் வினவினார்.

“ஆம் சீட்டுத் தந்தீர்களானால் நிரம்ப உபகாரமாயிருக்கும். பிரிடோரியாவுக்கு இன்று நான் கட்டாயமாகப் போய்ச் சேரவேண்டும்” என்றேன்.

அவர் புன்னகை புரிந்தார். என்பால் இரக்கமுற்று அவர் கூறியதாவது, “நான் டிரான்ஸ்வால் மனிதன் அல்லன். ஹாலந்து தேசத்தான். உமது உணர்ச்சிகளை மதிப்பதுடன் உம்மிடம் அனுதாபமும் கொண்டிருக்கிறேன். உமக்குச் சீட்டுக்கொடுக்க விரும்புகிறேன். ஆனால், ஒரு நிபந்தனையின் மீதே கொடுக்கமுடியும். மூன்றாம் வகுப்புக்குப் போகும்படி கார்டு (Guard) உம்மைக் கட்டாயப்படுத்தினால் என்னை மாட்டிவிடக்கூடாது. அதாவது ரயில்வே கம்பெனி மீது நீர் வழக்குத் தொடரக்கூடாது. சுகமாகப் போய்வாரும். உம்மைப் பார்த்தால் கனவான் என்று தெரிகிறது.”

இவ்வாறு கூறி அவர் சீட்டுக்கொடுத்தார். அவருக்கு வந்தனமளித்துவிட்டு நிபந்தனையின்படி நடப்பதாக வாக்குறுதி கொடுத்தேன்.

ஸ்டேஷனில் என்னை வண்டியேற்றி அனுப்ப அப்துல் கனி வந்திருந்தார். எனக்குச் சீட்டுக் கிடைத்தது குறித்து அவர் வியப்பும் மகிழ்ச்சியும் அடைந்தார். எனினும், பின்வருமாறு எச்சரிக்கை செய்தார். “நீங்கள் சுகமாகப் பிரிடோரியா போய்ச் சேர்ந்தால் ஆண்டவன் புண்ணியம். ‘கார்டு’ உங்களை முதல் வகுப்பில் விட்டுவைக்க மாட்டானென அஞ்சுகிறேன். அவன் இடங்கொடுத்தாலும் மற்றப் பிரயாணிகள் விடமாட்டார்கள்.”

முதல் வகுப்பு வண்டியில் அமர்ந்தேன். வண்டியும் புறப்பட்டது. ஜெர்மிஸ்டன் என்னும் ஸ்டேஷனில் பரிசோதனை செய்வதற்காக ‘கார்டு’ வந்தான். என்னைப் பார்த்ததும் அவனுக்குக் கோபம் பொங்கிற்று. மூன்றாம் வகுப்புக்குப் போகும்படி விரலால் ஜாடை செய்தான். என் முதல் வகுப்பு சீட்டைக் காட்டினேன். அதைப்பற்றி அக்கரை இல்லை. மூன்றாம் வகுப்புக்குப் போ” என்றான்.

அவ்வண்டியில் என்னைத்தவிர ஆங்கிலப் பிரயாணி ஒருவரே இருந்தார். அவர் கார்டைக் கண்டித்தார். “அந்தக் கனவானை ஏன் தொந்தரவு செய்கிறீர்? அவரிடம் முதல் வகுப்புச்சீட்டு இருப்பதைப் பார்க்கவில்லையா? அவர் என்னுடன் பிரயாணம் செய்வதில் எனக்குக் கொஞ்சமும் ஆட்சேபமில்லை” என்றார். பின்னர், என்னைப் பார்த்து “நீங்கள் இருக்குமிடத்திலேயே சௌகரியமாயிருங்கள்” என்று கூறினார்.

“கூலியுடன் பிரயாணம் செய்ய நீரே விரும்பினால் எனக்கென்ன கவலை?” என்று முணுமுணுத்துவிட்டு கார்டு போய்விட்டான்.

மாலை எட்டுமணி சுமாருக்கு வண்டி பிரிடோரியா போய்ச்சேர்ந்தது.

10. பிரிடோரியாவில் முதல் தினம்

அப்துல்லா சேத்தின் அட்டர்னி என்னைச் சந்திக்க யாரையேனும் பிரிடோரியா ஸ்டேஷனுக்கு அனுப்பி வைப்பாரென்று எதிர்பார்த்தேன். இந்தியர் யாரும் வந்திருக்கமாட்டார் என்று எனக்குத் தெரியும். ஏனெனில், இந்தியர் எவருடைய வீட்டிலும் தங்குவதில்லையென்று நான் வாக்குறுதி கொடுத்திருந்தேன். ஆனால், ஸ்டேஷனில் அட்டர்னியின் மனிதன் யாரும் வந்திருக்கவில்லை. அன்று ஞாயிற்றுக்கிழமை ஆனதால் யாரையும் அனுப்பச் சௌகரியப்படவில்லை எனப் பின்னால் தெரிந்துகொண்டேன். என்ன செய்வது, எங்கே போவது என்று புரியாமல் திகைத்தேன். ஹோட்டல்களில் எனக்கு இடங்கொடுக்கமாட்டார்கள் என்று பயந்தேன்.

பிரிடோரியா ஸ்டேஷன் 1941ஆம் ஆண்டில் இருந்ததுபோல் 1893ஆம் வருஷத்தில் இல்லை. விளக்குகள் மங்கலாயெரிந்து கொண்டிருந்தன. பிரயாணிகள் மிகச்சிலர். எல்லாப் பிரயாணிகளும் போகட்டும் என்று காத்திருந்தேன். சீட்டு வசூலிப்பவருக்கு (டிக்கட் கலெக்டர்) கொஞ்சம் ஓய்வு கிடைத்ததும் அவரிடம் என்னுடைய சீட்டைக் கொடுத்துவிட்டு, ஏதேனும் ஒரு ஹோட்டலுக்காவது அல்லது நான் போகக்கூடிய வேறிடத்துக்காவது வழி கேட்கலாமென்றும், இல்லாவிட்டால் இரவு ஸ்டேஷனிலேயே தங்கிவிடலாமென்றும் எண்ணினேன். இது கேட்பதற்குக்கூட உண்மையில் எனக்குப் பயமாயிருந்தது. ஒருவேளை என்னை அவர் அவமதிக்கக்கூடுமென எண்ணினேன்.

அவ்வாறே எல்லாப் பிரயாணிகளும் போனபிறகு சீட்டு வசூலிப்பவரிடம் என்னுடைய சீட்டைக் கொடுத்து ஹோட்டலைப் பற்றி விசாரித்தேன். அவர் மரியாதையாகப் பதில் சொன்னார். ஆனால், அவரால் எனக்கு அதிக உதவி ஏற்படாதெனக் கண்டேன். பக்கத்திலிருந்து அமெரிக்க நீகிரோவர் ஒருவர் இச்சமயத்தில் சம்பாஷணையில் கலந்துகொண்டார். அவர் கூறியதாவது,

"இவ்விடத்துக்கு நீங்கள் முற்றிலும் புதியவர் என்று தெரிகிறது. நண்பர்கள் யாருங்கூட இல்லைபோலும். நல்லது, என்னுடன் வந்தால் சிறு ஹோட்டல் ஒன்றுக்கு அழைத்துச்செல்கிறேன். அதன் சொந்தக்காரர் ஓர் அமெரிக்கர். அவரை எனக்கு நன்றாகத் தெரியும். அவர் உங்களுக்கு இடங்கொடுப்பார் என்று எண்ணுகிறேன்."

அவருடைய கூற்றில் எனக்கு ஐயங்கள் தோன்றாமலில்லை. ஆயினும் அவருக்கு வந்தனமளித்து அவருடன் வர இசைந்தேன். ஜான்ஸ்டன் என்பாரின் குடும்ப ஹோட்டலுக்கு என்னை அவர் அழைத்துச்சென்றார். மிஸ்டர் ஜான்ஸ்டனைத் தனியாக அழைத்துப்பேசினார். அவர் இரவு தங்க எனக்கு இடந்தருவதாக ஒப்புக்கொண்டார். ஆனால், என்னுடைய அறையில் தனியாகவே உணவுகொள்ள வேண்டுமென்று சொன்னார்.

"என் வரையில் எனக்கு நிறவேற்றுமை என்பது கிடையாது. ஆனால், என் ஹோட்டலுக்கு வருவோரெல்லோரும் ஐரோப்பியர்கள். சாப்பாட்டு அறையில் அவர்களுடன் வைத்து உங்களுக்குச் சாப்பாடு போட்டால் அவர்கள் கோபித்துக்கொண்டு போய்விடுவார்கள்" என்று அவர் கூறினார்.

"இரவு தங்குவதற்கேனும் இடந்தருவதற்காகத் தங்களுக்கு வந்தனம். இங்குள்ள நிலைமையை நான் ஒருவாறு அறிந்துகொண்டிருக்கிறேன். உங்களுடைய கஷ்டம் எனக்குத் தெரிகிறது. என் அறையிலேயே சாப்பிடுவதில் எனக்கு ஆட்சேபமில்லை. நாளைய தினம் வேறு ஏற்பாடு செய்துகொள்ளக் கூடுமென நம்புகிறேன்" என்று நான் பதிலளித்தேன்.

என்னை ஓர் அறையில் அழைத்துக்கொண்டுபோய் விட்டார்கள். உணவை எதிர்பார்த்து அங்கே தனியாக உட்கார்ந்து சிந்தனையில் ஆழ்ந்திருந்தேன். ஹோட்டலில் அப்போது அதிகம் பேரில்லை. எனவே, விரைவில் வேலைக்காரன் உணவுடன் வருவானென்று எதிர்பார்த்துக்கொண்டிருந்தேன். ஆனால், மறுபடியும் மிஸ்டர் ஜான்ஸ்டனே வந்தார். அவர் கூறியதாவது, "நீங்கள் உங்கள் அறையிலேயே உணவருந்தவேண்டும் என்று நான் சொன்னது எனக்கே வெட்கமாயிருந்தது. எனவே, இதைப்பற்றி மற்றவர்களிடம் பேசினேன். சாப்பாட்டு அறையில் நீங்கள் உணவு கொள்வதில் அவர்களுக்கு ஆட்சேபம் உண்டா என்று கேட்டேன். அவர்கள் இல்லையென்று சொன்னார்கள். மேலும், உங்களுக்கு இஷ்டமாயிருக்கும் வரை இங்கேயே இருக்கலாமென்றும் சொன்னார்கள். ஆதலின் உங்களுக்குப் பிரியமானால் தயவு செய்து

சாப்பாட்டு அறைக்கே வாருங்கள். மற்றும், உங்களுக்கு இஷ்டமாயிருக்கும் வரை நீங்கள் இங்கேயே தங்கி இருக்கலாம்."

அவருக்கு நான் வந்தனம் கூறினேன். சாப்பாட்டு அறைக்குச்சென்று திருப்தியாக உணவு கொண்டேன்.

மறுநாள் காலையில் அட்டர்னியைப் பார்க்கச் சென்றேன். அவர் பெயர் மிஸ்டர் பேகர் அவரைப் பற்றி அப்துல்லா சேத் விவரமாகச் சொல்லி இருந்தபடியால் அவர் என்னை முகமலர்ச்சியுடன் வரவேற்றது எனக்கு வியப்பளிக்கவில்லை. மிக அன்புடன் அவர் என் யோக க்ஷேமங்களை விசாரித்தார். என்னைப்பற்றி எல்லா விவரங்களும் கூறினேன். கடைசியாக அவர் சொன்னதாவது, "பாரிஸ்டர் என்ற முறையில் உங்களுக்கு இங்கே வேலை இல்லை. மிகச்சிறந்த வக்கீல்களை அமர்த்தி இருக்கிறோம். ஆனால், வழக்கு நிரம்பவும் சிக்கலானது; நீடித்து நடக்கக்கூடியது. ஆதலின் அவசியமான விவரங்களைச் சேகரித்துக்கொடுப்பதில் உங்கள் உதவி தேவையாயிருக்கும். இனி, என்னுடைய கட்சிக்காரரிடமிருந்து தெரியவேண்டிய விவரங்களை எல்லாம் உங்கள் மூலமாகவே தெரிந்துகொள்வேன். என்னுடைய வேலை இதனால் எளிதாகுமாகையால் பெரியதோர் அனுகூலமேயாகும். உங்களுக்கு இன்னும் ஜாகை தயார் செய்யவில்லை. உங்களைப் பார்த்த பின்னரே அவ்விஷயமாக ஏற்பாடு செய்யவேண்டுமென்று எண்ணினேன். இங்கு நிறவேற்றுமை உணர்ச்சி நிரம்ப அதிகம். உங்களைப் போன்றவர்களக்குத் ஜாகை கிடைப்பது எளிதன்று. ஆனால், ஏழை ஸ்திரீ ஒருத்தி எனக்குத் தெரியும். அவள் ரொட்டி வியாபாரி ஒருவரின் மனைவி. அவள் உங்களுக்கு இடமும் உணவும் அளிக்க இணங்குவாளென நினைக்கிறேன். அவளுக்கும் இதனால் லாபம் உண்டு. அவள் வீட்டுக்குப் போவோம். வாருங்கள்."

இவ்வாறு கூறி அவர் என்னை அந்த ஸ்திரீயின் விட்டுக்கு அழைத்துச்சென்றார். அவளிடம் என்னைப்பற்றித் தனிமையில் பேசினார். வாரம் 35 ஷில்லிங்குக்கு எனக்குத் தங்க இடமும் உணவும் அளிப்பதாக அவள் ஒப்புக்கொண்டாள்.

மிஸ்டர் பேகர் அட்டர்னி தொழில் நடத்தியதோடு கூட, மத சம்பந்தமான உபந்நியாசங்களும் செய்து வந்தார். அவர் இன்றளவும் ஜீவித்திருக்கின்றார். இப்போது அட்டர்னி தொழிலை விட்டுவிட்டு பிராசாரம் மட்டும் செய்து வருகிறார். அவர் நல்ல சொத்துக்காரர். இன்னமும் என்னுடன் கடிதப் போக்குவரவு செய்துகொண்டு வருகிறார். பல காரணங்களை ஆதாரமாகக் காட்டி, கிறிஸ்துவ

மதமே மதங்களுக்குள் தலைச்சிறந்தது என்றும், கடவுளின் ஒரே புதல்வரும் மக்கட் குலத்தின் இரட்சகருமாக இருப்பவர் ஏசுநாதர் ஒருவரே என்பதையும் ஒப்புக்கொண்டாலொழிய ஒருவன் நித்திய சாந்தி அடைய முடியாதென்று அவர் தம் கடிதங்களில் வலியுறுத்தி வருகிறார்.

முதல்முறை மிஸ்டர் பேகரை நான் சந்தித்தபோதே அவர் மத சம்பந்தமாக என்னுடைய கொள்கைகளைப் பற்றிக் கேட்டார். நான் கூறியதாவது, "பிறப்பினால் நான் ஹிந்து. ஆனால், ஹிந்து மதத்தைப்பற்றி எனக்குத் தெரிந்தது கொஞ்சம். மற்ற மதங்களைப் பற்றி அவ்வளவுகூடத் தெரியாது. உண்மையில், மத சம்பந்தமாக என்னுடைய நிலை என்னவென்றே எனக்கே தெரியவில்லை. என்னுடைய மதத்தைப் பற்றியும், கூடுமானவரை பிற சமயங்களைப் பற்றியும் நன்கு ஆராய்ச்சி செய்ய உத்தேசித்திருக்கிறேன்."

மிஸ்டர் பேகர் இதைக்கேட்டு மகிழ்ச்சி அடைந்தார். "தென்னாப்பிரிக்கா மதப் பிரசார சபையில் நான் ஒரு நிர்வாக அங்கத்தினன். என்னுடைய சொந்தச் செலவில் பிரார்த்தனை ஆலயம் ஒன்று கட்டியிருக்கிறேன். அதில் தவறாமல் மத உபந்நியாசங்கள் செய்து வருகிறேன். எனக்கு நிறவேற்றுமை உணர்ச்சிக் கிடையாது. எனது சகாக்களும் நானும் தினந்தோறும் மத்தியானம் ஒரு மணிக்குக்கூடிச் சாந்தியும், ஞானஒளியும் வேண்டிச் சில நிமிஷநேரம் பிரார்த்திப்பது வழக்கம். நீங்கள் எங்களுடன் சேர்ந்துகொண்டால் மகிழ்ச்சி அடைவேன். எனது சகாக்களுக்கு உங்களை அறிமுகம் செய்து வைப்பேன். அவர்கள் உங்களைக் கண்டால் சந்தோஷப்படுவார்கள். நீங்களும் அவர்களுடைய சங்கத்தில் விருப்பங்கொள்வீர்கள் என்பது நிச்சயம். படிப்பதற்குச் சமயநூல்கள் சிலவும் உங்களுக்குத் தருகிறேன். ஆனால், நூல்களுக்குள்ளே தலைசிறந்த நூல் பைபிள் ஆகும், அதை நீங்கள் முதன்மையாகப் படிக்க வேண்டும்" என்று அவர் கூறினார்.

அவருக்கு வந்தனமளித்து கூடுமானவரை அவர் குறிப்பிட்ட பிரார்த்தனைகளுக்குத் தவறாமல் வருவதாக வாக்களித்தேன்.

"அப்படியானால் நான் ஒரு மணிக்கு இங்கே உங்களை எதிர்பார்ப்பேன். இருவரும் சேர்ந்து பிரார்த்தனைக்குச் செல்லலாம்" என்று மிஸ்டர் பேகர் உரைத்ததும் அவரிடம் விடைபெற்றுக்கொண்டேன்.

மிஸ்டர் ஜான்ஸ்டனிடம் சென்றேன். கணக்குத் தீர்த்து அவருக்குப் பணம் கொடுத்துவிட்டுச் சாமான்களுடன் புதிய

ஜாகைக்குப் போனேன்; அங்கே சிற்றுண்டி அருந்தினேன். புதிய ஜாகையின் சொந்தக்காரி நிரம்ப நல்லவள். எனக்காக சைவ உணவு தயாரித்து வைத்திருந்தாள். வெகுசீக்கிரத்தில் நான் அவளுடைய குடும்பத்தினரில் ஒருவன் போலாகிவிட்டேன்.

பிறகு, அப்துல்லா சேத் கடிதம் கொடுத்திருந்த நண்பரைப் பார்க்கச் சென்றேன். தென்னாப்பிரிக்காவில் இந்தியர் படும் கஷ்டங்களைக் குறித்து அவரிடமிருந்து இன்னும் சில விவரங்களை தெரிந்துகொண்டேன். அவர் என்னைத் தம்முடன் தங்கவேண்டுமென்று வற்புறுத்தினார். அவருக்கு வந்தனமளித்து முன்னாலேயே வேறு ஏற்பாடு செய்துவிட்டதாகக் கூறினேன். எனக்கு என்ன தேவையானாலும் தயங்காமல் தம்மைக் கேட்கும்படி அவர் வற்புறுத்திக் கூறினார்.

இதற்குள் இருட்டிவிட்டதால் வீட்டுக்குத் திரும்பினேன். இரவு போஜனம் ஆனதும் எனது அறைக்குள் சென்று உட்கார்ந்து சிந்தனையில் ஆழ்ந்தேன். தற்போதைக்கு நான் செய்யயக்கூடிய வேலை எதுவும் இல்லை. இதை அப்துல்லா சேத்துக்குத் தெரிவித்துவிட்டேன். பின்வருமாறு எண்ணமிடலானேன். மிஸ்டர் பேகர் என் விஷயத்தில் காட்டும் சிரத்தையின் கருத்தென்ன? சமயத்தொண்டில் அவருடைய சகாக்களாயுள்ளோரின் கூட்டுறவினால் என்ன பெறுவேன்? கிறிஸ்துவ மத ஆராய்ச்சியில் எவ்வளவு தூரம் ஈடுபடுவது? ஹிந்து மதத்தைப்பற்றி நூல்கள் எப்படி சம்பாதிப்பது? என்னுடைய சொந்த மதத்தை நன்கு அறிந்துகொள்ளாத நான் கிறிஸ்துவ மத உண்மையை எவ்வாறு அறியமுடியும். இப்படியாக பலவாறு எண்ணமிட்டுக் கடைசியில் தானாக என்னைத் தேடிவரும் எதையும் பேதாபேதம் சிறிதுமின்றி ஆராய்ச்சி செய்யவேண்டும் என்றும், ஆண்டவன் அவ்வப்போது காட்டும் வழி பற்றி மிஸ்டர் பேகருடனும் அவர் சகாக்களுடனும் நடந்துகொள்ள வேண்டுமென்றும், என்னுடைய சொந்த மதத்தை நன்கு ஆராய்ந்து அறிவதற்கு முன்பு பிற மதத்தைத் தழுவலாகாதென்றும் முடிவுக்கு வந்தேன்.

இவ்வாறு சிந்தித்துக்கொண்டேன்; உறக்கத்தில் ஆழ்ந்தேன்.

11. கிறிஸ்துவர் சேர்க்கை

மறுநாள் ஒருமணிக்கு மிஸ்டர் பேகரின் பிரார்த்தனைக்குச் சென்றேன். அங்கு மிஸ் காப் (Gabb) மிஸ்டர் கோடெஸ்

முதலியோருக்கு என்னை அவர் அறிமுகம் செய்துவைத்தார். பிரார்த்தனை செய்வதற்காக எல்லாரும் மண்டியிட்டனர். நானும் அவ்வாறே செய்தேன். ஒவ்வொருவருடைய விருப்பத்தையும் அனுசரித்துப் பல வரங்கள் கோரி ஆண்டவனைப் பிரார்த்தனை செய்வது வழக்கம். சாதாரணமாக, அன்றைய தினம் அமைதியாகக் கழிய வேண்டுமென்றோ, அல்லது பகவான் தங்கள் ஹிருதயத்தின் கதவுகளைத் திறந்தவிட வேண்டுமென்றோ தினந்தோறும் பிரார்த்திப்பதுண்டு. இன்று என்னுடைய நலத்துக்காக ஒரு பிரார்த்னை சேர்த்துக்கொள்ளப்பட்டது. அது பின்வருமாறு, "ஆண்டவனே, இன்று எங்களிடையே புதிதாக வந்திருக்கும் சகோதரருக்கு ஞான மார்க்கத்தைக் காட்டியருள்வாய். எங்களுக்கு அருளிய மனச்சாந்தியை அவருக்கும் தருவாய். எங்களை ஆட்கொண்ட ஏசு பெருமான் அவரையும் காத்தருள் புரியட்டும். ஏசுவின் பெயரால் இவ்வளவும் வேண்டுகிறோம்." இந்தப் பிரார்த்தனைகளில் தோத்திர கீதங்கள் பாடுவதோ வேறு சங்கீதமோ கிடையாது. ஒவ்வொரு நாளும் விசேஷ வரம் ஒன்று கோரிப் பிராத்தனை செய்த பின்னர், கூட்டம் கலைந்து அவரவர் சிற்றுண்டி அருந்தச் செல்வது வழக்கம். எல்லாம்கூடிப் பிரார்த்தனை ஐந்து நிமிஷங்களுக்குமேல் ஆகாது.

மிஸ் ஹாரிஸ், மிஸ் காப் இருவரும் முதுமைப் பருவமடைந்த கன்னி ஸ்திரீகள். மிஸ்டர் கோடென் 'குவேகர்' என்னும் மத வைராக்யக் கூட்டத்தைச் சேர்ந்தவர். பெண்மணிகள் இருவரும் ஒருங்கே வசித்தனர். பிரதி ஞாயிற்றுக்கிழமையும் மாலை 4மணிக்குத் தங்கள் வீட்டுக்குத் தேயிலைப் பானம் அருந்த வரும்படி என்னை அவர்கள் அழைத்தார்கள்.

ஞாயிற்றுக் கிழமைகளில் நாங்கள் சந்திக்கும்போதெல்லாம். முந்தைய வாரத்தில் சமய ஆராய்ச்சித் துறையில் நான் செய்த முயற்சிகளை மிஸ்டர் கோகடஸ்ஸினிடம் தெரிவிப்பேன். நான் படித்த சமயநூல்களைப் பற்றியும் அவை சம்பந்தமாக நான் கொண்ட அபிப்பிராயங்களைப் பற்றியும் விவாதிப்போம். பெண்மணிகள் தங்கள் இனிய அனுபவங்களைப் பற்றியும் தாங்கள் பெற்ற மன அமைதியைப் பற்றியும் பேசுவார்கள்.

மிஸ்டர் கோடெஸ் கபடமற்ற இளைஞர். உறுதியுள்ளவர். நாங்கள் இருவரும் சேர்ந்து உலாவச்செல்வது வழக்கம். மற்றும் சில கிறிஸ்துவ நண்பர்களின் வீடுகளுக்கும் அவர் என்னை அழைத்துச்சென்றார்.

எங்கள் பழக்கம் நெருக்கமாக ஆக, அவர் தாமே புத்தகங்களைத் தேர்ந்தெடுத்து எனக்குக் கொடுக்கலானார். என்னுடைய அலமாரியும் நிரம்பிவிட்டது. புத்தகங்களைச் சுமைசுமையாக என்மீது சுமத்தினார் என்று சொல்லலாம். அவை எல்லாவற்றையும் படிப்பதாக உண்மை உள்ளத்துடன் வாக்களித்து அவ்வாறே படித்து வந்தேன், படித்தவற்றை இருவரும் வாதித்தோம்.

1893ல் அத்தகைய புத்தகங்கள் பல படித்தேன். அவை எல்லாவற்றின் பெயரும் ஞாபகமில்லை. மூன்று புத்தகங்கள் நினைவில் இருக்கின்றன. அவை, டாக்டர் பார்க்கர் எழுதிய 'வியாக்யானம்' (*Commentary*), பியர்ஸன் என்பார் எழுதிய 'பல நிச்சய ருசுக்கள்' (*Many Infallible proofs*), பட்லர் இயற்றிய 'உவமானம்' (*Analogy*). இப்புத்தகங்களில் சில பகுதிகள் எனக்கு விளங்கவே இல்லை. சில பகுதிகள் நன்றாயிருந்தன, சிலவிடங்கள் எனக்குப் பிடிக்கவில்லை. 'பல நிச்சய ருசுக்கள்' என்பவை இந்நூலாசிரியர் பைபிளுக்கு அறிந்த அளவில் அம்மதத்துக்கு ஆதரவாக எடுத்துக்காட்டும் ருசுக்கள் ஆகும். பார்க்கரின் 'வியாக்யானம்' தர்ம மார்க்கத்தில் ஊக்கமளிக்கும் நூல். ஆனால், சாதாரணமான கிறிஸ்துவக் கோட்பாடுகளில் நம்பிக்கையில்லாத ஒருவனுக்கு அதனால் உதவி எதுவும் கிடையாது. பட்லரின் 'உவமானம்' ஆழ்ந்த கருத்துகள் பொதிந்த கஷ்டமான நூல். அதில் கூறப்பட்ட விஷயங்கள் நன்கு விளங்கவேண்டுமானால் ஐந்தாறு முறை திருப்பித்திருப்பிப் படிக்கவேண்டும். நாஸ்திகர்களை ஆஸ்திகர்காளக்குவதே அந்நூலின் நோக்கம் என்று எனக்குத் தோன்றிற்று. கடவுள் ஒருவர் உண்டென்று நிரூபிப்பதற்காக அதில் கூறப்படும் வாதங்கள் எனக்கு அநாவசியமாயிருந்தன. ஏனெனில், நான் சந்தேக நிலையை முன்னமேயே கடந்திருந்தேன். ஆனால், ஏசுநாதர் ஒருவரே நின்று மனிதனைக் கடவுள்பால் சேர்க்க வல்லவர் அவர் ஒருவரே என்றும் நிரூபிக்க அதில் காணப்பட்ட வாதங்கள் என் மனதைச் சிறிதும் கவரவில்லை.

ஆனால், மிஸ்டர் கோடெஸ் அவ்வளவு எளிதில் தோல்வியை ஒப்புக்கொண்டு விடுபவரல்லர். என்னிடத்தில் அவர் பெரிதும் பிரியம் கொண்டிருந்தார். என் கழுத்தில் வைஷ்ணவர்களின் சின்னமான துளசிமணி மாலை இருப்பதை அவர் கண்டார். இது குருட்டு நம்பிக்கையின் சின்னமென்றெண்ணி அவர் வருந்தினார். "இம்மூட நம்பிக்கை உங்களுக்குத் தகாது. அந்த மாலையை இங்கே கொடுங்கள். உடைத்தெறிந்துவிடுகிறேன்" என்று அவர் சொன்னார்.

"இல்லை, அப்படிச் செய்யக்கூடாது. இம்மாலை என் தாயார் எனக்களித்த புனிதப்பொருள்" என்றேன்.

"அதில் உங்களுக்கு நம்பிக்கை உண்டா? சொல்லுங்கள்" என்று அவர் வினவினார்.

"இம்மாலையின் மறைபொருள் என்னவோ, எனக்குத் தெரியாது. அதை அணியாவிட்டால் எனக்குக் கெடுதல் நேர்ந்துவிடுமென்றும் நான் கருதவில்லை. ஆனால், என் அன்னை அன்புடன் என் கழுத்தில் அணிவித்த மாலையைப் போதிய காரணமின்றி எடுத்தெறிய ஒருப்படேன். எனக்கு அதனால் நலம் விளையுமென்று என் தாயார் உறுதியாக நம்பி இருந்தார். நாளடைவில் இம்மாலை நலிந்து, தானே உடைந்துபோனால். புதியதொன்றை வாங்கி அணிந்துகொள்ளமாட்டேன். ஆனால், இதை உடைத்தெறியச் சம்மதியேன்."

மிஸ்டர் கோடெஸ்ஸீக்கு என்னுடைய மதத்தில் நம்பிக்கைக் கிடையாததால் என்னுடைய வாதமும் அவருக்குத் திருப்தி அளிக்கவில்லை. அஞ்ஞானப் படுகுழியிலிருந்து என்னைக் கரையேற்ற அவர் அவாக்கொண்டிருந்தார். மற்ற மதங்களில் ஓரளவு உண்மை உண்டென்றும், அதை ஏற்றுக்கொண்டாலொழிய மோட்சம் கிட்டாதென்றும் ஏசுநாதர் மனிதனுக்காகப் பரிந்து பேசினாலன்றி அவனுடைய பாவங்கள் மன்னிப்புப் பெறாவென்றும், நல்வினைகளால் பயன் யாதொன்றும் இல்லையென்றும் அவர் எனக்கு அறிவுறுத்த விரும்பினார்.

புத்தகங்கள் பலவற்றை எனக்கு அறிமுகம் செய்து வைத்தது போலவே, மதப்பற்றுள்ள கிறிஸ்துவர்கள் என்று அவர் கருதிய சிலரையும் பழக்கம் செய்துவைத்தார். கிறிஸ்துவர்களில் 'பிளிமௌத் சகோதார்' என்ற ஒரு தனிக்கூட்டமுண்டு. இக்கூட்டத்தைச் சேர்ந்த ஒரு குடும்பத்தை அவர் எனக்கு அறிமுகப்படுத்தினார்.

மிஸ்டர் கோடெஸ் மூலம் எனக்குப் பழக்கமானவர்களில் அநேகர் உத்தமர்; பெரும்பாலோர் கடவுளுக்குப் பயந்து நடப்பவர். ஆனால், மேற்படி குடும்பத்தாரோடு நான் பழகிக்கொண்டிருந்தபோது, பிளிமௌத் சகோதரர்களில் ஒருவர் கூறிய வாதம் நான் சற்றும் எதிர்பாராததாய் இருந்தது. அவர் சொன்னதாவது,

"எங்கள் மதத்தின் மேன்மையை உங்களால் அறிந்துகொள்ள முடியவில்லை. நீங்கள் சொல்வதிலிருந்து, உங்கள் வாழ்க்கையில்

ஒவ்வொரு கணமும் நீங்கள் செய்துவிட்ட தவறுகளையே நினைந்து வருந்திக்கொண்டும், அவற்றைச் சரிபடுத்தக் கழுவாய் தேடிக்கொண்டும், காலங்கள் கழிக்கிறார்களென்று தோன்றுகிறது. இந்த இடைவிடா வினைச் சுழலிலிருந்து நீங்கள் எப்படிக் கரையேற முடியும்? உங்களுக்காக மனச்சாந்தியே ஏற்படாது. நாம் எல்லோரும் பாவிகள் என்று நீங்கள் ஒப்புக்கொள்கிறீர்கள். இப்போது எங்கள் நம்பிக்கை எவ்வளவு பரிபூரணமானது என்று பாருங்கள். சீர்திருத்துவதற்காகவும், கழுவாய் தேடுவதற்காகவும் நாம் செய்யும் முயற்சிகள் பயனற்றவை, ஆயினும் நமக்குப் பாவவிமோசனம் வேண்டும். பாவமூட்டையை நாம் எவ்வாறு சுமக்க முடியும்? ஏசுநாதர் மீது அச்சுமையைப் போட்டுவிடவே நம்மால் ஆகும். அவர் ஒருவரே ஆண்டவனின் பாவமற்ற புதல்வர். என்னை நம்புவோர் நித்திய வாழ்வை எய்துவர் என்பது அவரது திருவாக்கு. ஆண்டவன் அருள்திறன் இதிலன்றோ காணக்கிடக்கிறது? ஏசுநாதர் நமக்காகக் கழுவாய் தேடுகிறார் என்று நம்புவதால் எங்கள் பாவங்கள் எங்களைச் சார்வதில்லை. நாமோ பாவம் செய்தேயாகவேண்டும். பாவஞ்செய்யாமல் இவ்வுலகில் உயிர்வாழ முடியாது. ஆகையினாலேயே ஏசுபெருமான் தாம் துன்பம் அனுபவித்து மனித வர்க்கத்தின் எல்லாப் பாவங்களுக்காகவும் கழுவாய் தேடிவிட்டார். இவ்வுண்மையை ஒப்புக்கொள்வோர் மட்டுமே நித்தியமான மனச்சாந்தியை அடையமுடியும். உங்களுடையது எத்தகைய அமைதியற்ற வாழ்வு என்றும், எங்களைச் சேர்ந்தால் எத்தகைய மன நிம்மதி பெறலாமென்றும் சிந்தித்துப் பாருங்கள்."

இந்த வாதம் எனக்கு அணுவளவும் திருப்தி அளிக்கவில்லை. நான் பணிவுடன் பதில் கூறியதாவது, "கிறிஸ்துவர்கள் அனைவரும் ஒப்புக்கொண்டிருக்கும் கிறிஸ்துவ சமயம் இதுவே. ஆனால், நான் அதை ஏற்றுக்கொள்ள முடியாது. பாவங்களின் பயன்களினின்றும் விடுபட வேண்டுமென்பது என் விருப்பமே அன்று. பாவத்திலிருந்தே, பாவங்களைப் பற்றிய எண்ணங்களிலிருந்துகூட, விடுதலைப் பெறவேண்டுமென்பது என் மனோரதம். அம்மனோரதம் ஈடேறும் வரை அமைதியற்ற வாழ்க்கை நடத்துவதற்கு நான் ஒருப்படுவேன்."

இதற்கு அச்சகோதரர் "உங்களுக்கு நான் உறுதிகூறுகிறேன். உங்கள் முயற்சி ஒருநாளும் பயன்தரப் போவதில்லை. நான் கூறியதைப் பற்றி இன்னொருமுறை நன்கு சிந்தியுங்கள்" என்றுரைத்தார்.

அச்சகோதரரின் சொல்லும், செயலும் ஒத்திருந்தன. அவர் வேண்டுமென்றே சில தவறுகளைச் செய்து அவற்றைக் குறித்துத் தாம் கவலைப்படாமலிருப்பதை எனக்கு உதாரணமாகக் காட்டினார்.

ஆனால், எல்லாக் கிறஸ்துவர்களுமே இத்தகைய கொள்கையில் நம்பிக்கை உள்ளவர்கள் என்று எனக்கு முன்னமே தெரியும். மிஸ்டர் கோடெஸ்ஸையே உதாரணமாகக் குறிப்பிடலாம். அவர் எப்போதும் இறைவனுக்குப் பயந்து நடந்தார். அவர் ஹிருதயம் தூய்மையானது. சுயமுயற்சியால் தூய்மை பெறலாமென்பதில் அவருக்கு நம்பிக்கையுண்டு. மேற்சொன்ன இரு பெண்மணிகளும் இத்தகைய நம்பிக்கை கொண்டவர்களே. நான் படித்த புத்தகங்களில் சில பக்தி ரசம் ததும்புபவையாயிருந்தன. ஆதலின் மேற்சொன்ன என் கடைசி அனுபவத்தின் பொருட்டு மிஸ்டர் கோடெஸ் பெரிதுங் கவலைகொண்டவராயினும், அவர் கவலைப்பட வேண்டாமென்றும், பிளிமௌத் சகோதரர் ஒருவரின் கோணல் நம்பிக்கை காரணமாக நான் 'கிறிஸ்துவ சமயத்தில் வெறுப்புக்கொள்ள மாட்டேனென்றும்' உறுதிகூறினேன்.

கஷ்டங்கள் எனக்கு வேறிடத்தில் தோன்றின. இவை பைபிளையும் பொதுவாக அங்கீகரிக்கப்பட்டுள்ள அதன் வியாக்யானத்தையும் பற்றியவை ஆகும்.

12. இந்தியர்களின் பழக்கம் தேடுதல்

கிறிஸ்துவர்களின் சேர்க்கையைப் பற்றி இன்னும் எழுதுவதற்கு முன்பு, அதே காலத்தில் நிகழ்ந்த மற்ற அனுபவங்களைப் பற்றியும் கூறுவது அவசியம்.

நேட்டால் இந்தியரிடையே தாதா அப்துல்லா எத்தகைய உயர் பதவி வகித்துவந்தாரோ, அத்தகயப் பதவியைப் பிரிடோரியா இந்தியர்களிடையே சேத் தயேப் ஹாஜினாக் முகமது வகித்து வந்தார். அவருடைய ஆதரவின்றி எந்தப் பொதுக்காரியமும் அங்கு நடைபெறாது. நான் பிரிடோரியா சேர்ந்த முதல் வாரத்திலேயே அவருடன் அறிமுகம் செய்துகொண்டேன். அந்நகரிலுள்ள ஒவ்வோர் இந்தியருடனும் நான் பழக்கம் பெற விரும்புவதாகச் சொன்னேன். அங்குள்ள இந்தியர்களின் நிலைமை ஆராய்ந்து அறிந்துகொள்ள வேண்டுமென்று நான் கொண்டிருந்த ஆவலைத் தெரிவித்து அதற்கு அவருடைய உதவியை நாடினேன். அவர் என் முயற்சிக்கு உதவி செய்வதாக மகிழ்ச்சியுடன் வாக்களித்தார்.

முதன்முதலாகப் பிரிடோரியா இந்தியர்கள் எல்லாரையும் ஒரு பொதுக்கூட்டத்தில் சேர்ந்து, டிரான்ஸ்வாலில் அவர்களது நிலை இத்தகையதென்று எடுத்துக்காட்டத் தீர்மானித்தேன். பொதுக்கூட்டம் சேத் ஹாஜி முகமது ஹிஜி ஜூஸாப் வீட்டில் நடந்தது. இவருக்கு ஓர் அறிமுகக் கடிதம் பெற்றிருந்தேன். பெரும்பாலும் முஸ்லிம் வியாபாரிகளே கூட்டத்துக்கு வந்திருந்தார்கள். ஹிந்துக்குள் சிலரும் வந்திருந்தனர். ஆனால், பிரிடோரியாவிலிருந்த இந்தியர்களில் ஹிந்துக்கள் மிகச்சிறு தொகையினரே ஆவர்.

நான் பொதுக்கூட்டத்தில் உபந்நியாசம் செய்தது என் வாழ்நாளிலேயே இதுதான் முதல்முறை என்று சொல்லிவிடலாம். அங்கே பேசுவதற்கு முன்னதாகவே தயார் செய்துகொண்டு போனேன். விஷயம் "வியாபாரத்தில் உண்மை கடைப்பிடித்தல்" என்பது. வியாபாரத்தில் சத்தியமாக நடத்தல் சாத்தியமில்லையென்று வியாபாரிகள் சொல்லக் கேட்டிருந்தேன். அப்போதும் சரி, இப்போதும் சரி, நான் அவ்வாறு நினைக்கவில்லை. இன்றுங்கூட, வியாபாரமும் சத்தியமும் ஒன்றுக்கொன்று முரணானவை என்று வாதமிடும் வியாபார நண்பர்கள் இருக்கிறார்கள். சத்தியம் மத சம்பந்தமான விஷயமென்றும், வியாபாரம் உலக விவகாரத்தைச் சேர்ந்ததென்றும், இவை இரண்டும் முற்றிலும் வேறுவேறானவை என்றும் அவர்கள் கூறுகின்றார்கள். உசிதமான அளவுக்கு உண்மை பேசலாமே அன்றி வியாபாரத்தில் கலப்பற்ற முழு உண்மை ஒருக்காலும் சாத்தியமில்லையென்பது அவர்கள் கொள்கை. என்னுடைய சொற்பொழிவில் இந்தக் கொள்கையைப் பலமாக எதிர்த்து வியாபாரிகளுக்கு அவர்கள் கடமையை அறிவுறுத்த முயன்றேன். அவர்கள் வெளிநாட்டுக்கு வந்திருப்போராதலால், முற்றிலும் வேறுவேறானவை என்றும் அவர்கள் கூறுகின்றார்கள். உசிதமான அளவுக்கு உண்மை பேசலாமே அன்றி வியாபாரத்தில் கலப்பற்ற முழு உண்மை ஒருக்காலும் சாத்தியமில்லையென்பது அவர்கள் கொள்கை. முற்றிலும் உண்மையைக் கடைப்பிடித்து ஒழுகவேண்டிய கடமை அவர்களுக்கு இருமடங்காக ஏற்பட்டிருக்கிறதென்றும், ஏனெனில் சிறு தொகையினரான அவர்களுடைய ஒழுக்கத்தை அளவாகக்கொண்டே கோடிக்கணக்கான பாரத மக்களின் ஒழுக்கம் மதிக்கப்படுமென்றும் வலியுறுத்தினேன்.

அங்கே நமது ஜனங்களின் பழக்கவழக்கங்கள் அவர்களைச் சுற்றிருந்த ஆங்கிலேயருடைய பழக்கவழக்கங்களுடன் ஒப்பிடும்போது, சுகாதாரக் குறையுள்ளனவாய் இருந்ததை நான்

கவனித்திருந்தேன். இதை அவர்களுக்கு எடுத்துக்காட்டினேன். வெளிநாட்டுக்கு வந்திருக்கும் இந்தியர்கள், ஹிந்து, முஸ்லிம், கிறிஸ்துவர், குஜராத்தி, மதராஸி, பஞ்சாபி, சிந்தி முதலிய எல்லா வேற்றுமைகளையும் அறவே மறந்துவிடுவதின் அவசியத்தை வற்புறுத்தினேன்.

கடைசியாக, இந்தியர்களுடைய கஷ்டங்களை அவ்வப்போது அதிகாரிகளுக்குத் தெரிவித்துப் பரிகாரம் தேட ஒரு சங்கம் அமைக்கப்பட வேண்டுமென்றும், என்னால் இயன்றவரை அச்சங்கதிற்குரிய வேலையில் ஈடுபட்டு உழைக்க சித்தாமாயிருப்பதாகவும் கூறி முடித்தேன்.

என்னுடைய உபந்நியாசம் சபையோரின் மனதைப் பெரிதும் கவர்ந்திருப்பதாகக் கண்டுகொண்டேன்.

பின்னர், சற்றுநேரம் விவாதம் நடந்தது. சிலர் எனக்கு வேண்டிய விவரங்களைச் சேகரித்துத் தருவதாகச் சொல்லினர். எனக்கு இது தைரியமளித்தது. கூட்டத்துக்கு வந்தவர்களில் மிகச்சிலருக்கே ஆங்கிலம் தெரியுமென்று கண்டேன். அந்நாட்டில் ஆங்கில பாஷை உபயோகமாயிருக்குமென்று நான் கருதியதால் சாவகாசம் உள்ளவர்கள் ஆங்கிலங் கற்றுக்கொள்ள வேண்டுமென்று யோசனைக் கூறினேன். அதிக வயதானவர்களும் புதிய பாஷை ஒன்றைக் கற்றுக்கொள்ளுதல் அசாத்தியமில்லை எனக்கூறி, அப்படிக் கற்றுக்கொண்டவர்களின் உதாரணங்கள் சிலவற்றை எடுத்துக்காட்டினேன். வகுப்பு ஒன்று ஏற்படுத்தினால் அதில் நானே ஆங்கிலம் போதிப்பதாகவும் அல்லது தனித்தனியாக வேண்டுமானாலும் சொல்லித்தருவதாகவும் ஒப்புக்கொண்டேன்.

வகுப்பு ஏற்படவில்லை. ஆனால், மூன்று இளைஞர்கள் தங்களுக்குச் சௌகரியமாயிருக்கும்போது நான் அவர்கள் வீட்டுக்கு வந்து போதிக்க ஒப்புக்கொண்டால் கற்றுக்கொள்வதாகச் சொன்னார்கள். அவர்களில் இருவர் இஸ்லாமியர்; மூன்றாமவர் ஹிந்து. முஸ்லிம்களில் ஒருவர் நாவிதர்; மற்றவர் குமாஸ்தா. ஹிந்து, சில்லரைக் கடைக்காரர். அவர்கள் சௌகரியப்படி வந்து சொல்லிக்கொடுக்கச் சம்மதித்தேன். பாடங்கற்பிப்பதற்கு எனது திறமையைப் பற்றிய வரையில் எனக்குச் சந்தேகமே இல்லை. என் மாணாக்கர்கள் களைப்புற்றாலும் நான் சலிப்படையமாட்டேன் சில சமயங்களில் நான் அவர்கள் வீட்டுக்குப் போகும்போது அவர்கள் வேலையாய் இருப்பார்கள். இதனால் நான் பொறுமை இழப்பதில்லை. அவர்களில் எவரும் ஆங்கிலத்தில் புலமைபெற வேண்டுமென விரும்பவில்லை. ஆனால், இருவர் எட்டு மாதத்தில்

நல்ல அபிவிருத்தி காண்பித்தனர். அவ்விருவரும் ஆங்கிலத்தில் கணக்கெழுதவும், சாதாரண வியாபாரக் கடிதங்கள் எழுதவும் போதிய பயிற்சி பெற்றனர். நாவிதர் தம்மிடம் க்ஷவரத்துக்கு வருவோரிடம் பேசுவதற்கு வேண்டிய அளவு கற்றுக்கொண்டார். என்னிடம் ஆங்கிலம் பயின்றதின் பயனாக மாணாக்கரில் இருவர் நல்ல வருவாய் சம்பாதிப்பதற்குத் தகுதி பெற்றனர். நிற்க.

மேற்படி பொதுக்கூட்டத்தின் முடிவு எனக்குத் திருப்தி அளித்தது. வாரம் ஒருமுறையோ, மாதமொரு முறையோ நன்கு ஞாபகமில்லை. அத்தகைய பொதுக்கூட்டங்கள் கூட்ட வேண்டுமென்று தீர்மானிக்கப்பட்டது. அவ்வாறே கூட்டங்கள் ஏறக்குறைய ஒழுங்காக நடைபெற்று வந்தன. அக்கூட்டங்களில் எல்லோரும் தங்கள் தங்கள் அபிப்பிராயங்களைத் தாராளமாகத் தெரிவித்து வந்தனர். இதன் பயனாக, பிரிடோரியாவில் எனக்குத் தெரியாத இந்தியர் ஒருவரும் இலராயினர். மற்றும் அவர்களில் ஒவ்வொருடைய நிலைமையையுங்கூட நான் நன்கு தெரிந்துகொண்டேன். இதன்மீது பிரிடோரியாவில் பிரிட்டிஷ் அரசாங்கத்தின் ஏஜண்டாயிருந்த மிஸ்டர் ஜாகோபஸ் டீ வெட் என்பாரை அறிமுகம் செய்துகொள்வதற்குத் தூண்டுதல் ஏற்பட்டது. அவருக்குச் செல்வாக்குக் கொஞ்சமும் கிடையாது. எனினும் தம்மால் இயன்றவரை எங்களுக்கு உதவி செய்வதாக வாக்களித்தார். நான் வேண்டும்போதெல்லாம் தம்மை வந்து பார்த்துப் போகலாமெனச் சொன்னார்.

பின்னர், ரயில்வே அதிகாரிகளுடன் கடிதப் போக்குவரவு செய்யத்தொடங்கினேன். ரயில்வே பிரயாணத்தின் இந்தியர்களுக்கு உண்டாக்கப்படும் நிர்ப்பந்தங்கள். அவர்களுடைய சட்டத் திட்டங்களின்படிகூட நியாயம் ஆகா என்று எடுத்துக்காட்டினேன். இதற்கு ஒரு பதில் கிடைத்தது. அதில், முறைப்படி உடை தரித்து வரும் இந்தியர்களுக்கு முதல் வகுப்பு. இரண்டாம் வகுப்பு சீட்டுக்கொடுக்கப்படுமெனக் கூறப்பட்டிருந்தது. இதனால் குறை சிறிதும் நிவர்த்தியானதாகக் கொள்வதற்கில்லை. ஏனெனில், ஒருவர் முறைப்படி உடை தரித்திருக்கிறாரா என்று முடிவு செய்வது ஸ்டேஷன் மாஸ்டரைப் பொருத்ததாயிருந்தது.

இந்தியர் விஷயங்களைப் பற்றிய சில தஸ்தாவேஜிகளை பிரிட்டிஷ் ஏஜண்டு எனக்குக் காட்டினார். தயேப் சேத்தும் அத்தகைய விவரங்கள் தந்திருந்தார். அவற்றினின்றும் ஆரஞ்சு பிரீ ஸ்டேட் மாகாணத்திலிருந்து இந்தியர்கள் எவ்வளவு கொடுமையாகத் துரத்தப்பட்டு வருகிறார்களென அறிந்துகொண்டேன்.

சுருங்கக் கூறின், பிரிடோரியாவில் நான் தங்கியதின் பயனாக, டிரான்ஸ்வாலிலும், ஆரஞ்சு பிரீ ஸ்டேட்டிலும் இருந்த இந்தியர்களின் சமூக, பொருளாதார, அரசியல் நிலைமைகளைப் பற்றி நன்கு ஆராய்ச்சி செய்யமுடிந்தது. வருங்காலத்தில் இவ்வாராய்ச்சி எனக்கு அளவில்லாத பயன் நல்கப் போகிறதென்று அப்போது நினைத்தவனே அல்லன். ஏனெனில், அவ்வாண்டின் இறுதிக்குள் வீடு திரும்பிவிடாலாமென்றே நான் எண்ணி இருந்தேன். வழக்கு முடிந்துவிட்டால் இன்னும் சீக்கிரமாகவே கிளம்பிவிடலாமென்றும் எண்ணியதுண்டு. ஆனால், ஆண்டவன் திருவுள்ளம் வேறு விதமாயிருந்தது.

13. 'கூலி' வாழ்வின் கஷ்டங்கள்

டிரான்ஸ்வாலிலும் ஆரஞ்சு பிரீ ஸ்டேட்டிலும் இருந்த இந்தியர்களின் நிலைமையை விவரமாக எடுத்துக்கூற இது இடமன்று. அதைப்பற்றி நன்கு தெரிந்துகொள்ள விரும்பவோ நான் எழுதிய 'தென்னாப்பிரிக்கா சத்தியாக்கிரஹ வரலாறு' என்னும் புத்தகத்தைப் படிப்பார்களாக, ஆனால் இங்கே அந்நிலைமை குறித்துச் சுருக்கமாகக் கூறுதல் அவசியமாகும்.

ஆரஞ்சு பிரீ ஸ்டேட்டில் 1888ஆம் ஆண்டிலோ இன்னும் முன்போ இயற்றப்பட்ட ஒரு விசேஷ சட்டத்தினால் இந்தியர்களுடைய உரிமைகள் எல்லாம் பிடுங்கப்பட்டன. அங்கே இந்தியர்கள் இருக்க விரும்பினால் ஹோட்டல் வேலைக்காரர்களாகவோ, வேறு சிற்றூழியம் செய்பவர்களாகவோதான் இருக்கலாம். பெயருக்கு நஷ்டஈடு என்று கொடுத்து வியாபாரிகள் துரத்தப்பட்டார்கள். அவர்கள் செய்துகொண்ட விண்ணப்பங்கள். மகஜர்கள் எல்லாம் பயன்படாதொழிந்தன.

டிரான்ஸ்வாலில் 1885ல் ஒரு கடுமையான சட்டம் செய்யப்பட்டது. 1886ல் இச்சட்டத்தில் சில மாற்றங்கள் செய்யப்பட்டன. திருத்திய சட்டத்தின்படி டிரான்ஸ்வாலுக்குள் புகும் ஒவ்வொரு இந்தியனும் மூன்று பவுன் தலைவரி கொடுக்கவேண்டும். அவர்களுக்கென்று ஒதுக்கிவைத்த இடங்களிலேயே அவர்கள் நிலம் வைத்துக்கொள்ளலாம். அனுஷ்டானத்தில் அங்கேயும் நிலம் அவர்களுக்குச் சொந்தமாகாது. அவர்களுக்கு வாக்குரிமையும் இல்லை. இந்த நிர்ப்பந்தங்கள்

எல்லாம் ஆசியாக்காரர்களுக்கென்று இயற்றிய விசேஷ சட்டத்தின்படி ஏற்பட்டவை. கறுப்பு மனிதர் எல்லோருக்கும் பொதுவாக ஏற்பட்ட பிற சட்டங்களுக்கும் இந்தியர் உட்பட வேண்டியதாய் இருந்தது. இவற்றின்படி இந்தியர்கள் பொது நடைப்பாதைகளில் நடத்தல் கூடாது. இரவு 9 மணிக்குமேல் அனுமதிச் சீட்டில்லாமல் வெளியே புறப்படக்கூடாது. ஆனால், இந்தக் கடைசி விதி இந்தியர்கள் விஷயத்தில் சமயோசிதம்போல் பிரயோகிக்கப்பட்டது. அராபியர் என்று கூறிக்கொண்டவர்கள் மீது அதிகாரிகள் தயவு தாட்சண்யமாக இதைப் பிரயோகிப்பதில்லை. எனவே, இவ்வாறு விலக்குச் செய்வது போலீசாரின் சித்தத்தையே முழுவதும் பொறுத்திருத்தல் இயல்பேயன்றோ?

மேற்சொன்ன இரு விதிகளின் கீழும் ஏற்படும் நிர்ப்பந்தங்களை நான் அனுபவிக்க நேர்ந்தது. அடிக்கடி இரவில் மிஸ்டர் கோடெஸ்ஸீடன் நான் உலாவச் சொல்வது வழக்கம். இரவு பத்து மணிக்கு முன்னால் பெரும்பாலும் வீடு திரும்புவதில்லை. போலீஸார் என்னைக் கைது செய்தால் என்ன செய்வது? என்னைவிட மிஸ்டர் கோடெஸுக்கு இதைப்பற்றிக் கவலை அதிகமாயிருந்தது. அவர் தம்முடைய நீகிரோ வேலைக்காரர்களுக்கு அனுமதிச்சீட்டுகள் வழங்குவது வழக்கம். ஆனால், எனக்கு அத்தகைய சீட்டு எப்படி வழங்குவது? எஜமானன் ஒருவன் தன் வேலைக்காரனுக்கு மட்டுமே அனுமதிச்சீட்டுக் கொடுக்கலாம். ஆதலின் நான் அனுமதிச்சீட்டுக் கேட்டு மிஸ்டர் கோடெஸ் கொடுக்க விரும்பினாலும் அவர் அவ்வாறு செய்திருக்க முடியாது. ஏனெனில், அது மோசம் செய்வதாகும்.

எனவே, மிஸ்டர் கோடெஸ்ஸோ, அவருடைய நண்பர் ஒருவரோ அரசாங்க அட்டர்னியான டாக்டர் கிராஸே என்பாரிடம் என்னை அழைத்துச்சென்றார். பாரிஸ்டர் ஆவதற்கு நான் பயிற்சி பெற்ற ஸ்தாபனத்திலேயே டாக்டர் கிராஸேயும் பயிற்சி பெற்றவர் எனத் தெரியவந்தது. இரவு 9 மணிக்குப் பிறகு வெளியே புறப்படுவதற்கு எனக்கு அனுமதிச்சீட்டு வேண்டும் என்ற செய்தி கேட்டு அவர் பெரிதும் ஆத்திரம் அடைந்து, என்னிடம் அனுதாபம் தெரிவித்தார். சாதாரண அனுமதிச்சீட்டுக் கொடுப்பதற்குப் பதிலாக போலீஸ் தொந்திரவின்றி எப்போது வேண்டுமானாலும் வெளியே இருக்கும் உரிமை அளித்து ஒரு கடிதம் கொடுத்தார். இந்தக் கடிதத்தை வெளியே போகும்போதெல்லாம் எடுத்துச்சென்றேன். ஆனால், அதை உபயோகிப்பதற்குச் சந்தர்ப்பம் எதுவும் ஏற்படாதது தற்செயலேயன்றி வேறில்லை.

டாக்டர் கிராஸே என்னைத் தம் வீட்டுக்கு வரும்படி அழைத்தார். நாங்கள் இருவரும் நண்பர்களானோம் என்றே சொல்லலாம். சமயம் நேர்ந்தபோது அவர் வீட்டுக்குப் போவேன். அவர் மூலமாகவே அவருடைய சகோதரருடைய பழக்கமும் எனக்கு ஏற்பட்டது. டாக்டர் கிராஸேயைவிட அவருடைய சகோதரர் அதிக புகழ்பெற்றவர். ஜோகானிஸ் பர்க்கில் அவர் பப்ளிக் பிராஸிகியூட்டராயிருந்தார். போயர் யுத்தத்தின்போது ஓர் ஆங்கில உத்தியோகஸ்தரைக் கொலைசெய்யச் சதி ஆலோசனை புரிந்ததாக அவர் குற்றம் சாட்டப்பட்டு இராணுவக் கோர்ட்டில் ஏழு வருடச் சிறைவாச தண்டனை விதிக்கப்பட்டார். வக்கீல் தொழில் நடத்தும் உரிமையையும் அவரிடமிருந்து பறித்துவிட்டார்கள். ஆனால், யுத்தம் நின்ற பிறகு அவர் விடுதலைச் செய்யப்பட்டதுடன் மீண்டும் மேற்படி உரிமை அவருக்கு அளிக்கப்பட்டது. பிற்காலத்தில் என்னுடைய பொதுவாழ்க்கையில் இவர்களுடைய பழக்கம் நிரம்பப் பயன்பட்டது. என் வேலை பெரிதும் எளிதாவதற்கு அப்பழக்கம் காரணமாயிருந்தது. நிற்க.

கால்நடைப் பாதைகளில் நடக்கக்கூடாதென்ற விதியினால் எனக்கு நேர்ந்த தொல்லைகள் இவ்வளவு சுலமாகப் போய்விடவில்லை. உலாவச் சொல்லும்போதெல்லாம் அக்கிராசனர் வீதி *(President Street)* வழியாக ஒரு மைதானத்துக்குப் போவது வழக்கம். அக்கிராசனர் குரூனரின் வீடு அந்த வீதியில் இருந்தது. அவ்வீடு படாடோபம் இல்லாத மிகச் சாதாரணமான வீடு. பக்கத்திலிருந்த மற்ற வீடுகளுக்கும் அதற்கும் அதிக வித்தியாசம் தெரிவதில்லை. வீட்டைச் சுற்றித் தோட்டம்கூடக் கிடையாது. பிரிடோரியா லட்சாதிபதிகள் பலருடைய வீடுகள் அவருடைய வீட்டைவிடப் பகட்டாகவும், சுற்றிலும் தோட்டங்களுடனும் அமைக்கப்பட்டிருந்தன. அக்கிராசனர் குரூகரின் எளிய வாழ்வு பிரசித்திப் பெற்றதாகும். அவர் வீட்டுக்கு முன்னால் போலீஸ் சேவகர்கள் காவல் புரிந்தது ஒன்றே அவ்வீடு ஓர் உத்தியோகஸ்தருடையது என்பதைக் காட்டிற்று. அநேகமாக எப்போதும் நான் அவ்வீட்டுக்கு முன்னாலிருந்த கால்நடைப்பாதை வழியாக அச்சேவகனைக் கடந்தே செல்வது வழக்கம். நீண்டகாலம் எவ்வகைத் தடையும் ஏற்படவில்லை.

காவற்சேவகர்கள் அடிக்கடி மாறுவார்கள். ஒரு சமயம் சேவகன் ஒருவன் சிறிதும் முன்னெச்சரிக்கை செய்யாமலும், கால்நடைப்பாதையைவிட்டு அப்புறம் போகும்படிகூடச் சொல்லாமலும் என்னை உதைத்துச் தெருவில் தள்ளினான். நான்

திகைத்துப்போனேன். அவனை நான் ஏதும் கேட்பதற்கு முன்னால் அப்பக்கமாக அதேசமயத்தில் குதிரை சவாரி செய்து சென்ற மிஸ்டர் கோடெஸ் என்னிடம் வந்து "காந்தி, நான் எல்லாவற்றையும் பார்த்துவிட்டேன். அம்மனிதன் மீது வழக்குத் தொடுத்தால் நான் சாட்சியங்கூறத் தயார். இப்படி முரட்டுத்தனமாக உங்களை அம்மனிதன் அடித்துவிட்டது குறித்து நிரம்ப வருந்துகிறேன்." என்றார்.

"நீங்கள் வருந்த வேண்டாம். பாவம். அவனுக்கு என்ன தெரியும்? கறுப்பு மனிதர்கள் எல்லாரும் அவனுக்கு ஒன்றுதான். என்னை இப்போது நடத்தியதுபோலவே அவன் நீக்ரோவர்களை நடத்திவருகிறான் என்பதில் ஐயமில்லை. என்னுடைய சொந்தக்குறை எதற்காகவும் நான் நீதிமன்றத்துக்குப் போவதில்லை" என்று கூறினேன்.

"உங்கள் அரிய குணத்துக்கேற்றவாறே சொல்கிறீர்கள். ஆனால், மறுபடியும் சிந்தியுங்கள். இப்படிப்பட்டவர்களுக்கு ஒரு பாடம் கற்பித்தல் அவசியம்" என்று அவர் கூறிவிட்டு, பிறகு அப்போலீஸ்காரனைக் கண்டித்தார். போலீஸ்காரன் போயர் ஆதலின் அவர்கள் டச்சு பாஷையில் பேசினார்கள். அவர்கள் சம்பாஷணை எனக்கு விளங்கவில்லை. ஆனால், முடிவில் அவன் என்னிடம் மன்னிப்புக் கேட்டுக்கொண்டான். இதற்கு அவசியமே இல்லை. ஏனெனில், அவனை நான் முன்னமே மன்னித்துவிட்டேன்.

அந்த வீதி வழியாகப் பின்னர் நான் போவதேயில்லை. அந்தச் சேவகனுடைய ஸ்தானத்துக்கு வெவ்வேறு சேவகர் வரக்கூடும். அவர்களுக்கு மேற்படி நிகழ்ச்சி தெரிய நியாயமில்லை. அவர்களும் இதே மாதிரி நடந்துகொள்ளலாமன்றோ? வீணாக இன்னும் ஓர் உதையை வலிய வாங்கிக்கொள்வதில் என்ன பயன்? எனவே, வேறு வழியாகப் போகத்தொடங்கினேன்.

இந்நிகழ்ச்சியின் பயனாக இந்தியர்களிடம் எனக்கு அனுதாபம் அதிகமாயிற்று. மேற்கூறிய விதிகள் சம்பந்தமாக பிரிட்டிஷ் ஏஜண்டைப் பார்த்து முதலில் பேசிவிட்டுப் பின்னர் அவசியமென்று கண்டால் பரீட்சார்த்த ஒரு வழக்கு நடத்திப் பார்க்கலாமாவென்று அவர்களுடன் கலந்து யோசித்தேன்.

இவ்வாறு, தென்னாப்பிரிக்கா இந்தியர்களைப் பற்றிப் படித்தும், கேட்டும் தெரிந்துகொண்டதுடன். சொந்த அனுபவத்திலும் அவர்களுடைய கஷ்டமான நிலையை நன்கறிந்து கொண்டேன். சுயமரியாதையுள்ள இந்தியன் வசிப்பதற்குத்

தென்னாப்பிரிக்கா தக்க இடமில்லையென அறிந்தேன். இந்த நிலைமையைச் சீர்திருத்துவதெப்படி என்பது குறித்து மேலும்மேலும் சிந்திக்கலானேன்.

ஆனால், இப்போது தாதா அப்துல்லாவின் வழக்கைக் கவனிப்பதே, முதன்மையான கடமையாயிருந்தது.

14. வழக்குத் தயார் செய்தல்

பிரிடோரியாவில் நான் தங்கியிருந்த ஓராண்டும் என் வாழ்க்கையிலேயே மிக முக்கியமான அனுபவம் பெற்ற காலமாகும். பொது ஊழியம் செய்யக் கற்றுக்கொள்வதற்கு இங்கேதான் எனக்குச் சந்தர்ப்பம் கிடைத்தது. பொது ஊழியம் செய்ய எனக்குள்ள சக்தியில் ஒரு பகுதியை இங்கேயே பெற்றேன். இங்கேயே என்னுடைய சமயப்பற்று ஜீவசக்தி உள்ளதாயிற்று. வக்கீல் தொழில் நடத்துவதில் உண்மை அறிவு நான் பெற்றதும் இங்கேதான். அனுபமுள்ள (ஸீனியர்) பாரிஸ்டரிமிருந்து தொழிலுக்குப் புதிய (ஜூனியர்) பாரிஸ்டராகக் கற்றுக்கொண்டேன். வக்கீல் தொழில் என்னால் நடத்த முடியும் என்னும் நம்பிக்கை பெற்றதும், தொழில் வெற்றியின் இரகசியத்தை அறிந்துகொண்டதும் இங்கேயே ஆகும்.

தாதா அப்துல்லாவின் வழக்கு அற்ப சொற்பமான வழக்கன்று 40,000 பவுனுக்கு வழக்குத் தொடரப்பட்டிருந்தது. வியாபாரத்தில் பற்று வரவு சம்பந்தமான ஏற்பட்ட வழக்கானபடியால் கணக்கு நுணுக்கங்கள் அதில் நிரம்ப இருந்தன. வழக்குக்கு ஆதாரங்கள் புரோநோட்டுகளும், புரோநோட்டுகள் தருவதாக அளித்த வாக்குறுதியுமே. புரோநோட்டுகள் போதிய யோசனைக்கு இடமின்றி மோசடியாக எழுதி வாங்கப்பட்டன என்பது எதிர்வாதம். இந்தச் சிக்கலான வழக்கில் நிகழ்ச்சிகளையும் சட்டத்தையும் பற்றிய நுட்பங்கள் ஏராளமாக இருந்தன.

இருதரப்பிலும் பெரிய வக்கீல்களும், அட்டர்னிகளும் அமர்த்தப்பட்டிருந்தனர். எனவே, அவர்களுடைய வேலை முறையைப் படித்தறிவதற்கு சிறந்த சந்தர்ப்பம் எனக்குக் கிடைத்தது. வாதியின் வாழ்க்கை அட்டர்னிக்குத் தயார் செய்யும் வேலையும், வழக்குச் சாதகமான விவரங்களைத் தொகுத்துச் சேர்க்கும் வேலையும் எனக்குக் கொடுக்கப்பட்டன. நான் தொகுத்துச் சேர்த்தவைகளில் அட்டர்னி எவ்வளவைத் தள்ளி எவ்வளவை எடுத்துக்கொண்டார் என்பதும், பின்னர் அட்டர்னி

தயாரித்துக்கொடுத்த விவரங்களில் வக்கீல் எவ்வளவு தூரம் பயன்படுத்திக்கொண்டார் என்பதும், தொழில்முறையில் எனக்குச் சிறந்த படிப்பினைகளாயிருந்தன. சட்ட நுணுக்கங்களை அறிந்துகொள்வதற்கும், எங்கும் எவ்வளவு ஆற்றல் உண்டென்பதை இதன்மூலம் தெரிந்துகொள்ளுதல் சாத்தியமாயிற்று.

வழக்கில் நிரம்ப சிரத்தையெடுத்துக் கொண்டேன். அதில் ஆழ்ந்தேவிட்டேன் என்று சொல்லலாம். வழக்குச் சம்பந்தமான எல்லா தஸ்தாவேஜிகளையும் படித்தேன். என் கட்சிக்காரர் அபாரமான திறமையுள்ளவர். அத்துடன் அவருக்கு என்னிடம் பூரண நம்பிக்கை இருந்தது. இவற்றினால் என்னுடைய வேலை சுலபமாயிற்று. வியாபாரக்கணக்கு முறையும் படித்தேன். கடிதப் போக்குவரவு பெரும்பாலும் குஜராத்தி மொழியிலிருந்தபடியால் பல கடிதங்களை ஆங்கிலத்தில் மொழிபெயர்க்க வேண்டியிருந்தது. ஆதலின் மொழிபெயர்க்கும் சக்தியும் எனக்கு அதிகமாக ஏற்பட்டது.

முன்னமே சொன்னதுபோல், நான் சமய ஆராய்ச்சியிலும் பொது வேலையிலும் மிகுந்த சிரத்தைக் கொண்டு அத்துறைகளில் கொஞ்சம் காலத்தைச் செலவிட்டு வந்தேனாயினும், என் உள்ளத்தை முதன்மையாகக் கவர்ந்திருந்தவை அவையல்ல. வழக்குத் தயாரிப்பதிலேயே முதன்மையாகக் கவனம் செலுத்தினேன். அவசியமானபோதெல்லாம் மற்ற வேலைகளை விட்டுவிட்டுச் சட்டம் படித்தலிலும் பழைய வழக்குகளின் நடைமுறைகளை ஆராய்தலிலும் ஈடுபட்டேன். இதன் பயனாக, இவ்வழக்கைப் பற்றி விவரங்கள் எல்லாவற்றையும் தெளிவாக அறிந்துகொண்டேன். வாதி, பிரதிவாதிகளுக்குக்கூட நான் அறிந்திருந்த அளவு வழக்கைப்பற்றித் தெரியாது என்று சொல்லிவிடலாம். ஏனெனில், இரு கட்சியாரின் தஸ்தாவேஜிகளும் என்னிடமிருந்தன.

காலஞ்சென்ற மிஸ்டர் பிங்கட் கூறிய புத்திமதியை நினைவுகூர்ந்தேன். ‘விவரங்களே சட்டத்தில் முக்காற் பகுதி’ என்று அவர் சொன்னார். பிற்காலத்தில் தென்னாப்பிரிக்காவின் பிரசித்திபெற்ற பாரிஸ்டரான காலஞ்சென்ற மிஸ்டர் லேனார்டு இந்தக்கூற்றை உறுதிப்படுத்தினார். என்னிடம் ஒப்படைக்கப்பட்டிருந்த ஒரு வழக்கில் நியாயம் என் கட்சிக்காரன் பக்கமே இருப்பினும் சட்டம் அவருக்கு விரோதமாயிருப்பதாகக் காணப்பட்டது. என்ன செய்வதென்று தெரியாமல் மிஸ்டர் லேனார்டிடம் போனேன். அவரும் வழக்கில் விவரங்கள் என் கட்சிக்காரனுக்கு நிரம்ப அனுகூலமாயிருப்பதாகக் கருதினார். அவர் கூறியதாவது, “காந்தி என் அனுபவத்தில் ஒன்று நான்

கற்றுக்கொண்டிருக்கிறேன். அது என்னவென்றால், வழக்கின் விவரங்களை நாம் கவனித்தால் சட்டம் தன்னைத்தானே கவனித்துக்கொள்ளும் என்பதே. எனவே, இவ்வழக்கின் விவரங்களை இன்னும் நன்கு ஆராய்ச்சி செய்யும்." அவ்வாறே நான் மறுபடியும் வழக்கு விவரங்களைப் பரிசீலனை செய்தேன். அதே விவரங்கள் இப்போது எனக்குப் புதிய மாதிரியாய் காணப்பட்டன. என் கட்சிக்கு ஆதாரமாகக் காட்டக்கூடிய பழைய தீர்ப்பு ஒன்றும் அகப்பட்டது. நான் மிக மகிழ்ச்சி அடைந்தவனாய் மிஸ்டர் லேனார்டிடம் மீண்டும் சென்று எல்லாவற்றையும் அறிவித்தேன். "சரி, வழக்கை ஜெயித்துவிடுவோம். ஆனால், எந்த நீதிபதி இதை விசாரிக்கிறார் என்பதை மட்டும் மனதில் கொள்ளவேண்டும்" என்றார்.

தாதா அப்துல்லாவின் வழக்கைத் தயாரித்துக் கொண்டிருந்தபோது, வழக்கில் விவரங்கள் இவ்வளவு முக்கியமனாவை என்பதை நான் நன்குணரவில்லை. விவரங்கள் எனில் உண்மை நிகழ்ச்சிகளே ஆகும். உண்மை வழி நிற்பதென்று நாம் உறுதி கொண்டுவிட்டால் சட்டம் இயற்கையாகவே நமது துணைக்கு வருகிறது. இவ்வழக்கில் விவரங்கள் தாதா அப்துல்லாவின் கட்சியையே வலுப்படுத்துவனவாக இருந்ததைக் கண்டேன். எனவே, சட்டம் அவர் கட்சிக்கு ஆதரவளித்தே தீரவேண்டும். ஆனால், விவகாரத்தை நடத்திக்கொண்டே போனால், வாதி, பிரதிவாதி இருவரும் அழிந்துபோவது நிச்சயமென்றும் கண்டேன். அவர்கள் இருவருமோ பந்துக்கள்; ஒரே நகரத்தைச் சேர்ந்தவர்கள். வழக்கு எத்தனை நாள் நீடித்து நடக்குமென்பது யாருக்குத் தெரியாது. நீதிமன்றத்திலேயே முடிவு இந்த யுகத்தில் இல்லையெனச் சொல்லும்படியிருந்தது. இதனால் யாருக்கு நன்மை? எனவே, இருவரும் கூடுமானால் வழக்கை உடனே முடிவடைத்துவிட வேண்டுமென்றே விரும்பினார்கள்.

தயேப் சேத்திடம் நான் சென்று வழக்கை மத்தயஸ்தத்திற்குவிட்டுத் தீர்த்துக்கொள்ளும்படி புத்திமதி கூறினேன். வேண்டிக்கொள்ளவும் செய்தேன். அவருடைய வக்கீலிடம் இதைப்பற்றி யோசனைக் கேட்கும்படி சொன்னேன். இரு கட்சியினரின் நம்பிக்கைக்குரிய மத்தியஸ்தர் ஒருவரை நியமிக்கக் கூடுமானால் வழக்கு வெகுசீக்கிரத்தில் முடிவடைந்துவிடும் என்று கூறினேன். வக்கீல் கூலி நாளுக்குநாள் வளர்ந்துகொண்டிருந்தது. அவர்கள் பெரிய வியாபாரிகளேயாயினும், அவர்களுடைய சொத்து முழுவதையும் அதுவே விழுங்கிடுமென்று

தோன்றிற்று மற்றும் இவ்வழக்கிலேயே அவர்கள் கவனம் முழுவதும் சென்றிருந்தபடியால் வேறு வேலை பார்ப்பதற்கு நேரமில்லை. இதற்கிடையில் பரஸ்பர விரோதம் அதிகமாகிக்கொண்டே வந்தது. வக்கீல் கட்சிக்காரர்களுக்கு அனுகூலமாக சட்டநுட்பங்களைக் கிளப்பிக்கொண்டே இருத்தல் கடமையாயிற்று. வெற்றியடையும் கட்சியினர் தாங்கள் செலவழித்தத் தொகை முழுவதையும் ஒருநாளும் திரும்பப் பெறுவதில்லை என்பதை அப்போதே முதன்முதலாகக் கண்டேன். கோர்ட் பீஸ் சட்டத்தின்படி, வாதி பிரதிவாதிகளுக்குள் இவ்வளவு செலவு தொகைக்குத்தான் தீர்ப்புச் செய்யலாமென்று விகிதங்கள் நிர்ணயிக்கப்பட்டிருந்தன. ஆனால், உண்மையில் கட்சிக்காரன் அட்டர்னிக்குக் கொடுக்கும் தொகை இதைவிடப் பன்மடங்கு அதிகம். இவ்வேறுபாட்டின் அநீதி என்னால் சகிக்கக் கூடியதாயில்லை. இரு கட்சியாரிடமும் நட்புரிமை பாராட்டி அவர்களுக்குள் ராஜி செய்து வைப்பது என் கடமை என்று கருதினேன். இதற்காக என் சக்தி முழுவதையும் பயன்படுத்தித் தீவிரமாக முயற்சி செய்தேன். கடைசியாக. தயேப் சேத் சம்மதித்தார். மத்தியஸ்தர் ஒருவர் நியமிக்கப்பட்டார். அவர்முன்பு இருதரப்பிலும் வாதமிடப்பட்டது. முடிவில் தாதா அப்துல்லா வெற்றி பெற்றார்.

ஆனால், இதனால் நான் திருப்தி அடைந்துவிடவில்லை. மத்தியஸ்தரின் தீர்ப்பின்படி, தொகை முழுவதையும் உடனே கொடுத்துவிட வேண்டுமென்று தாதா அப்துல்லா வற்புறுத்தினால், தயேப் சேத்தினால் கொடுக்க முடியாமல் போய்விடும். தென்னாப்பிரிக்காவிலிருந்த போர்பந்தர் வியாபாரிகளுக்குள், இன்ஸால்வண்ட் ஆவதைவிட மரணமே சிறந்தது என்ற பலமான கொள்கை இருந்து வந்தது. 37,000 பவுனும், செலவுத் தொகையும் ஒரே அடியாகக் கொடுத்தல் தயேப் சேத்தினால் இயலாத காரியம். பைசா பாக்கியின்றி கொடுத்துவிடவே அவர் விரும்பவில்லை. இதற்கு ஒரே வழிதான் இருந்தது. பல தவணைகளில் சிறுசிறு தொகைகளாகக் கட்டித்தீர்க்க தாதா அப்துல்லா இணங்கவேண்டும். மத்தியஸ்தத்துக்கு அவர்களை இணங்கச் செய்தலைவிடத் தவணைகளில் பணம் வாங்கிக்கொள்ள தாதா அப்துல்லாவை இணங்கச்செய்தல் எனக்கு அதிகப் பிரயாசையாக இருந்தது. ஆனால், அவர் முடிவில் மிகப் பெருந்தன்மையுடன் இதற்கு ஒப்புக்கொண்டார். தொகையைப் பல தவணைகளில் நீண்டகாலத்தில் பெற்றுக்கொள்ளச் சம்மதித்தார். முடிவு இருகட்சியினருக்கும் மிகுந்த மகிழ்ச்சியை அளித்தது. இதனால், பொதுஜனங்களிடையே அவர்களுடைய மதிப்பும் அதிகமாயிற்று.

நானோ ஆனந்தக்கடலில் மூழ்கினேன். உண்மையான வக்கீல் தொழில்முறையைக் கற்றுக்கொண்டுவிட்டேன். மனித இயற்கையின் உயரிய கூறுகளைக் காணவும். மனிதரின் ஹிருதயங்களை வயப்படுத்தவும் கற்றுக்கொண்டவனானேன். கட்சிக்காரர்களுக்குள் பிளவை நீக்கி ஒற்றுமையை நாட்டுவதே வக்கீலின் உண்மை வேலையென்று அறிந்தேன். இந்தப் படிப்பினை அவ்வப்போது என்றும் அழியா வண்ணம் என் ஹிருதயத்தில் பதிந்துவிட்டபடியால். பிற்காலத்தில் நான் வக்கீல் தொழில் நடத்திய இருபது ஆண்டுகளிலும், கட்சிக்காரர்களுக்குள் ராஜி செய்து வைப்பதிலேயே என் காலத்தில் பெரும்பகுதி கழிந்தது. நூற்றுக்கணக்கான வழக்குகளை அப்படி ராஜி செய்து வைத்திருக்கிறேன். இதனால், நான் அடைந்த நஷ்டம் யாதுமில்லை. பண நஷ்டங்கூட இல்லை. நிச்சயமாக ஆன்ம நஷ்டம் கிடையாது.

15. சமய எழுச்சி

கிறிஸ்துவ நண்பர்களுடன் எனது அனுபவங்களைப் பற்றி இப்போது மீண்டும் கூறுதல் அவசியமாயிருக்கிறது.

எனது வருங்காலத்தைப் பற்றி மிஸ்டர் பேகருக்குக் கவலை அதிகமாகி வந்தது. வெல்லிங்டனில் நடந்த புரோட்ஸ்டாண்டு கிறிஸ்துவர்களின் மகா சபைக்கு அவர் என்னை அழைத்துச்சென்றார். சமய விளக்கம் அதாவது ஆத்மத் தூய்மை பெறும் பொருட்டுச் சில ஆண்டுகளுக்கொருமுறை இத்தகைய மகாசபைகளை நடத்துவது அவர்களுக்குள் வழக்கமாயிருந்தது. இதைச் சமய புனருத்தாரன முயற்சி என்று கூறலாம். அந்தப் பிரதேசத்தில் பிரசித்திபெற்ற பாதிரியாரான ரெவரண்ட் ஆண்ட்ரூ மர்ரே என்பவர் மேற்படி வெல்லிங்டன் மகாசபைக்கு அக்கிராசனம் வகித்தார். அம்மகாசபையில் குடிகொண்டிருக்கக்கூடிய பக்தி பரவசமும், அங்குக் கூடும் ஜனங்களின் உற்சாகமும் சிரத்தையும் என்னைக் கிறிஸ்துவ சமயத்தைத் தழுவும்படி நிச்சயம் செய்யுமென மிஸ்டர் பேகர் நம்பி இருந்தார்.

ஆனால், அவர் முடிவாக நம்பியிருந்தது பிரார்த்தனையில் சக்தியையேயாகும். ஹிருதய உருக்கத்துடன் செய்யப்படும் பிரார்த்தனைக்கு இறைவன் செவி கொடாமலிரார் என்பது அவரது உறுதியான நம்பிக்கை. இதற்கு அத்தாட்சியாக அவர் சில உதாரணங்களும் கூறுவதுண்டு. பிரிஸ்டல் நகரில் ஜார்ஜ் முல்லா

என்பார் ஒருவர் இருந்தாராம். அவர் உலக சம்பந்தமான நமது தேவைகளுக்குக்கூட ஆண்டவனுக்குப் பிரார்த்தனைச் செலுத்திவிட்டு அவரையே நம்பியிருப்பது வழக்கமாம். பிரார்த்தனையில் வலிமையைக் குறித்து அவர் கூறியவற்றை எல்லாம் நான் சிரத்தையுடன் கேட்டிருந்து என் மனச்சான்று எப்போது கூறுகிறதோ அந்தக் கணத்திலேயே கிறிஸ்துவ சமயத்தைத் தழுவப் பின்வாங்கேன் என்று கூறினேன். நீண்ட நாளாகவே மனச்சான்று காட்டும் வழி நடக்கக் கற்றுக்கொண்டிருந்தேனாதலின் இப்படி உறுதிகூறுவதற்கு நான் தயங்கவேயில்லை. மனச்சான்று வழி நடப்பதில் எனக்கு எல்லையற்ற மகிழ்ச்சி உண்டாயிற்று. அதற்கு மாறாக எதுவும் செய்தல் எனக்கு மிகுந்த துயரத்தை அளிப்பதோடு மிகவும் கஷ்டமாகவும் இருக்கும்.

எனவே, நாங்கள் வெல்லிங்டனுக்குச் சென்றோம். மிஸ்டர் பேகர், கறுப்பு மனிதன் ஒருவனைத் தமது தோழனாக அழைத்துச்சென்று சமாளிப்பதற்குத் திணறிப்போனார். என் பொருட்டாக அவர் பல சமயங்களில் பல அசௌகரியங்களுக்கு ஆளானார். பிரயாணத்தின்போது நடுவில் ஞாயிற்றுக்கிழமையொன்று வந்தது. பரிசுத்த தினமாகிய அன்று மிஸ்டர் பேகரும் அவருடைய சகாக்களும் பிரயாணம் செய்யமாட்டார்களாதலால் அன்று பிரயாணத்தை நிறுத்தவேண்டி வந்தது. ஸ்டேஷன் ஹோட்டலின் மானேஜர் கொஞ்சநேரம் விவாதத்துக்குப் பின்னர் என்னை ஏற்றுக்கொள்ளச் சம்மதித்தாராயினும், சாப்பாட்டு அறைக்குள் விடமுடியாதென்று திட்டமாகச் சொல்லிவிட்டார். மிஸ்டர் பேகர் இலேசில் விட்டுவிடுகிறவர் அல்லர். ஹோட்டல் விருந்தாளிகளின் உரிமைகளைக் குறித்து அவர் எவ்வளவோ போராடிப் பார்த்தார். அவருடைய கஷ்டங்களை நான் நன்கறிந்தேன். வெல்லிங்டனிலும் நான் மிஸ்டர் பேகருடனேயே தங்கினேன். அவருக்கு என்னால் நேர்ந்த அசௌகரியங்களை மறைக்க அவர் எவ்வளவோ முயன்றாராயினும் நான் அவற்றை அறிந்துகொள்ளாமலில்லை.

இம்மகாசபை பக்திமான்களான கிறிஸ்துவர்களின் கூட்டமாகும். அவர்களுடைய நம்பிக்கை எனக்கு மகிழ்ச்சி அளித்தது. ரெவரண்ட் மர்ரே அவர்களையும் கண்டேன். எனக்காகப் பலர் பிரார்த்தனை செய்வதைப் பார்த்தேன். தோத்திரப் பாட்டுகளில் சில மிகவும் இனிமையாய் இருந்தன.

மகாசபை மூன்று தினங்கள் நடந்தது. அதற்கு வந்திருந்த பிரதிநிதிகளின் பக்தி சிரத்தை நான் அறிந்து பாராட்டக் கூடியதாயிருந்தது. ஆனால், நான் மதம் மாறுவதற்கு எவ்விதக்

காரணத்தையும் கண்டேனில்லை. கிறிஸ்துவ மதத்தைத் தழுவினால்தான் எனக்கு மோட்சம் கிட்டுமென்று நான் நம்பக்கூடவில்லை. உத்தமர்களான கிறிஸ்துவ நண்பர்கள் சிலரிடம் நான் இவ்வாறு கூறியபோது அவர்கள் பிரமித்துப்போனார்கள். ஆனால், நான் வேறென்ன செய்யமுடியும்?

எனக்குத் தோன்றிய கஷ்டங்கள் மேலெழுந்த வாரியானவையல்ல. கடவுளின் அவதார புதல்வர் ஏசுநாதர் ஒருவரே என்றும் அவரிடம் நம்பிக்கை வைப்போர் மட்டுமே நித்திய வாழ்வு எய்துவரென்றும் என்னால் நம்பமுடியவில்லை. கடவுளுக்குப் புதல்வர்கள் இருக்கக்கூடுமானால் நாம் எல்லாரும் அவருடைய புதல்வர்களே. ஏசுநாதர் கடவுளைப் போன்றவரானால், அல்லது கடவுளேயானால் மனிதர் எல்லாரும் கடவுளைப் போன்றவராகவோ கடவுளேயாகவோ ஆதல்கூடும். ஏசுநாதர் தமது மரணத்தினால், தாம் சிந்திய இரத்தத்தினால் உலகத்தின் பாவங்கள் எல்லாவற்றுக்கும் கழுவாய் தேடிவிட்டார் என்பதை என் அறிவு அப்படியே ஒப்பத் தயாராயில்லை. இக்கொள்கையை அப்படியே எடுத்துக்கொள்ளக் கூடாதென்றும் உட்கருத்தை நோக்கவேண்டுமென்றும் எனக்குத் தோன்றின. மற்றும், மானிடர்களுக்கே ஆன்மா உண்டு என்பதும், மற்ற ஜீவப் பிராணிகளுக்குக் கிடையாதென்பதும், அவை மரணத்தின்போது அடியோடு அழிந்துவிடுகின்றன என்பதும் கிறிஸ்துவக்கொள்கை. நான் இதற்கு மாறான அபிப்பிராயம் கொண்டிருந்தேன், ஏசுநாதரை நான் தியாகமூர்த்தியென்றும், சத்தியத்துக்காக உயிர்நீத்த மகான் என்றும், தெய்வாம்சம் பொருந்திய சமயாச்சாரியார் என்றும், ஒப்புக்கொண்டேன். ஆனால், உலகிலேயே இதுகாறும் பிறந்தவர்களுள் அவரே சர்வோத்தம புருஷர் என்று நான் ஒப்புக்கொள்ள முடியவில்லை. சிலுவையில் அவர் உயிர்நீத்தது உலகுக்கு ஓர் அரிய உதாரணமேயாகும். ஆனால், அதில் அற்புதம் அல்லது இரகசிய விசேஷம் ஏதேனும் இருப்பதாய் அங்கீகரிக்க என் ஹிருதயம் மறுத்துவிட்டது. தூய வாழ்வு நடத்திய கிறிஸ்துவர்கள் பலர் இருந்திருப்பது உண்மையே. ஆனால், அத்தகைய வாழ்வு நடத்திய மகான்கள் மற்ற மதங்களிலும் இருந்திருக்கிறார்கள். கிறிஸ்துவ மதத்தில் பாவிகள் புண்ணியவான்களானது குறித்து நான் கேள்விப்பட்டது போலவே மற்ற மதங்களிலும் மனிதர் சீர்திருந்தி இருப்பதைப் பார்த்திருக்கிறேன். தத்துவத்துறையில் பார்க்குங்கால் கிறிஸ்துவ மதக் கொள்கைகளில் அசாதாரணமான தெதுவுமில்லை. தியாக நெறியை, முன்னிட்டுப் பார்க்கையிலோ, ஹிந்துக்கள் கிறிஸ்துவர்களிலும் பெரிதும் மேம்பட்டவர்கள் என்று தோன்றிற்று.

கிறிஸ்துவ மதத்தைப் பரிபூரண மதமென்றோ எல்லா மதங்களிலும் தலைசிறந்த தொன்றென்றோ நான் ஒப்புக்கொள்ள முடியவில்லை.

சமயம் நேர்ந்தபோது எனது கிறிஸ்துவ நண்பர்களிடம் இவ்வெண்ணங்களைத் தெரிவித்தேன். அவர்கள் அளித்த பதில் எனக்குத் திருப்தியளிக்கவில்லை.

இவ்வாறு கிறிஸ்துவ மதத்தைப் பூரண மதமென்றோ, மதங்களுக்குள் சிரேஷ்டமான மதமென்றோ நான் ஒப்புக்கொள்ளவில்லை எனில், ஹிந்து மதம் அத்தகைய தொன்றென்றும் நான் உறுதிபெற்று விடவில்லை. ஹிந்து மதத்தின் குறைகள் என் கண்முன்னே நன்றாகப் புலப்பட்டுக்கொண்டிருந்தன. தீண்டாமை ஹிந்து மதத்தின் ஒரு பகுதியானால் அது அழுகிப்போன பகுதியாகவே இருக்கவேண்டும். பற்பல சாதிகள், கோட்பாடுகள் முதலிய பிரிவுகளின் நியாயமும் எனக்குப் புலனாகவில்லை. வேதங்கள் ஆண்டவனால் வெளியிடப்பட்டவை என்பதின் கருத்தென்ன? வேதம் இறைவனால் வெளியிடப்பட்டதெனில், விவிலிய நூலும் குர் ஆனுங்கூட ஏன் அத்தகையனவாய் இருக்கக்கூடாது?

கிறிஸ்துவ நண்பர்கள் என்னைத் தங்கள் மதத்தில் சேர்க்க முயன்றதுபோலவே முஸ்லிம் நண்பர்களும் முயன்று கொண்டிருந்தார்கள். இஸ்லாமிய நூல்களைப் படிக்குமாறு அப்துல்லா சேத் என்னைத் தூண்டிக்கொண்டேயிருந்தார். சமயம் நேர்ந்தபோதெல்லாம் இஸ்லாத்தின் சிறப்பைப் பற்றி அவர் சில மொழிகள் கூறத் தவறுவதில்லை.

ஸ்ரீ இராஜசந்திரருக்கு நான் எழுதிய ஒரு கடிதத்தில் எனது கஷ்டங்களை விவரித்திருந்தேன். இந்தியாவில் சமயத்துறையில் உயர் பதவி வகித்தோர் இன்னும் சிலருக்கும் எழுதினேன். அவர்களிடமிருந்து பதில்கள் கிடைத்தன, இராஜசந்திரரின் கடிதம் எனக்கு ஒருவாறு ஆறுதல் தந்தது. பொறுமையோடிருந்த ஹிந்து சமயத்தைப் பற்றி இன்னும் படிக்குமாறு இவர் எழுதி இருந்தார். அவருடைய வாக்கியம் ஒன்றின் கருத்து வருமாறு, “காய்தல் உவத்தல் அகற்றி நடுநிலையினின்று ஆராய்ந்ததில் நான் அறிந்துகொண்டது யாதெனில், ஹிந்து மதத்தின் ஆழ்ந்த நுட்பமான கருத்துகளும், ஆன்ம தரிசனமும், தடையையும் வேறெந்த மதத்திலும் இல்லை என்பதே.”

ஸேல் என்பாரின் குர்ஆன் மொழிபெயர்ப்பை வாங்கிப் படிக்கலானேன். இஸ்லாத்தைப் பற்றிய வேறுசில நூல்களும்

வாங்கினேன். இங்கிலாந்திலிருந்த கிறிஸ்துவ நண்பர்களுடன் கடிதப் போக்குவரவு செய்தேன். அவர்களில் ஒருவர் எட்வர்ட் மெயிடலாந்தை எனக்குப் பழக்கம் செய்து வைத்தார்,. அவர் தாம் அன்ன கிங்ஸ்போர்டுடன் சேர்ந்து எழுதிய 'பரிபூரண நெறி' (*The Perfect Way*) என்னும் நூலை எனக்கு அனுப்பினார். தற்போது பொதுவாக அங்கீகரிக்கப்பட்டிருக்கும் கிறிஸ்துவக் கொள்கைகளை அந்நூல் கண்டிக்கிறது. "பைபிளின் புதிய வியாக்கியானம்" என்னும் புத்தகத்தையும் அவர் எனக்கனுப்பினார், அவ்விரண்டு புத்தகத்தையும் நான் பெரிதும் விரும்பினேன். அவை ஹிந்து மதத்தை ஆதரிப்பனவென்று எனக்குத் தோன்றிற்று. 'ஆண்டவன் இராஜ்யம் உனக்குள்ளே' என்னும் டால்ஸ்டாயின் புத்தகம் என்னைப் பரவசப்படுத்திவிட்டது. அதிற்கண்ட கருத்துக்கள் என்றுமழியா வண்ணம் என் சிந்ததையில் பதிந்தன. இப்புத்தகத்தின் சத்தியம், சுதந்திர சிந்தனை, சிறந்த அறநெறி ஆகியவற்றின் முன்பு மஸ்டர் கோடெஸ் எனக்குக் கொடுத்த புத்தகங்கள் எல்லாம் சூரியன் முன் மின்மினிபோல் மங்கி மறைந்தன.

இவ்வாறாக. கிறிஸ்துவ மதப் படிப்பானது என் கிறிஸ்துவ நண்பர்கள் சிறிதும் எதிர்பாராத துறையில் என்னைச் செலுத்தியது. எட்வர்ட் மெயிட்லாந்துடன் நீண்டகாலம் கடிதப் போக்குவரவு செய்தேன். ஸ்ரீ இராஜசந்திரருக்கு அவர் அந்திம காலம் வரையிலும் எழுதி வந்தேன். அவர் அனுப்பிய புத்தகங்களில் சிலவற்றைப் படித்தேன். பஞ்சீகரணம், மணிரத்னமாலா, யோக வாசிஷ்டத்தின் முமுட்சுப் பிரகரணம், ஹரிபத்ர சூரியன் ஷட்தர்சன ஸமுச்சயம் ஆகிய இவை அவற்றுள் சிலவாகும்.

இவ்வாறு என் கிறிஸ்துவ நண்பர்கள் எதிர்பாராத நெறியை கைக்கொண்டேனாயினும், சமய ஆராய்ச்சி தாகத்தை என் மனதில் எழுப்பியதின் பொருட்டு அவர்களுக்கு என்றென்றைக்கும் நன்றிக்கடன் பட்டுள்ளேன். அவர்களுடைய சேர்க்கையைப் பற்றிய ஞாயங்களை எக்காலத்திலும் போற்றி வருவேன். அன்றைக்குப் பிறகும் எனக்கு அத்தகைய நண்பர்களின் இனிய, பரிசுத்த சங்கம் மேலும்மேலும் அதிகமாகக் கிடைத்தே வந்தது.

15. நானொன்றும் நினைக்க தெய்வமொன்று நினைத்தது

வழக்கு முடிந்தவிட்டபடியால், இனி நான் பிரிடோரியாவில் இருப்பதற்குக் காரணம் எதுவும் இல்லை. எனவே, டர்பனுக்குத்

திரும்பிச்சென்று தாய்நாட்டுக்குப் புறப்பட ஆயத்தம் செய்யலானேன். ஆனால், அப்துல்லா சேத் பிரிவுபராசம் ஒன்று நடத்தாமல் என்னை அனுப்பிவிடுவாரா? என்னைச் சிறப்பிக்கும் பொருட்டு ஹிடன் ஹாமில் அவர் ஒரு விருந்து நடத்தினார்.

விருந்தினர் நாள் முழுவதும் அங்கேயே கழிக்கவேண்டுமென்று ஏற்பாடாகி இருந்தது. அன்று அங்கே கிடந்த பத்திரிகைகள் சிலவற்றை நான் புரட்டிக்கொண்டிருக்கையில், ஒரு மூளையில் இந்தியர்களின் வாக்குரிமை என்ற தலைப்புடன் இருந்த செய்தியைப் படிக்க நேர்ந்தது. அச்செய்தி அப்போது சட்டசபையில் விவாதத்திலிருந்த மசோதவைப் பற்றியது. நேட்டால் சட்டசபைக்கு அங்கத்தினர் தேர்ந்தெடுக்கும் உரிமையை இந்தியர்களிடமிருந்து பறித்துவிடும் நோக்கத்துடன் அம் மசோதா கொண்டுவரப்பட்டிருந்தது. எனக்கு மேற்படி மசோதாவைப்பற்றி ஒன்றுமே தெரியாது. அங்குக் கூடியிருந்தவர்களில் பெரும்பான்மையோரின் நிலையும் அதுவே ஆகும்.

அப்துல்லா சேத்தினிடம் இதைப்பற்றிக் கேட்டேன். அவர் கூறியதாவது, "இவ்விஷயங்களைப் பற்றி எங்களுக்கு என்ன தெரியும்? எங்கள் வியாபாரத்தைப் பாதிக்கும் சங்கதிகளை மட்டுமே நாங்கள் அறிந்துகொள்ள முடியும். ஆரஞ்சு பிரீ ஸ்டேட்டில் எங்கள் வியாபாரம் முழுவதும் போய்விட்டதென்பதை நீங்கள் அறிவீர்கள். அதைப்பற்றி நாங்கள் கிளர்ச்சி செய்தும் பயனில்லை. பார்க்கப்போனால் நாங்கள் எழுதப்படிக்க தெரியாத முடவர்கள்தானே? தினசரி மார்க்கெட் விகிதங்களைத் தெரிந்துகொள்வதற்கு மட்டுமே நாங்கள் பத்திரிகைப் பார்க்கிறோம். சட்ட விவகாரங்களைப் பற்றி எங்களுக்கு என்ன தெரியும்? எங்கள் கண்களும் செவிகளும் இங்குள்ள ஐரோப்பிய அட்டானிகளே."

"இங்கேயே பிறந்து வளர்ந்து கல்வி பயின்றுள்ள இந்திய இளைஞர்கள் இருக்கிறார்களே. அவர்கள் உங்களுக்கு உதவி செய்வதில்லையா?" என்று வினாவினேன்.

அப்துல்லா சேத்துக்கும் நிறைந்த விடையிறுத்தார், "அவர்களா? அவர்கள் எங்கள் அருகிலேயே வருவதில்லை. உண்மையில் நாங்கள் அவர்களை லட்சியம் செய்வதில்லை. அவர்கள் கிறிஸ்த்துவர்களாதலின் வெள்ளைக்காரப் பாதிரிமாரின் சொற்படி ஆடுகிறவர்கள். அப்பாதிரிகளோ அரசாங்கத்துக்கு உட்பட்டவர்கள்."

இம்மொழிகள் என் கண்களைத் திறந்தன. மேற்குறிப்பிட்ட வகுப்பார் நம்மவர்களே என்று உரிமை பாராட்ட வேண்டுமென

எனக்குத் தோன்றியது. கிறிஸ்துவ மதத்தின் பொருள் இதுதானா? அவர்கள் கிறிஸ்துவர்களான காரணத்தினால் இந்தியரல்லாதவர்காளய்ப் போய்விட்டார்களா?

ஆனால், நானோ தாய்நாட்டுக்குப் புறப்படும் தறுவாயிலிருந்தேன். எனவே, என் சிந்தனையிலெழுந்த எண்ணங்களை வெளியிடத் தயங்கினேன். "இந்த மசோதா சட்டமானால் நமது நிலைமை மகா கஷ்டமாகிவிடும். இந்தியர்களின் சவப்பெட்டி மீது அடிக்கப்படும் முதல் ஆணி இம்மசோதாவாகும். நமது சுயமரியாதையின் வேரை இது கொல்லுவதாயிருக்கின்றது" என்று மட்டும் அப்துல்லா சேத்தினிடம் சொன்னேன்.

அப்போது அவர் உரைக்கலுற்றார், "நீங்கள் கூறுவது உண்மையாயிருக்கலாம். ஆனால், இந்த வாக்குரிமை விஷயம் எழுந்த வரலாற்றை உங்களுக்குச் சொல்கிறேன். கேளுங்கள். சிலகாலத்துக்கு முன்புவரை இதைப்பற்றி நாங்கள் ஒன்றுமே அறியாமலிருந்தோம். எங்களுடைய சிறந்த அட்டர்னிகளில் ஒருவரான மிஸ்டர் எஸ்கோம்பை உங்களுக்குத் தெரியுமா? அவர்தான் முதன்முதலாக இந்த விஷயத்தை எங்கள் மண்டையில் ஏற்றினார். போராட்டத்தில் அவர் நல்ல தீரர். அவருக்கு இங்குள்ள ஓர் என்ஜினியருக்கும் அவ்வளவாகப் போதாது. என்ஜினியர் அடுத்தத் தேர்தலில் தம்மைத் தோற்கடித்துவிடுவாரோ என்று அவர் பயந்தார். ஆதலின், அவர் எங்கள் உண்மை நிலையை எங்களுக்கே அறிவிக்க முன்வந்தார். அவருடைய தூண்டுதலின் மீது நாங்கள் வாக்காளர்களாகப் பதிவு செய்துகொண்டு அவருக்கு வாக்குக் கொடுத்தோம். நீங்கள் கருதுவதுபோல் வாக்குரிமையை அவ்வளவு முக்கியமென்று நாங்கள் கருதாத காரணத்தை இப்போது நீங்கள் அறிந்துகொள்ளலாம். ஆயினும், நீங்கள் சொல்வதிலிருந்து அதன் முக்கியம் தெரிகிறது. நல்லது நீங்கள் கூறும் யோசனைதான் என்ன?"

மற்ற விருந்தினர் எங்கள் சம்பாஷணையைக் கவனமாகக் கேட்டுக்கொண்டிருந்தனர். அவர்களில் ஒருவர் கூறியதாவது, "என்ன செய்யப்பட வேண்டுமென்ற நான் சொல்லட்டுமா? இந்தக் கப்பலுக்கு நீங்கள் வாங்கியிருக்கும் பிரயாணச்சீட்டை ரத்து செய்துவிடுங்கள். இன்னும் ஒரு மாதம் இங்கேயே இருங்கள். நீங்கள் காட்டும் வழிபற்றி நாங்கள் போராடத் தயார்."

உடனே எல்லாரும், "அதுதான் சரி, அதுதான் சரி அப்துல்லா சேத், எப்படியாவது சகோதரர் காந்தியை நீங்கள் நிறுத்திவிட வேண்டும்" என்று ஒருமுகமாகக் கூவினார்.

சேத் காரியத்தில் கண்ணான மனிதர். அவர் சொன்னதாவது, "அவரை இனி நான் நிறுத்துவதற்கு நியாயமில்லை. அவரிடம் எனக்குள்ள உரிமை இப்போது உங்களுக்கும் இருக்கிறது. எனினும், நீங்கள் கூறுவதென்னவோ உண்மையே. நாம் எல்லாரும் சேர்ந்து அவரைத் தங்கிப் போகும்படி கேட்போம். ஆனால், அவர் பாரிஸ்டர் என்பது உங்களுக்கு நினைவிருக்க வேண்டும். அவருடைய சன்மானத்துக்கு என்ன ஏற்பாடு?"

சன்மானத்தைப் பற்றி அவர் குறிப்பிட்டது எனக்கு மிகுந்த வருத்தத்தையளித்தது. எனவே, நான் குறுக்கிட்டுச் சொன்னதாவது, "அப்துல்லா சேத், சன்மானத்தைப் பற்றி பேசவேண்டாம். பொது ஊழியத்துக்குச் சன்மானம் ஏது? நான் தங்குவதாயின் ஊழியனாக மட்டுமே தங்கமுடியும். இந்நண்பர்கள் எல்லாரிடமும் எனக்குப் பழக்கமில்லையென நீங்கள் அறிவீர்கள். அவர்கள் இம்முயற்சியில் ஒத்துழைப்பார்களென்ற நம்பிக்கை உங்களுக்கு இருந்தால் இன்னும் ஒரு மாதம் இங்கே தங்க நான் சித்தமாயிருக்கிறேன். ஆனால், ஒன்று கூறவேண்டும். எனக்கு நீங்கள் பணம் எதுவும் கொடுக்க வேண்டாமென்றாலும் நாம் தலையிடவிருக்கும் முயற்சி பணமில்லாமல் நடைபெறாது. தந்திகள் அனுப்ப வேண்டியிருக்கும் சுற்றுப்பிரயாணம் செய்யவேண்டி வரலாம். இவ்விடத்துச் சட்டங்கள் தெரியாதலின் சட்டப்புத்தகங்கள் சில வாங்க வேண்டியிருக்கலாம். இவை எல்லாம் பணம் இல்லாமல் நடவா. இந்த வேலைக்கு ஒருவன் போதாதென்பதும் நிச்சயம். பலர் உதவி செய்ய முன்வரவேண்டும்."

உடனே ஒரே சமயத்தில் பல குரல்கள் எழுந்தன. "ஆண்டவன் மகிமையே மகிமை, அவனது அருளே அருள். பணம் தானே வரும், நீங்கள் வேண்டுமளவு மனிதர்கள் முன்வரத் தயாராயிருக்கிறார்கள். தயவு செய்து நீங்கள் மட்டும் இருக்கச் சம்மதியுங்கள். எல்லாம் நன்றாகும்" என்று பலர் ஏக காலத்தில் கூவினர்.

இவ்வாறு அந்தப் பிரிவுபாரக் கூட்டமானது காரியக் கமிட்டியாக மாறிற்று. சாப்பாடு முதலியவற்றை விரைவில் முடித்துக்கொண்டு அவரவர் வீட்டுக்குத் திரும்பலாமென்று நான் யோசனை சொன்னேன். என் மனதிற்குள் போராட்டத்திற்கு ஒரு திட்டம் போட்டுக்கொண்டேன். வாக்காளர் ஜாபிதாவில் யார் யாருடைய பெயர் இருக்கிறதென்று தெரிந்துகொண்டேன். இன்னும் ஒரு மாதம் தென்னாப்பிரிக்காவில் தங்குவதென்று முடிவு செய்தேன்.

இவ்வாறு ஆண்டவன் தென்னாப்பிரிக்காவில் எனது வாழ்க்கைக்கு அடிகோலினான். தேசிய சுயமரியாதைக்கானப் பெரும் போராட்டத்துக்கு விதை விதைத்தான்.

17. நேட்டாலில் நிலைபெற்றது

சேத் ஹாஜி முகமது ஹாஜி தாதா என்பவர் பிரமுகர்களுள் தலைச்சிறந்தவராகக் கருதப்பட்டார். செல்வத்தில் மிகுந்தவர் சேத் அப்துல்லா ஹாஜி ஆதம். ஆனால், அவரும் மற்றவர்களும் பொது விஷயங்களில் சேத் ஹாஜி முகமதுவுக்கே முதன்மைப் பதவியளித்தார்கள். எனவே, அவருடைய அக்கிராசனத்தின் கீழ் அப்துல்லா சேத்தின் வீட்டில் ஒரு பொதுக்கூட்டம் நடந்தது. அக்கூட்டத்தில் வாக்குரிமை மசோதாவை எதிர்ப்பதென்று தீர்மானிக்கப்பட்டது.

தொண்டர்கள் சேர்க்கப்பட்டார்கள். நேட்டாலில் பிறந்த இந்தியர்களுக்கு மேற்படி கூட்டத்துக்கு வரும்படி அழைப்பு அனுப்பி இருந்தோம். அவர்கள் பெரும்பாலும் கிறிஸ்துவ இளைஞர்கள். டர்பன் நீதிமன்ற மொழிபெயர்ப்பாளரான மிஸ்டர் பால், பாதிரிமார் பள்ளிக்கூடமொன்றில் தலைமையாசிரியராய் இருந்த மிஸ்டர் ஸீபான் காட்பிரே ஆகிய இவ்விருவரும் கிறிஸ்துவ இந்திய இளைஞர்களையும் இன்னும் பலரையும் அழைத்துக்கொண்டு கூட்டதுக்கு வந்திருந்தனர். இவர்கள் எல்லோரும் தங்களைத் தொண்டர்களாகப் பதிவு செய்துகொண்டனர்.

வியாபாரிகளில் பலரும் தொண்டர்களாக முன் வந்தனர். அவர்களுள் சேத் தாவுது முகமது. முகமது காஸம் கப்ருடீன், ஆதம்ஜி மியான்கான், ஏ.குழந்தை வேலுப்பிள்ளை, ஸி.லச்சிராம், அரங்கசாமிப் படையாச்சி, ஆமோது ஜீவா ஆகிய இவர்கள் முக்கியமானவர்கள். பார்ஸி ரஸ்டம்ஜி தொண்டரானார் என்று சொல்லவேண்டுவதில்லை. குமாஸ்தாக்களில் தாதா அப்துல்லா கம்பெனியையும், சேர்ந்த ஸ்ரீ மான்கள் மானக்ஜி, ஜோஷி, நரஸிம்மராம் முதலிய பலர் தொண்டராயினர். பொது ஊழியத்தில் ஈடுபட்டு வேலை செய்யும் சந்தர்ப்பம் ஏற்பட்டது அவர்கள் எல்லாருக்கும் ஓரளவு வியப்பையும் திருப்தியையும் அளித்தது. இது அவர்களுடைய வாழ்க்கையில் ஒரு புதிய அனுபவம் அன்றோ? இந்தியச் சமூகத்துக்கே தோன்றியிருந்த பெரும் விபத்துக்கு முன்னால் உயர்ந்தவர், தாழ்ந்தவர், பெரியர், சிறியவர், எஜமானர், ஊழியர், ஹிந்து, முஸ்லிம், பார்ஸி, கிறிஸ்தவர், குஜராத்தி, மதராஸி, சிந்தி முதலிய வேற்றுமைகள் எல்லாம் மறைந்தன. எல்லாரும் ஒருதாய் நாட்டின் புதல்வர்களாயும் தொண்டர்களாயும் ஆயினர்.

மசோதா இரண்டாம் முறை படிக்கப்பட்டுவிட்டதோ, படிக்கப்படுந்தருணமா இருந்ததோ நன்கு நினைவில்லை.

சட்டசபையில் அது சம்பந்தமாகப் பேசியவர்கள், இந்தியர்கள் அக்கடுமையான மசோதாவை எதிர்த்து எதுவும் சொல்லாமல் இருப்பதே அவர்கள் வாக்குரிமைக்கு தகுதி அற்றவர்கள் என்பதை நிரூபிப்பதாக வாதித்தார்கள்.

நான் கூட்டத்தில் நிலைமையை எடுத்துச்சொன்னேன். முதற்காரியமாக, மசோதாவின் மீது விவாதத்தைத் தள்ளிவைக்கும்படி சட்டசபையின் அக்கிரசானருக்கு ஒரு தந்தியனுப்பினோம். முதல் மந்திரி, ஸர் ஜான் ராபின்ஸன் இவர்களுக்கும், தாதா அப்துல்லாவின் நண்பரான மிஸ்டர் எஸ்கோம்புக்கும் அதே விதமாகத் தந்தி அனுப்பினோம். விவாதம் இரண்டு நாளைக்குத் தள்ளிவைக்கப்படுமென்று அக்கிராசனர் உடனே பதில் செய்தி விடுத்தார். இச்செய்தி எங்களுக்கு மகிழ்ச்சி அளித்தது.

சட்டசபைக்கு அனுப்புவதற்கு விண்ணப்பம் தயாரிக்கப்பட்டது. அதற்கு மூன்று நகல் பிரதிகள் தயாராக வேண்டும். பத்திரிகைகளுக்கு அனுப்ப அதிகப்படியாக ஒரு பிரதியும் வேண்டும். கூடுமானவரையில் விண்ணப்பத்தில் கையொப்பங்கள் வாங்கத் தீர்மானிக்கப்பட்டிருந்தது. இவ்வளவு வேலையும் ஒரே இரவில் ஆகவேண்டும். எனவே, ஆங்கிலம் தெரிந்த தொண்டர்களும் மற்றும் பலரும் இரவு முழுவதும் கண்விழித்து வேலை செய்தனர். மிஸ்டர் ஆர்தர் என்னும் கிழவர் அழகானக் கையெழுத்து எழுதுபவர் என்று பெயர் பெற்றவர். அசல் விண்ணப்பத்தை அவர் எழுதினார். இன்னும் நான்கு பிரதிகளை ஒருவர் சொல்ல நால்வர் எழுதினர். இவ்வாறு ஒரே சமயத்தில ஐந்து பிரதிகள் தயாராயின. தொண்டர்களில் வியாபாரிகளாயிருந்தவர்கள், தங்கள் சொந்த வண்டிகளிலோ அல்லது சொந்தத்தில் பணங்கொடுத்து வாடகை வண்டிகள் அமர்த்திக்கொண்டோ சென்று, விண்ணப்பத்தில் கையொப்பங்கள் வாங்கி வந்தனர். இதுவும் விரைவில் முடிந்தது. விண்ணப்பம் அனுப்பப்பட்டது. பத்திரிகைகள் அதைப் பிரசுரித்துச் சாதகமான அபிப்பிராயமும் எழுதின. சட்டசபையிலும் சிறிதளவு அனுகூலமான அபிப்பிராயம் ஏற்பட்டது. விண்ணப்பத்தின் மீது விவாதம் நடந்தது. மசோதாவைக் கொண்டுவந்தவர்கள் விண்ணப்பத்தில் கண்டிருந்த வாதங்களுக்கு ஏதோ நொண்டிச்சமாதானம் கூறினார்கள். கடைசியாக மசோதா நிறைவேறிவிட்டது.

இந்த முடிவு நாங்கள் எதிர்ப்பார்த்ததே. ஆனால், இது சம்பந்தமான கிளர்ச்சி இந்திய சமூகத்துக்கே புத்துயிர் அளித்துவிட்டது. இந்தியர்கள் எல்லாரும் ஒரே சமூகத்தினர் என்றும்

வியாபார உரிமைகளுக்காகப் போராடுவது எவ்வளவு அவசியமோ அவ்வளவு அரசியல் உரிமைகளுக்காகப் போராடுவதும் அவசியமென்றும் அவர்கள் உறுதிகொள்ளலாயினர்.

அச்சமயத்தில் லார்ட் ரிப்பன், பிரிட்டிஷ் அரசாங்கத்தின் குடியேற்ற நாட்டு மந்திரியாய் இருந்தார். அவருக்கு ஒரு மகஜர் அனுப்பத் தீர்மானித்தோம். இது எளிதானக் காரியமன்று ஒருநாளில் செய்யக்கூடியதுமன்று. இதற்கும் தொண்டர்கள் சேர்க்கப்பட்டார்கள். எல்லாரும் தங்கள் தங்கள் வேலையைக் குறைவறச் செய்தனர்.

மேற்படி, மகஜரைத் தயாரிப்பதற்கு நான் நிரம்ப சிரமப்பட்டேன். அவ்விஷயம் சம்பந்தமாகக் கிடைத்தப் புத்தகங்கள் எல்லாவற்றையும் படித்தேன். நியாயத்தையும், உசிதத்தையும் ஆதாரமாகக்கொண்ட வாதங்களை மகஜரில் கூறியிருந்தேன். இந்தியாவில், இந்தியர்களுக்கு ஒருவரை வாக்குரிமை பெறுவது நியாயமென்றும், வாக்குரிமையை உபயோகிக்கக்கூடிய இந்தியர் சிலரே யாதலால் அதை அவர்களுக்கு அளிப்பது உசிதமென்றும் வாதித்திருந்தேன்.

இரண்டு வார காலத்தில் பதினாயிரம் கையொப்பங்கள் வாங்கப்பட்டன. இவ்வளவு கையொப்பங்கள் வாங்குவது சாமானியமானதன்று. மாகாணம் முழுவதிலும் சுற்றியாக வேண்டியிருந்தது. தொண்டர்களோ இத்தகைய வேலைக்கு முற்றிலும் புதியவர்கள். விண்ணப்பத்தில் கருத்தை முற்றும் உணராத எவரிடமும் கையொப்பம் வாங்கக்கூடாதென்று தீர்மானித்திருந்தோமாதலால், இதற்கென்று விசேஷ திறமையுள்ள தொண்டர்களைத் தெரிந்தெடுக்க வேண்டியிருந்தது. கிராமங்கள் ஒன்றுக்கொன்று வெகுதூரத்தில் உள்ளவை. தொண்டர்கள் பலர் முழுமனதுடன் வேலை செய்தால்தான் அது முடியும். அவர்கள் உண்மையிலேயே அப்படியே வேலை செய்தார்கள். ஒவ்வொருவரும் தத்தம் வேலையை உற்சாகத்துடன் செய்து முடித்தனர். ஆனால், இதை நான் எழுதும்போது சேத் தாவுது நாள் முழுவதும் தமது வண்டியில் பிரயாணம் செய்த வண்ணமிருந்தார். எல்லோரும் அன்பு மிகுதியால் வேலை செய்தனர். ஒருவராவது தாம் சொந்தமாகச் செலவு செய்த பணத்தைக்கூடக் கேட்கவில்லை. தாதா அப்துல்லாவின் வீடு ஒரு பெரிய சத்திரமாகவும், பொதுக்காரியாலயமாகவும் ஆயிற்று. எனக்கு உதவி செய்த படித்த இந்தியர் சிலரும். இன்னும் பலரும் அவர் வீட்டில் உணவருந்தினர். பொதுவாக, இவ்வேலையில் உதவி செய்த ஒவ்வொருவருக்கும் பணச்செலவு நிரம்ப நேர்ந்தது.

கடைசியாக மகஜரை அனுப்பினோம். அதற்கு ஆயிரம் பிரதிகள் அச்சடித்து விநியோகித்தோம், நேட்டாலில் உள்ள நிலைமைகளைப் பற்றி இந்திய மகாஜனங்களுக்கு முதன்முதலாக இம்மகஜர்தான் அறிவித்தது. இந்தியாவில் எனக்குத் தெரிந்த பத்திரிகைகள், பிரமுகர்கள் எல்லாருக்கும் ஒவ்வொரு பிரதி அனுப்பினேன்.

'டைம்ஸ் ஆப் இந்தியா' மகஜரைப் பற்றி எழுதிய தலையங்கத்தில் இந்தியரின் கோரிக்கைகளைப் பலமாக ஆதரித்தது. இங்கிலாந்தின் எல்லாக் கட்சிகளையும் சேர்ந்த பத்திரிகைகளுக்கும், பிரமுகர்களுக்கும், அவ்வாறே மகஜரின் பிரதிகள் அனுப்பப்பட்டன. லண்டன் 'டைம்ஸ்' பத்திரிகையும் எங்கள் கட்சியை ஆதரித்து எழுதிற்று. மசோதா நிராகரிக்கப்படலாமென்று நாங்கள் நம்பிக்கைக் கொள்ளலானோம்.

இப்போது நான் நேட்டாலை விட்டுப்போவது இயலாத காரியமாகிவிட்டது. இந்திய நண்பர்கள் என்னைச் சூழ்ந்துகொண்டு அங்கேயே நிலையாகத் தங்கிடும்படி மன்றாடினார்கள். என்னுடைய கஷ்டங்களை நான் எடுத்துச்சொன்னேன். பொதுப்பணத்தில் ஜீவனம் நடத்திக்கொண்டு இருப்பதில்லையென நான் தீர்மானித்திருந்தேன். தனி ஜாகை ஒன்றை ஏற்படுத்திக்கொள்வது அவசியமென்றும் எண்ணினேன். மற்றும் பாரிஸ்டர்களுக்குரிய தோரணையில் வாழ்க்கை நடத்தாவிடில் இந்திய சமூகத்துக்கு என்னால் கௌரவம் ஏற்படாதென்றும் நினைத்தேன். வருஷத்திற்கு குறைந்தது 300 பவுன் இல்லாமல் அத்தகைய ஜாகையை நிர்வகிக்க இயலாதென்று தோன்றிற்று. எனவே, பாரிஸ்டர் தொழிலில் குறைந்தது அவ்வளவு வருமானம் தரக்கூடிய வேலையாவது எனக்களிப்பதாக அவர்கள் உறுதிகொடுத்தால் மட்டுமே அங்கே தங்கலாமென்று தீர்மானித்தேன். எனது இந்த முடிவை அவர்களுக்கு அறிவித்தேன்.

"பொது வேலைக்காகவே அவ்வளவு தொகை தங்களுக்குக் கொடுக்கப்பட வேண்டுமென்றல்லவா நாங்கள் நினைக்கிறோம்? சுலபமாக அவ்வளவு தொகை நாங்கள் சேர்த்துவிடக்கூடும், அதைத்தவிர வக்கீல் வேலையில் கிடைத்த அளவுக்குத் தாங்கள் சம்பாதித்துக்கொள்ளலாம்" என்று அவர்கள் கூறினார்கள்.

"இல்லை இல்லை. பொதுவேலைக்கு உங்களிடம் பணம் பெற்றுக்கொள்ளேன். பாரிஸ்டர் தொழில் திறமை அவ்வேலைக்கு அதிகம் வேண்டுவதில்லை. பொது ஊழியத்தில் உங்கள் எல்லாரையும் வேலை வாங்குவதே என்னுடைய முக்கிய

வேலையாயிருக்கும். இதற்கு உங்களிடம் பணம் கேட்பதெப்படி? மற்றும், பொதுவேலையில் நேரும் செலவுகளுக்காக அடிக்கடி உங்களிடம் நிதித் திரட்ட வேண்டி ஏற்படலாம். என்னுடைய ஜீவனத்துக்கும் உங்களிடமிருந்தே பணம் பெற்றுவந்தால் இதற்கு அவ்வளவு தாரளமாகப் பெருந்தொகைகள் கேட்கமுடியாது. முடிவில் வேலை நின்றுபோய்விடும். மேலும், நீங்கள் வருஷந்தோறும் பொதுவேலைக்காக 300 பவுனுக்கு மேலேயே செலவிடத் தயாராய் இருக்கவேண்டுமென்பது என் கருத்து."

"சில காலமாகத் தங்களுடன் பழகித் தங்கள் இயல்பை நாங்கள் நன்கறிந்து கொண்டிருக்கிறோம். தங்களுக்கு அவசியமாக வேண்டியிருக்கும் அளவுக்கே பணம் பெற்றுக்கொள்வீர்களென்று எங்களுக்கு நிச்சயமுண்டு. உங்களை இங்கே தங்கச் செய்யும் நாங்கள், உங்கள் செலவுக்குப் பணம் சேர்த்துத் தரவேண்டாமா?"

"உங்களுடைய அன்பினாலும். தற்போதைய உற்சாகத்தினாலும் இப்படிப் பேசுகிறீர்கள். இந்த அன்பும் உற்சாகமும் நீடித்திருக்குமென்பது என்ன நிச்சயம்? மற்றும் உங்கள் நண்பன் ஊழியன் என்ற முறையில நான் சில சமயம் உங்களைக் கடிந்துகொள்ள நேரலாம். அப்போது நீங்கள் என்னிடம் அன்புகாட்டுகிறீர்களா என்பது ஆண்டவனுக்கேத் தெரியும். எங்ஙனமாயினும் பொதுவேலைக்காக நான் சம்பளம் பெற்றுக்கொள்ளக்கூடாது. நீங்கள் எல்லாரும் உங்களுடைய வழக்குகளுக்கு என்னை வக்கீலாக அமர்த்தச் சம்மதித்தலே சாலும், இதுவே உங்களுக்குக் கஷ்டமாயிருக்கலாம். நான் வெள்ளைக்கார பாரிஸ்டர் அல்லன். நீதிமன்றத்தார் என்னை எவ்வளவு தூரம் மதிப்பார்கள் என்று சொல்லுவதற்கில்லை. வக்கீல் தொழில் நான் எவ்வளவு தூரம் வெற்றி பெறுவேனென்பதும் நிச்சயமாகத் தெரியாது. இந்நிலையில் என்னை உங்களுடைய வக்கீலாக அமர்த்திக்கொள்வதற்கே நீங்கள் நிரம்பத் துணியவேண்டும். அப்படித் துணிந்து அமர்த்திக்கொண்டால். அதுவே, என்னுடைய பொதுவேலைக்குச் சன்மானம் என்று கருதுவேன்."

இவ்விவாதத்தின் பயனாக சுமார் இருபது வியாபாரிகள் ஒரு வருஷ காலத்துக்கு என்னைத் தங்கள் வக்கீலாக அமர்த்தியதற்காக முன்பணமும் கொடுத்தார்கள். நான், தாய்நாட்டுக்குத் திரும்பும் காலையில் எனக்கு ஒரு பண முடிப்பு அளிக்க, தாதா அப்துல்லா தீர்மானித்திருந்தார். அந்தப் பணத்தைக்கொண்டு இப்போது அவர் நாற்காலி, மேஜை முதலிய சாமான்கள் வாங்கிக்கொடுத்தார்.

இவ்வாறு நான் நேட்டாலில் நிலையாகத் தங்கினேன்.

18. நிறத் தடை

மதிநுட்பம் வாய்ந்த ஒரு கிழவி கண் குருடானவள்; ஒருதலைச் சார்ப்பில்லாதவள்; கையில் தராசைத் தூக்கி நிறுத்த நடுநிலை நியாயம் வழங்குகிறாள். இத்தகைய புதுமை ஒன்று நீதிமன்றத்தின் சின்னமாக அமைக்கப்பட்டிருத்தல் வழக்கம். அக்கிழவி குருடாயிருப்பதின் கருத்து. ஒருவனுடைய வெளித்தோற்றத்தைக் கண்டு எதுவும் தீர்மானித்துவிடாமல் அவனது உண்மை யோக்யதையை உணர்ந்து தீர்ப்பளிக்கிறாள் என்பதே. ஆனால், உயர்தர நீதிமன்றம் இக்கருத்துக்கு நேர்மாறாக நடந்து தனது சின்னத்தைப் பொய்படுத்த வேண்டுமென்று நேட்டால் வக்கீல் சங்கத்தார் முயன்றனர்.

மேற்படி, உயர்தர நீதிமன்றத்தின் அட்வகேட்டாக என்னை ஏற்றுக்கொள்ள வேண்டுமென்று விண்ணப்பம் செய்துகொண்டேன். பம்பாய் உயர்தர நீதிமன்றத்தின் அங்கீகார பத்திரம் ஒன்று என்னிடம் இருந்தது. இப்பத்திரம் பெறுங்காலையில் இங்கிலாந்தில் கிடைத்த பாரிஸ்டர் அத்தாட்சிப் பத்திரத்தை பம்பாய் நீதிமன்றத்தில் கொடுத்துவிட்டேன். விண்ணப்பத்துடன் இரண்டு நன்னடத்தை அத்தாட்சிப் பத்திரங்கள் அனுப்புவது அவசியமாக இருந்தது. இவ்வத்தாட்சிப் பத்திரங்கள் ஐரோப்பியர்கள் கொடுத்தனவாயிருந்ததால் அவற்றிற்கு அதிக மதிப்பு இருக்குமென்று கருதினேன். எனவே, சேத் அப்துல்லா மூலம் எனக்குப் பழக்கமான இரண்டு ஐரோப்பிய வியாபாரிகளிடம் அத்தாட்சிப் பத்திரங்கள் வாங்கினோம். ஏற்கனவே, வக்கீல் தொழில் நடத்தும் ஒருவர் மூலமாக விண்ணப்பம் சமர்ப்பிக்கப்பட வேண்டும். சாதாரணமாய், அட்டர்னி ஜெனரல் கூலி எதுவும் பெறாமல், எஸ்கோம்ப் தான் அப்போது அட்டர்னி ஜெனரல். இவர் தாதா அப்துல்லா கம்பெனிக்குச் சட்ட விஷயங்களில் ஆலோசனை சொல்பவர் என்று முன்னமே குறிப்பிட்டிருக்கிறேன். எனவே, அவரிடம் சொன்னேன். என் விண்ணப்பத்தைச் சமர்ப்பிக்க அவர் பிரியத்துடன் சம்மதித்தார்.

நான் சற்றும் எதிர்பாராத விதமாய் வக்கீல் சங்கத்தார் இப்போது ஒரு காரியம் செய்தனர். என் விண்ணப்பத்தைத் தாங்கள் எதிர்ப்பதாக அவர்கள் எனக்கு ஓர் அறிக்கை அனுப்பினார்கள். இங்கிலாந்தில் நான் பெற்ற அசல் அத்தாட்சிப் பத்திரத்தை விண்ணப்பத்துடன் சேர்க்கவில்லை என்பது அவர்களுடைய ஆட்சேபங்களில் ஒன்று. ஆனால், முதன்மையான ஆட்சேபம் இதுவன்று. நீதிமன்றத்தில் அட்வகேட்டாக அங்கீகரிப்பதற்கு உரிய விதிமுறைகள்

செய்யப்பட்டபோது, வெள்ளைக்காரனல்லாத ஒருவன் விண்ணப்பம் செய்து கொள்வானென்பது எப்படித் தெரிந்திருக்க முடியும்? நேட்டால் செழித்துத் தற்போது வளத்தில் சிறந்திருப்பதற்கு ஐரோப்பியர்களின் முயற்சியே காரணமாகும். ஆதலின் வக்கீல் தொழிலில் ஐரோப்பியர்களே மிகுந்திருப்பது அவசியம். கறுப்பர்கள் சேர்த்துக்கொள்ளப்படின் நாளடைவில் ஐரோப்பியர்களைவிட அவர்கள் தொகையில் வலுத்துவிடலாம். ஐரோப்பியர்களுக்குப் பாதுகாப்பு அரண் எதுவும் இல்லாமல் போய்விடும். இதுவே அவர்களது முதன்மையான ஆட்சேபம்.

வக்கீல் சங்கத்தின் சார்பாக என் விண்ணப்பத்தை எதிர்ப்பதற்குப் பெயர்பெற்ற வக்கீல் ஒருவர் அமர்த்தப்பட்டிருந்தார். அவரும் தாதா அப்துல்லா கம்பெனியுடன் சம்பந்தமுள்ளவரானபடியால், தம்மை வந்து பார்த்துப்போகும்படி சேத் அப்துல்லா மூலம் அவர் சொல்லியனுப்பினார். அவ்வாறே நான் போய்க் கண்டபோது அவர் மனம்விட்டுத் தாராளமாகப் பேசினார். எனது பூர்வோத்தரங்களைப் பற்றி விசாரித்தார். பிறகு அவர் கூறியதாவது, “உங்களுக்கு விரோதமாக நான் சொல்லக்கூடியது ஏதுமில்லை. நீங்கள் இந்நாட்டிலேயே பிறந்த போலி வேஷதாரியோ என்னவோ என்று பயந்தேன். உங்கள் விண்ணப்பத்துடன் இங்கிலாந்தில் பெற்ற அத்தாட்சிப் பத்திரம் சேர்க்கப்படாமையால் என் ஐயம் அதிகமாயிற்று. சிலர் தங்களுக்குச் சொந்தமில்லாத அத்தாட்சிப் பத்திரங்களைத் தங்களுடையதெனக் காட்டி மோசம் செய்வதுண்டு. ஐரோப்பிய வியாபாரிகளிடம் நீங்கள் வாங்கியுள்ள அத்தாட்சிப் பத்திரங்கள் என்வரையில் பயனற்றவை. அவர்களுக்கு உங்களைப்பற்றி என்ன தெரியும்? அவர்களுடன் நீங்கள் எவ்வளவு காலம் பழகியிருக்க முடியும்?”

“ஆனால், இங்கே எல்லாரும் எனக்கு அந்நியர்கள்தானே? சேத் அப்துல்லாகூட முதன்முதல் என்னைத் தெரிந்துகொண்டது இந்நாட்டிலேயே” என்று நான் உரைத்தேன்.

“நீங்கள் இருவரும் ஒரே இடத்தைச் சேர்ந்தவர்கள் என்று சொல்கிறார்களல்லவா? உங்கள் தந்தை அங்கே முதன் மந்திரியா இருந்திருப்பின், சேத் அப்துல்லாவுக்கு உங்கள் குடும்பத்தைப் பற்றி அவசியம் தெரிந்திருக்கும். அவரிமிருந்து நன்னடத்தைப் பத்திரம் வாங்கிச் சேர்த்துவிட்டால், பின்னர் எனக்கு எவ்வகை ஆட்சேபமும் இராது. அப்போது உங்கள் விண்ணப்பத்தை என்னால் எதிர்க்க முடியாதென்று வக்கீல் சங்கத்துக்குத் தெரிவித்துவிடுவேன்.”

அவருடைய இம்மொழிகள் எனக்குக் கோபமூட்டின, எனக்குள் பின்வருமாறு சொல்லிக்கொண்டேன். 'தாதா அப்துல்லாவிடம் நன்னடத்தைப் பத்திரம் வாங்கிச் சேர்த்திருந்தால். அதை நிராகரித்துவிட்டு ஐரோப்பியர்களிடமிருந்து அத்தாட்சிப் பத்திரம் வேண்டுமென்று சொல்லியிருப்பார்கள். இப்போது இப்படிச் சொல்கிறார்கள். நான் அட்வகேட்டாக அங்கீகாரம் பெறுவதற்கும், என்னுடைய பிறப்பு வளர்ப்பு முதலிய பூர்வோத்தரங்களுக்கும் என்ன சம்பந்தம்? பிறப்புத் தாழ்மையானதாகவோ, கேவலமானதாகவோ இருப்பினும் அதை எனக்கு விரோதமாக எப்படி உபயோகப்படுத்த முடியும்?' ஆனால் சினத்தை அடக்கிக்கொண்டு நான் அவருக்கு அமைதியுடன் பதிலளித்தாவது, "இத்தகைய விவரங்களைக் கேட்க வக்கீல் சங்கத்துக்கு எவ்வகை உரிமையேனும் உண்டென்பதை நான் ஒப்புக்கொள்ளவில்லை. ஆயினும், நீங்கள் விரும்பும் வண்ணம் தாதா அப்துல்லா சேத்திடமிருந்து அத்தாட்சி வாங்கி அனுப்பத் தயாராயிருக்கிறேன்."

அவ்வாறே தாதா அப்துல்லாவிடமிருந்து நன்னடத்தைப் பத்திரம் வாங்கி அவருக்கு அனுப்பினேன். அவர் தாம் திருப்தி அடைந்துவிட்டதாகக் கூறினார். ஆனால், வக்கீல் சங்கம் இதனாலும் திருப்தியடையவில்லை. நீதிமன்றத்தில் என் விண்ணப்பம் சமர்ப்பிக்கப்பட்டபோது அச்சங்கத்தின் சார்பாக எதிர்க்கப்பட்டது. ஆனால், நீதிமன்றத்தார் மிஸ்டர் எஸ்கோம்பை விடையிறுக்கும்படியும் கேளாமல் எதிர்ப்பை நிராகரித்துவிட்டனர். தலைமை நீதிபதி பின்வரும் கருத்தடங்கிய மொழிகளைக் கூறினார்:

"விண்ணப்பதாரரர் விண்ணப்பத்துடன் அசல் அத்தாட்சிப் பத்திரத்தைச் சேர்க்கவில்லை என்னும் வாதம் பொருளற்றது. அவர் பொய்யான அத்தாட்சிகளைச் சேர்த்திருந்தால் அவர்மீது நடவடிக்கை எடுத்துக்கொள்ள இடமிருக்கிறது. விசாரணையில் குற்றவாளியென்று நிரூபிக்கப்பட்டால் அவர் பெயரை அப்போது எடுத்துவிடலாம். வெள்ளைக்காரர் வேறு நிறத்தார் என்னும் வேற்றுமையைச் சட்டம் அங்கீகரிக்கவில்லை. ஆதலின், மிஸ்டர் காந்தியை அட்வகெட்டாக அங்கீகரிக்க மறுப்பதற்கு நமக்கு எவ்வகை அதிகாரமும் கிடையாது. அவருடைய விண்ணப்பத்தை அங்கீகரிக்கிறோம். மிஸ்டர் காந்தி இனி நீங்கள் சத்தியப் பிரமாணம் செய்யலாம்."

அவ்வாறே நீதிமன்ற ரிஜிஸ்டரார் முன்பு நின்று சத்தியப்பிரமாணம் செய்தேன். உடனே, தலைமை நீதிபதி கூறியதாவது, "மிஸ்டர் காந்தி, இப்போது உங்கள் தலைப்பாகையை எடுத்துவிட வேண்டும். தொழில்நடத்தும் பாரிஸ்டர்கள்

அணியவேண்டிய உடையைப் பற்றி நீதிமன்றத்தின் விதிகளுக்கு நீங்கள் இணங்கி நடத்தல் அவசியம்."

என் சக்திக்கு ஓர் எல்லை உண்டு என்பதை இப்போது கண்டேன். ஜில்லா மாஜிஸ்ட்ரேட் கோர்ட்டில் தலைப்பாகையை எடுக்கப் பிடிவாதமாக மறுத்த நான் உயர்தர நீதிமன்றத்தின் கட்டளைக்குக் கீழ்ப்படிந்து தலைப்பாகையை எடுத்துவிட்டேன். நான் அக்கட்டளையை எதிர்த்துப் போராடியிருந்தால், அப்போராட்டத்தின் நியாயத்தை ஸ்தாபிக்க முடியாதென்பதில்லை. ஆனால், இதனினும் பெரியப் போராட்டங்களுக்கு என்னுடைய சக்தியைச் சேகரித்து வைக்க விரும்பினேன். தலைப்பாகைதான் வைத்துக்கொள்வேன் என்று பிடிவாதம் பிடித்து என் போர்த்திறமையைச் சிதறவிடக்கூடாதென்று எண்ணினேன். இன்னும் பெரிய காரியங்களுக்கு அதைச் சேர்த்துவைத்தல் தகுதியென்று நினைத்தேன்.

இவ்வாறு நான் பணிந்துவிட்டது சேத் அப்துல்லாவுக்கும், பிற நண்பர்களுக்கும் பிடிக்கவில்லை, தலைப்பாகை உடையே நீதிமன்றத்தில் பேசும் உரிமையை வலியுறுத்தி இருக்கவேண்டுமென அவர்கள் எண்ணினார்கள். அவர்களுடன் வாதிட்டுத் திருப்பமுயன்றேன், "ரோமாபுரியில் இருக்கும்போது ரோமர்கள் செய்வதுபோல் செய்" என்னும் பழமொழியின் உண்மையை அவர்களுக்கு அறிவுறுத்த முயன்றேன். "இந்தியாவில் ஓர் ஆங்கில உத்தியோகஸ்தரோ நீதிபதியோ தலைப்பாகையை எடுக்கும்படி உங்களுக்குக் கட்டளையிட்டால், அதற்குக் கீழ்ப்படிய மறுத்தல் சரியாகும். ஆனால், இங்கே நேட்டாலில் நீதிமன்றத்தில் தொழில் புரியும் நான், அந்த நீதிமன்றத்தின் வழக்கமொன்றுக்கு உட்பட மறுத்தல் தகுதியன்று" எனக் கூறினேன்.

இத்தகைய வாதங்களினால் நண்பர்களை ஓரளவு சமாதானம் செய்தேன். ஆனால், ஒரே விஷயத்தை வெவ்வேறு சந்தர்ப்பங்களில் வெவ்வேறு நோக்குடன் பார்த்து முடிவு செய்யவேண்டுமென்னும் கொள்கையை அவர்கள் முழுதும் ஒப்புக்கொண்டார்கள் என்று சொல்வதற்கில்லை. என்வரையில் என் வாழ்நாள் முழுவதிலும், சத்தியத்தில் நான் கொண்ட உறுதியே ராஜியின் மேன்மையும் எனக்கு உணர்த்தி வந்திருக்கிறது. ராஜி செய்துகொள்ளும் தன்மை சத்தியாகிரகத்தின் ஒரு முக்கியமான அம்சம் என்பதைப் பிற்காலத்தில் உணர நேர்ந்திருக்கிறது. இத்தன்மையின் பயனாக என் உயிருக்குப் பலமுறைகளில் அபாயம் நேர்ந்திருக்கிறது. நண்பர்களின் பிரியத்தை இழக்கவேண்டி நேரிட்டிருக்கிறது. ஆனால், சத்தியம்

ஓரம்சத்தில் பூவிதழிலும் மென்மையானதாயினும், மற்றோரம்சத்தில் கற்பாறையிலும் கடினமானதாகும்.

வக்கீல் சங்கத்தாரின் எதிர்ப்புக் காரணமாக என் பெயர் தென்னாப்பிரிக்காவில் இன்னும் கொஞ்சம் விளம்பரப்படுத்தப்பட்டது. பெரும்பான்மையான வக்கீல் சங்கத்தார் பொறாமை காரணமாக இப்படிச் செய்ததாகப் பத்திரிகைகள் குறிப்பிட்டு அவர்களது எதிர்ப்பைக் கண்டித்தன. இவ்வாறு என் பெயர் பிரபலமடையவே என் வேலை ஓரளவு சுலபமாகியது.

19. நேட்டால் இந்தியக் காங்கிரஸ்

வக்கீல் தொழில் அந்நாளிலிருந்து எனக்கு இரண்டாவது வேலையாகவே இருந்து வந்தது. நேட்டாலில் நான் தங்கியது பயன்பெற வேண்டுமானால் பொதுவேலையில் முதன்மையாகக் கவனம் செலுத்துதல் அவசியம். இந்தியர்களின் வாக்குரிமையைப் பறிக்கும் மசோதாவைப் பற்றி மகஜர் அனுப்பியதுடன் வேலை முடிந்துவிடவில்லை. குடியேற்ற நாட்டு மந்திரியை அதைக் கவனிக்கச் செய்யவேண்டுமாயின் இடைவிடாத கிளர்ச்சி இன்றியமையாதது. இதற்கு நிரந்தரமான ஸ்தாபனம் ஒன்று காணுதல் அவசியமென்று கருதினேன். எனவே, சேத் அப்துல்லாவிடமும் மற்ற நண்பர்களிடமும் கலந்து யோசித்தேன். முடிவில் எல்லாரும் சேர்ந்து அத்தகைய நிரந்தரமான அமைப்பு ஒன்றை நிறுவத் தீர்மானித்தோம்.

இந்தப் புதிய அமைப்புக்கு என்ன பெயர்க் கொடுப்பதென்னும் விஷயம் பெரிதும் என்னைச் சிந்தனைக்குள்ளாக்கிற்று. அது ஒரு குறிப்பிட்டக் கட்சி சார்பானதாயிருத்தல் கூடாது. ‘காங்கிரஸ்’ என்ற பெயரை இங்கிலாந்திலுள்ள கன்சர்வேட்டிவ் கட்சியினர் வெறுத்தனர் என்று எனக்குத் தெரிந்திருந்தது. ஆனால், இந்தியாவின் உயிரே காங்கிரஸ்தான். அப்பெயரையே நேட்டாலில் பரவச்செய்ய விரும்பினேன். அப்பெயரைக் கொள்ளத் தயங்குதல் கோழைத்தனமாகுமென்று தோன்றிற்று. எனவே, இப்புதிய அமைப்புக்கு நேட்டால் இந்தியக் காங்கிரஸ், என்று பெயரிட வேண்டுமென நான் யோசனை சொன்னதுடன் அதற்குரிய காரணங்களையும் விளக்கமாகக் கூறினேன். இவ்வாறாக, மே மாதம் 22 ஆம் தேதி அன்று ‘நேட்டால் இந்தியக் காங்கிரஸ்’ ஸ்தாபிக்கப்பெற்றது.

அன்றைய தினம் தாதா அப்துல்லாவின் விசாலமான அறையில் எள் விழ இடமின்றி ஜனங்கள் கூடியிருந்தார்கள். வந்திருந்தவர் அனைவரும் காங்கிரஸை உற்சாகத்துடன் ஆதரித்தனர். அதன் அமைப்பு விதிகள் மிக எளியவை. சந்தா மட்டும் அதிகம், மாதம் ஐந்து ஷில்லிங் கட்டுவோரே அங்கத்தினராயிருத்தல் கூடும். பணக்காரர்கள் அதற்குமேலும் இயன்றவரை கொடுக்கவேண்டுமென்று தீர்மானிக்கப்பட்டது. எல்லாருக்கும் முதன்மையாக அப்துல்லா சேத் மாதம் 2 பவுன் தருவதாய்க் கையொப்பமிட்டார். இன்னும் இருவரும் அவ்வாறே செய்தனர். நானும் தாராளமாக இருக்கவேண்டும் என்று எண்ணி ஒரு பவுனுக்குக் கையொப்பம் செய்தேன். இது எனக்குச் சிறு தொகையன்று. ஆயினும், நான் சம்பாதித்து வாழ்க்கை நடத்தக்கூடுமானால் இச்சந்தா என் சக்திக்கு மேற்பட்டதாயிராதென்று கருதினேன். சந்தா செலுத்த இயலுமாறு ஆண்டவன் எனக்குத் துணைபுரிந்தார். எனக்குப் பிறகு, மாதாமாதம் ஒரு பவுன் சந்தா கட்டும் அங்கத்தினர் இன்னும் பலர் சேர்ந்தனர். இவர்களைவிட அதிகத் தொகையினர் 10 ஷில்லிங்குக்குக் கையொப்பம் செய்தனர். இவையன்றி நன்கொடைகள் வேறு அளிக்கப்பட்டன. அவற்றை நன்றியுடன் ஏற்றுக்கொண்டோம்.

ஆனால், கேட்டவுடன் சந்தா செலுத்துபவர் மிகக்குறைவு என்பது அனுபவத்தில் தெரிய வந்தது. டர்பன் நகருக்கு வெளியே இருந்த அங்கத்தினரிடம் அடிக்கடி சந்தா கேட்கச்செல்வது இயலாத காரியம். அந்த நிமிஷத்திலிருந்த உற்சாகம் அடுத்த நிமிஷத்தில் அழிந்துபட்டதாய்த் தோன்றியது. டர்பன் அங்கத்தினரைக்கூடச் சந்தாவுக்கு நிரம்பத் தொந்தரவு செய்யவேண்டியிருந்தது.

காரியதரிசி நானாதலால் சந்தா வசூலிக்கும் வேலை எனக்கே ஏற்பட்டிருந்தது. நாளடைவில் என் குமாஸ்தாவுக்குச் சந்தா வசூலிப்பதே வேலையாய்ப் போய்விட்டது. அவரும் அலுத்துப்போனார். இந்நிலைமைக்குப் பரிகாரம், வருஷ சந்தாவாக ஏற்படுத்தி அதையும் முன்னாலேயே கட்டிவிட வேண்டுமென விதி ஏற்படுத்துவதே என்று கருதினேன். எனவே, காங்கிரஸ் கூட்டமொன்றைக் கூட்டினேன். என் யோசனையை ஆதரித்தார்கள். குறைந்தது வருஷ சந்தா 3 பவுன் என்று நிர்ணயிக்கப்பட்டது. இதன் பயனாகச் சந்தா வசூலிக்கும் வேலை நிரம்பச் சுலபமாயிற்று.

கடன் வாங்கிய பணத்தைக் கொண்டு பொதுவேலை நடத்தக்கூடாதென்று ஆரம்பத்திலேயே அறிந்துகொண்டேன். மற்ற எல்லா விஷயங்களிலும் ஜனங்களின் வாக்குறுதியை நம்பலாம்.

ஆனால், பண விஷயமொன்றில் மட்டும் நம்புவதற்கில்லை. கொடுக்க ஒப்புக்கொண்ட தொகையைத் தாமதமின்றிக் கொடுக்கும் மனிதரை நான் கண்டதே கிடையாது. இந்தப் பொதுவிதிக்கு நேட்டால் இந்தியர்கள் விலக்கானவர்களாயில்லை. எனவே, பணம் வந்தாலன்றி நாங்கள் வேலை எதுவும் நடத்துவதில்லையாதலால் நேட்டால் இந்தியக் காங்கிரஸ் எப்போதும் கடன்பட்டதில்லை.

புதிய அங்கத்தினரைச் சேர்ப்பதில் என் சகாக்கள் விசேஷ உற்சாகம் காட்டினார்கள். இவ்வேலை அவர்களுக்குப் பெரிதும் பயனுள்ள ஓர் அனுபவமாக இருந்தது. ஏராளமான ஜனங்கள் சந்தா செலுத்தி அங்கத்தினராகச் சந்தோஷத்துடன் முன்வந்தார்கள். உள்நாட்டில் தூரத்திலுள்ள கிராமங்களில் வேலை செய்தால் கொஞ்சம் கஷ்டமாக இருந்தது. பொதுவேலையின் இயல்பை ஜனங்கள் அறிந்திருக்கவில்லை. எனினும், தூரத்திலுள்ள இடங்களிலிருந்தும் எங்களுக்கு அழைப்புகள் வந்துகொண்டிருந்தன. ஒவ்வோரிடத்திலுமுள்ள பெரிய வியாபாரிகள் எங்களை விருந்தினராய் வரவேற்க முன்வந்தார்கள்.

இந்தச் சுற்றுப் பிரயாணத்தின்போது ஒருமுறை எங்களுக்குக் கஷ்டமான நிலைமை ஏற்பட்டது. நாங்கள் யாருடைய விருந்தாளிகளாகச் சென்றிருந்தோமோ அவரிடமிருந்து ஆறு பவுன் சந்தா எதிர்பார்த்தோம். ஆனால், அவர் மூன்று பவுனுக்குமேல் தரமுடியாதென்று பிடிவாதம் பிடித்தார். அவரிடமிருந்து அத்தொகையைப் பெற்றுக்கொண்டோமாயின் மற்றவர்களும் அவரையே பின்பற்றுவார்கள். எதிர்பார்த்த அளவு தொகை சேராது. இரவு நெடுநேரம் ஆகிவிட்டது. எங்களுக்கோ பசி அதிகமாயிருந்தது. எனினும் நாங்கள் உத்தேசித்தத் தொகையை வசூலிக்காமல் உணவருந்த மனம் எழவில்லை. எவ்வளவோ சொல்லிப்பார்த்தும் பயனில்லை. அவர் ஒரே பிடிவாதமாய் இருந்தார். அவர் உறுதியை அசைக்கமுடியவில்லை. நாங்களும் விடுவதில்லை என்று தீர்மானித்தோம். இரவு முழுவதும் இப்படியே கழிந்தது. என்னுடைய சகாக்களில் பெரும்பான்மையோர் கோபத்தினால் குமுறிக் கொண்டிருந்தனராயினும், அதை வெளிக்காட்டாதிருந்தனர். கடைசியாகப் பொழுது விடியும் தருணத்தில் அவர் இணங்கிவந்தார். ஆறு பவுன் சந்தா கொடுத்து எங்களுக்கு விருந்துமளித்தார். இது தேங்காத் என்னும் பட்டணத்தில் நடந்தது. ஆனால், இந்நிகழ்ச்சியைப் பற்றிய செய்தி வடகடற்கரையிலுள்ள ஸ்டேங்கர் வரையிலும் பரவிவிட்டது. இதன் பயனாகச் சந்தா வசூல் துரிதமாக நடந்தது.

ஆனால், நிதி சேகரிப்பதுடன் வேலை முடிந்துவிடவில்லை. உண்மையில் அவசியத்துக்கு அதிகமாகக் கையில் பணம் வைத்திருக்கக்கூடாதென்னும் பாடத்தை நான் முன்னமேயே கற்றுக்கொண்டிருந்தேன்.

மாதம் ஒருமுறையும், அவசியமானபோது வாரம் ஒருமுறையும் கூட்டங்கள் நடத்தப்பட்டன. இக்கூட்டங்களில் முந்தைய கூட்டத்து நடவடிக்கைகளை வாசித்துவிட்டுப் பின்னர் பல விஷயங்களையும் பற்றி வாதம் செய்வது வழக்கம். ஆனால் பொதுக்கூட்டத்தில் விவாதம் செய்வதிலாவது, எடுத்த விஷயத்தைப் பற்றிச் சுருக்கமாகப் பேசுவதற்கு எழுந்து நிற்கவே எல்லாரும் தயங்கினார்கள். கூட்ட நடைமுறையைப் பற்றி விதிகளை நான் அவர்களுக்கு விளக்கிச் சொன்னேன். அவர்கள் அவ்விதிகளுக்கு இணங்கி நடந்தார்கள். இது தங்களுக்கு ஒரு கல்விப் பயிற்சி என்பதை அவர்கள் உணர்ந்திருந்தார்கள். இதற்குமுன்னால் கூட்டத்தில் பேசியே அறியாதவர்களுக்கு பொதுவிஷயங்களைப் பற்றிச் சிந்தனை செய்து பகிரங்கமாகப் பேசக்கற்றுக் கொண்டார்கள்.

பொதுவேலைகளில் சில்லரைச் செலவுகளே பெருந்தொகைகளாகிவிடும் என்பதை நான் அறிந்திருந்தேன். எனவே, ஆரம்பத்தில் ரசீது புத்தகங்கள்கூட அச்சடிக்க வேண்டுமென்பதை தீர்மானித்தேன். எனது காரியாலயத்திலிருந்து சைக்ளோஸ்டைல் என்னும் பிரதிகள் எடுக்கும் கருவியில் ரசீதுகளும் அறிக்கைகளும் தயாரித்துக்கொண்டேன். காங்கிரஸூக்கு நிதியும் அங்கத்தினரும் நிரம்பச் சேர்ந்து வேலையும் அதிகமான பின்னரே ரசீது அறிக்கை முதலியவற்றை அச்சடிக்கத் தொடங்கினேன். எல்லா அமைப்புகளுக்கும் இத்தகைய சிக்கனம் அவசியமானது. ஆனால், பெரும்பாலும் இவ்விஷயத்தில் கவனம் செலுத்தப்படுவதில்லை என்பதை நான் அறிவேன். அதனாலேயே சிறிதாகத் தொடங்கிப் பெரிதாக வளர்ந்த அந்த ஸ்தாபனத்தின் ஆரம்ப நாட்களைப் பற்றி இச்சிறு விவரங்களையும் கூறலுற்றேன்.

ஜனங்கள் தாங்கள் கொடுத்தப் பணத்துக்கு ரசீது பெறுவதில் கவலை காட்டுவதில்லை. ஆனால், நாங்கள் ரசீது கொடுப்பதை எப்போதும் வலியுறுத்தி வந்தோம். இவ்வாறாக ஒவ்வொரு பைசாவுக்கும் கணக்கு ஏற்பட்டது. நேட்டால் இந்தியக் காங்கிரஸின் பழைய தஸ்தாவேஜிகளைப் புரட்டினால், இன்றும் 1894ஆம் ஆண்டுக்கு கணக்குப் புத்தகத்தை அப்படியே காணலாமென்று நான் துணிந்துகூற முடியும், எந்த அமைப்புக்கும் வரவு செலவுக் கணக்கு ஒழுங்காக வைத்திருத்தல் இன்றியமையாத தொன்றாகும். இன்றேல்

அந்த ஸ்தாபனம் விரைவில் கெட்டப்பெயர் எடுக்கும் என்பதில் ஐயமில்லை. ஒழுங்குபட்ட கணக்கு வையாமல் உண்மையை அதன் இயற்கைத் தூய்மை நிலையில் பாதுகாத்தல் இயலாத காரியம்.

எங்கள் காங்கிரஸ் வேலையில் மற்றொரு முக்கிய அம்சம் யாதெனில் தென்னாப்பிரிக்காவிலேயே பிறந்தவர்களான படித்த இந்தியர்களுக்குச் செய்த ஊழியமாகும். இப்படிப்பட்ட இந்தியர்களுக்கென்று கல்விச் சங்கம் ஒன்று காங்கிரஸின் ஆதரவில் காணப்பட்டது. இச்சங்கத்தின் அங்கத்தினர்கள் பெரும்பாலும் மேற்கூறிய படித்த இந்திய இளைஞர்களே ஆவார்கள். பெயருக்குச் சிறுதொகை சந்தாவாக ஏற்படுத்தப்பட்டது. அவர்களுடைய தேவைகளையும், குறைகளையும் வெளியிடுவதற்கும், அவர்களிடையே புதிய கருத்துகளைப் பரப்புவதற்கும், இந்திய வியாபாரிகளுடன் அவர்களுக்குத் தொடர்பு ஏற்படுவதற்கும், சமூக ஊழியம் செய்ய அவர்களுக்குத் சந்தர்ப்பம் ஏற்படுத்திக்கொடுப்பதற்கும் இச்சங்கம் பயன்பட்டது. அதை ஒருவகை விவாதச் சங்கம் என்று சொல்லாம். ஒழுங்காக நடந்துவந்த சங்கக்கூட்டங்களில் பற்பல விஷயங்களையும் பற்றி இளைஞர்கள் பேசவோ, எழுதிப் படிக்கவோ செய்தார்கள். சங்கத்தின் ஆதரவில் ஒரு சிறு வாசகசாலையும் திறந்து வைக்கப்பட்டது.

காங்கிரஸ் வேலையின் மூன்றாவது அம்சம் பிரசாரமாகும். தென்னாப்பிரிக்காவிலும், இங்கிலாந்திலுமுள்ள ஆங்கிலேயருக்கும். இந்திய மகா ஜனங்களுக்கும் நேட்டாலின் உண்மை நிலையைத் தெரிவிக்க ஏற்பாடு செய்தோம். இந்நோக்கத்துடன் நான் இரண்டு துண்டுப்பிரசுரங்கள் எழுதினேன். முதலாவது பிரசுரம் ‘தென்னாப்பிரிக்காவிலுள்ள ஒவ்வொரு பிரிட்டிஷாருக்கும் வேண்டுகோள்’ என்னும் தலைப்பை உடையது. அதில் நேட்டால் இந்தியர்களின் பொதுவான நிலைமை தகுந்த சாட்சியங்களின் ஆதரவுடன் விவரிக்கப்பட்டிருந்தது. மற்றொரு பிரசுரத்தின் தலைப்பு ‘இந்தியரின் வாக்குரிமை ஒரு வேண்டுகோள்’ என்பது. இவ்விஷயத்தைப் பற்றிய சரித்திரப்புள்ளி விவரங்களுடன் அதில் சுருக்கமாகக் கூறப்பட்டிருந்தது. இந்தத் துண்டுப் பிரசுரங்களைத் தயாரிப்பதற்கு நான் சிரமப்பட்டு உழைத்தேன். அதனால், உழைப்புகேற்ற பலன் கிட்டிற்று. அப்பிரசுரங்கள் விஸ்தாரமாகப் பரப்பப்பட்டன.

இந்த வேலைகளின் பயனாகத் தென்னாப்பிரிக்காவிலேயே இந்தியர்களுக்கு நண்பர்கள் பலர் ஏற்பட்டனர். இந்தியாவிலிருந்து எல்லாக்கட்சியினருடைய அனுதாபத்தையும் பெற்றோம். மற்றும்

தென்னாப்பிரிக்க இந்தியர்கள் மேலே நடத்திக்கொண்டு போவதற்கு ஒழுங்குபட்ட வேலைத்திட்டமும் ஏற்பட்டது.

20. பாலசுந்தரம்

ஹி ருதயப் பூர்வமான, பரிசுத்த அத்தியந்த ஆசை எதுவும் பூர்த்தியாகமால் போவதில்லை. என் சொந்த அனுபவத்தில் இவ்வுண்மையை அடிக்கடி நான் கண்டிருக்கிறேன். ஏழைகளுக்குத் தொண்டுபுரிதல் என் உள்ளத்தில் குடிகொண்டிருந்த அத்தியந்த விருப்பமாகும். இவ்விருப்பம் என்னை எப்போதும் ஏழைகளிடையே கொண்டுசேர்த்தது; அவர்களுடன் கலந்து அவர்களில் ஒருவனாகும் ஆற்றலையும் எனக்குத் தந்தது.

நேட்டால் இந்தியக் காங்கிரஸில், தென்னாப்பிரிக்காவிலேயே பிறந்து, வளர்ந்த இந்தியர்களும், குமாஸ்தா வகுப்பினரும் அங்கத்தினராகி இருந்தார்களாயினும், பயிற்சி பெறாத கூலி வேலைக்காரர்களான ஒப்பந்தத் தொழிலாளிகள் அதில் இன்னும் இடம்பெறவில்லை. காங்கிரஸ் அவர்களுடைய காங்கிரஸாக இன்னும் ஆகவில்லை. சந்தா கொடுத்து அங்கத்தினராதல் அவர்களுடைய சக்திக்கு அப்பாற்பட்டதாக இருந்தது. அவர்களுக்குத் தொண்டு செய்வதினால் மட்டுமே காங்கிரஸ் அவர்களுடைய அபிமானத்தைப் பெறமுடியும். விரைவிலேயே இதற்கு ஒரு சந்தர்ப்பமும் நேரிட்டது. நானாவது காங்கிரஸாவது அத்தொண்டுக்கு உண்மையில் சித்தமாவதற்கு முன்பாகவே அது நேர்ந்தது. நான் வக்கீல் தொழில் ஆரம்பித்து மூன்று நான்கு மாதங்கள்கூட ஆகவில்லை. காங்கிரஸும் குழவிப்பருவத்தை இன்னும் தாண்டவில்லை. இச்சமயத்தில் ஒரு தமிழன் கிழிந்த கந்தை அணிந்து கையில் முண்டாசுத் துணியுடன், முன் பற்கள் இரண்டு உடையப் பெற்றவனாய், வாயிலிருந்து இரத்தம் கொட்ட, உடல் நடுங்க, அழுதுகொண்டு என்முன் நின்றான். அவன் தன் எஜமானரால் நன்கு புடைக்கப்பட்டிருந்தான். என்னுடைய குமாஸ்தா தமிழராதலின் அவர்மூலம் அவனைப் பற்றிய எல்லா விவரங்களையும் தெரிந்துகொண்டேன். அவன் பெயர் பாலசுந்தரம். டர்பன் வாசியான ஒரு பிரபல ஐரோப்பியரிடம் அவன் ஒப்பந்தத் தொழிலாளியாக வேலை செய்துகொண்டிருந்தான். எஜமானர் ஏதோ காரணத்தினால் அவன்மீது கோபங்கொண்டு நையப்புடைத்து அவனது முன்னம் பற்கள் இரண்டையும் உடைத்துவிட்டார்.

அவனை, உடனே வைத்தியரிடம் அனுப்பிவைத்தேன். அக்காலத்தில் அங்கு வெள்ளைக்கார வைத்தியர்கள் மட்டுமே கிடைத்தார்கள். பாலசுந்தரத்துக்கு ஏற்பட்டிருந்த காயங்களின் நிலையைப்பற்றி வைத்தியரிடமிருந்து ஓர் அத்தாட்சிப் பத்திரம் வாங்கிக்கொண்டேன். பின்னர், நேரே அவனை மாஜிஸ்ட்ரேட்டிடம் அழைத்துச்சென்று அவனுடைய வாக்குமூலத்தைச் சமர்ப்பித்தேன். அதைப் படித்ததும் மாஜிஸ்ட்ரேட் பெரிதும் ஆத்திரமடைந்து உடனே எஜமானருக்குக் கட்டளை அனுப்பினார்.

எஜமானருக்குத் தண்டனை வாங்கி வைக்க வேண்டுமென்பது என்னுடைய விருப்பமன்று, பாலசுந்தரத்தை அவரிடமிருந்து விடுவிக்க வேண்டுமென்பதே என் நோக்கம். ஒப்பந்தத் தொழிலாளி முறையைப் பற்றிய சட்டத்தைப் படித்தேன். சாதாரணமான வேலைக்காரன் ஒருவன், முன்னாடியே அறிவிக்காமல் வேலையை விட்டுச்சென்றால், எஜமானன் அவன்மீது நஷ்ட ஈட்டுக்கு சிவில் வழக்குத் தொடரலாம். ஆனால், ஒப்பந்தத் தொழிலாளியின் விஷயம் வேறு, மேற்கண்டவாறு ஓர் ஒப்பந்தத் தொழிலாளி செய்தால், அவன்மீது குற்றச் சட்டப்படி வழக்குத் தொடர்ந்து குற்றம் நிரூபிக்கப்பட்டால் சிறைத்தண்டனை விதிக்கலாம். ஆகையினாலேயே, ஸர் வில்லியம் அண்டர் ஒப்பந்தத் தொழிலாளிமுறை அடிமை முறையைப்போல மிகக்கேடானது என்று கூறினார். அடிமையைப் போலவே ஒப்பந்தத் தொழிலாளியும் எஜமானனுடைய உடைமையாவான்.

பாலசுந்தரத்தை விடுவிக்க இரண்டே வழிகள் இருந்தன. ஒன்று ஒப்பந்தத் தொழிலாளிகளின் பாதுகாவலரைக் கொண்டு அவனுடைய ஒப்பந்தத்தை ரத்துச் செய்வது அல்லது வேறு எஜமானருக்கு மாற்றுவது. இரண்டாவது வழி, பாலசுந்தரத்தின் எஜமானரைக் கொண்டே அவனை விடுவிக்கச் செய்வது. அவ்வெஜமானரிடம் நான் சென்று பின்வருமாறு கூறினேன், "உங்கள்மீது வழக்குத் தொடுத்துத் தண்டனை வாங்கிவைக்க எனக்கு விருப்பமில்லை. நீங்கள் அவனை அதிகம் அடித்துவிட்டீர்கள் என்பதை உணர்ந்திருப்பீர்களென நம்புகிறேன். ஒப்பந்தத்தை வேறொருவருக்கு மாற்றிவிட்டால் நான் திருப்தியடைவேன்." இதற்கு அவர் உடனே சம்மதித்தார். பின்னர், ஒப்பந்தத் தொழிலாளிகளின் பாதுகாவலைரையும் பார்த்தேன். அவரும் இதற்கிசைந்தாராயினும், புதிய எஜமானர் ஒருவரை நானே தேடிக்கண்டுபிடிக்க வேண்டுமென்று நிபந்தனை விதித்தார்.

எனவே, எஜமானர் ஒருவரைத் தேடப் புறப்பட்டேன். அவர் ஐரோப்பியராய் இருக்கவேண்டும். ஏனெனில், இந்தியர்களுக்கு

ஒப்பந்தக்கூலி வைத்துக்கொள்ள உரிமை கிடையாது. அச்சமயத்தில் எனக்கு ஐரோப்பியர்கள் மிகச்சிலரே தெரிந்திருந்தனர். அவர்களில் ஒருவரைப் பார்த்தேன். அவர் பாலசுந்தரத்தை எடுத்துக்கொள்ள அன்புடன் இசைந்தார். அவருக்கு நன்றிகூறிவிட்டுத் திரும்பினேன். மாஜிஸ்ட்ரேட், பாலசுந்தரத்தின் எஜமானர் குற்றவாளி என்று தீர்ப்பளித்து. அவர் ஒப்பந்தத்தை வேறு ஒருவருக்கு மாற்றிவிட ஒப்புக்கொண்டிருப்பதாகப் பதிவு செய்தார்.

பாலசுந்தரத்தின் விஷயம் ஒப்பந்தத் தொழிலாளி ஒவ்வொருவருடைய காதுக்கும் எட்டிற்று. அவர்கள் என்னைத் தங்கள் நண்பனாகக் கருதலானார்கள். இதன்பொருட்டு நான் அளவற்ற ஆனந்தமடைந்தேன். அதுமுதல் ஒப்பந்தத் தொழிலாளிகள் இடையீடில்லாமல் எனது காரியாலயத்துக்கு வந்த வண்ணமிருந்தார்கள். அவர்களுடைய சுகதுக்கங்களை அறிந்துகொள்வதற்கு இவ்வாறு எனக்கு அரிய சந்தர்ப்பம் கிடைத்தது.

பாலசுந்தரம் வழக்கின் எதிரொலி தொலைதூரத்தில் சென்னை வரையில் சென்று கேட்டது. அம்மாகாணத்தின் பற்பல பகுதிகளிலிருந்தும் ஒப்பந்தத் தொழிலாளிகளாக நேட்டாலுக்கு வந்தவர்கள், முன்னமே அங்கிருந்த தங்கள் சகோதரர்களிடமிருந்து இவ்வழக்கைப் பற்றித் தெரிந்துகொண்டார்கள்.

மேற்கூறிய சம்பவத்தைப் பொறுத்தவரை, அசாதரணமான சங்கதி அதில் எதுவும் இல்லை. ஆனால், நேட்டாலில் தங்கள் கட்சி பேசுபவர், தங்களுக்குப் பரிந்து பகிரங்கமாக வேலைசெய்பவர் ஒருவர் இருக்கிறார் என்பதே ஒப்பந்தத் தொழிலாளிகளுக்கு வியப்பையும், மகிழ்ச்சியையும் ஒருங்கே அளித்து நம்பிக்கை ஊட்டிற்று.

கையில் முண்டாசுத் துணியுடன் பாலசுந்தரம் என் காரியாலயத்தில் நுழைத்தான் என்று மேலே குறிப்பிட்டேன். அதில் நமது தாழ்வை நன்கெடுத்துக் காட்டும் துயரகரமான விசேஷம் ஒன்றிருந்தது. நீதிமன்றத்தில் என்னுடைய தலைப்பாகையை எடுத்துவிடச் சொன்னபோது நடத்தைப் பற்றி முன்னமேயே கூறியிருக்கிறேன். இந்தியர் ஒவ்வொருவரும், ஒப்பந்தத் தொழிலாளியாயினும், மற்றவராயினும், ஐரோப்பியர் ஒருவரைக் காணப்போகும்போது தலைஅணியைக் கையிலெடுத்துக்கொள்ள வேண்டுமென்னும் வழக்கம் கட்டாயப்படுத்தி அமலுக்குக் கொண்டுவரப்பட்டிருந்தது. தலையணி குல்லாவாயிருந்தாலும், தலைப்பாகையாயிருந்தாலும் அல்லது சாதாரணத் துண்டைச்

சுற்றிக்கொண்டிருந்தாலும் எடுத்துவிட வேண்டியதுதான். இது செய்யாமல் இருகரங்களையும் கூப்பி வணங்கினாலும் போதாது. அவ்வழக்கத்தை என்முன்பும் அனுஷ்டிக்க வேண்டுமென்று பாலசுந்தரம் நினைத்தான். என் அனுபவத்தில் இப்படி நிகழ்ந்தது இதுவே முதல்முறை. அவமானத்தினால் என்மனம் குன்றிப்போயிற்று. துணியைத் தலையில் சுற்றிக்கொள்ளும்படி அவனிடம் சொன்னேன். முதலில் சிறிது தயங்கிவிட்டுப் பின்னர் அப்படியே செய்தான். அப்போது அவன் முகத்தில் மகிழ்ச்சி ததும்பியதைக் கவனித்தேன்.

மனிதர்கள், தங்கள் சகோதரர்களைத் தாழ்மைப்படுத்துவதினால் தங்களுக்குச் சிறப்பு வருவதாக எண்ணுவது எப்படி என்னும் பெருமாமம் இன்னமும் எனக்குள் புலனாகவில்லை.

21. மூன்று பவுன் தலைவரி

பாலசுந்தரத்தின் வழக்கின் பயனாக எனக்கு இந்திய ஒப்பந்தத் தொழிலாளிகளுடன் பழக்கம் உண்டாயிற்று. அவர்களுடைய நிலைமையைப் பற்றி நன்கு ஆராய்ந்து அறிந்துகொள்ள என்னைத் தூண்டிய வேறொரு காரணம் இப்போது ஏற்பட்டது. அவர்கள் மீது விசேஷ வரிப்பளுவைச் சுமத்தச் செய்யப்பட்ட முயற்சியே இக்காரணமாகும்.

அவ்வாண்டில், அதாவது 1894ல் ஒப்பந்தத் தொழிலாளி வகுப்பைச் சேர்ந்த இந்தியர்களின் மீது வருஷ வரி 25 பவுன் விதிக்க நேட்டால் அரசாங்கம் முயற்சி செய்தது. இந்த யோசனையை அறிந்தும் நான் ஆச்சரியத்தினால் திடுக்கிட்டுப்போனேன். காங்கிரஸ் கூட்டத்தின் முன்பு இவ்விஷயத்தைக் கொண்டுவந்தேன். அரசாங்கத்தின் முயற்சியை எதிர்க்க ஏற்பாடு செய்யவேண்டுமென்று உடனே தீர்மானிக்கப்பட்டது.

இவ்வெதிர்ப்பைப் பற்றி மேலே சொல்வதற்கு முன்னால், மேற்படி வரியின் பூர்வோத்தரத்தைச் சுருக்கமாகக் கூறவேண்டும். 1860ம் ஆண்டுக்குச் சமீபகாலத்தில் நேட்டாலிலிருந்த ஐரோப்பியர் அங்கே கரும்பு சாகுபடி செய்ய ஏராளமான வசதியுண்டு என அறிந்தனர். ஆனால், இதற்குக் கூலியாட்கள் தேவையாயிருந்தார்கள். நேட்டாலின் பூர்வகுடிகளான ஸீலு சாதியார் பயிர்த்தொழிலுக்குத் தகுதியற்றவர். ஆதலின் வெளிநாட்டிலிருந்து கூலியாட்கள் தருவதியாமல் கரும்பு சாகுபடியும், சர்க்கரை உற்பத்தியும்

செய்யமுடியாமலிருந்தது. எனவே, நேட்டால் அரசாங்கம் இந்திய அரசாங்கத்துக்கு எழுதி இந்தியாவில் ஆட்கள் திரட்ட அனுமதி பெற்றது. இவ்வாறு திரட்டப்படும் கூலிகள் நேட்டாலில் ஐந்து வருஷம் வேலை செய்வதாக ஒப்பந்தத்தில் கையொப்பமிட வேண்டும். இந்த ஐந்து வருஷம் ஆனதும் அங்கேயே குடியேறும் உரிமையும், சொந்தமாக நிலம் வைத்துக்கொள்ளும் உரிமையும் அவர்களுக்கு அளிக்கப்படுமெனச் சொல்லப்பட்டது. இவ்வாக்குறுதிகள் மூலம் இந்தியத் தொழிலாளர் ஆசைக்காட்டிச் சேர்க்கப்பட்டனர். ஒப்பந்தக்காலம் முடிந்த பின்னரும் இந்தியத் தொழிலாளரைக் கொண்டு தங்கள் நிலங்களைப் பயிர் செய்துகொள்ளலாம் என்று வெள்ளைக்காரர்கள் நினைத்திருந்தார்கள்.

இந்தியர்கள், எதிர்பார்க்கப்பட்டதைவிட அதிகமாகவே தென்னாப்பிரிக்காவுக்கு உபயோகப்பட்டார்கள். அவர்கள் கறிகாய் அதிகமாகப் பயிர் செய்தார்கள். பல இந்தியக் காய்கறி வகைளைப் புதிதாகக் கொண்டுவந்து சாத்தியமாகும்படி செய்தார்கள். தென்னாப்பிரிக்காவுக்கு மா மரம் கொண்டுவந்தவர்கள் அவர்களே. அவர்கள் விவசாயத்துடன் நிற்கவில்லை. வியாபாரத்துறையிலும் ஈடுபட்டார்கள். நிலம் வாங்கி வீடு கட்டினார்கள். இவ்வாறு கூலிகளாக வந்து பலர், வீடு நிலம் படைத்த குடித்தனக்காரர்களாயினர். அவர்களைப் பின்தொடர்ந்து இந்தியாவிலிருந்து வியாபாரிகள் வந்து குடியேறலானார்கள். இவ்வாறு முதன்முதலாக வந்த வியாபாரி சேத் அபுப்பகர் ஆமோத் என்பார். அவருடைய வியாபாரம் விரைவில் செழித்தோங்கிற்று.

வெள்ளைக்கார வியாபாரிகள் இப்போது பீதியுறலானார்கள். முதலில் அவர்கள் இந்தியத் தொழிலாளரை விரும்பி வரவேற்றபோது, அவர்கள் இவ்வளவு தொழில் திறமை உடையவர்கள் என்று எதிர்பார்க்கவில்லை. இந்தியர்கள் சொந்தத்தில் நிலம் வாங்கி விவசாயம் செய்வதையாவது சகிக்கலாம், வியாபாரத்திலும் அவர்கள் போட்டியிட வருவதைப் பொறுக்கமுடியாதென அவ்வெள்ளைக்காரர் நினைத்தனர்.

இந்தியர்களிடம் விரோதம் மூண்டதற்கு ஆதி காரணம் இதுவே. பின்னர், அது வளர்வதற்குப் பல சாதனங்கள் ஏற்பட்டன. அவர்களுடைய வாழ்க்கைமுறையுடன் மாறுபட்ட நமது வாழ்க்கைமுறைகள், நமது எளிய வாழ்வு, சொற்ப லாபத்துடன் திருப்தியடையும் குணம், சுகாதார விதிகளைப் பற்றி நாம் கொண்டுள்ள அலட்சியப் பாவனை, சுற்றுப்புறங்களைத் தூய்மையாக நாம் காட்டும் லோபித்தனம், கடைசியாக

மதவேற்றுமை ஆகிய இவை அவ்விரோதம் கொழுந்துவிட்டெரியும்படி செய்தன. இந்தியரின் வாக்குரிமையைப் பறிக்கும் மசோதாவிலும், ஒப்பந்தத் தொழிலாளி வகுப்பைச் சேர்ந்த இந்தியர் மீது வரிபோடும் மசோதாவிலும் சட்டத்தின் மூலமாய் இவ்விரோதம் வெளியாயிற்று. சட்டத்திற்குப் புறம்பாக ஏற்கனவே பலவகைத் தொந்தரவுகள் ஆரம்பமாகிவிட்டன.

இந்தியரின் போட்டியைத் தொலைப்பதற்குக் கூறப்பட்ட முதல் யோசனை, தொழிலாளிகளை ஒப்பந்தக்காலம் முடிவதற்கு பலாத்காரமாக இந்தியாவுக்கே திருப்பி அனுப்பிவிடுவதாகும், ஆனால், இதற்கு அரசாங்கத்தார் இணங்கமாட்டார்களென்று கருதப்பட்டு அதன்மேல் வேறொரு யோசனை கூறப்பட்டது. அதுவருமாறு:

1) ஒப்பந்தக்காலம் முடிந்ததும் ஒப்பந்தத் தொழிலாளி இந்தியாவுக்கு திரும்பிவிடவேண்டும். இல்லாவிடின்,

2) புதிய ஒப்பந்தம் இரண்டு வருஷத்துக்கு எழுதித் தரவேண்டும். இரண்டு வருஷத்துக்கு ஒருமுறை ஒப்பந்தத்தைப் புதுப்பிக்கவேண்டும். இவ்வாறு புதுப்பிக்கும்போதெல்லாம் சம்பள உயர்வு கொடுக்கப்படும்.

3) இந்தியாவுக்குப் போகவும் மறுத்து, ஒப்பந்தத்தைப் புதுப்பிக்கவும் இணங்காவிடின் வருஷத்திற்கு 25 பவுன் வரி கட்டவேண்டும்.

ஸர் ஹென்ரி பின்ஸ், மிஸ்டர் மேஸன் என்பார்கள் அடங்கிய பிரதிநிதிக்கூட்டம் ஒன்று மேற்கண்ட யோசனைக்கு இந்திய அரசாங்கத்தின் சம்மதம் பெற்று வருவதற்காக இந்தியாவுக்கு அனுப்பப்பட்டது. அச்சமயத்தில் ஸார்டு எல்ஜின் இராஜப் பிரதிநிதியாய் இருந்தார். அவர் 25 பவுன் வருஷ வரிக்கு இணங்கவில்லை. ஆனால், மூன்று பவுன் தலைவரி விதிப்பதற்குச் சம்மதித்தார். இராஜப் பிரதிநிதி அப்படிச் சம்மதித்தது பெருத்த தவறாகுமென்று நான் எண்ணினேன். இப்போதும் அதே அபிப்பிராயங்கொண்டுள்ளேன். அச்சம்மதம் கொடுத்தபோது இந்தியாவின் நலத்தை அவர் அணுவளவும் உத்தேசிக்கவில்லை. நேட்டால் ஐரோப்பியர்களுக்கு, நலத்தை அவர் அணுவளவும் உத்தேசிக்கவில்லை. நேட்டால் ஐரோப்பியர்களுக்கு இப்படி அனுகூலம் செய்து கொடுத்தல் அவருடைய கடமையே அன்று. தொழிலாளியும் மூன்று அல்லது நான்கு வருஷகாலத்தில், தனக்கும் தன் மனைவிக்கும், 16 வயதுக்கு மேற்பட்ட ஒவ்வோர்

ஆண்குழந்தைக்கும் மும்மூன்று பவுன் வரி செலுத்த வேண்டியவனானான். கணவன், மனைவி, இரண்டு குழந்தைகள் ஆக நான்கு பேரடங்கிய ஒரு குடும்பத்துக்கு, குடும்பத்தலைவன் மாதம் 14 ஷில்லிங்குக்குமேல் சம்பாதிக்க முடியாதிருக்கும்போது, வருஷத்தில் 12 பவுன் வரி விதித்து வசூலித்தல் மகாக் கொடியதென்று சொல்லவேண்டுவதில்லை. உலகில் வேறெங்கும் இத்தகைய அநீதி நிகழ்ந்ததில்லை.

இவ்வரியை எதிர்த்து நாங்கள் தீவிரமாகக் கிளர்ச்சி செய்தோம். நேட்டால் இந்தியக் காங்கிரஸ் மௌனம் சாதித்திருந்தால், இராஜப் பிரதிநிதி 25 பவுன் வரிக்கும் சம்மதம் கொடுத்திருக்கலாம். 25 பவுன் வரி 3 பவுன் வரியானதற்குக் காங்கிரஸ் கிளர்ச்சியே காரணமாயிருந்திருக்க வேண்டும். ஆனால், இந்த உத்தேசம் தவறாகவுமிருக்கலாம். இந்திய அரசாங்கம் ஆதி முதலே 25 பவுன் வரியை அங்கீகரியாமல் அதை மூன்று பவுன் வரியாக்கி இருத்தல் கூடும். எப்படி இருந்தாலும் இந்திய அரசாங்கம் நம்பிக்கைத் துரோகக் குற்றத்துக்கு ஆளாகின்றது. இந்தியாவின் நலத்துக்குப் பொறுப்பாளியான இராஜப்பிரதிநிதி இந்த ஜீவகாருண்யமற்ற கொடும் வரியை ஒருநாளும் அங்கீகரித்திருக்கக்கூடாது.

வரியை 25 பவுனிலிருந்து 3 பவுனுக்கு கொண்டுவந்ததை ஒரு பெரும் வெற்றியாகக் காங்கிரஸ் கருதவில்லை. ஒப்பந்தத் தொழிலாளிகளான இந்தியரின் நலத்தை முழுவதும் பாதுகாக்க முடியவில்லையே என்று வருந்தினோம். அவ்வரியை ஒழித்துவிட வேண்டுமென்றே காங்கிரஸ் அப்போது உறுதிகொண்டிருந்தது. ஆனால், இருபது ஆண்டுகள் சென்ற பின்னரே இவ்வுறுதி நிறைவேறிற்று. நேட்டால் இந்தியர்கள் மட்டுமன்றி தென்னாப்பிரிக்க இந்தியர் அனைவரும் ஒரு முகமாய் முயன்றதின் பயனாகவே அவ்வரி ஒழிந்தது. காலஞ்சென்ற ஸ்ரீ கோபாலகிருஷ்ண கோகலேக்குக் கொடுத்த வாக்குறுதி நிறைவேற்றப்படாததை ஆதாரமாகக் கொண்டு முடிவான போராட்டம் எழுந்தது. அப்போராட்டத்தில் ஒப்பந்தத் தொழிலாளி இந்தியர்கள் தங்கள் கடமையைக் குறைவற ஆற்றினார்கள். அவர்களில் பதினாராயிரம் பேருக்குமேல் சிறைவாச தண்டனை அனுபவித்தார்கள். சிலர் துப்பாக்கிப் பிரயோகத்தினால் உயிர் துறக்கவும் நேர்ந்தது.

இறுதியில் சத்தியமே ஜெயம் அடைந்தது. இந்தியர்கள் அனுபவித்த துன்பங்களில் அச்சத்தியம் பிரகாசித்தது. ஆனால் தளராத நம்பிக்கையும் அளவிடப்படாத பொறுமையும், இடைவிடாத முயற்சியும் இருந்திராவிடின் அப்போராட்டம் வெற்றி

பெற்றிருக்க முடியாது. தென்னாப்பிரிக்கா இந்தியர்களுக்கும் சரி, பாரத தேசத்துக்கும் சரி, மகத்தான ஓர் அவமானத்துக்கு அறிகுறியாய் அது விளங்கிக்கொண்டு வந்திருக்கும்.

22. பல சமய ஆராய்ச்சி

தென்னாப்பிரிக்கா இந்திய சமூகத்தின் ஊழியத்தில் நான் பூரணமாய் ஈடுபட்டிருந்தேனென்றால், அதற்குக் காரணம் ஆத்மானுபூதிப் பேற்றில் எனக்கிருந்த ஆவலேயாகும். ஆண்டவனை அறிதல், தொண்டின் மூலமாகவும் இயலும் என்று நான் உணர்ந்தேன். ஆதலின் தொண்டுசெய்யும் மதத்தையே என்னுடைய மதமாகச் செய்துகொண்டேன். என் வரையில் தொண்டு என்பது பாரதநாட்டின் தொண்டேயாகும். ஏனெனில், அத்தொண்டு நான் தேடாமலே என்னை நாடி வந்தது. மேலும், அதற்கு நான் தகுதியும் பெற்றிருந்தேன். பிரயாணம் செய்வதில் விருப்பம் காரணமாகவும், கத்தியவாரில் அது காலை நடந்துவந்த சூழ்ச்சிகளினின்றும் தப்புவதற்காகவும், ஜீவனோபாயத்தை முன்னிட்டும் நான் தென்னாப்பிரிக்காவுக்கு வந்தேன். வந்த இடத்தில் மேற்சொன்னவாறு இறைவனைத் தேடுவதில் நான் ஈடுபட்டிருப்பதாகக் கண்டேன். ஆத்மஞான முயற்சியை மேற்கொண்டிருப்பதாக உணர்ந்தேன்.

என் கிறிஸ்துவ நண்பர்கள் அசாத்தியமான அறிவுப் பசியை எனக்கு உண்டாக்கிவிட்டார்கள். அது தணியாப் பசியாகிவிட்டது. நான் அதை அலட்சியம் செய்ய விரும்பினாலும் அவர்கள் சும்மா விடுவதில்லை. டர்பனில் தென்னாப்பிரிக்கா மதப்பிரச்சார சபையின் தலைவரான மிஸ்டர் ஸ்பென்ஸர் வால்டன் என்னைக் கண்டுபிடித்தார். விரைவில் நான் அவருடைய குடும்பத்தைச் சேர்ந்தவன்போல் ஆனேன். பிரிடோரியாவில் நான் கிறிஸ்துவர்களுடன் பழகியிருந்ததே இப்போது இந்நட்பு ஏற்படுவதற்கு ஆதாரமாயிருந்தது என்று சொல்லவேண்டுவதில்லை. மிஸ்டர் வால்டன் ஒரு தனிப்போக்குள்ளவர். என்னை ஒருமுறையேனும் கிறிஸ்துவ மதத்தைத் தழுவும்படி அவர் சொன்னதாக நினைவில்லை. ஆனால், அவரது வாழ்க்கையைத் திறந்த புத்தகத்தைப்போல் அவர் எனக்குக் காட்டினார். அவருடைய எல்லாச் செயல்களையும் கவனிக்க இடங்கொடுத்தார். அவருடைய மனைவியார் சாதுவானப் பெண்மணி. கல்விக் கேள்விகளில் சிறந்தவர். இத்தம்பதிகளின் போக்கு எனக்கு நிரம்பப் பிடித்திருந்தது. எங்களுக்கு அடிப்படையான வேற்றுமைகள் உண்டென்பதை

அறிந்திருந்தோம். எவ்வளவு வாதமிட்டாலும் அவ்வித்தியாசங்கள் மறையக்கூடியவையல்ல. ஆனால், சகிப்புத் தன்மை, சத்தியம் இவை உள்ள இடத்தில் இவ்வேற்றுமைகளாலும் நன்மை உண்டாகுமே அன்றி வேறில்லை. மேற்சொன்ன சதிபதிகளின் தாழ்மைக் குணமும், விடாமுயற்சியும், கடமைப்பற்றும் என் உள்ளத்தைக் கொள்ளைகொண்டன. நாங்கள் அடிக்கடிச் சந்தித்து வந்தோம்.

இந்த நட்பு, சமய ஆராய்ச்சியில் எனது சிரத்தையை குன்றாதிருக்கச் செய்தது. சமயப்படிப்புக்குப் பிரிடோரியாவில் கிடைத்த அவ்வளவு நேரம் இங்கே கிடைத்தல் இயலாத காரியம். ஆயினும், சாவகாசம் கிடைத்தபோதெல்லாம் அதை வீணாக்காமல் இத்துறையில் பயன்படுத்தி வந்தேன். சமய சம்பந்தமான கடிதப் போக்குவரவும் நடந்துவந்தது. இராஜசந்திரர் எனக்கு வழிகாட்டி வந்தார். நர்மதா சங்கரரின் 'தர்மவிசாரம்' என்னும் நூலை ஒரு நண்பர் எனக்கு அனுப்பினார். அதன் முகவுரை என் ஆராய்ச்சியின் பயனாக ஏற்பட்டப் புரட்சியைப் பற்றி அம்முகவுரையில் கூறியிருந்த பகுதி என் மனதைக் கவர்ந்துவிட்டது. அப்புத்தகத்தை அடியிலிருந்து கடைசிவரை ஓர் எழுத்தும் விடாமல் கவனமாகப் படித்து முடித்தேன். மற்றும், 'இந்தியா நமக்குக் கற்பிக்கக்கூடியதென்ன?' என்னும் மாக்ஸ்முல்லரின் புத்தகத்தையும், பிரம்ம ஞான சபையார் வெளியிட்டிருந்த உபநிஷங்களின் மொழிபெயர்ப்பையும் சிரத்தையுடன் படித்தேன். இவற்றினாலெல்லாம் ஹிந்து மதத்தில் நான் வைத்திருந்த மதிப்பு அதிகமாயிற்று. அதன் சௌந்தரியங்கள் எனக்கு நன்குப் புலப்படலாயின. ஆனால், இதனால் பிற மதங்களிடம் எனக்கு மதிப்புக் குறைந்துபோய்விடவில்லை. வாஷிங்டன் இர்வின் இயற்றிய 'முகமதும் அவருடைய சீடர்களும்' என்னும் புத்தகமும் நபிகள் நாயகத்துக்குக் கார்லைல் கூறியுள்ள புகழுரைகளும் முகமது நபியிடம் எனது நன்மதிப்பை அதிகரிக்கச் செய்தன. 'ஜாரதுஷ்டிரின் உபதேசங்கள்' என்னும் புத்தகம் ஒன்றையும் படித்தேன்.

இவ்வாறு பல மதங்களைப் பற்றியும் என் அறிவு விருத்தியடைந்து வந்தது. இவ்வாராய்ச்சி ஆன்மப் பரிசோதனை செய்துகொள்வதற்கு எனக்கு ஒரு தூண்டுகோலாயிருந்தது. ஆராய்ச்சியில் எதெது நல்லதென்று தோன்றுகிறதோ அதையெல்லாம் அனுஷ்டானத்தில் கொண்டுவரும் வழக்கம் ஏற்பட்டு வளரலாயிற்று. இவ்வாறு ஹிந்து மத நூல்களில் யோகாப்பியாசத்தைப் பற்றி நான் படித்தறிந்த அளவுக்கு, அம்முறைகளில் சிலவற்றைச் சாதனையில்

கொண்டுவர முயன்றேன். ஆனால், இம்முயற்சியில் வெகுதூரம் முன்னேற முடியவில்லை. இந்தியா சென்றதும் யோகி ஒருவரின் துணைகொண்டு அவ்வப்பியாசங்களைச் செய்யலாமெனத் தீர்மானித்தேன். அவ்வாசை இதுகாறும் நிறைவேறவில்லை.

டால்ஸ்டாயின் புத்தகங்களையும் கவனம் செலுத்திப் படிக்கத்தொடங்கினேன். 'சுவிசேஷங்களின் சாரம்', 'என்ன செய்வது?' முதலிய டால்ஸ்டாயின் புத்தகங்கள் என் மனதைப் பெரிதும் கவர்ந்தன. உலகில் ஜீவகோடிகள் எல்லாவற்றினிடத்தும் அன்பு செலுத்துவதின் பெருமை நாளுக்குநாள் எனக்கு நன்கு புலனாகி வந்தது.

இச்சமயத்திலே மற்றொரு கிறிஸ்துவக் குடும்பத்துடனும் எனக்குப் பழக்கம் ஏற்பட்டது. அவர்களுடைய யோசனையின்படி, பிரதி ஞாயிற்றுக்கிழமையும் வெஸ்லியன் மிஷனைச் சேர்ந்த ஒரு கோயிலுக்குப் போய்வந்தேன். இத்தினங்களில் அவர்களுடைய வீட்டுக்கு விருந்துண்ண வரும்படியும் அழைத்திருந்தார்கள். கோயிலுக்குப் போனதில் அவ்வளவாக நான் திருப்தி அடையவில்லை. அங்கு நடந்த உபந்நியாசங்கள் மனிதனுக்கு பக்தி சிரத்தையை எழுப்புவனவல்ல. கோயிலுக்கு வந்தவர்களும் சமயப்பற்றுள்ளவர்களாகக் காணப்படவில்லை. அக்கூட்டம் பக்திமான்களுடையக் கூட்டமன்று. உலகப் பற்றே அதிகமாயுள்ள மனிதர்கள். பொழுதுபோக்குக்காகவும் வழக்கத்தையொட்டியும் கோயிலுக்கு வந்திருந்தார்களென்று தோன்றிற்று. இங்கே, சில சமயங்களில், என்னை அறியாமல் தூக்கம் வந்துவிடுவதுண்டு. இதனால், வெட்கமடைந்தேனாயினும், பக்கத்திலிருந்தவர்களின் நிலையும் இப்படித்தான் என்று அறிந்து ஆறுதலடைவேன். இம்மாதிரி எவ்வளவு நாள் சிரத்தை இல்லா காரியத்தைச் செய்துகொண்டிருப்பது? கடைசியில் கோயிலுக்குப் போவதை நிறுத்திவிட்டேன்.

மேற்படி, குடும்பத்தாருடன் என் பழக்கம் திடீரென்று நின்றுபோயிற்று. இனிமேல் வரவேண்டாம் என அவர்களே எச்சரிக்கை செய்துவிட்டார்கள் என்று சொல்லலாம். இது பின்வருமாறு நிகழ்ந்தது. அவ்வீட்டு எஜமாட்டி நிரம்ப நல்லவர் சூதுவாதறியாதவர். ஆனால், குறுகிய மனப்பான்மை உடையவர். எப்போதும் நாங்கள் மத சம்பந்தமான விஷயங்களைப் பற்றி விவாதிப்போம். அர்னால்டின் 'ஆசிய தீபம்' என்னும் புத்தர் சரிதத்தை அப்போது நான் மறுபடியும் படித்துக்கொண்டிருந்தேன். ஒருமுறை நாங்கள் ஏசுநாதருடைய வாழ்வு முறையையும், புத்தரின்

வாழ்க்கை நெறிமுறையையும் ஒப்பிடத்தொடங்கினோம். 'புத்தருடைய அபார கருணையைப் பாருங்கள் அவருடைய கருணை மனிதவர்க்கத்தை மட்டும் தழுவியதன்று ஜீவராசிகள் அனைத்தையும் தழுவி நிற்பது. அவருடையத் தோள்களில் ஆட்டுக்குட்டி ஆனந்தம் கொண்டிருந்ததை எண்ணுங்காலத்தில் நம் ஹிருதய ஊற்றுக்களில் அன்பு வெள்ளம் பொங்குகிறதன்றோ? ஜீவராசிகள் அனைத்திடத்தும் செலுத்தப்படும் இத்தகைய அன்பு ஏசுநாதர் வாழ்க்கையில் புலனாகவில்லை' என்று நான் கூறினேன். இவ்வாறு நான் ஒப்பிட்டது அப்பெண்மணிக்கு மனவருத்தத்தை அளித்தது. அவருடைய மனோநிலையை அறிந்ததும் உடனே அப்பேச்சை நிறுத்திக்கொண்டேன். பின்னர் உணவறைக்குச் சென்றோம். அப்பெண்மணிக்கு ஐந்து வயதுள்ள புதல்வன் ஒருவன் இருந்தான். குழந்தைகளின் மத்தியில் விளையாடிக்கொண்டிருப்பதைப்போல் எனக்கு மகிழ்ச்சி தருவது வேறொன்றும் இல்லை. இச்சிறுவனும் நானும் நீண்டநாள் நண்பர்கள். அன்று உணவருந்துகையில் அவனுடைய தட்டிலிருந்த இறைச்சித் துண்டை நிரம்ப இருந்தும். என் தட்டிலிருந்த ஆப்பிள் பழத்தைச் சிலாகித்தும் நானே பேசினேன். விவரம் தெரியாத அப்பாலனும் என் பேச்சில் மயங்கி ஆப்பிள் பழத்தைப் புகழ ஆரம்பித்தான்.

ஆனால், அவன் தாயாரோ? திடுக்கிட்டுப் போனார். எனக்கு எச்சரிக்கையாயிற்று. உடனே, அப்பேச்சை மாற்றிவிட்டேன். அடுத்த ஞாயிற்றுக்கிழமை வழக்கம்போல் அவர்கள் வீட்டுக்குப் போனேன். ஆனால், என்ன ஆகுமோ என்ற நடுக்கத்துடனேயே போனேன். போகாமல் நின்றுவிட வேண்டுமென எனக்குத் தோன்றவில்லை. அது நன்றாயிராது என எண்ணினேன். ஆனால், அப்புண்யவதி என் சங்கடத்தை நிவர்த்தி செய்தார். அவர் கூறியதாவது:

"காந்தி என் பையனுக்கு உங்களுடைய சகவாசத்தினால் நன்மை விளையாதென்று கூறவேண்டியவளாயிருக்கிறேன். இதை நீங்கள் தவறாக எண்ணிக்கொள்ளுதல் கூடாது. ஒவ்வொருநாளும் அவன் புலால் உண்ணத் தயங்குகிறான். பழம் கேட்கிறான் உங்களுடைய வாதத்தை நினைவூட்டுகிறான். இவ்வளவு மிஞ்சிப்போகும்படி விட்டிருக்கக்கூடாது. மாமிசம் உண்ணுவதை நிறுத்திவிட்டால் அவன் பலவீனமடைவது நிச்சயம். நோய் வாய்ப்படவும் கூடும். அதை நான் எப்படிச் சகிப்பேன். இனிமேல், உங்களுடைய வாதங்கள் எல்லாம் பெரியவர்களாகிய எங்களிடம் மட்டும் வைத்துக்கொள்ளுங்கள். குழந்தைகளுடன் வாதம் செய்தீர்களானால் அவர்கள் கட்டாயம் கெட்டுப்போவார்கள்."

நான் பின்வருமாறு பதிலளித்தேன், "அம்மணி இதன்பொருட்டு நிரம்ப வருந்துகிறேன். எனக்குக் குழந்தைகள் உண்டு. எனவே, தங்கள் குழந்தையின் நலங்குறித்துத் தங்களுக்குள்ள கவலையை நான் அறிந்துகொள்ளக்கூடும். இந்த அசந்தர்ப்பமான நிலைமைக்கு நாம் சுலபமாய் பரிகாரம் தேடிவிடலாம். என்னுடைய பேச்சினால் மாறுவதைவிட எனது நடத்தையைப் பார்ப்பதினால் குழந்தையின் மனம் அதிகமாய் மாறும். நான் என்ன சாப்பிடுகிறேன். எதை விலக்குகிறேன் என்பவை குழந்தையின் மனதில் நன்கு பதியும். எனவே, நான் தங்கள் வீட்டுக்கு வராமல் நின்றுவிடுவதே உத்தமம். இதனால், நமது நட்புக்கு எவ்வகையிலும் ஊறு நேரிட வேண்டியதில்லை."

அந்தப் பெண்மணி பெரியதொரு பாரம் நீங்கியவர்போல் "நிரம்ப வந்தனம்" என்றார்.

23. குடித்தனம் செய்தல்

குடித்தனம் ஏற்படுத்துதல் எனக்குப் புதிய அனுபவம் அன்று. ஆனால், பம்பாயிலும், லண்டனிலும் நான் நடத்தியக் குடித்தனங்களுக்கும், நேட்டால் குடித்தனத்துக்கும் நிரம்ப வேற்றுமை உண்டு. இங்கே செலவான தொகையில் ஒரு பகுதி கௌரவத்தை உத்தேசித்து மட்டுமே செலவழிந்தது. பாரிஸ்டர் பதவிக்கும், இந்தியர்களின் பிரதிநிதி என்ற அந்தஸ்துக்கும் ஏற்றபடி வாழ்க்கை நடத்துதல் அவசியமென்று கருதினேன். எனவே, நல்ல பிரதானமான இடமொன்றில் அழகிய சிறு வீடொன்றை வாடகைக்குப் பிடித்தேன். அதற்குத் தகுந்த மேஜை நாற்காலி முதலிய சாமான்கள் வாங்கிப்போட்டேன். எளிய உணவே அருந்தினேனென்றாலும். அடிக்கடி ஆங்கில நண்பர்களையும், இந்திய சகாக்களையும் விருந்துண்ண அழைத்தேனாதலால் உணவுச்செலவு அதிகமேயாயிற்று.

வீடு என்றிருந்தால் நல்ல வேலைக்காரன் ஒருவன் நிரம்ப அவசியம். ஆனால், எவனொருவனையும் வேலைக்காரனாகப் பாவித்து வேலை வாங்கி நான் அறியேன்.

என்னுடன் ஒரு தோழன் இருந்தான். குடித்தன நிர்வாகத்தில் அவன் எனக்கு உதவிசெய்து வந்தான். சமையற்காரன் ஒருவன் குடும்பத்தைச் சேர்ந்தவன்போல் இருந்து வந்தான். என்னுடைய காரியாலயத்தின் குமாஸ்தாக்களும் என்னுடனே உணவருந்தி என்னுடனேயே வசித்துவந்தார்கள்.

இவ்வாறு குடித்தனம் நடத்துவதில் நான் வெற்றி பெற்றேனென்றே சொல்லலாம். எனினும் வாழ்க்கையின் துயரகரமான அனுபவங்கள் சில, அதில் எனக்கு ஏற்படாமற் போகவில்லை.

மேலே நான் குறிப்பிட்ட என் தோழன் மிகவும் கெட்டிக்காரன். அவன் எனக்கு உண்மையாக நடந்துகொள்வானென எண்ணியிருந்தேன். ஆனால், இதில் நான் ஏமாற்றப்பட்டேன். என்னுடனிருந்த குமாஸ்தா ஒருவரிடம் இவன் பொறாமைகொண்டு அவரிடம் எனக்கு அவநம்பிக்கை ஏற்படும்படியாகச் சூழ்ச்சிகள் செய்துவிட்டான். இந்த குமாஸ்தா நண்பர், நிரம்ப ரோஸக்காரர். நான் அவரைச் சந்தேகிக்கிறேன் என்று அவருக்குத் தெரிந்ததும் உடனே வீட்டைவிட்டுப் போனதுடன் வேலையையும் ராஜினாமா செய்துவிட்டார். எனக்கு இது துன்பமளித்தது. ஒருக்கால் அவருக்கு அநீதி செய்துவிட்டோமோவென எண்ணினேன். இதன்பொருட்டு என் மனச்சான்று எப்போதும் என்னை வருத்திக்கொண்டேயிருந்தது.

இதற்கிடையில், சமையற்காரன் சில தினங்கள் விடுமுறை எடுத்துக்கொண்டதனாலோ அல்லது வேறு காரணத்தினாலோ வீட்டில் இல்லை. அவன் இல்லாத நாட்களுக்கு வேறொரு சமையற்காரனை அமர்த்த வேண்டியிருந்தது. இப்புதிய சமையற்காரன் பெரிய 'கில்லாடி' என்று பின்னால் தெரிந்துகொண்டேன். ஆனால், எனக்கு அவன் ஆண்டவன் அனுப்பிய தூதனானான். அவன் வந்த இரண்டு மூன்று தினங்களுக்குள், என் வீட்டில் எனக்குத் தெரியாமல் சில ஒழுங்கீனமான செயல்கள் நடைபெறுவதாக அறிந்துகொண்டேன். இதைப்பற்றி எனக்கு எச்சரிக்கை செய்யவேண்டுமென்று தீர்மானித்தான். பிறரை எளிதில் நம்பக்கூடியவனென்றும் ஆனால், நேர்மை உடையவனென்றும் அப்போது நான் பெயர் வாங்கியிருந்தேன். எனவே, என் வீட்டில் ஒழுங்கீனங்கள் நடைபெறுவதாகக் கண்டபோதும் அவன் திடுக்கிட்டுப் போய்விட்டான். தினந்தோறும் மத்தியான வேளைச் சிற்றுண்டி அருந்த 1மணிக்கு நான் வீடு திரும்புவது வழக்கம். ஒருநாள் 12மணிக்கு அப்புதிய சமையற்காரன் இரைக்கஇரைக்க காரியாலயத்துக்கு ஓடிவந்து "தயவுசெய்து உடனே வீட்டுக்கு வாருங்கள் ஓர் அதிசயம் இருக்கிறது" என்றான்.

"சங்கதி என்ன சொல். இந்த நேரத்தில் நான் எப்படிக் காரியாலயத்தை விட்டு வரமுடியும்?" என்று கேட்டேன்.

"இப்போது வராவிடின் பின்னால் வருந்து வீர்கள் அவ்வளவுதான் சொல்லமுடியும்" என்றான் சமையற்காரன்.

அவனுடைய பிடிவாதத்திலிருந்து ஏதோ விஷயம் இருக்கவேண்டுமெனத் தீர்மானித்து, உடனே அவன் பின்னால் புறப்பட்டேன். ஒரு குமாஸ்தாவும் எங்களுடன் வந்தார். சமையற்காரன் நேரே எங்களை மேல்மாடிக்கு அழைத்துச்சென்று என்னுடைய தோழனுடைய அறையைச் சுட்டிக்காட்டி, "கதவைத் திறந்து விஷயமின்னதென நீங்களே பார்த்துக்கொள்ளுங்கள்" என்றான்.

இப்பொழுது எனக்கு எல்லாம் விளங்கிவிட்டன. கதவை இடித்தேன். பதில் இல்லை. பின்னர் சுவர்கள் அதிரும்படியாக ஓங்கிஓங்கி இடித்தேன். கடைசியில் கதவுத் திறக்கப்பட்டது. உள்ளே என் தோழனுடன் விபசாரி ஒருத்தி இருந்தாள். உடனே வீட்டைவிட்டு வெளியேறும்படியும், இனி என்றும் இங்கு அடிவைக்கக் கூடாதென்றும் எச்சரிக்கை செய்து அனுப்பினேன்.

பின்னர், அத்தோழனிடம் நான் சொன்னதாவது, "இந்தக் கணத்திலிருந்து உனக்கும் எனக்கும் யாதொரு சம்பந்தமுமில்லை. நான் பெரிதும் ஏமாந்துபோனேன். ஊர் சிரிக்க இடம் வைத்துக்கொண்டேன். உன்னை நம்பி இருந்தேனே? அதற்கு நீ செய்த கைம்மாறு இதுதானா?"

இப்போதேனும் நல்லறிவு பெற்றுப் பதில் சொல்வதற்குப் பதிலாக, அவன் என்னைக் காட்டிக்கொடுத்துவிடுவதாகப் பயமுறுத்தினான்.

"ஒளிப்பதற்கு என்னிடம் ஒன்றுமில்லை. நான் செய்ததையும் நீ தாராளமாக வெளிப்படுத்தலாம். ஆனால், இந்த நிமிஷமே நீ இவ்விடத்தைவிட்டுப் போய்விட வேண்டும்" என்று நான் கூறினேன். இதனால் அவனுடைய கோபம் அதிகமாயிற்று, வேறு வழி இல்லாமல்போகவே நான் கீழே நின்றுகொண்டிருந்த குமாஸ்தாவிடம், "தயவு செய்து உடனே போலீஸ் சூப்பரின்டெண்டினிடம் சென்று என் வந்தனங்களைத் தெரிவித்துவிட்டு, என்னுடன் வசித்துக்கொண்டிருந்த ஆசாமி ஒருவன் தவறாக நடந்தபடியால் அவனை வீட்டைவிட்டுப் போகச்சொன்னதாகவும், அவன் போக மறுப்பதால் தயவு செய்து போலீஸ் உதவி வேண்டுமென்று கேட்பதாகவும் தெரிவியுங்கள்" என்றேன்.

இதைக்கேட்டதும் அவனுக்குப் புத்தி வந்தது. அவனுடைய குற்றம் அவனை அதைரியப்படுத்திற்று. என்னிடம் மன்னிப்புக் கேட்டுக்கொண்டு, தான் உடனே வீட்டைவிட்டுப் போவதாகவும், போலீஸாருக்குத் தெரிவிக்கவேண்டாமென்றும் சொன்னான். அப்படியே வீட்டைவிட்டுப் போனான்.

இந்தச் சம்பவம் என் வாழ்க்கையில் ஒரு நல்ல தருணத்தில் எனக்கு எச்சரிக்கையாக ஏற்பட்டது. இந்தக் கெட்டமனிதன் என்னை அவ்வளவு தூரம் ஏமாற்றிவிட்டான் என்பதை அப்போதே தெரிந்துகொண்டேன். அவனுக்கு நான் இடங்கொடுத்தது, ஒரு நல்ல நோக்கத்தை முன்னிட்டுக் கெட்டசாதனத்தைக் கைக்கொண்டதற்கு ஒப்பாகும், அத்தோழனும் தீய நடத்தையுள்ளவன் என்பது எனக்குத் தெரிந்தேயிருந்தது. ஆனால், அவன் என்னிடம் உண்மையாய் நடந்துகொள்வானென்றும், அவனைச் சீர்திருத்திவிடலாமென்றும் நம்பினேன். அவனைச் சீர்திருந்தும் முயற்சியில் ஏறக்குறைய என் அழிவையே தேடிக்கொண்டேன். நண்பர்கள் அன்புடன் கூறிய எச்சரிக்கைகளையும் அசட்டைச் செய்தேன். அவனிடம் நான் வைத்திருந்த பிரியம் என்னைக் குருடனாக்கியிருந்தது.

புதிய சமையற்காரன் வந்திராவிட்டால், எனக்கு உண்மை தெரிந்திராமலே போயிருக்கலாம். இந்நிகழ்ச்சிக்குப் பின்னர் நான் பற்றறுத்த வாழ்க்கை நடத்த ஆரம்பித்தேன். இச்சம்பவம் நேர்ந்திராவிட்டால் அவன் விஷயத்தில் நான் நிரம்பக் காலத்தை வீணாக்கி வந்திருப்பேன். என்னை இருளிலேயே வைத்திருந்து தப்பு வழியில் நடத்தும் சக்தி அவனிடம் இருந்தது.

ஆனால், முன்னர் பலமுறைகளில் போலவே இப்போதும் ஆண்டவன் எனக்குத் துணைபுரிந்தார். என்னுடைய நோக்கங்கள் தூயனவாய் இருந்தபடியால் நான் தவறு செய்தபோதிலும் அவர் என்னைக் காத்தருள் செய்தார். வாழ்க்கையின் ஆரம்பத்தில் நேர்ந்த இந்த அனுபவமானது வருங்காலத்துக்கு எனக்கு ஓர் எச்சரிக்கை ஆயிற்று.

புதிய சமையற்காரனை ஆண்டவனால் அனுப்பப்பட்ட ஓர் தூதனாகவே கருதினேன். அவனுக்கு சமையல் வேலைத் தெரியவில்லை. அவ்வேலையில் அவனை நீண்டகாலம் வைத்திருக்கவும் மாட்டேன். ஆனால், அவனை அன்றி வேறு யாரும் என் கண்களைத் திறந்திருக்க முடியாது. அந்த விபச்சாரி என் வீட்டுக்கு வந்தது இது முதல் தடவை அன்றென எனக்குப் பின்னால் தெரிந்தது. இதற்கு முன்பும் பலமுறைகளில் அவள் வந்திருந்தாளாம்.

ஆனால், யாருக்கும் என்னிடம் தெரிவிக்கத் தைரியமில்லை. ஏனெனில், நான் அத்தோழனை முழுவதும் நம்பினேன் என்பது எல்லாருக்கும் தெரியும். எனக்கு இந்த ஊழியம் செய்வதற்கென்றே அந்த சமையற்காரன் வந்தான் போலும். ஏனெனில், அந்த நிமிஷமே அவன் வேலையைவிட்டுப் போக அனுமதி கேட்டான்.

"நான் உங்கள் வீட்டில் இருக்க முடியாது. உங்களை எளிதில் பிறர் ஏமாற்றிவிடுகிறார்கள். இது எனக்குத் தகுந்த இடமன்று" என்று அவன் கூறினான். அவன் போவதற்கு அனுமதி கொடுத்தேன். நிற்க.

முன்னர் என்னைவிட்டுப்போன குமாஸ்தாவிடம் எனக்கு அவநம்பிக்கை உண்டுபண்ணியவன் மேற்சொன்ன தோழனே என்று இப்போது தெரிந்தது. அந்தக் குமாஸ்தாவுக்கு நான் செய்த அநீதிக்குப் பரிகாரம் செய்யவேண்டுமெனப் பெரிதும் முயற்சிசெய்தேன். ஆனால், அவருக்குப் பூரண திருப்தி அளிக்க முடியவில்லை என்ற வருத்தம் இன்றளவும் எனக்கு உண்டு. ஒருமுறை ஏற்பட்டுவிட்ட பிளவு, பின்னர் எவ்வளவுதான் ஒட்டுப்போட்டாலும் முன்போல் ஆகிவிடுமா?

24. தாய் நாடு நோக்கல்

தென்னாப்பிரிக்காவுக்கு நான் வந்து இப்போது மூன்று வருஷங்களாகிவிட்டன. அங்குள்ள ஜனங்களை நான் தெரிந்துகொண்டிருந்தேன். அவர்களும் என்னை அறிந்துகொண்டு விட்டார்கள். 1896ல் ஆறுமாத காலம் தாய்நாட்டுக்குச் சென்றுவர அனுமதி கேட்டேன். தென்னாப்பிரிக்காவில் நான் நீண்டகாலம் வசிக்க வேண்டி இருக்குமென அப்போது நிச்சயமாகிவிட்டது. பாரிஸ்டர் தொழில் நன்றாக நடந்துவந்தது. ஜனங்களுக்கு அங்கே நான் தேவையாய் இருந்தேன் என்பது தெளிவாகத் தெரிந்தது. எனவே, வீட்டுக்குச்சென்று மனைவியையும் குழந்தைகளையும் அழைத்துக்கொண்டு திரும்பி வந்து தென்னாப்பிரிக்காவிலேயே குடியேறிவிடுவதென்று தீர்மானித்தேன். மேலும், தாய்நாட்டுக்குப்போனால் அங்கே கொஞ்சம் வேலை செய்யலாமென்றும் எண்ணினேன். தென்னாப்பிரிக்கா இந்தியர்களின் நிலையைப் பொதுஜனங்களுக்கு அறிவித்து அவர்களுக்கு இவ்விஷயத்தில் அதிக சிரத்தையை உண்டுபண்ணலாமெனக் கருதினேன், ஆறாப் புண்ணாயிருந்த மூன்று பவுன் தலைவரி ஒழியும்வரை அமைதி ஏற்பட முடியாதன்றோ?

ஆனால், நான் இல்லாதபோது காங்கிரஸ் வேலையையும் கல்விச் சங்கத்தையும் யார் கவனிப்பது? ஆதம்ஜி மியாகான், பார்ஸீ ரஸ்டம்ஸி இவ்விருவரும் அதற்கேற்றவர்கள் என்று எனக்குத் தோன்றிற்று. வியாபார வகுப்பினரில் பொதுவேலை செய்ய முன்வரக்கூடியவர்கள் இப்போது பலர் இருந்தார்கள். ஆனால், அவர்களுக்குள், இந்தியச் சமூகத்தின் நன் மதிப்பைப் பெற்றிருந்ததோடு, காரியதரிசிகளாயிருந்து ஒழுங்காக வேலை செய்துவரக்கூடியவர் இவ்விருவருமே, காரியதரிசிக்குக் காரியம் நடத்தவேண்டிய அளவுக்கேனும் ஆங்கிலம் தெரிந்திருத்தல் அவசியம். எனவே, ஆதம்ஜி மியாகானின் பெயரை நான் காங்கிரஸுக்குச் சிபாரிசு செய்தேன். காங்கிரஸும் அதை அங்கீகரித்து அவரைக் காரியதரிசியாக நியமித்தது. இவ்வாறு அவரைத் தேர்ந்தெடுத்தது மிகவும் சரியானக் காரியமெனப் பின்னால் அனுபவத்தில் தெரியவந்தது. ஆதம்ஜி எல்லோருக்கும் திருப்தியிளித்தார். அவரிடம் விடாமுயற்சி, தாராளச் சிந்தை, இனிய தன்மை, மரியாதை முதலிய நற்குணங்கள் பிரகாசித்தன. காரியதரிசி வேலைப் பார்ப்பதற்கு பாரிஸ்டர் பட்டம் பெற்றவனோ, உயர்தர ஆங்கிலக்கல்வி பயின்றவனோதான் வேண்டுமென்பது அவசியமில்லையென அவர் நிரூபித்துவிட்டார்.

1896ஆம் ஆண்டின் மத்தியில் கல்கத்தாவுக்குப் புறப்பட்ட பொங்கோலா என்னும் கப்பலில் நான் தாய்நாட்டுக்குப் பிரயாணமானேன்.

கப்பலில் பிரயாணிகள் மிகச்சிலரே இருந்தனர். அவர்களில் இருவர் ஆங்கில உத்தியோகஸ்தர். அவர்களுடன் நான் நெருங்கிப் பழகநேர்ந்தது. அவர்களில் ஒருவருடன் தினந்தோறும் ஒருமணி நேரம் நான் சொக்கட்டான் ஆடினேன். கப்பலின் டாக்டர் 'தமிழ் ஸ்வபோதினி' புத்தகம் ஒன்று எனக்குக் கொடுத்தார். அதை நான் படிக்கத் தொடங்கினேன். நேட்டாலில் என்னுடைய அனுபவத்திலிருந்து, முஸ்லிம்களுடன் நெருங்கிப் பழக்குவதற்கு உருதும், சென்னை இந்தியர்களுடன் பழகுவதற்குத் தமிழும் கற்றுக்கொள்ள வேண்டுமெனத் தெரிந்துகொண்டிருந்தேன்.

மேற்குறிப்பிட்ட ஆங்கில நண்பரும் நானும் சேர்ந்து உருது முனிஷி ஒருவரைக் கண்டுபிடித்தோம். எனவே, எங்கள் படிப்பு நன்றாக அபிவிருத்தியடைந்து வந்தது. என்னைவிட அந்த உத்தியோகஸ்தருக்கு ஞாபக சக்தி அதிகம். ஒருமுறை ஒருவார்த்தையைப் படித்துவிட்டால், பின்னர் அவர் அதை மறக்கவே மாட்டார். ஆனால், எனக்கு உருது எழுத்துகளை

நினைவில் வைத்திருப்பது நிரம்பக் கஷ்டமாயிருந்தது. அதிக முயற்சியுடன் நான் படித்தேனாயினும், அந்த உத்தியோகஸ்தருடன் போட்டியிட முடியவில்லை.

தமிழில் நல்ல அபிவிருத்தி அடைந்து வந்தேன். கற்றுக்கொடுக்க எவரும் இல்லையானாலும், தமிழ் 'ஸ்வபோதி'னின் நன்றாக எழுதப்பட்ட புத்தகமானபடியால், பிறருடைய உதவி அதிகமாகத் தேவையில்லாமலிருந்தது.

இந்தியாவை அடைந்தபிறகும் இப்பாஷைகளைத் தொடர்ந்து படிக்கலாமென எண்ணியிருந்தேன். ஆனால், அது இயலாததாயிற்று. 1893ம் ஆண்டுக்குப் பின்னர் நான் படித்ததெல்லாம் பெரும்பாலும் சிறைச்சாலைகளிலேயே ஆகும். சிறைச்சாலைப் படிப்பினால் தமிழிலும், உருதுவிலும் ஓரளவு நான் அபிவிருத்தி அடைந்தேன். தென்னாப்பிரிக்கா சிறைகளில் தமிழும், எரவாடா சிறையில் உருதுவும் படித்தேன். ஆனால், தமிழ்ப் பேசுவதற்கு நான் எப்போதும் கற்றுக்கொள்ளவில்லை. சிறிதளவு படிக்கத் தெரிந்திருப்பதும் பழக்கமின்மையால் துருப்பிடித்துப் போகிறது.

தமிழாவது, தெலுங்காவது தெரியாமலிருப்பது எவ்வளவு பெரிய இடையூறு என்பதை இன்னமும் நான் உணர்ந்து வருகிறேன். தென்னாப்பிரிக்காவில் திராவிட மக்கள் என்மீது சொரிந்த அன்பு இன்றளவும் போற்றுதற்குரிய ஒரு ஞாபகமாக இருந்து வருகிறது. தமிழ் நண்பர் ஒருவரையோ, தெலுங்கு நண்பர் ஒருவரையோ பார்க்கும்போதெல்லாம். தென்னாப்பிரிக்காவில் தமிழர்களிலும், தெலுங்கர்களிலும், பலர் காட்டிய உறுதியும், விடாமுயற்சியும், சுயநலக்கலப்பற்ற அருந்தியாகமும் என் நினைவுக்கு வராமல் இருப்பதில்லை. அவர்களில் ஆடவர்களும் சரி, பெண்களும் சரி, பெரும்பாலும் எழுதப்படிக்கத் தெரியாதவர்கள். எழுத்து வாசனை இல்லாத ஜனங்களுக்காகவே தென்னாப்பிரிக்காப் போராட்டம் எழுந்தது. எழுதப் படிக்க அறியாத வீரர்களாலேயே அப்போராட்டம் நடத்தப்பட்டது. ஏழைகளுக்காக நடத்திய அப்போராட்டத்தில் ஏழைகள். தங்கள் கடனைக் குறைவற ஆற்றினார்கள். அவர்களுடைய தாய்மொழியை நான் அறியாதிருந்தது கபடமற்ற அந்த சாது ஜனங்களின் உள்ளங்களைக் கவர்வதற்கு எனக்கு ஓர் இடையூறாய் இருக்கவில்லை. அவர்கள் கொச்சை ஹிந்துஸ்தானி அல்லது ஆங்கிலம் தட்டுத்தடுமாறிப் பேசினார்கள். எனவே, எங்கள் வேலை நடப்பதற்குக் கஷ்டம் எதுவும் தோன்றவில்லை.

ஆனால், அவர்கள் என்னிடம் காட்டிய பேரன்புக்கு நன்றியறிதலாகத் தமிழும், தெலுங்கும் நான் கற்றுக்கொள்ள

விரும்பினேன். முன்னமே சொன்னதுபோல் தமிழில் சிறிது அபிவிருத்தி அடைந்தேன். ஆனால், தெலுங்கில் அட்சராப்பியாசத்துக்கு அப்பால் போகவில்லை. இனிமேல் மேற்படி மொழிகளை நான் கற்றல் அசாத்தியம். ஆகவே, திராவிட மக்களேனும் ஹிந்துஸ்தானி கற்றுக்கொள்வார்கள் என நம்புகிறேன். தென்னாப்பிரிக்காவிலுள்ள திராவிடர்கள் ஆங்கிலம் தெரியாவர்கள். தட்டுத்தடுமாறியேனும் ஹிந்தி அல்லது ஹிந்துஸ்தானி பேசுகிறார்கள். பேசுபவர்கள் மட்டுமே ஹிந்தி கற்றுக்கொள்வதில்லை. ஆங்கிலம் தெரிந்திருப்பது நமது சொந்த பாஷைகளைக் கற்பதற்கு எவ்வாறு தடையாகிறதோ நான் அறியேன்.

எடுத்த விஷயத்தைவிட்டு நெடுந்தூரம் போய்விட்டேன். என் பிரயாண விவரத்தைக் கூறி முடித்தல் வேண்டும். 'பொங்கோலா' கப்பலின் தலைவரும், நானும் நண்பர்களானோம், அவர் மிகவும் நல்லவர். 'பிளிமௌத் சகோதரர்' கூட்டத்தைச் சேர்ந்தவர். நாங்கள் கப்பலோட்டுதல் சம்பந்தமான விஷயங்களைக் காட்டிலும் பரமார்த்திக விஷயங்களைப் பற்றியே அதிகமாகச் சம்பாஷித்தோம். ஒழுக்க நெறிக்கும், மதத்துக்கும் அவர் வேற்றுமை கற்பித்தார். பைபிளின் உபதேசம் அவருக்குக் குழந்தை விளையாட்டாக இருந்தது. அவ் உபதேசத்தின் அழகெல்லாம் அது மிகச்சுலபமானதாய் இருத்தலேயாகும் என்று அவர் கூறினார். "ஆடவர், பெண்டிர், குழந்தைகள் எல்லோரும் ஏசுநாதரிடத்திலும் அவருடைய தியாகத்திலும் மட்டும் நம்பிக்கை வைக்கட்டும் அவர்களுடைய பாவங்கள் நிச்சயமாக மன்னிக்கப்படும்" என்று அவர் சொல்வார். பிரிடோரியாவில் நான் சந்தித்த பிளிமௌத் சகோதரரை இவருடைய பேச்சு எனக்கு நினைவூட்டிற்று. ஒழுக்கநெறி சம்பந்தமானக் கட்டுப்பாடுகள் விதிக்கும் மதம் எதுவும் நல்லதன்று என்பது அவர் அபிப்பிராயம். இவ்வளவு விவாதமும் என்னுடைய சைவ உணவு விரதத்தை அடிப்படையாகக்கொண்டு எழுந்தது. "நீர் ஏன் மாமிசம் தின்னக்கூடாது? மாட்டிறைச்சி தின்றால்தான் என்ன தவறு? கடவுள் தாவர வர்க்கத்தை மனித குலத்தின் நன்மைக்காகவே படைத்திருப்பதுபோல், கீழ் வர்க்கங்களைச் சேர்ந்த பிராணிகளையும் படைத்திருக்கிறாரல்லவா?" என்று அவர் கேட்டார். இந்தக்கேள்விகள் மத சம்பந்தமான விவாதத்திலேயே கொண்டுபோய்விடும்.

நாங்கள் ஒருவருடைய கருத்தை ஒருவர் மாற்ற முடியவில்லை. மதமும், ஒழுக்கநெறியும் ஒன்றே என்னும் அபிப்பிராயம் எனக்கு உறுதிப்பட்டது. இதற்கு மாறான கொள்கையில் கப்பல் தலைவரும் உறுதிகொண்டிருந்தார்,

புறப்பட்ட 24 நாள் இன்பகரமான அப்பிராயாணம் முடிவடைந்தது. ஹூக்ளி நதியின் சௌந்தர்யத்தைக் கண்டு ஆனந்தித்துக்கொண்டே கல்கத்தாவில் இறங்கினேன். அன்றைய தினமே ரயிலில் பம்பாய்க்குப் பிரயாணமானேன்.

25. தாய் நாட்டில்

பம்பாய்க்குச் செல்லும் வழியில் ரயில் அலகாபாத்தில் 45 நிமிஷம் நின்றது. இந்த நேரத்திற்குள் அந்நகரைச் சுற்றி பார்த்துவிட்டு வந்துவிடலாமென எண்ணிப் புறப்பட்டேன். மருந்துக்கடையில் ஒரு மருந்து வாங்கவும் வேண்டியிருந்தது. மருந்துக்கடைக்காரர் உறங்கி விழுந்துகொண்டிருந்தார். கேட்ட மருந்தைக் கொடுப்பதற்கு அநியாயத் தாமதம் செய்தார். கடைசியில் மருந்தை வாங்கிக்கொண்டு ரயில் நிலையத்துக்கு வந்தபோது வண்டி அப்போதுதான் புறப்பட்டுப் போய்விட்டதென அறிந்தேன். இத்தனைக்கும் ஸ்டேஷன் மாஸ்டர் என்னிடம் அன்புகூர்ந்து வண்டியை ஒரு நிமிஷம் அதிகமாகவே நிறுத்தி வைத்தாராம். அப்படியே என்னைக் காணமாற்போகவே அவர் ஜாக்கிரதையாக எனது சாமான்களை மட்டும் வண்டியிலிருந்து எடுத்துவிட ஏற்பாடு செய்திருந்தார்.

கெல்னர் கட்டடத்தில் ஓர் அறையை அன்றைய தினம் இருக்க வாடகைக்கு வாங்கிக்கொண்டேன். அங்கு அப்போதே வேலை துவங்கத் தீர்மானித்தேன். அந்நகரில் பிரசுரமான 'பயனியர்' பத்திரிகையைப் பற்றி நான் நிரம்பக் கேள்விப்பட்டிருந்தேன். இந்தியரின் கோரிக்கைகளை எதிர்க்கும் பத்திரிகை அதுவென்றும் எனக்குத் தெரியும், மிஸ்டர் செஸ்னி என்பவர் அப்போது அப்பத்திரிகையின் ஆசிரியர் என்று ஞாபகம். எல்லாக் கட்சியினரின் உதவியையும் தேட நான் தீர்மானித்திருந்தபடியால் மிஸ்டர் செஸ்னிக்கு ஒரு குறிப்பு எழுதி அனுப்பினேன். வண்டி தவறிப்போனதைப் பற்றிக் கூறிவிட்டு நாளை வண்டிக்குப் புறப்படக்கூடிய வண்ணம் அவரைப் பார்த்துப்பேச அனுமதி கொடுக்கும்படி அதில் கேட்டிருந்தேன். அவர் உடனே ஒருநேரம் குறிப்பிட்டுப் பதில் அனுப்பினார். இது எனக்கு மிகவும் மகிழ்ச்சி அளித்தது. அவர் பொறுமையுடன் நான் கூறியவற்றிற்கெல்லாம் செவிகொடுத்தபோது அம்மகிழ்ச்சி அதிகமாயிற்று. நான் என்ன எழுதினாலும் அதைப்பற்றித் தமது பத்திரிகையில் குறிப்பிட்டு அபிப்பிராயம் எழுதுவதாகவும், ஆனால், இந்தியர்களுடைய கோரிக்கைகள் எல்லாவற்றையும் ஆதரிப்பதாக உறுதிகூற

முடியாதென்றும், தென்னாப்பிரிக்கா வெள்ளைக்காரரின் கட்சியையும் அறிந்து அதற்குரிய மதிப்புக் கொடுத்தல் தமது கடமையென்றும் அவர் தெரிவித்தார்.

"அவ்வளவு போதும். இவ்விஷயத்தை ஆராய்ந்து உங்கள் பத்திரிகையில் விவாதிக்க வேண்டுமென்பதே என் கோரிக்கை. நான் கேட்பதெல்லாம் உங்களுக்குரிய நீதி செய்யப்பட வேண்டுமென்றே அல்லாமல் வேறில்லை" என்று நான் சொன்னேன்.

பின்னர், அத்தினத்தை நகரைச் சுற்றிப் பார்ப்பதிலும், திரிவேணி சங்கத்திலும் அற்புதக் காட்சியைக் கண்டுகளிப்பதிலுமாகக் கழித்தேன், எனது வேலைத் திட்டத்தைப் பற்றியும் யோசித்துக்கொண்டிருந்தேன்.

இவ்வாறு எதிர்பாராவண்ணம் 'பயனியர்' பத்திரிகை அதிபரைக்கண்டு பேசியது பின்னர் நிகழ்ந்த பல சம்பவங்களுக்கும் அடிப்படையாகி, இறுதியில் நேட்டாலில் என்னை ஜனக்கூட்டம் கொன்றுவிட முயற்சி செய்ததில் வந்து முடிவடைந்தது.

பம்பாயில் தங்காமல் நேரே இராஜகோட்டைக்கே சென்றேன். தென்னாப்பிரிக்கா நிலைமையைப் பற்றி ஒரு துண்டுப்பிரசுரம் எழுதத் தயார் செய்யத்தொடங்கினேன். அதை எழுதி அச்சிட்டு வெளியிடுவதற்கு ஒரு மாதம் பிடித்தது. அப்பிரசுரத்தின் மேலட்டை பச்சைநிறமாய் இருந்ததால், பின்னால் அது 'பச்சைப் பிரசுரம்' என்ற பெயர் பெற்றது. அதில் தென்னாப்பிரிக்கா இந்தியர் நிலைமையின் கேட்டை வேண்டுமென்றே குறைத்தே எழுதியிருந்தேன். முன்னர் குறிப்பிட்டுள்ள இரண்டு துண்டுப்பிரசுரங்களிலும் உபயோகித்த பாஷையைவிட மிதமான பாஷையையே உபயோகித்திருந்தேன். ஏனெனனில், எந்த விஷயத்தையும் தூரத்திலிருந்து கேள்விப்பட்டால் அது உள்ளதைவிடப் பெரிதாகக் காணப்படும் என்று எனக்குத் தெரிந்தது.

பதினாயிரம் பிரதிகள் அச்சிட்டு இந்தியாவிலுள்ள எல்லாக் கட்சிகளையும் சேர்ந்தத் தலைவர்களுக்கும், பத்திரிகைகளுக்கும் அனுப்பினேன். பயனியர் பத்திரிகையே முதன்முதலாகத் தலையங்கத்தில் அதைப்பற்றி குறிப்பிட்டு எழுதிற்று. இந்தக் கட்டுரையின் சாராம்சம் 'ராய்ட்'டரால் இங்கிலாந்துக்குத் தந்தி மூலம் அனுப்பட்டது. அச்சாராம்சத்தின் சுருக்கம் ராய்ட்டரின் லண்டன் காரியாலயத்தினால் நேட்டாலுக்கு அனுப்பப்பட்டது. இது மூன்றே வரிகள் அடங்கிய தந்திச் செய்தி. நேட்டாலில் இந்தியர்கள் நடத்தப்படும் விதம் குறித்து நான் கொடுத்திருந்த விவரத்தை இதில்

சுருக்கமாக, ஆனால் மிகைப்படுத்திக் கூறப்பட்டிருந்தது. மேலும், அச்செய்தி என்னுடைய மொழிகளில் இல்லை. நேட்டாலில் இதன் விளைவு என்னவாயிற்றென்று பின்னால் பார்ப்போம். பயனியருக்குப் பிறகு முக்கியமானப் பத்திரிகை ஒவ்வொன்றும் இவ்விஷயத்தைக் குறித்து அபிப்பிராயம் எழுதின.

துண்டுப்பிரசுரங்களைத் தபாலில் போடுவதற்குத் தயாராகக் கட்டுதல் எளிய காரியமன்று. இதற்குச் சம்பளம் கொடுத்து ஆள் நியமித்தால் நிரம்பச் செலவாகிவிடும். எனவே, அதைவிட எளிய உபாயம் ஒன்று செய்தேன். அக்கம்பக்கத்திலுள்ள குழந்தைகள் எல்லாரையும் சேர்த்துப் பள்ளிக்கூடம் இல்லாத நாளில் காலை நேரத்தில் 2 அல்லது 3மணி நேரம் எனக்கு உதவி செய்யும்படி கேட்டேன். அவர்கள் சந்தோஷமாய் இணங்கினார்கள். இத்தொண்டுக்காக அவர்களுக்காக ஆசி கூறுவதோடு நான் சேகரித்து வைத்திருந்த பழைய தபால் தலைகளைத் தருவதாகத் சொன்னேன். அவர்கள் மிகவிரைவில் வேலையை முடித்துவிட்டார்கள். சிறு குழந்தைகளைத் தொண்டர்களாக்கி வேலை வாங்குவதில் எனது முதல் அனுபவம் இதுவே. அக்குழந்தை நண்பர்களில் இருவர் இப்போது என்னுடன் வேலை செய்யும் சகாக்காளாய் இருக்கின்றனர்.

இக்காலத்தில் பம்பாயில் 'பிளேக்' என்னும் கொள்ளை நோய் பரவத்தொடங்கிற்று. சுற்றுப்புறங்கள் எங்கும் பீதி ஏற்பட்டது. இராஜகோட்டையிலும் அந்நோய் வந்துவிடக் கூடுமெனப் பயம் இருந்தது. சுகாதர இலாகாவுக்கு நான் சிறிது உதவி செய்யக்கூடுமெனத் தோன்றியதால் என் ஊழியத்தை ஏற்றுக்கொள்ளும்படி சமஸ்தான அரசாங்கத்தைக் கேட்டுக்கொண்டேன். அவ்வாறே அவர்கள் என்னை ஏற்றுக்கொண்டு இவ்விஷயமாக ஏற்படுத்தப்பட்ட கமிட்டியில் என்னை அங்கத்தினனாக நியமித்தார்கள். கக்கூசுகள் சுத்தமாய் வைக்கப்படவேண்டுமென்று நான் விசேஷமாய் வற்புறுத்தியதின் மீது கமிட்டியார் ஒவ்வொரு தெருவிலும் கக்கூசுகளைப் பரிசோதிக்கத் தீர்மானித்தனர். ஏழை மக்கள், தங்கள் கக்கூசுகளை நாங்கள் பரிசோதிப்பதற்கு எவ்வித ஆட்சேபமும் சொல்லவில்லை. மற்றும் எங்கள், யோசனைகளை ஏற்று அவற்றைச் சுத்தமாய் வைப்பதற்கு ஏற்பாடு செய்தனர். ஆனால், பணக்காரர்களில் சிலர் கக்கூசுகளை நாங்கள் பரிசோதிக்கவே கூடாதென்று தடுத்தார்கள். எங்கள் யோசனைகளை நிறைவேற்றுவது குறித்துக் கேட்பானேன்? பொதுவாக ஏழைகளின் கக்கூசுகளைவிட, பணக்காரர்களின்

கக்கூசுகள் அதிக ஆபாசமாக இருப்பதைக் கண்டோம். அவை இருளடர்ந்தும், அசுத்தம் நிறைந்தும் இருந்தன. பொறுக்கமுடியாத துர்நாற்றம் வீசிற்று; புழுக்கள் நெளிந்தன. கக்கூசுகள் சுத்தமாக வைத்திருக்க நாங்கள் கூறிய யோசனை மிகவும் சுலபமானவை. மலஜலம் தரையில் வீழ்ந்து ஊறி பரவிவிடுவதற்குப் பதிலாக சிறு தொட்டிகளாக உபயோகிக்கும்படி கக்கூசின் வெளிச்சுவர்களுக்குள்ளே இருந்த தனித்தனிச் சிறு சுவர்களை இடித்துவிட்டு, வெளிச்சமும் காற்றும் அதிகமாக உலாவுவதற்கும், தொட்டி நன்றாகச் சுத்தம் செய்வதற்கும் இடம் தரும்படியும் சொன்னோம். மேல்வகுப்பினர் இக்கடைசி யோசனைக்குப் பற்பல ஆட்சேபங்களைக் கிளப்பினர். அவர்களில் பெரும்பான்மையோர் அதை நிறைவேற்றி வைக்கவில்லை.

தீண்டாதவர்களின் இருப்பிடங்களையும் கமிட்டியார் சோதிக்க வேண்டியிருந்தது. கமிட்டி அங்கத்தினரில் ஒருவரே என்னுடன் அங்குவரச் சித்தமாக இருந்தார். மற்றவர்கள் தீண்டாதவர்களுடைய இருப்பிடங்களுக்குச் செல்வதை ஏதோ மகா பாதகமான சங்கதியென்று நினைத்தார்கள். அதிலும் அவர்களுடைய கக்கூசுகளைச் சோதிப்பதென்றால் சொல்லவேண்டுமா? ஆனால், மேற்படி வகுப்பாரின் இருப்பிடங்களை நான் சென்று பார்த்ததும் வியப்பும், திருப்தியும் அடைந்தேன். நான் அத்தகைய இடங்களுக்குச் சென்றது அதுவே முதல் தடவை. அங்கிருந்த ஸ்திரீ புருஷர்கள் எங்களைக் கண்டதும் வியப்புற்றார்கள். அவர்களுடைய கக்கூசுகளைப் பரிசோதிக்க வேண்டுமெனச் சொன்னேன். அவர்கள் அளவிறந்த ஆச்சரியத்துடன் கூறியதாவது, “எங்களுக்குக் கக்கூசா? வெகு நன்று! நாங்கள் வெளியே சென்று திறந்த இடங்களிலேயே மலஜலம் கழிக்கிறோம். உங்களைப்போன்ற பெரிய மனிதர்களுக்கல்லவா கக்கூசுகள்?”

“நல்லது உங்கள் வீடுகளைப் பரிசோதிப்பதில் ஆட்சேபம் எதுவுமில்லையே?” என்று கேட்டேன்.

“யாதொரு ஆட்சேபமுமில்லை ஐயா, எங்கள் வீடுகளில் மூலைமுடுக்குகளையும் தாராளமாக நீங்கள் பார்க்கலாம். எங்களுடைய வீடுகள் வீடுகளா? கேவலம் வளைகள்.”

அவ்வாறே வீடுகளுக்குள் சென்று பார்த்தேன். வெளிப்புறங்களைப் போலவே உட்புறங்களிலும் சுத்தமாயிருப்பது கண்டு அளவற்ற மகிழ்ச்சியடைந்தேன். வாயில்கள் நன்றாக கூட்டப்பட்டிருந்தன. தரை நன்றாகப் பசுஞ்சாணத்தினால்

மொழியப்பட்டிருந்தது. இந்த சிற்சிலப் பானைகளும் தட்டுகளும் துல்லியமாய்ப் பிரகாசித்தன. இவ்விடத்தில் பிளேக் நோய் தோன்றுமெனப் பயப்படுவதற்குச் சிறிதும் இடமில்லை.

மேல்வகுப்பாரின் வீடுகளைப் பரிசோதித்து வரும்போது, நான் பார்த்த ஒரு கக்கூசைச் சிறிது விவரியாமலிருக்க முடியவில்லை. வீட்டின் ஒவ்வோர் அறையிலும் ஒரு ஜலதாரை இருந்தது. இது தண்ணீர்ப் போவதற்கும், சிறுநீர் வீடுவதற்கும் பொதுவாக உபயோகிக்கப்பட்டது. எனவே, வீடு முழுவதும் ஒரே நாற்றம் எனச் சொல்லவேண்டுவதில்லை. ஆனால், ஒரு வீட்டின் மாடியிலிருந்த படுக்கையறை, எல்லாவற்றிலும் மிஞ்சிவிட்டது. இதிலிருந்த சாக்கடை மலஜலம் இரண்டும் கழிக்கும் கக்கூசாகவே உபயோகிக்கப்பட்டது. அந்தச் சாக்கடை ஒரு குழாய் வழியாய்க் கீழ்த்தரைக்குச் சென்றது. அந்த அறையில் குடிகொண்டிருந்த துர்நாற்றத்தை ஒரு கணமும் சகிக்க முடியவில்லை. அங்கு மனிதர்கள் எப்படித் தூங்கினார்கள் என்று வாசகர்களே கற்பனை செய்துகொள்ள வேண்டுவதே.

வைஷ்ணவர்களின் பெரிய கோயிலான ஹாவேலியையும் கமிட்டியார் சென்று சோதித்தனர், மேற்படி கோயில் அர்ச்சகர் எங்கள் குடும்பத்தின் நண்பர். எனவே, அவர்கள் கோயில் முழுவதையும் சோதிக்க எங்களுக்கு அனுமதித் தந்ததுடன் நாங்கள் கூறும் யோசைனையும் நிறைவேற்றி வைப்பதாக வாக்களித்தார். அக்கோயிலில் அவர்கூட ஒருமுறையேனும் பார்த்திராத ஒரு பகுதி இருந்தது. சுவரின் மேலாக எச்சில் இலைகளையும், குப்பைகளையும் இங்கு எறிந்துவிடுவது வழக்கம். இங்கே காக்கைகளும், பருந்துகளும் நிரந்தரமாக வாசம் செய்தன. கக்கூசுகள் அசுத்தமாயிருந்தனவென்று சொல்லவேண்டுவதில்லை. எங்கள் யோசனைகளை எந்த அளவுக்கு அர்ச்சகர் நிறைவேற்றினார் என்று எனக்குத் தெரியாது. நான் அவ்வளவு காலம் இராஜகோட்டையில் தங்கியிருக்கவில்லை.

தெய்வத்தின் திருக்கோயில் ஒன்றில் இவ்வளவு அசுத்தமும். ஆபாசமும் இருக்கக் கண்டு நான் பெரிதும் மனத்துயர் அடைந்தேன். பரிசுத்தமானதென்று கருதப்படும் ஒரு இடத்தில் சுகாதார விதிகள் கண்டிப்பாக அனுசரிக்கபடுமென்று யாரும் எதிரிபார்த்தல் இயல்பு. அகத்தூய்மையைப் பற்றியும், புறத்தூய்மையைப் பற்றியும் ஸ்மிருதி கர்த்தர்கள் நிரம்ப வலியுறுத்திக் கூறியிருக்கிறார்கள் என்பது அப்போதே எனக்குத் தெரிந்திருந்தது.

26. இரு பெரும் அவாக்கள்

பிரிட்டிஷ் அரசாட்சியினிடம் எனக்கிருந்த அளவு விசுவாசமுடைய வேறொருவரை நான் கண்டதில்லை. என் சத்தியப் பற்றே இந்த விசுவாசத்துக்கு அடிப்படையாயிருந்தது என்பதை இப்போது காண்கிறேன். இராஜவிசுவாசம் பூண்டவன்போல் நடித்தல் என்னால் இயலாத காரியம். இவ்வாறு என்னிடம் இயலாத எந்த நற்குணத்தையும் இருப்பதாகப் பாவித்து நடிக்க என்னால் முடியாது. நேட்டாலில் நடந்த ஒவ்வொரு கூட்டத்திலும் இராஜ வாழ்த்துக் கீதம் பாடப்படுவதுண்டு. அப்பாட்டில் நானும் கலந்துகொள்ள வேண்டுமென்று அப்போது மனப்பூர்வமாக விரும்பினேன். பிரிட்டிஷ் ஆட்சியிலுள்ள குறைபாடுகள் எனக்கு அப்போதே தெரியாமலில்லை. எனினும், மொத்தத்தில் அது ஏற்றுக்கொள்ளத்தக்க ஆட்சியே என்று எண்ணினேன். பிரிட்டிஷ் ஆட்சி ஆளப்படுவோருக்குப் பொதுவாக நன்மை செய்வதென்று அக்காலத்தில் நான் நம்பி இருந்தேன்.

அப்போது தென்னாப்பிரிக்காவில் நான் கண்ட தர்மத்துக்கு முற்றும் மாறுபட்டதென்றும், அது தென்னாப்பிக்காவில் தற்காலிகமாக ஏற்பட்டிருக்கும் ஓர் உணர்ச்சியே என்றும் நம்பினேன். எனவே, இராஜ விசுவாசம் காட்டுவதில் நான் ஆங்கிலேயருக்குப் பின்னிடவில்லை. இராஜ வாழ்த்துக் கீதத்தின் வர்ணமெட்டை மிக முயன்று கற்றுக்கொண்டு அக்கீதம் பாடப்படும்போதெல்லாம் நானும் கலந்துகொண்டேன். ஆர்ப்பாட்டமும், வெளிப்பகட்டும் இல்லாமல் இராஜ விசுவாசத்தை வெளிக்காட்டிக் கொள்ளக்கூடிய தருணம் ஏற்படும்போதெல்லாம் நான் அவ்வாறு செய்யத் தவறுவதில்லை.

ஆனால், என் ஆயுளில் ஒருமுறையேனும் இந்த இராஜ விசுவாசத்தின் மூலமாய்ச் சுயநலமொன்றை அடைய நான் முயன்றதில்லை. இராஜ விசுவாசம் செலுத்துவதை நான் ஒரு நன்றிக்கடனென்றே கருதினேன். அதற்காக எவ்வித வெகுமதியும் நான் எதிர்ப்பார்க்கவில்லை.

நான் இந்தியா போய்ச்சேர்ந்த காலத்தில் விக்டோரியா மகாராணியாருடைய ஆட்சியின் அறுபதாவது ஆண்டு விழாக்கொண்டாடுவதற்கு (*Diamond Jubilee*) ஏற்பாடுகள் நடந்து வந்தன. இராஜகோட்டையில் இதற்கென்று நியமிக்கப்பட்ட கமிட்டியில் என்னையும் ஓர் அங்கத்தினனாகும்படி சொன்னார்கள்.

நான் அதற்கிணங்கினேன். ஆயினும், கொண்டாட்டம் எப்போதும் வெளிப்பகட்டாகவே இருக்குமெனச் சந்தேகம் உண்டாயிற்று. வேஷம்போடும் காரியங்கள் பல நடத்தல் கண்டு பெரிதும் துயரமடைந்தேன். கமிட்டியைவிட்டு விலகிவிடலாமா என்றுகூட யோசித்தேன். முடிவில் எனக்கேற்பட்ட வேலையைச் சரிவரச் செய்து முடிப்பதுடன் திருப்தி அடைந்திருக்கத் தீர்மானித்தேன்.

மேற்படி வைபவத்தின் ஞாபகார்த்தமாக மரங்கள் வைத்துப் பயிராக்க வேண்டுமென்பது ஒரு யோசனை. பலர் இதை வெளிப்பகட்டாவும், உத்தியோகஸ்தர்களை மகிழ்விப்பதாகவுமே செய்தனர். "மரம் வைக்க வேண்டுமென்ற கட்டாயம் எதுவுமில்லை என்றும், அது ஒரு யோசனைதான் என்றும், எனவே, செய்தால் அதைச் சரியாகச் செய்யவேண்டுமென்றும், இல்லாவிடில் பேசாதிருப்பதே உத்தமம்" என்றும் நான் எடுத்துக்கூறினேன். என்னுடைய கருத்துகளைப் பற்றி அவர்கள் எள்ளி நகையாடியதாக எனக்கு ஞாபகம். என் பங்குக்கு ஏற்பட்ட மரத்தை நான் கவலையுடன் நட்டு ஜாக்கிரதையாகத் தண்ணீர்விட்டு வளர்த்தேன்.

என் வீட்டுக்கு குழந்தைகளுக்குக்கூட இராஜ வாழ்த்துப்பாட்டுக் கற்றுக்கொடுத்தேன். இராஜகோட்டை போதனாமுறைக் கலாசாலை மாணாக்கர்களுக்கு நான் அக்கீதம் கற்றுக்கொடுத்ததாக நினைவிருக்கிறது. ஆனால், அது இவ்விழாவின் போதா, ஏழாம் எட்வர்ட் அரசரின் முடிசூட்டுக் கொண்டாட்டத்தின்போதா என்பது நன்கு ஞாபகமில்லை. பிற்காலத்தில் அக்கீதத்தின் உள்ளுரை எனக்கு அருவருப்பை அளிக்கத்தொடங்கிற்று.

அஹிம்ஸா தர்மத்தைப் பற்றி எனது கொள்கை முதிர்ச்சி அடைந்து வந்தபோது என் எண்ணங்களையும், பேச்சையும் பற்றி அதிக எச்சரிக்கையுடன் இருக்கத் தொடங்கினேன். மேற்படி கீதத்தில் முக்கியமாக,

> "அவளுடைய (அரசியின்) பகைவர்களை (ஆண்டவன்)
> சிதறடிக்கட்டும்;
>
> அவர்களை வீழ்த்தட்டும்;
> அவர்களுடைய அரசியலைக் குழப்பிக் கெடுக்கட்டும்;
> அவர்களுடைய துஷ்ட தந்திரங்களை உருப்படாமல்
> செய்யட்டும்;"

என்னும் வாக்கியங்கள் அஹிம்ஸையில் பற்றுக்கொண்ட எனக்கு அருவருப்பை அளித்தன. டாக்டர் பூத் என்பாரிடம் இது குறித்து என் கருத்தைத் தெரிவித்தேன். அஹிம்ஸையின் உறுதியுள்ளவன்

மேற்படி வரிகளைப் பாடுதல் தகுதி அன்றென்று அவரும் ஒப்புக்கொண்டார். பகைவர்கள் எனக் கூறப்படுவோர் துஷ்டர்கள் என்று எவ்வாறு நாம் கூறமுடியும்? அவர்கள் பகைவர்கள் என்பதால் அவர்கள் செய்வதே தவறு என்று எப்படி ஏற்படும்? கடவுளிடம் நாம் நீதிதான் வேண்டலாம். டாக்டர் பூத் என் கருத்துகளை முழுதும் அங்கீகரித்தார். எனவே, அவருடைய கோயிலைச் சேர்ந்தவர்களுக்கு ஒரு புதிய இராஜ விசுவாச கீதமும் அவர் தயாரித்தார். டாக்டர் பூத்தைப் பற்றிப் பின்னால் விவரமாகக் கூறுவேன்.

இராஜ விசுவாசத்தைப் போலவே, நோயாளிகளுக்குப் பணிவிடை செய்யும் அவா என் இயற்கையில் வேரூன்றி இருந்தது. நண்பர்களாயினும், அந்நியர்களாயினும் நோய்வாய்ப்பட்டவர்களுக்குத் தொண்டு செய்வதெனில் எனக்கு எப்போதும் பிரியம்.

இராஜகோட்டையில் தென்னாப்பிரிக்கா நிலைமையைப் பற்றிய துண்டுப்பிரசுரத்தைத் தயாரித்துக்கொண்டிருந்தபோது, பம்பாய்க்கு அவசரமாகப் போய்த் திரும்ப ஒரு சந்தர்ப்பம் நேரிட்டது. நகரங்களில் பொதுக்கூட்டங்கள் நடத்தி இவ்விஷயமாக பொதுஜன உணர்ச்சி உண்டுபண்ண வேண்டுமென எனக்கு எண்ணமிருந்தது. முதலில் பம்பாய் நகரில் இவ்வுத்தேசத்தை நிறைவேற்றத் தீர்மானித்தேன். நீதிபதி ரானடேயைப் பார்த்தேன். அவர் நான் கூறியவற்றைக் கவனமாகக் கேட்டிருந்து, ஸர் பிரோஸிஷா மேதாவைப் பார்க்கும்படி கூறினார். அடுத்தாற்போல் நான் பார்த்த நீதிபதி பட்ரூடின் தயாப்ஜியும் அவ்வாறே சொன்னார். “ரானடேயும், நானும் உமக்கு உதவி எதுவும் செய்ய இயலாது, எங்கள் நிலைமையை நீர் அறிவீர். பொது விஷயங்களில் நாங்கள் தலையிட்டு வேலை செய்தல் முறையன்று. ஆனால், எங்கள் அனுதாபமெல்லாம் உமது பக்கமே இருக்கின்றன. உமக்குத் திறமையாக வழிகாட்டக்கூடியவர் ஸர் பிரோஸிஷா மேதாவேயாவார்” என்று அவர் கூறினார்.

ஸர் பிரோஸிஷாவைப் பார்க்க நான் எண்ணியே இருந்தேன். ஆனால், இவ்வளவு பெரியவர்களுங்கூட, அவரிடம் கேட்கச் சொன்னதிலிருந்து ஸர் பிரோஸிஷாவுக்குப் பொது ஜனங்களிடமிருந்து அபாரமான செல்வாக்கின் இயல்பை உணர்ந்தேன். பின்னர், அவரிடம் சென்றேன். அவரைப்பற்றி நான் கேள்விப்பட்டதிலிருந்து அவர் முன்னிலையில் பயத்தினால் திகைத்துப்போவேனென எதிர்பார்தேன். பம்பாயின் சிங்கம் என்றும், பம்பாய் மாகாணத்தின் முடிசூடா மன்னர் என்றும் அவர்

பொது ஜனங்களால் பட்டம் சூட்டப் பெற்றிருந்தார் என்பதை நானறிவேன். ஆனால், உண்மையில் அம்மன்னர் என்னைத் திகைப்புறச் செய்தாரில்லை. அன்புள்ள தந்தை வயது வந்த புதல்வனைச் சந்திப்பதுபோல் அவர் என்னைச் சந்தித்தார். அப்போது, அவர் தமது காரியாலயத்தில் இருந்தார். நண்பர்களும், சீடர்களும் அவரைச் சூழ்ந்திருந்தார்கள். அவர்களுள் ஸ்ரீ டி.இ. வாச்சாவும், ஸ்ரீ காமாவும் இருந்தனர். மேதா அவர்களுக்கு என்னை அறிமுகம் செய்துவைத்தார். ஸ்ரீ வாச்சாவைப் பற்றி நான் முன்னமே கேள்விப்பட்டிருந்தேன். அவர் ஸர் பிரோஸிஷாவுக்கு வலதுகை போன்றவர். புள்ளி விவரங்களில் அவர் பெரிய நிபுணர் என்று வீர சந்திரகாந்தி எனக்குச் சொல்லியிருந்தார். ஸ்ரீ வாச்சா, "நாம் மறுபடியும் சந்திக்கவேண்டும், காந்தி" என்று கூறினார்.

அறிமுகம் செய்து வைத்ததற்கு இரண்டு நிமிஷ நேரத்துக்குமேல் ஆகவில்லை. பின்னர், நான் கூறியவற்றை ஸர் பிரோஸிஷா கவனமாகக் கேட்டார். நீதிபதி ரானடே, தயாப்ஜி இவர்களைக் கண்ட விவரத்தையும் கூறினேன். "காந்தி உமக்கு உதவிசெய்ய வேண்டுவது அவசியமெனக் காண்கிறேன். இங்கே ஒரு பொதுக்கூட்டத்துக்கு ஏற்பாடு செய்யவேண்டும்" என்று அவர் உரைத்தார். உடனே தம்முடைய காரியதரிசி ஸ்ரீ முன்ஷியை அழைத்துப் பொதுக்கூட்டத்துக்குத் தேதி குறிப்பிடச் சொன்னார். தேதி முடிவானதும், அதற்கு முதல்நாள் தம்மை மீண்டும் வந்து பார்க்கும்படி கூறி எனக்கு விடைகொடுத்தனுப்பினார். இந்தச் சந்திப்பின் பயனாக என் பயங்களெல்லாம் நிவர்த்தியாயின. மிகுந்த மனமகிழ்ச்சியுடன் வீடு திரும்பினேன்.

பம்பாயில் தங்கியிருந்தபோது என் மைத்துனரை (சகோதரியின் கணவரை) பார்க்கச் சென்றிருந்தேன். அவர் நோய்வாய்ப்பட்டுக் கிடந்தார். அவர் பணக்காரரர் அல்லர். என் சகோதரி ஒருத்தியாக அவருக்குப் பணிவிடை செய்யமுடியவில்லை. நோய்க் கடுமையானதென்று தெரிந்தபடியால் அவரை இராஜகோட்டைக்கு அழைத்துப்போவதாகச் சொன்னேன். அவர் அதற்கிணங்கினார். எனவே, அவரையும் என் சகோதரியையும் அழைத்துக்கொண்டு வீட்டுக்குப்போனேன். அவருடைய நோய், நான் எதிர்பார்த்ததைவிட நீண்டநாள் நீடித்திருந்தது. அவரை என் அறையில் கிடத்தி இரவும் பகலும் அவருடனேயே இருந்து பணிவிடை செய்து வந்தேன். இரவில் பாதிநேரம் விழித்திருக்க வேண்டியிருந்தது. இத்துடன் தென்னாப்பிரிக்கா சம்பந்தமான வேலையையும் கவனித்து வந்தேன். கடைசியாக, நோய் குணமடையாமலே அவர் உயிர்நீத்தார். அந்திய

காலத்தில் அவருக்குப் பணிவிடை செய்யும் சந்தர்ப்பம் கிடைத்தது எனக்குப் பெரும் ஆறுதலாயிருந்தது.

நோயாளிக்குப் பணிவிடை செய்வதில் எனக்கிருந்த விருப்பம் நாளுக்குநாள் வளர்ந்து அடங்கா அவா ஆயிற்று. இதன் பயனாகப் பலமுறைகளில் நான் மற்ற வேலைகளை அலட்சியம் செய்யவும் நேர்ந்ததுண்டு. சிலசமயங்களில் என் மனைவியையும், மற்றும் வீட்டிலுள்ள எல்லோரையும் இத்தொண்டில் நான் ஈடுபடச் செய்திருக்கிறேன்.

இத்தகையத் தொண்டு செய்வதில் ஒருவனுக்கு மகிழ்ச்சி விளைந்தாலன்றி அதைச் செய்வதில் பொருளில்லை. வெளி வேஷத்துக்காகவோ, பொதுஜன அபிப்பிராயத்தினிடம் பயத்தினாலோ இத்தொண்டு செய்ய ஒப்புக்கும் மனிதன் ஆன்ம வளர்ச்சியும், உற்சாகமும் குன்றப் பெறுகிறான். மகிழ்ச்சி இல்லாமல் செய்யும் தொண்டினால் அதை ஏற்றுக்கொள்பவனுக்கேனும், செய்பவனுக்கேனும் நன்மை கிடையாது. ஆனால், மகிழ்ச்சியுடன் செய்யப்படும் தொண்டுக்கு முன்பு, மற்ற இன்பங்களும் சுகபோகங்களும் சூரியன் முன்பு மின்மினி ஆகின்றன.

27. பம்பாய்க் கூட்டம்

என் சகோதரியின் கணவர் மரணமுற்ற மறுநாளே நான் பம்பாயில் ஏற்பாடாகி இருந்த பொதுக்கூட்டத்துக்குப் போக வேண்டியதாயிருந்தது. நான் செய்யவேண்டிய பிரசங்கத்தைப் பற்றிச் சிந்திக்க நேரமே இல்லை. மனக்கவலையுடன் இரவு பகலாகக் கண்விழித்துக் காத்திருந்ததினால் பெரிதும் களைப்புற்றிருந்தேன். என் தொண்டையும் கம்மிப்போயிருந்தது. எனினும், ஆண்டவனிடம் முழு நம்பிக்கையுடன் பம்பாய்ச் சென்றேன். என் உபந்நியாசத்தை எழுதிக்கொண்டு போக வேண்டுமென்னும் எண்ணம் எனக்குண்டாகவே இல்லை.

ஸர் பிரோஸிஷா சொல்லியிருந்தபடிக் கூட்டத்துக்கு முதன்நாள் மாலை 5மணிக்கு அவர் காரியாலயத்துக்குச் சென்றேன்.

"பிரசங்கம் தயாராயிருக்கிறதா, காந்தி?" என்று அவர் வினவினார்.

நான் பயத்தினால் நடுங்கிக்கொண்டு கூறியதாவது, "இல்லை, ஐயா! ஞாபகத்திலிருந்தே கூட்டத்தில் பேசிவிடலாமென எண்ணியிருக்கிறேன்."

"பம்பாயில் அது சரிப்படாது. இங்கே பத்திரிகை நிருபர்கள் கெட்டிக்காரரர்களல்லர். இந்தக்கூட்டத்தினால் பயன் ஏற்படவேண்டுமானால் நீர் பிரசங்கத்தை எழுதிவிடவேண்டும். நாளைப்பொழுது விடிவதற்குள் அது அச்சாகிவிடவேண்டும். உம்மால் இது செய்ய முடியுமென நம்புகிறேன்."

எனக்குச் சிறிது அச்சமாகவே இருந்ததாயினும், அங்ஙனமே செய்ய முயல்வதாகக் கூறினேன்.

"அப்படியானால் எழுத்துப் பிரதி எப்போது தயாராகும்? ஸ்ரீ முன்ஷியை எப்போது வரச்சொல்லட்டும்?"

"இன்றிரவு 11மணிக்கு வரச்சொல்லுங்கள்."

மறுநாள் கூட்டத்திற்குச் சென்றபோது ஸர் பிரோஸி ஷாவின் புத்திமதி எவ்வளவு மத்தமானது எனக் கண்டேன். ஸர் கவாஸ்ஜி ஜிஹாங்கீர் மண்டபத்தில் கூட்டம் நடந்தது. ஸர்பிரோஸிஷா மேதா பேசுவதாயிருந்ததால் மண்டபத்தில் இடைவெளியே இன்றி ஜனங்கள், முக்கியமாக மாணாக்கர்கள் நிறைந்திருப்பார்கள் என்று கேள்விப்பட்டிருந்தேன். என்னுடைய அனுபவத்தில் இவ்வளவு பெரியக் கூட்டத்தை முதன்முறை இப்போதே கண்டேன். என்னுடைய குரல் யாருக்கும் கேளாதெனத் தோன்றிற்று. எனவே, பிரசங்கத்தைப் படிக்க ஆரம்பித்தபோது என் உடம்பு நடுங்கிற்று. ஸர் பிரோஸிஷா அடிக்கடி உரக்கஉரக்க என்றுகூறி உற்சாகப்படுத்தினார். ஆனால், இது என்னை உற்சாகப்படுத்துவதற்குப் பதிலாக என் குரல் வரவர ஈனமாவதற்கே ஏதுவாயிருந்ததென்று ஞாபகம்.

இத்தருணத்தில் எனது பழைய நண்பரான ஸ்ரீமான் கேசவராவ் தேஷ்பாண்டே என் துணைக்கு வந்தார். என் பிரசங்கத்தை அவர் கையில் கொடுத்தேன். அவருடைய குரல் அக்கூட்டத்திற்குத் தகுந்தது. எனினும், கூட்டம் அவர் வாசிப்பதைக் கேட்க மறுத்துவிட்டது. 'வாச்சா, வாச்சா' என்னும் சத்தம் எங்கும் எழுந்தது. எனவே, ஸ்ரீ வாச்சா எழுந்து பிரசங்கத்தைப் படிக்கத்தொடங்கினார். உடனே ஆச்சரியமான பயன் ஏற்பட்டது. கூட்டத்தில் அமைதி நிலவலாயிற்று. முடிவுவரை எல்லோரும் கவனமாகக் கேட்டனர். அவ்வப்போது கரகோஷமும், 'வெட்கம் வெட்கம்' என்று சத்தமும் கிளம்பின. இதனால் என் ஹிருதயம் பூரித்தது.

ஸர்பிரோஸிஷா, பிரசங்கம் தமக்குப் பிடித்திருந்ததாகச் சொன்னார். நான் ஆனந்தக்கடலில் மூழ்கினேன்.

இக்கூட்டத்தின் பயனாக என் முயற்சிக்கு இரு நண்பர்களின் பூரண அனுதாபத்தைப் பெற்றேன். அவர்களில் ஒருவர் ஸ்ரீ தேஷ்பாண்டே, மற்றவர் ஒரு பார்ஸி நண்பர். பின்னவர் இன்று பெரிய அரசாங்க உத்தியோகம் வகிப்பதால் அவர் பெயரைக் கூறாதுவிடுகிறேன். இவர்கள் இருவரும் என்னுடன் தென்னாப்பிரிக்காவுக்கு வருவதாக உறுதிகொண்டார்கள். ஆனால், அப்போது ஸ்மால் காஸ் கோர்ட் நீதிபதியாயிருந்த ஸ்ரீ சி.எம்.கர்ஸட்ஜி நண்பருக்கு மணம் செய்து வைக்கத் தீர்மானித்திருந்தபடியால் அவருடைய உறுதியைக் கைவிடும்படி செய்தார். மணம் செய்துகொள்வதா? தென்னாப்பிரிக்கா போவதா? என்று அவர் தீர்மானிக்க வேண்டியதாயிற்று. பின்னர் அதைக் கைவிட்டு முன்னதையே அவர் கைக்கொண்டார். ஆனால், இந்நண்பர் இவ்வாறு உறுதிப் பிறழ்ந்ததற்கு அவருடைய வகுப்பையே சேர்ந்த பாரிஸிரல்டம்ஜி பிற்காலத்தில் செய்தத்தொண்டு பரிகாரமாகுமென்பதில் ஐயமில்லை. இவ்வாறே, பார்ஸி சகோதரிகள் பலர் இது காலை கதர்த் தொண்டிற்கென்றே தங்கள் வாழ்நாளை அர்ப்பணம் செய்து, மேற்சொன்ன நண்பர் உறுதி பிறழ்வதற்குக் காரணமாயிருந்த மணப்பெண்ணின் குற்றத்தைத் துடைத்து வருகிறார்கள்.

அச்சதிபதிகளை நான் மகிழ்ச்சியுடன் மன்னித்துவிட்டேன். ஸ்ரீ தேஷ்பாண்டேக்கு அப்போது கலியாணத்தடை இல்லாவிடினும், அவரும் அப்போது வேறு காரணங்களால் வரமுடியவில்லை. இவ்வாறு அவர் உறுதிபிறழ்ந்த குற்றத்திற்கு இதுகாலை தாமே தகுந்த பிராயச்சித்தம் செய்து வருகிறார். தென்னாப்பிரிக்காவுக்குத் திரும்பியபோது வழியில் ஸான்ஸிபாரில் தயாப்ஜி குடும்பத்தைச் சேர்ந்த ஒருவரைக் கண்டேன். அவரும் தென்னாப்பிரிக்காவுக்கு வந்து எனக்கு உதவிப் புரிவதாகச் சொன்னாராயினும் முடிவில் வரவேயில்லை. அதற்கு, இப்போது ஸ்ரீ அப்பாஸ் தயாப்ஜி கழுவாய்த் தேடிவருகிறார். இவ்வாறு என்னுடன் மற்றொரு பாரிஸ்டரை அழைத்துப்போவதற்கு நான் செய்த முயற்சிகள் மூன்றும் பயன்தராது ஒழிந்தன.

இது சம்பந்தமாக ஸ்ரீ பெஸ்டோன்ஜி பாதுஷாவின் ஞாபகம் எனக்கு வருகிறது. நான் இங்கிலாந்தில் வசித்தக் காலத்திலிருந்து அவரும் நானும் நட்புரிமையுடன் பழகிவந்தோம். முதன்முதலில் லண்டனின் சைவ போஜன சாலை ஒன்றில் அவரை நான் சந்தித்தேன். பித்தர் என்று பெயர் பெற்ற அவருடைய சகோதரர் ஸ்ரீ பர்ஜோர்ஜி பாதுஷாவைப் பற்றி அதற்குமுன்பே கேள்விப்பட்டிருந்தேன். நான் அவரைச் சந்தித்ததில்லை, ஆயினும்

நண்பர்கள் அவருடைய விநோத குணாம்சங்களைப் பற்றிச் சொல்வார்கள். குதிரைகளிடம் இரக்கத்தினால் அவர் (குதிரை பூட்டிய) டிராம் வண்டிகளில் ஏறுவதில்லையாம். அபார ஞாபகசக்தி உடையவராயினும் பட்டப்பரீட்சை எதற்கும் செல்ல மறுத்துவிட்டாராம். அத்துடன் எதற்கும் கட்டுப்படாத சுயேச்சைப் புத்தியுள்ளவராம். பார்ஸியாயிருந்தும் புலால் உணவு கொள்வதில்லையாம். பெஸடோன்ஜி இவ்வளவு புகழ்பெற்றவரல்லராயினும் அவர் புலமையின்றி சிறந்தவர் என்று பெயர் வாங்கியிருந்தார். ஆனால், எங்கள் இருவருக்கும் பொதுவாக இருந்தது சைவ உணவேயாகும். புலமையில் அவரருகில் செல்லவும் என்னால் முடியாது.

பம்பாயில் அவரை மீண்டும் சந்தித்தேன். இப்போது அவர் ஹைகோர்ட்டில் உத்தியோகம் வகித்திருந்தார். நான் அவரைக் கண்டபோது உயர்தர குஜராத்தி மொழி அகராதி ஒன்றுக்குத் தமது பகுதியைக் தயாரிக்கும் வேலையில் ஈடுபட்டிருந்தார். தென்னாப்பிரிக்கா வேலை சம்பந்தமாக உதவி கேளாமல் நான் எந்த நண்பரையும் விடுவதில்லை. ஆனால், மற்றவர்களைப் போலன்றி அவர் எனக்கு உதவிசெய்யக் கண்டிப்பாக மறுத்துவிட்டார். அத்துடன் நானும்கூடத் தென்னாப்பிரிக்காவுக்குத் திரும்பிச் செல்லலாகாதென்று அவர் புத்திமதி கூறினார்.

"உமக்கு நான் உதவி செய்ய இயலாது. நீர் தென்னாப்பிரிக்கா செல்வதும் எனக்குப் பிடிக்கவில்லை. தாய்நாட்டில் நாம் செய்வதற்கு வேலை இல்லையா? நமது தாய்மொழிக்குச் செய்யவேண்டிய தொண்டு எவ்வளவு கிடக்கிறது. பாரும்! புது விஞ்ஞான நூல்களுக்கேற்ற மொழிகளைக் கண்டுபிடித்தாக வேண்டும். செய்யவேண்டிய வேலையில் இது ஒரு சிறுபகுதி. இந்த நாட்டின் வறுமையை எண்ணிப்பாரும். தென்னாப்ரிக்காவிலுள்ள நமது சகோதரர்கள் கஷ்டப்படுவது உண்மையே. ஆனால், அவ்வேலைக்காக உம்மைப்போன்ற ஒருவரைத் தியாகம் செய்துவிட எனக்குப் பிரியமில்லை, இங்கே நாம் முதலில் சுயாட்சி பெற்றோமானால் அங்குள்ள நமது நாட்டாருக்கு உதவி செய்தவர்களாவோம். உம்மைத் திருத்த முடியாதென எனக்குத் தெரியும். ஆனால், உம்மையொத்த வேறு எவரும் உம்முடன் போவதற்கு நான் துணை செய்யமாட்டேன்."

இந்தப் புத்திமதி எனக்குப் பிடிக்கவில்லை. ஆனால், பெஸ்டோன்ஜி பாதுஷாவிடம் இதனால் எனக்கு மதிப்பு அதிகமாயிற்று. அவரது தேசபக்தியும் தாய்மொழிப் பற்றும் என்

மனதைக் கவர்ந்தன. இந்நிகழ்ச்சியினால் எங்கள் நட்பு அதிகமாயிற்றே அன்றி வேறில்லை. அவருடைய கருத்தை நான் நன்கறிந்து கொண்டேன். ஆனால், இதன் பயனாய்த் தென்னாப்பிரிக்காவில் எனது வேலையை விட்டுவிடத் தீர்மானிப்பதற்கு மாறாக, அவ்வேலையில் இன்னும் அதிக உறுதியே கொண்டேன். தாய்நாட்டுத் தொண்டில் எந்தச் சிறு துறையையும் தேசபக்தன் அலட்சியம் செய்யக்கூடாது. பின்வரும், கீதையின் உபதேசமும் எனக்கு முற்றும் தெளிவாக இருந்தது.

"நன்றாகச் செய்யப்படும் பரதர்மத்தைக் காட்டிலும், குணமற்றதெனினும் ஸ்வதர்மமே சிறந்தது. ஸ்வதர்மத்தில் இறந்துவிடினும் நன்றேயாம். பரதர்மம் பயத்துக் கிடமானது."

28. பூனாவிலும் சென்னையிலும்

ஸர்பிரோஸிஷா என் வேலையை எளிதாக்கிவிட்டார். எனவே, பம்பாயிலிருந்து பூனாவுக்குச் சென்றேன். இங்கே இரண்டு கட்சிகள் இருந்தன. எல்லாக் கட்சியாரின் உதவியும் எனக்கு வேண்டியிருந்தது. முதலில் லோகமான்ய திலகரைப் போய்ப் பார்த்தேன். அவர் கூறியதாவது,

"எல்லாக் கட்சியாருடைய உதவியையும் நீங்கள் நாடுவது முற்றும் சரியே. தென்னாப்பிரிக்கா விஷயத்தில் அபிப்பிராயபேதம் இருக்கமுடியாது. ஆனால், அக்கிராசனர் எந்தக் கட்சியிலும் சேராதவராயிருந்தால் நலம். ஆசிரியர் பந்தர்க்கரைப் போய்ப்பாருங்கள். கொஞ்சநாளாக அவர் பொது வாழ்வில் அதிகமாகத் தலையிடுவதில்லை. ஆனால், இந்த விஷயத்துக்காக அவர் வெளியே வருதல் கூடும். அவரைப் பார்த்து, அவர் என்ன சொல்கிறாரென்று தெரிவியுங்கள். உங்களுக்கு என்னாலான எல்லா உதவியும் செய்வேன். நீங்கள் விரும்பும்போதெல்லாம் என்னைத் தாராளமாக வந்து பார்க்கலாம்."

லோகமான்யரை நான் பார்த்தது இதுதான் முதன்முறை. அவருக்கு ஜனங்களிடையே இருந்த தனிப்பெருஞ்செல்வாக்கின் இரகசியத்தை அப்போது தெரிந்துகொண்டேன்.

பின்னர், கோகலேயைக் காணச்சென்றேன். பெர்க்கூஸன் கலாசாலை மைதானத்தில் அவரைச் சந்தித்தேன். அவர் என்னைப் பரிவுடன் வரவேற்றார். அவருடைய இனிய சுபாவம் என்

ஹிருதயத்தைத் தட்சணமே கொள்ளைக்கொண்டது. அவரையும் இப்போதே முதல்முறையாகப் பார்த்தேன். ஆயினும், பழைய நண்பர் ஒருவரைச் சிறிதுகாலம் பிரிந்திருந்து மீண்டும் காண்பது போலவே எனக்குத் தோன்றிற்று.

ஸர் பிரோஸிஷா ஹிமாலயத்தைப்போல் எனக்குக் காணப்பட்டார்; லோகமான்யர் சமுத்திரம்போல் தோன்றினார். கோகலே கங்கை நதியை ஒத்தவராயிருந்தார்; மனிதன் அப்பரிசுத்த நதியில் ஸ்நானம் செய்து இன்புறக்கூடும். ஹிமாலயத்தை ஏறிக்கடத்தல் இயலாதக் காரியம்; சமுத்திரத்தில் ஒருவன் துணிந்து இறங்குதல் எளிதன்று. ஆனால், கங்கையோ தன்னிடம் வருமாறு அனைவரையும் பரிவுடன் அழைத்தது. கையில் துடுப்புடன் படகிலேறி அவ்வாற்றில் மிதப்பது ஆனந்தமன்றோ? பள்ளிக்கூடத்தில் சேர விரும்பும் மாணாக்கனை உபாத்தியாயர் பரீட்சிப்பதுபோல் கோகலே என்னைப் பரீட்சித்தார். யார்யாரிடம் போகவேண்டும் என்றும், எப்படி அவர்களை அணுகுவதென்றும் அவர் யோசனை சொன்னார். நான் செய்யவிருந்த உபந்நியாசத்தை முதலில் பார்க்க விரும்புவதாகவும் கூறினார். கலாசாலை முழுவதும் என்னை அழைத்துக்கொண்டுபோய்க் காட்டினார். எந்த நேரத்திலும் எனக்கு வேண்டிய உதவி செய்வதாக வாக்களித்தார். டாக்டர் பந்தர்க்கரைப் பார்த்த விவரத்தை வந்து தெரிவிக்கும்படி கூறி விடையளித்தார். மிகுந்த உற்சாகத்துடனும், மகிழ்ச்சியுடனும், அவரிடமிருந்து சென்றேன். அரசியல்துறை சம்பந்தப்பட்ட வரையில் கோகலே உயிர் வாழ்ந்திருந்தபோதும், அப்படியே இன்றுவரையில் என் ஹிருதயத்தில் ஓர் உன்னதமான தனிப் பீடத்தை வகித்து வருகிறார்.

டாக்டர் பந்தர்கர், தந்தை, தனயனை வரவேற்கும் ஆர்வத்துடன் என்னை வரவேற்றார். நான் அவரைப் பார்க்கச் சென்றபோது நடுப்பகல் வேளை, அந்த நேரத்தில் நான் சுறுசுறுப்புடன் பிறரைப் பார்க்கச் சென்றுகொண்டிருந்ததே, அந்தப் பண்டித மணிக்கு மிகுந்த சந்தோஷத்தை அளித்தது. எக்கட்சியிலும் சேராதவர் பொதுக்கூட்டத்திற்கு அக்கிராசனராக வேண்டுமென்று நான் கூறியபோது அவர் தட்சணமே அதை ஆதரித்து, 'அதுதான் சரி, அதுதான் சரி' என்று இயம்பினார்.

நான் சொல்ல வேண்டியதெல்லாம் சொல்லி முடித்ததும் அவர் உரைத்ததாவது, "நான் அரசியலில் தலையிடுவதில்லையென்று யாரைக்கேட்டாலும் சொல்வார்கள். ஆனால், உமது வேண்டுகோளை என்னாலும் மறுக்கமுடியவில்லை. நீர் கூறும் விஷயம்

மிகமுக்கியமானது. உம்முடைய முயற்சியோ என் மனதைக் கவர்ந்துவிட்டது. எனவே, உமது கூட்டத்திற்கு வர மறுக்க என் மனம் இசையவுமில்லை. திலகரையும் கோகலேயையும் நீர் கலந்துகொண்டது நிரம்ப சரி. அவர்களுடைய இரு சபைகளின் ஆதரவிலும் நடக்கும் பொதுக்கூட்டத்திற்குத் தலைமை வகிக்க எனக்கு மிகவும் மகிழ்ச்சியாயிருக்கும் என்று அவர்களிடம் தெரியுங்கள். கூட்ட நேரத்தைப் பற்றி என்னைக் கேட்டல் அவசியமில்லை. அவர்களுக்குச் சௌகரியமான நேரம் எதுவும் எனக்குச் சௌகரியமே."

புலமை வாய்ந்தவர்களும், தன்னலமற்றவர்களுமான இப்பூனா தேச பக்தர்கள் ஆர்ப்பாட்டம் எதுவுமின்றி ஒரு சிறு இடத்தில் கூட்டத்தை நடத்தினார்கள். மன மகிழ்ச்சியுடனும் என் வேலையில் முன்னைவிட அதிக நம்பிக்கையுடனும் நான் பூனாவிலிருந்து புறப்பட்டேன்.

பின்னர், சென்னைக்குச் சென்றேன். அங்கே ஜனங்கள் அளவற்ற உற்சாகம் கொண்டிருந்தார்கள். பாலசுந்தரத்தைப் பற்றிய விவரம் பொதுக்கூட்டத்தில் எல்லாருடைய சிந்தையையும் கவர்ந்துவிட்டது. என் பிரசங்கம் அச்சிடப்பட்டிருந்தது. அது நான் வழக்கமாய்ச் செய்யும் பிரசங்கங்களைவிடச் சற்று நீளமானதென்றே சொல்லவேண்டும். அப்படியிருந்ததும் ஜனங்கள் ஒவ்வொரு மொழியையும் கவனமாகக் கேட்டார்கள். கூட்டத்தின் முடிவில் பச்சைப் பிரசுரத்துக்கிருந்த கிராக்கியைச் சொல்லமுடியாது. இரண்டாவது திருத்தமானப் பதிப்பு 10,000 பிரதிகள் அச்சிட்டு வெளியிட்டேன். அவை ஏராளமாக விற்பனையாகினவாயினும் அவ்வளவு பிரதிகள் அச்சிட்டிருக்க வேண்டியதில்லையென்று கண்டேன். என்னுடைய உற்சாகத்தால் கிராக்கி இவ்வளவுதான் இருக்கக்கூடுமென்பதைச் சரியாக மதிப்பிடாமல் போய்விட்டேன். என்னுடைய உபந்நியாசம் ஆங்கிலம் தெரிந்த ஜனங்களுக்கே உத்தேசிக்கப்பட்டது. சென்னையில் இவ்வகுப்பார் மட்டும் பதினாயிரம் பிரதிகளையும் வாங்கிக்கொண்டிருக்க முடியாது.

சென்னையில் எல்லோரினும் அதிகமாக எனக்கு உதவிபுரிந்தவர் மெட்ராஸ் ஸ்டாண்டர்டு பத்திரிகையின் ஆசிரியரான காலஞ்சென்ற ஸ்ரீ ஜீ.பரமேசுவரம் பிள்ளை ஆவார். தென்னாப்பிரிக்கா இந்தியர் பிரச்சினையைக் குறித்து அவர் நன்கு ஆராய்ச்சி செய்திருந்தார். என்னை அடிக்கடி தமது காரியாலயத்துக்கு அழைத்து, வேண்டிய யோசனைகள் கூறுவார். ஹிந்து ஆசிரியர் சுப்பிரமண்ய ஐயர், டாக்டர் சுப்பிரமணிய ஐயர் இவர்களும் நிரம்ப

அநுதாபங்காட்டினார்கள். ஸ்ரீ ஜீ.பரமேசுவரம் பிள்ளை தமது பத்திரிகையில் எனக்கு எவ்வளவு இடம் வேண்டுமானாலும் தருவதாக வாக்களித்தார். அவருடைய இவ்வுதவியை ஏற்று நான் பல கட்டுரைகள் வரைந்தேன். பச்சையப்பன் மண்டபத்தில் நடந்த பொதுக்கூட்டத்திற்கு டாக்டர் சுப்பிரமணிய ஐயர் தலைமை வகித்ததாக நினைவிருக்கிறது.

நான் சந்திக்க நேர்ந்த நண்பர்களில் பெரும்பாலோர் என்னிடம் காட்டிய அன்பும், நான் எக்காரியத்திற்காக வந்தேனோ அதில் அவர்கள் காட்டிய உற்சாகமும் அளவற்றனவாயிருந்தபடியால், அவர்களுடனே ஆங்கிலத்திலேயே பேச வேண்டிதாயிருந்தும், அந்நியர் மத்தியில் இருப்பதாகவே எனக்குத் தோன்றவில்லை. "அன்பென்னும் ஆயுதத்தினால் தகர்த்தெறிய முடியாத தடையும் ஒன்றுண்டோ?"

29. விரைவில் திரும்புங்கள்

சென்னையிலிருந்து கல்கத்தா சென்றேன். அங்கே என்னைத் தொல்லைகள் சூழ்ந்தன. கல்கத்தாவில் எனக்கு யாரையும் தெரியாது. எனவே, கிரேட் ஈஸ்டர்ன் ஹோட்டலில் ஓர் அறையை ஜாகையையாக ஏற்படுத்திக்கொண்டேன். இங்கு 'டெயிலி டெலிகிராப்' பத்திரிகையின் பிரதிநிதியான மிஸ்டர் எல்லர் தார்பே என்பார் எனக்குப் பழக்கமானார். அவர் 'பெங்கால் கிளப்' என்னும் ஐரோப்பிய விடுதியில் தங்கியிருந்தார். எனவே, அங்கு வரும்படி என்னை அழைத்தார். மேற்படி கிளப்பின் பிரதான அறைக்கு இந்தியரை அழைத்துக்கொண்டு போகக்கூடாதென்று அவருக்குத் தெரியாது. என்னை அழைத்துக்கொண்டு போனதும் அவருக்குத் தெரியவந்தது. உடனே, தமது அறைக்கு என்னை அழைத்துச்சென்றார். கல்கத்தாவிலுள்ள ஆங்கிலேயர் இத்தகைய வேற்றுமை மனப்பான்மை கொண்டவராயிருப்பது குறித்து அவர் வருத்தந்தெரிவித்தார். பிரதான அறைக்கு என்னை அழைத்துச்செல்ல முடியாதது குறித்து என்னிடம் மன்னிப்புக் கேட்டுக்கொண்டார்.

அக்காலத்தில் வங்காளத்தின் தெய்வமாய் விளங்கியவர் சுரேந்திர நாத் பானர்ஜி. எனவே, அவரை நான் பார்த்தல் அவசியமென்று சொல்லவேண்டுவதில்லை. அவரைப் பார்க்கச் சென்றபோது அவர் பல நண்பர்களால் சூழப்பெற்றிருந்தார். அவர்கூறியதாவது,

"உமது வேலையில் ஜனங்கள் சிரத்தைக்கொள்ள மாட்டார்களென்று எனக்குத் தோன்றுகிறது. இங்கே எங்களுடைய தொல்லைகள் கொஞ்சமல்ல என்பது உமக்கேத் தெரியும். எனினும், இயன்ற அளவு முயற்சிசெய்து பாரும். நீர் மகாராஜாக்களின் அனுதாபத்தைப் பெற முயலுதல் வேண்டும். பிரிட்டிஷ் இந்தியச் சங்கத்தின் பிரதிநிதிகளைப் பார்க்கத் தவறவிடாதீர். ராஜா ஸர்.பியாரி மோஹன் முகர்ஜி, தாகூர் இவர்களை நீர் பார்க்கவேண்டும். அவர்கள் இருவரும் விசால புத்தி படைத்தவர்கள்; பொதுவேலைகளில் ஈடுபட்டு வருபவர்கள்."

மேற்சொன்ன கனவான்களை நான் பார்த்தேன். ஆனால், ஒன்றும் பயனில்லை. என்னை வேண்டாவெறுப்புடன் அவர்கள் வரவேற்றார்கள். கல்கத்தாவில் பொதுக்கூட்டம் நடத்துவது எளிதன்று என்றும், ஏதாவது செய்யக்கூடுமானால் சுரேந்திரநாத் பானர்ஜியால்தான் செய்யமுடியும் என்றும் அவர்கள் சொல்லிவிட்டார்கள்.

இவ்வாறு, என் வேலை வரவரக் கஷ்டமாகி வருவதைக் கண்டேன். பின்னர், 'அமிருதபஜார்' பத்திரிகைக் காரியாலயத்துக்குப் போனேன். அங்கு நான் சந்தித்த கனவான் என்னை 'ஊர் சுற்றும் யூதன்' என்று கருதிப் போகச்சொல்லிவிட்டார். 'வங்க வாஸி' ஆசிரியரோ இன்னும் ஓர் அடி முன்சென்றார். ஒருமணி நேரம் அவர் என்னைக் காக்கவைத்தார். அவரைப் பார்க்கப் பலர் வந்திருந்தனர். அவர்கள் எல்லாரும் போனபிறகும் என்மீது அவருக்குத் தயவு பிறக்கவில்லை. என்னைக் கண்ணெடுத்துப் பார்க்கவும் அவர் மனம் கொள்ளவில்லை. வெகுநேரம் காத்திருந்துவிட்டுக் கடைசியில் என்னுடைய விஷயத்தை எடுக்க ஆரம்பித்தேன். உடனே, அவர் குறுக்கிட்டு, "எங்களுக்கு வேலை தலைக்குமேல் இருப்பது உமக்குத் தெரியவில்லையா? உம்மைப்போல் எங்களைப் பார்க்க வருவோர் கணக்கில்லாமலிருக்கின்றனர். நீர் போய்விடுதல் நலம். உமது விஷயத்தைக் கேட்க இப்போது சௌகரியப்படாது" என்றார். ஒரு கணநேரம் எனக்குப் கோபம் வந்தது. ஆனால், உடனே பத்திரிகாசிரியரின் நிலைமையை உணர்ந்தேன். வங்கவாஸிப் பத்திரிகையின் புகழைப் பற்றி நான் நிரம்பக் கேள்விப்பட்டதுண்டு. ஓயாமல் அவரைப் பார்க்க மனிதர் வந்துகொண்டிருப்பதையும் கண்டேன். அவர்கள் எல்லாரும் அவருக்குப் பழக்கமானவர். பத்திரிகைக்கு எழுத அவருக்கு விஷயத்திற்குக் குறைவில்லை. தென்னாப்பிரிக்கா சங்கதியோ அக்காலத்தில் எவருக்கும் தெரியாது.

கஷ்டப்படுபவனுக்குத் தன்னுடைய கஷ்டம் எவ்வளவோ பெரிதாகத் தோன்றலாம். ஆனால், பத்திரிகாசிரியர் ஒருவரைப் பார்க்க வருவோர் ஒவ்வொருவரும் ஒவ்வொரு குறையுடனேயே வருவர். அவர்கள் எல்லோருக்கும் அவர் பதில் சொல்வதென்பது எவ்வாறு சாத்தியம்? மேலும், குறைகூறிக்கொள்ள வரும் மனிதன் நாட்டில் பத்திராதிபர் பேரதிகாராம் படைத்தவர் என்று எண்ணிக்கொள்கிறான். தமது காரியாலயத்தின் வாயிற்படிக்கு வெளியே செல்லாதென்பது அவருக்கன்றோ தெரியும்? ஆகவே, இந்நிகழ்ச்சியினால் நான் அதைரியம் அடைந்துவிடாமல் மற்றப் பத்திரிகைகளின் ஆசிரியன்மாரைப் பார்க்கச்சென்றேன். வழக்கம்போல் ஆங்கிலேயர் இந்தியப் பத்திரிக்காசிரியர்களையும் பார்த்தேன். 'ஸ்டேட் ஸ்டான்', 'இங்கிலீஷ்மான்' பத்திரிகைகள் இவ்விஷயத்தின் முக்கியத்தை உணர்ந்தன. அப்பத்திரிகைகளின் பிரதிநிதிகளிடம் நான் தெரிவித்த நீண்ட விவரங்கள் முழுவதும் வெளியிடப்பட்டன.

'இங்கிலீஷ்மான்' ஆசிரியர் மிஸ்டர் ஸாண்டர்ஸ் என்பார் என்னைத் தம்முடைய சொந்த மனிதனாக ஏற்றுக்கொண்டார். அவருடை காரியாலயத்தையும், பத்திரிகையயும் நான் எப்படி வேண்டுமானாலும் உபயோகப்படுத்திக் கொள்ளலாமென்று சொன்னார். அவர் இவ்விஷயமாக எழுதியத் தலையங்கத்தை அச்சாவதற்கு முன்பே என்னிடம் காட்டி அதில் என் விருப்பத்தின்படி மாறுதல் செய்யுவும் அனுமதிக் கொடுத்தார். எங்கள் இருவருக்குமிடையே நட்புரிமை தோன்றி வளர்ந்தது என்றுகூறுதல் மிகையாகாது. தம்மாலியன்ற எல்லா உதவியும் எனக்குச் செய்வதாக அவர் வாக்களித்ததுடன் அவ்வாக்குறுதியை முற்றும் நிறைவேற்றி வைத்தார். அவர் நோய்வாய்ப்பட்டுப் படுத்தப்படுக்கையாக ஆகும்வரை என்னுடன் கடிதப் போக்குவரவு செய்துகொண்டிருந்தார்.

என்னுடைய வாழ்நாள் முழுவதிலும் இவ்வாறு நான் சற்றும் எதிர்பாராதவர்களுடன் நட்புரிமை பெறும் பாக்கியம் கிடைத்து வந்திருக்கிறது. எனது உண்மைப் பற்றும், மிகைப்படுத்தாது உள்ளதை உள்ளவாறே கூறும் தன்மையுமே மிஸ்டர் ஸாண்டர்ஸின் மனதைக் கவர்ந்தன. என் முயற்சியில் அவர் ஆதரவு காட்டுவதற்கு முன்பு என்னை மிகவும் நுணுக்கமான பலக் கேள்விகள் கேட்டார். தென்னாப்பிரிக்கா வெள்ளைக்காரரின் கட்சியையும் நான் பாரபட்சமின்றி எடுத்துக்கூறியதைக் கண்ட பின்னரே அவர் என் முயற்சியில் அனுதாபங்கொண்டார்.

எதிரிகளுக்கும் நியாயம் செய்வதினால் மட்டுமே நாம் விரைவில் நியாயம் பெற முடியுமென்று என்னுடைய அனுபவத்தில் எனக்கு நன்றாகத் தெரிந்திருக்கிறது.

இவ்வாறு, நான் எதிர்பாராத வகையில் மிஸ்டர் ஸாண்டார்ஸின் உதவி எனக்குக் கிடைத்தபடியால், கல்கத்தாவில் ஒரு பொதுக்கூட்டம் நடத்தியேவிடலாமென்று நான் நம்பிக்கைக் கொள்ளலானேன். ஆனால், இத்தருணத்தில் 'டர்பனிலிருந்து பார்லிமென்ட் ஜனவரியில் கூடுகிறது. விரைவில் திரும்புங்கள்' என்ற தந்தி வந்தது.

ஆகவே, நான் கல்கத்தாவிலிருந்து அவசரமாகப் புறப்படுவதன் காரணத்தை விளக்கிப் பத்திரிகைளுக்கு ஒரு கடிதம் எழுதிவிட்டுப் பம்பாய்க்குப் புறப்பட்டேன்.

புறப்படுவதற்குமுன் தென்னாப்பிரிக்காவுக்குப் போகும் முதல் கப்பலில் எனக்கு இடம் தயாரித்து வைக்கும்படி தாதா அப்துல்லா கம்பெனியின் பம்பாய் ஏஜண்டுக்குத் தந்தி அடித்தேன். தாதா அப்துல்லா அப்போதுதான் 'கோர்லாண்டு' என்னும் நீராவிக் கப்பலை விலைக்கு வாங்கியிருந்தார். அக்கப்பலிலேயே நான் பிரயாணம் செய்யவேண்டுமென்று அவர் வற்புறுத்தியதுடன் என்னையும் குடும்பத்தையும் இலவசமாக ஏற்றிக்கொண்டு போவதாகவும் கூறினார். இவ்வுதவியை நான் வந்தனத்துடன் ஏற்றுக்கொண்டேன்.

டிசம்பர் மாதத் தொடக்கத்தில் தென்னாப்பிரிக்காவுக்கு இரண்டாம் முறை பிரயாணமானேன். இம்முறை என் மனைவியையும், இரு புதல்வர்களையும், விதவையான என் சகோதரியின் ஏக புதல்வனையும் அழைத்துச் சென்றேன். அதே காலத்தில் டர்பனுக்கு 'நாடேரி' என்னும் மற்றொரு நீராவிக்கப்பலும் புறப்பட்டது. இக்கப்பல் கம்பெனியின் ஏஜண்டுகள் தாதா அப்துல்லா கம்பெனியாரே ஆவார். இவ்விரு கப்பல்களிலும் சுமார் எண்ணூறு பிரயாணிகள் இருந்திருக்க வேண்டும். இவர்களில் பாதிபேர் டிரான்ஸ்வாலுக்குச் செல்பவர்.

மூன்றாம் பாகம்

01. புயலின் குமுறல்

மனைவி, குழந்தைகளுடன் நான் பிரயாணம் செய்தது இதுவே முதன்முறை. ஹிந்துக்களில் மத்திய வகுப்பாரில் குழந்தைப் பருவத்திலேயே மணஞ்செய்துவிடும் ஏற்பாட்டைப் பற்றியும் இதன் பயனாகக் கணவன் படித்தவனாயினும், மனைவி எழுத்து வாசனை அறியாதவளாயும் இருப்பது குறித்தும் இச்சரித்திரத்தில் அடிக்கடி கூறி வந்திருக்கிறேன். இவ்வாறு இவ்விருவருடைய வாழ்க்கைகளையும் ஒரு பெரும் அகழ்பிரிந்து நிற்பதால் கணவன், மனைவிக்கு உபாத்தியாயனாக வேண்டிவருகிறது. எனவே, என் மனைவியும் குழந்தைகளும் என்னென்ன முறையில் உடையணிய வேண்டுமென்பது குறித்தும், அவர்கள் அருந்தவேண்டிய உணவு, புதிய இடத்தில் அவர்கள் நடந்துகொள்ள வேண்டிய விதம் முதலியவை குறித்தும் நானே சிந்தித்து முடிவு செய்யவேண்டியிருந்தது. அக்காலத்தில் ஞாபகங்கள் பல இப்போது நகைப்பூட்டுவனாய் இருக்கின்றன.

ஹிந்துக்களில் மனைவியானவள் பதி சொல் இம்மியளவும் தவறாது கீழ்ப்படிந்து நடப்பதே சிறந்த சமயநெறி என்று கருதுகிறாள். கணவனோ, மனைவியை அடிமைகொண்ட எஜமானனாகத் தன்னை எண்ணி, தான் காலாலிட்டதை அவள் தலையால் செய்யக் கடமைப்பட்டவள் எனக் கருதுகிறான்.

அக்காலத்தில், நாங்கள் நாகரிகமடைந்தவர்களாகக் காணப்பட வேண்டுமானால், நடை உடை பாவனைகள் கூடியவரை ஐரோப்பிய முறையை ஒட்டியவையாய் இருக்கவேண்டுமென்று நான் கருதினேன். அப்படியிருந்தால்தான் எங்களுக்குக் கொஞ்சம் செல்வாக்கு உண்டாகுமென்றும். செல்வாக்கில்லாவிடில் தென்னாப்பிரிக்கா இந்தியர்களுக்கு எவ்வித நன்மையும் செய்யமுடியாதென்றும் எண்ணினேன்.

ஆகவே, என் மனைவியும், குழந்தைகளும் எவ்வாறு உடையணிய வேண்டுமென்று தீர்மானித்தேன். அவர்கள் கத்தியவார் வைசியர்களாகக் காணப்படுவது எனக்குப் பிடிக்கவில்லை. அப்போது இந்தியர்களுக்குள் பார்ஸி சாதியார் மிக

நாகரிகமடைந்தவர்களாகக் கருதப்பட்டார்கள். ஆதலின் முழு ஐரோப்பிய உடை சரிபடாது என்று தெரிந்ததும், பார்ஸி முறையில் முழுதரிக்கச் செய்வதென்று தீர்மானித்தேன். எனவே, என் மனைவி பார்ஸி மாதர் அணியும் புடவையும், குழந்தைகள் பார்ஸிகளைப் போன்று மேற்சட்டையும், கால்சட்டையும் அணிந்தார்கள். காலுறைகள் ஜோடுகளும் எல்லோருக்கும் இன்றியமையாதன என்று சொல்லவேண்டுவதில்லை. என் மனைவிக்கும் குழந்தைகளுக்கும் அவை பழக்கமாவதற்கு நீண்ட நாளாயிற்று. ஜோடுகளால் இறுக்கப்பட்டுப் பாதங்கள் நசுங்கின. காலுறைகள் வியர்வையால் நனைந்து நாற்றமெடுத்தன. கால் விரல்களோ அடிக்கடி புண்ணாயின.

இத்தகைய ஆட்சேபங்களுக்கு நான் பதில்கள் தயாராக வைத்திருந்தேன். ஆனால், இந்தப் பதில்களினால் அவர்கள் திருப்தி அடையவில்லை என்றும், என் அதிகாரத்துக்குப் பயந்தே அவற்றை அணிந்தார்களென்றும் எண்ணுகிறேன். வேறுவழி இல்லாததாலேயே அவர்கள் உடை மாறுதலுக்கும் சம்மதித்தார்கள். இவ்வாறே, இன்னும் அதிக வேண்டாவெறுப்பாய்க் கத்தி, முள் இவற்றை உபயோகித்துச் சாப்பிட இணங்கினார்கள். இத்தகைய நாகரிக சின்னங்களில் எனக்குப் பைத்தியம் நீங்கியபோது கத்தி, முள் முதலியவற்றை அவர்கள் விட்டார்கள். ஆனால், புதிய முறைகளை கைக்கொள்ளும்போது கஷ்டமாயிருந்தது போலவே, நீண்டநாள் பழகிப்போன பின்னர், பழையமுறைகளுக்குத் திரும்புவதும் கஷ்டமாயிருந்தது. எனினும் இன்றைய தினம் மேற்படி நாகரிகப்பகட்டுப் பொருள்களைத் தலையைச் சுற்றி எறிந்துவிட்டதன் நிமித்தம், நாங்கள் பெரிய சுமை நீங்கி விடுதலைப் பெற்றதாகவே எண்ணி மகிழ்கிறோம்.

அதே கப்பலில் எங்கள் உறவினர் சிலரும், மற்றும் பழக்கமானவர் சிலரும் பிரயாணம் செய்தனர். அவர்களையும் மற்றும் மேல்தட்டில் இருந்த பிரயாணிகளையும் நான் அடிக்கடி சந்தித்துப் பேசினேன். கப்பல் என் கட்சிக்காரரின் நண்பர்களுக்குச் சொந்தமானதாகையால் நான் எங்கும் தங்கு தடையின்றிப் போகக்கூடியதாயிருந்து.

கப்பல் இடையிலுள்ள துறைமுகங்களில் தங்காமல் நேரே சென்றபடியால் பதினெட்டு நாளில் நேட்டால் போய்ச் சேர்ந்தோம். ஆனால், தரையில் நாங்கள் இறங்கியதும் அடிக்கவிருந்த உண்மைப் பெரும்புயலைப் பற்றிய எச்சரிக்கையே போல், நேட்டாலுக்கு நான்கு நாள் பிரயாண தூரத்தில், கடலில் ஒரு பெருங்காற்றில் அகப்பட்டுக்கொண்டோம். அதுவே, டிசம்பர் மாதம் உலகில்

தென்பகுதிக்கு அது கோடைக்காலம்; காற்றடிக்கும் காலம். எனவே, அப்பிரதேசத்தில் அப்போது பெருங்காற்றுக்கள் சர்வசாதராணம். நாங்கள் அகப்பட்டுக்கொண்ட காற்று மிகப் பலமாக வீசியபடியாலும் நீண்டகாலம் நீடித்திருந்தபடியாலும் பிரயாணிகளுக்குப் பயம் உண்டாகிவிட்டது.

அது பக்தியும், பயங்கரமும் பொருந்தியக் காட்சியாகும், எல்லாருக்கும் பொதுவான பெரும் விபத்தின் முன்பு அனைவரும் ஒன்றுபட்டு நின்றனர். ஹிந்துக்கள், முஸ்லிம்கள், கிறிஸ்துவர்கள் எல்லாம் தங்கள், தங்கள் வேற்றுமைகளை மறந்து ஏகனான ஆண்டவனைச் சிந்திக்கலானார்கள். பலர் பற்பல வேண்டுதல்கள் செய்துகொண்டனர். கப்பல் தலைவரும் பிரயாணிகளுடன் சேர்ந்து ஆண்டவனைப் பிரார்த்தித்தார். மற்றும் அவர் இந்தப் புயலில் அபாயம் இல்லை என்றுகூற முடியாதாயினும் இதைவிட அபாயகரமானப் புயல்களைத் தாம் பார்த்திருப்பதாகவும், நன்கு கட்டப்பட்ட கப்பல் எவ்வளவு பெரும் புயலையும் சமாளித்துக்கொள்ளும் என்றும் தைரியம் சொன்னார். ஆனால், பிரயாணிகளுக்கு இதனாலெல்லாம் ஆறுதல் உண்டாகவில்லை. ஒவ்வொரு நிமிஷமும் காற்றின் வேகத்தால் மோதப்பட்டுக் கப்பலில் பல இடங்களும், 'கிறீச்... கிறீச்...' என்ற சத்தமும், முறியும் சத்தமும் உண்டாயின. கப்பலில் எந்த நிமிஷமும் துவாரம் ஏற்பட்டுத் தண்ணீர் உட்புகுந்துவிடலாம் என்பதை இச்சத்தங்கள் நினைவூட்டி வந்தன. கப்பல் அப்படியும் இப்படியும் பலமாக அசைந்தபடியால் எந்தத் தருணத்திலும் கப்பல் மேல்தளத்தில் இருக்கத் துணியமாட்டார்கள் என்று சொல்லவேண்டுவதில்லை. 'எல்லாம் ஆண்டவன் சித்தம்' என்று அச்சமயத்தில் சொல்லாதவரில்லை. இந்த நிலைமை 24மணி நேரம் நீடித்திருந்தாக ஞாபகமிருக்கிறது.

கடைசியில் வானம் வெளி வாங்கிற்று. கதிரவன் தரிசனம் தந்தான். புயல் அடித்து ஓய்ந்துவிட்டதென்று கப்பல் தலைவர் கூறினார். ஜனங்களின் முகத்தில் மகிழ்ச்சி தாண்டவமாடிற்று, ஆபத்து விலகவே ஆண்டவன் நாமத்தையும் மறந்தனர். உண்ணுதல், குடித்தல், ஆட்டம் பாட்டம், முதலிய களியாட்டங்களில் ஈடுபட்டனர். மரண பயம் விலகியதும் ஹிருதயப் பூர்வமாய் ஆண்டவனைச் சிந்தித்ததுபோய் மீண்டும் மாயை வந்து மூடிக்கொண்டது. வழக்கம்போல் நமாஸ்களும், பிரார்த்தனைகளும் நடவாமலில்லை. ஆனால், அந்த நேரத்தில் இருந்த பக்தியும், சிரத்தையும் அப்புறம் இல்லை.

ஆனால், இந்தப் புயல் என்னை மற்றப் பிரயாணிகளுடன் சேர்த்துப் பிணைந்துவிட்டது. இத்தகைய, புயல்கள் பலவற்றை நான் முன்னமே பார்த்திருந்தபடியால் எனக்குப் பிடித்துப்போயிருந்தது. கடல்நோய் எனக்கு வருவதில்லை. எனவே, நான் பயம் எதுவுமின்றிப் பிரயாணிகளின் இடையே அடிக்கடி சென்று தைரியமூட்டிக்கொண்டும், ஒவ்வொரு மணியும் கப்பல் தலைவர் புயல் நிலையைப் பற்றி அறிவித்தச் செய்திகளை அவர்களுக்குத் தெரிவித்துக்கொண்டுமிருந்தேன். இவ்வாறு நான் எல்லாருடனும் நட்புக்கொண்டது எனக்கு எவ்வளவு தூரம் தருணத்தில் கைகொடுத்தது என்பதைப் பின்னர் பார்ப்போம்.

டிசம்பர் 18ந் தேதியோ, 19ந் தேதியோ கப்பல் டர்பன் துறைமுகத்தை அடைந்து நங்கூரம் போட்டது. நாடேரி கப்பலும் அதே நாளன்று வந்து சேர்ந்தது.

ஆனால், உண்மைப் புயல் இனிமேலேயே அடிக்கவிருந்தது.

02. புயல்

டிசம்பர் மாதம் 18ந் தேதியன்றோ, அதற்கு முன்பின் தேதிகளிலோ டர்பன் துறைமுகத்தில் இரண்டு கப்பல்களும் நங்கூரம் பாய்ச்சி நின்றன என்று சென்ற அத்தியாயத்தின் இறுதியில் கூறப்பட்டது. தென்னாப்பிரிக்கா துறைமுகங்கள் எல்லாவற்றிலும் நன்றாக வைத்திய பரிசோதனைச் செய்யப்படுவதற்கு முன்னால் பிரயாணிகள் எவரும் இறங்க விடப்படுவதில்லை. கப்பலில் தொற்றுநோய் உடைய பிரயாணி ஒருவர் இருந்துவிட்டால், அந்தக் கப்பல் குறிப்பிட்ட காலம்வரை வைத்தியப் பரிசோதனையின் கீழ் இருத்தல் வேண்டும். பம்பாயில் நாங்கள் புறப்படும்போது பிளேக் நோய் பரவியிருந்தபடியால் கப்பலிலிருந்து இறங்குவதற்கு முன் சிறிதுகாலம் காத்திருக்க நேரலாமென நாங்கள் அஞ்சினோம். வைத்தியப் பரிசோதனை முடிந்து டாக்டர் அத்தாட்சிப் பத்திரம் கொடுக்கும் வரையில் ஒவ்வொரு கப்பலும் ஒரு மஞ்சள்நிறக் கொடியைப் பறக்க விடவேண்டும். மஞ்சள் கொடி இறக்கப்பட்ட பின்னரே பிரயாணிகளின் நண்பர்கள், உறவினர் முதலியோர் கப்பலுக்குள் வந்து பார்க்கலாம்.

முறைப்படி எங்கள் கப்பலிலும் மஞ்சள் கொடி பறக்க விடப்பட்டிருந்தது. டாக்டர் வந்து பரிசோதனை செய்தார். பிளேக் கிருமிகள் வளர்ச்சியுறுவதற்கு 23 தினங்கள் செல்லுமென அவர்

அபிப்பிராயப்பட்ட படியாலும், நாங்கள் பம்பாயிலிருந்து புறப்பட்டு 18ஆம் நாளே ஆகியிருந்தபடியாலும், இன்னும் ஐந்து நாள் வைத்தியப் பரிசோதனையின் கீழ் இருந்து, பின்னரே பிரயாணிகள் இறங்கலாமென்று அவர் உத்தரவுப் பிறப்பித்தார். ஆனால், இந்த உத்தரவு சுகாதார நோக்கத்தை மட்டும் காரணமாகக் கொண்டதன்று. அதற்கு வேறு காரணங்களும் இருந்தன.

டர்பன் நகரில் வெள்ளைக்காரர்கள் எங்களை இறங்கவிடாமலே திருப்பி அனுப்பிவிட வேண்டுமென்று கிளர்ச்சி செய்துகொண்டிருந்தார்கள், மேற்படி உத்தரவுக்கு இது ஒரு காரணமாகும். தினந்தோறும் நகரில் நடக்கும் விசேஷங்களை தாதா அப்துல்லா கம்பெனியார் எங்களுக்குத் தவறாது தெரிவித்துக்கொண்டு வந்தனர். ஒவ்வொரு நாளும் வெள்ளைக்காரரின் பெருங்கூட்டங்கள் நடைபெற்றனவாம். தாதா அப்துல்லாவின் கம்பெனியை அவர்கள் பலவகையாகப் பயமுறுத்தினார்களாம். அத்துடன் சில சமயம் ஆசையும் காட்டினார்களாம். இரண்டு கப்பல்களையும் திருப்பி அனுப்பிவிட்டால் கம்பெனிக்கு நஷ்டஈடு செய்துவிடுவதாகச் சொன்னார்களாம். ஆனால், தாதா அப்துல்லா கம்பெனியார் பயமுறுத்தல்களுக்கு அஞ்சுகிறவர்களல்லர். அப்போது கம்பெனியை நிர்வகித்து வந்தவர் கம்பெனியின் கூட்டாளியான சேத் அப்துல் கரீம் ஹாஜி ஆதம் என்பார். என்ன நேர்வதாய் இருந்தாலும் பிரயாணிகளை இறக்கியே விடுவதென்று அவர் எனக்கு விவரமான கடிதங்கள் எழுதிக்கொண்டிருந்தார். காலஞ்சென்ற ஸ்ரீ மனுசுக்லல் நாஸார் அதிர்ஷ்டவசமாக அப்போது என்னைப் பார்ப்பதற்கென்று டர்பனுக்கு வந்திருந்தார். அவர் திறமைசாலி அஞ்சா நெஞ்சம் படைத்தவர். டர்பன் இந்தியர்களுக்கு அவர் வழிக்காட்டினார். இந்தியச் சமூகத்தின் வக்கீலான மிஸ்டர் லாப்டனும் அஞ்சாமையுடையவர். வெள்ளைக்காரர்களின் நடத்தையை அவர் பலமாகக் கண்டித்தார். இந்தியர்களுக்கு அவர்களிடம் பணம் பெறும் வக்கீல் என்ற முறையில் மட்டுமின்றி அவர்களுடைய உண்மை நண்பராக அவர் ஆலோசனை சொல்லிவந்தார்.

இவ்வாறு டர்பன் நகரம் சமவலிமை இல்லாத இரு கட்சியினரின் போர்க்களம் ஆயிற்று. ஒருபுறத்தில் சிறு தொகையினரான ஏழை இந்தியர்களும், அவர்களுடைய நண்பர்கள் ஒரு சிலரும், இன்னொரு புறத்திலோ பலசாலிகளும், தொகையில் பெருத்தவர்களும், கல்வியிலும் செல்வத்திலும் மேம்பட்டவர்களுமான வெள்ளைக்காரர்கள். இவர்களுக்கு அரசாங்கத்தின் துணையும் இருந்தது. நேட்டால் அரசாங்கத்தார்

பகிரங்கமாக அவர்களுக்கு உதவி செய்தனர். மந்திரிகளுக்குள் செல்வாக்கு மிகுந்தவரான மிஸ்டர் ஹாரி எஸ்கோம்ப் அவர்களுடையக் கூட்டங்களுக்கு வெளிப்படையாகச் சென்று கலந்துகொண்டார்.

இவ்வாறாக, எங்களைத் துறைமுகத்தில் ஐந்து நாள் நிறுத்தியதன் உண்மைக் காரணம், எங்களைப் பயமுறுத்தியோ, கம்பெனியைப் பயமுறுத்தியோ இந்தியாவுக்குத் திரும்பிப்போகச் செய்துவிட வேண்டுமென்பதே என விளங்கிற்று. எங்களுக்கும் அச்சுறுத்தும் கடிதங்கள் வரத்தொடங்கின. "நீங்கள் திரும்பிப் போகாவிடின் கடலில் தள்ளப்படுவீர்கள் என்பது நிச்சயம். திரும்பிப்போகச் சம்மதித்தாலோ பிரயாணச் செலவுப் பணம் திரும்பிக்கொடுக்கவும் படலாம்" என்று அக்கடிதங்கள் கூறின. கப்பலிலிருந்த மற்றப் பிரயாணிகளிடையே நான் அடிக்கடி சென்று அவர்களுக்குத் தைரியமூட்டி வந்தேன். 'நாடேரி' கப்பலின் பிரயாணிகளுக்கும் ஆறுதல் செய்திகள் அனுப்பினேன். எல்லாரும் தைரியத்துடன் அமைதியாக இருந்தார்கள்.

பிரயாணிகளின் பொழுது போக்குக்காகப் பலவகை விளையாட்டுகளை ஏற்படுத்தினோம். கிறிஸ்துமஸ் தினத்தன்று கப்பல் தலைவர் முதல் வகுப்பு, இரண்டாம் வகுப்புப் பிரயாணிகளை விருந்துண்ண அழைத்தார். நானும் என் குடும்பத்தாரும் விருந்தினரில் முக்கியமானவர். விருந்துக்குப் பின்னர் நான் பேசவேண்டிய முறை வந்தபோது மேனாட்டு நாகரிகம் என்னும் விஷயத்தைப் பற்றிப் பேசினோம். அது களியாட்டத்துக்குரிய தருணமென்றும், ஆழ்ந்த சிந்தனைக்குரிய விஷயத்தைப் பற்றிப் பேசும் சந்தர்ப்பம் என்றும் எனக்குத் தெரியும். ஆனால், என் பேச்சு வேறு விதமாயிருந்திருக்க முடியாது. நான் களியாட்டத்தில் மேலுக்குக் கலந்துகொண்டிருந்தேனே அன்றி என் உள்ளம் டர்பனில் நடந்துகொண்டிருந்த போராட்டத்திலேயே ஈடுபட்டிருந்தது. ஏனெனில், அப்போராட்டம் உண்மையில் என்னை உத்தேசித்தன்றோ நடத்தப்பட்டது? என்மீது சுமத்தப்பட்டிருந்த குற்றங்கள் இரண்டு.

1) இந்தியாவிலிருந்தபோது நான் நேட்டால் வெள்ளைக்காரரை இல்லாததும் பொல்லாததும் சொல்லிக்கண்டித்தேன் என்பது.

2) நேட்டாலை இந்திய மயமாக்கிவிடும் எண்ணத்துடன் இரண்டு கப்பல் நிறைய பிரயாணிகளை அழைத்துக்கொண்டு வந்திருந்தேன் என்பது.

என் பொறுப்பை நான் நன்குணர்ந்திருந்தேன். என் நிமித்தம், தாதா அப்துல்லா கம்பனியார் பெரிய அபாயங்களுக்குள்ளாகி இருந்தார்கள் என்பதும், பிரயாணிகளின் உயிர்களுக்கே ஆபத்து நேரலாமென்பதும், என்னுடைய குடும்பத்தை என்னுடன் அழைத்துக்கொண்டு வந்து, அவர்களையும் ஆபத்தான நிலையில் வைத்துவிட்டேன் என்பதும் எனக்கு நன்கு தெரிந்திருந்தன.

ஆனால், நான் நிரபராதி. நேட்டாலுக்கு வரும்படி ஒருவரையேனும் நான் தூண்டிவனல்லன். பிரயாணிகள் கப்பலில் ஏறியபோது அவர்களைப் பற்றி எனக்கு ஒன்றுமே தெரியாது. இரண்டொரு உறவினரைத் தவிர மற்றப்படி நூற்றுக்கணக்கான அப்பிராயணிகளில் ஒருவருடைய பெயர், விலாசங்கூட நான் அறியமாட்டேன். மற்றும் இந்தியாவில் இருந்தபோது, நேட்டால் வெள்ளைக்காரர்களைப்பற்றி நேட்டாலிலேயே நான் சொல்லக்கூட ஒரு வார்த்தையும் சொன்னதில்லை. அவர்களைப் பற்றி உண்மையில் நான் கூறியவற்றிற்கெல்லாம் ஏராளமான சாட்சியங்கள் இருந்தன.

ஆகையினாலேயே மேனாட்டு நாகரிகத்தின் நிலைகுறித்து நான் வருந்தினேன். நேட்டால் வெள்ளைக்காரர் அந்நாகரிக விருட்சத்தின் கனிகளேயாவர். அவர்கள் அந்நாகரிகத்தின் பிரதிநிதிகள்; அந்நாகரிகத்தை ஆதரிப்பவர்கள். நீண்ட நாளாக இந்நாகரிகம் என் உள்ளத்தை அலைத்துக்கொண்டிருந்தது. இப்போது அச்சிறு கூட்டத்தின் முன்பு அதைப்பற்றி என் கருத்துகளை வெளியிட்டேன். கப்பல் தலைவரும் மற்ற நண்பர்களும் என்னுடைய மொழிகளுக்குப் பொறுமையுடன் செவிக்கொடுத்தனர். நல்ல நோக்கத்துடன் நான் பேசியதுபோல் அவர்களும் நன்னோக்கத்துடன் என் பேச்சைக் கேட்டனர். இதன் பயனாக அவர்களுடைய வாழ்வுப் போக்கில், எத்தகைய மாறுதேலனும் ஏற்பட்டதா என்று எனக்குத் தெரியாது.

ஆனால், அதற்குப் பின்னரும் கப்பல் தலைவருடனும், மற்ற கப்பல் நேரம் சம்பஸ்தர்களுடனும் மேனாட்டு நாகரிகத்தைப் பற்றி நீண்டநேரம் சம்பாஷித்தேன். மேற்குறிப்பிட்ட பிரசங்கத்தில் மேனாட்டு நாகரிகம், கீழ்நாட்டு நாகரிகத்தைப் போலன்றிப் பெரிதும் பலாத்காரத்தை அடிப்படையாகக் கொண்டது என்று கூறியிருந்தேன். இவ்விஷயத்தில் என் கொள்கையை என்னாலேயே நிறைவேற்றி வைக்க முடியுமாவென அவர்கள் வினவினார்கள்.

ஒருவர் கப்பல் தலைவர் என்றே ஞாபகம். "வெள்ளைக்காரர்கள் தாங்கள் பயமுறுத்துகிறபடியே காரியத்திலும் செய்தார்களாயின் தாங்கள் அஹிம்ஸைக் கொள்கையை எவ்வாறு நிலைநிறுத்துவீர்கள்?" என்று வினவினார். நான் பின்வருமாறு பதிலளித்தேன். "அவர்கள்

மன்னிப்பதற்கும் சட்டப்படி வழக்குத் தொடராதிருப்பதற்கும் வேண்டிய நல்லுணர்வையும் தைரியத்தையும் இறைவன் எனக்கு அளிப்பாரென நம்புகிறேன். அவர்கள் மீது எனக்குக் கோபமில்லை. அவர்களுடைய அறியாமைக்காகவும், குறுகிய நோக்கத்துக்காகவும் வருந்துகிறேனே அன்றி வேறில்லை. தாங்கள் இன்றைய தினம் செய்யும் காரியம் முறையானது. நியாயமானது என்று அவர்கள் மனப்பூர்வமாக நம்புகிறார்களென அறிவேன். ஆதலின் அவர்கள் மீது கோபித்துக்கொள்ளுவதற்குக் காரணம் ஏதுவுமில்லை."

கேள்விக் கேட்டவர் புன்னகை புரிந்தார். நான் கூறியவற்றை அவர் நம்பவில்லை என்பதற்கு அப்புன்னகை அறிகுறி போலும். இவ்வாறு நாட்கள் கழிந்துகொண்டிருந்தன. எத்தனை நாள் காத்திருக்க வேண்டுமென்பது இன்னும் நிச்சயமாகாமலே இருந்தது. வைத்தியப் பரிசோதனை அதிகாரி, விஷயம் தம் கையைத் தாண்டிப் போய்விட்டதென்றும். அரசாங்கத்தாரிடமிருந்து உத்தரவு வந்ததும் கீழிறங்க அனுமதி கொடுத்துவிடுவதாகவும் கூறினார்.

கடைசியாக, எனக்கும் மற்றப் பிரயாணிகளுக்கும் இறுதிச் செய்திகள் அனுப்பப்பட்டன. உயிர் தப்பிப் பிழைக்க வேண்டுமானால் பணிந்துவிடும்படியாகச் சொல்லப்பட்டோம். பிரயாணிகளும் நானும் அதற்கிறுத்த விடையில் நேட்டால் துறைமுகத்தில் இறங்க எங்களுக்கு உரிமையுண்டு என்பதை வலியுறுத்தியதுடன், என்ன வரினும் நேட்டாலில் இறங்கி எங்கள் உரிமையை நிலைநாட்ட உறுதிகொண்டிருப்பதாகத் தெரிவித்தோம்.

இருபத்துமூன்று நாள் ஆனதும் கப்பல்கள் 'ஹார்பரு'க்குள் வர அனுமதிக்கப்பட்டன. பிரயாணிகளை இறங்க அனுமதித்து உத்தரவுகளும் பிறப்பிக்கப்பட்டன.

03. சோதனை

கப்பல்கள் கரையோரமாகக் கொண்டுபோய் நிறுத்தப்பட்டன. பிரயாணிகள் இறங்கத்தொடங்கினார்கள். ஆனால், கப்பல் தலைவருக்கு மிஸ்டர் எஸ்கோம்ப் ஒரு செய்தி அனுப்பியிருந்தார். என்மீது வெள்ளைக்காரர்கள் மிகவும் கோபங்கொண்டிருக்கிறார்கள் என்றும், என் உயிருக்கே அபாயம் நேரிடலாமென்றும், ஆதலின் என்னையும், என் குடும்பத்தாரையும் இருட்டிய பின்னர் இறங்கச் சொல்லவேண்டுமென்றும், அப்படிச் செய்தால் துறைமுகத் தலைமை உத்தியோகஸ்தர் மிஸ்டர் டாடம் என்பவர் எங்கள்

வீட்டுக்குப் பத்திரமாய் அழைத்துக்கொண்டு போய்விடுவாரென்றும் அவர் சொல்லியனுப்பியிருந்தார்.

கப்பல் தலைவர் இச்செய்தியை என்னிடம் தெரிவித்தபோது அதன்படி நடக்க நான் இணங்கினேன். ஆனால், அரைமணி நேரத்திற்கெல்லாம் மிஸ்டர் லாப்டன் கப்பலுக்கு வந்து சேர்ந்தார். அவர் கப்பல் தலைவரிடம் கூறியதாவது, "மிஸ்டர் காந்திக்கு ஆட்சேபம் இராவிடில் அவரை என்னுடன் அழைத்துச்செல்ல விரும்புகிறேன். இந்தக் கப்பல் சொந்தக்காரர்களின் வக்கில் நானாகையால், மிஸ்டர் எஸ்கோம்பின் யோசனைப்படி நீர் நடந்தல் கட்டாயமன்று" பின்னர், அவர் என்னிடம் வந்து சொன்னதாவது, "உங்களுக்குப் பயமாயிராவிடில் உங்கள் மனைவியையும் குழந்தைகளையும் வண்டியில் மிஸ்டர் ரஸ்டம்ஜியின் வீட்டுக்கு அனுப்பிவிட்டு நாமிருவரும் பின்னால் நடந்து செல்லலாம். திருடனைப்போல் இரவில் நகரில் நுழையும் யோசனை எனக்குச் சிறிதும் பிடிக்கவில்லை. உமக்கு யாரேனும் தீங்கு செய்வார்களென நான் நினைக்கவில்லை. இப்போது எல்லாம் அமைதியாயிருக்கிறது. வெள்ளைக்காரர்கள் அவரவர் வீடு சென்றுவிட்டார்கள். இது எங்ஙனமாயினும் நீர் இரகசியமாக நகரில் பிரவேசித்தல் கூடவே கூடாதென்பது என் உறுதியான அபிப்பிராயம்." அவர் வார்த்தைக்கு நான் உடனே இணங்கினேன். என் மனைவியும், குழந்தைகளும் வண்டியில் பத்திரமாக ஸ்ரீரஸ்டம்ஜியின் வீடுபோய்ச் சேர்ந்தார்கள் – கப்பல் தலைவரிடம் அனுமதி பெற்றுக்கொண்டு மிஸ்டர் லாப்டனுடன் நான் கரையில் இறங்கிச் சென்றேன். துறைமுகத்திலிருந்து ஸ்ரீ ரஸ்டம்ஜியின் வீடு இரண்டு மைல் தூரத்தில் இருந்தது.

நாங்கள் கப்பலிலிருந்து இறங்கியதும் சிறுவர் சிலர் என்னைப் பார்த்து தெரிந்துகொண்டு, 'காந்தி, காந்தி' என்று கூச்சலிட்டனர். அதைக்கேட்ட ஐந்தாறு மனிதர் ஓடிவந்து அவர்களுடன் சேர்ந்து கூச்சலிடத் தொடங்கினார். கூட்டம் பெரிதாகவிடக்கூடுமென மிஸ்டர் லாப்டன் அஞ்சினார். எனவே, ரிக்ஷா வண்டி ஒன்றைக் கூவி அழைத்தார். ரிக்ஷா வண்டியில் ஏறுதல் எனக்குப் பிடிப்பதே இல்லை. முதன்முறை. இப்போதே ரிக்ஷா வண்டியில் ஏற வேண்டி இருந்தது. ஆனால், அதில் ஏறுவதற்கு அங்கு நின்ற சிறுவர்கள் இடங்கொடுக்கவில்லை. ரிக்ஷா வண்டிக்காரப் பையனை அவர்கள் பெரிதும் பயமுறுத்திவிடவே அவன் ஓட்டம் பிடித்தான். நாங்கள் மேலே செல்லக் கூட்டமும் பெருகிக்கொண்டே வந்தது. கடைசியில் மேலே நடப்பது, இயலாதக் காரியமாயிற்று.

முதலில் அவர்கள் மிஸ்டர் லாப்டனைப் பிடித்து இழுத்து என்னிடமிருந்து பிரித்துவிட்டார்கள். பின்னர், என்மீது கற்களையும் அழுகிய முட்டைகளையும் எறிந்தார்கள். ஒருவர் என் தலைப்பாகையைப் பிடுங்கிக்கொண்டார். மற்றவர்கள் என்னை அடிக்கவும், உதைக்கவும் ஆரம்பித்தார்கள். நான் முற்றும் களைப்புற்றேன். கீழே விழாதிருக்கும் பொருட்டு அங்கிருந்த வீட்டின் முன்புற வேலிக்கம்பிகளைப் பிடித்துக்கொண்டு நின்றேன். சற்றே மூச்சுவிடலாமென்று நினைத்தேன். ஆனால், அது முடியவில்லை. மேலும்மேலும் அவர்கள் நெருங்கி என்னைத் தாக்கினார்கள். அச்சமயத்தில், போலீஸ் சூப்பரின்டென்டென்டு மிஸ்டர் அலெக்ஸாண்டரின் மனைவியார் அவ்வழியே சென்றார். அவர் வந்து, அப்போது வெயில் இல்லையாயினும் தமது குடையைப் பிரித்துக்கொண்டு எனக்கும், கூட்டத்துக்கும் நடுவில் நின்றார். ஜனக்கூட்டத்தின் கோபவெறி இதனால் தடைபட்டது. மிஸ்டர் அலெக்ஸாண்டரின் மனைவி மீது படாமல் என்னை அடிப்பது அவர்களுக்குக் கஷ்டமாயிருந்தது.

இதற்குள், இந்நிகழ்ச்சியைப் பார்த்துக்கொண்டிருந்த இந்திய இளைஞர் ஒருவர் போலீஸ் ஸ்டேஷனுக்கு ஓடி விவரம் அறிவித்தார். போலீஸ் தலைவர் மிஸ்டர் அலெக்ஸாண்டர் உடனே சேவகர்களை என் துணைக்கு அனுப்பினார். என்னைச் சுற்றி வளையம்போல் நின்று பத்திரமாக நான் போகவேண்டிய இடத்துக்குக் கொண்டுபோய்ச் சேர்த்துவிட்டு வரும்படி அவர் சொல்லி அனுப்பினார். நல்ல சமயத்தில் அவர்கள் வந்து சேர்ந்தார்கள். நாங்கள் சென்ற வழியிலேயே போலீஸ் ஸ்டேஷனும் இருந்தது. அங்கே போனதும் ஸ்டேஷனிலேயே அடைக்கலம் புகுந்துவிடும்படி மிஸ்டர் அலெக்ஸாண்டர் சொன்னார். நான் அவருக்கு, "தங்கள் தவறினை உணரும்போது சாந்தமடைவார்கள் என்பது நிச்சயம். அவர்களுடைய நியாய புத்தியில் எனக்கு நம்பிக்கை இருக்கிறது" என்றேன். பின்னர், வேறு அபாயமின்றி போலீஸ் துணையுடன் மிஸ்டர் ரஸ்டம்ஜியின் வீடுபோய்ச் சேர்ந்தேன். பட்ட அடியினால் உடம்பெல்லாம் தழும்பேறி இருந்ததாயினும் ஓர் இடத்தில்தான் பலமான காயம் ஏற்பட்டிருந்தது. அங்கிருந்த கப்பலின் வைத்தியர் ஸ்ரீ தாதிபர்ஜார் இயன்ற உதவிசெய்தார்.

வீட்டினுள்ளே அமைதி குடிகொண்டிருந்தது. ஆனால், வீட்டுக்கு வெளியே வெள்ளைக்காரர்கள் சூழ்ந்துகொண்டிருந்தனர். இரவும் வரலாயிற்று. "காந்தியை வெளியே அனுப்புங்கள்!" என்ற கூச்சல் பலமாக எழுந்தது. நிலைமையை விரைவில் அறியும்

ஆற்றல் வாய்ந்தவரான போலீஸ் தலைவர், இதற்குள் அங்கே வந்து ஜனக்கூட்டம் தீச்செயலில் இறங்காமல் பார்த்துக்கொண்டிருந்தார். அவர்களைப் பயமுறுத்துதல் இச்சமயத்தில் பயன்படாதெனக் கண்டு அவர்களைக் 'குஷி'ப்படுத்தி வைத்துக்கொண்டிருக்க முயன்றார். ஆயினும் அவருக்குக் கவலையில்லாமல் இல்லை. எனக்கு அவர் பின்வருமாறு சொல்லியனுப்பினார். "உங்கள் குடும்பத்தாரையும் காப்பாற்ற விரும்பினால் நீங்கள் மாறுவேடம் பூண்டு இவ்வீட்டைவிட்டுத் தப்பிச்செல்வது அவசியம்."

இவ்வாறாக, இந்த ஒரே நாளில் ஒன்றுக்கொன்று நேர்மாறான இரண்டு நிலைகள் எனக்கு ஏற்பட்டன. உயிருக்கு அபாயம் நேரிடலாமென்பது வெறும் உத்தேசமாக மட்டுமிருந்தபோது மிஸ்டர் லாப்டன் என்னைப் பகிரங்கமாக வெளிக்கிளம்பும்படி சொன்னார். அவருடைய யோசனையை நான் ஏற்று நடந்தேன். அபாயம் நிச்சயமென்னும் நிலை ஏற்பட்டபோது மற்றொரு நண்பர் நேர்மாறானா யோசானையைக் கூறினார். அதையும் நான் ஏற்று நடந்தேன். என் உயிருக்கு அபாயத்தை முன்னிட்டே அப்படிச் செய்தேனோ அல்லது என் நண்பரின் உயிரையும், சொத்தையும் காப்பாற்றுவதின் பொருட்டா, அல்லது என் மனைவி, குழந்தைகளுக்கு அபாயம் நேரிடாதிருக்கும் பொருட்டா என்று யாரே கூற முடியும்? முதலிலே ஜனக்கூட்டத்தை நான் தைரியமாக எதிர்த்து. பின்னர், மாறுவேடம் பூண்டு அக்கூட்டத்தினின்று தப்பியோடியதும் இரண்டும் சரியானவையே என்று யார் நிச்சயமாகச் சொல்லமுடியும்?

நடந்துபோன நிகழ்ச்சிகளின் நியாயங்களைப் பற்றிய விசாரணையில் இறங்குவது வீண் வேலையாகும். ஆனால், அவற்றை உள்ளபடி அறிந்துகொள்ளலும், கூடுமானாலும் வருங்காலத்திற்கு அவற்றினின்று படிப்பினைக் கற்றுக்கொள்ளுதலும் பயனுடையவையாகும் குறிப்பிட்ட சந்தர்ப்பங்களில், குறிப்பிட்ட மனிதன் ஒருவன் எவ்வாறு நடந்துகொள்வானென்று நிச்சயமாகக் கூறுதல் கடினம். மேலும், ஒரு மனிதனுடைய வெளிப்படையான நடவடிக்கையிலிருந்து அவனுடைய குணத்தை ஐயத்துக்கிடமின்றி நிர்ணயிக்க முடியாதென்பதையும் நாம் காணலாம். ஏனெனில், ஒருவனுடைய குணத்தை நிர்ணயிக்க அவன் வெளிப்படையான நடத்தை மட்டும் போதிய ஆதாரமாக மாட்டாது. இது நிற்க,

தப்பித்துச்செல்வதற்கான ஏற்பாடுகள் என்னுடைய காயங்களை மறந்துவிடும்படி செய்தன. போலீஸ் தலைவரின் யோசனைப்படியே இந்தியப் போலீஸ் சேவகனின் உடை தரித்துக்கொண்டேன்.

இரகசியப் போலீஸைச் சேர்ந்த இருவர் மாறுவேடம் பூண்டு எனக்குத் துணையாக வந்தனர். அவர்களில் ஒருவர் இந்திய வியாபாரிபோல் வேடம் பூண்டிருந்தார். முகத்துக்கு வர்ணம் பூசி இந்தியருடைய முகத்தைப்போல் அவர் செய்துகொண்டார். மற்றொருவரின் வேடம் எனக்கு ஞாபகமில்லை. ஒரு குறுக்குச் சந்தின் வழியாகப் பக்கத்திலிருந்து ஒரு கடைக்குச் சென்றோம். கடையின் கிடங்கில் குவிந்திருந்த சாக்குகளின் வழியே புகுந்துசென்று வாயிற்புறமாக வெளிவந்து, கூட்டத்தில் ஊடுருவிச் சென்றோம். தெருக்கோடியில் வண்டி தயாராக வைக்கப்பட்டிருந்தது. அதிலேறி சற்று முன்னால் மிஸ்டர் அலெக்ஸாண்டர் எனக்கு அடைக்கலம் தருவதாகச் சொன்ன போலீஸ் ஸ்டேஷனுக்கே போய்ச்சேர்ந்தோம். அவருக்கும், இரகசியப் போலீஸ் உத்தியோகஸ்தர்களுக்கும் என் மனமார்ந்த நன்றி செலுத்தினேன்.

மேற்கண்டவாறு தான் தப்பியோடும் முயற்சியில் ஈடுபட்டிருக்கையில், மிஸ்டர் அலெக்ஸாண்டர்,

“புளிப்பு இலந்தை மரத்தின் மீது
பழைய காந்தியைத் தூக்கில் போடு”

என்ற பாட்டைப் பாடி ஜனக்கூட்டத்தை குஷிப்படுத்திக் கொண்டிருந்தாராம். போலீஸ் ஸ்டேஷனுக்கு நான் பத்திரமாய்ப் போய்ச் சேர்ந்ததாக அவருக்குச் செய்தி வந்ததும் அவர் கூட்டத்துக்குப் பின்வருமாறு அச்செய்தியைத் தெரிவித்தார். “நல்லது, நீங்கள் தேடும் மனிதர் பக்கத்துக் கடை வழியாகத் தப்பியோடிவிட்டார். இனி நீங்கள் திரும்பிப் போகலாம்.” இதைக் கேட்டதும் கூட்டத்தில் சிலர் கோபங்கொண்டனர்; சிலர் சிரித்தனர்; மற்றும் சிலர் அக்கதையை நம்பமாட்டோம் என்றனர்.

“நல்லது, என்னை நீங்கள் நம்பாவிடில் உங்களுக்குள் ஒருவர் அல்லது இருவரைப் பிரதிநிதியாக நியமியுங்கள். அவர்களை வீட்டுக்குள் அழைத்துச்சென்று காட்டுகிறேன். காந்தியை அவர்கள் கண்டுபிடித்துவிட்டால். அவரை உங்களிடம் ஒப்புவித்துவிடுவதாக உறுதிகூறுகிறேன். அவர்கள் கண்டுபிடியாவிடின் நீங்கள் கலைந்துபோய் விடவேண்டும். ரஸ்டம்ஜியின் வீட்டை அழித்துவிட வேண்டுமென்றாவது, காந்தியின் மனைவி, குழந்தைகளுக்குத் தீங்கு செய்ய வேண்டுமென்றாவது உங்களுக்கு எண்ணமிராதென நம்புகிறேன்” என்று மிஸ்டர் அலெக்ஸாண்டர் கூறினார்.

அவ்வாறே வீட்டைச் சோதனைப் போடுவதற்குப் பிரதிநிதிகள் அனுப்பப்பட்டார்கள். அவர்கள் விரைவில் திரும்பி வந்து

ஏமாற்றமான செய்தியைத் தெரிவிக்கவே ஜனக்கூட்டம் கலைந்துபோயிற்று. போலீஸ் தலைவர், நிலைமையைச் சாமர்த்தியமாகச் சமாளித்தது குறித்து சிலர் அவரை மெச்சிக்கொண்டும், சிலர் கோபத்தினால் குமுறிக்கொண்டும் திரும்பிச் சென்றனர்.

அப்போது, பிரிட்டிஷ் அரசாங்கத்தின் குடியேற்ற நாட்டு இலாகா மந்திரியாய் இருந்தவர் காலஞ்சென்ற மிஸ்டர் சேம்பரிலின். என்னைத் தாக்கியவர்களைக் கைதுசெய்து வழக்குத்தொடர வேண்டுமென்று அவர் நேட்டால் அரசாங்கத்துக்குத் தந்தியடித்தார். உடனே, மிஸ்டர் எஸ்கோம்ப் என்னைக் கூப்பிட்டனுப்பினார். எனக்கு நேர்ந்த கஷ்டங்களைப் பற்றி அவர் வருத்தம் தெரிவித்துவிட்டுக் கூறியதாவது, “உங்கள் உடம்புக்குச் சிறிதேனும் தீங்கு செய்யப்பட்டிருப்பினும் நான் வருத்தப்படாமலிருக்க முடியாதென்பதை நிச்சயமாய் நம்புங்கள். மிஸ்டர் லாப்டனுடைய புத்திமதியை ஏற்று என்ன நேர்ந்தாலும் அனுபவிப்பதாக உறுதிகொள்வதற்கு உங்களுக்குப் பூரண உரிமை உண்டடென்பதில் ஐயமில்லை. ஆனால், என்னுடைய யோசனைக்குச் சற்று செவிகொடுத்திருந்தீர்களாயின் வருந்தத்தக்க இந்நிகழ்ச்சிகள் நேர்ந்திருக்கமாட்டா, உங்களைத் தாக்கியவர்களை நீங்கள் அடையாளத்துடன் சொல்லமுடியுமானால் அவர்களைக் கைதுசெய்து வழக்கு நடத்தத் தயாராயிருக்கிறேன். மிஸ்டர் சேம்பரிலினும் இப்படிச் செய்யவேண்டுமென்றே விரும்புகிறார்.”

நான் பின்வருமாறு பதிலளித்தேன், “நான் யார் மீதும் வழக்கு நடத்தப்போவதில்லை. ஒருவர், இருவரை நான் அடையாளங் கண்டுபிடிக்க முடியும். ஆனால், அவர்களுக்குத் தண்டனை வாங்கி வைப்பதால் யாது பயன்? மேலும், என்னைத் தாக்கியவர்கள் மீது நான் குற்றம் கூறவே மாட்டேன். நேட்டால் வெள்ளைக்காரரைப் பற்றி நான் இந்தியாவில் மிகைப்படுத்திக்கூறி அவதூறு செய்ததாக அவர்களுக்குத் தெரிவிக்கப்பட்டிருக்கிறது. இச்செய்திகள் அவர்கள் நம்பினார்களெனில் அவர்கள் கோபங்கொள்வதில் வியப்பில்லை. குற்றம் தலைவர்களுடையது, உங்களுடையது என்றே கூறுவேன். ஜனங்களுக்கு நீங்கள் சரியான வழிகாட்டியிருக்கலாம். ஆனால், நீங்களும் ராய்ட்டர் செய்திகளையே நம்பி நான் மிகைப்படுத்திக் கூறியிருக்கவேண்டுமென நிச்சயம் செய்துகொண்டீர்கள். யாருக்கும் தண்டனை வாங்கித்தர எனக்கு விருப்பமில்லை. உண்மை தெரிய வரும்போது அவர்களே தங்கள் நடத்தைக்காக வருந்துவார்கள் என்பதில் சந்தேகமில்லை.”

"இதைத் தயவுசெய்து எழுத்தில் எழுதித் தருவீர்களா? ஏனெனில், மிஸ்டர் சேம்பர்லினுக்கு நான் அறிவித்துவிட வேண்டும். ஆனால், அவசரப்பட்டுக்கொண்டு வாக்குமூலம் எதுவும் கொடுக்கும்படி உங்களைக் கேட்கவில்லை. நீங்கள் விரும்பினால் மிஸ்டர் லாப்டனோடும் பிற நண்பர்களோடும் கலந்துகொண்டு முடிவுக்கு வாருங்கள். ஆனால், இதுமட்டும் கூறுவேன். உங்களைத் தாக்கியவர்கள் மீது வழக்குத்தொடர உங்களுக்குள்ள உரிமையை விட்டுக்கொடுப்பீர்களானால் அமைதியை நிலைநாட்டுவதில் எனக்கு உதவி செய்தவர்களாக ஆவதுடன் உங்கள் கீர்த்தியையும் பன்மடங்கு பெருக்கிக்கொள்வீர்கள்."

"வந்தனம், நான் யாரையும் கலந்துகொள்ளுதல் அவசியமில்லை. தங்களிடம் வருவதற்கு முன்னரே இவ்விஷயத்தில் முடிவுக்கு வந்துவிட்டேன். என்னைத் தாக்கியவர்கள் மீது வழக்குத் தொடரக்கூடாதென்பது என் உறுதியானக் கொள்கை. அதை இந்தக் கணமே எழுத்தில் எழுதித்தரச் சித்தமாயிருக்கிறேன்" என்று பதிலளித்துவிட்டு அவ்வாறே வாக்குமூலம் எழுதிக்கொடுத்தேன்.

04. புயலுக்குப் பின் அமைதி

மிஸ்டர் எஸ்கோம்பை நான் பார்க்கப்போனது போலீஸ் ஸ்டேஷனில் சரண் புகுந்த இரண்டு நாளைக்குப் பின்னர். இன்னும் போலீஸ் ஸ்டேஷனைவிட்டு நான் வீட்டுக்குப் போய்விடவில்லை. என்னுடன் பாதுகாப்புக்கு இரண்டு போலீஸ் சேவகர்கள் அனுப்பப்பட்டார்கள். ஆனால், இதற்குள் அத்தகைய பாதுகாப்பு எதுவும் தேவையில்லாமல் போய்விட்டது.

நான் கப்பலிலிருந்து இறங்கிய அன்றே, 'நேட்டால் அட்வர்டைஸர்' என்னும் பத்திரிகையின் பிரதிநிதி என்னைக் கண்டு பேச வந்தார். அவர் என்னைப் பல கேள்விகள் கேட்டார். அவருக்கு நான் அளித்த விடைகளில், என்மீது சுமத்தப்பட்டிருந்த எல்லாக் குற்றங்களையும் ருசுக்களுடன் மறுத்திருந்தேன். நல்லவேளையாக, ஸர் பிரோஸிஷா மேதாவின் புத்திமதியின்படி இந்தியாவில் எல்லா இடங்களிலும் உபந்நியாசங்களை எழுதியே படித்து வந்தது இப்போது பெரிதும் பயன்பட்டது. எல்லா உபந்நியாசங்களுக்கும், பத்திரிகைகளுக்கும் எழுதியக் கட்டுரைகள், துண்டுப்பிரசுரங்கள் முதலியவற்றிற்கும் என்னிடம் பிரதிகள் இருந்தன. மேற்படி பத்திரிகைப் பிரதிநிதியிடம் இப்பிரதிகள் எல்லாவற்றையும்

கொடுத்து, தென்னாப்பிரிக்காவில் இன்னும் கடுமையான மொழிகளில் கூறாதது எதையும் இந்தியாவில் நான் சொல்லவில்லை என்பதை எடுத்துக்காட்டினேன்.

கோர்லாண்டு நாடேரி கப்பல்களில் தென்னாப்பிரிக்காவுக்கு வந்த பிரயாணிகள் விஷயத்தில் என்னுடைய முயற்சி சிறிதும் இல்லை என்பதையும் நிரூபித்தேன். அவர்களில் பலர் ஏற்கனவே இங்கே குடியேறித் தாய்நாடு சென்று மீள்பவர்களென்றும், மற்றும் பெரும்பான்மையோருக்கு நேட்டாலில் குடியேறும் உத்தேசமே இல்லையென்றும், அவர்கள் டிரான்ஸ்வாலுக்குப் போகிறார்களென்றும் எடுத்துக்காட்டினேன். அக்காலத்தில் பணம் தேடும் நோக்கத்துடன் வருபவர்களுக்கு நேட்டாலைவிட டிரான்ஸ்வாலில் அதிக வசதிகள் இருந்தபடியால் இந்தியர்களில் பலர் அங்கே போகவே விரும்பினர்.

மேற்படி, பத்திரிகையில் வெளியான இவ்விவரமும் என்னைத் தாக்கியவர்கள்மீது நான் வழக்குத்தொடுக்க மறுத்ததும் பொது ஜன அபிப்பிராயத்தைப் பெரிதும் கவர்ந்துவிட்டன. டர்பன் ஐரோப்பியர்கள் தங்கள் நடத்தையைக் குறித்தும் வெட்கப்படலானார்கள். பத்திரிகைகள் நான் குற்றமற்றவனென்று தீர்ப்புக்கூறி ஜனக்கூட்டத்தின் செயலைக் கண்டித்தன. இவ்வாறு வெள்ளைக்காரர்களின் பலாத்காரம், எனக்கு அதாவது தென்னாப்பிரிக்கா இந்தியரின் உரிமை இயக்கத்துக்கு ஒரு பெரும் நன்மையாகவே முடிந்தது. இந்தியச் சமூகத்தின் கௌரவம் இதனால் அதிகப்பட்டதுடன் என் வேலையும் சுத்தமாயிற்று.

மூன்று நான்கு நாளைக்குப் பின்னர் என் வீட்டுக்குச் சென்றேன். எப்போதும்போல் வாழ்க்கை நடத்தத் தொடங்க அதிகக் காலமாகவில்லை. மேற்படி, சம்பவத்தின் பயனாக வக்கீல் தொழிலிலும் வருமானம் அதிகமாயிற்று.

ஆனால், அந்நிகழ்ச்சியினால் இந்தியச் சமூகத்தின் கௌரவம் அதிகமாயிற்று. ஆயினும், இந்தியர் மீது விரோதம் வளர்வதற்கும் அது காரணமாயிற்று என்பதில் சந்தேகமில்லை. இந்தியனும் ஆண்மையுடன் போராட வல்லவன் என்று நிரூபிக்கப்பட்டதும். அவன் வெள்ளைக்காரர்களுக்கு ஓர் அபாயம் என்ற கருதப்படலானான். நேட்டால் சட்டசபையில் இரண்டு மசோதாக்கள் கொண்டுவரப்பட்டன. அவற்றுள் ஒன்று இந்திய வியாபாரிகளுக்குத் தீமைப் பயப்பது. மற்றொன்று நேட்டாலில் இந்தியர் குடியேறுவதற்குக் கடுமையான நிர்ப்பந்தகளை ஏற்படுத்துவது.

ஆனால், அதிர்ஷ்டவசமாக, வாக்குரிமைக்காக ஏற்கனவே நடத்தியப் போராட்டத்தின் பயனாய், தனிப்பட்ட இந்தியரைப் பாதிக்கும் சட்டம் எதுவும் செய்யக்கூடாதென்று முடிவாகியிருந்தது. அதாவது, நிறவேற்றுமை, சாதி வேற்றுமைகளை அடிப்படையாகக்கொண்டு சட்டம் கூடாது. ஆதலின், மேற்கண்ட மசோதாக்களின் வாசகம் எல்லோரையும் பொதுவாகப் பாதிப்பதாகவே இருந்தது. ஆனால், அவற்றின் உண்மை நோக்கு நேட்டாலில் வசித்த இந்தியர்களுக்கு அதிக நிர்ப்பந்தங்களை ஏற்படுத்துவதே என்பதில் சிறிதும் ஐயமில்லை.

மேற்படி, மசோதாக்களினால் என்னுடைய பொதுவேலை பெரிதும் அதிகமாயிற்று. இந்தியர்களும் தங்கள் கடமையை முன் எப்போதையும்விட அதிகமாய் உணரத்தொடங்கினார்கள். அம்மசோதாக்களை இந்திய பாஷைகளில் மொழிபெயர்த்து விளக்கிக்கூறி, ஜனங்கள் அவற்றின் உள்நோக்கங்களை நன்றாகத் தெரிந்துகொள்ளும்படி செய்தோம். குடியேற்ற நாட்டு மந்திரிக்கு விண்ணப்பம் செய்துகொண்டோம். ஆனால், அவர் தலையிட மறுத்துவிட்டபடியால் மசோதாக்கள் சட்டமாயின.

இப்போது, என் காலத்தில் பெரும்பகுதி பொது வேலையிலேயே செலவழியத் தொடங்கிற்று. முன்னமே சொன்னதுபோல் ஸ்ரீ மனுசுக்லல் நாஸார் அதற்குமுன்பே டர்பனுக்கு வந்திருந்தார். இப்போது அவர் என்னுடன் வசிக்கலானார். அவர் பொதுவேலைக்கே தமது காலத்தை அளித்தபடியால் என்னுடைய பாரம் நிரம்பக்குறைந்தது.

நான் இல்லாதபோது, சேத் ஆதம்ஜி மியாகான் தமது கடனைச் செவ்வனே ஆற்றியிருந்தார். காங்கிரஸுக்கு அவர் அதிக அங்கத்தினர் சேர்த்திருந்ததுடன் காங்கிரஸ் நிதியையும் சுமார் ஆயிரம் பவுன் அதிகம் செய்திருந்தார். மேற்படி, மசோதாக்களினாலும், கப்பலிலிருந்து நாங்கள் இறங்குவதின் சம்பந்தமாக நடந்த தடபுடலினாலும் ஜனங்களுக்குள் ஏற்பட்டிருந்த எழுச்சியை நான் நல்வழியில் பயன்படுத்திக்கொண்டேன்.

காங்கிரஸின் அங்கத்தினர் தொகையும், நிதியும் இன்னும் அதிகமாகும் பொருட்டு ஒரு வேண்டுகோள் விடுத்தேன். நிதி இப்போது 5,000 பவுன் ஆயிற்று. நிரந்தரமான நிதி சேர்த்துக் காங்கிரஸுக்கு என்றே சொத்துக்கள் வாங்கி அவற்றின் வருவாயினால் காங்கிரஸ் வேலையை எவ்வித இடையூறுமின்றி நடத்திக்கொண்டு போகவேண்டுமென்பது என் விருப்பம்.

பொது ஸ்தாபனம் ஒன்றின் நிர்வாகத்தில் இதுவே என் முதல் அனுபவம் ஆகும். என்னுடைய யோசனையை என் சகாக்களிடம் தெரிவித்துபோது அவர்கள் முழுமனதுடன் ஆதரித்தார்கள். எனவே, மேற்படி நிதியைக்கொண்டு சொத்து வாங்கி வாடகைக்கு விட்டோம். அதினின்று வந்த வருவாய் காங்கிரஸின் நடைமுதல் செலவுக்குப் போதுமானதாய் இருந்தது. சொத்தை நிர்வகிக்கச் செல்வாக்குள்ளவர்களடங்கிய தர்மகர்த்தர் சபை ஒன்றை ஏற்படுத்தினோம். சொத்து இன்னமும் இருந்துவருகிறது. ஆனால், அது பிற்காலத்தில் பல உட்கலகங்களுக்குக் காரணமாகிவிட்டது. இதன் பயனாக அதன் வருவாய் இப்போது நீதிமன்றத்தில் குவிந்துகொண்டு வருகிறது.

இவ்வருந்தத்தக்க நிலைமை நான் தென்னாப்பிரிக்காவைவிட்டு வந்த பின்னரே ஏற்பட்டது. ஆனால், இதற்கு வெகுகாலம் முன்பே, பொது ஸ்தாபனங்களுக்கு நிரந்தர நிதி ஏற்படுத்துவது குறித்து என் அபிப்பிராயம் மாறிவிட்டது. அதற்குப் பின்னர் எவ்வளவோ பொது அமைப்புகளை நிர்வகித்து எனக்கு ஏற்பட்ட அனுபவத்தின் பயனாக, நிரந்தர நிதிகளைக் கொண்டு பொது ஸ்தாபனங்களை நடத்தல் தவறு என்னும் அபிப்பிராயமே உறுதிப்பட்டிருக்கிறது.

ஒரு பொது ஸ்தாபனத்தின் நிரந்த நிதியிலேயே அதன் தார்மிக வீழ்ச்சிக்கு வித்து இருக்கிறதென்பதில் ஐயமில்லை. பொது ஸ்தாபனம் எனில், பொதுஜனங்களின் சம்மதத்துடன் பொதுஜனங்களின் பணத்தைக்கொண்டு நடக்கும் அமைப்பு என்று பொருள். அத்தகைய ஸ்தாபனத்துக்குப் பொதுஜனங்களின் ஆதரவு எப்போது இல்லாமல் போகிறதோ, அப்போது அந்த ஸ்தாபனம் இருபதற்கே உரிமை இழந்ததாகிறது.

நிரந்தர நிதியைக்கொண்டு நடத்தப்படும் அமைப்புகள் பொதுஜன அபிப்பிராயத்தை மதியாமல் அதற்கு அடிக்கடி வினை நிகழ்த்துவதைக் காண்கிறோம். தமது தேசத்தில் எங்கும் இது சர்வசாதாரணம். மத ஸ்தாபனங்கள் என்று கூறப்படும் அமைப்புகளில் சிலர் கணக்குச் சொல்வதே கிடையாது. தர்மகர்த்தர்கள் சொத்துக்குச் சொந்தக்காரர்களாகிவிட்டார்கள். அவர்கள் யாருக்கும் கணக்குச் சொல்லக் கடமைப்பட்டவர்கள் அல்லர். ஆகவே, அன்றன்று வரும் வருவாயைக் கொண்டு வாழ்க்கை நடத்துவதே பொது ஸ்தாபனங்களின் இலட்சியமாக இருக்கவேண்டும் என்பதில் எனக்கு அணுவளவும் ஐயமில்லை.

பொதுஜனங்களின் ஆதரவைப் பெறமுடியாத அமைப்புக்கு பொது ஸ்தாபனம் என்ற பெயர் தாங்கியிருக்க உரிமை கிடையாது.

வருஷந்தோறும் ஒரு ஸ்தாபனத்துக்குக் கிடைக்கும் சந்தாத் தொகையைக்கொண்டே பொதுஜனங்கள் அதை எவ்வளவு தூரம் விரும்புகிறார்கள் என்பதையும், அதன் நிர்வாகத்தின் நேர்மையையும் நிர்ணயிக்கவேண்டும். ஒவ்வொரு ஸ்தாபனமும் இச்சோதனைக்குள்ளாகித் தேறுதல் அவசியமென்பது என் அபிப்பிராயம்.

ஆனால், நான் கூறுவதை யாரும் பிழையாக உணரவேண்டாம். நிரந்தரமானக் கட்டடங்கள் இன்றி நடைபெறுவதே சாத்தியமில்லாத அமைப்புக்கள் சில இருக்கின்றன. அவற்றிற்கு நான் மேற்கூறியவை பொருந்தா. பொது ஸ்தாபனங்களின் நடைமுறைச் செலவுகள் வருஷா வருஷம் கிடைக்கும் சந்தாத் தொகையைக்கொண்டே ஆகவேண்டும் என்பது என் கருத்து.

நான் கொண்ட இவ்வபிப்பிராயங்கள் தென்னாப்பிரிக்கா சத்தியாக்கிரஹத்தின்போது உறுதிப்பட்டன. ஆறு ஆண்டு காலம் நடந்த மகத்தான இயக்கத்திற்கு லட்சக்கணக்கான ரூபாய் தேவையாய் இருந்ததாயினும் நிரந்தர நிதி எதுவுமின்றியே அது நடைபெற்றது. சந்தா வந்து சேராவிடில் அடுத்தநாள் காரியம் நடைபெறுவதெப்படி என்று தெரியாமலிருந்த காலங்கள் என் ஞாபகத்தில் இருக்கின்றன. ஆனால், பின்னால் வரப்போகும் அந்நிகழ்ச்சிகளைப் பற்றி இங்கே நான் கூறுதல் கூடாது. இனிவரும் வரலாற்றில் மேற்சொன்ன அபிப்பிராயம் மெய்ப்பிக்கப்படுவதை நேயர்கள் காண்பார்கள்.

05. குழந்தையின் படிப்பு

நான் டர்பன் துறைமுகத்தில் 1897ஆம் ஆண்டு ஜனவரி மாதத்தில் இறங்கியபோது என்னுடன் மூன்று பாலர்கள் இருந்தார்கள். பத்து வயதான என் சகோதரி புதல்வன் ஒருவன். முறையே 9 வயதும், 5 வயதுமுள்ள என் புதல்வர்கள் இருவர். இவர்களை எங்கே படிக்கவைப்பது?

ஐரோப்பியக் குழந்தைகளுக்கென்று ஏற்பட்ட பள்ளிக்கூடங்களுக்கு அவர்களை அனுப்பி இருக்கலாம். இந்தியக் குழந்தைகளை அப்பள்ளிகளில் சேர்ப்பதில்லை ஆயினும் தயவுதாட்சண்யமாக என் குழந்தைகளை மட்டும் சேர்த்துக் கொண்டிருப்பார்கள். அப்படிச் செய்ய எனக்கு விருப்பமில்லை. இந்தியக் குழந்தைகளுக்கென்று தனியாகப் பாதிரிமார்கள் நடத்திய

பள்ளிக்கூடங்கள் இருந்தன. இங்கு அனுப்புவதற்கும் எனக்குப் பிரியமில்லை. ஏனெனில், இப்பள்ளிக்கூடங்களில் அளிக்கப்பட்ட கல்வியை நான் விரும்பவில்லை. இதற்கு, அப்பள்ளிக்கூடங்களில் ஆங்கிலத்திலேயே பாடம் கற்பிக்கப்பட்டது முக்கியக் காரணம். ஒருக்கால், பிழையான தமிழ் அல்லது ஹிந்தியில் கற்பிக்க ஏற்பாடு செய்யலாம். இதற்கும் நிரம்பக் கஷ்டப்பட வேண்டியிருக்கும். இன்னும் பல குறைகள் இருந்தன. குழந்தைகளுக்கு இத்தகைய படிப்பு அளித்தல் எனக்குப் பிடிக்கவில்லை. ஆதலின் நானே அவர்களுக்குக் கல்வி கற்பிக்க முயன்றேன். ஆனால், இது ஒழுங்காக நடத்தல் இயலாதக் காரியமாயிருந்தது. தகுதியுள்ள குஜராத்தி உபாத்தியாயரும் கிடைக்கவில்லை.

எனவே, என்ன செய்வதென்று தெரியாமல் திகைத்தேன். என் மேற்பார்வையின்கீழ் குழந்தைகளுக்குச் சொல்லிக்கொடுக்க ஓர் ஆங்கில உபாத்தியாயர் வேண்டுமென்று விளம்பரம் செய்தேன். இந்த உபாத்தியாயர் கூடிய அளவு ஒழுங்காகப் பாடங்கற்பிக்க வேண்டுமென்றும், மற்றபடி ஒழிந்தபோது நான் கற்பிக்க முடிந்ததைக்கொண்டு குழந்தைகள் திருப்தியடைய வேண்டுமென்றும் தீர்மானித்தேன். கடைசியில் ஓர் ஆங்கில மாதை மாதம் 7 பவுன் சம்பளத்தில் உபாத்தியாயினியாக ஏற்படுத்தினேன். சிறிதுகாலம் இந்த ஏற்பாடு நடைபெற்று வந்தது. ஆனால், எனக்குத் திருப்தியாக இல்லை. சிறுவர்களுடன் நான் எப்போதும் குஜராத்தியிலேயே பேசிப்பழகி வந்தபடியால், அவர்கள் கொஞ்சம் குஜராத்தி கற்றுக்கொண்டார்கள்.

அவர்களைத் திரும்ப இந்தியாவுக்கு அனுப்பவும் எனக்கு விருப்பமில்லை. சிறு குழந்தைகள் தாய் தந்தையாரைவிட்டுப் பிரிந்திருக்கக் கூடாதென்று அந்நாளிலிருந்தே என் நம்பிக்கையாகும். ஒழுங்குடன் நடைபெறும் ஒரு குடும்பத்தில் குழந்தைகள் இயற்கையாகப் பெறக்கூடிய கல்விப் பயிற்சி மாணாக்கர் விடுதிகளில் பெறல் அரிது. ஆதலின், குழந்தைகளை என்னிடமே வைத்துக்கொண்டேன். என்னுடைய மருமகனையும், மூத்த புதல்வனையும் ஒருமுறை இந்தியாவில் மாணாக்கர் விடுதிகளில்விட்டு வாசிப்பதற்கு ஏற்பாடு செய்தேனாயினும், சில மாதங்களுக்கெல்லாம் மீண்டும் அழைத்துக் கொள்ள வேண்டியதாயிற்று.

பிற்காலத்தில் என் மூத்த புதல்வன் பிராயமடைந்து வெகுநாளான பிறகு என்னிடம் மனஸ்தாபப்பட்டுப் பிரிந்து, இந்தியாவுக்குச் சென்று, ஆமாதாபாத்தில் ஓர் உயர்தரப்

பள்ளிக்கூடத்தில் சேர்ந்தான். ஆனால், என் மருமகன் நான் அளித்த கல்வியுடன் திருப்தியடையாது இருந்தானென்பது என் எண்ணம். துரதிர்ஷ்டவசமாக நல்ல இளம்பிராயத்தில் சிறிதுகாலம் நோய்வாய்ப்பட்டிருந்து அவன் காலஞ்சென்றான். எனது மற்ற மூன்று புதல்வர்களும் பொதுப்பள்ளிக்கூடங்களுக்குச் சென்றதே இல்லை. தென்னாப்பிரிக்கா சத்தியாக்கிரஹிகளின் புதல்வர்களுக்கு என்று நான் ஆரம்பித்து சிறிதுகாலம் நடத்தினப் பள்ளிக்கூடத்தில் படித்ததே அவர்கள் ஒழுங்காகக் கற்றக் கல்வியாகும்.

மேற்படி சோதனைகள் எல்லாம் அரைகுறையாகவே முடிந்தன. நான் விரும்பியளவு குழந்தைகளுக்காகக் காலத்தைச் செலவுசெய்ய முடியவில்லை. இதனாலும், மேலும் கற்க முடியாத காரணங்களாலும் நான் ஆசைப்பட்ட அளவு என் புதல்வர்களுக்கு இலக்கியக் கல்வி தரமுடியாமல் போயிற்று. இதன்பொருட்டு என் புதல்வர்கள் எல்லாருமே என்மீது குறைகூறியிருக்கிறார்கள். எம்.ஏ., பி.ஏ., பட்டம் பெற்றவர்களைச் சந்திக்கும்போதும், மெட்ரிக்குலேஷன் பரீட்சை தேறியவர்களைப் பார்க்கும்போதுங்கூட அவர்கள் தங்களுக்குப் பள்ளிப் படிப்பு இல்லாதது ஒரு குறைபடாயிருப்பதாக உணர்கிறார்களெனத் தோன்றுகிறது.

அவர்கள் என்ன எண்ணினாலும் சரி. என் வரையில், அவர்களுக்கு எப்படியாவது பள்ளிப்படிப்பு அளிப்பது என்று நான் தீர்மானித்துச் செய்திருந்தேனாயினும் அனுபவம் என்னும் கலாசாலையிலும் பெற்றோர்களுடைய சேர்க்கையினாலுமே பெறக்கூடிய பயிற்சியை அவர்கள் இழந்திருப்பார்களென்றே நான் கருதுகிறேன். நான் இன்று அவர்களைப்பற்றிச் சிறிதும் கவலையில்லாதிருப்பதுபோல் அப்போது இருக்க முடியாது.

என்னைவிட்டுப் பிரிந்து, இங்கிலாந்திலோ, தென்னாப்பிரிக்காவிலோ அவர்கள் பெற்றிருக்கக்கூடிய செயற்கைக் கல்வியானது, எளிய வாழ்விலும் ஊழியம் புரிவதிலும் அவர்களுக்கு இப்போதுள்ள பயிற்சியை அளித்திராது. மேலும், அவர்களுடைய செயற்கை வாழ்வுமுறைகள் என்னுடைய பொதுஊழியத்துக்கு ஓர் இடையூறாகவும் இருந்திருக்கும். ஆகவே, எனக்காவது அவர்களுக்காவது திருப்தித் தரும் அளவுக்கு அவர்களுக்கு இலக்கியக்கல்வி நான் அளிக்கமுடியவில்லை. ஆயினும், என்னுடைய ஆற்றலுக்கியைந்த அளவில் அவர்களுக்குச் செய்யவேண்டிய கடமையைச் செய்யத் தவறிவிட்டதாக நான் கருதவில்லை. அவர்களைப் பள்ளிக்கூடங்களுக்கு அனுப்பாது போய்விட்டோமே என்று நான் வருந்தவுமில்லை. மேலும், இன்று

என் மூத்த புதல்வனிடம் காணும் விரும்பத்தகாத குணங்கள், கட்டுப்பாடும் ஒழுங்குமற்ற என் இளமை வாழ்வின் எதிரொலியே என்று நான் எப்போதும் கருதி வந்திருக்கிறேன். என் வாழ்நாளில் அப்பகுதி, அரைகுறையாக அறிவும் சுகபோகப் பற்றும் கலந்திருந்த காலமென்று நான் கருதுகிறேன். என் மூத்த குமாரனோ அப்போது எப்படி வளைத்தாலும் வளையக்கூடிய பிராயத்தினனாய் இருந்தான். எனவே, அது நான் போதிய அனுபவம் பெற்றவனாய்ப் புலனின்பத்தில் மதிமங்கியிருந்த காலம் என்று அவன் ஒப்புக்கொள்ளாததில் ஆச்சரியமில்லை. அதற்கு மாறாக, என் வாழ்நாளிலேயே அதுதான் சிறந்த பகுதி என்று அவன் நம்பியிருக்கிறான்.

பிற்காலத்தில், என் வாழ்நாளில் ஏற்பட்ட மாறுதல்களே மதிமயக்கத்தினால் ஏற்பட்டவை என்றும், அம்மதி மயக்கத்தைத் தவறாக அறிவுத்தெளிவு என்று நான் எண்ணுவதாகவும் அவன் கருதுகிறான். இவ்வாறு கொள்ள அவனுக்குப் பூரண உரிமையுண்டு. ஆரம்ப வருஷங்களிலேயே நான் உண்மையில் அறிவுத்தெளிவு பெற்றிருந்தேன் என்றும், வாழ்வில் பெரும் மாறுதல் ஏற்பட்ட பிற்காலமெல்லாம் மாயையும், அகந்தையும் சூழ்ந்த வருஷங்களென்றும் அவன் ஏன் கொள்ளக்கூடாது? என் நண்பர்கள் அடிக்கடிப் பின்வரும் கேள்விகளைப்போட்டு என்னை மடக்கி இருக்கிறார்கள்; என் புதல்வர்களுக்குக் கலாசாலைக் கல்வி அளித்திருந்தால் என்ன தீமை விளைந்திருக்கும்? இவ்வாறு அவர்களுடையச் சிறகுகளை வெட்டிவிடுவதற்கு எனக்கென்ன உரிமை? அவர்கள் கலாசாலைப் பட்டம் பெற்றுத் தங்களுக்கு விருப்பமானத் தொழில்களை மேற்கொள்வதற்கு நான் ஏன் குறுக்கே நின்றிருக்கவேண்டும்.

இந்தக் கேள்விகளில் அவ்வளவு பொருள் இருப்பதாக எனக்குத் தோன்றவில்லை. எத்தனையோ மாணாக்கர்களுடன் நான் பழகியிருக்கிறேன். நானோ, பிறர் மூலமாகவோ கல்வியைப் பற்றிய என் கொள்கைகளை மற்றக் குழந்தைகள் மீதும் சுமத்திப் பரீட்சித்து அதன் பயன்களைப் பார்த்திருக்கிறேன். என் புதல்வர்களுடன் ஒத்த வயதினரான இளைஞர் எவ்வளவோ பேர் எனக்குத் தெரியும். பொதுவாக ஒப்பிட்டுப் பார்த்தால், அவர்கள் என் புதல்வர்களைவிட எவ்வகையிலும் உயர்ந்தவர்களென்று நான் கருதவில்லை. அவர்களிடமிருந்து என் குமாரர்கள் கற்றுக்கொள்ள வேண்டியது அதிகம் இருப்பதாகவும் நான் நம்பவில்லை.

ஆனால், இது சம்பந்தமாக என்னுடைய சோதனைகளின் முடிவான பயன், காலதேவதையின் கர்ப்பத்திலே இருக்கிறது.

நாகரிக வளர்ச்சியின் சரித்திரத்தை ஆராய்ச்சி செய்வோருக்கு ஓர் எடுத்துக்காட்டாய் பயன்படவேண்டுமென்றே இவ்விஷயத்தை இங்கே விவரித்தேன். ஒழுங்குபெற்ற குடும்பத்தில் பெரும் கல்விக்கும், பள்ளிக்கூடக் கல்விக்கும் உள்ள வித்தியாசத்தையும், பெற்றோர்கள் தங்கள் வாழ்வுமுறையில் ஏற்படுத்திக்கொள்ளும் மாறுதல்கள் குழந்தைகளை எப்படிப் பாதிக்கின்றன என்பதை இதினின்றும் ஓரளவு அறிந்துகொள்ளலாம்.

சத்திய உபாசகன் தன் சோதனைகளில் எவ்வளவு தூரம் போகவேண்டி வருமென்பதையும், சுதந்திர தேவியானவள் தன் பக்தனிடமிருந்து எத்தனை எத்தனைத் தியாகங்களை வேண்டுகிறாள் என்பதையும் ஓரளவு விளக்கிக்காட்டுவது இவ்வத்தியாயத்தின் நோக்கமாகும். நான் சுயமரியாதை உணர்வற்றவனாயிருந்து, மற்ற இந்தியக் குழந்தைகளுக்குக் கிடைக்காத கல்வியை என் குழந்தைகளுக்கு மட்டும் பெறுவதில் திருப்தி உற்றிருந்தேனாயின். அவர்களுக்கு நல்ல இலக்கியக் கல்வி அளித்திருப்பேன் என்பதில் ஐயமில்லை. ஆனால், சுதந்திரம், சுயமரியாதை என்னும் இவற்றில் அவர்கள் கற்றுக்கொண்ட உதாரணப்பாடம் அவர்களுக்கு இல்லாமலே போயிருக்கும். சுதந்திரம் வேண்டுமா? புத்தகக் கல்வி வேண்டுமா? என்ற கேள்வி எழும்போதும், சுதந்திரமே புத்தகக் கல்வியைவிட ஆயிரம் மடங்கு பெரியதென்று கூறாதவர் யார்?

1920ஆம் ஆண்டில் இந்திய இளைஞர்களை அவர்களுடைய அடிமைக்கோட்டைகளிலிருந்து, அதாவது பள்ளிக்கூடங்கள் கலாசாலைகளிலிருந்து வெளியே வரும்படி நான் அழைத்தேன். ‘அடிமைத்தளைகளைப் பூண்டு இலக்கியக்கல்வி கற்பதைவிட, சுதந்திரப்பேற்றுக்காக எழுத்து வாசனை அறியாதவர்களாயிருந்து கல்லுடைத்துப் பிழைத்தல் மேல்’ என்று புத்தி சொன்னேன். என்னுடைய இந்தப் புத்திமதியின் மூளை எதுவென்பதை அவ்விளைஞர்கள் இப்போது கண்டுகொள்ளலாம்.

06. தொண்டில் பற்று

என்னுடைய தொழில் நன்றாகவே நடந்துகொண்டு வந்தது. ஆனால், அதனாலேயே நான் திருப்தி அடைந்துவிடவில்லை. இன்னும் என் வாழ்வை எளியதாக்கிக் கொள்வது எப்படியென்றும், என் சகோதர மனிதர்களுக்கு ஏதுவான தொண்டு ஏதேனும் செய்தல் எப்படியென்றும் நான் அடிக்கடி எண்ணமிட்டுக்கொண்டு வந்தேன்.

இப்படி இருக்கும்போது ஒருநாள் குஷ்டரோகி ஒருவன் என் வீட்டுக்குப் பிச்சைக் கேட்க வந்தான். அவனுக்கு ஒருவேளை சோறு போட்டு துரத்திவிட எனக்கு மனம் வரவில்லை. எனவே, வீட்டிலேயே அவனுக்கு அடைக்கலம் தந்தேன். அவனுடைய புண்களைக் கட்டினேன். மற்றும் அவனுக்கு வேண்டிய சிகிச்சைகளையும் செய்து வந்தேன். ஆனால், இம்மாதிரி நெடுகச் செய்துபோக முடியவில்லை. என் வீட்டிலேயே நிரந்தரமாக அவனை வைத்துக்கொண்டிருக்க மனமில்லை. அது இயலாமையாய் இருந்தது. எனவே, சில நாளைக்குப் பின்னர் ஒப்பந்தத் தொழிலாளர்களுக்கென்று ஏற்பட்ட அரசாங்க வைத்தியசாலைக்கு அவனை அனுப்பினேன்.

ஆனால், என் மனம் இன்னும் அமைதியுறவில்லை. நிலையான ஜீவகாருண்யத் தொண்டு ஏதேனும் செய்யவேண்டுமென்று நான் தாபங்கொண்டேன். அப்போது ஸெயிண்ட் அய்டான் மிஷனுக்கு டாக்டர் பூத் என்பார் தலைவராயிருந்தார். அவர் எளியவர்க்கு இரங்கும் இயல்பு வாய்ந்தவர். தம்மிடம் வரும் நோயாளிகளுக்கு இலவசமாகச் சிகிச்சை செய்து வந்தார். பாரிஸி ரஸ்டம்ஜியின் தர்ம சொத்தைக் கொண்டு, டாக்டர் பூத்தினுடைய மேற்பார்வையில் ஒரு சிறு தர்ம வைத்தியசாலை ஏற்படுத்துவது சாத்தியமாயிற்று. இந்த வைத்தியசாலையில் நோயாளிகளுக்குத் தொண்டு செய்யவேண்டுமென்று நான் தீவிர விருப்பம் கொண்டேன். வைத்தியசாலையைச் சேர்ந்த மருந்து நிலையத்தில், மருந்து கலந்து கொடுக்கும் வேலை தினம் ஒரு மணி முதல் இரண்டு மணிநேரம் வரை இருந்தது. என்னுடைய காரியலாய வேலையை அந்த அளவுக்குக் குறைத்துக்கொண்டு மேற்படி நிலையத்தில் ‘கம்பவுண்டர்’ வேலைப் பார்க்கத் தீர்மானித்தேன். என்னுடைய தொழில் பெரும்பாலும் காரியாலயத்தில் நடைபெறுவதாகவே இருந்தது. சாஸன பத்திரங்கள் எழுதுதல், மத்தியஸ்தம் முதலியவையே அதிகம். மாஜிஸ்ட்ரேட் கோர்ட்டில் சில வழக்குகள் இருக்கும். ஆனால், அவை பெரும்பாலும் அதிக விவாதத்துக்கு இடமற்றனவாய் இருக்கும். என்னுடன் தென்னாப்பிரிக்காவுக்கு வந்து என்னுடனேயே வசித்துவந்த மஸ்டர்கான், நான் இல்லாதபோது என் வழக்குகளைக் கவனித்துக்கொள்வதாக வாக்களித்தார்.

எனவே, வைத்தியசாலையில் தொண்டு செய்ய எனக்கு அவகாசம் கிடைத்தது. இதற்கு வைத்தியசாலைக்குப் போய்வரும் நேரத்தையும் சேர்த்து இரண்டு மணி நேரம் பிடிக்கும். இத்தொண்டு

எனக்கு ஓரளவு மனச்சாந்தியை அளித்துவந்தது. நோயாளிகளின் நோய்களைக் கேட்டறிந்து, விவரங்களை வைத்தியரிடம் கூறி, அவர் எழுதித்தரும் மருந்துகளைக் கலந்துகொடுப்பதே என் வேலை. இதன் பயனாக, துன்புற்ற இந்தியர்களுடன் நெருங்கிப்பழக எனக்குச் சந்தர்ப்பம் வாய்த்தது. அவர்களில் பெரும்பாலோர் தமிழ்நாடு, ஆந்திரம் அல்லது வட இந்தியாவிலிருந்து வந்த ஒப்பந்தத் தொழிலாளிகள்.

வைத்தியசாலையில் தொண்டு செய்து இப்போது நான் பெற்ற அனுபவம், போயர் யுத்த காலத்தில் போர் வீரர்களில் காயம்பட்டவர்களுக்கும், நோயாளிகளுக்கும் ஊழியம் செய்வதாக நான் முன்வந்தபோது பெரிதும் பயன்பட்டது.

குழந்தை வளர்த்தல் பிரச்சனை எப்போதும் என் முன்னே இருந்துகொண்டிருந்தது. தென்னாப்பிரிக்காவில் எனக்கு இரண்டு புதல்வர்களும் பிறந்தார்கள். அவர்களை வளர்க்கும் விஷயத்தில் வைத்தியசாலையில் நான் பெற்ற அனுபவம் உபயோகமாயிருந்தது. என்னுடைய சுதந்திரப்பற்றுக் காரணமாக எனக்கு அடிக்கடி சோதனைகள் ஏற்பட்டு வந்தன.

என் மனைவியின் பிரசவ காலத்தில் சிறந்த வைத்திய உதவி ஏற்படுத்திக்கொள்வதென்று நானும், என் மனைவியும் தீர்மானித்திருந்தோம். ஆனால், நல்ல தருணத்தில் வைத்தியரும், தாதியும் கைவிட்டுப் போய்விட்டால் நான் என்ன செய்வது? மற்றும் தாதியோ இந்தியப் பெண்ணாயிருக்க வேண்டும். பயிற்சி பெற்ற இந்தியத் தாதி கிடைப்பது எவ்வளவு கஷ்டமென்று சொல்ல வேண்டுவதில்லை. எனவே, பிரசவ சிகிச்சை சம்பந்தமாகத் தெரிந்திருக்க வேண்டிய விவரங்களை நானே படிக்கலானேன்.

டாக்டர் திரிபுவனாதாஸ் எழுதிய 'தாய்க்குப் புத்திமதிகள்' என்னும் நூலைப் படித்தேன். அந்நூலில் கண்ட முறைப்படியும் என்னுடைய அனுபவங்களை ஒட்டியும் என் இரு குழந்தைகளையும் வளர்தேன். ஒவ்வொரு பிரசவத்துக்கும் இரண்டு மாத காலத்திற்கு மேற் போகாமல் ஒரு தாதியை அமர்த்திக்கொண்டோம். அவள் பெரிதும் என் மனைவியையே கவனித்தாள். குழந்தைகளை நானே பார்த்து வந்தேன்.

கடைசி குழந்தை பிறந்தபோது எனக்குப் பெருஞ்சோதனையாய் இருந்தது. திடீரென்று பிரசவ வேதனை தோன்றிவிட்டது. சமயத்தில் வைத்தியர் கிடைக்கவில்லை. மருத்துவச்சியை அழைத்துவரவும் சிறிது தாமதம் ஏற்பட்டது. அவள் வந்திருந்தாலும் பிரசவத்துக்கு

அவள் உதவி செய்திருக்க முடியாது. சுகப்பிரசவமாகும்படி பார்த்துக்கொள்ளும் பொறுப்பு எனக்கே ஏற்பட்டது. டாக்டர் திரிபுவனாதாஸின் புத்தகத்தைக் கவனமாய்ப் படித்திருந்தது இப்போது பெரிதும் பயன்பட்டது. எனக்குச் சிறிதும் பயமாகவேயில்லை.

குழந்தைகளை முறைப்படி வளர்க்க வேண்டுமானால் பச்சைக்குழந்தையைப் பேணும் முறை பெற்றோர்களுக்குத் தெரிந்திருத்தல் அவசியமென்று நான் கருதுகிறேன். மேற்படி விஷயத்தை நான் கவனமாக படித்திருந்ததின் நற்பயன்கள் என் வாழ்க்கை நெடுக நன்கு விளங்கி வந்திருக்கின்றன. குழந்தை வளர்த்தலைப் பற்றி ஆராய்ந்து அவற்றை நான் தக்க வழியில் பயன்படுத்தியிராவிடின் இன்று என் புதல்வர்கள் இவ்வளவு உடல் சுகமுள்ளவர்களாயிருக்க முடியாது.

முதல் ஐந்து பிராயம்வரை குழந்தை கற்றுக்கொள்ள வேண்டியது ஒன்றுமில்லையென்ற ஒரு குருட்டுக் கொள்கை இருந்து வருகிறது. உண்மை இதற்கு நேர்மாறானதாகும். முதல் ஐந்து பிரயாத்தில் கற்றுக்கொள்ளாததைக் குழந்தை பிற்காலத்தில் கற்றுக்கொள்வதே இல்லை. தாயின் கருவில் இருக்கும்போதே குழந்தையின் படிப்பு ஆரம்பமாகிவிடுகிறது. கருத்தரிக்கும் நிமிஷத்தில் பெற்றோர்களின் உடல்நிலை, மனோநிலையும் அப்படியே குழந்தையினிடம் பிரதிபலிக்கின்றன. பின்னர், கர்ப்ப காலத்தில் தாயினுடைய மனோநிலை, ஆசாபாசங்கள், வாழ்க்கைமுறை இவற்றினாலும் குழந்தைப் பாதிக்கப்பெறுகிறது. பின்னர், பல வருஷகாலம் குழந்தையின் வளர்ச்சி பெற்றோரையே முழுதும் பொறுத்ததாயிருக்கிறது.

இவ்வுண்மைகளை அறிந்துள்ள சதிபதிகள் சிற்றின்பத்துக்காக கூடுவதை அறவே ஒழிப்பார்கள், குழந்தைப் பேற்றை விரும்பும்போது மட்டும் அவர்கள் சேர்க்கையை விரும்புவார்கள். உண்பதையும் உறங்குவதையும்போல் ஆண் பெண் சேர்க்கை வாழ்வுக்கு அவசியமான தனி வினைகளில் ஒன்று என்று கருதுதல் அறியாமையின் சிகரமாகும். உலகம் நிலைப் பெற்றிருப்பதே பிள்ளைப் பேற்று வினையைச் சார்ந்திருக்கிறது. உலகமோ ஆண்டவனின் திருவிளையாடல் கூடம். அவனுடைய மகிமை ஒளியினின்று பிரதிபலித்த ஜோதி. எனவே, அவ்வுலகத்தின் ஒழுங்கான வளர்ச்சியை முன்னிட்டுப் பிள்ளைப்பேற்று வினையையும் கட்டுக்குட்படுத்திக்கொண்டு வருதல் அவசியம். இதை உணர்ந்தவன் எப்பாடுபட்டேனும் தன் காம இச்சையை

அடக்கியாள்வான். தன் குழந்தைகள் உடல்நலமும் மனோநலமும், ஆன்மநலமும் பெற்றுய்வதற்கு அவசியமான அறிவைத் தேடிப்பெறுவான். அவ்வறிவைத் தன் சந்ததிகளுக்கும் பயன்படுமாறு அளித்து இன்புறுவான்.

07. பிரம்மச்சரியம் 1

இச்சரிதத்தில் பிரம்மச்சரிய விரதத்தை மேற்கொள்வது குறித்து நான் சிரத்தையுடன் சிந்திக்கத்தொடங்கிய காலத்துக்கு இப்போது வந்துவிட்டோம். விவாகமான நாளிலிருந்தே ஏக பத்தினி விரதத்தில் நான் உறுதிகொண்டவனாயிருந்தேன். சத்தியத்தினிடம் எனக்கிருந்த பற்று காரணமாக என் மனைவிக்கு உண்மையாய் நடத்தல் இன்றியமையாதாயிற்று. ஆனால், என் மனைவி விஷயத்திலும் பிரம்மச்சரியம் காக்க வேண்டுவதின் அவசியத்தைத் தென்னாப்பிரிக்காவிலேயே முதன்முதலில் உணரலானேன். குறிப்பிட்ட எந்த நிகழ்ச்சியோ, புத்தகமோ என் சிந்தையை இத்துறையில் திருப்பிற்று என்று திட்டமாகச் சொல்ல இயலாது. ஆனால், இராஜசந்திரரின் நட்பு இதற்குப் பெரிதும் காரணமாய் இருக்கலாமென்று ஓரளவு ஞாபகமிருக்கிறது.

இராஜசந்திரரைப் பற்றி முன்னமே எழுதியுள்ளேன். அவருக்கும் எனக்கும் நடந்த ஒரு சம்பாஷணை எனக்கு இன்னும் நினைவிருக்கிறது. மிஸ்டர் கிளாட்ஸ்டனின் மனைவியார் தமது கணவனிடம் வைத்திருந்த பக்தியைக் குறித்து நான் பெரிதும் புகழ்ந்து கூறினேன். மிஸ்டர் கிளாட்ஸ்டன் காமன்ஸ் சபையில் இருக்கும்போதுகூட அவருக்குத் தம் கையாலேயே தேயிலைப் பானம் செய்து தரவேண்டுமென்று அப்பெண்மணியை வலியுறுத்துவாராம். புகழ்வாய்ந்த இத்தம்பதிகள் தங்கள் வாழ்க்கையை ஒழுங்குபெற அமைத்திருந்தபடியால் இது அவர்களுடைய வாழ்க்கையின் வழக்கங்களுள் ஒன்றாகிவிட்டதாம். கவி இராஜசந்திரரிடம் நான் இதைப்பற்றிப் பேசுகையில், பொதுவாகச் சதிபதிகளின் காதலைச் சிலாகித்துக்கூறினேன். அப்போது அவர் கூறியதாவது, "மிஸ்ஸஸ் கிளாட்ஸ்டன், மனைவி என்ற முறையில் தம் கணவனாரிடம் வைத்துள்ள ஆசை பெரிதா? இந்த உறவின் காரணமாக அன்றி, அவர் மிஸ்டர் கிளாட்ஸ்டனுக்குச் செய்யும் அன்புத்தொண்டு பெரிதா? எது பெரிதென்பது உமது அபிப்பிராயம்? அப்பெண்மணி அவருடைய சகோதரியாகவோ, வேலைக்காரியாகவோ இருந்து, இதேவிதமான தொண்டு

செய்திருந்தால் நீர் என்ன சொல்வீர்? இத்தகைய சகோதரிகளையும், வேலைக்காரிகளையும் பற்றி நாம் கேள்விப்பட்டதில்லையா? வேலைக்காரன் ஒருவன் இதேவித அன்புரிமைத் தொண்டு செய்கிறானென வைத்துக்கொள்ளும். அப்போது மிஸ்ஸஸ் கிளாட்ஸ்டனுடைய பதிபக்தியைக் கண்டு நீர் மகிழ்வதுபோல் மகிழ்வீரா? இந்த நோக்கத்துடன் அவ்விஷயத்தைப் பற்றிச் சிந்தித்துப் பாரும்."

இராஜ சந்திரரும் மணஞ்செய்து கொண்டவர்தான். அந்த நிமிஷத்தில் அவருடைய மொழிகள் எனக்குச் சற்றே கடுமையானவையாகத் தோன்றின. ஆயினும், அவை என் மனதில் ஆழப் பதிந்துவிட்டன. மனைவி கணவரிடம் காட்டும் அன்பைவிட வேலைக்காரன் எஜமானனிடம் காட்டும் விசுவாசம் ஆயிரம் மடங்கு பாராட்டுக்குரியதாக எனக்குத் தோன்றிற்று. மனைவியும் கணவனும் பிரிக்க முடியாத தளையினால் பிணைப்புண்டவர்களாதலின் கணவனிடம் மனைவி பக்தி வைத்தால் முற்றும் இயல்போயாகும், அதில் வியப்புறத்தக்க தொன்றுமில்லை. ஆனால், இதற்கிணையான பக்தி எஜமானனிடம் வேலைக்காரன் காட்டுவதென்றால் அது எளிதன்று. அதற்குத் தனி முயற்சித் தேவை. கவியின் கருத்து எனக்குச் சிறிதுசிறிதாகத் தெளிவாய் விளங்கலாயிற்று.

அங்ஙனமாயின், எனக்கும், என் மனைவிக்குமுள்ள உறவு எத்தகையதாய் இருக்கவேண்டும்? இக்கேள்வி என் உள்ளத்தில் எழுந்தது. என் மனைவியை என் காமத்துக்குக் கருவியாக்குவதுதானா அவளுக்கு நான் உண்மையாய் நடந்துகொள்ளும் முறை? காமத்துக்கு நான் அடிமையாயுள்ள வரையில் மனைவியிடம் என் அன்பு ஒரு காசும் பெறாததாகும். என் மனைவியைப் பொறுத்தவரை, அவள் என்னைச் சிற்றின்பத் துறைப்படுத்த முயன்றதே இல்லையென்று கூறக் கடமைப்பட்டிருக்கிறேன். ஆகவே, எனக்கு விருப்பமிருந்தால் பிரம்மச்சரிய விரதங்கொள்வது மிகவும் எளியதொன்றென்பதில் ஐயமில்லை. என் மனஉறுதிக் குறைவு அல்லது காமமே தடையாய் இருந்தது.

இவ்விஷயத்தில் என் மனச்சான்று அறிவுறுத்தத் தொடங்கிய பின்னரும் இருமுறை தவறிவிட்டேன். காரணம், அப்போது என் முயற்சியின் நோக்கம் தாழ்வானதொன்றாய் இருந்ததே ஆகும், இனிமேல் குழந்தைகள் பெறலாகாது என்பதே என் முக்கிய நோக்கமாயிருந்தது. இங்கிலாந்திலிருந்தபோது, கருத்தரித்தலைச் செயற்கை முறைகளால் தடைசெய்வது பற்றி சிறிது படித்திருந்தேன். சைவ உணவைப் பற்றிக்கூறிய அத்தியாயத்தில், பிள்ளைப்பேற்றை

தடுப்பது பற்றிய, டாக்டர் அல்லின்ஸனின் பிரசாரத்தைப் பற்றி என்மனம் சிறிதளவு சென்றிருந்தாலும், மிஸ்டர் ஹில் அம்முறைகளைள எதிர்த்துச் செய்த பிரசாரம் அதை முழுதும் மாற்றிவிட்டது.

செயற்கைச் சாதனங்களைப் புறக்கணித்து உள் முயற்சியை, அதாவது புலனடக்கத்தைக் கொள்ளவேண்டுமென்று அவர் கூறியதே என் மனதில் நிலையான இடம்பெற்றது. ஆகவே, இனிமேல் குழந்தைகள் வேண்டாமென்று நான் எண்ணியபடியால் அந்நோக்கத்துடன், புலனடக்கம் பெற முயலலானேன். இம்முயற்சியில் தோன்றியக் கஷ்டங்கள் அளவில்லாதன. தனித்தனிப் படுக்கைகளில் படுக்கத் தொடங்கினோம். நாள் முழுதும் உழைத்துக் களைத்துப்போன பின்னரே படுக்கச் செல்வதென்று உறுதிகொண்டேன். இம்முயற்சிகள் எல்லாம் அவ்வளவாகப் பயன்தரவில்லை. ஆயினும், அக்காலத்தைப் பற்றி எண்ணும்போது, தவறிப்போன இம்முயற்சிகள் எல்லாவற்றின் முடிந்த பயனே இறுதியான தீர்மானமாய் உருக்கொண்டதென்று எனக்குத் தோன்றுகிறது.

அவ்வுறுதியான தீர்மானம் செய்ய 1906ம் ஆண்டுவரை சென்றுவிட்டது. இன்னும் சத்தியாக்கிரஹ இயக்கம் தொடங்கவில்லை. அவ்வியக்கம் ஏற்படப் போகிறதென்று அப்போது கனவிலும் எண்ணியது கிடையாது. போயர் யுத்தம் நடந்து முடிந்த அடியோடு நேட்டாலில் ஸீலூ சாதியாரின் கலகம் எழுந்தது. அப்போது ஜேகானஸ்பர்க்கில் வக்கீல் தொழில் நடத்திக்கொண்டிருந்தேன். நெருக்கடி நேர்ந்த அத்தருணத்தில் நேட்டால் அரசாங்கத்துக்கு என்னாலான ஊழியம் செய்யவேண்டுமென்று கருதினேன். நேட்டால் அராசாங்கமும் என் ஊழியத்தை ஏற்க இசைந்தது. இதுபற்றிப் பின்னர் விவரமாகக் கூறுவேன்.

ஆனால், இச்சமயத்தில் எனக்கேற்பட்ட வேலையே, புலனடக்கத்தின் அவசியத்தைப் பற்றிப் பெரிதும் நான் சிந்திக்கும்படி செய்தது. வழக்கம்போல இவ்விஷயத்தைப் பற்றியும் என் துணைவர்களுடன் ஆலோசித்தேன். பிள்ளைப்பேறும் அதன் பயனாக ஏற்படும் குழந்தை வளர்ப்பும் பொது ஊதியத்துடன் முரண்படுவன என்று எனக்குத் தோன்றிற்று.

மேற்படி கலகத்தின்போது ஊழியம் செய்யப்போகுங் காலையில் ஜோகானஸ்பர்க்கிலிருந்த என் ஜாகையைப் கலைத்துவிட நேர்ந்தது. சேவை செய்ய ஒப்புக்கொண்ட ஒரு மாதத்திற்குள்,

மிகவும் சிரமப்பட்டு, வேண்டிய வசதிகளை அமைத்திருந்த வீட்டைக் காலி செய்யவேண்டியிருந்தது. என் மனைவியையும், குழந்தைகளையும் அழைத்துக்கொண்டுபோய் போனிக்ஸில் விட்டுவிட்டு, நேட்டால் துருப்புகளின் உதவிக்காக ஏற்பட்டிருந்த இந்திய சைன்ய சேவைப்படைக்குத் தலைவனாகச் சென்றேன். பெருங்கஷ்டங்களுக்கிடையே ஓரிடத்திலிருந்து ஓரிடம் போக வேண்டியிருந்த அக்காலத்திலேதான் முடிவான தீர்மானம் என் உள்ளத்தில் பளிச்சென்று உதயமாயிற்று. இம்மாதிரி சமூக ஊழியத்துக்கே என் வாழ்நாளைச் செலவிட வேண்டுமாயின், பிள்ளைப்பேற்றில் அவாவையும், பொருளாசையையும் அறவே ஒழித்து, குடும்பக் கவலைகளினின்றும் நீங்கிய வானப்பிரஸ்த வாழ்வை மேற்கொள்ள வேண்டுமென்ற எண்ணம் ஏற்பட்டது.

மேற்படி 'கலகம்' சம்பந்தமாக, ஆறு வார காலமே எனக்கு வேலை இருந்தது. ஆனால், இச்சிறு காலப்பகுதியே என் வாழ்நாளில் மிக முக்கியமானதாயிற்று. பிரதிக்ஞைகளின் முக்கியத்தை முன் எப்போதையும்விடத் தெளிவாக அறிந்துகொள்ளலானேன். பிரதிக்ஞை என்பது சுதந்திரக் கோயிலின் கதவைச் சாத்துவதில்லையென்றும், உண்மையில் அக்கதவைத் திறப்பது அதுவே என்றும் உணர்ந்தேன். இதற்கு முன்பு நான் வெற்றி பெறாததின் காரணங்கள். உறுதிக்குறைவும், சுய நம்பிக்கை இன்மையும், ஆண்டவன் அருளில் நம்பிக்கை இன்மையுமேயாகும்.

அப்போதெல்லாம் என் மனம் சந்தேகமென்னும் கொந்தளிப்புள்ள கடலில் அலைக்கப்பட்டுக் கிடந்தது. மனிதன் விரதமெடுத்துக்கொள்ளாமை, அவனை ஆசை வலையில் விழச் செய்கிறதென்றும் அதற்கு மாறாகப் பிரதிக்ஞையினால் தன்னைத்தானே கட்டுக்குள்ளாக்குதல், தூர்த்த வாழ்விலிருந்து ஏகபத்தினி விரதம் பூண்டவனாக்குமென்றும் உணர்ந்தேன். நான் முயற்சியில் நம்பிக்கையுள்ளவன். எனவே, விரதங்களினால் கட்டுப்படுத்திக் கொள்ளமாட்டேன் என்னும் மனோபாவம் பலவீனத்துக்கு அறிகுறியே அன்றி வேறில்லை. எதை விலக்க வேண்டுமென்கிறோமோ. அதனிடம் அந்தரங்கத்தில் ஆசை உண்டென்பதை இம்மனோபாவம் வெளிப்படுத்துகிறது. இல்லாவிடில் முடிவான தீர்மானம் செய்வதில் கஷ்டம் என்ன வந்தது?

பாம்பு என்னைக் கடிக்கும் என்று தெரிந்தால், அதனிடமிருந்து ஓட முயற்சி மட்டும் செய்வதில்லை. அதனிடமிருந்து ஓடியே தீர்வதென்று உறுதிசெய்து கொள்கிறேன். வெறும் முயற்சி

மட்டுமெனில் நிச்சய மரணமாக முடியலாம் என நான் அறிவேன். வெறும் முயற்சி, பாம்பு கட்டாயம் கடித்தேவிடும் என்ற நிச்சய மரணமாக முடியலாம் என நான் அறிவேன். வெறும் முயற்சி, பாம்பு கட்டாயம் கடித்தேவிடும் என்ற நிச்சயமான உண்மையை அறியாததற்கே அறிகுறியாகும். எனவே, முயற்சி செய்து பார்ப்பதுடன் திருப்தி அடைவதென்றால் உறுதியான செயலின் அவசியத்தை இன்னும் நன்குணர்ந்து கொள்ளவில்லை என்ற பொருள்படும். "வருங்காலத்தில் என் அபிப்பிராயம் மாறக்கூடுமல்லவா? பின்னர், இப்போது பிரதிக்ஞையினால் என்னைக் கட்டுப்படுத்திக்கொள்ளுதல் எப்படிச் சரியாகும்?" என்னும் சந்தேகம் சிலசமயங்களில் நமக்குத் தடையாயிருக்கின்றது. ஆனால், இச்சந்தேகம் எதைக் காட்டுகிறது? ஒரு குறிப்பிட்ட பொருளைத் துறந்தேயாகவேண்டுமென்ற தெளிந்த அறிவு இன்னும் உண்டாகவில்லை என்பதையே. ஆகையினால்தான் "அவாவறுத்தலில்லாத துறவு நீடித்திராது" என்று நிஷ்குலானந்தர் பாடினார். எங்கே அவா ஒழிந்ததோ, அங்கே துறவுப் பிரதிக்ஞை இயற்கையாக ஏற்படுகிறது; ஏற்பட்டே தீரும்.

08. பிரம்மச்சரியம் 2

நன்றாய் விவாதித்து ஆழ்ந்த சிந்தனை செய்த பின்னர் 1906ம் ஆண்டில் நான் பிரம்மச்சரிய விரதம் பூண்டேன். அதுவரை என் மனையாளிடம் இவ்விஷயமாக என் எண்ணங்களைத் தெரிவித்ததில்லை. விரதம் எடுத்துக்கொண்டபோது மட்டும் அவளிடம் கலந்துபேசினேன். அவள் ஆட்சேபம் எதுவும் கூறவில்லை. ஆனால், நான் முடிவான தீர்மானம் செய்தல் எளிதாயில்லை. அதற்கு வேண்டிய மனோவலிமை எனக்குப் போதாமலிருந்தது. சிற்றின்ப இச்சையை அடக்கியாள்வதெப்படி? மனைவியிடத்தில் சிற்றின்பச் சேர்க்கை இல்லாது அடக்கியாள்வதெப்படி? மனைவியிடத்தில் சிற்றின்பச் சேர்க்கை இல்லாது உறவு பூண்டிருத்தல் ஒரு புதுமையாகத் தோன்றிற்று. ஆனாலும், ஆண்டவன் அருள் வலிமையில் பூரண நம்பிக்கையுடன் துணிந்து விரதம் பூண்டேன்.

சென்ற இருபது ஆண்டுகளாக இவ்விரதங்காத்து வந்திருப்பதை எண்ணும்போதெல்லாம் எனக்கு அளவற்ற மகிழ்ச்சியும், வியப்பும் விளைகின்றன. 1901ஆம் ஆண்டிலிருந்தே புலனடக்கத் துறையில்

முயன்று ஓரளவு வெற்றிபெற்று வந்திருந்தேன். ஆனால், 1906ம் ஆண்டு விரதம் பூண்ட பின்னர் நான் பெற்ற சுதந்திர ஆனந்தத்தை அதற்குமுன் எப்போதும் அடைந்தில்லை. ஏனெனில், விரதம் பூணுவதற்கு முன்பு, எந்த நிமிஷத்திலும் நான் ஆசைக்கு அடிமையாகிவிடுதல் கூடுமானதாய் இருந்தது. இப்போதே விரதம் ஒரு கேடயமாய் இருந்து என்னைக் காப்பாற்றும் என்னும் உறுதி ஏற்பட்டது.

பிரம்மச்சரியத்தின் அரிய சக்திகள் எனக்கு நாளுக்குநாள் நன்கு புலனாகின. நான் விரதம் பூண்டது போனிக்ஸில் இருந்தபோது சைன்ய சேவைப் படை வேலை முடிந்ததும் போனிக்ஸூக்குச் சென்றேன். அங்கிருந்து ஜோகானிஸ்பர்க்குப் போகவேண்டியிருந்தது. அங்குபோய் ஒரு மாதத்திற்கெல்லாம் சத்தியாக்கிரஹகத்துக்கு தயார் செய்துவந்தது போலும். சத்தியாக்கிரஹம் முன்கூட்டியே சிந்தித்து ஏற்பாடு செய்யப்பட்டத் திட்டமன்று நான் சிறிதும் நினையாமலிருக்கையில் அது தானாகவே வந்ததாகும். ஆனால், இதற்குமுன்பு நான் செய்துவந்த காரியங்களே இந்த இலட்சியத்திடம் என்னைக் கொண்டுவந்து சேர்த்தன என்பதும் தெளிவாயிருந்தது. ஜோகனிஸ்பர்க்கில் ஏராளமான செலவுடன் நடத்திய ஜாகையைக் கலைத்துவிட்டு நான் போனிக்ஸூக்கு போனது பிரம்மச்சரிய விரதம் பூணுவதற்காகவே போலும் எனக் காணப்பட்டது.

பிரம்மச்சரிய விரதத்தைப் பூரணமாய் அனுஷ்டிப்பதே பிரம்மஞானப் பேறாகும் என்னும் அறிவு சாஸ்திரங்களைப் படித்ததினால் எனக்கு வரவில்லை. அனுபவத்திலிருந்து சிறிதுசிறிதாக இவ்வுண்மையில் நான் உறுதிபெற்றேன். இதை வற்புறுத்தும் சாஸ்திரங்களை நான் படித்தது பிற்காலத்திலேயே ஆகும். உடல், மனம், ஆன்மா என்னும் மூன்றையும் காப்பாற்றுவது பிரம்மச்சரியமே என்னும் அறிவு, விரதம் எடுத்துக்கொண்ட பின்னர் எனக்கு நாளுக்குநாள் தெளிவாக விளங்கி வந்தது. ஏனெனில், இப்போது பிரம்மச்சரியம் ஒரு கடின விரதமாக இல்லை. அது ஆனந்தமும் ஆறுதலும் தரும் ஓர் அரிய சாதனமாகிவிட்டது. தினந்தோறும் அதனிடம் ஒவ்வொரு புதிய அழகைக் கண்டுவந்தேன்.

இவ்வாறு, அதனால் வரும் ஆனந்தம் நாளுக்குநாள் அதிகமாகி வந்ததாயினும், அதைக் கடைப்பிடிப்பது எளியதாயிருந்ததென்று யாரும் எண்ணவேண்டாம். 56ஆம் வயதைக் கடந்துள்ள இப்போதும் அவ்விரதத்தைக் கடைப்பிடித்தல் எவ்வளவு கடினமானதென்பதை நான் நன்குணர்கிறேன். அவ்விரதம் கத்தி முனையில் நடப்பதை ஒத்ததென்றும், ஒவ்வொரு கணமும்

விழிப்புடனிருந்து அதைக் காத்தல் வேண்டுமென்றும் நாளுக்குநாள் தெளிவாகி வருகிறது.

பிரம்மச்சரிய விரதம் காப்பதற்கு முதலாவது இன்றியமையாத நிபந்தனை, சுவைப்புலனடக்கமாகும். சுவைப்புலனை முற்றும் அடக்கிவந்தால் பிரம்மச்சரியம் காப்பது மிக எளிதாவதைக் கண்டேன். எனவே, சைவ உணவுக் காரணமாக மட்டுமின்றி, பிரமச்சாரி என்னும் முறையிலும் இப்போது உணவுப் பரிசோதனைகள் நடத்தத் தொடங்கினேன். இச்சோதனைகளின் பயனாக பிரமச்சாரியின் உணவு அளவுக்குட்பட்டதாயும், எளியதாயும் மசாலை தாளிப்பு முதலியவை இல்லாததாயும் கூடுமானால் சமைக்கப்படாத பச்சை உணவாயும் இருக்கவேண்டுமெனக் கண்டேன்.

ஆறு ஆண்டு சோதனை நடத்தியதன் பயனாக, பிரமச்சாரிக்குச் சிறந்த உணவு புதிய பழங்களும் கொட்டைப் பருப்பு வகைகளுமே என்னும் முடிவுக்கு வந்துள்ளேன். இந்த உணவை மட்டும் அருந்திக்கொண்டிருந்தபோது சிற்றின்ப இச்சையை அறவே ஒழித்தவனாயிருந்ததுபோல் வேறு உணவு அருந்தியபோது இருக்க முடியவேயில்லை.

தென்னாப்பிரிக்காவில் நான் பழங்கள் கொட்டைகள் மட்டும் அருந்திக்கொண்டிருந்தபோது பிரம்மச்சரிய விரதம் காக்க என்னுடைய முயற்சியே தேவையில்லாமலிருந்தது. பால் அருந்தத் தொடங்கிய பின்னர் இதற்குப் பெருமுயற்சி தேவையாயிருந்து வந்திருக்கிறது. தனிப்பழ உணவைவிட்டுப் பால் சேர்த்துக்கொள்ளுதல் எப்படி அவசியமாயிற்று என்பது குறித்து உரிய இடத்தில் எழுதுவேன்.

பால் உணவு பிரம்மச்சரிய விரதம் காத்தலைப் பெரிதும் கஷ்டமாக்கிவிடுகிறது என்று கூறுவதே இங்குப் போதுமானது. இவ்விஷயத்தில் எனக்கு எள்ளளவும் சந்தேகமில்லை. இதிலிருந்து பிரமச்சாரிகள் எல்லாரும் பாலைத் தள்ளிவிட வேண்டுமென்று யாரும் முடிவு செய்துவிட வேண்டாம். அநேக சோதனைகள் செய்த பிறகே, பிரம்மச்சரிய விரதத்துக்கும் பற்பல உணவு வகைகளுக்கும் உள்ள தொடர்பை நிச்சயிக்கலாம். பாலைப்போல் தசையை வளர்க்கக்கூடியதும், எளிதில் செரிக்கக் கூடியதுமான பானத்தை நான் இன்னும் கண்டுபிடித்தேனில்லை. டாக்டர்கள், வைத்தியர்கள், ஹக்கீம்கள் எவ்வளவோ பேரைக் கேட்டும் பயனில்லை. எனவே, பால் ஓரளவு கிளர்ச்சித் தரக்கூடியது என்று அறிந்துள்ளேனாயினும்

தற்போதைக்கு அதை விலக்கிவிடும்படி நான் யாருக்கும் யோசனைக் கூறமாட்டேன்.

பிரம்மச்சரியத்துக்கு வெளி உதவிகளுள் உபவாசமும் ஒன்று. உணவு வகைகளைத் தெரிந்துதெடுத்தலும் உணவுக்கட்டுப்பாடும் எவ்வளவு அவசியமோ, அவ்வளவு உபவாசமும் அவசியமானது. புலன்கள் கட்டுக்கடங்காது ஓடும் இயல்பின் எல்லாப் புறங்களிலும், மேலும்கீழும், சுற்றிலும் வேலி எடுத்துத் தடுத்தலான்றி அவற்றை அடக்கிவைத்தல் இயலாது. உணவில்லாவிடில் புலன்கள் வலுவிழந்துவிடுகின்றன என்பது அனைவரும் அறிந்ததொன்று. எனவே, புலனடக்க முயற்சிக்குத் துணையாக உபவாசத்தைக் கைக்கொள்ளல் பெரிதும் பயனுள்ளதென்பதில் எனக்குச் சந்தேகமே கிடையாது.

ஆனால், சிலர் விஷயத்தில் உபவாசம் பயன்படுவதில்லை. ஏனெனில், உடல் உபாவசத்தினால் மட்டுமே புலனடக்கம் கைக்கூடுமென எண்ணம் கொண்டு அவர்கள் உடம்பை உணவில்லாமல் வைத்துக்கொள்கிறார்களே அன்றி உள்ளத்திற்கு விருந்தளித்த வண்ணமிருக்கிறார்கள். அதாவது உபவாசம் முடிந்ததும் இன்னின்ன இனிய உணவு வகைகளை அருந்துவது, இன்னின்ன பானங்களைப் பருகுவது என்று சிந்தித்த வண்ணமாயிருக்கிறார்கள். இத்தகைய உபவாசம் அவர்களுடைய சுவைப்புலனடக்கத்துக்கோ, காமத்தைத் தவிர்ப்பதற்கோ துணையாயிராதென்பது நிச்சயம். பட்டினிக் கிடக்கும் உடம்புடன் உள்ளமும் ஒத்துழைக்கும்போதுதான் உபாவசத்தினால் பயனுண்டு. அதாவது உடம்புக்கு இல்லையென மறுக்கும் பொருள்களை உள்ளம் வெறுக்கவேண்டும். சிற்றின்ப ஆசைகளுக்கெல்லாம் மூல வேர் மனமேயாகும், ஆதலின் உபவாசம் புலனடக்கத்துக்கு ஓரளவே துணை செய்யும்.

பட்டினிக் கிடக்கும் மனிதன் ஒருவன் காமக் குரோதங்களுக்கு வயப்பட்டிருத்தல் கூடுமானதே. ஆனால், உபவாச விரதமில்லாமல் காமத்துக்கு அழிவில்லையென்று பொது விதியாகச் சொல்லலாம். எனவே, பிரம்மச்சரிய விரதங்காப்பதற்கு உபவாசம் இன்றியமையாதது என்று கூறலாம். பிரம்மச்சரிய விரதம் அனுஷ்டிக்க விரும்புவோரில் பலர் அதில் தவறிவிடுவதற்குக் காரணம். அவர்கள் தங்கள் பிற புலன்களின் உபயோகத்தைப் பற்றிய வரையில் பிரமச்சாரிகள் அல்லாதவர்கள்போல் வாழ்க்கை நடத்துவதேயாகும்,

வெயில் தகிக்கும் வேனிற்காலத்தில் மாரிகாலக் குளிரை அனுபவிக்க விரும்புவோனுடைய முயற்சியையே அவர்களுடைய முயற்சியொக்கும். பிரமச்சாரியின் வாழ்வுநெறி மற்றவர்களுடைய வாழ்வுநெறியிலிருந்து முற்றிலும் வேறுபட்டதாயிருத்தல் வேண்டும். அவ்வேற்றுமை சூரியன் ஒளியைப்போல் தெளிவாக விளங்குவதாயிருத்தல் வேண்டும். பிரமச்சாரியின் வாழ்வுக்கும் மற்றவர்களுடைய வாழ்வுக்கும் வெளிப்படையான ஒற்றுமை மட்டுமே இருக்க முடியும். இருவரும் கட்புலனைப் பயன்படுத்துகிறார்கள். ஆனால், பிரம்மச்சாரி ஆண்டவன் மகிமைகளைப் பார்ப்பதற்கே அதைப் பயன்படுத்துகிறான். மற்றவனோ தன்னைச் சுற்றிலும் நிகழும் நெறியற்ற செயல்களைப் பார்ப்பதற்கு அதை உபயோகிக்கின்றான். இருவரும் செவியினால் கேட்கிறார்கள். ஆனால், பிரம்மச்சாரி ஆண்டவன் புகழைத் தவிர வேறெதையும் கேட்பதில்லை. மற்றவன் செவியிலோ ஆபாசப் பேச்சுகளே விழுகின்றன. இருவரும் இரவில் நீண்டநேரம் கண் விழிக்கிறார்கள். ஒருவன் பிரார்த்தனையில் அந்நேரத்தைக் கழிக்கிறான். மற்றவன் பயனற்றக் களியாட்டத்தில் காலம் கழிக்கிறான். இருவரும் அந்தராத்மாவுக்கு உணவளிக்கிறார்கள். ஆனால், ஒருவன் ஆண்டவன் திருக்கோயிலைச் செப்பனிட்டுப் பாதுகாக்க மட்டுமே உணவளிக்கிறான். மற்றவனோ கண்டதையெல்லாம் திணித்து அத்தூய திருக்கோயிலை நாற்றமுள்ள சாக்கடையாக்கிவிடுகிறான். இவ்வாறு அவ்விருவரும் வடதுருவத்தையும் தென்துருவத்தையும்போல் அகன்றுள்ள வாழ்க்கை நடத்துகிறார்கள். நாளாக, ஆக இருவருக்குமிடையே தூரம் அதிகமாகுமேயன்றி குறையாது.

பிரம்மச்சரியமென்றால், மனோவாக்குக் காயங்களினால் புலனடக்கம் பெறுதல் என்றே பொருள். மேலே நான் குறிப்பிட்டது போன்ற கட்டுப்பாடுகளின் அவசியத்தை ஒவ்வொருநாளும் நான் நன்கறிந்து வருகிறேன். துறவும் பிரம்மச்சரியமும் வரையறைக்குட்படாத சக்திப் பொருந்தியனவாகும். எனவே, அத்தகையப் பிரம்மச்சரியம் வரையறைக்குட்பட்ட முயற்சியினால் அடையக்கூடாததாம். பலருக்கு அது ஓர் இலட்சியமாக மட்டுமே இருக்கமுடியும். பிரம்மச்சரியத்தைக் கடைப்பிடிக்க விரும்புவோன் ஒருவன் எப்போதும் தன் குறைகளை உணர்ந்தவனாயிருப்பான். தன் ஹிருதய அந்தரங்கத்தின் மூலைமுடுக்குகளையும் சோதித்து அங்குள்ள சிற்றின்ப ஆசைகளைக் கண்டுபிடித்து அவற்றைத் துரத்த ஓயாது முயல்வான்.

எண்ணங்கள் முற்றிலும் வயப்பட்டாலன்றிப் பூரண பிரம்மச்சரியம் கைகூடுதல் இயலாததென்று. எண்ணங்கள் தாமாகத் தோன்றி இஷ்டப்படி ஓடுதல் மனத்தின் இயல்புகளில் ஒன்று. எனவே, எண்ணங்களை அடக்குதல் மனதை அடக்குவதாகும், மனதை அடக்குதலோ காற்றை அடக்குதலினும் கடினமானது. எனினும், உள்ளத்தினுள்ளே இறைவன் இருப்பதால் அம்மனத்தை அடக்குதலும் சாத்தியமாகிறது. மனத்தை அடக்குதல் கடினமாயிருப்பதால் சாத்தியமே இல்லையென்று யாரும் எண்ணவேண்டாம். பிரம்மச்சரியம் மிக உயரிய இலட்சியமாகும். எனவே, அதை அடையவும் மிக உயரிய முயற்சி தேவையாய் இருப்பதில் வியப்பில்லை.

ஆனால், இந்தியாவுக்கு வந்த பின்னரே மனித முயற்சியால் மட்டும் அத்தகைய பிரம்மச்சரியத்தை அனுஷ்டிக்க முடியாதென்று எனக்குத் தெரியவந்தது. அதுவரையில், காமக்குரோதங்களை அறவே ஒழிப்பதற்குப் பழ உணவு உட்கொள்வதொன்றே போதுமென்ற மதிமயக்கத்தில் ஆழ்ந்தவனாய், இனிச் செய்யவேண்டுவதொன்றுமே இல்லையென்று இறுமாந்திருந்தேன்.

என் போராட்டங்களைப் பற்றி வேறு தனி அத்தியாயத்தில் கூறவேண்டுமாதலின் இங்கே விவரித்தல் கூடாது. இறைவன் பதம் அடையவேண்டும் என்னும் நோக்கத்துடன் பிரம்மச்சரியத்தைக் கடைப்பிடிக்க விரும்புவோர் அது தங்களால் ஆகாதோவெனச் சோர்வடைய வேண்டாமென்று மட்டும் இங்கே கூறுவேன். ஆனால், அவர்கள் தங்கள் சுயமுயற்சியில் எத்துணை நம்பிக்கை வைத்திருக்கிறார்களோ அவ்வளவு ஆண்டவனிடமும் நம்பிக்கை உள்ளவர்களாயிருக்க வேண்டும். 'நிராகர தேகியிடமிருந்து விஷயங்கள் தங்கள் சுவையை மட்டும் விட்டு ஓடிப்போகின்றன. பரம்பொருளின் தரிசனம் கிட்டும்போது அந்தச் சுவையும் மறைந்துவிடுகிறது' என்று பகவத்கீதை (2 - 59) கூறுகிறது. எனவே, மோட்சத்தை நாடுவோனுக்கு இறைவன் நாமமும், அருளுமே கடைசியான சாதனங்களாகும். நான் இந்தியாவுக்கு வந்த பின்னரே இவ்வுண்மை எனக்குப் புலனாயிற்று.

09. எளிய வாழ்க்கை

நான் தொடங்கியது சுகவாழ்க்கை என்பது உண்மையே. ஆனால் அது நீண்டநாள் நீடித்திருக்கவில்லை. நிரம்பக் கவலையெடுத்து, வீட்டுக்கு வேண்டிய அலங்காரச் சாமான்களைச் சேகரித்திருந்தேன்.

ஆனால், அவ்வாழ்க்கையில் எனக்குப் பற்று உண்டாகவில்லை. ஆதலின் சுகவாழ்க்கைத் தொடங்கியதும் தொடங்காததுமாய்ச் செலவைக் குறைக்க ஆரம்பித்தேன். வண்ணான் கூலி நிரம்ப ஆகிக்கொண்டிருந்தது. அவன் காலத்தில் துணி கொண்டுவருவதில்லை. ஆதலால், இரண்டு மூன்று டஜன் உட்சட்டை (ஷர்ட்)களும் கழுத்துப்பட்டி (காலர்)களும் இருந்தாலும் போதுவதில்லை. தினந்தோறும் கழுத்துப்பட்டியையும் ஒவ்வொரு நாள்விட்டு உட்சட்டையும் மாற்றியாக வேண்டும். இதனால், செலவு இரட்டிப்பாகி வந்தது. இது அநாவசியச் செலவென்று எனக்குத் தோன்றிற்று. இச்செலவை மீத்துவிடுவதற்காகச் சலவைக் கருவிகள் வாங்கினேன். சலவைத்தொழிலைப் பற்றி ஒரு புத்தகத்தில் படித்து நான் கற்றுக்கொண்டதுடன் என் மனைவிக்குக் கற்றுக்கொடுத்தேன். இதனால், எனக்கு வேலை அதிகமாயிற்று ஆயினும் அத்தொழிலின் புதுமைக் காரணமாக அதைச் செய்தல் மகிழ்ச்சித் தருவதாயிருந்தது.

முதன்முதலாக நான் வெளுத்தக் கழுத்துப் பட்டியை என்றும் மறக்க முடியாது. அளவுக்கு அதிகமாகப் பசை மாவை உபயோகித்துவிட்டேன். இரும்புப் போதுமான அளவு சூடாகவில்லை. அத்துடன் தீப்பட்டு எரிந்துவிடப் போகிறதே என்ற பயத்தினால் அதைப் போதிய அளவு அழுத்தவும் இல்லை. இதன் பயனாக, பட்டி லகுவாய் இருந்ததாயினும் அதிலிருந்து அதிகப்படியான பசை மா உதிர்ந்துகொண்டே இருந்தது. இந்தப் பட்டியுடன் நீதி மன்றத்துக்குப்போய் மற்ற பாரிஸ்டர்களின் நகைப்புக்காளானேன். ஆனால், அந்த நாளிலேயே கேலிக்குப் பயப்படாத தன்மை கொண்டவனாயிருந்தேன்.

“நல்லது என் கழுத்துப்பட்டியை நானே வெளுத்தது இதுதான் முதல்முறை. ஆகையினாலேயே மா உதிர்ந்துகொண்டிருக்கிறது. இதன்பொருட்டு நான் தொல்லைப்படவில்லை. மேலும், நீங்கள் கொஞ்சம் சிரித்து மகிழ்வதற்கும் காரணமாயிருப்பதால் எனக்குச் சந்தோஷமே” என்றேன்.

“இங்கே சலவைச் சாலைகளுக்குக் குறைவா என்ன?” என்று ஒரு நண்பர் கேட்டார்.

“சலவைக் கூலி நிரம்ப அதிகமாகிறது. கழுத்துப்பட்டி வெளுக்கும் கூலி ஏறக்குறைய அதன் விலையளவுக்கு வந்துவிடுகிறது. மேலும், வண்ணானை நம்பியே எத்தனைக் காலம் வாழ்க்கை நடத்துவது? அதைவிட என் உடைகளை நானே வெளுத்துக்கொள்ள விரும்புகிறேன்.”

தன் வேலைகளைத் தானே செய்துகொள்வதின் சிறப்பை அந்நண்பர்கள் அறியும்படி என்னால் செய்யமுடியவில்லை. போகப்போக, சலவைத்தொழிலில் நான் பெரிதும் தேர்ச்சிப் பெற்றவனானேன். என்னுடைய சலவை, வண்ணான் சலவைக்கு எவ்வகையிலும் தாழ்ந்ததாயில்லை. மற்றவர்களுடைய கழுத்துப்பட்டியைவிட என்னுடைய கழுத்துப்பட்டி விருவிலும், பளபளப்பிலும் குறைந்ததாயில்லை.

கோகலே தென்னாப்பிரிக்காவுக்கு வந்தபோது, தமக்கு மகாதேவ கோவித ரானடே அளித்த அன்புப் பரிசான உத்தரீயம் ஒன்றைக் கொண்டுவந்திருந்தார். அந்த அரிய ஞாபகச் சின்னத்தை அவர் பெரிதும் போற்றிப் பாதுகாத்து வந்தார். சில விசேஷ சந்தர்ப்பங்களில் மட்டுமே அவர் அதை அணிந்துகொள்வது வழக்கம். அத்தகைய விசேஷ சந்தர்ப்பம் ஒன்று நேர்ந்தது. ஜோகானிஸ்பர்க் இந்தியர்கள் அவரைச் சிறப்பிக்க ஒரு விருந்து நடத்தினார்கள். இதற்கு அவ்வுத்திரீயத்தை அணிவது முடியாதபடி அது கசங்கிப் போயிருந்தது. எனவே, அதை இஸ்திரி போடுதல் அவசியமாயிருந்தது. வண்ணானிடம் கொடுத்து உடனே இஸ்திரி போட்டுக்கொண்டு வரச்செய்தல் இயலாத காரியம். என்னுடைய கைத்திறமையைக் காட்டுவதாகக் கூறினேன். "வக்கீல் தொழில் என்றால் உமது ஆற்றலில் நம்பிக்கை வைப்பேன், வண்ணான் வேலைக்கு உம்மை எப்படி நம்புவது? துணியைக் கெடுத்துவிட்டால் என் செய்வது? அது எனக்கு எவ்வளவு அருமையான பொருள் தெரியுமா?" என்றார் கோகலே.

பின்னர், அவ்வன்புப் பரிசைப் பற்றிய வரலாற்றை மகிழ்ச்சித் ததும்ப அவர் கூறினார். நான் இன்னமும் பிடிவாதம் பிடித்து நன்றாகச் செய்து தருவதாய் உறுதிகூறினேன். அவர் அனுமதியின் மீது அதை இஸ்திரி செய்து கொடுத்து அவரிடம் என் வேலைக்கு அத்தாட்சியும் பெற்றேன். இனி உலகமெல்லாம் எனக்கு அத்தாட்சி அளிக்க மறுத்தாலும் கவலையில்லை எனக் கருதினேன்.

வண்ணானுக்கு அடிமையாய் இருப்பதிலிருந்து என்னை மீட்டுக்கொண்டது போலவே, நாவிதனின் ஆதிக்கத்திலிருந்தும் விடுதலைப் பெற்றேன். இங்கிலாந்துக்குப் போகிறவர்கள் எல்லாரும் க்ஷவரத் தொழில் கற்றுக்கொள்ளுகிறார்கள். ஆனால், எனக்குத் தெரிந்தவரை மயிரையும் தாமே வெட்டிக்கொள்வோர் இல்லை. நான் அதையும் கற்றுக்கொள்ள வேண்டி வந்தது. ஒருமுறை பிரிடோரியாவில் மயிர் வெட்டும் ஆங்கிலேயர் ஒருவரிடம் சென்றேன். அவர் மிக அவமதிப்புடன் என் மயிரை

வெட்ட மறுத்துவிட்டார். இதனால் மனம் புண்ணான நான் உடனே சென்று மயிர் கத்திரி ஒன்று வாங்கி வந்து கண்ணாடி முன் நின்று மயிரை வெட்டிக்கொண்டேன். முன் புறத்து மயிரைக் கூடியவரை நன்றாக வெட்டிவிட்டேன். ஆனால், பின்புறத்து மயிரைக் கெடுத்துவிட்டேன். நீதிமன்றத்திலிருந்து நண்பர்கள் குலுங்கக்குலுங்கச் சிரித்தார்கள்.

"உமது மயிருக்கு என்ன ஆபத்து வந்தது, காந்தி? எலி கடித்துவிட்டதா என்ன?" என்று ஒருவர் கேட்டார்.

"அப்படியெல்லாம் ஒன்றுமில்லை. வெள்ளைக்கார நாவிதன் என் கறுப்பு மயிரை வெட்டத் தயவுவைக்கவில்லை. எனவே, நன்றாயிருக்கிறதோ இல்லையோ தானே வெட்டிக்கொள்வதே சரியென்று செய்தேன்."

என் விடை அந்நண்பர்களுக்கு வியப்பளிக்கவில்லை. என் மயிரை வெட்ட மறுத்தது பற்றி நாவிதன் மீது குற்றம் சொல்வதற்கில்லை. கறுப்பு மனிதருக்கு மயிர் வெட்டினால் வெள்ளைக்காரர் அவனிடம் வர மறுத்துவிடுதல் கூடும். தமது நாவிதர்களைத் தீண்டத்தகாத சகோதரர்களுக்கு க்ஷவரம் செய்ய நாம் அனுமதிக்கிறோமோ? இக்கருமத்தின் பயனைத் தென்னாப்பிரிக்காவில் ஒருமுறையன்று பலமுறையும் நானே அனுபவிக்க நேர்ந்தது. அது நம்முடைய பாவத்துக்குத் தண்டனையே என்னும் உறுதியானது என்னைத் கோபத்தினின்றும் காப்பாற்றி வந்தது.

சுயமுயற்சி, எளிய வாழ்க்கை இவற்றினிடம் எனக்கேற்பட்ட அடங்காப் பற்றானது கடைசியில் எவ்வளவு தீவிரமான வடிவங்களைக் கொண்டது என்பது பற்றி உரிய இடத்தில் விவரமாய்க் கூறுவேன். ஆனால், விதை நீண்டகாலத்துக்கு முன்பே விதைக்கப்பட்டிருந்தது. அது வேர்விட்டுச் செடியாகக் கிளம்பி மலர் வெடித்துப் பழம் பழுத்ததற்குத் தண்ணீரில்லாதது ஒன்றே குறையாயிருந்தது. உரியகாலத்தில் தண்ணீர்ப் பாயவே இக்குறை தீர்ந்தது.

10. போயர் யுத்தம்

இப்போது 1897ம் ஆண்டுக்கும் 1899ம் ஆண்டுக்கும் இடையில் நேர்ந்த அனுபவங்களை விட்டுவிட்டுப் போயர் யுத்தத்திற்கு வருகிறேன். யுத்தம் தொடங்கியபோது என் அனுதாபம் முற்றும்

போயர்கள் பக்கமே இருந்தது. ஆனால், இம்மாதிரி விஷயங்களில் என் சொந்தக்கருத்துகளை வலியுறுத்தும் உரிமை எனக்கு இல்லையென்று அப்போது நம்பினேன். இது சம்பந்தமாக என் உள்ளத்தில் நடந்தப் போராட்டத்தைப் பற்றித் தென்னாப்பிரிக்கா சத்தியாக்கிரஹ வரலாற்றில் விவரமாக எழுதியிருக்கிறேன். அதன் நியாய அநியாயங்களைக் குறித்து நான் இங்கு மீண்டும் விவரிக்கப் புகுதல் கூடாது. வேண்டுவோர் அந்நூலில் கண்டுகொள்க. பிரிட்டிஷ் ஆட்சியின்பால் அப்போது நான் கொண்டிருந்த பக்தியானது என்னை அந்த யுத்தத்தில் பிரிட்டிஷ் கட்சியைத் தழுவுமாறு செய்தது என்று மட்டும் இங்கே கூறுதல் போதும். பிரிட்டிஷ் குடிகளுக்குரிய உரிமைகளை நான் கோரினேனாதலின், ஏகாதிப்பத்தியத்தின் பாதுகாப்புக்கு துணைபுரிவதும் என் கடமை ஆகுமென்று கருதினேன். பிரிட்டிஷ் ஏகாதிப்பத்தியத்திற்குள்ளே, அவ்வேகாதிபத்தியத்தின் மூலமாகவே இந்தியாவுக்குப் பூரண கதிமோட்சம் கிட்டும் என்பது அப்போது என் நம்பிக்கை. எனவே, என்னால் சேர்க்க முடிந்தவரை தோழர்களைச் சேர்த்து, அவர்களைச் சைன்ய சேவைப்படியாக *(Ambulance Corps)* அமைத்தேன். மிகுந்த பிரயாசையுடன், அரசாங்கம் எங்கள் ஊழியத்தை ஏற்றுக்கொள்ளும்படி செய்தேன்.

இந்தியர்கள் அபாயங்களுக்குட்படத் துணியாத கோழைகள் என்றும் தற்கால சுயநலத்தைத் தவிர வேறு பரந்த நோக்கமில்லாதவர்கள் என்றும் ஆங்கிலேயர் பொதுவாக நம்பி வந்தனர். ஆதலின் என்னுடைய யோசனையைக் கேட்டதும் பல ஆங்கில நண்பர்கள் என்னை அதைரியப்படுத்தினார்கள். ஆனால், டாக்டர் பூத் மட்டுமே இந்த யோசனையை மனப்பூர்வமாக ஆதரித்தார். சைன்ய சேவைக்கு அவர் எங்களைப் பயிற்சி செய்தார். நாங்கள் யுத்தக் களத்தில் ஊழியத்திற்குத் தகுந்தவர்கள் என்று வைத்தியர்களிடம் அத்தாட்சிப் பத்திரங்களும் வாங்கி அனுப்பினோம். மிஸ்டர் லாப்டனும் காலஞ்சென்ற மிஸ்டர் எஸ்கோம்பும் உற்சாத்துடன் எங்கள் யோசனையை ஆதரித்தார்கள். கடைசியாகப் போர்க்களத்துக்குச் சென்று சேவை செய்ய அனுமதி கொடுக்கவேண்டுமென்று விண்ணப்பம் செய்துகொண்டோம். அரசாங்கத்தார் எங்கள் விண்ணப்பம் வந்து சேர்ந்து விவரத்தை வந்தனத்துடன் குறிப்பிட்டு, ஆனால் அப்போதைக்கு எங்கள் ஊழியம் தேவையில்லையென்று தெரிவித்துவிட்டனர்.

இந்த மறுதளிப்புடன் நான் திருப்தியடைந்து சும்மாயிருந்து விடவில்லை. டாக்டர் பூத்தின் உதவிகொண்டு நேட்டால் பிஷப்

பாதிரியாரைப் போய்ப் பார்த்தேன். எங்கள் சேவைப்படையில் கிறிஸ்துவ இந்தியர் பலரும் இருந்தனர். பிஷப் பாதிரியார் என் யோசனையைக் குறித்து மிகவும் மகிழ்ச்சி அடைந்ததுடன், எங்கள் ஊழியம் ஏற்றுக்கொள்ளப்படுவதற்கு உதவிபுரிவதாக வாக்களித்தார்.

காலமும் எங்கள் பக்கத்தில் இருந்தது. போயர்கள். எதிர்ப்பார்க்கப்பட்டதைவிட அதிகம் துணிவும், தீரமும், உறுதியும் காட்டினார்கள். கடைசியில் எங்கள் சேவைக்குத் தேவை ஏற்பட்டது.

எங்கள் படை 40 தலைவர்கள் உள்பட 1,100 பேர் கொண்டதாயிருந்தது. இவர்களில் 300 பேர் சுதந்திர இந்தியர்; மற்றவர்கள் ஒப்பந்தத் தொழிலாளிகள்; டாக்டர் பூத்தும் எங்களுடன் இருந்தார். படை நல்ல ஊழியம் செய்து கீர்த்திப் பெற்றது. துப்பாக்கிப் பிரயோக எல்லைக்கு வெளியேதான் எங்கள் வேலையென்று ஏற்பட்டிருந்தும். நாங்கள் செஞ்சிலுவைக்குரிய (Red Cross) பாதுகாப்புப் பெற்றவர்களாயிருந்தும், நெருக்கடியான வேலையொன்றில் துப்பாக்கிப் பிரயோக எல்லைக்குட்புறத்தில் சேவை செய்யும்படி சொல்லப்பட்டோம். மேற்சொன்ன வரையறை நாங்கள் வேண்டிப் பெற்றதன்று. நாங்கள் துப்பாக்கிப் பிரயோக எல்லைக்குள் வருவதை அதிகாரிகள்தான் விரும்பவில்லை. ஆனால், ஸ்பியான் கோப் என்னுமிடத்தில் பிரிட்டிஷ் துருப்புகள் எதிரி துருப்புகளால் திருப்பி அடிக்கப்பட்டப் பின்னர் நிலைமை மாறிவிட்டது. நாங்கள் அபாயத்துக்கு உட்படக் கடமைப்பட்டிருக்க இல்லையாயினும் போர்முனைக்குச் சென்று காயம் பட்டவர்களைக் கொண்டுவந்தால் அரசாங்கத்தின் நன்றிக்குரியவர்களாவோம் என்று ஜெனரல் புல்லர் எங்களுக்குச் செய்தி அனுப்பினார்.

இங்கு ஒரு கணமும் நாங்கள் தயங்கவில்லை. இவ்வாறு ஸ்பியான்கோப் சண்டையின் பயனாக நாங்கள் துப்பாக்கிப் பிரயோக எல்லைக்குள்ளாகவே வேலைச் செய்யலானோம். இந்நாட்களில் நாங்கள் காயம்பட்டவர்களைப் பல்லக்குகளில் சுமந்துகொண்டு தினம் 20 மைலிலிருந்து 25 மைல்வரை பிரயாணம் செய்ய வேண்டியிருந்தது. இவ்வாறு நாங்கள் தூக்கிச்சென்றவர்களில் ஜெனரல் வுட்கேட் போன்ற பிரபல போர் வீரர்களும் இருந்தார்கள்.

ஆறு வார ஊழியத்துக்குப் பின்னர், எங்கள் சேவைப்படை கலைக்கப்பட்டது. ஸ்பியான்கோப், வால்கிரன்ஸ் என்னுமிடங்களில் நேரிட்டத் தோல்விகளுக்குப் பின்னர், பிரிட்டிஷ் சேனாதிபதி அவசரமாக முன்னேறி லேடிஸ்மித் முதலிய இடங்களுக்குத் துணைபுரியும் உத்தேசத்தைக் கைவிட்டு இங்கிலாந்திலிருந்தும்,

இந்தியாவிலிருந்தும் உதவி வரும்வரை மெதுவாகக் காரியம் செய்யத் தீர்மானித்தார்.

எங்கள் சிறு ஊழியம் அச்சமயத்தில் பெரிதும் கொண்டாடப்பட்டது. இந்தியர்களிடம் மதிப்பு அதிகமாயிற்று, பத்திரிகைகள், "நாம் எல்லாரும் ஏகாதிப்பத்தியத்தின் புதல்வர்கள்தானே" என்பதைப் பல்லவியாகக் கொண்ட புகழ்ச்சி பாட்டுகள் பிரசுரித்தன.

ஜெனரல் புல்லர் தமது அறிக்கையில் இந்தியச் சேவைப்படையின் ஊழியத்தைப் பாராட்டியிருந்தார். படையின் தலைவர்களுக்கு யுத்த சன்மானப் பதக்கங்கள் அளிக்கப்பட்டன.

இந்தியச் சமூகம் கட்டுப்பாடு அதிகம் பெற்றதாயிற்று. ஒப்பந்தத்தொழிலாளி இந்தியருடன் எனக்கு நெருங்கிய பழக்கம் ஏற்பட்டது. அவர்களும் கண்விழிக்கப் பெற்றனர். ஹிந்துக்கள், முஸ்லிம்கள், கிறிஸ்துவர்கள், தமிழர்கள், குஜராத்திகள், சிந்தியர் என்னும் அனைவரும் இந்தியர்களே, எல்லாரும் ஒரே தாய்நாட்டின் புதல்வர்களே என்னும் உணர்ச்சி அவர்களிடையே வேரூன்றலாயிற்று. இந்தியர்களின் குறைகள் இப்போது நிவர்த்தி செய்யப்படல் நிச்சயம் என்று எல்லாரும் நம்பலாயினர்.

அச்சமயத்தில் வெள்ளைக்காரரின் மனப்பான்மையும் பெரிதும் மாறுதல் அடைந்ததாகக் காணப்பட்டது. யுத்ததின்போது இந்தியருக்கும் வெள்ளைக்காரர்களுக்கும் மிக இனிய நேயபாவம் ஏற்பட்டிருந்தது. ஆயிரக்கணக்கான வெள்ளைக்காரப் போர் வீரர்களுடன் நாங்கள் அப்போது பழக நேரிட்டது. அவர்கள் எங்களிடம் நட்புரிமைக் காட்டியதுடன் போர்க்களத்தில் அவர்களுக்கு ஊழியம் செய்ய நாங்கள் வந்திருந்தது குறித்துப் பெரிதும் நன்றி பாராட்டினார்கள்.

சோதனை நேரும் காலத்தில் மனித இயற்கை எவ்வளவு மேன்மையடைகிறது என்பதற்கு உதாரணமாக, நினைக்க இன்பம் தரும் ஒரு ஞாபகத்தை இங்கே கூறாதிருக்க முடியவில்லை. சிவ்லி பாசறையை நோக்கிச் சென்றுகொண்டிருந்தோம். அங்கு, லார்ட் லாபர்ட்ஸின் புதல்வர் லெப்டினண்ட் ராபர்ட்ஸ் படுகாயமுற்று மரணமடைந்தார். அவர் உடலைப் போர்க்களத்தின்று தூக்கிச்செல்லும் சிறப்பு எங்கள் படைக்குக் கிடைத்தது. அன்று வறட்சி மிகுந்த தினம், ஒவ்வொருவரும் தண்ணீருக்குத் தவித்துக்கொண்டிருந்தனர். வழியில் தாகந்தணித்துக் கொள்ளக்கூடிய ஒரு சிறு அருவி ஓடிக்கொண்டிருந்ததது. ஆனால், முதலில் யார்

தண்ணீர் அருந்துவது? வெள்ளைக்கார போர் வீரர்கள் அருந்திய பின்னரே நாங்கள் அருவியில் இறங்குவதென்று முடிவு செய்திருந்தோம். ஆனால், அவர்கள் இதற்குச் சம்மதிக்கவில்லை. எங்களை முதலில் குடிக்கச் சொன்னார்கள். இவ்வாறு, யார் முதலில் தண்ணீர் அருந்துவது என்பது குறித்துக் கொஞ்சநேரம் சந்தோஷகரமானப் போட்டி நடந்தது.

11. சுகாதாரச் சீர்திருத்தமும் பஞ்ச நிவாரணமும்

ஜன சமூகத்தின் எந்த ஓர் அங்கத்தினரும் சங்கத்துக்குப் பயன்படாத வாழ்க்கை நடத்துவது எனக்கு எப்போதுமே பிடிப்பதில்லை. சமூகத்தின் குறைபாடுகளை மறப்பதையும் அவற்றிற்கு உடந்தையாய் இருப்பதையும் நான் எப்போதுமே மனதார வெறுத்தேன். குறைபாடுகளைப் போக்கிக்கொள்ளாமல் உரிமைகளுக்கு மட்டும் போராடுவதும் எனக்குப் பிடிப்பதில்லை. எனவே, நேட்டால் இந்தியச் சமூகத்தின் மீது சுமத்தப்பட்டு வந்த ஒரு குறைபாட்டை ஒழிக்க நேட்டாலில் நான் குடியேறின நாள்தொட்டு முயன்று வந்தேன். இந்தியர்கள் தங்கள் வீடுகளையும் சுற்றுப்புறங்களையும் சுத்தமாய் வைத்துக்கொள்வதில்லை என்றும், பொதுவாக அவர்கள் தூய்மையில் கவலையில்லாதவர்கள் என்றும் குறைகூறப்பட்டு வந்தது. இதில் ஓரளவு உண்மை இல்லாமலில்லை. எனவே, சமூகத்தின் பிரமுகர்கள் ஏற்கெனவே தங்கள் தங்கள் வீடுகளை ஒழுங்குப்படுத்தும் முயற்சியைத் தொடங்கியிருந்தனர். ஆனால், டர்பனில் பிளேக் நோய் பரவுவது நிச்சயம் என்று ஏற்பட்டபோதே வீட்டுக்கு வீடு சென்று சோதனைச் செய்ய ஆரம்பித்தோம்.

நகரசபை அங்கத்தினரைக் கலந்துகொண்டும் அவர்களுடைய ஆதரவுடனும் இவ்வேலையைத் தொடங்கினோம். அவர்களே இவ்விஷயத்தில் எங்கள் ஒத்துழைப்பை நாடினார்கள். எங்களுடைய ஒத்துழைப்பினால் அவர்களுடைய வேலை எளிதாயிற்று. எங்கள் கஷ்டங்களும் குறைந்தன. கொள்ளை நோய்கள் பரவும்போதெல்லாம் நிர்வாக அதிகாரிகள் விரைவில் பொறுமையிழந்து அளவு மீறிய, கடும் முறைகளைக் கையாளுவதும், தங்களுக்குப் பிடியாதவர்கள் எல்லாரையும் அல்லறப்படுத்துவதும் சாதாரண வழக்கம். இந்தியச் சமூகம் தானாகவே சுகாதார முறைகளை மேற்கொண்டதால் இத்தகையக் கொடுமைகளில் அகப்படாது மீண்டது.

இவ்வேலையில் வருந்தற்குரிய அனுபவங்கள் நேராமல் போகவில்லை. உரிமைகளுக்காக நடத்தியப் போராட்டத்தில்

ஜனங்களுடைய உதவியைப் பெற்றதுபோல் அவ்வளவு எளிதாக இப்போது தங்கள் கடமையை நிறைவேற்றச் செய்வதில் பெற முடியாதிருப்பதைக் கண்டேன். சிலவிடங்களில் அவமதிப்பே கிடைத்தது. சிலர் என்னை மரியாதையாக நடத்தினாலும் என் வேண்டுகோளை அசட்டையாக விட்டனர். சுற்றுப்புறங்களைச் சுத்தமாய் வைத்தற்கு வேண்டிய அளவு முயற்சி எடுத்துக்கொள்ளுதல் ஜனங்களுக்கு நிரம்பப் பிரயாசையாயிருந்தது. இத்தகையோரிடமிருந்து இவ்வேலைக்குப் பணம் எதிர்ப்பார்த்தல் வீண் ஆசை என்று சொல்லவேண்டுவதில்லை. அளவற்றப் பொறுமை இன்றிப் பொதுஜனங்களை எந்த வேலையும் செய்யச்சொல்ல முடியாதென்னும் பாடத்தை இவ்வனுபவங்களினால் முன்னெப்போதையும்விட நன்றாக அறிந்துகொண்டேன். "சீர்திருத்தத்தில் கவலை சீர்திருத்தக்காரனுக்கே உண்டு." சமூகத்துக்கு இதைப்பற்றிக் கவலையில்லை. சமூகத்தினிடமிருந்து எதிர்ப்பையும் வெறுப்பையுமே எதிர்பார்க்க முடியும். சீர்திருத்தக்காரன் உயிரினும் முக்கியமானதென்று கருதும் சீர்திருத்தத்தைச் சமூகம் பிற்போக்கான முறையென்று கருதலாமன்றோ?

எனினும், இக்கிளர்ச்சியின் பயனாக, இந்தியச் சமூகம் வீடுகளையும், சுற்றுப்புறங்களையும் தூய்மையாக வைத்திருக்க வேண்டுவதின் அவசியத்தை ஓரளவு உணர்ந்துகொண்டதென்றே சொல்லலாம். நான் அதிகாரிகளின் நன்மதிப்புக்குப் பாத்திரனானேன். இந்தியச் சமூகத்தின் குறைகளை வெளியிட்டு அதன் உரிமைகளை வலியுறுத்துவதை என் தொழிலாகக் கொண்டவனாயினும், சமூகத்தைத் தூய்மைப்படுத்துவதிலும் அவ்வளவு கவலை காட்டி வலியுறுத்துகிறது என்பதை அவர்கள் கண்டார்கள்.

ஆனால், செய்யவேண்டிய வேலை இன்னும் ஒன்று பாக்கியிருந்தது. அது, வெளிநாட்டில் குடியேறிய இந்தியர்கள் தங்கள் தாய்நாட்டுக்குச் செலுத்தவேண்டிய கடமை ஒன்று உண்டென்னும் உணர்ச்சியை அவர்களுக்கு ஊட்டுவதேயாகும். இந்தியா ஏழ்மைப்பட்ட தேசம். தென்னாப்பிரிக்கா சென்ற இந்தியர் பணந்தேடும் நோக்கத்துடன் சென்றவர். எனவே, தாய்நாட்டின் கஷ்டகாலத்தில் தங்கள் சம்பாத்தியத்தில் உதவுதல் அவர்களுடைய கடமையாகும். 1897ஆம் ஆண்டிலும் 1899ஆம் ஆண்டிலும் இந்தியாவில் தோன்றிய கொடிய பஞ்சங்களின்போது தென்னாப்பிரிக்கா பஞ்ச நிவாரண வேலைக்கு அவர்கள் தயங்காது நன்கொடை அளித்தார்கள். 1897இல் செய்ததைவிட 1899ல் அதிக

பண உதவி செய்தார்கள். பஞ்ச நிவாரணத்துக்கு நன்கொடை அளிக்குமாறு ஆங்கிலேயருக்கும். விண்ணப்பம் செய்துகொண்டோம். அவர்களும் நன்கு உதவினார்கள். ஒப்பந்தத் தொழிலாளிகள்கூடத் தங்கள் விகிதத்தைக் கொடுத்தார்கள். அக்காலத்தில் தொடங்கப்பட்ட ஏற்பாடு இன்னமும் நடந்துவருகிறது. பெரிய விபத்துக்கள் நேரிடும்போதெல்லாம் இந்தியாவுக்குப் பெருந்தொகைகள் உதவிக்கு அனுப்பத் தென்னாப்பிரிக்கா இந்தியர் இதுகாறும் தவறியதில்லை.

இவ்வாறு, தென்னாப்பிரிக்கா இந்தியர்களுக்குச் செய்த ஊழியம் ஒவ்வொரு படியிலும் சத்தியத்தின் புதியபுதிய அம்சங்களை எனக்குப் புலப்படுத்தி வந்தது. சத்தியம் என்பது ஒரு பெரிய விருட்சம். அதற்கு நீர் ஊற்றி வளர்க்க, வளர்க்க அதிகப் பழங்களைத் தருகிறது. சத்தியமென்னும் சுரங்கத்தில் எவ்வளவு ஆழமாகத் தோண்டிச் சோதனைப் போடுகிறோமோ அவ்வளவுக்கு அதில் புதைந்துகிடக்கும் அரிய இரத்தினங்களைக் கண்டுபிடிப்போம். தொண்டு செய்வதற்குப் புதியப்புதிய துறைகளே அந்த இரத்தினங்களாகும்.

12. இந்தியா திரும்பத் தீர்மானம்

யுத்த ஊழியத்தினின்று நான் விடுவிக்கப்பட்டதும் இனி என் வேலை இந்தியாவிலேயே இருப்பதாக எண்ணலானேன். தென்னாப்பிரிக்காவில் செய்வதற்கு வேலை இல்லாமலில்லை. ஆனால், அங்கிருந்தால் பணந்தேடுதலே முதன்மையான வேலையாகிவிடுமெனப் பயந்தேன்.

இந்தியாவிலிருந்த நண்பர்களும் திரும்பி வருமாறு அடிக்கடிக் கடிதம் எழுதினார்கள். தாய்நாட்டில் இன்னும் நல்ல ஊழியம் செய்யமுடியுமென்று தோன்றிற்று. தென்னாப்பிரிக்கா வேலைக்கோ ஸ்ரீமான்கள் கானும், மனுசுக்லால் நாஸரும் இருந்தனர். எனவே, என் சாக்களிடம் என்னை விடுவிடுக்கும்படி கேட்டேன். நிரம்பக் கஷ்டத்தின்மீது அவர்களை அதற்கு இணங்கச்செய்தேன். ஆனால், அப்போதும் ஒரு நிபந்தனையின் மீதே அவர்கள் எனக்கு விடைகொடுக்க இணங்கினார்கள். தென்னாப்பிரிக்கா இந்தியச் சமூகம் மறுபடியும் ஓராண்டுக்குள் என்னை வேண்டினால் நான் திரும்பிவர வேண்டுமென்று அவர்கள் நிபந்தனைக் கூறினார்கள். இது கஷ்டமான நிபந்தனையென்று கருதினேனாயினும் சமூகத்துடன்

என்னைப் பிணைத்திருந்த அன்பானது அந்நிபந்தனையை ஏற்கும்படி செய்தது.

“அன்பெனும் நூலிழையினால் என்னைக் கண்ணபிரான் கட்டியே விட்டான். நான் அவனது கொத்தடிமையானேன்” என்று மீராபாய் பாடினாள். எனக்கும், சமூகத்தோடு என்னைச் சேர்த்துக் கட்டியிருந்த அன்பெனும் நூலிழையை அறுத்தல் இயலாத காரியமாயிருந்தது. பொதுஜன வாக்கு தெய்வத்தின் வாக்காகும். அதிலும் இங்கே நண்பர்களின் வாக்கு ஹிருதயப்பூர்வமான உண்மை வாக்காதலின் அதைத் தள்ள முடியாமலிருந்தது. எனவே, நிபந்தனையை ஏற்று அவர்களிடம் விடைபெற்றுக் கொண்டேன்.

அக்காலத்தில் நேட்டால் இந்தியர்களுடன் மட்டுமே எனக்கு நெருங்கியத் தொடர்பு ஏற்பட்டிருந்தது. அவர்கள் என்னை அன்பெனும் அமுத வெள்ளத்தில் முழுக்காட்டினார்கள். ஒவ்வோரிடத்திலும் பிரிவுபசாரக் கூட்டங்கள் ஏற்பாடு செய்யப்பட்டன. விலையுயர்ந்த அன்புப் பரிசுகள் அளிக்கப்பட்டன.

1896ல் நான் இந்தியா திரும்பியபோதும் இத்தகைய வெகுமதிகள் எனக்குத் தரப்பட்டன. ஆனால், இம்முறை அவை அசாத்தியமாயிருந்தன. தங்கத்தினாலும், வெள்ளியினாலும் செய்த பொருள்களே அல்லாமல் விலையுயர்ந்த வைர நகைகளும் அப்பரிசுகளில் இருந்தன.

இவ்வெகுமதிகளை ஏற்றுக்கொள்ள எனக்கு உரிமை ஏது? அவற்றை ஏற்றுக்கொண்டால் நான் பிரதிபயனை எதிர்பாராது சமூகத்துக்குத் தொண்டு செய்வதனாதல் எப்படி? என் கட்சிக்காரர்கள் கொடுத்த சில பொருள்களைத் தவிர மற்றவை எல்லாம் சமூகத்துக்கு நான் செய்த ஊழியத்தை முன்னிட்டுக் கொடுக்கப்பட்டனவேயாகும். மேலும், கட்சிக்காரர்களும் பொது ஊழியத்தில் எனக்கு உதவி இருக்கிறார்கள். ஆதலின் அவர்கள் வேறு, பொது வேலையில் என் சகாக்கள் வேறு என்று நான் வேற்றுமை பாராட்டுவதற்கில்லை.

பரிசுகளுள், தங்கத்திலான கண்டசரம் ஒன்றும் இருந்தது. 52 பவுன் பெறுமான இவ்வாபரணம் என் மனைவிக்கென்று கொடுக்கப்பட்டதாகும். ஆனால், அதுவும் என்னுடைய பொது ஊழியத்தை முன்னிட்டே கொடுக்கப்பட்டது. ஆதலின், மற்றவைகளின்றும் அதை வேறு பிரிப்பதற்கில்லை.

இப்பரிசுகளுள் மிகுதியானவற்றைப் பெற்ற அன்றிரவு முழுவதும் தூக்கமில்லாமல் கழித்தேன். என் அறையில்

மேலும்கீழும் நடந்துகொண்டே தீவிரமாகச் சிந்தித்தேன். ஆயினும், முடிவு காணவில்லை. நூற்றுக்கணக்கில் பெறுமானமுள்ள பரிசுகளைப் புறக்கணித்தல் கடினமான காரியமே. ஆனால், அவற்றை வைத்துக் கொண்டுவிடுவதோ அதனிலும் கஷ்டமானதொன்று.

நான் அவற்றை வைத்துக்கொள்ளக் கூடுமென்றாலும், குழந்தைகள் விஷயமென்ன? மனைவியின் செய்தியென்ன? அவர்களைத் தொண்டு வாழ்க்கைக்கு நான் தயார் செய்துவந்தேன். தொண்டுக்குத் தொண்டே வெகுமதி என்று அவர்கள் உணரும்படி செய்ய முயன்று வந்தேன்.

வீட்டில் விலை உயர்ந்த நகை எதுவும் கிடையாது. விரைவாக எளிய வாழ்வு முறையை மேற்கொண்டு வந்தோம். இந்நிலையில் தங்கக் கடிகாரங்களை வைத்துக்கொள்ளுதல் எப்படி? தங்கச் சங்கிலிகளையும், வைர மோதிரங்களையும் அணிவது எவ்வாறு? நகைப் பைத்தியத்தை ஒழிக்கவேண்டுமென்று அப்போது நான் ஜனங்களுக்கு உபதேசம் செய்துகொண்டிருந்தேன். என்னைத்தேடி வந்த நகைகளை இப்போது நான் என்ன செய்வது?

அவற்றைச் சொந்தத்துக்கு வைத்துக்கொள்ளக் கூடாதென்று தீர்மானித்தேன். அவற்றைச் சமூகத்துக்கே சொந்தமாக்கிச் சமூகத்தின் சார்பாக பார்ஸி, ரஸ்டம்ஜி முதலிய சிலரைத் தர்மகர்த்தர்களாக நியமித்து ஒரு கடிதம் எழுதினேன். மறுநாள் காலையில் என் மனைவி, குழந்தைகளுடன் கலந்தாலோசித்த பின்னர் அப்பெரும் பாரத்தை நிவர்த்தி செய்தேன்.

குழந்தைகள் உடனே என் யோசனைக்கு இணங்கின. “விலையுயர்ந்த இப்பரிசுகள் நமக்கெதற்காக? அவற்றைச் சமூகத்துக்கே திருப்பிக்கொடுத்துவிட வேண்டுவதுதான். அப்படி எப்போதேனும் நமக்குத் தேவையாயிருந்தால் நாமே எளிதில் வாங்கிக்கொள்ளலாமே” என்று அவர்கள் உரைத்தார்கள்.

நான் பெருமகிழ்ச்சி கொண்டேன். “அப்படியானால் உங்கள் தாயாரிடம் இதைப்பற்றிப் பேசி இணங்கச் செய்வீர்களல்லவா?” என்றேன்.

“தடையில்லாமல். அது எங்கள் வேலை. அம்மாவுக்கு நகை வேண்டியதில்லை. எங்களுக்காக வைத்திருக்க விரும்பலாம். நாங்களே வேண்டாமென்னும் போதும் அம்மா ஏன் தடை சொல்லவேண்டும்?” என்றார்கள்.

பேச்சளவில் இது சுலபமே, ஆனால் காரியத்தில் நிரம்பக்கஷ்டமாய் முடிந்தது.

கஸ்தூரிபாய் கூறியதாவது, "உங்களுக்கு இப்பொருட்கள் தேவையில்லாமல் இருக்கலாம். உங்கள் குழந்தைகளுக்கும் தேவையில்லாமல் இருக்கலாம். கொஞ்சம் தூக்கி விட்டுவிட்டால், அவர்கள் உங்கள் இஷ்டப்படி கூத்தாடுவார்கள். நான் நகை அணிந்துகொள்ளக் கூடாதென்று சொல்ல உங்களுக்கு உரிமையுண்டு. ஆனால், எனக்கு மருமக்கள்மார் வந்தால் அவர்கள் செய்தி என்ன? அவர்களுக்கு நிச்சயமாய் நகை வேண்டியிருக்கும். நாளைக்கு நமது நிலைமை எப்படி இருக்குமோ யார் கண்டார்? இவ்வளவு அன்புடன் அளிக்கப்பட்ட பரிசுகளைத் திருப்பிக் கொடுக்க நான் ஒருக்காலும் சம்மதியேன்."

இவ்வாறு, வாதங்கள் சரமாரியாகப் பொழிந்தன. இவற்றைப் பலப்படுத்துவதற்கு முடிவில் கண்ணீர் மழையும் பெய்யத் தொடங்கிற்று. ஆனால், குழந்தைகள் உறுதியாயிருந்தனர். நான் அசையவில்லையென்று சொல்லவேண்டியதில்லை.

நான் சாந்தமாகக் கூறியதாவது, "குழந்தைகளுக்குக் கலியாணம் இனிமேல் நடைபெற வேண்டும். இளமையிலேயே அவர்களுக்கு மணஞ்செய்து வைக்கும் உத்தேசம் நமக்கில்லை. வயது வந்த பின்னர் அவர்களே தங்கள் காரியங்களைப் பார்த்துக்கொள்வார்கள். மேலும், நகையாசை கொண்ட பெண்களை நமது புதல்வர்களுக்குக் கலியாணம் செய்து வைக்கப்போவதில்லை என்பது நிச்சயம். அப்படியே அவர்களுக்கு நகைபோடுவது அவசியமானால் வாங்கிக்கொடுப்பதற்கு நான் இல்லையா? அப்போது என்னைக் கேள்."

"உங்களையா கேட்பது? இத்தனை நாட்களுக்குப் பிறகு உங்களை எனக்குத் தெரியாதா? என்னுடைய நகைகளைப் பிடுங்கிக்கொண்டவர் நீங்கள் அல்லவா? என்னுடைய நகைகளை நான் போட்டிருக்கவும் விடாத நீங்களா என் மருமக்கள்மாருக்கு நகைசெய்து போடப்போகிறீர்கள்? நன்றாயிருக்கிறது இப்போதே என் குழந்தைகளைச் சாமியார்களாக்கப் பார்க்கிறவர் அல்லவா நீங்கள்? இல்லை இல்லை. நகைகளைத் திருப்பிக் கொடுக்கக்கூடாது. மேலும் என்னுடைய கண்டசரத்தைக் கேட்க உங்களுக்கென்ன உரிமை?"

"நல்லது, கண்டசரம் உன்னுடைய ஊழியத்தைப் பாராட்டுவதற்காகக் கொடுக்கப்பட்டதா, என்னுடைய ஊழியத்தை முன்னிட்டா?" என்று நான் வினாவினேன்.

"உங்களுடைய ஊழியத்துக்காகத்தான். ஆனால், நீங்கள் செய்த ஊழியம் நான் செய்ததன்றோ? இரவும் பகலும் நான் உங்களுக்காக உழைத்ததெல்லாம் எங்கே போயின? அவையெல்லாம் ஊழியம் அல்லாவா? போகிறவர் வருகிறவர் எல்லாரையும் வீட்டுக்கு அழைத்துவந்து என்னைக் கண்ணீர் வடிக்கச் செய்தீர்களே. அவர்களுக்கெல்லாம் நான் அடிமையைப் போல் உழைக்கவில்லையா?"

இவ்வினாக்கள் கூறிய அம்புகள்போல் என் ஹிருதயத்தில் தைத்தன. அவற்றுள் சிலவற்றில் பெரிதும் உண்மை இருந்தது. எனினும், நகைகளைத் திருப்பிக் கொடுத்துவிடுவதென நான் உறுதிகொண்டிருந்தேன். எப்படியோ கடைசியில் அவளைச் சம்மதிக்கச் செய்தேன். 1896ஆம் ஆண்டிலும் 1901லும் பெற்ற எல்லாப் பரிசுகளையும் திருப்பிக் கொடுத்துவிட்டேன். அவற்றின் பராமரிப்புக்குத் தர்மகர்த்தர்கள் நியமிக்கப்பட்டார்கள். என்னுடைய விருப்பத்தின்படியேனும், தர்மகர்த்தர்களின் விருப்பத்தின்படியேனும் அவை சமூகத்தின் நன்மைக்கே பயன்படுத்தப்பட வேண்டுமென்று தர்ம சாஸனம் எழுதப்பட்டு நகைகள் பாங்கியில் பத்திரப்படுத்தப்பட்டன.

பொதுக்காரியங்களுக்காகப் பணம் தேவையாயிருக்கும் போதெல்லாம் மேற்படி பரிசுப்பொருள்களை உபயோகிக்க வேண்டுமென நான் உத்தேசிப்பதுண்டு. ஆனால், அத்தகைய சந்தர்ப்பங்களில் பெரும்பாலும் வேண்டிய பணம் கிடைத்துவிடுமாதலால் அவற்றைத் தொடுவதில்லை. அத்தியாவசியமானத் தேவை ஏற்படும்போது மட்டும் எடுத்துக்கொள்ளப்பட்டு அந்நிதி இன்றளவும் பத்திரமாயிருந்து வருகிறது. அதற்குப் பிறகும் அத்துடன் பொருள்கள் சேர்க்கப்பட்டு வந்திருக்கின்றன.

இவ்வாறு செய்ததின் பொருட்டு நான் எப்போதும் வருந்தியதில்லை. நாளடைவில் என் மனைவியும் அப்படிச் செய்ததே அறிவுடைமை என்பதை உணர்ந்துகொண்டாள். இதனால் எவ்வளவு சோதனைகளுக்குள்ளாகாமல் நாங்கள் பாதுகாக்கப்பட்டோம்.

பொது ஊழியத்தில் ஈடுபட்டோர் விலையுயர்ந்த வெகுமதிகளை ஏற்றுக்கொள்ளக் கூடாதென்பது என் உறுதியான அபிப்பிராயம்.

13. மீண்டும் இந்தியாவில்

எனவே, தாய்நாட்டுக்கு மீண்டும் பிரயாணம் ஆனேன். மொரீஷியஸ், (மொர்சி) இடையில் கப்பல் தங்க வேண்டிய துறைமுகங்களில் ஒன்று. கப்பல் அங்கு நீண்டநேரம் தாமதித்தபடியால் நான் கரைக்குச் சென்று அங்குள்ள நிலைமையைக் கூடியவரையில் தெரிந்துகொண்டேன். அத்தீவின் கவர்னர் ஸர் சார்லஸ் புரூஸின் விருந்தினனாகவும் ஓர் இரவு இருந்தேன்.

இந்தியா சேர்ந்ததும், நாடு சுற்றுவதில் சில காலங்கழித்தேன். அது 1901ஆம் ஆண்டு, அவ்வருஷத்திய காங்கிரஸ் மகா சபை கல்கத்தாவில் ஸ்ரீ (இப்போது ஸர்) டின்ஷா வாச்சாவின் அக்கிராசனத்தின் கீழ்க் கூடியது. அதற்கு நான் போயிருந்தேன். நான் சென்றிருந்த முதலாவது காங்கிரஸ் கூட்டம் இதுவேயாகும்.

பம்பாயிலிருந்து ஸர் பிரோஸிஷா மேதா பிரயாணம் செய்த அதே ரயிலில் நானும் பிரயாணம் செய்தேன். தென்னாப்பிரிக்கா இந்தியர் நிலையைக் குறித்து அவருடன் பேசவேண்டியிருந்தது. அவர் எத்தகைய இராஜபோக வாழ்க்கை நடத்தினார் என்பது எனக்கு முன்னமே தெரியும், அவர் அந்த ரயிலில் விசேஷ வசதிகள் அமைத்த தனி வண்டி ஒன்று அமர்த்தியிருந்தார். குறிப்பிட்ட இரண்டு ரயில்வே நிலையங்களுக்கிடையே அவருடைய வண்டியில் பிரயாணம் செய்து, நான் குறிப்பிட்ட நிலையத்தில் அவர் வண்டிக்குச் சென்றேன். அவருடன் ஸ்ரீ டின்ஷா வாச்சாவும் ஸ்ரீ (இப்போது ஸர்) சிமன்லால் சேதால்வட்டும் இருந்தனர். அவர்கள் அரசியலைப் பற்றி விவாதித்துக் கொண்டிருந்தார்கள். என்னைப் பார்த்ததும் ஸர் பிரோஸிஷா கூறியதாவது, "காந்தி, உமக்கு நாங்கள் ஒன்றும் செய்ய முடியாதென்று தோன்றுகிறது. நீர் வேண்டுகிறபடி தீர்மானம் நிறைவேற்றுவதில் ஆட்சேபமில்லை. ஆனால், நமது நாட்டிலேயே நமக்கு உரிமைகள் இல்லையே! நமது சொந்த நாட்டில் நமக்கு அதிகாரமெதுவும் இல்லாமிருக்கும்போது குடியேற்ற நாடுகளில் நீங்கள் இதைவிட நல்ல நிலைமையிலிருக்க முடியாதென்று தோன்றுகிறது."

நான் திடுக்கிட்டுப் போய்விட்டேன். ஸ்ரீ சேதால் வட்டும் இவ்வபிப்பிராயத்தை ஆதரிப்பதாகக் காணப்பட்டது. ஸ்ரீ வாச்சாவோ என்னைப் பரிதாப நோக்குடன் பார்த்தார்.

ஸர் பிரோஸிஷாவிடம் என் கட்சியை எடுத்து வாதிக்க முயன்றேன். ஆனால், பம்பாயின் முடிசூடா மன்னரை

என்னைப்போன்ற ஒருவன் திருப்புவது இயலாத காரியம் என்று சொல்லவேண்டுவதில்லை. என்னுடைய தீர்மானத்தைக் கொண்டுவரவேணும் எப்படியும் அனுமதி கிடைக்குமென்பதை எண்ணித் திருப்தியடைந்தேன்.

என்னை உற்சாகப்படுத்த வேண்டி, "தீர்மானத்தை முன்னதாகவே என்னிடம் காட்டுவீர்களல்லாவா?" என்று ஸ்ரீ டின்ஷா வாச்சா கேட்டார். அவருக்கு வந்தனமளித்துவிட்டு ரயில் நின்ற அடுத்த நிலையத்தில் இறங்கிச் சென்றேன்.

கல்கத்தா போய்ச்சேர்ந்தோம். வரவேற்புக் கழகத்தார் மிகச்சிறப்புடன் அக்கிராசனரை அவரது ஜாகைக்கு அழைத்துச்சென்றனர். நான் எங்கே போகவேண்டுமென்று ஒரு தொண்டரைக் கேட்டேன். அவர் என்னை ரிப்பன் கலாசாலைக்கு அழைத்துச்சென்றார். அங்கே பிரதிநிதிகள் பலருக்கு ஜாகை ஏற்பாடு செய்திருந்தார்கள். அதிர்ஷ்டவசமாக நான் இருந்த பகுதிலேயே லோகமான்யரின் ஜாகையும் இருந்தது. நான் சென்ற மறுநாள் அவர் வந்ததாக ஞாபகம்.

லோகமான்யர் இருக்குமிடத்தில் அவருடைய தர்பார் கூடுவது இயல்பேயாகும். நான் ஓவியக்காரனாய் இருந்தால், நண்பர்கள் பலர் சூழ அவர் தம் படுக்கையில் வீற்றிருந்த காட்சியை அப்படியே படம் எழுதிவிடுவேன். அக்காட்சி அவ்வளவு தெளிவாக இன்னமும் என் கண்முன் நிற்கிறது. அவரைப் பார்க்க வந்த எவ்வளவோ பேரில் 'அமிருதபஜார் பத்திரிகை'யின் காலஞ்சென்ற ஆசிரியர் பாபு மோதிலால் கோஷைப் பற்றியே எனக்கு இப்போது நினைவிருக்கிறது. அவர்களுடைய உரத்தச் சிரிப்பும், ஆளும் இனத்தாரின் தவறுகளைப் பற்றி அவர்கள் சம்பாஷணையும் என்றும் மறக்கற்பாலனவல்ல.

நிற்க, மேற்படி காங்கிரஸ் விடுதியின் நிலையைக் குறித்துச் சில விவரங்கள் தெரிவிக்க விரும்புகிறேன். தொண்டர்கள் ஒருவரோடொருவர் சச்சரவிட்டுக் கொண்டிருந்தார்கள். ஒருவரை ஏதேனும் செய்யச்சொன்னால் அவர் இன்னொருவரிடம் சொல்வார். அவர் மூன்றாமவரிடம் சொல்வார். எனவே, பிரதிநிதிகள் திக்குத்திசை புரியாமல் தவித்தார்கள்.

தொண்டர் சிலரிடம் நட்புரிமை கொண்டேன். தென்னாப்பிரிக்காவைப் பற்றிச் சில விவரங்களைக் கூறியபோது அவர்கள் சற்று வெட்கமடைந்தார்கள். தொண்டின் ரகசியத்தையும் அவர்களுக்கு அறிவுறுத்த முயன்றேன். அவர்கள் அதை

அறிந்துகொண்டார்களெனக் காணப்பட்டது. ஆனால், தொண்டு செய்யும் பேறு அவ்வளவு எளிதில் பெறக்கூடியதன்று. முதலில் விருப்பம் வேண்டும்; பின்னர் அனுபவம் வேண்டும். கபடமற்றவர்களும், நல்ல ஹிருதயம் படைத்தவர்களுமான அவ்விளைஞர்களுக்கு விருப்பத்துக்குக் குறைவில்லை. ஆனால், அனுபவம் பூஜ்யம். காங்கிரஸ் வருஷத்தில் மூன்றுநாள் கூடிவிட்டு பின்னர் தூங்கச்செல்வது அக்காலத்தில் வழக்கமாயிருந்தது. இந்த மூன்றுநாள் திருவிழாவில் ஒருவர் என்ன பயிற்சி பெறக்கூடும்? பிரதிநிதிகளும் தொண்டர்களுக்கு ஏற்றவர்களாகவே இருந்தார்கள். அவர்களுக்கும் பயிற்சிக் கிடையாது. அவர்கள் தாங்களே எதுவும் செய்வதில்லை. "தொண்டரே! அதைச் செய்யும்", "இதைச் செய்யும்", "தொண்டரே! இங்கு வாரும்" என்று அவர்கள் ஓயாது கட்டளைப் பிறப்பித்த வண்ணமிருந்தார்கள்.

தீண்டாமையை இவ்விடுதியிலும் நான் நேருக்குநேர் காண நேரிட்டது. தமிழர்களின் சமையலறை மற்றச் சமையலறைகளிலிருந்து தனியே தூரத்தில் அமைக்கப்பட்டிருந்தது. தாங்கள் உணவருந்தும்போது பிறர் பார்த்தாலும் திருஷ்டி தோஷம் ஏற்பட்டுவிடும் என்பது தமிழ்ப் பிரதிநிதிகளின் நம்பிக்கையாயிருந்தது. எனவே, கலாசாலை மைதானத்தில் அவர்களுக்கென்று, தட்டியினால் சுவரெடுத்துச் தனிச் சமையலறை அவர்களுக்கென்று, ஒன்று அமைக்கப்பட்டிருந்தது.

இதில் உள்ளே செல்வோர் திக்குமுக்காடிப் போகும் வண்ணம் புகை நிறைந்திருந்தது. சமையல், சாப்பாடு, கையலம்புதல் எல்லாம் அவ்வறையிலேயே திறப்பேயில்லாது இறுக்கி மூடப்பட்ட பெட்டியைப்போல் அவ்வாறே இருந்தது. இது 'போலி வர்ணாசிரமக்கேடு' என்று எனக்குத் தோன்றிற்று. காங்கிரஸ் பிரதிநிதிகளுக்குள்ளாகவே இவ்வளவு தீண்டாமை பாராட்டப்பட்டால் அவர்கள் யாருக்குப் பிரதிநிதிகளாக வந்துள்ளார்களோ அந்த ஜனங்களிடம் இக்கொள்கை எவ்வளவு தூரம் குடிகொண்டிராது என்று கருதி நான் பெருமூச்செறிந்தேன்.

சுகாதாரக்கேட்டுக்கோ அளவேயில்லாமல் இருந்தது. எங்கே பார்த்தாலும் தண்ணீர் குட்டைகுட்டையாகத் தேங்கி நின்றது. கக்கூசுகள் மிகச்சில. அவற்றின் துர்நாற்றத்தை நினைத்தால் இப்போதும் எனக்கு மூச்சுத் திணறுகிறது. தொண்டர்களிடம் இதைப்பற்றிக் கூறினேன். அவர்கள் அது தோட்டிகளின் வேலை எங்களுடைய வேலையன்று என்று திட்டமாகக் கூறிவிட்டார்கள். விளக்குமாறு ஒன்று வேண்டுமென்று ஒரு தொண்டரைக் கேட்டேன்.

அவர் ஆச்சரியத்தினால் திடுக்கிட்டுப்போய் என்னைப் பார்த்து விழித்தார். கடைசியில் ஒரு விளக்குமாறு சம்பாத்தித்துக் கக்கூசைச் சுத்தம் செய்தேன். ஆனால், என்னுடைய உபயோகத்துக்கு மட்டுமே இது செய்துகொண்டேன். கக்கூசுகள் மிகச் சிலவாயும் அவற்றை உபயோகிப்போர் பலராயும் இருந்தபடியால் அடிக்கடி சுத்தம் செய்தல் அவசியமாயிருந்தது. இது நான் செய்து முடிக்கக் கூடியதன்றெனச் சொல்லவேண்டுவதில்லை. எனவே, என் காரியத்தைப் பார்த்துக்கொண்டதுடன் திருப்தியடைந்தேன். மற்றவர்கள், நாற்றத்தையும் அசுத்தத்தையும் பொருட்படுத்தியதாகத் தெரியவில்லை.

இது மட்டுமன்று, பிரதிநிதிகளில் சிலர் தங்கள் அறைகளின் வெளிப்புறத்துத் தாழ்வாரத்தை இரவு நேரத்தில் அசுத்தம் செய்யவும் பின்வாங்கவில்லை. காலையில் தொண்டர்களிடம் இத்தகைய அசுத்தமான இடங்களைக் காட்டினேன். அவ்விடங்களைச் சுத்தம் செய்ய எவரும் முன்வரவில்லை. அக்கௌரவத்தை என்னுடன் பங்கிட்டுக்கொள்ள ஒருவரும் தயாராயில்லையெனக் கண்டேன். இப்போது நிலைமைப் பெரிதும் அபிவிருத்தி அடைந்திருக்கிறது. ஆனால் இன்றுகூட, காங்கிரஸ் விடுதியில் கண்டவிடமெல்லாம் அசுத்தமாக்கும் பிரதிநிதிகள் இல்லாமல் போகவில்லை. அவ்வாறே அவ்விடங்களைச் சுத்தப்படுத்தவும் எல்லாத் தொண்டர்களும் எப்போதும் தயாராக முன்வருவதில்லை.

காங்கிரஸ் மகா சபை இன்னும் சில தினங்கள் நீடித்து நடக்குமானால், கொள்ளை நோய் பரவுவதற்கு அனுகூலமான நிலைமை ஏற்பட்டிருப்பது கண்டேன்.

14. குமாஸ்தா வேலையும் குற்றேவலும்

காங்கிரஸ் மகாசபை கூடுவதற்கு இன்னும் இரண்டு தினங்கள் இருந்தன. எனவே, அந்நாட்களில் காங்கிரஸ் காரியாலயத்தில் ஊழியம் செய்து சிறிது அனுபவம் பெற விரும்பினேன். ஆதலின் கல்கத்தாவுக்கு வந்து சேர்ந்து தினசரிக் கடன்களை முடித்ததும் காங்கிரஸ் காரியாலயத்துக்குப் போனேன்.

பாபு பூபேந்திரநாத் வஸுவும், ஸ்ரீ கோஷாலும் காரியதரிசிகள். பூவேந்திர பாபுவிடம் சென்று நான் தொண்டு செய்ய விரும்புவதாகக் கூறினேன். அவர் என்னை முகமெடுத்துப் பார்த்துவிட்டு, "நான் தங்களுக்குக் கொடுப்பதற்கு வேலை ஒன்றுமில்லை. ஒருக்கால்

கோஷால் பாபு ஏதேனும் கொடுக்கலாம். தயவு செய்து அவரிடம் செல்லுங்கள்" என்றார்.

எனவே, ஸ்ரீ கோஷாவிடம் சென்றேன். அவர் என்னை ஏற இறங்கப் பார்த்தார். பின்னர் புன்னகையுடன், "குமாஸ்தா வேலையே உங்களுக்குக் கொடுக்கக்கூடும். செய்ய முடியுமா?" என்றார்.

"தடையில்லாமல், என்னால் கூடுமன எல்லா வேலைகளையும் செய்யச் சித்தமாயிருக்கிறேன்" என்று பதிலளித்தேன்.

"இதுவே சரியான மனப்பான்மை" என்றார் ஸ்ரீ கோஷால். அங்கிருந்து தொண்டர்களைப் பார்த்து, "இந்த இளைஞர் கூறியது உங்கள் செவியில் விழுந்ததா?" என்று கேட்டார்.

பின்னர், என் பக்கமாகத் திரும்பி அவர் கூறியதாவது, "நிரம்ப நல்லது. அதோ ஒரு குவியல் கடிதங்கள் கிடக்கின்றன. அந்த நாற்காலியில் அமர்ந்து அவற்றைக் கவனியுங்கள். என்னைப்பார்க்க நூற்றுக்கணக்கான மனிதர்கள் வருவதை நீங்கள் காண்கிறீர்களல்லவா? நான் என்ன செய்வேன்? அவர்களைப் பார்த்து விடை சொல்வதா? வேலையற்றவர்கள் எழுதும் கடிதங்களுக்குப் பதில் எழுதிக்கொண்டிருப்பதா? இந்த வேலையை ஒப்படைப்பதற்கு எனக்கு குமாஸ்தா யாரும் இல்லை. இக்கடிதங்களில் பெரும்பாலானவற்றில் விஷயம் ஒன்றுமே கிடையாது. இருந்தாலும் அவற்றை நீங்கள் படித்துப்பாருங்கள். அவசியமென்று தோன்றினால் கடிதம் வந்து சேர்ந்ததாகத் தெரிவியுங்கள். கவனித்துப் பதிலெழுத வேண்டியவை என்று தோன்றும் கடிதங்களை என்னிடம் கொடுங்கள்."

என்னிடம் அவர் இவ்வளவு நம்பிக்கைக் காட்டியது எனக்கு அளவற்ற மகிழ்ச்சி தந்தது.

ஸ்ரீ கோஷால் என்னிடம் இவ்வேலையை ஒப்படைத்தபோது அவருக்கு என்னைப்பற்றி ஒன்றுமே தெரியாது. பின்னரே அவர் என்னைப்பற்றி விசாரித்துத் தெரிந்துகொண்டார்.

வேலை நிரம்ப எளிதாயிருந்தது. அவ்வளவு கடிதங்களையும் வெகுவிரையில் முடித்துவிட்டேன். ஸ்ரீ கோஷால் உவகையடைந்தார். அவர் பேச்சுக்காரர். மணிக்கணக்காகப் பேசிக்கொண்டிருப்பார். என்னுடைய பூர்வ சரித்திரத்தைப் பற்றிச் சிறிது அவர் என்னைக் கேட்டுத் தெரிந்துகொண்டதும், எனக்குக் குமாஸ்தா வேலை கொடுத்தற்காக வருத்தப்பட்டார். அவருக்குப் பின்வருமாறு சமாதானம் சொன்னேன்.

"இது குறித்துக் கவலை வேண்டாம். தங்களுக்கு முன்னாள் நான் எம்மாத்திரம்? காங்கிரஸ் தொண்டில் தலைமயிர் நரைத்துப்போனவர் தாங்கள். நானோ அனுபவமில்லாத இளைஞன். இவ்வேலையை என்னை நம்பிக்கொடுத்ததற்காகத் தங்களுக்குப் பெரிதும் நன்றிக்கடன் பட்டிருக்கின்றேன். அவ்வேலையைப் பற்றிய சில்லறை விவரங்களைத் தெரிந்துகொள்ளும் அரிய சந்தர்ப்பத்தைத் தாங்கள் எனக்களித்தீர்கள்."

ஸ்ரீ கோஷால் சொன்னதாவது, "உண்மையாய்ச் சொல்லப்போனால், இத்தகைய மனோபாவந்தான் வேண்டும். ஆனால், இக்காலத்து இளைஞர்கள் இதை உணர்வதில்லை. காங்கிரஸ் பிறந்தநாள் தொட்டு எனக்குக் காங்கிரஸ் அனுபவம் உண்டு. உண்மையில் காங்கிரஸூக்குப் பிறப்பளித்தப் பெருமையை மிஸ்டர் ஹியூமுடன் பங்கிட்டுக்கொள்ள எனக்கும் உரிமையுண்டு."

இவ்வாறு நாங்கள் நண்பர்களானோம். தம்முடன் நான் சிற்றுண்டி அருந்தவேண்டுமென்று அவர் வற்புறுத்தினார்.

ஸ்ரீ கோஷாலின் சட்டைக்கு அவருடைய வேலைக்காரன் பொத்தான் போட்டுவிடுவது வழக்கம். இந்தத் தொண்டை நான் செய்வதாகச் சொன்னேன். பெரியவர்களுக்குத் தொண்டு செய்தல் எனக்கு நிரம்பப் பிரியம். ஸ்ரீ கோஷால் இதற்கு ஆட்சேபம் கூறவில்லை. அதற்கு மாறாக மிகவும் மகிழ்ச்சியே கொண்டார். தமது சட்டைக்குப் பொத்தான் போடும்படி கேட்கவில்லை. அவர் பின்வருமாறு கூறினார், "காங்கிரஸ் காரியதரிசிக்குப் பொத்தான் போட்டுக்கொள்ளக்கூட நேரமில்லை. பார்த்தீர்களா? எப்போது பார்த்தாலும் ஏதேனும் வேலை இருந்துகொண்டே இருக்கிறது" அவரது கபடமற்ற பேச்சு எனக்கு விநோதமாயிருந்ததேயன்றி, வெறுப்புத்தரவில்லை. அத்தகைய தொண்டினால் நான் அடைந்துள்ள நன்மை அளவிடற்பாலதன்று.

சில தினங்களில், காங்கிரஸ் நடைமுறையைப் பற்றி எல்லாம் தெரிந்துகொண்டேன். தலைவர்களில் அநேகமாக எல்லாரையும் சந்தித்தேன். கோகலே, சுரேந்திரநாதர் முதலிய தீரர்களை அருகிருந்து பார்க்கச் சந்தர்ப்பம் கிடைத்தது. எவ்வளவு நேரம் அங்கு வீணாக்கப்படுகிறது என்பதையும் பார்த்தேன். நமது காரியங்களில் ஆங்கில பாஷை எவ்வளவு பிரதானப் பதவி வகித்து வருகிறது என்பதைக் கவனிக்க அப்போதே எனக்குப் பெரிதும் வருத்தமாயிருந்தது. சக்தியை வீணுக்குச் செலவு செய்யாமல் பாதுக்காக்க வேண்டுமென்று யாரும் கருதியதாகத் தெரியவில்லை.

ஒரு வேலையைப் பலர் செய்தனர். பல முக்கியமான வேலைகளைச் செய்வார் இல்லை.

இவ்வாறு என் மனம் குறை கண்டுபிடிப்பதில் ஈடுபட்டிருந்தது. எனினும், நான் பிறர் கஷ்டங்களை உணரும் இயல்பு படைத்தவனாதலின், அந்த நிலைமையில் அதைவிட நன்றாகச் செய்தல் இயலாத காரியமாயிருக்கலாமென எண்ணினேன். இவ்வியல்பே, எந்த வேலையையும் குறைவாக மதிப்பிடும் துர்க்குணத்திலிருந்து என்னைக் காப்பாற்றியது.

15. காங்கிரஸ் நடைமுறை

கடைசியில் காங்கிரஸ் மகாசபை கூடிற்று. விசாலமான பந்தலும், அணிவகுத்து நின்ற தொண்டர் படையும், மேடை மீதமர்ந்திருந்த தலைவர் குழாமும் என்னைப் பிரமிப்படையச் செய்தன. இந்தப் பெரிய மகாசபையில் நான் எம்மாத்திரம் என எண்ணி வியப்புற்றேன்.

அக்கிராசன உபந்தியாசம் ஒரு தனிப் புத்தகமெனலாம். அதை அடியிலிருந்து முடிவுவரை படித்து முடித்தல் இயலாத காரியம். சில பகுதிகள் மட்டும் படிக்கப்பட்டன.

பின்னர், விஷயாலோசனைக் கூட்டத்துத் தேர்தல் நடந்தது. கோகலே இக்கூட்டத்துக்கு என்னை அழைத்துச் சென்றார்.

ஸர் பிரோஸிஷா என் தீர்மானத்துக்கு அனுமதி தர ஒப்புக்கொண்டிருந்தார். ஆனால், விஷயாலோசனைக் கூட்டத்தில் அதை யார், எப்போது கொண்டுவரப் போகிறார்களென்று நான் கவலைப்படலானேன். ஒவ்வொரு தீர்மானத்தையும் தாங்கிநிற்கப் பெயர் பெற்றதலைவர் ஒருவர் இருந்தார். பேரிகை முழக்கம் போன்ற அவர்களுடைய பேச்சுக்களிடையே எனது ஈனக்குரலைக் கவனிப்பார் யார்? எனவே, நேரமாக ஆக என் நெஞ்சும் துரிதமாக அடித்துக்கொள்ளத் தொடங்கிற்று. கடைசியில் ஆலோசனைக்கு வந்த தீர்மானங்கள் மின்னல் வேகத்தில் முடிவு செய்யப்பட்டன.

இரவு 11 மணி எல்லாருக்கும் எழுந்துபோக அவசரம். எனக்கோ பேசுவதற்குத் தைரியமில்லை. நான் முன்னமேயே கோகலேயைப் பார்த்து அவரிடம் தீர்மானத்தைக் காட்டியிருந்தேன். எனவே, அவருடைய நாற்காலிக்கருகில் நகர்ந்து சென்று, "தயவுசெய்து எனக்காக ஏதேனும் செய்யுங்கள்" என்றேன். "உங்கள் தீர்மானத்தை நான் மறந்துவிடவில்லை. தீர்மானங்களை எவ்வளவு

வேகத்தில் அடித்துக்கொண்டு போகிறார்கள் என்பதைப் பார்க்கிறீர்களே! ஆனால், உங்கள் தீர்மானத்தைவிட்டு விடாமல் நான் பார்த்துக்கொள்கிறேன்" என்றார் கோகலே.

"எல்லாம் முடிந்துவிட்டனவல்லாவா?" என்று ஸர் பிரோஸிஷா கேட்டார்.

"இல்லை இல்லை. தென்னாப்பிரிக்கா தீர்மானம் ஒன்று பாக்கியிருக்கிறது. ஸ்ரீ காந்தி நெடுநேரமாகக் காத்துக்கொண்டிருக்கிறார்" என்று கோகலே சத்தமிட்டுக் கூறினார்.

ஸர் பிரோஸிஷா "தீர்மானத்தைத் தாங்கள் பார்த்துவிட்டீர்களல்லாவா?" என்று கேட்டார்.

"ஓ! பார்த்தேன்."

"எப்படி இருக்கிறது?"

"நிரம்ப நன்றாயிருக்கிறது."

நடுநடுங்கிக்கொண்டே தீர்மானத்தைப் படித்தேன். கோகலே ஆமோதித்தார்.

"ஒரு மனதாக நிறைவேறியது" என்று எல்லாரும் ஏககாலத்தில் கூவினார்கள்.

"காந்தி, இதைக் காங்கிரஸில் பிரேரிபித்துப் பேச உமக்கு ஐந்து நிமிஷம் தரப்படும்" என்றார் ஸ்ரீ வாச்சா.

இந்நடைமுறை எனக்குச் சிறிதும் பிடிக்கவேயில்லை. தீர்மானம் இன்னதென்று அறிந்துகொள்ளவே யாரும் முயன்றார்களில்லை. ஒவ்வொருவரும் வேலையை முடித்துப்போக அவசரப்பட்டார்கள். கோகலே தீர்னமானத்தைப் பார்த்துவிட்டபடியால் மற்றவர்கள் அதைப் பார்ப்பதும் அறிந்துகொள்வதும் அநாவசியமென்று கருதப்பட்டது.

மறுநாள் காலையில், நான் அன்று பேசவேண்டியதைப் பற்றி எண்ணிக் கவலைப்படலானேன். ஐந்து நிமிஷத்தில் எதை என்று பேசுவது? கூடியவரை நன்றாகத் தயார் செய்திருந்தேன். ஆயினும் சமயத்தில் வார்த்தைகள் வர மறுத்துவிட்டன. எழுதிப் படிக்க வேண்டாமென்றும், ஞாபகத்திலிருந்தே பேசுவதென்றும் தீர்மானித்திருந்தது ஆபத்தாய் முடிந்தது. தென்னாப்பிரிக்காவில் எனக்கேற்பட்ட பேச்சுத்திறமை இச்சமயத்தில் என்னைக் கைவிட்டுச் சென்றதாகக் காணப்பட்டது.

தென்னாப்பிரிக்கா தீர்மானம் வந்ததும் ஸ்ரீ டின்ஷா வாச்சா என் பெயரைச் சொல்லிக்கூப்பிட்டார். நான் எழுந்து நின்றேன். தலை கிறுகிறுவென்று சுழன்றது. எப்படியோ மெதுவாகத் தீர்மானத்தைப் படித்தேன். யாரோ ஒருவர், வெளிநாடுகளுக்குச் சென்று குடியேறுவதைப் புகழ்ந்து ஒரு கவி பாடிப் பிரதிநிதிகளுக்கு விநியோகித்தார். நான் அக்கவியைப் படித்துவிட்டுத் தென்னாப்பிரிக்காவில் குடியேறியுள்ள இந்தியர்களின் குறைகளைப் பற்றிக் குறிப்பிட்டேன். இதற்குள் ஸ்ரீ வாச்சா மணியை அடித்துவிட்டார். நான் பேசத்தொடங்கி ஐந்து நிமிஷம் ஆகவில்லையென்று எனக்கு நிச்சயமாகத் தெரிந்திருந்தது. இன்னும் இரண்டு நிமிஷம் பாக்கி என்று எச்சரிக்கை செய்வதற்காகவே மணி அடிக்கப்பட்டதென்று எனக்குத் தெரியாது. மற்றவர்கள் அரைமணி நேரமும், முக்கால் மணி நேரமும், பேசியபோதெல்லாம் மணி அடிக்கப்படக் காணோம். எனவே, நான் மனவருத்தமடைந்து மணியடித்ததும் உட்கார்ந்துவிட்டேன். ஆனால், எனது குழந்தைப் புத்திக்கு, நான் படித்த கவியில் ஸர் பிரோஷிஷாவுக்குப் பதில் இருப்பதாகத் தோன்றிற்று.* தீர்மானம் நிறைவேறி விட்டதென்று சொல்லவேண்டுவதில்லை. அந்நாளில் பிரதிநிதிகளுக்கும், நடவடிக்கைகளைப் பார்க்க வந்தவர்களுக்கும் அதிக வேற்றுமை கிடையாது. எல்லாரும் கையைத் தூக்கினார்கள். எல்லாத் தீர்மானங்களும் ஏகமனதாக நிறைவேறின. என் தீர்மானமும் இதே கதியை அடைந்தது. இதனால் அதன் முக்கியம் போய்விட்டதென்று கருதினேனாயினும், காங்கிரஸ் மகாசபையினால் அது நிறைவேற்றப்பட்டதென்னும் எண்ணமே எனக்கு மகிழ்ச்சி தந்தது.

காங்கிரஸ் முத்திரை வைத்ததென்றால் தேசம் முழுவதும் ஏற்றுக்கொண்டதாகும் என்னும் உணர்வு எவருக்குத்தான் மகிழ்ச்சி அளியாது?

16. கர்ஸன் பிரபுவின் தர்பார்

காங்கிரஸ் முடிவுற்றது. ஆனால், நான் தென்னாப்பிரிக்கா வியாபாரச் சங்கங்களையும் இன்னும் பல பிரமுகர்களையும் பார்க்க வேண்டியிருந்ததால், கல்கத்தாவில் ஒரு மாதம் தங்கினேன். இம்முறை ஹோட்டலில் தங்குவதற்கு பதிலாக இந்தியா கிளப்பில் ஓர் அறை கிடைப்பதற்கு வேண்டிய ஏற்பாடு செய்துகொண்டேன்.

★ 13ஆம் அத்தியாயம் பார்க்க

பிரபல இந்தியர்கள் சிலர் இக்கிளப்பின் அங்கத்தினவராய் இருந்தபடியால், அவர்களுடன் பழகுவதற்குச் சந்தர்ப்பம் கிடைக்குமென்றும் அவர்களுக்கு மெதுவாகத் தென்னாப்பிரிக்கா விஷயத்தில் சிரத்தை உண்டாக்கலாமென்றும் எதிர்பார்த்தேன்.

கோகலே 'பிலியர்டு' விளையாட்டு ஆடுவதற்காக இந்தக் கிளப்புக்கு அடிக்கடி வருவதுண்டு. நான் சிறிதுகாலம் கல்கத்தாவில் இருக்கப்போவதாக அவர் அறிந்ததும் தமது ஜாகையில் வந்து தங்கும்படி அழைத்தார். நான் இவ்வாய்ப்பை ஏற்று நன்றி கூறினேன். ஆயினும், நானாக அவர் வீட்டுக்குப் போவது நன்றாயிராது என்றெண்ணிச் சும்மாவிருந்தேன். அவர் இரண்டொருநாள் பார்த்துவிட்டுத் தாமே வந்து என்னை அழைத்துச்சென்றார். எனது சங்கோச சுபாவத்தைக் கண்டுகொண்ட அவர், "காந்தி, நீர் இந்த நாட்டில் இருக்கவேண்டியவர். இப்படிச் சங்கோசப்பட்டால் காரியம் நடவாது. எவ்வளவு பேரோடு முடியுமோ அவ்வளவு பேருடனும் நீர் பழக்கப்படுத்திக் கொள்ளவேண்டும். நீர் காங்கிரஸ் வேலை செய்யவேண்டுமென்றும் நான் விரும்புகிறேன்" என்றார்.

கோகலேயுடன் நான் தங்கியிருந்த வரலாற்றைப் பற்றிக் கூறப் புகுவதற்கு முன் இந்தியா கிளப்பில் நடந்த ஒரு நிகழ்ச்சியைப் பற்றிக் கூறுகிறேன்.

இந்தச் சமயத்திலேயே கர்ஸன் பிரபு தர்பார் நடத்தினார். தர்பாருக்கு அழைக்கப்பெற்ற சில இராஜாக்களும், மகாராஜாக்களும் கிளப்பின் அங்கத்தினராவர். கிளப்பில் அவர்கள் எப்போதும் வங்காளிகள் வழக்கமாக அணியும் அழகிய வேஷ்டி, சட்டை, அங்கவஸ்திரம் ஆகியவற்றையே அணிவது வழக்கம். தர்பார் தினத்தன்று அவர்கள் குற்றேவல்காரர்களுக்குத் தக்க உடையான காற்சட்டைகளும், பளப்பளப்பான பூட்ஸூகளும் அணிவதைக் கண்டேன். இதனால் மனம் நொந்த நான் அவர்களில் ஒருவரை இம்மாறுதலுக்குக் காரணம் என்னவென்று கேட்டேன்.

"எங்களுடைய துரதிர்ஷ்டமான நிலைமை எங்களுக்கே தெரியும். எங்களுடைய செல்வத்தையும் பட்டங்களையும் காப்பாற்றிக் கொள்வதற்காக நாங்கள் எவ்வளவு அவமதிப்புகளுக்கு உள்ளாக வேண்டியிருக்கிறது என்பதை நாங்களே அறிவோம்" என்று அவர் கூறினார்.

"ஆனால் குற்றேவல்காரருக்குரிய இந்தத் தலைப்பாகையும், பூட்ஸூம் எதற்காக?" என்று வினாவினேன்.

"எங்களுக்கும் குற்றேவல்காரர்களுக்கும் என்ன வித்தியாசம்! ஒன்றுமே இல்லை. நாங்கள் கர்ஸன் பிரவுவின் குற்றேவற்காரர்கள் தானே! தர்பாருக்கு நான் போகாதிருந்தால் அதன் பயன்களை அனுபவிக்க நேரும். வழக்கமான உடை தரித்துச் சென்றாலோ பெரிய குற்றமாகும். போகத்தான் போகிறேனே! கர்ஸன் பிரபுவிடம் பேசும் சந்தர்ப்பம் கிடைக்குமென்கிறீரா! அந்த நினைப்பே வேண்டாம்!"

இவ்வாறு மனம்விட்டுப் பேசிய நண்பரிடம் எனக்கு இரக்கமுண்டாயிற்று.

இது இன்னொரு தர்பாரை எனக்கு நினைவூட்டுகிறது.

ஹார்டிஞ் பிரபு ஹிந்து சர்வ கலாசாலைக்கு அஸ்திவாரக்கல் நாட்டியபோது ஒரு தர்பார் நடைபெற்றது. வழக்கம்போல் இராஜாக்களும் மகாராஜாக்களும் குழுமியிருந்தனர். இவ்விழாவுக்கு வருமாறு பண்டித மாளவியா எனக்குத் தனிப்பட அழைப்பு அனுப்பியிருந்தார். அவ்வாறே நான் சென்றிருந்தேன்.

மகாராஜாக்கள் பெண்களைப்போல் ஆடை ஆபரணங்களால் அலங்கரித்துக் கொண்டிருப்பதைக் காண என் மனம் புண்ணாயிற்று. அவர்கள் பட்டாடைகள் தரித்து, கழுத்தில் முத்து ஆரங்களும், கையில் கொலுசுகளும், தலைப்பாகைகளில் முத்து, வைர பதக்கங்களும் அணிந்திருந்தார்கள். இவ்வளவும் அல்லாமல், தங்கப்பிடிகளுடன் கூடிய பட்டாக்கத்திகள் அவர்களுடைய அரைக்கச்சுகளினின்று தொங்கிக்கொண்டிருந்தன.

இவ்வாடை அணிகள் அவர்களுடைய இராஜரீகத்தின் சின்னங்களல்ல வென்றும், அடிமைத்தனத்தின் சின்னங்களே என்றும் கண்டேன். பேடிமையின் சின்னங்களான இப்பட்டயங்களை அவர்கள் தாங்களாகவே விரும்பி அணிகிறார்கள் என்று முதலில் எண்ணினேன். ஆனால், பின்னர் இந்த இராஜாக்கள் தங்களுடைய நகைகளையெல்லாம் இத்தகைய வைபவங்களின்போது அணிதல் கட்டாயமென்று அறிந்தேன். அவர்களில் சிலர் அவ்வணிகளை மனப்பூர்வமாக வெறுக்கிறார்களென்றும், தர்பார்களில் தவிர மற்ற வேளைகளில் அணிவதே இல்லையென்றும் கேள்விப்பட்டேன்.

நான் கேள்விப்பட்ட இவ்விவரங்கள் எவ்வளவு தூரம் உண்மையானவை என்று எனக்குத் தெரியாது. ஆனால், மற்ற வேளைகளில் அவர்கள் அணிந்தாலும். அணியாவிடினும் பெண்களில் சிலர் மட்டுமே அணியும் அவ்வாபரணங்களை அணிந்து இராஜப்பிரதிநிதியின் தர்பார்களுக்குச்

செல்லவேண்டியிருப்பதே மனம்நோகச் செய்யப் போதுமானது அன்றோ?

செல்வம், அதிகாரம், மதிப்பு இவற்றின் பொருட்டு மாந்தர் எத்தனை எத்தனைப் பாவங்களுக்கும், அநீதிகளுக்கும் உள்ளாக வேண்டியிருக்கிறது?

17. கோகலேயுடன் ஒரு மாதம் I

நான் கோகலேயுடன் வசிக்கத் தொடங்கிய முதல் நாளிலிருந்தே எனது சொந்த வீட்டில் இருப்பதுபோல் எண்ணுமாறு அவர் செய்தார். தமது சொந்தத் தம்பியைப்போல் என்னைப் பாவித்து நடத்தினார். எனது தேவைகள் எல்லாவற்றையும் பற்றி நன்கு விசாரித்துத் தெரிந்துகொண்டு அவற்றை நான் குறைவறப் பெறுவதற்கு ஏற்பாடு செய்தார். அதிர்ஷ்டவசமாக எனது தேவைகள் மிகக் கொஞ்சமாயிருந்தன. என்னுடையக் காரியங்களை நானே செய்துகொள்ளப் பழகியிருந்தபடியால் எனக்கு யாரும் குற்றேவல் புரிதல் அவசியமில்லாமல் இருந்தது. இவ்வாறு என் காரியங்களை நானே செய்து கொண்டதும், மற்றும் தூய்மையான என் பழக்கவழக்கங்களும், விடா முயற்சி, ஒழுங்கு முதலிய குணங்களும் கோகலேயின் மனதைப் பெரிதும் கவர்ந்தன. அடிக்கடி அவர் அசாத்தியமாக என்னைப் புகழ்ந்து பேசுவார்.

தம்முடைய காரியங்களில் எதையும் எனக்குத் தெரியக்கூடாதென்று அவர் மறைத்து வைத்ததாகக் காணப்படவில்லை. அவரைப் பார்க்க வந்த பிரமுகர்கள் எல்லாரையும் எனக்கு அறிமுகப்படுத்தி வைத்தார். அவர்களுள் என் ஞாபகத்தில் சிறப்பாக நிற்பவர் டாக்டர் (தற்போது ஸர்) பி.சி.ராய். அவர் கோகலேயின் ஜாகைக்கு வெகு சமீபத்தில் வசித்தபடியால் அடிக்கடி வருவதுண்டு.

"இவர்தான் ஆசிரியர் ராய். இவர் மாதம் ரூ.800 சம்பளம் வாங்குகிறாராயினும் தமக்காக ரூ. 40 மட்டும் வைத்துக்கொண்டு பாக்கியைப் பொதுநலத்துக்காகச் செலவிடுகிறார். இவருக்குக் கலியாணம் ஆகவில்லை. கலியாணம் செய்துகொள்ளும் விருப்பமும் இவருக்கில்லை" என்றுகூறி டாக்டர் ராயை கோகலே எனக்கு அறிமுகம் செய்து வைத்தார்.

அப்போது நான் பார்த்த ராய்க்கும் இப்போதுள்ள டாக்டர் ராய்க்கும் நான் அதிக வித்தியாசம் காணவில்லை. இப்போது

போலவே அப்போதும் அவர் எளிய உடையே தரித்திருந்தார். ஆனால், ஒரேயொரு வேற்றுமை உண்டு. இப்போது கதரணிகிறார். அப்போது இந்திய ஆலைத்துணி அணிந்திருந்தார். கோகலேக்கும் டாக்டர் ராய்க்கும் நடந்த சம்பாஷணைகளில் எவ்வளவு நேரம் கேட்டிருந்தாலும் எனக்கு அலுப்பதில்லை. இன்னும் சிறிதுநேரம் பேசமாட்டார்களாவெனத் தோன்றும். ஏனெனில், அவர்களுடைய சம்பாஷணை பொது நன்மையைப் பற்றியதாகவும், அறிவு வளர்ச்சிக்குரியதாகவுமே இருக்கும். சிலசமயம் அவர்கள் பொதுஜனத் தலைவர்களிடமுள்ள குறைகளைப் பற்றியும் பேசுவார்கள். அப்போது என் மனம் பெரிதும் வருந்தும். இச்சம்பாஷணைகளைக் கேட்டிருந்ததின் பயனாக, சுதந்திரப் போராட்டத்தின் முன்னணியில் நிற்கும் வீரர்கள் என நான் எண்ணி இருந்த பலர் உண்மையில் நிரம்பச் சின்ன மனிதர்களாகத் தோன்றலாயினர்.

கோகலே வேலை செய்யும்போது பார்த்துக்கொண்டிருத்தல் மகிழ்ச்சித் தருவதாயிருந்ததோடு சிறந்தப் படிப்பினையாகவும் இருந்தது. ஒரு நிமிஷமேனும் அவர் காலத்தை வீணாக்குவதில்லை. அவர் யார்யாருடன் பழகினாலும், நட்புக்கொண்டாலும் அப்பழக்கம், நட்பு எல்லாம் பொதுநலத்தைக் குறிக் கொண்டனவாகவே இருக்கும். அவருடைய பேச்சுகளும் தேசமுன்னேற்றத்தைப் பற்றியனவாகவே இருக்கும். பொய்யேனும் கபடமேனும் அணுவளவும் அவர் பேச்சில் காணப்படா. இந்தியாவின் வறுமையும், புராதன நிலையும் அவருள்ளத்தில் இடைவிடாது குடிகொண்டிருந்தன. பலர் பற்பல முயற்சிகளில் அவருக்குச் சிரத்தை ஊட்ட முயல்வார்கள். ஆனால், எல்லோருக்கும் அவர் ஒரே விடையே தருவது வழக்கம். “அக்காரியத்தைத் தாங்களே செய்யுங்கள். என் வேலையை நான் செய்கிறேன். நான் வேண்டுவது தேச விடுதலை. அதைப் பெற்றுவிட்டால் மற்ற விஷயங்களைப் பற்றிப் பின்னர் யோசிக்கலாம். என்னுடைய காலம் ஆற்றல் எல்லாம் இப்போது அதற்கே தேவையாயிருக்கின்றன” என்பார்.

ரானடேயிடம் அவர் வைத்திருந்த பக்தி ஒவ்வொரு நிமிஷமும் வெளியாகிக்கொண்டிருந்தது. எந்த விஷயத்திலும் ரானடேயின் அபிப்பிராயத்தையே அவர் முடிவானதாகக் கொள்வார். அடிக்கடி கோகலேயுடன் தங்கியிருந்தபோது ரானடேயின் சிரார்த்தமோ, ஜன்ம நட்சத்திரமோ வந்தது. எது என்று நன்றாக ஞாபகமில்லை. கோகலே அத்தினத்தைத் தவறாமல் சிரத்தையுடன் அனுஷ்டித்து வந்தார். அப்போது அவருடன் என்னைத்தவிர. ஆசிரியர் கதாவடே என்னும்

நண்பரும். மற்றொரு ஸப் ஜட்ஜ் நண்பரும் இருந்தனர். மேற்படி சிரார்த்தம் அல்லது ஜன்ம நட்சத்திரக் கொண்டாட்டத்தில் கலந்துகொள்ள அவர் எங்களை அழைத்தார். அப்போது ரானடேயைப் பற்றித் தமது ஞாபகங்களை எங்களுக்கு எடுத்துக்கூறினார். இடையில் ரானடே, திலாங், மண்டலீக் இம்மூவரையும் ஒப்பிட்டு விவரித்தார். திலாங்கின் அழகிய வசனநடையைச் சிலாகித்துப் பேசினார். மண்டலீக் பெரிய சீர்த்திருத்தக்காரர் என்றுகூறி, அவர் தமது கட்சிக்காரர்களின் நலத்தில் எவ்வளவு கவலை உள்ளவராயிருந்தார் என்பதைக் காட்ட ஓர் உதாரணம் சொன்னார். வெளியூர் நீதிமன்றமொன்றுக்கு அவர் போகவேண்டிய அன்று, ரயில் தவறிவிட்டதாம். ஆயினும் அவர் 'ஸ்பெஷல்' வண்டி அமர்த்திக்கொண்டு மேற்படி நீதிமன்றம் சேர்ந்து தமது கட்சிக்காரர் கஷ்டமடையா வண்ணம் பார்த்துக்கொண்டாராம்.

ஆனால், இவர்கள் எல்லாரையும்விட எல்லாத் துறைகளிலும் மேதாவியாக விளங்கியவர் ரானடேயென்றும், அவர் பெயர் பெற்ற நீதிபதியாயிருந்தது போலவே பெரிய சரித்திராசிரியராயும், சிறந்த பொருளாதார நிபுணராயும், சீர்த்திருத்தக்காரராயும் இருந்தார் என்றும் சொன்னார். ரானடே நீதிபதியாயிருந்தபோதும் அச்சமின்றிக் காங்கிரஸ் மகாசபைகளுக்குப் போவதுண்டாம். அவருடைய மதிநுட்பத்தில் எல்லாருக்கும் நம்பிக்கை உண்டாதலால் அவருடைய முடிவுகளுக்கு மாறு கூறாமல் ஒப்புக்கொள்வார்களாம். இவ்வாறு தமது குருவின் குணாதிசியங்களை வருணித்து வரும்போது கோகலேக்கு அளவுகடந்த மகிழ்ச்சி பொங்கிக்கொண்டே இருக்கும்.

அந்நாளில் கோகலே குதிரை வண்டி ஒன்று வைத்திருந்தார். அவருக்கு இதன் அவசியம் யாது என்பது எனக்குப் புலப்படவில்லை. எனவே, இதைப்பற்றி அவரிடம் வாக்குவாதம் செய்தேன். "தாங்கள் டிராம் வண்டியில் போய்வரக்கூடாதா? அதனால் தலைவருடைய கௌரவத்துக்குக் குறைவு நேர்ந்துவிடுமா?" என்றேன்.

இக்கேள்வியால் சிறிது வருத்தமுற்று அவர் கூறியதாவது, "நீங்கள்கூட என்னை அறிந்துகொள்ளத் தவறிவிட்டீர்கள் பார்த்தீர்களா? எனக்குக் கிடைக்கும் சட்டசபைப் படியை என் சொந்த சௌகரியங்களுக்காக உபயோகப்படுத்துவதில்லை. நீங்கள் டிராம் வண்டியில் போவது உங்களுக்கும் கஷ்டமாகவே இருக்கும். தலைவர்கள் செய்வனவெல்லாம் சொந்த சௌகரியத்தை உத்தேசித்தே செய்கிறார்கள் என எண்ணம் வேண்டாம். உங்கள் எளிய பழக்கவழக்கங்கள் எனக்குப் பெரிதும் பிடித்திருக்கின்றன. நானும் என்னால் இயன்ற அளவு எளிய வாழ்வு முறையையே

கைக்கொண்டுள்ளேன். ஆனால், என்னைப் போன்றவனுக்குக் கொஞ்சம் பணச்செலவு ஆகாமல் முடியாது."

இவ்வாறு நான் கூறிய புகார்களில் ஒன்றுக்குத் திருப்திகரமாக விடை சொல்லிவிட்டார். ஆனால், மற்றொன்றுக்கு அவர்கூறிய பதில் எனக்குத் திருப்தித் தரவில்லை. "நீங்கள் உலாவக்கூடச் செல்வதில்லையே! உங்களை ஓயாமல் வியாதிப் பிடுங்கித் தின்பதில் ஆச்சரியம் யாது? பொது ஊழியத்தில் ஈடுபட்டால் தேகாப்பியாசத்துக்குச் சாவகாசமே இல்லாமற் போகவேண்டுமா, என்ன?" என்று வினாவினேன்.

"நீங்கள் பார்க்கிறீர்களே! உலாவச்செல்வதற்கு எனக்குப் பொழுது எங்கே இருக்கிறது?" என்று அவர் விடையளித்தார்.

நான் கோகலேயிடம் பெருமதிப்பு வைத்திருந்தபடியால் அவரை எதிர்த்துப் பேச எப்போதும் துணிவதில்லை. எனவே, மேற்படி பதில் எனக்குத் திருப்தித் தரவில்லை ஆயினும் வாளாவிருந்தேன். ஆனால், அப்போதும் சரி, இப்போதும் சரி, ஒருவனுக்கு எவ்வளவு அதிகமான வேலை இருந்தபோதிலும், சாப்பாட்டுக்குச் சாவகாசம் ஏற்படுத்திக்கொள்வதுபோல் தேகாப்பியாசத்துக்கும் சாவகாசம் ஏற்படுத்திக்கொள்ள வேண்டுமென்பது என் உறுதியான நம்பிக்கையாகும். இதனால் ஒருவனது வேலை செய்யும் திறமை குறையாதென்பதும், இதற்கு மாறாக அத்திறமை அதிகமாகும் என்பதும் என் தாழ்மையான அபிப்பிராயம்.

18. கோகலேயுடன் ஒரு மாதம் II

கோகலேயுடன் தங்கியிருந்த காலத்தில் நான் எப்போதும் வீட்டிலேயே உட்கார்ந்திருந்து விடவில்லை. வெளியே நிரம்பச் சுற்றினேன்.

தென்னாப்பிரிக்கா கிறிஸ்துவ நண்பர்களுக்கு, இந்தியாவில் இந்தியக் கிறிஸ்துவர்களுடன் பழகி அவர்களுடைய நிலையை அறிந்துகொள்வேனென்று கூறியிருந்தேன். பாபு காளி சரண் பானர்ஜியைப் பற்றி நான் கேள்வியுற்றிருந்ததுடன், அவரிடம் எனக்குப் பெருமதிப்பு ஏற்பட்டிருந்தது. அவர் காங்கிரஸில் ஒரு பிரதான புருஷராக விளங்கினார். எனவே, காங்கிரஸினின்று ஒதுங்கி நின்று, ஹிந்து முஸ்லிம்களுடன் கலப்பின்றி இருந்த சாதாரண

இந்தியக் கிறிஸ்துவர்களைப் பற்றி நான் கொண்டிருந்த ஐயங்கள் அவர் விஷயத்தில் இல்லை. அவரைப் பார்க்க விரும்புவதாகக் கோகலேயிடம் சொன்னேன். அவர் கூறியதாவது, "நீங்கள் அவரைப் பார்ப்பதால் என்ன பயன்? அவர் மிகவும் நல்ல மனிதரே. ஆனால், உங்களுக்குத் திருப்தித் தரமாட்டார். அவரை நான் நன்கு அறிவேன். ஆயினும் நீங்கள் விரும்பினால் கட்டாயம் அவரைச் சென்று பார்க்கலாம்."

எனவே, அவரை வந்து பார்க்க அனுமதிகோரிக் கடிதம் எழுதினேன். ஒரு தினம் குறிப்பிட்டு அவர் உடனே பதில் விடுத்தார். குறிப்பிட்ட தினத்தில் நான் சென்றபோது அவர் மனைவி மரணத்தறுவாயில் இருக்கக் கண்டேன். அவர் வீடு சாதாரணமானதொன்று. காங்கிரஸில் அவர் காற்சட்டை முதலியவை அணிந்திருக்கப் பார்த்தேன். இப்போது அவர் வங்காளத்து வேஷ்டியும், சட்டை ஒன்று மட்டும் அணிந்திருக்கக் கண்டு மகிழ்ந்தேன். நானே அப்போது பார்ஸி முறையில் மேற்சட்டை, காற்சட்டையும் தரித்திருந்தேனாயினும் அவருடைய எளிய உடை எனக்குப் பிடித்திருந்தது.

வீண் பேச்சில் பொழுது போக்காமல் உடனே என்னுடைய சந்தேகங்களைத் தெரிவித்தேன். "மனிதன் பாவஞ்செய்து வீழ்ச்சியுற்றான் என்னும் கொள்கையில் உமக்கு நம்பிக்கையுண்டா?" என்று கேட்டார்.

"ஆம். உண்டு" என்றேன்.

"அங்ஙனமாயின் ஹிந்து மதம் அதற்கு விமோசனம் தருவதில்லை. கிறிஸ்துவ மதம் தருகிறது, பாவத்தின் விளைவு மரணமேயாகும். அதினின்று விடுதலை பெறும் வழி ஏசுவிடம் அடைக்கலம் புகுவதே என்று பைபிள் சொல்லுகிறது."

பகவத்கீதை கூறும் பக்தி மார்க்கத்தைப் பற்றி நான் குறிப்பிட்டேன். அது பயன்படவில்லை. அவர் என்னிடம் காட்டிய அன்புக்காக வந்தனங்கூறி விடைபெற்றேன். அவர் எனக்குத் திருப்தித்தரவில்லை ஆயினும் இச்சந்திப்பினால் நான் பயனடையாமல் போகவில்லை.

இந்நாட்களில் கல்கத்தாவின் வீதிகளில் நான் ஓயாது சுற்றிக்கொண்டிருந்தேன். பல விடங்களுக்குக் கால் நடையாகவே சென்றேன். நீதிபதி மித்ரரையும், ஸர் குருதாஸ் பானர்ஜியையும் போய்ப் பார்த்தேன். தென்னாப்பிரிக்கா விஷயமாக அவர்களுடைய உதவி எனக்குத் தேவையாய் இருந்தது. இதே காலத்தில் ராஜா ஸர் பியாரி மோஹன் முகர்ஜியையும் பார்த்தேன்.

காளி சரண் பானர்ஜி என்னுடன் பேசுகையில், காளி கோயிலைப் பற்றிக் குறிப்பிட்டிருந்தார். அக்கோயிலைப் பற்றி நான் புத்தகங்களிலும் படித்திருந்தபடியால் அதைப் பார்க்க ஆவல்கொண்டு ஒருநாள் சென்றேன். நீதிபதி மித்ரரின் வீடு மேற்படி கோயிலுக்கும் சமீபத்திலேயே இருந்தபடியால் அவரைப் பார்த்த அன்றே கோயிலுக்குப் போனேன். வழியில் காளிக்குப் பலி கொடுப்பதற்காக ஆடுகள் வரிசைவரிசையாயப் போய்க்கொண்டிருந்ததைப் பார்த்தேன். கோயிலுக்குப் போகும் சந்தில் இருபுறமும் பிச்சைக்காரர்கள் அணிவகுத்து நின்றார்கள். அவர்களில் பிச்சைக்கார சாதுக்களும் இருந்தனர். அந்நாளிலேயே உடல் வலிமையுள்ளவர்களுக்குப் பிச்சைக் கொடுப்பது முற்றுந்தவறு என்னும் கொள்கையில் உறுதியுடையவன் நான். ஒரு கும்பலாக பிச்சைக்காரர்கள் என்னைப் பின்தொடர்ந்து வந்தனர். ஒருவன் தாழ்வாரமொன்றில் உட்கார்ந்திருந்தான்.

"தம்பி எங்கே போகிறாய்?" என்று அவன் என்னைப் பார்த்துக் கேட்டான்.

நான் போகுமிடத்தைச் சொன்னதும், என்னையும் என் தோழரையும் உட்காரும்படி சொன்னான். அவ்வாறே உட்கார்ந்தோம்.

"ஆடுகளைப் பலி இடுவது மதம் என்று கருதுகிறாயா?" என்று அவனைக் கேட்டேன்.

"மிருகக் கொலையை மதமென்று யார்தான் சொல்வார்கள்?"

"அப்படியானால் அது கூடாதென்று நீ ஏன் போதனை செய்யக்கூடாது?"

"அது என்னுடைய வேலையன்று. இறைவனை வழிபடுவதே எங்கள் வேலை."

"இறைவன் வழிபாட்டுக்கு உங்களுக்கு வேறு இடம் கிடைக்கவில்லையா?"

"எங்களுக்கு எல்லா இடமும் ஒன்றே. ஜனங்கள் ஆட்டுமந்தையைப் போன்றவர்கள். தலைவர்கள் காட்டும் வழியைத் தொடர்ந்து மற்றவர்கள் ஓடுவார்கள். சாதுக்களாகிய எங்கள் வேலை அதுவன்று."

விவாதத்தை வளர்த்தாமல் இத்துடன் நிறுத்திவிட்டுக் கோயிலுக்குச் சென்றோம். எங்களை எதிர்கொண்டழைக்க இரத்த ஆறுகள் ஓடி வந்தன. அங்கு நிற்பதற்கே எனக்குச் சகிக்கவில்லை.

நான் ஆத்திரமடைந்தேன்; அமைதி இழந்தேன்; அக்காட்சியை நான் என்றும் மறந்தவனில்லை.

அன்று மாலையே சில வங்காளி நண்பர்கள் என்னை ஒரு விருந்துக்கு அழைத்திருந்தார்கள். அங்கு ஒரு நண்பரிடம் இந்தக் குரூரமான ஆராதனை முறையைப் பற்றிச் சொன்னேன். அவர் “ஆடுகளுக்கு வலியே தெரியாது. பேரிகை முழக்கம் முதலிய சத்தங்கள் அவற்றிற்குத் துன்ப உணர்ச்சி இல்லாமல் செய்துவிடுகின்றன” என்றார்.

இதை என்னால் நம்ப முடியவில்லை. ஆடுகளுக்கு வாயிருந்தால் வேறு கதை சொல்லும் என்று அவருக்கு விடையளித்தேன். இரக்கமற்ற இக்கொடும் வழக்கம் நிறுத்தப்பட வேண்டுமென்று எண்ணினேன். புத்தருடைய கதையை நினைத்தேன். ஆனால், இவ்வேலை என் ஆற்றலுக்கப்பாற்பட்டது என்றும் கண்டேன்.

இன்றும் அதே அபிப்பிராயம் கொண்டவனாய் இருக்கிறேன். மனிதனுடைய உயிரைவிட ஆட்டுக்குட்டியின் உயிர் எவ்வகையிலும் தாழ்ந்ததன்று என்பது என் கருத்து. மனித உடலுக்காக ஆட்டுக்குட்டியின் உயிரை வாங்க நான் ஒருநாளும் சம்மதியேன். ஒரு பிராணி எவ்வளவுக்கு ஆதரவற்றதாயிருக்கிறதோ அவ்வளவுக்கு அதைக் கொடுமையிலிருந்து காப்பாற்றும் பொறுப்பு மனிதனுக்கு ஏற்படுகிறதென்பது என் மதம். ஆனால், அத்தகைய தொண்டுக்குத் தன்னைத் தகுதி செய்துகொள்ளாத மனிதன் அப்பாதுகாப்பை அளிக்க இயலாது.

ஆடுகளை இந்த நாச்சார பலியினின்றும் காப்பாற்றும் சக்தி பெறுவதற்கு முன், நான் இன்னும் என்னைத் தூய்மைப் படுத்திக்கொள்ளவேண்டும். இன்னும் அதிகத் தியாகம் செய்யவேண்டும். இத்தகைய ஆத்மத் தூய்மையையும், தியாகத்தையும் வேண்டி நான் இன்று உயிர்விட வேண்டியவனாயிருக்கிறேன். இவ்வுலகில் தெய்வீக இரக்கங்கொண்ட ஒரு பெரிய மகா புருஷரோ, மகரிஷியோ தோன்றி, இம்மகா பாவத்தினின்றும் நம்மை விடுவித்து குற்றமற்ற ஏழைப் பிராணிகளின் உயிரைக் காப்பாற்றி, நமது கோயிலையும் தூய்மைப்படுத்த மாட்டாரா? என்று இடைவிடாது பிரார்த்தித்து வருகிறேன். வங்காளம் கல்வியிலும், அறிவிலும், தியாகத்திலும் ஈவிரக்கத்தின் தலைசிறந்த வங்காளம் இப்பாதகப் படுகொலையைச் சகித்திருப்பது எங்ஙனம்?

19. கோகலேயுடன் ஒரு மாதம் III

மதத்தின் பேரால் காளி மாதாவுக்கு அளிக்கப்பட்ட பயங்கரமான பலியானது வங்காளிகளின் வாழ்க்கையை அறிந்துகொள்வதில் எனக்கிருந்த ஆசையை அதிகமாக்கிற்று. பிரஹ்ம சமாஜத்தைப் பற்றி நான் நிரம்பப் படித்தும் கேள்விப்பட்டுமிருந்தேன். பிரதாப சந்திர மஜூம்தாரின் வாழ்க்கையைப் பற்றிச் சிறிது தெரிந்துகொண்டிருந்ததோடு அவர் உபந்நியாசம் செய்த சில கூட்டங்களுக்கும் சென்றிருந்தேன். இப்போது, அவரால் இயற்றப்பட்ட கேசவ சந்தரசேனரின் ஜீவ சரிதத்தை வாங்கி ஆவலுடன் படித்தேன். ஆதி பிரஹ்ம சமாஜத்திற்கும், சாதாரண பிரஹ்ம சமாஜத்துக்கும் உள்ள வேற்றுமை எனக்குத் தெரியவந்தது. பண்டித சிவநாத சாஸ்திரியைக் கண்டு பேசினேன். பின்னர், ஆசிரியர் கதாவேடேயுடன் மகரிஷி தேவேந்திரநாத தாகூரைப் பார்க்கச் சென்றேன். அப்போது அவரைப் பார்க்க யாரும் அனுமதிக்கப்படவில்லை. ஆதலின், நாங்களும் பார்க்க முடியவில்லை. ஆனால், அவர் இருப்பிடத்தில் நடந்த பிரம சமாஜ உற்சவம் ஒன்றுக்கு அழைப்புப் பெற்றோம். அங்கே வங்காளிகளின் இனிய சங்கீதம் கேட்கும் பேறு எங்களுக்குக் கிடைத்தது. அப்போதிலிருந்து வங்காளத்து சங்கீதத்தினிடம் பற்றுக்கொண்டவனானேன்.

பிரஹ்ம சமாஜத்தைப் பற்றிப் போதிய அளவு தெரிந்துகொண்ட பிறகு விவேகானந்த ஸ்வாமியைப் பாராமல் மனத் திருப்தியடைவது இயலாததாயிற்று. எனவே, மிகுந்த உற்சாகத்துடன் போலூர் மடத்துக்குச் சென்றேன். வழி முழுவதுமோ, பெரும்பகுதியோ கால் நடையாகவே சென்றதாக ஞாபகம். மடம் அமைக்கப்பட்டிருந்த ஏகாந்தப் பிரதேசம் என் மனதைக் கவர்ந்து, இன்பமூட்டிற்று. ஆனால், ஸ்வாமிகள் அப்போது நோய்வாய்ப்பட்டு கல்கத்தாவிலுள்ள தமது வீட்டில் இருப்பதாகவும், அவரைப் பார்க்க முடியாதென்றும் அறிந்தபோது எனக்கு உண்டான ஏமாற்றுத்துக்கும் வருத்தத்துக்கும் அளவில்லை.

பின்னர் சகோதரி நிவேதியம்மையாரின் இருப்பிடத்தைக் கேட்டுத் தெரிந்துகொண்டு சௌரீங்கீ சாலையிலிருந்த ஒரு மாளிகையில் அவரைப் பார்த்தேன். அவரைச் சூழ்ந்திருந்த பெருமிதம் என்னைத் திடுக்கிடச் செய்துவிட்டது. அவருடன் சம்பாஷித்திலும் நாங்களிருவரும் ஒத்துப்போகக்கூடிய விஷயங்கள் பல, இல்லை என்றும் தெரியவந்தது. இதைப்பற்றி நான்

கோகலேயிடம் சொன்னபோது, அவர் தாம் இதுகுறித்து வியப்புறவே இல்லையென்றும், சகோதரி நிவேதியைப் போன்ற ஆவேச இயல்புடைய ஒருவருக்கும் எனக்கும் எவ்விஷயத்திலும் ஒற்றுமை ஏற்பட முடியாதென்றும் கூறினார்.

ஸ்ரீ பெஸ்டோன்ஜி பாதுஷாவின் வீட்டில் அவ்வம்மையாரை மீண்டும் ஒருமுறை சந்தித்தேன். அவர் பெஸ்டோன்ஜியின் வயது முதிர்ந்த தாயாரோடு பேசிக்கொண்டிருக்கையில் அங்கு நான் போக நேர்ந்தது. எனவே, அவர்களிடையே மொழிபெயர்த்துச் சொல்லும் வேலை எனக்கேற்பட்டது. அப்பெண்மணியுடன் ஒத்துப்போக முடியவில்லையாயினும் அவர் ஹிந்து மதத்தினிடம் கொண்டிருந்த அளவிறந்த அன்பைக் கண்டு வியந்தேன். அவருடைய புத்தகங்களைப் பற்றி பிற்காலத்திலேதான் தெரிந்துகொண்டேன்.

என்னுடைய காலம், தென்னாப்பிரிக்கா வேலை சம்பந்தமாகக் கல்கத்தா பிரமுகர்களைப் பார்ப்பதிலும், கல்கத்தாவிலுள்ள மத ஸ்தாபனங்களையும் பொது ஸ்தாபனங்களையும் சென்று பார்த்து ஆராய்வதிலுமாகக் கழிந்து வந்தது. ஒருமுறை டாக்டர் மல்லிக் அவர்களின் தலைமையின்கீழ், 'போயர் யுத்தத்தில் இந்திய சேவைப்படையின் ஊழியம்' என்ற விஷயமாக உபந்நியாசம் செய்தேன் 'இங்கிலீஷ்மன்' பத்திரிகையுடன் எனக்கேற்பட்டிருந்த பழக்கம் இச்சமயத்திலும் பெரும் உதவியாயிருந்தது. மிஸ்டர் ஸாண்டர்ஸ் நோய்வாய்ப்பட்டிருந்தார் ஆயினும், 1896இல் செய்த அளவு இப்போதும் உதவி செய்தார். எனது இவ்வுபந்நியாசம் கோகலேக்குப் பிடித்திருந்தது. டாக்டர் ராய் இதைப்பற்றிப் புகழ்ந்து கூறியது அவருக்குப் பெருமகிழ்ச்சி அளித்தது.

இவ்வாறு கோகலேயின் வீட்டில் நான் தங்கியிருந்ததின் பயனாக, கல்கத்தாவில் என் வேலை நிரம்பவும் சுலபமாயிற்று, பிரபல வங்காளிக் குடும்பங்களுடன் எனக்கு அறிமுகம் ஏற்பட்டது. வங்காளத்துடன் எனக்கேற்பட்ட நெருங்கியத் தொடர்புக்கு அதுவே ஆரம்பமாகும்.

மிகமுக்கியமான இம்மதத்தைப் பற்றி இன்னும் பல ஞாபகங்களை விட்டுச்செல்ல வேண்டியவனாயிருக்கிறேன். இடையில், பர்மாவுக்கு அவசரமாகச் சென்று திரும்பியதைப் பற்றி மட்டும் குறிப்பிட்டு மேலே செல்கிறேன். பர்மாவில் பொங்கிகள் எனப்படும் சந்நியாசிகளின் சோம்பேறி வாழ்வு எனக்குப் பெரிதும் மனவருத்தமளித்தது. பொற்கோயிலையும் பார்த்தேன். அங்கே கணக்கற்ற சிறு மெழுகுவர்த்தி தீபங்கள் எரிந்த காட்சி எனக்குப்

பிடிக்கவில்லை. கோயிலின் கர்ப்பக்கிரஹத்தில் எலிகள் ஓடியது. ஸாது தயானந்தார் அனுபவத்தை எனக்கு நினைவூட்டிற்று. பர்மியப் பெண்மணிகளின் சுதந்திர வாழ்க்கையையும் அவர்களுடைய சுறுசுறுப்பையும் கண்டு மகிழ்ந்தேன். அவ்வளவுக்கு ஆண் மக்களின் மதமதப்பு எனக்கு வருத்தமளித்தது. நான் பார்மாவிலிருந்த சிறு காலத்திற்குள்ளாகவே, 'பம்பாய் இந்தியா ஆகாததுபோல் இரங்கூனும் பாலா ஆகாது' என்று கண்டுகொண்டேன். இந்தியாவிலுள்ள நாம் ஆங்கில வியாபாரிகளின் தரகர்களாகியிருப்பதுபோல் பர்மாவில் நம்மவர்களும் ஆங்கில வியாபாரிகளுடன் சேர்ந்துகொண்டு பர்மியரைத் தரகர்கள் ஆக்கியிருப்பதும் கண்டேன்.

பர்மாவிலிருந்து திரும்பியதும் கோகலேயிடம் விடைபெற்றுக்கொண்டேன். அவரிடமிருந்து பிரியவேண்டி வந்தது எனக்குப் பெரிதும் துயரமளித்தது. ஆனால், கல்கத்தாவில் என்னுடைய வேலை முடிந்துவிட்டபடியால் அங்கே இனித் தங்குவதற்கு முகாந்திரம் எதுவுமில்லை.

ஓரிடத்தில் நிலைபெறுவதற்கு முன்னால் இந்தியா முழுவதும் ஒருமுறை மூன்றாம் வகுப்பு வண்டியில் பிரயாணம் செய்து மூன்றாம் வகுப்புப் பிரயாணிகளின் கஷ்டங்களைத் தெரிந்துகொள்ள வேண்டுமென்று எண்ணியிருந்தேன். இதைப்பற்றி கோகலேயிடம் தெரிவித்தேன். அவர் முதலில் எள்ளி நகையாடினாராயினும், நான் பார்க்க விரும்புவது என்னவென்று விளக்கிக்கூறியபோது சந்தோஷத்துடன் சம்மதம் தந்தார். முதன்முதலில் காசிக்குச் சென்று அங்கு அப்போது நோய்வாய்ப்பட்டுப் படுத்திருந்த ஸ்ரீமதி பெஸண்டு அம்மையாருக்கு என் வணக்கம் செலுத்த உத்தேசித்தேன்.

எனவே, மூன்றாம் வகுப்புப் பிராயணத்துக்கு வேண்டிய சாமான்களைச் சேகரித்துக்கொள்ள வேண்டியதாயிற்று. கோகலே சிற்றுண்டி ஏனம் ஒன்று தந்தார். அதில் நிறைய லட்டுகளும் பூரிகளும் வைத்திருந்தார். 12 அணா பெறுமான கித்தான் பை ஒன்றும், 'சாயா'* கம்பளியிலான நீளமான மேற்சட்டையொன்றும் வாங்கிக்கொண்டேன். இச்சட்டையும் ஒரு வேஷ்டி, ஒரு துண்டு, ஓர் உட்சட்டை இவற்றையும் பையில் வைத்தேன். இவையல்லாமல், போர்த்திக்கொள்ளத் துப்பட்டி ஒன்றும், தண்ணீர்க் கூஜா ஒன்றும் இருந்தன. இவ்வளவு சாமான்களையும் சேகரித்துக்கொண்டு பிரயாணப்பட்டேன். கோகலேயும், டாக்டர் ராயும் என்னை

★ இவ்வூர் போர்பந்தர் சமாதானத்தில் முரட்டுக் கம்பளி துணிகளுக்கு பேர் போன இடம்

வழியனுப்ப ரயில்வே நிலையத்துக்கு வந்தார்கள். அவ்வளவு சிரமம் அவர்களுக்கு வேண்டாமென்று நான் வேண்டிக்கொண்டும் அவர்கள் கேட்கவில்லை. "நீங்கள், முதல் வகுப்பில் சென்றால் நான் வந்திருக்கமாட்டேன். இப்போது கட்டாயம் வரவேண்டும்" என்றார் கோகலே.

கோகலே ரயில்வே நிலையத்திற்கு வருவதை யாரும் தடுக்கவில்லை. அவர் பட்டுத்தலைப்பாகையும், குட்டைச் சட்டையும், வேஷ்டியும் அணிந்திருந்தார். ஆனால் வங்காளி உடை தரித்திருந்த டாக்டர் ராயை டிக்கட் பரிசோதகர் நிறுத்திவிட்டார். அவர் தமது நண்பர் என்று கோகலே கூறியதும் விடப்பட்டார்.

இவ்வாறு அவர்களுடைய ஆசிகளைப் பெற்றுப் பிரயாணமானேன்.

20. காசியில்

கல்கத்தாவிலிருந்து இராஜகோட்டைக்குப் பிரயாணம். வழியில் காசி, ஆக்ரா, ஜனபுரி, பளன்புரி இவ்விடங்களில் தங்கிச்செல்ல உத்தேசித்தேன். இவற்றையல்லாமல் வேறிடங்களைப் பார்க்கச் சாவகாசம் இல்லை. ஒவ்வொரிடத்திலும் ஒவ்வொரு நாளே தங்கினேன். பளன்புரியைத் தவிர மற்ற இடங்களில் சாதாரண யாத்ரீகர்களைப் போலவே தர்மசாலைகளிலோ, பண்டாக்கள் வீட்டிலோ தங்கினேன். இப்பிரயாணத்தில் ரயில் சத்தம் உள்பட ரூ.31க்கு மேல் ஆகவில்லையென்று நினைவிருக்கிறது.

மூன்றாம் வகுப்புப் பிரயாணத்துக்கு மெயில் வண்டிகளைவிடச் சாதாரண வண்டிகளையே நான் விரும்பினேன். மெயில் வண்டிகளில் கூட்டம் அதிகம் என்று எனக்குத் தெரியும். அவ்வண்டிகளில் மூன்றாம் வகுப்புச் சத்தம் அதிகமென்பது மற்றொரு காரணம்.

மூன்றாம் வகுப்பு வண்டிகள் அப்போது எவ்வளவு அசுத்தமாயிருந்தனவோ ஏறக்குறைய அவ்வளவு அசுத்தமாகவே இன்றும் இருக்கின்றன. கக்கூசுகளும் அவ்வளவு மோசமாகவே இருக்கின்றன. தற்போது சிறிது அபிவிருத்தி ஏற்பட்டிருக்கலாம் எனினும் முதல் வகுப்புப் பிரயாணிகளுக்கு அளிக்கப்படும் வசதிகளிலுள்ள வேற்றுமை, இவ்விரு வகுப்புச் சுத்த விகிதங்களின் வித்தியாசத்துக்குச் சற்றும் பொருத்தமாயில்லை. மூன்றாம் வகுப்புப் பிரயாணிகள் பெரும்பாலும் ஆடுகளைப் போல்

நடத்தப்படுகிறார்கள். ஆடுகளுக்குரிய சௌகரியங்களே அவர்களுக்கும் அளிக்கப்படுகின்றன.

ஐரோப்பாவில் இருக்க நேர்ந்தபோதெல்லாம் நான் மூன்றாம் வகுப்பிலேயே பிரயாணம் செய்வது வழக்கம். முதல் வகுப்பில் அது எவ்வாறிருக்கிறதென்று பார்ப்பதற்காக ஒரேயொருமுறை மட்டுமே பிரயாணம் செய்தேன். ஆனால், முதல் வகுப்புக்கும் மூன்றாம் வகுப்புக்கும் இந்நாட்டிலுள்ளது போன்ற வேற்றுமை காணவில்லை. தென்னாப்பிரிக்காவில் மூன்றாம் வகுப்புப் பிரயாணிகள் பெரும்பாலும் நீக்கிரோவரே ஆவார். எனினும் அங்கே மூன்றாம் வகுப்பு வசதி இங்கே உள்ளதைவிட அதிகம். தென்னாப்பிரிக்காவில் சிலவிடங்களில் மூன்றாம் வகுப்பு வண்டிகளிலும் பிரயாணிகளுக்குத் தூங்குவதற்கு இடமும், மெத்தை தைத்த ஆசனங்களும் ஏற்படுத்தி இருக்கிறார்கள். வண்டிகளில் அளவுக்குமேல் கூட்டம் அதிகமாகி விடாதபடியும் பார்த்துக்கொள்கிறார்கள். இந்நாட்டு மூன்றாம் வகுப்பு வண்டிகளிலோ குறிப்பிட்ட எண்ணுக்கு அதிகமானவர்கள் பிரயாணம் செய்வதே வழக்கமாயிருப்பதைக் கண்டிருக்கிறேன்.

ரயில்வே அதிகாரிகள் காட்டும் அசட்டை ஒருபுறமும், பிரயாணிகளின் யோசனையற்ற ஆபாச வழக்கங்கள் இன்னொரு புறமும் சேர்ந்து தூய்மைப் பற்றுள்ளவருக்கு மூன்றாம் வகுப்புப் பிரயாணத்தை ஒரு பெரும் சோதனையாக்கி விடுகின்றன. மற்றப் பிரயாணிகளின் சௌகரியங்களைச் சிறிதும் கவனியாமல் வண்டியில் குப்பைப் போடுதல், எந்நேரமும் எவ்விடத்திலும் சுருட்டுக்குடித்தல், வெற்றிலைப் புகையிலை மென்று வண்டி முழுவதையுமே ஒரு பெரிய எச்சில் குழியாக்கிவிடுதல், கூச்சல் போடுதல், ஆபாச மொழி பேசுதல் முதலியவை பிரயாணிகளின் துர் வழக்கங்களாகும்.

1902இல் மூன்றாம் வகுப்புப் பிரயாணத்தின்போது நான் பெற்ற அனுபவத்துக்கும், 1915லிருந்து 1919வரை இடைவிடாது மூன்றாம் வகுப்புப் பிராயணம் செய்தபோது நான் அடைந்த அனுபவத்துக்கும் எனக்குச் சிறிதளவும் வேற்றுமை புலனாகவில்லை. இந்தப் பயங்கரமான நிலைமை சீர்திருத்தமடைவதற்கு எனக்கு ஒரேயொரு வழிதான் தோன்றுகிறது. அவ்வழி படித்த வகுப்பார் மூன்றாம் வகுப்பிலேயே பிரயாணம் செய்வதென்று விரதங்கொள்வதேயாகும். அவர்கள் மற்றவர்களின் பழக்கவழக்கங்களை சீர்ப்படுத்த வேண்டும். அவசியமானபோதெல்லாம் புகார் எழுதி ரயில்வே அதிகாரிகளுக்கு அமைதியில்லாமல் செய்யவேண்டும். தங்கள் சொந்த சௌகரியங்களைப் பார்த்துக்கொள்ளும் பொருட்டுச் சிப்பந்திகளுக்கு

லஞ்சம் கொடுத்தல் முதலிய சட்டவிரோதமான உபாயங்களைக் கையாளவேக் கூடாது; எவரும் விதிகளை மீறி நடப்பதைப் பார்த்துக்கொண்டு வாளாயிருத்தல் கூடாது.

இம்முறை கைக்கொள்ளப்பட்டால் நிரம்ப அபிவிருத்தி ஏற்படுமென்பதில் எனக்கு எள்ளவும் சந்தேகமில்லை.

1918 - 19ல் கடுமையான நோய்வாய்பட்டதனால் துரதிஷ்டவசமாக நான் மூன்றாம் வகுப்புப் பிரயாணத்தைக் கைவிடவேண்டியதாயிற்று. இதை எப்போது நினைத்தாலும் எனக்குத் துக்கமும் வெட்கமும் உண்டாகாதிருப்பதில்லை. அதிலும் மூன்றாம் வகுப்புப் பிரயாணிகளின் கஷ்டங்களைப் போக்குவதற்கானக் கிளர்ச்சி வலுவடையத் தொடங்கிய சமயத்தில் இவ்வாறு நேர்ந்தது எனக்குப் பெரிதும் வருத்தம் தரும் விஷயமாகும். ரயில் வண்டிகளிலும் கப்பல்களிலும் பிரயாணம் செய்யும் ஏழைகளின் கஷ்டங்கள், அவற்றை மிகுதிப்படுத்தும் அவர்களுடைய வழக்கங்கள், அந்நியநாட்டு வியாபாரத்துக்கு அளிக்கப்படும் மிகையான வசதிகள் முதலியவை மிக முக்கியமான விஷயங்களாதலால் அவை சம்பந்தமாக ஒரு தனிக்கிளர்ச்சி அவசியமாகும். விடாமுயற்சியும், திறமையுள்ள தொண்டர் இரண்டொருவர் தங்கள் முழுநேரத்தையும் செலவிட்டு வேலைசெய்வதற்கு இத்துறையில் இடமுண்டு.

மூன்றாம் வகுப்புப் பிரயாணிகளை இத்துடன் விட்டு, காசியில் எனது அனுபவங்களுக்கு வருகிறேன். அங்கே காலை நேரத்தில் போய்ச்சேர்ந்தேன். யாரேனும் ஒரு பண்டா வீட்டில் தங்குவதாகத் தீர்மானித்திருந்தேன். வண்டியை விட்டிறங்கியதும் பிராமணர் பலர் என்னைச் சூழ்ந்துகொண்டனர். அவர்களில் மற்றவர்களைவிடத் தூயவராயும் நல்லவராயும் காணப்பட்ட ஒருவருடைய வீட்டுக்குச் சென்றேன். நான் எண்ணிய வண்ணமே அவர் திருப்தியளித்தார். அவருடைய வீட்டின் முற்றத்தில் பசுமாடு ஒன்று கட்டியிருந்தது. மாடியில் எனக்குத் தங்குவதற்கு இடம் கொடுக்கப்பட்டது. வைதீக முறைப்படி கங்கையில் ஸ்நானம் முதலிய அநுஷ்டானங்கள் செய்யாமல் நான் உணவருந்த விரும்பில்லை. பண்டா இதற்கு வேண்டிய ஏற்பாடுகள் செய்தார். ஒன்றேகால் ரூபாய்க்கு மேல் ஒரு பைசாகூட தட்சணைக் கொடுக்க முடியாதென்றும். அதற்குள் காரியங்கள் ஆகுமாறு ஏற்பாடு செய்ய வேண்டுமென்றும் முன்னதாகவே தெரிவித்துவிட்டேன்.

பண்டா மறுவார்த்தை சொல்லாது இதற்கு இணங்கினார். "யாத்ரீகர் ஏழையாயினும் பணக்காரராயினும் நாங்கள்

செய்துவைக்கும் கிரியை ஒன்றுதான். ஆனால், தட்சணை அவரவருடைய சக்தியையும் விருப்பத்தையும் பொறுத்தது" என்று அவர் சொன்னார். வழக்கமான கிரியைகளை என் விஷயத்தில் சிறிதேனும் சுருக்கியதாக எனக்குத் தெரியவில்லை. 12 மணிக்குள் பூசை முடிந்தது. பின்னர், விசுவநாதர் கோயிலுக்குத் தரிசனத்திற்குச் சென்றேன். அங்கு நான் கண்ட காட்சி எனக்கு மிகுந்த மனத்துயர் தந்தது. 1891இல் பம்பாயில் நான் பாரிஸ்டர் தொழில் செய்துகொண்டிருந்தபோது பிரார்த்தன சமாஜ் மண்டபத்தில் 'காசி யாத்திரை' என்ற விஷயமாக ஒரு பிரசங்கம் கேட்டிருந்தேன். எனவே, ஓரளவு ஏமாற்றத்துக்குச் சித்தமாயிருந்தேனென்றே சொல்லலாம். ஆனால், உண்மையில் நான் அடைந்த ஏமாற்றம் எதிர்ப்பார்த்ததைவிடப் பன்மடங்கு வருத்தம் தருவதாய் இருந்தது.

குறுகிய வழுக்கலான சந்து ஒன்றின் மூலம் கோவிலுக்குச் செல்லவேண்டும். அவ்விடத்தில் அமைதி என்பது அணுவளவுமில்லை. கடைக்காரர்களும், யாத்ரீகர்களும் செய்த சத்தமும் ஏகமாய் மொய்த்த ஈக்களும் சகிக்க வொண்ணாதவையாய் இருந்தன.

தியானத்துக்கும், பிரார்த்தனைக்கும் ஏற்றதாயிருக்குமென்று எவரும் எதிர்ப்பார்க்கக்கூடிய அவ்விடம் உண்மையில் அவ்வாறில்லவே இல்லை. புற உலகத்தை மறந்து தன்னிலேயே ஆழ்ந்துவிடக் கூடியவர்களுக்கே அங்கு தியானம் செய்தல் சாத்தியம். இவ்வாறு பக்திப் பரவசத்தில் மெய்மறந்து தியானத்தில் ஆழ்ந்திருந்த சகோதரிகள் சிலரைக் கண்டேன். இதற்காகக் கோயில் அதிகாரிகளை எள்ளளவும் பாராட்டுவதற்கில்லை. கோயிலைச் சுற்றித் தூய்மையும் இனிமையுறும் சாந்தமும் குடிகொண்டிருக்கச் செய்வது அதிகாரிகளின் கடமையாகும். இதற்குப்பதிலாக, தந்திரசாலியான வியாபாரிகள் மிட்டாய்களும், புது தினுசு விளையாட்டுக் கருவிகளும் விற்றுக்கொண்டிருந்த கடைகளையே அங்கு நான் கண்டேன்.

கோயிலை அடைந்ததும் நுழைவாயிலில் அழுகி நாற்றமெடுத்த பூக்குவியல் எனக்கு நல்வரவு கூறிற்று! உட்புறமும் நல்ல சலவைக்கல்லால் தளவரிசைப் போடப்பட்டிருந்தது. ஆனால், அழகுணர்ச்சியற்ற பக்தர் ஒருவர் அக்கற்களை உடைத்து ஆங்காங்கு ரூபாய்களைப் பதித்திருந்தார். இந்த ரூபாய்கள் அவ்வளவும் அழுக்குச் சேரும் பாண்டங்களாயிருந்தன.

ஞான வாபி (அறிவுக்கிணறு)க்குச் சென்றேன். கடவுளைத் தேடிவந்த நான் இங்கே அவரைக் காணக்கூடாமையால் கொஞ்சம்

சாந்தம் இழந்தவனாகவே இருந்தேன். ஞான வாபியைச் சுற்றிலுங்கூட ஆபாசமே நிறைந்திருப்பதைக் கண்டேன். தட்சணைக் கொடுக்க எனக்கு மனமில்லை. எனவே, ஒரு தம்படிக் கொடுத்தேன். அங்கிருந்த பண்டாவுக்குக் கோபம் வந்து தம்படியை வீசி எறிந்தார். என்னைத் திட்டிவிட்டு, "நீ நேரே நகரத்துக்கே போய்ச்சேர்வாய்" என்று சபித்தார்.

நான் மனங்கலங்கவில்லை, "மகராஜ், என் தலைவிதி எப்படியிருப்பினும், தங்களைப் போன்றவர் இப்படிப் பேசுவது தகாது. வேண்டுமென்றால் தம்படியை எடுத்துக்கொள்ளுங்கள். இல்லாவிட்டால் அதுவும் போய்விடும்?" என்றேன்.

"போ, தொலை, உன் தம்படி யாருக்கு வேண்டும்?" என்றுகூறி மீண்டும் திட்டத்தொடங்கினார் பண்டா.

தம்படியை எடுத்துக்கொண்டு பிராமணனுக்கு ஒரு தம்படி நஷ்டமென்றும், எனக்கு அது லாபமென்றும் எண்ணிக்கொண்டே திரும்பினேன் . ஆனால், பண்டாவா தம்படியை விடுகிறவரா? அவர் என்னைத் திரும்பக்கூப்பிட்டு, "சரிதான், தம்படியை ஏற்றுக்கொள்ளாவிடில் உனக்குத்தான் கஷ்டம்வரும்" என்றார்.

மௌனமாகத் தம்படியை அவர் கையில் கொடுத்துவிட்டுப் பெருமூச்சுடன் திரும்பினேன்.

அதற்குப் பின்னர் இருமுறை காசிவிசுநாதர் கோயிலுக்குச் சென்றிருக்கிறேன். ஆனால், இவை மகாத்மா பட்டமெனும் துன்பம் என்மீது சுமத்தப்பட்டதற்குப் பிறகாதலின், மேற்சொன்னவை போன்ற அனுபவங்கள் அம்முறையில் இயலாதவை ஆயின. என்னைத் தரிசிக்க ஆவல் கொண்ட ஜனங்கள் நான் கோயிலைத் தரிசிக்க இடங்கொடுப்பதில்லை. மகாத்மாக்களின் துயரங்களை மகாத்மாக்களே அறிவார்கள். மற்றப்படி குப்பையும், கூச்சலும் முன்போலவே இருந்தன.

ஆண்டவன் கருணையில் யாருக்கேனும் ஐயமிருக்குமாயின் அவர் இத்தகைய புண்ணிய க்ஷேத்திரங்களுக்குப் போய்ப் பார்ப்பாராக. யோகீசுவரனான இறைவன் தன் பெயரால் நடக்கும் எத்துணை அக்கிரமங்களையும் வெளி வேஷங்களையும் பொறுத்துக்கொண்டிருக்கிறான்! வெகுகாலத்துக்கு முன்பே அவன் "யே யதா மாம் ப்ரபத் யந்தே தாம் ஸ்ததைவ பஜாம்யஹம்" என்று திருவாய் மலர்ந்தான். மனிதன் விதைப்பதை அறுக்கிறான். கரும பயனை அனுபவியாது தப்பித்துக்கொள்ளல் எவராலும் இயலாத காரியம். எனவே, இதில் ஆண்டவன் தலையிடுவதற்கு அவசியமே

இல்லை. சட்டத்தை இயற்றிவிட்டு அவன் அப்புறம் சென்றுவிட்டான் என்றே கூறலாம்.

கோயிலுக்குப் போய்வந்த பின்னர், ஸ்ரீமதி பெஸண்டைக் காணச் சென்றேன். அவர் அப்போதுதான் நோய் நீங்கிக் குணமடைந்தார் என்பது எனக்குத் தெரியும். என் பெயரை எழுதி அனுப்பினேன். அம்மையார் உடனே வெளியில் வந்தார். ஆனால், நான் அவருக்கு வணக்கம் செலுத்த மட்டுமே விரும்பியபடியால் பின்வருமாறு கூறினேன், “தங்கள் உடல் மெலிவை அறிவேன். தங்களைப் பார்த்து என் வணக்கம் செலுத்திவிட்டுப் போக வந்தேனே அன்றி வேறில்லை. இந்த உடல் நிலையிலும் என்னைப் பார்க்கச் சம்மதித்ததற்காகத் தங்களுக்கு நன்றி பாராட்டக் கடமைப்பட்டிருக்கிறேன். இதற்குமேல் தங்களுக்குத் தொந்தரவு கொடுக்க நான் விரும்பவில்லை.”

இவ்வாறு கூறி அவரிடம் விடைபெற்றுச் சென்றேன்.

21. பம்பாயில் ஸ்திரவாசமா?

நான் பம்பாயிலேயே நிலைபெற்று வக்கீல் தொழில் செய்ய வேண்டுமென்றும், பொதுவேலையில் நமக்கு உதவிபுரிய வேண்டுமென்றும் கோகலே பெரிதும் விரும்பினார். அந்நாளில் பொதுவேலை என்பது காங்கிரஸ் வேலையைத் தவிர வேறில்லை. கோகலேயின் உதவியினால் காணப்பட்ட ஸ்தாபனத்தின் முக்கியமான வேலையும் காங்கிரஸ் நிர்வாகத்தை நடத்தி வைப்பதேயாகும்.

கோகலேயின் யோசனை எனக்குப் பிடித்திருந்தது. ஆனால், பாரிஸ்டர் தொழில் நடத்திப் பெயர் சொல்லலாமென்பதில் எனக்கு அவ்வளவு நம்பிக்கையில்லை. முன்னர், அத்தொழிலில் வெற்றிபெறத் தவறியது பற்றிய பழைய ஞாபகங்கள் இன்னும் இருந்துகொண்டிருந்தன. மேலும், கட்சிக்காரர்களைப் பெறும் நிமித்தம் முகஸ்துதி செய்யும் வழக்கத்தை இன்னமும் நான் விஷத்தைப்போல் வெறுத்து வந்தேன்.

ஆகவே, முதலில் இராஜகோட்டையில் தொழில் நடத்தத் தொடங்குவதென்று தீர்மானித்தேன். எனது பழைய நண்பரும், இங்கிலாந்து செல்லும்படி முதன்முதலில் தூண்டியவருமான ஸ்ரீ கேவல் ராம் மாவ்ஜி தவே அங்கிருந்தார். அவர்

தொடக்கத்திலேயே எனக்கு மூன்று வக்காலத்துகள் கொடுத்துதவினார். இவற்றுள் இரண்டு, கத்தியாவர் பொலிடிகள் ஏஜண்டின் நீதி நிர்வாக உதவி உத்தியோகஸ்தர் முன்பு அப்பீல் வழக்குகள். இரண்டாவது, ஜாம் நகரில் அசல் தரப்பு வழக்கு. இது சிறிது முக்கியமானது. அதைத் திறம்பட நடத்தலாமென்னும் தைரியம் எனக்கில்லையென்று சொன்னபோது, கேவல் ராம் தவே கூறியதாவது, "வெற்றித் தோல்விகளைப் பற்றி நீர் கவலைப்பட வேண்டாம். உம்மாலியன்றவரை முயற்சி செய்யும், உமக்கு உதவி செய்ய நான் இருக்கவே இருக்கிறேன்."

காலஞ்சென்ற ஸ்ரீ ஸமர்த் எதிர்த்தரப்பு வக்கீல், நான் கூடியவரை நன்றாகவே தயார் செய்திருந்தேன். எனக்கு இந்தியச் சட்டத்தைப் பற்றி அதிகம் தெரியாதாயினும், கேவல்ராம் தவே அவ்வழக்கு சம்பந்தமாக ஒன்று பாக்கியின்றி எனக்குச் சொல்லிக்கொடுத்திருந்தார். ஸர் பிரோஸிஷாவுக்குச் சாட்சியச் சட்டம் முழுதும் தலைகீழ்ப் பாடமாயிருந்ததே அவர் தொழிலில் வெற்றி அடைந்ததின் இரகசியம் என்று நான் தென்னாப்பிரிக்கா செல்வதற்கு முன் நண்பர்கள் சொல்லக்கேட்டிருந்தபடியால், கப்பல் பிரயாணத்தின்போது இந்தியச் சாட்சியச் சட்டத்தை நன்றாகப் படித்திருந்தேன். தென்னாப்பிரிக்காவில் நான் பெற்ற தொழில்நுட்பமும் துணையாயிருந்தது.

முடிவில் வழக்கை ஜெயித்துக் கொடுத்தேன். இதனால் என்னுடைய திறமையில் எனக்கு நம்பிக்கை அதிகப்பட்டது. அப்பீல் வழக்குகளைப் பற்றி எனக்குப் பயமேயில்லை. அவற்றிலும் வெற்றிக் கிடைத்தது. இவற்றின் பயனாக, பம்பாயிலும் நான் தொழில் செய்து பெயர்ச் சொல்லக்கூடும் என்னும் நம்பிக்கை ஏற்படலாயிற்று.

முடிவாகப் பம்பாய் செல்லத் தீர்மானித்ததைப் பற்றிச் சொல்வதற்கு முன்னால் ஆங்கில உத்தியோகஸ்தர்களின் அறியாமையையும், பிறர் கஷ்டமறியா மனப்பான்மையையும் பற்றி எனது அனுபவத்தைக்கூற விரும்புகிறேன். மேற்படி நீதி நிர்வாக உதவி உத்தியோகஸ்தர் எப்போதும் சுற்றுப்பிரயாணம் செய்துகொண்டிருப்பது வழக்கம். அவர் போகுமிடங்களுக்கெல்லாம் வக்கீல்களும் கட்சிக்காரர்களும் பின்தொடர்ந்து சென்றாக வேண்டும். தலைமை ஸ்தலத்தைவிட்டுப் போக நேரும்போது வக்கீல்கள் அதிகப் பணம் கேட்பார்கள். எனவே, கட்சிக்காரர்களுக்கு இருமடங்கு செலவு. இத்தகைய அசௌகரியங்களைப் பற்றி நீதிபதி கவனிப்பதே இல்லை.

நான் மேலே குறிப்பிட்ட அப்பீல் வழக்குகள் விராவல் என்னுமிடத்தில் விசாரிக்கப்படவிருந்தன. அங்கு அப்போது பிளேக் நோய் பரவியிருந்தது. அச்சிறு பட்டணத்தின் ஜனத்தொகை 5,500 தான். எனினும் தினம் 50 பேர் வரை அந்நோய் வாய்ப்பட்டதாக எனக்கு ஞாபகம் இருக்கிறது. பட்டணம் அநேகமாகக் காலி செய்யப்பட்டுப் பாழாய்க் கிடந்தது. அதற்குச் சிறிது தூரத்தில் காலியாயிருந்த ஒரு தர்மசாலையில் நான் தங்கினேன். ஆனால், என்னுடைய கட்சிக்காரர்கள் எங்கே தங்குவது? அதிலும் அவர்கள் ஏழைகளானதால் தெய்வத்தைத் தவிர அவர்களுக்கு வேறு கதி கிடையாது.

இந்நீதிமன்றத்திலேயே என்னுடைய நண்பர் ஒருவருக்கு வழக்குகள் இருந்தன, விராவலில் பிளேக் நோய் பரவி இருப்பதால் நீதிமன்றத்தை வேறிடத்துக்கு மாற்ற வேண்டுமென்று விண்ணப்பம் செய்யுமாறு அவர் எனக்குத் தந்தி அடித்தார். விண்ணப்பத்தைச் சமர்ப்பித்ததும் துரை, “உங்களுக்குப் பயமாயிருக்கிறதா?” என்று கேட்டார்.

“என்னுடைய பயம் இப்போது விஷயமன்று. நான் எப்படியேனும் பார்த்துக்கொள்வேன். கட்சிக்காரர்கள் கதி என்ன?” என்றேன்.

துரை சொன்னதாவது, “பிளேக் இந்தியாவில் நிலைத்துவிட்டது. அதற்கேன் பயப்பட வேண்டும்? விராவலின் சீதோஷ்ண நிலை மிக நன்றாயிருக்கிறது. (பட்டணத்துக்கு வெகுதூரத்தில் கடற்கரையில் அரண்மனை போன்ற கூடாரத்தில் துரை வசித்தார்.) ஜனங்கள் இவ்வாறு திறந்த வெளியில் வசிக்கக் கற்றுக்கொள்ள வேண்டும்.”

இந்த வாய் வேதாந்தத்தை எதிர்த்து வாதமிடுவதால் என்ன பயன் விளையும்? கடைசியில் துரை தமது சிரஸ்தாரிடம் கூறியதாவது, “மிஸ்டர் காந்தி சொல்வதைக் கவனித்துக்கொள்ளும். அதிக அசௌகரியமாய் இருந்தால் எனக்குத் தெரிவியும்.”

துரை தமக்குச் சரியென்று தோன்றியதைக் கண்யமாகச் செய்தார் என்பதில் சந்தேகமில்லை. ஏழை இந்தியர்களின் கஷ்டங்களை அவர் அவ்வாறு உணருதல் கூடும்? இந்திய மக்களின் தேவைகள், பழக்கவழக்கங்கள் விசேஷித்த குணாதிசயங்கள் முதலியவற்றை அவர் அறிந்துகொள்ளுதல் எப்படிச் சாத்தியம்? தங்க நாணயங்களையே உபயோகித்துப் பழக்கமான ஒருவன் செப்புக்காசுகளைக் கணக்கிடல் எப்படி? யானை எறும்பினிடம் மிகுந்த கருணைக்கொண்டிருக்கலாம். ஆயினும் எறும்பின்

தேவைகளையும், அசௌகரியங்களையும் பற்றி அதனால் சிந்திக்க முடியுமா? அவ்வாறே யானையின் தேவைகளையுடைய ஆங்கிலேயன் எறும்பின் தேவைகளையுடைய இந்தியர்களின் சௌகரியங்களைப் பற்றி எண்ணவோ, சட்டம் செய்யவோ முடியாதவனாயிருக்கிறான்.

இனி, கதைத் தொடர்ச்சிக்கு வருகிறேன். மேற்கூறியவாறு வழக்குகளில் வெற்றிக் கிடைத்தபோதிலும் இராஜகோட்டையில் இன்னும் சிறிதுகாலம் தங்கியிருப்பதென்று எண்ணிக் கொண்டிருந்தேன். அப்போது ஒருநாள் கேவல்ராம் தவே வந்து சொன்னதாவது, “காந்தி நீர் இங்கே சோம்பிக் கிடப்பதை நாங்கள் பார்த்துக்கொண்டிருக்க முடியாது. நீர் பம்பாய்க்குச் செல்லவேண்டும்.”

“அங்கே எனக்கு யார் வேலைத் தேடிக்கொடுப்பார்கள்? செலவுக்கு நீங்கள் ஏற்பாடு செய்வீர்களா?” என்று வினாவினேன்.

“ஆம், செய்கிறேன். அவ்வப்போது பம்பாயிலிருந்து உம்மைப் பெரிய பாரிஸ்டர் என்பதாக வரவழைப்போம். மனு தயாரித்தல் முதலிய வேலைகளை அவ்விடத்துக்கே அனுப்புகிறோம். ஒரு பாரிஸ்டர் நிரம்பப் பெரியவராக்கவோ, ஒன்றுமில்லாதவராக்கவோ வக்கீல்காளாகிய எங்களால் முடியும். ஜாம் நகரிலும் விராவலிலும் உமது திறமையை மெய்ப்பித்துவிட்டீர். ஆதலின் உம்மைப்பற்றி எனக்குச் சிறிதும் கவலையில்லை. நீர் பொது ஊழியத்திற்குப் பிறந்தவர். ஆதலின் உம்மைக் கத்தியவாரில் புதைந்துகிடக்க விடமாட்டோம். பம்பாய்க்கு எப்போது போகிறீர், சொல்லும்.”

“நேட்டாலிலிருந்து பணம் எதிர்பார்த்துக் கொண்டிருக்கிறேன். வந்ததும் புறப்படுகிறேன்” என்று பதிலளித்தேன்.

இரண்டு வாரத்தில் பணம் வந்து சேர்ந்தது. பம்பாய்க்குப் புறப்பட்டுச் சென்றேன். பாயன் கில் பர்ட், ஸயானி என்பவர்களின் காரியாலயக் கட்டடத்தில் அறைகள் அமர்த்திக்கொண்டேன். பம்பாயில் ஸ்திரவாசம் ஏற்பட்டுவிட்டதாகத் தோன்றிற்று.

22. நம்பிக்கை சோதிக்கப்படல்

கோட்டையில் காரியாலய அறைகளும், கர்க்காமில் வீடும் அமர்த்திக்கொண்டேனாயினும், நான் அமைதியான வாழ்க்கைத் தொடங்க ஆண்டவன் சம்மதமில்லை. புதிய வீட்டுக்கு வந்து சில

தினங்கள் ஆவதற்குள் எனது இரண்டாவது புதல்வன் மணிலாலுக்குக் கடுமையான அஸ்தி சுரம் (டைபாய்டு) கண்டது. (அவன் ஏற்கனவே சில ஆண்டுகளுக்கு முன்பு கடும் வைசூரியால் துன்புற்றவன்) அஸ்தி சுரத்துடன் கபவாத சுரம் (நிமோனியா) கலந்திருந்தது. சுரவேகத்தில் இரவு நேரங்களில் பிதற்றல் முதலிய குறிகளும் இருந்தன.

டாக்டரை அழைத்துவந்தேன். மருந்து அதிகப் பயன்தராதென்று, கோழிமுட்டையும், கோழிக்குஞ்சு மாமிச ரசமும் உணவாகக் கொடுத்துவந்தால் நலமென்றும் அவர் சொன்னார்.

மணிலாலுக்கு அப்போது பத்து வயது. எனவே, அவனுடைய விருப்பத்தைக் கேட்டு எதுவும் செய்வதற்கில்லை. அவனுக்காக நானே முடிவு செய்தாக வேண்டும். டாக்டர், பார்சி வகுப்பைச் சேர்ந்தவர்; மிகவும் நல்லவர். நாங்கள் சாகபட்சணிகளாதலின், அவர் கூறிய இரண்டில் எதையும் என் புதல்வனுக்குத் தரமுடியாதென்றும், வேறு கொடுக்கக்கூடியது ஏதேனும் சொல்லக்கூடுமா? என்றும் கேட்டேன்.

“தாங்கள் புதல்வனின் உயிருக்கே அபாயம் ஏற்படக்கூடிய நிலைமை. பாலும் நீரும் கலந்து கொடுக்கலாமாயினும் அது அவ்வளவு போஷணை தராது. தங்களுக்குத்தான் தெரியுமே. எத்தனையோ ஹிந்து குடும்பங்களில் என்னைக் கூப்பிடுகிறார்கள். நான் கூறுவதெதையும் கொடுப்பதற்கு ஆட்சேபிப்பதில்லை. தாங்களும் தங்கள் புதல்வன் விஷயத்தில் அவ்வளவு கடின சித்தங்காட்டாமலிருத்தல் நலம்” என்று டாக்டர் கூறினார்.

அப்போது நான் உரைத்ததாவது, “தாங்கள் கூறுவது முற்றும் சரியே . டாக்டராகிய தாங்கள் தங்கள் நிலையிலிருந்து வேறெதுவும் சொல்ல முடியாது. ஆனால், என்னுடைய பொறுப்பு மிகவும் அதிகம். பையன் வயது வந்தவனாயிருந்தால் நிச்சயமாக அவனுடைய அபிப்பிராயத்தைக் கேட்டு அதற்கிணங்க நடக்க முயன்றிருப்பேன். இப்போது அவனுக்காக நானே சிந்தித்து முடிவு செய்யவேண்டியவனாய் இருக்கிறேன். இத்தகைய சந்தர்ப்பங்களிலேயே ஒருவனுடைய நம்பிக்கை சோதிக்கப்படுகிறது என்பது என் கருத்து. மாமிசம், முட்டை முதலியவற்றை மனிதன் தின்னலாகாதென்பது என்னுடைய சமயக் கொள்கையில் ஒரு பகுதியாகும். இக்கொள்கை சரியாகவோ, தவறாகவோ இருக்கலாம். அதைப்பற்றிக் கவலையில்லை. உயிர் வாழ்வதற்காக நாம் கைக்கொள்ளும் சாதனங்களுக்கும் ஓர் எல்லையிருக்க வேண்டுமென்பது என் நம்பிக்கை. உயிர் வைத்திருப்பதற்காகவும்

நாம் சில காரியங்களைச் செய்யக்கூடாது. இத்தகைய சமயங்களில்கூட எனக்கோ, என்னைச் சேர்ந்தவர்களுக்கோ மாமிசம் அல்லது முட்டை உபயோகிப்பதை என் மதம் அனுமதிக்கவில்லை. எனவே, தாங்கள் கூறுவது உண்மையே யாகக்கூடுமாயினும் அவ்வபாயத்துக்குத் துணிந்தே காரியம் செய்தாக வேண்டும். ஆனால், தங்களை ஒன்று மன்றாடிக் கேட்டுக்கொள்கிறேன். தங்களுடைய சிகிச்சையை ஏற்றுக்கொள்ள முடியாதபடியால், எனக்குத் தெரிந்துள்ள ஜல சிகிச்சை முறைகளைக் கையாண்டு பார்க்கப்போகிறேன். ஆனால், தாது பார்க்கவும், ஹிருதயம், நுரையீரல் முதலியவற்றைப் பரிசோதிக்கவும் எனக்குத் தெரியா. அவ்வப்போது தாங்கள் வந்து பரிசோதித்துக் குழந்தையினுடைய நிலைமையை எனக்கு அறிவித்துச் சென்றால் மிகவும் நன்றியுள்ளவனாய் இருப்பேன்."

உத்தமரான அந்த டாக்டர் எனது கஷ்டங்களை உணர்ந்ததுடன் என் வேண்டுகோளுக்கும் இசைந்தார். மணிலாலுக்கு இது சம்பந்தமான முடிவு செய்யும் பிராயம் வரவில்லை. ஆயினும், எனக்கும் டாக்டருக்கும் நடந்த சம்பாஷணையின் விவரத்தை அவனிடம் கூறி அவன் அபிப்பிராயத்தைக் கேட்டேன்.

"தங்களுடைய ஜல சிகிச்சையே செய்யுங்கள். எனக்கு முட்டையும் மாமிச ரசமும் வேண்டாம்" என்று மணிலால் கூறினான்.

நான் முட்டை அல்லது இறைச்சி ரசம் கொடுத்திருந்தால் அவன் அருந்தியிருப்பான் என்று எனக்குத் தெரிந்தே இருந்ததாயினும், அவனுடைய பதில் எனக்கு மகிழ்ச்சி தந்தது.

கூன் என்பவரின் சிகிச்சை முறையை நான் அறிந்திருந்தேன். அதைக் கையாண்டு சிறிது அனுபவமும் பெற்றிருந்தேன். உபவாசத்தினால் பயன் விளையும் என்பதும் எனக்குத் தெரியும். எனவே, கூன் முறைப்படி மணிலாலுக்கு ஆசன ஸ்நானங்கள் (Hip bathis) செய்வித்தேன். தொட்டியில் மூன்று நிமிஷத்துக்கு மேல் வைத்திராமல் ஜாக்கிரதையாயிருந்தேன். மூன்று தினங்களுக்கு ஆரஞ்சுப்பழ ரசமும் தண்ணீரும் கலந்து அதையே உணவாகக் கொடுத்து வந்தேன்.

ஆனால், உஷ்ணம் குறையவேயில்லை. சில சமயம் 104 டிகிரி வரையில் ஏறிற்று. இரவில் பிதற்றல் அதிகமாயிருந்தது. நான் கவலை கொள்ளலானேன். ஊர் ஜனங்கள் என்னென்ன சொல்கிறார்கள்? என் தமையனார் என்னைப்பற்றி என்ன

நினைப்பார்? வேறொரு டாக்டரைக் கூப்பிட்டாலென்ன? இல்லாவிடில் ஆயுர்வேத வைத்தியரை அழைக்கலாமா? என் செய்வது? பெற்றோர்களுக்குத் தங்களுடைய கொள்கைப் பித்துக்களைத் தங்கள் குழந்தைகள் மீது சுமத்துவதற்கு என்ன உரிமை?

இத்தகைய எண்ணங்கள் இடைவிடாது தோன்றிக்கொண்டிருந்தன. பின்னர், இவற்றிற்கு நேர்மாறான எண்ணங்களும் உதயமாகும். நான் எனக்கு எவ்வித சிகிச்சை செய்துகொள்வேனோ அதே சிகிச்சை என் புதல்வனுக்கும் செய்வது குறித்து ஆண்டவன் நிச்சயமாய் மகிழ்ச்சியே அடைவாரன்றோ? எனக்கு ஜல வைத்தியத்தில் நம்பிக்கை உண்டு. வேறு வைத்தியத்தில் நம்பிக்கை இல்லை. டாக்டர்களேனும் குணப்படுத்திவிடுவதாக உறுதிகூறுகிறார்களா? இல்லை. அவர்களும் சோதனையே செய்கிறார்கள். உயிர் இருப்பதும் போவதும் ஆண்டவன் சித்தத்தைப் பொறுத்தது. அவனை நம்பி, அவன் பெயரைச் சொல்லி எனக்குச் சரியான சிகிச்சை என்று தோன்றுவதை ஏன் கையாளக்கூடாது?

இவ்வாறு, இருவகைப்பட்ட எண்ணங்களால் என் உள்ளம் அலைப்புற்றது. இரவு வேளை மணிலாவின் படுக்கையில் அவனுக்கருகில் படுத்துக்கொண்டிருந்தேன். ஒரு யோசனை தோன்றிற்று. எழுந்திருந்து ஒரு நீளமான துணியை நீரில் நனைத்துப் பிழிந்தேன். அதை அவன் உடல்மீது தலையை மட்டும் விட்டுவிட்டுச் சுற்றினேன். தலையில் ஓர் ஈரத்துண்டைக்கட்டினேன். பின்னர் இரண்டு கம்பளிகளைப் போட்டுப் போர்த்தினேன். பழுக்கக் காய்ந்த இரும்பைப்போல் உடம்பு கொதித்தது. ஒரே வறட்சியாயிருந்தது. வியர்வைக் கொஞ்சங்கூட இல்லை.

நிரம்பக் களைப்படைந்து போனேன். மணிலாவை அவன் தாயாரைப் பார்த்துக்கொள்ளச் சொல்லிவிட்டு வெளியே சிறிது உலாவிவரப் புறப்பட்டேன். சௌபாதி கடற்கரைக்குச் சென்றேன். மணி பத்தாயிற்று, இரண்டொருவரே அங்கே உலாவிக்கொண்டிருந்தனர். ஆழ்ந்த சிந்தனையில் மூழ்கியிருந்தபடியால் அவர்களை நான் கண்ணெடுத்துப் பார்க்கவில்லை. "ஆண்டவனே! இந்தச் சோதனை நேரத்தில் என் மனங்காத்தல் நினது பொறுப்பு" என்று பிரார்த்தித்தேன். என் உதடுகள் இராம நாமத்தை ஜபித்த வண்ணமிருந்தன. சிறிதுநேரம் உலாவிய பிறகு வீடு திரும்பினேன். ஹிருதயம் பட் பட் என்று அடித்துக்கொண்டிருந்தது.

அறையில் நுழைந்ததும் மணிலாவின் குரல் கேட்டது. "பாபு! வந்துவிட்டீர்களா?" என்றான்.

"ஆம், கண்மணி!"

"தயவு செய்து துணிகளை எடுத்துவிடுங்கள். உடம்பு எரிகிறது."

"குழந்தாய், வியர்வை வியர்த்திருக்கிறதா?"

"வியர்வையில் மூழ்கியிருக்கிறேன். தயவு செய்து உடனே எடுத்துவிடுங்கள்."

நெற்றியைத் தொட்டேன். வியர்வை முத்து முத்தாய்த் துளிர்த்திருந்தது. உஷ்ணம் குறைந்துகொண்டிருந்தது. ஆண்டவனுக்கு நன்றி செலுத்தனேன்.

"மணிலால், இனி சுரம் நிச்சயமாகக் குணமாகிவிடும். இன்னும் சிறிது வியர்க்கட்டும், எடுத்துவிடுகிறேன்" என்றேன்.

"அப்பா! வேண்டாம். தயவு செய்து இந்த உலைக் களத்திலிருந்து இப்போது என்னை எடுத்துவிடுங்கள். வேண்டுமானால் அப்புறம் ஒருமுறை ஈரத்துணி சுற்றலாம்."

வேறு விஷயங்களைப் பற்றிப் பேச்சுக் கொடுத்துக்கொண்டே இன்னும் சில நிமிஷங்கள் அப்படியே வைத்திருந்தேன். நெற்றியிலிருந்து வியர்வை அருவியாக ஓடிற்று. பின்னர் போர்வைகளையும் ஈரத்துணியையும் எடுத்துவிட்டு உடம்பைத் துடைத்தேன். அப்படியே தந்தையும் மகனும் ஒரே படுக்கையில் படுத்துத் தூங்கிவிட்டோம்.

கட்டையைப்போல் இருவரும் தூங்கினோம். மறுநாள் காலையில் சுரம் நிரம்பவும் குறைந்துவிட்டது. இவ்வாறே பாலும் பழச்சாறும் மட்டும் அருந்தி 40 நாள் காலம் கழித்தான். ஆனால், அன்றைக்குப் பின் எனக்குப் பயம் போய்விட்டது. அது பெரும் பிடிவாதமான சுரமாயினும், அதைக் கட்டுக்குள் கொண்டு வந்தாய்விட்டது, இன்று என் புதல்வர்களுக்குள் மணிலாலே தேக சுகத்தில் சிறந்தவனாய் இருக்கிறான். அவன் குணமடைந்ததற்குக் காரணம் ஆண்டவன் கருணையா, ஜல சிகிச்சை முறையா, கவலையுடன் உணவு கொடுத்துப் பணிவிடை செய்து வந்ததா என்று யாரால் சொல்ல முடியும்? ஒவ்வொருவரும் தத்தம் நம்பிக்கைக்கேற்ப முடிவு செய்வார்களாக, என் வரையில் ஆண்டவன் என் மானத்தைக் காப்பாற்றினார் என்பதில் எனக்கு எள்ளளவும் ஐயமில்லை. அந்நம்பிக்கை இன்றளவும் மாறாமலே இருந்து வருகிறது.

23. மீண்டும் தென்னாப்பிரிக்கா பிரயாணம்

மணிலால் சுகமடைந்தானாயினும், கர்க்காம் வீடு வாசத்திற்குத் தகுதியற்றதெனக் கண்டேன். ஈரங் காத்தவீடு; வெளிச்சமும் போதாது. எனவே, ஸ்ரீ ரேவா சங்கர் ஜகஜ்ஜீவனுடன் கலந்து யோசித்து பம்பாயின் சுற்றுப்புறத்தில் நல்ல காற்றோட்டமுள்ள பங்களா ஒன்றைக் குடிக்கூலிக்கு அமர்த்திக்கொள்ளத் தீர்மானித்தேன். பாந்திராவிலும் ஸாந்தாகிரஸ்ஸிலும் சுற்றி அலைந்தேன். பாந்திராவில் மாட்டிக்கும் சாலையைப் பார்த்தும் அவ்விடம் வேண்டாமென்று தீர்மானித்தேன். காட்கோபார், சமுத்திரக்கரையிலிருந்து வெகுதூரத்திலிருந்ததால் அதுவும் பிடிக்கவில்லை. கடைசியில் ஸாந்தா கிரஸ்ஸில் ஒரு நல்ல பங்களாவைப் பிடித்தோம். சுகாதாரத்தைப் பற்றியவரை அதுவே மிகச்சிறந்ததென்பதில் ஐயமில்லை.

ஸாந்தாகிரஸ்ஸிலிருந்து சர்ச்கேட்டுக்கு முதல் வகுப்பு ஸீஸன் டிக்கட் ஒன்று வாங்கிக்கொண்டேன். என்னுடைய வண்டியில் நான் ஒருவனே முதல் வகுப்புப் பிராயணி என்றெண்ணி ஓரளவு இறுமாப்புக் கொண்டதாக எனக்கு நினைவிருக்கிறது. அடிக்கடி பாந்திராவுக்கு நடந்துசென்று அங்கிருந்து சர்ச்கேட்டுக்கு நேராகச் சென்று வேகமாக வண்டியில் ஏறிப்போவதுண்டு.

நான் எதிர்ப்பார்த்ததைவிட அதிகமாகவே எனக்கு வக்கீல் தொழிலில் வருவாய் கிடைத்து வந்தது, தென்னாப்பிரிக்காவில் இருந்த என் கட்சிக்காரர்கள் அவ்வப்போது எனக்கு ஏதேனும் வேலைக் கொடுத்து வந்தார்கள். இவ்வாறு வாழ்க்கை நடப்பதற்குப் போதிய ஊதியம் கிடைத்து வந்தது.

ஹைகோர்ட்டில் இன்னும் எனக்கு வேலை கிடைத்தபாடில்லை. ஆனால், அக்காலத்தில் நடந்துவந்த சட்ட விவாதக் கூட்டங்களுக்கு நான் போவதுண்டு. அவற்றில் கலந்துகொள்ளமட்டும் துணிவில்லை. இவ்விவாதங்களில் பிரதானமாகக் கலந்துகொண்டவர்களில் ஜமயத்ராம நானாபாய் ஒருவர் என்று ஞாபகம் இருக்கிறது. மற்றும் பல புதிய பாரிஸ்டர்களைப்போல் நானும் ஹைகோர்ட்டில் நடக்கும் வழக்குகளைக் கவனிக்கப்போவது வழக்கம். இப்படிப் போனதில் என் சட்ட ஞானத்தை வளர்க்கும் நோக்கத்தைவிடச் சமுத்திரக்காற்று வாங்கும் நோக்கமே அதிகமாயிருந்தது. அவ்வின்பத்தைத் துய்ப்பதற்காக வந்தவன் நான் ஒருவன் மட்டுமல்லன் எனக் கண்டேன். பெரும்பான்மையோர் இந்நோக்கத்துடனேயே

வந்தபடியால் அதுகுறித்து வெட்கப்படுதல் அவசியமில்லையெனத் தெரிந்தது.

ஆயினும் கடற்காற்று வாங்குவதுடன் நான் நின்றுவிடவில்லை. ஹைகோர்ட் புத்தகசாலையைப் பயன்படுத்திக்கொள்ளத் தொடங்கினேன். கூடிய விரைவில் ஹைகோர்ட்டில் வேலை கிடைக்கலாம் என்று தோன்றிற்று.

இவ்வாறு ஒருபுறத்தில் நான் என் தொழில் சம்பந்தமாக ஓரளவு கவலை நீங்கப் பெற்றவனாகி வருகையில் மற்றொருபுறத்தில் கோகலே என்மீது கண்ணோட்டம் செலுத்திக்கொண்டிருந்தார். என்னை முன்னுக்குக் கொண்டுவருவது குறித்து அவர் திட்டங்கள் போட்டவண்ணமிருந்தார். பிரதி வாரம் இரண்டு மூன்றுமுறை என்னுடைய அறைக்கு வருவார். தம்முடன் தமது நண்பர்களையும் அழைத்துவந்து பழக்கப்படுத்தி வைப்பார். அவருடைய வரும் வேலைமுறையைக் குறித்து விவரிப்பார்.

ஆனால், ஆண்டவன் என் வருங்காலத்தைப் பற்றி என்னுடைய திட்டம், எதுவும் நடக்கவிடுவதில்லை என்பதைக் குறிப்பிட வேண்டும். அவனுடைய திட்டங்களும் யோசனைகளும் தனியாய் இருந்தன.

நான் உத்தேசித்தபடி பம்பாயில் நிலைத்துவிட்டேனென்று எண்ணிக்கொண்டிருந்தபோது, சிறிதும் எதிர்பாராத வண்ணம் தென்னாப்பிரிக்காவிலிருந்து ஒரு தந்தி வந்தது. "சேம்பர்லின் இங்கு வரப்போகிறார். தயவுசெய்து உடனே திரும்பி வாருங்கள்" என்று தந்தி கூறிற்று. எனது வாக்குறுதியை நினைவுகூர்ந்து பிராயணத்துக்குப் பணம் அனுப்பினால் உடனே கிளம்புவதாகப் பதில் தந்தியடித்தேன். அவர்கள் தாமதம் செய்யாமல் பணம் அனுப்பினார்கள். காரியாலய அறைகளைக் காலி செய்துவிட்டுத் தென்னாப்பிரிக்கா கிளம்பினேன்.

தென்னாப்பிரிக்காவில் ஒரு வருஷத்துக்காகவது வேலை இருக்குமென்று கருதினேன். ஆதலின் பங்களாவை மட்டும் காலி செய்யாமல் அதிலேயே என் மனைவியும் குழந்தைகளும் வசிக்குமாறு ஏற்பாடு செய்தேன்.

ஊக்கமுள்ள இளைஞர்கள் சொந்தநாட்டில் முன்னுக்கு வரும் வழி அகப்படாவிடில் பிறநாடுகளுக்குச் செல்லவேண்டுமென்பது அப்போது என் கொள்கை. எனவே, என்னுடன் அத்தகைய இளைஞர்கள் நான்கு, ஐந்து பேரை அழைத்துச்சென்றேன். இவர்களில் ஒருவர் மகன்லால் காந்தி.

காந்தி குடும்பம் எப்போதும் பெரிய குடும்பமாகும். பழைய வழியை விடுத்துக் கடல் கடக்கத் துணியும் எல்லாரையும் கண்டுபிடித்து அழைத்துச்செல்ல விரும்பினேன். குடும்பத்தில் பலரை என் தந்தையார் சமஸ்தான உத்தியோகங்களில் அமர்த்துவது வழக்கம். அவ்வுத்தியோக மோகத்திலிருந்து அவர்களை விடுவிக்க விரும்பினேன். ஆனால், அவர்களுக்கு வேறு உத்தியோகம் தேடிக்கொடுக்க எனக்குச் சக்தியில்லை. சக்தியிருந்தாலும் செய்திருக்கமாட்டேன். அவர்கள் பிறரை நம்பியிராமல் தற்சார்பு உள்ளவர்களாக ஆகவேண்டுமென்பதே என் விருப்பம்.

ஆனால், எனது இலட்சியங்களை உன்னதமாக ஆக, இவ்விளைஞர்களையும் அவ்விலட்சியங்களை ஏற்றுக்கொள்ளும்படி செய்ய முயலலானேன். மகன்லால் காந்தி விஷயத்தில் என் முயற்சி பெரும் வெற்றியளித்தது. இதைப்பற்றிப் பின்னர் கூறுவேன்.

மனைவி குழந்தைகளைவிட்டுப் பிரிய நேர்ந்ததும், நிலையான வாழ்வை நடுவில் குலைக்க வேண்டியிருந்ததும். நிச்சயமான நிலைமையிலிருந்து நிச்சயமற்ற நிலைமைக்குச் செல்லவேண்டி வந்ததும், இவையெல்லாம் சிறிது நேரத்துக்குத் துயரமாகவே இருந்தன. ஆனால், நிச்சயமற்ற வாழ்வுக்குப் பயப்படாத தன்மையை நான் பெற்றிருந்தேன். சத்திய சொரூபமாயிருக்கும் ஆண்டவனைத் தவிர வேறொன்றும் நிச்சயமில்லாத இவ்வுலகில் நிச்சயமான வாழ்வை எதிர்பார்ப்பதே தவறாகுமென்பது என் கருத்து. நம்மைச்சுற்றிலும் காணப்படுபவை, நிகழ்பவை எல்லாம் அநித்தியமானவையும், நிச்சயமற்றவையுமேயாகும், இவற்றுள் எல்லாம் மறைந்து நிற்கும் பரம்பொருள் ஒன்றே நிச்சயமானதாகும். இந்த நிச்சயப் பொருளை ஒரு கண நேரமேனும் தரிசித்து அதனுடன் வாழ்க்கையென்னும் வண்டியை இணைத்துவிடுபவன் எவனோ அவனே பாக்கியசாலியாவான். அந்தச் சத்தியப் பொருளைத் தேடுதலே வாழ்வின் நித்தியானந்தமாகும்.

மிகவும் சரியான தருணத்தில் டர்பன் நகர் போய்ச்சேர்ந்தேன். அங்கே வேலை தயாராகக் காத்திருந்தது. மிஸ்டர் சேம்பர்லினை ஒரு பிரதிநிதிக் கூட்டம் பேட்டி காண்பதற்குத் தேதியும் குறிப்பிட்டாகிவிட்டது. அவரிடம் சமர்ப்பிக்க வேண்டிய விக்ஞாணபத்தைத் தயார் செய்துகொண்டு பிரதிநிதிக் கூட்டத்துடன் போகவேண்டிய கடமை எனக் கேற்பட்டது.

24. சகோதரி நிவேதிதை

1927ஆம் வருடம் ஜூன் மாதம் 30ஆம் தேதி வெளியான 'யங் இந்தியாவில்' மகாத்மா காந்தி எழுதிய குறிப்பின் சுருக்கம் வருமாறு,

சத்திய சோதனை மூன்றாம் பாகம் பத்தென்பதாம் அத்தியாயத்தில் சகோதரி நிவேதிதையைப் பற்றி வரும் பகுதியின் மீது மாடர்ன் ரிவியூ பின்வரும் குறிப்பு வரைந்திருக்கிறது. "வேறு விவரம் எதுவும் சொல்லாமல் சகோதரி நிவேதிதையைச் சுற்றியிருந்த பெருமிதம் என்று குறிப்பிட்டிருந்தது, அவரது வாழ்க்கைமுறையைப் பற்றிப் பிழைப்பட்ட எண்ணம் உண்டுபண்ணக் கூடியதாகும். உண்மை என்னவென்றால் ஸ்ரீ காந்தி, சகோதரி நிவேதிதையைப் பார்த்தபோது அவர் அமெரிக்க ஸ்தானாதிபதி காரியாலயத்தைச் சேர்ந்த மிஸ்ஸஸ் ஒல்புல், மிஸ்ஜோஸபைன் மக்லீட் என்னும் பெண்மணிகளின் விருந்தினராயிருந்தார். ஆதலின் பெருமிதத்துக்கு அவர் பொறுப்பாளி அல்லர். போஸ் பாரா சந்தில் பழைய காலத்து வீடு ஒன்றில் அவர் நடத்திய எளிய, தவவொழுக்க வாழ்க்கை அவருடைய நண்பர்களுக்கும் அவரை அறிந்தவர்கள் அனைவருக்கும் நன்கு தெரிந்ததாகும், ஸ்ரீ கோகலே ஸ்ரீ காந்தியுடன் ஆங்கிலத்தில் பேசினாரா? அவர் (Volatile) என்னும் பதத்தை உபயோகப்படுத்தினாரா என்று நமக்குத் தெரியாது. ஏனெனில், 'யங் இந்தியா'வில் வருவது குஜராத்தியிலிருந்து மொழி பெயர்க்கப்பட்டதாகும். அப்பதத்துக்கு யார் பொறுப்பாளி ஆனாலும் அவர் சகோதரி நிவேதிதைக்கு அநீதி இழைத்திருக்கிறார். அப்பதத்துக்கு ஆங்கில அகராதிகளில் 'குதூகல இயல்புள்ள நிலையற்ற; உறுதியில்லாத' என்னும் பொருள்கள் காணப்படுகின்றன. சகோதரி நிவேதிதை குதூகல இயல்புடையவரல்லர். அவர் உள்ளம் உயரிய விஷயங்களிலேயே ஈடுபட்டிருந்தது. ஹிந்து மதத்தினிடமும். இந்தியாவினிடமும் அவர் வைத்திருந்த உறுதியான பக்தி பிரசித்திப்பெற்றது. ஹிந்து மதத்தினிடம் அவர் கொண்டிருந்த அளவறிந்த அன்பைப்பற்றி ஸ்ரீ காந்தி குறிப்பிட்டிருப்பது மிகவும் சரியானதும் நியாயமானதுமாகும்."

இந்தத் திருத்தத்தை நான் மகிழ்ச்சியுடன் பிரசுரிக்கிறேன். மாடர்ன் ரிவியுவின் இந்தக் குறிப்பைப் பார்ப்பதற்கு முன்னால், நான் சகோதரி நிவேதிதையைச் சந்தித்த இடம் சொந்த இருப்பிடம் அன்றென்றும், அவர் வேறொருவரின் விருந்தினராய்

இருந்தாரென்றும் எனக்குத் தெரியாது. வாசகர்கள் என்னுடைய குறைகளை உணர்ந்துகொள்ள வேண்டும். நான் படித்திருப்பது மிகக்கொஞ்சம். எனக்கு எவ்வளவோ விருப்பமிருந்தபோதிலும் அதற்காக இந்தியாவின் முன்னேற்றத்துக்குப் பெரிதும் காரணமாயிருந்த பெரியோர்களின் சரித்திரங்களைக்கூட நான் படித்ததில்லை. ஆனால், இப்படி என் படிப்புக் குறைவாய் இருப்பதற்குக் காரணம் சோம்பேறித்தனம் அன்றென எண்ணி ஆறுதல் அடைகிறேன்.

என் வாழ்க்கை இளமைப்பருவத்திலிருந்து இடைவிடா உழைப்பும் போராட்டமும் நிறைந்த வாழ்க்கை ஆதலால், படிப்பதற்கு அதிக நேரங்கிடைக்கவில்லை. மொத்தத்தில் இதனால் நான் அடைந்தது லாபமா நஷ்டமா என்பது எனக்கே இன்னும் நிச்சயப்படவில்லை. வாரந்தோறும் நான் எழுதிவரும் சரித்திரத்தில் பற்பல ஸ்திரீ புருஷர்களைப் பற்றி நான் சொல்வதெல்லாம் சத்திய ஆராய்ச்சியில் ஈடுபட்டிருக்கையில் அவ்வப்போது என் மனோநிலையை விளக்குவதற்காகவே அன்றி வேறில்லை. இதற்கு அவசியமில்லாத எவ்வளவோ வாழ்க்கை நிகழ்ச்சிகளையும் பிற மனிதர்களைப் பற்றிய குறிப்புகளையும் அவை சுவையளிக்கக் கூடுமாயினும் விட்டுவிடுகிறேன். ஆதலின் நான் இக்கதையில் பிற முடிவான அபிப்பிராயமென்றாவது, அதுவே உண்மையென்றாவது வாசகர்கள் கொள்ளுதல் அவர்களுக்கும் எனக்கும் அநீதி செய்வதாகும்.

பிறரைப் பற்றியக் குறிப்புகள் அவ்வக்காலத்தில் என் மனதில் தோன்றிய எண்ணங்களைச் சொல்வனவென்று மட்டுமே கருதப்படவேண்டும். சகோதரி நிவேதிதை, ஸ்வாமி விவேகனாந்தர், மகரிஷி தேவேந்திர நாதர் முதலியோரைப் பற்றி நான் சொல்லப்புகுந்தது, சத்தியத்தை தேடுவதில் எனக்கிருந்த அடங்கா ஆவலையும், வேலையெல்லாம் சத்திய ஆராய்ச்சியின் ஒரு பகுதியே என்பதையும், அரசியல் வேலையை முன்னிட்டு அவ்வாராய்ச்சியை நான் ஒருநாளும் கைவிடவில்லை என்பதையும் விளக்குவதற்காகவே அன்றி வேறில்லை. ஆதலின் மாடர்ன் ரிவியூ குறிப்பைப் படித்ததும் அதை மிகமகிழ்ச்சியுடன் இங்கெடுத்துப் போட்டிருக்கிறேன்.

'Volatile' என்னும் பதத்தைப் பொறுத்தவரையில் ஸ்ரீ மகாதேவ தேஸாய் மொழிபெயர்த்தவரான போதிலும் மொழிபெயர்ப்பை நான் பார்த்தே பிரசுரிக்கப்படுவதால் நான் பொறுப்பைக் கழித்துக்கொள்ள முடியாது. ஆனால், நானாவது அவராவது

அகராதியில் காணப்படும் பொருள்களைக் கருதவேயில்லை. கோகலே என்ன பதம் உபயோகித்தார் என்பது எனக்கு ஞாபகமில்லை. குஜராத்தியில் 'தேஜி' என்னும் பதம் உபயோகிக்கப்பட்டிருக்கிறது. சகோதரி நிவேதிதைக்கும் எனக்கும் நடந்த சம்பாஷணை எனக்கு நன்றாக நினைவிருக்கிறது. ஆனால், அதை நான் விவரிக்கப் போவதில்லை. மூலத்திலோ மொழிபெயர்ப்பிலோ உள்ள எந்தத் தவறும் ஹிந்து மதத்தினிடமும் இந்தியாவினிடமும் அவ்வளவு அவா, அன்பு வைத்திருந்த ஒருவருடைய பெயருக்குக் கேடுவிளைவிக்க முடியாது. அவர் என்றென்றைக்கும் நன்றியறிதலுடன் போற்றப்பட்டு வருவார் என்பதில் ஐயமில்லை.

நான்காம் பாகம்

01. சேம்பர்லின் விஜயம்

தென்னாப்பிரிக்காவில் மூன்றரைக்கோடி பவுன் நன்கொடை சம்பாதிக்கவும், ஆங்கிலேயர், போயர் எல்லாருடைய இதயங்களையும் கவரவும் சேம்பர்லின் வந்திருந்தார். எனவே இந்தியப் பிரதிநிதிக் கூட்டத்துக்கு அவர் திருப்திகரமான பதில் தரவில்லை. அவர் கூறியதாவது, "சுயாட்சி பெற்ற குடியேற்ற நாடுகள் மீது சாம்ராஜ்ய அரசாங்கத்துக்கு அதிகாரம் எதுவுமில்லை என்பது நீங்கள் அறிந்ததே. உங்கள் குறைகள் உண்மையானவை என்றே காணப்படுகின்றன. அவைகளை நீக்க என்னால் இயன்றளவு முயல்கிறேன். ஆனால் நீங்கள் ஐரோப்பியர்கள் மத்தியில் வசிக்க விரும்பினால் அவர்களைச் சமாதானப்படுத்த முயலவேண்டும்.

இவ்விடையினால், பிரதிநிதிக் கூட்டத்தைச் சேர்ந்தவர்களின் உற்சாகம் பறந்துபோயிற்று. நானும் ஏமாற்றமடைந்தேன். அச்சம்பவம் என் கண்களைத் திறந்தது. தீவிரமாக வேலை செய்ய வேண்டுமென்று உணர்த்திற்று. இதை என் சகாக்களிடம் தெரிவித்தேன்.

உண்மையில், மிஸ்டர் சேம்பர்லினின் பதிலில் தவறு ஒன்றுமில்லை. உண்மையை மழுப்பாமல் அவர் உள்ளது உள்ளபடி கூறியது நல்லதேயாகும். 'வல்லான் வகுத்ததே வாய்க்கால்' என்னும் விதியை அவர் எங்களுக்கு நயமான மொழிகளில் தெரிவித்தாரே அன்றி வேறில்லை. கத்தி எடுத்தவன் வைத்ததுதான் சட்டம் என்பதை அவர் எங்களுக்குத் தெளிவாக்கினார்.

ஆனால், எங்களிடமோ கத்தியில்லை. கத்தியினால் வெட்டப்படுவதற்கு வேண்டிய தைரியமும், தேக பலமுங்கூட எங்களுக்குக் கிடையாது.

மிஸ்டர் சேம்பர்லின் தென்னாப்பிரிக்காவில் சிறிது காலமே இருப்பதாக உத்தேசித்திருந்தார். இந்தியாவில் ஸ்ரீ நகரிலிருந்து குமரி முனை 1,900 மைலானால், இங்கே டர்பனிலிருந்து கேப்டவுன் 1,100 மைலுக்குக் குறைவில்லை. இவ்வளவு தூரத்தையும் சண்டமாருதத்தின் வேகத்தில் சேம்பர்லின் கடக்க வேண்டியிருந்தது.

நேட்டாலிலிருந்து டிரான்ஸ்வாலுக்கு விரைந்து சென்றார். அங்கிருந்த இந்தியர்களுக்காவும் நான் ஒரு விண்ணப்பம் தயாரித்து அவரிடம் சமர்ப்பிக்க வேண்டியவனாயிருந்தேன். ஆனால் பிரிடோரியாவுக்குப் போவது எப்படி? அங்கே நான் போவதற்கு அவசியமான சட்ட சம்பந்தமான ஏற்பாடுகளை அங்குள்ள இந்தியரால் செய்ய முடியவில்லை. போயர் யுத்தம் டிரான்ஸ்வாலை வனாந்திரமாக்கிவிட்டது. உணவுப்பொருள்களோ, துணிமணிகளோ அங்கே கிடைப்பதில்லை. கடைகள் காலியாகவோ, மூடப்பட்டோ கிடந்தன. நாளடைவில் அவை எல்லாம் திறக்கப்படுமென்றாலும், கடைகள் திறக்கப்பட்டு உணவுப்பொருள்கள் சேகரிக்கப்படும் வரையில், ஏற்கனவே டிரான்ஸ்வாலிலிருந்து ஓடிப் போனவர்களைக்கூட, அங்குத் திரும்பிவர விடக்கூடாது என்று கருதப்பட்டது. எனவே, டிரான்ஸ்வாலுக்குப் போகும் ஒவ்வொருவரும் அனுமதிச்சீட்டுப் பெறவேண்டுமென்று விதி செய்திருந்தார்கள். அவ்வனுமதிச்சீட்டுப் பெறுவதில் ஐரோப்பியர்களுக்குக் கஷ்டமே இருப்பதில்லை. ஆனால், இந்தியர்களுக்குத்தான் நிரம்பக் கஷ்டமாய் இருந்தது.

யுத்தத்தின்போது இந்தியாவிலிருந்தும், இலங்கையிலிருந்தும் தென்னாப்பிரிக்காவுக்கு வெள்ளைக்கார சிப்பாய்களும், இராணுவ உத்தியோகஸ்தர்களும் பலர் வந்திருந்தார்கள். இவர்களில் தென்னாப்பிரிக்காவிலேயே குடியேற விரும்பியவர்களுக்கு உத்தியோகம் தேடிக்கொடுப்பது தங்கள் கடமையென்று பிரிட்டிஷ் அதிகாரிகள் கருதினார்கள். இவர்களில் சிலர் தங்களுடைய புத்தியின் சாமர்த்தியத்தினால் ஒரு புதிய இலாகாவை சிருஷ்டித்தனர். நீக்கிரோவர்களுக்கென்று ஒரு தனி இலாகா இருந்தது. ஆசியாக்காரர்களுக்கென்று ஒரு தனி இலாகா ஏன் இருத்தல் கூடாது? இது மிகவும் உசிதமாகவே காணப்பட்டது. எனவே, நான் தென்னாப்பிரிக்கா போவதற்குள் அப்புதிய இலாகா ஏற்பட்டு நாலா பக்கமும் தன்னுடைய அதிகாரத்தைப் பரப்பிக்கொண்டு வந்தது. அனுமதிச்சீட்டு வழங்கலாமாயினும், ஆசியாக்காரர்களுக்கு மட்டிலும் தங்களுடைய சிபாரின் மீதே வழங்கவேண்டுமென்று புதிய இலாகாக்காரர்கள் சொன்னார்கள். புதிய இலாகாவுக்கு ஏதேனும் வேலை வேண்டியிருந்தது. அந்த இலாகாவைச் சேர்ந்தவர்களுக்கோ பணம் வேண்டியிருந்தது. வேலை இல்லாவிட்டால் இலாகாவுக்கு அவசியமில்லை என்று கண்டு அது மூடப்பட்டுவிடலாம். எனவே, அவர்கள் இவ்வேலையை தங்களுக்குத் தாங்களே ஏற்படுததிக்கொண்டார்கள்.

அனுமதிச்சீட்டுப் பெற விரும்பிய இந்தியர்கள், இந்த, இலாகாவுக்கே விண்ணப்பம் செய்துகொள்ள வேண்டியதாயிற்று. விண்ணப்பம் அனுப்பினால் பலநாள் கழித்தே அதற்குப் பதில் வரும். டிரான்ஸ்வாலுக்குத் திரும்ப விரும்பிய இந்தியர் பலரான படியால், அனுமதிச்சீட்டு வாங்கித் தருவதற்குத் தரகர்கள் ஏராளமாகத் தோன்றலானார்கள். இவர்களும் மேற்படி உத்தியோகஸ்தர்களும் சேர்ந்து ஏழை இந்தியர்களின் பணத்தை ஆயிரக்கணக்கில் கொள்ளையிட்டார்கள். சிபாரிசு இல்லாமற்போனால் அனுமதிச்சீட்டே கிடைப்பதில்லையென்றும், அப்போதுங்கூட 100 பவுன் வரை கொடுக்க வேண்டியிருந்ததென்றும் கேள்விப்பட்டேன். இவ்வாறாக, நான் டிரான்ஸ்வாலுக்குப் போக வழியில்லையென்று காணப்பட்டது. எனது பழைய நண்பரான டர்பன் போலீஸ் சூப்பரிண்டென்டின் வீட்டுக்குச் சென்றேன். 'தயவுசெய்து டிரான்ஸ்வாலுக்குப் போக ஓர் அனுமதிச்சீட்டு வாங்கித்தாருங்கள். நான் டிரான்ஸ்வாலில் வசித்தவன் என்பது தங்களுக்குத் தெரியுமே' என்று அவரிடம் கேட்டுக்கொண்டேன். அவர் உடனே தொப்பி அணிந்து, என்னுடன் வெளியே புறப்பட்டு வந்து அனுமதிச்சீட்டும் வாங்கித் தந்தார். ரயிலுக்குப் போவதற்குச் சரியாக ஒருமணி நேரந்தான் பாக்கியிருந்தது. சாமான்களைக் கட்டித் தயாராக வைத்திருந்தேன். எனவே, சூப்பரிண்டென்டு அலெக்ஸாண்டருக்கு நன்றி செலுத்திவிட்டு உடனே பிரிடோரியாவுக்குப் பிராயணமானேன்.

என் முயற்சிக்கு எவ்வளவு கஷ்டங்கள் காத்திருக்கின்றன என்பதை இப்போது ஒருவாறு உணர்ந்திருந்தேன். பிரிடோரியா சென்றதும் விக்ஞாபனத்தைத் தயாரித்தேன். டர்பனில் சேம்பர்லினைப் பேட்டி காண இந்தியர்கள் கோரியபோது, அவர்களுடைய பிரதிநிதிகள் யார் என்று முன்னாடியே கேட்டதாக எனக்கு நினைவில்லை. ஆனால், இங்கே புதிய இலாகா வேலை செய்துகொண்டிருந்தது. எனவே, முதல் பிரதிநிதிகளின் பெயர்களைத் தெரிவிக்கும்படி கேட்டிருந்தார்கள். என்னை விலக்கிவிட வேண்டுமென்பது உத்தியோகஸ்தர்களின் விருப்பம் என்று, பிரிடோரியா இந்தியர்கள் இதற்கு முன்பே தெரிந்துகொண்டிருந்தார்கள்.

இந்தத் துயரகரமான, ஆனால் வேடிக்கையான சம்பவத்தைப் பற்றி மற்றோர் அத்தியாயத்தில் விவரமாகக் கூறுகிறேன்.

02. அதிகாரவர்க்கத் தெய்வங்கள்

புதிய இலாகாவின் தலைமை அதிகாரிகளுக்கு நான் டிரான்ஸ்வாலுக்குள் நுழைந்ததெப்படி என்பது விளங்கவில்லை. அவர்களிடம் அடிக்கடி வந்துகொண்டிருந்த இந்தியர்களை விசாரித்துப் பார்த்தார்கள். ஆனால், திட்டமான விவரம் எதுவும் கிடைக்கவில்லை. ஒருக்கால், நான் டிரான்ஸ்வாலில் முன்னமே வசித்தவன் என்ற தைரியத்தினால் அனுமதிச்சீட்டு இல்லாமல் பிரவேசித்திருக்கலாமோ என்று ஊகித்தார்கள். அங்ஙனமாயின், என்னைக் கைது செய்யலாமன்றோ?

பெரிய யுத்தம் ஏதேனும் நடந்தால் அது முடிந்ததும், சிலகாலத்துக்கு அரசாங்கத்துக்கு விசேஷ அதிகாரங்கள் கொடுப்பது வழக்கம். தென்னாப்பிரிக்காவிலும் இப்படியே நடந்தது. அமைதி நாட்டும் அவசரச் சட்டம் ஒன்று அரசாங்கத்தார் செய்திருந்தனர். இச்சட்டத்தின்படி, அனுமதிச்சீட்டில்லாமல் டிரான்ஸ்வாலில் நுழைபவர் எவரையும் கைதுசெய்து சிறைப்படுத்திவிடலாம். என்னை இச்சட்டத்தின் கீழ் கைது செய்யலாமாவென்று அதிகாரிகள் யோசனை செய்தனர். ஆனால், அனுமதிச்சீட்டு காட்டும்படி என்னைக் கேட்க எவருக்கும் தைரியம் வரவில்லை. எனவே, டர்பனுக்குத் தந்தி கொடுத்துக் கேட்டார்கள். அனுமதிச்சீட்டுப் பெற்றே வந்திருக்கிறேன் என்று அறிந்ததும் பெரும் ஏமாற்றமடைந்தார்கள். ஆனால், இத்தகைய ஏமாற்றத்தினால் சோர்ந்துவிடுவோர் அவர்களல்லர். டிரான்ஸ்வாலுக்கு நான் வந்துவிட்டேனாயினும் சேம்பர்லினைப் பேட்டிக் காணாமல் தடுத்துவிடலாமன்றோ?

எனவே, சேம்பர்லினைப் பேட்டிக் காணும் பிரதிநிதிகள் யார்யார் என்று தெரிவிக்கும்படி கேட்டார்கள். தென்னாப்பிரிக்காவெங்கும் நிற வேற்றுமை உணர்ச்சி குடிகொண்டிருந்ததை நான் அறிவேன். ஆனால் இந்தியாவில் எனக்கு அனுபவமாகியிருந்த இழிவான தந்திரங்களும், கீழான உபாயங்களும் இங்குள்ள அதிகாரிகளாலும் கையாளப்படுமென்று எதிர்பார்க்கவே இல்லை. தென்னாப்பிரிக்காவில் அரசாங்க இலாகாக்கள் பொதுஜனங்களின் நன்மைக்காகவே ஏற்பட்டிருந்தன. அவை பொதுஜன அபிப்பிராயத்துக்கு இணங்கவே நடைபெற்றன. எனவே, உத்தியோகஸ்தர்கள் தாழ்மைக் குணத்துடனும், மரியாதையுடனும் நடந்துகொண்டனர். இதன் பயனை

வெள்ளைக்காரரல்லாத வேறு நிறத்தாரும் ஓரளவு அனுபவித்தனர். ஆசியாவிலிருந்து உத்தியோகஸ்தர்கள் வந்ததும் இது மாறிவிட்டது. அவர்கள் வைத்ததே சட்டமாக அதிகாரம் நடத்தினார்கள். எனவே, அந்த வழக்கத்தையே இங்கும் கொண்டுவந்தனர். தென்னாப்பிரிக்காவில் ஒருவகை ஜனநாயகம். அதாவது ஜனங்களுக்குப் பொறுப்பான ஆட்சிமுறை இருந்து வந்தது. ஆசியாவிலிருந்து இப்போது இறக்குமதியானதோர் ஜனநாயகக் கலப்பற்ற தனி ஆட்சிமுறை. ஏனெனில், ஆசிய நாடுகளை ஆண்டு வந்தது பொறுப்பற்ற அந்நிய அதிகார வர்க்கம். தென்னாப்பிரிக்காவிலிருந்த ஐரோப்பியர்கள் அந்நாட்டில் நிரந்தரமாகக் குடியேறித் தென்னாப்பிரிக்காவின் குடிகளாகிவிட்டவர்கள். அரசாங்க உத்தியயோகஸ்தர்கள் மீது அவர்களுக்குச் செல்வாக்கு இருந்தது. ஆனால், இப்போது ஆசியாவிலிருந்து அதிகாரவர்க்கத் தெய்வங்கள் வந்திருந்தன. இதன் பயனாக இந்தியர்கள் இருதலைக்கொள்ளி எறும்பானார்கள்.

இந்த அதிகாரக் கொடுமையை நான் பெரிதும் அனுபவித்தேன். இலாகாத் தலைவரை வந்து பார்க்கும்படி முதலில் எனக்குக் கட்டளை வந்தது. இவர் இலங்கையிலிருந்து வந்த ஓர் உத்தியோகஸ்தர். கட்டளை வந்தது என்று நான் மிகைப்படுத்திச் சொல்வதாகக் கருதப்படலாம். ஆனால் அவ்வாறன்று, அதை விளக்கிக் கூறுகிறேன். எழுத்து மூலமான உத்திரவு எதுவும் எனக்கு வரவில்லை. இந்தியத் தலைவர்கள் அடிக்கடி ஆசிய இலாகா உத்தியோகஸ்தர்களைப் போய்ப் பார்க்கவேண்டியிருந்தது. இவர்களில் காலஞ்சென்ற சேத் தயாப் ஹாஜிகான் முகமது ஒருவர். இலாகாத் தலைவர், அவரை நான் யார் என்றும், எதற்காக வந்திருக்கிறேனென்றும் கேட்டராம்.

“அவர் எங்களுக்கு ஆலோசனை சொல்பவர். எங்கள் வேண்டுகோளின் மீதே இங்கு வந்திருக்கிறார்” என்று சேத் கூறினார்.

“அப்படியென்றால், நாங்கள் இங்கு இருப்பது எதற்காக? உங்களைப் பாதுகாப்பதற்காக நாங்கள் நியமிக்கப்படவில்லையா? இங்குள்ள நிலைமைகளைப் பற்றி காந்திக்கு என்ன தெரியும்?” என்று அதிகாரவர்க்கத் தெய்வம் கேட்டது.

தயாப் சேத் இதற்கு ஒருவாறு விடையளித்தார். “நீங்கள் இருப்பது உண்மைதான். ஆனால் காந்தி எங்கள் மனிதர். அவருக்கு எங்கள் பாஷைத் தெரியும். எங்கள் கஷ்ட நிஷ்டூரங்களையும் அவர் அறிவார். எப்படியும் நாங்கள் உத்தியோகஸ்தர்களதானே?” என்றார்.

என்னைத் தம்மிடம் அழைத்துக்கொண்டு வரும்படி தயாப் சேத்துக்கு துரை உத்தரவிட்டார். சேத்துடனும் இன்னும் சிலருடனும் துரையைப் பார்க்கச்சென்றேன். எங்களுக்கு ஆசனங்கள் கொடுக்கவில்லை. எல்லாரும் நின்றுகொண்டிருந்தோம்.

'இங்கே நீர் வந்தது எதற்காக?' என்று துரை என்னை நோக்கிக் கேட்டார்.

"எனது இந்திய சகோதரர்கள், ஆலோசனை கூறி உதவி செய்யுமாறு கேட்டுக்கொண்டார்கள். அதன்மீது வந்தேன்" என்று பதிலளித்தேன்.

"ஆனால் இங்கே வர உமக்கு உரிமை இல்லையென்று தெரியாதா? நீர் வைத்துக்கொண்டிருக்கும் அனுமதிச்சீட்டு உமக்குத் தவறாகக் கொடுக்கப்பட்டது. இங்கே குடியேறிவிட்ட இந்தியராக உம்மைக் கருத முடியாது. நீர் திரும்பிப்போயே தீரவேண்டும். மிஸ்டர் சேம்பர்லினை நீர் பேட்டிக் காணமுடியாது. இங்குள்ள இந்தியர்களைப் பாதுகாப்பதற்கென்றே ஆசிய இலாகா ஏற்பட்டிருக்கிறது. நல்லது இப்போது நீர் போகலாம்."

இத்துடன் அவர் எனக்கு வெளியே போக வழிக்காட்டிவிட்டார். பதில் சொல்வதற்கே அவகாசம் கொடுக்கவில்லை. ஆனால் மற்ற நண்பர்களை நிறுத்திக்கொண்டு நன்றாகத் திட்டினார். என்னை உடனே திருப்பி அனுப்பிவிடும்படி அவர்களுக்கு யோசனைக் கூறினார்.

மிகுந்த எரிச்சலுடன் அவர்கள் திரும்பி வந்தார்கள். இவ்வாறு நாங்கள் சிறிதும் எதிர்பாராத பிரச்சினையொன்று குறுக்கிட்டது.

03. அவமதிப்புக்குத் தலை குனிந்தது

இந்த அவமதிப்பினால் என் மனம் துடிதுடித்தது. ஆயினும் இதற்குமுன் பலமுறைகளில் இத்தகைய அனுபவம் பெற்றிருந்தேனாதலின். அவமதிப்பைப் பொறுமையுடன் சகிக்கும் ஆற்றல் பெற்றிருந்தேன். எனவே, ஆர அமர யோசித்து எவ்வழி உசிதமென்று தோன்றுகிறதோ அதைக் கடைப்பிடிக்கத் தீர்மானித்தேன்.

ஆசிய இலாகாத் தலைவரிடமிருந்து எங்களுக்கு ஒரு கடிதம் வந்தது. அதில், 'நான் ஏற்கனவே டர்பனில் மிஸ்டர் சேம்பரிலினை பேட்டிக் கண்டுவிட்டபடியால், இங்கு அவரைக் காணப்போகும்

பிரதிநிதிக் கூட்டத்திலிருந்து என் பெயரை எடுத்துவிடுதல் அவசியமாயிற்று' என்று கண்டிருந்தது

இதை என் சகாக்களால் பொறுக்க முடியவில்லை. பிரதிநிதிகளை அனுப்பும் யோசனையைக் கைவிட்டுவிடுவதாக அவர்கள் சொன்னார்கள். இதனால் ஏற்படக்கூடிய சங்கடமான நிலையை அவர்களுக்கு எடுத்துக்காட்டினேன்.

"நீங்கள் உங்கள் கட்சியை சேம்பர்லின் முன்பு எடுத்துச் சொல்லாவிட்டால், உங்களுக்குச் சொல்வதற்குக் கட்சியெதுவுமே இல்லையென்று பாவித்துக்கொள்வார்கள். நாம் சொல்லப்போவதை எழுத்து மூலமாகத்தானே சொல்லப்போகிறோம்? மனு எழுதித் தயாராயிருக்கிறது. அதை நான் படித்தாலும், வேறொருவர் படித்தாலும் ஒன்றுதான். மிஸ்டர் சேம்பர்லின் நம்முடன் இவ்விஷயத்தைப் பற்றி விவாதிக்கப்போவதில்லை. இந்த அவமதிப்புக்கு நான் உட்பட்டே தீரவேண்டுமெனத் தோன்றுகிறது" என்றேன்.

நான் பேசி முடித்தேனோ இல்லையோ, தயாப் சேத் ஆத்திரத்துடன் கூறியதாவது, "உங்களை அவமதித்தது இந்தியச் சமூகத்தையே அவமதித்ததாகாதா? நீங்கள் எங்களுடைய பிரதிநிதி என்பதை எவ்வாறு மறக்கமுடியும்?"

"உண்மையே. ஆனால், சமூகமும்கூட இத்தகைய அவமதிப்புகளுக்கு உட்பட்டே தீரவேண்டும். வேறு வழி நமக்கு இல்லையா?" என்று விடையளித்தேன்.

"என்ன வந்தாலும் வரட்டும். இனியும் புதிய அவமதிப்புகளை நாம் ஏன் வலிய வாங்கிக்கொள்ள வேண்டும். இப்போது உள்ளதைவிடப் பெரிய கேள்வி எதுவும் நமக்கு வரமுடியாது. ஏதேனும் உரிமைகள் இருந்தால் அல்லவா அவை போய்விடுமேயென்று பயப்பட வேண்டும்?" என்றார் தயாப் சேத்.

ரோஷமுள்ள இந்த பதில் எனக்குப் பிடித்திருந்ததாயினும், ரோஷப்படுவதால் இப்போது பயன் ஒன்றுமில்லை என்று உணர்ந்திருந்தேன். இந்தியச் சமூகத்தின் ஆற்றல் இவ்வளவுதான் என்பது எனக்கு நன்றாய்த் தெரிந்திருந்தது. எனவே, நண்பர்களைச் சமாதானப்படுத்தி எனக்குப் பதிலாக இந்திய பாரிஸ்டர் ஸ்ரீமான் ஜார்ஜ் காட்பிரேயைத் தலைவராக அழைத்துச்செல்லும்படி சொன்னேன்.

இவ்வாறாக, காட்பிரேயின் தலைமையில் பிரதிநிதிக் கூட்டம் சென்றது. மிஸ்டர் சேம்பர்லின் தமது பதிலில் என்னை விலக்கியது

குறித்தும் குறிப்பிட்டார். ஒரு பிரதிநிதி சொல்வதையே மீண்டும் கேட்பதற்குப் பதிலாகப் புதியவர் ஒருவர் சொல்வதைக் கேட்பது நல்லதல்லவா? என்று சொல்லி, இந்தியர்களின் மனப்புண்ணை ஆற்ற முயன்றார்.

ஆனால், இம்முயற்சிகளினால் காரியம் முடிவடைவதற்குப் பதிலாக, சமூகத்துக்கும், எனக்கும் வேலை அதிகமே ஆயிற்று. மறுபடியும் நாங்கள் அடியிலிருந்து வேலை துவங்க வேண்டியிருந்தது. நீங்கள் சொன்னதன் பேரில்தானே நாங்கள் (போயர்) யுத்தத்தின் போது உதவி செய்தோம்? அதனுடைய பலன்களை இப்போது பார்க்கிறீர்கள் அல்லவா? என்று சிலர் குத்திக்காட்டினார்கள். ஆனால், இதற்கு நான் பயந்துவிடவில்லை, நான் சொன்னதாவது, "அவ்வாறு நான் யோசனைக் கூறியதன் பொருட்டு வருந்தவில்லை. யுத்தத்தின் போது நாம் உதவி செய்தது மிகவும் நல்லது என்றே இப்போதும் கூறுகிறேன். அது நமது கடமையைச் செய்ததாகுமே அன்றி வேறில்லை. கடமைகளைச் செய்ததற்கு பலன்களை எதிர்பார்த்தல் கூடாது. ஆனால், நல்ல காரியம் எதுவும் முடிவில் பயனளித்தே தீரும் என்பது என் உறுதியான நம்பிக்கை. போனவற்றை மறந்து, நமது முன்னணி வேலையைப் பற்றிச் சிந்தித்தலே இப்போது நமது கடமை."

இதை எல்லோரும் ஒத்துக்கொண்டார்கள். மேலும் நான் கூறியதாவது, "நீங்கள் என்னை எதற்காக அழைத்தீர்களோ அவ்வேலை முடிவடைந்துவிட்டது. ஆனால், நீங்களே எனக்குத் தாய்நாட்டுக்குத் திரும்ப விடைக்கொடுத்தால்கூட நான் இப்போது டிரான்ஸ்வாலைவிட்டுப் போகக்கூடாதென்று எண்ணுகிறேன். இதற்குமுன் நான் நேட்டாலிலிருந்து வேலை செய்ததுபோல் இப்போது இங்கே இருந்து செய்யவேண்டும். இனிக் குறைந்தது ஒரு வருஷத்துக்கு, இந்தியா திரும்புவதைப் பற்றி நான் நினைத்தல் கூடாது. எனவே, டிரான்ஸ்வால் உயர்தர நீதிமன்றத்தில் (சுப்ரீம் கோர்ட்டில்) வக்கீல் தொழில் நடத்த அனுமதி பெறவேண்டும். இந்தப் புதிய ஆசிய இலாகாவுடன் போராட்டம் நடத்தி, வெற்றி பெறலாமென்னும் தைரியம் எனக்கிருக்கிறது. நாம் அப்படிச் செய்யாவிடில் இந்தியர்களை முழுதும் கொள்ளையடித்து விடுவதுடன் கடைசியில் நாட்டைவிட்டும் துரத்திவிடுவார்கள். தினந்தோறும் புதிய அவமானங்களும் ஏற்பட்டுக்கொண்டிருக்கும். மிஸ்டர் சேம்பர்லின் என்னைப் பார்க்க மறுத்ததும், ஆசிய இலாகா உத்தியோகஸ்தர் அவமதித்ததும் பெரியக் காரியங்களல்ல. சமூகம் முழுவதற்கும் ஏற்படும் அவமதிப்பே பெரியது. நாயின்

வாழ்க்கையாவது இன்னும் சிறிது மேன்மையாயிருக்கும். அத்தகைய வாழ்வை நம்மை நடத்தச்சொல்கிறார்கள். இதை நாம் பொறுத்துக்கொண்டிருக்க முடியாது.

இவ்வாறு நான் வேலை ஆரம்பித்தேன். பிரிடோரியாவிலும் ஜோகானிஸ்பர்க்கிலுமுள்ள இந்தியர்களுடன் கலந்து பேசி, கடைசியில் ஜோகானிஸ்பர்க்கில் வக்கீல் தொழில் தொடங்குவதென்று தீர்மானித்தேன்.

டிரான்ஸ்வால் உயர்தர நீதிமன்றத்தில் வக்கீல் தொழில் நடத்த எனக்கு அனுமதி கிடைக்குமாவென்று சந்தேகமாகவே இருந்தது. ஆனால், வக்கீல் சங்கத்தார் என் விண்ணப்பத்தை எதிர்க்கவில்லை. நீதிமன்றத்தாரும் அதை அங்கீகரித்தனர். ஆயினும் மற்றோர் இடையூறு இருந்தது. இந்தியனுக்கு நல்ல இடத்தில் காரியாலயம் அகப்படுவது கஷ்டம். ஆனால், அங்கே பிரபல வியாபாரிகளில் ஒருவராயிருந்த மிஸ்டர் ரிச் என்பாருடன் எனக்கு நெருங்கிய பழக்கம் ஏற்பட்டிருந்தது. அவருக்குத் தெரிந்திருந்த வீட்டுத் தரகர் ஒருவர் மூலமாக, நகரத்தில் வக்கீல்கள் வசித்த பகுதியில் நல்ல இடம் எனக்குக் கிடைத்தது. இவ்வாறு வக்கீல் தொழில் ஆரம்பித்தேன்.

04. தியாக உணர்வு மிகுதல்

டிரான்ஸ்வாலில் இந்தியர்களின் உரிமைகளுக்காக நடத்திய போராட்டத்தைப் பற்றியும், ஆசிய இலாகாவுடன் நடந்த போராட்டத்தைப் பற்றியும் கூறுவதற்கு முன்னால், என் வாழ்க்கையின் இன்னும் சில அம்சங்களைப் பற்றி விவரித்தல் அவசியமாகிறது.

இதுவரை என்னிடம் இருவகை ஆசைகள் குடிகொண்டிருந்தன. தியாக உணர்வு ஒரு பக்கம் இருந்ததாயினும், அதனோடு வருங்காலத்துக்குச் சிறிது பொருள் சேர்த்துவைக்க வேண்டுமென்னும் ஆசையும் இல்லாமற் போகவில்லை.

பம்பாயில் வக்கீல் தொழில் ஆரம்பித்தக் காலத்தில், அமெரிக்காவிலிருந்து ஆயுள் நிதிச் சங்கத்தின் தரகர் (Life Insurance Agent) ஒருவர் பம்பாய்க்கு வந்திருந்தார். நல்ல முகவெட்டும் தேனொழுக இனிமையாய்ப் பேசும் சுபாவமும் உடையவர். வெகுநாள் நண்பரைப்போல அவர் எனது வருங்கால வாழ்வைப்

பற்றிப் பேசத்தொடங்கினார். "அமெரிக்காவில் உம்மைப்போன்ற அந்தஸ்துள்ளவர்கள் எவரும் ஆயுள்நிதிச் சங்கத்தில் சேராமல் இருப்பதில்லை. வருங்காலத்தில் உங்கள் மனைவி, குழந்தைகளின் நலத்தை உத்தேசித்து நீங்களும் அச்சங்கத்தில் சேர வேண்டாமா? வாழ்வோ அநித்யம். இன்றைக்கிருப்பாரை நாளைக்குக் காணோம். அமெரிக்காவில் நாங்கள் ஆயுள்நிதிச் சங்கத்தில் சேர்வதை ஒரு மதக்கடமையாகக் கருதுகிறோம். நீரும் ஒரு சிறு தொகை சேர்த்துக்கொள்வது நலமல்லவா?" என்றார்.

இதற்குமுன்னர் தென்னாப்பிரிக்காவிலும், இந்தியாவிலும் எத்தனையோ ஆயுள்நிதித் தரகர்களைப் பார்த்திருக்கிறேன். அவர்கள் பேச்சைக் காது கொடுத்துக்கேட்பதுமில்லை. ஏனெனில், அத்தகைய சங்கத்தில் சேர்வது பயத்திற்கும், கடவுளிடம் நம்பிக்கை இன்மைக்கும் அறிகுறியாகுமென்று கருதினேன். ஆனால், இப்போது இவ்வமெரிக்கரின் வலையில் வீழ்ந்துவிட்டேன். அவர் தம் வாதங்களை வரிசையாகச் சொல்லிக்கொண்டிருக்கையில் என் மனைவியும், குழந்தைகளும் என் மனக்கண்முன் நின்றார்கள். எனக்கு நானே சொல்லிக்கொண்டதாவது, 'அப்பனே உன் மனைவியின் நகைகள் எல்லாவற்றையும் ஏறக்குறை விற்றுவிட்டாய். உனக்கு ஏதாவது நேர்ந்தால் அவளையும் குழந்தைகளையும் காப்பாற்றும் பொறுப்பு உன் ஏழைச் சகோதரர் தலையில் அல்லவா சாரும்? அவர் உனக்குத் தந்தையாக இருந்து வந்தவராயிற்றே? அவர்மீது இந்த பாராத்தையும் போடுவது உனக்குத் தகுமா?' இதுபோன்ற வாதங்களால் மனதைத் திருப்தி செய்துகொண்டு ரூபாய் 10,000க்கு ஆயுள்நிதிச் சங்கத்தில் சேர்ந்தேன்.

ஆனால், தென்னாப்பிரிக்காவில் வாழ்க்கைமுறை மாறியதும் என் மனப்பான்மையும் திரும்பிவிட்டது. இச்சோதனை காலத்தில் நான் செய்த ஒவ்வொரு காரியமும் ஆண்டவன் பெயரால் அவனுடைய தொண்டு எனக் கருதியே செய்தேன். தென்னாப்பிரிக்காவில் எத்தனைக் காலம் இருக்கவேண்டி வருமென்பது நிச்சயமில்லை. இந்தியாவுக்குத் திரும்ப முடியாமலே போய்விடுமோவெனவும் அஞ்சினேன். எனவே, என் மனைவியையும் குழந்தைகளையும் என்னுடனேயே வைத்திருக்க வேண்டுமென்றும், இனிமேல் எப்போதும் அவர்களைப் பிரிந்திருக்கக் கூடாதென்றும், அவர்களைக் காப்பாற்றுவதற்குப் போதிய பணம் சம்பாதிக்க வேண்டுமென்றும் தீர்மானித்துக் கொண்டேன். இத்தகைய மனப்பான்மை ஏற்படவே, ஆயுள்நிதிச் சங்கத்தில் சேர்ந்தது பற்றி வருந்தலானேன். இன்ஷூரன்ஸ் ஏஜண்டின் வலையில் வீழ்ந்துவிட்டது குறித்து வெட்கப்பட்டேன.

பின்வரும் எண்ணங்கள் என் உள்ளத்தில் எழுந்தன. 'என் சகோதரர் என் தந்தையின் ஸ்தானத்தில் இருப்பது உண்மையாயின் நான் ஒருவேளை இறக்க நேர்ந்தால் என் மனைவியைக் காப்பாற்றுவதை ஒரு சுமையாகக் கருதுவாரா? மேலும், மற்றவர்களுக்கு முன்னால் என்னை யமன் கொண்டுபோவான் என்று நான் ஏன் எதிர்பார்க்க வேண்டும்? பார்க்கப்போனால், எல்லாரையும் உண்மையில் காப்பாற்றி அருள்பவர் சர்வ வல்லமையுள்ள ஆண்டவனே அல்லாமல் நானோ, என் சகோதரரோ அல்ல. ஆயுள்நிதிச் சங்கத்தில் சேர்ந்ததால் என் மனைவியும் குழந்தைகளும் தற்சார்பை இழக்கும்படி செய்துவிட்டேன். அவர்கள் தங்களைத் தாங்களே காப்பாற்றிக் கொள்வார்களென ஏன் எதிர்பார்க்கக்கூடாது உலகில் எண்ணிலடங்காத எத்தனையோ ஏழைக்குடும்பங்கள் இருக்கின்றனவே, அவர்களெல்லோரும் என்னாவாகிறார்கள்? என்னையும் அவர்களில் ஒருவனாக ஏன் கருதிக்கொள்ளக்கூடாது?'

இத்தகைய பற்பல எண்ணங்கள் சமுத்திரத்தின் அலைகளைப்போல் என் மனதில் தோன்றி மறைந்தன. ஆனால், அவற்றிற்கிணங்க நான் உடனே வினை நிகழ்த்தவில்லை. தென்னாப்பிரிக்கா சென்றபின் ஒருமுறை ஆயுள்நிதிக்குக் கட்டணம் செலுத்தியதாக நிச்சயமாய் ஞாபகமிருக்கிறது.

வெளிச் சந்தர்ப்பங்களும் இத்தகைய எண்ணப் போக்குக்குத் துணை செய்தன. முதன்முதலில் தென்னாப்பிரிக்கா சென்றபோது கிறிஸ்துவர்களின் தோழமை என்னிடம் சமய உணரச்சிக் குன்றாமல் இருக்கச் செய்தது. இப்போது பிரமஞான சங்கத்தாரின் கூட்டுறவு அவ்வுணர்ச்சிக்குப் பலன் தந்து வந்தது. மிஸ்டர் ரிச் பிரமஞான சங்கத்தைச் சேர்ந்தவர். ஜோகானிஸ்பர்க்கில் அச்சங்கத்தாரை அவர்தான் எனக்குப் பழக்கம் பண்ணி வைத்தார். அச்சங்கக் கொள்கைகள் விஷயத்தில் எனக்குக் கருத்து வேற்றுமையிருந்த படியால் நான் அச்சங்கத்தில் அங்கத்தினனாகவில்லை. ஆனால், அநேகமாக அங்கத்தினர் எல்லாரிடமும் நெருங்கிப் பழகினேன். அவர்களுடன் தினந்தோறும் சமயக்கொள்கைகளைப் பற்றி விவாதம் செய்துவந்தேன். அச்சங்க நூல்கள் சில வாசித்தேன். அவர்களுடைய கூட்டங்களிலும் சிலமுறை பேசியிருக்கிறேன். பிரமஞான சங்கத்தின் தலையாயக் கொள்கை உலக சகோதரத்துவ உணர்ச்சியைப் பரப்புவதே ஆகும். இதுகுறித்து எங்களுக்குள் நிரம்ப விவாதம் நடந்தது. அங்கத்தினருடைய நடத்தை, மேற்படி இலட்சியத்துடன் முரண்படுவதாகத் தோன்றும்போதெல்லாம் நான் எடுத்துக்காட்டுவேன். இவ்வாறு குற்றங்கண்டுபிடித்தல் எனக்குப்

பெருநன்மை செய்தது. என்னுடைய குற்றங்களையும் நான் தேடி அறியுமாறு அது செய்தது.

05. ஆன்ம சோதனையின் பயன்

1893ம் ஆண்டில் நான் கிறிஸ்துவ நண்பர்களுடன் நெருங்கிப் பழக நேர்ந்தபோது, மத ஆராய்ச்சித் துறையில் ஆரம்ப நிலையிலேயே இருந்தேன். நான் ஏசுநாதரின் சுவிஷேத்தை ஏற்றுக்கொள்ளும்படி செய்ய அவர்கள் பெருமுயற்சி எடுத்துக்கொண்டார்கள். திறந்த மனத்துடனும், தாழ்மைக்குணத்துடனும் அவர்கள் கூறியதற்கெல்லாம் செவிக்கொடுத்தேன். அதே காலத்தில் என்னால் இயன்ற அளவு ஹிந்து மத ஆராய்ச்சி செய்ததுடன் மற்ற மதங்களைப் பற்றித் தெரிந்துகொள்ளவும் முயன்றேன்.

1903ம் ஆண்டில் நிலைமை ஓரளவு மாறுதலடைந்துவிட்டது. பிரமஞான சங்கத்து நண்பர்கள் என்னைத் தங்கள் சங்கத்தில் சேரும்படி செய்ய உத்தேசித்திருந்தது உண்மையே. ஆனால், இது என்னிடமிருந்து ஹிந்து மதத்தைப் பற்றிய உண்மைகளைக் கிரஹிக்கும் நோக்கத்துடனேயாம். பிரமஞான சங்கத்து நூல்களில் ஹிந்து மதத்தைப் பற்றியக் குறிப்புகள் மலிந்திருப்பதால், அவற்றை விளக்குவதற்கு நான் உபயோகமாயிருப்பேன் என்று அவர்கள் கருதினார்கள். எனக்கு சமஸ்கிருதப் பயிற்சி மிகக்குறைவென்றும், ஹிந்து சமயநூல்களை நான் மூலத்தில் படித்ததில்லை என்றும் மொழிபெயர்ப்பில் படித்திருப்பதும் மிகச்சொற்பமென்றும் எடுத்துக்கூறினேன். ஆனால், ஸமஸ்காரம், (பூர்வ ஜன்ம வாசனைகள்) புனர்ஜன்மம் இவற்றில் அவர்கள் நம்பிக்கை உடையவர்களாதலின் நான் சிறிதளவேனும் அவர்களுக்குப் பயன்படுவேன் என்று கருதினார்கள். எனவே, என் நிலைமை மிகவும் கஷ்டமாய்ப் போயிற்று. அவர்களில் சிலருடன் ஸ்வாமி விவேகானந்தர் இராஜயோகத்தையும், மற்றும் சிலருடன் ஸ்ரீ துவிவேதியின் இராஜயோகத்தையும் படிக்கத்தொடங்கினேன். ஒரு நண்பருடன் பதஞ்சலி யோக சூத்தரமும், மற்றும் பலருடன் பகவத்கீதையும் படிக்க வேண்டிவந்தது. சமய நூலாராய்ச்சிச் சங்கம் என்பதாக ஒன்று ஏற்படுத்தி அங்கே ஒழுங்காகப் படித்து வந்தோம். கீதையிடம் எனக்கு முன்னரே பேரன்பும், நம்பிக்கையும் ஏற்பட்டிருந்தன. அதை இன்னும் ஆழ்ந்துபடிக்க வேண்டுவதின் அவசியத்தை இப்போது உணர்ந்தேன். இரண்டொரு

மொழிபெயர்ப்புகள் என்னிடம் இருந்தன. அவற்றின் துணைகொண்டு மூல கிரந்தத்தைப் படித்தறிய முயன்றேன்.

தினம் ஒன்று அல்லது இரண்டு சுலோகங்களை மனப்பாடம் செய்வதென்றும் தீர்மானித்தேன். காலைக்கடன்களை ஆற்றும் நேரத்தை இதற்குப் பயன்படுத்தினேன். பல்துலக்கப் பதினைந்து நிமிஷமும், ஸ்நானமும் செய்ய இருபது நிமிஷமும் எனக்கு ஆவது வழக்கம். மேனாட்டாரைப்போல் நின்றுகொண்டே புருஷ்ஷினால் பல் துலக்குவேன். எனவே, நான் நிற்கும் இடத்திற்கு எதிரே, சுவரில், கீதா சுலோகங்கள் எழுதப்பெற்ற காகிதங்களை ஒட்டிவிடுவேன். மனப்பாடம் பண்ணுகையில் அவ்வப்போது அவற்றைப் பார்த்து ஞாபகப்படுத்திக்கொள்வேன். அன்றன்றைய பாடத்தை நெட்டுருச் செய்யவும், பழையச் சுலோகங்கள் மறவாமலிருப்பதற்காக ஒருமுறை அவற்றைச் சொல்லவும் மேற்சொன்ன நேரம் போதுமாயிருந்தது. இவ்வாறு பதின்மூன்று அத்தியாயங்களை நெட்டுருச் செய்ததாக ஞாபகம் இருக்கிறது. ஆனால், வேறு வேலை அதிகமானபோது கீதை மனப்பாடம் பண்ணுவதை விட்டுவிட வேண்டியதாயிற்று. சிந்தனைச் செய்வதற்கு எனக்குக் கிடைத்தக் காலத்தை எல்லாம் சத்தியாக்கிரஹத்தின் பிறப்பும், வளர்ச்சியும் கொள்ளை கொண்டன. இன்றுவரை அவ்வாறுதான் இருந்துவருகிறது.

கீதை ஆராய்ச்சி மற்ற நண்பர்கள் விஷயத்தில் என்ன பயனை விளைவித்ததென்று நான் அறியேன். ஆனால், என் வரையில், அந்நூல் வாழ்க்கைக்கு வழிகாட்டும் தவறாத் துணையாகிவிட்டது. தினசரி வாழ்க்கையில் ஐயங்கள் தோன்றும்போதெல்லாம் கீதையைப் பார்க்கலானேன். பொருள் தெரியாத வார்த்தைகளுக்கு அகராதியில் பார்த்துத் தெரிந்துகொள்வதுபோல், என்னுடையக் கஷ்டங்களிலும், சோதனைகளிலும் இவ்வொழுக்கமுறை அகராதியைப் பார்த்து மனந்தெளிந்தேன். அபரிக்ரஹீம் (உடைமை இன்மை), சம பவாம் என்பன போன்ற சொற்றொடர்கள் என் உள்ளத்தைக் கவர்ந்துவிட்டன. சம பாவத்தை எப்படி வளர்ப்பது, எப்படிப் பாதுகாப்பது என்னும் கேள்விகள் எழுந்தன. நம்மை அவமதிப்பவர்களையும், லஞ்சம் வாங்கும் உத்தியோகஸ்தர்களையும், நேற்றைய தினம் சகாக்காளாயிருந்து இன்று அநாவசியமானத் தடைகளைக் கிளத்துபவர்களையும், எப்போதும் நமக்கு நல்லவர்களாயிருந்து வருபவர்களையும் சம பாவத்துடன் நோக்குவதெப்படி? உடைமைகள் ஒன்றுமில்லாமல் செய்துகொள்ளுதல் எவ்வாறு ? உடம்பே ஓர் உடைமை அல்லவா?

மனைவியும், குழந்தைகளும் உடைமைகள் அல்லாவா? என்னிடம் அலமாரிகள் நிறையவிருந்த புத்தகங்கள் அனைத்தையும் கொளுத்திவிட வேண்டுமா? எனது என்று எண்ணக்கூடிய எல்லாவற்றையும் உண்மையிலேயே துறந்துவிட்டு ஆண்டவன் பணியில் ஈடுபடுவதா?

இவ்வையங்களுக்குத் தெளிவான விடை உடனே கிடைத்தது. உடமைகள் எல்லாவற்றையும் அடியோடு தியாகம் செய்தாலன்றி இறைவன் தொண்டில் ஈடுபட முடியாதென்பதே அவ்விடையாகும். நான் ஆங்கிலச்சட்டம் படித்திருந்தது இப்போது பயன்பட்டது. சம நீதியைப் பற்றி ஸ்நெல் என்பார் எழுதியுள்ள விரிவுரை என் ஞாபகத்துக்கு வந்தது. கீதையின் உபதேசத்தைப் படித்தப் பின்னர் தர்மகர்த்தா (டிரஸ்டி) என்னும் பதத்தின் பொருளை நன்கு தெரிந்துகொண்டேன். நீதி சாஸ்திரத்தினிடம் எனக்கு மதிப்பு அதிகமாயிற்று. கீதையின் அபக்ரிக்ரஹ உபதேசத்தின் கருத்தை உணர்ந்தேன். மோட்ச விருப்பமுள்ளவர்கள் தங்கள் உடமைகளுக்குத் தாங்கள் தர்மகர்த்தார்களென்றே கருதி நடந்துகொள்ள வேண்டுமென்பதே அதன் கருத்தென அறிந்தேன். தர்மகர்த்தன் ஒருவனுடைய ஆதிக்கத்தில் எவ்வளவு சொத்துக்கள் இருந்தாலும் அவன் அவற்றில் ஒரு தூசையும் தன் உடமையாகக் கருதாததுபோல் மோட்ச இச்சை உள்ளவன் இருத்தல் வேண்டும்.

அபரிக்ரஹம், சம பாவம் எனும் இரு குணங்களையும் பெறவேண்டுமானால் மனோநிலை மாறுதலடைய வேண்டியது அவசியமென்றும் தெளிவாய் உணர்ந்தேன். அதன்பின்னரே ரேவா சங்கர் பாய்க்கு ஆயுள்நிதிச் சங்கத்தைப் பற்றி எழுதினேன். இனி அந்நிதிக்கு எனக்காகக் கட்டணம் செலுத்தவேண்டாமென்றும், இதற்குமுன் செலுத்தியக் கட்டணத் தொகையில் ஏதேனுமொரு பகுதியைத் திரும்பிப் பெறக்கூடுமானால் முயலும்படியும், இல்லாவிடின் அதை நஷ்டமானதாகக் கருதிவிடும்படியும் தெரிவித்தேன். என்னைப் படைத்தக் கடவுளே என் மனைவியையும், குழந்தைகளையும் படைத்தாராதலின், அவர்களை அவரே காப்பாற்றுவாரென உறுதிகொண்டிருப்பதாய்க் குறிப்பிட்டிருந்தேன். எனக்குத் தந்தைபோல் இருந்துவந்த சகோதரருக்கு ஒரு கடிதம் எழுதினேன். அதுவரை நான் மிச்சம் செய்த பொருளையெல்லாம் அவருக்கு அளித்து வந்ததாகவும், வருங்காலத்தில் என்னிடமிருந்து எதுவும் எதிர்பார்க்கக் கூடாதென்றும், இனி ஏதாவது மீதமானால் பொது நன்மைக்கே செலவிடப்போவதாகவும் தெரிவித்தேன்.

ஆனால், இத்தீர்மானத்தை அவர் எளிதில் அறிந்துகொள்ளும்படி செய்யக்கூடவில்லை. அவருக்கு நான் செலுத்தவேண்டிய

கடமையை நினைவூட்டியும், தந்தையைவிட மேதாவியாவதற்கு நான் முயலக்கூடாதென்றும், தந்தையைப்போல நானும் குடும்பத்தைக் காப்பாற்ற வேண்டுமென்றும் அவர் கடுமையாகப் பதில் எழுதியிருந்தார். தந்தை செய்து வந்ததையே நானும் செய்வதாகவும், குடும்பம் என்பதின் பொருளை சிறிது விரிவாக்கிக்கொண்டால் நான் செய்யுங்காரியம் எவ்வளவு சிறந்ததென்று தெரியவரும் என்றும் பணிவுடன் தெரிவித்துக்கொண்டேன்.

இத்துடன் என் சகோதரர் என்னைக் கைவிட்டுவிட்டார். எனக்குக் கடிதம் எழுதுவதை அறவே நிறுத்திவிட்டார். இதனால் மிகத்துயரமடைந்தேனாயினும், என்னுடைய கடமையென்று நான் கருதியதை விடுவதினால் இன்னும் அதிகத் துயரம் நேரிடுமாதலின், என் தீர்மானத்தைக் கைவிடவில்லை. ஆனால், இதன் காரணமாக, என் சகோதரரிடம் எனக்கிருந்த அன்பு அளவிலோ, தூய்மையிலோ ஓர் அணுவளவும் குறையவில்லை. அவருடைய துன்பங்களுக்கெல்லாம் காரணம் அவர் என்னிடம் வைத்திருந்த அபார அன்பேயாகும். நான் பணங்கொடுக்கவில்லை என்பது பற்றி அவருக்கு மனத்தாங்கலில்லை. குடும்பத்தைக் காப்பாற்றவில்லை என்னும் அவப்பெயர் எனக்கு வரக்கூடாதென்பதே அவருடைய முக்கிய நோக்கம்.

ஆனால், அவர் வாழ்நாள் முடியும் தருவாயிலிருந்தபோது என் மனோநிலையைச் செவ்வனே அறிந்துகொண்டார். மரணம் நெருங்கியிருந்த காலையில் அவர் நான் செய்ததே சரியென உணர்ந்து மிகவும் உருக்கமான ஒரு கடிதம் எழுதினார். அதில் என்னிடம் மன்னிப்புங் கேட்டுக்கொண்டிருந்தார். தமது புதல்வர்களை என்னிடம் ஒப்படைப்பதாகவும், என் விருப்பம்போல் அவர்களை வளர்க்கலாமென்றும், என்னைப் பார்க்கப் பெரிதும் விழைவதாகவும் எழுதியிருந்தார். தாமே தென்னாப்பிரிக்கா வரவிரும்புவதாகத் தந்தி அடித்தார். அப்படியே செய்யாலமென்று பதில் தந்தி கொடுத்தேன். ஆனால், இறைவன் சித்தம் அவ்வாறில்லை. புதல்வர்களைப் பற்றி அவர் விருப்பமும் நிறைவேறவில்லை. தென்னாப்பிரிக்காவுக்குப் புறப்படுவதற்கு முன்பே அவர் காலமானார். அவருடைய புதல்வர்கள் பழைய முறையில் வளர்க்கப்பட்டவர்களாதலால். அவர்களால் தங்கள் வாழ்வுமுறையை மாற்றிக்கொள்ள இயலவில்லை. இது அவர்களுடைய தவறன்று. இயற்கைக் குணத்தை மாற்ற யாரால்தான் முடியும்? என்று ஒரு முதுமொழியுண்டு. பிறப்புக்கும் முன்னாலிருந்தே ஏற்பட்டுவிட்ட

344

குணங்களை கைவிடுதல் எளிதன்று. தான் வளர்ச்சிப் பெற்ற வழியே தன் புதல்வர்களும், தன் பாதுகாப்பிலுள்ளவர்களும் வளர்ச்சியுறுவார்களென்று எதிர்பார்ப்பது வீண் ஆசையேயாகும்.

பெற்றோராயிருப்பது எவ்வளவு பயங்கரமானப் பொறுப்பு என்பதை விளக்க இவ்வுதாரணம் ஓரளவு பயன்படுகிறது.

06. ஆயிரம் பவுன் நஷ்டம்

என் வாழ்க்கையில் தியாகம், எளிய வாழ்வு முதலான இலட்சியங்கள் நிறைவேறவும், சமய உணர்ச்சி வலுப்படவும் தொடங்கி நாளுக்குநாள் அபிவிருத்தியடைந்த வந்த காலத்தில், சைவ உணவுக்கொள்கையில் பற்றும் அதிகமாகி வந்தது. அக்கொள்கையைப் பரப்புவதில் ஆவல் மிகுந்தது. ஒரு கொள்கையைப் பரப்புவதென்றால், அதற்கு நான் ஒரு வழியையே கடைப்பிடிப்பது வழக்கம். என்னுடைய சொந்த நடத்தையில் அக்கொள்கையை அனுசரிப்பதின் மூலமாகவும், அறிவு வளர்ச்சியில் பற்றுள்ளவர்களுடன் விவாதிப்பதின் மூலமாகவுமே எந்தக் கொள்கையையும் பரப்பி வருவேன்.

ஜோகானிஸ்பர்க்கில் சைவ போஜன விடுதி ஒன்று இருந்தது. கூன் துரையின் ஜல சிகிச்சை முறையில் நம்பிக்கையுள்ள ஜெர்மானியர் ஒருவர் அதை நடத்தி வந்தார். அவ்விடுதிக்கு நான் அடிக்கடிப் போக ஆரம்பித்தேன். எனது ஆங்கிலேய நண்பர்களையும் அங்கு அழைத்துச்செல்லத் தொடங்கினேன். ஆனால், அது நஷ்டத்திலேயே நடந்து வந்தபடியால் நீண்டநாள் நீடித்திராது என்று கண்டேன். அதற்கு எவ்வளவு தூரம் உதவி செய்யலாமோ அவ்வளவும் செய்தேன். கொஞ்சம் கைப்பணமும் செலவழித்தேன். ஆயினும் கடைசியில் அதை மூடும்படியாகவே ஆயிற்று.

பிரமஞான சங்கத்தாரில் பெரும்பான்மையோர் சைவ உணவுக்காரர்கள், அச்சங்கத்தில் கொஞ்சம் உற்சாகமுள்ள ஒரு பெண்மணி இருந்தார். அவர் பெரிய ஏற்பாடுகளுடன் சைவ போஜன விடுதி ஒன்றை ஏற்படுத்த முன்வந்தார். அவருக்குக் கலையில் அதிகம் பிரியம், ஊதாரி குணமுள்ளவர். கணக்கு வைப்பதென்றால் இன்னதென்றே தெரியாது. அவருக்கு நண்பர்கள் பலர். முதலில் அவர் சிறு அளவிலேயே ஆரம்பித்தார். பின்னர், அவர் அம்முயற்சியை விரிவுபடுத்த விரும்பிய பெரிய அறைகளை

வாடகைக்குப் பிடிக்க விரும்பினார். இதற்காக என்னை உதவி கேட்டார். இவ்வாறு அவர் என்னிடம் வந்தபோது அவருடைய பொருள் நிலையைப் பற்றி எனக்கு ஒன்றும் தெரியாது. அவர் கூறிய வரவு செலவுத் திட்டங்கள் எல்லாம் சரியா இருக்குமென நம்பினேன். அவருக்கு உதவிச் செய்யும் சக்தியும் அப்போது எனக்கு இருந்தது. என்னுடையக் கட்சிக்காரர்கள் பெருந்தொகைகளை என்னிடம் கொடுத்துவைப்பது வழக்கம். அவர்களில் ஒருவருடைய பணத்தில் ஆயிரம் பவுன், அவருடைய சம்மதம் பெற்று, கடன் கொடுத்தேன். இந்தக் கட்சிக்காரர் பெருங்குணமுள்ளவர். தென்னாப்பிரிக்காவுக்கு முதலில் ஒப்பந்தக்கூலியாக வந்தவர். என்னிடம் மருந்தால நம்பிக்கை வைத்திருந்தார். ஆதலின் உங்களுக்கு விருப்பமிருந்தால் தாராளமாய்க் கொடுங்கள். இந்த விஷயம் ஒன்றும் எனக்குத் தெரியாது. எனக்கு உங்களைத் தெரியும், அதுவே போதும் என்று கூறினார்.

இந்த நண்பர் பாதாரி பிற்காலத்தில் இவர் சத்தியாக்கிரஹ இயக்கத்தின் முன்னணியில் நின்று சிறைவாசமும் அனுபவித்தார், எனவே, அவருடைய சம்மதம் போதுமென எண்ணி, கடன் கொடுத்தேன்.

மேற்படி, தொகைத் திரும்பி வராதென்று இரண்டு மூன்று மாதங்களில் தெரிந்துபோயிற்று. இவ்வளவு பெரிய நஷ்டம் நான் பொறுக்கக்கூடியதன்று. வேறு எவ்வளவோ காரியங்களுக்கு இத்தொகையை உபயோகப்படுத்தியிருக்கலாம். கடன் திரும்பி வரவேயில்லை. ஆனால், என்னை நம்பிய பாதாரியின் மீது இந்நஷ்டத்தைச் சுமத்துவதெப்படி? அவர் என்னை அறிவாரே அன்றி வேறெதையும் அறிவார். எனவே, அந்நஷ்டத்தை நான் ஈடுசெய்தேன்.

இந்த விவகாரத்தைப் பற்றி மற்றொரு கட்சிக்கார நண்பரிடம் கூறினேன். அவர் நட்புரிமையுடன் என் அசட்டுத்தனத்தைக் கண்டித்தார். அதிர்ஷ்டவசமாக நான் இன்னும் மகாத்மாவாகிவிடவில்லை. பாபு (தந்தை) வாகக்கூட ஆகவில்லை. நண்பர்கள் என்னை அன்புரிமையுடன் பாய் (சகோதரர்) என்று கூப்பிடுவது வழக்கம். அவர் கூறியதாவது, "பாய், இது உங்களுக்கழகன்று. எவ்வளவோ காரியங்களுக்கு உங்களை நம்பியிருக்கிறோம். இந்தப் பணம் திரும்பிவரப் போவதில்லை. பாதாரி நஷ்டமடையும்படி நீங்கள் விடமாட்டீர்களென்று எனக்குத் தெரியும். உங்கள் கையிலிருந்தே கொடுக்கப்போகிறீர்கள். ஆனால், உங்களுடைய சீர்திருத்தத் திட்டங்களுக்கெல்லாம் இப்படியே

கட்சிக்காரர் பணத்திலிருந்து செலவழித்து வந்தால் கட்சிக்காரர்கள் அழிந்துபோவதுடன் நீங்களும் பிச்சையெடுக்கும் நிலைக்கு வந்துவிடுவீர்கள். எங்கள் எல்லாருக்கும் நீங்கள் தர்மகர்த்தர். நீங்கள் பிச்சைக்காரரானால் எங்கள் பொதுமுயற்சி எல்லாம் நின்றுபோய்விடும்."

இந்நண்பர் இன்னும் உயிர் வாழ்ந்து வருகிறார் என்று சந்தோஷத்துடன் தெரிவிக்கிறேன். தென்னாப்பிரிக்காவிலும் சரி, வேறெங்கும் சரி, அவரைவிடத் தூய்மை பொருந்திய மனிதரை நான் கண்டதில்லை. அவர் எப்போதாவது பிறரைச் சந்தேகித்து அச்சந்தேகத்துக்கு ஆதாரமில்லை என்று கண்டால் மனப்பூர்வமாக மன்னிப்புக் கேட்டுக்கொள்வார். இதை நான் பலமுறைகளில் பார்த்திருக்கிறேன்.

இம்முறை அவர் எனக்கு எச்சரிக்கைச் செய்தது மிகவும் நியாயமென்று கண்டேன். ஏனெனில், பாதாரியின் நஷ்டத்தை ஈடுசெய்து விட்டேனாயினும், அம்மாதிரி நஷ்டம் இன்னும் ஒருமுறை நேர்ந்தால் ஈடுசெய்திருக்க முடியாது, கடன்பட வேண்டி வந்திருக்கும். என் வாழ்நாளில் நான் கடன் பட்டதே கிடையாது. கடன் படுதலை மனதார வெறுத்து வந்திருக்கிறேன். சீர்திருத்த இயக்கங்களில் உற்சாகத்தினால்கூட ஒருவன் தன் சக்தியை மீறிக் காரியம் செய்யக்கூடாதென உணர்ந்தேன். என்னிடம் ஒப்படைக்கப்பட்டிருந்தத் தொகையைக் கடன் கொடுத்தது, 'பயன் எதிர்பாராது கடமையைச் செய்' என்ற கீதையின் முக்கிய உபதேசத்தை மீறியதாகுமென அறிந்தேன். இத்தவறு, பிற்காலத்தில் என் வாழ்க்கைக்கே ஓர் எச்சரிக்கையாக இருந்து வந்திருக்கிறது.

சைவ உணவு தர்மத்துக்காக நான் செய்த இத்தியாகம் மனமார செய்ததன்று; எதிர்பார்த்ததுமன்று. வேறு வழியின்றிச் செய்ததே ஆகும்.

07. ஜல சிகிச்சையும் மண் சிகிச்சையும்

என்னுடைய வாழ்க்கைமுறை எளியதாகிக்கொண்டு வரவர, மருந்துகளிடம் வெறுப்பும் அதிகமாக வந்தது. டர்பனில் வக்கீல் தொழில் நடத்தி வந்தபோது நரம்புத் தளர்ச்சி, வாயு சம்பந்தமான எரிச்சல் இவற்றால் பீடிக்கப்பட்டேன். அப்போது டாக்டர் பி.ஜே.மேதா என்னைப் பார்க்க வந்திருந்தார். அவருடைய சிகிச்சையினால் குணமடைந்தேன். அதன்பின்னர் இந்தியாவுக்குத்

திரும்பியவரையில் எனக்கு எவ்வகை நோயும் வந்ததாக ஞாபகமில்லை.

ஆனால், ஜோகானிஸ்பர்க்கில் இருந்தபோது மலச்சிக்கலும், தலைவலியும் என்னைப் பீடித்து வந்தன. தலைவலி அடிக்கடி வரும். அவ்வப்போது பேதிமருந்து உட்கொண்டும், பத்தியமாக உணவு அருந்தியும், படுக்கையில் விழுந்துவிடாமல் தப்பித்தும் வந்தேன். ஆனால், பூரண சௌக்கியமாய் இருந்தேனென்று சொல்லமுடியாது. பேதி மருந்துகளுக்கு எத்தனை நாள் அடிமையாயிருப்பது என்று அடிக்கடி யோசிப்பதுண்டு.

இக்காலத்தில்தான், மான்செஸ்டர் நகரில் காலை உணவு மறுப்புச் சங்கம் என்று ஒரு சங்கம் ஏற்பட்டிருப்பதைப் பற்றிப் படிக்க நேர்ந்தது. ஆங்கிலேயர் அதிக வேளையும், அதிக அளவும் உணவருந்துகிறார்களென்றும், நடுநிசிவரை உணவருந்துவதிலேயே வைத்தியர்களுக்குப் பணம் ஏராளமாய் கொடுக்க வேண்டியிருக்கிறதென்றும், இந்நிலையில் அபிவிருத்தி ஏற்பட வேண்டுமானால் காலை உணவையாவது விட்டுவிடுதல் அவசியம் என்றும் இச்சங்கத்தினர் சொன்னார்கள். இவ்வழக்கம், எல்லாம் என்னிடம் இல்லையாயினும், அவர்களுடைய கொள்கை ஓரளவு எனக்கும் பொருந்தும் என்று தோன்றிற்று. தினந்தோறும் மூன்றுமுறை நல்ல சாப்பாடும், மாலையில் ஒருமுறை தேயிலைப் பானமும் நான் அருந்துவது வழக்கம். எப்போதும் குறைவாகச் சாப்பிடுவது கிடையாது. சைவ உணவாயும், தாளிதம் இல்லாமலும் மட்டும் இருந்துவிட்டால், எவ்வளவு வகைப் பதார்த்தங்கள் கிடைத்தாலும் வஞ்சனையின்றிச் சாப்பிடுவேன். காலையில் ஆறு அல்லது ஏழு மணிக்கு முன்னால் எழுந்திருப்பதில்லை. எனவே, காலை உணவை நிறுத்திவிட்டால் தலைவலி போய்விடலாமென்று எண்ணினேன். அவ்வாறே செய்து பார்த்தேன். சில நாளைக்குக் கஷ்டமாகத்தான் இருந்தது. ஆனால், தலைவலி அறவே நின்றுவிட்டது. இதிலிருந்து தேவைக்கு அதிகமாக நான் உணவருந்தி வந்ததாக முடிவு செய்தேன்.

ஆயினும், உணவில் இம்மாறுதலால் மலச்சிக்கல் நிவர்த்தியாகவில்லை. டாக்டர் கூன் முறைப்படி ஆசன ஸ்நானம் செய்து பார்த்தேன். சிறிது குணந்தெரிந்தாயினும் முற்றும் நிவர்த்தியாகவில்லை. இதற்கிடையில், சைவ போஜன விடுதி வைத்த ஜெர்மானியரோ, வேறு நண்பர் ஒருவரோ, இயற்கைக்குத் திரும்புதல் என்னும் புத்தகத்தை எனக்குப் படிக்கக் கொடுத்தார். அது ஜஸ்ட் என்பவரால் எழுதப்பட்டது. மண் சிகிச்சையைப் பற்றி

அதில் கூறப்பட்டிருந்தது. புதிய பழங்களும், கொட்டைகளுமே மனிதனுடைய இயற்கை உணவு என்றும் அவர் கூறியிருந்தார். இதைப் படித்தவுடன், கனிகள் மட்டுமே அருந்தும் விரதம் நான் தொடங்கிவிடவில்லை. ஆனால், மண் சிகிச்சையை உடனே சோதித்துப் பார்த்தேன். அதன் பயனைக் கண்டு மிகவும் ஆச்சரியமடைந்தேன். மண் சிகிச்சையாவது, சுத்தமான மண்ணைக் குளிர்ந்த தண்ணீரில் நனைத்து, மெல்லிய துணியில் பரப்பி அதை அடிவயிற்றில் கட்டிக்கொண்டு படுப்பேன். இரவில் விழித்துக்கொள்ளும்போதோ அல்லது காலையில் எழுந்திருக்கும்போதோ அதை எடுத்துவிடுவேன். இதனால் மலச்சிக்கல் அடியோடு என்னைவிட்டு நீங்கியது. அதிலிருந்து அச்சிகிச்சையை நான் அடிக்கடி கையாண்டு வந்ததுடன். என்னுடைய நண்பர்களுக்கும் அதையே கையாளும்படி சொல்லி வந்திருக்கிறேன். இதுகுறித்து நான் எப்போதும் வருந்தும்படி நேர்ந்ததில்லை. ஆனால், இந்தியாவில் அவ்வளவு நம்பிக்கையுடன் நான் இச்சிகிச்சையைக் கையாண்டு பார்த்தில்லை. ஏனெனில், இங்கு ஓரிடத்தில் உட்கார்ந்து சோதனைகள் நடத்த எனக்குச் சாவகாசம் கிடையாது. ஆயினும் மண் சிகிச்சை, ஜல சிகிச்சைகளில் என் நம்பிக்கை இன்றளவும் குறைவுபடவே இல்லை. ஓரளவு இன்றும் மண் சிகிச்சையைக் கையாண்டு வருகிறேன். சந்தர்ப்பம் நேரும்போது என் சகாக்களுக்கும் அதைக் கையாளும்படி சொல்லி வருகிறேன்.

என் வாழ்நாளில் இருமுறை கடுமையான நோய்களுக்கு ஆளாகி இருக்கிறேனாயினும், மனிதனுக்கு மருந்து தின்னுதல் அவசியமே இல்லை என்று உறுதிகொண்டிருக்கிறேன். ஆயிரம் நோய்களில் 999, உணவை ஒழுங்குபடுத்திக் கொள்வதாலும், ஜல சிகிச்சை, மண் சிகிச்சை முதலிய குடும்ப வைத்திய முறைகளாலுமே குணப்படுத்தக்கூடியன. ஒவ்வொரு சிறு நோய்க்கும் டாக்டரையோ, வைத்தியரையோ, ஹக்கீமையோ தேடிச்சென்று எல்லா வகை மருந்துகளையும் விழுங்குபவர்கள், தங்கள் ஆயுளைக் குறைத்துக்கொள்வதோடு, தத்தம் உடலுக்கு எஜமானர்களாய் இருப்பதற்குப் பதிலாக அவற்றின் அடிமைகளாகி, புலனடக்கமிழந்து மனிதர் தன்மையினின்றும் நீங்குகிறார்கள்.

நான் நோய்வாய்ப்பட்டிருக்கும் நிலையில் இதை எழுதும் காரணத்தினால், யாரும் அலட்சியம் செய்யலாகாது. என் நோய்களின் காரணங்களை நான் நன்கறிவேன். அவற்றிற்கு நானே பொறுப்பாளி ஆவேன். இவ்வுணர்வினால்தான் நான் இன்னும் பொறுமை இழக்கவில்லை. உண்மையில் அவை ஆண்டவன் எனக்களித்த

பாடங்கள் என்று எண்ணி பகவானுக்கு நன்றிகூறி இருக்கிறேன். பலமுறைகளில் மருந்துண்ணும் ஆசையுடன் போராடி வெற்றி பெற்றிருக்கிறேன். சில சமயங்களில் என் பிடிவாதம் டாக்டர்களால் பொறுக்கமுடியாமல் போகிறது என்பதை அறிவேன். அவர்கள் என்னிடம் வைத்த அன்பினால்தான் எல்லாவற்றையும் பொறுத்துக்கொண்டு என்னைக் கைவிடாதிருக்கிறார்கள்.

ஆனால், எடுத்த விஷயத்தைவிட்டு நெடுந்தூரம் போகக்கூடாது. மேலே கதையைத் தொடர்வதற்குமுன் வாசகர்களுக்கு ஓர் எச்சரிக்கை செய்யவேண்டுவது அவசியமாகும். இந்த அத்தியாயத்தைப் படித்துவிட்டு ஜஸ்ட் என்பார் எழுதிய புத்தகம் வாங்குபவர்கள். அதிலுள்ள எல்லாவற்றையும் வேத வாக்காக எடுத்துக்கொள்ளக் கூடாது. ஓர் ஆசிரியர் ஒரு விஷயத்தின் ஓர் அம்சத்தைப் பற்றியேதான் அநேகமாக எழுதுவார். ஆனால், ஒவ்வொரு விஷயத்தையும் வெவ்வேறு ஏழு நிலையிலிருந்து நோக்குதல் சாத்தியம். ஏழுபேர் ஒரு விஷயத்தின் ஏழு அம்சங்களைப் பற்றி எழுதினால் தனித்தனியே ஒவ்வொன்றும் சரியாயிருக்கலாம். ஆனால், ஒரே சமயத்தில் ஒரே வகையான சந்தர்ப்பங்களில் அவையெல்லாம் சரியாயிருக்க முடியாது. மேலும் பல புத்தகங்கள், நிறைய விற்க வேண்டுமென்னும் நோக்கத்துடனும், பெயர், புகழ் தேடும் நோக்கத்துடனும் எழுதப்படுகின்றன. ஆதலின் இத்தகையப் புத்தகங்களைப் படிப்போர் தங்கள் பகுத்தறிவையும் உபயோகித்துப் படிக்கவேண்டும். சோதனைகள் எதுவும் செய்யத்தொடங்குவதற்கு முன்னால் அனுபவசாலியான ஒருவரிடம் ஆலோசனைக் கேட்கவேண்டும்.

08. ஓர் எச்சரிக்கை

இவ்வத்தியாயத்திலும் சரிதத் தொடர்ச்சியைவிட்டு வேறு விஷயங்களைப் பற்றி எழுத வேண்டியவனாயிருக்கிறேன். மண் சிகிச்சையில் சோதனை நடத்திக்கொண்டிருந்த காலத்திலேயே, உணவுப்பரிசோதனைகளும் நடத்திக்கொண்டிருந்தேன். இவ்விரு வகைச் சோதனைகளைப் பற்றியும் பின்னால் குறிப்பிட வேண்டியிருக்குமாயினும், உணவுப் பரிசோதனைகளைப் பற்றி இங்கே சில மொழிகள் கூறுதல் பொருத்தமற்றதாகாது.

ஆனால், அவ்விஷயமாக இந்நூலில் நான் விரிவாக எழுதப்போவதில்லை. பல வருஷங்களுக்கு முன்பே குஜராத்தியில்

எழுதிய சில கட்டுரைகளில் அச்சோதனைகளைப் பற்றி விவரித்துள்ளேன். அக்கட்டுரைகள் 'இண்டியன் ஒபீனியன்' பத்திரிகையில் வெளியாயின. பின்னர் அவைகளே 'ஆரோக்கிய வழி' என்ற பெயருடன் புத்தக வடிவில் வெளியிடப்பட்டன. என்னால் எழுதப்பட்ட சிறுநூல்களும் மேனாட்டிலும் சரி, கீழ்நாட்டிலும் சரி, மிகப்பலரால் படிக்கப்பட்ட புத்தகம் இதுவே ஆகும். இதன் இரகசியம் இன்னதென்று இன்றளவும் நான் கண்டுபிடிக்க முடியவில்லை. இண்டியன் ஒபீனியன் பத்திரிகையின் நேயர்களுக்கென்றே அது எழுதப்பட்டது. ஆனால், மேனாட்டாரிலும், வாழ்வுமுறையை அது பெரிதும் மாற்றியமைத்துவிட்டது என்று நான் அறிவேன். அவர்கள் இவ்விஷயமாக என்னுடன் கடிதப் போக்குவரவு நடத்திவருகிறார்கள். ஆதலின் அப்புத்தகத்தைப் பற்றி இங்கே சிறிது கூறுவது அவசியமாயிற்று. அதிலே நான் தெரிவித்துள்ள அபிப்ராயங்களை எள்ளளவும் மாற்றுவதற்குக் காரணம் எதுவும் எனக்குப் புலப்படவில்லையாயினும், எனது நடைமுறையில் சில முக்கியமான மாறுதல்களைச் செய்துவிட்டேன். புத்தகம் படித்தவர்கள் எல்லாரும் அம்மாறுதல்களைப் பற்றி அறியார்களாதலின். அவற்றை இங்கே குறிப்பிடுதல் அவசியமென்று கருதுகிறேன்.

நான் எழுதுவன எல்லாம் ஆத்மார்த்த நோக்கத்துடனேயே எழுதுகின்றேன். என்னுடைய செயல் ஒவ்வொன்றும் அத்தகைய நோக்கங்கொண்டதே ஆகும். மேற்கூறிய நூலும் அந்நோக்கத்துடனேயே எழுதப்பட்டது. ஆதலின் அப்புத்தகத்தில் கூறியுள்ள சில சித்தாத்தங்களை வாழ்க்கையில் அனுசரிக்க முடியாதிருப்பது எனக்கு அளவற்ற மனத்துயரை அளிக்கிறது.

மனிதன் குழந்தையாயிருக்கும்போது அருந்தும் தாய்ப்பாலையன்றி வேறு பால் எதுவும் அருந்த வேண்டுவதில்லை என்பது என் உறுதியான கொள்கையாகும். வெயிலினால் பக்குவமான பழங்கள், கொட்டைகள் இவற்றை அன்றி மனிதன் வேறு உணவு அருந்தலாகாது. திராட்சையைப் போன்ற பழங்களிலிருந்தும், வாதாமியைப் போன்ற கொட்டைகளிலிருந்தும் தசைக்கும், நரம்புக்கும் வேண்டிய போஷணையை அவன் பெறலாம். இத்தகைய உணவருந்தி வாழ்பவனுக்கு, காமம் முதலிய தீக்குணங்களை அடக்குதல் எளிதாயிருக்கும். மனிதன் எதை உண்ணுகிறானோ அதுபோலவே ஆகிறான் என்னும் பழமொழியில் நிரம்ப உண்மை உண்டென்று நானும், என் சகாக்களும்

அனுபவத்திலிருந்து அறிந்திருக்கிறோம். இக்கருத்துக்கள் மேற்படி புத்தகத்தின் விரிவாகக் கூறப்பட்டிருக்கின்றன.

ஆனால், துரதிர்ஷ்டவசமாக இந்தியாவுக்கு வந்தபின், நடைமுறையில் என் கொள்கைகள் சிலவற்றை நானே மறுக்கும்படி நேர்ந்திருக்கிறது. ஐரோப்பிய மகா யுத்தத்துக்கு ஆள் திரட்டும் வேலையில் ஈடுபட்டிருந்தபோது, உணவில் சிறிது முறை, பிறழ்ந்துவிட்டதன் பயனால் நோய்வாய்ப்பட்டு எமனுடன் மன்றாடும் நிலைக்கு வந்துவிட்டேன். இதனால் பெரிதும் மெலிந்துபோன உடம்பை, பால் அருந்தாமலே தேற்றிக்கொள்ள முயன்றேன். எனக்குத் தெரிந்த டாக்டர்கள், வைத்தியர்கள், பௌதிக சாஸ்திரிகள் அனைவரையும் பாலுக்குப் பதிலாய் அதைப்போல் சத்துள்ள பொருளொன்றைத் தெரிந்து சொல்லும்படி வேண்டிக்கொண்டேன். வாதாங்கொட்டைப் பால் முதலிய சிலவற்றைச் சிலர் குறிப்பிட்டார்கள். இவற்றைப் பரிசோதனை செய்து என் உடல் நிலையை இன்னும் கேலவமாக்கிக் கொண்டேனே அல்லாமல் நோய்ப் படுக்கையினின்று எழுந்திருக்க வழியைக் காணோம். வைத்தியர்கள் சாரகரின் வைத்திய சாஸ்திரத்திலிருந்து சுலோகங்களைப் படித்துக்காட்டினார்கள். நோயாளிக்கு உணவு கொடுக்கும் விஷயத்தில் மதக்கோட்பாடுகளைக் கவனிக்கக்கூடாது என்று அவை கூறின. எனவே பால் அருந்தாமல் வாழ்க்கை நடத்துவதற்கு அவர்கள் எனக்கு உதவி செய்தல் எங்ஙனம்? அல்லது, பிராந்தியும், மாட்டிறைச்சியும் அருந்தும்படி தயக்கமின்றி யோசனைச் சொன்ன ஆங்கில டாக்டர்கள்தான் எனக்கு இவ்விஷயத்தில் எப்படி உதவி செய்வார்கள்?

பசுவின் பாலாவது, எருமைப் பாலாவது அருந்துவதில்லை என்று நான் விரதம் பூண்டிருந்தேன். இவ்விரதத்தின் கருத்து எந்தப்பாலும் அருந்தக்கூடாது என்பதேயாகும். ஆனால், விரதம் எடுத்துக்கொண்டபோது பசுவும், எருமையுமே என் நினைவில் இருந்தபடியாலும், இப்போது நான் உயிர்வாழ விரும்பியபடியாலும் எப்படியோ மனதைத் திருப்தி செய்துகொண்டு ஆட்டின் பால் அருந்துவதென்று தீர்மானித்தேன். இவ்வாறு ஆட்டுப்பால் அருந்தத் தொடங்கியபோது வெளிப்படையாக விரதத்தைக் காப்பாற்றினேன் என்றாலும், உண்மையில் விரத பங்கம் செய்துவிட்டேனென்று உணர்ந்தேயிருந்தேன்.

அப்போது, ரவ்லட் சட்டத்தை எதிர்த்துப் போராட்டம் நடத்த வேண்டுமென்னும் எண்ணம் என்னைப் பற்றியிருந்தது. இதனால் உயிர்வாழ வேண்டுமென்னும் ஆசையும் மிகுந்தது. இவ்வாசை

காரணமாய், என் வாழ்க்கையில் மிகப்பெரிய சோதனைகளில் ஒன்று இடையில் தடைப்படலாயிற்று.

"உண்ணலுக்கும், குடித்தலுக்கும், ஆன்மாவுக்கும் சம்பந்தமில்லை. ஆன்மா உண்பதுமில்லை குடிப்பதுமில்லை. வெளியிலிருந்து உள்ளே செல்வது எது என்பது முக்கியமன்று. உள்ளிருந்து வெளியே வருவனவாகிய பேச்சும், நடத்தையுமே பிரதானம்" என்பது போன்ற வாதங்களை நான் அறிவேன். இவ்வாதத்தில் ஓரளவு பொருளுண்டு என்பதில் சந்தேகமில்லை. ஆனால், இதுகுறித்து நான் விவாதிக்கப்போவதில்லை. என்னுடைய உறுதியான அபிப்ராயத்தைக் கூறிவிட்டுத் திருப்தியடைவேன். அதாவது, பகவானுக்குப் பயந்து நடந்து, அவரை நேருக்குநேர் காண விரும்புவோனுக்கு எண்ணத்தையும், பேச்சையும் கட்டுப்படுத்தல் எவ்வளவு அவசியமோ அவ்வளவு உணவின் தன்மையின் அளவிலும் கட்டுப்பாடு செய்தல் அவசியமாகும்.

ஆனால், என்னுடைய சித்தாந்தத்தை நானே நடத்திக்காட்ட முடியாதிருக்கும் ஒரு விஷயத்தில், அதைத் தெரிவிப்பதோடு எச்சரிக்கைச் செய்யவும் நான் கடமைப்பட்டிருக்கிறேன். என் சித்தாந்தத்தின் பலத்தைக்கொண்டு பால் அருந்துவதை நிறுத்தியவர்கள், அதனால் அவர்களுக்கு எல்லாவகையிலும் நன்மை உண்டாயிருந்தாலன்றி அச்சோதனைக்கு விட்டுவிடும்படி கேட்டுக்கொள்கிறேன். அல்லது அனுபவமுள்ள வைத்தியர்களின் ஆலோசனையைக் கேட்கவேண்டும். இதுவரையில் என்னுடைய அனுபவத்தினால் நான் தெரிந்துகொண்டிருப்பது என்னவென்றால், ஜீரண சக்தி குறைவானவர்களுக்கும், படுத்த படுக்கையாய் இருப்பவர்களுக்கும், பாலைப்போல் எளிதில் செரிக்கக்கூடியதும், சத்துள்ளதுமான உணவு வேறில்லையென்பதேயாகும்.

இவ்வத்தியாயத்தைப் படிப்பவர்களில் அனுபவமுள்ளவர்கள் யாரேனும், பாலைப்போல் எளிதில் ஜீரணிக்கக் கூடியதும் சத்துள்ளதுமான தாவர உணவுப்பொருளை அறிந்திருந்து எனக்கு எழுதித் தெரிவித்தால், மிக நன்றியுள்ளவனாயிருப்பேன். ஆனால், அது புத்தகத்தில் படித்துத் தெரிந்துகொண்டதாயிராமல் சொந்த அனுபவத்தில் அறிந்ததாயிருக்க வேண்டும்.

09. அதிகாரிகளுடன் சிறு போர்

இனி, ஆசிய இலாகாவுக்குத் திரும்புகிறேன். ஜோகானிஸ்பர்க் நகரந்தான் ஆசிய இலாகா உத்தியோகஸ்தர்களின் கோட்டை.

இவ்வுத்தியோகஸ்தர்கள், இந்தியர், சீனர் முதலிய ஆசியாக்காரர்களைக் காப்பாற்றுவதற்குப் பதிலாக அவர்களை நசுக்கிப் பிழிந்துகொண்டிருந்ததை நான் பார்த்து வந்தேன். நியாயமான உரிமை உள்ளவர்களுக்கு (டிரான்ஸ்வாலுக்கு வர) அனுமதி கிடைப்பதில்லை. உரிமை இல்லாதவர்கள் 100 பவுன் லஞ்சம் கொடுத்தால் திருட்டுத்தனமாய் உள்ளே கொண்டுவரப்படுகிறார்கள். இந்த அநியாயத்துக்கு நீங்கள் பரிகாரம் தேடவில்லை என்றால் வேறு யார் தேடுவது? இம்மாதிரி முறையீடுகள் தினந்தோறும் வந்துகொண்டிருந்தன. எனக்கும் இத்தகைய உணர்ச்சி ஏற்பட்டது. இந்தத் தீமையைத் தொலைக்க முயன்று வெற்றி பெறாவிடில் நான் டிரான்ஸ்வாலில் வசிப்பதால் யாது பயன் என்று சிந்திக்கலானேன்.

எனவே, மேற்கூறிய அநீதிகளுக்குச் சாட்சியங்கள் சேகரிக்கத் தொடங்கினேன். போதிய அளவு சேகரமானதும் போலீஸ் கமிஷனரிடம் சென்றேன். அவர் நீதிமானாகக் காணப்பட்டார். என்னை அலட்சியமாய்ப் புறக்கணிப்பதற்கு மாறாக, பொறுமையுடன் நான் கூறியவற்றிற்குச் செவிகொடுத்து, என் வசமிருந்த சாட்சியங்கள் எல்லாவற்றையும் காட்டும்படி கேட்டார். சாட்சிகளை அவரே நேரில் விசாரித்துத் திருப்தி செய்துகொண்டார். ஆனால் தென்னாப்பிரிக்காவில், வெள்ளைக்கார ஜூரிகள் குற்றவாளியைத் தண்டித்தல் எவ்வளவு கஷ்டமென்பதை என்னைப்போலவே அவரும் உணர்ந்திருந்தார். அவர் கூறியதாவது, "நம்மாலியன்றவரை முயன்று பார்ப்போம். ஜூரிகள் விடுதலை செய்து விடுவார்களோவென்று பயந்து இத்தகைய குற்றவாளிகளைச் சும்மா விட்டுவிடக்கூடாது. அவர்களைக் கைதுசெய்ய ஏற்பாடு செய்யவேண்டும். என்னுடைய முயற்சியில் எதுவும் பாக்கி வைப்பதில்லை. நீங்கள் உறுதியாக நம்பலாம்."

உத்தியோகஸ்தர்கள் பலரை நான் சந்தேகித்தேனாயினும், எல்லோர் விஷயத்திலும் போதிய சாட்சியமில்லை. எனவே, சிறிதும் ஐயமின்றிக் குற்றவாளிகள்தான் என்று எனக்கு நிச்சயமாய்த் தோன்றிய இருவர்மீது மட்டும் வாரண்டு பிறப்பிக்கப்பட்டது.

நான் செய்வதையும் மூடு மந்திரமாகச் செய்வதில்லை. தினந்தோறும் போலீஸ் கமிஷனரிடம் போய் வருகிறேனென்பதைப் பலர் அறிந்திருந்தார்கள். வாரண்டு பிறப்பிக்கப்பட்ட இரண்டு உத்தியோகஸ்தர்களும் திறமையுள்ள ஒற்றர்களை வைத்திருந்தனர். இவ்வொற்றார்கள் என் காரியாலயத்தைக் காவல் புரிந்து என்னுடைய போக்குவரவுகளை அவர்களுக்கு அறிவிப்பது வழக்கம். ஆயினும்

அவ்வுத்தியோகஸ்தர்கள் மிகப் பொல்லாதவர்களாதலால் அவர்களின்கீழ் ஒற்றர்கள் பலர் இருந்திருக்க மாட்டார்களென்றே நினைக்கிறேன். இந்தியர்களும், சீனர்களும் எனக்கு உதவி செய்திராவிடில் அவ்வுத்தியோகஸ்தர்களைக் கைதுசெய்திருக்க முடியாது.

இவர்களில் ஒருவர், வாரண்டு பிறந்த செய்தியறிந்ததும், ஓடி ஒளிந்துவிட்டார். போலீஸ் கமிஷனர், வேறு மாகாணத்திலும் செல்லக்கூடிய வாரண்டு பிறப்பித்து. அவரைத் தேடிப்பிடித்து டிரான்ஸ்வாலுக்குக் கொண்டுவந்தார். விசாரணை நடந்தது. குற்றத்தை நிரூபிக்கப் பலமான சாட்சியம் இருந்ததுடன் அவர்களில் ஓடி ஒளிந்துகொண்டதும் ஜூரிகளுக்குத் தெரிந்திருந்தது. எனினும் அவ்விருவரும் குற்றவாளிகள் அல்லவென்று தீர்ப்புக் கூறப்பட்டு விடுதலைச் செய்யப்பட்டனர்.

அளவில்லாத ஏமாற்றமடைந்தேன். போலீஸ் கமிஷனரும் நிரம்ப வருத்தப்பட்டார். வக்கீல் தொழில் மீது எனக்கு அப்போதுதான் பெரும் வெறுப்பு ஏற்பட்டது. குற்றத்தை மறைப்பதற்கு ஒருவனுடைய புத்திக்கூர்மையை உபயோகப்படுத்தலாமென்று கண்டேன். எனவே, புத்தியிடமே எனக்கு அருவருப்பு உண்டாயிற்று.

வழக்கு இப்படி முடிந்ததாயினும், அவ்வுத்தியோகஸ்தர்களின் குற்றம் மிகவும் வெளிப்படையாய் இருந்தபடியால், அரசாங்கத்தார் அவர்களை உத்தியோகத்தில் வைத்திருக்க முடியவில்லை. இருவரும் தள்ளப்பட்டனர். ஆசிய இலாகா ஓரளவு தூய்மை அடைந்தது. இந்தியச் சமூகமும் சிறிது தைரியம் பெற்றது.

இந்நிகழ்ச்சியினால் எனக்கு மதிப்பு அதிகமாயிற்று என் தொழிலும் வளர்ச்சியடைந்தது. இந்தியர்கள் மேற்படி இலாகாவின் சூதாட்டத்தில் தொலைத்துக்கொண்டிருந்த பணத்தில் பெரும்பகுதி மீதமாயிற்று. அயோக்கியர்கள் இன்னும் தங்கள் தொழிலை நடத்திக்கொண்டிருந்தபடியால், முழுப்பணமும் மீதியாகவில்லை. ஆனால், யோக்யர்கள் தங்கள் யோக்யப் பொறுப்பைக் காப்பாற்றிக்கொள்வது இப்போது இயல்வதாயிற்று.

இவ்வுத்தியோகஸ்தர்கள் இவ்வளவு கெட்டவர்களாய் . இருந்தார்களாயினும், அவர்கள்மீது தனிப்பட்ட துவேஷம் எனக்கு இல்லையென்று சொல்வேன். அவர்களும் இதை அறிந்திருந்தபடியால் தங்களுக்குக் கஷ்டம் நேர்ந்தபோது என்னுடைய உதவியைக் கோரினார்கள். அவர்களுக்கு உதவியும்

செய்தேன். நான் எதிர்க்காமலிருந்தால், ஜோகானிஸ்பர்க் நகரசபையில் அவர்களுக்கு உத்தியோகம் கிடைக்க வழியிருந்தது. அவர்களுடைய நண்பர்களில் ஒருவர் இது சம்பந்தமாக என்னை வந்து பார்த்தார். நான் குறுக்கே நிற்பதில்லையென்று வாக்களித்தேன். அவர்களுக்கு உத்தியோகம் கிடைத்தது.

இந்த மனப்பான்மை காரணமாக, என்னுடன் பழக நேர்ந்த உத்தியோகஸ்தர்கள் என்னிடம் விரோத பாவம் கொள்ளவில்லை. அவர்களுடைய இலாகாவை நான் எதிர்த்துச் சண்டைபோட்டாலும், கடுமொழிகளை உபயோகித்தாலும் அவர்கள் என்னிடம் சிநேக பாவத்துடனேயே இருந்தனர். இத்தகைய நடத்தை என்னுடைய இயற்கையில் படிந்தது என்பது அப்போது தெளிவாய் எனக்குப் புலப்படவில்லை. பிற்காலத்தில், அது சத்தியாக்கிரஹத்தின் ஒரு முக்கிய அம்சமென்றும், அஹிம்சையின் இயல்பு அதுதான் என்றும் அறிந்தேன்.

மனிதன் வேறு, அவனுடைய செயல் வேறு என்பதை சத்தியாக்கிரஹி நன்கு அறிந்துகொள்ள வேண்டும். நற்செயலைப் பாராட்டுதலும், தீச்செயலைக் கண்டித்தலும் முறையேயாகும். ஆனால், நற்செயல் புரியும் மனிதன் மரியாதைக்கும், தீச்செயல் புரிவோன் இரக்கத்துக்குமே உரியவனாகிறான். பாவத்தைப் பகை, பாவியைப் பகையாதே என்னும் உபதேசத்தை அறிந்துகொள்ளுதல் மிக எளிது. ஆனால், நடைமுறையில் அவ் உபதேசத்தைக் கடைபிடித்தல் மிக அரிதாயிருக்கிறது. பகைமை என்னும் நஞ்சு உலகில் பரவுதற்குக் காரணம் இதுதான்.

சத்தியத் தோட்டத்தின் அடிப்படை இந்த அஹிம்சையேயாகும். அஹிம்சையை அடிப்படையாகக் கொள்ளாதவரை அத்தோட்டம் பயனற்றதேயாகுமென்று தினந்தோறும் நான் நன்குணர்ந்து வருகிறேன். ஓர் ஏற்பாடு அல்லது காரியமுறை தீயதானால், அதை எதிர்த்துத் தாக்குதல் முற்றும் நியாயமானக் காரியம். ஆனால், அம்முறையை ஏற்படுத்திய மனிதனைத் தாக்குதல் தன்னையே தாக்கிக்கொள்வதாகுமே அன்றி வேறில்லை. ஏனெனில், நாம் எல்லோரும் ஒரு மண்ணில் செய்த பாண்டங்களேயாவோம். ஒரே கடவுளின் தலைவர்களாதலால் நம்மிடத்திலுள்ள தெய்வீக சக்திகளும் மகத்தானவை. ஒரு மனிதனை அலட்சியம் செய்தாலும், அத்தெய்வீக சக்திகளை அலட்சியம் செய்வதேயாகும். இதனால் அம்மனிதனுக்கு மட்டுமன்றி உலகம் முழுவதற்கும் தீங்கு செய்தவர்களாவோம்.

10. ஓர் புனித ஞாபகம்

என் வாழ்க்கையில் நிகழ்ந்த பற்பல சம்பவங்கள், பல மதத்தினரோடும் வகுப்பினரோடும் நான் நெருங்கிப் பழகுவதற்கு ஏதுக்களாயின. இவ்வாறு பலருடனும் பழகிய அனுபவத்திலிருந்து நான் ஒன்று உறுதியாகக் கூறமுடியும். அது என்னவெனில் உறவினர், வேற்று மனிதர், சொந்த நாட்டார், அந்நியர், வெள்ளைக்காரர், கறுப்பு மனிதர், ஹிந்துக்கள், முஸ்லிம்கள், கிறிஸ்தவர்கள், பார்ஸிகள் முதலிய பிற மதத்தினர் என்ற வேற்றுமை உணர்ச்சி நான் எக்காலத்திலும் பாராட்டியதே கிடையாது என்பதாம். இத்தகைய வேற்றுமை பாராட்டும் சக்தியே என் இதயத்துக்கு இல்லையென்று சொல்லிவிடலாம். இதை என்னிடமுள்ள விசேஷ நற்குணங்களில் ஒன்றாக நான் சொல்லிக்கொள்வதற்கில்லை. ஏனெனில், அது நான் முயன்று தேடிப்பெற்றதன்று இயற்கையில் எனக்குத் தானாகவே அமைந்த குணமாகும். இதுபோலன்றி. அஹிம்சை, பிரமசரியம், அபரிக்ரஹம் முதலிய மூலதர்மங்களைப் பின்பற்றுவதற்காக நான் இடைவிடாத முயற்சி செய்துவந்தேன் என்று சொல்லவேண்டும்.

டர்பனில் வக்கீல் தொழில் நடத்திக்கொண்டிருந்தபோது என்னுடைய காரியாலய குமாஸ்தாக்கள் பெரும்பாலும் என்னுடன் தங்கியிருப்பது வழக்கம். அவர்களில் ஹிந்துக்களும், கிறிஸ்துவர்களும் இருந்தார்கள். மாகாண வாரியாகப் பிரித்துச் சொல்வதெனில், குஜராத்திகளும், தமிழர்களும் இருந்தனர். என்னுடைய நெருங்கிய உறவினராகவன்றி அவர்களை வேறுவிதமாக எண்ணியதாய் எனக்கு ஞாபகமேயில்லை. அவர்களை என் குடும்பத்தைச் சேர்ந்தவர்களாக நடத்திவந்தேன். இதற்கு என் மனைவி எப்போதேனும் குறுக்கே நின்றால் அப்போது எங்களுக்குள் மனஸ்தாபம் ஏற்படும்.

என்னுடைய வீடு மேனாட்டுமுறையில் கட்டப்பட்டிருந்தது. ஆதலின் அதன் அறைகளிலிருந்து அழுக்குத்தண்ணீர் வெளியே போவதற்கு சாக்கடைகள் அமைக்கபடவில்லை. அறைகளில் இவ்வாறு சாக்கடை வைத்தல் கூடாதுதான். எனவே, ஒவ்வோர் அறையிலும் அழுக்குநீர்ப் பாண்டம் ஒன்று வைக்கப்பட்டிருந்தது. இப்பாண்டங்களைச் சுத்தம் செய்வதற்கு வேலைக்காரன் வைப்பதற்குப் பதிலாக நானும், என் மனைவியுமே அவற்றைச் சுத்தம் செய்து வந்தோம். வீட்டில் கொஞ்சகாலம் இருந்து பழகிவிட்ட குமாஸ்தாக்கள் அவரவர்கள் உபயோகித்த பாண்டங்களை அவரவர்களே சுத்தம் செய்து வந்தார்கள்.

இங்ஙனமிருக்கையில் புதிதாக ஒரு கிறிஸ்துவ குமாஸ்தா வந்து அவருடைய படுக்கை அறையைச் சுத்தம் செய்தல் எங்களுடைய கடமையாயிருந்தது. என் மனைவி, மற்றவர்களுடைய பாண்டங்களைச் சுத்தம் செய்வதில் எவ்வித ஆட்சேபமும் கூறியது கிடையாது. ஆனால், பஞ்சமனாயிருந்த ஒருவரின் பாண்டத்தைச் சுத்தம் செய்ய வேண்டி வந்தபோது அவளால் பொறுக்க முடியாமல் போயிற்று. இதன் பயனாக எங்களுக்குள் மனஸ்தாபம் விளைந்தது. அவளுக்கும் செய்யப் பிரியமில்லை. கோபத்தினால் சிவந்த கண்களிலிருந்து கடிந்தவளாய் கையில் பாண்டத்துடன் அவள் ஏணியின் வழியே இறங்கிவந்த காட்சி இப்போதும் என் மனக்கண்முன் நிற்கிறது. என் மனைவியிடம் நான் அவளுடைய உபாத்தியாயனாகக் கருதியிருந்தேன். எனவே, அவளிடம் எனக்கிருந்த குருட்டுத்தனமான அன்பின் காரணமாக அவளைப் பெரிதும் உபத்திரவப்படுத்தினேன்.

அவள் பாண்டத்தைத் தூக்கிச் சென்றதனாலேயே நான் திருப்தி அடையவில்லை. அதை அவள் சந்தோஷத்துடன் செய்யவேண்டுமென்று விரும்பினேன். எனவே, உரத்தச் சத்தம்போட்டு, "என்னுடைய வீட்டில் இம்மாதிரி மூடத்தனத்தைப் பொறுக்க முடியாது" என்றேன்.

அம்மொழிகள் கூரிய அம்புபோல் அவள் இதயத்தில் தைத்தன.

"உங்கள் வீட்டை நீங்களே வைத்துக்கொண்டு என்னைத் தொலைத்துவிடுங்கள்" என்று அவள் கூச்சலிட்டாள். அப்போது என்னை நானே மறந்துவிட்டேன். என் இதயத்திலிருந்த இரக்க ஊற்று வற்றிப்போயிற்று. அவளுடைய கையைப் பிடித்து ஏணிக்கு எதிரேயிருந்த வாயிற்படிக்கு இழுத்துக்கொண்டு போனேன். வெளியே தள்ளுவதற்காக கதவைத் திறந்தேன்.

அவள் கன்னங்களின் வழியாய்க் கண்ணீர் தாரைத்தாரையாய் வழிந்துகொண்டிருந்தது. அவள் கூறியதாவது, "உங்களுக்கு வெட்கமில்லையா? இப்படிச் சுயஉணர்வு போய்விட வேண்டுமா? எனக்குப் போக்கிடமெங்கே? தஞ்சமளிப்பதற்கு இங்கு என் பெற்றோர்களாவது உறவினர்களாவது இருக்கிறார்களா? நீங்கள் என்னை உதைத்தாலும், அடித்தாலும் நான் பொறுத்துக்கொள்ள வேண்டியதுதான். ஆண்டவன் ஆணை. கதவைச் சாத்துங்கள். யாராவது பார்த்துச் சிரிக்கப் போகிறார்கள்" என்றாள்.

வெளிக்குக் காட்டிக்கொள்ளவில்லையாயினும் உள்ளுக்குள் மிகவும் வெட்கப்பட்டேன். கதவைச் சாத்தினேன். என் மனைவி

என்னைவிட்டு எங்கும் போவதற்கில்லை என்றால், நானும் அவளைவிட்டுப் பிரிய முடியாது. நாங்கள் எத்தனையோ சண்டை போட்டிருக்கிறாமாயினும் முடிவில் சமாதானமடைந்துவிடுவோம். அளவற்ற பொறுமை உடையவளாதலால், என் மனைவியே ஒவ்வொருமுறையும் வெற்றியடைவாள்.

இன்றைய தினம், பாரபட்சமின்றி மேற்படி நிகழ்ச்சியை நான்கூறக் கூடியவனாயிருக்கிறேன். ஏனெனில், அதிர்ஷ்டவசமாக அந்தக்காலமெல்லாம் மலையேறிவிட்டது. இப்போது நான் காமப்பித்தினால் கண்ணிழந்த கணவனல்லன். என் மனைவியின் உபாத்தியாயனுமல்லன். ஸ்ரீமதி கஸ்தூரிபாய் விரும்பினால், நான் முன்னர் அவளுக்கு எவ்வளவு தொல்லை அளித்தேனோ அவ்வளவும் எனக்கு இப்போது அளிக்கலாம். எங்களுடைய நட்பு பலமுறை சோதிக்கப்பட்டு முதிர்ந்த நட்பாகும். இப்போது நாங்கள் ஒருவரையொருவர் காமப்பொருளாகக் கருதுவதில்லை. எனக்கு நோய் வந்தபோதெல்லாம் அவள் தாதியாயிருந்து எத்தகைய வெகுமதியும் எதிர்பாராமல் அருந்தொண்டு செய்திருக்கிறாள்.

மேற்படி சம்பவம் 1898இல் நிகழ்ந்தது. அப்போது பிரமசரியத்தின் பெருமையைப் பற்றி எனக்கு ஒன்றுமே தெரியாது. மனைவி கணவனின் சிற்றின்பக் கருவி என்றும், கணவனின் கட்டளையைச் செய்யவே ஏற்பட்டவளென்றும் நான் கருதிய காலம். கணவனின் இன்ப, துன்பங்களில், அவள் பங்காளியென்றும், கணவனின் வாழ்க்கைத் துணைவி என்றும் அப்போது அறிந்தேனில்லை.

1900ஆம் வருஷத்தில்தான் இந்தக் கொள்கைகளெல்லாம் முற்றும் மாறுதலடைந்தன. 1906இல் புதியக் கொள்கைகள் திட்டமான உருக்கொண்டன. ஆனால், இதைப்பற்றி உரிய இடத்தில் விவரமாகக் கூறுவேன். இந்திரிய சுகத்தில் ஆசை வரவரக் குறைந்து மறைந்தபோது என் குடும்ப வாழ்க்கை அமைதியும், ஆனந்தமும் குடிகொண்டதாயிற்று என்று மட்டும் இங்கே குறிப்பிடுகிறேன்.

இந்தப் புனித நிகழ்ச்சியை நான் கூறியதிலிருந்து, தற்போது நானும் என் மனைவியும் தம்பதிகளுக்கு இலக்கியமாயிருப்பதாக யாரும் முடிவு செய்யவேண்டாம். எங்களுக்குள் பூரண இலட்சிய ஒற்றுமை இல்லை. ஸ்ரீமதி கஸ்தூரிபாய்க்குத் தனியே ஏதேனும் இலட்சியங்கள் உண்டாவென்று ஒருகால் அவளுக்கே தெரியாமலிருக்கலாம். இன்றைய தினம்கூட என்னுடைய செயல்களில் பல அவளுக்குப் பிடியாதவையாய் இருத்தல் சாத்தியம். நாங்கள் அவற்றைப்பற்றி விவாதிப்பதில்லை.

விவாதிப்பதில் பயனில்லை என்பது என் கருத்து. ஏனெனில், கல்விப் பயிற்சித் தந்திருக்க வேண்டிய காலத்தில் அப்படிச் செய்யவில்லை. ஆனால், பெரும்பாலோரிடம் இக்குணம் உண்டென்று சொல்லலாம். அது யாதெனில், விருப்பத்துடனோ விருப்பமின்றியோ, அறிந்தோ அறியாமலோ, என் அடிச்சுவட்டைப் பின்பற்றி நடப்பதால் அவள் மேன்மையுறலாம் என்று கருதி வந்திருக்கிறாள். புலனடக்கத்துடன் வாழ்க்கை நடத்த நான் செய்த முயற்சிகளுக்கு அவள் எப்போதும் குறுக்கே நின்றதில்லை. ஆதலின், எங்களுடைய அபிப்ராயங்களில் நிரம்ப வேற்றுமை இருந்தபோதிலும், எங்கள் வாழ்க்கை எப்போதும் திருப்தியும், மகிழ்ச்சியும், வளர்ச்சியும் உடையதாய் இருந்து வந்திருக்கிறது.

11. ஐரோப்பிய நண்பர்கள் 1

இந்த அத்தியாயத்தில் நான் கூற எண்ணும் விஷயத்துக்குப் போகுமுன், இந்தத் சரிதத்தை வாரா வாரம் எப்படி எழுதி வருகிறேன் என்பதை விளக்குதல் அவசியமாகியது.

இச்சரிதை எழுதத் தொடங்கியபோது, எம்முறையில் எழுதுவதென்பதைக் குறித்து யாதொரு திட்டமும் நான் போட்டுக்கொள்ளவில்லை. சுயசரிதை எழுதுவதற்கு ஆதாரமாய்க் கொள்ளக்கூடிய தினசரிக் குறிப்புகளோ, வேறு எவ்வழி காட்டுகிறதோ அவ்வழியே எழுதுகிறேன். என்னுடைய செயல்கள் எண்ணங்கள் எல்லாம் அவ்வருளினால் தூண்டப்பட்டே ஏற்படுவனவென்று திட்டமாகச் சொல்லமுடியாது. ஆனால், என் வாழ்நாளில் நான் மேற்கொண்ட மிகப் பெருங்காரியங்களையும் பரிசீலனை செய்து பார்க்கும்போது, அவை எல்லாவற்றையும் தூண்டி நடத்தியது இறைவன் அருளே என்று கூறுதல் தவறாகாதெனக் கருதுகிறேன்.

ஆண்டவனை நான் பார்த்ததில்லை அவனை அறிந்ததுமில்லை. ஆனால், உலகமெல்லாம் ஆண்டவனிடம் வைத்துள்ள நம்பிக்கையை என் நம்பிக்கையாகக் கொண்டேன். எனது நம்பிக்கை அழிக்க முடியாத தென்றாதலின், அதை அனுபவத்துக்குச் சமமானதாகவே நான் கருதுகிறேன். ஆனால் நம்பிக்கையை அனுபவம் எனக் கூறுதல், உண்மைக்கு ஊறு செய்வதாகுமெனச் சொல்லப்படலாம் ஆதலின், ஆண்டவனிடம் எனக்குள்ள நம்பிக்கையை விளக்கிக்கூற வார்த்தைகள் இல்லை என்பது அதைவிடப் பொருத்தமாயிருக்கலாம்.

இதிலிருந்து, இறைவன் அருள் துணையினாலேயே இச்சரிதையை எழுதுகிறேன் என நான் நம்புவதின் காரணத்தை அறிதல் சிறிது சுலபமாயிருக்கும். சென்ற அத்தியாயத்தை எழுதத் தொடங்கியபோது, இவ்வத்தியாயத்துக்குக் கொடுத்திருக்கும் தலைப்பையே கொடுத்துத் தொடங்கினேன். ஆனால், அதை எழுதி வரும்போது. ஐரோப்பியர்களுடன் என் அனுபவங்களைக் கூறுவதற்கு முன்னால் முகவுரையாகச் சில விஷயங்கள் சொல்லவேண்டுமென உணர்ந்தேன். எனவே தலைப்பையும் விஷயத்தையும் மாற்றினேன்.

இப்போது இந்த அத்தியாயத்தைத் தொடங்குகையில், மீண்டும் ஒரு புதிய பிரச்சனை ஏற்படுகின்றது. ஆங்கில நண்பர்களைப் பற்றி என்னென்ன விஷயங்களைக் கூறுவது, என்னென்னவற்றை விடுப்பது என்பது முக்கியமானக் கேள்வி. பொருத்தமான விஷயங்களைக் கூறாது விடின் சத்தியம் ஒளி குன்றிவிடும். இச்சரிதத்தை எழுதுவதே பொருத்தமானதா என்று நிச்சயம் ஏற்படாதிருக்கும்போது, விவரங்களில் பொருத்தமானது எது, பொருத்தமற்றதென நிச்சயித்தல் கடினமன்றோ?

சுயசரிதம் எதுவும் பிறர் எழுதும் சரித்திரத்தைப்போல் ஆகாதென்று நீண்டகாலத்துக்குமுன் நான் படித்ததின் உண்மையை இப்போது நன்குணர்கிறேன். எனக்கு நினைவிருப்பன எல்லாவற்றையும் இக்கதையில் எழுதுகிறேனில்லை. சத்தியத்துக்கு ஊறு நேரா வண்ணம் எவ்வளவு சொல்லவேண்டும், எவ்வளவு விடுக்கவேண்டும் என்பதை யாரே கூறமுடியும்? என் வாழ்க்கைச் சம்பவங்கள் சிலவற்றைக் குறித்து நான் கூறும் ஒருதலைச் சார்பான சாட்சியங்களுக்கு நீதிமன்றமொன்றில் எவ்வளவு மதிப்பு இருக்கும்? முந்தைய அத்தியாயங்களைப் பற்றி யாரேனும் வேலையற்றவர் ஒருவர் என்னைக் குறுக்கு விசாரணை செய்வாரேல், இன்னும் பல விவரங்களைத் தெளிவுப்படுத்தலாம். அவர் விரோதப்பான்மை உடையவராயின், என் பாசாங்குகளில் பலவற்றை வெளிப்படுத்திவிட்டதாயும் பெருமையடித்துக் கொள்ளக்கூடும்.

ஆதலின், இந்தச் சரிதத்தை நிறுத்திவிடுதலே உசிதம் என ஒவ்வொரு சமயம் எனக்கு எண்ணம் உண்டாகிறது. ஆனால், என் உள்ளத்தினுள்ளே குடிகொண்ட இறைவன் நிறுத்தச் சொல்லும்வரை நான் எழுதியே தீரவேண்டும். ஒருமுறை தொடங்கிவிட்டக் காரியம் எதையும் அது தர்ம விரோதமானதென்று நிரூபிக்கப்படும் வரையில் நிறுத்தக்கூடாதென்பது முதுமொழியன்றோ?

குற்றங்கண்டுபிடிப்பவர்களை மகிழ்விப்பதற்காக நான் இந்த சுயசரிதத்தை எழுதவில்லை. இதை எழுதுவதும்கூட சத்தியமார்க்த்தின் சோதனைகளில் ஒன்றாகும். என் சகாக்களுக்குச் சிறிது மன ஆறுதலையும் சிந்தனைக்குரிய விஷயத்தையும் அளிப்பது, இதை எழுதுவதின் நோக்கங்களில் ஒன்று என்பதில் ஐயமில்லை. உண்மையில் அவர்களுடைய விருப்பத்துக்கிணங்கியே நான் இதை எழுதத்தொடங்கினேன். ஜயராம் தாஸீம், ஸ்வாமி ஆனந்தரும் பிடிவாதம் செய்யாதிருந்தால் இதை எழுதத் தொடங்கியே இருக்கமாட்டேன். ஆதலின், நான் இச்சரிதை எழுதுவது தவறானால், அவர்களுக்கு அத்தவறில் பங்குண்டு.

நிற்க. இனி எடுத்த விஷயத்துக்குச் செல்கிறேன். டர்பனில் என் வீட்டில் இந்தியர்கள் ஜாகை வைத்துக்கொண்டிருந்தது போலவே சிலசமயம் ஆங்கில நண்பர்களும் வாசம் செய்தார்கள். அவ்வாறு தங்கியவர்கள் எல்லாரும் விருப்பமுடன் தங்கினார்கள் என்று சொல்வதற்கில்லை. நான்தான் பிடிவாதம் செய்தேன். இவ்வாறு செய்தது எல்லார் விஷயத்திலும் அறிவுடைமையாக முடியவில்லை. பெரிதும் துயரந்தரும் அனுபவங்கள் நிகழ்ந்தன. ஆனால், இத்தகையோரில் இந்தியர்களும் உண்டு, ஐரோப்பியர்களும் உண்டு. அவ்வனுபவங்களைப் பற்றி நான் இப்போது வருந்துகிறேனில்லை. அதற்கு மாறாக, இன்னமும் அவ்வழக்கத்தையே பின்பற்றி வருகிறேன். இதனால் என் நண்பர்களுக்குப் பலமுறை அசௌகரியமும், சிலர் விஷயத்தில் மனத்தொல்லையும் அளித்துள்ளேன். ஆயினும் அவர்கள் என்னிடம் பேரன்பு காட்டிப் பொறுத்து வந்திருக்கிறார்கள். அந்நியர்களுடன் நான் பழகுவது என் நண்பர்களுக்கு வருத்தம் அளிக்கும்போதெல்லாம் நண்பர்களைத்தான் குற்றம் கூறுவேன். தெய்வ நம்பிக்கையுள்ளவர்கள் தங்கள் இருதயத்தில் கோயில் கொண்டுள்ள இறைவனைப் பிறரிடமும் காண்பார்கள். எனவே அவர்கள், எல்லாருடைய மத்தியிலும் விருப்பு, வெறுப்பின்றி வாழக்கூடியவர்களாயிருத்தல் வேண்டும். இவ்வாறு வாழும் ஆற்றலைப் பெறுவதெப்படி? நாம் தேடாமலே வரும் சந்தர்ப்பங்கள் ஒதுக்கித்தள்ளுவதால் பெறமுடியுமா? தொண்டில் பற்றுடன் அச்சந்தர்ப்பங்களை வரவேற்று அவற்றினால் மன அமைதி கெடாமல் காக்கப் பயில்வதாலேயே அத்திறமை பெறமுடியும்.

ஆதலின், போயர் யுத்தம் தொடங்கியபோது என் வீட்டில் ஜனங்கள் நிறைந்திருந்தார்களாயினும், ஜோகானிஸ்பர்க்கிலிருந்து வந்த இரண்டு ஆங்கிலேயர்களை வரவேற்றேன். அவர்கள்

இருவரும் பிரமஞானச் சங்கத்தைச் சேர்ந்தவர். இவர்களில் மிஸ்டர் கிச்சின் என்பாரைப் பற்றிப் பின்னால் நாம் அதிகம் தெரிந்துகொள்ள நேரும். இந்நண்பர்களின் காரணமாக, என் மனைவி அடிக்கடி கண்ணீர்விட வேண்டியிருந்தது. இம்மாதிரி சந்தர்ப்பங்கள் என்னால் அவளுக்கு எவ்வளவோ ஏற்பட்டிருக்கின்றன. ஆங்கில நண்பர்கள் ஏக குடும்பமாக என்னுடன் வசிக்க நேர்ந்தது இதுவே முதல்முறையாகும். இங்கிலாந்தில் நான் ஆங்கிலேயர் வீடுகளில் வசித்திருக்கிறேனாயினும், அவர்கள் வாழ்க்கைமுறையைப் பின்பற்றி வசித்து வந்தேன். ஏறக்குறைய, போஜன விடுதியில் தங்குவது போல்தான். இங்கேயோ நிலைமை அதற்கு முற்றிலும் மாறாயிருந்தது. ஆங்கிலேய நண்பர்கள் என் குடும்பத்தினரேயானார்கள். வீட்டின் அறைகள் மேனாட்டு முறையில் கட்டப்பட்டிருந்தனவாயினும், பெரிதும் இந்திய வாழ்வுமுறையையே கைக்கொண்டிருந்தோம். அவர்களை என் குடும்பத்தாராக வைத்துக்கொள்வதில் எனக்குச் சிறது கஷ்டம் ஏற்பட்டது நினைவிருக்கிறது. ஆனால், அவர்களுக்கு எவ்வித அசௌகரியமும் தோன்றவில்லையென்று நான் நிச்சயமாகக் கூறமுடியும், இவ்வித நெருங்கிய பழக்கம் டர்பனில் இருந்ததைவிட ஜோகானிஸ்பர்க்கில் அதிகமாயிற்று.

12. ஐரோப்பிய நண்பர்கள் II

ஜோகானிஸ்பர்க்கில் ஒரு சமயம் என்னிடம் நான்கு இந்தியக் குமாஸ்தாக்கள் இருந்தனர். அவர்களை என் புதல்வர்களாகவே நடத்திவந்தேன். இந்த நாலுபேருங்கூட என் வேலைக்குப் போதவில்லை. டைப் அடிக்கத் தெரிதல் மிக்க அவசியமாயிருந்தது. அந்த வித்தை எங்களில் எனக்குத்தான் தெரியும் என்று பெயர். அவர்களில் இருவருக்கு டைப் அடிக்கக் கற்றுக்கொடுத்தேனாயினும், அவர்கள் ஆங்கிலம் அதிகம் தெரியாதவர்களானபடியால் போதிய திறமை பெறவில்லை. மேலும், அவர்களில் ஒருவரைக் கணக்கராகப் பயிற்சி செய்விக்க விரும்பினேன். நேட்டாலிலிருந்து யாரையும் தருவித்துக் கொள்ளவும் முடியவில்லை. ஏனெனில், அனுமதிச்சீட்டின்றி யாரும் டிரான்ஸ்வாலுக்குள் நுழையக்கூடாது. என்னுடைய சொந்தக்காரியத்துக்கு அனுமதிச்சீட்டு உத்தியோகஸ்தரின் தயவை நாட நான் தயாராயில்லை.

என்ன செய்வதென்று தெரியாதவனானேன். வேலை பாக்கி குவிந்துகொண்டேயிருந்தது. எவ்வளவு முயன்றாலும் தொழில்

சம்பந்தமான வேலைகளையும். பொதுவேலைகளையும் நானே செய்து முடிக்க இயலாதெனத் தோன்றிற்று. ஐரோப்பிய குமாஸ்தாவை அமர்த்திக்கொள்ள எனக்கு விருப்பந்தான். ஆனால், கறுப்பு மனிதனாகிய என்கீழ் வேலை செய்ய வெள்ளைக்காரரோ, வெள்ளைக்கார ஸ்திரீயோ வருவார்களாவென்று ஐயுற்றேன். எனினும் முயற்சி செய்துபார்க்கத் தீர்மானித்தேன். டைப் குமாஸ்தாக்களின் ஏஜெண்ட் ஒருவர் எனக்குத் தெரிந்தவராயிருந்தார். அவரிடம் சென்று, கூடுமானால் டைப் அடிக்கும் குமாஸ்தா ஒருவரை எனக்குத் தேடிக்கொடுக்கும்படி சொன்னேன். டைப் அடிக்கும் பெண்கள் இருக்கிறார்களென்றும் அவர்களில் ஒருவரை அமர்த்தித் தருவதாகவும் அவர் வாக்களித்தார். அவ்வாறே மிஸ் டிக் (Miss Dick) என்னும் ஸ்காத்லாந்து தேசத்துப் பெண்ணை அனுப்பிவைத்தார். அப்பெண் ஸ்காத்லாந்திலிருந்து அப்போதுதான் வந்தார். கண்யமான ஜீவனோபாயம் எங்கே கிடைத்தாலும் அதை ஏற்றுக்கொள்ள அவர் தயாராயிருந்தார். பணத்தேவையும் அவருக்கிருந்தது. அவரைப் பார்த்தவுடனேயே எனக்குப் பிடித்துப்போயிற்று.

"இந்தியரின்கீழ் ஊழியம் செய்ய உமக்கு ஆட்சேபமில்லையா?" என்று வினவினேன்.

"கிடையவே கிடையாது" என்று அவர் உறுதியாகக் கூறினார்.

"என்ன சம்பளம் எதிர்பார்க்கிறீர்?"

"17.5 பவுன் கேட்டால் அதிகமாயிருக்குமோ?"

"நான் எதிர்பார்க்கும் வேலை செய்தீரானால் 17.5 பவுன் அதிகமாகாது. எப்போது வேலை ஒப்புக்கொள்ள முடியும்?"

"தங்களுக்கு விருப்பமாயின் இந்த நிமிஷமே ஒப்புக்கொள்கிறேன்."

பெரிதும் மகிழ்ச்சியடைந்து, உடனே அவருக்கு வேலைகொடுத்து செய்யச் சொன்னேன். சிறிதுகாலத்துக்குள் அவள் என்னுடைய டைப் குமாஸ்தாவாக மட்டுமிராமல், என்னுடைய புதல்வி அல்லது சகோதரியைப்போல் ஆகிவிட்டார். அவருடைய வேலையில் குற்றங்கண்டுபிடிக்கக் காரணம் ஏற்பட்டதேயில்லை. அடிக்கடி ஆயிரக்கணக்கில் பணத்தை அவரிடம் ஒப்படைத்திருக்கிறேன். அவரே கணக்கும் எழுதி வந்தார். என் பூரண நம்பிக்கைக்கு அவர் பாத்திரமானது மட்டுமன்று என்னைத் தம் நம்பிக்கைக்குப் பாத்திரமானவனாகக் கருதித் தம் அந்தரங்க எண்ணங்களையும், உணர்ச்சிகளையும் தெரிவித்துவந்தார். விவாக

விஷயத்தில்கூட என் புத்திமதியைக் கேட்டே முடிவாக நிச்சயித்தார். அவரைக் கன்னிகாதானம் செய்துகொடுக்கும் பாக்கியம் எனக்குக் கிடைத்தது. மிஸ் டிக் மணம் புரிந்து மிஸஸ் மக்டனால்டு ஆனதும் என்னைவிட்டுச்செல்ல நேர்ந்தது. ஆனால், கல்யாணத்துக்குப் பிறகுகூட மிகுதியாக வேலையிருக்குங் காலையில் நான் வேண்டியபோதெல்லாம் அவர் உதவி செய்யத் தவறியதே கிடையாது.

எனினும், அவருடைய இடத்துக்கு நிரந்தரமான டைப் குமாஸ்தா ஒருவர் வேண்டியிருந்தது. அதிர்ஷ்டவசமாக இன்னொரு பெண் கிடைத்தார். அவர் பெயர் மிஸ்ஷ்லெஸின். அவரை மிஸ்டர் காலன்பாக் என்பார் எனக்கு அறிமுகம் செய்துவைத்தார். மிஸ்டர் காலன்பாக்கைப் பற்றி உரிய இடத்தில் கூறுவேன். மேற்படி பெண்மணி தற்போது டிரான்ஸ்வாலில் ஒரு பெண் பள்ளிக்கூடத்தின் தலைவியாய் இருக்கிறார். என்னிடம் வேலைக்கு வந்தபோது அவருக்கு சுமார் பதினேழு வயதிருக்கும். அவரிடம் சில விசித்திர சுபாவங்கள் இருந்தன. அவற்றை ஒவ்வொரு சமயத்தில் என்னாலும் மிஸ்டர் காலன்பாக்கினாலும் பொறுக்கமுடியாமல் போகும். அவருக்கு வேலை செய்யும் நோக்கத்தைவிட அனுபவம் பெறும் நோக்கமே அதிகமாயிருந்தது. நிற வேற்றுமை உணர்ச்சி என்பது அவரது இயல்பிலேயே கிடையாது. வயதுக்கோ, அனுபவத்துகோ அவர் மரியாதை செய்வதுமில்லை. ஒருவரை அவமதிப்பதற்கோ, அவர் முகத்துக்கு நேரே அவரைப்பற்றித் தாம் கொண்டுள்ள கருத்தைத் தெரிவிப்பதற்கோ தயங்கமாட்டார். அவருடைய அதிதீவிரத் தன்மை என்னைப் பலமுறை கஷ்டத்தில் புகுத்தியதுண்டு. ஆனால், அவருடைய கபடமற்ற வெகுளி சுபாவம் அக்கஷ்டங்கள் தோன்றிய உடனேயே மறந்துவிடும்படி செய்யும். அவர் டைப் அடித்த கடிதங்களில் படித்துப் பாராமலே நான் கையொப்பம் செய்வதுண்டு. என்னைவிட நன்றாய் ஆங்கில நடை எழுதுகிறார் என்று நான் கருதியதாலும், அவர் எனக்கு உண்மையாக நடப்பார் என்று பூரண நம்பிக்கை இருந்தபடியாலும் இப்படிச் செய்தேன்.

அவருடைய தியாகம் மகத்தானது. நீண்டகாலம் அவர் மாதம் 6 பவுனுக்குமேல் சம்பளம் வாங்கிக்கொள்ளவில்லை. மாதம் 10 பவுனுக்குமேல் எக்காலத்திலும் பெற்றுக்கொள்ள வேண்டுமென்று நான் வற்புறுத்தினால் அவர் கோபிப்பார். "உங்களிடம் சம்பளம் வாங்குவதற்காக நான் இங்கிருக்கவில்லை. உங்களுடைய இலட்சியங்களை எனக்குப் பிடித்திருப்பதாலும், உங்களுடன் வேலை செய்ய விரும்புவதாலும் இங்கிருக்கிறேன்" என்பார்.

ஒரு சந்தர்ப்பத்தில் அவர் என்னிடம் 40 பவுன் வாங்கிக்கொள்ளும்படி நேரிட்டது. அதைக் கடனாகவே பாவிக்க வேண்டுமென்று அவர் வற்புறுத்தினார். சென்ற வருஷத்தில் முழுத்தொகையையும் திருப்பி அனுப்பிவிட்டார். அவருடைய தைரியம் அவருடைய தியாகத்துக்கு இணை சொல்லக் கூடியதாயிருந்தது. பளிங்குபோல் மாசற்ற நடத்தையும், போர் வீரனையும் வெட்கச்செய்யும் தைரியமும் உடைய சில பெண்மணிகளுடன் பழகும் பாக்கியம் நான் பெற்றிருக்கிறேன். அவர்களில் இவரும் ஒருவராவார். இப்போது அவர் வயது முதிர்ந்த ஸ்திரீயாயிருப்பார். என்னுடன் இருந்தபோது அவர் மனதை நான் அறிந்திருந்ததுபோல் இப்போது அறிந்திருக்கவில்லை. ஆனால், அந்த யுவதியுடன் எனக்கேற்பட்டிருந்த பழக்கம் எப்போதும் மறக்கவொண்ணாத ஒரு பரிசுத்த ஞாபகமாயிருக்கும். ஆதலின் அவரைப்பற்றி எனக்குத் தெரிந்தவற்றைச் சொல்லாவிடின் சத்தியத்துக்குத் துரோகம் செய்தவனாவேன்.

இரவு, பகல் என்று பாராமல் அவர் எங்கள் இயக்கத்துக்காக உழைத்தார். நள்ளிரவு வேளையில் செய்தி கொண்டுபோவார். துணைக்கு ஆள் அனுப்புவதாகச் சொன்னால் கோபத்துடள் மறுப்பார். ஆயிரக்கணக்கான தீர இந்தியர்கள் அவருடைய புத்திமதியை எதிர்ப்பார்த்து நின்றனர். சத்தியாக்கிரஹம் நடந்த காலத்தில் அநேகமாகத் தலைவர்கள் எல்லாரும் சிறைசென்ற பின்னர் அவர் ஒருவராக நின்று இயக்கத்தை நடத்தினார். அப்போது ஆயிரக்கணக்கான மனிதர்களை வைத்து அவர் நிர்வகிக்க வேண்டியிருந்தது. ஏராளமானக் கடிதங்களுக்குப் பதில் எழுதவேண்டியிருந்தது. இண்டியன் ஒபீனியன் பத்திரிகையை நடத்தவேண்டியிருந்தது. இவ்வளவையும் சோர்வென்பதில்லாமல் அவர் பார்த்து வந்தார்.

மிஸ் ஷ்லெஸினைப் பற்றி எவ்வளவு வேண்டுமானாலும் எழுதிக்கொண்டு போகலாம். ஆனால், அவரைப்பற்றி கோகலே கொண்டிருந்த அபிப்ராயத்தைத் தெரிவித்து இந்த அத்தியாயத்தை முடிக்கிறேன். கோகலே என்னுடைய சகாக்களில் ஒவ்வொருவரையும் அறிந்திருந்தார். அவர்களில் பலரை அவருக்குப் பிடித்திருந்தது. அவர்களைப் பற்றி அவர் தமது நன் மதிப்பைத் தெரிவிப்பதுண்டு. என்னுடைய இந்தியா, ஐரோப்பிய சகாக்கள் எல்லாருள்ளும் மிஸ் ஷ்லெனுக்கே அவர் முதன்மை ஸ்தானத்தை அளித்தார்.

மிஸ் ஷ்லெஸினிடம் நான் கண்ட தியாகத்தையும், தூய்மையையும் அஞ்சாமையையும்போல் வேறு யாரிடமும்

கண்டதில்லை. உங்களுடைய சகாக்கள் அனைவரிலும் அவரே முதன்மையானவர் என்பது என் அபிப்ராயம்.

13. இண்டியன் ஒபீனியன்

நான் நெருங்கிப் பழகிய மற்ற ஐரோப்பியர்களைப் பற்றிச் சொல்வதற்கு முன்னால் இரண்டு, மூன்று முக்கிய விஷயங்களைப் பற்றிக் கூறவேண்டியிருக்கிறது. எனினும் அவர்களில் ஒருவரைப் பற்றி மட்டும் இங்கேயே சொல்லிவிடுதல் அவசியமாகும். மிஸ் டிக் என்னும் பெண்மணியை என் உதவிக்கு அமர்த்திக்கொண்டது போதவில்லை. இன்னும் யாரேனும் உதவிக்கு அவசியமாயிருந்தது. முன் அத்தியாயங்களில் மிஸ்டர் ரிச் என்பவரைப் பற்றிக் குறிப்பிட்டிருக்கிறேன். அவரை எனக்கு நன்றாகத் தெரியும். அவர் ஒரு வியாபாரக் கம்பெனியின் மானேஜராக இருந்தார். கம்பெனியைவிட்டு நீங்கி. என்கீழ் வக்கீல் வேலைக்குப் பயிற்சி பெறலாமென்று யோசனை சொன்னேன். அதை அவர் ஒப்புக்கொண்டு என் சிரமத்தைப் பெரிதும் குறைத்தார்.

ஏறக்குறைய இதே காலத்தில் ஸ்ரீமான் மதன் ஜீத், இண்டியன் ஒபீனியன் என்னும் பத்திரிகை தொடங்குவதைப் பற்றி என்னை புத்திமதி கேட்டார். அவர் ஏற்கனவே அச்சுக்கூடம் ஒன்று வைத்து நடத்திக்கொண்டிருந்தார். அவரது யோசனையை நான் அங்கீகரிக்கவே 1904ம் ஆண்டில் பத்திரிகை தொடங்கப்பட்டது. ஸ்ரீமான் மனுசுக்லல் நஸர் முதலாவது பத்திரிகை ஆசிரியரானார். ஆனால், வேலை முழுவதும் என் தலையிலேயே விடிந்தது. அநேகமாக நானே பத்திரிகையை நடத்திவர வேண்டியதாயிற்று. ஸ்ரீ மனு சுகலல் நஸாருக்குப் பத்திரிகை நடத்தும் ஆற்றல் இல்லாமலில்லை. இந்தியாவில் அவர் பத்திரிகைத் தொழிலில் நிரம்ப அனுபவம் பெற்றவர். ஆனால், நான் இருக்கும்போது சிக்கலான தென்னாப்பிரிக்கா பிரச்சினைகளைக் குறித்து எழுத அவர் முன்வருவதில்லை. தலையங்கப் பத்திகளின் பொறுப்பு முழுவதையும் என் தலைமீதே சுமத்திவிட்டார். இன்றுவரை அப்பத்திரிகை வாரப்பதிப்பாகவே இருந்துவருகிறது. ஆரம்பத்தில் குஜராத்தி, ஹிந்தி, தமிழ், ஆங்கிலம் என்னும் நான்கு மொழிகளிலும் வெளியிடப்பட்டு வந்தது. ஆனால் தமிழ், ஹிந்தி பகுதிகள் வெறும் கண் மயக்கு என்று கண்டேன். அவை எந்நோக்கத்துடன் வெளியிடப்பட்டனவோ அந்நோக்கம் பூர்த்தியாவதில்லை. எனவே,

அப்பகுதிகளைத் தொடர்ந்து நடத்துவது ஏமாற்றுவதாகுமென்று நினைத்து, அவைகளை நிறுத்திவிட்டேன்.

இப்பத்திரிகையில் பணம் எதுவும் போடவேண்டியிருக்கும் என்று நான் எண்ணவேயில்லை. ஆனால், விரைவிலேயே பண உதவியின்றி அது நடைபெற இயலாதென்று விளங்கிவிட்டது. பெயரளவில் நான் பத்திராதிபன் அல்லனாயினும், அதை நடத்தும் பொறுப்பு முழுவதும் என்னுடையதுதான் என்று இந்தியர், ஐரோப்பியர் எல்லாரும் அறிந்திருந்தனர். அப்பத்திரிகை ஆரம்பிக்கப்படாமலே இருந்திருந்தால் எவ்வித தீங்கும் நேர்ந்திராது. ஆனால், தொடங்கிய பின்னர் அதை நிறுத்துவதாயின் பொருள் நஷ்டமும் அவமானமும் ஏற்படுவது நிச்சயம். ஆதலின் என்னுடைய சொந்தப்பணத்தை அதில் கொட்டிக்கொண்டிருந்தேன். கடைசியில் நான் மீத்தப் பணத்தையெல்லாம் அதிலேயே போடும்படியும் ஆயிற்று. ஒருசமயம் மாதா மாதம் 75 பவுன் பத்திரிகைக்குக் கொடுக்கவேண்டியிருந்ததாக ஞாபகம் இருக்கிறது.

இவ்வளவு வருஷங்களுக்குப் பின்னர் இப்போது எண்ணிப்பார்க்கையில் மேற்படி பத்திரிகை இந்தியச் சமூகத்துக்குச் சிறந்த ஊழியம் செய்திருப்பதாகவே கருதுகிறேன். என்னால் நடத்தப்பட்டு வந்தவரை, பத்திரிகையில் அவ்வப்போது தோன்றிய மாறுதல்கள் என்னுடைய வாழ்க்கை மாறுதல்களுக்கு அறிகுறியாயிருந்து வந்தன. இன்று நவஜீவனும். 'யங் இந்தியா'வும் உள்ளதுபோல் அக்காலத்தில் இண்டியன் ஒபீனியன். என் வாழ்க்கையின் ஒரு பகுதிக்குக் கண்ணாடிபோல் இருந்து வந்தது. வாரந்தவறாமல் என் உள்ளத்திலிருந்து பொங்கிய உணர்ச்சிகளை அதன் பத்திகளிலே வெளியிட்டு வந்தேன். சத்தியாக்கிரஹ தத்துவங்களையும், அனுஷ்டானத்தையும் நான் அறிந்திருந்த வண்ணம் விளக்கிக்காட்டி வந்தேன். பத்து வருஷ காலம், அதாவது 1914ம் ஆண்டு வரையில், சிறைச்சாலைக்குள் கட்டாய ஓய்வுகிடைத்த காலங்களிலல்லாமல், இண்டியன் ஒபீனியன் பத்திரிகையின் ஓர் இதழாவது என்னுடைய கட்டுரையின்றி வெளிவந்ததில்லை.

அக்கட்டுரைகளில் ஒரு வார்த்தையேனும் யோசனையின்றி எழுதியதாகவோ, வேண்டுமென்று மிகைப்படுத்தியோ, பிறரை மகிழ்விப்பதற்காகவோ எழுதியதாக எனக்கு ஞாபகமில்லை. உண்மையில் அப்பத்திரிகை தன்னடக்கத்தில் பயிற்சிபெற எனக்கு ஓர் அரிய சாதனமாயிருந்தது. எனது நண்பர்களுக்கோ, என் எண்ணங்களை அவ்வப்போது அறிந்துகொள்வதற்குரிய சாதனமாயிற்று. மாறுப்பட்ட கருத்துடையவர்களுக்கும் அதில்

ஆட்சேபிக்கத்தக்கது அதிகம் அகப்படுவதில்லை. உண்மையில், இண்டியன் ஒபீனியனின் நேர்மைப்போக்கானது எதிரிகளையும் இயக்கத்தை எழுதும்படி செய்தது. இண்டியன் ஒபீனியன் இன்றி சத்தியாகிரஹப்போரின் நம்பத்தகுந்த விவரங்களுக்கும், தென்னாப்பிரிக்கா இந்தியர்களின் உண்மை நிலையை அறிந்துகொள்வதற்கும் வாசகர்கள் அப்பத்திரிகையின் வெளியீட்டை ஆவலுடன் எதிர்நோக்கலாயினர். எனக்கு அப்பத்திரிகை, மனித இயற்கையை அவன் எல்லா அம்சங்களிலும் படித்தறிவதற்கு ஒரு சாதனமாயிருந்தது. பத்திரிகை ஆசிரியருக்கும். வாசகர்களுக்கும் நெருங்கிய பரிசுத்தமானத் தொடர்பை ஏற்படுத்துவதை நான் எப்போதும் நோக்கமாய்க் கொண்டிருந்தேன். நிரூபர்களின் இதய அந்தரங்க உணர்ச்சிகளைக் கொண்ட கடிதங்கள் ஏராளமாய் வந்து குவிந்துகொண்டேயிருந்தன. எழுதியவரின் மனோநிலையை ஒட்டி, நட்புரிமை உடனோ, குறைகூறியோ, கோபாவேசத்துடனோ அவை எழுதப்பட்டு இருக்கும். இவ்வளவு கடிதங்களையும் படித்து, சிந்தித்துப் பதில் எழுதுவது சிறந்த கல்விப் பயிற்சியாக இருந்தது. சமூகம் எண்ணிய எண்ணங்கள் எல்லாம் இக்கடிதங்களில் எனக்குத் தெரியவந்தன. பத்திரிகை ஆசிரியரின் பொறுப்பை அவை மூலம் நான் நன்கறிந்து கொண்டேன். இவ்வழியில் சத்தியாக்கிரஹப்போர் நடத்துதல் சாத்தியாமாயிற்று. அப்போர் கௌரவமாக நடந்து, வெற்றியடைந்ததற்கும் அதுவே மூலக்காரணமாகும்.

இண்டியன் ஒபீனியன் தொடங்கப்பட்ட முதல் மாதத்திலேயே பத்திரிகைத் தொழிலின் இலட்சியம் பொதுஜன ஊழியமாகவே இருத்தல் வேண்டுமென உணர்ந்தேன். பத்திரிகையின் சக்தி அபாரமானது. ஆனால், கரையில்லா ஜலப் பிரவாகம் நாட்டை எல்லாம் மூழ்கடித்துப் பயிரைப் பாழாக்குவதுபோல், கட்டுக்குட்படாத பேனாவும் அழிவு வேலைக்கே பயன்படுகிறது. கட்டுபாடு இல்லாதிருப்பதைவிட வெளியிருந்து ஏற்படும் கட்டுப்பாடு தீமை பயப்பதாகும். பத்திரிகைகள் தங்களுக்குத் தாங்களே கட்டுப்பாடு ஏற்படுத்திக்கொள்வதில்தான் நன்மையுண்டு, தற்போது உலகிலுள்ள பத்திரிகைகளில் இப்பரீட்சையில் தேறக்கூடியவை எவ்வளவு இருக்கும்? உபயோகமற்ற பத்திரிகைகளை யார் நிறுத்துவது? உபயோகமானவை, உபயோகமில்லாதவை என்று முடிவு செய்வது யார்? உலகில் நன்மை தீமைகள் எப்போதும் கலந்திருப்பதைப்போல், பயனுள்ள பத்திரிகைகளும் பயனில்லாப் பத்திரிகைகளும் இருக்கவே செய்யும். மனிதன் தன் அறிவினால் ஆராய்ந்து பயனுள்ளதைத் தேர்ந்தெடுத்துக் கொள்ளவேண்டும்.

14. கூலிச்சேரிகள்

ஹிந்துக்களாகிய நாம், சமூகத்துக்குச் சிறந்த தொண்டு செய்துவரும் சில வகுப்பாரை தீண்டாதார் என்று சொல்லி, பட்டணங்களிலும், கிராமங்களிலும் தனிப்பட ஒதுக்கிவைத்திருக்கிறோம். அவர்கள் வசிக்கும் இடங்களுக்குத் தனிப்பெயர் கொடுத்து, அந்தப் பெயருக்கும் இழிவு கற்பித்திருக்கிறோம். இவ்வாறே கிறிஸ்தவ ஐரோப்பாவிலும் யூதர்கள் ஒருகாலத்தில் தீண்டாதாராயிருந்தனர். அவர்களுடைய வாசஸ்தலங்களுக்கு ‘கெட்டோ’ என்ற பெயர் வழங்கப்பட்டிருந்தது. அம்மாதிரியாகவே இன்றைய தினம் நாம் தென்னாப்பிரிக்காவில் தீண்டாதாராயிருக்கிறோம். அங்கு நாம் மீண்டும் தீண்டக்கூடியவராவதற்கு ஆண்டரூஸின் தியாகம் சாஸ்திரியின் இனிய பேச்சுத்திறனும் எவ்வளவு கிடக்கின்றது.

பண்டைக்காலத்து யூதர்கள் தாங்களே ஆண்டவன் அருள்பெற்ற சாதியர் என்றும், மற்றவர்கள் அவன் அருள் பெறாதவர்களென்றும் கருதினார்கள். இதற்கு விந்தையான தண்டனை அவர்களுடைய சந்ததியார் தலைமீது விடிந்தது. அத்தண்டனை அநீதியானதென்றும் கூறலாம். அவ்வாறே ஹிந்துக்கள், தங்களை ஆரியர்கள் அதாவது நாகரிகச் சாதியார் என்றும், தங்களுடைய சொந்த பந்துக்களில் ஒரு பகுதியாரை அநாகரியர் அல்லது தீண்டத்தகாதார் என்றும் கருதினார்கள். அக்கர்ம பயன் தென்னாப்பிரிக்காவிலுள்ள ஹிந்துக்கள் தலைமீது மட்டுமன்றி, முஸ்லிம்கள், பார்ஸிகள், முதலியோரின் தலைமீதும் விடிந்திருக்கிறது. அவர்கள் ஒரே தேசத்தாராயும், ஒரு நிறத்தாராயும் இருப்பதால், அந்த அதிசய, அநீதியானத் தண்டனையைத் தாங்களும் அனுபவிக்க வேண்டியவர்களானார்கள்.

கூலிச்சேரிகள் என்ற தலைப்பின் கருத்தை இப்போது வாசகர்கள் ஓரளவு அறிந்துகொண்டிருப்பார்கள். தென்னாப்பிரிக்காவில் நாம் கூலிகள் என்னும் அவப்பெயரைப் பெற்றிருக்கிறோம். இந்தியாவில் கூலி என்றால் சாதாரணமாய் சாமான் தூக்கும் வேலைக்காரனையே குறிக்கும். ஆனால் தென்னாப்பிரிக்காவில் அதற்கு, பறையன் அல்லது தீண்டாதான் என்பதற்கு நாம் என்ன பொருள் கொள்கிறோமோ அத்தகைய பொருள் கொள்ளப்படுகிறது. எனவே, அது ஒருவகைச் சொல்லாயிற்று, கூலிகள் வசிப்பதற்கென்று ஒதுக்கப்பட்ட இடங்கள் கூலிச்சேரிகள் எனப் பெயர்பெற்றன.

ஜோகானிஸ்பர்க்கில் இந்தியர்கள் 99 வருஷக் குத்தகைக்கு நிலம் பெற்றிருந்தார்கள். இவ்விடத்தில் இந்தியர்கள் மிக

நெருக்கமாய் வசிக்க வேண்டியிருந்தது. ஜனத்தொகை அபிவிருத்திக்குத் தகுந்தாற்போல சேரியின் விஸ்தீரணம் அதிகமாகவில்லை. கக்கூசுகளை அரைகுறையாக சுத்தம் பண்ணுவதல்லாமல். வேறு சுகாதார வசதிகளுக்கு நகரசபை எவ்வித ஏற்பாடும் செய்யவில்லை. நல்ல சாலைகளும், விளக்குகளும் வேண்டுமென்பதில் கவலையில்லாதபோது, அவர்களுடைய வாசஸ்தலத்தில் சுகாதார வசதிகள் ஏன் ஏற்படுத்த வேண்டும்? அங்கு வசித்த இந்தியர்களோ நகர சுகாதார விதிகளையே சற்றும் அறியாதவர்கள். எனவே, நகரசபையின் உதவியும் மேற்பார்வையும் இன்றி அவர்கள் எதுவும் செய்யமுடியாமலிருந்தது. தென்னாப்பிரிக்கா சென்ற இந்தியர்கள் எல்லாரும் ராபின்ஸன் குரூஸோகளாய் இருந்திருந்தால் கதை வேறுவிதமாய் இருந்திருக்கும். ஆனால் உலகில், எல்லாரும் ராபின்ஸன் குரூஸோ போன்றவர்களாகச் சென்று குடியேறிய தேசத்தைப் பற்றி நாம் கேள்விப்பட்டதே இல்லை. சாதாரணமாக, ஜனங்கள் பயணம் தேடவும், வியாபார நிமித்தமாகவுமே வெளிநாடுகளுக்குச் செல்கிறார்கள். தென்னாப்பிரிக்கா சென்ற இந்தியர்களில் பெரும்பாலோர் கல்வி அறிவில்லாத ஏழை விவசாயிகள். அவர்கள் விஷயத்தில் எவ்வளவு கவலையும், பாதுகாப்பும் எடுத்துக்கொள்வதும் அவசியமாகும். அவர்களைப் பின்தொடர்ந்து சென்ற வியாபாரிகளும், படித்த இந்தியர்களும் மிகச்சிலரேயாவர்.

இவ்வாறு, இந்தியர்களின் அறியாமையும், நகரசபையின் அசட்டையும் சேர்ந்து இந்தியர் இருப்பிடத்தை முற்றும் சுகாதாரக்கேடு உள்ளதாகச் செய்தன. அந்நிலைமையை சீர்திருத்தம் செய்வதற்குப் பதிலாக, நகரசபையார், தங்களுடைய அசட்டையினாலேயே ஏற்பட்ட சுகாதாரக் குறைவைக் காரணமாகக்கொண்டு அவ்விருப்பிடத்தையே அழித்துவிட முயன்றார்கள். இந்நோக்கத்துடன் இந்தியர்களுக்கு அவ்விடத்தில் வசிப்பதற்கு இருந்த உரிமையைப் பறிக்க மாகாண சட்டசபையில் அதிகாரமும் பெற்றார்கள். இத்தகைய நிலைமையில்தான் நான் ஜோகானிஸ்பர்க்கில் குடியேறினேன்.

இந்தியர்களிடமிருந்து பறித்துக்கொள்ளும் நிலத்துக்கு நகரசபை நஷ்டஈடு கொடுக்கவேண்டுமல்லாவா? எனவே, நஷ்டஈடு சம்பந்தமாக எழும் வழக்குகளை விசாரிக்க விஷேச நீதிமன்றம் ஒன்று ஏற்படுத்தப்பட்டது. நகரசபையார் கொடுக்கும் பணத்தை ஒப்புக்கொள்ளத் தயாராயில்லாத இந்தியர், மேற்படி நீதிமன்றத்துக்கு அப்பீல் செய்துகொள்ளலாம். நகரசபையார் நிர்ணயித்ததைவிட

அதிகத் தொகைக்குத் தீர்ப்பளிக்கப்பட்டால், அவர்கள் செலவுத் தொகைக் கொடுக்கக் கடமைப்பட்டிருந்தார்கள்.

இந்தியர்களில் பலர் என்னைத் தங்கள் வக்கீல்களாகத் தேர்ந்தெடுத்தனர். இவ்வழக்குகளில் பணம் சம்பாதிக்க நான் விரும்பவில்லை. எனவே, வெற்றியடையும் வழக்குகளில் நீதிமன்றம் தீர்ப்பளிக்கும் செலவு தொகையே போதுமென்றும், பொதுவாக எல்லா வழக்குகளிலும் ஜெயித்தாலும், தோற்றாலும் பத்து பவுனுடன் திருப்தியடைவேன் என்றும் சொன்னேன். அவர்கள் கொடுக்கும் பணத்தில் பாதியை வைத்தியசாலை கட்டுவதற்கோ ஏழைகளுக்கு வேறு ஸ்தாபனம் ஏற்படுத்துவதற்கோ ஒதுக்கிவைப்பேன் என்றும் கூறினேன். இது அவர்களெல்லாருக்கும் மகிழ்ச்சியளித்தது இயல்பேயாகுமன்றோ?

எழுபது வழக்குகளில் ஒன்றே ஒன்றுதான் தோல்வியடைந்தது. எனவே, பெருந்தொகை வருவாயாகக் கிடைத்தது. ஆனால், வந்ததையெல்லாம் விழுங்க இண்டியன் ஒபீனியன் பத்திரிகை இருந்தது. 1600 பவுன்வரை அதற்குக் கொடுத்ததாக ஞாபகமிருக்கிறது. இவ்வழக்குகளில் பெரிதும் கஷ்டப்பட்டு உழைத்தேன். எப்போதும் கட்சிக்காரர்கள் என்னைச் சூழ்ந்திருந்தனர். அவர்களில் பெரும்பாலோர் பீஹார் மாகாணத்திலிருந்தும், தென்னிந்தியாவிலிருந்தும் ஒப்பந்தக்கூலிகளாக வந்தவர்கள். இவர்கள் தங்களுக்குப் பிரத்தியேகமாய் ஏற்படக்கூடியக் குறைகளை நிவர்த்தி செய்து கொள்வதற்கென்று இந்திய வியாபாரிகளின் சம்பந்தமில்லாத ஒரு தனிச்சங்கம் அமைத்துக்கொண்டிருந்தார்கள். அவர்களில் சிலர் கபடமற்ற நெஞ்சும், தாராள புத்தியும், உயரிய நடத்தையும் படைத்தவர்கள். ஸ்ரீமான்கள் ஜெயராம் சிங்கும், பாத்ரியும் அவர்களுடையத் தலைவர்கள், ஸ்ரீமான் ஜெயராம் சிங், மேற்படி சங்கத்தின் அக்கிராசனர். அவர் இருவரும் இப்போது காலஞ்சென்றுவிட்டனர். அவர்களால் நான் பெரிதும் உதவிபெற்றேன். ஸ்ரீமான் பாத்ரி என்னுடன் நெருங்கிப் பழகி சத்தியாக்கிரக இயக்கத்தில் தீவிரமாக ஈடுபட்டார். இவர்களை ஒத்த நண்பர்களின் மூலம் வடஇந்தியாவையும், தென்னிந்தியாவைவும் சேர்ந்த பற்பல இந்தியர்களுடனும் நான் நெருங்கிப் பழகநேர்ந்தது. அவர்களுடைய வக்கீலாக மட்டுமிராமல் சகோதரன் போலானேன். அவர்களுடைய பொதுவாகவும், பிரத்யேகமாகவும் இருந்த துயரங்களையும், கஷ்டங்களையும் பகிர்ந்து அனுபவித்தேன்.

இந்தியர்கள் என்னை எப்படி அழைத்தார்கள் என்பதை இங்கே தெரிவிக்க விரும்புகிறேன். சேத் அப்துல்லா என்னைக் காந்தி

என்றழைக்க மறுத்துவிட்டார். அதிர்ஷ்டவசமாக சாகிப் என்றமைத்து என்னை யாரும் அவமானப்படுத்தவில்லை. (வடநாட்டார் வெள்ளைக்கார துரைமார்களை சாகிப் என்றழைப்பது வழக்கம்) அப்துல்லா சேத் மிகவும் நல்ல சொல் ஒன்றைக் கண்டுபிடித்தார். அது பாய் என்பதாகும். பாய் எனில், அண்ணா என்று பொருள். மற்றவர்களும் அவரைப் பின்பற்றி என்னை பாய் என்றே அழைக்கலானார்கள். நாம் தென்னாப்பிரிக்காவைவிட்டு கிளம்பும் வரையில் இப்படியே அழைத்துவந்தனர். ஆனால், ஒப்பந்தக்கூலிகளாய் வந்து விடுதலைபெற்ற இந்தியர்களும் என்னை அண்ணா என்று அழைத்ததுதான் எனக்கு மிகுதியும் இன்பம் தருவதாயிருந்தது.

15. கருமகா மாரி I

கூலிச்சேரி, நகரசபைக்குச் சொந்தமான உடனே இந்தியர்களை அங்கிருந்து அப்புறப்படுத்திவிடவில்லை. அவர்களை வெளியேற்றுவதற்கு முன்னால் அவர்கள் வசிக்க வேறு தகுந்த இடம் கண்டுபிடித்தல் அவசியமாயிருந்தது. நகரசபை எளிதில் வேறு இடம் கண்டுபிடிக்க முடியாதபடியால், இந்தியர்கள் அதே ஆபாசச்சேரியில் இருக்கும்படி விடப்பட்டார்கள், அவர்களுடைய நிலைமை இன்னும் மோசமானதுதான் வித்தியாசம். சொந்தவீட்டில் வசித்ததுபோய், நகரசபையின் இடத்தில் குடிக்கூலிக்கு இருப்பவர்களானார்கள். இதன்பயனாக அவ்விடத்தில் சுகாதாரக்கேடு இன்னும் அதிகமாயிற்று. இந்தியர்கள் சொந்தக்காரரர்களாயிருந்தபோது சட்டத்துக்குப் பயந்தாவது ஓரளவு தூய்மை பாதுகாத்து வந்தார்கள். நகரசபைக்கு அத்தகைய பயம் எதுவும் இல்லை. குடியிருப்போரின் தொகை அதிகமாயிற்று. அத்துடன் ஆபாசமும், ஒழுங்கீனமும் பெருகின.

இந்நிலைமை குறித்து இந்தியர்கள் பொருமிக் கொண்டிருக்கையில், திடீரென்று கருமகாமாரி *(Black Pague)* நோய் தோன்றிற்று. இதற்கு *(Pneumonic Plague)* என்றும் பெயருண்டு. இது சாதாரண மகாமாரியை *(Bubonic Plague)*விட மிகக்கொடிய கொள்ளை நோயாகும்.

அதிர்ஷ்டவசமாக, இந்தியர் இருப்பிடத்தில் அது தொடங்கவில்லை. ஜோகானிஸ்பர்க்கின் அருகிலிருந்த தங்கச்சுரங்கம் ஒன்றிலேயே முதன்முதலில் அது தோன்றியது.

இச்சுரங்கத்தில் வேலை செய்தவர்கள் பெரும்பாலும் நீகிரோவர். இவர்களைச் சுத்தமாய் வைத்திருப்பதற்கு வெள்ளைக்கார முதலாளிகள் பொறுப்பாளிகளாவர். மேற்படி சுரங்கத்தில் சில இந்தியர்களும் வேலை செய்துகொண்டிருந்தனர். இவர்களில் 23 பேரைத் திடீரென்று அந்நோய் பற்றவே அவர்கள் ஒருநாள் மாலை கூலிச்சேரியில் தங்கள் ஜாகைக்கு வந்து சேர்ந்தனர். அச்சமயம் அவர்களை அந்நோய் கடுமையாகப் பீடித்திருந்தது. ஸ்ரீமான் மதன்ஜீத் இண்டியன் ஒபீனியன் பத்திரிகைக்குச் சந்தாதாரர் சேர்ப்பதற்காகவும், சந்தா வசூலிப்பதற்காகவும், அப்போது அங்கே சென்றிருந்தார். அவர் அச்சமென்பதை அறியாதவர். கொள்ளை நோய்க்கிரையான அம்மனிதர்களைக் கண்டதும் அவர் இதயம் தவித்து உருகிற்று. உடனே எனக்குப் பின்வரும் குறிப்பை எழுதி அனுப்பினார். கருமகாமாரி திடீரென்று உண்டாகியிருக்கிறது. தாங்கள் உடனே வந்து தகுந்த நடவடிக்கை எடுத்துக்கொள்ள வேண்டும். இல்லாவிடில் மகத்தான துன்பம் நேரிடுதல் நிச்சயம். தயவு செய்து உடனே வாருங்கள்.

ஸ்ரீ மதன்ஜீத் மிக்க தைரியத்துடன் காலியாயிருந்த வீடு ஒன்றின் பூட்டை உடைத்துத் திறந்து அதற்குள் நோயாளிகள் எல்லாரையும் இருக்கச் செய்தார். நான் உடனே சைக்கிளில் சென்றேன். எந்த நிலைமையில் மேற்படி வீட்டை எடுத்துக்கொண்டோம் என்பது குறித்து நகரசபைக் காரியஸ்தருக்கு எழுதி அனுப்பினேன்.

ஜோகானிஸ்பர்க்கில் வைத்தியத்தொழில் செய்துகொண்டிருந்த டாக்டர் வில்லியம் காட்பிரே இச்செய்தி கேட்டதும் ஓட்டமாக ஓடிவந்தார். அவர் நோயாளிகளுக்கு வைத்தியம் செய்ததுடன், தாதியைப்போல் அவர்களுக்கு வேண்டிய பணிவிடைகளும் செய்யலானார். ஆனால், 23 நோயாளிகளைப் பார்த்துக்கொள்ளுதல் எங்கள் மூவரால் இயலும் காரியமாயில்லை.

இதயம் மட்டும் தூயதாயிருந்தால், விபத்து நேரும்போது அதனுடன் போராட ஆயுதங்களும், மனிதர்களும் தாமே வந்து சேர்வார்கள் என்பது என் நம்பிக்கை. இது என் அனுபவத்தில் அறிந்ததுமாகும். அச்சமயம் என் காரியாலயத்தில் நான்கு இந்தியர்கள் இருந்தனர். அவர்களில் மூவரின் பெயர் கல்யாண்தாஸ், மானக்கலால், குன்வந்தராய் தேஸாய், மற்றொருவரின் பெயர் ஞாபகமில்லை. கல்யாண்தாஸை அவர் தந்தை என்னிடம் ஒப்படைத்திருந்தார். கல்யாண்தாஸைப்போல் கீழ்ப்படிதல் குணமும், உதவி செய்வதில் விருப்பமும் உள்ள வேறொருவரை நான் தென்னாப்பிரிக்காவில் சந்தித்ததில்லை. அதிர்ஷ்டவசமாக

அவருக்கு அப்போது கல்யாணம் ஆகாமலிருந்தது. ஆதலின் அவருக்கு எவ்வளவு பெரிய அபாயகரமான கடமையையும் அளிக்க நான் தயங்கவில்லை. மானக்லாலை ஜோகானிஸ்பர்க்கில் கண்டுபிடித்தேன். அவரும் கல்யாணமாகாதவர் என்று நினைவிருக்கிறது. அந்நாள் வரையும் அவர்களை என் குமாஸ்தாக்கள் என்றாலும், சகாக்கள் என்றாலும், புதல்வர்கள் என்றாலும், சரிதான், அவர்களைப் பலிகொடுக்கத் தீர்மானித்தேன். கல்யாண்தாஸைக் கேட்பதே அவசியமில்லை. மற்ற மூவரும் கேட்டவுடன் தயாராயிருப்பதாகத் தெரிவித்தார்கள். தாங்கள் எங்கிருக்கிறீர்களோ அங்கே நாங்களும் இருப்போம் என்று சுருக்கமாய் விடையளித்தனர். அவ்விடை எனக்கு அளவற்ற இன்பமளித்தது.

மிஸ்டர் ரிச் பெரிய குடும்பஸ்தர், அவரும் இத்தொண்டில் இறங்கச் சித்தமாயிருந்தார், நான்தான் அவரைத் தடுத்தேன், அவரை அவ்வபாயத்துக்குள்ளாக்க எனக்கு மனம் வரவில்லை. எனவே அவர் அபாய எல்லைக்கு வெளிப்புறத்தில் ஆகவேண்டிய காரியங்களைச் செய்தார்.

அந்த இரவின் பயங்கரத்தை எப்படிச் சொல்வது? இரவு முழுவதும் கண்விழித்துப் பணிவிடை ஆற்றிக்கொண்டிருந்தோம். இதற்குமுன் நான் நோயாளிகளுக்குத் தொண்டு செய்திருக்கிறேன். ஆனால் இந்த பயங்கர நோயினால் பீடிக்கப்பட்டவர்களுக்குத் தொண்டு செய்ததில்லை. டாக்டர் காட்பிரேயின் தீரம் மற்றவர்களையும் தொற்றிக்கொண்டது. மருந்து கொடுத்தல், நோயாளிகள் கேட்பதை அளித்தல், அவர்களையும், அவர்களுடைய படுக்கைகளையும் சுத்தமாய் வைத்தல், உற்சாகமூட்டுதல் இவ்வளவுதான் நாங்கள் செய்யவேண்டியவை.

சோர்வில்லா உற்சாகத்துடனும், தைரியத்துடனும் அவ்விளைஞர்கள் வேலை செய்தது எனக்கு அளவில்லா மகிழ்ச்சியளித்தது. டாக்டர் காட்பிரேயும், அனுபவசாலியான ஸ்ரீமான் மதன்ஜித்தும் காட்டிய தைரியத்தைப் பற்றி ஆச்சரியம், அதிகம் இல்லை. ஆனால், வயது வராத அவ்வாலிபர்களின் தீரத்தைப் பற்றி என்னென்று கூறுவேன்?

அந்த இரவு எப்படியோ நோயாளிகள் அனைவரையும் காப்பாற்றிக் கரைசேர்த்தோம்.

இந்தப் பரிதாப சம்பவமானது, எனக்குப் பரமார்த்திகத் துறையில் ஓர் அனுபவமாயிருந்ததால், அதைப்பற்றி அடுத்த இரண்டு அத்தியாயங்களின் விரிவாகக் கூறவேண்டும்.

16. கருமகா மாரி II

நகரசபைக் காரியஸ்தர் எனக்கு எழுதிய பதிலில், காலி வீட்டை எடுத்துக்கொண்டு, நோயாளிகளையும் கவனித்து வருவதற்காக எனக்கு நன்றி தெரிவித்தார். அத்தகைய அவசர நிலைமையை நகரசபையார் சமாளிப்பதற்குரிய சாதனங்கள் இல்லையென்று ஒப்புக்கொண்டு, ஆனால் தங்களால் இயன்ற உதவியைச் செய்வார்களென்று கூறினார். நகரசபையார் தங்கள் கடமையை உணர்ந்தபிறகு வேண்டிய நடவடிக்கை எடுத்துக்கொள்வதில் தாமதம் செய்யவில்லை.

மறுநாள், காலியாயிருந்த கிடக்கு ஒன்றை என்வசம் ஒப்புவித்து நோயாளிகளை அவ்விடத்துக்கு மாற்றும்படி யோசனை சொன்னார்கள். ஆனால் அவ்விடத்தைச் சுத்தம் செய்யும் பொறுப்பை அவர்கள் ஏற்றுக்கொள்ளவில்லை. கட்டடம் மிகவும் அசுத்தமாயும், வசதிகள் அற்றதாயும் இருந்தது. நாங்களே அதைச் சுத்தம் செய்தோம். தர்ம சிந்தனையுள்ள இந்தியர்களின் உதவியால் சில படுக்கைகளையும், மற்ற வசதிகளையும் தயாரித்தோம். இவ்வாறு அதைத் தற்காலிக வைத்தியசாலையாக ஆக்கிக்கொண்டோம். நகரசபையார் ஒரு தாதியை அனுப்பிவைத்தார்கள். அவள் பிராந்தியும் மற்ற வைத்திய சாதனங்களும் கொண்டுவந்தாள். ஆனால், இன்னமும் டாக்டர் காட்பிரேதான் பொறுப்பு வகித்தார்.

தாதி அன்புள்ளம் கொண்டவள். தானே நோயாளிகளுக்குப் பணிவிடை செய்ய விரும்பினாள். ஆனால், அவளையும் நோய் தொற்றிக்கொள்ளாதிருக்கும் பொருட்டு. அவள் நோயாளிகளைத் தொடும்படியே நாங்கள் விடவில்லை.

அடிக்கடி நோயாளிகளுக்குப் பிராந்தி கொடுத்து வரும்படி எங்களுக்குச் சொல்லப்பட்டிருந்தது. தாதி முன்னெச்சரிக்கையாகத் தானும் பிராந்தி அருந்தியதுடன் எங்களையும் அருந்தும்படி சொன்னாள். ஆனால், எங்களில் யாரும் அதைத் தொடவில்லை. நோயாளிகளுக்கு அது நன்மை தருமென்பதிலும் எனக்கு நம்பிக்கையில்லை. டாக்டர் காட்பிரேயின் அனுமதி பெற்று பிராந்தி குடியாமல் இருக்கச் சித்தமாயிருந்த மூன்று நோயாளிகளுக்கு மண் சிகிச்சை செய்தேன். அவர்களுடைய தலையிலும் மார்பிலும் ஈர மண்வைத்துக் கட்டினேன். அவர்களில் இருவர் பிழைத்தெழுந்தனர். மற்ற இருபது பேரும் கிடங்கிலேயே உயிர் நீத்தார்கள்.

இதற்கிடையில், நகரசபையார் சுறுசுறுப்புடன் வேறு நடவடிக்கைகள் எடுத்துக்கொண்டு வந்தனர். ஜோகானிஸ் பர்க்குக்கு ஏழுமைல் தூரத்தில் தொற்று நோயாளிகளை வைப்பதற்கு ஓர் இடம் இருந்தது. இறந்தவர்கள் போக மீதியிருந்த இரண்டுபேரும் அவ்விடத்தில் தயாரிக்கப்பட்டக் கூடாரங்களுக்கு அனுப்பப்பட்டனர். புதிதாக நோய்வாய்ப்படுபவர்களையும் அவ்விடத்துக்கு அனுப்ப ஏற்பாடு செய்யப்பட்டது. எனவே நாங்கள் விடுதலைப் பெற்றோம்.

சில நாளைக்குள் மேற்கூறிய தாதி அந்நோய்க்கு ஆளாகி உடனே இறந்துபோனாள் என்று தெரியவந்தது. நோயாளிகளில் இருவர் மட்டும் பிழைத்தது எப்படி என்றும், எங்களுக்கு நோய் வராதிருந்தது எப்படி என்றும் சொல்லமுடியாது. ஆனால், இந்த அனுபவத்தின் பயனாக மண் சிகிச்சையில் என் நம்பிக்கை அதிகமாயிற்று. அவ்வாறே, பிராந்தியை மருந்தாக உபயோகிப்பதிலுங்கூடப் பயனுண்டா என்பதில் அவநம்பிக்கை வலுவடைந்தது. இந்த நம்பிக்கையும், அவநம்பிக்கையும் தகுந்த ஆதாரங்களைக் கொண்டனவல்ல என்று அறிவேன். எனினும் இவ்விஷயமாக அப்போது என் மனதில் தோன்றிய எண்ணங்கள் இன்றளவும் மாறாமல் இருந்துவருகின்றன.

கொள்ளை நோய் கிளம்பியதும் பத்திரிகைகளுக்கு ஒரு கடிதம் எழுதியிருந்தேன். அதில், இந்தியர் வசித்த பகுதி நகரசபையாரின் வசம் வந்தபின்னர் அவர்கள் அதை அசட்டை செய்துவிட்டார்களென்றும், அதனால் கொள்ளை நோய் தோன்றியதற்கு நகரசபையினரே பொறுப்பாளிகள், ஆவார்களென்றும் கூறி பலமாகக் கண்டித்திருந்தேன். இக்கடிதத்தின் பயனாகவே, மிஸ்டர் ஹென்ரி போலக் எனக்குத் துணைவராகக் கிடைத்தார். காலஞ்சென்ற ஜோசப் டோக் பாதிரியாரின் நட்புக்கும் அக்கடிதம் ஓரளவு காரணமாயிருந்தது.

சைவ போஜன சாலையொன்றில் உணவருந்தி வந்தேனென்று முன்னொரு அத்தியாயத்தில் குறிப்பிட்டிருக்கிறேன். இங்கு மிஸ்டர் அல்பர்ட் வெஸ்ட் என்பாரைச் சந்தித்தேன். ஒவ்வொருநாள் மாலையும் நாங்கள் மேற்படி போஜன சாலையில் சந்தித்து போஜனம் அருந்தியதும் உலாவச்செல்வதும் வழக்கம். மிஸ்டர் வெஸ்ட் ஒரு சிறு அச்சுக்கூடத்தில் பங்காளியாயிருந்தார். மகாமாரி தோன்றியதைப் பற்றி நான் எழுதியிருந்த கடிதத்தை அவர் பத்திரிகையில் படித்தார். அதோடு நான் போஜன சாலைக்கு வராமல் போகவே அவர் கவலைப்படலானார்.

என் சகாக்களும், நானும் மகாமாரி தோன்றியதிலிருந்து உணவைக் குறைத்துக்கொண்டுவிட்டோம். கொள்ளை நோய்கள் பரவியிருக்கும்போது குறைவாகச் சாப்பிடுவது நீண்டநாளாக நான் அனுசரித்து வந்த முறை. ஆதலின் இந்நாட்களில் நான் மாலை உணவு அருந்துவதில்லை. மத்தியானச் சிற்றுண்டி மற்றவர்கள் வருவதற்கு முன் அருந்திவிட்டுப் போய்விடுவேன். போஜனசாலையின் சொந்தக்காரரை எனக்கு நன்றாய்த் தெரியும். நான் நோயாளிகளுக்குப் பணிவிடை செய்துவருவதால் மற்றவர்களுடன் கூடியவரை நெருங்கிப் பழகாமலிருக்க விரும்புவதாக அவரிடம் தெரிவித்திருந்தேன்.

இவ்வாறு என்னைப் போஜன சாலையில் காணாமல் போகவே, ஒருநாள் அதிகாலையில் நான் உலாவச்செல்ல ஆயத்தப்பட்டுக் கொண்டிருந்தபோது மிஸ்டர் வெஸ்ட் என் வீட்டுக்கு வந்து கதவை இடித்தார். நான் கதவைத் திறந்ததும் அவர் சொன்னதாவது, "போஜன சாலையில் உங்களைக் காணாததினால் ஏதேனும் நேர்ந்திருக்குமோவென்று பயந்தேன். ஆதலின் அதிகாலையிலேயே உங்கள் வீட்டுக்கு வந்து பார்க்கத் தீர்மானித்தேன். போகட்டும், இப்போது நீங்கள் சொல்லும் வேலையைச் செய்ய சித்தமாயிருக்கிறேன். நோயாளிகளுக்குப் பணிவிடை செய்யத் தயார். என்னைச் சார்ந்திருப்பவர்கள் யாருமில்லை என்பதுதான் உங்களுக்குத் தெரியுமே?"

அவருக்கு நான் நன்றியறிதல் தெரிவித்துவிட்டு ஒரு கணமும் யோசனை செய்யாமல் பதிலளித்ததாவது, "உங்களை நோயாளிகளுக்குப் பணிவிடை செய்ய நான் எடுத்துக்கொள்ளப் போவதில்லை. புதிதாய் யாருக்கும் நோய்க் காணாவிட்டால் இரண்டொரு நாளில் எங்களுக்கே அவ்வேலை இல்லாமற்போகும். ஆனால், நீங்கள் செய்யக்கூடியது ஒன்றிருக்கிறது."

"அது என்ன?"

"டர்பனிலுள்ள இண்டியன் ஒபீனியன் அச்சுக்கூடத்தை நீங்கள் பார்த்துக்கொள்ள முடியுமா? ஸ்ரீ மதன்ஜித்துக்கு இங்கே வேலையிருக்கலாம். அங்கு யாராவது ஒருவர் தேவை. நீங்கள் அங்கே சென்றால் கவலையின்றி இருப்பேன். எனக்கு இங்கே ஓர் அச்சுக்கூடம் உண்டென்று உங்களுக்குத் தெரியும். இருந்தாலும் அநேகமாகப் போகமுடியுமென்றே நினைக்கிறேன். ஆனால், முடிவான பதில் சாயங்காலம் சொல்லலாமல்லவா? மாலையில் உலாவும்போது அதைப்பற்றிப் பேசுவோம்."

எனக்குப் பெருமகிழ்ச்சி உண்டாயிற்று. அவ்வாறே அன்று மாலை சந்தித்துப் பேசினோம். அவர் போக ஒப்புக்கொண்டார். சம்பளத்தைப்பற்றி அவர் கவலைப்படவேயில்லை. ஏனெனில், அவர் நோக்கம் பணம் சம்பாதிப்பதன்று. எனினும், மாதம் பத்து பவுன் சம்பளமும், லாபம் வந்தால் அதில் ஒரு பகுதியும் கொடுப்பதென்று தீர்மானிக்கப்பட்டது. மறுநாளே மாலை ரயிலில் மிஸ்டர் வெஸ்ட் டர்பனுக்குப் புறப்பட்டார். அவருடைய பாக்கி வசூலை என்னிடம் ஒப்புவித்துச் சென்றார். அன்றுமுதல் நான் தென்னாப்பிரிக்காவைவிட்டுப் புறப்படும்வரை அவர் எனது சுகதுக்கங்களில் பங்காளியாயிருந்து வந்தார்.

மிஸ்டர் வெஸ்ட், லிங்கன் ஷயரில் லௌத் என்னுமிடத்தைச் சேர்ந்த குடியானவர் குடும்பத்தில் பிறந்தவர். சாதாரணப் பள்ளிப் படிப்பு உடையவர். ஆனால், அனுபவம் என்னும் பள்ளிக்கூடத்திலும், சுயமுயற்சியினாலும் அதிகம் படித்திருந்தார். தூய்மையும், தெளிவும் கடவுள் பயமும், ஜீவகாருண்யமும் உள்ள ஆங்கிலேயர் அவர். இதற்கு மாறான குணம் எதையும் அவரிடம் நான் கண்டதில்லை.

பின்வரும் அத்தியாயங்களில் அவரைப்பற்றியும், அவருடைய குடும்பத்தாரைப் பற்றியும் இன்னும் அதிகம் தெரிந்துகொள்வோம்.

17. கூலிச்சேரி தீக்கிரையானது

நோயாளிகளைக் கவனிக்கும் வேலை எனக்கும் என் சகாக்களுக்கும் இல்லாமற் போயிற்றாயினும், கொள்ளை நோயின் காரணமாக ஏற்பட்ட இன்னும் பல பிரச்சினைகள் முடிவு செய்யப்படாமல் பாக்கியிருந்தன.

கூலிச்சேரி விஷயத்தில் நகரசபையின அசட்டையைப் பற்றி முன்னமே சொல்லியிருக்கிறேன். ஆனால், வெள்ளக்காரர்களின் சௌக்கியத்தைப் பற்றிய வரை அச்சபையார் மிக்க விழிப்புடன் இருந்தனர். அவர்களுடைய சுகத்தைப் பாதுகாக்க ஏராளமான பணம் செலவு செய்திருந்ததோடு, இப்போது கொள்ளை நோயை அடியோடு ஒழிப்பதற்குப் பணத்தைத் தண்ணீரைப்போல் வாரி இறைத்தனர். இந்தியர்கள் விஷயத்தில் நகரசபை செய்தவை குறித்தும், செய்யாதுவிட்டவைக் குறித்தும் அதன்மீது நான் பற்பல குற்றங்கள் சுமத்தியிருந்தேனாயினும், வெள்ளை நகரவாசிகளின் க்ஷேமத்தில் அச்சபைக் காட்டிய அக்கரையைப் பாராட்டாதிருக்க

முடியவில்லை. அதன் நன் முயற்சிகளுக்கு என்னால் இயன்ற உதவி செய்தேன். நான் ஒத்துழைக்க மறுத்திருந்தால் நகரசபையின் வேலை கஷ்டமாயிருக்கலாம். அப்போது ஆயுதம் தரித்தப் படைகளை ஏவவும் மற்றும் பலவந்த முறைகளைக் கையாளவும் நகரபை தயங்கியிராது.

ஆனால், அவ்வாறெதுவும் நேராமல் செய்தோம். இந்தியர்களுடைய நடவடிக்கை நகரசபை அதிகாரிகளுக்கு மகிழ்ச்சி தந்தது. இதனால் மகாமாரி சம்பந்தமான பிந்தைய நடவடிக்கைகள் பெரும்பாலும் சுலபமாயின. இந்தியர்களிடம் எனக்கிருந்த செல்வாக்கையெல்லாம் பயன்படுத்தி நகரசபையின் முறைகளுக்கு இணங்கும்படி செய்தேன். இவையெல்லாம் இந்தியர்களுக்கு கஷ்டமாகவே இருந்ததாயினும், அவர்களில் யாரும் என் புத்திமதியைப் புறக்கணித்ததாக எனக்கு ஞாபகமில்லை.

கூலிச்சேரிப் பகுதியைச் சுற்றிப் பலமான காவல்போட்டு, அனுமதியில்லாமல் உள்ளே போவதும், வெளியே வருவதும் இயலாமல் செய்யப்பட்டது. எனக்கும் என் சகாக்களுக்கும் மட்டும் நினைத்தபோது உள்ளே போய்வர அனுமதிச்சீட்டுகள் வழங்கியிருந்தார்கள். அவ்விடத்தில் வசித்த எல்லாரையும் வெளியேறச் செய்து, ஜோகானிஸ் பர்க்குக்கு 13 மைல் தூரத்திலிருந்த திறந்தவெளியில் கூடாரங்களில் மூன்றுவார காலம் வசிக்கச் செய்துவிட்டு சேரிக்குத் தீ வைத்துவிட வேண்டுமென்பது நோக்கம். உணவுப்பொருள்களுடனும் மற்றும் அவசியமான சாமான்களுடனும் ஜனங்களைக் கிளப்பிக்கொண்டுபோய்க் கூடாரத்தில் சேர்க்கச் சிலநாள் ஆகுமல்லாவா? இந்த இடைக்காலத்துக்கு காவல் அவசியமாயிருந்தது.

ஜனங்கள் பெரிதும் பயப் பிராந்தியடைந்திருந்தார்கள். அடிக்கடி நான் வந்து கொண்டிருந்தது அவர்களுக்கு ஆறுதலாயிருந்தது. ஏழைகள் பலர் தாங்கள் மிகுத்திருந்த சிறு தொகைகளைத் தரையில் புதைத்து வைத்திருந்தார்கள். அவற்றையெல்லாம் தோண்டியெடுக்க வேண்டியிருந்தது. அவர்களுக்குப் பாங்கு கிடையாது. பாங்கு என்றாலே தெரியாது. நானே அவர்களுடைய பாங்கு ஆனேன். என் காரியாலயத்தில் பணம் வந்து குவிந்தது. இத்தகைய நெருக்கடியில் என் உழைப்புக்குக் கூலிக் கேட்பது நியாயமாகாதென்று கருதினேன். எப்படியோ வேலையைச் சமாளித்துக்கொண்டேன். என்னுடைய பணத்தைப் போட்டுவைத்திருந்த பாங்கின் மானேஜரை எனக்கு நன்றாய்த் தெரியும். இந்தப் பணங்களையும் அவரிடந்தான் போட்டுவைக்க

வேண்டுமெனத் தெரிவித்தேன். செப்புக்காசும், வெள்ளி நாணயங்களும் ஏராளமாய் வந்ததால் பாங்குகளுக்குத் தொந்தரவுதான். அதிலும் மகாமாரி பரவியிருந்த பிரதேசத்திலிருந்து வரும் நாணயங்களைத் தொடுவதற்குப் பாங்கி குமாஸ்தாக்கள் மறுத்துவிடலாமென்னும் பயமும் இருந்தது. ஆனால், மேற்படி மானேஜர் எனக்கு எல்லா வழியிலும் உதவினார். நாணயங்களில் நோய்க்கிருமிகள் இருக்க முடியாவண்ணம் அவற்றை மருந்தினால் சுத்தம் செய்து அனுப்பத் தீர்மானித்தோம். ஏறக்குறைய 60,000 பவுன் பாங்கில் கட்டப்பட்டதாக ஞாபகமிருக்கிறது. பணம் அதிகம் வைத்திருந்தவர்களை, தவணை முறையில் போடும்படி சொன்னேன். அவர்கள் அவ்வாறே செய்தார்கள். இதன்மூலம் சிலர் பணத்தைப் பாங்கில் போட்டுவைக்கும் வழக்கத்தைக் கைக்கொண்டனர்.

கடைசியாக, அவ்விடத்திலிருந்த இந்தியர்கள் அனைவரும் தனி ரயில் வண்டியில் ஜோகானிஸ்பர்க்கு அருகிலிருந்த கிளிப்ஸ் ரூட் பண்ணைக்குக் கொண்டுபோய்ச் சேர்க்கப்பட்டனர். அங்கு நகரசபை தன் சொந்தச் செலவில் அவர்களுக்கு உணவுப்பொருள்கள் அளிக்க ஏற்பாடு செய்திருந்தது. இவ்வாறு திறந்தவெளியில் கூடாரத்தில் வசித்துப் பழக்கமில்லாதவர்களாதலால் ஜனங்கள் முதலில் வியப்பும் வேதனையும் அடைந்தார்கள். 24 மணி நேரத்துக்குள் தங்கள் துன்பங்களை மறந்து குதூகலமாய் வாழலானார்கள். தினம் ஒருமுறை நான் சைக்கிளில் சென்று அவர்களைப் பார்த்து வந்தேன். நான் போனபோதெல்லாம் அவர்கள் பாடிக்கொண்டும், சிரித்துக்கொண்டும் சந்தோஷமாயிருந்தார்கள். மூன்று வாரம் திறந்தவெளியில் வசித்ததின் பயனாக அவர்களுடைய தேக சுகம் பெரிதும் அபிவிருத்தியடைந்தது.

இந்தியர் பகுதி காலி செய்யப்பட்ட மறுநாளே அதற்குத் தீ வைக்கப்பட்டதாக எனக்கு ஞாபகம். தீக்கிரையாகாமல் எந்தச் சாமானையும் காப்பாற்ற நகரசபை விருப்பம் காட்டவில்லை. இதேசமயத்தில் நகரசபை மார்க்கெட்டில் சில செத்த எலிகள் அகப்பட்டதன் காரணமாக, மார்க்கெட்டிலிருந்த நகரசபையின் மரம் முழுவதையும் கொளுத்திவிட்டார்கள். இதில் 10,000 பவுன் நஷ்டமேற்பட்டது.

நகரசபைக்கு இவ்வாறு ஏராளமாக செலவு நேர்ந்ததாயினும், கொள்ளை நோய் பரவாமல் தடுப்பதில் அது வெற்றி பெற்றுவிட்டது. மீண்டும் நகரத்தில் பயமின்றி வாழ்தல் சாத்தியமாயிற்று.

18. ஒரு புத்தகத்தின் மந்திர சக்தி

கருமகாமாரியின் பயனாக ஏழை இந்தியர்களிடம் என் செல்வாக்கு வளர்ந்தது. தொழில் பெருகியதோடு பொறுப்பும் அதிகமாயிற்று. புதிய ஐரோப்பியர் சிலருடன் நெருங்கிப்பழக நேர்ந்ததின் பயனாக, புதிய கடமைகள் ஏற்பட்டன.

மிஸ்டர் வெஸ்டுடன் பழக்கம் சைவ உணவுச்சாலையில் நேர்ந்ததுபோல், மிஸ்டர் போலக்கின் அறிமுகமும் அங்கேதான் ஏற்பட்டது. ஒருநாள் மாலை நான் உணவருந்திக் கொண்டிருந்தபோது, மற்றொரு மேஜையில் அமர்ந்து சாப்பிட்டுக்கொண்டிருந்த இளைஞர் ஒருவர் தமது பெயர் எழுதிய சீட்டை அனுப்பி என்னுடன் பேச விரும்புவதாகத் தெரிவித்தார். என்னுடைய மேஜைக்கு வரும்படி அவரை அழைத்தேன். அவ்வாறே வந்து சேர்ந்தார்.

"நான் கிரிடிக் பத்திரிகையின் உபாத்திராதிபன். மகாமாரியைப் பற்றி நீங்கள் பத்திரிகைகளுக்கு எழுதியிருந்த கடிதத்தைப் படித்தேன். அதிலிருந்து உங்களைப் பார்க்கவேண்டுமென்னும் ஆவல் உண்டாயிற்று. இந்தச் சந்தர்ப்பம் ஏற்பட்டது குறித்து மிகவும் மகிழ்ச்சியடைகிறேன்" என்று அவர் சொன்னார்.

மிஸ்டர் போலக்கின் கபடமற்ற தன்மை என்னைக் கவர்ந்துவிட்டது. அன்று மாலையே நாங்கள் ஒருவரையொருவர் நன்கறிந்து கொண்டோம். வாழ்க்கையின் முக்கியத் தத்துவங்களைப் பற்றி எங்கள் கொள்கைகள் ஏறக்குறைய ஒத்தவையாயிருந்தன. அவர் எளிய வாழ்க்கையை விரும்பினார். அவருடைய புத்தி ஒப்புக்கொள்ளும் எதையும் நடத்தையில் கொண்டுவந்துவிடும், அதிசய ஆற்றல் அவரிடம் இருந்தது. அவருடைய வாழ்க்கையில் ஏற்பட்ட பல முக்கியமான மாறுதல்கள் நினைத்த மாத்திரத்தில் செய்து முடித்தவையாகும்.

இண்டியன் ஒபீனியன் பத்திரிகைக்கு நாளுக்குநாள் பணச்செலவு அதிகமாகிக்கொண்டு வந்தது. மிஸ்டர் வெஸ்டு அனுப்பிய முதல் அறிக்கையே பீதி தருவதாயிருந்தது. அவர் எழுதியதாவது, "நீங்கள் எதிர்பார்க்கும் வண்ணம் லாபம் வருமென்று எனக்குத் தோன்றவில்லை. நஷ்டம் வரலாமென்றும் அஞ்சுகிறேன். கணக்குப் புத்தகங்கள் ஒழுங்காக வைக்கப்படவில்லை. நிலுவை ஏராளமாய் இருப்பதாகத் தெரிகிறது. ஆனால், அவற்றைப் பற்றித் திட்டமான விவரம் கண்டுபிடிக்க முடியவில்லை. எல்லாம் தலைகீழாக

மாற்றப்படவேண்டும். ஆனால், நீங்கள் பயப்பட வேண்டாம். என்னால் இயன்றளவு காரியங்களை ஒழுங்குபடுத்த முயல்வேன். லாபம் வந்தாலும், வராவிடினும் வேலைப் பார்க்கவே போகிறேன்."

லாபம் வராதென்று கண்டதும் மிஸ்டர் வெஸ்ட் வேலையைவிட்டுப் போயிருக்கக்கூடும். அப்படிச் செய்திருந்தால் அவர்மீது குற்றம் சுமத்தியிருக்கமாட்டேன். தகுந்த ஆதாரமின்றி லாபம் வரக்கூடிய தொழில் என்று அதைக் கூறியதற்காக, என்னைக் கடிந்துகொள்ளவும் அவருக்கு உரிமையுண்டு. ஆனால், அவ்வாறு ஒரு வார்த்தையேனும் அவர் சொல்லவில்லை. ஆயினும் இதிலிருந்து, நான் எளிதில் பிறரை நம்பிவிடுபவன் என்னும் எண்ணம் அவருக்கு உண்டாகியிருக்கவேண்டும். ஸ்ரீ மதன்ஜித் போட்ட வரவு செலவுத் திட்டத்தை நான் பரிசீலனை செய்யாமலே ஒப்புக்கொண்டு, லாபம் வருமென்பதாக மிஸ்டர் வெஸ்ட்க்குச் சொன்னேனல்லவா?

பொதுஊழியத்தில் ஈடுபட்டவன், தானே ஆராய்ந்து உண்மையென்று தேராத விஷயங்களைச் சொல்லக்கூடாது. எல்லாவற்றிற்கும் மேலாக சத்திய உபாசகன் மிகவும் எச்சரிக்கையுடைவனாயிருத்தல் வேண்டும். தான் நிச்சயமாய்த் தெரிந்துகொள்ளாத விஷயத்தைப் பிறர் நம்பும்படி செய்வது சத்தியத்துக்கு ஊறு செய்வதாகும். இதையெல்லாம் இப்போது நான் அறிந்திருந்தபோதிலும் பிறரை எளிதில் நம்பும் வழக்கத்தை இன்னும் முற்றும் போக்கடித்துக் கொள்ளவில்லை. இதை மிகுந்த மனத்துயருடன் தெரிவித்துக்கொள்கிறேன். என்னுடைய ஆற்றலுக்கு அதிகமாக வேலை செய்துவிட வேண்டுமென்னும் ஆசையே இதற்குக் காரணமாகும். இந்த ஆசை, என்னைவிட என் சகாகக்களுக்கு அடிக்கடி அதிகத் தொந்தரவை அளித்து வந்திருக்கிறது.

மிஸ்டர் வெஸ்டின் கடிதம் கிடைத்ததும் நேட்டாலுக்குப் புறப்பட்டுச் சென்றேன். மிஸ்டர் போலக் இப்போது என்னுடைய பூரண நம்பிக்கைக்கு உரியவராயிருந்தார். அவர் ரயில் நிலையத்துக்கு என்னை வழியனுப்ப வந்தார். பிரயாணத்தின்போது படிப்பதற்கு ஒரு புத்தகம் கொடுத்தார். அது நிச்சயமாய் எனக்குப் பிடித்திருக்குமென்று கூறினார். அது ரஸ்கினுடைய *"Unto this Last"* என்னும் புத்தகம்.

அதைப் படிக்கத்தொடங்கிய பின்னர் இடையில் கீழே வைக்கமுடியவில்லை. என் உள்ளத்தை அது முழுதும் கவர்ந்துவிட்டது. ஜோகானிஸ்பர்க்கிலிருந்து நேட்டாலுக்கு 24

மணிநேரப் பிரயாணம் வண்டி டர்பனுக்கு மாலையில் போய்ச்சேர்ந்தது. அன்றிரவு எனக்குத் தூக்கம் பிடிக்கவே இல்லை. அந்த நூலின் இலட்சியங்களுக்கிணங்க என் வாழ்வுமுறையை மாற்றிக்கொள்ளத் தீர்மானித்தேன்.

இதற்குமுன் ரஸ்கினுடைய புத்தகம் ஒன்றுகூட நான் படித்ததில்லை. நான் கல்வி கற்ற காலத்தில் பாட புத்தகங்கள் அல்லாமல் வேறு புத்தகமே படித்தில்லையென்று சொல்லிவிடலாம். உலக வாழ்க்கையில் பிரவேசித்த பின்னரோ படிப்பதற்கு நேரமே கிடைப்பதில்லை. ஆதலின் புத்தக ஞானம் எனக்கு மிகவும் குறைவென்றே கூறவேண்டும். இதனால் எனக்கு அதிக நஷ்டம் நேர்ந்துவிடவில்லை என்பது என் நம்பிக்கை. படித்தது குறைவாயிருந்தபடியால், படித்ததைக் கூடியவரை நன்றாக ஜீரணித்துக்கொள்வதற்கு சாத்தியப்பட்டது. நான் படித்த சில புத்தகங்களுக்குள்ளே, என் வாழ்வுமுறையில் உடனே மாறுதல் உண்டு பண்ணியது *"Unto this Last"* என்பதேயாகும். பிற்காலத்தில், அதை குஜராத்தியில் சர்வேதாயா 'சர்வஜன நலம்' என்னும் பெயருடன் மொழிபெயர்த்தேன்.

ஏற்கனவே, என் உள்ளத்தில் உறுதிப்பட்டிருந்த கொள்கைகளில் சிலவற்றை ரஸ்கினுடைய இச்சிறந்த புத்தகத்தில் பிரதிபலித்திருக்கக் கண்டதாக என் நம்பிக்கை. ஆகையினால்தான் அந்நூல் என் உள்ளத்தை அவ்வளவு தூரம் கவர்ந்ததுமன்றி என் வாழ்வு முறையையும் அடியோடு மாற்றிவிட்டது. மனிதனுடைய இதயத்தில் மறைந்து நிற்கும் நல்ல சக்திகளை விகாசிக்கச் செய்பவனே கவியாவான். கவிகளின் இவ்வாற்றல் எல்லார் விஷயத்திலும் ஒரேவிதமாகப் பயன்படுவதில்லை. ஏனெனில், எல்லாரும் ஒரே அளவில் வளர்ச்சிப் பெற்றிருக்கவில்லையன்றோ?

அப்புத்தகம் பின்வரும் சித்தாந்தங்களைப் போதிப்பதாக அறிந்துகொண்டேன்.

(1) தனி மனிதனுடைய நன்மை சர்வ ஜனநன்மையில் அடங்கியதாகும்.

(2) வக்கீலின் உழைப்பும் நாவிதனுடைய உழைப்பும் ஒரே பெறுமானமுள்ளவைதான். ஏனெனில், அனைவருக்கும் தங்கள் உழைப்பினால் ஜீவனோபாயம் சம்பாதிக்கும் உரிமை சமமாக உண்டு.

(3) உடலை உழைத்து வாழும் வாழ்வே, அதாவது குடியானவனுடைய அல்லது கைத்தொழிலாளியின் வாழ்க்கையே மேன்மையான வாழ்க்கையாகும்.

மேற்சொன்னவற்றில், முதலாவது கொள்கை ஏற்கனவே எனக்குத் தெரிந்திருந்தது. இரண்டாவது கொள்கை, அவ்வளவு தெளிவாக இல்லாவிடினும், ஓரளவு உதயமாகியிருந்தது. ஆனால், மூன்றாவது கொள்கை என் மனதில் தோன்றியதே கிடையாது. இரண்டாவது, மூன்றாவது கொள்கைகள் முதல் கொள்கையில் அடங்கின என்பதை மேற்சொன்ன புத்தகம் வெட்டவெளிச்சமாக எனக்கு விளங்கச்செய்தது. வெளிச்சம் கண்டதும் நானும் கண் விழித்தெழுந்தேன். இந்தக் கொள்கைகளை நடைமுறைக்குக் கொண்டுவரத் தயாரானேன்.

19. போனிக்ஸ் குடியேற்றம்

மிஸ்டர் வெஸ்டினிடம் இவ்விஷயம் அனைத்தையும் பற்றிக் கலந்துபேசினேன். ரஸ்கினுடைய புத்தகத்தினால் என் மனோநிலையில் ஏற்பட்டுள்ள மாறுதலைப் பற்றி விவரமாய்க் கூறினேன். இண்டியன் ஒபீனியன் பத்திரிகையை ஒரு விவசாயப் பண்ணைக்கு கொண்டுபோய், அங்கு ஒவ்வொருவரும் ஜீவனத்துக்கு அவசியமான சம ஊதியம் பெற்றுக்கொண்டு பண்ணை வேலை செய்யவேண்டுமென்றும், ஓழிந்த வேளையில் அச்சுக்கூட வேலையைப் பார்க்கவேண்டுமென்றும் ஏற்பாடு செய்ய விரும்புவதாகத் தெரிவித்தேன். இந்த யோசனையை மிஸ்டர் வெஸ்ட் அங்கீகரித்தார். ஜாதி, நிற வேற்றுமையின்றி எல்லாருக்கும் மாதச் சம்பளம் 3 பவுன் என்று நிர்ணயிக்கப்பட்டது.

ஆனால், அச்சுக்கூடத்தில் வேலை செய்துகொண்டிருந்த சுமார் பத்துப் பன்னிரண்டு பேரும் இந்த ஏற்பாட்டுக்கு இணங்குவார்களாவென்பது கேள்வி? எங்கேயோ மூலையிலுள்ள ஒரு பண்ணையில் வந்து குடியேறவும், உயிர்வாழப் போதுமான சம்பளம் மட்டும் பெற்றுக்கொள்ளவும் அவர்கள் அனைவரும் சம்மதிப்பார்களென்று எதிர்பார்க்க முடியுமா? ஆதலின் புதிய திட்டத்தை உடனே ஒப்புக்கொள்ளாதவர்கள் வழக்கம்போல் சம்பளம் பெற்று வேலை செய்யவேண்டுமென்றும், நாளடைவில் குடியேற்ற வாசிகளில் ஒருவராக ஆக முயலவேண்டுமென்றும் தீர்மானித்தோம்.

பின்னர், அச்சுக்கூட ஊழியர்களிடம் கலந்துபேசினோம். ஸ்ரீ மதன்ஜித்துக்கு என் யோசனைப் பிடிக்கவேயில்லை. அது மூடத்தனமென்று அவர் கருதினார். அப்படிச் செய்தால் எல்லாம்

பாழாகிவிடுமென்றும், வேலைக்காரர்கள் ஓடிப்போவார்களென்றும், இண்டியன் ஒபீனியன் நின்றுவிடுமென்றும், அச்சுக்கூடத்தை மூடவேண்டியதாகுமென்றும் அவர் அபிப்பிராயப்பட்டார்.

அச்சுக்கூடத்தில் வேலை செய்துகொண்டிருந்தவர்களில் என் பங்காளி சகோதரரான மதன்லால் காந்தியும் ஒருவர். வெஸ்டினிடம் என் யோசனையைத் தெரிவித்தபோதே அவரிடமும் தெரிவித்தேன். அவருக்கு மனைவியும், குழந்தைகளும் இருந்தார்கள். ஆனால், அவர் குழந்தைப் பிரயாத்திலிருந்து என்கீழ்ப் பயிற்சி பெறவும், வேலை செய்யவும் விரும்பி அவ்வாறே செய்து வந்தவர். என்னிடம் அவருக்குப் பூரண நம்பிக்கை இருந்தது. ஆதலின் ஓர் ஆட்சேபமும் சொல்லாமல் உடனே என் யோசனைக்கு இணங்கினார். அன்றுமுதல் இன்றுவரை அவர் என்னுடனேயே இருந்து வருகிறார். இயந்திர வேலைக்காரரான கோவிந்தசாமியும் என் யோசனைக்கு இணங்கினார். மற்றவர்கள் புதிய ஏற்பாட்டை ஒப்புக்கொள்ளவில்லை. ஆனால், அச்சுக்கூடத்தை எங்கே கொண்டுபோனாலும் அங்கே தாங்களும் வருவதாகச் சொன்னார்கள்.

வேலைக்காரர்களுடன் பேசி முடிப்பதற்கு இரண்டு தினங்களுக்குமேல் ஆகவில்லையென்று நினைக்கிறேன். உடனே, டர்பனுக்கு சுற்றுப்புறத்தில் ஏதேனும் ஒரு ரயில்வே நிலையத்தை அடுத்த இடத்தில் நிலம் விலைக்குத் தேவை என்று விளம்பரம் செய்தேன். போனிக்ஸ் என்னும் இடத்தில் நிலம் விற்கத் தயாராயிருப்பதாய்ப் பதில் வந்தது. மிஸ்டர் வெஸ்டும், நானும் ஸ்தலத்தைப் பார்வையிடச் சென்றோம். ஒரு வாரத்துக்குள் 20 ஏக்கர் கொண்ட நிலம் வாங்கிவிட்டோம். அந்நிலத்தில் இனிய நீர் ஊற்று ஒன்றும் மாமரம், கிச்சிலி மரம் சிலவும் இருந்தன. இதை அடுத்து 80 ஏக்கர் விஸ்தீரணமுள்ள நிலம் ஒன்று இருந்தது, அதில் இன்னும் அதிக பழ விருட்சங்களும், ஒரு பழைய குடிசையும் இருந்தன. இதையும் நாங்கள் வாங்கினோம். இரண்டும் சேர்ந்து ஆயிரம் பவுன் விலையாயிற்று.

இத்தகைய முயற்சிகளில் காலஞ்சென்ற ஸ்ரீ ரஸ்டம்ஜி எனக்கு எப்போதும் உதவியாயிருந்து வந்தார். அவர் இந்தத் திட்டத்தைப் பெரிதும் விரும்பினார். ஒரு பெரிய கிடங்குக்கு கூரை வேயப்பட்டிருந்த இரும்புத் தகடுகளையும், மற்றும் வீடு கட்டும் சாமான்களையும் அவர் கொடுத்தார். இவற்றைக்கொண்டு வேலையைத் தொடங்கினோம். என்னுடன் போயர் யுத்தத்தின்போது ஊழியம் செய்த இந்தியத் தச்சரும், கொத்தரும் சிலர்

அச்சுக்கூடத்துக்கு ஒரு கொட்டகைப் போட்டுத் தந்தார்கள். 75 அடி நீளமும் 50 அடி அகலமுள்ள இக்கொட்டகையின் வேலை ஒருமாதத்தில் முடிந்துவிட்டது. மிஸ்டர் வெஸ்டும் மற்றவர்களும் பெரும் அபாயத்துக்குத் துணிந்து அங்கேயே தச்சர், கொத்தர் முதலியோருடன் தங்கியிருந்தனர். அதுவரை அவ்விடம் மனித சஞ்சாரமற்றதாய் இருந்தது. அடர்ந்த புல் முளைத்திருந்தது. பாம்புகள் குடிபுகுந்திருந்தன. எனவே, அங்கு வசித்தல் மிகவும் அபாயகரம் என்று சொல்லவேண்டுவதில்லை. முதலில் எல்லாரும் கூடாரத்தில் வசித்தோம். பிரதானக் கட்டடம் ஒரு மாதத்தில் தயாராகிவிட்டது. சாமான்களில் பெரும்பகுதியை ஒரே வாரத்தில் கொண்டுவந்து சேர்த்துவிட்டோம். டர்பனிலிருந்து அவ்விடம் பதின்மூன்று மைல். போனிக்ஸ் ரயில் நிலையத்திலிருந்து இரண்டரை மைல்தான்.

இண்டியன் ஒபீனியன் பத்திரிகையின் ஒரே ஓர் இதழ் மட்டுமே வெளியே மெர்க்குரி அச்சுக்கூடத்தில் அச்சடிக்க வேண்டி நேர்ந்தது.

பொருள் சேர்க்கும் நோக்கத்துடன் இந்தியாவிலிருந்து என்னுடன் தென்னாப்பிரிக்கா வந்திருந்த என் நண்பர்களையும் உறவினர்களையும் இப்போது போனிக்ஸீக்கு இழுக்க முயன்றேன். அவர்கள் ஏதேதோ தொழில்களில் ஈடுபட்டிருந்தார்கள். பணம் திரட்டுவதற்கென்றே வந்தவர்களாதலின் அவர்களை இந்தப் புதிய வாழ்வுக்கு இணங்கச் செய்வது மிகவும் கஷ்டமாயிருந்தது. ஆயினும் சிலர் சம்மதித்தனர். அவர்களில் மதன்லால் காந்தியின் பெயரையே சிறப்பாகக் குறிப்பிடக்கூடும். மற்றவர்கள் தங்கள்தங்கள் தொழில்களுக்கே திரும்பிச் சென்றார்கள். மதன்லால் காந்தி மட்டும் தமது பழையத் தொழிலுக்கு அடியோடு தலைமுழுகிவிட்டு என்னிடம் சேர்ந்தார். தார்மிகச் சோதனைகளில் எனக்கு முதன்முதல் துணைவர் ஆனவர் அவரே. தமது திறமையினாலும் தியாகத்தினாலும் தாமே கற்றுத் தேர்ச்சியடைந்தவர் என்ற முறையில் எனது துணைவர்களுக்குள்ளே அவருக்கு ஓர் உயர் தனி ஸ்தானம் உண்டு.

இவ்வாறு 1904ல் போனிக்ஸ் குடியேற்றம் ஆரம்பிக்கப்பட்டது. எவ்வளவோ இடுக்கண்களைக் கடந்து இன்றுவரை இண்டியன் ஒபீனியன் அங்கேயே பிரசுரிக்கப்பட்டு வருகிறது.

இம்முயற்சியின் ஆரம்பகாலத்தில் ஏற்பட்ட கஷ்டங்கள், செய்த மாறுதல்கள், ஆசைகள், ஏமாற்றங்கள் முதலியவற்றைப் பற்றித் தனி அத்தியாயமொன்றில் கூறவேண்டும்.

20. முதல் இரவு

போனிக்ஸீல் இண்டியன் ஒபீனியன் முதல் இதழை அச்சிட்டு வெளியிடுதல் இலகுவானக் காரியமாயில்லை. முன்னெச்சரிக்கையான நான் இரு காரியங்கள் செய்யாமல் இருந்திருப்பின் முதல் இதழ் வெளியிடப்படாமலே போயிருக்கும் அல்லது மிகத் தாமதமாக வெளியாகியிருக்கும். அச்சுக்கூடத்தில் என்ஜின் வைத்து வேலை செய்ய எனக்குப் பிரியமில்லை. விவசாய வேலை கையினால் செய்யுமிடத்தில், அச்சுக்கும் கை இயந்திரம் உபயோகப்படுத்துவதே பொருத்தமாயிருக்கும் என நினைத்தேன். ஆனால், இது இயலாத காரியமென்று தோன்றியபடியால், எண்ணெய் என்ஜின் ஒன்று அமைத்திருந்தேன். ஆயினும், என்ஜின் வேலை செய்யாவிடின், கையினால் காரியம் நடத்துவதற்குரிய ஏற்பாடும் தயாராயிருக்கட்டுமென்று வெஸ்டினிடம் சொல்லியிருந்தேன். எனவே, கையினால் இயக்கக்கூடிய சக்கரம் ஒன்றும் அவர் வைத்திருந்தார். இதுவரை பத்திரிகையின் அளவு சாதாரணத் தினசரிப் பத்திரிகைகளின் அளவாய் இருந்து வந்தது. இனி, போனிக்ஸைப் போன்ற மூலையில் வெளியாகும் பத்திரிகைக்கு அந்த அளவு தகுதியல்லவென்று எண்ணி புல்ஸ்காப் அளவுக்கு மாற்றினோம். அவசரம் நேர்ந்தால் டிரெடில் இயந்திரத்தில் அடித்துவிடவும் சௌகரியமாக இருக்கட்டுமென்று கருதி இப்படிச் செய்தோம்.

ஆரம்பத்தில், பத்திரிகை வெளியாவதற்கு முன்தின இரவுகளில் நாங்கள் எல்லாரும் கண்விழித்து வேலை செய்யவேண்டியிருந்தது. இளைஞர், விருத்தர் அனைவரும் பத்திரிகை மடிப்பதில் உதவி செய்வார்கள். இரவு பத்து மணியிலிருந்து நடுநிசியில் வேலை முடிவது வழக்கம்.

ஆனால், முதல் இதழ் வெளியாக வேண்டிய தினத்துக்கு முன்னிரவு நாங்கள் பெற்ற அனுபவம் என்றும் மறக்கக்கூடாத ஒன்றாகும். அச்சுக்கோர்த்து முடிந்து இயந்திரத்தில் பொருத்தியாகிவிட்டது. ஆனால், என்ஜின் வேலை செய்யவில்லை. என்ஜினை அமைத்து ஓட்டித்தருவதற்கு டர்பனிலிருந்து என்ஜினியரை வரவழைத்திருந்தோம். அவரும் வெஸ்டும் தங்களால் இயன்றவரை பார்த்தும் என்ஜினை ஓடச்செய்ய முடியவில்லை. வெஸ்ட் துக்கத்திலாழ்ந்தவராய் கண்ணில் நீர்த் ததும்ப என்னிடம் வந்து, "என்ஜின் ஓடவில்லை. நாளை பத்திரிகை வெளிவராது" என்றார். அவருக்குச் சமாதானமாக நான் கூறியதாவது,

"அதற்கு நாமென்ன செய்யலாம்? கண்ணீர் விடுவதில் பயனில்லை. மனிதப் பிரயத்தனத்தினால் ஆகக்கூடியதெல்லாம் செய்து பார்த்துவிடுவோம். கைச்சக்கரத்தின் விஷயமென்ன?"

"கைச்சக்கரம் இருக்கிறது. அதைச் சுற்ற ஆட்களுக்கு எங்கே போவது? நம்மால் முடியும் காரியமல்ல, நான்கு பேராய் மாற்றிமாற்றிச் சுற்றவேண்டும். நமது ஆட்களோ ஏற்கனவே களைத்துப்போயிருக்கிறார்கள்" என்றார்.

கட்டட வேலை இன்னும் முழுவதும் முடியவில்லை. ஆதலின் தச்சர்கள் எங்களுடன் இருந்தார்கள், அவர்கள் அச்சுக்கூடத்திலேயே படுத்துறங்கினார்கள், அவர்களைச் சுட்டிக்காட்டி, "இந்தத் தச்சர்களை நாம் உபயோகப்படுத்திக்கொள்ளக் கூடாதா? அவர்களும் சேர்ந்தால் இரவு முழுவதும் நாம் வேலை செய்யலாம். இந்த உபாயம் ஒன்று பாக்கி இருக்கிறது" என்று நான் கூறினேன்.

"தச்சர்களை எழுப்ப எனக்குத் துணிவில்லை. நமது ஆட்களோ உண்மையிலேயே நிரம்பக் களைத்துப்போயிருக்கிறார்கள்" என்றார் வெஸ்ட்.

"அந்தக் கவலை உங்களுக்கு வேண்டாம். அவர்களுடன் பேசி முடிப்பதற்கு நான் இருக்கிறேன்" என்றேன்.

"அப்படியானால் வேலை நடந்துவிடக்கூடும்" என்றார் வெஸ்ட்.

தச்சர்களை எழுப்பி அவர்களை இவ்வேலையில் உதவி செய்யும்படி கேட்டுக்கொண்டேன். அதிகமாக அவர்களை வற்புறுத்தவே, அவசியமில்லாமலிருந்தது, "அவசரத்தில் உதவி செய்யவில்லையென்றால் நாங்கள் இருந்து என்ன பயன்? நீங்கள் இளைப்பாருங்கள், நாங்கள் அவ்வேலையைப் பார்த்துக்கொள்கிறோம். எங்களுக்கு அது எளியது" என்றார்கள். எங்கள் சொந்த ஆட்கள் வேலைக்குத் தயாராயிருந்தார்களென்று சொல்லவேண்டுவதில்லை.

வெஸ்ட் மிகுந்த ஆனந்தங்கொண்டார். வேலை ஆரம்பித்தபோது அவர் தோத்திரப்பாட்டு ஒன்று பாடத்தொடங்கினார். தச்சர்களைப் பிரித்துவிட்டேன். முறைப்படி மற்றவர்களும் வேலை செய்தார்கள். இவ்வாறு காலை 7 மணி வரையில் வேலை செய்தோம். ஆனால், இன்னும் வேலை நிறைய பாக்கியிருந்தது. இப்போது மீண்டும் என்ஜினியரை எழுப்பி என்ஜினை ஓட்டச்சொல்லிப் பார்க்கலாமென்று மிஸ்டர் வெஸ்டிடம்

சொன்னேன். இம்முறையேனும் அவர் வெற்றி பெற்றால், வேலை காலத்தில் முடிந்துவிடும்.

அவ்வாறே வெஸ்ட் அவரை எழுப்பினார். அவர் என்ஜினைத் தொட்ட உடனே அது ஓட ஆரம்பித்தது? அச்சுக்கூடம் முழுவதிலும் ஆனந்த கோஷம் நிரம்பியது. இதன் காரணம் என்ன? "நேற்றிரவு நாம் எவ்வளவோ முயன்றும் பயன்படாமற்போயிருக்க, இன்று காலை கோளாறு ஒன்றுமேயில்லாதுபோல் ஓடத்தொடங்கிவிட்டதே" என்று நான் கேட்டேன்.

வெஸ்டோ, இன்ஜினியரோ நன்றாக நினைவில்லை கூறியதாவது, "இதற்குக் காரணம் கூறுதல் கஷ்டம். இயந்திரங்கள் சில சமயம் நடந்துகொள்வதைப் பார்த்தால் நம்மைப்போலவே அவற்றிற்கும் ஓய்வு தேவை என்று காணப்படுகிறது."

என்ஜின் வேலை செய்ய மறுத்தது எங்களுக்கு ஏற்பட்ட ஒரு சோதனை என்றே எனக்குத் தோன்றிற்று. நல்ல சமயத்தில் அது மீண்டும் ஓடத்தொடங்கியது எங்கள் உண்மையான, மனப்பூர்வமான உழைப்பின் பயன் என்று கருதினேன்.

பத்திரிகைப் பிரதிகளைக் காலத்தில் தபாலுக்கு அனுப்பினோம். எல்லாருக்கும் சந்தோஷமாயிருந்தது.

இந்த ஆரம்பப் பிடிவாதமானது பின்னால் பத்திரிகை ஒழுங்காக வெளியாகுமென்பதை உறுதிப்படுத்திற்று. பின்னால், ஒரு காலத்தில் வேண்டுமென்றே நாங்கள் என்ஜின் உபயோகிப்பதை நிறுத்திக் கையினால் வேலை செய்தோம். போனிக்ஸ் குடியேற்றவாசிகள் தார்மிக உன்னத நிலையை எய்தியிருந்த நாட்கள் அந்நாட்களே என்பது என் கருத்து.

21. போலக் துணிந்திறங்குதல்

போனிக்ஸ் குடியேற்றத்தை நான் ஏற்படுத்தினேனாயினும், அங்கே நிரந்தரமாய் வாசம் செய்ய முடியவில்லை. சிற்சில இடைக்காலங்களிலேயே அங்கே தங்குதல் சாத்தியமாயிற்று. இதை நினைத்தால் இப்போதும் வருத்தமுண்டாகிறது. நாளடைவில் வக்கீல் தொழிலிருந்து நீங்கி, போனிக்ஸீக்குச் சென்று குடியேறி, உடல் உழைப்பினால் ஜீவனோபாயந்தேட வேண்டுமென்றும், தொண்டின் பூரண இன்பத்தை அங்கே காணவேண்டுமென்றும் தொடக்கத்தில் நோக்கம் கொண்டிருந்தேன். ஆனால், அந்நோக்கம்

நிறைவேற நான் கொடுத்துவைக்கவில்லை. நாமொன்று நினைக்கத் தெய்வமொன்று நினைக்கிறது என்னும் உண்மையைப் பலமுறையும் அனுபவத்தில் கண்டிருக்கிறேன். ஆனால், சத்தியத் தேட்டமே ஒருவனுடைய முடிவான இலட்சியமாயிருக்குமானால் அவன்போடும் திட்டங்கள் எவ்வளவுதான் தவறிப்போனாலும் முடிவு தீமையாவதில்லை என்றும் சில சமயங்களில் எதிர்பார்த்ததைவிட அதிக நன்மையாய் முடிகிறதென்றும் கண்டுள்ளேன். போனிக்ஸ் குடியேற்றம் எதிர்பாராவிதமாய் மாறுதலடைந்ததும், மற்றும் பல எதிர்பாரா நிகழ்ச்சிகளும் எங்கள் ஆரம்ப நோக்கத்தைவிட நன்மையாய் முடிந்தன என்று கூறுதல் கஷ்டமாயினும், அவை தீங்கு பயக்கவில்லையென்று நிச்சயமாகக் கூறலாம்.

நாங்கள் எல்லாரும் உடல் உழைப்பினால் ஜீவனம் செய்தல் சாத்தியமாகும் பொருட்டு. அச்சுக்கூடத்தைச் சுற்றியிருந்த நிலத்தை மும்மூன்று ஏக்கராகப் பங்கிட்டுக்கொண்டோம். இந்த நிலப்பகுதிகளில் ஒன்று என் பங்குக்கும் விழுந்தது. ஒவ்வொரு பகுதியிலும் இருப்புத் தகடுகளால் வீடு கட்டிக்கொண்டோம். இத்தகைய வீடுகளை நாங்கள் விரும்பவில்லை. சாதாரண குடியானவர்களுக்கேற்ற வண்ணம் வைக்கோல் கூரைபோட்ட மண் குடிசைகளேனும், சிறு செங்கல் வீடுகளேனும் கட்டவேண்டுமென்பது எங்கள் ஆசை, ஆனால் அது நிறைவேறுவதற்கில்லை. அத்தகைய வீடுகள் கட்டுவதற்கு அதிக செலவும், அதிக காலமும் பிடிக்கும். எங்களுக்கோ கூடிய சீக்கிரம் குடியேற்றத்தில் நிலைபெற்றுவிட வேண்டுமென ஆவலாயிருந்தது.

மனுசுக்லல் நாஸார்தான் இன்னமும் பத்திரிகை ஆசிரியராயிருந்தார். அவர் புதிய ஏற்பாட்டை ஏற்றுக்கொள்ளவில்லையாதலின் டர்பனிலேயே வசித்தார். அங்கே இண்டியன் ஒபீனியனின் கிளைக் காரியாலயம் ஒன்று இருந்தது.

அச்சுக்கூட வேலைகளுக்குள் மிகவும் தொல்லையானது அச்சுக்கோர்த்தலேயாகும். ஆனால், கற்றுக்கொள்ள மிக எளியதும் அதுதான். அந்த வேலைக்குச் சம்பளம் கொடுத்துச் சில தொழிலாளிகள் வைத்திருந்தோம். எனினும் எல்லாருக்கும் அவ்வேலை தெரிந்திருக்கவேண்டுமென்று தீர்மானித்தோம். முன்னமே அச்சுக்கோர்க்க தெரியாதவர்கள் இப்போது கற்றுக்கொண்டோம். கடைசிவரையில் நான் இவ்வேலையில் வாஞ்சையாகவே இருந்தேன். மதன்லால் காந்தி எல்லாருக்கும் முதன்மையாயிருந்தார். அவர் இதற்குமுன் அச்சுக்கூடத்தில் வேலை

செய்ததேயில்லையாயினும் அச்சுக்கோர்ப்பதில் மிகத்திறமையும் வேகமும் பெற்றார். அச்சுக்கூடத்தின் மற்ற எல்லா வேலைகளையும் அவர் அதிவிரைவில் கற்றுக்கொண்டது எனக்கு மிகுந்த வியப்பும் மகிழ்ச்சியும் அளித்தது. தம் திறமையின் அளவு அவருக்கே தெரியாதென்பது என் எண்ணம்.

குடியேற்றத்தின் கட்டடங்கள் கட்டி முடிந்து நாங்கள் நிலைபெற்ற உடனேயே, நான் புதிய வீட்டைவிட்டு ஜோகான்ஸ்பர்க்குக்கு போகவேண்டியதாயிருந்தது. அதிகக் காலம் அவ்விடத்து வேலையைக் கவனியாது விட்டிருக்க முடியவில்லை.

ஜோகன்ஸ்பர்க்குப் போனதும் மிஸ்டர் போலக்கிடம் நான் செய்திருந்த முக்கியமான மாறுதல்களைத் தெரிவித்தேன். தாம் இரவல் கொடுத்தப் புத்தகம் இவ்வளவு பயனளித்தது என்றறிந்தபோது அவருக்குண்டான மகிழ்ச்சிக்கு அளவில்லை. இப்புது முயற்சியில் நானும் கலந்துகொள்ள சாத்தியப்படாதா? என்று கேட்டார். சந்தேகமில்லாமல், விருப்பமானால் நீங்களும் குடியேற்றத்தில் சேரலாம் என்றேன். நீங்கள் சேர்த்துக்கொண்டால் நான் இதோ தயாராயிருக்கிறேன் என்றார் போலக்.

அவருடைய உறுதி என்னைக் கவர்ந்துவிட்டது. கிரிடிக் பத்திரிகையில் தம் வேலையை உடனே ராஜினாமா கொடுத்து ஒரு மாதத்துக்குள் தம்மை விடுவிக்கும்படி கேட்டுக்கொண்டார். விடுதலைப் பெற்றபின் போனிக்ஸ் வந்து சேர்ந்தார். தமது இனிய சுபாவத்தினால் அவர் எல்லாருடைய உள்ளத்தையும் கவர்ந்து விரைவிலேயே போனிக்ஸ் குடும்பத்தைச் சேர்ந்தவரானார். எளிய வாழ்வு என்பது அவருடைய இயற்கையில் படிந்திருந்தபடியால் போனிக்ஸ் வாழ்க்கை அவருக்குக் கஷ்டமாகவே தோன்றவில்லை. தண்ணீரில் வசித்தல் மீனுக்கு இயற்கையாயிருப்பதுபோல் அவ்வாழ்க்கை அவரது இயல்புக்கு ஒத்ததாயிருந்தது. ஆனால், அதிகக் காலம் அவரை அங்கு வைத்திருக்க முடியவில்லை. மிஸ்டர் ரிட்ச் இங்கிலாந்து சென்று தமது சட்டப்படிப்பை முடித்துவரத் தீர்மானித்திருந்தார். வக்கீல் காரியாலய வேலைகளை நான் ஒருவனே செய்தல் இயலாதக் காரியமாயிருந்தது. எனவே, மிஸ்டர் போலக்கைக் காரியாலயத்துக்கு வந்து உதவி செய்யும்படியும். அட்டர்னியாகப் பயிற்சிப் பெறும்படியும் கேட்டுக்கொண்டேன். முடிவில் நாங்கள் இருவருமே வக்கீல் தொழிலைவிடுத்துப் போனிக்ஸீக்குச் சென்று அங்கேயே நிலையாக வசிக்கலாம் என்று எண்ணியிருந்தேன். ஆனால், இந்த மனோரதம் ஈடேறவேயில்லை.

போலக் ஒரு நண்பரிடம் நம்பிக்கைக் கொண்டுவிட்டால் எந்த விஷயத்திலும் அவருடன் வாதிடுவதற்குப் பதிலாக ஒத்துப்போகவே முயலும் இயல்புடையவர். போனிக்ஸ் வாழ்க்கை எனக்கு மிகவும் பிரியமாயிருக்கிறது. ஆயினும் இதைவிட்டுக் காரியாலயத்துக்கு வருவதால் நமது இலட்சியங்கள் விரைவில் கைக்கூடுமென நீங்கள் கருதும்பட்சத்தில், அவ்வாறு செய்யத் தயாராயிருக்கிறேன் என்று பொருள்பட அவர் பதில் எழுதினார். இந்தப் பதில் எனக்கு மனப்பூர்வமான மகிழ்ச்சி தந்தது. போலக் போனிக்ஸிலிருந்து ஜோகான்ஸ்பர்க்குக்கு வந்து அட்டர்னித் தொழிலுக்குப் பயிற்சிபெறலானார்.

இதேசமயத்தில், ஸ்காட்லாந்து தேசத்தாரும் பிரமஞான சங்கத்தைச் சேர்ந்தவருமான மிஸ்டர் மாக்கிண்டர் என்பார் உள்ளூர் சட்டப் பரீட்சை ஒன்றுக்குப் போக என்னிடம் பயிற்சிபெற்று வந்தார். நான் சொன்னதின் பேரில் அவரும் போலக்கைப் பின்பற்ற என்னிடம் குமாஸ்தாவாகச் சேர்ந்தார்.

இவ்வாறு, போனிக்ஸின் இலட்சியங்களை விரைவில் அடையவேண்டுமென்னும் உயரிய நோக்கத்துடன், அதற்கு முற்றும் மாறான திசையை நோக்கி வெகுவிரைவாகப் போகலானேன். எளிய வாழ்க்கை என்னும் பெயரால் விவரிக்கப்பட்ட இவ்வலையில் நான் அடியோடு சிக்கிக்கொள்ளாமல் தப்பியதற்கு ஆண்டவன் அருந்துணையே காரணமாகும்.

நானும் என் இலட்சியங்களும் எவரும் கனவிலும் எதிர்பாராதவிதத்தில் காப்பாற்றப்பட்டோம். இதைப்பற்றி விவரிக்க இன்னும் சில அத்தியாயங்கள் தாண்டவேண்டும்.

22. பகவானால் காக்கப் பெறுவோர்

சமீபகாலத்தில் இந்தியா திரும்பலாம் என்னும் நம்பிக்கை இப்போது எனக்கு இல்லாமல்போயிற்று. ஓராண்டுக்குள் திரும்பிவந்து சேர்வதாக என் மனைவிக்கு வாக்களித்திருந்தேன். ஓராண்டு சென்றுவிட்டது. ஆனால், சமீபத்தில் திரும்பக்கூடுமென்று தோன்றவில்லை. ஆதலின் என் மனைவியையும் குழந்தையும் வரவழைத்துக்கொள்ளத் தீர்மானித்தேன். அவர்கள் கப்பலில் வந்துகொண்டிருந்தபோது எனது மூன்றாவது புதல்வன் இராமதாஸ் கப்பல் தலைவருடன் விளையாடுகையில் கையை முறித்துக்கொண்டுவிட்டான். கப்பல் தலைவர் கப்பல்

வைத்தியரைக்கொண்டு சிகிச்சை செய்வித்து அவனை ஜாக்கிரதையாகக் கவனித்துவந்தார். கப்பலிலிருந்து இறங்கியபோது இராமதாஸ் கைக்கட்டுடன் இருந்தான். வீடு சேர்ந்ததும் தகுந்த டாக்டரைக் கொண்டு ரணத்தைக் காட்டிவரும்படி கப்பல் வைத்தியர் கூறினார். ஆனால், அப்போது மண் சிகிச்சையில் நான் பூரண நம்பிக்கைக் கொண்டிருந்த காலம். எனது அரைகுறை வைத்தியத்தில் நம்பிக்கையுடைய கட்சிக்காரர் சிலரையுங்கூட மண் சிகிச்சையும் ஜல சிகிச்சையும் செய்துகொள்ளப் பண்ணிருந்தேன்.

இந்நிலையில் இராமதாஸுக்கு நான் என்ன செய்வது? அவனுக்கு அப்போது எட்டு வயது. நானே சிகிச்சை செய்வது அவனுக்குச் சம்மதமா என்று கேட்டேன். அவன் புன்னகையுடன் முழு சம்மதம் என்று சொன்னான். அவ்வயதில் தனக்கு எது நல்லது என்று அவன் தீர்மானித்தல் சாத்தியமில்லை. ஆனால், முறையான வைத்திய சிகிச்சைக்கும், அரைகுறை வைத்தியத்துக்கும் உள்ள வேற்றுமை அவனுக்கு நன்றாய்த் தெரிந்திருந்தது. வீட்டு வைத்தியமுறைகளைக் கையாளும் வழக்கம் எனக்குண்டு என்றும் அவன் அறிவான். என்னிடம் நம்பிக்கை வைத்துத் தன்னை என்வசம் ஒப்புவித்தான். பயத்தினால் நடுநடுங்கிக்கொண்டே கட்டை அவிழ்த்தான். ரணத்தை அலம்பிச் சுத்தமான மண்வைத்துக் கட்டினேன். இம்மாதிரி சுமார் ஒருமாத காலம் செய்து வந்தேன். ரணம் முற்றிலும் ஆறிவிட்டது. தொந்தரவு எதுவும் நேரவும் இல்லை. வழக்கமான சிகிச்சை செய்தாலும் ரணம் ஆறுவதற்கு இவ்வளவு நாள் ஆகுமென்று கப்பல் டாக்டர் சொல்லியிருந்தார்.

இதுவும் இன்னும் சில சோதனைகளும் இத்தகைய வீட்டு வைத்தியமுறைகளில் என்னுடைய நம்பிக்கையை அதிகப்படுத்தின. இதற்குப் பிறகு அதிகத் தன்னம்பிக்கையுடன் அம்முறைகளைக் கையாளலானேன். ரணம், சுரம், அஜீரணம், காமாலை முதலிய பல ரோகங்களுக்கு ஜல சிகிச்சை, மண் சிகிச்சை, உபவாச சிகிச்சை இவைகளைக் கையாண்டேன். பெரும்பாலும் நோய்கள் குணமடைந்து வந்தன. ஆனால் இம்முறையில் தென்னாப்பிரிக்காவில் எனக்கிருந்த நம்பிக்கைத் தற்போதில்லை. அவற்றில் அபாயங்கள் உண்டு என்று அனுபவத்தில் தெரியவந்திருக்கிறது.

ஆதலின் இச்சோதனைகளைப் பற்றி இங்கே கூறுவது அவற்றின் வெற்றியை நிரூபிக்கும் நோக்கத்துடன் அன்று. எந்தச் சோதனையும் பூரண வெற்றி அளித்ததாக நான் கூறமாட்டேன். முறையானப் பயிற்சிபெற்ற டாக்டர்கள்கூடத் தங்கள் சோதனைகள்

பரிபூரண வெற்றியளித்ததாகச் சொல்வதில்லை. புதிய சோதனைகள் செய்ய விரும்புவோன் முதலில் தன்னிடமே அவற்றைத் தொடங்கவேண்டுமென்று காட்டுவதே என் நோக்கமாகும். இதனால் விரைவில் உண்மை கண்டுபிடித்தல் சாத்தியமாகிறது. உண்மை உள்ளத்துடன் சோதனை செய்பவனைப் பகவான் எப்போதும் காப்பாற்றுகிறார்.

இயற்கை வைத்திய சோதனைகளில் எவ்வளவு அபாயங்கள் இருந்தனவோ, அவ்வளவு ஐரோப்பியர்களுடன் நெருங்கிப்பழகும் சோதனைகளிலும் இருந்தன. அபாயங்கள் வேறு வகையைச் சேர்ந்தவை என்று மட்டும் சொல்லலாம். ஆனால் ஐரோப்பியர்களுடன் நெருங்கிப் பழகுவதற்குச் செய்த முயற்சிகளில் அபாயங்களைப் பற்றி நான் நினைக்கவேயில்லை.

போலக்கை என் வீட்டுக்கு வந்து என்னுடன் தங்கும்படி கேட்டுக்கொண்டேன். நாங்கள் இருவரும் இரத்த சகோதரர்கள்போல் வசிக்கலானோம். அவருக்குச் சில வருஷங்களுக்கு முன்பே விவாகம் நிச்சயமாகியிருந்தது. ஆனால், உசிதமானக் காலத்தை எதிர்பார்த்துக் கல்யாணம் தள்ளிவைக்கப்பட்டிருந்தது. போலக் இல்வாழ்க்கையில் நிலைபெறுவதற்கு முன்னால் கொஞ்சம் பணம் சேர்த்துக்கொள்ள விரும்பியதாகக் காணப்பட்டது. என்னைவிட நன்றாய் அவர் ரஸ்கினுடைய நூல்களைப் படித்திருந்தார். ஆனால், அவருடைய மேனாட்டுத் தொடர்பானது ரஸ்கினின் போதனை உடனே அனுஷ்டானத்துக்குக் கொண்டுவருவதற்குத் தடையாய் நின்றது. அவரிடம் பின்வருமாறு நான் வாதாடினேன்.

“மணமக்களுக்குள் இதய ஒற்றுமை ஏற்பட்டிருக்கும்போது, பொருளாதாரக் காரணங்களை முன்னிட்டுக் கல்யாணத்தைத் தள்ளிவைத்தல் சரியாகாது. வறுமை கல்யாணத்துக்கொரு தடையானால் ஏழைகள் கல்யாணமே செய்துகொள்ள முடியாது. மேலும், இப்போது நீங்கள் என்னுடன் வசிக்கிறீர்கள். வீட்டுச்செலவைப் பற்றிய கவலையில்லை. கூடிய சீக்கிரத்தில் நீங்கள் மணம் செய்துகொள்ள வேண்டுமென்று எனக்குத் தோன்றுகிறது” என்றேன். முன் அத்தியாமொன்றில் கூறியிருப்பதுபோல் மிஸ்டர் போலக்கினிடம் ஒரு விஷயத்தைப் பற்றி இருமுறை வாதமிட வேண்டியிருப்பதில்லை. நான் கூறியதின் நியாயத்தை அவர் உணர்ந்து, உடனே இங்கிலாந்திலிருந்த தமது காதலிக்குக் கடிதம் எழுதினார். அப்பெண்மணி மகிழ்ச்சியுடன் சம்மதித்துச் சில மாதங்களில் ஜோகான்ஸ்பர்க் வந்து சேர்ந்தார். கல்யாணத்துக்குச் செலவு எதுவும் செய்யும் எண்ணமே இல்லை.

விசேஷ உடைகூட அவசியமென்று அவர்கள் கருதவில்லை, இதய ஒற்றுமை கொண்ட இத்தம்பதிகளின் திருமணத்துக்கு சமயக்கிரியைகளும் தேவையாய் இல்லாமலிருந்தன. மிஸ்டர் போலக் பிறப்பினால் யூதர். அவர் மனைவி கிறிஸ்துவ மதத்தைச் சார்ந்தவர். நீதி, தர்மமே அவர்களுடைய பொது மதமாயிருந்தது.

இவ்விவாகம் சம்பந்தமான ஒரு விநோத சம்பவத்தை இங்கே குறிப்பிடுதல் பொருந்தும். டிரான்ஸ்வாலில் ஐரோப்பியரின் மணங்களைப் பதிவு செய்யும் உத்தியோகஸ்தர், வெள்ளைக்கார அல்லாதவர்களின் கல்யாணங்களைப் பதிவு செய்யக்கூடாது. இந்தக் கல்யாணத்தில் நான் மாப்பிள்ளைத் தோழனாயிருந்தேன். ஐரோப்பிய நண்பர் ஒருவர் கிடைக்கமாட்டார் என்பதற்காகவன்று. ஆனால், போலக் நான்தான் வரவேண்டுமென்று பிடிவாதம் பிடித்ததால் நான் தோழனாய் இருந்தேன். எனவே, நாங்கள் மூவரும் விவாகப் பதிவு உத்தியோகஸ்தரிடம் சென்றோம். கறுப்பு மனிதனாகிய நான் மாப்பிள்ளைத் தோழனாயிருக்கும் கல்யாணத்தில் மணமகனும் மணமகளும் அசல் வெள்ளைக்காரர்கள் என்று அவர் எப்படி நிச்சயங்கொள்ள முடியும்? எனவே, இது சம்பந்தமாக விவரித்து முடிவாகும்வரை, விவாகப்பதிவைத் தள்ளிவைக்க வேண்டுமென்று அவர் சொன்னார். மறுநாள் ஞாயிற்றுக்கிழமை. அதற்கடுத்த நாள் கிறிஸ்துமஸ் பண்டிகைக்காக விடுமுறை. எல்லா ஏற்பாடுகளும் முடிவாகியிருந்த கல்யாணத்தை இந்த அற்பச் சாக்கின்மீது தள்ளிவைப்பதென்றால் யார்தான் பொறுக்கமுடியும்? மேற்படி இலாகாவின் தலைவரான தலைமை மாஜிஸ்ட்ரேட்டை எனக்குத் தெரிந்திருந்தது. மணமக்களையும் அழைத்துக்கொண்டு அவரிடம் நான் சென்றேன். அவர் விஷயத்தைக் கேட்டுச் சிரித்துவிட்டு, மேற்படி உத்தியோகஸ்தருக்கு ஒரு கடிதம் கொடுத்தார். கடைசியில் விவாகம் பதிவு செய்யப்பட்டது.

இதுகாறும் என்னுடன் வசித்த ஐரோப்பியர்கள் முன்னமேயே எனக்குத் தெரிந்தவர்களாயிருந்தனர். இப்போது எங்களுக்கு முற்றும் புதியவரான ஓர் ஆங்கிலப்பெண் எங்களுடன் வசிக்கலானார். இத்தம்பதிகளுடன் எனக்கு எப்போதேனும் வேற்றுமை நேரிட்டதாகவே ஞாபகமில்லை. மிஸஸ் போலக்குக்கும் என் மனைவிக்கும் சிற்சில வித்தியாசங்கள் அவ்வப்போது நேரிடுவதுண்டு. ஆனால், அவை மிக ஒழுங்காக நடத்தப்படும். தனிக்குடும்பங்களிலும் நேரிடுபவையேயாகும். என் குடும்பமோ பல்வேறு சாதியாரும், பல்வேறு குணாதிசயங்களை உடையவர்களும் சேர்ந்த கலப்புக் குடும்பம். நன்றாகச் சிந்தித்துப் பார்த்தோமாயின்,

சாதி, இனம் என்னும் வித்தியாசங்கள் கற்பனை மாத்திரமேயென்று விளங்கும். உண்மையில் நாம் அனைவரும் ஒரே குடும்பத்தைச் சேர்ந்தவர்களேயாவோம்.

இந்த அத்தியாயத்திலேயே வெஸ்டின் திருமணத்தையும் நடத்திவிடுகிறேன். என் வாழ்நாளில் இப்பகுதியில், பிரம்மச்சரியத்தைப் பற்றிய என் கொள்கைகள் திடப்பட்டிருக்கவில்லை. எனவே, எனது பிரமச்சாரி நண்பர்கள் எல்லாருக்கும் கல்யாணம் செய்து வைப்பதில் சிரத்தைக் கொண்டிருந்தேன். ஒரு சமயம் மிஸ்டர் வெஸ்ட் தம் தாய் தந்தையாரைப் பார்ப்பதற்காகச் சொந்த ஊருக்குச் சென்றபோது கூடுமானால் கல்யாணம் செய்துகொண்டு திரும்பும்படி புத்திமதி சொன்னேன். போனிக்ஸூம் எல்லாருக்கும் பொதுவீடாயிருந்தது. நாங்கள் அனைவரும் விவசாயிகள் ஆகிவிட்டதாகப் பாவித்துக்கொண்டிருந்தோம். எனவே, கல்யாணத்தைப் பற்றியும் அதன் விளைவுகளைப் பற்றியும் நாங்கள் பயப்படவில்லை. வெஸ்ட், லெயிஸஸ்டரைச் சேர்ந்த அழகிய இளம்பெண் ஒருத்தியை மணம் செய்துகொண்டு வந்து சேர்ந்தார். அப்பெண் செருப்புத்தொழில் செய்த குடும்பத்தைச் சேர்ந்தவரர். அவரும் மேற்படி தொழிற்சாலையில் சிறிது அனுபவம் பெற்றவர். அவரை அழகிய இளம்பெண் என்று நான் சொன்னபோது உடலின் அழகைக் குறிப்பிடவில்லை. முதன்முதல் அவரை நான் சந்தித்தபோதே அவர் உள்ளத்தின் அழகு என்னைக் கவர்ந்துவிட்டது. இதயத் தூய்மையே உண்மை அழகன்றோ? இவர்களுடன் வெஸ்டின் மாமியாரும் வந்தார். அம்மூதாட்டியார் இன்றளவும் ஜீவித்து வருகிறார். அவருடைய உற்சாகமும், உழைப்பும், சந்தோஷ சுபாவமும் பாலியர்களாகிய நாங்கள் பார்த்து வெட்கிக்கும்படி இருந்தன.

ஐரோப்பிய நண்பர்களைக் கல்யாணம் செய்துகொள்ளத் தூண்டியதுபோலவே, இந்திய நண்பர்களைத் தத்தம் குடும்பங்களை வரவழைத்துக் கொள்ளும்படி செய்தேன். போனிக்ஸ் இவ்வாறு ஒரு சிறு கிராமமாயிற்று. ஐந்தாறு குடும்பங்கள் அங்கே குடியேறிப் பல்கிப் பெருகலாயின.

23. குடும்ப வாழ்க்கை

டர்பனில் குடும்பச் செலவு அதிகம் ஆகிவந்த போதிலும், அங்கேயே எளிமை வாழ்வுக்கு அடிகோலியாகிவிட்டதென்பதை

முன்னம் குறிப்பிட்டிருக்கிறேன். ஜோகான்ஸ்பர்க்கில் வாழ்வுமுறை இன்னும் பெரிய மாறுதல் அடைந்தது. ரஸ்கினின் கொள்கைகளுக்கிணங்கக் குடும்ப வாழ்க்கையை மாற்றி அமைக்க முயன்றேன்.

பாரிஸ்டர் ஒருவரின் வீட்டில் சாத்தியமாகக்கூடிய அளவுக்கு எளிய வாழ்வுமுறை ஏற்பட்டது. நாற்காலி, மேஜைகள் ஓரளவு இல்லாமல் சரிப்படவில்லை. புறவாழ்க்கையில் ஏற்பட்ட மாறுதலைக் காட்டிலும் உள்ளத்தில் உண்டான மாறுதலே முக்கியமாயிருந்தது. உடலுழைப்புக்குத் தேவையான வேலைகளை எல்லாம் நாமே செய்துகொள்ள வேண்டுமென்று ஆவல் வளர்ந்து வந்தது. குழந்தைகளையும் இக்கொள்கைகளுக்கிணங்கப் பயில்விக்கலானேன்.

கடை ரொட்டி வாங்குவதற்குப் பதிலாக, டாக்டர் கூன் முறைப்படி வீட்டிலேயே ரொட்டி தயாரித்துக்கொள்ளத் தொடங்கினோம். கடையில் சாதாரணமாய் விற்கும் ஆலையில் அரைத்த மாவு இந்த ரொட்டிக்கு உபயோகமில்லை. கோதுமை வாங்கிக் கை இயந்திரத்தில் அரைத்துக்கொள்வதுதான் சரியென்று தீர்மானித்தோம். இதுதான் எளிமை வாழ்வுக்கும், சுகாதாரத்துக்கும், சிக்கனத்துக்கும் பொருந்திய முறையென்று கருதினோம். எனவே, கையால் சுற்றும் மாவு இயந்திரம் ஒன்று 7 பவுன் கொடுத்து வாங்கினேன். அவ்வியந்திரத்தின் இரும்புச்சக்கரத்தை ஒருவராகச் சுற்றுவது அசாத்தியாமாயிருந்தது. ஆனால், இருவர் சேர்ந்து சுற்றுதல் எளிதாயிருந்தது. சாதாரணமாய் நானும் போலக்கும் குழந்தைகளும் அதைச்சுற்றுதல் வழக்கம். எப்போதாவது என் மனைவியும் ஒரு கைக்கொடுப்பாள். ஆனால், பெரும்பாலும் மாவரைக்கும் சமயத்தில் அவளுக்கு சமையல் வேலையிருக்கும். போலக்கின் மனைவி வந்தபின் அவரும் எங்களுடன் மாவரைக்கச் சேர்ந்துகொண்டார். குழந்தைகளுக்குச் சக்கரம் சுற்றுவது நல்ல தேகாப்பியாசமாயிருந்தது, இவ்வேலையேனும் வேறு எந்த வேலையேனும் செய்யவேண்டுமென்று அவர்களை ஒருபோதும் கட்டாயப்படுத்துவது கிடையாது. மாவரைத்தலை அவர்கள் ஒரு விளையாட்டாகவே செய்தார்கள். களைத்துப்போனவுடன் நிறுத்திவிடலாமென்று சொல்லியிருந்தேன். ஆனால் குழந்தைகள் சாதாரணமாய் வேலைசெய்யச் சுணங்குவதில்லை. இவர்கள் சிலரைப்பற்றிப் பின்னால் விரிவாகச் சொல்லப்போகிறேன். வேலையில் பின்தங்கியவர்கள் சிலரும் இருந்தனர். ஆனால், பெரும்பாலலோர் உற்சாகமாக வேலை செய்தார்கள். அந்நாளில்

எந்தக்குழந்தையும் வேலை செய்ய பயந்ததாகவாவது, களைப்பாயிருப்பதாய் சாக்குச் சொன்னதாகவாவது எனக்கு ஞாபகம் இல்லை.

வீட்டு வேலைகளுக்காகவென்று ஒரு வேலைக்காரனை அமர்த்தியிருந்தோம். அவன் எங்களுடன் குடும்பத்தில் ஒருவனாகவே வசித்து வந்தான். குழந்தைகள் அவனுக்கு உதவி செய்தார்கள், நகரசபைத் தோட்டிக் குப்பைகளை எடுத்துக்கொண்டு போய்விடுவான். ஆனால், கக்கூசை அலம்பிச் சுத்தப்படுத்தும் வேலையை நாங்களே கவனித்தோம். வேலைக்காரனைச் செய்யச் சொல்வதில்லை. அவன் செய்வானென்று எதிர்பார்ப்பதுமில்லை. இது குழந்தைகளுக்கு மிகவும் நல்ல பயிற்சியாயிற்று. இதன்பயனாக, எனது புதல்வர்கள் எல்லாரும் தோட்டி வேலையில் அருவருப்பு அற்றவர்களானார்கள். சுகாதர விதிகளையும் நன்குணர்ந்தார்கள். ஜோகான்ஸ்பர்க் வீட்டில் யாருக்கும் நோய்வருவது மிக அருமையாயிருந்தது. தப்பித்தவறி யாராவது நோயில் படுத்தால் குழந்தைகளே அவர்களுக்கு வேண்டிய பணிவிடைகளை விருப்பத்துடன் செய்தார்கள். குழந்தைகளுடைய புத்தகப் படிப்பை நான் அலட்சியம் செய்ததாகக் கூறமாட்டேன். ஆனால், அவசியமானபோது அதைப் பலிகொடுக்கத் தயங்கவில்லை என்பது நிச்சயம். ஆதலின், என் புதல்வர்கள் என்மீது குறைகூறுவதற்கு ஓரளவு காரணமுண்டு. ஒவ்வொரு சமயம் இதைத் தெரிவித்தும் இருக்கிறார்கள். ஓரளவு நான் அக்குற்றத்தை ஒப்புக்கொள்ள வேண்டியவனாகிறேன். அவர்களுக்கு இலக்கியக் கல்வி அளிக்க வேண்டுமென்னும் விருப்பம் எனக்கு இல்லாமலில்லை. நானே அவர்களுக்கு அக்கல்வி போதிக்கவும் முயன்றேன். ஆனால், இடையிடையே ஏதேனும் ஓர் இடையூறு ஏற்பட்டுவிடும். அவர்களுக்கு வீட்டில் கல்வி கற்பிப்பதற்காக உபாத்தியாயர் யாரையும் நான் ஏற்படுத்தவில்லை. எனவே, தினந்தோறும் என்னோடு காரியாலயத்துக்கு நடந்துவந்து, திரும்பி வீட்டுக்கு நடந்துவர வேண்டுமென்று ஏற்படுத்தியிருந்தேன். போகவர மொத்தம் ஐந்து மைல் தூரம் ஆனபடியால் இந்த நடை அவர்களுக்கும் எனக்கும் ஓரளவு தேகப்பயிற்சியாயிற்று. நடக்கும்போது, வேறு யாரும் என்னுடன் பேசிக்கொண்டு வராவிடின், சம்பாஷணையின் மூலம் குழந்தைகளுக்குக் கல்வி கற்பிக்க முயன்றேன். என் புதல்வர்களில் மூத்தவனான ஹரிலால் மட்டும் இந்தியாவிலேயே இருந்துவிட்டான். பாக்கி மூவரும் மேலே கண்டவாறு வளர்க்கப்பட்டனர். அவர்களுடைய இலக்கியக் கல்விக்கு தினம் ஒருமணி நேரமேனும் தவறாது செலவிட்டு

வந்திருப்பேனாயின், மிகச்சிறந்த கல்வி அளித்திருக்கலாம். ஆனால் இது சாத்தியப்படவில்லை.

தக்க இலக்கியக் கல்வி என் புதல்வர்களுக்குத் தரமுடியாமல் போனது அவர்களுக்கும் எனக்கும் துயரந்தரும் விஷயமேயாகும். என் மூத்த புதல்வன் ஹரிலால் இந்தக் குறையை என்முன் தனிமையிலும் பத்திரிகைகளில் பகிரங்கமாகவும் வெளியிட்டிருக்கிறான். மற்ற புதல்வர்கள் விலக்க முடியாத காரணங்களினாலேயே நான் அவர்களுக்கு இலக்கியக் கல்வி அளிக்கவில்லை என்பதை உணர்ந்து தயாளத்துடன் என்னை மன்னித்துவிட்டார்கள். எனினும் அவர்கள் இலக்கியக் கல்வி பெறாதபடியால் குடிமுழுகிப் போய்விட்டதாக எண்ணி நான் துக்க சாகரத்தில் மூழ்கிவிடவில்லை. தந்தையொருவன் எப்படியிருக்க வேண்டுமென்பது என் இலட்சியமோ, அவ்வாறு நான் இல்லையே என்ற வருத்தத்தைத் தவிர வேறு வருத்தம் எனக்குக் கிடையாது. சமூக நன்மையை முன்னிட்டே அவர்களுடைய இலக்கியக் கல்வியை பலிகொடுத்ததாக நான் கருதுகிறேன். இந்த நம்பிக்கைத் தவறாயிருக்கலாம். எனினும் மனப்பூர்வமாக அவ்வாறு நம்பினேன் என்பதில் ஐயமில்லை. ஆனால், அவர்களுக்கு நல்வொழுக்கப் பயிற்சி அளிப்பதில் நான் எள்ளளவும் அசட்டைக் காட்டியது கிடையாது. இப்பயிற்சிக்கு ஏற்பாடு செய்வதுதான் பெற்றோர்களின் முதன்மையானக் கடமை என்பது என் கருத்து. என் புதல்வர்களிடம் ஒழுக்கக்குறைபாடுகள் ஏதேனும் காணப்படுமாயின் அவற்றிற்கு என்னுடைய அசட்டைக் காரணமல்லவென்று நிச்சயமாய்க் கூறுவேன். என்னிடமும் என் மனைவியிடமும் உள்ள குறைகளே அவர்களிடம் பிரதிபலித்திருக்கின்றன எனக் கொள்ளவேண்டும்.

குழந்தைகள் பெற்றோர்களின் உடற்கூறுகளை மட்டுமன்றி, அவர்களுடைய குணாம்சங்களையும் பிதிரார்ஜிதமாகப் பெறுகின்றன. சுற்றிலுமுள்ள வாழ்வு நிலைமைகள் குழந்தையின் குணங்களைப் பெரிதும் மாற்றியமைக்கின்றன என்பது உண்மையே. ஆனால், வாழ்க்கைத் தொடங்கும்போது குழந்தையின் மூலதனம் பெற்றோர்களிடமிருந்து பெற்றதேயாகும். பிதிராஜித் தீக்குணங்களை குழந்தைகள் தள்ளி வெற்றி பெறுவதைக் கண்டிக்கிறேன். ஆத்மா இயற்கையில் தூயதாகையானால்தான் இத்தகைய வெற்றி சாத்தியமாகிறது.

குழந்தைகளுக்கு ஆங்கிலக் கல்வி அளிக்கவேண்டுமா, வேண்டாமா என்பதைப் பற்றி நானும் போலக்கும் அடிக்கடித் தீவிரமாக வாதம் செய்வதுண்டு. இவ்விஷயமாக நான் எப்போதும்

உறுதியானக் கொள்கையுடையவன். குழந்தைகளை பால வயதியிலிருந்து ஆங்கிலத்திலேயே எண்ணவும், பேசவும் பயில்விக்கும் இந்தியர்கள், தங்கள் குழந்தைகளுக்கும் தேசத்துக்கும் பெரிய துரோகம் செய்கிறார்கள் என்பது என் கொள்கை. இதனால் அக்குழந்தைகள் நாட்டின் பரம்பரையான பாரமார்த்திக சமுதாயச் செல்வங்களை இழந்தவர்களாகிறார்கள். அந்த அளவில் அவர்கள் தேச சேவைக்குத் தகுதியற்றவர்களாகிறார்கள். இத்தகைய உறுதிகொண்டவனாதலின், குழந்தைகளிடம் நான் எப்போதும் குஜராத்தியிலேயே பேசிவந்தேன். போலக்குக்கு இது பிடிக்கவில்லை. அவர்களுடைய வருங்கால வாழ்வை நான் கெடுத்துவருவதாக அவர் நினைத்தார். பூரண அன்புடன் தமது முழு வலிமையையும் காட்டி அவர் என்னுடன் வாதிப்பார். ஆங்கிலம் உலகம் முழுவதும் பரவியுள்ள பாஷையென்றும், சிறு பிராயத்தில் அதைக் கற்றுக்கொள்வோர் வாழ்க்கைப் போராட்டத்தில் மற்றவர்களைவிட பெரியதோர் அனுகூலம் பெற்றவர்களாவார்கள் என்றும் அவர் கூறினார். என்றாலும், என் உறுதியை அவரால் மாற்றமுடியவில்லை. என்னுடைய கட்சிதான் நியாயமானதென்று அவர் ஒப்புக்கொண்டாரா, அல்லது நான் சுத்தப் பிடிவாதக்காரன் என்று விட்டுவிட்டாரா என்பது இப்போது ஞாபகமில்லை. இது இருபது ஆண்டுகளுக்கு முன்பு நடந்த சம்பவம். அதற்குப்பின் நான் பெற்றுள்ள அனுவங்களினால் இவ்விஷயத்தில் என் உறுதி இன்னும் வலிமைப் பெற்றிருக்கிறது. இலக்கியக் கல்விப் பூரணமாய்ப் பெறாத குறைபாடு என் குமாரர்களிடம் இருப்பினும் தாய்பாஷையில் அவர்கள் பெற்ற பயிற்சி அவர்களுக்கும் நாட்டுக்கும் பெரும் நன்மையளித்து வருகிறது. அதனாலேதான் அவர்கள் தற்போது தங்கள் சொந்தநாட்டில் அந்நியர்களாயிருக்கவில்லை. அல்லாமலும் இயற்கையாக அவர்கள் இரு பாஷைகளும் அறிந்தவர்களானார்கள். ஆங்கிலேமே முக்கிய பாஷையாயிருந்த தேசத்தில் வசித்தபடியாலும், ஆங்கில நண்பர்கள் பலருடன் தினசரி வாழ்க்கையில் கலந்து பழகியபடியினாலும், கஷ்டமின்றி ஆங்கிலம் பேசவும் எழுதவும் வல்லவர்களானார்கள்.

24. ஸீலூ கலகம்

ஜோகான்ஸ்பர்க்கில் நிலைபெற்றுவிட்டேனென்று எண்ணிய பின்னரும் எனக்கு நிலையான வாழ்க்கை இல்லாமல் போயிற்று. இனி அமைதியான வாழ்க்கை நடத்தலாமென்று நான்

எண்ணியபோது எதிர்பாராத நிகழ்ச்சி ஒன்று நேரிட்டது. நேட்டாலில் ஸீலூ கலகம் ஏற்பட்டிருப்பதாகப் பத்திரிகைகளில் செய்தி வெளியாயிற்று. ஸீலூக்களிடம் எனக்கு எவ்வகை விரோதமுமில்லை. அவர்கள் இந்தியர் எவருக்கும் எவ்வகை தீங்கும் செய்ததுமில்லை. அதைக் கலகம் என்று சொல்வதைப் பற்றியும்கூட எனக்குச் சந்தேகம்தான். ஆனால், அக்காலத்தில் பிரிட்டிஷ் ஏகாதிபத்தியம் உலகத்தின் நன்மைக்காகவே இருக்கிறது என்றும் நான் நம்பினேன். உண்மையான இராஜ விசுவாசியாயிருந்தபடியால் ஏகாதிபத்தியத்துக்கு கேடு நினைத்தலே எனக்கு இயலாமல் இருந்தது. ஆதலின் கலகக்காரர்களின் கட்சி நியாயமானாலும், அந்நியாயமானாலும் என்னுடைய தீர்மானத்தை அது பாதிப்பதற்கில்லை. நேட்டாலில் பாதுகாப்புத் தொண்டர்படை ஒன்று இருந்தது. எப்படிக் கலகத்தை அடக்குவதற்காகத் திரட்டப்பட்டுவிட்டது என்று பத்திரிகைகளில் படித்தேன்.

நேட்டாலுடன் நான் நெருங்கிய தொடர்புள்ளவனாதலால் நேட்டாலின் பிரஜையாகவே என்னைக் கருதினேன். ஆதலின் அவசியமானால் இந்திய சேவைப்படையொன்றை அமைக்கத் தயாராயிருப்பதாகக் கவர்னருக்கு எழுதினேன். அதை ஏற்றுக்கொண்ட அவர் உடனே பதில் விடுத்தார்.

என் சேவையை இவ்வாறு உடனே ஏற்றுக்கொள்வார்களென்று நான் எதிர்பார்க்கவில்லை. ஆயினும் அதிர்ஷ்டவசமாக, கடிதம் எழுதுவதற்கு முன்னாலேயே அவசியமான ஏற்பாடுகள் எல்லாம் செய்திருந்தேன். என் சேவை அங்கீகரிக்கப்பட்டால் ஜோகான்ஸ்பர்க் குடித்தனத்தைக் கலைத்துவிடுவதென்றும், போலக் சிறு வீடு ஒன்றுக்குக் குடிபோக வேண்டுமென்றும், கஸ்தூரிபாய் போனிக்ஸீக்குச் சென்று தங்கவேண்டுமென்றும் தீர்மானித்திருந்தேன். இத்தீர்மானத்தில் என் மனைவியின் பூரண சம்மதத்தைப் பெற்றிருந்தேன். இம்மாதிரி விஷயங்களில் அவள் எப்போதும் குறுக்கே நின்றது கிடையாது. ஆதலின் கவர்னரிடமிருந்து பதில் வந்ததும் வீட்டுச் சொந்தக்காரனுக்கு வழக்கமான ஒருமாத அறிக்கைக் கொடுத்தேன். சாமான்களில் சிலவற்றைப் போலக்கின் வசம் விட்டுவிட்டுச் சிலவற்றைப் போனிக்ஸீக்கு அனுப்பினேன்.

பின்னர், டர்பனுக்குச் சென்று, சேவைப்படைக்கு மனிதர்கள் வேண்டுமென்று விண்ணப்பித்துக்கொண்டேன். பெரிய படை தேவையாயில்லை. இருபத்து நான்குபேர் அடங்கிய படை அமைக்கப்பட்டது. அவர்களில் என்னைத்தவிர நால்வர் குஜராத்தியர்.

ஒருவர் பட்டாணி வகுப்பைச் சேர்ந்த சுதந்திர பிரஜை, மற்றவர்கள் எல்லாரும் ஒப்பந்தம் நீங்கிய தென்னிந்தியத் தொழிலாளிகள்.

வேலை சுலபமாக நடக்கும் பொருட்டும், வழக்கத்திலிருந்த முறையை அனுசரித்தும், தலைமை வைத்திய அதிகாரி எனக்கு ஓர் அந்தஸ்து அளித்தார். தற்காலிகமாக என்னை ஸார் ஜண்ட் மேஜர் ஆக்கினார். இன்னும் நான் குறிப்பிட்ட மூவரை ஸார்ஜண்ட்களாகவும் ஒருவரைக் கார்ப்போரல் ஆகவும் செய்தார். அராசங்கத்தார் ஒழுங்குமுறைக்குரிய உடைகளும் அளித்தார்கள். ஏறக்குறைய, ஆறுவாரம் எங்கள் படை சேவை செய்தது. கலகப் பிரதேசத்தை அடைந்ததும் கலகம் என்று சொல்வதற்கே அங்கு ஒன்றுமில்லையென்று கண்டேன். எதிர்த்து நிற்பவர் யாரையும் காணோம். சிறு கலவரம் பெருங்கலகமாக மிகைப்படுத்திச் சொல்லப்பட்டிருந்தது. ஸீலூக்கள் மீது விதிக்கப்பட்ட ஒரு புதிய வரியைக் கொடுக்கவேண்டாமென்று அவர்களுடைய சாதித்தலைவன் ஒருவன் யோசனைக் கூறினானாம். வரி வசூல் செய்யப்போன ஒரு ஸார்ஜண்ட்டை ஈட்டியால் குத்திவிட்டார்களாம். உடனே இச்சம்பவங்களுக்குக் கலகம் என்று பெயர் கொடுத்துவிட்டார்கள். விஷயம் எதுவாயினும், என் அனுதாபம் முழுவதும் ஸீலூக்கள் பக்கமே இருந்தது. சைன்யத்தின் தலைமை ஸ்தானத்தை அடைந்ததும், காயமுற்ற ஸீலூக்களுக்குப் பணிவிடை புரிவதே எங்கள் வேலையென்றறிந்து அளவற்ற மகிழ்ச்சியடைந்தேன். அங்குத் தலைமையிலிருந்த வைத்திய உத்தியோகஸ்தர் எங்களை வரவேற்றார். காயமடைந்த ஸீலூக்களுக்கு வெள்ளைக்காரர்கள் மனதாரப் பணிவிடை செய்வதில்லையென்றும், அவர்களுடைய புண்கள் அழுகிக்கொண்டிருக்கின்றனவென்றும், என்னசெய்வதென்று தெரியாமல் தாம் திகைத்துக் கொண்டிருந்ததாகவும் அவர் கூறினார். அந்த ஏழை ஜனங்கள் மீதிரங்கிப் பகவானே எங்களை அனுப்பிவைத்திருப்பதாக எண்ணுவதாய் அவர் மகிழ்ச்சியுடன் தெரிவித்தார். ரணங்கட்டுவதற்கு வேண்டி சாமக்கிரியைகளை எங்களுக்குக் கொடுத்துத் தற்காலிக வைத்தியசாலைக்கு அழைத்துச் சென்றார். ஸீலூக்கள் எங்களைக் கண்டு மகிழ்ச்சியடைந்தனர். வெள்ளைக்கார ஸோல்ஜர்கள் வேலிக்கம்பிகளின் வழியாக எட்டிப்பார்த்து அவர்களுடைய ரணங்களைக் கட்டவேண்டாமென்று எங்களுக்குச் சொல்வார்கள். நாங்கள் அவர்கள் பேச்சுக்குச் செவிக்கொடுப்பதில்லை. அவர்கள் கோபமடைந்து, சொல்லத்தகாத வசைமொழிகளை ஸீலூக்கள் மீது பொழிவார்கள்.

நாளடைவில் நான் இந்த சோல்ஜர்களுடன் நெருங்கிப்பழகலானேன். பின்னர், அவர்கள் எங்கள் வேலையில் தலையிடுவதை நிறுத்தினார்கள். சைன்யத்தில் பெரிய உத்தியோகஸ்தர்களில் கர்னல் ஸ்பார்க்ஸ், கர்னல் வைலி என்னும் இருவர் இருந்தனர். இவர்கள் 1896ல் என்னைப் பலமாக எதிர்த்தவர்கள். இப்போது என்னுடைய நடத்தையைக் கண்ட அவர்கள் ஆச்சரியமடைந்தார்கள். என்னைப் பார்ப்பதற்கு வந்து வந்தனம் கூறினார்கள். ஜெனரல் மாக்கன்ஸிக்கும் என்னை அறிமுகம் செய்து வைத்தார்கள். இவர்களுக்கு இராணுவ சேவையே தொழில் என்பதாக வாசகர்கள் எண்ணவேண்டாம். கர்னல் வைலி டர்பனில் பெயர் பெற்ற வக்கீல். கர்னல் ஸ்பார்க்ஸ் டர்பனில் ஒரு பெரிய கசாப்புக்கடையின் சொந்தக்காரர். ஜெனரல் மாக்கன்ஸி நேட்டால் விவசாயிகளில் பிரசித்திப்பெற்ற ஒருவர். இவர்களெல்லாரும் கௌரவ இராணுவச் சேவைக்காக முன்வந்து அம்முறையில் பயிற்சிப் பெற்றவர்களேயாவர்.

எங்களால் பணிவிடை செய்யப்பெற்றவர்கள் சண்டையில் காயமடைந்தவர்களல்லர். ஒரு பகுதியார் சந்தேகத்தின்மீது கைதிகளாக்கப்பட்டவர்கள். ஜெனரல் அவர்களுக்குக் கசையடி தண்டனை விதித்திருந்தார். கசையடியினால் கெட்ட ரணங்கள் உண்டாகியிருந்தன. அவற்றிற்குச் சிகிச்சை செய்யாதபடியால் அழுகத்தொடங்கிவிட்டன. மற்றொரு பகுதியார் சிநேக ஸீலூக்கள். பகைவர்களிடமிருந்து வேறு பிரிக்க அவர்களுக்குப் பட்டயங்கள் கொடுக்கப்பட்டிருந்ததும் தவறுதலாக ஸோல்ஜர்களால் சுடப்பட்டவர்கள்.

இதுவன்றி, வெள்ளைக்கார ஸோல்ஜர்களுக்கும் நான் மருந்து கலந்து கொடுக்கவேண்டியிருந்தது. இது எனக்கு மிகவும் சுலபமான வேலை. டாக்டர் பூத்தின் சிறு வைத்தியசாலையில் ஒரு வருஷம் பயிற்சி பெற்றிருந்தேனல்லவா? இத்தொண்டின் மூலம் பல ஐரோப்பியர்களுடன் நெருங்கிப் பழக்கம் ஏற்பட்டது.

அதிவிரைவாக பிரயாணம் செய்துகொண்டிருந்த ஒரு படையுடன் நாங்கள் இணைக்கப்பட்டிருந்தோம். எங்கெங்கே அபாயம் என்று அறிவிக்கப்படுகிறதோ, அங்கெல்லாம் போகும்படி அப்படைக்குக் கட்டளை. பெரும்பாலும் அப்படை குதிரை வீரர்கள் அடங்கியது. படை போகுமிடத்துக்கெல்லாம் நாங்கள் கால்நடையாகக் காயமடைந்தவர்களின் பல்லக்குகளைத் தோளில் சுமந்துகொண்டு போகவேண்டும். இரண்டு மூன்று தடவை தினத்துக்கு நாற்பது மைல் நாங்கள் பிரயாணம்

செய்யவேண்டியிருந்தது. ஆனால், நாங்கள் எங்கே சென்றாலும் இறைவன் திருப்பணியே செய்யவேண்டியிருந்தது குறித்து நன்றியுள்ளவனாயிருக்கிறேன். தவறுதலாகக் காயப்படுத்தப்படும் சிநேக ஸூலூக்களைப் பல்லக்குகளில் சுமந்து தலைமை ஸ்தலத்துக்குக் கொண்டுவந்து அவர்களுக்குப் பணிவிடை செய்வதே எங்கள் வேலையாயிருந்தது.

25. இதய சோதனை

ஸீலூ கலகம் சம்பந்தமாக எனக்குப் புதிய அனுபவங்கள் பல நேர்ந்தன. அவை என்னைப் பெரிதும் சிந்தனைக்கு ஆளாக்கின. ஸீலூ கலகத்தில் யுத்தப் பயங்கரங்களை நான் தெளிவாகக் கண்டதுபோல், போயர் யுத்தத்தின்போது காணவில்லை. அது யுத்தமே அன்று, மனித வேட்டை என்பது என் அபிப்பிராயம். நான் சம்பாஷிக்க நேர்ந்த ஆங்கிலேயர் பலரும் இதே விதமானக் கருத்தைத் தெரிவித்தனர். ஒவ்வொருநாள் காலையிலும் குற்றமற்ற ஜனங்கள் வாழ்ந்த குடிசைகளில் ஸோல்ஜர்கள் துப்பாக்கி வெடி தீர்க்கும் சத்தத்தைக் கேட்டுக்கொண்டு, அவர்கள் மத்தியில் வாழ்தல் ஒரு பெருஞ்சோதனையாயிருந்தது. எனினும் நான் அந்த வேதனையைப் பொறுமையுடன் சகித்து வந்தேன். காயமடைந்த ஸீலூக்களுக்குப் பணிவிடை செய்வதே எங்கள் வேலையாய் இருந்தபடியால் சிறிது ஆறுதல் பெற்றேன். நாங்கள் இல்லாவிடில் அவர்களைக் கவனிப்பார் யாருமில்லையென்பது நிச்சயம். ஆதலின் இவ்வேலை என் மனத்துக்குச் சமாதானமாயிருந்தது.

இக்காலத்தில் வேறு சில விஷயங்களைப் பற்றியும் சிந்திக்கலானேன். அந்தப் பிரதேசத்தில் ஜனங்கள் மிகக் கொஞ்சம். குன்றுகளிலும், பள்ளத்தாக்குகளிலும், வெகுதூரத்துக்கு ஒன்றாக, கள்ளமற்ற அநாகரிக ஸீலூக்களின் கிராமங்கள் சிதறிக்கிடந்தன. எனவே, இந்த ஏகாந்தமான பிரதேசங்களின் வழியாக, காயமடைந்தவர்களைத் தூக்கிக்கொண்டோ, சும்மாவோ நடந்து செல்கையில் அடிக்கடி மெய்மறந்து சிந்தனையில் ஆழ்ந்தேன்.

பிரம்மச்சரியத்தையும், அதில் அடங்கியப் பொருள்களையும் பற்றி ஆழ்ந்து சிந்தனைச் செய்தேன். அதுகுறித்து எனக்கு உறுதியான அபிப்பிராயங்கள் ஏற்பட்டு வேர்கொண்டன. என் சகாக்களுடன் அதைப்பற்றி விவாதித்தேன். ஆத்ம ஞானமடைவதற்குப் பிரம்மச்சரியம் எவ்வளவு இன்றியமையாததென்று அப்போது நான்

அறியவில்லை. ஆனால், ஆத்மாவின் பூரண சக்தியுடன் மக்கட்குலத்துக்குத் தொண்டுசெய்ய விரும்பும் ஒருவனுக்குப் பிரம்மச்சரியம் அத்தியாவசியமென்று கண்டேன். அப்போது நான் செய்ததுபோன்ற ஊழியம் செய்ய மேலும்மேலும் சந்தர்ப்பங்கள் ஏற்பட்டுக்கொண்டே இருக்குமென்றும், இல்வாழ்க்கை இன்பத்திலும் குழந்தைகள் பெற்று வளர்ப்பதிலும் ஈடுபட்டிருந்தால் அச்சந்தர்ப்பங்களைச் சரிவரப் பயன்படுத்திக்கொள்ள முடியாதென்றும் உணரலானேன்.

சுருங்கக்கூறின், உடல் அல்லது ஆன்மா, இவ்விரண்டில் ஒன்றுக்காகவே நான் உயிர்வாழ முடியுமென்று கண்டேன். உதாரணமாக, இப்போது என் மனைவி குழந்தைப்பேற்றை எதிர்பார்க்கும் சமயமாயிருந்தால், நான் இத்தொண்டில் ஈடுபட்டிருக்க முடியாது. பிரம்மச்சரிய விரதத்தைக் கைக்கொள்ளாத வரையில் குடும்ப ஊழியமும், சமூக ஊழியமும் முரண்பட்டவை. அவ்விரதம் பூண்டால் இரண்டும் ஒரே சமயத்தில் செய்யக்கூடியவையாகும்.

இவ்வாறு சிந்தித்து, முடிவான விரதம் எடுத்துக்கொள்ள வேண்டுமென்று உறுதிகொண்டேன். விரதம் மேற்கொள்ளலாம் என்னும் எண்ணமே ஒருவகை உற்சாகமளித்தது. மனக்கோட்டைக் கட்டுவதற்கு இடமேற்பட்டது. ஊழியம் செய்வதற்குரிய பலப்பலத் துறைகள் மனக்கண்ணின் முன்புப் புலப்படலாயின.

இவ்வாறு உடலுழைப்பும், மன உழைப்பும் எனக்கு மிகுந்திருந்த காலத்தில் கலகத்தை அநேகமாக அடக்கியாகிவிட்டதென்றும், விரைவில் எங்களை அனுப்பிவிடுவார்களென்றும் செய்தி வந்தது. இரண்டொரு நாட்களுக்குப் பின்னர் உண்மையிலேயே விடுதலைச் செய்யப்பட்டோம். பின்னர், சில தினங்களில் வீடுபோய்ச் சேர்ந்தோம். எங்கள் படையின் ஊழியத்துக்காக வந்தனமளித்துக் கவர்னர் எனக்குக் கடிதம் எழுதினார்.

போனிக்ஸ் போய்ச்சேர்ந்ததும், சுகன்லால், மதன்லால், வெஸ்ட் முதலியோரிடம் பிரம்மச்சரியத்தைப் பற்றி உற்சாகமாய்ப் பேசினேன். அவர்கள் அவ்விரதம் கொள்ளும் யோசனையை விரும்பியதுடன் அதன் அவசியத்தையும் ஒப்புக்கொண்டார்கள். ஆனால், அதிலுள்ள கஷ்டங்களையும் அவர்கள் எடுத்துக்கூறினார்கள். அவர்களில் சிலர் தீரத்துடன் பிரம்மச்சரிய விரதம் மேற்கொண்டனர். அப்படி மேற்கொண்டவர்களில் சிலர் அதில் வெற்றி பெற்றார்களென்றும் நான் அறிவேன்.

நானும் துணிந்திறங்கினேன். வாழ்நாள் முழுவதும் பிரம்மச்சரியத்தை அனுஷ்டிப்பதென்னும் விரதம் மேற்கொண்டேன். அது எவ்வளவு பெரிய மகத்தானக் காரியமென்பதை அப்போது நான் அறியவில்லையென்று ஒப்புக்கொள்ள வேண்டும். அதன் கஷ்டங்கள் இன்றுகூட என்முன் நிற்பதைக் காண்கிறேன். அதன் முக்கியமும் நாளுக்குநாள் எனக்கு நன்கு புலனாகி வருகிறது. பிரம்மச்சரியமில்லாத வாழ்க்கை எனக்கு சாரமற்றதாகவும் மிருகப் பிராயமானதாகவும் எனக்குத் தோன்றுகிறது. இயற்கையில் விலங்குக்கும் புலனடக்கமென்பது தெரியாது. மனிதன் புலனடக்கத்தை அநுஷ்டிக்கக் கூடியவனாய் இருப்பதால்தான், நமது சமயநூல்களில் பிரம்மச்சரியத்தின் பெருமையை மிகைப்படுத்திக் கூறியிருப்பதாக முன்னெல்லாம் நான் கருதியிருந்தேன். ஆனால், பிரம்மச்சரியத்தைப் பற்றி அவை கூறுவனவெல்லாம் முற்றும் சரியானவை, அனுபவத்தில் அறிந்தவை என்று நாளுக்குநாள் தெளிவாக உணர்ந்துவருகிறேன்.

ஆச்சரியகரமான சக்திப் பொருந்திய இந்தப் பிரம்மச்சரியம் சுலபமானக் காரியமன்றென்றும். அது உடலை மட்டும் பொறுத்த விஷயமன்று என்றும் கண்டேன். பிரம்மச்சரியம் உடல் கட்டுப்பாட்டில் ஆரம்பமாகிறது. ஆனால், உடலுடன் முடிவதில்லை. பரிபூரண பிரம்மச்சரியம் அசுத்த எண்ணத்துக்குக்கூட இடங்கொடாது. உண்மைப் பிரம்மச்சாரி, புலனாசையைப் பூர்த்திசெய்வது குறித்துக் கனவிலும் எண்ணமாட்டான். இந்நிலையடையாத வரையில் பூரண பிரம்மச்சரியத்துக்கு இன்னும் ஏறவேண்டிய படிகள் அதிகம் இருக்கின்றனவென்றே சொல்லவேண்டும்.

உடல் பிரம்மச்சரியத்தை அனுஷ்டிப்பதிலும்கூட எனக்கு எவ்வளவோ கஷ்டங்கள் ஏற்பட்டன. தற்போது நான் அபாய எல்லையைத் தாண்டிவிட்டேன் என்று சொல்லலாம். ஆயினும் சிந்தை இன்னும் முற்றிலும் என்வசப்பட்டுவிடவில்லை. இப்பெரிய வெற்றியை அடையும் விருப்பம் பெரிதும் கொண்டிருக்கிறேன். அதற்காகப் பெருமுயற்சி செய்துவருகிறேன். ஆனால், எவ்வளவு விழிப்புடனிருந்தாலும் தீய எண்ணங்கள் எங்கிருந்து வந்து எப்படித்தான் முளைக்கின்றன என்பது எனக்கு இன்னும் விளங்காத ஒரு பிரச்சினையாக இருந்துவருகின்றது. தீய எண்ணங்கள் உள்ளே நுழையா வண்ணம் மனக்கதவைப் பூட்டும் சாவி மனிதனிடம் இருக்கிறதென்பதில் எனக்கு எள்ளளவும் ஐயமில்லை. ஆனால், ஒவ்வொரு மனிதனும் அதைத்தானே தேடிக்கண்டுபிடிக்க வேண்டும். மகான்களும், முனிவர்களும் தங்கள் அனுபவங்களை

நமக்காகச் சொல்லிவிட்டுச் சென்றுள்ளார்களாயினும், எல்லாருக்கும் பொருந்தக்கூடியதும், தவறாது பயனளிப்பதுமான மருந்து எதையும் அவர்கள் குறிப்பிடவில்லை. பரிபூரணத்துவம் அதாவது தவறே செய்யாதிருக்கும் சக்தி ஆண்டவன் அருளினாலேயே கைகூடும். ஆதலின் பக்தர்களும், ஞானிகளும் தங்களுடைய தவவலிமையும், தூய்மையும் ஊட்டப்பெற்ற ஸ்ரீராம நாமம் முதலிய மந்திரங்களை நமக்கு அளித்துள்ளார்கள். அவன் அருள்நாடி அவனிடம் பரிபூரணமாய் அடைக்கலம் புகுந்தாலன்றி. மனதை முழுதும் கட்டுப்படுத்துதல் இயலாதக் காரியம்.

சிறந்த சமயநூல் ஒவ்வொன்றும் இதையே போதிக்கிறது. பூரண பிரம்மச்சரியத்தை அடையும் பொருட்டு நான் செய்யும் முயற்சியில் ஒவ்வொரு நிமிஷமும் இவ்வுண்மையை உணர்ந்துவருகிறேன்.

இம்முயற்சியையும், போராட்டத்தையும் பற்றிய சில விவரங்களை அடுத்துவரும் அத்தியாயங்களில் கூறுவேன். முயற்சியை எப்படித் தொடங்கினேன் என்று மட்டும்கூறி இந்த அத்தியாயத்தை முடிக்கிறேன். ஆரம்ப உற்சாகத்தில் விரதத்தை அனுஷ்டிப்பது மிக எளிதாகவே இருந்தது. இதற்காக என் வாழ்வுமுறையில் நான் செய்த முதல் மாறுதல் என்னவெனில், என் மனவியுடன் ஒரே படுக்கையில் படுப்பதையோ, அவளுடன் தனிமையை நாடுவதையோ விட்டுவிட்டதேயாகும்.

இவ்வாறு 1900ஆம் வருஷத்திலிருந்து ஓரளவு நான் அனுஷ்டித்து வந்த பிரம்மச்சரியத்தை 1906ஆம் ஆண்டில் ஆயுள் விரதமாகக் கைக்கொண்டேன்.

26. சத்தியாக்கிரஹ ஜனனம்

இக்காலத்தில் ஜோகான்ஸ்பர்க்கில் சில முக்கிய சம்பவங்கள் ஏற்பட்டு வந்தன. எனவே, முன் அத்தியாயத்தில் கூறியபடி நான் பிரம்மச்சரிய விரதம் பூண்டது சத்தியாக்கிரஹத்துக்குப் பூர்வாங்கமான ஆத்ம சுத்தியேயாயிற்று. பிரம்மச்சரிய விரத்தில் முடிவுற்ற என் வாழ்க்கையின் முக்கிய சம்பவங்கள் எல்லாம் அந்தரங்கத்தில் என்னைச் சத்தியாக்கிரஹத்துக்கு ஆயத்தம் செய்துவந்ததாக இப்போது உணர்கிறேன்.

சத்தியாக்கிரஹம் என்னும் பெயர் ஏற்படுவதற்கு முன்பே அந்தத் தத்துவம் ஜனனமாகிவிட்டது. உண்மையில், அந்தத் தத்துவம்

தோன்றியபோது அதை இன்னதென்று சொல்ல எனக்கே தெரியவில்லை. '*Passive Resistance*' (சாத்வீக எதிர்ப்பு) என்னும் ஆங்கிலச் சொற்றொடரினாலேயே அதை நாங்கள் குறிப்பிட்டு வந்தோம். ஆனால், சிலநாளைக்குப் பிறகு ஐரோப்பியர்களின் கூட்டமொன்றில் நான் ஆஜராகியிருந்தபோது, மேற்படி சொற்றொடருக்கு மிகவும் குறுகிய பொருள் கொள்ளப்படுகிறதென்று அறிந்துகொண்டேன். அது பலவீனர்களின் ஆயுதம் என்றும், அதில் பகைமைக்கிடம் உண்டென்றும், அது பலாத்காரமாக உருக்கொள்ளக்கூடுமென்றும் அவர்கள் கருதுவதாகத் தெரிந்தது. அப்பொருள்களை எல்லாம் நான் மறுத்து, இந்தியர்களுடைய இயக்கத்தின் உண்மை இயல்பை அவர்களுக்குத் தெளிவுபடுத்திக்கூற வேண்டிவந்தது. இதிலிருந்து இந்தியர்கள் தங்கள் இயக்கத்தைக் குறிப்பிடுவதற்கு ஒரு புதிய வார்த்தையைச் சிருட்டிக்க வேண்டுமென்பதும் தெளிவாயிற்று.

ஆனால், ஆனமட்டும் முயன்றும் ஒரு புதிய பெயரைக் கண்டுபிடிக்க என்னால் கூடவில்லை. எனவே, இவ்விஷயமாகச் சிறந்த யோசனைக் கூறுவோருக்கு ஒரு பரிசு அளிப்பதாக இண்டியன் ஒபீனியன் பத்திரிகையில் விளம்பரம் செய்தேன். ஸ்ரீமதன்லால் காந்தி சதாக்கிரஹம் (சத் = உண்மை. ஆக்கிரஹம் = உறுதி) என்னும் வார்த்தையைச் சிருட்டித்து மேற்படிப் பரிசை அடைந்தார். ஆனால், இன்னும் பொருள் தெளிவாக விளங்குமாறு அதை சத்தியாக்கிரஹம் என்றும் மாற்றினேன். இதிலிருந்து தென்னாப்பிரிக்கா போரட்டத்தைக் குறிப்பிடுவதற்கு இப்பெயரே வழங்குவதாயிற்று.

இப்போராட்டத்தின் வரலாறுதான் இனி தென்னாப்பிரிக்காவில் என்னுடைய ஜீவிய சரித்திரமாகும். முக்கியமாக, அந்நாட்டில் நான் நடத்திய சத்திய சோதனைகளில் சரித்திரம் அதுதான். அச்சரித்திரத்தின் பெரும்பகுதியை எரவாடா சிறைச்சாலையில் எழுதினேன். விடுதலையான பின்னர் அதை முடித்தேன். அச்சரித்திரம் நவஜீவனில் பிரசுரிக்கப்பட்டுப் பின்னர் புத்தக வடிவில் வெளியிடப்பட்டது. ஸ்ரீ வால்ஜி கோவிந்தஜி அதை 'கரண்ட்தாட்' பத்திரிகைகாக ஆங்கிலத்தில் மொழிபெயர்த்தார். இப்போது ஆங்கில மொழிபெயர்ப்பை விரைவில் புத்தகமாகப் பிரசுரிக்க ஏற்பாடு செய்துகொண்டிருக்கிறேன். தென்னாபிரிக்காவில் என்னுடைய மிக முக்கியமான சோதனைகளை அறிந்துகொள்ள விரும்புவோர் அதைப்படித்து அறிந்துகொள்ளலாம். மேற்படி புத்தகம் இதுவரை படியாதவர்களை இப்போது படிக்குமாறு கேட்டுக்கொள்வேன். அதில் எழுதியுள்ளவற்றை இங்கே திரும்பிக்கூறப் போவதில்லை.

ஆனால், அச்சரித்திரத்தில் கூறப்படாத என் வாழ்க்கையின் சொந்த நிகழ்ச்சிகள் சிலவற்றை அடுத்த அத்தியாயங்களில் விவரிப்பேன். இவற்றை முடித்ததும் இந்தியாவில் நான் நடத்திய சோதனைகளுக்குச் செல்வேன். ஆதலின் இச்சோதனைகளை வரிசைக்கிரமப்படி படிக்க விரும்புவோர், இப்போது தென்னாப்பிரிக்கா சத்தியாக்கிரஹ வரலாற்றை எடுத்துக்கொள்வார்களாக.

27. இன்னும் உணவுப் பரிசோதனைகள்

மனோவாக்குக் காயங்களினால் பிரம்மச்சரியம் அனுஷ்டிக்க நான் ஆவல் கொண்டிருந்தேன். கூடிய அளவு சத்தியாக்கிரஹம் போராட்டத்துக்கே என் காலத்தைச் செலவிடவும், என்னை இன்னும் தூய்மைப்படுத்திக்கொண்டு அப்போரட்டத்துக்கு தகுதி செய்துகொள்ளவும் விரும்பினேன். ஆதலின் உணவு விஷயத்தில் இன்னும் மாறுதல்கள் செய்தலும் அதிகக் கட்டுப்பாடுகளை ஏற்படுத்திக்கொள்ளுதலும் அவசியமாயின. முன்செய்த மாறுதல்களுக்கெல்லாம் தேகாரோக்கியமே முக்கிய நோக்கமாயிருந்தது. இப்போது தொடங்கிய புதிய சோதனைகளோ சமய நோக்கம் கொண்டனவாகும்.

என் வாழ்க்கையில் உபவாசமும், உணவுக்கட்டுப்பாடும் ஸ்தானம் பெறலாயின. பெரும்பாலும் நாவின் சுவையின்பத்தில் அவாவுடைய மனிதனிடமே காமக்ரோதாதிகளும் குடிகொள்ளுதல் இயல்பாகும். என் விஷயத்திலும் இப்படியே காமக்குரோதங்களையும் சுவைப்புலனையும் அடக்கும் முயற்சியில் எனக்கு எவ்வளவோ கஷ்டங்கள் ஏற்பட்டன. அவற்றை முழுதும் அடக்கிவிட்டதாக இன்னமும் நான் சொல்லமுடியாது. என்னைப் பெருந்தீனிக்காரனாகவே நான் கருதியுள்ளேன். உணவு விஷயத்தில் நான் பெருங்கட்டுப்பாடு செய்திருப்பதாய் நண்பர்கள் கருதுகிறார்கள். நான் அப்படிக் கருதவில்லை. இவ்வளவேனும் கட்டுப்பாடு செய்துகொண்டிராவிடில் விலங்குகளைவிட இழிந்தவனாகி நீண்டநாளைக்கு முன்பே நாசமடைந்திருப்பேன். ஆனால், என்னுடைய குறைகளை நான் போதிய அளவு அறிந்துகொண்டிருந்தபடியால், அவற்றைத் தொலைக்கப் பெருமுயற்சி செய்தேன். இம்முயற்சியின் பயனாகவே, இவ்வளவு நாளாய் இந்த உடம்போடு காலட்சேபம் நடத்தி வருவதுடன், அதைக்கொண்டு என்னாலியன்ற பணியையும் இயற்றி வருகிறேன்.

என்னுடைய குறைகளை உணர்ந்திருந்ததுடன் எதிர்பாராதவிதமாய் மனதுக்கிசைந்த சங்கமும் எனக்குக் கிடைத்தது. ஆகவே, ஏகாதசி தினங்களில் உபவாச விரதம் கைக்கொள்ளலானேன். ஜன்மாஷ்டமி முதலிய விரத தினங்களையும் அனுஷ்டிக்கத் தொடங்கினேன். முதலில் கனி உணவு மட்டும் அருந்தி விரதமிருப்பது என்று ஆரம்பித்தேன். ஆனால், சுவைப்புலனைப் பொறுத்தவரையில், தானிய உணவுக்கும் பழ உணவுக்கும் எவ்வகை வித்தியாசமும் காணவில்லை. பழக்கமாகிவிட்டால் தானிய உணவைப்போலவே கனி உணவிலும் சுவைப் புலனின்பத்துக்கு இடமுண்டு என அறிந்தேன். ஆதலின் விரத தினங்களில் பூரண உபவாசம் இருப்பதே சரியென்றும், இது முடியாதபோது ஒருவேளை உணவுடன் இருக்கலாமென்றும் தீர்மானித்து. அவ்வாறே செய்யலானேன். மற்றும், பிராயச்சித்தும் செய்துகொள்வதற்கு ஏதேனும் சந்தர்ப்பம் நேரிட்டால். அதையும் உபவாசத்துக்கு பயன்படுத்திக்கொள்ளத் தொடங்கினேன்.

உபவாசத்தினால் உடம்பிலிருந்து கழிவுப்பொருள்கள் போய்விடுகிறபடியால், பின்னர் உணவு அதிக சுவையாயிருப்பதையும் பசி அதிகமாவதையும் கண்டேன். ஆகவே, உபவாசம் சுவைப்புலனடக்கத்துக்கு சாதனமாவதுபோல், அப்புலனின்பம் நுகர்வதற்கும் சாதனமாகலாம் என்று அறிந்து திடுக்கிட்டேன்.

இவ்வுண்மைக்கு என்னுடைய பிற்கால அனுபவங்களையும். மற்றும் அநேகருடைய அனுபவங்களையும் சான்றாகக் கூறலாம். என் உடம்புக்குப் பயிற்சி அளிக்கவும், அதை ஆரோக்கிய நிலைக்குக் கொண்டுவரவும் விரும்பினேனாயினும், என்னுடைய முக்கிய நோக்கம் சுவைப்புலனை வெற்றி கொள்வதேயாகும். ஆதலின் ஒவ்வொரு வகை உணவாகத் தெரிந்தெடுத்துச் சோதனை செய்தும் வந்தேன். உணவின் அளவையும் வரையறைக்குட்படுத்தி வந்தேன். ஆனால், சுவை இன்பம் என்னை விடமாட்டேன் என்றது. ஓர் உணவை நீக்கி, மற்றோர் உணவைக் கைக்கொண்டபோது, புதிய உணவு பழைய உணவைவிட அதிக சுவை தந்தது.

என்னுடன் சில தோழர்களும் இச்சோதனைகளைச் செய்துவந்தார்கள். அவர்களில் முக்கியமானவர் ஹெர்மான் காலன்பாக் என்பவர். தென்னாப்பிரிக்கா சத்தியாக்கிரஹ சரித்திரத்தில் இந்த நண்பரைப் பற்றி எழுதியிருக்கிறேன். அங்கே கூறியவற்றை மீண்டும் இங்கே சொல்லப்போவதில்லை. உபவாசத்திலும், வேறு உணவுப் பரிசோதனைகளிலும் எப்போதும் மிஸ்டர் காலன்பாக் என்னுடனே இருந்தார். சத்தியாக்கிரஹ இயக்கம் அதிதீவிரமாயிருந்த காலத்தில் நான் அவர் வீட்டில்

வசித்தேன். உணவு மாறுதல்களைப் பற்றி அடிக்கடி வாதம் செய்தோம். எப்போதும் பழைய உணவைவிடப் புதிய உணவில் அதிக சுவை அனுபவித்தோம். இதுகுறித்தப் பேச்சுகள் அக்காலத்தில் சந்தோஷகரமாயிருந்தன. அவை அனுசிதம் என்று எனக்குத் தோன்றவேயில்லை. ஆனால், உணவுச் சுவைகளில் கவனம் செலுத்துதல் தவறு என்ற அனுபவத்தில் தெரிந்திருக்கிறது. மனிதர் சுவைப்புலனுக்கு இன்பமளிப்பதற்காகச் சாப்பிடவே கூடாது. உடலைப் பாதுகாக்க மட்டுமே உணவருந்த வேண்டும். ஒவ்வொரு புலனும், உடம்புக்கும் உடம்பின் மூலமாய் ஆன்மாவுக்கும் ஊழியம் செய்யத்தொடங்கும்போது அவற்றின் தனிச்சுவைகள் மறைந்துவிடுகின்றன. அதன்பிறகே இயற்கையாக அப்புலன்களுக்கு ஏற்பட்டக் கடமையை அவை செய்யத்தொடங்குகின்றன.

இயற்கையோடியைந்த இந்நிலையை அடைவற்கு எவ்வளவு பரிசோதனைகள் நடத்தினாலும் போதுமானவையாகா. எவ்வளவு அரிய தியாகங்களும் அதிகமாகா. ஆனால், துரதிர்ஷ்டவசமாக இக்காலத்தில் அதற்கு நேர்மாறானத் திசையை நோக்கி நாம் போய்க்கொண்டிருக்கிறோம். அழியக்கூடிய இந்த உடலை அலங்கரிப்பதற்காகவும், இன்னும் சில நிமிஷங்கள் அதை உயிருடன் வைத்திருப்பதற்காகவும், கணக்கற்ற பிற ஜீவப்பிராணிகளைக் கொல்ல நாம் வெட்கப்படுறோமில்லை. இதன் முடிவு, நம்மை நாமே கொன்று கொண்டு, உடலும் ஆன்மாவும் சர்வநாசம் அடைவதேயாகும். பழைய நோய் ஒன்றைக் குணப்படுத்தும் முயற்சியில் நூறு புதிய நோய்களை உற்பத்தி செய்துகொள்கிறோம். புலனின்பம் நுகரும் முயற்சியில் ஈடுபட்டு முடிவில் அவ்வின்பம் நுகரும் சக்தியையே இழந்துவிடுகிறோம். இவையெல்லாம் நம் கண்முன்னே நடப்பவைகளாம். ஆனால், இவைகளையும் பார்க்கமாட்டேன் என்று கண்ணை மூடிக்கொள்பவனைப் போன்ற குருடன் வேறு யார்?

சோதனைகளின் நோக்கத்தையும், அவற்றிற்கு ஆதாரமாயிருந்த எண்ணப்போக்கையும் மேலே சொல்லிவிட்டேன். இனி, அச்சோதனைகளைப் பற்றிச் சிறிது விவரமாகக் கூறுவேன்.

28. கஸ்தூரிபாயின் தைரியம்

கஸ்தூரிபாய், தன் வாழ்நாளில் மூன்றுமுறை கடுமையான நோய்வாய்ப்பட்டு யமன் கையிலிருந்து தப்பிப் பிழைத்தாள்.

குடும்ப வைத்தியமுறைகளினாலேயே மூன்றுமுறையும் அவள் குணமடைந்தாள். முதல்முறை கடும் நோய் வந்தபோது சத்தியாக்கிரஹப் போர் தொடங்கிவிட்டதென்று ஞாபகம். அல்லது தொடங்கும் சமயமாயிருக்கலாம். கஸ்தூரிபாய்க்கு அடிக்கடி இரத்த நஷ்டம் ஏற்பட்டுக்கொண்டிருந்தது. ஒரு வைத்திய நண்பர், இரண சிகிச்சை செய்தல் நலமென்று சொன்னார். கஸ்தூரிபாய் சிறிது தயங்கிவிட்டு பின்னர் சம்மதித்தாள். அவள் பெரிதும் மெலிந்துபோய் இருந்தபடியால், மயக்கமருந்து கொடாமலே இரண சிகிச்சை செய்யவேண்டியிருந்து. சிகிச்சை சரிவர நடந்தது. ஆனால், அவள் பெரிதும் துன்புற நேர்ந்தது. எனினும் மிக ஆச்சரியமான தைரியத்துடன் அவள் சகித்துக்கொண்டிருந்தாள். வைத்தியரும், தாதியாகப் பணிவிடை செய்த அவர் மனைவியும் அவளை மிகுந்த கவனத்துடன் பார்த்துக்கொண்டார்கள். இது டர்பனில் நடந்தது. இனி நோயாளியைப் பற்றிக் கவலைப்பட வேண்டுவதில்லையென்று சொல்லி வைத்தியர் ஜோகான்ஸ் பர்க்குப் போக எனக்கு விடைகொடுத்தார்.

ஆனால், சில தினங்களுக்கெல்லாம் கஸ்தூரிபாயின் உடல்நிலை கேவலமாகி விட்டதென்றும், படுக்கையில் எழுந்து உட்காரவும் முடியாவண்ணம் பலவீனமாயிருக்கிறாளென்றும், ஒருமுறை மூர்ச்சை அடைந்துவிட்டாளென்றும் கடிதம் வந்தது. என்னுடைய சம்மதமில்லாமல் அவளுக்கு மதுவாவதும், மாமிசமாவதும் கொடுக்கக்கூடாதென்று வைத்தியருக்குத் தெரியும். ஆதலின் அவர் ஜோகான்ஸ்பர்க்கிலிருந்து என்னை டெலிபோனில் அழைத்து அவளுக்கு மாட்டிறைச்சி ரசம் கொடுக்க அனுமதி கேட்டார். அவ்வனுமதி நான் அளிக்க முடியாதென்றும், ஆனால் அவள் தன் அபிப்பிராயத்தைத் தெரிவிக்கக்கூடிய நிலையிலிருந்தால், அவளைக்கேட்டு அவள் விருப்பம்போல் செய்யலாமென்றும் பதில் சொன்னேன். வைத்தியர் அப்போது சொன்னதாவது, "நான் நோயாளியின் விருப்பத்தைக் கேட்கப்போவதில்லை. தாங்கள் உடனே வரவேண்டும். எனக்கு இஷ்டமான உணவை அளிக்கத் தாங்கள் அனுமதி கொடுக்கவில்லையென்றால், தங்கள் மனைவியின் உயிருக்கு நான் பொறுப்பாளி அல்லேன்."

அன்றைய தினமே ரயிலில் டர்பனுக்குப் புறப்பட்டேன். அங்கே போய்ச்சேர்ந்தும், வைத்தியர், "தங்களுடன் டெலிபோனில் பேசுவதற்கு முன்பே மாட்டிறைச்சி ரசம் கொடுத்துவிட்டேன்" என்று அமைதியுடன் தெரிவித்தார்.

"நல்லது, டாக்டர்! இது பெரும்மோசம்" என்றேன்.

"நோயாளிக்கு மருந்தும் உணவும் கொடுப்பதில் மோசமென்பது கிடையாது. நோயாளிகளையும், அவர்கள் உறவினர்களையும் ஏமாற்றி நோயாளிகளைக் காப்பாற்றக் கூடுமானால் அதுதான் புண்ணியம்" என்று வைத்தியர் சொன்னார்.

இதைக் கேட்டதும் பெரிதும் துயருற்றேன். எனினும், பொறுமை இழக்கவில்லை. அவருக்கும் அவர் மனைவிக்கும் பெரிதும் நன்றிக்கடன் பட்டிருந்தேன். ஆனால், அதற்காக அவருடைய வைத்திய தர்மத்தைச் சகித்துக்கொள்ள நான் தயாராயில்லை.

"டாக்டர் இப்போது என்ன செய்ய உத்தேசம் என்று சொல்லுங்கள். என் மனைவியே விரும்பினாலல்லாமல் அவளுக்கு மாமிசம் கொடுக்க நான் ஒருநாளும் அனுமதியேன். அதனால் அவள் இறந்துபோவதாயிருந்தாலும் சரியே" என்றேன்.

"உங்களுடைய தத்துவத்தை நீங்களே வைத்துக்கொள்ளுங்கள். உங்கள் மனைவி என்னுடைய சிகிச்சையில் இருக்கும்வரை நான் விரும்பும் எதையும் கொடுக்க எனக்கு உரிமை வேண்டும். இது உங்களுக்குப் பிடியாவிட்டால் அவரை இவ்விடமிருந்து கொண்டுபோய்விடும்படி சொல்லவேண்டியதுதான். இது எனக்கு வருத்தமளித்தாலும் வேறுவழியில்லை. அவர் என் வீட்டில் மரணமடையப் பார்த்துக்கொண்டிரேன்" என்றார்.

"உடனே அகற்றிவிட வேண்டுமென்று கூறுகிறீர்களா?"

"அகற்றிவிட வேண்டுமென்று நான் எப்போது சொன்னேன்? எனக்கு நீங்கள் பூரண சுதந்திரம் கொடுக்கவேண்டுமென்றே சொல்கிறேன். அப்படிக் கொடுத்தால், நானும் என் மனைவியும் அவருக்காகச் செய்யக்கூடியதெல்லாம் செய்யத் தயாராயிருக்கிறோம். சிறிதும் நீங்கள் கவலைப்பட வேண்டியதில்லை. இந்தச் சிறு சங்கதியை அறிந்துகொள்ளாமல், அவரைக் கொண்டுபோய்விடச் சொல்லும்படி செய்கிறீர்கள்."

அச்சமயத்தில் என்னுடைய புதல்வர்களில் ஒருவன், என்னுடன் இருந்ததாக ஞாபகம். என் கருத்தை அவன் முற்றும் ஆதரித்து அம்மாவுக்கு மாட்டிறைச்சி ரசம் கொடுக்கக்கூடாதென்று சொன்னான். பின்னர், என் மனைவியுடன் இதுகுறித்துப் பேசினேன். அவள் உண்மையில் மிகவும் பலவீனமுற்று, இவ்விஷயத்தைப் பற்றிக் கலந்து ஆலோசிக்கவே தகுதியற்ற நிலையிலிருந்தாள். ஆயினும் அவ்வாறே செய்தல் என் கடமையென்றும், துயரமளிப்பதாயினும் செய்தே தீரவேண்டுமென்றும் கருதினேன்.

414

எனக்கும் வைத்தியருக்கும் நடந்த சம்பாஷணையை அவளிடம் தெரிவித்தேன். அவள் தீர்மானமாகப் பதில் சொன்னாள். "மாட்டிறைச்சி ரசம் நான் அருந்தமாட்டேன். இவ்வுலகில் மனித ஜன்மம் எடுத்தல் மிக அரிது. இத்தகைய பாதகங்களால் உடம்பை அசுத்தமாக்குவதைக் காட்டிலும் தங்கள் மடியில் படுத்து நிம்மதியாய் உயிர்விடுவேன்" என்றாள்.

அவளுடன் வாக்குவாதம் செய்தேன். அவள் என் கருத்துப்படி நடத்தல் கட்டாயமில்லையென்று எடுத்துச் சொன்னேன். ஹிந்துக்களில் எங்களுக்குத் தெரிந்தவர்கள் மது, மாமிசம் மருந்தாக உபயோகித்ததை உதாரணமாக எடுத்துக்காட்டினேன். ஆனால், அவளை அசைக்க முடியவில்லை. "முடியாது, முடியாது, என்னை உடனே வேறிடத்துக்குக் கொண்டுபோங்கள்" என்று சொன்னாள்.

அளவிலா மகிழ்ச்சியடைந்தேன். அவளை அப்புறப்படுத்தி விடுவதென்று தீர்மானித்தேன். கொஞ்சம் மனக் கலக்கமில்லாமலில்லை. வைத்தியரிடம் அவளுடைய தீர்மானத்தைப் பற்றிக் கூறியபோது, அவர் அசாத்திய கோபங்கொண்டு சொன்னதாவது, "ஈவிரக்க மற்ற மனிதர் நீர்? தற்போதைய தேகநிலையில் அவரிடம் இதைப்பற்றி கேட்க உமக்கு வெட்கமில்லையா? உமது மனைவி அப்புறப்படுத்தபடக்கூடிய நிலையில் இல்லை. சற்றே உடம்பு அசங்கினாலும் அவரால் தாங்கமுடியாது. ஒருவேளை வழியிலேயே மரணமடைந்தாலும் அடையலாம். இன்னமும் நீர் பிடிவாதம் பிடித்தால், இஷ்டம்போல் செய்துகொள்ளும். மாட்டிறைச்சி ரசம் கொடுக்கக்கூடாது என்றால் ஒருநாள்கூட என் வீட்டில் வைத்திருக்க முடியாது."

வைத்தியர், இவ்வாறு சொல்லவே அவ்விடமிருந்து உடனே புறப்படுவதென்று தீர்மானித்தோம். சிறுதூற்றல் தூறிக்கொண்டிருந்தது. ரயில் நிலையமோ கொஞ்சதூரத்தில் இருந்தது. டர்பனிலிருந்து ரயில் போனிக்ஸீக்குப் போகவேண்டும். அங்கிருந்து எங்கள் குடியேற்றத்துக்கு 2.5 மைல் சாலை வழியாகச் செல்லவேண்டும். பெரும் அபாயமான வேலையிலேயே துணிந்திறங்கினேன் என்பது சந்தேகமறத் தெரிந்திருந்தது. ஆனால், போனிக்ஸீக்கு ஆள் அனுப்பி, மிஸ்டர் வெஸ்டை, வலைப்பல்லக்கு, சூடான பால், வெந்நீர், இவற்றுடனும், பல்லக்குத் தூக்கிக்கொண்டு போக ஆறு ஆட்களுடனும் ரயிலில் புறப்படத் தீர்மானித்து, ஒரு ரிக்ஷா வண்டி பிடித்து அதில் அந்த அபாய நிலையில் அவளைக் கிடத்தி அழைத்துச்சென்றேன்.

கஸ்தூரிபாய்க்கு நான் உற்சாகமளித்தல் அவசியமாயில்லை. அவளே எனக்கு ஆறுதல் கூறலுற்றாள், "எனக்கு ஒன்றும் நேராது, கவலைப்பட வேண்டாம்" என்று சொன்னாள்.

பலநாளாகப் போஷணையே இல்லாதபடியால், அவள் எலும்புந்தோலுமாய் இருந்தாள். ஸ்டேஷன் பிளாட்பாரம் மிகப்பெரியது. ரிக்ஷாவையோ உள்ளே கொண்டுபோக முடியாது, ஆதலின் வண்டியில் போய் ஏறுவதற்குச் சிறிது தூரம் நடந்தாக வேண்டும். ஆதலின் என் கரங்களினால் அவளைத் தூக்கிக்கொண்டுபோய் வண்டியில் கிடத்தினேன். போனிக்ஸ் ஸ்டேஷனிலிருந்து எங்கள் இருப்பிடத்துக்கு வலைப்பல்லக்கில் தூக்கிக்கொண்டு போனோம். அங்கே ஜல சிகிச்சைச் செய்யப்பட்டுச் சிறிதுசிறிதாக வலிவுபெற்று வந்தாள்.

போனிக்ஸூக்கு வந்த இரண்டு மூன்று நாளைக்கெல்லாம் ஒரு சாமியார் வந்து சேர்ந்தார். வைத்தியருடைய புத்திமதியை நாங்கள் உறுதியாக மறுத்துவிட்டது குறித்து அவர் கேள்விப்பட்டு அனுதாபங்கொண்டு, எங்களிடம் வாதிட்டுத் திருப்ப வந்தார். என்னுடைய இரண்டாவது, மூன்றாவது புதல்வர்களான மணிலாலும் ராமதாஸும் அச்சாமியார் வந்தபோது அங்கு இருந்ததாக ஞாபகம். புலால் உண்பதில் தவறு இல்லையென்றும், அது மத விரோதமாகாதென்றும் அவர் வாதிக்கத்தொடங்கி, மனுதர்ம சாஸ்திரத்திலிருந்து ஆதாரங்களும் காட்டினார். என் மனைவியின் முன்னிலையில் அவர் இத்தகைய விவாதம் நடத்தியது எனக்குப் பிடிக்கவே இல்லை. ஆயினும் மரியாதையை உத்தேசித்து அவரை நான் தடைசெய்யவில்லை. மேற்படி மனுஸ்மிருதி சுலோகங்கள் நான் அறிந்தவைதான். அந்த சுலோகங்களை இடைச்செருகல் என்று கருதும் ஒரு சாரார் உளர் என்றும் நான் அறிந்திருந்தவைதான். மேலும், சைவ உணவு சம்பந்தமான என் கொள்கைகள் நான் அறிந்திருந்தேன். மேலும், சைவ உணவு சம்பந்தமான என் கொள்கைகள் சமயநூல்களை ஆதாரமாகக் கொண்டவை அல்ல. கஸ்தூரிபாயின் உறுதியும் அவ்வாறே அசைக்க முடியாததாயிருந்தது. சாஸ்திரங்களைப் பற்றி அவள் யாதும் அறியாள். அவளுடைய மூதாதைகளின் பரம்பரை தர்மத்தையே அவள் முக்கியமாகக் கருதினாள். குழந்தைகளும் தந்தையின் கொள்கையில் உறுதிகொண்டிருந்தனர். ராமதாஸும், மணிலாலும் சுவாமியின் வாதங்களை அலட்சியமாய் எதிர்த்துப் பேசினார்கள். ஆனால், கஸ்தூரிபாய் விவாதத்தை ஒரே பேச்சில் நிறுத்திவிட்டாள். அவள் சொன்னதாவது, "சுவாமி, தாங்கள் என்னதான் சொன்னாலும் மாட்டிறைச்சி ரசம் அருந்தி நான் குணமடைய விரும்பவில்லை.

தயவுசெய்து என்னைத் தொந்தரவு செய்யாதீர்கள். என்னுடைய கணவருடனும் குழந்தைகளுடனும் வேண்டுமானால் விவாதிக்கலாம். ஆனால், நான் தீர்மானம் செய்து கொண்டுவிட்டேன்."

29. குடும்ப சத்தியாக்கிரஹம்

சிறை வாழ்க்கையில் முதல் அனுபவம் எனக்கு 1908ல் ஏற்பட்டது. சிறைச்சாலைக் கைதிகளுக்கு ஏற்பட்ட சில விதிமுறைகள், புலனடக்கம் பெற விரும்பும் பிரமச்சாரி தானாகவே வலியக் கைக்கொள்ள வேண்டியனவாய் இருப்பதைக் கண்டேன். உதாரணமாக, கடைசி சாப்பாடு சூரியன் அஸ்தமிப்பதற்குமுன் ஆகிவிட வேண்டுமென்றும் விதியைக் குறிப்பிடலாம். இந்தியக் கைதிகளுக்கும் சரி ஆப்பிரிக்க கைதிகளுக்கும் சரி, தேயிலை அல்லது காப்பி பானம் அனுமதிக்கப்படுவதில்லை. விருப்பமிருந்தால் சமைத்த உணவுடன் கொஞ்சம் உப்புச் சேர்த்துக்கொள்ளலாம். மற்றபடி நாப் புலனைத் திருப்திச் செய்வதற்காக அவர்கள் எதுவும் அருந்தக்கூடாது. கறி மசாலைப்பொடி தரும்படியும், உணவில் சமைக்கும்போதே உப்புக்கலக்கும்படியும் நான் சிறைக்கூட வைத்திய உத்தியோகஸ்தரைக் கேட்டுக்கொண்டபோது அவர் சொன்னதாவது, "சுவை பார்த்துச் சாப்பிடுவதற்காக நீங்கள் இங்கில்லை. உடல்சுகத்தைப் பொறுத்தவரையில், கறி மசாலைப்பொடி அவசியமில்லை. உப்பைச் சமைக்கும்போது கலந்தாலும் பின்னர் கலந்தாலும் ஒன்றுதான்."

கடைசியாக, மிக்க பிரயாசையின் பேரில் இந்த நிர்ப்பந்தங்கள் ஓரளவு தளர்த்திவிடப்பட்டன. ஆனால், அவை இரண்டும் புலனடக்கத்துக்குரிய சிறந்த விதியாகும். வெளியிலிருந்து விதிக்கப்படும் கட்டுப்பாடுகள் வெற்றிபெறுதல் மிக அருமை. ஆனால், அவற்றை நாமே விதித்துக்கொள்ளும்போது நல்ல பயனளிக்கின்றன. சிறையிலிருந்து விடுவிக்கப்பட்ட உடனே எனக்கு நானே இவ்விருக் கட்டுப்பாடுகளையும் விதித்துக்கொண்டேன். கூடுமானவரை தேயிலைப் பானம் அருந்துதை நிறுத்திவிட்டேன். அவ்வாறே இயன்றவரை சூரியன் அஸ்தமிப்பதற்குமுன் கடைசிமுறை உணவருந்துதலைக் கைக்கொண்டேன். தற்பாது இவ்விரு விதிகளையும் அனுஷ்டித்தல் எனக்கு சர்வசாதாரணமாயிருக்கிறது.

பின்னால், ஒரு சமயம் உப்பை அடியோடு நீக்க வேண்டியதான சந்தர்ப்பம் ஏற்பட்டது. பத்து வருஷ காலம் இடைவிடாமல் உப்பில்லா விரதம் அனுஷ்டித்து வந்தேன். சைவ உணவைப் பற்றிய ஒரு புத்தகத்தில், உப்பு மனிதனுக்கு அவசியமான பொருள் அன்றென்றும், உடல் சுகத்துக்கு உப்பில்லா உணவே சிறந்ததென்றும் படித்திருந்தேன். இதிலிருந்து பிரம்மச்சாரிக்கு உப்பில்லா உணவினால் பயன் உண்டென்று முடிவுசெய்தேன். மற்றும் பலவீனமானவர்கள் பருப்பு வகைளை அருந்தக்கூடாதென்று படித்திருந்ததோடு அதன் உண்மையை உணர்ந்துமிருந்தேன். ஆனால், பருப்பு வகைகளிடம் எனக்குப் பிரியம் அதிகமாயிருந்தது. முன் அத்தியாயத்தில் கூறிய இரண சிகிச்சைக்குப் பின்னர் கொஞ்சநாள் நோய்ப்படாதிருந்த கஸ்தூரிபாய்க்கு இச்சமயத்தில், மீண்டும் இரத்தப்போக்கு ஏற்படலாயிற்று. நோய் இலேசில் போகாதென்றும் தோன்றியது. ஜல சிகிச்சையினால் மட்டும் போதிய பயன் விளையவில்லை. என்னுடைய சிகிச்சைகளில் கஸ்தூரிபாய்க்கு அதிக நம்பிக்கையில்லை. ஆயினும், அவை வேண்டாமென்று அவள் மறுப்பது கிடையாது. வெளி உதவி வேண்டுமென்று அவள் சொல்வதுமில்லை. ஆகவே, என்னுடைய சிகிச்சையெல்லாம் பயன்படாமல் போனபோது, உப்பையும், பருப்பு வகைகளையும் உட்கொள்வதை நிறுத்திவிடும்படி கேட்டுக்கொண்டேன். நான் எவ்வளவு வாதம் செய்தும் அவள் சம்மதிக்கவில்லை. எனக்கு சுகாதாரமாகப் பலர் சொல்லியிருப்பதை எடுத்துக்காட்டியும் பயனில்லை. கடைசியில் அவள் “உப்பையும், பருப்பையும், விட்டுவிடும்படி உங்களைச் சொன்னால் விடுவீர்களா? ஒருநாளும் மாட்டீர்கள்” என்று கூறினாள். எனக்கு இதனால் துயரமும் மகிழ்ச்சியும் ஒருங்கே உண்டாயின. அவளிடம் எனக்கிருந்த பேரன்பைக் காரியத்தில் காட்ட ஒரு சந்தர்ப்பம் நேர்ந்தது குறித்து மகிழ்ந்தேன். “நீ கூறுவது தவறு. நான் நோயாளியாயிருந்து, வைத்தியர் இவைகளையோ வேறு எதையோ விட்டுவிடச் சொன்னால் தயக்கமின்றி உடனே விட்டுவிடுவேன். அது போகட்டும். இனி ஒரு வருஷ காலத்திற்கு நான் உப்பும் பருப்பும் சேர்த்துக்கொள்ளப்போவதில்லை. அவற்றை நீ விட்டாலும் விடாவிடினும் நான் சாப்பிடமாட்டேன்” என்று கூறினேன்.

அவள் திடுக்கிட்டுப்போனாள். மிகுந்த துயரமடைந்து அவள் சொன்னதாவது, “தயவுசெய்து என்னை மன்னித்துவிடுங்கள். உங்களுடைய இயல்பு நன்கு தெரிந்திருந்தும் இப்படிக் கோபமூட்டிவிட்டேன். உப்பையும் பருப்பையும் தொடுவதில்லை என்று உறுதிகூறுகிறேன். ஆனால், உங்கள் பிரதிக்ஞையை ரத்து

செய்துவிட வேண்டும். பகவான் ஆணை. உங்களை வேண்டிக்கொள்கிறேன். என்னை இப்படி நீங்கள் தண்டிக்கக்கூடாது" என்றாள்.

"உப்பு பருப்பை விட்டுவிட நீ சம்மதித்தது குறித்து எனக்கு மகிழ்ச்சியே. ஆனால், உனக்கு நன்மை உண்டாகுமென்பதில் சந்தேகமில்லை. ஆனால், ஒருமுறை எடுத்துக்கொண்ட விரதத்தை நான் கைவிட முடியாது. அதனால் எனக்கும் நன்மையே விளையும், கட்டுப்பாடு எக்காரணத்தினால் ஏற்பட்டதாயினும் மனிதனுக்குப் பயனளிக்காமல் போகாது. ஆதலின் என்னைப்பற்றிக் கவலைப்படாதே. இவ்விரதம் எனக்கு ஒரு சோதனை. உன் தீர்மானத்தை நிறைவேற்றுவற்கு அது ஓர் ஆதரவாயும் இருக்கும்" என்றேன் நான்.

எனவே, அவள் வாதம் செய்வதை விட்டாள். "பிடிவாதக்காரர். யார் சொன்னாலும் கேட்க மாட்டீர்கள்" என்று சொல்லிக் கண்ணீரில் ஆறுதல் தேடலுற்றாள்.

இந்நிகழ்ச்சியைச் சத்தியாக்கிரஹத்துக்கு ஓர் உதாரணமாகவும் என் வாழ்நாளில் இனிய ஞாபகங்களில் ஒன்றாகவும் இங்கே குறிப்பிட்டிருக்கிறேன்.

இதற்குப் பின்னர் கஸ்தூரிபாய் விரைவாகக் குணமடையத் தொடங்கினாள். இதற்குக் காரணம் உப்பும் பருப்பும் இல்லாத உணவா? அதன் பயனாக ஏற்பட்ட பிற மாறுதல்களா? மற்ற வாழ்க்கை விதிகளில் நான் செலுத்திய கண்டிப்பான கவனமா? மேற்படி சம்பவத்தினால் உள்ளதில் உண்டான ஆனந்தமா? எது என்று என்னால் திட்டமாய்ச் சொல்லமுடியாது. எப்படியோ அவள் விரைவில் குணமடைந்தாள். இரத்த நஷ்டம் அடியோடு நின்றுவிட்டது. என்னுடைய அரைகுறை வைத்தியத்துக்கு மதிப்பு அதிகமாயிற்று.

என்னைப் பொறுத்தவரை, உப்பையும் பருப்பையும் மறுத்ததினால் பெரும் நன்மையே அடைந்தேன். அவை அருந்துவதற்கில்லையே என்று நான் வருத்தப்பட்டது கிடையாது. ஒரு வருஷம் விரைவிலேயே சென்றது. முன் எப்போதையும்விட என் புலன்கள் கட்டுக்குள்ளடங்கி இருப்பதைக் கண்டேன். இந்தியாவுக்குத் திரும்பி வந்து சிலகாலம் ஆகும் வரையில் உப்பும், பருப்பும் அருந்தாமலே இருந்தேன். 1914இல் லண்டனில் இருந்தபோது ஒரேயொருமுறைதான் அவை சாப்பிட நேர்ந்தது. இதைப்பற்றியும், மீண்டும் அப்பொருள்களை நான் அருந்தத் தொடங்கியது குறித்தும் மற்றோர் அத்தியாயத்தில் கூறுவேன்.

தென்னாப்பிரிக்காவில் என் சகாக்கள் பலரையும் உப்பும் பருப்புமில்லாத உணவு உட்கொள்ளச்செய்து சோதனை நடத்தினேன். நல்ல பயன்களும் கிடைத்தன. இதைக்குறித்து வைத்தியத்துறையில் இருவகை அபிப்பிராயம் இருக்கலாம். ஆனால், ஒழுக்கத்துறையில் விளையும் நன்மையைக் குறித்து எள்ளளவும் ஐயமில்லை. எந்தவிதமான தன் மறுப்பும் ஆத்ம நலம் தருவதாகும். புலனடக்கமுள்ள மனிதனுக்கும், சுகபோகியான மனிதனுக்கும் பிற வாழ்வுமுறைகளில் வேற்றுமையிருப்பது போலவே உணவிலும் வேற்றுமை இருத்தல் வேண்டும். பிரம்மச்சரியங்காக்க விரும்புவோர் சுகபோக வாழ்க்கைக்குரிய முறைகளைக் கைக்கொண்டால் தங்களுக்குத் தாங்களே தோல்வி தேடிக்கொள்வோராவார்கள்.

30. புலனடக்க முயற்சிகள்

சென்ற அத்தியாயத்தில் கஸ்தூரிபாய்க்கு வந்த நோய்க் காரணமாக என்னுடைய உணவில் ஏற்பட்ட மாறுதல்களை விவரித்தேன். பிற்காலத்தில் பிரம்மச்சரியம் காக்கும் நோக்கத்துடன் இன்னும் சில மாறுதல்கள் செய்யலானேன்.

இவற்றுள் முதலாவது, பாலை நீக்கியது. பால் காமக்கிளர்ச்சியை உண்டாக்குவதென்று முதன்முதலில் ராய்சந்தரிடமிருந்து தெரிந்துகொண்டேன். சைவ உணவைப் பற்றிய புத்தகங்கள் இக்கருத்தை வலுப்படுத்தின. ஆனாலும், பிரம்மச்சரிய விரதம் ஏற்காதிருந்தவரையில் பாலை நிறுத்த மனம் துணியவில்லை. உடலைப் பேணுவதற்கு பால் அவசியமானப் பொருள் என்று முன்னமே முன்னிட்டுப் பாலை விலக்கவேண்டுவதின் அவசியத்தை நான் உணரத் தலைப்பட்டபோது, பசுக்களையும், எருமைகளையும் அவற்றின் சொந்தக்காரர் படுத்தும் கொடுமைகளைப் பற்றிக் கல்கத்தாவில் வெளியான சில பிரசுரங்களைப் பார்க்கநேர்ந்தது. என் விஷயத்தில் இப்பிரசுரங்கள் ஆச்சரியமானப் பலனைத் தந்தன. மிஸ்டர் காலன்பாக்குடன் இதுகுறித்து விவாதித்தேன்.

தென்னாப்பிரிக்கா சத்தியாக்கிரஹ சரித்திரத்தைப் படித்தவர்களுக்கு மிஸ்டர் காலன்பாக்கைப் பற்றி நன்கு தெரிந்திருக்கும். இப்புத்தகத்திலும் முன் அத்தியாயமொன்றிலும் அவரைப் பற்றிக் குறிப்பிட்டிருக்கிறேன். என்றாலும் அவரைப்பற்றி இங்கே சிறிது கூறுதல் அவசியமாகும். முதன்முதலில்

தற்செயலாகவே நாங்கள் சந்தித்தோம். அவர் மிஸ்டர் கானின் நண்பர். அவருடைய அந்தரங்கத்தில் உலகப்பற்றின்மை குடிகொண்டிருந்ததென்று மிஸ்டர் கான் கண்டபடியால் அவரை எனக்கு அறிமுகம் செய்வித்தார். முதலில் அவரைத் தெரிந்துகொண்டபோது அவருடைய சுகபோக வாழ்க்கையையும் ஊதாரித்தனத்தையும் கண்டு திடுக்கிட்டேன். ஆனால், முதல் சந்திப்பிலேயே அவர் மத விஷயங்களைப் பற்றி மிக நுணுக்கமான கேள்விகள் கேட்டார். சம்பாஷணையினிடையில் கௌதம புத்தரின் துறவைப் பற்றிப் பேசினோம். எங்கள் பழக்கம் விரைவிலேயே நெருங்கிய நட்பாக கனிந்தது. எங்கள் இருவருடைய எண்ணங்களும் ஒன்றுபோலாயின. என் வாழ்க்கையில் நான் செய்துகொள்ளும் மாறுதல்கள் எல்லாவற்றையும் தாமும் செய்துகொள்ள வேண்டுமென்றும் உறுதிகொண்டார்.

அக்காலத்தில் அவருக்கு இன்னும் கலியாணமாகவில்லை. வீட்டு வாடகை அல்லாமல் மாதம் ரூ.1200 தம் ஒருவருக்காக மட்டும் செலவு செய்து வந்தார். எங்கள் கூட்டுறவுக்குப் பிறகு அவர் எளிய வாழ்க்கை மேற்கொண்டப்படியால் மாதச் செலவு ரூ.120க்குள் வந்துவிட்டது. நான் சிறையினின்று முதன்முதலில் விடுதலைப் பெற்ற நாளிலிருந்து சேர்ந்து வசிக்கத் தொடங்கினோம். அக்காலத்தில் கடுமையான வாழ்க்கை நடத்தினோமென்றே சொல்லலாம்.

இக்காலத்திலேயே பாலைப் பற்றி நாங்கள் விவாதித்தது, "பாலின் தீமைகளைப் பற்றி அடிக்கடி பேசிக்கொண்டு வருகிறோம். அப்படியானால் அதை ஏன் விட்டொழித்து விடக்கூடாது? அது இன்றியமையாத பொருளல்லவே?" என்று மிஸ்டர் காலன்பாக் சொன்னார். அவர் இந்த யோசனைக் கூறியது எனக்கு வியப்பும் திருப்தியும் ஒருங்கே அளித்தது. உற்சாகத்துடன் அதை ஏற்றுக்கொண்டேன். அக்கணமே இருவரும் இனி பால் அருந்துவதில்லை என்று பிரதிக்ஞை செய்தோம். இது 1912 டால்ஸ்டாய் பண்ணையில் நடந்தது.

ஆனால், இந்த மறுப்புடன் நான் திருப்தி அடையவில்லை. சிலநாளைக்குப் பிறகு பழ உணவே அருந்தி வாழ்வதென்றும். அதிலும் மலிவான பழங்களையே சாப்பிடுவதென்றும் தீர்மானித்தேன். ஏழையிலும் ஏழையான ஜனங்களைப்போல் வாழ்க்கை நடத்தவேண்டுமென்பது எங்கள் அவா.

பழ உணவு அருந்துதல் மிகவும் சௌகரியமானதென்றும் அனுபவத்தில் தெரியவந்தது. சமையல் என்பதே வேண்டியதில்லை.

பச்சை மணிலாக்கொட்டை, வாழைப்பழம், பேரீச்சம்பழம், எலுமிச்சம் பழம், ஆலிவ் எண்ணெய் இவையே எங்களின் சாதாரண உணவுப் பொருள்களாயின.

பிரம்மச்சரியங்காக்கும் அவாவுடையவர்களுக்கு இங்கே நான் ஒரு எச்சரிக்கைச் செய்யவேண்டும். உணவுக்கும், பிரம்மச்சரியத்துக்கும் நெருங்கிய சம்பந்தமுண்டு என நான் கண்டறிந்திருக்கிறேனாயினும், மனநிலையே எல்லாவற்றிலும் பிரதானமானது என்பதில் சந்தேகமில்லை. தெரிந்தே மனதை அசுத்தமாய் வைத்திருப்பவர்கள் உபவாசத்தினால் தூய்மை பெறமுடியாது. உணவுச் சீர்திருத்தத்தினால் மட்டும் அவர்கள் மனத்தூய்மை பெறமாட்டார்கள். தீவிர ஆத்ம சோதனையினாலும், ஆண்டவனிடம் அடைக்கலம் புகுவதினாலும் அவனுடைய அருளினாலுமே மனத்திலுள்ள தூர்த்த ஆசையை வேருடன் பறித்தெறியக்கூடும். ஆனால், மனத்திற்கும் உடலுக்கும் நெருங்கிய சம்பந்தமில்லாமலில்லை. சிற்றின்ப பற்றுள்ள மனம் எப்போதும், இனிப்பானப் பொருள்களையும், சுகபோகங்களையும் விழைகிறது. மனதின் இவ்வியல்பை அடக்க முயல்வோனுக்கு, உணவுக்கட்டுப்பாடுகளும் உபவாசமும் அவசியமாகின்றன. கீழான மனம் புலன்களை அடக்கி ஆள்வதற்குப் பதிலாக அவற்றின் அடிமையாகிவிடுகிறது. ஆதலின் மனத்தூய்மை பெறும் விருப்பமுள்ளோனுக்கு, உடலைத் தூய்மையாய் வைத்திருப்பதும். கிளர்ச்சித்தராத உணவுகளே அருந்துவதும், அடிக்கடி உபவாசம் இருப்பதும் உதவிகளாகின்றன.

எனவே, உணவுக்கட்டுப்பாடுகளையும், உபவாசத்தையும் அலட்சியம் செய்தல் தவறாகும். அவற்றையே பரம முக்கியமாகக் கருதி அவற்றினாலேயே இலட்சியம் கைக்கூடிவிடுமெனக் கருதுவதும் தவறேயாகும். எவருடைய உள்ளம் புலனடக்கத்தை நோக்கித் திரும்பியிருக்கிறதோ அவருக்கு உணவுக்கட்டுப்பாடுகளும், உபவாசமும் உதவியாயிருக்குமென்பதில் ஐயமில்லை. இது அனுபவத்தில் நான் கண்டறிந்ததாகும். உண்மையில் அவற்றின் உதவியின்றி மனத்தின் காம இச்சையை வேருடன் களைதல் இயலாதக் காரியம்.

31. உபவாசம்

பாலும், தானியங்களும் சாப்பிடுவதை விடுத்து பழ உணவு அருந்தும் சோதனையை மேற்கொண்ட அதே காலத்திலேயே,

புலனடக்கத்துக்கு ஒரு சாதனமாக உபவாசமிருத்தலையும் கைக்கொண்டேன். இதில் மிஸ்டர் காலன்பாக் என்னுடன் சேர்ந்துகொண்டார். இதற்கு முன்னும் நான் அடிக்கடி உபவாசம் இருந்ததுண்டு. ஆனால், அப்போதெல்லாம் தேக சுகத்தை முன்னிட்டே உபவாசமிருந்தேன். புலனடக்கத்துக்கு உபவாசம் அவசியமென்று ஒரு நண்பரிடமிருந்து அறிந்தேன்.

வைஷ்ணவ குடும்பத்திலே பலவகைக் கடும் விரதங்கள் அனுஷ்டித்து வந்த அன்னைக்குப் புதல்வனாய் பிறந்தவனாதலின், இந்தியாவிலிருந்தபோது ஏகாதசி முதலிய விரத தினங்களில் நான் உபவாசம் இருப்பதுண்டு. ஆனால், அப்போது பெற்றோரை மகிழ்விக்கும் நோக்கத்துடன், தாயாரைப் பின்பற்றி நானும் விரதம் இருந்தேனே அல்லாமல் வேறில்லை. அக்காலத்தில் உபவாசத்தினால் விளையும் நன்மை என்னவென்று நான் அறிந்துகொள்ளவில்லை. அதில் எனக்கு நம்பிக்கையுமில்லை. ஆனால், இப்போது நான் மேலே குறிப்பிட்ட நண்பர் பிரம்மச்சரிய விரதத்துக்குச் சாதனமாக உபவாச விரதம் அனுஷ்டித்து அதனால் பயன்பெறுகிறார் என்றறிந்ததும், நானும் அவர் உதாரணத்தைப் பின்பற்றி ஏகாதசி விரதம் அனுஷ்டிக்கத் தொடங்கினேன். ஹிந்துக்கள் உபவாச தினத்தன்று பாலும் பழமும் அருந்துவது சாதாரண வழக்கம். ஆனால், இத்தகைய உபவாசம் நான் பிரதிதினமுமிருந்து வந்தேன். ஆதலின் விரத தினங்களில் தண்ணீரையன்றி வேறெதுவும் அருந்தாமல் சுத்த உபவாசம் இருக்கலானேன்.

இச்சோதனை நான் தொடங்கியபோது ஹிந்துக்களின் சிராவண மாதமும், முஸ்லிம்களின் ரம்ஸான் மாதமும் ஒத்துக்கொண்டன. காந்தி குலத்தார் வைஷ்ணவ விரதங்களை மட்டும்மன்றி, சைவ விரதங்களையும் அனுஷ்டிப்பது வழக்கம். அவர்கள் விஷ்ணு கோயில்களுக்குப் போவதுபோலவே சிவன் கோயில்களுக்கும் போவதுண்டு. சிலர் சிராவண மாதம் முழுவதும் பிரதோஷ விரதம் (மாலை வரை உபவாசமும்) அனுஷ்டிப்பார்கள். நானும் இவ்விரதம் அனுஷ்டிக்கத் தீர்மானித்தேன்.

டால்ஸ்டாய் பண்ணையில் நாங்கள் இருந்தபோது இந்த முக்கியமான சோதனைகள் ஆரம்பமாயின. அப்போது நானும் மிஸ்டர் காலன்பாக்கும் இன்னும் சில சத்தியாக்கிரஹ குடும்பங்களுடன் அங்கு வசித்துவந்தோம். சில குழந்தைகளும் இளைஞர்களும்கூட எங்களுடன் இருந்தனர். குழந்தைகளுக்கு ஒரு பள்ளிக்கூடம் நடத்தினோம். அவர்களில் நாலைந்து முஸ்லிம்

குழந்தைகளும் இருந்தனர். மத சம்பந்தமான நோன்புகள் எல்லாம் அனுஷ்டிக்கும்படி ஊக்கமளித்து அதற்கு உதவியும் செய்தேன். தினசரி அவர்கள் நமாஸ் செய்வதை கவனித்துவந்தேன். அவ்வாறே, அங்கிருந்த கிறிஸ்தவ, பார்ஸி குழந்தைகளை அவரவர்கள் மத விரதங்களைக் கடைப்பிடிக்குமாறு செய்தேன். ஆதலின் மேற்குறிப்பிட்டவாறு ரம்ஸான் மாதம் வந்தபோது முஸ்லிம் சிறுவர் சிறுமிகளை உபவாசமிருக்கச் சொன்னேன். நான் பிரதோஷ விரதமிருக்கத் தீர்மானித்தாக முன்னமே சொல்லியிருக்கிறேன். ஹிந்து, பார்ஸி, கிறிஸ்தவக் குழந்தைகளையும் என்னுடன் சேர்ந்து விரதம் இருக்கும்படி சொன்னேன். விரதானுஷ்டானங்கள் எந்த மதத்துக்குரியவனவாயினும், அவற்றில் கலந்துகொள்ளுதல் எப்பொழுது நல்லதென்று அவர்களுக்கு அறிவுறுத்தினேன். பண்ணையில் எங்களுடன் வசித்தவர்களில் பலர் என்னுடைய யோசனையை அங்கீகரித்தார்கள். ஹிந்து, பார்ஸி சிறுவர்கள், முஸ்லிம் சிறுவர்களை விரதத்தின் எல்லாச் சில்லரை அம்சங்களிலும் பின்பற்றவில்லை. அது அவசியமுமன்று. முஸ்லிம் குழந்தைகள் சூரியாஸ்தமனத்துக்குப் பிறகே சாப்பிட வேண்டியிருந்தது, மற்றவர்களுக்கு அந்த நிர்ப்பந்தம் இல்லை. அவர்கள் தங்கள் முஸ்லிம் தோழர்களுக்காக இனிப்புப் பட்சணங்கள் தயாரித்துப் பரிமாறுதல் கூடுமானதாயிருந்தது. மேலும், மறுநாள் பாலை சூரியோதயத்துக்கு முன்னால் முஸ்லிம்கள் சாப்பிட்டதுபோல் ஹிந்து, பார்ஸி குழந்தைகள் சாப்பிடவில்லை. முஸ்லிம்களைத் தவிர மற்றவர்கள் எல்லோரும் தண்ணீர் அருந்தினர்.

இந்தச் சோதனைகளின் பயனாக, உபவாச விரத்தைப் பூரணமாகவோ, ஓரளவிலோ அனுஷ்டிப்பது நல்லதென்னும் நம்பிக்கை எல்லாருக்கும் உண்டாயிற்று. அவர்கள் எல்லோரிடையேயும் தோழமை உணர்ச்சி ஏற்பட்டது. டால்ஸ்டாய் பண்ணையில் நாங்கள் அனைவரும் சைவ உணவுக்காரரர்களாகவே இருந்தோம். எல்லாரும் இவ்விஷயத்தில் என்னுடைய உணர்ச்சிகளை மதித்து நடந்துகொண்டதை நன்றியுடன் நான் குறிப்பிடவேண்டும். ரம்ஸானின் போது புலால் உணவு இல்லாதது முஸ்லிம் குழந்தைகளுக்குக் கஷ்டமாகவே இருந்திருக்கும். ஆனால், அதைப்பற்றி அவர்களில் யாரும் என்னிடம் சொல்லவில்லை. சைவ உணவுப் பாதார்த்தங்களை அவர்கள் சுவையுடன் அருந்தி இன்புற்றார்கள். ஹிந்து இளைஞர்கள் அவர்களுக்காக எங்களது எளிய வாழ்வுக்கியைந்த முறையில் அடிக்கடிப் பட்சணங்கள் தயார் செய்து கொடுத்தார்கள்.

இந்தச் சந்தோஷகரமான ஞாபகங்களை நான் வேறெங்கும் சொல்லமுடியாததால் இவ்வத்தியாத்தில் கூறினேன். இதில் எனக்கு இயல்பாயுள்ள குணமொன்றையும் மறைமுகமாய்க் குறிப்பிட்டிருக்கிறேன். அது எனக்கு நல்லதென்று தோன்றுகிற எதிலும் என்னுடன் சகாக்களைச் சேர்த்துக்கொள்ளும் குணமேயாகும். பூரண உபவாசமும் சரி, அரைகுறை உபவாசமும் சரி, அவர்களுக்கு முற்றிலும் புதியவை. ஆயினும் பிரதோஷம், ரம்ஸான் என்னும் விரதங்களின் பெயரால், புலனடக்கத்துக்குச் சாதனமாக உபவாச விரதம் கைக்கொள்ளச்செய்வது சுலபமாயிற்று.

இவ்வாறு, டால்ஸ்டாய் பண்ணையில் புலனடக்க வாழ்வுக்குரிய நிலை இயல்பாகவே ஏற்பட்டது. பண்ணைவாசிகள் அனைவரும் எங்களுடன் சேர்ந்து உபவாச விரதங்களைக் கைக்கொள்ளலானார்கள். இவையெல்லாம் அவர்களுக்கு நன்மையே செய்தன என்பதில் எனக்கு எள்ளளவும் சந்தேகமில்லை. இவ்விரதங்கள் எவ்வளவுவரை அவர்கள் ஹிருதயப் பூர்வமாயிருந்தன, புலனடக்க முயற்சியில் எவ்வளவு தூரம் அவர்களுக்கு துணைசெய்தன என்று திட்டமாகச் சொல்லமுடியாது. என்வரையில், உடலளவிலும், ஒழுக்கத்துறையிலும் உபவாசத்தினால் பெரிதும் நன்மையடைந்தேன் என்பதில் எள்ளளவும் சந்தேகமில்லை. ஆனால், உபவாசமும் மற்றக் கட்டுப்பாடுகளும் எல்லாருக்கும் ஒரே பயனை அளிக்குமென்பது நிச்சயமில்லை. உபவாசத்தைப் புலனடக்கத்துக்கு ஒரு சாதனமாகக் கருதிக் கைக்கொண்டால்தான் அது சிற்றின்ப இச்சையை அடக்கத் துணைசெய்யும். என்னுடைய நண்பர்களில் சிலர், உபவாசகங்களுக்குப் பிறகு நாப்புலன் ஆசையும் சிற்றின்ப ஆசையும் உண்மையில் அதிகமாவதைக் கண்டிருக்கிறார்கள். இதிலிருந்து புலனடக்கம் பெறவேண்டுமென்னும் இடைவிடாத ஆசை இருந்தாலொழிய உபவாசத்தினால் பயனில்லையென விளங்குகிறது. வெறும் உடல் உபவாசத்தினால் மட்டுமே புலனடக்கம் கைக்கூடிவிடுமென நினைத்தல் தவறாகும். இது சம்பந்தமாக, பகவத்கீதை இரண்டாம் அத்தியாயத்திலுள்ள பெயர்பெற்ற ஸ்லோகத்தை இங்கே எடுத்துக்காட்டல் தகும்.

“புலன்களைப் பட்டினி போடுபவனிடமிருந்து விஷயங்கள் தங்கள் சுவையில் ஆசையை மட்டும் விட்டு ஓடிப்போகின்றன. பரம்பொருளின் தரிசனம் கிட்டும்போது அந்த ஆசையும் மறைந்துவிடும்.”

ஆதலின் உபவாசமும், அதுபோன்ற கட்டுப்பாடுகளும் புலனடக்கமென்னும் இலட்சியத்துக்குக் கொண்டுசேர்க்கும் சாதனமே அல்லாமல், அவையே பிரதானமல்ல. உடல் உபவாசத்துடன், மானஸ உபவாசமும் கூடியிராவிட்டால் மனிதன் பொய் வாழ்க்கை நடத்தி, முடிவில் பெரும் விபத்துக்குள்ளாவான்.

32. உபாத்திமைத் தொழில் செய்தது

தென்னாப்பிரிக்கா சத்தியாக்கிரஹ சரித்திரத்தில் நான் சொல்லாத அல்லது குறிப்பிட்டு மட்டும் விட்டுவிட்ட விஷயங்களையே இந்த அத்தியாயங்களில் விவரிக்கிறேன் என்பதை வாசகர்கள் நினைவுகூர்வார்களென்று நம்புகிறேன். அப்படி அவர்கள் நினைவுகூர்ந்தால் சென்ற சில அத்தியாயங்களுக்கு இடையேயுள்ள நம்பந்தத்தை எளிதில் அறிவார்கள்.

பண்ணையானது அபிவிருத்தி அடையஅடைய அதில் வசித்த சிறுவர் சிறுமிகளின் கல்வி பயிற்சிக்கும் ஏதேனும் ஏற்பாடு செய்தல் அவசியமாயிற்று. இவர்களில் ஹிந்து, முஸ்லிம், கிறிஸ்துவ சமயங்களைச் சேர்ந்த பையன்களும், சில ஹிந்து பெண்களும் இருந்தார்கள். அவர்களுக்குத் தனியாக உபாத்தியாயர்களை நியமித்தல் சாத்தியமாயில்லை. அது அவசியமென்றும் நான் கருதவில்லை. தகுதிபெற்ற இந்திய உபாத்தியாயர்கள் அருமையாய் இருந்தபடியாலும் அப்படி யாரேனும் இருந்தால் அவர்கள் சொற்ப சம்பளத்திற்கு டர்பனிலிருந்து 21 மைல் தூரத்திலுள்ள இடத்துக்கு வரத் தயாராக இல்லாதபடியாலும் அது சாத்தியமில்லாமலிருந்தது. எங்களிடம் பணம் மிதமிஞ்சியும் கிடைக்கவில்லை, பண்ணைக்கு வெளியிலிருந்து உபாத்தியாயர்களைக் கொண்டுசேர்ப்பது அவசியமென்றும் நான் கருதவில்லை. அப்போது அமலிலிருந்த கல்விமுறை எனக்குப் பிடிக்கவில்லை. அனுபவத்தின் மூலமாயும், சோதனை செய்தும், உண்மையான கல்விமுறையைக் கண்டுபிடிக்க வேண்டுமென்று ஓர் எண்ணம் இருந்தது. அப்போது கல்வியைப் பற்றி என்னுடைய கொள்கை இவ்வளவுதான்: “உன்னத வாழ்வுநிலையில் உண்மைக்கல்வியானது பெற்றோர்களால் மட்டுமே அளிக்கப்படல் கூடும்; வெளி உதவி மிகக்குறைந்த அளவிலேயே இருக்கவேண்டும். டால்ஸ்டாய் பண்ணை ஒரு குடும்பம் போலிருந்தபடியாலும் அக்குடும்பத்தில் நான் தந்தையின் ஸ்தானத்தில் இருந்தபடியாலும், குழந்தைகளுக்குக் கல்விப் பயிற்சி

அளிக்கும் பொறுப்பைக் கூடியவரையில் நானே ஏற்றுக்கொள்ள வேண்டும்.”

மேற்படி சித்தாந்தத்தில் குறைகள் இல்லாமலில்லை. சிறுவர், சிறுமிகள் எல்லோரும் அவர்களுடைய குழந்தைப் பருவத்திலிருந்து என்னுடன் வசித்தவர்களல்லர். பற்பல நிலைகளில், வெவ்வேறு முறைகளில் வளர்க்கப்பட்டவர்கள். அவர்கள் எல்லாரும் ஒரே மதத்தைச் சேர்ந்தவர்களும் அல்லர். இந்நிலையில், நான் குடும்பத்தில் தந்தையின் பதவியை வகித்தாலும், அவர்களுக்கு எப்படி உரிய பயிற்சி அளிக்க முடியும்?

ஆனால், சன்மார்க்கப் பயிற்சிக்கே நான் எப்போதும் முதன்மை ஸ்தானம் அளித்தபடியாலும், வயது, வளர்க்கப்பட்ட முறை முதலியவற்றில் எவ்வளவு வித்தியாசமிருப்பினும் சன்மார்க்கப் பயிற்சி எல்லாருக்கும் ஒரேவிதமாக அளிக்கக்கூடும் என்று நம்பியபடியாலும், இருபத்துநான்கு மணி நேரமும் அவர்களிடையே அவர்களுடைய தந்தையைப்போல் வசிக்கத் தீர்மானித்தேன். கல்விக்குச் சரியான அடிப்படை, ஒழுக்கப்பயிற்சியே என்று கருதினேன். அடிப்படை வலுவாகப் போடப்பட்டால் குழந்தைகள் மற்ற எல்லாவற்றையும் தாங்களேயோ, நண்பர்களின் உதவியைக்கொண்டோ கற்றுக்கொள்வார்களென்று நான் உறுதிகொண்டிருந்தேன்.

ஆனால், அத்துடன் இலக்கியக் கல்வியும் அவசியமே என்று நான் உணர்ந்திருந்தபடியால் மிஸ்டர் காலன்பாக், ஸ்ரீமான் பிராக்ஜி தேஸாய் இவர்களின் துணைகொண்டு சில வகுப்புகள் ஆரம்பித்தேன். உடற்பயிற்சியின் முக்கியத்தையும் நான் அலட்சியம் செய்துவிடவில்லை. அவர்களுக்கு தினசரி தேகப்பயிற்சிக்கு வசதி ஏற்பட்டிருந்தது. பண்ணையில் வேலைக்காரர்கள் இல்லாதபடியால் சமையல் வேலையிலிருந்து தோட்டிவேலை வரையில் எல்லாம் பண்ணைவாசிகளே செய்யவேண்டி இருந்தது. பழ விருட்சங்கள் நிரம்ப இருந்தபடியால் தோட்டவேலையும் இருந்தது. மிஸ்டர் காலன்பாக்குக்குத் தோட்டவேலையில் பிரியம் அதிகம். அரசாங்க மாதிரித்தோட்டமொன்றில் அவர் அவ்வேலையில் சிறிது அனுபவம் பெற்றிருந்தார். சிறியோராயினும், பெரியோராயினும், சமையல் வேலை செய்யாதவர்கள் அனைவரும் தோட்டவேலை செய்யவேண்டுமென்று கட்டாயமாக ஏற்படுத்தி இருந்தோம். இவ்வேலையில் பெரும்பகுதி குழந்தைகளுக்கே ஏற்பட்டது. குழி தோண்டுதல், மரம் வெட்டுதல், மூட்டைத் தூக்குதல் அவர்களுக்குப் போதிய தேகப்பயிற்சியும் கிடைத்தது. குழந்தைகள்

இவ்வேலையைக் குதூகலத்துடன் செய்தனர். எனவே, வேறு தனிப்பட்ட தேகாப்பியாசமோ, விளையாட்டுகளோ தேவையில்லாமலிருந்தன.

சில குழந்தைகள், சிலசமயம் எல்லாக் குழந்தைகளுமே வேலைக்குச் சோம்பியதுண்டு. சிலசமயம் பார்த்தும் பாராததுபோல் விட்டுவிடுவேன். அடிக்கடிக் கண்டிப்பாயிருப்பேன் அவர்கள் கண்டிப்பை விரும்பவில்லை என்பது நிச்சயம். ஆனாலும், அவர்கள் என்னை எதிர்த்துப் பேசியது கிடையாது. கண்டிப்பு செய்ய நேரும்போதெல்லாம், வேலை விஷயத்தில் அசட்டைக் காட்டக்கூடாது என்று வாதங்களின் மூலம் அவர்களுக்கு அறிவுறுத்த முயல்வேன். ஆனால், அந்த அறிவு சிறிது நேரமே நிலைத்து நிற்கும். அடுத்த நிமிஷத்தில் அவர்கள் வேலையைப் போட்டுவிட்டு விளையாடப் போய்விடுவார்கள். எனினும், எப்படியோ நாங்கள் காரியம் நடத்திவந்தோம். குழந்தைகள் நல்ல திடதேகம் பெற்றார்கள். பண்ணையில் யாருக்கும் நோய் கண்டதே இல்லை என்று சொல்லிவிடலாம். ஆனால், இதற்குத் தூயகாற்றும் நல்ல தண்ணீரும் வேளைக்கு ஒழுங்காக உணவருந்தும் வழக்கமும் பெரிதுங்காரணமானவை என்று சொல்லவேண்டும்.

இளைஞர்கள் ஒவ்வொருவருக்கும் உபயோகமான கைத்தொழில் ஒன்றைக் கற்பிக்கவேண்டுமென்பது என் உத்தேசம். இதற்காக மிஸ்டர் காலன்பாக் ஒரு கிறிஸ்துவச் சந்நியாசி மடத்துக்குச் சென்று செருப்புத் தைக்கும் தொழில் கற்றுவந்தார். அவரிடமிருந்து நான் அதைக் கற்றுக்கொண்டு அத்தொழிலைக் கற்றுக்கொள்ள விரும்பியவர்களுக்கெல்லாம் கற்பித்தேன். மிஸ்டர் காலன் பாக்குக்குத் தச்சுத்தொழிலிலும் கொஞ்சம் அனுபவமுண்டு. பண்ணைவாசிகளில் மற்றொருவருக்கும் அது தெரியும். எனவே, சிறிய தச்சுத்தொழில் வகுப்பு ஒன்றையும் நாங்கள் ஏற்படுத்தினோம். சமையல் அநேகமாக எல்லாச் சிறுவர்களுக்கும் தெரிந்திருந்தது.

இவையெல்லாம் அவர்களுக்கு முற்றும் புதியவை. இத்தகையத் தொழில்களை ஒருநாள் பயில வேண்டியிருக்குமென அவர்கள் கனவிலும் கருதியவர்களல்லர். சாதாரணமாய் தென்னாப்பிரிக்காவில் இந்தியக் குழந்தைகளுக்கு எழுதுதல், படித்தல், கணக்குப் போடுதல் என்னும் இப்பயிற்சிகளே அளிக்கப்பட்டு வந்தன.

உபாத்தியாயர்கள் செய்யாத எந்த வேலையையும் பிள்ளைகளைச் செய்யச் சொல்லக்கூடாதென்று நாங்கள் விதி செய்திருந்தோம். ஆதலின் அவர்களை ஏதேனும் வேலை செய்யச் சொல்லும்போது அவர்களுடன் உபாத்தியாயர் ஒருவரும் வேலை

செய்வது வழக்கம். எனவே, சிறுவர்கள் எந்த வேலையையும் சந்தோஷமாய்க் கற்றுக்கொண்டார்கள். இலக்கியக் கல்வி ஒழுக்கப் பயிற்சி இவைகளைக் குறித்து அடுத்த அத்தியாயங்களில் எழுதுவேன்.

33. தமிழ் கற்பித்தது

தேகப் பயிற்சிக்கும், தொழில் கல்விக்கும் ஏற்பாடு செய்தது குறித்து, சென்ற அத்தியாயத்தில் கூறினேன். அவ்வேற்பாடு எனக்குப் பூரண திருப்தி அளிக்காவிடினும் ஏறக்குறைய வெற்றி பெற்றதென்றே சொல்லலாம். ஆனால், இலக்கிய ஞானமோ எனக்கில்லை. மேலும் அந்தத் துறையில் நான் செலவிட விரும்பிய அளவு காலமும் எனக்குக் கிடைக்கவில்லை. நான் செய்துவந்த உடல் வேலையினால் ஒவ்வொருநாள் மாலையிலும் முற்றும் களைப்படைந்து போய்விடுவேன். எனக்கு ஓய்வு மிகவும் அவசியமான காலத்தில்தான் வகுப்பு நடத்த வேண்டியதாயிருந்தது. ஆதலின் மனோ உற்சாகத்துடன் வகுப்பை நடத்துவதற்குப் பதிலாக தூங்கிப்போகாமல் விழித்துக்கொண்டிருப்பதே பெரிதும் கஷ்டமாயிருந்தது. காலை நேரமெல்லாம் பண்ணை வேலைக்கும், வீட்டுக்காரியங்களைப் பார்ப்பதற்கும் செலவாயிற்று. ஆதலின் மத்தியான போஜனம் ஆனதும் பள்ளிக்கூடம் வைத்துக்கொள்ள வேண்டியதாயிருந்தது.

பள்ளிக்கூடம் நடத்தத் தகுந்த நேரம் வேறெதுவுமில்லை. ஹிந்தி, தமிழ், குஜராத்தி, உருது ஆகிய எல்லாப் பாஷைகளும் கற்பித்தோம். பிள்ளைகளுக்கு அவரவர் தாய்மொழி மூலமாகவே கல்விப் பயிற்றினோம். ஆங்கிலமும் சொல்லிக்கொடுக்கப்பட்டது. குஜராத்தி, ஹிந்து குழந்தைகளுக்கும் சிறிதளவேனும் சமஸ்கிருதம் கற்பிப்பது அவசியம். எல்லாக் குழந்தைகளுக்கும் தேச சரித்திரம், பூகோளம், கணக்கு இவற்றின் ஆரம்பப் பாடங்களேனும் போதிக்கவேண்டும். தமிழும், உருதுவும் நான் கற்பிப்பதாக ஒப்புக்கொண்டேன். எனக்குத் தெரிந்திருந்த சொற்பத் தமிழ், பிரயாணங்களின் போதும், சிறைச்சாலையிலும் நான் கற்றுக்கொண்டதாகும். போப் என்பவர் எழுதிய சிறந்த தமிழ் பாலபாடம் ஒன்றுதான் நான் படித்த தமிழ்ப் புத்தகம். ஓர் பிரயாணத்தின்போது உருது எழுத்துகள் கற்றுக்கொண்டேன். உருது பாஷா ஞானமோ முஸ்லிம் நண்பர்களிடம் பழக்கத்தில் கற்றுக்கொண்ட பாரஸீக, அரபு வார்த்தைகளின் அளவாக

நின்றிருந்தது. ஐஸ்கூலில் படித்ததற்குமேல் சமஸ்கிருதம் எனக்குத் தெரியாது. குஜராத்தி மொழியிலும்கூட அதிகப் பயிற்சிக் கிடையாது.

இந்தச் சொற்ப மூலதனத்தைக் கொண்டே வியாபாரம் நடத்தியாக வேண்டும். என் சகாக்களோ என்னைவிட மோசமாய் இருந்தார்கள். ஆனால், தேச பாஷைகளில் எனக்கிருந்த அன்பும், உபாத்திமைத் தொழிலில் எனக்குத் திறமை உண்டென்னும் நம்பிக்கையும், என்னுடைய மாணாக்கர்களின் அறியாமையும் அதினினும் மேலாக அவர்களுடைய தயாளமும் சேர்ந்து என் வேலைகளை சுலபமாக்கின.

தமிழ்ச் சிறுவர்கள் எல்லாரும் தென்னாப்பிரிக்காவில் பிறந்தவர்கள். ஆதலின் அவர்களுடைய தமிழறிவு மிகச் சொற்பம். தமிழ் எழுத்தோ அவர்களுக்குத் தெரியவே தெரியாது. ஆதலின் தமிழ் எழுத்துக்களும். ஆரம்ப இலக்கண விதிகளும் அவர்களுக்கு நான் கற்பிக்க வேண்டி வந்தது. இது மிக எளிதாகவே இருந்தது. சம்பாஷணையைப் பொறுத்தவரை என் தமிழ் மாணாக்கர்கள் என்னை எளிதில் தோற்கடித்துவிடுவார்கள். அவர்களுக்குத் தமிழ் பேசத்தெரியும். ஆங்கிலம் தெரியாத தமிழர்கள், என்னைப் பார்க்க வரும்போதெல்லாம் என் மாணாக்கர்களே மொழிபெயர்ப்பார்கள். இப்படியெல்லாமிருந்தும் நாங்கள் சந்தோஷமாய்க் காலங்கழித்தோம். என் அறியாமையை நான் மாணாக்கர்களிடமிருந்து மறைக்க முயலாததே இதற்குக் காரணமாகும். எல்லா விஷயங்களிலும் என்னை உண்மை நிலையிலேயே அவர்களுக்குக் காட்டிக்கொண்டேன். ஆகையினால்தான் பாஷை அறிவு எனக்குப் பூஜ்யமாயிருந்த போதிலும் அவர்களுடைய மரியாதையும் அன்பையும் காப்பாற்றிக்கொள்ளுதல் சாத்தியமாயிற்று. முஸ்லிம் சிறுவர்களுக்கு உருது கற்பித்தல் அதைவிடச் சிறிது எளிதாய் இருந்தது. அவர்களுக்கு உருது எழுத்துக்கள் தெரியும். வாசிப்பதிலும், கையெழுத்தை அபிவிருத்தி செய்வதிலும் அவர்களுக்கு ஊக்கமுண்டாக்குவதே என் வேலை.

இந்தச் சிறுவர்களில் பெரும்பாலோர் ஏற்கனவே எழுத்து வாசனை அறியாதவர்கள், பள்ளிக்கூடம் சென்று அறியாதவர்கள். ஆயினும் அவர்களைச் சோம்பேறித் தனத்தினின்று விடுவிப்பது, அவர்களுடைய படிப்பை மேற்பார்வை செய்வது அல்லாமல் அவர்களுக்குக் கற்றுக்கொடுக்க வேண்டியது அதிகமில்லை என்பதை அனுபவத்தில் கண்டேன். இவ்வளவுடன் நான் திருப்தியடைந்தபடியால், பல பிராயத்தினரும் வெவ்வேறு பாடம் படிப்பவருமான பல சிறுவர்களை ஒரே வகுப்பு அறையில் வைத்து சமாளிப்பது சாத்தியமாயிருந்தது.

பாடப் புத்தகங்களைப் பற்றி நாம் அடிக்கடிக் கேள்விப்படுகிறோம். ஆனால் பாடப் புத்தகங்கள் அவசியமென்று நான் காணவேயில்லை. கிடைத்தப் புத்தகங்களைக்கூட நான் அதிகமாகப் பயன்படுத்தியதாய் ஞாபகமில்லை. பிள்ளைகளின் மீது புத்தகங்களை ஏராளமாய்ச் சுமத்துதல் அனாவசியமென்பது எனது கருத்து. பிள்ளைகளுக்கு உண்மையானப் பாடப் புத்தகம் உபாத்தியாயரேயாகும். நான் படித்தக் காலத்தில் என் உபாத்தியாயர்கள் புத்தகங்களிலிருந்து கற்பித்தது எதுவும் எனக்கு ஞாபகமில்லை. ஆனால், தனியாக அவர்கள் கற்பித்தது எல்லாம் தெளிவாக ஞாபகத்திலிருக்கின்றன. குழந்தைகள் எப்போதும் கண்களினால் கற்றுக்கொள்வதைவிடக் காதுகளின் வழியாய் அதிகம் கற்றுக்கொள்கின்றன; எளிதிலும் கற்றுக்கொள்கின்றன. பிள்ளைகளுடன் சேர்ந்து முதற்பக்கத்திலிருந்து கடைசிப் பக்கம் வரையில் எந்தப் புத்தகமும் படித்ததாக எனக்கு ஞாபகமில்லை. ஆனால், பற்பலப் புத்தகங்களிலிருந்து நான் படித்து ஜீரணித்தவற்றை என்னுடைய சொந்தநடையில் அவர்களுக்குச் சொன்னேன். இன்னமும் அவற்றை அவர்கள் நினைவுகூர்ந்திருக்கிறார்கள் என்று உறுதிகூறுவேன். புத்தகங்களிலிருந்து கற்றுக்கொண்டவற்றை நினைவில் வைத்திருப்பது அவர்களுக்கு நிரம்பப் பிரயாசையாயிருந்தது, ஆனால் வாய்மொழியாகக் கூறியவற்றை எல்லாம் அவர்கள் வெகுசுலபமாகத் திருப்பிச் சொன்னார்கள். படித்தல் அவர்களுக்குக் கடின வேலையாயிருந்தது. என்னுடைய பேச்சைக்கேட்டாலோ சந்தோஷமானக் காரியமாயிருந்தது.

ஆனால், கூறும் விஷயத்தை அவர்களுக்குச் சுவை தரும்படி மட்டும் சொல்லவேண்டும். என்னுடைய பேச்சுகளின்மேல் அவர்கள் கேட்ட கேள்விகளிலிருந்து எவ்வளவு தூரம் என் பேச்சுக்களை அறிந்துகொண்டுள்ளார்களென்று தெரிந்துகொள்ள முடிந்தது.

34. ஆன்மப் பயிற்சி

பிள்ளைகளின் தேகப்பயிற்சி, அறிவுப் பயிற்சி, இவற்றைவிட அவர்களுடைய ஆன்மப்பயிற்சி அதிகக் கஷ்டமானக் காரியமாயிருந்து. ஆன்மப் பயிற்சிக்குச் சமயநூல்களை நான் அதிகம் நம்பியிருக்கவில்லை. ஒவ்வொரு மாணாக்கனும் தன் சொந்த சமயத்தின் மூலதார தத்துவங்களை தெரிந்துகொள்வது அவசியமென்றே கருதினேன். அதற்கு வேண்டிய ஏற்பாடும்

செய்தேன். ஆனால், சமயநூல் படிப்பை அறிவுப் பயிற்சியின் ஒரு பகுதியாகவே கொண்டிருந்தேன். டால்ஸ்டாய்ப் பண்ணையில் சிறுவர்களுக்குக் கல்வி புகட்டும் பொறுப்பை ஏற்றுக்கொள்வதற்கு நீண்டகாலம் முன்பே ஆன்மப் பயிற்சி என்பது ஒரு தனித்துறை என்பதை உணர்ந்திருந்தேன். ஆன்மப் பயிற்சியாவது, ஒருவனை சன்மார்க்கத் துறையில் நிறுத்தி அவனுக்கு பிரம்மஞானம், ஆத்மானுபூதி என்னும் இவைகளைத் தேடுவதற்குரிய சக்தி அளித்தலேயாகும், இளைஞர்களின் கல்விப் பயிற்சியில் இது ஒரு முக்கிய அம்சமாக இருத்தல் வேண்டுமென்றும் ஆன்மப் பயிற்சியில்லாத வரையில் மற்றப் பயிற்சிகள் எல்லாம் பயனற்றவையாவதோடு தீமைப் பயத்தலுங்கூடும் என்றும் நம்பினேன்.

வாழ்க்கையின் நான்காவது நிலையான சந்நியாச ஆசிரமத்திலேதான் ஆன்மஞானப் பேறுபெறல் சாத்தியம் என்பதாக ஒரு குருட்டுக்கொள்கை இருந்து வருகிறது. ஆனால், ஆன்மஞான அனுபவத்துக்குரிய முயற்சியை வாழ்க்கையின் கடைசி பகுதிக்கென்று தள்ளி வைத்திருப்போர் ஒருகாலும் ஆன்மஞானம் அடைவதில்லை. அவர்கள் இரண்டாம் குழந்தைப் பருவத்துக்குச் சமமான முதுமைப்பருவத்தையே அடைந்து, இரங்கத் தக்கவர்களாகி பூமிக்குப் பாரமாய் வாழ்கிறார்கள். நான் குழந்தைகளுக்குப் பாடம் கற்பித்துக்குக் கொண்டிருந்தபோதே அதாவது 1911 - 12லேயே இத்தகைய அபிப்பிராயங்களைக் கொண்டிருந்தேனென்பது நன்றாக நினைவிருக்கிறது. ஒருகால் இதே பாஷையில் அப்போது என் கருத்துகளை வெளியிட்டிருக்க முடியாது. நிற்க.

குழந்தைகளுக்கு ஆன்மப் பயிற்சி அளித்தல் எவ்வாறு? அவர்களைத் தோத்திரப்பாக்கள் நெட்டுருப் பண்ணிப் பாடும்படி செய்தேன். சன்மார்க்கம் போதிக்கும் நூல்களிலிருந்து அவ்வப்போது சில பகுதிகளைப் படித்துக்காட்டினேன். ஆனால், இவற்றினால் எல்லாம் நான் திருப்தியடைந்துவிடவில்லை. அவர்களுடன் நெருங்கிப் பழகப்பழக, புத்தகங்களின் மூலமாய் ஆன்மப் பயிற்சி அளிக்க முடியவே முடியாதென்று உணரலானேன். தேகாப்பியாசங்களின் மூலமாகவே தேகப்பயிற்சியையும், அப்பியாசங்களின் மூலமாகவே அறிவுப் பயிற்சியும் அளிக்கப்படக்கூடும் என்பது எவ்வாறு உண்மையோ, அவ்வாறே ஆன்மப் பயிற்சியும் ஆன்மசாதன அப்பியாசங்களின் மூலமாகவே சாத்தியமாகும் என்று கண்டேன். ஆன்ம சாதன அப்பியாசமோ உபாத்தியாயரின் வாழ்க்கையையும், ஒழுக்கத்தையும் முற்றும் பொறுத்த ஒன்றாகும்.

உபாத்தியாயர் பிள்ளைகளின் மத்தியில் இருக்கும்போதும் சரி, மற்ற வேளைகளிலும் சரி, தம்முடைய குணம், செயல் இவை குறித்து மிக எச்சரிக்கையாயிருத்தல் வேண்டும். உபாத்தியாயர் பிள்ளைகளிடமிருந்து பல மைல் தூரத்துக்கப்பாலிருக்கும்போதும் தம்முடைய வாழ்வுமுறையின் மூலம் அப்பிள்ளைகளின் ஆன்மப் பயிற்சிக்குத் துணை செய்யவோ, ஊறு செய்யவோ இயலும். நான் பொய்யனாய் இருந்தால் என்னிடம் படிக்கும் பிள்ளைகளுக்கு உண்மைப் பேசக் கற்றுக்கொடுத்தல் வீண் முயற்சியேயாகும். கோழை உபாத்தியாயர் ஒருவர் தமது பையன்களை வீரர்களாக்குதல் ஒருகாலும் இயலாதக் காரியம். அவ்வாறே புலனடக்கத்தைக் கைக்கொள்ளாத உபாத்தியாயர் தமது பிள்ளைகளுக்குப் புலனடக்கம் போதிக்கவும் முடியாது. ஆகவே, என்னுடன் வசிக்கும் பிள்ளைகளுக்கும், பெண்களுக்கும் நான் நித்திய உதாரணப் பாடமாய் இருக்கவேண்டுமென உணர்ந்தேன். இவ்வாறு மாணாக்கர்கள் எனது உபாத்தியாயர்களானார்கள். அவர்களுக்காகவேனும் நான் நல்லவனாயிருக்க வேண்டுமென்றும் நேர்மை வாழ்வு நடத்தவேண்டுமென்றும் கற்றுக்கொண்டேன். டால்ஸ்டாய் பண்ணையில் நான் அதிகக் கட்டுப்பாட்டையும், புலனடக்கத்தையும் மேற்கொண்டதற்குப் பெரும்பாலும் அக்குழந்தைகளே காரணம் என்று சொல்லலாம்.

பையன்களில் ஒருவன் நிரம்ப துஷ்டனாகவும், அடங்காத்தனத் தவனாகவும், பொய் சொல்வோனாகவும், சண்டையிடுவோனாகவும் இருந்தான். ஒருநாள் அவனுடைய துஷ்டத்தனம் அளவு மீறிவிடவே என்னால் பொறுக்க முடியாமல் போய்விட்டது. நான் அதுவரை பிள்ளைகளைத் தண்டித்ததே கிடையாது. ஆனால், இப்போது உண்மையிலேயே நிரம்பக் கோபம் வந்துவிட்டது. அவனுக்கு புத்திசொல்ல முயன்றேன். ஆனால், அவன் சிறிதும் அசையவில்லை. என்னையே எதிர்த்து தலைமீதேறப் பார்த்தான். கடைசியில் அருகில் கிடந்த 'ரூல்' கழியை எடுத்துக்கொண்டு அவனுடைய புஜத்தில் ஓர் அடி அடித்தேன், அப்படி அடிக்கும்போது என் உடம்பு நடுநடுங்கிற்று. அதை அவன் பார்த்திருக்கவேண்டும். அவர்கள் எல்லாருக்குமே இது ஒரு புதிய அனுபவமாகும். பையன் சத்தம்போட்டு அழுதான்; மன்னிக்கும்படி கெஞ்சினான். அடி வலித்ததற்காக வலிமையுள்ள வாலிபனாதலால் அவன் அழவில்லை. பதினேழு வயதான தேக வலிமையுள்ள அவனுக்கு மனமிருந்தால் என்னைத் திருப்பி அடித்திருக்கவும் கூடும். ஆனால், நான் எவ்வளவு மனத்துன்பம் அடைந்ததின்மேல் அவனை அடிக்கத் தலைப்பட்டிருக்க வேண்டுமென்பதை அவன் உணர்ந்தான்.

இந்நிகழ்ச்சிக்குப் பின்னர் அவன் எனக்குக் கீழ்படியாதிருந்ததேயில்லை. ஆனால், அவ்வாறு பலாத்காரத்தைக் கைக்கொண்டது குறித்து இன்னமும் நான் வருந்துகிறேன். அன்றைய தினம் அப்பையன் முன்பு நான் என்னுடைய ஆன்ம சத்தியைக் காட்டவில்லை என்றும், என்னிடமுள்ள விலங்கு குணத்தையே காட்டினேனென்றும் எண்ணுகிறேன்.

உடல் தண்டனையே உதவாது என்பதே என்னுடைய உறுதியான அபிப்பிராயமாகும். என் புதல்வர்களில் ஒருவனுக்கு நான் தேக தண்டனை அளித்ததாக ஒரேயொரு சந்தர்ப்பம்தான் நினைவிருக்கிறது. இன்றுவரையில் நான் ரூல் கழியினால் அப்பையனை அடித்தது சரியா, தவறா என்று முடிவு செய்யக்கூடாதவனாகவே இருக்கிறேன். அது கோபத்தினாலும். தண்டிக்க வேண்டுமென்னும் ஆசையினாலும் தூண்டப்பட்டது. ஆதலின் அது தவறாகவே இருக்கலாம். எனது மனத்துன்பத்தை வெளிப்படுத்தும் சமிக்ஞையாக மட்டும் இருந்திருப்பின், நியாயமென்று சொல்லிவிடுவேன். ஆனால், உண்மையில் இவ்விஷயத்தில் நோக்கம் பலவகைப் பட்டதாயிருந்தது.

இந்நிகழ்ச்சி என்னைச் சிந்தனைக்குள்ளாக்கி மாணாக்கர்களைத் திருத்துவதற்கு அடிப்பதைவிட நல்ல முறைகளையும் கற்பித்தது. இந்த நல்ல முறை மேற்கூறிய சந்தர்ப்பத்தின் எவ்வளவு தூரம் பயன்பட்டிருக்குமென்று சொல்லமுடியாது. அவ்விளைஞன் விரைவில் மேற்கூறிய சம்பவத்தை மறந்துவிட்டான். அவன் எப்பொழுமே அதிக அபிவிருத்தியடையவில்லை. ஆனால், அந்நிகழ்ச்சி பிள்ளைகள் விஷயத்தில் உபாத்தியாயரின் கடமை என்ன என்பதை எனக்கு நன்கு உணர்த்தியது.

இதற்குப் பிறகும் பிள்ளைகள் பலமுறை தவறாக நடந்துகொண்டார்கள். ஆனால், நான் மட்டும் உடல் தண்டனையை எப்போதும் கைக்கொள்ளவில்லை. இவ்வாறாக, என் கீழிருந்த பிள்ளைகளுக்கும் பெண்களுக்கும் ஆன்மப் பயிற்சி அளிக்கும் முயற்சியின் பயனாக ஆன்ம சக்தியின் பெருமையை நான் நன்குணர்ந்து வரலானேன்.

35. பயிரில் களைகள்

அதற்குமுன் எனக்கு, என்றும் தோன்றாத ஒரு பிரச்சினையை டால்ஸ்டாய் பண்ணையில் மிஸ்டர் காலன்பாக் கவனத்துக்குக்

கொண்டுவந்தார். நான் முன்னமே சொன்னதுபோல் பண்ணையிலிருந்து பையன்களில் சிலர் துஷ்டர்களாயும், கட்டுக்கு அடங்காதவர்களாயும் இருந்தனர். அவர்களில் ஒன்றுக்கும் பயனற்ற பதர்களும் இல்லாமல் போகவில்லை. என் புதல்வர்களில் மூவரும் அவர்களுடன் தினந்தோறும் நெருங்கிப் பழகினார்கள். என் புதல்வர்களின் தரத்தையே சேர்ந்த மற்றச் சிறுவர்களும் அவ்வாறே செய்தார்கள். இது மிஸ்டர் காலன்பாக்கின் மனதை அல்லலுக்கு உள்ளாக்கியது. ஆனால், அவருடைய கவனமெல்லாம் என்னுடைய புதல்வர்களை மேற்படி அடங்காத் தனமுடையவர்களுடன் சேர்ந்துவைத்திருப்பது சரியா என்பதிலேயே முக்கியமாய்ச் சென்றிருந்தது.

ஒருநாள் அவர் மனம்விட்டுப் பேசினார். "உங்கள் புதல்வர்களைத் துஷ்டப்பிள்ளைகளுடன் கலக்கவிடும் முறை எனக்குப் பிடிக்கவேயில்லை. அது ஒரேயொரு பயனைத்தான் அளிக்கக்கூடும். துர்ச் சகவாசத்தால் அவர்களும் கெட்டுப்போவார்கள்" என்றார்.

இவ்விஷயம் எனக்குக் கலக்கத்தையளித்ததா என்பது இப்போது எனக்கு நினைவில்லை. ஆனால், நான் அவருக்குக் கூறிய பதில் நினைவிருக்கிறது. அது வருமாறு,

"என் பிள்ளைகளுக்கும், துஷ்டப்பிள்ளைகளுக்கும் நான் எப்படி வேற்றுமை பாராட்ட முடியும்? அவ்விருவர் விஷயத்திலும் எனக்குச் சமானமானப் பொறுப்பு உண்டு. நான் அழைத்ததினாலேயே அச்சிறுவர்கள் வந்தார்கள். கொஞ்சம் பணம் கொடுத்து அவர்களை விலக்கிவிட்டேனானால் அவர்கள் உடனே ஜோகான்ஸ்பர்க்கு ஓடிப்போய்ப் பழைய வழிகளையே கைக்கொள்ளத் தொடங்குவார்கள். உங்களுக்கு ஓர் உண்மை சொல்லட்டுமா? அவர்கள் இங்கே வந்திருப்பதால் எனக்குப் பெரியதொரு நன்மை செய்திருப்பதாக அவர்களும் அவர்கள் பெற்றோர்களும் அநேகமாக எண்ணிக்கொண்டிருக்கலாம். அவர்கள் இங்கே பல அசௌகரியங்களுக்கு உள்ளாக வேண்டியிருக்கிறதென்பது நீங்களும் நானும் அறிந்ததே. ஆனால், என்னுடைய கடமை எனக்குத் தெளிவாயிருக்கிறது. நான் அவர்களை இங்கே வைத்துக்கொண்டேயாக வேண்டும். ஆதலின் என் குழந்தைகளும் அவர்களுடன் கலந்து வசித்தே தீரவேண்டும். இன்று முதல் என் குழந்தைகளுக்கு மற்றவர்களைவிடத் தாங்கள் உயர்ந்தவர்கள் என்று எண்ணும்படி கற்பித்தல் நியாயமாகுமா? அது நியாயமென்று

ஒருநாளும் சொல்லமாட்டீர்கள், அந்த உயர்வு தாழ்வு எண்ணத்தை அவர்கள் மண்டையில் ஏற்றுதல் அவர்களை வழியில்லா வழியில் செலுத்துவதேயாகும். இப்படி மற்றப் பிள்ளைகளுடன் கலந்து பழகுதல் அவர்களுக்குக் கட்டுப்பாட்டில் நல்ல பயிற்சியாயிருக்கும். அவர்கள் தாங்களாகவே நன்மை, தீமைகளைப் பகுத்தறியத் தெரிந்துகொள்வார்கள். அவர்களிடம் ஏதேனும் நல்ல குணங்கள் இருந்தால் அவை அவர்களுடைய தோழர்களைப் பற்றிக்கொள்ளுமென்று நாம் ஏன் நம்பக்கூடாது? எங்ஙனமாயினும் அவர்களை இங்கேதான் வைத்திருக்கவேண்டும். அது சிறிது அபாயகரமானதென்றால், அந்த அபாயத்துக்கு நாம் துணிந்தேயாக வேண்டும்."

மிஸ்டர் காலன்பாக் தலையை அசைத்தார்.

இதன் விளைவு தீயதாயிற்று எனச் சொல்லமுடியாது. இச்சோதனையின் காரணமாக என் புதல்வர்கள் எவ்வகைக் கெடுதியையும் அடைந்ததாக எனக்குத் தோன்றவில்லை. உண்மையில், அவர்கள் அதனால் லாபமே அடைந்தார்களென்பதை நான் காண்கிறேன். அவர்களிடம் தாங்கள் உயர்ந்தவர்கள் என்னும் எண்ணம் அணுவளவேனும் அதற்குமுன் இருந்திருப்பின் அதுவும் இம்முறையினால் ஒழிந்தது. எல்லாவகைக் குழந்தைகளுடனும் அவர்கள் தாராளமாய்ப் பழகக் கற்றுக்கொண்டார்கள். அவர்கள் சோதனையில் தேறிக் கட்டுப்பாடு பெற்றார்கள்.

இதுவும், இதுபோன்ற பிற சோதனைகளும் எனக்குக் கற்பித்திருப்பதாவது, "நல்ல குழந்தைகளை துஷ்டக் குழந்தைகளுடன் சேர்த்துக் கல்வி கற்பித்து அவர்களுடேனே பழகும்படி செய்து வந்தால் அதனால் நஷ்டம் எதுவும் அடைவதில்லை. ஆனால், அந்தச் சோதனையானது பெற்றோர்கள் அல்லது பாதுகாவலர்களின் எச்சரிக்கையான மேற்பார்வையின்கீழ் நடைபெறவேண்டும்."

இதனால், வெளிக்காற்றுப் படாமல் பத்திரப்படுத்தி வைக்கும் குழந்தைகளைத் தீமைகளே தொடுவதில்லை என்று ஏற்படாது. எனினும் பலவகையாக வளர்க்கப்பெற்ற சிறுவர் சிறுமிகள் ஓரிடத்தில் சேர்க்கப்பட்டு கல்வி கற்பிக்கப்படும்போது. அது பெற்றோர்களுக்கும், உபாத்தியாயர்களுக்கும் பெரியதொரு சோதனையாகிறது. அவர்கள் எப்போதும் எச்சரிக்கையுடன் இருத்தல் வேண்டும்.

36. பிராயச்சித்த உபவாசம்

பையன்களையும், பெண்களையும், சரியான வழியில் கல்வி பயிற்சி வளர்த்தல் எவ்வளவு கஷ்டம் என்பது நாளுக்குநாள் எனக்கு நன்கு தெளிவாகி வந்தது. மெய்யாகவே அவர்களுடைய உபாத்தியாயனாகவும். பாதுகாவலனாகவும் நான் ஆக வேண்டுமானால்; அவர்களுடைய ஹிருதயங்களைக் கவர்ந்துவிட வேண்டும். அவர்களுடைய சுகதுக்கங்களைப் பகிர்ந்து அனுபவிக்க வேண்டும். அவர்களுடைய இளமைக் காரணமாய்ப் பொங்கி எழும் அபிலாஷைகளை எல்லாம் நேரிய வழியில் செலுத்தவேண்டும் என்பதாக உணரலானேன்.

இந்தச் சமயத்தில் நான் ஒரு கடுஞ்சோதனைக்கு ஆளாக வேண்டியாதாயிற்று, அக்காலத்தில் ஜேகாகன்ஸ்பர்க்கும் போனிக்ஸூக்கும் நான் அடிக்கடி போய் வந்துகொண்டிருந்தேன். ஒருமுறை ஜோகான்ஸ் பார்க்கில் இருந்தபோது ஆசிரமவாசிகள். இருவர் ஒழுக்கந்தவறி வீழ்ந்தனர் என்னும் செய்தி கேள்வியுற்றேன். சத்தியாக்கிரஹ இயக்கத்தில் அபஜயம்போல் காணப்படும் ஒரு நிகழ்ச்சி நேரிட்டால் நான் கலங்குவதில்லை. ஆனால், இந்தச் செய்தி கேட்டதும் இடி விழுந்ததுபோல் திகைத்துப்போனேன். அன்றைய தினமே ரயிலில் போனிக்ஸூக்குப் புறப்பட்டேன். மிஸ்டர் காலன்பாக் என்னுடன் வருவேனென்று பிடிவாதம் பிடித்தார். என்னுடைய மனோநிலையை அவர் அறிந்திருந்தார். என்னைப் பெரிதும் கலங்கச்செய்த அச்செய்தியைக் கொண்டுவந்தவர் அவரேயாதலால். நான் தனியாய்ப் போவதென்னும் எண்ணமே அவரால் சகிக்க முடியவில்லை.

போகும் வழியில் என்னுடைய கடமை இன்னதென்று எனக்குத் தெளிவாயிற்று, ஒரு பையனோ, பெண்ணோ நெறி தவறி நடந்தால் அதற்கு உபாத்தியாயன் அல்லது பாதுகாவலன் ஓரளவேனும் பொறுப்புள்ளவனென்று உணர்ந்தேன். ஆதலின் இவ்விஷயத்தில் என்னுடைய பொறுப்பு என்னவென்பது எனக்கு வெள்ளிடை மலையாய் விளங்கிற்று. அவர்களைப் பற்றி என் மனைவி என்னை முன்னமே எச்சரித்திருந்தாள். ஆனால், பிறரை எளிதில் நம்பும் இயல்புடைய நான் அவளுடைய எச்சரிக்கையைப் பொருட்படுத்தவில்லை. குற்றம் செய்தவர்களைத் தங்கள் குற்றத்தை உணரச்செய்வதற்கும், அதனால் எனக்கு நேர்ந்த மனத்துன்பத்தை அறியச்செய்வதற்கும் அக்குற்றத்துக்காக நான் பிரயாச்சித்தம் செய்துகொள்ளல் அவசியம் என்று கண்டேன். ஆதலின்

ஏழுநாளைக்கு உபவாச விரதமும் அதற்குப்பின்னர் நாலரை மாதத்துக்கு தினம் ஒரு வேளையே சாப்பிடுவதென்னும் விரதமும் கைக்கொள்ளத் தீர்மானித்தேன். மிஸ்டர் காலன்பாக் நான் இப்படிச் செய்யாவண்ணம் என் மனதை மாற்ற முயன்றார்; பயனில்லை. கடைசியாக, அவர் நான் பிராயச்சித்தம் செய்துகொள்ளல் முறைதான் என்று ஒப்புக்கொண்டு, தாமும் அவ்விரதங் கைக்கொள்வதாகப் பிடிவாதம் செய்தார். அவருடைய மாசற்ற அன்பை என்னால் எதிர்த்து நிற்க முடியவில்லை.

மேற்படி தீர்மானம் என் மனதிலிருந்து ஒரு பெரும்பாரத்தை நீக்கிற்று. மன ஆறுதல் பெற்றேன். குற்றம் செய்தவர்களிடம் உண்டானக் கோபமும் தணிந்தது. கோபம் இருந்த இடத்தில் தூய இரக்கம் உண்டாயிற்று. இவ்வாறு மன நிம்மதி பெரிதும் அடைந்தவனாய் போனிக்ஸ் அடைந்தேன். இன்னும் ஆராய்ச்சி செய்து எனக்குத் தெரியவேண்டியிருந்த மற்றும் சில விவரங்களைத் தெரிந்துகொண்டேன். என்னுடைய பிராயச்சித்தம் எல்லாருக்கும் துன்பமளித்ததாயினும் அதனால் நிலைமை தெளிவடைந்தது. பாவஞ்செய்தல் எவ்வளவு பயங்கரமானது என்று ஒவ்வொருவரும் உணர்ந்தார்கள். என்னைச் சிறுவர் சிறுமிகளுடன் அன்புத் தளையானது இன்னும் பலம் பெற்று உண்மைத்தளையே யாயிற்று.

இச்சம்பவத்திலிருந்து ஏற்பட்ட மற்றொரு விளைவின் காரணமாக. சில காலத்திற்குப் பின்னர் நான் பதினான்கு நாள் பட்டினி விரதம் மேற்கொள்ள நேர்ந்தது. இதனால் நான் எதிர்பார்த்தைவிட நல்ல பயன்கள் விளைந்தன.

இதிலிருந்து மாணக்கர்களிடையே ஒழுக்கத் தவறு நேரிடும்போதெல்லாம் பட்டினிக் கிடத்தல் உபாத்தியாயர் கடமையென நிரூபிப்பது என்னுடைய நோக்கமன்று. ஆனால், சில சந்தர்ப்பங்களில் இந்தக் கடும் பரிகாரமுறை அவசியமென்பது என் அபிப்பிராயாம். ஆனால், இப்பிரயாச்சித்த முறையை கைக்கொள்வதற்குத் தெளிந்த நோக்கமும், பாரமார்த்திகத் தகுதியும் ஏற்கெனவே இருத்தல் வேண்டும். உபாத்தியாயனுக்கும் மாணாக்கனுக்குமிடையே எங்கு அன்பு இல்லையோ, மாணாக்கனுடைய ஒழுக்கத் தவறு குறித்து உபாத்தியாயருக்கு உள்ளம் நிறைந்த துயரம் எங்கு உண்டாகவில்லையோ, எவ்விடத்தில் உபாத்தியாயரிடம் மாணாக்கனுக்கு மரியாதை கிடையாதோ அங்கே உபவாசத்தினால் எவ்வகைப் பயனுமில்லை; மற்றும், அதனால் தீங்கும் ஏற்படக்கூடும். ஆதலின் அம்மாதிரி சந்தர்ப்பங்களின்

உபாத்தியாயர் பட்டினி விரதம் மேற்கொள்வதன் உசிதத்தைப் பற்றி ஐயத்துக்கிடமுண்டு. ஆனால், மாணாக்கனுடைய தவறுகளுக்கு உபாத்தியாயருடைய பொறுப்பைப் பற்றிய வரையில் சந்தேகமே கிடையாது.

முதல் பிராயச்சித்தம் எங்களில் எவருக்கும் கஷ்டமாயிருக்கவில்லை. என்னுடைய வழக்கமான நடவடிக்கைகளில் எதையும் நான் நிறுத்திவைக்க நேரவில்லை. இந்தப் பிராயச்சித்த காலம் முழுவதிலும் நான் சுத்த பழ உணவே அருந்திவந்தேன் என்பதையும் குறிப்பிடல் வேண்டும். இரண்டாவது உபவாசத்தின்போது பிற்பகுதி எனக்குச் சற்றுக் கஷ்டமாகவே இருந்தது. இராம நாமத்தின் அதி ஆச்சரியமான சக்தியை அப்போது நான் பூரணமாய் அறிந்துகொள்ளவில்லை. அந்த அளவுக்குத் துன்பம் பொறுக்கும் சக்தி எனக்குக் குறைவாகவே இருந்தது. உபவாச விதிகளையும் நான் அறிந்தவனல்லன். முக்கியமாக, உபவசாத்தின்போது, அவ்வளவு அருவருப்பாயும், சுவையில்லாமலும் இருப்பினும் தண்ணீர் நிறைய அருந்துதல் அவசியம் என்பது எனக்குத் தெரியாது. மற்றும், முதல் உபவாசம் மிகவும் எளிதாயிருந்தமையால், இரண்டாவது உபவாசத்தின்போது சிறிது அஜாக்கிரதையாக இருந்தேன். முதல் உபவாசத்தின்போது தினந்தோறும் டாக்டர் கூனின் முறைப்படி ஸ்நானம் செய்து வந்தேன். இரண்டாவது தடவையிலோ, இரண்டு மூன்று நாளைக்குப் பின்னர் நான் ஸ்நானம் செய்வதை நிறுத்திவிட்டேன். தண்ணீர் அருந்துவதையும் விட்டுவிட்டேன். அதனால் தொண்டை காய்ந்து பலவீனமுற்றது. கடைசி தினங்களில் மிகவும் ஈனக்குரலிலேயே பேசுதல் சாத்தியமாயிற்று. இந்நிலையிலும், என்னுடைய வேலைகள் நடந்துகொண்டுதானிருந்தன. எழுதுதல் அவசியமானபோது, பிறரைக்கொண்டு எழுதச் செய்தேன். இராமாயணம் முதலிய சமயநூல்களிலிருந்து சிற்சில பகுதிகள் படிக்கச் செய்து தவறாமல் கேட்டு வந்தேன். அவசரமான காரியங்களில் விவாதித்து ஆலோசனைச் சொல்ல, போதிய பலம் எனக்கு எப்போதும் இருந்து வந்தது.

37. லண்டன் பிரயாணம்

தென்னாப்பிரிக்கா ஞாபகங்களில் பலவற்றை விடுத்து நான் மேலே போகவேண்டும்.

1914ஆம் ஆண்டில் சத்தியாக்கிரஹப் போராட்டம் முடிவுற்றபோது, லண்டன் வழியாக இந்தியாவுக்குத் திரும்பும்படி கோகலே செய்தியனுப்பினார். எனவே, ஜூலை மாதத்தில் கஸ்தூரிபாயும் காலன்பாக்கும் நானும் இங்கிலாந்துக்குப் பிரயாணமானோம்.

சத்தியாக்கிரஹ இயக்கம் நடந்துவருகையில் நான் மூன்றாம் வகுப்பில் பிரயாணம் செய்யத்தொடங்கிவிட்டேன். ஆதலின் இந்தப் பிரயாணத்துக்கு மூன்றாம் வகுப்புச்சீட்டுகளே வாங்கினேன். ஆனால், தென்னாப்பிரிக்கா லண்டன் பாதையில் மூன்றாம் வகுப்பு இடமென்றால் இந்தியாவின் கரையோரம் செல்லும் கப்பல்களிலும் ரயில் வண்டிகளிலும் உள்ளது போன்றதன்று. இந்தக் கப்பல்களிலும் ரயில்களிலும் உட்காருவதற்கே போதிய இடங்கிடையாது. தூங்கும் இடத்தைப்பற்றிச் சொல்லவேண்டியதில்லை. மேலும், தூய்மை என்பது சிறிதளவும் இராது. ஆனால், லண்டன் பிரயாணத்தில் கப்பலில் போதிய இடங்கிடைத்ததுடன் இடம் தூய்மை பொருந்தியும் இருந்தது. கப்பல் கம்பெனியார் எங்களுக்கு விசேஷ வசதிகள் செய்துகொடுத்திருந்தனர். எங்களுக்குத் தனிக் கக்கூசு ஏற்படுத்தப்பட்டது. நாங்கள் பழ உணவுக்காரர்களாதலால். எங்களுக்குப் பழங்களும், கொட்டைகளும் தரும்படியும் உத்திரவிடப்பட்டிருந்தது. வழக்கமாக மூன்றாம் வகுப்புப் பிரயாணிகளுக்குப் பழம், கொட்டை தரப்படுவதில்லை. இந்த வசதிகள் காரணமாக, கப்பலில் எங்கள் பதின்மூன்று நாள் பிரயாணம் சுகமாகவே இருந்தது.

இப்பிரயாணத்தின் போது நிகழ்ந்த சில சம்பவங்கள் குறிப்பிடத்தக்கனவாகும். தூரத்திலுள்ள பொருள்களை அருகிலுள்ளதுபோல் காட்டும் 'பைனாகுலர்' என்னும் இரட்டைக் கண்ணாடியில் மிஸ்டர் காலன்பாக்குக்கு விருப்பம் அதிகம். விலையுயர்ந்த கண்ணாடிகள் இரண்டோ, ஒன்றோ அவர் வைத்திருந்தார். இந்தக் கண்ணாடிகளைக் குறித்து எங்களுக்குள் தினந்தோறும் விவாதம் நடந்துவந்தது. நாம் அடைய விரும்பும் எளிய வாழ்க்கை இலட்சியத்துக்கு அது பொருந்தாத வஸ்து என்று அவருக்கு அறிவுறுத்த முயன்றேன். எங்கள் அறையின் காற்றுத் துவாரத்துக்கருகில் ஒருநாள் நாங்கள் நின்றுகொண்டிருக்கையில் இந்த விவாதம் பெரிதும் பலத்துவிட்டது.

"இந்தக் கண்ணாடி நமக்குள் விவாதம் விளைவிக்க இடங்கொடுப்பானேன்? அதைக் கடலில் எறிந்து ஏன் விவாதத்தை முடித்துவிடக்கூடாது?" என்று நான் சொன்னேன்.

"சனியனை எறிந்தேவிடுங்கள்" என்றார் காலன்பாக்.

"உண்மையாகவே சொல்கிறேன்" என்றேன்.

"நானும் அப்படித்தான்" என்று உடனே பதில் வந்தது.

உடனே அதைக் கடலில் வீசி எறிந்துவிட்டேன். கண்ணாடி ஏழு பவுன் பெறுமானமுள்ளது. ஆனால், அதன் மதிப்பு அதன் விலையைப் பொறுத்ததன்று. மிஸ்டர் காலன்பாக்குக்கு அதனிடமிருந்த மோகமே அதற்கு அதிக மதிப்பு அளித்தது. அதைத் தொலைத்துவிட்ட பின்னர் மிஸ்டர் காலன்பாக் அது குறித்து வருத்தப்படவேயில்லை.

மிஸ்டர் காலன்பாக்குக்கும் எனக்குமிடையே நிகழ்ந்த பல சம்பவங்களில் இது ஒன்றேயாகும்.

இம்மாதிரியாக, தினந்தோறும் நாங்கள் ஏதேனும் புதிய உண்மையை அறிந்து வந்தோம். இருவரும் சத்தியமார்க்கத்தில் நடக்க முயன்றவர்களேயன்றோ? சத்தியத்தைத் தேடிச்செல்லும்போது கோபம் சுயநலம், பகைமை முதலியவை இயற்கையாகவே நழுவிவிடுகின்றன. இல்லாவிடில் சத்தியத்தை அடைவது இயலாத காரியமாகும். காமக்குரோதங்களுக்கு வயமான மனிதன் நல்ல எண்ணங்கள் உடையவனாயிருக்கலாம். மெய்யே பேசலாம். ஆனால், அவன் ஒருகாலும் சத்தியத்தைக் காணமாட்டான். அன்பு, பகை, இன்பம், துன்பம் எனும் இரட்டைக் குணத்தொகுதியிருந்து விடுதலைப் பெறுவதே சத்தியத்தைத் தேடும் முயற்சியில் வெற்றி பெறுவதாகும்.

பிரயாணம் தொடங்கியபோது, நான் உபவாசமிருந்து அதிக நாள் ஆகியிருக்கவில்லை என்பது இயற்கையான பலத்தை இன்னும் திரும்பிப்பெறவில்லை. பசி ஏற்படுவதற்காகவும், உண்பதை செரிப்பதற்காகவும் தேகாப்பியாசமாகக் கப்பல் மேல்தளத்தில் சிறிதுநேரம் உலாவி வந்தேன். ஆனால், இந்தத் தேகாப்பியாசம்கூட என் சக்திக்கு மேற்பட்டதாயிருந்தது. குதிகால்களில் வலி உண்டாயிற்று. ஆகவே, லண்டன் சேர்ந்தபோது நான் முன்னைவிடச் சுகமடைந்திருப்பதற்குப் பதிலாக, சுகவீனமுற்றிருப்பதைக் கண்டேன். அங்கேதான் டாக்டர் ஜீவராஜ் மேதாவை எனக்குத் தெரியவந்தது. அவரிடம் என்னுடைய உபவாசம், அதன்பின்னர் ஏற்பட்ட வலி இவை குறித்துச் சொன்னேன். "சில தினங்களுக்கு நீங்கள் பூரண ஓய்வு எடுத்துக்கொள்ளாவிடில், உங்கள் கால்கள் முற்றும் பயனற்றவையாகலாம்" என்று அவர் கூறினார்.

அப்போதுதான், நீண்டநாள் உபவாசமிருந்த ஒருவன் இழந்த பலத்தைத் திரும்பப் பெறுவதற்கு அவசரப்படக் கூடாதென்றும்,

441

உணவு ஆசையையும் கட்டுப்படுத்தி வரவேண்டுமென்றும் அறிந்துகொண்டேன். உபவாசம் அனுஷ்டிக்கும்போது எவ்வளவு ஜாக்கிரதையும், கட்டுப்பாடும் அவசியமோ அதைவிட அதிகமாகவே மீண்டும் உணவருந்தத் தொடங்கும்போது அவசியமாகும்.

எந்த நிமிஷத்திலும் மகா யுத்தம் ஆரம்பமாகிவிடலாமென்று மெடீராவில் நாங்கள் கேள்விப்பட்டோம். இங்கிலீஷ் சானல் என்னும் கடலை நாங்கள் அடைந்தபோது மகா யுத்தம் ஆரம்பாகிவிட்ட செய்தி கிடைத்தது. இதன் காரணமாகச் சிறிதுகாலம் எங்கள் பிரயாணம் தடைப்பட்டது. கடல் முழுவதும் போடப்பட்டிருந்த நீர்மூழ்கிக் குண்டுகளில் மோதாது கப்பலை ஓட்டுதல் எளிதானக் காரியமன்று. எனவே, ஸௌதாம்டன் சேர இரண்டுநாள் பிடித்தது.

ஆகஸ்டு மாதம் 4ஆம் தேதி யுத்தம் ஆரம்பமாயிற்று. 5ஆம் தேதி நாங்கள் லண்டனை அடைந்தோம்.

38. யுத்த ஊழியம்

இங்கிலாந்து சேர்ந்ததும், கோகலே பாரிஸூக்கு தேக சுகங்கருதிச் சென்றாரென்றும், அதற்குள் யுத்தம் தொடங்கிவிட்டபடியால் திரும்பிவரக் கூடவில்லையென்றும் அறிந்தேன். பாரிஸூக்கும் லண்டனுக்கும் போக்குவரவு தடைப்பட்டுவிட்டபடியால் அவர் எப்போது திரும்புவார் என்று சொல்லமுடியாது. அவரைப் பாராமல் இந்தியா திரும்பவும் நான் விரும்பவில்லை.

எனவே, அவர் வரும் வரையில் நான் என்ன செய்துகொண்டிருப்பது? யுத்தத்தைப் பற்றியவரை என்னுடைய கடமை யாது? சத்தியாக்கிரஹிகளில் ஒருவரும், எனது சிறைவாசத் தோழருமான ஸோராப்ஜி அதாஜானியா என்பார் அப்போது லண்டனில் பாரிஸ்டர் பரீட்சைக்குப் படித்துக்கொண்டிருந்தார். அவர் சிறந்த சத்தியாக்கிரஹிகளில் ஒருவரானபடியால், பாரிஸ்டர் பரீட்சையில் தேறிவந்து என்னுடைய ஸ்தானத்தை ஏற்றுக்கொள்ளலாம் என்பதற்காக அவரை இங்கிலாந்துக்கு அனுப்பியிருந்தோம். டாக்டர் பிரன்ஜீனவன் தாஸ் மேதா அவருடைய செலவுகளுக்குப் பணம் உதவினார். அவர் மூலமாக இங்கிலாந்தில் படித்துக்கொண்டிருந்த டாக்டர் ஜீவராஜ் மேதா முதலியோரை நான் சந்தித்துப்பேசினேன். அவர்களுடன் கலந்தாலோசித்து கிரேட் பிரிட்டனிலும் அயர்லாந்திலுமுள்ள

இந்தியர்களின் கூட்டம் ஒன்று கூட்டப்பட்டது. என் அபிப்பிராயங்களை அவர்கள் முன்பு கூறினேன்.

இங்கிலாந்திலுள்ள இந்தியர், யுத்தத்தில் தங்களாலியன்ற சிறு ஊழியத்தைச் செய்யவேண்டுமென்று எனக்குத் தோன்றிற்று. ஆங்கில மாணாக்கர்கள் சைன்யத்தில் சேர முன்வந்திருந்தார்கள். இந்தியர்கள் அவர்களுக்குப் பின் வாங்கலாகாதென்று சொன்னேன். இந்த வாதத்திற்குப் பல ஆட்சேபங்கள் கிளம்பின. இந்தியர்களுக்கும், ஆங்கிலேயருக்கும் எவ்வளவோ வேற்றுமை உண்டென்று சொல்லப்பட்டது. நாம் அடிமைகள். அவர்கள் எஜமானர்கள், எஜமானனுக்குத் தேவை நேர்ந்தபோது அடிமை அவனுடன் எப்படி ஒத்துழைக்க இயலும்? எஜமானனுக்கு நேரும் கஷ்டத்தையே தன்னுடைய சந்தர்ப்பமாகச் செய்துகொள்ளுதல் விடுதலைப்பெற விரும்பும் அடிமையின் கடமையல்லாவா? இந்த வாதம் என் மனதுக்குப் பொருத்தமாகத் தோன்றவில்லை. இந்தியனுக்கும் ஆங்கிலேயனுக்கும் அந்தஸ்தில் இருந்த வேற்றுமை எனக்குத் தெரிந்திருந்தது. ஆனால், நாம் முற்றும் அடிமைகளாக்கப்பட்டிருந்ததாக அப்போது நான் நம்பவில்லை. குற்றம் பிரிட்டிஷ் ஆட்சிமுறையில் அவ்வளவாக இல்லையென்றும், தனிப்பட்ட பிரிட்டிஷ் உத்தியோகஸ்தர்களிடமே இருப்பதாகவும், அவர்களை அன்பினால் கவர்ந்துவிடலாம் என்று நான் எண்ணினேன். பிரிட்டிஷாரின் உதவியும், ஒத்துழைப்பும் பெற்று நாம் நமது அந்தஸ்தை விருத்தி செய்வதென்றால். அவர்களுக்கு அவசியம் நேர்ந்தபோது அவர்கள் பக்கத்தில் நின்று உதவி செய்தல் நமது கடமையென்று கருதினேன். பிரிட்டிஷ் ஆட்சிமுறை குறையுள்ளதென நான் உணர்ந்தேனாயினும், இப்போது தெரிந்துள்ளதுபோல் அது சகிக்க முடியாத முறையென்பதாக அப்போது தோன்றவில்லை. இன்று அம்முறையில் அடியோடு நம்பிக்கை இழந்துள்ள நான், பிரிட்டிஷ் அராசங்கத்துடன் ஒத்துழைக்க மறுக்கிறேன். எனவே, பிரிட்டிஷ் ஆட்சிமுறையில் மட்டுமன்றி பிரிட்டிஷ் உத்தியோகஸ்தர்களிடமும் அப்போதே நம்பிக்கை இழந்துவிட்ட அந்நண்பர்கள் அராசங்கத்துடன் அச்சமயம் ஒத்துழைக்கக் கூடாதென்று கூறியதில் ஆச்சரியமில்லை அன்றோ?

இந்தியாவில் கோரிக்கைகளைத் தைரியமாக வெளியிட்டு இந்தியரின் அந்தஸ்தை உயர்த்திக்கொள்ள அதுவே தக்கத் தருணமென்று என்னை எதிர்த்த நண்பர்கள் நினைத்தார்கள்.

இங்கிலாந்தின் தேவையை நமது சந்தர்ப்பமாகச் செய்துகொள்ளக்கூடாதென்றும். யுத்தம் நடக்கும் வரையில் நமது

கோரிக்கைகளை வற்புறுத்தாமலிருப்பதே உசிதமும், தீர்க்க புத்திமதியுமாகும் என்றும் நான் எண்ணினேன். ஆதலின் நான் என்னுடைய புத்திமதியை வலியுறுத்தி வாலண்டயர்களாகச் சேர முன்வருவோர் பெயரைப் பதிவு செய்துகொள்ளும்படி கேட்டேன். இதற்குக் கிடைத்த பதில் மிகவும் திருப்திகரமாயிருந்தது. பெயர் கொடுத்தவர்களில் அநேகமாக எல்லா மாகாணங்களையும் சேர்ந்தவர்களும், எல்லா மதத்தினரும் இருந்தார்கள்.

இவ்விஷயங்களை அறிவித்து லார்ட் குருவுக்கு ஒரு கடிதம் எழுதினேன். சைன்ய சேவைப் பயிற்சி அவசியமென்றார். அப்பயிற்சி பெறுவதற்குத் தயாராயிருக்கிறோமென்று அறிவித்தேன்.

லார்ட் குரு கொஞ்சம் தயக்கத்திற்குப் பின்னர் எங்கள் ஊழியத்தை ஏற்றுக்கொள்ள இசைந்தார். நெருக்கடியான தருணத்தில் ஏகாதிபத்தியத்துக்கு ஊழியம் செய்ய முன்வந்தது குறித்து எங்களுக்கு வந்தனமளித்தார்.

பெயர் பெற்ற டாக்டர் காண்ட்லியின்கீழ், காயம்பட்டவர்களுக்குப் பிரதம சிகிச்சை செய்யும் முறையில் வாலண்டியர்கள் பூர்வாங்கப் பயிற்சிபெறத் தொடங்கினர். இது ஆறுவாரப் பயிற்சிதான் எனினும், பிரதம சிகிச்சை முறை முழுவதும் கற்றுக்கொடுக்கப்பட்டது.

எங்கள் வகுப்பில் நாங்கள் 80 பேர் இருந்தோம். ஆறு வாரம் ஆனதும் பரீட்சிக்கப்பட்டோம். ஒருவரைத் தவிர மற்ற எல்லாரும் பரீட்சையில் தேறினோம். தேறியவர்களுக்கு இராணுவ டிரில்லும், மற்றப் பயிற்சியும் அளிக்க அரசாங்கத்தார் ஏற்பாடு செய்தனர். கானர் பேகரரிடம் இந்த வேலை ஒப்படைக்கப்பட்டது.

இந்நாட்களில் லண்டன் நகர் அற்புதக் காட்சியளித்தது. பீதி என்பது எங்கும் காணப்படவில்லை. எல்லாரும் தங்களால் இயன்றவரை உதவி செய்வதில் சுறுசுறுப்புடன் ஈடுபட்டிருந்தார்கள். திடதேகமுடைய ஆண் மக்கள் போர்ப் பயிற்சி பெறத்தொடங்கினார்கள். ஆனால் கிழவர்கள், பலவீனவர்கள், ஸ்திரீகள் முதலியோர் என் செய்வது? விருப்பமிருந்தால் அவர்கள் செய்வதற்கும் தேவையான வேலையிருந்தது. துணி கத்தரித்து உடை தைப்பதிலும், காயம்பட்டவர்களுக்குக் கட்டுகள் தயாரிப்பதிலும் அவர்கள் ஈடுபட்டார்கள். 'லைஸியம்' என்னும் பெண்மக்களின் சங்கம் போர் வீரர்களுக்குக் கூடுமான அளவு உடைகள் தயாரித்துக்கொடுக்க ஒப்புக்கொண்டது. ஸ்ரீ மதி சரோஜினி நாயுடு இச்சங்கத்தின் அங்கத்தினராயிருந்தார். அவர் இதயப் பூர்வமாக

இவ்வேலையில் ஈடுபட்டார். அவருடன் எனக்கு முதன் பழக்கம் ஏற்பட்டது இப்போதுதான். உடை தைப்பதற்காக வெட்டப்பட்டிருந்த ஒரு குவியல் துணிகளை அவர் என்னிடம் கொடுத்து அவற்றைத் தைத்துக்கொண்டு வரும்படி சொன்னார். இதற்கு நான் மகிழ்ச்சியுடன் இசைந்தேன். பிரதம சிகிச்சைப் பயிற்சி பெற்று வந்த காலத்தில், நண்பர்களுடைய உதவி கொண்டு எவ்வளவு உடைகள் தைக்க முடியுமோ அவ்வளவும் தைத்துக்கொடுத்தேன்.

39. பாரமார்த்திகத் துறையில் ஒரு மயக்கம்

மற்ற இந்தியர்களுடனே யுத்தத்தில் ஊழியம் செய்ய நான் முன்வந்திருக்கும் செய்தி தென்னாப்பிரிக்காவை எட்டியதும், எனக்கு இரண்டு தந்திகள் கிடைத்தன. ஒன்று மிஸ்டர் போலக்கினிடமிருந்து வந்தது. அஹிம்சைக் கொள்கையுடன் என்னுடைய இச்செயல் எவ்வாறு பொருந்துமென்று அவர் கேட்டிருந்தார்.

இந்த ஆட்சேபத்தை ஓரளவு நான் எதிர்பார்த்தேயிருந்தேன். ஏனெனில் 'இந்திய சுயராஜ்யம்' என்னும் எனது நூலில் இதைப்பற்றி விவாதித்திருந்தேன். மற்றும் தென்னாப்பிரிக்காவில் நண்பர்களுடன் ஓயாமால் இவ்விஷயமாக விவாதிப்பதுண்டு. யுத்தமே அதர்மமானது என்பதை நாங்கள் அனைவரும் உணர்ந்திருந்தோம். என்னைத் தாக்கி அடித்தவன்மீது வழக்குத்தொடர நான் தயாரிலில்லையெனில் யுத்தத்தில் கலந்துகொள்ள நான் எப்படி விரும்பக்கூடும்? அதிலும், கட்சிகளின் நியாய அநியாயத்தைப் பற்றி எனக்கு ஒன்றும் தெரியாதிருக்கையில், அதில் ஈடுபடல் எவ்வாறு சரியாகும்? நான் ஏற்கனவே போயர் யுத்தத்தில் ஊழியம் செய்தேன் என்பது நண்பர்களுக்குத் தெரியாததன்று. எனினும் அதன்பின்னர் என் கொள்கைகள் மாறுதலடைந்திருப்பதாக அவர்கள் எண்ணினார்கள்.

ஆனால், உண்மை வேறு. எத்தகைய வாத முறையை ஆதாரமாய்க்கொண்டு நான் போயர் யுத்தத்தில் ஈடுபட்டேனோ அதே வாதமுறைதான் இப்போதும் யுத்தத்தில் கலந்துகொள்ளும்படி தூண்டிற்று. யுத்தத்தில் சம்பந்தப்படல் அஹிம்சையுடன் ஒருநாளும் பொருந்தாது என்பது எனக்குத் தெளிவாக விளங்கியே இருந்தது. ஆனால், ஒருவனுடைய கடமை என்னவென்று தெளிவாக உணருதல் எப்போதும் சாத்தியமாயிருப்பதில்லை. சத்திய உபாசகன் அடிக்கடி இருட்டில் தடவ வேண்டியவனாகிறான்.

அஹிம்சை என்பது விரிந்த பொருள் பொதிந்த கொள்கை. நாமெல்லாரும் ஹிம்சை என்னும் பெருந்தீயில் அகப்பட்டுத் திக்கற்ற நிலையிலுள்ள மாந்தர்களாவோம். உயிரைத் தின்று உயிர் வாழ்கிறது என்னும் கூற்றில் ஆழ்ந்த கருத்து உண்டு. அறிந்தோ, அறியாமலோ ஹிம்சை செய்யாமல் மனிதன் ஒரு கணமேனும் உயிர்வாழ முடியாது. அவன் உயிர் வாழ்வதே தான் உண்ணலும், குடித்தலும், அசைதலும் உயிர்க்கொலையின்றி நடவாதவை. அந்த ஹிம்சை மிக நுட்பானதாய் இருக்கலாமெனினும், ஹிம்சை செய்தே தீரவேண்டும். இந்நிலையில் அஹிம்சை விரதங்கொண்டோனின் கடமையென்ன? நான் செய்யும் செயல் எல்லாவற்றிற்கும் கருணையையே அவன் பிறப்பிடமாகக் கொண்டவனாயின், தன்னால் இயன்றளவு மிக சிறு உயிரையும் கொலை செய்தலை விலக்கி அதைக் காப்பாற்ற முயல்வானாயின், இவ்வாறு இடைவிடாது ஹிம்சையின் மரணப் பாசத்தினின்றும், விடுதலை பெற முயன்று வருவானாயின் அவன்தான் விரதத்தைக் காப்பாற்றியவன் ஆவான். அவனுடைய புலனடக்கமும், கருணையும் ஓயாமல் வளர்ச்சிப் பெற்றுக்கொண்டே வரும். ஆனால், புறஹிம்சையிலிருந்து அவன் முற்றும் விடுதலை பெறல் ஒருநாளும் இயலாதக் காரியம்.

மற்றும், அஹிம்சையின் அடிப்படை சர்வ ஜீவ ஒருமைப்பாடேயாதலின், ஒரு ஜீவனின் தவறு மற்றவர்களைப் பாதியாமல் போகாது. இம்முறையில் மனிதன் ஹிம்சையினின்று அறவே நீங்க இயலாது. அவன் சமூகத்தில் ஓர் அங்கத்தினாயிருக்கும் வரையில், சமூகம் நிலைத்திருப்பதற்கே ஆதாரமான ஹிம்சையில் கலந்துகொள்ளாதிருக்க முடியாது. இரு தேசங்கள் சண்டையிடுங்கால் அஹிம்சா தர்மியின் கடமை யுத்தத்தை நிறுத்துவதாகும். அக்கடமையைச் செய்யும் ஆற்றல் இல்லாதவன் யுத்தத்தை எதிர்த்து, நிறுத்தும் சக்தியில்லாதவன். அதற்கு வேண்டிய தகுதி பெறாதவன் யுத்தத்தில் ஈடுபட்டாலும், அதேசமயத்தில் மனப்பூர்வமாகத் தன்னையும், தன் தேசத்தையும், உலகத்தையும் யுத்தத்தினின்று விடுவிக்க முயலலாம்.

பிரிட்டிஷ் ஏகாதிபத்தியத்தின் மூலமாய் என் நிலையையும், என் ஜனங்களின் நிலையையும் அபிவிருத்தி செய்யலாமென நான் நம்பியிருந்தேன். இங்கிலாந்திலிருந்தபோது பிரிட்டிஷ் கடற்படையின் பாதுகாப்பை நான் ஏற்று அதன் பயனை அனுபவித்தேன். அதனுடைய ஆயுதபலத்தின் கீழ் அடைக்கலம் புகுந்திருந்த நான், அதனால் விளையக்கூடியதான ஹிம்சையில்

நேராகக் கலந்துகொண்டவனானேன். ஆகையால் ஏகாதிபத்தியத்துடன் சம்பந்தம் வைத்துக்கொண்டு அதன் கொடியின்கீழ் வசிக்க விரும்பினேனாயின் எனக்கு மூன்று வழிகள் இருந்தன. பகிரங்கமாக யுத்தத்தை எதிர்ப்பதாகக் கூறி, ஏகாதிபத்தியம் அதனுடைய இராணுவ முறையை மாற்றிக்கொள்ளும்வரை சத்தியாக்கிரஹ சட்டத்தின் படி அதைப் பகிஷ்கரித்துவிடலாம் அல்லது மறுக்கத் தகுந்த அதனுடைய சட்டங்களை மறுத்துச் சிறைபுகலாம் அல்லது ஏகாதிபத்தியத்தின் சார்பில் யுத்தத்தில் கலந்துகொண்டு அதன்மூலம் யுத்த ஹிம்சையை எதிர்ப்பதற்கு வேண்டிய தகுதியும் ஆற்றலும் அடையலாம். எனக்கு இத்தகுதியும் ஆற்றலும் இல்லாமலிருந்தபடியால், யுத்தத்தில் கலந்து ஊழியம் செய்வதைத்தவிர வேறு வழியல்லை என்று கருதினேன்.

அஹிம்சை நோக்குடன் பார்க்குங்கால், யுத்த வீரர்கள், யுத்த ஊழியம் செய்பவர்கள் என்னும் வேற்றுமை நான் பாராட்டவில்லை. கொள்ளைக்காரன் மூட்டைத் தூக்கவும், அவர்கள் கொள்ளையிடும்போது காவல் இருக்கவும், காயம்பட்டால் பணிவிடை செய்யவும் ஒப்புக்கொள்பவன் கொள்ளைக்காரர்களைப் போலவே கொள்ளைக்குற்றத்துக்காளாகிறான். இதே மாதிரியாக, சண்டையில் காயம்பட்டவர்களுக்குப் பணிவிடை செய்வோரையும் யுத்தக் குற்றம் சாராமல் விடாது.

போலக்கின் தந்திச் செய்தி கிடைப்பதற்கு முன்னமேயே இம்மாதிரியாக இந்தப் பிரச்சினை முழுவதையும் எனக்குள் விவாதித்து முடிவுக்கு வந்திருந்தேன். அத்தந்தி வந்ததும் பல நண்பர்களுடன் இதைப்பற்றி விவாதம் செய்து யுத்தத்தின் ஊழியம் புரிதல் என் கடமை என்று தீர்மானித்தேன். இன்றுங்கூட மேற்படி வாதமுறையில் தவறு எதுவும் இருப்பதாக எனக்குத் தெரியவில்லை. அந்நாளில் பிரிட்டிஷ் சம்பந்தத்துக்குச் சாதகமான அபிப்பிராயம் கொண்டிருந்தேனாதலின் என்னுடைய செய்கையின் பொருட்டு நான் இன்னும் வருத்தப்படவில்லை.

ஆனால், அக்காலத்திலும் என் நண்பர்கள் எல்லோருக்கும் என்னுடைய நிலை சரியானதென்று நான் திருப்தி செய்ய முடியவில்லை. இது மிகவும் நுட்பமான பிரச்சினையாகும். இதில் கருத்து வேற்றுமைகளுக்கு இடமுண்டு. ஆதலின் அஹிம்சையில் நம்பிக்கை உள்ளவர்களுக்கும் வாழ்க்கையில் ஒவ்வொரு துறையிலும் அதை அனுஷ்டிக்க முயன்று வருபவர்களுக்கும் என்னுடைய வாதங்களைக் கூடியவரை தெளிவாகக் கூறியுள்ளேன். சம்பிரதாயம் என்பதற்காக சத்திய உபாசகன் எதுவும் செய்தலாகாது.

எப்போதும் அவன் திருத்தப்படுவதற்குச் சித்தமாயிருக்க வேண்டும். தான் செல்லும் வழி தவறானது என்று அவன் கண்டால் உடனே என்ன நேர்வதாயினும் அதை ஒப்புக்கொண்டு அதற்குப் பரிகாரம் தேடவேண்டும்.

40. யுத்தத்திலும் சத்தியாக்கிரஹம்

இவ்வாறு கடமையென்று கருதி நான் யுத்தத்தில் கலந்துகொண்டேனாயினும், அதிர்ஷ்டவசமாக அதில் நேராக ஈடுபட முடியாமல் போயிற்று. அன்றியும் அந்த நெருக்கடியான தருணத்தில் சின்ன அளவில் சத்தியாக்கிரஹமும் செய்ய வேண்டியதாயிருந்தது.

எங்கள் பெயர்கள் அங்கீகரிக்கப்பட்டுப் பதிவானவுடன், எங்களைப் பயிற்சி செய்வதற்கென்று ஓர் உத்தியோகஸ்தர் நியமிக்கப்பட்டார் என முன்னமே சொல்லி இருக்கிறேன். இவ்வுத்தியோகஸ்தர் பயிற்சி சம்பந்தமான விஷயங்களில் மட்டுமே எங்கள் தலைவரென்றும், மற்ற எல்லா விஷயங்களிலும் எங்கள் படைக்குத் தலைவன் நானேயென்றும், அதன் உள் கட்டுப்பாட்டைப் பற்றிய வரையில், எனக்கே அத்தலைமை அதிகாரி எங்கள் படை சம்பந்தமான எல்லா விவரங்களையும் என் மூலமாகவே நடத்தவேண்டுமென்று எதிர்பார்த்தோம். ஆனால், ஆரம்பத்திலேயே அவ்வுத்தியோகஸ்தர் இது சம்பந்தமாக எங்கள் பிரமையை நீக்கிவிட்டார்.

ஸ்ரீ ஸோராப்ஜி அதாஜானியா மதியூகமுள்ளவர். அவர் எனக்கு எச்சரிக்கைச் செய்தார். "இந்த மனிதர் விஷயத்தில் ஜாக்கிரதையாயிருங்கள். நம்மீது தர்பார் செலுத்த அவர் விரும்புவதாகக் காண்கிறது. அவருடைய கட்டளைகளை ஏற்க நாங்கள் சித்தமாயில்லை. அவரை எங்கள் போதகராக ஏற்றுக்கொள்ளத் தயாராய் இருக்கிறோம். ஆனால், அவரால் நமக்குப் பயிற்சி அளிப்பதற்காக நியமிக்கப்பட்ட, இளைஞர்கள்கூடத் தங்களை நமது எஜமானர்கள் என எண்ணிக்கொள்கிறார்கள்" என்று அவர் கூறினார்.

இந்த இளைஞர்கள் ஆக்ஸ்போர்டு மாணாக்கர்கள், எங்களுக்குப் பயிற்சி அளிப்பதற்காக வந்தவர்கள். மேற்படி தலைமை அதிகாரி எங்களுடைய காப்போரல்களாக, அதாவது படைப்பிரிவுகளின் தலைவர்களாக அவர்களை நியமித்தார்.

தலைமை அதிகாரியின் தர்பார் தன்மையை நானும் கவனித்திருந்தேன். ஆனால், அது குறித்துக் கவலைப்பட வேண்டாமென்று சொல்லி ஸோராப்ஜீயைச் சமாதானப்படுத்த முயன்றேன். ஆனால், அவர் இலேசில் இணங்குபவராயில்லை.

"நீங்கள் எளிதில் பிறரை நம்பிவிடுகிறீர்கள். இந்த ஜனங்கள் தங்கள் மாயவார்த்தைகளால் உங்களை ஏமாற்றிவிடுவார்கள். கடைசியில் நீங்கள் உண்மையை அறியும்போது எங்களை சத்தியாக்கிரஹம் தொடங்கச்சொல்வீர்கள். இப்படியாக உங்களுக்கும் எங்களுக்கும் துன்பம் தேடித்தருவீர்கள்" என்று அவர் புன்னகையுடன் கூறினார்.

"என்னுடன் சேர்ந்த நீங்கள் துன்பத்தைத் தவிர வேறென்ன எதிர்பார்க்கிறீர்கள்? சத்தியாக்கிரஹி ஏமாற்றப்படுவதற்கே பிறந்துள்ளான். தலைமை அதிகாரி நம்மை ஏமாற்ற முயல்வோன் தன்னையே ஏமாற்றிக்கொள்கிறான் என்று எத்தனையோ முறை நான் உங்களுக்குச் சொல்லியிருக்க வில்லையா?"

ஸோராப்ஜி உரக்கச் சிரித்தார். "அப்படியானால் ஏமாற்றப்பட்டுக் கொண்டேயிருங்கள். ஒருநாள் இல்லாவிட்டால் ஒருநாள் நீங்கள் சத்தியாக்கிரஹத்திலேயே இறந்துவிடுவீர்கள். அப்போது என் போன்றவர்களையும் சேர்ந்து இழுத்துக்கொண்டு போவீர்கள்" என்றார்.

இம்மொழிகள், ஒத்துழையா இயக்கத்தைப் பற்றி மிஸ் எமிலி ஹாப்ஹௌஸ எழுதியது எனக்கு நினைவூட்டுகின்றன. அது வருமாறு, "சத்தியத்தின் நிமித்தம் நீங்கள் ஒருநாள் தூக்குமேடைக்குச் சென்றால் நான் ஆச்சரியப்பட மாட்டேன். ஆண்டவன் உங்களுக்கு நேர்வழியைக் காட்டிக் காத்தருள் புரிவானாக."

தலைமை அதிகாரி நியமிக்கப்பட்ட உடனே ஸோராப்ஜியுடன் மேற்கண்ட சம்பாஷணை நடந்தது. சில தினங்களுக்குள் தலைமை அதிகாரிக்கும் எங்களுக்கும் மனஸ்தாபம் முற்றிப்போகும் நிலை வந்துவிட்டது. பதினாலு நாள் உபவாசத்திற்குப் பின்னர் நான் என்னுடைய பழைய பலத்தை மீண்டும் பூரணமாய் அடையவில்லை. இதற்குள்ளாகவே 'டிரில்' செய்ய ஆரம்பித்துவிட்டேன். டிரில் நடந்த இடத்திற்கு வீட்டிலிருந்து இரண்டுமைல் நடந்துபோக வேண்டியிருந்தது. இதனால் நோய்வாய்ப்பட்டேன். இந்நிலையில் வாரந்தோறும் வழக்கப்படி வெளியிடங்களுக்கு முகாம் போகவேண்டி வந்தது. எல்லாரும் விடுதியிலேயே தங்கினார்கள். நான் மட்டும் வீடு திரும்பினேன். இங்கேதான் சத்தியாக்கிரஹத்துக்கு ஒரு சந்தர்ப்பம் எழுந்தது.

தலைமை அதிகாரி தன்னுடைய அதிகாரத்தைத் தாராளமாகப் பிரயோகிக்கத் தொடங்கினார். இராணுவ விஷயங்களிலும் சரி, மற்ற விஷயங்களிலும் சரி, தாமே எங்களுக்குத் தலைவர் என்பதை அவர் உணர்த்தியதுடன் தமது அதிகாரம் எத்தகையதென்று நிரூபித்துக்காட்டவும் தொடங்கினார். ஸோராப்ஜி இத்தகைய யதேச்சாதிகாரத்துக்குப் பணியத் தயாராயில்லை. அவர் என்னிடம் வந்து கூறியதாவது, "எங்களுக்குக் கட்டளைகள் எல்லாம் உங்கள் மூலமாகவே வரவேண்டும். நாம் இன்னும் பயிற்சிக்கூடத்தில் இருக்கும்போதே ஆபாசமான உத்தரவுகள் எல்லாம் இடப்படுகின்றன. எங்களுக்கும் எங்களுக்குப் பயிற்சியளிக்க நியமிக்கப்பட்ட இளைஞர்களுக்கும் பாரபட்சமாக வேற்றுமைகள் காண்பிக்கப்படுகின்றன. இதைப்பற்றித் தலைமை அதிகாரியுடன் பேசியாக வேண்டும். இல்லாவிடில் எங்களால் மேலே எதுவும் செய்யமுடியாது. நமது படையைச் சேர்ந்த இந்திய மாணாக்கர்களும் மற்றவர்களும் ஆபாசமானக் கட்டளைக்களுக்கெல்லாம் கீழ்ப்படியப் போவதில்லை. சுயமரியாதையை முன்னிட்டு ஏற்றுக்கொண்ட ஒரு கடமையில் சுயமரியாதையை இழக்க எப்படிச் சம்மதிப்பது?"

தலைமை அதிகாரியிடம் நான் சென்று மேற்படி புகார்களை அவரிடம் தெரிவித்தேன். அவர் புகார்களை எழுத்தில் தெரிவிக்கச் சொன்னார். அத்துடன், "இப்போது நியமிக்கப்பட்டிருக்கும் 'கார்ப்போரால்'கள் மூலம் எனக்குப் புகார்களை அறிவிக்கவேண்டும். இதுதான் சரியான முறை என்பதைப் புகார் கூறியவர்களுக்குச் சொல்லுங்கள்" என்றும் அவர் உரைத்தார்.

இதற்கு நான், "எனக்கு அதிகாரம் எதுவும் உண்டென்ற உரிமை பாராட்டவில்லை. இராணுவ முறையில் நானும் மற்றவர்களைப் போன்றவனே என்பது தெரியும். ஆனால் உத்தியோக முறையில், வாலண்டியர் படையின் அக்கிராசனன் என்ற முறையில் அவர்களுடைய பிரதிநிதியாயிருக்க எனக்கு அனுமதி அளிக்கப்படுமென நம்பினேன்" என்று பதில் சொன்னேன். மற்றும், என்னிடம் கூறப்பட்ட புகார்களையும், வேண்டுகோள்களையும் எடுத்துச்சொன்னேன். அதாவது, படையைச் சேர்ந்தவர்களின் அபிப்பிராயத்தைக் கலந்துகொள்ளாமல் கார்ப்போரல்கள் நியமிக்கப்பட்டது குறித்துப் பெரிதும் அதிருப்தி ஏற்பட்டிருப்பதாகவும், ஆதலின் அவர்களை நீக்கிவிட்டுப் படை அங்கத்தினரையே, தலைமை அதிகாரியின் அங்கீகாரத்துக்கு உட்பட்டு, தங்கள் தலைவர்களைத் தேர்ந்தெடுத்துக்கொள்ளச் செய்யவேண்டுமென்றும் தெரிவித்துக்கொண்டேன்.

இது தலைமை அதிகாரிக்குப் பிடிக்கவில்லை. அவர் படைகளே தேர்ந்தெடுக்கும்படி விடுதல் இராணுவக் கட்டுப்பாட்டு முறைகளுக்கு முற்றும் விரோதமென்றும், ஏற்கனவே நியமிக்கப்பட்டவர்களை நீக்குதல் கட்டுப்பாட்டை அடியோடு கவிழ்ப்பதாகுமென்றும் கூறினார்.

எனவே, ஒரு கூட்டம்போட்டுப் படையிலிருந்து விலகிக்கொள்வதென்று தீர்மானித்தோம். சத்தியாக்கிரஹத்தினால் ஏற்படக்கூடிய பெரிய விளைவுகளைப் பற்றி அவர்களுக்குத் தெளிவாக எடுத்துச்சொன்னேன். ஆயினும் மிகப்பெரும்பான்மையோர் தீர்மானத்துக்குச் சாதகமாக வாக்களித்தார்கள். ஏற்கனவே செய்யப்பட்ட 'கார்ப்போரால்' நியமனங்கள் ரத்து செய்யப்பட்டு, படைகளுக்குத் தாங்களே தலைவர்களைத் தேர்ந்தெடுக்கும் உரிமை வழங்கப்பட்டாலன்றி, இவர் டிரில்லுக்கும், முகாமுக்கும் போவதை நிறுத்திவிட நேரும் என்பது தீர்மானம்.

பின்னர், தலைமை அதிகாரிக்கு ஒரு கடிதம் எழுதினேன். என்னுடைய யோசனையை நிராகரித்து அவர் எழுதிய கடிதம் எவ்வளவு பெரிய ஏமாற்றமளித்தது என்பதைக் குறிப்பிட்டிருந்தேன். எனக்கு அதிகாரம் செலுத்தும் ஆசையில்லை என்றும் ஊழியம் செய்யவே பேராவல் கொண்டுள்ளேன் என்று உறுதிகூறியதுடன் என் யோசனைக்கு ஒரு திருஷ்டாந்தத்தையும் எடுத்துக்காட்டி இருந்தேன். தென்னாப்பிரிக்காவில் போயர் யுத்தத்தின்போது இந்திய சைன்ய சேவைப்படையில் நான் உத்தியோக பதவி எதுவும் வகிக்க இல்லையாயினும் கர்னல் கால்விக்குக்கும் அப்படைக்கும் சிறு தகராறுகூட ஏற்படவில்லையென்றும், படையின் விருப்பத்தை என் மூலம் அறியாமல் அவர் ஒரு காரியமும் செய்ததில்லை என்றும் தெரிவித்தேன். முதல்நாள் மாலை நாங்கள் செய்த தீர்மானத்தின் நகல் ஒன்றையும் சேர்த்திருந்தேன்.

இதனால் நற்பயன் விளையவில்லை. மேற்படிக் கூட்டமும் தீர்மானமும் கட்டுப்பாட்டுக்கும் பெரிதும் விரோதமாகுமென்று அவ்வதிகாரி எண்ணினார்.

இதன்மேல், இந்திய மந்திரிக்கு எல்லா விவரங்களையும் தெரிவித்து ஒரு கடிதம் எழுதினேன். தீர்மானத்தின் நகல் ஒன்றையும் அத்துடன் சேர்த்திருந்தேன். அவர் விடுத்த பதிலில், தென்னாப்பிரிக்கா நிலைமைக்கும் இங்குள்ள நிலைமைக்கும் வித்தியாசம் உண்டென்றும் விதிகளின்படி படைப்பிரிவுத்

தலைவர்கள் தலைமை அதிகாரியாலேயே நியமிக்கப்பட வேண்டுமென்றும் குறிப்பிட்டு, ஆனால் இனிமேல் புதிய நியமனங்கள் செய்யும்போது தலைமை அதிகாரி என்னுடைய சிபாரிசைக் கேட்டுச்செய்வார் என்று உறுதிகூறியிருந்தார்.

இதன்பின்னர் எங்களுக்குள் கடிதப் போக்குவரவு நிரம்ப நடந்தது. ஆனால், இந்தத் துயரமான கதையை நான் வளர்க்க விரும்பவில்லை என்னுடைய அவ்வனுபவம் இந்தியாவில் நாம் தினம் பெற்றுவரும் அனுபவங்களை ஒத்ததாக இருந்தது என்று கூறுதலே போதும். பயமுறுத்தல்களினாலும் சாதுர்யத்தினாலும் தலைமை அதிகாரி படை அங்கத்தினர்களுக்குள் பிளவை உண்டு பண்ணிவிட்டார். தீர்மானத்துக்கு வாக்களித்தவர்களில் பலர் தலைமை அதிகாரியின் பயமுறுத்தல்களுக்கும் வற்புறுத்தல்களுக்கும் இணங்கித் தங்கள் வாக்குறுதியைக் கைவிட்டார்கள்.

இச்சமயத்தில் நெட்லி என்னுமிடத்திலிருந்து வைத்தியசாலைக்கு எதிர்ப்பாராத வண்ணம் ஏராளமான காயம்பட்ட போர்வீரர்கள் வந்துசேர்ந்தார்கள். அவர்களுக்குப் பணிவிடை செய்ய எங்கள் படையின் ஊழியம் வேண்டப்பட்டது. தலைமை அதிகாரிகளின் வற்புறுத்தலுக்கு இணங்கியவர்கள் நெட்லிக்குப் போனார்கள். மற்றவர்கள் போக மறுத்தார்கள். நான் படுத்தக்படுக்கையாய் இருந்தேனாயினும் படையைச் சேர்ந்தவர்களுடன் கடிதப் போக்குவரவு செய்துகொண்டிருந்தேன். இந்நாட்களில் உதவி இந்தியா மந்திரி மிஸ்டர் ராபர்ட்ஸ் பலமுறைகளில் என்னைப் பார்க்கவந்து கௌரவப்படுத்தினார். மற்றவர்களையும் நான் ஊழியம் செய்ய போகச் சொல்லவேண்டுமென்று அவர் வற்புறுத்தினார். அவர்கள் ஒரு தனிப்படையாக அமைத்துக் கொள்ளலாமென்றும், நெட்லி வைத்தியசாலையில் அங்குள்ள தலைமை அதிகாரியின் பொறுப்பிலேயே அவர்கள் வேலை செய்யவேண்டுமென்றும், ஆதலின் சுயமரியாதைக்குப் பாதகமானது ஒன்றுமில்லையென்றும், அரசாங்கத்தையும் சமாதானப்படுத்தியதாகுமென்றும், அதேசமயத்தில் வைத்தியசாலையில் ஏராளமாக வந்திருக்கும் காயமடைந்தவர்களுக்கு நல்ல ஊழியம் செய்ததாயிருக்குமென்றும், அவர் சொன்னார். இந்த யோசனை எனக்கும் என் தோழர்களுக்கும் உசிதமாய்ப்படவே, பின்தங்கியிருந்தவர்களும் நெட்லிக்குச் சென்றார்கள். நான் மட்டுமே படுத்தப்படுக்கையாய்ச் சும்மா இருக்க நேர்ந்தது.

41. கோகலேயின் தயாளம்

இங்கிலாந்தில் எனக்கு பாரிச நோய் கண்டதுபற்றி முன்னமேயே குறிப்பிட்டிருக்கிறேன். நான் நோய்வாய்ப்பட்ட சில நாளைக்குள் கோகலே லண்டனுக்குத் திரும்பினார். காலன்பாக்கும் நானும் அவரைக்காணத் தவறாமல் சென்றுவந்தோம். பெரும்பாலும் யுத்தத்தைப் பற்றியே பேசினோம். காலன்பாக்குக்கு ஜெர்மனியின் தேச அமைப்பு நன்கு தெரியுமாதலாலும், அவர் ஐரோப்பாவில் நிரம்பப் பிரயாணம் செய்தவரானபடியாலும், யுத்தத்தில் சம்பந்தமுள்ள பற்பல இடங்களையும் கோகலேக்கு அவர் தேசப்படத்தில் காட்டுவது வழக்கம்.

என்னுடைய நோயைப்பற்றியும் தினம் பேச்சு நடப்பதுண்டு. அப்போதுகூட நான் உணவுப் பரிசோதனைகள் நடத்திக்கொண்டுதான் வந்தேன். நிலக்கடலை, வாழைப்பழம், எலுமிச்சம்பழம், ஆலிவ் எண்ணெய், தக்காளிப்பழம், திராட்சைப்பழம் இவையே என் முக்கிய உணவாயிருந்தன. பால், பருப்பு வகைகள், தானியங்கள் இவற்றை அடியோடு விட்டிருந்தேன்.

டாக்டர் ஜீவராஜ் மேதா எனக்குச் சிகிச்சை செய்துகொண்டிருந்தார். பாலும், தானியமும் சேர்த்துக்கொள்ள வேண்டுமென்று அவர் வற்புறுத்தினார். நான் அதற்கு இணங்காமல் பிடிவாதமாயிருந்தேன். இது கோகலேயின் காதுக்கு எட்டிற்று. பழ உணவே சிறந்தது என்னும் எனது கொள்கையில் அவருக்கு அதிக மதிப்பில்லை. தேகசுகத்துக்கு வைத்தியர் என்ன உணவு குறிப்பிடுகின்றாரோ அதை கொள்ளவேண்டுமென்று சொன்னார்.

கோகலேயின் வற்புறுத்தலுக்கு இணங்காதிருத்தல் எனக்கு எளிய விஷயமன்று, தாம் சொல்வதைக் கேட்டுத்தான் ஆகவேண்டுமென்று அவர் பிடிவாதமாகக் கூறியபோது அவ்விஷயமாகச் சிந்திப்பதற்கு 24 மணிநேரம் கொடுக்கும்படி கேட்டுக்கொண்டேன். காலன்பார்க்கும் நானும் மாலையில் வீடு திரும்பினோம். என்னுடைய கடமை யாதென்று விவாதித்தோம். அவர் உணவுச்சோதனையில் என்னுடன் தாமும் ஈடுபட்டிருந்தவர். அதில் அவருக்குப் பிரியமும் இருந்தது. ஆனால், தேகசுகத்தை முன்னிட்டு அவசியமானால் அதை நான் கைவிடுவதில் அவருக்குச் சம்மதமே என்று கண்டேன். எனவே, எனது மனச்சான்றின் அறிவுறுத்தலுக்கிணங்க நானே இவ்விஷயத்தில் முடிவு செய்ய வேண்டியவனானேன்.

இதுகுறித்துச் சிந்திப்பதில் இரவு முழுதும் கழித்தேன். சோதனையைக் கைவிடுவதென்றால் அத்துறையில் என் கொள்கைகள் எல்லாவற்றையும் அடியோடு துறப்பதேயாகும். ஆனால், அக்கொள்கைகளிலே நான் குற்றம் எதையும் காணவில்லை. கோகலேயின் அன்பான வற்புறுத்தலுக்கு எவ்வளவு தூரம் இணங்குவது, தேக சுகத்திற்கு அவசியம் என்று சொல்லப்படுதற்காக எவ்வளவு தூரம் என் சோதனையை விட்டுக்கொடுப்பது என்பதே இப்போது கேள்வி.

கடைசியில், ஆத்மசாதன நோக்கத்தை ஆதாரமாகக்கொண்ட அளவில் சோதனையை விடாமல் கடைப்பிடிப்பது என்றும், வேறு நோக்கங்களைப் பொறுத்த அளவில் அதைக் கைவிடுவதென்றும் தீர்மானித்தேன். பால் அருந்துவதை நிறுத்தியதில் ஆத்மார்த்த நோக்கமே முக்கியமாயிருந்தது. கல்கத்தா மாட்டுக்காரர்கள், தங்கள் மாடுகளில் மடியிலிருந்து கடைசிச்சொட்டு வரையில் பாலைக் கறந்துவிடுவதற்குக் கையாளும் கொடியமுறைகள் என் கண்முன்னே தோன்றிவந்தன. மாமிசம் மனிதனுடைய உணவன்று என எனக்கு எண்ணமிருந்தது. ஆதலால், பால் சாப்பிடுவதில்லை என்னும் உறுதியைக் கடைப்பிடிக்கும் தீர்மானத்துடன் காலையில் படுக்கையை விட்டெழுந்தேன். இது எனக்குப் பெரும் மன ஆறுதல் அளித்தது. கோகலேயிடம் செல்ல எனக்குப் பயமாயிருந்தது. எனினும், அவர் என் தீர்மானத்துக்கு மரியாதை செய்வார் என நம்பினேன்.

மாலையில் நானும் காலன்பார்க்கும். நேஷனல் லிபரல் கிளப்பில் தங்கியிருந்த கோகலேயிடம் சென்றோம். அவர் என்னைக் கேட்ட முதல் கேள்வி, "டாக்டரின் புத்திமதியை ஏற்றுக்கொள்ளத் தீர்மானித்தீர்களா?" என்பதேயாகும்.

நான் மரியாதையாகவும், ஆனால் உறுதியுடனும் கூறியதாவது, "ஒரு விஷயத்தில் தவிர மற்றவைகளில் இணங்கத் தயாராய் இருக்கிறேன். அவ்வொன்றில் மட்டும் நீங்கள் என்னை வற்புறுத்தக்கூடாது. பாலும், மாமிசம் மட்டும் நான் உட்கொள்ளமாட்டேன். இவையில்லாத காரணத்தினால் எனக்கு மரணம் நேருவதாயின். அம்மரணத்தை எதிர்கொள்வதே நலமெனக் கருதுகின்றேன்" என்றேன்.

"இது உங்கள் முடிவானத் தீர்மானமா?" என்று கோகலே வினவினார்.

“வேறு தீர்மானம் எதுவும் நான் செய்யமுடியாது. இத்தீர்மானம் உங்களுக்குத் துன்பளிக்குமென நான் அறிவேன். அதன்பொருட்டு மன்னிப்பை வேண்டுகிறேன்” என்றேன்.

சிறிது மனத்துன்பத்துடனும், ஆனால் மிகுந்த பிரியத்துடனும் கோகலே கூறியதாவது, “உங்கள் தீர்மானம் எனக்குப் பிடிக்கவில்லை. ஆத்ம சாதனத்துக்கும் இதற்கும் சம்பந்தம் இருப்பதாகவே எனக்குத் தெரியவில்லை. ஆனால், இதற்குமேல் உங்களை நான் வற்புறுத்தமாட்டேன்.” இவ்வாறு சொல்லிவிட்டு அவர் ஜீவராஜ் மேதாவினிடம், “தயவுசெய்து இனிமேல் அவரைத் தொந்தரவு செய்யாதீர்கள். அவர் ஏற்படுத்திக்கொண்டிருக்கும் வரம்புக்குட்பட்டு உங்களுக்கு உசிதமாய்த் தோன்றும் உணவைக் குறிப்பிடுங்கள்” என்றார்.

டாக்டருக்கு இது பிடிக்கவில்லை என்றாலும் வேறு வழியில்லாமல் போயிற்று, எனவே பெருங்காயம்போட்ட காராமணிக் குழம்புச் சாப்பிடும்படி எனக்குக் கூறினார். இதற்குச் சம்மதித்து இரண்டொருநாள் அக்குழம்புச் சாப்பிட்டேன். இதனால் வலி அதிகமாயிற்று. அது ஒத்துக்கொள்ளாமல் போகவே, பழையபடி பழம், கொட்டை வகைகளுக்கே திரும்பினேன்.

டாக்டர் தமது வெளி சிகிச்சையைச் செய்து வந்தார். இதனால் வலி ஓரளவு சமனமாய் இருந்தது. ஆனால், என்னுடைய கட்டுப்பாடுகள் அவருக்குப் பெரும் இடையூறாயிருந்தன.

இதற்கிடையில், கோகலே லண்டனில் அக்டோபர் பனியைப் பொறுக்கமுடியாதென்று சொல்லித் தாய்நாட்டுக்குப் புறப்பட்டுச் சென்றார்.

42. பாரிச நோய் சிகிச்சை

பாரிச நோய் நீடித்திருந்தது சிறிது கவலையை அளித்தது. ஆனால், உள்ளுக்கு மருந்து அருந்துவதினால் அது குணமடையாதென்றும், வெளிக்கு மருந்து தடவுதல் சிறிது அனுகூலம் செய்யலாமென்றும், உணவில் மாறுதல் செய்வதினாலேயே நோய் முற்றும் குணமாகுமென்றும் அறிந்தேன்.

டாக்டர் அல்லின்ஸன் என்பவர் சைவ உணவுவாதி என்று பெயர் பெற்றவர். அவர் உணவு மாறுதல்களின் மூலமாகவே, நோய்களுக்குச் சிகிச்சை செய்து வந்தார். அவரை 1890ம்

ஆண்டிலேயே எனக்குத் தெரியும். இப்போது அவரை அழைத்துவரச் செய்தேன். அவர் என்னை முற்றும் பரிசோதனைச் செய்தார். பால் அருந்துவதில்லை என்று நான் விரதங்கொண்டிருப்பதை அவரிடம் தெரிவித்தேன். அவர் என்னை உற்சாகப்படுத்தி, "நீங்கள் பால் அருந்தவேண்டியதில்லை. உண்மையில், சிலநாட்களுக்கு நீங்கள் கொழுப்புணவு எதுவுமே உட்கொள்ளக்கூடாதென்பது என் கருத்து" என்று கூறினார். பின்னர் அவர் என்னைச் சாதாரண பழுப்பு ரொட்டி, பச்சைக் காய்கறிகள், கீரைகள், புதிய பழங்கள், முக்கியமாக கிச்சிலிப் பழங்கள் இவைகளை மட்டும் சாப்பிட்டுவரச் சொன்னார். காய்கறிகள் அப்படியே மென்று தின்ன முடியாவிடில் நுட்பமாகத் திருகிக் கொள்ளும்படியும், ஆனால் சமைக்கக் கூடாதென்றும் சொன்னார்.

மூன்று தினங்கள் அவ்வாறு செய்தேன். ஆனால், பச்சைக்காய்கறிகள் எனக்கு ஒத்துவரவில்லை. அந்தச் சோதனையை முழுதும் நடத்திப்பார்ப்பதற்கு என் உடல்நிலை இடங்கொடுக்கவில்லை. பச்சைக்காய்கறிகள் உண்பதைப் பற்றிச் சந்தேகங்கள் உண்டாயின.

மற்றும், என் அறையின் பலகணிகளை 24 மணி நேரம் திறந்துவைக்கும்படியும், வெதுவெதுப்பான தண்ணீரில் குளிக்கும்படியும், நோயுள்ள பாகங்களில் எண்ணெய் தடவித் தேய்க்கும்படியும், திறந்தவெளியில் 15 நிமிஷம் முதல் 30 நிமிஷம் வரையில் நடக்கும்படியும் டாக்டர் அல்லின்ஸன் கூறியிருந்தார். இந்த யோசனைகள் எல்லாம் எனக்குப் பிடித்திருந்தன.

என்னுடைய அறையின் பலகணிகள் பிரெஞ்சு முறையில் ஆனவை. நன்கு திறந்து வைத்தால் மழைபெய்யும்போது உள்ளே தண்ணீர் வந்துவிடும். விசிறிபோல் அமைந்த மற்றொரு வகை ஜன்னலைத் திறக்கவே முடியாமலிருந்தது. ஆகவே, நல்ல காற்று உள்ளே வரும் பொருட்டு அதன் கண்ணாடிகளை உடைத்துவிட்டேன். மழை உள்ளே வரமுடியாது வகையில் மற்ற ஜன்னல் கதவுகளையும் பாதி திறந்து வைத்தேன்.

இந்த முறைகள் எல்லாம் ஓரளவு எனக்குச் சுகமளித்தன. ஆனால், நோய் முற்றும் குணமாகவில்லை.

இக்காலத்தில் லேடி ஸெஸிலியா ராபர்ட்ஸ் என்னும் சீமாட்டி என்னை அடிக்கடிப் பார்க்க வருவதுண்டு. அவர் என்னைப் பாலருந்தும்படி செய்யப் பெரிதும் முயன்றார். ஆனால், நான் இணங்கவில்லை. ஆதலின் பாலுக்குப் பதில் உபயோகிக்கக்கூடிய

பொருளை அவர் தேடலானார். மால்டட் மில்க் என்னும் பொடி அத்தகையதென்றும், அதில் பால் கலப்பே கிடையாதென்றும், அது பாலின் குணங்கள் எல்லாம் பொருந்திய இரசாயனச் சேர்க்கைப்பொருள் என்றும் யாரோ ஒரு நண்பர் அவருக்குக் கூறினாராம். லேடி ஸெஸிலியா, என்னுடைய சமயக்கொள்கைகளைப் பெரிதும் மதிப்பவர் என்று எனக்குத் தெரியும். ஆதலின் அவரை நான் பூரணமாக நம்பினேன். பொடியைத் தண்ணீரில் கரைத்து ஒருவாய் சாப்பிட்டதும் அது முற்றும் பால்போலவே சுவைத்தலைக் கண்டேன். பின்னர், புட்டியின்மீது ஒட்டியிருந்த சீட்டைக் கவனித்தேன். அதில் அப்பொடி பாலினால் ஆனதுதான் என்று எழுதியிருப்பதைப் படித்தேன். எனவே, அதை அருந்துவதை விட்டொழித்தேன்.

நான் கண்டுபிடித்த உண்மையை லேடி ஸெஸிலியாவுக்குத் தெரிவித்ததுடன் அதைப்பற்றிக் கவலையுற வேண்டாமென்றும் கேட்டுக்கொண்டிருந்தேன். அவர் தமது வருத்தத்தைத் தெரிவிப்பதற்காக மிக அவசரமாய் விரைந்தோடி வந்தார். அவருக்கு அவ்விவரமறிவித்த நண்பர் மேற்படி சீட்டைப் படித்ததே கிடையாதாம். இதுகுறித்து கவலைப்பட வேண்டாமென்று அவரைப் பெரிதும் வேண்டிக்கொண்டதுடன், அவர் அவ்வளவு கஷ்டப்பட்டுத் தேடிக்கொண்டு வந்ததை நான் பயன்படுத்திக்கொள்ள இயலாமலிருப்பதற்காக என் வருத்தத்தையும் தெரிவித்தேன். அறியாமல் தவறுதலாகப் பால் அருந்திவிட்டதைக் குற்றமாகக் கருதி வருந்தவில்லையென்றும் அவருக்கு உறுதிகூறினேன்.

லேடி ஸெஸிலியாவின் நட்பைப் பற்றிய இன்னும் பல இனிய ஞாபகங்களை விடுத்துச்செல்ல வேண்டியவனாயிருக்கிறேன். எத்தனையோ சோதனைகளுக்கும், ஏமாற்றங்களுக்கும் இடையே எனக்குப் பேராறுதலாயிருந்து வந்த நண்பர்கள் பலரை நான் குறிப்பிடக்கூடும். துயரத்தையும் இனிமையாக்கும் கருணைக்கடலான பரமனின் அருள் மகிமையை அத்தகைய நண்பர்களிடம் தெய்வ நம்பிக்கையுள்ளவன் காண்கின்றான்.

டாக்டர் அல்லின்ஸன் அடுத்தமுறை வந்தபோது அவருடைய நிர்ப்பந்தங்களைத் தளர்த்திவிட்டு, கொழுப்புக்காக நிலக்கடலை எண்ணெய், ஆலிவ் எண்ணெய் இவற்றைச் சேர்த்துக்கொள்ளவும், காய்கறிகளை வேண்டுமானால் சமைத்து சாதத்துடன் கலந்துண்ணவும் அனுமதி தந்தார். இந்த மாறுதல்கள் எனக்குப் பெரிதும் விருப்பமாயிருந்தன. ஆயினும், அவை எனக்குப் பூரண சுகம் அளித்தபாடில்லை. மிக ஜாக்கிரதையான பணிவிடை இன்னும்

அவசியமாயிருந்தது. பெரும்பாலும் படுக்கையிலேயே இருக்க வேண்டியவனாயுமிருந்தேன்.

டாக்டர் மேதா அவ்வப்போது என்னைப் பரிசோதிப்பதற்காக வருவதுண்டு, தம்முடைய புத்திமதியைக் கேட்க நான் சம்மதித்தால் நோயைக் குணப்படுத்திவிடுவதாகச் சொல்லிக்கொண்டு வந்தார்.

நிலைமை இப்படி இருக்கும்போது ஒருநாள் மிஸ்டர் ராபர்ட்ஸ் என்னைப் பார்க்கவந்தார். அவர் என்னைத் தாய்நாட்டுக்குத் திரும்பிச் செல்லும்படி வற்புறுத்தினார். அவர் கூறியதாவது, "இந்த உடல்நிலையில் நீங்கள் நெட்லிக்குப் போகமுடியாது. இன்னும் கடுமையானக் குளிர்காலம் வரப்போகிறது. கட்டாயம் நீங்கள் இந்தியாவுக்குத் திரும்பிச்செல்ல வேண்டும். அங்கேதான் நீங்கள் பூரண சௌக்கியமடைய முடியும். குணமடைந்த பின்னர் யுத்தம் இன்னும் நடந்துகொண்டிருக்கக் கண்டால். உதவி செய்வதற்கு எத்தனையோ சந்தர்ப்பங்கள் உங்களுக்கு அங்கே கிடைக்கும். இப்போதுங்கூட நீங்கள் இதுவரை செய்திருக்கும் ஊழியம் அற்பமென்று நான் கருதவில்லை.

அவருடைய புத்திமதியை ஏற்று இந்தியாவுக்குத் திரும்ப ஆயத்தம் செய்யலானேன்.

43. இந்தியா திரும்புதல்

மிஸ்டர் காலன்பாக் இந்தியாவுக்குப் போகும் உத்தேசத்துடன் என்னுடன் இங்கிலாந்துக்கு வந்திருந்தார். அங்கே நாங்கள் சேர்ந்து வசித்தோம். ஒரே கப்பலில் பிரயாணப்பட விரும்பினோமென்று சொல்லவும் வேண்டுமா? ஆனால், அப்போது ஜெர்மனியருக்குக் கண்டிப்பான காவல் ஏற்பட்டிருந்தது. ஆதலின் காலன்பாக்குக்குப் பிரயாண அனுமதிச்சீட்டுக் கிடைக்குமா என்பது குறித்து ஐயம் உண்டாயிற்று. என்னால் இயன்றவரை முயன்றேன். மிஸ்டர் ராபர்ட்ஸ் அனுமதிச்சீட்டு கிடைப்பதற்கு அனுகூலமாயிருந்தார். அவர் இராஜப்பிரதிநிக்கு இவ்விஷயமாகத் தந்தி அடித்தார். ஒன்றும் பயப்படவில்லை. லார்டு ஹார்டிஞ்சினிடமிருந்து, "இந்திய அரசாங்கம் அத்தகைய அபாயத்துக்குட்படத் தயாராயில்லை" என்று உடனே பதில் வந்தது. அந்த பதிலின் நியாயத்தை நாங்கள் எல்லோரும் உணர்ந்தோம்.

மிஸ்டர் காலன்பாக்கைப் பிரியவேண்டி வந்தது எனக்கு அளவற்ற துன்பமளித்தது. ஆனால், என்னைவிட அவருக்கு

மனத்துயரம் அதிகம் என்று கண்டேன். அவர் இந்தியாவுக்கு வந்திருக்கக்கூடுமானால் இன்றைய தினம் விவசாயியாகவும், நெசவுத்தொழிலாளியாகவும் எளிய இன்ப வாழ்க்கை நடத்திக்கொண்டிருப்பார். அது முடியாமையால் இப்போது அவர் தென்னாப்பிரிக்காவில் தமது பழைய வாழ்க்கையையே நடத்திவருகிறார். கட்டட வேலையில் அவருக்கு நல்ல தொழில் நடந்துவருகிறது,

மூன்றாம் வகுப்புச்சீட்டுப் பெறவே நாங்கள் விரும்பினோம். ஆனால் பி ஆண்டு ஓ கம்பெனி கப்பல்களில் மூன்றாம் வகுப்பு இல்லாதபடியால் இரண்டாம் வகுப்பிலேயே போக வேண்டியதாயிற்று.

தென்னாப்பிரிக்காவிலிருந்து கொண்டுவந்திருந்த வற்றல் பழங்களை உடன் எடுத்துச்சென்றோம். இந்தப் பழங்கள் பெரும்பாலும் கப்பலில் அகப்படா, ஆனால் புதிய பழங்கள் எளிதாகக் கிடைத்தன.

விலா எலும்புகளுக்குப் 'பிளாஸ்திரி' போட்டு டாக்டர் ஜீவராஜ் மேதா கட்டியிருந்தார். செங்கடல் போய்ச்சேரும் வரையில் அதை நீக்க வேண்டாமென்று அவர் சொல்லியிருந்தார். இரண்டு நாளைக்கு அந்தத் தொல்லைகளை நான் சகித்துக்கொண்டிருந்தேன். ஆனால், அதற்குமேல் பொறுக்க முடியவில்லை. மிகுந்தக் கஷ்டத்தின் மீதி பிளாஸ்திரியை அகற்றிவிட்டேன். இதன்பிறகு உடம்பை சுத்தம் செய்து ஸ்தானம் பண்ணுதல் சாத்தியமாயிற்று. அதுவே பெரிய விடுதலைப் போலிருந்தது.

பெரும்பாலும் பழங்களும் கொட்டைகளுமே என் உணவாயிருந்தன. நாளுக்குநாள் என் தேகநிலை அபிவிருத்தி அடைந்து வந்தது. சூயஸ் கால்வாய் சேர்வதற்குள் நிரம்ப தூரம் சௌக்கியமடைந்துவிட்டதாக உணர்ந்தேன். இன்னமும் பலவீனமிருந்தபோதிலும் அபாய எல்லையைக் கடந்தாய்விட்டது. வரவர தேகாப்பியாசத்தையும் அதிகப்படுத்திக்கொண்டு வந்தேன். மத்தியதர வெப்பப் பிதேசத்தின் தூய்மையானக் காற்றே அபிவிருத்திக்கு முக்கியமானக் காரணம் என்று கருதினேன்.

இந்தக் கப்பலில் ஆங்கிலப் பிரயாணிகளும், இந்தியப் பிரயாணிகளும் நெருங்கிப் பழகாமல் விலகி நின்றதுபோல் தென்னாப்பிரிக்காவிலிருந்து செய்த பிரயாணத்தின்போதுகூட நான் பார்க்கவில்லை. இதற்குக் காரணம் பழைய அனுபவமோ, யாதோ அறியேன். சில ஆங்கிலேயருடன் நான் பேசினேனாயினும் அது

சம்பிரதாயப் பேச்சேயல்லாது, வேறில்லை. தென்னாப்பிரிக்கா கப்பலில் பரஸ்பர அபிமானத்துடன் நடந்த சம்பாஷணைகளைப் போல் எதுவும் இங்கே காணமுடியவில்லை. ஆங்கிலேயனுடைய உள்ளத்தின் அடிவாரத்தில், தான் ஆளும் இனத்தைச் சேர்ந்தவன் என்ற எண்ணமும், இந்தியனுடைய மனத்தின் அடியில், தான் ஆளப்படும் சாதியைச் சேர்ந்தவன் என்ற எண்ணமும் குடிகொண்டிருந்ததே இதற்குக் காரணம் என்று நான் கருதுகிறேன்.

இத்தகைய நிலையிலிருந்து விடுதலைப் பெற்றுத் தாய்நாடு சேரப் பெரிதும் ஆவலுற்றேன்.

ஏடன் துறைமுகம் நண்ணியதும் ஓரளவு ஜன்ம தேசத்திலிருப்பதாக உணரலானோம். ஏடன் வாசிகளை எங்களுக்கு நன்றாய்த் தெரியும். ஸ்ரீ மான் கெகோபாத் காவாஸ்ஜி டின்ஷாவை டர்பனில் பார்த்திருந்ததுடன் அவருடனும் அவர் மனைவியுடனும் நெருங்கிப் பழகியிருந்தோம்.

இன்னும் சில தினங்களில் கப்பல் பம்பாயை அடைந்தது. பத்து வருஷம் நாடு கடத்தப்பட்டிருந்து கடைசியாக சொந்தநாடு சேர்ந்தது எனக்கு அளவற்ற மகிழ்ச்சியளித்தது என்று சொல்லவும் வேண்டுமோ?

கோகலேயின் யோசனையின்படி பம்பாயில் என்னை வரவேற்பதற்கு ஏற்பாடு செய்யப்பட்டிருந்தது. கோகலே இன்னும் பூரண தேகசுகம் பெறவில்லை. எனினும் அவரும் என்னை எதிர்கொள்ள பம்பாய் வந்திருந்தார். அவருடன் முழுமையும் கலந்து எல்லாக் கவலையும் தீர்ந்து வாழலாம் என்னும் அடங்கா ஆவலுடன் நான் இந்தியா நண்ணினேன். ஆனால், இறைவன் அருள் முற்றும் வேறுவிதமாயிருந்தது.

44. வக்கீல் தொழில் ஞாபகங்கள்

இந்தியாவில் நான் வாழ்க்கைத் தொடங்கிய விதத்தைப் பற்றிச் சொல்வதற்கு முன்னால், முன்னம் வேண்டுமென்றே நான் சொல்லாமல் விடுத்த தென்னாப்பிரிக்கா அனுபவங்களில் இன்னும் சிலவற்றைக் கூறுதல் அவசியமென்று காண்கிறது.

வக்கீல் நண்பர்கள் சிலர், வக்கீல் தொழில் சம்பந்தமான எனது ஞாபகங்களை எழுதுமாறு கேட்டிருக்கிறார்கள். இந்த ஞாபகங்கள் எவ்வளவோ இருக்கின்றன. ஆதலால், அவை எல்லாவற்றையும்

விவரிக்கப் புகுந்தால் அதுவே ஒரு தனிப் புத்தகமாகிவிடும், அவ்வாறு செய்தல் எனது நோக்கத்திற்கு அப்பாற்பட்டதாகும். ஆனால், அந்த ஞாபகங்களில் உண்மையைக் கடைபிடிப்பது சம்பந்தமான சிலவற்றை மட்டும் குறிப்பிடுதல் அந்நோக்கத்தைக் கடந்து செல்வதாகாதெனக் கருதுகிறேன்.

என்னுடைய வக்கீல் தொழிலில் பொய்மைத் துணைகொண்டது கிடையாதென்று முன்னமே சொல்லியிருக்கிறேன். நான் நடத்திய வழக்குகள் பெரும்பாலும் பொது நன்மை பற்றியவையே ஆகும். இத்தகைய வேலைகளுக்குக் கையைவிட்டுச் செலவு செய்த பணத்தை மட்டுமே பெற்றுக்கொண்டேன். சில சமயங்களில் இச்செலவையும் நானே பொறுத்துக்கொண்டதும் உண்டு. இவையெல்லாம் முன்னமே சொல்லியிருக்கிறேன். வக்கீல் தொழிலைப் பற்றிய வரையில் இவ்வளவுக்குமேல் எதுவும் சொல்லுதல் அநாவசியம் என்று கருதியிருந்தேன். ஆனால், நண்பர்கள் அது போதாதென்கிறார்கள். நான் உண்மையிலிருந்து வழுவ மறுத்து உறுதியாக நின்ற சந்தர்ப்பங்களைப் பற்றிச் சிறிதளவேனும் விவரித்தால், வக்கீல் தொழிலிலுள்ளவர்கள் அதன்மூலம் பயனடையக் கூடுமென்று அவர்கள் எண்ணுவதாகக் காண்கிறது.

நான் மாணாக்கனாயிருந்தபோது வக்கீல் தொழில் பொய்யனுடைய தொழில் என்று சொல்லக் கேட்டிருக்கிறேன். இதை நான் சிறிதும் பொருட்படுத்தவில்லை. ஏனெனில், பொய்சொல்லிப் பணமோ, உதவியோ சம்பாதிக்கும் எண்ணம் எனக்கு அறவே கிடையாது.

தென்னாப்பிரிக்காவில் என்னுடைய உறுதி பலமுறையும் சோதனைக்கு உள்ளாயிற்று, பலமுறையும் எதிர்க்கட்சிக்காரர்கள் தங்கள் சாட்சிகளுக்குச் சொல்லிக்கொடுத்துத் தயாரித்திருக்கிறார்கள் என்று தெரியவரும். அத்தகைய வழக்குகளில் என் கட்சிக்காரனையோ அவன் சாட்சிகளையோ பொய்ச் சொல்லப் பண்ணினால் வழக்கில் வெற்றியடைந்து விடலாமென்று நிச்சயமாய் அறிவேன். எனினும், இத்தகைய சோதனையில் நான் எப்போதும் வீழ்ந்துபடவேயில்லை. வழக்கில் வெற்றி பெற்ற பிறகு என் கட்சிக்காரன் என்னிடமே பொய்ச் சொல்லி ஏமாற்றியிருக்கக்கூடுமோ என்று ஒரேயொருமுறை நான் சந்தேகித்தது உண்டு. என்னுடைய இதய அந்தரங்கத்தில், என் கட்சிக்காரன் சார்பில் நியாயம் இருந்தால் மட்டுமே வெற்றிபெற வேண்டுமென்று நான் எப்போதும் விரும்பி வந்தேன். ஊதியம்

பேசிக்கொள்ளும்போது வழக்கில் வெற்றி பெற்றால் இவ்வளவு என்பதாகப் பேசிக்கொண்டதேயில்லை. கட்சிக்காரன் ஜெயித்தாலும் தோற்றாலும் என்னுடைய ஊதியம் ஒன்றுதான். அதிகமோ, குறைவோ பெற்றுக்கொள்வதில்லை.

புதியக் கட்சிக்காரன் ஒவ்வொருவரிடமும், நான் பொய் வழக்கு எடுத்துக்கொள்ளமாட்டேனென்றும், சாட்சிகளுக்குச் சொல்லிக்கொடுத்துத் தயாரிப்பேனென எதிர்பார்க்கக்கூடாதென்றும் முதலிலேயே எச்சரிக்கை செய்துவிடுவேன். நாளடைவில் இவ்விஷயம் பிரஸித்தியாகி என்னிடம் பொய்வழக்குகள் வருவதே நின்றுவிட்டன. என் கட்சிக்காரர்கள் சிலர் உண்மை வழக்குகளுக்கு மட்டும் என்னை வைத்துக்கொண்டு, ஐயத்துக்கிடமான வழக்குகளைப் பிறரிடம் கொடுப்பதுண்டு.

ஒரு வழக்கில் மிகவும் கடுமையான சோதனை ஏற்பட்டது. அது என்னுடைய கட்சிக்காரரில் மிகச்சிறந்தவர் ஒருவரின் வழக்கு. அதில் சிக்கலான கணக்குகள் நிரம்ப அதிகம், பற்பல நீதிமன்றங்களில் நீண்டகாலமாய் அது நடந்து வந்தது. கடைசியாக அவ்வழக்கில் கணக்குமுறை சம்பந்தமான அம்சம் தகுதிபெற்ற கணக்கர்களின் மத்தியஸ்தத்துக்கு நீதிமன்றத்தாரால் விடப்பட்டது. மத்தியஸ்தர்கள் என் கட்சிக்காரருக்கு முற்றும் அனுகூலமாகத் தீர்ப்பாளித்தார்கள். ஆனால், அவர்கள் கணக்கில் ஒரு தவறுதல் செய்துவிட்டார்கள். இத்தவறுதல் சிறியதாயினும் மிகவும் முக்கியமானது. ஏனெனில், பற்று காலத்தில் விழவேண்டிய ஒரு தொகை, வரவு காலத்தில் விழுந்திருந்தது. ஆனால் எதிரிகள் இத்தவறுதலைக் கண்டுபிடிக்கவில்லை. வேறு காரணங்களை ஆதாரமாகக்கொண்டு அவர்கள் தீர்ப்பை எதிர்த்தார்கள். இவ்வழக்கில் நான் உதவி (ஜூனியர்) வக்கீலாகவே இருந்தேன். பெரிய வக்கீல் இத்தவறினை அறிந்தபோது அதை எங்கள் கட்சிக்காரர் ஒப்புக்கொள்ளக் கடமைப்பட்டிருக்கவில்லையென்று அபிப்பிராயப்பட்டார். எந்த வக்கீலும் தமது கட்சிக்காரருக்கு விரோதமான அம்சத்தை தாமே ஒப்புக்கொள்ள வேண்டியதில்லை என்று அவர் திட்டமாகச் சொன்னார். தவறை ஒப்புக்கொள்ளத்தான் வேண்டுமென்று நான் கூறினேன்.

“அப்படியானால் தீர்ப்பு முழுவதையுமே நீதிமன்றத்தார் தள்ளிவிடக்கூடும். சித்த சுவாதீனமுள்ள வக்கீல் எவனும் அவ்வாறு தன் கட்சிக்காரனுக்கு ஆபத்து உண்டு பண்ணமாட்டான். நிச்சயமாக நான் அதற்கு இணங்கமாட்டேன். வழக்கு மறுவிசாரணைக்கு

அனுப்பப்பட்டால் நமது கட்சிக்காரனுக்கு எவ்வளவு பணச் செலவாகுமோ யார் கண்டார்? முடிவு என்னவாகுமோ, அது யாருக்குத் தெரியும்?" என்று பெரிய வக்கீல் வாதித்தார்.

இந்த சம்பாஷணையின் போது எங்கள் கட்சிக்காரரும் உடன் இருந்தார். நான் கூறியதாவது, "நமது கட்சிக்காரரும் நாமும் இந்த அபாயத்துக்குத் துணிந்தேயாக வேண்டுமென்று நான் கருதுகிறேன். நாம் தவறை ஒப்புக்கொள்ளாதனாலேயே நீதிமன்றத்தார் தப்புத் தீர்ப்பை உறுதி செய்வார்களென்பது என்ன நிச்சயம்? அதை ஒப்புக் கொண்டதினால் நமது கட்சிகாரருக்குத் தீங்கு நேர்வதாயிருந்தாலும் பாதகமில்லை."

"ஆனால், அதை நாம் எதற்காக ஒப்புக்கொள்ள வேண்டும். அவசியம் என்ன?" என்று பெரிய வக்கீல் வினவினார்.

"நீதிமன்றத்தாரோ, எதிராளியோ அதைக் கண்டுபிடிக்க மாட்டார்களென்று என்ன நிச்சயம்?" என்று நான் கேட்டேன். "நல்லது. அப்படியானால் நீங்களே வாதம் செய்யுங்கள். உங்களுடைய நிபந்தனையின்மேல் வழக்கு நடத்த நான் தயாராயில்லை" என்று பெரிய வக்கீல் தீர்மானமாகச் சொன்னார்.

நான் பணிவுடன் சொன்னதாவது: "நீங்கள் மறுத்தால் நான் வழக்காடச் சித்தமாயிருக்கிறேன். ஆனால், அது நமது கட்சிக்காரரின் விருப்பதைப் பொறுத்தது. தவறை ஒப்புக்கொள்ளாத வரையில் இவ்வழக்கில் என்னால் வேலை செய்யமுடியாது."

இப்படிச் சொல்லி எங்கள் கட்சிக்காரரின் முகத்தைப் பார்த்தேன். அவருடைய நிலைமை சிறிது சங்கடமாயிற்று. முதலிலிருந்து வழக்கைக் கவனித்து வந்தவன் நான். அவர் என்னை நன்கறிவார். என்னைப் பூரணமாய் நம்பினார். கடைசியில் அவர் கூறியதாவது, "நல்லது, தவறை ஒப்புக்கொண்டு நீங்களே வாதம் செய்யுங்கள். அதிர்ஷ்டம் உள்ளபடி இருக்கிறது. பகவான் நியாயத்தைப் பாதுகாப்பார்."

மிகுந்த மகிழ்ச்சி கொண்டேன். கட்சிக்காரரிடம் இத்தகைய பெருந்தன்மையை நான் எதிர்பார்த்தேன். பெரிய வக்கீல் மீண்டும் எச்சரிக்கை செய்தார். என்னுடைய பிடிவாதத்துக்காக இறங்கினார். எனினும் எனக்கு வாழ்த்தும் கூறினார்.

நீதிமன்றத்தில் என்ன நிகழ்ந்ததென்று அடுத்த அத்தியாயத்தில் பார்ப்போம்.

45. மோசடி வேலையா?

நான் கூறிய புத்திமதியின் உசிதத்தைப் பற்றி எனக்கு எள்ளளவும் சந்தேகமிருக்கவில்லை. ஆனால், அவ்வழக்கை என்னால் நன்கு நடத்த முடியமாவென்பது குறித்துப் பெரிதும் ஐயுற்றேன். உயர்தர நீதிமன்றத்தில் அவ்வளவு கஷ்டமான வழக்கொன்றில் வாதம் ஒப்புக்கொள்வது பெரிதும் ஆபாத்தானக் காரியம் என்பதை உணர்ந்திருந்தேன். ஆதலின் நீதிமன்றத்தில் எழுந்து நின்றபோது பயத்தினால் நடுக்கமுற்றேன்.

நான் பேச ஆரம்பித்துக் கணக்கில் இருந்த தவறைப்பற்றிக் குறிப்பிட்டதும் நீதிபதிகளில் ஒருவர், “மிஸ்டர் காந்தி, இது மோசடி வேலை அல்லவா?” என்று வினவினார்.

இதைக்கேட்டதும் என் உள்ளம் கொதித்தது. எள்ளளவும் ஆதாரமின்றி மோசடி செய்ததாகக் குற்றஞ்சாட்டினால் எவ்வாறு பொறுக்க முடியும்?

ஆரம்பத்திலேயே இவ்வாறு கெட்ட எண்ணங்கொண்டுவிட்ட நீதிபதியிடம் இக்கஷ்டமான வழக்கில் வெற்றி பெறுவது துர்பயமே என்று எண்ணினேன். ஆயினும் மனதைச் சாந்தப்படுத்திக்கொண்டு, “நான் சொல்வதை முற்றும் கேளாமலே தாங்கள் மோசடி வேலை என்பதாகச் சந்தேகிப்பது குறித்து ஆச்சரியப்படுகிறேன்” என்றேன்.

“அவ்வாறு நான் குற்றஞ்சாட்டவில்லை. அது ஒரு யோசனைதான்” என்று நீதிபதி கூறினார்.

“இந்த விடத்தில் யோசனைக் குற்றஞ்சாட்டுதலேயாகும் என்று எனக்குக் காணப்படுகிறது. நான் சொல்லப்போவதை முழுதும் கேட்டுவிட்டு, பின்னர் காரணமிருந்தால் என்மேல் குற்றஞ்சுமத்தும்படி வேண்டிக்கொள்கிறேன்” என்றேன்.

நீதிபதி பதிலளித்ததாவது, “இடையில் குறுக்கிட்டதற்காக வருந்துகிறேன். கணக்குத் தவறைப்பற்றி உங்கள் சமாதானத்தைச் சொல்லுங்கள்.”

என்னுடைய சமாதானத்துக்குப் போதிய ஆதாரங்கள் வைத்திருந்தேன். நீதிபதி இந்தப் பிரச்சினையை எழுப்பியதின் பயனாக, தொடக்கத்திலிருந்தே நீதிபதிகளின் கவனத்தைக் கவர்ந்து என்னுடைய வாதங்களைக் கவனிக்கச் செய்தல் சாத்தியமாயிற்று. நான் பெரிதும் தைரியமடைந்து விவரமாக என்னுடைய சமாதானத்தை எடுத்துக்கூறினேன். நீதிபதிகளும் பொறுமையுடன்

என் வாதங்களுக்குச் செவிக்கொடுத்தனர். கடைசியில், மேற்படி தவறு கவனக்குறைவினால் ஏற்பட்டதே என்று அவர்கள் ஒப்புக்கொள்ளும்படி நிரூபிக்க முடிந்தது. ஆதலின். மிக்க உழைப்பின்மேல் ஏற்பட்ட மேற்படி மத்தியஸ்தத் தீர்ப்பை அடியோடு தள்ளிவிட அவர்கள் விரும்பவில்லை.

எதிர்த்தரப்பு வக்கீல், தவறு ஒப்புக்கொண்டுவிடப்பட்டபடியால் தாம் அதிக வாதம் செய்தல் தேவையில்லை என்று கருதி நம்பிக்கையுடன் இருந்தார். ஆனால், நீதிபதிகள் அவரை அடிக்கடி இடைமறித்து கேள்விகள் கேட்டார்கள். ஏனெனில், அவர்கள் அக்கணக்குப் பிழை ஒரு கைத்தவறுதலே என்றும், எளிதில் அதைச் சரிப்படுத்திவிடலாமென்றும் நிச்சயம் பெற்றிருந்தார்கள். மத்தியஸ்தர்களின் தீர்ப்பைத் தாங்குவதற்கு எதிர்த்தரப்பு வக்கீல் மிக முயன்றார். ஆனால், முதலில் சந்தேகத்துடன் தொடங்கிய நீதிபதி இப்போது திட்டமாய் என் கட்சிக்கு வந்துவிட்டார்.

“மிஸ்டர் காந்தி பிழையை ஒப்புக்கொண்டிராவிட்டால் நீங்கள் என்ன செய்திருப்பீர்கள்?” என்று அவர் வினவினார்.

“நாங்கள் நியமித்த கணக்கரைவிட கெட்டிக்காரரும் உண்மையுள்ளவருமான கணக்கரைக் கண்டுபிடித்தல் அசாத்தியம்” என்றார் வக்கீல்.

“உங்கள் கட்சி உங்களுக்கு நன்றாய்த் தெரிந்திருக்கவேண்டும். எந்தக் கணக்கு நிபுணரும் செய்திருக்கக்கூடிய கைத்தவறுதலையன்றி வேறெதும் நீங்கள் எடுத்துச்சொல்வதற்கில்லை என்றால், அந்த வெளிப்படையான தவறுக்காக மீண்டும் பழையபடி வழக்காடச் சொல்லவும், புதிய செலவு வைக்கவும் எங்களுக்கு விருப்பமில்லை. இச்சிறு தவறை எளிதில் திருத்திவிடலாமாதலால், மறு விசாரணைக்கு அனுப்புதல் அநாவசியமல்லவா?” என்ற நீதிபதி தொடர்ந்து சொன்னார்.

கடைசியில் எதிர்த்தரப்பு வக்கீலின் ஆட்சேபம் நிராகரிக்கப்பட்டது. நீதிபதிகள் மத்தியஸ்தரின் தீர்ப்பை உறுதிசெய்தார்கள். கணக்குப் பிழையைத் தாங்களே திருத்தினார்களா, அல்லது அதைத் திருத்தும்படி மத்தியஸ்தருக்கு உத்திரவிட்டார்களா, எனக்கு ஞாபகமில்லை.

அளவற்ற மகிழ்ச்சியடைந்தேன். என் கட்சிக்காரரும் பெரிய வக்கீலும் சந்தோஷமடைந்தார்கள். உண்மைக்கு விரோதமில்லாமல் வக்கீல் தொழில் நடத்துவது அசாத்தியமன்று என்னும் நம்பிக்கை எனக்கு உறுதிப்பட்டது.

ஆனால், வக்கீல் தொழிலில் உண்மை கடைப்பிடித்தாலுங்கூட, அந்தத் தொழிலே அடிப்படையில் தீமையானது என்பதை வாசகர்கள் நினைவில் வைக்கவேண்டும்.

46. கட்சிக்காரர்கள் சகாக்களானது

ஒருமுறை ஜோகான்ஸ்பர்க் மாஜிட்ரேட் முன்னிலையில் நான் ஒரு வழக்கு நடத்திக்கொண்டிருந்தபோது, என் கட்சிக்காரர் என்னை ஏமாற்றிவிட்டாரென்று கண்டுபிடித்தேன். சாட்சிக்கூண்டில் குறுக்கு விசாரணையின்போது அவர் விழித்துப்போய்விட்டார். எனவே, வாதம் எதுமில்லாமலே வழக்கைத் தள்ளிவிடும்படி மாஜிஸ்ட்ரேட்டை நான் கேட்டுக்கொண்டேன். இதன்காரணமாக எதிர்த்தரப்பு வக்கீல் ஆச்சரியமுற்றார். மாஜிஸ்ட்ரேட்டும் மகிழ்ச்சி அடைந்தார். என்னிடம் பொய் வழக்குக் கொண்டுவந்ததின் பொருட்டு நான் என் கட்சிக்காரரைக் கண்டித்தேன். பொய்வழக்குகளை நான் கண்டித்தபோது, அவர் தமது தவறை ஒப்புக்கொண்டார். அவருக்கு விரோதமாய்த் தீர்ப்பளிக்கும்படி நான் மாஜிஸ்ட்ரேட்டைக் கேட்டுக்கொண்டதற்காகக்கூட அவர் என்மேல் கோபம் கொள்ளவில்லை என்று ஞாபகம். எங்ஙனமாயினும் இவ்வழக்கில் என் நடத்தைக் காரணமாக என் தொழிலுக்குப் பாதகம் எதுவும் ஏற்படவில்லை. உண்மையில் என் வேலையை அது சுலபமாக்கிற்று. மற்றும் என்னுடைய உண்மைப்பற்றானது சகோதர வக்கீல்களினிடையே எனக்கு அதிக மதிப்பை உண்டாக்கிற்று. நான் கறுப்பு நிறத்தவன் என்னும் குறைபாடு இருந்தபோதிலும் சில சந்தர்ப்பங்களில் அவர்களுடைய அன்பைப் பெறுதலும் இயல்வதாயிற்று.

தொழில்முறையில் என்னுடைய அறியாமையை மறைக்கும் வழக்கம் என்னிடம் இல்லை. கட்சிக்காரர்களிடமாகட்டும், சகாக்களிடமாகட்டும். எனக்குத் தெரியாததைத் தெரியாது என்றே சொல்லிவிடுவேன். அத்தகைய சந்தர்ப்பங்களில் என் கட்சிக்காரரை வேறு வக்கீலிடம் யோசனைக் கேட்கச் சொல்வேன். அல்லது அவர் என்னிடம் ஒப்படைப்பதாயிருந்தால், பெரிய வக்கீலின் உதவியைத்தேட அவர் அனுமதி பெறுவேன். இத்தகைய உண்மை நடக்கையால் கட்சிக்காரர்களின் அளவற்ற நம்பிக்கைக்கும் அன்புக்கும் நான் பாத்திரமானேன். பெரிய வக்கீலிடம் யோசனைக் கேட்க அவசியம் நேரும்போதெல்லாம் அவர்கள் அதற்குரிய பணங்கொடுக்கப் பின்வாங்கியது கிடையாது. இவ்வாறு நான்

பெற்ற அன்பும் நம்பிக்கையும் பொது ஊழியத்தில் எனக்குப் பெரிதும் பயன்பட்டது.

தென்னாப்பிரிக்காவில் நான் வக்கீல் தொழில் நடத்தியதின் நோக்கமே இந்தியச் சமூகத்துக்குத் தொண்டு செய்வதுதான் என்று முன் அத்தியாயங்களில் தெரிவித்திருக்கிறேன். இத்தொண்டுக்கு ஜனங்களின் நம்பிக்கைக்குரியவனாதல் இன்றியமையாத நிபந்தனையாகும். பண வருமானத்திற்காக நான் செய்த தொழில்முறை வேலைகளையும் விசால இதயம் படைத்த இந்தியர்கள் பொது ஊழியமென்பதாகப் பெரிதுபடுத்திப் பாராட்டினார்கள். பின்னால், அவர்களுடைய உரிமைகளைக் காத்துக்கொள்ளும் பொருட்டுச் சிறைவாசம் முதலிய துன்பங்களை நான் அனுபவிக்கச் சொன்னபோது அவர்களில் பலர் மகிழ்ச்சியுடன் அவ்வாறு செய்ய முன்வந்தார்கள். அவ்வழி சரியா, தவறா என்று சிந்தித்து முடிவு கண்டு அவர்கள் அப்படி முன்வந்தவர்களல்ல. என்னிடம் அவர்கள் வைத்திருந்த நம்பிக்கையும் அன்புமே அவர்களை அத்தகைய தியாகங்களுக்கு உட்படச் செய்தன என்று கூறலாகும்.

நான் இதை எழுதும்போது இனிமைமிக்க ஞாபகங்கள் எவ்வளவோ என் உள்ளத்தில் பொங்கி எழுகின்றன. நூற்றுக்கணக்கானக் கட்சிக்காரர்கள் எனது நண்பர்களும், பொது ஊழியத்தில் சகாக்களுமாயினர். துன்பங்களும் அபாயங்களும் சூழப்பெற்ற என் வாழ்க்கைக்கு இனிமையளித்து வந்தது இத்தகையயோரின் கூட்டுறவேயாகும்.

47. கட்சிக்காரரைக் காப்பாற்றிய விதம்

பார்ஸி ரஷ்டம்ஜியின் பெயர் இதற்குள் வாசகர்களுக்கு நன்கு பழக்கமாகியிருக்க வேண்டும். அவர் ஒரே சமயத்தில் என் கட்சிக்காரராகவும் சகாவாகவும் ஆனவர். முதலில் சகாவாகிப் பின்னர் கட்சிக்காரர் ஆனார் என்றும் சொல்லலாம். அவருடைய நம்பிக்கைக்கு நான் பெரிதும் பாத்திரனானபடியால் சொந்தக் குடும்ப விவகாரங்களில்கூட அவர் என்னுடைய புத்திமதியைக் கேட்டு அதன்படி நடக்கலானார். அவர் நோயாய்ப் படுக்குங்காலங்களிலும் என்னுடைய உதவியை நாடுவார். எங்கள் வாழ்க்கைமுறைகள் நிரம்ப வித்தியாசமுடையவை ஆயினும் அரைகுறை வைத்தியனான என்னுடைய சிகிச்சை முறைகளை ஏற்க அவர் தயங்குவதில்லை.

ஒருமுறை இந்த நண்பர் பெருஞ்சங்கடத்தில் அகப்பட்டுக்கொண்டார். அவர் தமது விஷயங்களைப் பெரும்பாலும் என்னிடம் கூறுவது வழக்கமாயினும் ஒன்றை மட்டும் ஜாக்கிரதையாக என்னிடமிருந்து மறைத்து வைத்திருந்தார். அவர் பம்பாயிலிருந்தும் கல்கத்தாவிலிருந்தும் ஏராளமாகச் சாமான்களை இறக்குமதி செய்வது வழக்கமென்று தெரியவந்தது. ஆனால், துறைமுக உத்தியோகஸ்தர்களுக்கும் அவருக்கும் நெருங்கிய பழக்கமுண்டாதலால் அவர்களில் யாரும் அவரைச் சந்தேகிப்பதில்லை. நம்பிக்கையின்மேல் அவர் காட்டும் பட்டியலையே ஆதாரமாய்க் கொண்டு அவர்கள் வரிபோடுவது வழக்கம். சிலர் அவருடைய திருட்டுத்தனம் தெரிந்தே அதற்கு உடந்தையாகவும் இருந்திருக்கலாம்.

ஆனால், பலநாள் திருடன் ஒருநாள் அகப்படுவான் என்பது பழமொழியல்லாவா? பார்ஸி ரஸ்டம்ஜியின் விஷயத்திலும் இப்பழமொழி உண்மையே ஆயிற்று. அவ்வுத்தம நண்பர் உடனே என்னிடம் ஓட்டமாக ஓடிவந்தார். அவர் கண்களில் நீர் ஆறாய்ப் பெருகி வழிந்துகொண்டிருந்தது. “பாபி! உங்களை நான் ஏமாற்றிவிட்டேன். என் குற்றத்தை இன்று கண்டுபிடித்துவிட்டார்கள். திருட்டுத்தனமாக நான் சாமான்கள் இறக்குமதி செய்து அகப்பட்டுக்கொண்டேன். என் கதி அதோகதிதான். நான் சிறைக்குச் சென்று அழிந்துபோக வேண்டியதுதான். இந்த ஆபத்திலிருந்து நீங்கள்தான் ஒருவேளை என்னைக் காப்பற்றக்கூடும். உங்களிடமிருந்து வேறெதையும் நான் மறைத்ததில்லை. ஆனால், இந்த வியாபாரத் தந்திரங்களைப் பற்றிச் சொல்லி உங்களைத் தொல்லைப்படுத்த வேண்டாமென்று எண்ணினேன். ஆதலின் இதைமட்டும் சொல்லாதிருந்துவிட்டேன். ஐயோ! அதற்காக இப்போது எவ்வளவு வருந்துகிறேன்?” என்று அவர் கதறினார்.

அவரைச் சமாதானப்படுத்தி நான் சொன்னதாவது, “உங்களைக் காப்பாற்றுவதும், காப்பாற்றாததும் ஆண்டவன் சித்தம். என்னுடைய வழி எதுவென்று உங்களுக்குத் தெரியும். குற்றத்தை ஒப்புக்கொள்வதின் மூலமாகவே நான் உங்களைக் காப்பாற்ற முயற்சி செய்யக்கூடும்.”

இதைக்கேட்டு அப் பார்ஸி நண்பர் மனங்குன்றிப்போனார். “உங்களிடம் குற்றத்தை ஒப்புக்கொண்டது போதாதா?” என்று கேட்டார்.

“நீங்கள் எனக்கு எவ்விதப் பிழையும் செய்யவில்லை. அரசாங்கத்துக்கே செய்திருக்கிறீர்கள். ஆதலின் என்முன்னால்

குற்றத்தை ஒப்புக்கொண்டது எப்படி உங்களுக்கு உதவும்?" என்று சாந்தமாய்ச் சொன்னேன்.

"உங்கள் புத்தமதியின்படி நடக்கிறேன். ஆனால், என்னுடைய பழைய வக்கீலான மிஸ்டர்... என்பவரிடம் நீங்கள் கலந்துகொள்ளக் கூடாதா? அவரும் நண்பர்தானே" என்று ரஸ்டம்ஜி கூறினார்.

திருட்டுத்தனமாய்ச் சாமான்கள் இறக்குமதி செய்தல் வெகுகாலமாக நடந்துவந்ததென்று விசாரணையில் தெரியவந்தது. ஆனால், கண்டுபிடிக்கப்பட்ட குற்றம் சிறு தொகையைப் பொறுத்ததாகும். அவருடைய வக்கீலிடம் சென்றோம். அவர் தஸ்தாவேஜிகளைப் படித்துப் பார்த்துவிட்டு, "இவ்வழக்கு ஜூரிகள் முன்னிலையில் விசாரிக்கப்படும். நேட்டால் ஜூரிமார் இந்தியர் ஒருவரை விடுதலை செய்வது மிகப்பிரயாசை, இருந்தாலும் நான் நம்பிக்கையிழந்து விடவில்லை" என்றார்.

இந்த வக்கீலை எனக்கு நன்றாய்த் தெரியாது. பார்ஸி ரஸ்டம்ஜி அவரை இடைமறித்து, "வந்தனம். இந்த வழக்கில் நான் ஸ்ரீ காந்தியின் புத்திமதிப்படி நடக்கத் தீர்மாத்திருக்கிறேன். அவர் என்னை நன்கறிவார். அவசியமானபோதெல்லாம் தாங்கள் அவருக்கு யோசனைக் கூறலாம்" என்றார்.

வக்கீல் சங்கதியை இவ்விதமாக முடிவு செய்துவிட்டுப் பின்னர் பார்ஸி ரஸ்டம்ஜியின் கடைக்குச் சென்றோம்.

இப்போது என் கருத்தை அவரிடம் விளக்கிக் கூறினேன். "இந்த வழக்கு கோர்ட்டுக்கே போகக்கூடாதென்று நான் கருதுகிறேன். உங்கள்மேல் வழக்கு நடத்துவதோ, விட்டுவிடுவதோ கடற்சுங்க அதிகாரியைப் பொறுத்தது. அவர் அட்டர்னி ஜெனரலின் யோசனைப்படி நடக்கவேண்டியவராவார். அவ்விருவரையும் பார்த்துப் பேச நான் சித்தமாயிருக்கிறேன். அவர்கள் குறிப்பிடும் அபராதத்தை நீங்கள் செலுத்த ஒப்புக்கொள்ள வேண்டும். அநேகமாக அவர்கள் இதற்குச் சம்மதிக்கலாம். அப்படிச் சம்மதியாவிடில் நீங்கள் சிறைக்குப்போகச் சித்தமாயிருக்க வேண்டும். குற்றம் செய்வது அவமானமன்று என்பது என் அபிப்பிராயம். அவமானத்துக்கு செயல் ஏற்கனவே செய்தாகிவிட்டது. சிறை வாசத்தை நீங்கள் ஒரு பிராயச்சித்தமாகக் கருதவேண்டும். ஆனால், இனிமேல் திருட்டுத்தனமாய்ச் சாமான்கள் இறக்குவதில்லையென்று உறுதிகொள்வதே உண்மையான பிராயச்சித்தமாகும்."

இந்தப் புத்திமதி அனைத்தையும் பார்ஸி ரஸ்டம்ஜி விருப்பத்துடன் ஏற்றார் என்பது சொல்லமுடியாது. அவர் தைரியசாலிதான் இருந்தாலும் அந்தச் சமயத்திற்கு அவருடைய தைரியம் போய்விட்டது. அவருடைய நற்பெயருக்கும், புகழுக்கும் ஆபத்து வருவதாய் இருந்தது. எவ்வளவோ கவலையுடன் உழைத்து நிர்மாணித்தக் கட்டடம் அடியோடு நாசமாய்விடுமோவென்று அவர் கலங்கினார்.

"நல்லது உங்களிடம் என்னை ஒப்படைத்துவிட்டேன். உங்களிஷ்டப்படி செய்யுங்கள்" என்று அவர் சொன்னார்.

பிறரை வாதமிட்டுத் திருப்புதற்கு என்னுடைய சக்தி எவ்வளவு உண்டோ அவ்வளவையும் இந்த வழக்கில் பிரயோகித்தேன். கடற்சுங்க அதிகாரியைக் கண்டு அவரிடம் அஞ்சாமல் விஷயம் முழுவதையும் கூறினேன். கணக்குப் புத்தகங்களை எல்லாம் அவரிடம் ஒப்புவிப்பதாக வாக்களித்தேன். பர்ஸி ரஸ்டம்ஜி எவ்வளவு பச்சாதாபம் கொண்டிருக்கிறார் என்பதையும் தெரிவித்தேன்.

சுங்க அதிகாரி சொன்னதாவது, "அந்தப் பார்ஸியை எனக்குப் பிடித்திருக்கிறது. அவர் இம்மாதிரி முட்டாள் வேலை செய்தது குறித்து வருந்துகிறேன். என்னுடைய கடமை என்னவென்று உங்களுக்குகே தெரியும். அட்டர்னி ஜெனரல் யோனைப்படி நான் நடக்கவேண்டியவன். ஆதலின் அவரைத் திருப்புவதில் உங்களுடைய சாமர்த்தியத்தை எல்லாம் காட்டவேண்டும்."

"கோர்ட்டுக்கு இழுத்தேயாக வேண்டுமென்று நீங்கள் வற்புறுத்தாதிருந்தால் நான் திருப்தியடைவேன்" என்றேன்.

இந்த வாக்குறுதி அவரிடம் பெற்றுக்கொண்டு அட்டர்னி ஜெனரலுடன் கடிதப் போக்குவரவு தொடங்கினேன். அவரை நேரிலும் பார்த்தேன். நான் கரவின்றி நடந்துகொண்டதை அவர் பாராட்டினார் என்று மகிழ்ச்சியுடன் இங்கே குறிப்பிடுகிறேன். நான் எதையும் மறைக்கவில்லை என்று அவருக்கே நிச்சமாயிற்று. என்னுடைய கரவின்மையையும் பிடிவாதத்தையும் கண்டு அவர் ஒருமுறை, "நீங்கள், 'இல்லை' என்ற பதிலை ஒப்புக்கொள்ளவே மாட்டீர்கள் போலிருக்கிறது" என்று கூறினார். அது இந்த வழக்குச் சம்பந்தமாகத்தானா அல்லது வேறு வழக்கைப் பற்றியா என்பது நன்கு நினைவில்லை.

கடைசியாகப் பார்ஸி ரஸ்டம்ஜியின் வழக்கு ராஜி செய்யப்பட்டது. அவர் திருட்டுத்தனமாய்க் கொண்டுவந்ததாக

ஒப்புக்கொண்ட சாமான்களின் பெருமானத்தைப்போல இரண்டுமடங்கு தொகை அபராதம் செலுத்தவேண்டியிருந்தது. ரஸ்டம்ஜி இந்த வழக்கின் விவரங்கள் முழுவதையும் ஒரு காகிதத்தில் எழுதிக் கண்ணாடிபோட்டு தமது காரியலாயத்தில் மாட்டச் செய்தார். தமது சந்ததிகளுக்கும், மற்ற வியாபாரிகளுக்கும் அது ஒரு நிரந்தர எச்சரிக்கையாயிருக்க வேண்டும் என்பது அவர் கருத்து.

அவருடைய பச்சாத்தாபம் நிலையானது அன்றென்றும், அதைப்பார்த்து ஏமாற வேண்டாமென்றும் அவருடைய நண்பர்கள் எனக்கு எச்சரிக்கை செய்தார்கள். நான் இதை ரஸ்டம்ஜியிடம் தெரிவித்தபோது அவர், "உங்களை ஏமாற்றினால் என் கதி என்னாவது?" என்றார்.

ஐந்தாம் பாகம்

01. இந்தியாவில் முதல் அனுபவம்

நான் தாய்நாடு சேர்வதற்கு முன்னால் போனிக்ஸிலிருந்து புறப்பட்டவர்கள் அங்கே போய்ச்சேர்ந்துவிட்டார்கள். முதலில் போட்ட திட்டத்தின்படி அவர்களுக்கு முன்னால் நான் வந்திருக்க வேண்டியவன். ஆனால், இங்கிலாந்தில் யுத்தம் சம்பந்தமாக எனக்கேற்பட்ட வேலை எங்கள் திட்டங்களை எல்லாம் தலைகீழாக்கிவிட்டது. இங்கிலாந்திலிருந்து நான் எப்போது புறப்படுவேனென்பது நிச்சயமில்லாமல் போனபோது போனிக்ஸ் குடும்பத்தினர் இந்தியாவில் எங்கே வசிப்பது என்னும் பிரச்சினை ஏற்பட்டது. சாத்தியமானால் அவர்கள் எல்லாரும் இந்தியாவில் ஓரிடத்தில் சேர்ந்திருக்கவேண்டுமென்றும், போனிக்ஸில் நடத்திய வாழ்க்கையையே அங்கும் நடத்தவேண்டுமென்றும் நான் விரும்பினேன். இந்தியாவில் அவர்கள் வசிப்பதற்குத் தகுந்த ஆசிரமம் எதுவும் இருந்ததாக எனக்குத் தெரியவில்லை. ஆதலின் ஸ்ரீ ஆண்ட்ருஸைச் சந்தித்து அவருடைய யோசனையின்படி நடக்குமாறு அவர்களுக்குத் தந்திச் செய்தியனுப்பினேன்.

ஆண்ட்ரூஸ் அவர்களை முதலில் காங்ரி குருகுலத்திற்கு அழைத்துச்சென்றார். அங்கே காலஞ்சென்ற சுவாமி சிரத்தானந்தர், அவர்களைத் தமது சொந்தக்குழந்தைகளாகப் பாவித்து நடத்தினார். பின்னர், அவர்கள் சாந்திநிகேத்துக்குச் சென்றார்கள். அங்கே கவி ரவீந்திரரும் அவரைச் சேர்ந்தவர்களும் அவர்களை அன்பு வெள்ளத்தில் முழுகச் செய்தார்கள். இவ்விரண்டிடங்களிலும் அவர்கள் பெற்ற அனுபவங்கள் தக்கசமயத்தில் அவர்களுக்கும் எனக்கும் பெரிதும் உதவியாயிருந்தன.

கவி ரவீந்திரர், சுவாமி சிரத்தானந்தரர், ஆசிரியர் ருத்திரர் இம்மூவரும் ஸ்ரீ ஆண்ட்ரூஸின் திரிமூர்த்திகள் ஆவர். அவரிடம் அவ்வாறு நான் கூறுவது வழக்கம். தென்னாப்பிரிக்காவிலிருந்தபோது மேற்கண்ட மூவர்களைப் பற்றிப் பேசுவதென்றால் ஸ்ரீ ஆண்ட்ரூஸ் சலிப்படையவே மாட்டார். தென்னாப்பிரிக்காவைப் பற்றிய எனது இனிய ஞாபகங்கள் பலவற்றில் இந்தத் திரிமூர்த்திகளைப் பற்றி ஸ்ரீ ஆண்ட்ரூஸ் இரவு பகல் இடைவிடாமல பேசிய பேச்சுகள் மிக்க

இனிமை உடையனவாகும். அவை என்னுள்ளத்தில் தெளிவாகப் பதிந்திருக்கின்றன.

ஸ்ரீ ஆண்ட்ரூஸ் போனிக்ஸ் கூட்டத்தாரை ஆசிரியர் ருத்திரர்க்கும் பழக்கப்படுத்தி வைத்தார். ஆசிரியர் ருத்திரருக்கு ஆசிரமமும் எதுவும் கிடையாதாயினும், வீடு ஒன்று இருந்தது. அவ்வீடு முழுவதையும் அவர் ஒழித்துக்கொடுத்தார். போனிக்ஸ் குடும்பத்தார் அவ்வீடு வந்து சேர்ந்த ஒருநாளைக்குள் தங்கள் சொந்தவீட்டில் இருப்பதாகவே நினைக்கலானார்கள். தாங்கள் போனிக்ஸில் இல்லை என்பதையே மறந்துவிட்டார்கள். ருத்திரரின் பந்துக்கள் அவர்களை அவ்வளவு அன்புடன் நடத்தினார்கள்.

நான் பம்பாயில் இறங்கியபோது போனிக்ஸ் குடும்பம் சாந்திநிகேதத்தில் இருக்கிறதென அறிந்தேன். ஆதலின் கோகலேயைப் பார்த்துவிட்டுக் கூடியவிரைவில் அவர்களிடம் சென்று சேரவேண்டுமென்று ஆவல் கொண்டேன்.

பம்பாயில் எனக்கு நடந்த வரவேற்புகளின்போது சிறு விஷயம் ஒன்றில் சத்தியாக்கிரஹம் செய்ய சந்தர்ப்பம் நேர்ந்தது.

என்னைச் சிறப்பிப்பதற்காக ஸ்ரீ ஜிஹாங்கீர் பெடிட் வீட்டில் நடந்த விருந்தின்போது, நான் குஜராத்தியில் பேசத்துணியவில்லை. அரண்மனைபோன்ற பெருமிதம் சூழ்ந்த அந்த மாளிகையில் ஒப்பந்தத் தொழிலாளிகளின் மத்தியில் வாழ்நாளின் பெரும்பகுதியைச் செலவிட்ட நான், முழுப்பட்டிக்காட்டனாய்த் தோன்றினேன். அப்போது கத்தியவாரிகளைப்போல சட்டையும் தலைப்பாகையும், வேஷ்டியும் அணிந்து இப்போதுள்ளதைவிட அதிக நாகரிக மனிதனாய்க் காணப்பட்டபோதிலும், பெடிட் மாளிகையின் பெருமிதமும், பிரகாசமும் என்னைத் திக்குமுக்காடச் செய்துவிட்டன. எனினும், ஸர் பிரோஸிஷாவினிடம் அடைக்கலம் புகுந்து அவருடைய பாதுகாப்பின் கீழ் தைரியமடைந்து ஒரு மாதிரியாக சமாளித்துக்கொண்டேன்.

அப்புறம், குஜராத்தியரின் வரவேற்பு நடந்தது. குஜராத்திகள் எனக்கு வரவேற்பளித்தே ஆகவேண்டுமென்று பிடிவாதம் பிடித்தார்கள். இதற்கு ஏற்பாடு செய்தவர் காலஞ்சென்ற உத்தமலால் திரிவேதி. அக்கூட்டத்தின் நடைமுறை இன்னதென்று முன்னாடியே தெரிந்துகொண்டேன். ஜனாப் ஜின்னா ஒரு குஜராத்தியாதலால் அவர் இக்கூட்டத்திற்கு வந்திருந்தார். அவர் அக்கிராசனம் வகித்தார். முக்கிய உபந்நியாசகரா என்பது ஞாபகம் இல்லை. அவர் ஆங்கிலத்தில் இனிய சிறு சொற்பொழிவு ஒன்று நிகழ்த்தினார்.

மற்றப் பேச்சுகளில் பெரும்பான்மை ஆங்கிலத்திலேயே நிகழ்ந்தன என்று ஞாபகம். கடைசியாக நான் வந்தனம் செலுத்தவேண்டிய முறை வந்தபோது குஜராத்தியில் பேசினேன். ஹிந்துஸ்தானி, குஜராத்தி மொழிகளிடத்தில் நான் அதிகப் பற்றுக்கொண்டிருப்பதன் காரணத்தை விளக்கிவிட்டு, குஜராத்தியர் அடங்கிய கூட்டத்தில் ஆங்கிலமொழியில் பேசுவதைத் தாழ்மையுடன் கண்டித்தேன். ஆனால், தயக்கத்துடனேதான் இவ்வாறு பேசினேன். நீண்டகாலம் வெளிநாட்டிலிருந்துவிட்டுத் திரும்பிய அனுபவமில்லாத மனிதன் ஒருவன் நீண்டநாளாய் நிலைத்துப்போன வழக்கங்களைக் கண்டித்தல் மரியாதைக் குறைவாகக் கருதப்படுமோ என்று பயந்தேன். ஆனால் குஜராத்தியிலேயே பதிலளிப்பேனென்று நான் வற்புறுத்தியதை யாரும் தவறாகக் கொண்டதாகத் தெரியவில்லை. உண்மையில், ஒவ்வொருவரும் என் கண்டனத்தை ஏற்றுக்கொண்டார்கள் என்பதைக் கவனித்துப் பெருமகிழ்ச்சியடைந்தேன்.

இந்தக் கூட்டத்திலிருந்து, என்னுடைய புது மாதிரியான கொள்கைகளை என் தேசத்தார்முன் கிளத்துதல் அதிகக் கஷ்டமாயிராதென்று தைரியம் கொண்டேன்.

பம்பாயில் சிலகாலம் தங்கி இத்தகைய பூர்வமாக அனுபவங்கள் நிரம்பப்பெற்ற பின்னர் கோகலே என்னைப் பூனாவுக்கு அழைத்திருந்தபடியால் அவ்விடத்துக்குப் புறப்பட்டேன்.

02. பூனாவில் கோகலேயுடன்

நான் பம்பாய் சேர்ந்த உடனேயே, கவர்னர் என்னைப் பார்க்க விரும்புகிறாரென்றும், பூனாவுக்குப் புறப்படுவதற்கு முன்னால் அவரைப்போய்ப் பார்ப்பது உசிதமென்றும் கோகலே எனக்குச் செய்தியனுப்பியிருந்தார். அவ்வாறே கவர்னரைக் காணச் சென்றேன். வழக்கமான விசாரணைகளுக்குப் பிறகு அவர், "உங்களை ஒன்று கேட்டுக்கொள்கிறேன். அராசங்கம் சம்பந்தப்பட்ட நடவடிக்கை எதுவும் தாங்கள் எடுத்துக்கொள்ள உத்தேசிக்கும்போது என்னை வந்து முதலில் பார்க்கவேண்டும்" என்றார்.

அதற்கு நான் பின்வருமாறு பதிலளித்தேன். "அத்தகைய வாக்குறுதி தங்களுக்கு நான் எளிதில் அளிக்க முடியும். எதிரியின் மனோபாவத்தை அறிந்து கூடுமானவரையில் அவருடன் ஒத்துப்போக முயல்வதே சத்தியாக்கிரஹ விதியாகும்.

தென்னாப்பிரிக்காவில் நான் இவ்விதியைக் கண்டிப்பாய் அனுசரித்தேன். இங்கும் அதை அனுசரிப்பதாகவே உத்தேசித்துள்ளேன்."

லார்ட் வில்லிங்டன் எனக்கு வந்தனம் அளித்துவிட்டு, "உங்களுக்கு விருப்பமானபோதெல்லாம் என்னை வந்து பார்க்கலாம். என்னுடைய அரசாங்கம் வேண்டுமென்று அநீதி எதுவும் செய்யாதென்பதை நீங்கள் காண்பீர்கள்" என்றார்.

"அந்த நம்பிக்கைதான் என்னுடைய தைரியம்" என்று பதிலளித்தேன்.

அதன்பிறகு பூனாவுக்குச் சென்றேன். அந்த அருமையான நாட்களின் ஞாபகங்கள் எல்லாவற்றையும் இங்கு நான் விவரித்தல் இயலாதக் காரியம். கோகலேயும், இந்திய ஊழியச் சங்கத்தின் மற்ற அங்கத்தினர்களும் என்னை அன்பு வெள்ளத்தில் முழுக்காட்டினார்கள். என்னைச் சந்திப்பதற்கென்று அச்சங்கத்தின் அங்கத்தினர் எல்லாரையும் கோகலே வரவழைத்திருந்தார் என்று ஞாபகம். அவர்களுடன் எல்லா விஷயங்களைப் பற்றியும் தாராளமாகச் சம்பாஷித்தேன்.

இந்த ஊழியச் சங்கத்தில் நான் சேர்ந்துவிட வேண்டுமென்று கோகலே பெரிதும் விரும்பினார். எனக்கும் அத்தகைய விருப்பமிருந்தது. ஆனால், இலட்சியங்களிலும், வேலை முறைகளிலும் எனக்கும் அவர்களுக்கும் நிரம்ப வேற்றுமை இருந்தபடியால் நான் சங்கத்தில் சேருதல் முறையாகாது என்று மற்ற அங்கத்தினர்கள் கருதினார்கள். கோகலே அப்படி நினைக்கவில்லை. என்னுடைய சொந்தக் கொள்கைகளில் நான் உறுதியுடையேனாயினும் பிறருடைய கொள்கைகள் விஷயத்தில் சகிப்புத்தன்மை காட்டும் ஆற்றலும் விருப்பமும் எனக்கு உண்டென்று அவர் நம்பினார்.

அவர் கூறியதாவது, "உங்களுடைய ராஜி செய்துகொள்ளும் குணத்தை இச்சங்க அங்கத்தினர் இன்னும் நன்றாய் அறிந்து கொள்ளவில்லை. அவர்கள் தங்கள் கொள்கையில் பிடிவாதமும், சுதந்திர புத்தியும் உள்ளவர்கள். உங்களை அவர்கள் ஏற்றுக்கொள்வார்களென்று நம்புகிறேன். அப்படி அவர்கள் ஏற்றுக்கொள்ளாவிடினும் உங்களிடம் மரியாதையாவது அன்பாவது அவர்களுக்கில்லை என்று நீங்கள் ஒரு கணமும் எண்ணவேண்டாம். உங்களிடம் அவர்களுக்குள்ள பெருமதிப்புக்குப் பங்கம் நேரிடப்போகிறதே என்ற அச்சத்தினால்தான் அவர்கள் தயங்குகிறார்கள். ஆனால், நீங்கள் சம்பிரதாயமாக அங்கத்தினராகச்

சேர்க்கப்பட்டாலும், படாவிடினும் நான் உங்களை ஓர் அங்கத்தினராகவே பாவிக்கப்போகிறேன்."

பின்னர், என் உத்தேசத்தை கோகலேயிடம் தெரிவித்தேன். இந்திய ஊழியச் சங்கத்தில் என்னைச் சேர்த்துக்கொண்டாலும், கொள்ளாவிட்டாலும் தனியாக ஓர் ஆசிரமம் ஏற்படுத்தி அதில் போனிக்ஸ் குடும்பத்தாரோடு நிலையாக வசிக்க விரும்புகிறேனென்றும், அந்த ஆசிரமம் குஜராத்தில் இருந்தால் விசேஷமென்று கருதுவதாகவும், ஏனெனில் குஜராத்தியாகிய நான் குஜராத்திக்குத் தொண்டு செய்வதின் மூலமாகவே தேசத்தொண்டு செய்தல் தகுதியாகுமென்றும் கூறினேன். கோகலேக்கு இந்த யோசனைப் பிடித்திருந்தது. "கட்டாயம் நீங்கள் அப்படியே செய்யலாம். சங்க அங்கத்தினர்களுடன் உங்களுடைய சம்பாஷணை முடிவு என்னவாயினும், ஆசிரமத்தில் செலவுகளுக்கு நீங்கள் வேறு யாரையும் எதிர்பார்க்கக்கூடாது, அவற்றை என் சொந்தச் செலவாகவே கருதுவேன்" என்றார்.

என் இதயத்தில் ஆனந்த வெள்ளம் பொங்கித் ததும்பிற்று. நிதி சேர்க்கும் பொறுப்பிலிருந்து விடுதலை பெறுதலே பெரிதும் மகிழ்ச்சிக்குரியதாகும். அத்துடன் நான் தன்னந்தனியாய் வேலை தொடங்க வேண்டியதில்லை என்றும், கஷ்டம் நேர்ந்தபோதெல்லாம் வழிகாட்ட ஒரு துணைவர் இருக்கிறார் என்றும் நிச்சய மேற்பட்டபடியால் என் மனத்திலிருந்து ஒரு சுமை நீங்கியது போலிருந்தது.

கோகலே காலஞ்சென்ற டாக்டர் தேவ் அவர்களை அழைத்து, சங்கக் கணக்குப் புத்தகத்தில் எனக்கு ஓர் பேரேடு விடும்படியும், ஆசிரமத்துக்காகவும், மற்றும் பொதுச் செலவுகளுக்காகவும் நான் எவ்வளவு தொகைக் கேட்டாலும் கொடுக்கும்படியும் கூறினார்.

பின்னர், சாந்திநிகேதனுக்குப் புறப்பட ஆயத்தமானேன். நான் புறப்படுவதற்கு முன்தினம் கோகலே ஒரு விருந்து நடத்த ஏற்பாடு செய்தார். அதற்கு முக்கியமான நண்பர்களை மட்டும் அழைத்திருந்ததுடன் எனக்குப் பிடித்த உணவுகளான பழங்கள். விதைகள் இவைகள் தருவிக்கவும் ஏற்பாடு செய்திருந்தார். அவர் இருந்த அறையிலிருந்து சில அடி தூரத்திலேயே விருந்து நடைபெற்றது. அந்த சில அடி தூரம் நடந்துவரவும் அவர் இயலாதவராயிருந்தார். ஆயினும் என்னிடம் அவருக்கிருந்த அன்பினால் தூண்டப்பட்டுப் பிடிவாதமாக வருவேனென்றார். அவ்வாறே வந்தாராயினும் உடனே மூர்ச்சையடைந்தார். அவரை

அங்கிருந்து தூக்கிச்செல்ல வேண்டியதாயிற்று. ஆனால், அவர் மூர்ச்சையடைந்தது, இது முதல் தடவையன்றாதலால், திரும்ப உணர்வு வந்ததும் விருந்தை நடத்தும்படி சொல்லி அனுப்பினார்.

விருந்து என்றால் பிரமாதமாக எண்ணிக்கொள்ள வேண்டாம். நண்பர்கள் கூடிப்பேசுவதற்கு அது ஒரு சந்தர்ப்பமே அல்லாது வேறில்லை. சங்கக் கட்டடத்தில் விருந்தினர் தங்கும் வீட்டுக்கெதிரில் திறந்தவெளியில் விருந்து நடைபெற்றது. கடலைக்கொட்டையும் பேரீச்சை முதலிய பழங்களும் தின்றுகொண்டு நண்பர்களுடன் அளவளாவிப் பேசிப் பொழுதுபோக்கினோம்.

ஆனால், மேற்சொன்னவாறு கோகலே மூர்ச்சையடைந்தது சாதாரண விஷயமாகப் போய்விடவில்லை. அது என் வாழ்க்கையில் முக்கியமானதோர் சம்பவமாயிற்று.

03. பயமுறுத்தலா?

காலஞ்சென்ற என் தமையனாரின் மனைவியையும், மற்ற உறவினரையும் பார்க்கும்பொருட்டு பம்பாயிலிருந்து இராஜகோட்டைக்கும் போர் பந்தருக்கும் சென்றேன்.

தென்னாப்பிரிக்கா சத்தியாக்கிரஹத்தின்போது என்னுடைய உடையை ஒப்பந்தத்தொழிலாளரின் உடையுடன் பொருந்துமாறு மாற்றிக்கொண்டிருந்தேன். இங்கிலாந்திலும் வீட்டிலுள்ள காலங்களிலும் அதே உடை அணிந்து வந்தேன். பம்பாயிலிறங்கியபோது உட்சட்டை, மேலங்கி, வேஷ்டி, அங்கவஸ்திரம் இவையடங்கிய கத்தியவார் உடை தரித்துக்கொண்டிருந்தேன். இவை எல்லாம் இந்திய ஆலைத் துணியாலானவை. ஆனால், பம்பாயிலிருந்து மூன்றாம் வகுப்பு வண்டியில் பிரயாணம் செய்யத் தீர்மானத்திருந்தபடியால், மேலங்கியும் உத்திரீயமும் அதிக சுமையென்று கருதி அவற்றைப் போட்டுவிட்டு ஏழெட்டு அணா விலையுள்ள காஷ்மீர் குல்லா ஒன்று வாங்கிக்கொண்டேன். இத்தகைய உடை தரித்தவர் ஏழையென்று கருதப்படுவது நிச்சயமன்றோ?

அக்காலத்தில் பிளேக் பரவி இருந்தபடியால், வீரம் காமிலோ வாத்வானிலோ, நன்கு ஞாபகமில்லை மூன்றாம் வகுப்புப் பிரயாணிகள் வைத்தியப் பரிசோதனைச் செய்யப்பட்டார்கள். எனக்குக் கொஞ்சம் சுரம் இருந்தது. இதை அறிந்த வைத்தியப்

பரிசோதகர் என்னுடைய பெயரைக் குறித்துக்கொண்டு, இராஜகோட்டையில் பெரிய வைத்திய அதிகாரியிடம் சென்று அறிக்கை செய்துகொள்ள வேண்டுமென்று கூறினார்.

வாத்வான் வழியாக நான் போகிறேன் என்னும் செய்தியை முன்னதாகவே யாரோ அனுப்பியிருக்க வேண்டும். ஏனெனில், அவ்விடத்துப் பிரபல பொதுஜன ஊழியரான மோதிலால் என்னும் தையற்காரர் ஸ்டேஷனில் என்னைச் சந்தித்தார். வீரம்காம் சுங்கவரியைப் பற்றியும், அது காரணமாக ரயில்வே பிரயாணிகள் உள்ளாக வேண்டியிருக்கும் கஷ்டங்களைப் பற்றியும் அவர் எனக்குக் கூறினார். அப்போது சிறிது சுரம் இருந்தபடியால் அதிகம் பேசுவதற்கு எனக்குப் பிரியமில்லாமலிருந்தது. எனவே, ஒரேயொரு கேள்வியின் மூலம் அவருக்குச் சுருக்கமாக விடையளித்துவிட எண்ணினேன்.

"நீங்கள் சிறைசெல்லச் சித்தமாக இருக்கிறீர்களா?" என்று கேட்டேன்.

சிந்தனைச் செய்யாமல் பேசும் ஆவேசமுள்ள இளைஞர்களில் ஒருவர் என்று மோதிலாலை நான் எண்ணியிருந்தேன். ஆனால், உண்மையில் அவர் அத்தகையவரல்ல என்று தெரியவந்தது. அவர் உறுதியுடனும் தீர்மானமாகவும் பதிலளித்ததாவது, "நீங்கள் தலைமை வகித்து நடத்தினால் நிச்சயமாகச் சிறைபுகுவோம். கத்தியவாரைச் சேர்ந்த எங்களுக்குத் தங்கள் மீது முதன்மையான உரிமை உண்டு. இப்போது தங்களை நிறுத்த நாங்கள் உத்தேசிக்கவில்லை. ஆனால், திரும்பும் காலையில் தாங்கள் இங்கே தங்கிச்செல்வதாக உறுதிமொழி அளிக்கவேண்டும். எங்கள் இளைஞர்களின் ஊக்கத்தையும் உழைப்பையும் கண்டு நீங்கள் மகிழ்ச்சியடைவீர்கள். நீங்கள் எப்போது கட்டளையிட்டாலும் உடனே நாங்கள் முன்வருவோம். இதை நிச்சயமாய் நம்புகள்."

இம்மொழிகளால் மோதிலால் என்னைக் கவர்ந்துவிட்டார். அவருடைய தோழர் கூறியதாவது, "இந்நண்பர் தையற்காரர்தான். ஆனால், அவர் அத்தொழிலில் மிகவும் தேர்ச்சி பெற்றவராதலால் தினம் ஒருமணி நேரம் மட்டும் வேலை செய்து மாதம் 15 ரூபாய் சம்பாதித்துவிடுகிறார். அவருக்கு வேண்டிய தொகை அவ்வளவுதான். பாக்கிக் காலம் முழுவதையும் பொது ஊழியத்துக்கே தருகிறார். எங்களுக்கெல்லாம் தலைவர் அவர்தான். படித்தவர்களாகிய நாங்கள் அவரைக்கண்டு வெட்கமடைய வேண்டியிருக்கிறது."

பிற்காலத்தில் நான் மோதிலாலுடன் நெருங்கிப் பழக நேர்ந்தது. அப்போது, மேற்கூறிய புகழுரை சிறிதும் மிகைப்படுத்தியதன்று எனக் கண்டேன். ஆசிரமம் ஆரம்பித்தப் புதிதில் அவர் ஒவ்வொரு மாதமும் சில தினங்கள் அங்கே வசித்து வந்தார். ஆசிரமத்துக்கு வேண்டிய தையல் வேலைகளைச் செய்துகொடுத்ததுடன், ஆசிரமத்துக் குழந்தைகளுக்கும் அவ்வேலை கற்றுக்கொடுத்தார். ஒவ்வொருநாளும் அவர் வீரம்காமில் பிரயாணிகள் படும் கஷ்டங்களைப் பற்றிப் பேசுவார். அக்கஷ்டங்கள் அவரால் சற்றும் பொறுக்கமுடியாமல் போயிருந்தன. திடீரென்று தோன்றிய நோயினால் நல்ல இளம்பிராயத்தில் அவர் மரணமுற்றார். அவருடைய பிரிவினால் வாத்வான் பொதுவாழ்க்கை பெரும் நஷ்டமடைந்தது.

இராஜகோட்டை போய்ச்சேர்ந்த மறுநாள் காலை பெரிய வைத்திய அதிகாரியையும் பார்க்கச்சென்றேன். அங்கு ஓரளவு என் பெயர் பிரபலமாகி இருந்தது. ஆதலின் டாக்டர், நான் அவரிடம் வர நேர்ந்தது குறித்து வெட்கப்பட்டதுடன் மேற்படி வைத்தியப் பரிசோதகர் மீது கோபங்கொண்டார். இக்கோபம் அநாவசியமே ஆகும். வைத்தியப் பரிசோதகர் தமது கடமையைச் செய்தாரேயன்றி வேறில்லை. அவர் என்னை அறியார். அறிந்திருந்தாலும் அவர் வேறுவிதமாகச் செய்திருக்கக்கூடாது. இனிமேல் நான் அவரிடம் வரவேண்டியதில்லை என்றும் அதற்குப் பதிலாக ஓர் இன்ஸ்பெக்டரை நானிருக்குமிடத்துக்கு அனுப்புவதாகவும் டாக்டர் பிடிவாதமாகச் சொன்னார்.

சுகாதாரக் காரணங்களுக்காக மூன்றாம் வகுப்புப் பிரயாணிகளைப் பரிசோதிப்பது அத்தகைய சந்தர்ப்பங்களில் அத்தியாவசியமேயாகும். பெரிய மனிதர்கள் மூன்றாம் வகுப்பு வண்டியில் பிரயாணம் செய்யப் பிரியப்பட்டால், ஏழைகள் உள்ளாக வேண்டியிருக்கும் எல்லா விதிகளுக்கும் அவர்களும் உள்ளாதல் அவசியம். உத்தியோகஸ்தர்கள் பாரபட்சமின்றி நடந்துகொள்ள வேண்டும். அவர்கள் மூன்றாம் வகுப்புப் பிரயாணிகளைச் சகோதர மனிதர்களாகவே நினைப்பதில்லை என்பதும், கேவலம் ஆடுமாடுகளாகப் பாவிக்கிறார்களென்பதும் என்னுடைய அனுபவம். அவர்களிடம் அலட்சியமாக, அவமதிப்புடன் பேசுகிறார்கள். பிரயாணிகள் பதில் சொன்னால், அல்லது வாதம் செய்தால் அவர்களால் பொறுக்கமுடிவதில்லை. மூன்றாம் வகுப்புப் பிரயாணி ரயில்வே உத்தியோகஸ்தருடைய வேலைக்காரனைப்போல் அவருக்குக் கீழ்படியவேண்டும். உத்தியோகஸ்தர் பிரயாணியை

அடிக்கலாம், பயமுறுத்திப் பணம் பிடுங்கலாம்; இவற்றிற்குக் கேள்விமுறை கிடையாது. எவ்வளவு அசௌகரியங்களுக்கு ஆளாக்கலாமோ அவ்வளவுக்கும் ஆளாக்கிய பிறகே டிக்கட் கொடுக்கப்படுகிறது. டிக்கட் பெறுவதற்குள் வண்டி போய்விடுவதும் உண்டு. இவ்வளவும் நானே என் கண்ணால் பார்த்திருக்கிறேன். படித்தப் பணக்கார வகுப்பாரில் சிலர் தாங்களாகவே ஏழைகளின் அந்தஸ்தை ஏற்க முன்வந்தாலன்றி மேற்கூறிய நிலையில் சீர்திருத்தம் எதுவும் செய்யமுடியாது. அவர்கள் மூன்றாம் வகுப்பில் பிரயாணம் செய்யவேண்டும். ஏழைகளுக்கு மறுக்கப்படும் எந்த வசதிகளையும் தாங்கள் அனுபவிக்கக்கூடாது. விலக்கக்கூடிய கஷ்டங்கள், அவமதிப்புகள், அநீதிகள் இவற்றிற்குத் தலைகுனிந்து போகாமல் அவற்றைத் தொலைப்பதற்காகப் போராடவேண்டும்.

கத்தியவாரில் நான் எந்தப் பகுதிக்குச் சென்றாலும் வீரம்காம் சுங்கவரித் தொல்லையைப் பற்றிப் புகார்கள் கேள்விப்பட்டேன். எனவே, லார்ட் வில்லிங்டனுடைய வாக்குறுதியை உடனே உபயோகப்படுத்திக்கொள்ளக் கருதினேன். அது சம்பந்தமாகக் கிடைக்கக்கூடிய பிரசுரங்கள் எல்லாவற்றையும் சேகரித்துப் பார்த்தேன். அப்புகார்கள் உண்மையானவையே என்று நான் உறுதியடைந்ததும் பம்பாயில் அரசாங்கத்துடன் கடிதப் போக்குவரவு தொடங்கினேன். லார்ட் வில்லிங்னுடைய அந்தரங்கக் காரியதரிசியையும், பின்னர் லார்ட் வில்லிங்டனையும் கண்டு பேசினேன். கவர்னர் தனது அனுதாபத்தைத் தெரிவித்துவிட்டு டில்லி அரசாங்கத்தின்மேல் பழியைச் சுமத்தினார். "எங்கள் கையில் இருந்திருந்தால் சுங்கத்தை முன்னமே எடுத்திருப்போம். இந்திய அரசாங்கத்திற்கு நீங்கள் எழுதிக்கொள்ள வேண்டும்." என்றார் காரியதரிசி.

இந்திய அரசாங்கத்துக்கும் எழுதினேன். ஆனால், என்னுடைய கடிதம் வந்த விவரம் தெரிவித்தற்கப்பால் அங்கிருந்து பதில் ஒன்றும் வரவில்லை. பின்னால் செம்ஸ்போர்டு பிரபுவைச் சந்திக்கச் சந்தர்ப்பம் ஏற்பட்டபோதுதான் பரிகாரம் கிடைத்தது. அவரிடம் விவரங்களை நான் எடுத்துக்கூறியபோது அவர் ஆச்சர்யமடைந்தார். இதைப்பற்றி அவருக்கு எதுவுமே தெரியாமலிருந்தது. நான் கூறியவைகளை அவர் பொறுமையுடன் கேட்டிருந்து அந்த நிமிஷமே வீரம்காம் சம்பந்தமான தஸ்தாவேஜிகளைக் கொண்டுவரும்படி டெலிபோன் மூலம் கட்டளையிட்டார். சம்பந்தப்பட்ட அதிகாரிகள் தகுந்த சமாதானம் எதுவும் சொல்லாவிடில் சுங்கத்தை நீக்கிவிடுவதாக வாக்களித்தார். இது

சேர்ந்த சிலநாட்களுக்கெல்லாம், வீரம்காம் சுங்கம் நீக்கப்பட்டதாகப் பத்திரிகைகளில் படித்தேன்.

இச்சம்பவத்தை இந்தியாவில் சத்தியாக்கிரஹத்தின் ஆரம்பம் என்பதாக நான் கருதுகிறேன். பகஸ்ராவில் நான் செய்த ஒரு பிரசங்கத்தில் சத்தியாக்கிரஹத்தைப் பற்றிக் குறிப்பிட்டிருந்தேன். இந்தப் பிரசங்கத்தின் விவரம் பம்பாய் அரசாங்கத்துக்குக் கிடைத்திருந்தது. பம்பாய் அரசாங்கத்தின் காரியதரிசியை நான் பார்த்துப் பேசியபோது அவர் நான் சத்தியாக்கிரஹத்தைப் பற்றி குறிப்பிட்டிருந்ததை ஆட்சேபித்தார்.

"இது பயமுறுத்தல் அல்லாவா? வலிமை பொருந்திய ஓர் அரசாங்கம் பயமுறுத்தல்களுக்கு இணங்கிவிடுமென்று நினைக்கிறீர்களா?" என்று அவர் கேட்டார்.

அதற்கு நான் பதிலளித்தாவது, "இது பயமுறுத்தலன்று ஜனங்களுக்குப் பயிற்சியளிப்பதாகும். குறை நிவர்த்திக்கு நியாயமான உபாயங்களை எல்லாம் ஜனங்களுக்கு எடுத்துக்காட்டுவது என் கடமை. சுதந்திரமடைய விரும்பும் ஒரு தேசத்தார், அதற்குரிய எல்லா வழிகளையும் அறிந்திருத்தல் அவசியம். உலகில் சாதாரணமாய் இவ்வழிகளில் கடைசி வழி பலாத்காரமாயிருந்து வந்திருக்கிறது. ஆனால், சத்தியாக்கிரஹமோ பலாத்காரம் சிறிதுமற்ற ஆயுதம். அதன் உபயோகத்தைப் பற்றியும். அதற்குரிய நிபந்தனைகளைப் பற்றியும் ஜனங்களுக்கு விளக்குதல் என் கடமையென்று கருதுகிறேன். பிரிட்டிஷ் அரசாங்கம் வலிமை பொருந்திய அரசாங்கம் என்பதில் எள்ளளவும் சந்தேகமில்லை. ஆனால், சத்தியாக்கிரஹம் தோல்வி அறியாத ஆயுதம் என்றும் எனக்கு நிச்சயமுண்டு."

அந்த கெட்டிக்கார காரியதரிசி தலையை அசைத்து, "பார்க்கலாம்" என்றார்.

04. சாந்தி நிகேதனம்

இராஜகோட்டையிலிருந்து சாந்தி நிகேதனம் சென்றேன். அங்கு உபாத்தியாயர்களும், மாணாக்கர்களும் என்னை அன்புக்கடலில் முழுக்காட்டினார்கள். எளிமையுடனே அழகும் அன்பும் பொருத்தமாய்க் கலந்த வரவேற்பு அளித்தார்கள். 'காக சாகிப்' காலேல்காரை நான் முதன்முதலாக இங்கேதான் சந்தித்தேன்.

காலேல்கர் 'காகா சாகிப்' என்றழைக்கப்பட்டது ஏன் என்பது அப்போது எனக்குத் தெரியாது. அவ்விவரம் பின்னால் அறிந்தேன். இங்கிலாந்தில் என்னுடன் வசித்தவரும் எனது நெருங்கிய நண்பருமான ஸ்ரீ கோசவ ராவ் தேஷ்பாண்டே பரோடா சமஸ்தானத்தில் சிலகாலம் 'கங்காநாத் வித்தியாலயம்' என்ற பெயருடன் ஒரு பள்ளிக்கூடம் நடத்தினார். வித்தியாலயம் ஒரு குடும்பம்போலவே நடைபெற வேண்டுமென்ற கருத்துடன் உபாத்தியாயர்களுக்கு அவர் குடும்பப் பெயர்கள் கொடுத்திருந்தார். அவ்வித்தியாலயத்தில் அப்போது உபாத்தியாயராயிருந்த ஸ்ரீ காலேல்கர் 'காகா' (சித்தப்பா) என்றழைக்கப்பட்டார். இவ்வாறே பாட்கே 'மாமா' என்றும், ஹரிஹர சர்மா 'அண்ணா' என்றும், அழைக்கப்பட்டனர். மற்றவர்களுக்கும் இதுபோன்ற உறவுமுறைப் பெயர்கள் அளிக்கப்பட்டன. காகாவின் நண்பரான சுவாமி ஆனந்தானந்தரும், மாமாவின் சிநேகிதரான பட்டவர்த்தனரும் பின்னால் இந்தக் குடும்பத்தைச் சேர்ந்தார்கள். நாளடைவில் இவர்கள் அனைவரும் ஒருவர்பின் ஒருவராக என் சகாக்களாயினர். ஸ்ரீ தேஷ் பாண்டே 'சாகிப்' என்றழைக்கப்பட்டார். வித்தியாலயத்தைக் கலைக்கவேண்டி நேர்ந்தபோது குடும்பமும் கலைந்துபோயிற்று. ஆனால், அவர்கள் தங்கள் ஆத்மார்த்த உறவையோ, உறவுமுறைப் பெயர்களையோ எப்போதும் விட்டுவிடவில்லை.

காகா சாகிப் அப்போது பற்பல ஸ்தாபனங்களையும் பார்த்து அனுபவம் பெறும் பொருட்டுப் பிராயணம் செய்துகொண்டிருந்தார். நான் சாந்தி நிகேதனுக்குச் சென்றபோது அவர் அங்கிருக்க நேர்ந்தது. அதே கூட்டத்தைச் சேர்ந்த சிந்தாமணி சாஸ்திரியும் அப்போது அங்கிருந்தார். அவர்களிருவரும் சமஸ்கிருதம் கற்பிப்பதில் அங்கு உதவி செய்துகொண்டிருந்தார்கள்.

சாந்தி நிகேதனத்தில் போனிக்ஸ் குடும்பத்திற்கென்று தனி இடம் கொடுக்கப்பட்டிருந்தது. குடும்பத்தின் தலைவர் மகன்லால் காந்தி. போனிக்ஸ் ஆசிரமத்தின் விதிகள் எல்லாம் இங்கும் கண்டிப்பாய் அனுஷ்டிக்கப்படும் வண்ணம் அவர் கவனித்துவந்தார். அவர் தமது அன்பினாலும், அறிவினாலும், விடா முயற்சியினாலும் சாந்தி நிகேதனம் முழுவதிலும் தமது புகழ் விளங்கும்படி செய்திருப்பதைக் கண்டேன்.

ஆண்ட்ரூஸூம், பியர்சனும்கூட அங்கிருந்தார்கள். ஜகதானந்த பாபு, நேபாள் பாபு, சந்தோஷ் பாபு, க்ஷிதி மோஹன் பாபு, நாகென் பாபு, சராத் பாபு, காளி பாபு முதலிய வங்காளி உபாத்தியாயர்களும் இருந்தனர்.

என்னுடைய வழக்கத்தை அனுசரித்து விரைவில் உபாத்தியாயர்களுடனும், மாணாக்கர்களுடனும் கலந்து பழகினேன். தத்தம் காரியங்களைத் தாமே செய்துகொள்ளும் தத்துவத்தைப் பற்றி அவர்களுடன் விவாதம் செய்தேன். உபாத்தியாயர்களும், பையன்களும் சம்பளம் பெறும் சமையல்காரர்களை நீக்கிவிட்டுத் தங்களுக்குத் தாங்களே சமையல் செய்துகொண்டால் நலமென்று யோசனைச் சொன்னேன். அதனால் உபாத்தியாயர்கள் சமையலறையை மேற்பார்வை செய்து பிள்ளைகளின் தேகபலத்தையும். மனோநலத்தையும் வளர்க்க இயலுமென்றும், பிள்ளைகளுக்குத் தம் காரியத்தைத் தாமே செய்துகொள்ளும் பயிற்சியில் அது ஓர் உதாரணப் பாடமாயிருக்கும் என்றும் எடுத்துக்காட்டினேன். உபாத்தியாயர்களில் இரண்டொருவர் அது முடியாத காரியமென்பதாகத் தலையை அசைத்தார்கள். வேறு சிலர் அந்த யோசனையைப் பலமாக ஆதரித்தார்கள். பிள்ளைகள் எல்லாருக்கும் அது பிடித்திருந்தது. வேறு காரணம் எப்படி இருந்தாலும், புதுமையானக் காரியம் என்றால் பிள்ளைகளுக்குப் பிடித்தல் இயல்பன்றோ? எனவே, அச்சோதனையைத் தொடங்கினோம். கவிநாதரை, தமது அபிப்பிராயம் தெரிவிக்கும்படி கேட்டபோது, அவர், உபாத்தியாயர்களுக்கு விருப்பமாயிருந்தால் தமக்கு ஆட்சேபணை இல்லை என்று கூறினார். “சுயராஜ்யத்தின் திறவுகோல் இந்தச் சோதனையில் அடங்கியிருக்கிறது” என்று அவர் பிள்ளைகளைப் பார்த்துச் சொன்னார்.

இந்தச் சோதனையை வெற்றிபெறச் செய்யும் பொருட்டுப் பியர்ஸன் தம் உடல்நலத்தையும் பொருட்படுத்தாமல் உழைக்கலானார். அவர் மிக்க உற்சாகத்துடன் அவ்வேலையில் ஈடுபட்டார். கறி நறுக்குவதற்கு ஒரு கூட்டமும், தானியம் சுத்தம் செய்வதற்கு மற்றொரு கூட்டமும், இவ்வாறு ஒவ்வொரு வேலைக்கு ஒவ்வொரு கூட்டமாகப் பிள்ளைகள் பிரிக்கப்பட்டனர். சமையலறையையும், சுற்றுப்புறங்களையும் சுகாதார முறைப்படி சுத்தம் செய்யும் வேலையை, நாதென் பாபுவும் மற்றும் சிலரும் ஒப்புக்கொண்டார்கள். அவர்கள் கையில் மண்வெட்டியுடன் வேலை செய்வதைப் பார்க்க எனக்கு ஆனந்தமாயிருந்தது.

ஆனால், நூற்றிருபத்தைந்து பையன்களும், அவர்களுடைய ஆசிரியர்களும், இவ்வுடல் உழைப்பும் வேலையை முழு விருப்பத்துடன் ஏற்பர் என்று எதிர்பார்த்தல் அதிகமன்றோ? தினந்தோறும் விவாதங்கள் நடந்தன. சிலர் விரைவிலேயே களைப்படைந்துவிட்டதாகத் தெரிந்தது. ஆனால், பியர்ஸன்

அவ்வாறு களைப்படையும் மனிதரல்லர். எப்பொழுதும் புன்னகை தவழ்ந்த முகத்துடன் அவர் சமையலறையில் ஏதேனும் வேலை செய்துகொண்டிருப்பார். பெரிய பாத்திரங்களைத் துலக்கும் வேலையை அவர் மேற்கொண்டிருந்தார். பாத்திரம் துலக்குபவர்களுக்கு அந்த வேலையில் சலிப்புத் தோன்றாமலிருக்கும் பொருட்டு அவர்கள் முன்னால் சில மாணாக்கர் ஸிதார்வாத்தியம் வாசிப்பது வழக்கம். எல்லாரும் ஊக்கத்துடன் இச்சோதனையில் ஈடுபடவே சாந்தி நிகேதனம் தேன்கூட்டை ஒத்து சுறுசுறுப்பான உழைப்பாளிகள் அடங்கிய இடமாயிற்று.

இத்தகைய மாறுதல்கள் ஆரம்பிக்கப்பட்டுவிட்டால் பின்னர் வளர்ச்சியுறாமல் நிற்பதில்லை. போனிக்ஸ் குடும்பத்தின் சமையலறைக் குடும்பத்தாராலேயே நடத்தப்பட்டதுமல்லாமல், அதில் சமைக்கப்பட்ட உணவு மிக எளிதாயிருந்தது. மசாலைப் பொருள்கள் விலக்கப்பட்டன. அரிசி, பருப்பு, காய்கறிகள், கோதுமை மாவு எல்லாம் ஒரே சமயத்தில் ஒரே பாத்திரத்தில் நீராவியினால் பாகம் செய்யப்பட்டன. வங்காளிச் சிறுவர்கள் சிலர், பொதுச்சமையலிலிருந்து பிரிந்து, தனியாக இத்தகைய சமையலறை ஒன்றைத் தொடங்கினார்கள். இரண்டொரு உபாத்தியாயர்களும், சில மாணாக்கர்களுமே அதை நடத்தினார்கள்.

சில காலத்திற்குப் பின் இச்சோதனை நிறுத்தப்பட்டது. பிரசித்திபெற்ற அந்த ஸ்தாபனம் சில நாளைக்கேனும் இச்சோதனையை நடத்தியதால் நஷ்டம் யாதும் எய்தவில்லை என்பது என் அபிப்பிராயம். அப்போது அடைந்த அனுபவங்கள் ஆசிரியர்களுக்கு உபயோகப்படாமற் போகா.

சாந்தி நிகேதனத்தில் சிலகாலம் வசிக்க வேண்டுமென்று எண்ணியிருந்தேன். ஆனால், ஈசன் விருப்பம் வேறு விதமாயிருந்தது. அங்கு நான் வாசம் செய்யத்தொடங்கிய ஒருவார காலம் ஆவதற்குள் கோகலே மரணமடைந்தார் என்று பூனாவிலிருந்து தந்தி வந்தது. சாந்தி நிகேதனம் முழுவதும் துக்கக்கடலில் மூழ்கிற்று. அந்த ஸ்தாபனத்தைச் சேர்ந்தவர்கள் அனைவரும் துக்கம் விசாரிக்கும் பொருட்டு என்னிடம் வந்தார்கள். இந்தத் தேசிய நஷ்டத்தைப் பற்றித் துக்கம் தெரிவிப்பதற்காக ஆசிரமத்துக் கோயிலில் ஒரு விசேஷக் கூட்டம் நடந்தது. அன்றைய தினமே என் மனைவியுடனும் மகன்லால் காந்தியுடனும் நான் பூனாவுக்குப் புறப்பட்டேன். மற்றவர்கள் அனைவரும் சாந்தி நிகேதனத்திலேயே தங்கியிருந்தனர்.

ஆண்ட்ரூஸ், பர்ட்வான் வரைக்கும் என்னுடன் வந்தார். “இந்தியாவில் சத்தியாக்கிரஹம் செய்வதற்குரிய காலம் வருமென்று

நினைக்கிறீர்களா? அப்படியானால் அக்காலம் எப்போதும் வருமென்று தங்களுக்கு ஏதேனும் உத்தேசம் உண்டா?" என்று அவர் கேட்டார்.

"இதற்கு பதில் சொல்வது கஷ்டம். ஒரு வருஷத்திற்கு நான் எதுவும் செய்யப்போவதில்லை. அனுபவம் பெறும் பொருட்டு இந்தியாவில் நான் பிரயாணம் செய்யவேண்டுமென்றும், அப்பிரயாணம் முடியும்வரை பொது விஷயங்களைப் பற்றி அபிப்பிராயம் எதுவும் தெரிவிக்கக்கூடாதென்றும் கோகலே என்னிடம் வாக்குறுதி பெற்றுக்கொண்டார். அந்த ஓராண்டு ஆன பின்னரும்கூட பேசுவதற்கோ, அபிப்பிராயம் கூறுவதற்கோ நான் அவசரப்படப்போவதில்லை, எனவே, அடுத்த ஐந்தாறு வருஷங்களிலும் சத்தியாக்கிரஹத்துக்குரிய சந்தர்ப்பம் எதுவும் ஏற்படுமென்று நான் நினைக்கவில்லை" என்று கூறினேன்.

இங்கே ஒரு விஷயத்தைக் குறிப்பிடுதல் பொருந்தும். 'இந்திய சுயராஜ்யம்' என்னும் நூலில் நான் வெளியிட்டிருக்கும் சில கருத்துக்களைப் பற்றிக் கோகலே நகைப்பது வழக்கம். "இந்தியாவில் ஒரு வருஷம் இருந்தீர்களானால் உங்கள் அபிப்பிராயங்கள் தாமே சீராகிவிடும்" என்று அவர் கூறுவார்.

05. மூன்றாம் வகுப்புப் பிரயாணம்

மூன்றாம் வகுப்புப் பிரயாணிகள் டிக்கட்டு வாங்குவதில்கூட எவ்வளவு கஷ்டங்களுக்குள்ளாக வேண்டியிருக்கிறதென்பதை பாடவானில் அனுபவித்து அறிந்தோம். "மூன்றாம் வகுப்பு டிக்கட்டுக்கள் இதற்குள் தரமுடியாது" என்று முதலில் சொன்னார்கள். அதன்மீது நான் ஸ்டேஷன் மாஸ்டரைக் காணச் சென்றேன். அவரைக் கண்டுபிடிப்பதே கஷ்டமாயிருந்தது. யாரோ ஒருவர் தயவுவைத்து அவர் இருக்குமிடம் தெரிவித்தார். அவரிடம் சென்று எங்களுடைய கஷ்டத்தை எடுத்துக்கூறினோம். அவரும் அதே பதிலையே தெரிவித்தார். ஆகவே, காத்திருந்து டிக்கட் ஜன்னல் திறந்ததும் சென்றேன். ஆனால் டிக்கட்டு வாங்குதல் எளிய காரியமில்லை. அங்கு வல்லான் வகுத்ததே வாய்க்கால் என்னும் சட்டம் அமலிலிருந்தது. மற்றவர்கள் எக்கேடு கெட்டாலும் கெடட்டும் என்று எண்ணிய பலசாலிகளான பிரயாணிகள் ஒருவர்பின் ஒருவராய் வந்து என்னை இடித்துத் தள்ளிக்கொண்டே இருந்தார்கள். ஆகவே, முதலில் டிக்கட் வாங்குவதற்காகப் போன

கூட்டத்தில் ஏறக்குறையக் கடைசியாக டிக்கட்டு பெற்றவன் நானேயானேன்.

வண்டி வந்து சேர்ந்தது, அதில் ஏறுதல் மற்றொரு பிரம்மப் பிரயத்தனமாயிற்று. வண்டியில் ஏற்கெனவே இருந்த பிரயாணிகளுக்கும் ஏற முயற்சித்த பிரயாணிகளுக்கும் இடையே வசைமொழிகள் பரிமாரிக்கொள்ளப்பட்டன. ஒருவரையொருவர் பிடித்துத் தள்ளலும் நிகழ்ந்தது. பிளாட்பாரத்தில் மேலும்கீழும் ஓடி அலைந்தோம். "இங்கு இடமில்லை" என்னும் ஒரு பதிலே எங்கும் கிடைத்தது. கார்டினிடம் சென்று சொன்னேன். அவர் "அகப்பட்ட இடத்தில் உள்ளே ஏற முயற்சி செய்யும். இல்லாவிடில் அடுத்த வண்டியில் வாரும்" என்றார்.

"எனக்கு அவசரமான வேலை இருக்கிறது" என்று மரியாதையாகச் சொன்னேன். ஆனால், என் பேச்சுக்குச் செவிகொடுப்பதற்கே அவருக்கு நேரமில்லை. என்ன செய்வதென்று அறியாமல் திகைத்தேன். பின்னர், மகன் லாலை எங்கேயாவது ஏறிக்கொள்ளச் சொல்லிவிட்டு நான் என் மனைவியுடன் மத்திய வகுப்பு (இண்டர் கிளாஸ்) வண்டியொன்றில் ஏறினேன். கார்டு நாங்கள் ஏறுவதைப் பார்த்துக்கொண்டிருந்தார். அஸன்ஸோல் ஸ்டேஷனில் அதிகக் கட்டணம் வாங்க அவர் வந்து சேர்ந்தார்.

"எங்களுக்கு இடந்தேடிக் கொடுத்திருக்க வேண்டியது உங்கள் கடமை வேறிடங்கிடைக்காதபடியால் இங்கு உட்கார்ந்திருக்கிறோம். மூன்றாம் வகுப்பு வண்டியில் இடம் கொடுத்தால் அங்குவரச் சித்தமாயிருக்கிறோம்" என்று சொன்னேன்.

"உம்முடன் விவாதம் செய்ய நான் சித்தமாயில்லை. உமக்கிடம் தேடிக்கொடுக்கவும் என்னால் ஆகாது. அதிகக் கட்டணம் தருகிறீரா? வண்டியைவிட்டு இறங்குகிறீரா?" என்றார் கார்டு.

பூனாவுக்கு எப்படியேனும் போய்ச்சேரவேண்டுமென நான் விரும்பினேன். ஆதலின் அவ்விடத்தில் கார்ட்டுடன் சண்டைபோட நான் ஆயத்தமாயில்லை. அவர் கேட்டபடி பூனா வரைக்கும் அதிகக் கட்டணம் கொடுத்துவிட்டேன். எனினும் அந்த அநீதியைக் குறித்துப் பெரிதும் கொதிப்படைந்தேன்.

காலையில் மொகல்ஸராய் ஸ்டேஷனை அடைந்தோம். மகன்லால் எப்படியோ கஷ்டப்பட்டு மூன்றாம் வகுப்பில் இடம்பிடித்தார். நானும் அங்கே போய்ச்சேர்ந்தேன். டிக்கட் பரிசோதகரிடம் எல்லா விஷயங்களையும் எடுத்துச்சொல்லி மொகல்ஸராயில் மூன்றாம் வகுப்புக்கு மாறியதாக ஓர் அத்தாட்சிப்

பத்திரம் கேட்டேன். அவர் அது தர மறுத்துவிட்டார். பின்னர், இது விஷயமாக ரயில்வே அதிகாரிகளுக்கு எழுதிப் பரிகாரம் கோரியபோது பின்வரும் கருத்துள்ள பதில் கிடைத்தது. "கார்டின் அத்தாட்சிப் பத்திரம் இல்லாவிடில் அதிகக் கட்டணத்தைத் திரும்பிக்கொடுப்பது எங்கள் வழக்கமன்று. ஆயினும், உங்கள் விஷயத்தில் விதிவிலக்குச் செய்திருக்கிறோம். ஆனால், பாட்வானிலிருந்து மொகல்ஸராய் வரையில் அதிகக் கட்டணத்தை வாபஸ் செய்தல் இயலாதக் காரியம்."

இது முதற்கொண்டு மூன்றாம் வகுப்புப் பிரயாணத்தில் எனக்கேற்பட்ட அனுபவங்கள் எல்லாம் எழுதத் தொடங்கினேனாயின் அவை மட்டும் ஒரு பெரிய புத்தகம் ஆகிவிடும். ஆதலின் அவைகளைப் பற்றி ஆங்காங்குக் குறித்துச் சொல்லுதலே சாத்தியம். தேக அசக்தி காரணமாய் மூன்றாம் வகுப்புப் பிரயாணத்தை நான் கைவிடவேண்டி வந்தபோது எனக்குப் பெரிதும் துயரமளித்தது. அது இனியும் எப்போதும் எனக்குத் துயரமளித்தே வரும்.

மூன்றாம் வகுப்பு ரயில்வே அதிகாரிகளின் யதேச்சதிகாரமே காரணம் என்பதில் ஐயமில்லை. ஆனால், பிரயாணிகளின் முரட்டுச் சுபாவம், ஆபாச வழக்கங்கள், சுயநலம், அறியாமை முதலியவைகள் அத்துயரங்களை அதிகப்படுத்துகின்றன. இதில் பரிதாபமான விஷயம் யாதெனில், தங்கள் தவறுதலாகவும், ஆபாசமாகவும், சுயநலத்துடனும் நடந்துகொள்கிறோமென்பதே அவர்களுக்குத் தெரிவதில்லை. தாங்கள் செய்வதெல்லாம் இயற்கையே என்று அவர்கள் கருதுகிறார்கள். இவைகளுக்கெல்லாம் மூலக்காரணம் அவர்கள் விஷயத்தில் படித்தவர்களாகிய நாம் காட்டும் அலட்சியமே என்று கூறலாம்.

கல்யாண் ஸ்டேஷனை அடைந்தபோது பெரிதும் களைப்புற்றிருந்தோம். நானும் மகன்லாலும் ஸ்டேஷன் தண்ணீர்க் குழாயில் நீர் எடுத்து ஸ்நானம் செய்தோம். என் மனைவி ஸ்நானம் செய்வதற்கு நான் ஏற்பாடு செய்யப்போகையில் இந்திய ஊழியச்சங்கத்தைச் சேர்ந்த ஸ்ரீ கால் எங்களைப் பார்த்துத் தெரிந்துகொண்டு அருகே வந்தார். அவரும் பூனாவுக்கே செல்கிறார் எனச் சொல்வதாக அவர் கூறினார். அவர் மரியாதையுடன் அளித்த இவ்வுதவியை நான் ஏற்றுக்கொள்ளத் தயங்கினேன். இரண்டாம் வகுப்பு ஸ்நான அறையில் குளிக்க என் மனைவிக்கு உரிமை கிடையாதென்று எனக்குத் தெரியும். ஆயினும் முடிவில் அம்முறையற்ற செயலுக்கு நான் உடந்தையானேன். இது சத்திய

உபாசகனுக்கு அழகன்றன்றெனவும் நான் அறிவேன். என் மனைவி அங்கே செல்ல அதிக ஆவலுடையவளாகவுமில்லை. ஆனால், கணவனுக்கு மனைவியுடமுள்ள பற்று சத்தியப்பற்றைவிட மேலோங்கிற்று. சத்தியத்தின் திவ்ய திருமுகம் மாயையாம் தங்கத்திரையினால் மறைக்கப்பட்டிருக்கிறதென்று உபநிஷதங்கள் கூறுகின்றனவன்றோ?

06. இந்திய ஊழியர் சங்கம்

நாங்கள் பூனா வந்து சேர்ந்து சிரார்த்தாதிகள் நிறைவேறியதும், இந்திய ஊழியர் சங்கத்தின் வருங்காலத்தைக் குறித்தும், நான் அதில் சேர்வதா வேண்டாமா என்பது குறித்தும் பேச்சு எழுந்தது. சங்கத்தில் அங்கத்தினனாகும் விஷயம் எனக்குப் பெரிதும் அவசியமில்லை. கோகலே இருந்தபோது நான் அதற்கு முயற்சி செய்தலே அவசியமில்லை. அவர் விருப்பத்துக்குக் கீழ்ப்படிவதுடன் என் கடமை நிறைவேறியதாகும். அந்நிலைமை எனக்குப் பெரிதும் பிரியமாக இருந்தது. இந்தியப் பொதுவாழ்க்கை என்னும் கொந்தளிப்பானக் கடலில் பிரயாணம் செய்யத்தொடங்கிய எனக்கு, நம்புதற்குரிய ஒரு மாலுமியின் துணை அவசியமென்று கருதினேன். கோகலேயை இத்தகைய மாலுமியாகக் கொண்டிருந்தேன். அவரை நம்பி, கடலில் இறங்கலாம் என்னும் துணிவு எனக்கு இருந்தது. இப்போது அவர் போய்விட்டபடியால் என் படகை நானே செலுத்தவேண்டியவனானேன். எனவே, இந்திய ஊழியச் சங்கத்தில் சேர முயலுதல் என் கடமை என்றும், அதுவே கோகலேயின் ஆன்மாவுக்குத் திருப்தி அளிக்குமென்றும் கருதினேன். ஆகவே, தயக்கம் எதுவுமின்றி உறுதியுடன் அம்முயற்சியில் இறங்கினேன்.

சங்கத்தின் அங்கத்தினரில் பெரும்பாலோர் இத்தருணத்தில் பூனாவில் இருந்தனர். அவர்களிடம் என்னைச் சேர்த்துக்கொள்ளும்படி கேட்கலானேன். என்னைப்பற்றி அவர்களுடைய பயங்களைப் போக்கவும் முயன்றேன். ஆனால், அவர்களிடையே இருவகை அபிப்பிரயாங்கள் இருந்தன என்று அறிந்தேன். ஒரு சாரார் என்னைச் சேர்த்துக்கொள்வதற்குச் சாதகமாயிருந்தனர். மற்றொரு சாரார் அதற்கு முற்றும் விரோதமாயிருந்தனர். அவ்விரு சாராரில் எவரும் என்னிடம் அன்பில் குறைந்தவர்களல்லர் என்று எனக்குத் தெரிந்தேயிருந்தனர். ஆனால், என்னிடமிருந்த அன்பைக் காட்டிலும் சங்கத்தினிடம் அவர்களுடைய பற்று அதிகமாயிருந்திருக்கலாம். அல்லது அதற்குக் குறையாமலாவது இருந்திருக்கவேண்டும்.

எனவே, எங்கள் விவாத நிலைகளில் மனக்கசப்பு என்பது அணுவளவும் தலைகாட்டவில்லை. அவை முழுதும் கொள்கைகளைப் பற்றியனவேயாகும். ஜீவாதாரமான விஷயங்கள் பலவற்றில் நானும் அவர்களும் வடதுருவத்தையும் தென்துருவத்தையும்போல் அகன்றிருப்பதாகவும், ஆதலின் என்னைச் சேர்த்துக்கொண்டால் சங்கம் எந்த நோக்கங்களுடன் காணப்பட்டதோ அந்நோக்கங்களுக்கே ஆபத்து விளையாலாமென்றும் எனக்கு எதிராயிருந்தோர் கருதினார்கள். இத்தகைய ஆபத்துக்கு அவர்கள் இணங்க முடியாதிருத்தல் இயற்கைதானே?

நீடித்த விவாதங்களுக்குப் பின்னர், முடிவான தீர்மானத்தைப் பின்னார் தள்ளிப்போட்டுவிட்டுக் கலைந்தோம்.

வீடு திரும்பியபோது நான் பெரிதும் கலக்கமுற்றிருந்தேன். பெரும்பான்மை வாக்குகளைக் கொண்டு சங்கத்தில் சேர்தல் முறையாகுமா? கோகலேயுடன் நான் வைத்திருந்த பக்திக்கு அது அழகா? என்னைச் சேர்த்துக்கொள்வது பற்றி சங்கத்தின் அங்கத்தினர்களுக்குள் அவ்வளவு திடமான வேற்றுமை இருக்குங்கால், என்னுடைய விண்ணப்பத்தை வாபஸ் பெற்றுக்கொள்வதே சிறந்த வழியாகுமென்று தெளிவாய் உணர்ந்தேன் – அதனால் எனக்கு எதிரியாய் இருந்தவர்களை ஒரு சங்கடமான நிலைமையிலிருந்து தப்புவிக்கலாம். அதுதான் சங்கத்தினிடமும் கோகலேயினிடமும் நான் கொண்ட பக்திக்கு அழகாகுமென்றெண்ணினேன். இத்தீர்மாமனம் பளிச்சென்று ஸ்ரீ மகான் சாஸ்திரிக்கு எழுதிக் கேட்டுக்கொண்டேன். என் விண்ணப்பத்தை எதிர்த்தவர்கள் இத்தீர்மானத்தைப் பெரிதும் பாராட்டினார்கள். தர்மசங்கடமான நிலைமையிலிருந்து அவர்களை இது தப்புவித்ததோடு, எங்களை முன்னைவிட அதிகமாய் நட்புரிமை என்னும் தளைகொண்டு பிணைத்தது. விண்ணப்பத்தை நான் வாபஸ் பெற்றுக்கொண்டதுதான் உண்மையில் என்னைச் சங்கத்தின் அங்கத்தினனாக்கிற்று.

நான் வெளிப்படையான அங்கத்தினனாகாதது நல்லதே என்றும், என் விண்ணப்பத்தை எதிர்த்தவர்கள் சரியானக் காரியமே செய்தார்களென்றும் அனுபவத்திலிருந்து இப்போது தெரிந்துகொண்டிருக்கிறேன். கொள்கையைப் பொறுத்த பல விஷயங்களில் எங்களுக்குள் நிரம்பக் கருத்து வேற்றுமை உண்டென்றும் அனுபவத்தில் தெரியவந்திருக்கிறது. ஆனால், இந்த வேற்றுமைகள் தெரிய வந்ததினால் எங்களுக்குள் அன்புக்குறைவோ,

மனக்கசப்போ சிறிதும் ஏற்படவில்லை. சகோதர பாவத்துடனேயே நாங்கள் இருந்துவருகிறோம். பூனாவிலுள்ள சங்கத்தின் கஷ்டம் எப்போதும் எனக்கு யாத்திரைக்குரியதொரு புண்ணிய ஸ்தலமாயிருந்து வருகிறது.

வெளிப்படையாக நான் இந்திய ஊழியர் சங்கத்தில் அங்கம் பெறாவிடினும், ஆத்மார்த்தமான முறையில் எப்போதும் அச்சங்கத்தின் அங்கத்தினனாகவே இருந்து வந்திருக்கிறேன். உடலின் உறவைக்காட்டிலும் ஆன்ம உறவு மிக மேன்மை பொருந்தியது என்று சொல்லவேண்டியதில்லையன்றோ? ஆத்ம தேக பந்துத்துவம் உயிரற்ற உடலுக்கே நிகராகும்.

07. கும்ப மேளம்

டாக்டர் மேதாவைப் பார்ப்பதற்காக இரங்கூனுக்குப் போகும் வழியில் கல்கத்தாவில் தங்கினேன். அங்கே காலஞ்சென்ற பாபு பூபேந்திர நாத் வசுவின் விருந்தாளியாய் இருந்தேன். வங்காளிகளின் விருந்தோம்பும் இயல்பை அவர் வீட்டில் முழுதும் அனுபவித்தறிந்தேன். அக்காலத்தில் நான் பழ உணவு விரதங்கொண்டவன். எனவே, கல்கத்தாவில் கிடைக்கக்கூடிய பழங்கள், கொட்டைகள் எல்லாம் எனக்காகச் சேகரிக்கப்பட்டன. வீட்டுப் பெண்மணிகள் இராமுழுவதும் கண்விழித்துக் கொட்டைகளை உரித்தார்கள். புதிய பழங்களை இந்திய முறையில் பக்குவம் செய்துவைக்க எவ்வளவோ சிரமம் எடுத்துக்கொண்டார்கள். என் புதல்வன் இராமதாஸும் இன்னும் சிலரும் என்னுடன் வந்திருந்தனர். அவர்களுக்காக விதவிதமான பட்சணங்கள் செய்யப்பட்டன. இவ்வளவு அன்புடன் விருந்தோம்பலைப் பெரிதும் பாராட்டினேனாயினும், இரண்டு மூன்று விருந்தினரை உபசரிப்பதற்காக ஒரு குடும்பம் முழுவதும் வேலை செய்வதென்பதை என்னால் பொறுக்கமுடியவில்லை. ஆனால், அத்தகைய மிதமிஞ்சிய உபசரிப்புகளிலிருந்து தப்புவதற்கு அப்போது எனக்கு வழி தெரியாமலிருந்தது.

இரங்கூனுக்குச் சென்ற கப்பலில் மேல்தளத்தில் பிரயாணம் செய்தேன். ஸ்ரீ வசுவின் வீட்டில் அதிக உபசாரம் எங்களுக்கு சங்கடம் அளித்ததென்றால், கப்பலில் எங்களைத் திரும்பிப் பார்ப்பவர் யாரும் இல்லாமல் கஷ்டத்துக்காளானோம். பிரயாணிகளின் அத்தியாவசியமான வசதிகளையும் அங்கே

கவனிப்பாரில்லை. குளிக்கும் அறை என்று சொல்லப்பட்ட இடம் பொறுக்கமுடியாத ஆபாசம் நிறைந்ததாயிருந்தது. கக்கூசுகளோ நாற்றமெடுத்த நரகக்குழிகள், கக்கூஸை உபயோகப்படுத்த வேண்டுமானால் மல மூத்திரங்களை மிதித்துக்கொண்டோ அல்லது தாண்டிக்கொண்டோதான் செல்லவேண்டும்.

இந்தக் கோரங்களை என்னால் சகிக்கவே முடியவில்லை. கப்பலின் தலைமை உத்தியோகஸ்தரிடம் விண்ணப்பம் செய்துகொண்டும் பயனில்லை. இந்த நாற்றமும் அசிங்கமும் போதாவென்று பிரயாணிகள் தங்கள் புத்தியற்ற பழக்கவழக்கங்களினால் ஆபாசத்தை அதிகப்படுத்தினார்கள். உட்கார்ந்த இடத்திலேயே எச்சில் துப்பிக்கொண்டனர். சாப்பாடு, புகையிலை, வெற்றிலை இவற்றின் கழிவுகளை எங்கே பார்த்தாலும் எறிந்தனர். அவர்கள் போட்டக் கூச்சலுக்கு அளவேயில்லை. ஒவ்வொருவரும் தங்களால் இயன்றளவு இடத்தைப் பிடித்துக்கொள்ள முயன்றார்கள். அவர்களுடைய சாமான்கள் அதிக இடம் அடைத்துக்கொண்டன. இவ்வாறு இரண்டுநாள் பெரிதும் கஷ்டப்பட்டுப்போனோம்.

இரங்கூன் சென்றதும் கப்பல் கம்பெனி ஏஜண்டுக்கு இந்த விவரமெல்லாம் தெரிவித்து ஒரு கடிதம் எழுதினேன். இதன் பயனாகவும், டாக்டர் மேதா செய்த முயற்சிகளின் பயனாகவும் திரும்பி வரும்போது கப்பலின் மேல்தளத்தில் பிரயாணம் இவ்வளவு மோசமாயில்லை.

இரங்கூனிலும் என்னுடைய பழ உணவு விரதம் டாக்டர் மேதாவின் வீட்டாருக்கு அதிகக் கஷ்டம் தந்தது. ஆனால், டாக்டர் மேதாவின் வீட்டை என் சொந்த வீடாகவே கருதினபடியால் உணவுப் பண்டங்கள் மிதமிஞ்சிப் போகாமல் ஓரளவு கட்டுக்குட்படுத்துதல் சாத்தியமாயிருந்தது. எனினும் இவ்வளவு பொருள்கள்தான் சாப்பிடுவது என்று இன்னும் நான் ஒரு வரம்பு ஏற்படுத்திக்கொள்ளவில்லை. எனவே, உணவு வகைகளை அளவாக நிறுத்திக்கொள்வதற்கு எனது நாவும் கண்ணும் இடங்கொடுப்பதில்லை. சாப்பாட்டுக்குக் குறிப்பிட்ட நேரமும் கிடையாது. இருட்டுவதற்கு முன்னால் கடைசிமுறை சாப்பிட்டுவிட நான் விரும்பினேன். ஆனால், இரவு எட்டு, ஒன்பது மணிக்கு முன்னால் அநேகமாகச் சாப்பாடு கிடைப்பதில்லை.

1915ஆம் வருஷம் கும்பமேள உற்சவம் நடத்துவதற்குரிய வருஷமாகும். இந்த உற்சவம் 12 வருஷத்திற்கு ஒருமுறை ஹரித்துவாரத்தில் நடக்கிறது. எனக்கு உற்சவம் பார்ப்பதில் அதிக

ஆவல் இல்லையாயினும் மகாத்மா மன்ஷிராமை அவருடைய குருகுலத்தில் பார்க்கவேண்டுமென்று ஆவல் கொண்டிருந்தேன். கோகலேயின் சங்கத்தார் கும்பமேளத்தில் ஊழியஞ்செய்வதற்காக ஒரு பெரிய தொண்டர் படையை அனுப்பியிருந்தனர். பண்டித ஹிருதய நாத் குன்ஸ்ரூ அத்தொண்டர் படையின் தலைவராயிருந்தார். டாக்டர் தேவ் வைத்திய உத்தியோகஸ்தர். இவர்களுக்கு உதவிசெய்ய போனிக்ஸ் கூட்டத்தாரை அனுப்பும்படி என்னைக் கேட்டுக்கொண்டிருந்தார்கள். எனவே, மகன்லால் காந்தி எனக்கு முன்னமே போயிருந்தார். இரங்கூனிலிருந்து திரும்பியதும் நானும் இக்கூட்டத்தில் சேர்ந்தேன்.

கல்கத்தாவிலிருந்து ஹிரித்துவாராத்துக்கு ரயில் பிரயாணம் மகா கஷ்டமாயிருந்தது. சிலசமயம் வண்டிகளில் வெளிச்சமிராது. ஹைரன்பூரில் சாமான்களும், ஆடு மாடுகளும் ஏற்றும் வண்டியில் நாங்கள் அடைக்கப்பட்டோம். இவ்வண்டிகளுக்குக் கூரை கிடையாது. மேலே எரிக்கும் கொடும் வெயிலும், கீழே கொதிக்கும், இரும்புத்தளமும் சேர்ந்து எங்களை ஏறக்குறைய வறுத்து எடுத்துவிட்டன. இத்தகைய பிரயாணத்தில் தாகத்தினால் நா வறண்டு போனாலும் வைதிக ஹிந்துக்கள் முஸல்மான்களிடமிருந்து தண்ணீர் வாங்கி அருந்த மறுத்ததைக் கவனித்தேன். ஹிந்து தண்ணீர்க் கிடைக்கும் வரை அவர்கள் தாகத்தைப் பொறுத்துக்கொண்டிருந்தார்கள். ஆனால், இதே ஹிந்துக்கள் நோய்வாய்ப்படும்போது டாக்டர் கொடுக்கும் சாராயத்தையோ, மாட்டிறைச்சி ரசத்தையோ அருந்தவும், முஸ்லிம் அல்லது கிறிஸ்துவக் கம்பவுண்டர் கொடுக்கும் தண்ணீரைக் குடிக்கவும் மறுப்பதில்லை என்பது கருதற்பாலதாகம்.

சாந்தி நிகேதனத்தில் நாங்கள் தங்கியதிலிருந்து தோட்டி வேலையே இந்தியாவில் எங்களுடைய விசேஷ முயற்சியாய் இருக்கவேண்டுமென அறிந்திருந்தோம். ஹரித்துவாரத்தில் தொண்டர்கள் தங்குவதற்கு ஒரு தர்மசாலையில் கூடாரங்கள் அடிக்கப்பட்டிருந்தன. இங்கே கக்கூசுகளாக உபயோகிப்பதற்கென்று டாக்டர் தேவ் ஆழமான குழிகள் சில வெட்டியிருந்தார். இவைகளைத் சுத்தம் செய்வதற்கு அவர் சம்பளம் பெறும் தோட்டிகளை எதிர்பார்க்க வேண்டியிருந்தது. போனிக்ஸ் கூட்டத்தார் வேலைசெய்ய இங்கே சந்தர்ப்பம் இருந்ததன்றோ? மலத்தை மண்போட்டு மூடி, பின்னர் அதை நீக்கி சுத்தம் செய்யும் வேலையை நாங்கள் செய்வதாக ஒப்புக்கொண்டோம். டாக்டர் தேவ் மகிழ்ச்சியுடன் இதை ஏற்றுக்கொண்டார். இந்த வேலை செய்வதாகச்

சொன்னவன் நானாயினும் மகன்லால் காந்தியே அதை நிறைவேற்ற வேண்டியவரானார். கூடாரத்தில் உட்கார்ந்துகொண்டு 'தரிசனம்' கொடுப்பதும், என்னைப் பார்க்க வந்த யாத்திரீகர்களுடன் மத விஷயமாகவும் பிற விஷயங்களைப் பற்றியும் விவாதிப்பதுமே பெரிதும் என் வேலையாய் இருந்தது. என் விருப்பம்போல் நடந்துகொள்ளக்கூடிய ஒரு நிமிஷ நேரங்கூட எனக்குக் கிடைக்கவில்லை. ஸ்நானம் செய்யப் போகும்போதுகூட ஜனங்கள் என்னைத் தரிசனம் செய்யப் பின்தொடர்ந்தார்கள். சாப்பிடும்போதும் அவர்கள் என்னைச் சும்மாவிடவில்லை. இவ்வாறு தென்னாப்பிரிக்காவில் நான் செய்த சிறு ஊழியம் இந்தியா முழுவதையும் பெரிதும் கவர்ந்திருக்கிறதென்பதை ஹரித்துவாரத்திலேயே முதன்முதலாகக் கண்டறிந்தேன்.

ஆனால் இது, ஒருவன் விரும்பக்கூடிய நிலையன்று. உண்மையில் இருதலைக்கொள்ளி எறும்பு போலானேன். என்னை எவருக்கும் தெரியாத இடங்களில், ரயில்வே பிரயாணம் முதலியவற்றில் கோடிக்கணக்கான பாமர ஜனங்கள் அனுபவிக்க வேண்டியிருக்கும் கஷ்டங்களெல்லாம் எனக்கும் ஏற்பட்டன. என்னைப்பற்றி அறிந்த ஜனங்கள் மத்தியிலோ, இந்த தரிசனப் பைத்தியத்துக்கு இரையாக வேண்டியிருந்தது. இவ்விரு நிலைகளில் எது அதிகம் இரங்கத்தக்கதென்று நான் அடிக்கடி சிந்திப்பதுண்டு. ஒன்றுமட்டும் கூறலாம். தரிசனக்காரர்களின் குருட்டு அன்பு எனக்குப் பலமுறைகளில் கோபத்தையும் அதைவிட அதிகமாய் மனத்துயரையும் அளித்திருக்கிறது. ஆனால், மூன்றாம் வகுப்புப் பிரயாணம் எவ்வளவுதான் கஷ்டமாயிருந்தபோதும் ஆத்மத் தூய்மை அளித்திருக்கிறதே அல்லாமல் கோபமூட்டியதே இல்லை.

அந்நாளில் ஊர் சுற்றுவதற்குப் போதிய வலிமை பெற்றவனாயிருந்தேன். அதிர்ஷ்டவசமாக, வீதியில் போனால் கூட்டம் சேரும்படி அவ்வளவு ஊர் அறிந்தவனாய் இன்னும் ஆகிவிடவில்லை. இப்படிச் சுற்றி அலைகையில் யாத்ரீகர்களுடைய பக்தி சிரத்தையைக் காட்டிலும் அவர்களுடைய கவனக்குறைவு, வெளிவேஷம், தாமத குணம் இவற்றையே நான் அதிகம் காண நேர்ந்தது. கூட்டங்கூட்டமாய்க் காணப்பட்ட சாதுக்கள் உலக வாழ்க்கையின் சுகங்களையெல்லாம் அனுபவிப்பதற்கே பிறந்தவர்கள் எனத் தோன்றியது.

அங்கே ஐந்து கால் பசு ஒன்றைக் கண்டேன்! எனக்கு அது பேராச்சரியத்தை அளித்தது. ஆனால், தெரிந்தவர்கள் விரைவில்

என்னுடைய பிரமையை நீக்கினார்கள். பாவம்! அந்த ஐந்து கால் பசு, கொடியவர்களின் பேராசைக்குப் பலியே அல்லாது வேறில்லை. உயிர்க்கன்றுக்குட்டியின் காலை வெட்டி அப்பசுவின் தோளில் ஒட்டியிருக்கிறார்களென அறிந்தேன். இத்தகைய இருவகைக் கொடுமையின் மூலமாய், அறியாதவர்களின் பணத்தைப் பறித்து வந்தார்கள். ஐந்து கால் பசுவினால் கவரப்படாத ஹிந்து அருமையல்லவா? அத்தகைய அற்புதப் பசுவின் தர்மத்துக்காக எந்த ஹிந்து பணத்தைச் சொரியமாட்டான்?

கடைசியாக உற்சவ தினம் வந்தது. அது என் வாழ்நாளில் மிக விசேஷ தினமாயிற்று. ஹரித்துவாரத்துக்கு நான் தீர்த்த யாத்திரையாகப் போகவில்லை. புண்ணியந்தேடும் நோக்கத்துடன் க்ஷேத்திர தரிசனத்துக்கும் போகும் எண்ணம் எனக்கு எப்போதுமே கிடையாது. ஆனால், அங்கே கூடியிருந்த 17 லட்சம் ஜனங்களில் எல்லாருமே வேஷதாரிகள் அல்லது வேடிக்கைப் பார்ப்பவர்களாயிருத்தல் கூடுமா? எண்ணற்ற ஜனங்கள் புண்யம் சம்பாதிக்கவும் ஆத்மத் தூய்மை பெறவுமே அங்கே வந்தார்கள் என்பதில் எள்ளளவும் சந்தேகமில்லை. இத்தகைய பக்தியானது ஆன்ம சாதனத்திற்கு எவ்வளவுவரை துணைசெய்யுமென்று கூறுதல் மிகவும் கஷ்டமாகும்.

ஆதலின் அன்றிரவு முழுதும் நான் ஆழ்ந்த சிந்தனையில் கழித்தேன். வேஷதாரிகளின் மத்தியிலே அந்தப் பரிசுத்த ஆத்மாக்களும் இருந்தார்கள். ஆண்டவன் முன்னிலையில் அவர்கள் குற்றமற்றவர்களே யாவார். ஹரித்துவாரத்துக்கு வருவதே பாவமென்று நான் கருதினால், பகிரங்கமாக ஹரித்துவார யாத்திரையைக் கண்டித்துக் கும்பமேளத்திற்கும் வருதல் பாவமற்று போய்விட வேண்டும். ஹரித்துவாரத்திற்கும், கும்பமேளத்திற்கும் வருதல் பாவமற்ற செயலாயின், அங்கு நடக்கும் அக்கிரமங்களுக்குப் பிராயச்சித்தமாக நான் ஏதேனும் தன்மறுப்பு விரதம் பூண்டு என்னைத் தூய்மைப்படுத்திக் கொள்ளவேண்டும். இத்தகைய முடிவு என் இயல்புக்கு முற்றும் ஒத்ததாகும். என் வாழ்க்கை தன் மறுப்பு விரதங்களையே அடிப்படையாகக்கொண்டது. கல்கத்தாவிலும் இரங்கூனிலும் நான் தங்கிய வீட்டினர்க்கு அளித்த அநாவசியமான தொந்தரவுகளையும், என் ஒருவனுக்கு விருந்தளிப்பதற்காக அவர்கள் செய்த ஏராளமானச் செலவுகளையும் நினைத்தேன். ஆகையால், நான் உண்ணும் பொருள்களை ஒரு வரையறைக்கு உட்படுத்திக்கொள்ளவும். சூரியன் அஸ்தமித்தபின் உணவு அருந்துவதில்லை என்னும் விரதம் கொள்ளவும் தீர்மானித்தேன்.

இந்தக் கட்டுபாடுகளை ஏற்படுத்திக்கொள்ளாவிடின், இனி என்னை அதிதியாக ஏற்பவர்களுக்குப் பெரிதும் தொந்தரவு கொடுப்பேனென்றும், நான் தொண்டுபுரிவதற்குப் பதிலாக அவர்களை எனக்குத் தொண்டு புரிவதில் ஈடுபடுத்துவேனென்றும் ஐயமற உணர்ந்தேன். ஆகவே, இந்தியாவிலிருக்கும் வரையில் ஒரு தினத்தில் ஐந்து பொருள்களுக்குமேல் உண்பதில்லை என்றும், இருட்டிய பின்னால் சாப்பிடுவதில்லை என்றும் பிரதிக்ஞை செய்தேன். பின்னர், ஏற்படக்கூடிய கஷ்டங்களைப் பற்றி பூரணமாய் ஆராய்ச்சி செய்தேன். பின்னாள் எவ்வகைச் சந்தேகத்துக்கும் இடங்கொடுக்க நான் விரும்பவில்லை. ஏதேனும் நோய் வந்தால் என்ன நேரிடுமென்றும் யோசித்தேன். மருந்தை ஐந்து பொருள்களில் ஒன்றாய்ச் சேர்த்தலும், விசேஷ உணவுகள் விஷயத்தில் விலக்குச் செய்யாவிட்டால் மேற்படி விரதானுஷ்டானம் பெரிதும் கஷ்டமாகி விடுமென்று எனக்குத் தெரிந்தே இருந்தது. ஆயினும் முடிவாக, எத்தகைய நிலைமையிலும் அவ்விரதத்துக்கு விலக்குச் செய்வதில்லை என்று உறுதி செய்தேன்.

மேற்கூறிய விரதங்களை நான் கைக்கொண்டு இப்போது பதின்மூன்று ஆண்டுகள் ஆகின்றன. சில சமயம் அவற்றை நிறைவேற்றுதல் எவ்வளவோ கஷ்டமானதுண்டு. ஆனால் அவ்விரதங்களே என் பாதுகாப்பாக இருந்திருக்கின்றன என்று நான் உறுதிகூறக் கூடும். நோய்கள் பலவற்றிலிருந்தும் அவை என்னைக் காப்பாற்றி இருப்பதுடன் வாழ்நாளைச் சில ஆண்டுகள் நீடிக்கச் செய்திருக்கின்றன என்பதும் என் அபிப்பிரயமாகும்.

08. லஷ்மணன் பாலம்

உற்சவம் முடிந்து மகாத்மா முன்ஷிராமின் குருகுலத்துக்குச் சென்று ஆஜானுபாகுவான அப்பெரியாரைக் கண்டபோது என் மனம் பெரிதும் ஆறுதல் அடைந்தது. ஹரித்துவாரத்தின் இரைச்சலுக்கும் குருகுலத்தின் சாந்தத்திற்கும் இருந்த பெரிய வேற்றுமையை உடனே உணர்ந்தேன்.

மகாத்மா என்னைத் தம் அன்பு வெள்ளத்தில் திளைக்கச் செய்தார். பிரம்மச்சாரிகள் மிகுந்த சிரத்தையுடன் எனக்கு வேண்டிய வசதிகளெல்லாம் செய்தார்கள். இங்கேதான் ஆச்சாரியர் இராமதேவரையும் முதன்முதலாகச் சந்தித்தேன். அவர் எவ்வளவு அபார சக்தியுடையவர் என்பதை உடனே கண்டறிந்தேன். பல

விஷயங்களில் நாங்கள் கருத்து வேற்றுமை உள்ளவர்களாயிருந்தோம். எனினும் எங்களுடைய அறிமுகம் விரைவிலேயே நட்புரிமையாகக் கனிந்தது.

குருகுலத்தில் தொழிற்கல்வி அளிக்கவேண்டிய அவசியத்தைப் பற்றி ஆச்சாரியர் இராமதேவருடனும், மற்ற ஆசிரியர்களுடனும் நான் நெடுநேரம் விவாதித்தேன். கடைசியில் விடைபெற்றுக் கொள்ளவேண்டிய காலம் வந்தபோது அவ்விடத்திலிருந்து பிரிவது அளவில்லாத மனந்துயர் அளித்தது.

லக்ஷ்மணன் பாலத்தை (லக்ஷ்மண ஜூலா) பற்றிப் பலர் புகழ்ந்துபேசக் கேட்டிருந்தேன். இது ஹிருஷி கேசத்துக்குக் கொஞ்சதூரத்தில் கங்கைமீது போடப்பட்டிருந்த தொங்கும் பாலமாகும். ஹரித்துவாரத்திற்கு வந்துவிட்டு அப்பாலத்தைப் பாராமல் போகக்கூடாதென்று பல நண்பர்கள் வற்புறுத்திச் சொன்னார்கள். எனவே, அவ்விடத்துக்குக் கால்நடையாகச் செல்ல தீர்மானித்தேன். அவ்வாறே முழுமையும் நடந்துபோய்ச் சேர்ந்தோம். வழியில் ஓரிடத்தில் சிறிது தங்கி இளைப்பாறினோம்.

ஹிருஷிகேசத்தில் சந்நியாசிகள் பலர் என்னைப் பார்க்க வந்தார்கள். அவர்களில் ஒருவர் என்னிடம் விசேஷ அபிமானம் கொண்டார். போனிக்ஸ் கூட்டத்தாரும் என்னைப் பல கேள்விகள் கேட்டார்கள்.

சமயம் சம்பந்தமாகவும் நாங்கள் சம்பாஷித்தோம். சமய விஷயங்களில் நான் அதிக சிரத்தையுள்ளவன் என்பதை அவர் உணர்ந்துகொண்டார். கங்கையில் ஸ்நானம் செய்துவிட்டுத் தலையணியும் மேற்சட்டையும் இன்றி நான் திரும்பியபோது என்னை அவர் பார்க்கநேர்ந்தது. என் தலையில் சிகையும் உடம்பில் பூணூலும் இல்லாமலிருந்தது அவருக்குப் பெரிதும் வருத்தமளித்தது.

"ஹிந்து தர்மத்தில் நம்பிக்கையுள்ள நீங்கள் பூணூலும், சிகையும் இல்லாமலிருப்பது கண்டு பெரிதும் வருந்துகிறேன். ஹிந்து சமயத்தில் இரண்டு வெளிப்படையான சின்னங்கள் அவைதான். ஒவ்வொரு ஹிந்துவும் அவைகளை அணியவேண்டும்" என்று சுவாமியார் சொன்னார்.

அவ்விரண்டையும் நான் நீக்கியதெப்படி என்பது ஒரு தனிச் சரித்திரமாகும். நான் பத்து வயதுச் சிறுவனாயிருந்தபோது, பிராமணப் பையன்கள் பூணூல்களில் சாவிக்கொத்துக்களைப் போட்டுக்கொண்டு விளையாடுவது கண்டு பொறாமைப்பட்டதுண்டு. நமக்கும் பூணூல் இருந்தால் அப்படிச்

செய்யலாமே என்று ஆசைப்பட்டதுண்டு. அக்காலத்தில் கத்தியாவர் வைசிய குடும்பங்களில் பூணூல் போட்டுக்கொள்ளும் வழக்கம் கிடையாது. ஆனால், முதல் மூன்று வர்ணத்தாரும் கட்டாயம் பூணூல் தரிக்கவேண்டுமென்று அப்போதுதான் ஓர் இயக்கம் தோன்றியிருந்தது. இவ்வியக்கத்தின் பயனாக காந்தி வம்சத்தார் பலர் பூணூல் போட்டுக்கொள்ளத் தொடங்கி இருந்தார்கள். எனக்கும் இன்னும் இரண்டு மூன்று சிறுவர்களுக்கும் இராமரட்சை கற்றுக்கொடுத்து வந்த பிரமாணர் எங்களுக்குப் பூணூல் போட்டு வைத்தார். எனக்குச் சாவிக்கொத்து வேண்டிய அவசியமில்லாதிருந்தும் சாவிக்கொத்து ஒன்று வாங்கி அதைப் பூணூலில் போட்டு வேடிக்கைச் செய்துகொண்டிருந்தேன். பிறகு அது நைந்து அறுந்து போனபோது, அதிக வருத்தப்பட்டேனா என்பது ஞாபகமில்லை. புதிய பூணூல் தேடவில்லை என்பது மட்டும் நினைவிருக்கிறது.

எனக்கு வயது வந்து, நான் பெரியவனானபோது, இந்தியாவிலும் தென்னாப்பிரிக்காவிலும் பலர் பல முறைகளில் எனக்கு மீண்டும் பூணூல்போட்டு வைக்க முயன்றார்கள். நல்ல நோக்கத்துடனேயே அவர்கள் முயன்றபோதிலும் முயற்சி வெற்றி பெறவில்லை. சூத்திரர்கள் பூணூல் தரிக்கக் கூடாதென்றால், மற்ற வர்ணத்தார்களுக்கு மட்டும் அந்த உரிமை எவ்வாறு வந்தது என்று கேட்டேன். அனாவசியமான வழக்கமென்று நான் கருதிய ஒன்றைக் கைக்கொள்வதற்குப் போதியக் காரணம் காணவில்லை. பூணூலே கூடாதென்னும் ஆட்சேபம் எனக்கில்லாவிடினும், அதை அணிவதற்கு அவசியமும் தெரியவில்லை.

வைஷ்ணவனாகிய நான் கழுத்தில் துளசி மாலை அணிந்திருத்தல் இயல்பல்லவா? வீட்டுப் பெரியோர்களே சிகை கட்டாயம் வைத்திருக்க வேண்டுமென்று கருதினார்கள். ஆனால், இங்கிலாந்துக்குப் புறப்படுந்தருவாயில் சிகையை நீக்கிவிட்டேன். தலையணி இல்லாதிருக்கும்போது யாராவது என்னைப் பார்த்தால் பரிகசிக்கக் கூடுமென்றும் ஆங்கிலேயனுடைய கண்களுக்கு நான் அநாகரீகமாகத் தோன்றக்கூடுமென்றும் எண்ணினேன். இந்தக் கோழைத்தனமான பயம் என்னைப் பெரிதும் வசப்படுத்தி இருந்தபடியால், தென்னாப்பிரிக்காவில் எனது தாயாதி சகோதரரான மகன்லால் காந்தியைக்கூட, அவர் மத பக்தியுடன் வைத்திருந்த சிகையை எடுத்துவிடும்படி செய்தேன். அவருடைய பொது ஊழியத்திற்கு அது தடையா இருக்கக்கூடுமென்று நான் கருதினபடியால் அவருக்கு மனத்துன்ப மேற்பட்டாலும் ஏற்படட்டுமென்று சிகையை எடுக்கச் செய்தேன்.

ஆகவே, மேற்படி விஷயங்கள் எல்லாவற்றையும் சுவாமியாருக்கு எடுத்துக்கூறி நான் மேலும் சொன்னதாவது, "பூணூல் அணிவதற்கு நான் அவசியம் எதுவும் காணாமையால் நான் அதை அணியப்போவதில்லை. ஹிந்துக்கள் கணக்கற்ற பேர் பூணூல் தரியாமலே ஹிந்துக்களாய் இருக்கிறார்கள். மேலும், பூணூல் என்பது பாராமார்த்திக சாதனத்தின் அறிகுறியாயிருக்க வேண்டும். அதாவது மனப்பூர்வமாக உயரிய தூய வாழ்வு பெறுவதற்கு முயல்பவனே அதை அணிந்துகொள்வதாயிருத்தல் வேண்டும். ஹிந்து சமயமும் இந்தியாவும் தற்போதுள்ள நிலைமையில் அத்தகைய பொருள் பொதிந்த சின்னத்தை அணிந்துகொள்ள ஹிந்துக்களுக்கு உரிமையுண்டா? தீண்டாமையையும் எல்லா வகை உணர்வு தாழ்வு வேற்றுமைகளையும் ஹிந்து மதம் தன்னிலிருந்து ஒழித்தப் பின்னரே தரிக்கும் யோசனையை என் உள்ளம் ஏற்றுக்கொள்ளவில்லை. ஆனால், சிகையைப் பற்றித் தாங்கள் கூறுவது யோசிக்கத் தக்கதேயாகும். நான் முன்னர், சிகை வைத்துக்கொண்டிருந்தது. பிழைப்பட்ட அவமான உணர்ச்சிக் காரணமாக அதை நீக்கிவிட்டேன். ஆதலின் மறுபடியும் சிகை வைத்துக்கொள்ளுதல் அவசியமென்றே நினைக்கிறேன். என் தோழர்களுடன் இது குறித்து விவாதிப்பேன்."

பூணூலைப் பற்றி என் கொள்கையை சுவாமியார் ஒப்புக்கொள்ளவில்லை. அதை அணியாததற்கு என்ன காரணங்கள் நான் கூறினேனோ அதே காரணங்கள் பூணூல் அணிவதற்குச் சாதகமானவை என்று அவருக்குத் தோன்றிற்று. ஆனால், அவ்விஷயத்தில் இன்றைய தினமும் ஹிருஷிகேசத்தில் நான் கொண்டிருந்த கொள்கையே கொண்டிருக்கிறேன். சமயங்கள் பற்பல இருக்கும் வரையில் ஒவ்வொரு சமயத்துக்கும் தனிப்பட்ட சின்னம் ஒன்று அவசியமாய் இருக்கலாம். ஆனால், அந்தச் சின்னமோ உண்மைப் பொருளென்று கருதப்பட்டு, மற்ற மதங்களைவிடத் தன் மதமே உயர்ந்ததென்று நிரூபிக்க அது உபயோகப்படுமானால், அதைப் புறக்கணித்துவிடவே வேண்டும். பூணூல் இன்றையதினம் ஹிந்து சமய முன்னேற்றத்திற்கு ஒரு சாதனமாக இருப்பதாய் எனக்குத் தோன்றவில்லை. எனவே, அதை அணிவதில் எனக்குச் சிரத்தைக் கிடையாது.

சிகையைப் பொறுத்தவரையில், அதை நீக்குவதற்குக் கோழைத்தனமே காரணமாயிருந்தபடியால், நண்பர்களுடன் யோசனை செய்த பின்னர் மீண்டும் சிகை வளர்க்கத் தீர்மானித்தேன். இது நிற்க.

ஹிருஷிகேசம், லக்ஷ்மணன் பாலம் இவ்விடங்களின் இயற்கைக் காட்சிகள் எனக்கு ஆனந்தமளித்தன. நமது மூதாதைகள் இவ்வளவு இயற்கை அழகுணர்ச்சி உள்ளவர்களாயிருந்ததைக் குறித்து வியந்தேன். அழகிய இயற்கைத் தோற்றங்களுடன் சமய வழிபாட்டைக் கலந்து வைத்திருப்பதை எண்ணி அவர்களுக்கு என் உள்ளத்தில் பக்தியுடன் நமஸ்கரித்தேன்.

ஆனால் இயற்கைச் சௌந்தரியத்தின் உறையுளாயிருந்த இவ்விடங்களை மனிதர்கள் உபயோகித்த முறையைப் பார்த்தபோது என் மனம் சாந்தி இழந்தது. ஹரித்துவாரத்தில் போலவே ஹிருஷிகேசத்திலும் ஜனங்கள் சாலைகளையும், கங்கையின் கரைகளையும் அசுத்தப்படுத்தினார்கள். கங்கா நதியின் பரிசுத்த ஜலத்தை அசுசியப்படுத்தவும் அவர்கள் தயங்கவில்லை. கொஞ்சதூரம் நடந்தால் ஜன நடமாட்டம் இல்லாத விடத்துக்கு எளிதில் போகக்கூடுமாயினும், அப்படிச் செய்யாமல் பொது வீதிகளிலும், நதிக்கரைகளிலுமே மக்கள் மல ஜலங்கழித்தலைப் பார்த்தபோது என் மனம் பெரிதும் வேதனையடைந்தது.

லக்ஷ்மண ஜூலா என்பது கங்கை நதியின் மேல் அமைந்திருந்த தொங்கும் இரும்புப் பாலந்தான் என்று கண்டேன். முன்னர் இவ்விடத்தில் அழகிய கயிற்றுப்பாலம் ஒன்று இருந்ததாம். ஆனால் அக்கயிற்றுப் பாலத்தை அகற்றிவிட்டு அவ்விடத்தில் இரும்புப் பாலம் கட்டும் யோசனை தர்மசீலரான மார்வாரி ஒருவரின் மூளையில் எப்படியோ உதயமாயிற்று. அவர் அவ்வாறே ஏராளமானப் பணச் செலவில் இரும்புப் பாலம் கட்டியதுடன் பாலத்தின் சாவிகளை அரசாங்கத்தின் வசம் ஒப்புவித்தாராம்! கயிற்றுப்பாலத்தை நான் பார்த்ததில்லை. ஆனால், அந்த இயற்கைப் பிரதேசத்திற்கு இரும்புப் பாலம் சற்றும் தகுதியற்றதாயிருந்தது. அப்பிரதேசத்தின் இயற்கை அழகை அது கெடுத்தது என்பதில் சந்தேகமில்லை. மேலும், அக்காலத்தில் தீவிர இராஜபக்தனாயிருந்த எனக்குக்கூட, பாலத்தின் சாவிகளை அரசாங்கத்தினிடம் ஒப்புவித்தது பொறுக்கவில்லை.

பாலத்தைக் கடந்து சுவர்க்காசிரமத்துக்குப் போகவேண்டும் சுவர்க்காசிரமம் என்பது மிகவும் கோரமான இடம். இரும்புத் தகடுகளால் கூரைபோட்ட சில அசங்கியமானக் கொட்டகைகளைத் தவிர அங்கு வேறொன்றுமில்லை. இவை சாதகர்களுக்காகக் கட்டிவிடப்பட்டனவாம். அந்தச் சமயத்தில் அங்கே சாதகர்கள் யாரையுங்காணோம். முக்கியமானக் கட்டடத்தில் சிலர் வசித்தனர்.

அவர்களுடைய தோற்றம் பார்ப்பவர்களுக்கு நல்ல எண்ணம் உண்டு பண்ணுவதாயில்லை.

ஆனால், மொத்தத்தில் ஹரித்துவார அனுபவங்களினால் நான் அளவில்லாத பயனடைந்தேன் என்பதில் சந்தேகமில்லை. நான் எங்கே வசிப்பது, என்ன செய்வது என்று முடிவு செய்வதற்கு அவை பெரிதும் துணையாயிருந்தன.

09. ஆசிரம ஸ்தாபனம்

கும்பமேளத்திற்காக நான் ஹரித்துவாரம் சென்றது அந்த ஸ்தலத்திற்கு எனது இரண்டாவது யாத்திரையாகும்.

சத்தியாக்கிரஹ ஆசிரமம் 1915ஆம் வருஷம் மே மாதம் 25ஆம் தேதி ஸ்தாபிக்கப்பட்டது. சிரத்தானந்தர் நான் ஹரித்துவாரத்திலேயே தங்கவேண்டுமென விரும்பினார். கல்கத்தா நண்பர்கள் சிலர் வைத்தியநாத க்ஷேத்திரத்தைக் குறிப்பிட்டார்கள். இன்னும் சிலர் இராஜகோட்டையில் தங்கவேண்டுமெனப் பலமாக வலியுறுத்தினார்கள். ஆனால், நான் ஆமதாபாத் வழியாகச் செல்ல நேர்ந்தபோது அங்கிருந்த பல நண்பர்கள் என்னை அவ்விடத்தில் நிலைபெறுமாறு வற்புறுத்தியதுடன், வசிப்பதற்கு வீடும், ஆசிரமச் செலவுகளுக்குப் பணமும் தேடித்தருவதாகவும் வாக்களித்தார்கள்.

மேற்கூறிய இடங்களுக்குள்ளே ஆமதாபாத் எனக்குப் பிடித்திருந்தது. நான் குஜராத்தியாதலால் குஜராத்தி மொழியின் மூலமாகவே தேசத்திற்குச் சிறந்தத் தொண்டு செய்யக்கூடுமென எண்ணினேன். மற்றும் ஆமதாபாத் பழையகாலத்தில் கைத்தறி நெசவுக்குப் பெயர்பெற்ற இடமாதலால். இராட்டையில் நூற்கும் குடிசைத்தொழிலைப் புனருத்தாரணம் செய்வதற்கு அது மிகவும் அனுகூலமான இடமென்று தோன்றிற்று. ஆமதாபாத் குஜராத்தின் தலைமை நகரமாதலால் வேறெவ்விடத்தைக் காட்டிலும் இவ்விடத்தில் குஜராத்தி செல்வர்களிடமிருந்து பண உதவி கிடைக்கலாமென்னும் நம்பிக்கையும் இருந்தது.

ஆமதாபாத் நண்பர்களுடன் பல விஷயங்களைப் பற்றிப் பேசினேன். அவற்றினிடையே இயல்பாகத் தீண்டாமைப் பிரச்சினையும் வந்தது. மற்ற அம்சங்களில் தகுதியுடைய தீண்டா வகுப்பினர் ஒருவர் முன்வருவாரானால் அவரை உடனே ஆசிரமத்தில் சேர்த்துக்கொள்வேனென்று அவர்களிடம் தெளிவாகச் சொன்னேன்.

"உங்களுடைய நிபந்தனைகளைப் பூர்த்தி செய்யும் தீண்டாதவர் எங்கே இருக்கிறார்?" என்று வைஷ்ணவ நண்பர் ஒருவர் கேட்டார். அத்தகையவர் அகப்படமாட்டார் என்பது அவர் நம்பிக்கை.

கடைசியாக, ஆமதாபாத்திலேயே ஆசிரமம் ஸ்தாபிக்கத் தீர்மானித்தேன்.

இடத்தைப் பற்றிய வரையில் எங்களுக்கு முதன்முதலில் உதவி செய்தவர் ஆமதாபாத்தில் பாரிஸ்டராயிருந்த ஸ்ரீ ஜீவன்லால் தேசாய் என்பவராவர். அவர் கோச்ராப்பில் இருந்த தமது பங்களாவை வாடகைக்குக் கொடுக்க இசைந்தார். அதை எடுத்துக்கொள்ளத் தீர்மானித்தோம்.

முதலில், ஆசிரமத்தின் பெயர் என்னவென்று தீர்மானிக்க வேண்டியிருந்தது. நண்பர்களுடன் இதைப்பற்றி கலந்தாலோசித்தேன். 'சேவாசிரமம்', 'தபோவனம்' முதலிய பெயர்கள் குறிப்பிடப்பட்டன. 'சேவாசிரமம்' என்னும் பெயர் எனக்குப் பிடித்திருந்ததாலும் சேவைமுறை என்னவென அதில் விளங்காதது ஒரு குறைபாடெனக் கருதினேன். 'தபோவனம்' என்பது அதிக டாம்பீகப் பெயர் எனத் தோன்றிற்று. ஏனெனில், தவம் எங்களுக்குப் பிரியமானதொன்றாயினும் நாங்கள் தபஸ்விகள் என்று சொல்லிக்கொள்ளத் தகுதியுடையவர்களல்லர். சத்தியப்பற்றே எங்கள் கோட்பாடாகவும் சத்திய ஆராய்ச்சியும் சத்தியத்தின் உறுதியுமே எங்கள் வேலையாகவும் இருந்தன. தென்னாப்பிரிக்காவில் நான் கையாண்ட முறையை இந்தியாவுக்கு அறிவிக்கவும், இந்தியாவில் அம்முறையை எந்த அளவில் கையாளலாம் என்று சோதித்துத் தெரிந்துகொள்ளவும் விரும்பினேன். எனவே, என் தோழர்களும் நானும் எங்கள் இலட்சியத்தையும், தொண்டு முறையையும் ஒருங்கே குறிப்பிடுவதான 'சத்தியாக்கிரஹ ஆசிரமம்' என்னும் பெயரைத் தெரிந்தெடுத்தோம்.

ஆசிரமம் நடப்பதற்கு விதிகளும், ஒழுக்கமுறைகளும் அவசியமல்லவா? எனவே, நகல் விதிகள் தயாரித்து அவற்றைப் பற்றி அபிப்பிராயம் தெரிவிக்கும்படி நண்பர்களைக் கேட்டுக்கொண்டோம். பல அபிப்பிராயங்கள் வந்தன. அவற்றில் ஸர் குருதாஸ் பானர்ஜியின் அபிப்பிரயாம் இன்னும் என் ஞாபகத்தில் இருக்கிறது. அவர் ஆசிரம விதிகள் தமக்குப் பிடித்திருப்பதாகவும், தாழ்மைக் குணத்தை ஒழுக்கமுறைகளில் ஒன்றாகச் சேர்த்துக்கொள்ளுதல் நலமென்றும் தமது இளைஞர்களிடம் அக்குணம் குறைவாயிருப்பது வருந்தத்தக்கதென்றும் கூறி இருந்தார். இந்தக் குறைபாட்டை நானும் கவனித்திருந்தேனாயினும்,

தாழ்மைக்குணத்தை விரதங்களில் ஒன்றாக்கிவிட்டால், அது தாழ்மைக்குணத்தின் உண்மைப் பொருள் 'நான்' என்னும் பாவம் அறவே மறைதலாகும். 'நான்' என்னும் உணர்வு அழிதலே மோக்ஷம். ஆகவே, தாழ்மைக்குணத்தை ஒழுக்கமுறைகளில் ஒன்றாய்க் கொள்ளமுடியாது. உண்மையில், அத்தோழமைக் குணம் பெறுவதற்கே வேறு ஒழுக்கமுறைகளைக் கொள்ளுதல் அவசியமாயிருக்கலாம். மோக்ஷ சாதகன் அல்லது தொண்டன் ஒருவனுடைய செயல்களில் தாழ்மைக்குணம், அதாவது 'நான் மறத்தல்' இல்லாவிடின் மோக்ஷத்திலோ, தொண்டிலோ அவனுக்கு உண்மைப் பற்றில்லை என்றே ஏற்படும். தாழ்மை இல்லாத தொண்டு சுயநலமும், அகம்பாவமுமே அல்லாது வேறில்லை.

இக்காலத்தில் பதின்மூன்று தமிழர்கள் எங்களில் இருந்தார்கள். தமிழ் இளைஞர்கள் ஐவர் தென்னாப்ரிக்காவிலிருந்து என்னைப் பின்தொடர்ந்து வந்தவர்கள். மற்றவர்கள் நாட்டின் வெவ்வேறு பகுதிகளிலிருந்து வந்தவர்கள். எல்லாரும் சேர்ந்து நாங்கள் இருபத்தைந்து ஸ்திரீ புருஷர்கள் இருந்தோம்.

இவ்வாறு ஆசிரமம் தொடங்கப்பட்டது. எல்லாரும் பொதுவான சமையலறையில் சாப்பிட்டு ஒரே குடும்பம்போல் வாழ்க்கை நடத்த முயன்றோம்.

10. ஆரம்ப சோதனை

ஆசிரமம் ஏற்பட்டுச் சில மாதங்களுக்குள் நான் சற்றும் எதிர்பாராத ஒரு சோதனை எங்களுக்கு நேர்ந்தது. 'ஓர் தீண்டா வகுப்புக் குடும்பத்தினர் தங்கள் ஆசிரமத்தில் சேர விரும்புகிறார்கள். அவர்கள் தாழ்மையும் கண்யமும் உள்ளவர்கள். அவர்களை ஏற்றுக்கொள்வீர்களா?' என்னும் பொருள் கொண்ட கடிதம் ஒன்றை ஸ்ரீ அமிருதலால் தாக்கர் எழுதியிருந்தார்.

நான் கலக்கமுற்றேன். தீண்டா வகுப்பினர். அதிலும் தாக்கர் பாபுவினிடம் கடிதம் பெற்றுக்கொண்டு, இவ்வளவு விரைவில் ஆசிரமத்தில் சேர மனுச்செய்து கொள்வார்களென்று நான் எதிர்பார்க்கவேயில்லை. கடிதத்தை என் தோழர்களுக்கும் படித்துக்காட்டினேன். அவர்கள் அதை வரவேற்றார்கள்.

மேற்படி குடும்பத்தினர் அனைவரும் ஆசிரம விதிகளை அனுசரிக்கச் சித்தமாயிருந்தால் அவர்களை ஏற்றுக்கொள்ளச் சம்மதமென்று அமிருதலால் தாக்கருக்கு எழுதினேன்.

குடும்பத்தலைவர் துதாபாய், அவர் மனைவி தனிபென், அவர்களுடைய புதல்வி லக்ஷ்மி, தவழும் குழந்தை. துதாபாய் பம்பாயில் உபாத்தியாயராயிருந்தவர். அவர்கள் எல்லாரும் ஆசிரமத்தின் விதிகளுக்கிணங்கி நடக்க ஒப்புக்கொண்டதின் பேரில் ஏற்றுக்கொள்ளப்பட்டனர்.

ஆனால், ஆசிரமத்துக்கு உதவி புரிந்துகொண்டிருந்த நண்பர்களிடையே இது பெருங்கிளர்ச்சி உண்டு பண்ணிற்று. முதலில் கிணறு விஷயமாகக் கஷ்டம் ஏற்பட்டது. கிணற்றைப் பங்களாவின் சொந்தக்காரரும் உபயோகித்து வந்தார். ஏற்றம் இறைத்து வந்த மனிதன் எங்களுடைய தொட்டியிலிருந்து தண்ணீர் துளிகள் சிந்துவதால் தனக்குத் தீட்டு ஏற்பட்டுவிடுமென்று கூறி ஆட்சேபித்தான். வசவுகளைப் பொறுத்துக்கொண்டு தண்ணீர் இழுத்து வரும்படி நான் அனைவருக்கும் சொன்னேன். நாங்கள் திரும்ப வையாத்தை அவன் கண்டபோது வெட்கமடைந்த எங்களைத் தொந்தரவு செய்வதை நிறுத்திவிட்டான்.

பண உதவியெல்லாம் நிறுத்தப்பட்டது. ஆசிரம விதிகளை அனுசரிக்கக்கூடிய தீண்டாதார் எங்கே கிடைப்பார் என்று கேள்வி கேட்ட நண்பர். அத்தகைய ஒருவர் வருவார் என எதிர்பார்க்கவேயில்லை.

சமூக பகிஷ்காரத்தைப் பற்றிய வதந்திகளும் ஏற்பட்டன. இவற்றிற்கெல்லாம் நாங்கள் ஆயத்தமாயிருந்தோம். எங்களைப் பகிஷ்காரஞ் செய்து சாதாரண வசதிகள் அளிக்கவும் மறுத்தபோதிலும் ஆமதாபாத்தைவிட்டுப் போகக்கூடாதென்றும், அதைக்காட்டிலும் தீண்டா வகுப்பினர் வசிக்குமிடம் சென்று அங்கே உடலுழைப்பினால் கிடைப்பதைக் கொண்டு காலட்சேபம் செய்தல் நலமென்று என் நண்பர்களிடம் சொல்லியிருந்தேன்.

நிலைமை கடைசியில் நெருக்கடியாயிற்று. ஒருநாள் மகன்லால் காந்தி, "பணமெல்லாம் ஆகிவிட்டது. அடுத்த மாதத்திற்கு ஒன்றுமில்லை" என்னும் செய்தியைத் தெரிவித்தார்.

"அப்படியானால் நாம் தீண்டா வகுப்பாரின் இருப்பிடம் செல்வோம்" என்று அமைதியாகப் பதிலளித்தேன்.

இத்தகைய சோதனை எனக்கு நேர்ந்தது இது முதல்முறையன்று. சோதனை நேர்ந்த சந்தர்ப்பங்களில் எல்லாம் ஆண்டவன் கடைசி நிமிஷத்தில் எனக்கு உதவி அனுப்பியே வந்தார். மகன்லால் ஆசிரமத்தின் பொருளாதார நிலைமையைப் பற்றி எச்சரிக்கை செய்து அதிக காலம் ஆவதற்குள். ஒருநாள் காலை ஆசிரமக்

குழந்தைகளில் ஒன்று ஓடிவந்து ஸேத் ஒருவர் வாசலில் மோட்டார் வண்டியில் காத்திருப்பதாகவும் என்னைப் பார்க்க விரும்புவதாகவும் கூறிற்று. அவரைப் பார்க்கச் சொன்றேன். "ஆசிரமத்துக்குக் கொஞ்சம் பொருளுதவி செய்ய விரும்புகிறேன் ஏற்றுக்கொள்வீர்களா?" என்று அவர் கேட்டார்.

"நிச்சயமாக ஏற்றுக் கொள்வேன். தற்போது எங்கள் பணமெல்லாம் செலவழித்து வெறுங்கையுடன் இருக்கிறோம்" என்றேன்.

"நாளை இந்நேரத்திற்கு இங்கு வருகிறேன். தாங்கள் இருப்பீர்களா?" என்று அவர் கேட்டார்.

"ஓ! இருக்கிறேன்" என்றேன். அத்துடன் அவர் புறப்பட்டுச் சென்றார்.

மறுநாள் குறிப்பிட்ட நேரத்திற்குச் சரியாக வண்டி வாசலில் வந்து நின்றது. கொம்பு ஊதிற்று. குழந்தைகள் செய்தி கொண்டுவந்தார்கள். ஸேத் உள்ளே வரவில்லை. அவரைப் பார்க்க நான் வெளியே வந்தேன். அவர் என் கையில் 13,000 ரூபாய் நோட்டுகளைக் கொடுத்துவிட்டு வண்டியை விட்டுக்கொண்டு சென்றார்.

இந்த உதவியை நான் எதிர்பார்க்கவேயில்லை. அதிலும் எவ்வளவு புதியமுறையில் உதவி! அந்தக் கனவான் அதற்குமுன் ஆசிரமத்துக்கு வந்ததேயில்லை. அவரை அதற்குமுன் ஒரேயொரு முறைதான் பார்த்திருப்பதாக எனக்கு ஞாபகம். அவர் ஒருவித விசாரணையும் புரியவில்லை. ஆசிரமத்தைப் பார்வையிடவும் இல்லை. வந்து பணங்கொடுத்துவிட்டு உடனே போய்விட்டார்! இது எனக்கு முற்றும் புதிய அனுபவமாகும். இவ்வுதவியின் காரணமாக, தீண்டாதார் இருப்பிடத்துக்கு குடிபோதல் நின்றுபோயிற்று. இன்னும் ஓராண்டுக்குக் கவலையில்லை என்று தைரியமடைந்தோம்.

வெளியில் அடித்தப் புயலைப்போலவே உள்ளேயும் புயல் குமுறிற்று. தென்னாப்பிரிக்காவில் தீண்டா வகுப்பு நண்பர்கள் என்வீட்டுக்கு வந்து என்னுடன் வசித்தலும் சாப்பிடுவதாலும் உண்டாயினும், தீண்டாதவர்களை இங்கு ஆசிரமத்தில் சேர்த்துக்கொண்டது என் மனைவிக்கும் மற்றப் பெண்களுக்கும் பிடிக்கவில்லை. தனிபெண்ணிடம் அவர்கள் காட்டிய அசட்டையை என் கண்களும் செவிகளும் எளிதில் கண்டுபிடித்தன. அவளை அவர்கள் வெறுத்தார்கள் என்றும் சொல்லலாம். பணக்கஷ்டம்

எனக்குக் கவலை உண்டு பண்ணவே இல்லை. ஆனால் இந்த உட்புயல் என்னால் பொறுக்க முடியாததாயிற்று. தனிபென் சாதாரண ஸ்திரீயேயாவாள். துதாபாய் கொஞ்சம் படிப்பும், நல்ல அறிவும் உள்ளவர். அவர் பொறுமை எனக்குப் பிடித்திருந்தது. சிலசமயம் அவர் கொதிப்படைந்தாரெனினும், மொத்தத்தில் அவரது சகிப்புத்தன்மை என் மனதைக் கவர்ந்தது. சிறு அவமதிப்புகளை எல்லாம் காற்றில் விட்டுவிட்டுச் சும்மா இருக்கும்படி அவரைக் கேட்டுக்கொண்டேன். அவர் இதற்கு இணங்கியதும் அல்லாமல் தம் மனைவியையும் அவ்வாறே பொறுமையுடனிருக்கச் செய்தார்.

இந்தக் குடும்பத்தைச் சேர்த்துக்கொண்டது ஆசிரமத்துக்கே ஒரு நல்ல படிப்பினையாயிற்று. ஆரம்பத்திலேயே ஆசிரமத்தில் தீண்டாமைப் பாராட்டமாட்டேனென்று உலகுக்குப் பகிரங்கமாய் அறிவித்துவிட்டோம். ஆசிரமத்துக்கு உதவி செய்ய விரும்பியவர்களை எச்சரித்தவர்களானோம். இத்துறையில் ஆசிரமத்தின் வேலையும் பெரிதும் எளிதாயிற்று. இவையெல்லாம் தெரிந்தும் நாளுக்குநாள் அதிகமாகிக்கொண்டிருந்த ஆசிரமச் செலவுகளை உண்மை வைதிக ஹிந்துக்களே பெரும்பாலும் கொடுத்துவந்தார்கள். தீண்டாமையின் அடிப்படை ஆட்டங்கொடுத்தவிட்டது என்பதற்கு இது அறிகுறியல்லாவா. இதற்கு இன்னும் எவ்வளவோ ருசுக்கள் உண்டாயினும், தீண்டாதவர்களுடன் மற்றவர்கள் சம பந்தியாகச் சாப்பிடக்கூடிய ஓர் ஆசிரமத்துக்கு ஹிந்துக்கள் உதவுகிறார்களென்பது சாமான்யமான ருசுவன்று.

இது சம்பந்தமாக இன்னும் பல விஷயங்களை விடுத்துப் போகவேண்டியிருப்பது குறித்து வருந்துகிறேன். இந்தப் பெரிய விஷயம் சம்பந்தமாக ஏற்பட்ட நுட்பமான சிறு பிரச்சனைகளை எப்படி தீர்த்துவைத்தோம் என்பதும், எதிர்பாராத சில கஷ்டங்களை எப்படி நிவர்த்தி செய்தோமென்பதும் போன்ற சத்தியசோதனைக்கு முற்றும் சம்பந்தமுள்ள விஷயங்களை விடுத்துச்செல்ல வேண்டியிருக்கிறது. இனி வரப்போகும் அத்தியாயங்களும் இக்குறையுள்ளனவாகவே இருக்கும். இந்தச் சரித்திரத்தில் சம்பந்தமுடைய முக்கியமான மனிதர்கள் இன்னும் உயிரோடிருப்பதாலும். அவர்கள் சம்பந்தப்படும் நிகழ்ச்சிகளில் அவர்களுடைய அனுமதியின்றிப் பெயர்களைக் குறிப்பிடுதல் முறையற்றதாலும் பல முக்கியமான விவரங்களை விட்டுவிட வேண்டியிருக்கும். அவர்களுடைய அனுமதி பெறுவதோ, அவ்வப்போது அவர்கள் சம்பந்தப்படும் அத்யாயங்களை

அவர்களிடம் காட்டிப் பரிசோதிக்கச் செய்த பின்னர் வெளியிடுதலோ இயலாதக் காரியங்கள். மற்றும் அத்தகைய முறை சுயசரித்திரத்தின் எல்லைக்குட்பட்டதன்று. ஆதலின் இனிவரும் பகுதி சத்திய தரிசன முயற்சியில் ஈடுபட்டவர்களுக்கு மிக முக்கியமானதென்று நான் கருதுகிறேன். ஆயினும், பல விஷயங்களை விட்டுவிட்டே செல்லவேண்டியதாயிருக்கும். இச்சரித்திரத்தை ஒத்துழையாமைக் காலம் வரையில் கொண்டுவந்துவிட வேண்டுமென்பது என் ஆசையாகும். இறைவன் அருள் இருந்தால் அது கைக்கூடுமென்றே நம்புகிறேன்.

11. ஒப்பந்தக்கூலி முறை ஒழிந்தது

ஆரம்பத்திலேயே உட்புயல்களையும், வெளிப்புயல்களையும் சமாளிக்க வேண்டியிருந்த ஆசிரமத்தின் கதையைக் கொஞ்சம் நிறுத்தி, அதே காலத்தில் என் கவனத்தைக் கவர்ந்திருந்த மற்றொரு விஷயத்தைச் சிறிது கவனிப்போம்.

ஒப்பந்தத் தொழிலாளர் என்போர் ஐந்து வருஷ காலமோ, அதற்குக் குறைந்த காலமோ வேலை செய்வதாக ஒப்பந்தம் எழுதிக்கொடுத்து இந்தியாவிலிருந்து வெளிநாடுகளில் குடியேறியவர்கள். 1914ஆம் வருஷத்து ஸ்மட்ஸ் காந்தி உடன்படிக்கையின்படி ஒப்பந்தத் தொழிலாளர் மீது விதிக்கப்பட்ட மூன்று பவுன் தலைவரி எடுக்கப்பட்டுவிட்டதாயினும், பொதுவாக இந்தியாவிலிருந்து தொழிலாளர் வெளிநாடு செல்வதைக் குறித்து இன்னும் கவனிக்க வேண்டியதாயிருந்தது.

1916ஆம் ஆண்டில் ஒப்பந்தக்கூலி முறையை ஒழித்துவிட வேண்டுமென்று இந்தியச் சட்டசபையில் பண்டித மதன் மோகன மாளவியா ஒரு தீர்மானம் கொண்டுவந்தார். லார்டு ஹார்டிஞ்சு அத்தீர்மானத்தை ஒப்புக்கொண்டு, "உரிய காலத்தில் அம்முறையை ஒழித்துவிடுவதாக மன்னர் பெருமானின் (பிரிட்டிஷ்) அரசாங்கத்தினிடமிருந்து வாக்குறுதிப் பெற்றிருப்பதாய்த் தெரிவித்தார். இத்தகைய வாக்குறுதியினால் இந்தியா திருப்தியடைந்திருக்கக் கூடாதென்றும். உடனே அம்முறையை ஒழித்துவிட வேண்டுமெனக் கிளர்ச்சி செய்யவேண்டுமென்றும் நான் கருதினேன். இம்முறையை இந்தியா இதுவரை சகித்துக்கொண்டிருந்ததற்கு அலட்சிய புத்தியே காரணமாகும். ஜனங்கள் இதை ஒழிக்கவேண்டுமென்று கிளர்ச்சி செய்து

வெற்றிபெறக்கூடிய காலம் வந்துவிட்டதென்று நம்பினேன். இவ்விஷயமாகத் தலைவர்கள் சிலரைச் சந்தித்துப் பேசியதிலிருந்தும் பத்திரிகைகளுக்கு எழுதியதிலிருந்தும் அம்முறையை உடனே ஒழிப்பதற்குப் பொதுஜன அபிப்பிராயம் சாதகமாயிருப்பதைக் கண்டேன். இது சத்தியாக்கிரஹத்தை மேற்கொள்வதற்குத் தகுந்ததொரு விஷயமாகுமாவென யோசித்தேன். சந்தேகமின்றி அது அத்தகையதே எனத் தெளிந்தேன். ஆனால், சத்தியாக்கிரஹத்தை எம்முறையில் கைக்கொள்வது என்று தெரியவில்லை.

இதற்கிடையில், 'உரிய காலத்தில் ஒழித்தல்' என்பதின் பொருள் என்ன என்பது குறித்து இராஜப் பிரதிநிதி மூடுமந்திரம் எதுவும் செய்யாமல், "அம்முறைக்குப் பதில், வேறு ஏற்பாடுகள் செய்வதற்கு வேண்டிய நியாயமான காலம்" என்று விளக்கிக் கூறினார்.

எனவே, 1917ஆம் வருடம் பிப்ரவரி மாதத்திற்கு அம்முறையை உடனே ஒழிப்பதற்கென்று ஒரு மசோதா கொண்டுவர பண்டித மாளவியா அனுமதிக் கேட்டார். லார்ட் செம்ஸ்போர்டு இதற்கு அனுமதி கொடுக்க மறுத்துவிட்டார். எனவே, அது சம்பந்தமாக அதிக இந்தியக் கிளர்ச்சி ஆரம்பத்தில் அவசியமென்றும் இதற்காக நாட்டில் சுற்றுப்பிரயாணம் செய்யவேண்டுமென்றும் தீர்மானித்தேன்.

கிளர்ச்சியை ஆரம்பிப்பதற்கு முன்னால் இராஜப்பிரதிநிதியைப் பேட்டி காணுதல் முறையாகுமென்று நினைத்து அதற்காக விண்ணப்பித்துக்கொண்டேன். இராஜப் பிரதிநிதி உடனே அனுமதி தந்தார். மிஸ்டர் மாபி (இப்போது ஸர்ஜான் மாபி) அவரது நெருங்கிய பழக்கம் பெற்றேன். லார்ட் செம்ஸ் போர்டுடன் நடந்த சம்பாஷணை திருப்பதிகரமாகவே இருந்தது. அவர் திட்டமாக எதுவும் சொல்லாவிடினும் கூடியவரை உதவி செய்வதாகச் சொன்னார்.

சுற்றுப்பிரயாணம் பம்பாயில் தொடங்கினேன். ஏகாதிபத்திய பிரஜா உரிமைச் சங்கத்தின் ஆதரவில் ஒரு கூட்டம் நடத்த ஸ்ரீ ஜெஹாங்கீர் பெடிட் ஒப்புக்கொண்டார். கூட்டத்தில் நிறைவேற்றப்பட வேண்டிய தீர்மானங்ளைத் தயாரிப்பதற்காக மேற்படி சங்கத்தின் நிர்வாகக் கமிட்டி முதலில் கூடிற்று, கமிட்டி கூட்டத்தில் டாக்டர் ஸ்டான்ஸி ரீட், ஸ்ரீமான்கள் லலுபாய் ஸமல்தால், நடராஜன், பெடிட் இவர்கள் பிரசன்னமாயிருந்தனர். அம்முறையை ஒழித்துவிட வேண்டுமென அராசங்கத்ததைக் கேட்பதன் சம்பந்தமாக காலவரையறைக் குறிப்பது பற்றி விவாதம்

நடந்தது. 'கூடிய சீக்கிரத்தில்' என்றும், உடனே என்றும் 'ஜூலை மாதம் 31ஆம் தேதிக்குள்' என்றும் மூன்றுவித யோசனைகள் இருந்தன. திட்டமான ஒரு தேதி குறிப்பிட வேண்டுமென்றும் அப்போதுதான் அத்தேதிக்குள் அரசாங்கம் தமது கோரிக்கைக்கு இணங்காவிட்டால் என்ன செய்வதென்று தீர்மானிக்க முடியும் என்றும் நான் சொன்னேன். ஸர் லலுபாய் 'உடனே' என்று பொருள் ஜனங்களுக்கு விளங்காதென்றும், அவர்களை ஏதேனும் காரியம் செய்யப் பண்ணவேண்டுமானால் திட்டமான வார்த்தையை உபயோகிக்க வேண்டுமென்றும் நான் எடுத்துக்காட்டினேன். உடனே என்றால் ஒவ்வொருவரும் தத்தமக்கு இசைந்தபடி பொருள் கொள்வர். அரசாங்கத்தார் ஒருவிதமாகவும் ஜனங்கள் மற்றொரு விதமாகவும் அர்த்தம் செய்துகொள்வார். 'ஜூலை மாதம் 31ஆம் தேதி' என்று குறிப்பிட்டுவிட்டால் யாரும் தப்பர்த்தம் செய்துகொள்ள இடமில்லை. அதற்குள் எதுவும் நடவாவிட்டால் நாம் மேலே காரியம் செய்யலாம் என்று கூறினேன். என்னுடைய வாதத்தின் நியாயத்தை டாக்டர் ரீட் உணர்ந்தார். கடைசியில் ஸர் லலுபாயும் சம்மதித்தார். ஆகவே ஜூலை மாதம் 31ஆம் தேதிக்குள் ஒப்பந்தக்கூலிமுறை ஒழிக்கப்பட வேண்டுமென்று நாங்கள் முடிவுசெய்தோம். பொதுக்கூட்டத்தில் அத்தகைய தீர்மானம் நிறைவேற்றப்பட்டது. இந்தியா முழுவதிலும் நடந்த பொதுக்கூட்டங்களும் அவ்வாறே தீர்மானித்தன.

ஸ்ரீ மதி ஜயஜி பெடிட் பிரதிநிதியைப் பேட்டி காண மாதர் பிரதிநிதிக் கூட்டமொன்றை அமைப்பதற்குப் பெருமுயற்சி செய்தார். அப்பிரதிநிதிக் கூட்டத்தில் சேர்ந்திருந்த பம்பாய் பெண்மணிகளில் லேடி டாடா தில்ஷத்பேகம் இவர்களின் பெயர்கள் எனக்கு நினைவிருக்கின்றன. இப்பிரதிநிதிக் கூட்டத்தினால் பெரும் பயன் விளைந்தது. இராஜப்பிரதிநிதியும் அவர்களுக்கு நம்பிக்கை ஊட்டும்படியான பதில் அளித்தார்.

அந்நாளில் நான் தனிமையாகப் பிரயாணம் செய்தபடியால் மிகச்சிறந்த அனுபவங்கள் பல ஏற்பட்டன. இரகசியப் போலீஸார் எப்போதும் என்னைப் பின்தொடர்ந்தனர். ஆனால், மறைப்பதற்கு என்னிடம் எதுவுமில்லாதிருந்தபடியால் அவர்கள் என்னைத் தொந்தரவு செய்யவில்லை. அவர்களுக்கும் நான் கஷ்டம் எதுவும் விளைவிக்கவில்லை. அதிர்ஷ்டவசமாக நான் இன்னும் 'மகாத்மா' பதவி பெற்றுவிடவில்லை என்றாலும், ஜனங்கள் என்னை அறிந்திருந்த இடங்களில் அப்பெயர் சொல்லிக் கூச்சலிடுதல் அப்போதே வழக்கமாகிவிட்டது.

ஒரு சமயம் இரகசியப்போலீஸார் பல ஸ்டேஷன்களில் எனக்குத் தொந்தரவு கொடுத்தார்கள். என்னுடைய ரயில் சீட்டைக் காட்டச்சொல்லி அதன் இலக்கத்தைக் குறித்துக்கொண்டார்கள். அவர்கள் கேட்ட கேள்விகளுக்கெல்லாம் நான் உடனுக்குடனே பதில் கூறினேன். என்னுடன் பிரயாணம் செய்தவர்கள் என்னை யாரோ 'சாது' என எண்ணிக்கொண்டார்கள். ஒவ்வொரு ஸ்டேஷனிலும் நான் தொந்தரவு செய்யப்படுவதைப் பார்த்தபோது அவர்கள் கோபங்கொண்டு துப்பறிபவர்களைத் திட்டினார்கள். "அந்தச் சாதுவை ஏன் காரணமின்றித் தொந்தரவு செய்கிறீர்கள்?" என்று அவர்கள் கண்டித்தார்கள். "இந்தப் போக்கிரிப் பயல்களிடம் சீட்டைக் காட்டாதீர்கள்" என்று எனக்குச் சொன்னார்கள்.

"அவர்களுக்கு என் சீட்டைக் காட்டுவதில் கஷ்டம் ஒன்றுமில்லை. அவர்கள் தங்கள் கடமையையே செய்கிறார்கள்" என்று நான் சாந்தமாகப் பதிலளித்தேன். பிரயாணிகள் இதனால் திருப்தியடையவில்லை. வரவர அவர்கள் அதிக அனுதாபம் காட்டியதுடன் குற்றமற்றவர்களை இவ்வாறு தொந்தரவு செய்வது பற்றிப் பலமாக ஆட்சேபித்தார்கள்.

ஆனால், துப்பறிபவர்களின் தொல்லையைத் தொல்லையென்றே சொல்வதற்கில்லை. உண்மையில் தொல்லையாயிருந்தது மூன்றாம் வகுப்புப் பிரயாணமேயாகும். அதிலும் லாகூரிலிருந்து டில்லிக்குப் போகும்போது நான் அடைந்த கஷ்டத்தைச் சொல்லமுடியாது. கராச்சியிலிருந்து லாகூர் வழியாகக் கல்கத்தா சென்றேன். லாகூரில் வண்டி மாற்றவேண்டும். வண்டியில் இடம் கண்டுபிடித்தல் அசாத்தியமாயிருந்தது. வண்டி நிறைய ஜனங்கள் இருந்தார்கள்; பலாத்காரமாக இடித்துத் தள்ளிக்கொண்டு ஏறுபவர்களே வண்டியில் ஏற முடியும். கதவு பூட்டியிருந்த வண்டிகளில் சிலர் ஜன்னல் வழியாகப் புகுந்து உள்ளே குதித்தார்கள். பொதுக்கூட்டத்திற்காகக் குறிப்பிடப்பட்ட தேதியில் நான் கல்கத்தா போய்ச்சேரவேண்டும். இந்த வண்டி தவறினால் அன்றைய தினம் போய்ச்சேர முடியாது. வண்டியில் ஏறலாம் என்னும் நம்பிக்கையை அநேகமாக இழந்துவிட்டேன். என்னை உள்ளே ஏற்றிக்கொள்ள யாரும் விரும்பியதாகத் தெரியவில்லை. இச்சந்தர்ப்பத்தில் என்னுடைய அவஸ்தையைக் கவனித்த ஒரு போர்ட்டர் என்னிடம் வந்து, "பன்னிரண்டு அணா கொடுங்கள். உங்களுக்கு இடந்தேடித் தருகிறேன்" என்றார். "சரி, இடம் பிடித்துத் தந்தால் கட்டாயம் 12 அணா கொடுக்கிறேன்" என்று நான் கூறினேன். அவன் ஒவ்வொரு வண்டியாகச் சென்று பிரயாணிகளை மன்றாடி கேட்டுக்கொண்டான். யாரும் அவனுக்கு செவிக்கொடுக்கவில்லை. கடைசியாக வண்டி

புறப்படும் சமயத்தில் சிலர், "உட்காருவதற்கு இங்கே இடமில்லை. வேண்டுமானால் உள்ளே தள்ளு, நின்றுகொண்டே வரட்டும்" என்றார்கள். போர்ட்டர் என்னைப் பார்த்து, "என்ன சொல்கிறீர்கள்?" என்றான். நான் உடனே சம்மதித்தேன். அவன் என்னைத்தூக்கி ஜன்னல் வழியாக உள்ளே பிடித்துத் தள்ளினான். இவ்வாறு வண்டியிலேறினேன். போர்ட்டர் 12 அணா பெற்றுச் சென்றான்.

அன்றிரவு பெருஞ்சோதனையாயிருந்தது. மற்றப் பிரயாணிகள் எப்படியோ நெருக்கியடித்து உட்கார்ந்திருந்தார்கள். நான் மேல்தட்டின் சங்கிலியைப் பிடித்துக்கொண்டு இரண்டுமணி நேரம் நின்றுகொண்டே வந்தேன். பிரயாணிகளில் சிலர் என்னை ஓயாது தொந்தரவு செய்துகொண்டிருந்தார்கள். "ஏனையா, நிற்கிறீர்? உட்காரக்கூடாதா?" என்று அவர்கள் கேட்டுக்கொண்டிருந்தார்கள். உட்கார இடமில்லை என்பதை அவர்களுக்குச் சாந்தமாக எடுத்துக்காட்ட முயன்றேன். ஆனால், மேல்தட்டில் காலைநீட்டிப் படுத்துக்கொண்டிருந்த அவர்களுக்கு நான் நிற்பதுகூடச் சகிக்கவில்லை. ஓயாமல் தொந்தரவு செய்துகொண்டே இருந்தார்கள். நானும் அவர்களுக்குச் சாந்தமாகப் பதில் சொல்லிக்கொண்டே வந்தேன். இதனால் கடைசியில் அவர்களுக்குக் கோபம் தணிந்தது. சிலர் என் பெயரைக் கேட்டார்கள். நான் சொன்னபோது அவர்கள் பெரிதும் வெட்கமுற்றார்கள். என்னிடம் மன்னிப்புக் கேட்டுக்கொண்டு இடம் ஒழித்தும் கொடுத்தார்கள். இவ்வாறு பொறுமை பயனளித்தது. நான் பெரிதும் களைப்புற்றிருந்தேன். என் தலை சுழன்றது. உதவி மிகவும் அவசியமான தருணத்தில் பகவான் உதவி அனுப்பினார்.

இவ்வாறு எப்படியோ டில்லியை அடைந்து, அங்கிருந்து கல்கத்தா போய்ச்சேர்ந்தேன். அங்கே காஸிம்பஜார் மகாராஜா வீட்டில் தங்கினேன். பொதுக்கூட்டத்துக்கும் அவர்தான் தலைமை வகித்தார். கராச்சியைப் போலவே இங்கும் ஜனங்கள் அளவில்லா உற்சாகம் காட்டினார்கள். கூட்டத்தில் பல ஆங்கிலேயரும் பிரசன்னமாயிருந்தனர்.

இந்தியாவிலிருந்த ஒப்பந்தக்கூலி அனுப்பும் முறை நிறுத்தப்பட்டுவிட்டதாக ஜூலை மாதம் 31 தேதிக்கு முன்னால் இந்திய அரசாங்கத்தார் அறிக்கை வெளியிட்டார்கள்.

முதன்முதலாக 1894ஆம் ஆண்டில் இம்முறையைக் கண்டித்து நான் விண்ணப்பம் தயாரித்தேன். 'பாதி அடிமைத்தனம்' என்று ஸர் வில்லியம் ஹண்டராஸ் கூறப்பட்ட அம்முறை என்றேனும் ஒருநாள் முடிவு பெறும் என்று அக்காலத்திலேயே நான் நம்பியதுண்டு.

1894ஆம் ஆண்டில் தொடங்கப்பட்ட அக்கிளர்ச்சிக்கு உதவிசெய்தவர்கள் பலர் ஆவர். ஆனால் அதன்பொருட்டு சத்தியாக்கிரஹம் மேற்கொள்ளச் சித்தமாயிருந்தபடியால்தான் அது அவ்வளவு விரைவில் முடிவுற்றது என்பது என் தாழ்மையான அபிப்பிராயம்.

அக்கிளர்ச்சியையும் அதில் ஈடுபட்டவர்களையும் பற்றிய மற்ற விவரங்களை நேயர்கள் நான் எழுதிய 'தென்னாப்பரிக்கா சத்தியாக்கிரஹ சரித்திர'த்தில் காணலாம்.

12. அவுரித் தோட்ட அநீதி

சம்பரான், ஜனக மகாராஜன் ஆட்சிபுரிந்த நாடாகும். அங்கு மாந்தோப்புகள் ஏராளம். அவ்வாறே 1917ஆம் ஆண்டுவரை அவுரித்தோட்டங்களும் அதிகமாயிருந்தன. சம்பரான் குடியானவன் ஒவ்வொருவனும் தன் நிலத்தில் 20ல் 3 பங்கில் நில சுவான்தாரனுக்காக அவுரி பயிரிடவேண்டுமென்று சட்டம் இருந்தது. இதற்குத் 'தீன் கதியா' முறை என்று பெயர். ஓர் ஏக்கராவிலுள்ள 20 கதாக்களில் 3 கதா கட்டாயம் அவுரி பயிரிட வேண்டுமாதலால் இம்முறைக்கு அப்பெயர் வந்தது.

அப்போது சம்பரான் என்னும் பெயரையே நான் கேள்விப்பட்டதில்லை. அது இருக்குமிடம் தெரியாது என்று சொல்லவேண்டியதில்லையன்றோ? அவுரிப் பொட்டணங்களைப் பார்த்ததுண்டு. ஆனால் அந்த அவுரி, சம்பரானில் ஆயிரக்கணக்கானக் குடியானவர்களை எவ்வளவோ கஷ்டங்களுக்குள்ளாக்கி விளைந்தது என்னும் விவரம் தெரியவே தெரியாது.

இராஜகுமார சுக்லா என்பார் இத்துன்பங்களை அனுபவித்த குடியானவர்களில் ஒருவர். தாம் பட்டதுபோல் இன்னும் துன்பப்பட்டுக்கொண்டிருந்த ஆயிரக்கணக்கானக் குடியானவர்களுக்குக் கதிமோக்ஷம் பிறக்க வேண்டுமென்று அவர் அடங்காதத் தாபம் கொண்டிருந்தார்.

இந்த மனிதர் லக்னௌவில் என்னைத் தேடிப்பிடித்தார். அங்கே 1916ஆம் வருஷத்துக் காங்கிரஸூக்காகப் போயிருந்தேன். "எங்களுடைய துயரங்களைப் பற்றி வக்கீல் பாபு உங்களுக்குச் சொல்வார்" என்று அவர்கூறி என்னைச் சம்பரானுக்கு வரவேண்டுமென்று வற்புறுத்தினார். 'வக்கீல் பாபு' என்று அவர்

குறிப்பிட்டது பாபு விரஜகிஷோர் பிரஸாத் அவர்களைத்தான். சம்பரானில் என்னுடைய சக ஊழியரானவரும், பீஹாரில் எல்லாப் பொது வேலைகளுக்கும் உயிர்நிலையாய் இருப்பவரும் அவர்தான். இராஜகுமார சுக்லா அவரை என் கூடாரத்திற்கு அழைத்து வந்தனர். அவர் கறுப்பு அல்பாகா மேற்சட்டையும், நிஜாரும் தரித்திருந்தார். அப்போது விரஜகிஷோர் பிரஸாதிடம் எனக்கு அவ்வளவு நல்லெண்ணம் உண்டாகவில்லை. ஒன்றுமறியாத குடியானவர்களின் பணத்தைப் பறித்துப் பிழைக்கும் வக்கீல்களில் அவர் ஒருவராயிருக்க வேண்டும் என எண்ணினேன். அவரிடத்தில் சம்பரானைப் பற்றிச் சிறிது கேள்விப்பட்டதும் என் வழக்கத்தை அனுசரித்து, “நிலைமையை நேரில் பார்ப்பதற்கு முன்னால் நான் அபிப்பிராயம் எதுவும் கூறமுடியாது. தயவுசெய்து இவ்விஷயமாகக் காங்கிரஸில் தீர்மானங்கொண்டு வாருங்கள். ஆனால், இப்போதைக்கு என்னைச் சும்மா விட்டுவிடுங்கள்” என்றேன். இராஜகுமார சுக்லா காங்கிரஸினிடமிருந்தும் உதவி வேண்டாமலில்லை. சம்பரான ஜனங்களிடம் அனுதாபந்தெரிவிக்கும் தீர்மானம் ஒன்றை பாபு விரஜஷோர் பிரஸாத் கொணர்ந்தார். அது ஏகமனதாக நிறைவேறியது.

இராஜகுமார சுக்லா மகிழ்ச்சியடைந்தராயினும் திருப்தி பெற்றுவிடவில்லை. நான் சம்பரானுக்கு நேரில் வந்து அங்குள்ள குடியானவர்களின் துயரங்களைக் கண்ணால் பார்க்கவேண்டுமென்று அவர் விரும்பினார். நான் உத்தேசித்திருக்கும் சுற்றுப்பிரயாணத்தில் சம்பரானையயும் சேர்த்துக்கொண்டு அதற்கு இரண்டொருநாள் தருவதாக வாக்களித்தேன். “ஒருநாளே போதும். அதற்குள் உங்கள் கண்ணாலேயே எல்லாம் பார்த்துவிடுவீர்கள்” என்றார் சுக்லா.

லக்னௌவிலிருந்து கான்பூருக்குச் சென்றேன். இராஜகுமாரர் அங்கும் என்னைப் பின்தொடர்ந்து வந்தார். “சம்பரான் இங்கிருந்து சமீபத்தில் தான் இருக்கிறது. ஒரேயொருநாள் கொடுங்கள்” என்று அவர் வற்புறுத்தினார். “இந்தமுறை மன்னித்துவிடுங்கள். மற்றொரு சமயம் கட்டாயம் வருகிறேன்” என்று என் வாக்குறுதியை மீண்டும் உறுதிப்படுத்தினேன்.

அங்கிருந்து ஆசிரமம் சென்றேன். விடாக்கண்டராகிய இராஜகுமார் அங்கும் வந்து சேர்ந்தார். “இப்பொழுதே நீங்கள் வரும் நாளைக் குறிப்பிட்டுவிடுங்கள்” என்றார். “நல்லது, இன்ன தேதியில் நான் கல்கத்தாவில் இருப்பேன். அங்கு வந்து என்னைச் சந்தித்து அழைத்துப்போங்கள்” என்று பதிலளித்தேன். எங்கே போவது என்ன செய்வது எதைப் பார்ப்பது என்று எனக்கு ஒன்றும் தெரியாதல்லவா?

நான் கல்கத்தா சேர்வதற்கு முன்னாலேயே இராஜகுமார சுக்லா அங்கடைந்து, பூபேந்திரநாத் வஸூவின் வீட்டில் தயாராய்க் காத்திருந்தார். இவ்வாறு கல்வியறிவு இல்லாதவரும் கபடமற்ற சாதுவும், ஆனால் உறுதியுள்ளவருமான இக்குடியானவர் என்னைக் கைப்பற்றிக்கொண்டார்.

1917ஆம் ஆண்டில் ஆரம்பத்தில் நாங்கள் கல்கத்தாவிலிருந்து சம்பரானுக்குப் பிரயாணமானோம். இருவரும் பட்டிக்காட்டுக் குடியானவர்கள் போலவே காணப்பட்டோம். எந்த வண்டியில் ஏறுவது என்பதுகூட எனக்குத் தெரியாது. அவர்தான் என்னை வண்டிக்கு அழைத்துப்போனார். இருவரும் சேர்ந்தாற்போல் பிரயாணம் செய்து காலையில் பாட்னா சேர்ந்தோம்.

பாட்னாவுக்கு இப்போதுதான் முதன்முறையாக நான் சென்றேன். அங்கே யாராவது நண்பர் அல்லது தெரிந்தவர் வீட்டில் தங்கலாமென்பதற்கு அத்தகையவர்கள் யாரும் இல்லை. இராஜகுமார் சுக்லா சாதாரணக் குடியானவரேயாயினும் அவருக்குப் பாட்னாவில் கொஞ்சம் செல்வாக்கு இருக்கவேண்டுமென எண்ணியிருந்தேன். பிரயாணத்தின்போது அவரைப்பற்றி இன்னும் கொஞ்சம் நன்றாய்த் தெரிந்தது. ஆனால், பாட்னா சேர்ந்ததும் சிறிதும் சந்தேகமில்லாமற் போயிற்று. பாவம்! அவருக்கு உலக விஷயம் ஒன்றுமே தெரியாது. அவர் தமது நண்பர்களென்று எண்ணிக்கொண்டிருந்த வக்கீல்கள் அவரைத் தங்கள் குற்றேவல்காரனாக நினைத்தார்கள். பட்டிக்காட்டுக் கட்சிக்காரர்களையும் அவர்களுடைய வக்கீல்களையும் கங்கா நதியின் வெள்ளைத்தையொத்த அகழ் பிரித்து நிற்கிறது என்று சொல்லுதல் மிகையாகாது.

இராஜகுமார சுக்லா இராஜேந்திர பாவுவின் வீட்டுக்கு என்னை அழைத்துச்சென்றார். இராஜேந்திர பாபு, பூரிக்கோ, வேறிடத்துக்கோ (நன்கு ஞாபகமில்லை) போயிருந்தபடியால் அவரைக் காண்பதற்கில்லை. பங்காளாவில் இரண்டொரு வேலைக்காரர்கள் இருந்தார்கள். அவர்கள் எங்களைத் திரும்பிப் பார்க்கவுமில்லை. கையில் கொஞ்சம் ஆகாரம் இருந்தது. பேரீச்சம்பழம் வேண்டுமென்று சொன்னேன். அந்நண்பர் போய் வாங்கி வந்தார்.

பீஹாரில் தீண்டாமை மிகக்கடுமையாய் அனுஷ்டிக்கப்பட்டது. வேலைக்காரர்கள் கிணற்றில் நாங்கள் ஜலம் இழுத்துக்கொண்டிருந்தபோது நான் இழுக்கக்கூடாதென்று சொன்னார்கள். என்னுடைய வாளியிலிருந்து தண்ணீர்த்துளிகள்

தெரித்துவிட்டால் அவர்கள் தீட்டாய்ப் போய்விடுவார்களாம். நான் என்ன சாதியோ, வேலைக்காரர்களுக்குத் தெரியாதல்லவா? இராஜகுமார் உள்ளிருந்த கக்கூசை எனக்குக் காட்டினார். வேலைகாரர்கள் உடனே வெளிக்கக்கூசுக்குப் போகச்சொன்னார்கள். ஆனால், இவையெல்லாம் எனக்கு வியப்பளிக்கவும் இல்லை, கோபமூட்டவுமில்லை. அனுபவித்து அனுபவித்து அவை உறைத்துப்போயிருந்தன. வேலைக்காரர்கள், பாவம், என் செய்வார்கள்? தங்கள் கடமையென்று கருதியதையே அவர்கள் செய்தார்கள். இராஜேந்திர பாபு அப்படிச் செய்தலையே விரும்புவாரென அவர்கள் எண்ணினார்கள்.

இத்தகைய ருசிகரமான அனுபவங்களினால் இராஜகுமார் சுக்லாவின் சக்தி இவ்வளவுதான் என்று நான் நன்கறிந்து கொண்டேனாயினும், அவரிடம் எனக்கு மதிப்பு அதிகமேயாயிற்று. ஆனால், இராஜகுமாரினால் எனக்கு வழிகாட்ட முடியாதென்றும். லகானை நானே கையிலேடுத்துக்கொள்ள வேண்டியதுதானென்றும் கண்டேன்.

13. சாது பீஹாரிகள்

மௌலானா மஷ்ருல்ஹக் லண்டனில் பாரிஸ்டர் பரீட்சைக்குப் படித்துக்கொண்டிருந்தபோது அவருடன் அறிமுகம் பெற்றிருந்தேன். மீண்டும் 1925ஆம் ஆண்டில் பம்பாய் காங்கிரஸில் அவரை நான் சந்தித்தேன். அவ்வருஷம் முஸ்லிம் லீக் அக்கிராசனத்தின் கீழ் நடந்தது. எப்போதாவது பாட்னாவுக்கு நான் போகும்படி நேர்ந்தால் தம் வீட்டில் வந்து தங்கும்படி அவர் என்னை அழைத்திருந்தார். இப்போது அந்த ஞாபகம் வரவே, நான் வந்த காரியத்தைக் குறிப்பிட்டு அவருக்கு ஒரு சீட்டு எழுதி அனுப்பினேன். அவர் உடனே தமது மோட்டார் வண்டியில் ஏறிவந்து நான் அவரது விருந்தினனாக வேண்டுமென்று வற்புறுத்தினார். அவருக்கு வந்தனமளித்துவிட்டு. நான் போகவேண்டிய இடத்துக்கு முதல் வண்டி எதுவோ அதில் ஏற்றி அனுப்பும்படி கேட்டுக்கொண்டேன். என்னைப்போன்ற முற்றும் புதிய மனிதனுக்கு ரயில்வே 'கைட்' உபயோகப்படவில்லை. எனவே, அவர் இராஜகுமார சுக்லாவுடன் கலந்துகொண்டு முதலில் நான் முஸபர்பூருக்குச் செல்லுதல் நலமென்று சொன்னார். அன்று மாலையே அவ்விடத்துக்குப் புறப்பட்ட ரயிலில் என்னை ஏற்றி அனுப்பினார்.

அப்போது ஆசிரியர் கிருபாளனி முஸபர்பூரில் இருந்தார்(சிந்து). ஹைதராபாத்துக்கு நான் போன நாளிலிருந்து அவரை அறிவேன். அவரது அரிய தியாகங்கள் பற்றியும். எளிய வாழ்க்கையைப் பற்றியும், டாக்டர் சோயித்ராம் எனக்குச் சொல்லியிருந்தார். டாக்டர் சோயித்ராம் நடத்திக்கொண்டிருந்த ஆசிரமம் ஆசிரியர் கிருபாளனி கொடுத்த நிதியைக் கொண்டுதான் நடந்துவந்தது. நிற்க. முஸபர்பூர் அரசாங்கக் கல்லூரியில் ஆசிரியராயிருந்த ஸ்ரீ கிருபாளனி நான் அவ்விடம் சென்றதற்குச் சற்று முன்புதான் அவ்வேலையை ராஜினாமா செய்திருந்தார். என் வரவைப் பற்றி அவருக்கு முன்னதாகத் தந்தி கொடுத்தேன். வண்டி நள்ளிரவில் முஸபர்பூர் போய்ச்சேர்ந்ததாயினும் அவர் ஏராளமான மாணாக்கர்களுடன் என்னை ஸ்டேஷனில் வந்து சந்தித்தார். அவருக்குச் சொந்த ஜாகை கிடையாது. ஆசிரியர் மால்கானியுடன் அவர் வாசம் செய்து வந்தார். ஆதலின் நானும் ஆசிரியர் மால்கானியின் விருந்தினனானேன். அரசாங்கக் கல்லூரியின் ஆசிரியர் ஒருவர் என்னைப்போன்ற மனிதனுக்கு இடங்கொடுப்பது அக்காலத்தில் மிக அபூர்வமான சம்பவமாகும்.

பீஹாரில் முக்கியமாக திர்ஹுத் பகுதியில் குடிகொண்டிருந்த சகிக்க முடியாத நிலைமையைப் பற்றி ஆசிரியர் கிருபாளனி எனக்கு விவரமாகக் கூறினார். அத்துடன் என் வேலை எத்துணைப் பிரயாசையானது என்பது பற்றியும் தெரிவித்தார். அவர் பீஹார் வாசிகளுடன் நெருங்கிப் பழகி நட்புரிமைக் கொண்டிருந்தவர். நான் பீஹாருக்கு வந்த காரியத்தைப் பற்றி அவர்களுக்குச் சொல்லிருந்தார்.

காலையில் சில வக்கீல்கள் கூட்டமாக என்னைப் பார்க்க வந்தார்கள். அவர்களில் இராமநவமி பிரஸாத் என்பவரைப் பற்றி இன்னும் எனக்கு நினைவு இருக்கிறது. அவர் மற்றவர்களைவிட மிகவும் சிரத்தையுள்ளவராகத் தோன்றினார். "நீங்கள் இங்கே (அதாவது ஆசிரியர் மால்கானியின் ஜாகையில்) தங்கினால் என்ன காரியத்துக்காக வந்தீர்களோ அதைச் செய்தல் இயலாத காரியம். எங்களில் ஒருவருடைய வீட்டுக்கு நீங்கள் வந்து தங்கவேண்டும். காய பாபு இங்கே பிரபல வக்கீல்களில் ஒருவர். அவரின் சார்பாக உங்களை அழைப்பதற்கு வந்திருக்கிறேன். நாங்களெல்லோரும் அரசாங்கத்தினிடம் அச்சமுடையவர்கள் என்பதை ஒப்புக்கொள்ளுகிறேன். ஆயினும் எங்களாலியன்ற உதவி உங்களுக்குச் செய்கிறோம். இராஜகுமார் உங்களிடம் தெரிவித்துள்ள விஷயங்கள் பெரும்பாலும் உண்மையே. இன்று எங்கள் தலைவர்கள் இங்கு இல்லாதிருப்பது வருந்தத்தக்கது. எனினும் பாபு விரஜ

கிஷோர் பிரஸாதுக்கும். பாபு இராஜந்திர பிராஸாத்துக்கும் தந்தி அடித்திருக்கிறேன். அவர்கள் சீக்கிரத்தில் வந்து சேரலாம். உங்களுக்கு உதவியும் செய்யக்கூடும். தயவு செய்து கயா பாபுவின் வீட்டுக்கு வாருங்கள்" என்று இராமநவமி பிரஸாத் சொன்னார்.

இந்த வேண்டுகோளை நான் மறுக்கமுடியவில்லை. கயா பாபுவுக்கு என்னால் தொந்தரவாயிருக்குமோவென்று கொஞ்சம் தயங்கினேன். ஆனால், அவர் அப்படியொன்றுமில்லை என்று உறுதிகூறியதின் மீது அவர் வீடு சென்று தங்கினேன். அவரும் அவரது வீட்டாரும் என்னிடம் அளவற்ற பிரியங்காட்டி உபசரித்தார்கள்.

தர்பங்காவிலிருந்து விரஜகிஷோர்பிரஸாதும், பூரியிலிருந்து இராஜேந்திர பிரஸாதும் இதற்குள் வந்து சேர்ந்தனர். விரஜகிஷோர் பாபு நான் லக்னௌவில் பார்த்த மனிதராக இங்கில்லை. இம்முறை அவர் பீஹார் வாசிகளுக்குச் சிறப்பாக உரிய தாழ்மைக்குணம், எளிய வாழ்வு, பெருந்தன்மை, அளவிலான நம்பிக்கை ஆகிய இக்குணங்களினால் என் மனதைக் கவர்ந்தார். நான் ஆனந்த வெள்ளத்தில் மூழ்கினேன். பீஹார் வக்கீல்கள் அவரிடம் எவ்வளவு மதிப்புக்கொண்டிருந்தார்கள் என்பதைக் கண்டு ஓரளவு வியப்பும் சந்தோஷமும் அடைந்தேன்.

விரைவிலேயே நான் இந்தக் கூட்டத்தாருடன் அத்தியந்த நட்பென்னும் தளையினால் பிணைக்கப்பட்டேன். விரஜகிஷோர் பாபு அங்கிருந்த நிலைமை குறித்து எனக்கு எல்லா விவரங்களும் தெரிவித்தார். ஏழைக் குடியானவர்களின் வழக்குகளை அவர் ஏற்றுக்கொண்டு நடத்துதல் வழக்கமென அறிந்தேன். நான் சென்றபோது அத்தகைய வழக்குகள் இரண்டு நடந்துகொண்டிருந்தன. அவ்வழக்குளில் வெற்றி பெற்றால் அந்த ஏழை ஜனங்களுக்கு ஏதோ கொஞ்சம் உதவி செய்ததாக எண்ணி அவர் ஆறுதல் அடைவாராம். கபடமற்ற அக்குடியானவர்களிடம் அவர் இவ்வழக்குகளுக்காக சன்மானம் பெறாமலில்லை. வக்கீல்கள் பொதுவாக வழக்குகளுக்குப் பணம் வாங்காவிட்டால் தங்கள் குடும்பத்தை நிர்வகிக்க முடியாதென்றும், எனவே ஏழைகளுக்குப் பயனுள்ள உதவி செய்யமுடியாமல் போய்விடுமென்றும் நம்பிக்கையுள்ளவர்களாக இருக்கிறார்கள். அவர்கள் வாங்கும் பணத்தைப் பற்றியும், வங்காளத்திலும், பீஹாரிலும், சாதாரணமாக பாரிஸ்டர்களின் சன்மான விகிதத்தைப் பற்றியும் கேள்விப்பட்டு நான் திகைத்துப் போய்விட்டேன்.

"பாரிஸ்டர்... இன்னாரிடம் அபிப்பிராயம் கேட்டதற்கு ரூ.10,000 கொடுத்தோம்" என்று சொன்னார்கள். ஆயிரத்துக்குக் குறைந்தத் தொகை யாருக்குமே கொடுக்கப்படுவதில்லை என்று தெரிந்தது.

இது சம்பந்தமாக நான் கண்டித்துப் பேசியதை அந்நண்பர்கள் பொறுமையாகக் கேட்டார்கள். யாரும் பிழைப்படக் கொள்ளவில்லை.

நான் அவர்களிடம் கூறியதாவது, "நிலைமையை நான் ஆராய்ந்ததிலிருந்து கோர்ட்டுகளுக்குப் போவதையே நிறுத்துவிட வேண்டுமென்று முடிவுக்கு வந்துள்ளேன். இத்தகைய வழக்குகளைக் கோர்ட்டுக்கு கொண்டுபோவதால் பலன் விளையாது. குடியானவர்கள் இவ்வாறு நசுக்கப்பட்டுப் பயத்தில் மூழ்கிக்கிடக்கும்போது நீதிமன்றங்கள் பயனற்றவையாகின்றன. பயத்திலிருந்து விடுவிப்பதே அவர்களுக்குச் செய்யவேண்டிய முக்கியமான உதவி. பீஹாரிலிருந்து 'தின்கதியா' முறையே அடியோடு தொலையும் வரையில் நாம் சும்மா உட்காரமுடியாது. இரண்டு தினங்களில் நான் இங்கிருந்து போய்விடலாமென்று எண்ணி இருந்தேன். இவ்வேலை இரண்டு வருஷங்கூடப் பிடிக்கலாம் என்று இப்போது தோன்றுகிறது. அவசியமானால் அவ்வளவு காலம் இதற்காகச் செலவிடவும் தயாராயிருக்கிறேன். செய்யவேண்டிய வேலையைப் பற்றி ஓரளவு எனக்குப் பிடிபட்டிருக்கிறது. ஆனால் உங்களுடைய உதவி வேண்டும்."

விரஜகிஷோர் பாபு மிக அபூர்வமான நிதான புத்தியுள்ளவரெனக் கண்டேன். "எங்களால் கூடிய உதவி செய்யத் தயாராயிருக்கிறோம். ஆனால், என்ன விதமான உதவி வேண்டுகிறீர்கள் என்று தெரிவியுங்கள்" என்று அவர் சாந்தமாகக் கூறினார்.

இவ்வாறு நடுஜாமம் வரையில் பேசிக்கொண்டிருந்தோம்.

நான் கூறியதாவது, "உங்களுடைய சட்டஞானம் எனக்குப் பயன்படாது. எழுத்து வேலைக்கும், மொழிபெயர்ப்பதற்குமே எனக்கு உதவி தேவை. சிறை புகுவதும் அவசியமாகலாம். ஆனால், அதற்கும் நீங்கள் துணிய வேண்டுமென்று நான் விரும்புகிறேனாயினும் எவ்வளவு தூரம் போகலாமென உங்களுக்குப் பூரண தைரியம் இருக்கிறதோ அவ்வளவு தூரம் போனால் போதும். நீங்கள் உங்கள் வேலைகளை விடுத்து சாதாரண குமாஸ்தாக்கள் ஆவதே சாமான்யமன்று, அதுவும் எத்தனைக் காலம் அவ்வாறிருக்க வேண்டுமோ தெரியாது. இப்பக்கத்தில் பேசப்படும்

ஹிந்தித் திரிபு பாஷை எனக்கு விளங்குவது கஷ்டமாயிருக்கிறது. ஆதலின் நீங்கள் எனக்கு மொழிபெயர்த்துச் சொல்லவேண்டும். இந்த வேலைக்கு நம்மால் பணம்கொடுக்க முடியாது. எல்லாம் அன்புள்ளத்துடனும், தொண்டுப் பற்றுடனும் செய்யப்பட வேண்டும்."

விரஜகிஷோர் பாபு நான் கூறியவற்றை நன்கறிந்துகொண்டார். இப்போது அவர் என்னையும் தமது தோழர்களையும் முறையாகக் குறுக்கு விசாரணைச் செய்தார். தங்கள் ஊழியம் எவ்வளவு காலம் தேவையாயிருக்கும். எவ்வளவு பேர் வேலைக்கு வேண்டும். முறைபோட்டுக்கொண்டு வேலை செய்யலாமா என்பது போன்ற கேள்விகளை அவர் கேட்டு. நான் கோரிய உதவியின் இயல்பைத் தெளிவாக்கினார். பின்னர், தமது சகோதர வக்கீல்களை அவர்களால் எவ்வளவு தியாகம் செய்யமுடியுமெனக் கேட்டார்.

கடைசியாக அவர்கள், "நீங்கள் என்ன சொன்னாலும் செய்வதற்கு நாங்கள் இவ்வளவு பேரும் சித்தமாயிருக்கிறோம். எங்களில் சிலர் நீங்கள் விரும்புங்காலம் வரை உங்களுடனேயே இருப்போம். ஆனால், சிறை செல்வதென்பது எங்களுக்கு முற்றிலும் புதிய விஷயம். அதற்கும் எங்களைச் சித்தமாக்கிக்கொள்ள முயல்கிறோம்" என்று வாக்குறுதி தந்தார்கள்.

14. அஹிம்சா தரிசனம்

சம்பரான் விவசாயிகளின் நிலைமையை ஆராய்ச்சி செய்து அவுரித்தோட்டக்காரர்கள் மீது அவர்களுக்கிருந்த குறைகளை அறிந்துகொள்வதே என் நோக்கமாகும். இந்நோக்கம் நிறைவேறுவதற்கு ஆயிரக்கணக்கானக் குடியானவர்களைச் சந்தித்தல் அவசியம். ஆனால், அவ்விசாரணைத் தொடங்குவதற்கு முன்பு, தோட்டக்காரர்களின் கட்சி என்ன என்பதைத் தெரிந்துகொள்ளுதலும், அந்த டிவிஷன் கமிஷனரைப் பார்த்தலும் அவசியமென்று எண்ணினேன். எனவே, தோட்டக்காரர்கள் சங்கக் காரியதரிசிக்கும், கமிஷனருக்கும் எழுதி அவர்களை வந்து பார்க்க அனுமதி பெற்றேன்.

தோட்டக்காரர் சங்கத்தின் காரியதரிசி ஒளிவு மறைவின்றித் தமது கருத்தைத் தெரிவித்தார். நான் வெளியாள் என்றும், தோட்டக்காரர்களுக்கும் அவர்களுடைய குடிகளுக்கும் இடையில் வருவதற்கு எனக்கு உரிமை இல்லையென்றும், ஏதாவது

சொல்லிக்கொள்ள வேண்டுமானால் எழுத்தில் தெரிவித்துக்கொள்ளும்படியும் அவர் கூறினார். அவருக்கு நான் மரியாதையாகப் பதில் உரைத்தேன். என்னை நான் வெளியாள் எனக் கருதவில்லையென்றும், குடியானவர்கள் விரும்பினால் அவர்களுடைய நிலையைப் பற்றி விசாரணை செய்ய எனக்குப் பூரண உரிமை உண்டென்றும் கூறினேன்.

பின்னர், கமிஷனரைப் பார்க்கச் சென்றேன். அவர் என்னை அதட்டி உருட்டத்தொடங்கினார். திர்ஹத் டிவிஷனைவிட்டு உடனே போய்விடும்படி புத்தி சொன்னார்.

என்னுடைய சகாக்களிடம் இவையெல்லாவற்றையும் தெரிவித்தேன். நான் மேற்செல்ல முடியாதபடி அரசாங்கத்தார் தடுத்துவிடக் கூடுமென்றும், நான் எதிர்பார்த்ததைவிட அதிக விரைவிலேயே சிறைசெல்ல நேரிடலாமென்றும் அவ்வாறு நேர்ந்தால் மோதிஹாரியிலாவது, கூடுமானால் பெட்டியாவிலாவது நான் கைது செய்யப்படுதலே நல்லதென்றும் கூறினேன். ஆதலின் கூடிய சீக்கிரத்தில் அவ்விடங்களுக்குப் போக விரும்புவதாகத் தெரிவித்தேன்.

சம்பரான், திர்ஹுத் டிவிஷனைச் சேர்ந்தது. மோதி ஹாரி அதன் தலைநகர். இராஜ குமார் சுக்லாவின் கிராமம் பெட்டியாகவுக்கு அருகில் இருந்தது. அந்தப் பக்கத்திலிருந்து குடியானவர்களே அந்த ஜில்லாவுக்குள் மிகவும் ஏழ்மையானவர்கள். அவர்களை நான் பார்க்கவேண்டுமென்று இராஜகுமார் விரும்பினார். நானும் அவரைப்போலவே ஆவல் கொண்டிருந்தேன்.

எனவே, அன்றைய தினமே என் தோழர்களுடன் புறப்பட்டு மோதிஹாரியை அடைந்தேன். அங்கு பாபு கோரக் பிரஸாத் தமது வீட்டில் எங்களுக்கு இடமளித்தார். அவர் வீடு யாத்ரீகர்கள் தங்கும் பெரிய சத்திரம் போலாயிற்று, எல்லாருக்கும் அவர் இடங்கூடப் போதவில்லை. அன்றைய தினமே மோதிஹாரிக்கு ஐந்து மைல் தூரத்தில் ஒரு குடியானவன் துன்புறுத்தப்பட்டதாகக் கேள்விப்பட்டோம். மறுநாள் காலையில் நான் பாபு தாராநிதர் பிரஸாத்துடன் சென்று அவனைப் பார்த்துவர வேண்டுமென்று தீர்மானிக்கப்பட்டது. அவ்வாறு யானை மீதேறி நாங்கள் புறப்பட்டோம். (குஜராத்தில் மாட்டுவண்டி எவ்வளவு சாதாரணமோ அவ்வளவு சம்பரானில் யானை சாதாரணம் என்பதை இங்கே குறிப்பிடவேண்டும்) நாங்கள் பாதிவழி போவதற்கு முன்னால் போலீஸ் சூப்பரண்டென்டிரமிருந்து ஓர் ஆள் தொடர்ந்துவந்து எங்களைப் பிடித்தான். போலீஸ் தலைவர் எனக்குத் தமது

வந்தனங்களை அனுப்பியதாக அவன் கூறினான். அதன் கருத்தை நான் அறிந்துகொண்டேன். எனவே, தாராநிதர் பாபுவை மட்டும் மேலேபோகும்படி சொல்லிவிட்டு போலீஸ் தூதன் கொண்டுவந்திருந்த வாடகை வண்டியில் ஏறியதும் அவன் எனக்கு ஓர் உத்தரவைச் சாதரா செய்தான். அதில் என்னை உடனே சம்பரானைவிட்டுப் போகும்படி எழுதியிருந்தது. ரூபன் தங்கியிருந்த வீட்டுக்கு வண்டிபோய்ச் சேர்ந்ததும் உத்தரவு பெற்றுக்கொண்டதற்குக் கையொப்பம் கேட்டான். உத்தரவைப் பெற்றுக்கொண்டதாகவும், ஆனால், நான் தொடங்கியுள்ள ஆராய்ச்சி முடியும் வரையில் சம்பாரனைவிட்டுப் போகும் உத்தேசமில்லை என்றும் எழுதிக் கையொப்பம் செய்துகொடுத்தேன். அதன்மேல், சம்பரானிலிருந்து போகவேண்டுமென்னும் உத்தரவுக்குக் கீழப்படியாத குற்றத்திற்காக மறுநாள் விசாரணைக்கு வந்து சேரும்படி ஒரு கட்டளைக் கிடைத்தது.

அன்றிரவு முழுவதும் நான் தூங்கவில்லை. கடிதங்கள் எழுதுவதிலும் பாபு விரஜ கிஷோர் பிரஸாதுக்கு அவசியமான யோசனைகளைக் கூறுவதிலும் இரவு கழிந்தது.

எனக்கு அளிக்கப்பட்ட உத்தரவையும் விசாரணைக் கட்டளையையும் பற்றிய செய்திகள் காட்டுத்தீபோல் பரவிவிட்டன. அன்றைய தினம் மோதிஹாரி நகரம் கண்ட காட்சியைப்போல் அதற்குமுன் எப்போதும் கண்டதில்லை என்று எல்லோரும் சொன்னார்கள். கோரக் பாபுவின் வீட்டிலும், கோர்ட்டிலும் ஜனங்களின் கூட்டம் சொல்லமுடியாது. அதிர்ஷ்டவசமாக இரவுக்கிரவே நான் எல்லா வேலையும் முடிந்திருந்தபடியால் ஜனக்கூட்டத்தைச் சமாளித்தல் சாத்தியமாயிருந்து. என் தோழர்கள் சிறந்த உதவி செய்தார்கள். நான் போகும் இடங்களிளெல்லாம் தொடர்ந்துவந்த ஜனக்கூட்டத்தை அவர்கள் ஒழுங்குப்படுத்தி வந்தனர்.

எனக்கும், கலெக்டர், மாஜிஸ்டிரேட், போலீஸ் சூப்ரிண்டெண்டு இவர்களுக்கும் ஒருவகையான நேயபாவம் ஏற்பட்டது. எனக்கு அனுப்பப்பட்ட உத்தரவுகளை நான் சட்டரீதியாக ஆட்சேபித்திருக்கலாம். அதற்குமாறாக நான் நடந்துகொண்ட முறையில் எவ்விதத் தவறும் கிடையாது. இதிலிருந்து அவர்கள், தங்களை அவமதிக்கும் எண்ணம் எனக்கில்லையென்றும், உத்தரவுகளை சாத்வீகமாக எதிர்க்கவே நான் விரும்புவதாகவும் அறிந்துகொண்டனர். எனவே எனக்கும் அவர்கள் தொந்தரவு கொடுக்கவில்லை. அதற்குப்பதிலாக, கூட்டங்களை

ஒழுங்குபடுத்துவதில் என்னுடையவும், என் தோழர்களுடையவும் ஒத்துழைப்பை மகிழ்ச்சியுடன் ஏற்றுக்கொண்டார்கள். எனினும் அவர்கள் தங்கள் அதிகாரம் ஆடிப்போய்விட்டதென்பதைப் பிரத்யட்சமாகக் கண்டார்கள். ஜனங்கள் அந்த நேரத்தில் தண்டனைப் பயம் அனைத்தையும் அறவே துறந்து அவர்களுடைய புதிய நண்பனுடைய அன்பின் சக்திக்கே கீழ்ப்படிந்தனர்.

சம்பரானில் என்னை யாருக்கும் தெரியாது என்பதை வாசகர்கள் நினைவில் வைக்கவேண்டும். குடியானவர்கள் அனைவரும் கல்வியறிவில்லாதவர்கள். சம்பரான், கங்கை நதிக்கு நெடுந்தூரம் வடக்கே நேபாளத்துக்கருகில் ஹிமாலயத்தின் அடிவாரத்தில் இருக்கிறது. இந்தியாவின் மற்றப்பகுதிக்கும் அதற்கும் தொடர்பே இல்லாமலிருந்தது. அந்தப் பிரதேசத்தில் காங்கிரஸின் பெயரைக் கேள்விப்பட்டிருந்த சிலரும் அதில் சேர்வதற்கும். அதன் பெயரைச் சொல்வதற்கும்கூடப் பயப்பட்டுக்கொண்டிருந்தார்கள். அத்தகைய நாட்டில் இப்போது காங்கிரஸும் காங்கிரஸ் அங்கத்தினரும் பிரவேசித்தனர். அவர்கள் காங்கிரஸின் பெயரைச் சொல்லிக்கொள்ளாவிடினும், உண்மையில் காங்கிரஸின் வேலையையே தொடங்கியிருந்தனர்.

என் சகாக்களுடன் கலந்துகொண்டு, காங்கிரஸின் பெயரால் எதுவும் செய்யவேண்டாமென்று நான் முடிவு செய்திருந்தேன். நாங்கள் விரும்பியது வேலை; பெயரன்று. பொருளைவிட்டு நிழலைப் பிடித்துக்கொள்ள நாங்கள் விரும்பவில்லை. அரசாங்கத்துக்கும் அதை அடக்கி ஆண்ட தோட்டக்காரர்களுக்கும் காங்கிரஸின் பெயர், வேப்பங்காயினும் கசப்பாயிருந்தது. காங்கிரஸ் என்பதற்கு அவர்கள் வக்கீல் வாதங்கள், சட்ட தந்திரங்கள், வெடிகுண்டு, அராஜகம், நயவஞ்சகம் என்னும் இத்தனை பொருள்களும் கொண்டிருந்தார்கள். அவ்விருசாராரிடமிருந்தும் இந்தத் தப்பபிப்ராயங்களைப் போக்குதல் அவசியமாயிருந்தது. ஆதலின், காங்கிரஸின் பெயரையே சொல்லவேண்டாமென்றும் குடியானவர்களுக்கும் அதைப்பற்றித் தெரிவிக்கவேண்டாமென்றும் தீர்மானித்திருந்தோம். காங்கிரஸை வெளிப்படையாகப் பின்பற்றுவதற்குப் பதிலாக அவர்கள் அதன் கருத்தை அறிந்து நடந்தால் போதுமென எண்ணினோம்.

ஆதலின் இரகசியமாகவோ, பகிரங்கமாகவோ காங்கிரஸின் சார்பாக வேலை செய்துவைக்கத் தூதர்கள் யாரும் அனுப்பப்படவில்லை. ஆயிரக்கணக்கானக் குடியானவர்களிடம் சென்று பிரசாரம் செய்ய இராஜகுமார் சுக்லாவுக்கு ஆற்றல்

கிடையாது. அவர்களிடையே, அரசியல் வேலை எதுவுமே இதுகாறும் செய்யப்பட்டதில்லை. சம்பரானுக்கு வெளியேயுள்ள உலகம் எத்தகையதென்பதை அவர்கள் அறியார்கள். எனினும், நானும் அவர்களும் நெடுங்கால நண்பர்களக இருந்ததால் எவ்வாறு என்னை வரவேற்பார்களோ அவ்வாறு வரவேற்றார்கள். இந்தக் குடியானவர்களின் சந்திப்பில் நான் ஆண்டவனையும், சத்தியத்தையும் நேருக்குநேர் தரிசித்தேன் என்றால் அது முழு உண்மையாகுமே அன்றிச் சிறிதும் மிகையாகாது.

இந்த சத்திய தரிசனம் நான் பெறுவதற்கு என்னை உரியவனாக்கியது எது? ஜனங்களிடம் நான் கொண்டிருந்த அன்பை அன்றி வேறெதுவும் புலப்படவில்லை. இந்த அன்பு என்பதுதான் என்ன? அஃது அஹிம்சையில் எனது அசையாத நம்பிக்கையின் வெளித்தோற்றமே அல்லாது வேறில்லை.

சம்பரானில் அந்தத் தினம் எனது வாழ்நாளில் என்றும் மறக்கவொண்ணாத தினமாகும். குடியானவர்களுக்கும் சரி, எனக்கும் சரி, அது பரம முக்கியமான நாளாகும்.

சட்டப்படி விசாரணைக்குள்ளானவன் நான் என்றாலும், உண்மையில் அரசாங்கமே அப்போது குற்றாவாளியின் கூண்டில் ஏறி நின்றது என்று சொல்லவேண்டும். கமிஷனர் எனக்கு விரித்த வலையில் என்னை அவரால் பிடிக்கமுடியவில்லை. அதில் அரசாங்கத்தை விழப்பண்ணுவதிலேயே அவர் வெற்றி பெற்றார்.

15. அஹிம்சையின் வெற்றி

வழக்கு விசாரணை ஆரம்பமாயிற்று. அரசாங்க வக்கீலும், மாஜிஸ்ட்ரேட்டும், மற்ற உத்தியோகஸ்தர்களும் என்னசெய்வதென்று தெரியாமல் திகைத்தார்கள். வழக்கைத் தள்ளிவைக்கும்படி அரசாங்க வக்கீல் மாஜிஸ்ட்ரேட்டை வற்புறுத்திக்கொண்டிருந்தார். ஆனால், நான் இடையில் தலையிட்டு உத்திரவை மீறிய குற்றத்தை நான் ஒப்புக்கொள்ளப்போகிறேனாதலின் வழக்கைத் தள்ளிவைக்க வேண்டாமென்று மாஜிஸ்ட்டிரேட்டைக் கேட்டுக்கொண்டேன். பின்னர், கீழ்க்கண்டவாறு சுருக்கமாக ஒரு வாக்குமூலத்தைப் படித்தேன்.

“கோர்ட்டாரின் அனுமதியுடன், சுருக்கமான வாக்குமூலம் ஒன்று கொடுக்க விரும்புகிறேன். 144வது பிரிவின்படி

பிறப்பிக்கப்பட்ட உத்தரவை நான் மீறி நடப்பதுபோல் வெளிக்குத் தோன்றுதல் இயல்பே. இத்தகைய நடவடிக்கையில் நான் தலையிட்டதின் காரணத்தைத் தெரிவித்துக்கொள்ள விரும்புகிறேன். இவ்விஷயம் ஸ்தலத்து அதிகாரிகளுக்கும் எனக்கும் ஏற்பட்ட அபிப்பிராய பேதத்தையன்றி வேறில்லை என்பது என் தாழ்மையானக் கருத்தாகும். ஜீவகாருண்யத் தொண்டும். தேச ஊழியமும் செய்யும் நோக்கங்கொண்டு நான் இந்தப் பிரதேசத்தில் பிரவேசித்தேன். இங்குள்ள குடியானவர்கள் தங்களை அவுரித்தோட்டக்காரர்கள் நியாயமாக நடத்துவதில்லை என்றும், நான் வந்து தங்களுக்கு உதவி புரியவேண்டும் என்றும் வலியுறுத்தி அழைத்ததின் பேரிலேயே நான் வந்தேன். நிலைமை ஆராய்ச்சி செய்யாமல் நான் உதவி எதுவும் செய்ய இயலாது. ஆதலில் கூடுமானால் அதிகாரிகள், தோட்டக்காரர்கள் இவர்களின் ஒத்துழைப்பையும் பெற்று நிலைமையை ஆராய்ந்தறியும் நோக்கங்கொண்டு நான் வந்திருக்கிறேன். அமைதிக்குப் பங்கமும், உயிர்ச்சேதமும் நேரிடுமென்று நான் நம்பவே முடியாது. இத்தகைய விஷயங்களில் எனக்கு அதிக அனுபவமுண்டு.

ஆனால், அதிகாரிகள் வேறுவிதமாக எண்ணியுள்ளார்கள். அவர்களுடைய கஷ்டத்தை நான் பூரணமாக உணர்கிறேன். அவர்களுக்குக் கிடைத்திருக்கும் தகவல்களை ஆதாரமாகக்கொண்டே அவர்கள் நடவடிக்கை நடத்தவேண்டுமென்பதையும் ஒப்புக்கொள்கிறேன். நான் சட்டத்திற்கு அடங்கிய பிரஜையாவேன். எனவே, உத்தரவைப் பெற்றதும் என் முதல் எண்ணம் அதற்குக் கீழ்ப்படியே வேண்டுமென்பதேயாகும். ஆனால், அப்படிச் செய்தால் நான் யாருக்காக வந்தேனோ அவர்கள் விஷயத்தில் என் கடமையைச் செலுத்தியவனாக மாட்டேனென்றும் என் மனச்சான்று அறிவுறுத்துகிறது. தற்போது அவர்கள் மத்தியில் இருப்பதால் மட்டுமே அவர்களுக்கு ஊழியம் செய்யமுடியமென என் மனச்சாட்சிக் கூறுகிறது. ஆதலின், நானாக வலிய இங்கிருந்து செல்லமுடியாது. இவ்வாறு முரணானக் கடமைகள் ஏற்பட்டுள்ள இச்சந்தர்ப்பத்தில் என்னை இங்கிருந்து அப்புறப்படுத்தும் பொறுப்பை அதிகாரிகளின் மீது போட்டுவிடுதல் ஒன்றே நான் செய்யக்கூடியதாகும். இந்தியாவின் பொதுவாழ்வில் என்னைப்போன்ற நிலைமையில் உள்ளவன் மிக ஜாக்கிரதையாக இருக்கவேண்டுமென நன்கு அறிவேன். ஏனெனில், என்னுடைய செயலை மற்றவர்கள் உதாரணமாகக் கொள்வார்கள். ஆனாலும் தற்போதுள்ள சிக்கலான அரசியல் அமைப்பின்கீழ், சுயமரியாதையுள்ள மனிதன் ஒருவன் இதுபோன்ற சந்தர்ப்பத்தில்

கைக்கொள்ள வேண்டிய வழி ஒன்றுதான். உத்தரவுக்குக் கீழ்ப்படியாதிருந்து அதற்குரிய தண்டனைக்கு மனப்பூர்வமாக உட்படுவதே அவ்வழி, இவ்வாறு செய்யவே நான் தீர்மானித்திருக்கிறேன். இதுவே அபாயமற்ற கௌரவமான வழியென்பது என் உறுதியான நம்பிக்கை.

எனக்கு அளிப்பதற்கு இருக்கும் தண்டனையை எவ்வகையிலும் குறைத்துக்கொள்ளும் நோக்கத்துடன் இவ்வாக்குமூலம் நான் கொடுக்கவில்லை. சட்டப்படி ஏற்பட்ட அதிகாரத்தினிடம் மதிப்புக்குறைவினால் நான் இவ்வுத்திரவை மீறவில்லையென்றும், சட்டங்களுக்கெல்லாம் உயரிய சட்டமாகிய மனச்சான்றின் சொல்லுக்குக்கு கீழ்ப்படியும் பொருட்டே அவ்வாறு செய்கிறேன் என்றும் காட்டுவதே இவ்வாக்குமூலம் நான் கொடுப்பதின் நோக்கமாகும்."

அத்தகைய வாக்குமூலம் நான் கொடுத்தபின்னர், விசாரணையைத் தள்ளிப்போட எவ்வகை முகாந்திரமும் கிடையாது. ஆனால், மாஜிஸ்ட்ரேட்டும் சரி, அரசாங்க வக்கீலும் சரி, நான் இப்படிச் சொல்வேனென்று சற்றும் எதிர்பார்த்தவர்களில்லையாதலின் திடுக்கிட்டுப்போனார்கள். ஆகவே, மாஜிஸ்ட்ரேட் பின்னர் தீர்ப்புச்சொல்வதாகக் கூறினார். இதற்கிடையில் இராஜப்பிரதிநிதிக்கும், பாட்னாவிலிருந்த நண்பர்களுக்கும், பண்டித மாளவியாவுக்கும் எல்லா விவரங்களையும் தந்தி மூலம் அறிவித்திருந்தேன்.

தண்டனை பெறும் பொருட்டு நீதிமன்றத்துக்குப் போகவேண்டிய நாளுக்கு முன்பாகவே மாஜிஸ்ட்ரேட் எழுத்து மூலமாக ஒரு செய்தி அனுப்பினார். லெப்டினண்ட் கவர்னர் வழக்கை வாபஸ் பெற்றுக்கொள்ளும்படி உத்திரவிட்டிருக்கிறாரென்று அவர் அதில் கூறியிருந்தார். கலெக்டரும் ஒரு கடிதம் எழுதினார். நான் உத்தேசித்திருந்த விசாரணையை எவ்விதத் தடையுமின்றி நடத்தலாமென்றும், அதற்கு உத்தியோகஸ்தர்களிடமிருந்து எவ்வித உதவி வேண்டுமானாலும் அளிக்கப்படுமென்றும் அவர் தெரிவித்திருந்தார். இவ்வளவு விரைவில் இவ்விஷயம் இவ்வளவு சந்தோஷமாக முடிவடையுமென்று நாங்கள் எவரும் எதிர்பார்க்கவேயில்லை.

கலெக்டர் மிஸ்டர் ஹேகாக்கைப் பார்க்கச் சென்றேன். அவர் நல்ல மனிதராகவும், நீதி செலுத்துவதில் கவலையுள்ளவராகவும் காணப்பட்டார். தஸ்தாவேஜிகள் எது வேண்டுமானாலும்

தாராளமாய்க் கேட்காலமென்றும் எப்போது விரும்பினாலும் தம்மை வந்து பார்க்கலாமென்றும் கூறினார்.

இவ்வாறு, தேசம் சாத்வீகச் சட்டமறுப்பில் முதலாவது உதாரணப் பாடத்தைப் பெற்றது. சம்பரானில் எங்கும் இதே பேச்சாயிருந்தது. பத்திரிகைகளும் இவ்விஷயத்தைப் பற்றி நிரம்ப எழுதின. நான் மேற்கொண்ட விசாரணைக்கு எதிர்பாராத விளம்பரம் கிடைத்தது.

அரசாங்கத்தார் நடுநிலைமை வகிப்பது என்னுடைய விசாரணைக்கு மிகவும் அவசியம். ஆனால், பத்திரிகை நிருபர்களின் உதவியும் பத்திரிகைத் தலையங்கங்களின் ஆதரவும் விசாரணைக்குத் தேவையில்லாமல் இருந்தன. சம்பரானில் அப்போது குடிகொண்டிருந்த நிலைமை மிகவும் ஜாக்கிரதையாகக் கையாளவேண்டிய கஷ்டமான நிலைமையாகும். அளவுக்கதிகமானக் கண்டனமும் பத்திரிகை நிருபர்கள் கைச்சரக்கு சேர்த்து அனுப்பும் செய்திகளும், நான் ஏற்றுக்கொண்டிருந்த முயற்சிக்குத் தீமையே விளைவித்தலும் சாத்தியம். ஆகவே, முக்கியமான பத்திரிகைகளின் ஆசிரியர்களுக்குக் கடிதம் எழுதினேன். நிருபர்களை அனுப்பும் கஷ்டம் அவர்களுக்கு வேண்டாமென்றும், பிரசுரத்துக்கவசியமான விஷயங்களை நானே அனுப்புவதுடன், அவர்களுக்கு அப்போதைக்கப்போது நிலைமையைத் தெரிவித்துவருவதாகவும் அறிவித்தேன்.

இவ்வாறு அரசாங்கம் எனக்கு இடங்கொடுத்தது, சம்பரான் தோட்டக்காரர்களுக்குப் பெரிதும் அதிருப்தியை அளித்தது என்பதை அறிந்திருந்தேன். உத்தியோகஸ்தர்களுங்கூட வெளிப்படையாகச் சொல்லாவிடினும் உள்ளுக்குள் அதை விரும்பி இருக்கமாட்டார்கள் என்பது எனக்குத் தெரியும். ஆதலின் தவறான, தப்பபிப்பிராயம் கொடுக்கக்கூடிய செய்திகள் பிரசுரமானால் அவர்களுடைய குரோதத்தை என்மீது செலுத்த வழியில்லையாதலால். பாவம்! ஏற்கனவே பயந்து சாகும் குடியானவர்கள் மீதே செலுத்துவார்கள். ஆதலின் உண்மைநிலையை ஆராய்ந்தறிய நான் செய்யும் முயற்சிக்குப் பெரிதும் இடையூறு ஏற்படும்.

இவ்வாறெல்லாம் நான் எச்சரிக்கை எடுத்துக்கொண்டும், தோட்டக்காரர்கள் எனக்கு விரோதமாக ஒரு தீய கிளர்ச்சியைக் கிளப்பினார்கள். என்னைப்பற்றியும். என் சகாக்களைப் பற்றியும் என்னவெல்லாமோ பொய்கள் பத்திரிகைகளில் வெளியாயின. ஆனால்? என்னுடைய தீவிரமான ஜாக்கிரதையும், மிகச்சிறு

விஷயத்திலும் உண்மையை நான் வற்புறுத்தியதும், அவர்களுடைய கிளர்ச்சியின் வேகத்தை மழுங்கும்படி செய்தன.

விரஜகிஷோர் பாபுவின் பெயரைக் கெடுப்பதற்குத் தோட்டக்காரர்கள் எந்த முயற்சியும் பாக்கி வைக்கவில்லை. ஆனால், எவ்வளவுக்கெவ்வளவு அவரை அவர்கள் அவதூறு செய்தார்களோ, அவ்வளவுக்கு அவரிடம் பொது ஜனங்களுக்கு மதிப்பு அதிகமாயிற்று.

மிகவும் ஜாக்கிரதையாகக் காரியம் செய்யவேண்டியதாயிருந்த இந்நிலைமையில் வெளி மாகாணத் தலைவர்கள் யாரையும் அழைப்பது தகுதியென்று நான் கருதவில்லை. பண்டித மாளவியா, தம்மை எப்போது நான் அழைத்தாலும் உடனே விரைந்து வருவதாக எனக்கு வாக்குறுதி அளித்திருந்தார்கள். ஆனால், அவருக்கு நான் கஷ்டம் எதுவும் கொடுக்கவில்லை. இவ்வாறு இப்போராட்டம் அரசியல் போராட்டமாகாதபடி பார்த்துக்கொண்டேன். ஆனால், தலைவர்களுக்கும், முக்கியமானப் பத்திரிகைகளுக்கும் (பிரசுரத்திற்கல்லவென்று குறிப்பிட்டு) அவ்வப்போது சமாசாரம் தெரிவித்துக்கொண்டு வந்தேன். அரசியல் கலப்பற்ற ஒரு போராட்டத்தின் முடிவு அரசியல்துறையில் பயன் தருவதாயிருக்கலாம். எனினும் அப்போராட்டத்திற்கு அரசியல் தோற்றத்தை அளிப்பதால் அதற்குத் தீங்கே விளையுமென அறிந்தேன். அரசியலுடன் கலவாமல் வைத்திருப்பதாலேயே அதற்கு உதவி செய்யமுடியும். எந்தத் துறையிலாயினும் ஜனங்களுக்குச் சுயநலமற்ற தொண்டுசெய்தால் அது முடிவில் தேசத்திற்கு அரசியல் துறையிலும் பயனளித்தே தீருமென்பதில் சந்தேகமில்லை. இதற்குச் சம்பரான் போராட்டம் ஒரு ருசுவாகும்.

16. வேலை முறைகள்

சம்பரான் விசாரணையைப் பற்றி முழு விவரமும் கூறுவதென்றால், சம்பரான் குடியானவர்களின் அக்காலத்திய சரித்திரத்தையே எழுதுவதாக முடியும். அதற்கு இந்த நூல் இடமன்று எனச் சொல்லவேண்டியதில்லை. சம்பரான் விசாரணையானது சத்தியம், அஹிம்சை என்பவற்றில் ஒரு தைரியமான சோதனையாகும். அந்த நோக்கத்துடன் பார்க்குங்கால் இங்கு எழுதத் தகுந்தவையென நான் கருதுவனவற்றையே எழுதி வருகிறேன். இவ்விசாரணையைப் பற்றி இன்னும் விவரமாக அறிய விரும்புவோர் ஸ்ரீ ராஜேந்திர பிரஸாத்

ஹிந்தியில் எழுதியிருக்கும் சம்பரமான சத்தியாக்கிரஹ சரித்திரத்தைப் படிப்பார்களாக. அதனுடைய ஆங்கிலப் பதிப்பு ஒன்றும் அச்சில் இருப்பதாகக் கேள்வியுறுகிறேன்.

இனி இந்த அத்தியாயத்துக்குரிய விஷயத்துக்கு வருவோம். கோரக் பாபுவின் வீட்டில் விசாரணை நடத்துவது இயலாதக் காரியமாயிருந்தது. அவர் வீட்டில் விசாரணை நடத்துவதென்றால் கோரக் பாபு அவ்வீட்டை எங்களுக்கே ஒழித்துவிட்டுத் தாம் வேறிடம் போகவேண்டியிருக்கும். மோதிஹாரி ஜனங்களுக்கு இன்னும் முழுதும் பயம் நீங்கியபாடில்லையாதலால், அவர்கள் எங்களுக்கு ஒரு தனிவீடு வாடகைக்குப் பிடித்துத் தரக்கூடவில்லை. எனினும் விரஜகிஷோர் பாபு எப்படியோ சாமர்த்தியம் செய்து ஒரு வீட்டை அமர்த்தினார். அதைச்சுற்றிலும் திறந்த இடம் நிரம்ப இருந்தது. அவ்வீட்டுக்கு நாங்கள் சென்றோம்.

பணமின்றி வேலை நடத்தலும் சாத்தியமாயில்லை. இம்மாதிரி வேலைக்குப் பொதுஜனங்களிடம் பணம் கேட்பது பீஹாரில் இதுவரை வழக்கமில்லா விஷயம். விரஜகிஷோர் பாபுவும், பெரும்பாலும் வக்கீல்களான அவரது நண்பர்களும், இத்தகைய சந்தர்ப்பங்களில், ஒன்று தாங்களே பணம் கொடுப்பார்கள்; அல்லது தங்கள் சிநேகிதர்களிடமிருந்து வசூலிப்பார்கள். தாங்கள் கொடுக்கக் கூடிய நிலைமையிலிருக்கும் போது பொதுஜனங்களிடமிருந்து எப்படிப் பணம் கேட்கலாம் என்று அவர்கள் கருதியதாகத் தோன்றியது. சம்பரான் குடியானவர்களிடமிருந்து பணம் எதுவும் பெறுவதில்லையென்று தீர்மானித்திருந்தேன். ஏனெனில், அது தப்பபிரயாத்துக்கு இடங்கொடுத்தல் நிச்சயம். பொதுவாகத் தேசத்தாருக்கு வேண்டுகோள் விடுக்கவும் கூடாதென்று உறுதி செய்திருந்தேன். அப்படிச் செய்தல் இவ்விஷயத்தை அகில இந்திய அரசியல் பிரச்சினையாக்கிவிடக்கூடும். பம்பாயிலுள்ள நண்பர்கள் ரூ. 15,000 தர முன்வந்தார்கள். அதை வந்தனத்துடன் மறுத்துவிட்டேன். விரஜகிஷோர் பிரஸாதின் உதவியைக்கொண்டு சம்பரானுக்கு வெளியிலுள்ள பணக்கார பீஹாரிகளிடமிருந்து கூடியவரை வசூலிக்கவும். இன்னும் அதிகப் பணம் தேவையாயிருந்தால் இரங்கூனிலுள்ள எனது நண்பர் டாக்டர் பி.ஜே.மேதாவைக் கேட்கவும் தீர்மானித்தேன். எவ்வளவு பணம் தேவையானாலும் அனுப்பிவைப்பதாக டாக்டர் மேதா உடனே பதில் தெரிவித்தார். எனவே, பணத்தைப் பற்றிய கவலை நீங்கிற்று. சம்பரனுடைய வறுமைக்குத் தகுந்த வண்ணம் கூடியவரை சிக்கனமாயிருக்கத் தீர்மானித்திருந்தபடியால் பெருந்தொகை தேவையாயிருக்க

நியாயமில்லை. உண்மையில் அதிக செலவில்லாமலேதான் காரியம் முடிவடைந்தது. மொத்தம் ரூ.3000த்துக்குமேல் செலவாகவில்லை என்று ஞாபகம். நாங்கள் வசூலித்தப் பணத்திலேயே சில நூறு ரூபாய் மீத்துவிட்டோமென்றும் ஞாபகமிருக்கிறது.

மேற்படி விசாரணையின் ஆரம்ப நாட்களில், என் தோழர்களின் வாழ்க்கைமுறைகளைக் குறித்து ஓயாது அவர்களைக் கேலி செய்துகொண்டிருந்தேன். ஒவ்வொரு வக்கீலுக்கும் ஒரு சமையற்காரனும் ஒரு வேலைக்காரனும் இருந்தனர். எனவே, தனிச்சமையலும் நடந்தது. பெரும்பாலும் நடுநிசியில் அவர்கள் இரவு போஜனம் அருந்துவார்கள். அவர்கள் தங்கள் செலவைத் தாங்களே செய்துகொண்டாலும். அவர்களுடைய ஒழுங்கின்மை எனக்கு பெரிதும் மனத்தொல்லையை அளித்தது. நாங்கள் நெருங்கிய நண்பர்களாகிவிட்டபடியால் எங்களிடையே தப்பபிப்பிராயம் உண்டாவதற்கு இடமில்லை. எனவே, எனது பரிகாரத்தைக் குறித்து அவர்கள் மனஸ்தாபங்கொள்ளவில்லை. கடைசியாக வேலைக்காரர்களை எல்லாம் அனுப்பிவிடுவதென்றும், எல்லாருக்கும் ஒரே சமையல் சாப்பாடு வைத்துக்கொள்வதென்றும், வேளைக்கு ஒழுங்காக உணவு அருந்துவதென்றும் தீர்மானித்தோம். அவர்களில் எல்லாரும் சைவ உணவுக்காரர்கள் அல்லாதபோதிலும் இரண்டு சமையல்கள் ஏற்படுத்துவதில் செலவு அதிகமென்பதை உத்தேசித்து, சைவ உணவுச் சமையல் ஒன்றே ஏற்படுத்தப்பட்டது. எளிய உணவை வலியுறுத்துவதும் அவசியமென்றும் அனைவரும் ஒப்புக்கொண்டனர்.

இந்த ஏற்பாடுகளால் செலவு மிகுதியும் குறைந்ததுடன் எவ்வளவோ காலமும், உழைப்பும் மீதியாயின. இவை நாங்கள் ஏற்றுக்கொண்டிருந்த வேலைக்குப் பெரிதும் தேவையாயிருந்தன. குடியானவர்கள் கூட்டங்கூட்டமாக வாக்குமூலம் கொடுப்பதற்கு வந்தார்கள். அவர்கள் ஏராளமான தோழர்களையும்கூட அழைத்துவந்தபடியால் வீட்டைச் சுற்றியிருந்த தோட்டத்தில் எப்போதும் ஜனங்கள் மொய்த்த வண்ணமிருந்தார்கள். தரிசனத்துக்கென்று வருவோரிடமிருந்து என்னைக் காப்பதற்கு என் தோழர்கள் செய்த முயற்சி எப்போதும் பலிப்பதில்லை. எனவே, குறிப்பிட்ட நேரத்தில் என்னைக் காட்சிப்பொருளைப்போல் காட்ட வேண்டியதாயிருந்தது. வாக்குமூலங்களைப் பதிவு செய்துகொள்ள ஏழு தொண்டர்கள் வரையில் தேவையாயிருந்தனர். அப்படியும் மாலையில் ஜனங்கள் பலர் வாக்குமூலம் கொடாமலே திரும்பிப்போக வேண்டிவந்தது. இவ்வாக்குமூலங்கள் எல்லாம் அவசியமானவையல்ல. அவற்றில் பலர் சொன்னதையே

திரும்பத்திரும்பச் சொல்வதாயிருந்தன. ஆனாலும், அவற்றை எடுத்துக்கொள்ளாவிடில் ஜனங்கள் திருப்தியடைவதில்லை. அவர்களுடைய உணர்ச்சியை மதித்தலும் அவசியம் என்று நினைத்தேன்.

வாக்குமூலம் எடுப்பது சம்பந்தமாகச் சில விதிகள் ஏற்படுத்தியிருந்தோம். ஒவ்வொரு குடியானவனையும் நன்றாகக் குறுக்கு விசாரணை செய்து அதில் திருப்தி அளியாதவர்களின் வாக்குமூலத்தை நிராகரித்துவிட செலவழிந்ததென்றாலும் வாக்குமூலங்களில் பெரும்பாலானவை ஆட்சேபத்துக்குச் சிறிதும் இடமில்லாதவையாயின.

இவ்வாக்குமூலங்கள் பதிவு செய்யப்படும் காலத்தில் சி.ஐ.டி. உத்தியோகஸ்தர் ஒருவர் எப்போதும் கூட இருந்தார். அவர் இருக்கக்கூடாதென்று நாங்கள் தடுத்திருக்கலாம். ஆனால், ஆரம்பத்திலிருந்தே சி.ஐ.டி உத்தியோகஸ்தர்கள் இருப்பதைப் பொருட்படுத்த வேண்டாமென்று நாங்கள் தீர்மானித்திருந்ததுடன், அவர்களை மரியாதையாக நடத்தி, கூடுமான எல்லா விவரங்களையும் அவர்களுக்குத் தெரிவிப்பது என்றும் முடிவு செய்திருந்தோம். இதனால் எங்களுக்குத் தீங்கு எதுவும் நேரிடவில்லை. அதற்கு மாறாக, சி.ஐ.டி. உத்தியோகஸ்தர்கள் முன்னிலையிலேயே வாக்குமூலங்கள் பதிவு செய்துகொள்ளப்பட்டதானது குடியானவர்களை அச்சம் நீங்கியவர்களாகச் செய்தது. ஒருபுறத்தில் சி.ஐ.டி.காரர்களிடம் அவர்களுக்கு இருந்த பெரும் பயம் நீங்கியதோடு, மற்றொருபுறத்தில் அவ்வுத்தியோகஸ்தர்கள் இருந்ததினால் மிகைப்படுத்திச் சொல்வதற்கு இயற்கையாகவே ஒரு தடவை ஏற்பட்டது. ஜனங்களை வலையில் மாட்டுவதே சி.ஐ.டி நண்பர்களின் வேலையாதலால், குடியானவர்கள் மிகவும் எச்சரிக்கையுடனிருத்தல் அவசியமல்லவா?

தோட்டக்காரர்களுக்கு அனாவசியமாகக் கோபமூட்ட நான் விரும்பவில்லை. அவர்களைச் சாந்தத்தினால் வசப்படுத்தவே எண்ணினேன். ஆதலின் அவர்களில் யார்யார் மீது மிகக்கடுமையான குற்றங்கள் சாட்டப்பட்டனவோ அவர்களுக்குக்கெல்லாம் தவறாமல் கடிதம் எழுதியதுடன் அவர்களைப் பார்த்துப் பேசியும் வந்தேன். தோட்டக்காரர்களின் சங்கத்துக்கும் சென்றேன். குடியானவர்களின் குறைகளை அவர்களுக்குத் தெரிவித்ததுடன் அவர்களுடைய கட்சி இன்னதென்று தெரிந்துகொண்டேன். தோட்டக்காரர்களில் சிலர் என்னைப் பகைத்தார்கள். சிலர் அலட்சியமாயிருந்தார்கள். ஒருசிலர் மட்டும் மரியாதையாக நடந்துகொண்டனர்.

17. என் தோழர்கள்

விரஜகிஷோர் பாபுவும் இராஜேந்திர பாபுவும் இணையில்லாத ஜோடியாவர். அவர்களுடைய உதவி இல்லாமல் ஓர் அடியேனும் நான் எடுத்துவைக்க முடியாமல் இருந்தது. அவர்களுடைய சீடர்களும் தோழர்களுமான சம்பு பாபு, அனுக்கிரக பாபு, தாரணி பாபு, ராமநவமி பாபு முதலிய வக்கீல்களும் எப்போதும் எங்களுடனிருந்தனர். வித்தியா பாபுவும், ஜனகதாரி பாபுவும் சிற்சில சமயம் வந்து எங்களுக்கு உதவி செய்தனர். இவர்களெல்லாரும் பீஹாரிகளே ஆவர். குடியானவர்களுடைய வாக்குமூலங்களைப் பதிவு செய்வதே அவர்களுடைய முக்கியமான வேலையாயிருந்தது.

ஆசிரியர் கிருபலானி எங்களுடன் சேராமல் எப்படியிருக்க முடியும்? அவர் சிந்து மாகாணத்தைச் சேர்ந்தவராயினும் பீஹாரில் பிறந்தவரைவிட உண்மையான பீஹாரியாய் இருந்தார். தாங்கள் தத்துச்சென்ற மாகாணத்திற்கே தங்களைப் பூர்ணமாய் அர்ப்பணம் செய்த ஊழியர்கள் சிலரை நான் பார்த்திருக்கிறேன். அவர்களில் கிருபாலனியும் ஒருவர். தாம் வேறு மாகாணத்தைச் சேர்ந்தவர் என்று எவரும் எண்ணமுடியாவண்ணம் அவர் செய்துகொண்டார். சம்பரான் விசாரணையின்போது அவர் எனது வாயில்காவலர்களின் தலைவராயிருந்தார். தரிசனம் நாடி வருவோரினின்றும் என்னைப் பாதுகாப்பதையே அச்சமயத்திற்குத் தம் வாழ்க்கையின் தனிப்பெரும் நோக்கமாக அவர் செய்துகொண்டார். சில சமயம் அவரது வற்றாத நகைச்சுவையாலும், மற்றும் சிலமுறை அஹிம்சையோடு இயைந்த பயமுறுத்தல்களினாலும் அவர் ஜனங்களைத் தடுத்தார். இரவானதும் அவர் தமது உபாத்திமைத் தொழிலை எடுத்துக்கொள்வார். சரித்திர சம்பந்தமான தமது ஆராய்ச்சிகளை நண்பர்களுக்குச் சொல்லி பொழுதுபோகச் செய்வார். வெளியூரிலிருந்து வரும் பயந்த சுபாவமுடையவர்களுக்குத் தைரியமூட்டுவார்.

அவசியமானபோது உதவி செய்வதாக வாக்களித்திருந்தவர்களில் மௌலானா மஷ்டருல் ஹக்கும் ஒருவர். மாதத்திற்கு ஓரிரண்டுமுறை அவர் எங்களை வந்துபார்க்கத் தவறுவதில்லை. அப்போது அவர் நடத்திய ஆடம்பரமானப் பகட்டு வாழ்க்கை அவரது இப்போதைய எளிய வாழ்க்கைக்கு முற்றும் மாறாக இருந்தது. அவர் எங்களுடன் கலந்து பழகிய முறையானது எங்களில் ஒருவராகவே அவரை நாங்கள் கருதும்படி செய்ததென்றாலும், அவரது நவநாகரிக நடையுடைகள் காரணமாக புதியதாய் வரும் மனிதர் ஒருவருக்கு வேறு தோற்றமே உண்டாகும்.

பீஹாரைப் பற்றி எனக்கு அனுபவம் அதிகமாக ஆக, முறையான கிராமக் கல்வியின்றி நிரந்தரமானத் தொண்டு எதுவும் செய்ய முடியாதென்ற எண்ணம் உறுதியடைந்து வந்தது. குடியானவர்களின் அறியாமை மிகவும் பரிதாபகரமாய் இருந்தது. அவர்கள் தங்கள் குழந்தைகளை ஒன்று இஷ்டப்படி திரியவிட்டிருந்தார்கள். அல்லது அவுரித்தோட்டங்களில் இரண்டு காசு சம்பளத்திற்காகப் பொழுது விடிந்ததிலிருந்து பொழுதுபோகும் வரையில் உழைக்கும்படி செய்திருந்தார்கள். அந்நாட்களில் ஆண் தொழிலாளியின் சம்பளம் ஒரு நாளைக்கு 2.5 அணாவுக்கு மேல் போவதில்லை. பெண் தொழிலாளியின் சம்பளம் 1.5 அணாவுக்கு சிறுவரின் சம்பளம் 0.75 அணாவுக்கு, அதிகம் போகாது. ஒருநாளைக்கு நாலணா சம்பாதித்தவன் மிகவும் அதிர்ஷ்டசாலியாகக் கருதப்பட்டான்.

என்னுடைய தோழர்களுடன் கலந்தாலோசித்து ஆறு கிராமங்களில் ஆரம்பப் பள்ளிக்கூடங்கள் திறக்கத் தீர்மானித்தேன். கிராமவாசிகள் உபாத்தியாயர்களுக்குத் தங்க இடமும் உணவும் அளிக்கவேண்டுமென்றும், மற்றச் செலவுகளை நாங்கள் பார்த்துக்கொள்வதென்றும் ஒப்பந்தம் செய்துகொண்டோம். கிராமவாசிகள் கையில் பணமென்பது கிடையாது. ஆனால் அவர்கள் எளிதில் உணவுப்பொருள்கள் தரமுடியும். தானியங்களும் மற்றப்பொருள்களும் கொடுப்பதாக அவர்கள் தயாராய் ஒப்புக்கொண்டனர். உபாத்தியாயர்களுக்கு எங்கே போவதென்பது இப்போது பெரிய பிரச்சனையாயிற்று. சம்பளமே இல்லாமலோ அல்லது உயிர்வாழ்வதற்கு மட்டும் சொற்ப தொகைப் பெற்றுக்கொண்டோ வேலைக் கூடாதென்பது என் எண்ணம். உபாத்தியாயர்களின் இலக்கிய பாண்டித்யம் அவ்வளவு முக்கியமானதன்று. ஒழுக்கவன்மையே முக்கியமாகும்.

எனவே, சம்பளத்திற்காகவன்றித் தொண்டுக்கென முன்வரக்கூடிய உபாத்தியாயர்கள் வேண்டுமென்று பொது விண்ணப்பம் செய்துகொண்டேன். இதற்கு உடனே தக்க பலன் கிடைத்தது. பாபா சாகிப் ஸோமன், புண்டரீக் என்பவர்களை ஸ்ரீ கங்காதர ராவ் தேஷ்பாண்டே அனுப்பினார். பம்பாயிலிருந்து ஸ்ரீமதி அவந்திகாபாய் கோகலேயும், பூனாவிலிருந்து ஸ்ரீமதி ஆனந்திபாபும் வந்தனர். ஆசிரமத்திலிருந்து சோடாவால், சுரேந்திரநாத், ஸ்ரீமதி ஆனந்திபாபும் வந்தனர். ஆசிரமத்திலிருந்து சோடாவால் சுரேந்திரநாத் அவர்களையும், என் புதல்வன் வேதாஸையும் வரும்படி செய்தி அனுப்பினேன். இதே காலத்தில் மகாதேவ

தேசாயும், நரஹரி பாரிக்கும் தத்தம் மனைவியருடன் என்னிடம் வந்து சேர்ந்தனர். கஸ்தூரிபாயும் இவ்வேலைக்காக அழைக்கப்பட்டாள். இவ்வாறு ஒரு நல்லதொண்டர் கூட்டம் சேர்ந்துவிட்டது. ஸ்ரீமதிகள் அவந்திகாபாயும் ஆனந்திபாயும், நன்றாய்ப் படித்தவர்கள். ஆனால் ஸ்ரீமதி துர்க்கா தேசாய், ஸ்ரீமதி லணி பெண் பாரிக் இவர்களுக்குக் குஜராத்தி பாஷை எழுதப்படிக்கத்தான் தெரியும். கஸ்தூரிபாய்க்கோ அதுகூட நன்றாய்த் தெரியாது. இப்பெண்மணிகள் குழந்தைகளுக்கு ஹிந்தி பாஷையில் பாடம் கற்பிப்பது எப்படி?

குழந்தைகளுக்கு இலக்கணம், எழுதல் படித்தலும், கணக்குப்போடுதலும் கற்பிப்பது அவ்வளவு முக்கியமல்லவென்றும் தூய்மையும் நல்ல பழக்கவழக்கங்களும் கற்பித்தலே முக்கியமென்றும் அவர்களுக்கு விளக்கிக் கூறினேன். எழுத்துகள் கற்பிப்பதில்கூட அவர்கள் எண்ணுவதுபோல் குஜராத்தி, ஹிந்தி, மராத்தி இவைகளுக்குள் அதிக வேற்றுமை கிடையாதென்றும் அதிலும் கீழ்வகுப்புகளில் எழுத்துகளும், இலக்கணங்களும் கற்பித்தல் அவ்வளவு கஷ்டமில்லையென்றும் எடுத்துக்காட்டினேன். இதன் பயனாக இப்பெண்மணிகள் நடத்திய வகுப்புகள் மிகவும் திருப்திகரமாக நடைபெற்றன. இந்த அனுபவமானது அவர்களுக்குத் தன்னம்பிக்கையையும் வேலையில் சுவையையும் ஊட்டிற்று, உளப்பூர்வமாகத் தன் வேலையில் ஈடுபட்டார்கள். தமது அரிய ஆற்றல்களை எல்லாம் இவ்வேலையில் பயன்படுத்திச் சிறக்கச் செய்தார். இப்பெண்மணிகளின் மூலம் கிராமத்துப் பெண்களிடம் தொடர்பு பெறுதல் எங்களுக்கு ஓரளவு சாத்தியமாயிற்று. ஆனால், ஆரம்பக்கல்விக்கு ஏற்பாடு செய்ததுடன் நான் நின்றுவிட விரும்பவில்லை. கிராமங்களில் சுகாதாரம் மிகக்கேடாயிருந்தது. சந்துக்கள் குப்பை மயமாக இருந்தன. கிணறுகளைச் சுற்றி ஏகச்சேறும் குப்பையுமாய்க் கிடந்தது. வாயிற்புறங்களில் அசுத்தத்தைச் சொல்லமுடியாது. பெரியவர்களுக்குத் தூய்மையில் பாடங்கற்பித்தல் அவசியமாயிருந்தது. எல்லாரும் பலவகை சரும நோய்களினால் பீடிக்கப்பட்டிருந்தனர். எனவே, கூடியவரையில் சுகாதார வேலை செய்யவும், அவர்களுடைய வாழ்க்கையின் ஒவ்வொரு துறையிலும் சீர்திருத்தம் உண்டாக்கவும் வேண்டுமென்று தீர்மானித்தோம்.

இவ்வேலைக்கு வைத்தியர்கள் தேவையாய் இருந்தனர். காலஞ்சென்ற டாக்டர் தேவ் என்பாரைக் கொடுத்து உதவும்படி இந்திய ஊழியச் சங்கத்தைக் கேட்டுக்கொண்டேன். நாங்கள் இருவரும் முன்னரே சிறந்த நண்பர்கள். ஆறுமாத காலம் தொண்டு

செய்வதற்கு அவர் உடனே முன்வந்தார். உபாத்தியாயர்கள். உபாத்தியாயினிகள் எல்லாரும் அவரின் கீழ் வேலை செய்யவேண்டுமென்று ஏற்பாடு செய்தோம்.

தோட்டக்காரர்களைப் பற்றிக் குடியானவர்களுக்கிருந்த குறைபாடுகள் விஷயத்திலோ அல்லது அரசியலிலோ தலையிட வேண்டாமென்று அவர்கள் எல்லாருக்கும் நன்கு தெரிவித்திருந்தோம். குறைகள் சொல்லிக்கொள்ளும் ஜனங்களை என்னிடம் அனுப்பவேண்டுமென்றும், எவரும் தத்தம் எல்லையைத் தாண்டி அப்பால் போகக்கூடாதென்றும் விதித்திருந்தோம். நண்பர்கள் இந்தக் கட்டளைகளை எல்லாம் பரிபூரணமாக நிறைவேற்றினார்கள். கட்டுப்பாட்டுக்கு விரோதமான ஒரு காரியமாவது நிகழ்ந்ததாக எனக்கு ஞாபகமில்லை.

18. கிராமத் தொண்டு

கூடுமானவரையில் ஒவ்வொரு பள்ளிக்கூடத்திலும் ஒரு பெண்மணியையும் ஒரு புருஷரையும் நியமித்தோம். இவர்கள் வைத்திய உதவி சுகாதாரம் இவற்றையும் கவனித்துக்கொள்ள வேண்டுமென்றும், பெண்களிடையே பெண்கள் மூலமாகவே தொண்டு செய்யவேண்டுமென்றும் ஏற்பாடு செய்தோம்.

வைத்திய உதவி மிக எளிய காரியமாயிருந்தது. விளக்கெண்ணெய், கொயினா, கந்தக மெழுகு ஆகிய இம்மூன்று மருந்துகள்தான் தொண்டர்களிடம் கொடுத்திருந்தோம். நோயாளியின் நாவில் அழுக்குப் படித்திருந்தாலும், மலபந்தம் இருப்பதாகத் தெரிவித்தாலும் விளக்கெண்ணெய் கொடுக்கப்பட்டது. ஜ்வரத்திற்கு ஒருமுறை விளக்கெண்ணெய் கொடுத்துவிட்டுப் பின்னர் கொயினா கொடுக்கப்பட்டது. கொப்புளங்கள் சிரங்குகள் முதலியவற்றிற்கு நன்றாய் அலம்பிவிட்டுக் கந்தகமெழுகு தடவப்பட்டது. எந்த நோயாளிக்கும் வீட்டுக்கு எடுத்துக்கொண்டுபோக மருந்து கொடுப்பதில்லை. சிக்கலான நோய் யாருக்காவது இருப்பதாகத் தெரிந்தால் டாக்டர் தேவின் யோசனையைக் கேட்கவேண்டுமெனச் சொல்லியிருந்தோம். பிரதிவாரமும் குறிப்பிட்ட தினங்களில் டாக்டர் தேவ் ஒவ்வொரு முக்கியமான கிராமத்திற்கும் சென்று வந்தார்.

இந்தச் சொற்ப உதவியை ஏற்றுக்கொள்ள ஏராளமான ஜனங்கள் முன்வந்தனர். கிராமவாசிகளிடையே பரவியிருந்த நோய்கள்

சிலவேயாகும். அவற்றிக்குச் சாதாரண சிகிச்சையே போதுமானதாயிருந்தது. நிபுணர்களின் உதவி தேவையாயில்லை. எனவே, இத்தகைய வேலைத்திட்டம் நல்ல பலனளித்தது அதிசயமில்லையன்றோ?

ஆனால், சுகாதாரத்தொண்டு மிகவும் கஷ்டமான காரியமாயிருந்தது. ஜனங்கள் தாங்களாகவே எதுவும் செய்யச் சித்தமாயில்லை. வயல் வேலை செய்யும் தொழிலாளிகள்கூடத் தங்கள் குப்பைகளைத் தாங்களே சுத்தம் செய்வதில் தங்கள் சக்திகளையெல்லாம் ஒரு முகப்படுத்தி வேலை செய்தார்கள். அவர்கள் சாலைகளையும் வாயிற்புறங்களையும், கூட்டினார்கள். கிணறுகளைச் சுத்தம் செய்தார்கள் குட்டைகளை மண்போட்டுத் தூர்த்தார்கள். கிராமவாசிகளை அவர்களுக்குள்ளேயே தொண்டர்களைத் தயாரிக்கும்படி அன்பாகப் பேசி வற்புறுத்தினார்கள். சில கிராமங்களில் ஜனங்கள் மிக்க உற்சாகங்கொண்டு என்னுடைய மோட்டார் வண்டி செல்லுவதற்காகச் சாலைகளும் செப்பனிட்டார்கள். இவ்வினிய அனுபவங்களுடன் ஜனங்களில் அசட்டையைப் பற்றி துயரகரமான அனுபவங்களும் கலந்தே ஏற்பட்டு வந்தன. கிராமவாசிகள் சிலர் ஒளிவுமறைவின்றி இவ்வேலையில் தங்கள் அருவருப்பைத் தெரிவித்ததாகவும் ஞாபகமிருக்கிறது.

இதற்குமுன்பு பல கூட்டங்களில் நான் கூறியிருக்கும் ஓர் அனுபவத்தை இவ்விடத்திலும் குறிப்பிடுதல் மிகையாகாது. பிதிஹர்வா என்னும் சிறு கிராமத்தில் எங்கள் பள்ளிக்கூடம் ஒன்றிருந்தது. அதற்கருகிலிருந்த மற்றொரு சிறு கிராமத்தைப் பார்க்க நான் சென்றிருந்தேன். அங்கே நான் கண்ட ஸ்திரீகளில் சிலர் மிகவும் அழுக்கான ஆடை தரித்திருந்தார்கள். அவர்கள் தாங்கள் ஆடைகளை ஏன் துவைப்பதில்லை என்று கேட்கும்படி கஸ்தூரி பாயிடம் சொன்னேன். அவள் அவ்வாறே அவர்களைப் பார்த்துக் கேட்டாள். அப்போது அந்த ஸ்திரீகளில் ஒருத்தி கஸ்தூரிபாயைத் தன் குடிசைக்குள் அழைத்துச்சென்று கூறியதாவது.

"இங்கே பாருங்கள். வேறு ஆடைகள் வைத்திருக்கும் பெட்டி அல்லது அலமாரி இருக்கிறதா? நான் அணிந்திருக்கும் புடவை ஒன்றுதான் எனக்கிருக்கிறது. அதை நான் எப்படித் துவைப்பேன்? மகாத்மாஜியிடம் சொல்லி இன்னொரு சேலை வாங்கித் தாருங்கள். அப்போது நான் தினந்தோறும் ஸ்நானம் செய்து சுத்தமான ஆடை அணிந்துகொள்வதாக வாக்குறுதி தருகிறேன்."

இந்நிலைமை ஏதோ அபூர்வமானது என்று எண்ணவேண்டாம். இந்தியக் கிராமங்கள் பலவற்றிலும் உள்ள நிலைமைக்கு இது ஓர் உதாரணமே அல்லாது வேறில்லை. இந்தியாவில் கணக்கற்ற குடிசைகளில் ஜனங்கள் எவ்விதத் தட்டுமுட்டு சாமான்களுமின்றி, மாற்றிக் கட்டிக்கொள்ள இரண்டாவது துணியுமின்றி, மானத்தை மூட ஒரே கந்தையுடன் வாழ்கிறார்கள்.

மற்றும் ஓர் அனுபவத்தைக் கூறிவிட்டு மேலே செல்கிறேன். சம்பரானில் மூங்கிலுக்கும் புல்லுக்கும் குறைவே இல்லை. பிதிஹர்வா என்னுமிடத்தில் பள்ளிக்கூடத்திற்கு மூங்கினாலும் புல்லினாலும் ஒரு குடிசை அமைக்கப்பட்டிருந்தது. யாரோ சிலர் அநேகமாகப் பக்கத்துத் தோட்டக்காரர்களின் ஆட்களாயிருக்கலாம். ஒருநாளிரவு அதற்குத் தீ வைத்துவிட்டனர். மறுபடியும் மூங்கிலையும் புல்லையுங்கொண்டே மற்றொரு குடிசை கட்டுவது உசிதமன்று எனக் கருதினோம். இப்பள்ளிகூடத்தை ஸ்ரீ மான் ஸோமனும் ஸ்ரீமதி கஸ்தூரிபாயும் நடத்தினார்கள். நல்ல செங்கல் வீடாகவே கட்ட ஸ்ரீ ஸோான் தீர்மானித்தார். உழைப்பில் அவர் காட்டிய உற்சாகம் மற்றவர்களையும் தொற்றிக்கொள்ளவே பலர் அவருடன் ஒத்துழைக்க முன்வந்தனர். இவ்வாறு வெகுசீக்கிரத்தில் செங்கல் வீடு ஒன்று தயாராகிவிட்டது. கட்டடம் கொளுத்தப்படலாம் என்னும் அச்சம் ஒழிந்தது.

இவ்வாறு பள்ளிக்கூடங்கள், சுகாதார வேலை, வைத்திய உதவி இவற்றின் மூலமாகத் தொண்டர்கள் கிராமவாசிகளின் பூரண நம்பிக்கைக்கும் மரியாதைக்கும் உரியவர்களாயினர். எனவே, அவர்களிடையே நல்ல செல்வாக்கும் வாய்க்கப்பெற்றனர்.

ஆனால், இந்த நிர்மாண வேலையை நிரந்தரமான அடிப்படையின்மேல் அமைக்கலாமென நான் கொண்டிருந்த ஆசை நிறைவேறவில்லை என்று மிகுந்த வருத்தத்துடன் தெரிவித்துக்கொள்கிறேன். தொண்டர்கள் எல்லோரும் சொற்பகால ஊழியத்திற்கே வந்தவர்கள். வெளியிலிருந்து வேறு தொண்டர்கள் தருவிப்பதற்குச் சாத்தியப்படவில்லை. பீஹாரிலேயே நிரந்தரமாகச் சம்பளமின்றி உழைக்கக்கூடிய தொண்டர்கள் அகப்படவில்லை. சம்பரானில் என் வேலை முடிந்ததும். அதற்கிடையில் வெளியே எனக்காகச் சித்தமாகியிருந்த வேலை என்னை இழுத்துக் கொண்டுவிட்டது. ஆயினும் சம்பரானில் செய்த அந்தச் சில மாதவேலையும் வீண் போகவில்லை. அத்தொண்டு ஆழ்ந்த வேர் கொண்டிருந்தமையால் இன்றளவும் அதன் பயன் ஏதேனுமொரு முறையில் காணக்கிடப்பதாயிருக்கிறது.

19. நல்ல கவர்னர்

சென்ற அத்தியாயங்களில் நான் விவரித்திருப்பது போன்ற சமூக ஊழிய வேலை ஒருபால் நடந்துகொண்டிருக்கையில், மற்றொருபுறத்தில் குடியானவர்களின் குறைபாடுகளைக் குறித்த வாக்குமூலங்களைப் பதிவு செய்யும் வேலையும் நடந்துகொண்டு வந்தது. இத்தகைய வாக்குமூலங்கள் ஆயிரக்கணக்கானவைப் பதிவு செய்யப்பட்டன. இவை பயனளியாமல் போகுமா? குடியானவர்கள் மேலும்மேலும் வாக்குமூலம் கொடுக்க வந்துகொண்டிருந்தது தோட்டக்காரர்களின் கோபத்தை மிகுதியாக்கிற்று. அவர்கள் என்னுடைய விசாரணையைத் தடைபடுத்துவதற்குத் தங்களால் இயன்றனவெல்லாம் செய்தார்கள்.

ஒருநாள் பீஹார் அரசாங்கத்தினிடமிருந்து ஒரு கடிதம் எனக்குக் கிடைத்தது. கடிதம் மரியாதையான முறையில் எழுதப்பட்டிருப்பினும் அதனுடைய கருத்தென்னவோ தெளிவாக இருந்தது. 'உங்கள் விசாரணை நெடுங்காலம் வளர்ந்துவிட்டது. அதை நீங்கள் முடித்துவிட்டு பீஹாரை விட்டுச்சென்றால் உசிதமாயிருக்கும்' என்னும் பொருள் கொண்டது அக்கடிதம்.

விசாரணை நீடிக்கத்தான் செய்யுமென்றும், அதன்மூலம் ஜனங்களுக்கு உதவி ஏற்படும் வரையில் பீஹாரை விட்டுச்செல்லும் உத்தேசம் எனக்கில்லையென்றும் பதில் எழுதினேன். ஆனால் அரசாங்கத்தார் விரும்பினால் இரண்டிலொரு முறையைக் கைக்கொண்டு என்னுடைய விசாரணையை முடித்துவிடலாமெனக் குறிப்பிட்டிருந்தேன். ஒன்று, குடியானவர்களின் குறைகள் உண்மையானவையே என ஒப்புக்கொண்டு அவற்றை நிவர்த்திச் செய்யலாம். அல்லது உத்தியோக முறையில் விசாரணை ஏற்படுத்துவது அவசியம் என்றேனும் குடியானவர்கள் நிரூபித்துவிட்டதாக அங்கீகரித்து உடனே அத்தகைய விசாரணையை ஏற்படுத்தலாம் என்றும் தெரிவித்தேன்.

அப்போது லெப்டினன்ட் கவர்னராயிருந்த சர் எட்வர்ட் கேட் தம்மை வந்து பார்க்கும்படியாக எனக்கு எழுதினார். அவ்வாறே சென்று பார்த்தபோது விசாரணை ஏற்படுத்தத் தமது விருப்பத்தைத் தெரிவித்து என்னையும் கமிட்டியில் அங்கத்தினனாயிருக்கும்படி சொன்னார். மற்ற அங்கத்தினர் பெயர்களைக் கேட்டுத் தெரிந்துகொண்டேன். பின்னர் என்னுடைய சகாக்களுடன் கலந்தாலோசித்து ஒரு நிபந்தனையின் பேரில் கமிட்டியில் அங்கத்தினனாகச் சம்மதித்தேன். அந்நிபந்தனை வருமாறு,

‘விசாரணையின்போது என் சகாக்களுடன் கலந்தாலோசிக்க உரிமைவேண்டும். கமிட்டியில் அங்கத்தினனாவதால் குடியானவர்களுடைய கட்சியைப் பேசும் சுதந்திரம் எனக்கு இல்லாமல் போய்விடவில்லை என்பதை அரசாங்கம் அங்கீகரிக்க வேண்டும். விசாரணையின் முடிவு எனக்குத் திருப்தித் தராவிட்டால் குடியானவர்கள் என்ன செய்யவேண்டுமென்பது பற்றி அவர்களுக்கு ஆலோசனை சொல்லவும் வழிகாட்டவும் எனக்கு உரிமை வேண்டும்.’

மேற்படி நிபந்தனை முற்றும் நியாயமானதே என்று சர் எட்வர்ட் கேட் கருதி அதை ஒப்புக்கொண்டார். பின்னர், விசாரணை ஏற்படுத்தும் விஷயமாக அறிக்கை வெளியிட்டார். கமிட்டியின் தலைவராகக் காலஞ்சென்ற சர் பிராங்ஸ்லை நியமிக்கப்பட்டார்.

கமிட்டியார் குடியானவர்களின் கட்சியே நியாயமானதென்று கண்டார்கள். தோட்டக்காரர்கள் பணம் பறித்துவந்த முறை சட்டவிரோதமானதென்று தீர்மானித்து அப்படிப் பறித்த பணத்தில் ஒரு பகுதியைத் திருப்பிக்கொடுக்க வேண்டுமென்றும் ‘தீன் கதியா’ முறையைச் சட்டத்தினால் ஒழித்துவிட வேண்டுமென்றும் சிபாரிசு செய்தார்கள்.

கமிட்டி ஒருமனதான அறிக்கை வெளிட்டதற்கும் கமிட்டியின் சிபாரிசுகளை ஒட்டிச் சட்டசபையில் மசோதா கொண்டுவந்து சட்டமாக்கியதற்கும் சர்.எட்வர்ட் கேட்டின் முயற்சியே காரணமாகும். அவர் உறுதியோடிருந்திராவிட்டால் தமது சாமர்த்தியத்தை எல்லாம் இதில் பிரயோகித்திராவிட்டால் அறிக்கை ஏகமனதாயிருந்திராது; சட்டமும் நிறைவேறியிராது. தோட்டக்காரர்கள் அளவற்ற சக்தி வாய்ந்தவர்களாயிருந்தார்கள். அவர்கள் மசோதாவை எதிர்த்துப் பலமான கிளர்ச்சி செய்தனர். சர் எட்வர்ட் இறுதிவரை உறுதியாக இருந்ததுடன் கமிட்டியின் சிபாரிசுகளை முழுதும் நிறைவேற்றி வைத்தார்.

இவ்வாறாக, ஒரு நூற்றாண்டு காலமாய் நிலவிவந்த ‘தீன் கதியா’ முறை ஒழிக்கப்பட்டது. அத்துடன் தோட்டக்கார இராஜ்யமும் முடிவுற்றது. இதுகாறும் நசுக்கப்பட்டுக் கிடந்த குடியானவர்கள் இப்பொழுது சிறிது தலைதூக்கினார்கள். அவுரிக்கறையைத் துடைக்கவே முடியாதென்னும் குருட்டு நம்பிக்கையும் ஒழிந்தது.

நிர்மாண வேலையை இன்னும் சில வருஷகாலம் தொடர்ந்து நடத்தவேண்டுமென்று நான் ஆசைப்பட்டேன். இன்னும் அதிக

பள்ளிக்கூடங்களை ஏற்படுத்த வேண்டுமென்றும், இன்னும் கிராமவாசிகளுடன் அதிகமாய்ப் பழகவேண்டுமென்றும் விரும்பினேன். ஆனால், பகவான் இதற்குமுன் பலமுறைகளில் செய்தது போலவே இப்போதும் என்னுடைய திட்டம் நிறைவேறாமல் செய்துவிட்டார். அவருடைய சித்தம் என் விருப்பத்துக்கு முற்றும் மாறாயிருந்தது. வேறிடத்தில் எனக்கு ஏற்பட்ட வேலையை ஏற்றுக்கொள்ள விரைந்து செல்லவேண்டியதாயிற்று.

20. தொழிலாளர் தொடர்பு

கமிட்டியில் வேலை முடிந்ததும் முடியாமலும் இருக்கையிலேயே ஸ்ரீமான்கள் மோஹன்லால் பாண்டியா, சங்கர்லால் பாரிக் இவர்களிடமிருந்து ஒரு கடிதம் பெற்றேன். கேதா (கெயிரா) ஜில்லாவில் விளைவு சூனியமாகிவிட்டதென்றும், வரி கொடுக்க முடியாத நிலையிலிருக்கும் குடியானவர்களுக்கு நான் வந்து வழிகாட்ட வேண்டுமென்றும் அவர்கள் எழுதியிருந்தார்கள். ஸ்தலத்திற்குச் சென்று விசாரணை செய்யாமல் புத்திமதி சொல்வதற்கு எனக்கு ஆற்றலும் தைரியமும் இல்லை. அப்படிச் செய்ய நான் விரும்பவுமில்லை.

இதேசமயத்தில் ஸ்ரீமதி அனுசுயா பாயிடமிருந்து ஆமதாபாத் தொழிலாளர்களின் நிலைமையைப்பற்றி ஒரு கடிதம் வந்தது. அவர்கள் பெற்றுவந்த சம்பளம் மிகவும் குறைவு. சம்பள உயர்வுக்காக அவர்கள் நீண்டநாளாய் கிளர்ச்சி செய்துவந்தனர். கூடுமானால் அவர்களுக்கு வழிகாட்டி நடத்தவேண்டுமென விரும்பினேன். ஆனால், இந்தச் சிறுகாரியத்தையும் அவ்வளவு தூரத்திலிருந்து நடத்த எனக்குத் தைரியமில்லை. எனவே, சந்தர்ப்பம் கிடைத்ததும் ஆமதாபாத் சென்றேன். இவ்விரண்டு காரியங்களையும் விரைவில் முடித்துக்கொண்டு சம்பரானுக்குத் திரும்பிவந்து அங்கே தொடங்கப்பட்டிருந்த நிர்மாண வேலையைக் கவனிக்கலாமென்று நம்பினேன்.

ஆனால், நான் விரும்பியவண்ணம் காரியங்கள் விரைவாக நடைபெறவில்லை. சம்பரானுக்கு நான் திரும்பமுடியாமல் போகவே, பள்ளிக்கூடங்கள் ஒவ்வொன்றாக மூடப்படலாயின. என்னுடைய தோழர்களும் நானும் எவ்வளவோ ஆகாயக்கோட்டைகள் கட்டியிருந்தோம். அவையெல்லாம் தற்சமயத்துக்கு மறைந்து மாயமாய்ப் போயின.

இவற்றில் ஒன்றில் சம்பரானில் கோ சம்ரக்ஷணை வேலை செய்யவேண்டுமென்பது. கிராம சுகாதாரம், கிராமக் கல்வி இவற்றுடன்கூட இவ்வேலை செய்யவும் தீர்மானித்திருந்தோம். என்னுடைய பிரயாணங்களின்போது பசுப் பாதுகாப்பும், ஹிந்திப் பிரசாரமும் மார்வாரிகளுக்கே தனி உரிமையாகி இருப்பதைக் கண்டேன். நான் பெட்டியாவுக்குச் சென்றிருந்தபோது ஒரு மார்வாரி நண்பர் தமது தர்மசாலையில் எனக்குத் தங்க இடம்கொடுத்தார். அங்கிருந்த மற்ற மார்வாரிகள் தங்களுடைய கோ சாலையை எனக்குக்காட்டி அதில் சிரத்தை உண்டாகும்படி செய்தார்கள். பசுப் பாதுகாப்பைக் குறித்து என் எண்ணங்கள் அப்போதே திட்டமாக உருக்கொண்டுவிட்டன. அவ்வேலையைப் பற்றி அப்போதேற்பட்ட அபிப்பிராயமே எனக்கின்னும் இருந்துவருகிறது. கோ சம்ரக்ஷணம் என்பதில் மாட்டின் இனத்தை உயர்தரமாக்குதல், காளைகளைக் கருணயுடன் நடத்துதல், மாதிரி மாட்டுப்பண்ணைகள் வைத்தல் முதலியவையும் அடங்கும் என்பது என் அபிப்பிராயம். இவ்வேலையில் பூரணமாக ஒத்துழைப்பதாக மார்வாரி நண்பர்கள் வாக்குறுதி தந்தார்கள். ஆனால், சம்பாரனில் நான் நிலையாகத் தங்க முடியாதபடியால் அத்திட்டத்தை நிறைவேற்றக்கூடவில்லை.

பெட்டியாவில் நான் பார்த்த 'கோ சாலை' இன்னும் இருந்துதான் வருகிறது. ஆனால் அது 'மாதிரி மாட்டுப்பண்ணை' ஆகவில்லை. சம்பரான் காளைகள் இன்னும் அவற்றின் ஆற்றலுக்கு மிஞ்சி வேலை வாங்கப்பட்டுத்தான் வருகின்றன. ஹிந்துக்கள் என்று சொல்லி, கொடுமையாக அடித்துத் தங்கள் மதத்துக்கு இழிவு தேடியே வருகின்றனர்.

எனக்குப் பிரியமான இவ்வேலையைச் செய்ய முடியாமலிருப்பது எனக்கு எப்போதும் வருத்தமளித்து வந்திருக்கிறது. நான் சம்பரானுக்குப் போக நேரும்போதெல்லாம் இதன்பொருட்டு மார்வாரி நண்பர்களும், பீஹாரி நண்பர்களும் அன்புரிமையுடன் என்னைக் கண்டியாமலிருப்பதில்லை. அக்காலத்தில் திடீரென்று கைநழுவவிட்டுச் சென்ற வேலைத்திட்டங்களை எல்லாம் நினைத்து நானும் பெருமூச்சுவிடுகிறேன்.

கல்வித்திட்டம் மட்டும் ஏதேனும் ஒரு வழியில் பல இடங்களில் நடந்துவருகிறது. ஆனால், கோ சம்ரக்ஷண வேலை நன்கு வேர் கொள்ளவில்லை. ஆதலின் உத்தேசித்த வண்ணம் அபிவிருத்தி அடையவில்லை.

கேதா குடியானவர்களின் விஷயம் இன்னும் விவாதிக்கப்பட்டு வந்தபோது நான் ஆமாதாபாத்தில் தொழிலாளர் பிரச்சினையை ஏற்றுக்கொண்டுவிட்டேன்.

என்னுடைய நிலைமை தர்மசங்கடமாயிருந்தது என்று சொல்லலாம். ஆலைத்தொழிலாளர் கட்சியில் நியாயம் இருந்தது, ஸ்ரீமதி அனுசூயா பாய், மது சொந்த சகோதரரும், ஆலை முதலாளிகளின் கட்சிக்குத் தலைமை வகித்தவருமான ஸ்ரீ மான் அம்பலால் ஸாராபாயுடனேயே போராட வேண்டியவரானார். ஆலை முதலாளிகளுடன் நான் நேயபாவத்துடன் பழகிவந்தபடியால் அவர்களுடன் போராடுவது எனக்கும் கஷ்டமாகியிருந்தது. அவர்களுடன் கலந்துபேசி விவாதத்தை மத்தியஸ்தம் செய்வது என்னும் கொள்கையை அங்கீகரிக்கவே அவர்கள் மறுத்துவிட்டார்கள்.

எனவே, தொழிலாளருக்கு வேலைநிறுத்தம் செய்யும்படி நான் யோசனைச் சொல்லவேண்டியதாயிற்று. அப்படிச் சொல்லுமுன், அவர்களுடனும் அவர்களுடையத் தலைவர்களுடனும் நெருங்கிப்பழகினேன். வேலைநிறுத்தம் வெற்றிபெற வேண்டுமானால் பின்வரும் நிபந்தனைகள் பூர்த்தியாக வேண்டுமென்று எடுத்துச்சொன்னேன்.

1) எந்நிலைமையிலும் பலாத்காரத்தைக் கைக்கொள்ளக்கூடாது.
2) கட்டுப்பாட்டை மீறி வேலைக்குச் செல்பவர்களைத் தொந்தரவு செய்யக்கூடாது.
3) வேலைநிறுத்தத்தின் போது வயிறு வளர்ப்பதற்குப் பிச்சை எடுக்கக்கூடாது.
4) வேலைநிறுத்தம் எவ்வளவு காலம் நீடித்தாலும் உறுதியாக நின்று வேறு கண்யமான தொழில் செய்து வாழ்க்கை நடத்தவேண்டும்.

வேலைநிறுத்தத் தலைவர்கள் இந்நிபந்தனைகளை நன்கறிந்து அவற்றை ஏற்றுக்கொண்டார்கள். தொழிலாளர் பொதுக்கூட்டம் கூடி, தங்கள் கோரிக்கைகளுக்கு முதலாளிகள் இணங்கும்வரையில் அல்லது விவாதத்தை மத்தியஸ்தத்துக்குவிடச் சம்மதிக்கும் வரையில் வேலைத் தொடங்குவதில்லையென்று தீர்மானித்தார்கள்.

இந்த வேலை நிறுத்தத்தின்போதே ஸ்ரீமான்கள் வி.ஜே.படேல் சங்கர்லால் பாங்கர் இவ்விருவருடைய நெருங்கிய பழக்கம் எனக்கேற்பட்டது. ஸ்ரீமதி அனுசூயா பாயை இதற்குமுன்பே நன்கறிவேன்.

சபர்மதி நதிக்கரையில் ஒரு மரத்தின் நிழலில் தினந்தோறும் தொழிலாளர் கூட்டங்கள் நடத்தினோம். அவர்கள் ஆயிரக்கணக்கில் கூட்டங்களுக்கு வந்தார்கள். என்னுடைய பிரசங்கங்களில், அவர்களுடைய பிரதிக்ஞையைப் பற்றியும், அமைதியையும், சுயமரியாதையையும் காப்பாற்றவேண்டிய பொறுப்பைப் பற்றியும் நினைவூட்டி வந்தேன். அவர்கள் தினந்தோறும் நகரின் வீதிகளின் 'பிரதிக்ஞையைக் காப்பாற்றுங்கள்' என்று எழுதியக் கொடிகளுடன் அமைதியாக ஊர்வலம் சென்றார்கள்.

வேலைநிறுத்தம் இருபத்தோருநாள் நடந்தது. இத்தினங்களில் நான் அடிக்கடி ஆலை முதலாளிகளிடம் சென்று தொழிலாளருக்கு நீதி செய்யுமாறு வேண்டிக்கொண்டேன். அவர்கள் பின்வருமாறு விடையளித்தார்கள். "நாங்களும் பிரதிக்ஞை செய்திருக்கிறோம். அதை மீறமுடியாது. நாங்கள் தொழிலாளர்களை எங்கள் சொந்தக்குழந்தைகள்போல் பாவிக்கிறோம். மூன்றாவது மனிதர்கள் எங்களுக்கிடையில் தலையிடுவதை நாங்கள் எப்படிப் பொறுக்கமுடியும்? மத்தியஸ்தத்துக்கு இடம் எங்கே இருக்கிறது?"

21. ஆசிரம நிலைமை

தொழிலாளர் விஷயத்தைப் பற்றி மேலே கூறப்புகுவதற்கு முன்னால் ஆசிரம நிலைமையைச் சற்றே கவனித்துவிட்டுப்போதல் அவசியமாகும். சம்பரானில் நான் இருந்தகாலம் முழுவதிலும் ஆசிரமத்தை ஒருகணமும் மறக்கவேயில்லை. இடையிடையே சிலசமயம் அவசரமாக ஓடிச்சென்று பார்த்துவிட்டு வருவேன்.

அச்சமயம் ஆசிரமம் ஆமதாபாத்துக்கு அருகில் உள்ள கோச்ராப் என்னும் கிராமத்தில் இருந்தது. இந்தக் கிராமத்தில் கொள்ளை நோய் (பிளேக்) தோன்றவே, ஆசிரமத்துக் குழந்தைகள் அபாயத்துக்குள்ளாகி இருப்பதைக் கண்டேன். ஆசிரமத்துக்குள்ளே நாங்கள் தூய்மை விதிகளை எவ்வளவு கண்டிப்பாக அனுசரித்தாலும், எங்களைச்சுற்றிலும் இருந்த சுகாதாரக்கேடுகளின் பயன்கள் எங்களைச் சிறிதும் பாதியாமலிருத்தல் எவ்வாறு சாத்தியம்? கோச்ராப் ஜனங்களையும் இச்சுகாதார விதிகளை அனுஷ்டிக்கும்படி செய்யவோ, அல்லது வேறுமுறையில் அந்தக் கிராமத்துக்குத் தொண்டு செய்யவோ அப்போது எங்களுக்கு ஆற்றல் போதாமலிருந்தது. ஆசிரமமானது எந்த நகரம் அல்லது கிராமத்திற்கு மிக அருகிலும் இருக்கக்கூடாது. எளிதில் போகமுடியாதபடி

அவ்வளவு அதிகத் தூரத்திலும் இருக்கக்கூடாது. சுமாரான தூரத்தில் இருக்கவேண்டும் என்பது எங்கள் இலட்சியம். எங்கள் சொந்தநிலத்திலேயே ஆசிரமம் கட்டிக்கொள்ள வேண்டுமென்றும் தீர்மானித்திருந்தோம்.

கோச்ராப்பை விட்டுச்செல்வதற்குப் பிளேக்கோ போதுமான முன்னெச்சரிக்கையாகுமென்று எனக்குத் தோன்றிற்று. ஆமதாபாத் வியாபாரியான ஸ்ரீ மான் புஞ்சாபாய் ஹீராசந்து என்பவர் ஆசிரமத்துடன் நெருங்கிய தொடர்புகொண்டு தூய்மையான உள்ளத்துடனும், சுயநலமில்லாமலும் பல விஷயங்களில் எங்களுக்கு ஊழியம் புரிந்துவந்தார். ஆமதாபாத்தில் அவருக்கு நிரம்ப அனுபவமுண்டு. எங்களுக்குத் தகுந்த நிலம் சம்பாதித்துத் தருவதாக அவர் முன்வந்தார். நான் அவருடன் சேர்ந்து கோச்ராப்புக்கு வடக்கேயும் தெற்கேயும் நிலந்தேடிச் சென்றேன். கடைசியில் வடக்கே மூன்று அல்லது நான்குமைல் தூரத்தில் நிலங்கண்டுபிடித்து வாங்குமாறு அவரிடம் கூறினேன். அவர் தற்போது ஆசிரமம் அமைந்துள்ள இடத்தைத் தெரிந்தெடுத்தார். அவ்விடம் சபர்மதி சிறைக்கூடத்துக்கு அருகிலிருந்ததானது அதற்கு ஒரு தனிச்சிறப்பை அளித்ததாக எனக்குத் தோன்றிற்று. சிறைக்கூடமே சத்தியாக்கிரஹிகளின் சாதாரண வாசஸ்தலமாக இருக்கவேண்டியதாதலின் அவ்விடத்தை நான் பெரிதும் விரும்பினேன். சாதாரணமாக, சுற்றுப்புறங்கள் தூய்மையாக உள்ள இடங்களையே சிறைக்கூடங்களுக்குத் தேர்ந்தெடுக்கிறார்கள் என்பது எனக்குத் தெரியும்.

எட்டுநாளில் நிலம் வாங்கியாகிவிட்டது. நிலத்தில் கட்டடமோ, மரமோ ஒன்றும் இல்லை. ஆனால், அவ்விடத்தின் முக்கிய அநுகூலங்கள் அது நதிக்கரையில் இருந்ததும், ஏகாந்தமான பிரதேசமாயிருந்ததுமாகும்.

வீடு கட்டும் வரையில் கித்தான் கூடராம் போட்டுக்கொண்டு வசிக்கத் தீர்மானித்தோம். சமையலறைக்கு மட்டும் தகரக்கொட்டகைப் போட்டுக்கொண்டோம்.

ஆசிரமம் மெதுவாக வளர்ச்சிப் பெற்றுக்கொண்டிருந்தது. அப்போது ஆண்களும், பெண்களும், குழந்தைகளுமாய் நாங்கள் நாற்பதுபேர் இருந்தோம். எல்லாருக்கும் பொதுச் சமையறையிலேயே சாப்பாடு நடந்தது. ஆசிரமத்தைப் புது இடத்திற்குக் கொண்டுபோவதைப் பற்றி யோசனை எல்லாம் என்னுடைய வேலையாகும். வழக்கம்போல் மகன்லால் காந்தி அந்த யோசனைகளை நிறைவேற்றி வைத்தார்.

குடியிருக்க வீடுகள் கட்டப்படும் வரையில் நாங்கள் எவ்வளவோ கஷ்டங்களுக்குள்ளாக வேண்டியிருந்தது. அப்போது மழைக்காலம் தொடங்கும் சமயம். இருபதுமைல் தூரத்திலுள்ள பட்டணத்திலிருந்து உணவுப்பொருட்கள் வாங்கிக்கொண்டு வரவேண்டும். வெகுகாலமாகத் தரிசாகக்கிடந்த அந்தப் பிரதேசத்தில் பாம்புகள் மலிந்துகிடந்தன. இத்தகைய நிலைமையில் அவ்விடத்தில் குழந்தைகளுடன் வசிப்பது பெரிதும் அபாயம் என்று சொல்லவேண்டுவதில்லை. பாம்புகளிடம் பயம் நீங்கப்பெற்றவரல்லராயினும் பொதுவிதியாகப் பாம்புகளைக் கொல்வதில்லை என்று தீர்மானித்திருந்தோம்.

போனிக்ஸிலும், டால்ஸ்டாய் பண்ணையிலும், சபர்மதியிலும் விஷ ஜந்துக்களைக் கொல்வதில்லை என்னும் விதி பெரும்பாலும் அனுசரிக்கப்பட்டு வந்திருக்கிறது. நாங்கள் தரிசு நிலத்திலேயே குடியேறவேண்டியிருந்தது. எனினும் பாம்புக் கடியினால் எங்களிடையே உயிர்ச்சேதம் நேர்ந்தது கிடையாது. கருணைக்கடலான ஆண்டவனின் அருள் மகிமையையே இதில் நான் காண்கிறேன். கடவுள் பாரபட்சமுடையவராய் இருக்க முடியாதென்றும். மனிதர்களுடைய அற்பக் காரியங்களில் தலையிடுவதற்கு அவருக்கு சாவகாசமிருக்குமாவென்றும் யாரேனும் குதர்க்கம் செய்யக்கூடும். ஆனால், இந்த என் அனுபவத்தை நான் வேறு பாஷையில் வெளியிட முடியாது. மனிதனுடைய வாய்மொழியினால் இறைவன் வழிகளைக் குறைவின்றி விவரித்தல் இயலாதக் காரியம். கடவுளின் செயல்கள் விவரிக்கவும், அறியவும் ஒண்ணாதவை என்று நான் அறிந்துள்ளேன். ஆனால், மனிதன் துணிந்து அவற்றை விவரிக்கத் தலைப்பட்டானாயின் அதற்கு அவனுடைய அரைகுறையான பேச்சேயல்லாமல் வேறு சாதனம் என்ன உண்டு? கொல்லாமை விரதத்தை நாங்கள் ஏறக்குறைய ஒழுங்காய் அனுசரித்து வந்திருந்தும் இருபத்தைந்து ஆண்டுகாலத்தில் விஷ ஜந்துக்களால் எவ்விதத் தீங்கும் எங்களுக்கு நேராதது தற்செயலான சம்பவம் அல்லவென்றும், இறைவன் அருள் திறமே என்றும் நான் நம்புகிறேன். இது மூடநம்பிக்கையானாலும் நான் இம்மூட நம்பிக்கையை என் இதயத்தில் வைத்துப் போற்றியே தீருவேன்.

ஆமதாபாத்தில் ஆலைத் தொழிலாளர் வேலைநிறுத்தம் நடந்தபோது, ஆசிரமத்தின் நெசவுக்கொட்டகைக்கு அடிப்படைப் போடப்பட்டது. அப்போது ஆசிரமத்தில் முக்கியமாக நடந்த வேலை நெசவு வேலையேயாகும். அதுவரைக்கும் இராட்டினத்தில் நூற்கும் தொழிலை ஆரம்பித்தல் சாத்தியமாகவில்லை.

22. உண்ணாவிரதம்

முதல் இரண்டு வாரம் ஆலைத்தொழிலாளர் சிறந்த தைரியத்துடனும், தன்னடக்கத்துடனும் நடந்துகொண்டார்கள். தினந்தோறும் பெரும் பொதுக்கூட்டங்கள் நடைபெற்றன. இக்கூட்டங்களில் நான் அவர்கள் செய்திருந்த பிரதிக்ஞையை நினைவூட்டுவேன். வாக்குத் தவறுதலைக் காட்டிலும் உயிரையே விட்டுவிடுவோம் என்பதாகக் கூறி அவர்கள் எனக்கு உறுதியளிப்பார்கள்.

ஆனால், கடைசியில் அவர்கள் சோர்வுக்கு அறிகுறிகள் காட்டத்தொடங்கினர். மனிதனுக்கு உடல்பலவீனம் ஏற்படும்போது அவன் விரைவில் கோபங்கொள்ளும் இயல்பையடைவது வழக்கமன்றோ? இவ்வாறே வேலைநிறுத்தம் பலவீனமடைய அடைய, தொழிலாளர்களும் தங்களின் பிரதிக்ஞையை மீறி வேலைக்குச் செல்வோரிடம் ஆத்திரங்கொள்ளலாயினர். எங்கு அவர்கள் முரட்டுச்செயல்களில் இறங்கிவிடுவார்களோ என்று நான் பயப்படலானேன். தினசரிக்கூட்டங்களுக்கு வருவோர் தொகையும் நாளுக்குநாள் குறையத்தொடங்கிற்று. கூட்டத்துக்கு வந்தவர்களும் சோர்வும் கிலேசமும் கொண்டுள்ளார்கள் என்பதை அவர்களுடைய முகக்குறி நன்கு காட்டிற்று. கடைசியாக, தொழிலாளர் உறுதிகுலைந்து வருகின்றனர் என்று எனக்குச் செய்திக் கிடைத்தது. இதனால் பெரிதும் கவலைக்குள்ளானேன். இத்தகைய நிலைமையில் என்னுடைய கடமை என்னவென்பதாகத் தீவிரமாய்ச் சிந்தித்தேன். தென்னாப்பிரிக்காவில் மகத்தான ஒரு வேலைநிறுத்தம் நடத்தி எனக்கு அனுபவமிருந்தது. ஆனால் இங்கிருந்த நிலைமை முற்றும் வேறானது, இங்கே பிரதிதினமும் என் முன்னிலையில் மீண்டும்மீண்டும் அதை உறுதிப்படுத்தி வந்தார்கள். அங்ஙனமிருக்க இப்போது அவர்கள் பிரதிக்ஞாபங்கம் செய்யக்கூடுமென்பது என்னால் நினைப்பதற்கும் சகிக்கமுடியாத விஷயமாயிருந்தது. இவ்வுணச்சிக்கு அடிப்படையாயிருந்தது என் தற்பெருமையா, தொழிலாளர்களிடத்து நான் கொண்டிருந்த அன்பா, அல்லது சத்தியத்தினிடம் எனக்கிருந்த அழியாப் பற்றா, எதுவென்று எவரால் சொல்லமுடியும்?

இவ்வாறு நான் வழி காணாமல் திகைத்துக்கொண்டே இருக்கையில், ஒருநாள் காலை தொழிலாளர் கூட்டமொன்றில் பேசிக்கொண்டு வரும்போது சட்டென்று ஒளி தோன்றிற்று. முன்னதாக எண்ணிப்பாராமலே பின்வரும் மொழிகள் என் நாவில்

தாமாகப் பிறந்தன, "தொழிலாளர்கள் தங்கள் மனதைத் திடப்படுத்திக்கொண்டு ஏதேனும் ஒரு முடிவு ஏற்படும் வரையில் வேலைக்குத் திரும்பாமல் உறுதியுடன் நிற்கவேண்டும். அல்லது ஆலைகளை அடியுடன் விட்டொழித்துவிட வேண்டும். இவ்விரண்டிலொன்று நிச்சயமாகாத வரையில் நான் உணவு அருந்தப்போவதில்லை" என்று கூறினேன்.

தொழிலாளர்கள் இம்மொழிகளைக் கேட்டதும் இடி விழுந்ததுபோல் திகைத்துப்போனார்கள். அநுசூயாபாயின் கண்களில் நீர்த்ததும்பி வழிந்தது. தொழிலாளர்கள் ஒருமுகமாகக் கூறியதாவது, "ஒருநாளும் நீங்கள் உபவாசமிருக்கக் கூடாது. நாங்கள் உபவாசம் இருக்கிறோம். நீங்கள் பட்டினிக் கிடந்தால் அதைப்போல் பெருங்கொடுமை வேறில்லை. உறுதித் தளர்ந்ததற்காக எங்களை மன்னித்துவிடுங்கள். இனி கடைசிவரையில் எங்கள் பிரதிக்ஞையை நிச்சயமாகக் காப்பாற்றுகிறோம்" என்றனர்.

அப்போது நான் கூறியதாவது, "நீங்கள் உபவாசமிருத்தல் அவசியமில்லை. உங்கள் பிரதிக்ஞையை நிறைவேற்றினாலே போதும், நம்மிடம் நிதி கிடையாதென்பது உங்களுக்குத் தெரியும். பொதுஜனங்களின் பிச்சையினால் பிழைத்துக்கொண்டு வேலைநிறுத்தம் நடத்தவும் நமக்கு விருப்பமில்லை. ஆதலின் ஏதாவது வேலை தேடிக்கொண்டு உயிர்வாழ்வதற்குப் போதிய வருவாயாவது பெற நீங்கள் முயலவேண்டும். அப்போதுதான் வேலைநிறுத்தம் எவ்வளவுநாள் நீடித்தாலும் கவலையின்றி நீங்கள் உறுதியாக நிற்கலாம். என்னுடைய உபவாசத்தைப் பற்றிய வரையில் நீங்கள் கவலைப்படவேண்டாம். வேலைநிறுத்தம் முடிந்த பிறகுதான் நான் உணவு கொள்ளப்போகிறேன்."

இதற்கிடையில், வல்லபாய் வேலைநிறுத்தக்காரர்களுக்கு நகரசபையின் கீழ் ஏதாவது வேலைத் தேடித்தர முயன்றுகொண்டிருந்தார். ஆனால், இம்முயற்சி பயனளிக்கும் என்று நம்புவதற்கு அதிக இடமில்லாமலிருந்தது. மகன்லால் காந்தி ஒரு யோசனை சொன்னார். ஆசிரமத்தில் எங்கள் நெசவுப்பள்ளிக்கூடத்தின் அடித்தளத்தை நிரப்ப மணல் ஏராளமாக வேண்டியிருந்தது. மணல் கொண்டுவருவதற்குத் தொழிலாளர்களை உபயோகிக்கலாம் என்று அவர் கூறினார். தொழிலாளரும் இந்த யோசனையை வரவேற்றார்கள். அனுசூயாபாய் தமது தொழிலாளர்கள் வரிசைவரிசையாக ஆற்றிலிருந்து மணல் வாரிக்கொண்டு வந்தார்கள். அது காண்பதற்கரிய ஓர் காட்சியாயிருந்தது. தொழிலாளர்கள் ஏதோ புதிய வலிமை பெற்றவர்கள்போல் காணப்பட்டனர். அவர்களுக்குச்

சம்பளம் பட்டுவாடா செய்து சமாளிப்பது மிகவும் கஷ்டமாகிவிட்டது.

என்னுடைய உபவாசத்தில் ஒரு பெரிய குறைபாடு இல்லாமல் போகவில்லை. நான் முன்னமே சொல்லி இருப்பதுபோல் ஆலைச் சொந்தக்காரர்களிடம் நான் நெருங்கிப்பழகி அவர்களுடைய அன்புக்குரியவனாகியிருந்தேன். எனவே, என்னுடைய உண்ணாவிரதம் அவர்களுடைய முடிவு பாதியாமலிருத்தல் எவ்வாறு சாத்தியம்? சத்தியாக்கிரஹியாகிய நான் அவர்களுடைய மனதை மாற்றுவதற்காக உபவாசம் செய்தல் கூடாது. தொழிலாளரின் வேலைநிறுத்தம் ஒன்றை மட்டுமே உத்தேசித்து அவர்கள் முடிவு செய்யும்படி விடுதல் வேண்டும். இவையெல்லாம் நான் அறிந்ததே! முதலாளிகள் வாக்குப் பிறழ்ந்ததை உத்தேசித்து நான் உண்ணாவிரதம் கொள்ளவில்லை. தொழிலாளர் உறுதி பிறழ்ந்ததற்காகவே அவ்விரதம் மேற்கொண்டேன். தொழிலாளரின் பிரதிநிதி என்ற முறையில் அவர்களுடைய தவறில் எனக்கும் பங்குண்டென்று கருதினேன். முதலாளிகளை நான் வேண்டிக்கொள்ளுதல் மட்டுமே நியாயம். அவர்களை இணங்கச்செய்வதற்காகப் பட்டினிக் கிடத்தல் பலாத்காரமேயாகும். எனினும், என்னுடைய உபவாசம் அவர்களைப் பாதியாமலிராது என்று நான் அறிந்திருந்தும். அதைக் கைக்கொள்வதை அன்றி வேறு வழியில்லையென்று தீர்மானித்தேன். உபவாசத்தை மேற்கொள்ளுதலே என்னுடையக் கடமையாகுமென்று தெளிவாக உணர்ந்தேன்.

முதலாளிகளுக்குச் சமாதானம் கூறமுயன்றேன். “என்பொருட்டு நீங்கள் உங்கள் உறுதியை மாற்றிக்கொள்ளுதல் சிறிதும் அவசியமில்லை” என்று சொன்னேன். இதனால் அவர்கள் சிறிதும் ஆறுதல் பெறவில்லை. சிலர் மறைபொருளான கூர்மொழிகளாலும், சொல்லாமற்சொல்லியும் என்னைக் கண்டித்தார்கள். இவ்வாறு செய்ய அவர்களுக்குப் பூரண உரிமை உண்டல்லவா?

முதலாளிகள் தங்கள் பிடிவாதத்தை விடாமலிருந்ததற்கு முக்கியக் காரணமாயிருந்தவர் சேத் அம்பாலால் ஆவார். அவருடைய தளராத உறுதியும், உள்ளத்தில் உள்ளதை அப்படியே சொல்லும் உண்மை இயல்பும் என் இதயத்தைக் கவர்ந்தன. அவருடன் போராடுவதே மிகவும் மகிழ்ச்சி தருவதாயிருந்தது. ஆதலின், என்னுடைய உபவாசத்தின் காரணமாக, அவரைத் தலைவராகக் கொண்ட எதிர்க்கட்சியினர்க்கு ஏற்பட்ட தர்மசங்கடனமான நிலைமை எனக்குப் பெரும் துயரையளித்தது. மற்றும் அவருடைய மனைவி ஹாராளாதேவி உடன்பிறந்த சகோதரியைப்போல்

என்னிடம் அன்பு வைத்திருந்தார். என்னுடைய செயலினால் அவர் துயரமுறுவது எனக்குப் பொறுக்கவில்லை.

அனுசூயாபாயும், மற்றும் சில நண்பர்களும், தொழிலாளிகளும் முதல்நாள் என்னுடன் தாங்களும் உபவாசம் இருந்தார்கள். ஆனால், அவர்களுடன் வாதிட்டுச் சிறிது கஷ்டத்தின் பேரில் உபவாசத்தைத் தொடர்ந்து நடத்தாமல் நிறுத்தச் செய்தேன்.

இவற்றினாலெல்லாம் மொத்தத்தில் நல்ல பயனே ஏற்பட்டது. எங்கும் நேய மனப்பான்மை உண்டாயிற்று. ஆலைச் சொந்தக்காரர்கள் மனமிளகினர். ஏதேனும் முடிவுக்கு வழி கண்டுபிடிக்க அவர்கள் தீவிரமாக முயலத் தொடங்கினார்கள். அனுசூயாபாயின் வீடு, அவர்களுடைய சம்பாஷணைகளுக்குரிய இடமாயிற்று. ஸ்ரீ ஆனந்த சங்கரத்துருவர் இப்போது இதில் தலையிட்டார். முடிவில் அவர் மத்தியஸ்தராக நியமிக்கப்பட்டார். நான் உண்ணாவிரதம் தொடங்கி மூன்றே நாளைக்குப் பின்னர் வேலைநிறுத்தம் முடிவுற்றது. முதலாளிகள் இந்த நன்முடிவைக் கொண்டாடும் பொருட்டுத் தொழிலாளருக்குத் தின்பண்டங்கள் வழங்கினார்கள். இவ்வாறு இருபத்தோருநாள் வேலைநிறுத்தத்திற்குப் பிறகு ஒரு முடிவு ஏற்பட்டது.

ராஜியின் பொருட்டு மகிழ்ச்சி தெரிவிப்பதற்காக நடந்த தொழிலாளர் கூட்டத்தில் ஆலைச் சொந்தக்காரர்களும், கமிஷனரும் பிரசன்னமாயிருந்தார்கள். இச்சமயத்தில் கமிஷனர் தொழிலாளருக்குக் கூறிய புத்திமதி குறிப்பிடத்தக்கதாகும். “ஸ்ரீ காந்தி கூறும் புத்திமதியின் படியே நீங்கள் எப்போதும் நடந்துகொள்ள வேண்டும்” என்று அவர் சொன்னார். இச்சம்பவங்கள் நிகழ்ந்து முடிவுற்ற உடனேயே இதே கனவானிடம் நான் மறுபடியும் போர் துவக்கவேண்டியிருந்தது. அதற்குள் சந்தர்ப்பங்கள் மாறிவிட்டன; சந்தர்ப்பங்களுடன் அவரும் மாறிவிட்டார். இப்போது அவர் என்னுடைய புத்திமதிக்குச் செவிகொடுக்க வேண்டாமென்று கேதோ (கெயிரா) பட்டாதாரர்களுக்கு எச்சரிக்கைச் செய்யலுற்றார்!

ஒரு நிகழ்ச்சியைக் குறிப்பிடாமல் நான் இந்த அத்தியாயத்தை முடித்தல் கூடாது. அதில் வேடிக்கை எவ்வளவு உண்டோ, அவ்வளவு பரிதாபமும் உண்டு. தின்பண்டங்களின் விநியோகம் சம்பந்தமாக அது நிகழ்ந்தது. முதலாளிகள் ஏராளமான பக்ஷணங்கள் தருவித்திருந்தார்கள். ஆயிரக்கணக்கான தொழிலாளர்களுக்கு அவற்றை எப்படி வழங்குவதென்பது ஒரு பெரிய பிரச்சினையாயிற்று. எந்த மரத்தினடியில் அவர்கள் பிரதிக்ஞை செய்தார்களோ, அந்த மரத்தினடியில் பக்ஷணங்கள் தருவித்திருந்தார்கள். அந்த

மரத்தினடியில் பக்ஷணம் வழங்குவதே தகுதியென்று தீர்மானிக்கப்பட்டது. வேறெங்கும் அவர்களை ஒன்று சேர்த்தல் மிகவும் அசௌகரியத்துக்கு இடமாயிருக்கும்.

இருபத்தோருநாள் அதிசயிக்கத்தக்க கட்டுப்பாட்டுடன் இருந்தவர்கள் பக்ஷண விநியோகத்தின்போது போட்டியிட்டுக்கொண்டு மேல்விழாமல் அமைதியாகவும் ஒழுங்காகவும் நின்று பெற்றுக்கொள்வார்களென்று நான் எண்ணினேன். இதுகுறித்து எனக்குச் சந்தேகமே தோன்றவில்லை.

ஆனால், காரியத்தில் வந்தபோது எவ்வளவோ முறைகளைக் கையாண்டு பார்த்தும், விநியோகம் செய்யமுடியவில்லை. மீண்டும் அவர்கள் வரிசை கலைந்து ஒருவர்மேல் ஒருவர் விழுந்து குழப்பம் விளைவித்தார்கள். இரண்டு நிமிஷத்துக்குமேல் அமைதி நிலைத்திருப்பதில்லை. தொழிலாளர் தலைவர்கள் ஒழுங்கு நிலைநாட்ட எவ்வளவோ முயன்றார்கள். அவை எல்லாம் வீணாயின, கடைசியில் குழப்பம். போட்டியும், ஒருவர்மேல் ஒருவர் விழுதலும் நிரம்ப அதிகமாய்ப் போனபடியால் ஏராளமான தின்பண்டங்கள் காலால் மிதிக்கப்பட்டு வீணாயின. மிகவும் கஷ்டத்தின் பேரில் பாக்கியிருந்த பக்ஷணங்களை மிர்ஸாபூரிலிருந்த அம்பாலால் தேசத்தின் தோட்ட வீட்டுக்குக் கொண்டுசேர்த்தோம். மறுநாள் அங்கே தோட்டச்சுவருக்குட்புறத்தில் எவ்விதத் தொல்லையுமின்றித் தின்பண்டங்கள் விநியோகிக்கப்பட்டன.

இந்நிகழ்ச்சியிலுள்ள நகைச்சுவை அம்சம் எளிதில் விளங்குவதாகும். ஆனால், அதன் பரிதாபப்பகுதியைப் பற்றிச் சிறிது கூறவேண்டும். பின்னால் விசாரித்ததிலிருந்து இவ்விவரம் தெரியவந்தது. ஆமாதபாத்தின் பிச்சைக்கார ஜனங்கள், குறிப்பிட்ட மரத்தின்கீழ் பக்ஷணம் விநியோகிக்கப்படுமென்னும் செய்தியறிந்து அங்கே பெருங்கூட்டமாக வந்து சேர்ந்திருந்தார்கள். பசிப்பிணி காரணமாக அவர்கள் பக்ஷணங்களுக்குப் பறந்து விழுந்ததே எல்லாக் குழப்பங்களுக்கும் காரணம் என்று தெரிந்தது.

தமது தாய்நாட்டில் குடிகொண்டுள்ள வறுமையும் பட்டினியும் அவ்வளவு கொடுமையானவையாகும். இவை காரணமாக, வருஷந்தோறும் பிச்சைக்காரர் கூட்டம் பெருகிவருகிறது. இவர்கள் வயிற்றுச் சோற்றுக்காகப் போட்டியிட்டும், சண்டைபோட்டும் பழகிவிடுவதால் சுயமரியாதை உணர்ச்சி சிறிதும் அற்றவர்களாகி விடுகிறார்கள். நமது தருமப் பிரபுக்களோ அவர்களுக்கு வேலை தந்து, உணவுக்கு வேலை செய்யுமாறு வற்புறுத்துவதற்குப் பதிலாகப் பிச்சைப் போடுகிறார்கள்!

23. கேதா சத்தியாக்கிரஹம்

ஆமதாபாத் ஆலைத்தொழிலாளரின் வேலைநிறுத்தம் இவ்வாறு முடிவுற்றதாயினும், எனக்கு மூச்சுவிடும் அவகாசம்கூடக் கிடைக்கவில்லை. அது முடிந்தவுடனே கேதா (கெயிரா) சத்தியாக்கிரஹப் போராட்டத்தில் ஈடுபட வேண்டியிருந்தது.

கேதா ஜில்லாவில் அவ்வருஷம் விளைச்சல் மிகவும் குறைவாய்ப் போய்விடவே ஏறக்குறைய பஞ்சம் என்று சொல்லக்கூடிய நிலைமை ஏற்பட்டிருந்தது. அந்த வருஷத்திற்கு நிலவரி வசூல் எவ்வாறு நிறுத்திவைக்கச் செய்வதென்று பட்டாதார்கள் யோசனை செய்துகொண்டிருந்தார்கள்.

ஸ்ரீமான் அமிர்தலால் தாக்கர் ஏற்கனவே ஜில்லாவின் நிலைமையை ஆராய்ந்து அறிக்கை வெளியிட்டிருந்ததுடன், கமிஷனருடனும் இவ்விஷயமாய்க் கலந்துபேசியிருந்தார். ஸ்ரீமான்கள் மோகன்லால் பாண்டியாவும், சங்கர்லால் பாரிக் என்பவரும் இப்போரில் தலைப்பட்டிருந்தார்கள். அவர் ஸ்ரீமான் வித்தல்பாய் பட்டேல். காலஞ்சென்ற ஸர் கோகுல தாஸ் பாரேக் இவர்கள் மூலம் பாம்பாய்ச் சட்டசபையில் கிளர்ச்சியுண்டு பண்ணியிருந்தார்கள். இது சம்பந்தமாகக் கவர்னரைப் பிரதிநிதிக் கூட்டங்கள் பல பேட்டிக்கண்டுமாயிற்று. குடியானவர்களுக்கு நான் எவ்வித யோசைனையும் சொல்வதற்கு முன்னால், இவ்வளவும் நிகழ்ந்தன.

அச்சமயம் நான் குஜராத் சபையில் அக்கிராசனனாக இருந்தேன். இச்சபை அரசாங்கத்துக்கு விண்ணப்பங்களும் தந்திச் செய்திகளும் அனுப்பிற்று. கமிஷனருடைய அவமதிப்புகளையும் அச்சுறுத்தல்களையும் பொறுமையாகச் சகித்துக்கொண்டது. இந்தச் சந்தர்ப்பத்தில் அதிகாரிகளின் நடத்தை எவ்வளவு கேவலமாயும் நகைப்புக்குரியதாயும் இருந்ததென்று எண்ணிப்பார்த்தால் இப்போது நம்பவும் முடியாமலிருக்கின்றது. விவசாயிகளின் கோரிக்கை மிகத்தெளிவாயிருந்தது. அது மிதமானக் கோரிக்கையுமாகும். எனவே, எவரும் அதை எளிதில் ஏற்றுக்கொள்ளக் கூடுமெனக் காணப்பட்டது. நிலத்தீர்வை விதிகளின்படி மகசூல் நாலணா அல்லது அதற்குக் குறைந்த மதிப்புடையதானால் அந்த வருஷத்துக்கு வரியை முழுதும் நிறுத்திவைக்கும்படி கேட்க விவசாயிகளுக்கு உரிமையுண்டு. உத்தியோகஸ்தர்களின் புள்ளி விவரங்களின்படி மகசூல் நாலணா அல்லது அதற்குக் குறைந்த மதிப்புடையதானால்

அந்த வருஷத்துக்கு வரியை முழுதும் நிறுத்திவைக்கும்படி கேட்க விவசாயிகளுக்கு உரிமையுண்டு. உத்தியோகஸ்தர்களின் புள்ளி விவரங்களின்படி மகசூல் நாலணாவுக்குமேல் மதிப்புடையதென்று கூறப்பட்டது. அதற்குமாறாக விவசாயிகள் நாலாணாவுக்குக் குறைந்த மகசூல்தான் கண்டது என்று வாதமிட்டார்கள். ஆனால், அரசாங்கத்தார் அவர்களுடைய முறையீட்டைக் கேட்பதற்குச் சித்தமாயில்லை. மத்தியஸ்தத்துக்கு விட்டுவிடலாமென்று ஜனங்கள் கூறிய யோசனையை அவர்கள் தங்கள் கௌரவத்திற்குக் குறைவாக நினைத்தார்கள். பிரார்த்தனைகளெல்லாம் பயன்படாது போகவே என்னுடைய சகாக்களுடன் கலந்துகொண்டு சத்தியாக்கிரகத்தைக் கைக்கொள்ளும்படி பட்டாதார்களுக்கு யோசனை சொன்னேன்.

இப்போராட்டத்தில் கேதா தொண்டர்களை அன்றி என்னுடைய முக்கியத் துணைவர்களாயிருந்தவர்கள் ஸ்ரீமான்கள் வல்லாபாய் படேல், சங்கர்லால் பாங்கர், இந்துலால் யாக்னிக், மகாதேவ தேசாய், ஸ்ரீமதி அனுசூயாபாய் முதலியோர் ஆவர். ஸ்ரீ மான் வல்லாபாய் இப்போரட்டத்தில் சேர்ந்தபோது ஏராளமான வருவாய் அளித்ததும், நாளுக்குநாள் பெருகி வந்ததுமான தமது வக்கீல் தொழிலை நிறுத்தவேண்டியிருந்தது. அதற்குப்பின்னர் அவர் அத்தொழிலைத் திரும்ப மேற்கொள்ளவே முடியவில்லை என்று சொல்லலாம்.

நதியாத் நகரிலிருந்த அனாதாசிரமத்தை எங்களுடைய தலைமை ஸ்தலமாகக் கொண்டோம். நாங்கள் எல்லாரும் தங்கக்கூடிய பெரிய இடம் வேறு கிடைக்கவில்லை. பின்வரும் உறுதிமொழிப் பத்திரத்தில் சத்தியாக்கிரகிகள் கையொப்பமிட்டார்கள்.

"எங்கள் கிராமங்களில் மகசூல் இவ்வருடம் நாலணா மதிப்புக்குக் குறைவானதென்று நன்கறிந்து நாங்கள் அடுத்த வருஷம் வரையில் நிலவரி வசூலை நிறுத்திவைக்க வேண்டுமென்று அரசாங்கத்தைக் கேட்டுக்கொண்டோம். ஆனால், அரசாங்கம் எங்கள் பிரார்த்தனைக்கு இணங்கவில்லை. ஆகையால் இவ்வருஷத்து நிலவரி முழுதையுமோ அல்லது பாக்கியுள்ள பகுதியையோ நாங்களாக செலுத்துவதில்லை என்று சத்தியம் செய்கிறோம். அரசாங்கம் சட்டப்பூர்வமான நடவடிக்கைகள் என்ன நடத்தினாலும் பொறுத்திருந்து வரி கொடாமையின் பயன்களை மகிழ்ச்சியுடன் அனுபவிப்போம். எங்களுடைய நிலங்களே பறிமுதல் செய்யப்பட்டாலும் சகித்துக்கொண்டிருப்போமே அல்லாமல் நாங்களாக வலியத் தீர்வைச் செலுத்தி எங்களுடைய கட்சி மரியாதைக்கு ஊறு நேரிடுவதற்கு இடம் கொடுக்கமாட்டோம்.

ஆனால், ஜில்லா முழுவதும் இரண்டாவது தவணை வரி வசூலிப்பதை நிறுத்திவிட அரசாங்கத்தார் இணங்கினால் எங்களினால் பணங்கொடுக்கக் கூடியவர்கள் வரி முழுமையுமோ பாக்கியுள்ள பகுதியையோ, கொடுத்துவிடுவோம். வரி கொடுக்கக்கூடிய நிலையிலுள்ளவர்களும் கொடாமலிருப்பதற்குக் காரணமென்னவென்றால், அவர்கள் கொடுத்துவிடின் ஏழை மிராசுதார்களும் பீதியடைந்து தங்களுடைய உடைமைகளை விற்கவும், கடன் வாங்கவும் ஆரம்பித்து அதனால் தங்களுக்குச் சொல்லமுடியாத துன்பங்களை வருவித்துக்கொள்வார்கள். இந்நிலையில் ஏழைகளின் நன்மையை உத்தேசித்துப் பணம் செலுத்த சக்தியுடையவர்களும் செலுத்தாமலிருத்தல் கடமையாகுமென்று கருதுகிறோம்."

இந்தப் போராட்டத்தைக் குறித்துப் பல அத்தியாயங்களில் விரிவாக எழுதுவதற்கில்லை. எனவே, இது சம்பந்தமான இனிய ஞாபகங்கள் பலவற்றை விடுத்துச்செல்ல வேண்டியிருக்கிறது. இம்முக்கியமான போராட்டத்தைப் பற்றி முழுமையும் விவரமாகத் தெரிந்துகொள்ள விரும்புவோர் ஸ்ரீ சங்கர்லால் பாரிக் எழுதிய 'கேதா சத்தியாக்கிரக சரித்திர'த்தைப் படிக்குமாறு கேட்டுக்கொள்கிறேன்.

24. 'வெங்காயத் திருடன்'

சம்பரான் இந்தியாவில் ஒரு மூலையில் இருந்தபடியாலும், அப்போராட்டத்தைக் குறித்துப் பத்திரிகைளில் விளம்பரம் ஆகாதிருந்தபடியாலும் வெளியிலிருந்து அதிகம் பேர் அங்கு வரவில்லை. கேதா போராட்டம் இவ்வாறன்று, இங்கு நிகழ்ந்தவை எல்லாம் அன்றாடம் பத்திரிகைகளில் வெளியாகி வந்தன. குஜராத்திகளுக்கு இது முற்றும் புதியதொரு சோதனையாய் இருந்தபடியால் அவர்கள் இப்போரில் மிகுந்த சிரத்தைக் காட்டினார்கள். இவ்வியக்கம் வெற்றியடையும் பொருட்டுத் தங்கள் பணத்தைக் கொட்டிக்கொடுக்க அவர்கள் சித்தமாயிருந்தனர். முழுசத்தியாக்கிரகப் பணத்தினால் மட்டும் நடத்திவிட முடியாது என்பது அவர்களுக்கு எளிதில் விளங்கவில்லை. சத்தியாக்கிரகத்துக்கு வேண்டிய சாதனங்களுள் பணம் கடைசியானதொன்றாகும். நான் வேண்டாமென்று சொல்லியும் கேளாமல் பம்பாய் வியாபாரிகள் அவசியத்தைவிட அதிகமாகப் பணம் அனுப்பினார்கள். எனவே, போராட்டத்தின் இறுதியில் எங்களிடம் கொஞ்சம் பணம் மீதியாயிற்று.

இது ஒருபுறமிருக்க சத்தியாக்கிரஹத் தொண்டர்கள் எளிமை வாழ்வென்னும் புதிய பாடத்தைக் கற்றுக்கொள்ள வேண்டியிருந்தது. அவர்கள் அப்பாடத்தை முழுதும் கற்றுக்கொண்டார்களென்று சொல்லமுடியாது. ஆனால், அவர்கள் தங்கள் வாழ்க்கைமுறைகளை பெரிதும் மாற்றிக்கொண்டார்கள் என்பதில் சந்தேகமில்லை. குடியானவர்ளும் இப்போராட்டத்தில் கலந்துகொண்டார்கள் என்பதில் சந்தேகமில்லை. குடியானவர்களுக்கும் இப்போராட்டம் முற்றும் புதியதொன்றாகவே இருந்தது. ஆதலின், நாங்கள் கிராமம் கிராமமாகச் சென்று சத்தியாக்கிரஹ தத்துவங்களை விளக்கிக் கூறல் அவசியமாயிற்று.

விவசாயிகளுடைய அச்சத்தைப் போக்குவதையே முதன்மையானக் காரியமாக் கொண்டோம். உத்தியோகஸ்தர்கள் ஜனங்களுடைய எஜமானர்கள் அல்லரென்றும், தங்களுடைய ஊழியர்களே என்றும் அவர்கள் உணரும்படி செய்யவேண்டியிருந்தது. அடுத்தபடியாக அஞ்சாமையுடன் கூடி அவர்களுக்கு அறிவுறுத்த வேண்டியதாயிற்று. இது அநேகமாக அசாத்தியமாகிவிட்டது. உத்தியோகஸ்தர்களிடம் பயம் அவர்களுக்கு நீங்கிவிட்டால், அவமதிப்புக்குப் பதில் அவமதிப்புச் செய்யாமல் அவர்களைத் தடுப்பதெப்படி? எனினும், மரியாதைக் குறைவாக நடந்துகொண்டால், நல்ல பாலில், ஒரு சொட்டு விஷம் கலந்ததுபோல் அவர்களுடைய சத்தியாக்கிரஹம் கெட்டே போய்விடும். மரியாதையாக நடக்கும் பாடத்தை மட்டும் நான் எதிர்பார்த்ததைவிடக் குறைவாகவே அவர்கள் கற்றுக்கொண்டார்களென்று பின்னால் உணர்ந்தேன். சத்தியாக்கிரஹத்தின் மிகக் கஷ்டமான பகுதி மரியாதையான நடவடிக்கையேயென்று அனுபவம் எனக்குக் கற்பித்திருக்கிறது. மரியாதை என்பது அந்தந்த சமயத்துக்குக் கைக்கொள்ளும் வெளிப்படையானப் பேச்சுநயம் மட்டுமன்று எதிரிக்கும் நன்மை செய்யவேண்டுமென்னும் அந்தரங்க விருப்பமும், மனப்பூர்வமான பெருந்தன்மையுமே உண்மை மரியாதையாகும். சத்தியாக்கிரஹியின் ஒவ்வொரு செயலிலும் இக்குணங்கள் வெளியாகவேண்டும்.

ஆரம்பத்தில் ஜனங்கள் மிகுந்த தைரியங்காட்டினார்களாயினும், அரசாங்கத்தார் கடுமையான நடவடிக்கை எடுத்துக்கொள்ள விரும்புவதாய்த் தோன்றவில்லை. ஆனால், ஜனங்கள் உறுதி தளரமாட்டார்களளென்று நிச்சயமானபோது, அரசாங்கத்தார் அடக்குமுறை கைக்கொள்ளலாயினர். ஜப்தி உத்தியோகஸ்தர்கள் ஆடுமாடுகளை ஏலம் போட்டதுடன், அவர்கள் கையில் அகப்பட்ட ஜனங்கள் சொத்துகளை எல்லாம் ஜப்தி செய்யத்தொடங்கினார்கள்.

அபராத அறிக்கைகள் பிறப்பிக்கப்பட்டதுடன் சிலருடைய மகசூல்களும் ஜப்தி செய்யப்பட்டன. இது குடியானவர்களை உறுதி தளரும்படி செய்துவிட்டது. அவர்களில் சிலர் தங்கள் வரி பாக்கியைக் கொடுத்துவிட்டார்கள். இன்னும் சிலர் பத்திரமாகக் கூடிய ஜங்கம சொத்துக்களை உத்தியோகஸ்தர்கள் கையிலகப்படுமாறு முன்னால் கொண்டுவந்து வைத்தார்கள். வரி பாக்கிக்காக அவைகளை ஜப்தி செய்துகொண்டு போகட்டும் என்பது அவர்கள் கருத்து. இதற்குமாறாக இறுதிவரையில் போராடச் சித்தமாயிருந்தனர் சிலர்.

இவ்வாறிருக்கையில் ஸ்ரீமான் சங்கர்லால் பாரிக்கின் குடியானவர்களில் ஒருவர் அவர் வசமிருந்த ஸ்ரீ பாரிக்கின் நிலங்களுக்காக வரி கொடுத்துவிட்டார். இது பெருங்கிளர்ச்சியை உண்டுபண்ணிற்று. ஆனால், ஸ்ரீ சங்கர்லால் பாரிக் தமது குடியானவரின் தவறுக்கு உடனே பரிகாரம் செய்தார். எந்த நிலத்துக்கு வரி கட்டப்பட்டதோ, அதைத் தருமத்துக்காக அவர் எழுதி வைத்தார். இவ்வாறு தமது கௌரவத்தைக் காத்துக்கொண்டதுடன் மற்றவர்களுக்கும் ஒரு நல்ல உதாரணத்தை ஏற்படுத்தித் தந்தார்.

பயப்பட்டுக் கொண்டிருந்தவர்களுக்கு தைரியம் அளிக்கும் பொருட்டு நான் ஜனங்களுக்கு ஒரு யோசனை சொன்னேன். ஒரு வயல் என்னுடைய அபிப்பிராயத்தில் தவறாக ஜப்தி செய்யப்பட்டிருந்தது. இந்த வயலிலிருந்து வெங்காய மகசூலை ஸ்ரீ மோகன்லால் பாண்டியாவின் தலைமையில் அப்புறப்படுத்தும்படி கூறினேன். இதை நான் சட்டமறுப்பென்று கருதவில்லை. சட்டமறுப்பாயிருந்தாலும் பாதகமில்லை என்றெண்ணினேன். மகசூலை ஜப்தி செய்வது சட்டத்திற்கொத்ததாய் இருந்தாலும் அது சன்மார்க்கத்துக்கு விரோதம் என்றும் அது கொள்ளைக்கே சமமானதாகுமென்றும், ஆதலின் ஜப்தி உத்தரவைப் புறக்கணித்து வெங்காயத்தை அப்புறப்படுத்தும்படி நான் கூறினேன். அபராதமோ சிறைவாசமோ வலிய ஏற்றுக்கொள்வதில் ஜனங்கள் ஒரு பாடங்கற்றுக்கொள்ள இது நல்ல சந்தர்ப்பமென்று தோன்றிற்று. ஸ்ரீ மோகன்லால் சந்தர்ப்பம் வரவில்லையே என்றுதான் தாபங்கொண்டிருந்தார். சத்தியாக்கிரஹக் கொள்கைகளுக்கிணங்க யாராவது சிறைபுகுந்து அனுபவியாமல் இந்தப் போராட்டம் முடிந்துவிடுவது அவருக்குச் சம்மதமில்லை. ஆதலின், வெங்காய மகசூலைத் தாமே அப்புறப்படுத்துவதாக அவர் முன்வந்தார். இந்த வேலையில் ஏழு எட்டு நண்பர்கள் அவருக்கு உதவி செய்தார்கள்.

இவர்களைச் சும்மா விட்டுவிடுதல் அரசாங்கத்துக்கு முடியாத காரியமல்லாவா? ஸ்ரீ மோகன்லாலும் அவருடையத் தோழர்களும் கைது செய்யப்பட்டது ஜனங்களுடைய உற்சாகத்தை அதிகப்படுத்திற்று. சிறைவாச பயம் போய்விட்டால் அடக்குமுறையானது ஜனங்களுடைய உற்சாகத்தை வளர்க்கவே செய்யும், விசாரணைத் தினத்தன்று நீதிமன்றத்தில் கூட்டங்கூட்டமாக ஜனங்கள் வந்து சேர்ந்தார்கள். ஸ்ரீமான் பாண்டியாவுக்கும் அவர்களுடையத் தோழர்களுக்கும் சொற்பகால சிறைவாச தண்டனைக் கிடைத்தது. அவர்கள் வெங்காயத்தை அப்புறப்படுத்திய செயல் குற்றச்சட்டத்தில் காணப்படும் 'திருட்டு' ஆகாதாலின் அவர்களைத் தண்டித்தது தவறென்று நான் அபிப்பிராயப்பட்டேன். ஆனால், நீதிமன்றங்களில் வாதாடுவதில்லை என்னும் கொள்கையை முன்னிட்டு அப்பீல் செய்யப்படவில்லை.

கைதிகள் சிறைக்குக் கொண்டுபோகப் பட்டபோது அவர்களுடன் ஜனங்களின் ஊர்வலமொன்றும் சென்றது. அன்றைய தினம் ஜனங்கள் ஸ்ரீ மோகன்லால் பாண்டியாவுக்கு 'வெங்காயத்திருடன்' என்னும் சிறப்புப் பட்டத்தைச் சூட்டினார்கள். அந்தப் பட்டப்பெயர் இன்றளவும் அவருக்கு நிலைத்து நின்றுவருகிறது. கேதா சத்தியாக்கிரஹத்தின் முடிவை அடுத்த அத்தியாயத்தில் பார்ப்போம்.

25. கேதா சத்தியாக்கிரஹத்தின் முடிவு

போராட்டம் எதிர்பாராத வகையில் முடிவுற்று. ஜனங்கள் களைத்துவிட்டார்களென்று தெளிவாகத் தெரிந்துவிடவே, உறுதியாயிருந்தவர்களை சர்வநாசமடையுமாறு விட்டுவிடுவதா என்று தயங்கினேன். சத்தியாக்கிரஹி ஒப்புக்கொள்ளக்கூடிய கௌரவமான முறையில் போராட்டத்தை முடிப்பதற்கு வழித் தேடலானேன். இத்தகைய வழி முற்றும் எதிர்பாராவகையில் ஏற்பட்டது. நத்தியாத் தாலுகாவின் தாசில்தார், பணக்காரப் பட்டாதாரிகள் பணம் செலுத்திவிட்டால் ஏழைகளிடம் வரி வசூலிப்பது நிறுத்திவைக்கப்படுமென்று எனக்குச் செய்தி அனுப்பினார். ஆனால், தாசில்தார் தமது தாலுக்காவுக்கு மட்டுமே பொறுப்புள்ளவர். ஜில்லா முழுவதின் சார்பாகவும் கலெக்டர்தான் வாக்குறுதி அளிக்கமுடியும். கலெக்டரை நான் விசாரித்தேன். தாசில்தாரின் கடிதத்தில் கண்ட நிபந்தனைகளை அனுசரித்து வரிவசூலை நிறுத்திவைக்க ஏற்கனவே உத்தரவு

பிறப்பித்தாகிவிட்டதென்று அவர் பதிலளித்தார். எனவே, ஜனங்களில் பிரதிக்ஞை நிறைவேறிவிட்டது. இதே நோக்கத்துடன்தான் பிரதிக்ஞை செய்யப்பட்டதென்று நேயர்களுக்கு நினைவிருக்கலாம். ஆகவே, மேற்படி உத்தரவு எங்களுக்குத் திருப்தி அளித்துவிட்டதாகத் தெரிவித்தோம்.

எனினும் இம்முடிவு எனக்கு மகிழ்ச்சித் தரவில்லை. சத்தியாக்கிரஹப் போராட்டமானது பெருந்தன்மையான சமரசத்துடன் முடிவுறுதலே அழகாகும். ஆனால், இம்முடிவில் அந்த சமரசப்பான்மை காணப்படவில்லை. கலெக்டர் தாம் ராஜி முடிவு எதற்கும் இணங்காதவர் போலவே காரியம் செய்து வந்தார். ஏழைகளிடம் பணவசூல் நிறுத்திவைக்கப்படுமென்றும் சொல்லப்பட்டதாயினும் அதன் பயனை அடைந்தவர் அபூர்வமாகவே இருந்தனர். ஏழைகள் யார் என்று நிர்ணயிப்பது ஜனங்களின் உரிமையே அன்றோ? எனினும் அவ்வுரிமையைப் பயன்படுத்த அவர்களால் கூடவில்லை. அவ்வளவு வலிமை அவர்களுக்கில்லாததை எண்ணி நான் துயரமடைந்தேன். ஆதலின், முடிவு சத்தியாக்கிரஹத்தின் வெற்றி என்பதாகக் கொண்டாடப்பட்டதாயினும் பூரண வெற்றிக்குரிய அம்சங்கள் அதில் இல்லையாமையால் நான் அது குறித்து உற்சாகம் கொள்ளவில்லை.

சத்தியாக்கிரஹப் போராட்டத்தின் ஆரம்பத்தில் இருந்ததைவிட முடிவில் சத்தியாக்கிரஹிகள் அதிக பலமும் உற்சாகமும் உள்ளவர்களாய் இருந்ததால்தான். போராட்டம் வெற்றியடைந்தது என்று சொல்லலாம்.

ஆனால், போராட்டத்தின் நோக்கம் நேர்முகமாக நிறைவேறாவிட்டாலும் அதனால் சிறந்த பயன்கள் விளையாமல் போகவில்லை. அப்பயன்களை நாம் இன்று தெளிவாகக் காண்கிறோம்; அனுபவித்து வருகிறோம். கேதா சத்தியாக்கிரஹமே முதன்முதலாக குஜராத் குடியானவர்களை கண்விழிக்கச் செய்தது. அவர்களுடைய உண்மையான அரசியல் கல்விக்கு அதுவே ஆரம்பமாகும்.

டாக்டர் பெசண்டு அம்மையின் சுயாட்சிக் கிளர்ச்சியானது குடியானவர்களிடையே ஓரளவு எழுச்சியை உண்டாக்கியிருந்தது உண்மையே. ஆனால், படித்த வகுப்பைச் சேர்ந்த பொதுஊழியர்களைக் குடியானவர்களின் உண்மை வாழ்க்கையுடன் தொடர்புகொள்ளும்படி செய்தது கேதா போராட்டமேயாகும். அவர்கள் தாங்கள் வேறு குடியானவர்கள் வேறு என்னும்

பேதாபாவத்தை மறந்துவிட இங்கேதான் கற்றுக்கொண்டார்கள். தாங்கள் செய்யவேண்டிய வேலை இன்னதென அறிந்தார்கள். அவர்களுடைய தியாகம் செய்யும் ஆற்றல் அதிகரித்தது. வல்லபாய் இப்போராட்டத்தின்போதே தம்மைத்தாம் உணர்ந்தார் எனில், அது ஒன்றினாலேயே அவ்வியக்கம் பயனுள்ளதாகுமன்றோ? இந்தப்பயன் எவ்வளவு மகத்தானதென்பதைச் சென்ற ஆண்டில் வெள்ளக் கஷ்ட நிவாரணத்தின்போதும், இவ்வாண்டில் பர்தோலி சத்தியாக்கிரஹத்தின்போதும் கண்டோம். குஜராத்தில் பொதுவாழ்வானது புதிய ஊக்கமும், புதிய பலமும் பெற்று ஓங்கிற்று. பட்டா குடியானவர்கள் என்றும் மறவா வண்ணம் தங்கள் வல்லமை இத்தகையதென்பதை உணர்ந்தார்கள். ஜனங்களுடைய கதிமோக்ஷம் ஜனங்களையே பொறுத்திருக்கிறது. அதாவது, 'துன்பம் அனுபவிப்பதற்கும் தியாகம் செய்வதற்கும் அவர்கள் காட்டும் ஆற்றலுக்கேற்ப வெற்றிக் கிடைக்கும்' என்னும் பாடம் பொதுஜனங்களின் உள்ளத்தில் என்றும் அழியாதபடி பதிந்துவிட்டது. குஜராத்தில் சத்தியாக்கிரஹம் மேற்கொண்டது. கேதா போராட்டத்தின் மூலமாகவேதான்.

ஆதலின் சத்தியாக்கிரஹத்தின் முடிவைக் குறித்து உற்சாகம் கொள்வதற்குக் காரணம் எதுவும் நான் காணவில்லையாயினும், கேதா குடியானவர்கள் ஆனந்த உற்சவம் கொண்டாடினார்கள். ஏனெனில், தங்கள் முயற்சிக்கு ஏற்பவே பயனடைந்திருப்பதாக அவர்கள் அறிந்திருந்ததுடன் தங்கள் குறைகளையெல்லாம் தீர்த்துக்கொள்வதற்கு உண்மையான, தோல்வியில்லாத முறையொன்றைக் கண்டுபிடித்துவிட்டதாகவும் உணர்ந்தார்கள். இது ஒன்றே அவர்களுடைய ஆனந்தக் களிப்புக்குப் போதியக் காரணமாகுமல்லாவா?

எனினும், கேதா குடியானவர்கள் சத்தியாக்கிரஹத்தின் உட்பொருளைப் பூரணமாக அறிந்துகொண்டவர்களல்லர். இவ்வறியாமையின் கேட்டை அவர்கள் அனுபவத்தில் கண்டார்கள். அவ்வனுபவத்தைக் குறித்து அடுத்த அத்தியாயங்களில் பார்ப்போம்.

26. ஒற்றுமை அவா

ஐரோப்பாவில் நாசகரமான பயங்கர யுத்தம் நடந்துகொண்டிருந்தபோது கேதா இயக்கம் ஆரம்பிக்கப்பட்டது. அவ்வியக்கம் முடிந்தபோது யுத்தத்தில் மிகவும் நெருக்கடியான

நிலைமை நேர்ந்திருந்தது. இராஜப் பிரதிநிதி டில்லியில் நடந்த யுத்த மகாநாட்டுக்குப் பற்பலத் தலைவர்களையும் அழைத்திருந்தார். நானும் அம்மகாநாட்டுக்குச் செல்லுமாறு வற்புறுத்தி அழைக்கப்பட்டேன். இராஜப் பிரதிநிதி லார்டு செம்ஸ்போர்ட்டுக்கும் எனக்கும் ஏற்பட்டிருந்த நேயபாவத்தைப் பற்றி முன்னமே குறிப்பிட்டிருக்கிறேனல்லவா?

அழைப்புக்கு இணங்கி நான் டில்லி சென்றேன். ஆனால், மகாநாட்டில் கலந்துகொள்வதற்கு எனக்குச் சில ஆக்ஷேபங்கள் இருந்தன. அவற்றுள் முக்கியமானது அலி சகோதரர்களைப் போன்ற தலைவர்கள் அதினின்றும் விலக்கப்பட்டிருந்ததே ஆகும். அவர்கள் அப்போது சிறையில் வசித்தனர். அவர்களைப்பற்றி அதிகம் கேள்விப்பட்டிருந்தேனாயினும் இரண்டொரு முறைதான் நேரில் பார்த்திருந்தேன். அவர்களுடைய தைரியத்தைப் பற்றியும். அவர்கள் செய்துள்ள ஊழியங்களைப் பற்றியும் என்னிடம் எல்லாரும் பெரிதும் புகழ்ந்து சொல்லியிருந்தார்கள். அப்போது ஹக்கீம் சாகிபுவுடனும் எனக்கு நெருங்கிய பழக்கம் கிடையாது.

ஆனால், ஆசிரியர் ருத்திரரும், தீனபந்த ஆண்ட்ருஸூம் அவரைப்பற்றி வெகுவாக சொல்லி இருந்தார்கள். கல்கத்தா முஸ்லிம் லீக் கூட்டத்தில் ஜனாப்கள் ஷுவாயிப் குவரேஷியையும், குவாஜாவையும் சந்தித்திருந்தேன். டாக்டர் அன்சாரி, டாக்டர் அப்துல் ரஹிமான் இவர்களுடனும் பழக்கம் ஏற்பட்டிருந்தது. அப்போது உத்தம முஸ்லிம்களின் சிநேகத்தைத் தேடிக்கொண்டிருந்தேன். முஸ்லிம்களுக்குள் தூய்மையிலும் தேசபக்தியிலும் தலைசிறந்த பிரதிநிதிகளுடன் பழகுவதன் மூலம் முஸ்லிம் மனோபாவத்தை அறிந்துகொள்ள ஆவலாயிருந்தேன். ஆதலின் அத்தகையோரிடம் நெருங்கிப்பழகும் பொருட்டு அவர்கள் எங்கே என்னை அழைத்துச்சென்றாலும் அதிக வற்புறுத்தல் இல்லாமேலே போய்வந்தேன்.

ஹிந்துக்களுக்கும் முஸ்லிம்களுக்கும் இடையே உண்மையான நட்புக்கிடையாதென்பது தென்னாப்பிரிக்காவில் விரைவிலேயே எனக்குத் தெரிந்துபோய்விட்டது. ஒற்றுமைக்குத் தடையான காரணங்களை நீக்குவதற்கு ஏற்படும் சந்தர்ப்பம் எதையும் நான் கைநழுவ விடுவதில்லை. முகஸ்துதி செய்வதின் மூலமாகவோ, சுயமரியாதைக்குப் பங்கம் விளைக்கும் முறையிலோ மனிதர்களைச் சமாதானப்படுத்துவது என் இயற்கைக்கே விரோதமாகும். ஆனால், தென்னாப்பிரிக்கா அனுபவங்களிலிருந்து, ஹிந்து முஸ்லிம் ஒற்றுமைத் துறையிலேதான் என்னுடைய அஹிம்சை தர்மம்

கடுமையான சோதனைக்காளாக்கப்படுமென்று உறுதி பெற்றிருந்தேன். எனவே, என்னுடைய பரிசோதனைகளுக்கும், அந்தத் துறையிலுள்ளதுபோல் வேறு எந்தத்துறையிலும் அவ்வளவு விஸ்தாரமான இடங்கிடையாது என்று உணர்ந்திருந்தேன். அவ்வுறுதி இன்றளவும் நிலைபெற்றே இருக்கிறது. என்னுடைய வாழ்நாளில் ஒவ்வொரு கணமும் இறைவன் என்னைச் சோதித்துவருகிறார் என்பதை உணர்ந்திருக்கிறேன்.

தென்னாப்பிரிக்காவிலிருந்து திரும்பி வந்தபோது இவ்விஷயமாக மிக்க உறுதியானக் கொள்கைகள் உடையவனாய் இருந்தபடியால்தான் அலி சகோதரர்களின் பழக்கத்தை அவ்வளவு அதிகமாய் மதித்தேன். ஆனால், நெருங்கிய பழக்கம் ஏற்படுவதற்கு முன்பாகவே அவர்கள் தனிமைப்படுத்தப்பட்டார்கள். மௌலானா முகமது அலி, சிறைக்கூடத்திலிருந்து, சிறைச்சாலை அதிகாரிகள் அனுமதி கொடுத்தபோதெல்லாம் எனக்கு நீண்ட கடிதங்கள் எழுவதுண்டு. அச்சகோதரர்களைச் சென்றுபார்க்க அனுமதி கோரி விண்ணப்பம் செய்துகொண்டேன். ஆனால், அது பயன்தரவில்லை.

அலி சகோதரர்கள் சிறைப்படுத்தப்பட்ட பின்னரே, கல்கத்தா முஸ்லிம் லீக் கூட்டத்துக்கு வரும்படி முஸ்லிம் நண்பர்கள் என்னை அழைத்தார்கள். அங்கே என்னைப் பேசும்படி கேட்டுக்கொண்டபோது, அலி சகோதரர்களை விடுவிப்பது முஸ்லிம்களின் கடமையென்று வற்புறுத்திப் பேசினேன். இதற்குச் சிலநாளைக்குச் பிறகு அந்நண்பர்கள் என்னை அலிகார் முஸ்லிம் கலாசாலைக்கு அழைத்துச்சென்றார்கள். இளைஞர்கள் தாய்நாட்டுக்குத் தொண்டுசெய்யும் பொருட்டுப் பக்கிரிகள் ஆகவேண்டுமென்பது அங்கே நான் பேசியதன் சாரமாகும்.

பின்னர், அலி சகோதரர்களின் விடுதலைச் சம்பந்தமாக அரசாங்கத்துடன் கடிதப்போக்குவரவு தொடங்கினேன். இது சம்பந்தமாக. கிலாபாத்தைக் குறித்து அச்சகோதரர்களின் கொள்கைகளையும் முயற்சிகளையும் ஆராய்ந்தேன். முஸ்லிம் நண்பர்களுடன் அதுகுறித்து விவாதித்தேன். இவற்றின் பயனாக, நான் முஸ்லிம்களின் உண்மை நண்பனாக வேண்டுமானால் அலி சகோதரர்களின் விடுதலைக்கும் கிலாபாத் விஷயமாக ஒரு நியாயமான முடிவு ஏற்படுத்துவதற்கும் என்னால் இயன்ற உதவி செய்யவேண்டுமென உணர்ந்தேன். அவர்களுடைய கோரிக்கைகளில் சன்மார்க்கத்துக்கு மாறானது எதுவும் இல்லாதிருக்கும் வரையில் அவற்றின் நியாய அநியாயங்களைக் குறித்து நான் ஆழ்ந்த ஆராய்ச்சி செய்தல் அவசியமில்லை. சமய சம்பந்தமான விஷயங்களில்

கொள்கைகள் மாறுபடுகின்றன. ஒவ்வொருவருக்கும் தத்தம் கொள்கையே தலைசிறந்ததாகும்.

சமய சம்பந்தமான விஷயங்களில் எல்லாரும் ஒரேவித நம்பிக்கையுடையவர்களாயிருந்தால் உலகிலே ஒரே சமயம் நிலவுமன்றோ? கிலாபாத்தைக் குறித்த முஸ்லிம் கோரிக்கையானது எவ்வகையினும் தர்மத்துக்கு விரோதமானதன்று என்பதோடு, பிரிட்டிஷ் முதன்மந்திரிகூட முஸ்லிம் கோரிக்கையின் நியாயத்தை ஒப்புக்கொண்டிருந்தாரெனப் பின்னால் அறிந்தேன். ஆதலின் முதல்மந்திரியின் வாக்குறுதி நிறைவேற்றப்படும் வண்ணம் என்னால் இயன்ற உதவி செய்தல் என் கடமையெனக் கருதினேன். வாக்குறுதி மிகத்தெளிவாகக் கூறப்பட்டிருந்தபடியால், முஸ்லிம் கோரிக்கையின் நியாயங்களைப் பற்றி ஆராய்தல் என்னுடைய மனச்சான்றைத் திருப்திச் செய்யும் பொருட்டே தேவையாயிருந்தது.

கிலாபாத் பிரச்சனை சம்பந்தமாக நான் கைக்கொண்ட முறையை நண்பர்களும், மற்றையோரும் கண்டனம் செய்திருக்கிறார்கள். ஆயினும், முஸ்லிம்களுடன் என்னுடைய ஒத்துழைப்பைக் குறித்து வருந்துவதற்கு எனக்குக் காரணம் யாதும் புலனாகவில்லை. அதுபோன்ற மற்றொரு சந்தர்ப்பம் மீண்டும் ஏற்பட்டால் அதே முறையைத்தான் கைக்கொள்வேன்.

எனவே, நான் டில்லிக்குப் போனபோது இராஜப்பிரதிநிதியிடம் முஸ்லிம்களின் கட்சியை எடுத்துச்சொல்ல வேண்டுமென்னும் முழு எண்ணத்துடன் சென்றோம். கிலாபாத் பிரச்சனை அப்போது ஒரு விதமாக இருந்தது. பிற்காலத்தில் அது வேறு உருக்கொண்டது.

ஆனால், நான் டில்லி சேர்ந்தபோது மகாநாட்டில் கலந்துகொள்வதற்கு மற்றொரு தடை ஏற்பட்டது. யுத்த மகாநாடு ஒன்றில் நான் கலந்துகொள்வது எவ்வாறு தர்மமாகும்? என்று தீனபந்து ஆண்ட்ரூஸ் கேட்டார். இங்கிலாந்துக்கும் இத்தாலிக்கும் ஏற்பட்டிருக்கும் இரகசிய உடன்படிக்கையைக் குறித்து பிரிட்டிஷ் பத்திரிகைகளில் நிகழ்ந்துவரும் விவாதத்தைப் பற்றி அவர் எனக்குச் சொன்னார். இங்கிலாந்து மற்றோர் ஐரோப்பிய வல்லரசுடன் இரகசிய உடன்படிக்கைகள் செய்துகொண்டிருக்கையில் நான் எப்படி யுத்தமகாநாட்டில் கலந்துகொள்ளலாமென்று அவர் கேட்டார். உடன்படிக்கைகளைப் பற்றி ஒன்றும் தெரியாது. ஆனால், தீனபந்து ஆண்ட்ரூஸின் வார்த்தையே இவ்விஷயத்தில் எனக்குப் போதுமானதாயிருந்தது. ஆதலின் மகாநாட்டில் கலந்துகொள்வதற்கு என்னுடைய தயக்கத்தைத் தெரிவித்து லார்டு செம்ஸ்போர்டுக்கு ஒரு கடிதம் எழுதினேன். தம்மிடம் அதுகுறித்து நேரில் விவாதிக்க

வருமாறு அவர் என்னை அழைத்தார். அவருடனும் அவருடைய அந்தரங்க காரியதரிசி மிஸ்டர் மாப்பியுடனும் நீண்டநேரம் சம்பாஷித்தேன். அதன்பயனாக மகாநாட்டில் கலந்துகொள்ளச் சம்மதித்தேன்.

இராஜப்பிரதிநிதியினுடைய வாதத்தின் சாராம்சமாவது, "பிரிட்டிஷ் மந்திரிசபை செய்யும் ஒவ்வொரு காரியமும் இராஜப்பிரதிநிதிக்குத் தெரியுமென்று நீங்கள் நம்பவில்லையல்லவா? பிரிட்டிஷ் அரசாங்கம் தவறே செய்யாதென்று நான் சொல்லவில்லை. வேறு யாரும் சொல்லவுமில்லை. மொத்தத்தில் பிரிட்டிஷ் ஏகாதிபத்யம் நன்மை செய்வதற்குரிய ஒரு ஸ்தாபனம் என்பதாக நீங்கள் ஒப்புக்கொண்டால், பொதுவாக பிரிட்டிஷ் தொடர்பினால் இந்தியா நன்மையே அடைந்திருக்கிறதென்று நீங்கள் நம்பினால், அந்த ஏகாதிபத்தியத்திற்கு ஆபத்து நேர்ந்தபோது உதவி செய்தல் ஒவ்வோர் இந்தியனுக்கும் ஏற்பட்ட கடமையென அங்கீகரிக்க வேண்டாமா? இரகசிய உடன்படிக்கைப் பற்றி பிரிட்டிஷ் பத்திரிகைகள் கூறுவதை நானும் படித்தேன். ஆனால், பத்திரிகைகள் சொல்வதைத்தவிர அதைப்பற்றி எனக்கு வேறொன்றும் தெரியாதென்று உங்களுக்கு உறுதிகூறுகிறேன். இந்தப் பத்திரிகைகள் சிலசமயம் கதைகள் கட்டிவிடும் என்பது உங்களுக்குத் தெரிந்ததே. வெறும் பத்திரிகைச் செய்தியை ஆதாரமாகக்கொண்டு நீங்கள் ஏகாதிபத்தியத்துக்கு நெருக்கடி நேர்ந்த சமயத்தில் அதற்கு உதவிசெய்ய மறுக்கலாமா? யுத்தம் முடிந்தபிறகு தார்மிகப் பிரச்சனைகள் உங்களுடைய விருப்பம்போல் நீங்கள் கிளப்பலாம். ஆனால், இன்றைய தினம் எதுவும் செய்தலாகாது."

இந்த வாதம் புதியதன்று, ஆனால் அந்த நேரத்தில், அது கிளத்தப்பட்ட முறையில் எனக்குப் புதியதாகக் காணப்பட்டது. எனவே, மகாநாட்டுக்கு வருவதாக ஒப்புக்கொண்டேன். முஸ்லிம்களுடைய கோரிக்கையைப் பொறுத்தவரையில் இராஜப்பிரதிநிதிக்கு நான் ஒரு கடிதம் எழுதுவதென்று தீர்மானமாயிற்று.

27. சைன்யத்துக்கு ஆள் திரட்டியது

எனவே, யுத்த மகாநாட்டுக்குச் சென்றேன். சைன்யத்துக்கு ஆள் திரட்டுவதைக் குறித்தத் தீர்மானத்தை நான் ஆதரிக்க வேண்டுமென்பதில் இராஜப் பிரதிநிதி சிரத்தைக் கொண்டிருந்தார்.

ஹிந்துஸ்தானில் பேச அனுமதியளிக்கும்படி நான் கேட்டேன். அவர் என் வேண்டுகோளுக்கு இணங்கினாரெனினும், ஆங்கிலத்திலும் நான் பேசவேண்டுமென யோசனைச் சொன்னார். ஆனால் நீளமாகப் பேசும் எண்ணமே எனக்கில்லை. என்னுடைய பேச்சு ஒரேயொரு வாக்கியம் அடங்கியதாகும். "என்னுடைய பொறுப்பைப் பூரணமாய் உணர்ந்து, நான் இத்தீர்மானத்தை ஆதரிக்கிறேன்" என்று சொல்லியமர்ந்தேன்.

ஹிந்துஸ்தானியில் பேசியது குறித்துப் பலர் எனக்கு வாழ்த்துக்கூறினார்கள். இத்தகைய கூட்டமொன்றில் இதுகாறும் ஹிந்துஸ்தானியில் பேசப்பட்டதே கிடையாதென்று அவர்கள் கூறினார்கள். இராஜப்பிரதிநிதி பிரசன்னமாயிருந்த ஒரு கூட்டத்தில் முதன்முதலில் ஹிந்துஸ்தானியில் பேசினவன் நான்தான் என்பதும், இதுகுறித்தப் பாராட்டுதல்களும் எனக்கு உண்மையில் துன்பமளித்தன. அவமானத்தினால் என் மனங்குன்றிப் போயிற்று. இந்நாட்டைக் குறித்தக் காரியங்களுக்காக இந்த நாட்டில் கூடும் கூட்டங்களில் நாட்டுமொழி புறக்கணிக்கப்படுதலும், என்னைப்போன்ற ஒரு தனிப்பட்ட மனிதன் ஹிந்துஸ்தானியில் பேசியதற்காக வாழ்த்துக் கூறப்படுதலும் எத்தகைய வெட்கக்கேடு! இதுபோன்ற நிகழ்ச்சிகள் நாம் அடைந்துள்ள இழிநிலையை நன்கு நினைவூட்டுகின்றனவன்றோ?

மகாநாட்டில் நான் பேசியது, ஒரே வாக்கியமாயினும் என்னைப் பொறுத்தவரை அது பெரிதும் பொருள் பொதிந்ததாகும். மகாநாட்டையோ, நான் அங்கு ஆதரித்த தீர்மானத்தையோ மறத்தல் என்னால் இயலாதக் காரியம். அதன்மூலம் நான் ஏற்றுக்கொண்டிருந்த ஒரு வேலையை டில்லியிலிருந்தபோதே செய்யவேண்டியவனாய் இருந்தேன். இராஜ பிரதிநிதிக்குள் கடிதம் எழுதுவதே அந்த வேலை. இது எளிய காரியமன்று. அரசாங்கம், ஜனங்கள், இருசாராருடைய நன்மையையும் முன்னிட்டு அக்கடிதத்தில் நான் மேற்படி மகாநாட்டுக்குச் சென்றது ஏன் என்றும் ஜனங்கள் அரசாங்கத்தினிடமிருந்து எதிர்பார்ப்பது என்னவென்றும் விளக்குவது என் கடமையென்று கருதினேன்.

லோகமான்ய திலகர், அலி சகோதரர்கள் போன்ற தலைவர்கள் மகாநாட்டிலிருந்து விலக்கப்பட்டது குறித்து எனது வருத்தத்தை அக்கடிதத்தில் தெரிவித்துவிட்டு, யுத்தத்தினால் ஏற்பட்ட நிலைமை காரணமாக ஜனங்களின் குறைந்தபட்சமான அரசியல் கோரிக்கையையும், முஸ்லிம்களின் கோரிக்கைகளையும் கூறினேன்.

இக்கடிதத்தை வெளியிடுவதற்கு இராஜப்பிரதிநிதியை அனுமதி கேட்டேன். அவர் அதற்கு மகிழ்ச்சியுடன் அனுமதி அளித்தார்.

மகாநாடு முடிந்த உடனே இராஜப்பிரதிநிதி சிம்லா சென்றுவிட்டபடியால் கடிதத்தையும் சிம்லாவுக்கு அனுப்பவேண்டியிருந்தது. நானோ அக்கடிதத்தை மிக முக்கியமானதொன்றாக மதித்தேன். தபால் மூலம் அதை அனுப்பினால் தாமதமாகிவிடும். விரைவில் அது போய்ச் சேரவேண்டுமென்று விரும்பினேன். ஆனால், கண்டவர்களிடம் அதைக் கொடுத்தனுப்பவும் மனமில்லை. கடிதத்தை எடுத்துச்சென்று இராஜப்பிரதிநிதியின் மாளிகையில் நேரில் கொண்டு கொடுக்கத்தக்க தூயமனிதர் ஒருவர் வேண்டுமென நினைத்தேன். தீனபந்து ஆண்ட்ரூஸும், பேராசிரியர் ருத்திரரும், கேம்பிரிட்ஜ் மிஷனைச் சேர்ந்த ரெவண்டு அயர்லாண்டு என்பாரின் பெயரைக் குறிப்பிட்டார்கள். அக்கடிதத்தை, தான் முதலில் படித்து, அது நல்லதென்று தோன்றினால் எடுத்துக்கொண்டு போவதாக அவர் சம்மதித்தார். அது அந்தரங்கக் கடிதம் அல்லவாதலின் அவர் படிப்பதில் எனக்கு ஆட்சேபம் எதுவும் இல்லை. எனவே, அவர் அக்கடிதத்தைப் படித்தார். அவருக்கு அது பிடித்திருந்தபடியால் எடுத்துக்கொண்டு போவதாய்ச் சொன்னார். அவருக்கு இரண்டாம் வகுப்பு ரயில் விகிதம் தருவதாக நான் கூறினபோதிலும் அவர் அதை மறுத்து இடைவகுப்புப் (இண்டர் மீடியட்) பிரயாணம் தமக்குப் பழக்கம் உண்டென்று சொன்னார். இரவுப் பிரயாணமாயினும் அவர் இடைவகுப்பிலேயே சென்றார். அவரது எளிமையும், ஒளிவு மறைவில்லாத நேரிய நடத்தையும் என்னைக் கவர்ந்தன. இவ்வாறு தூயமனமுள்ள ஒருவர் மூலம் அனுப்பப் பெற்றக் கடிதம், நான் எதிர்பார்த்த வண்ணமே விரும்பிய பலன் தந்தது. அது என் மனதிற்கு ஆறுதல் அளித்ததுமன்றி நான் நடக்கவேண்டிய வழியையும் தெளிவாகக் காட்டிற்று.

நான் ஏற்றுக்கொண்ட கடமையின் மற்றப் பகுதி சைன்யத்துக்கு ஆள்திரட்டுவதாகும். முதன்முதலில் சைன்யத்தில் சேர்ந்து வழிகாட்டுமாறு என்னுடைய சொந்த சகாக்களை அல்லாமல் வேறு யாரை நான் கேட்பது? எனவே, நதியாத் சென்றதும் வல்லபாயுடனும் மற்ற நண்பர்களுடனும் கலந்தாலோசித்தேன். அவர்களில் சிலர் என் யோசனையை எளிதில் ஏற்றுக்கொள்ளவில்லை. அந்த யோசனையை விரும்பியவர்களும், அது வெற்றியடையுமா என்பது குறித்துச் சந்தேகப்பட்டார்கள். நான் எந்த வகுப்பாருக்கு வேண்டுகோள் விடுக்க எண்ணினேனோ அவர்களுக்கும் அரசாங்கத்துக்கும் அவ்வளவு நேயபாவம் கிடையாது. அரசாங்க உத்தியோகஸ்தர்களிடம்

அவர்கள் அடைந்த கசப்பான அனுபவங்களை மறப்பதற்குக்கூட இன்னும் நாளாகவில்லை.

ஆயினும், வேலை தொடங்கலாமென்று அவர்கள் கூறினார்கள், வேலை ஆரம்பித்தப்பின் என் கண்கள் திறந்தன. எளிதில் வெற்றி அடையலாமென்று நான் நம்பியதற்கு நேர்மாறாக, அது மிகவும் கஷ்டமான வேலையென்று உணர்ந்தேன். வரிகொடா இயக்கத்தின்போது ஜனங்கள் எங்களுக்கு வாடகையின்றியே தாராளமாக வண்டிகொடுத்து உதவினார்கள். ஒரு தொண்டர் தேவை என்றால் இரண்டு தொண்டர் முன்வந்தார்கள். இப்போது வாடகைக்கு வண்டி கிடைப்பதே கஷ்டமாயிருந்தது. பின்னர், தொண்டர்களைப் பற்றிச் சொல்லவேண்டுமா, என்ன? ஆயினும் நாங்கள் அதைரியம் அடைந்துவிடவில்லை. வண்டிகளைத் தேடாமல் கால்நடையாகவே பிரயாணம் செய்யத் தீர்மானித்தோம். இவ்வாறு தினந்தோறும் 20மைல் நடக்கவேண்டியவர்களானோம். வண்டிகளே கிடைக்கவில்லை என்றால் ஜனங்கள் எங்களுக்கு உணவளிக்கவா போகிறார்கள்? சாப்பாடு போடும்படி கேட்பதும் உசிதமாகாது. ஆதலின் தொண்டர் ஒவ்வொருவரும் கையில் உணவு எடுத்துச்செல்ல வேண்டுமென்று தீர்மானமாயிற்று. கோடைகாலமாதலின் படுக்கையும், போர்வையும் தேவையில்லாமல் இருந்தன.

சென்ற இடங்களிலெல்லாம் கூட்டங்கள் நடத்தினோம். ஜனங்கள் கூட்டங்களுக்கு வந்தார்களாயினும், ஒருவர் இருவர்கூடச் சைன்யத்தில் சேர முன்வந்தார்களில்லை. "நீங்கள் அஹிம்சை உபாசகராயிற்றே? எங்களை ஆயுதமெடுக்கும்படி இப்படிச் சொல்லலாமா? அரசாங்கத்தார் இந்தியாவுக்கு என்ன நன்மை செய்திருக்கிறார்கள்? நாங்கள் எதற்காக இப்போது ஒத்துழைக்க வேண்டும்?" என்பன போன்ற கேள்விகள் என்னைக் கேட்டார்கள்.

ஆயினும், எங்கள் நிதானமான வேலை முடிவில் பயன்தர ஆரம்பித்தது. பலர் தங்கள் பெயர்களைப் பதிவு செய்துகொண்டனர். முதல் கூட்டத்தை அனுப்பிவிட்டால். பின்னர் இடைவிடாது மனிதர்கள் சேர்ந்து அனுப்பக்கூடும் என்று நாங்கள் நம்பலானோம். திரட்டப்பட்ட ஆட்களை எங்கே இருக்கச் செய்வது என்பதைக் குறித்துக் கமிஷனருடன் ஆலோசிக்கத் தொடங்கினேன்.

டில்லியில் நடந்த மகாநாட்டைப் பின்பற்றி ஒவ்வொரு டிவிஷனிலும் கமிஷனர்கள் மகாநாடு நடத்தினார்கள். இத்தகைய மகாநாடு ஒன்று குஜராத்திலும் நடந்தது. என் சகாக்களும் நானும்

இதற்கு அழைப்புப் பெற்றிருந்தோம். அதற்கிணங்கி நாங்கள் சென்றோம். ஆனால், டில்லி மகாநாட்டில் எனக்கிருந்த இடம்கூட இங்கே இல்லை என்று கண்டேன். அடிமை உணர்ச்சியே மிகுந்திருந்த அவ்விடத்தில் நான் மிகவும் சங்கடப்பட்டேன். சிறிது விரிவாகவே பேசினேன். உத்தியோகஸ்தர்களை மகிழ்விக்கக்கூடிய எதுவும் நான் சொல்லக்கூடவில்லை. உண்மையில் நான் கூறிய இரண்டொன்று அவர்களுக்குக் கசப்பாகவும் இருந்திருக்கக்கூடும்.

சைன்யத்தில் சேரும்படி ஜனங்களை வேண்டிக்கொண்டு நான் துண்டுப்பிரசுரங்கள் வெளியிட்டதுண்டு. அவற்றில் நான் கூறியிருந்த வாதங்களில் ஒன்று, கமிஷனருக்குப் பிடிக்கவில்லை. "இந்தியாவில் பிரிட்டிஷ் ஆட்சி நிகழ்த்தியிருக்கும் பல தவறுகளில், தேசத்தாரனைவருக்கும் ஆயுதப் பயிற்சியில்லாமல் செய்ததே மிகக்கொடுமையானதென்று சரித்திரம் கூறும். ஆயுதத் தடைச்சட்டம் ரத்து செய்யப்பட வேண்டுமானால், ஆயுதங்களின் உபயோகத்தில் பயிற்சிபெற நாம் விரும்பினால் இப்போது ஓர் அரிய சந்தர்ப்பம் நேர்ந்திருக்கிறது. அரசாங்கத்துக்கு நெருக்கடி ஏற்பட்டுள்ள இக்காலத்தில் மத்திய வகுப்பார் தாங்களாகவே வலிந்துவந்து உதவி செய்வார்களாயின் அரசாங்கத்தின் அவநம்பிக்கை தொலைந்து ஆயதத் தடைச்சட்டமும் ரத்துசெய்யப்படும்" என்று நான் கூறியிருந்தேன். கமிஷனர் இதைக் குறிப்பிட்டு எங்களுக்குள் அபிப்பிராய பேதமிருப்பினும் நான் மகாநாட்டுக்கு வந்ததைப் பாராட்டுவதாகக் கூறினார். கூடியவரை மரியாதையுடன் என்னுடைய கட்சியின் நியாயத்தை நான் எடுத்துச்சொல்ல வேண்டியதாயிற்று.

இராஜப்பிரதிநிதிக்கு நான் எழுதியதாக மேலே குறிப்பிட்டிருக்கும் கடிதம் பின்வருமாறு.

'தங்களுக்கு ஏப்ரல் மாதம் 26ஆம் தேதி ஒரு கடிதம் எழுதினேன். அதில் யுத்த மகாநாட்டில் நான் கலந்துகொள்ள முடியாமலிருப்பதற்குக் காரணங்களைத் தெரிவித்திருந்தேன். அதன்பின்னர் தாங்கள் அன்புகூர்ந்து தங்களை நேரில் கண்டு பேச அனுமதி அளித்தீர்கள். அவ்வாறு பேசிய பின்னர் வேறு காரணம் இல்லாவிடினும், தங்களிடம் எனக்கிருந்த பெருமதிப்பை முன்னிட்டேனும் மகாநாட்டில் கலந்துகொள்வதென்று தீர்மானித்தேன். மகாநாட்டில் கலந்துகொள்ள கூடாதென்று நான் முதலில் கருதியதற்கு முக்கியமானக் காரணம், லோகமான்ய திலகர், ஸ்ரீமதி பெஸண்டு அம்மையார், அலி சகோதரர்கள் ஆகியவர்கள் மகாநாட்டுக்கு அழைக்கப்படாததேயாகும். பொதுஜன அபிப்பிராயத்தை உருப்படுத்தக்கூடிய மிக சக்திவாய்ந்த

தலைவர்களென்று இவர்களை நான் மதித்திருக்கிறேன். இவர்களை அழையாதுவிட்டது பெருந்தவறு என்றே இன்னமும் நான் கருதுகிறேன். இத்தவறை நிவர்த்திப்பதற்கு வழியையும் மரியாதையுடன் தெரிவித்துக்கொள்ள விரும்புகிறேன். இனி மாகாணந்தோறும் யுத்த மகாநாடுகள் நடைபெறுமெனத் தெரிகிறது. இந்த மகாநாடுகளுக்காவது வந்து அரசாங்கத்துக்கு யோசனை சொல்லி உதவுமாறு அத்தலைவர்கள் அழைக்கப்பட வேண்டும். இவர்களைப்போல் பெருந்திரளான ஜனங்களின் பிரதிநிதிகளாயுள்ள தலைவர்கள் அரசாங்கத்துடன் நேர்மாறான அபிப்பிராயம் கொண்டவர்களாய் இருந்தபோதிலும் அவர்களை எந்த அரசாங்கமும் அலட்சியம் செய்யமுடியாதென்று தெரிவித்துக்கொள்வேன்.

ஆனால், மகாநாட்டின் கமிட்டிகளில் எல்லாக் கட்சியாருக்கும் தங்கள் அபிப்பிராயங்களைத் தாராளமாக எடுத்துச்சொல்லப் பூரண உரிமைக் கொடுக்கப்பட்டதென்பதை மகிழ்ச்சியுடன் குறிப்பிடுகிறேன். என்னைப் பொறுத்தவரை மகாநாட்டிலும் சரி, கமிட்டியிலும் சரி, வேண்டுமென்றே என் அபிப்பிராயங்களை நான் சொல்லாது விடுத்தேன். தீர்மானங்களுக்கு என்னுடைய ஆதரவைத் தெரிவிப்பதுடன் நிறுத்துவதால் மட்டுமே மகாநாட்டின் நோக்கங்களுக்கு நான் சிறந்த உதவி செய்வதாகுமென்று கருதினேன். அவ்வாறே அந்தரங்கப் பூர்வமாகத் தீர்மானங்களை ஆதரித்தேன். வாய் வார்த்தையைக் காரியத்தில் நிறைவேற்றுவதற்கும் சித்தமாயிருக்கிறேன். இத்துடன் என்னுடைய உதவித் திட்டத்தைத் தனியே அனுப்பியுள்ளேன். அதை அரசாங்கத்தார் ஒப்புக்கொண்டதாகத் தெரிவித்தவுடன் வேலை தொடங்கிவிடுவேன்.

சமீபகாலத்தில் நாங்களும் மற்ற குடியேற்ற நாடுகளைப் போலவே பிரிட்டிஷ் ஏகாதிபத்தியத்தில் சம பங்காளிகளாகலாம் என்றும் ஆசை கொண்டிருக்கிறோம். எனவே, அத்தகைய ஏகாதிபத்தியத்துக்கு அபாயம் வந்த காலத்தில் எவ்விதத் தயக்கமுமின்றி பூரண ஆதரவு அளித்தல் அவசியமென்பதை நன்குணர்ந்திருக்கிறேன் அவ்வாறே தீர்மானமும் செய்திருக்கிறோம். ஆனால், இவ்வாறு உதவிசெய்ய ஆவலுடன் முன்வந்ததற்கு, அதன்மூலம் நமது இலட்சியத்தை விரைவில் அடையலாமென்றும் நம்பிக்கையே காரணம் என்பது உண்மை. கடமையைச் செய்வோன், அந்த அளவில் உரிமையையும் பெறுகின்றான். ஆதலின் தங்களுடைய பிரசங்கத்தில் விரைவில் வரப்போவதாகக் குறிப்பிட்டிருக்கும் அரசியல் திருத்தங்கள், காங்கிரஸ் லீக் திட்டத்தை முக்கிய அம்சங்களில் அனுசரித்திருக்கும் என்று எதிர்பார்ப்பதற்கு ஜனங்களுக்கு உரிமையுண்டு. இந்த நம்பிக்கையின் மேல்தான்

மகாநாட்டுக்கு வந்திருந்த அங்கத்தினரில் அநேகர் தங்கள் மனப்பூர்வமான ஒத்துழைப்பை அரசாங்கத்துக்கு அளிக்க முன்வந்தார்கள் என்பதில் எள்ளளவும் சந்தேகமில்லை.

எனக்கு ஆற்றல் இருந்தால், காங்கிரஸ் தீர்மானங்களையெல்லாம் வாபஸ் பெற்றுக்கொள்ளும்படி, யுத்தம் முடியும்வரையில் 'சுயாட்சி' அல்லது 'பொறுப்பாட்சி' என்னும் பேச்சே எடுக்காதிருக்கும்படியும் என் தேசத்தாருக்குச் சொல்லி அவ்விதம் செய்விப்பேன். ஏகாதிபத்தியத்திற்கு நேர்ந்திருக்கும் இந்நெருக்கடியில் இந்தியா உடல் வலிமையுள்ள தன் புதல்வர்கள் எல்லோரையும் பலி கொடுக்கும்படி சொல்வேன். இந்தச் செயலினாலேயே இந்தியா ஏகாதிபத்தியத்தில் மிகச்சிறந்த பதவியை அடையுமென்றும், ஜாதி வேற்றுமைகளெல்லாம் மறைந்து பழங்கதையாகுமென்றும் எனக்குத் தெரியும். ஆனால், ஏறக்குறைய படித்த இந்தியர்கள் அனைவரும் இதைவிடக் கீழ்த்தர முறையையே கடைப்பிடிக்கத் தீர்மானித்திருக்கிறார்கள். படித்த இந்தியர்களுக்குப் பாமர மக்களின் மீது செல்வாக்குக் கிடையாது என்று இனிச் சொல்ல இயலாது.

தென்னாப்பிரிக்காவிலிருந்து நான் இந்தியாவுக்குத் திரும்பியது முதல் குடியானவர்களிடம் நெருங்கிப்பழகி வந்திருக்கிறேன். அவர்களுக்கு சுயராஜ்ய தாகம் நிரம்ப ஏற்பட்டிருக்கிறதென்று தங்களுக்கு உறுதிகூறுவேன். சென்ற காலத்திற்குள் பூரண சுயாட்சி பிரிட்டிஷ் இந்தியாவுக்குக் கொடுக்கப்பட வேண்டும் என்னும் தீர்மானத்தை நிறைவேற்றுவதில் நானும் கலந்துகொண்டேன். திடமான மக்கள் திருப்தி அடைவார்களென்பதும் நிச்சயம். இந்த லக்ஷியத்தை அடைவதற்கு எவ்வளவு தியாகம் செய்தாலும் அதிகமாகாது என்று கருதும் அனேகர் இந்தியாவிலிருப்பதை நான் அறிவேன். எந்த ஏகாதிபத்தியத்தில் சம அந்தஸ்தை தியாகம் செய்யவும் தயாராயிருக்க வேண்டுமென்று அவர்கள் உணர்ந்திருக்கிறார்கள். எனவே, ஏகாதிபத்தியத்திற்கு நேர்ந்திருக்கும் அபாயத்திலிருந்து அதை மீட்பதற்காக நாம் மனப்பூர்வமாய் வேலை செய்வதின் மூலமாகவே நம்முடைய லக்ஷியத்தை விரைவில் அடையலாம் என்று ஏற்படுகிறது. ஏகாதிபத்தியதைக் காப்பதற்காக நாம் உழைத்தால் அதனாலேயே சுயாட்சி அடைந்தவர்களாவோம்.

ஆகையால், ஏகாதிபத்தியத்தின் பாதுகாப்புக்காக நாம் அளிக்கக்கூடிய ஒவ்வொரு மனிதனையும் தயங்காமல் கொடுக்கவேண்டுமென்பது எனக்குத் தெளிவாயிருக்கிறது. ஆனால், பொருளுதவியைப் பற்றி நான் இவ்வாறு சொல்வதற்கில்லை. குடியானவர்களுடன் நெருங்கிப் பழகியதின் பயனாக, இந்தியா

ஏற்கனவே தன் சக்திக்கு மீறி ஏகாதிபத்திய பொக்கிஷத்திற்குப் பணம் கொடுத்துவிட்டதாய் உறுதிபெற்றிருக்கிறேன். இதுவே என்னுடைய தேசத்தாரில் பெரும்பான்மையோருடைய அபிப்பிராயமாகும் என்பதை நான் அறிவேன்.

டில்லியில் கூடிய யுத்த மகாநாடு பொதுவான லக்ஷியத்திற்காக எங்களுடைய வாழ்க்கையை அர்ப்பணம் செய்வதில் ஒரு முக்கியமான படியென்று கருதுகிறேன். இன்னும் அனேகரும் இப்படியே கருதுவார்களென்று நம்புகிறேன். ஆனால், எங்களுடைய நிலைமை விநோதமானது. இன்று நாங்கள் சாம்ராஜ்யத்தில் சம பங்காளிகளாயில்லை. வருங்காலத்தில் அப்பதவியை அடையும் நோக்கத்துடன் இவ்வாறு எங்களை அர்ப்பணம் செய்திருக்கிறோம். அந்நம்பிக்கையைத் தெளிவாகத் தங்களுக்கு எடுத்துக்காட்டுவதால் தங்களுக்கும் என் தேசத்திற்கும் உண்மையாக நடந்து கொண்டவனாவேன்.

இன்னும் ஒரு விஷயம் நான் சொல்லாமலிருத்தல் சரியன்று. குடும்ப வித்தியாசங்களை மறந்துவிடும்படி தாங்கள் கேட்டுக்கொண்டிருக்கிறீர்கள். அதிகாரிகளுடைய கொடுமைகளையும் அநீதிகளையும் பொறுத்துக்கொள்ள வேண்டுமென்பது இதன் பொருளானால் நான் அதற்கிணங்க அசத்தனாயிருக்கிறேன். அதிகாரக் கொடுமையை கடைசிவரை நான் எதிர்த்தே தீரவேண்டும். யாதொரு மனிதனையும் துன்பப்படுத்தக் கூடாதென்றும், முன் எப்போதையும்விட அதிகமாகப் பொதுஜன அபிப்பிராயத்துக்கு மதிப்புக்கொடுக்க வேண்டுமென்றும் தாங்கள் அதிகாரிகளை வேண்டிக்கொள்வது நியாயமாகும்.

சம்பரானில் நெடுநாட்பட்ட கொடுமையை எதிர்த்தபடியினால் பிரிட்டிஷ் நீதியின் பெருமையே நான் எடுத்துக்காட்டியிருக்கிறேன். கேதா ஜில்லாவில் இதற்குமுன் அரசாங்கத்தைச் சபித்துக்கொண்டிருந்த ஜனங்கள் தற்போது, தாங்கள் துன்பம் சகிக்கத் தயாராயிருந்தால் அதிகாரம் அராசங்கத்தினிடம் இல்லையென்றும் தங்களிடமே உள்ளதென்றும் உணர்ந்திருக்கிறார்கள். ஆதலின் அவர்கள் தங்கள் மனக்கசப்பை மறந்து அநீதி ஏற்படும்போது ஒழுங்காகவும் மரியாதையாகவும் சட்டமறுப்புச் செய்வதை வேண்டுமென்று சொல்லிக்கொள்கிறார்கள். இவ்வாறு சம்பரான், கேதா இயக்கங்கள் யுத்தத்திற்காக நான் செய்த விசேஷ நேர்முகமான திடமான ஊழியங்களாகும். இத்துறையில் என்னுடைய காரியங்களை நிறுத்தச் சொன்னால் என் உயிர் வாழ்க்கையையே நிறுத்தச் சொல்வதாகும்.

மிருக சக்திக்குப் பதிலாக, ஆத்ம சக்தியை அதாவது அன்பின் பலத்தை ஜனங்கள் கைக்கொள்ளும்படி செய்துவிட்டேனானால் உலகம் முழுவதையும் எதிர்த்து நிற்கக்கூடிய ஓர் இந்தியாவை உங்களுக்கு நான் அளித்தல் கூடும். ஆதலின், எக்காலத்திலும் துன்பம் சகித்தலாகிய இந்த அநாதியான தர்மம் என் வாழ்க்கையில் விளங்கச் செய்வதையே விரதமாகக் கொண்டுள்ளேன். எனக்கு செவிசாய்ப்போருக்கெல்லாம் அந்தத் தர்மத்தைப் போதிப்பேன். வேறு முயற்சி எதிலேனும் நான் தலைப்பட்டேனாயின் மேற்கண்ட தருமத்தின் ஒப்பற்ற மேன்மையை எடுத்துக்காட்டுவதற்கேயாகும்.

கடைசியாக நான் தங்களை கேட்டுக்கொள்வது என்னவென்றால், முஸ்லிம் ராஜ்யங்களைப் பற்றி பிரிட்டிஷ் மந்திரிகள் திடமான வாக்குறுதி அளிக்குமாறு தாங்கள் செய்யவேண்டும். ஒவ்வொரு முஸ்லிமும் இவ்விஷயத்தில் பெரிதும் சிரத்தைக் கொண்டிருப்பதைத் தாங்கள் அறிவீர்கள். ஆதலின் ஹிந்துவாகிய நான் இவ்விஷயத்தில் அசட்டைக் காட்டக்கூடாது. அவர்களுடைய துக்கங்களை எங்களுடைய துக்கங்களாகவே கருதவேண்டும். முஸ்லிம் ராஜ்யங்களின் உரிமைகளைக் காப்பது முஸ்லிம் புண்ணிய க்ஷேத்திரங்களின் விஷயத்தில் அவர்கள் உணர்ச்சியை மதிப்பது, இந்தியாவின் சுயாட்சிக் கோரிக்கையை காலத்தில் நியாயமான முறையில் நிறைவேற்றி வைப்பது, இவைகள்தான் சாம்ராஜ்யத்தின் பாதுகாப்புக்கு முக்கியச் சாதனங்களாகும். ஆங்கில மக்களை நான் நேசிக்கிறபடியாலும், ஆங்கிலேயர்களுடைய ராஜ பக்தியை ஒவ்வொரு இந்தியரிடத்தும் உண்டுபண்ண நான் விரும்புவதாலுமே இக்கடிதம் உங்களுக்கு எழுதலானேன்.'

28. மரணத்தின் வாயிலில்

சைன்யத்துக்கு ஆள்திரட்டும் முயற்சியின்போது ஏறக்குறைய என் உடலுக்கு அழிவு தேடிக்கொண்டேன். அந்நாளில் கடலைக் கொட்டையும் வெண்ணெயும் எலுமிச்சம் பழமுமே என் பிரதான உணவுகளாயிருந்தன. வெண்ணெயை அளவுக்குமீறி உட்கொள்வது மிகவும் எளிதென்றும், அதனால் உடல் சுகத்துக்கு கேடு நேரிடுமென்றும் எனக்குத் தெரியும். ஆயினும் அதை நான் அளவுமீறியே அருந்திவிட்டேன். இதனால் எனக்கு வயிற்றுப்போக்கு இலேசாய் ஏற்பட்டது. இதை நான் அதிகம் பொருட்படுத்தாமலே அன்று மாலை ஆசிரமத்துக்குப் போனேன். இடையில் அடிக்கடி

ஆசிரமத்துக்குச் செல்வது என் வழக்கம். அந்நாளில் நான் மருந்தெதுவும் சாப்பிடுவதில்லை. ஒருவேளை பட்டினிப் போட்டால் உடம்பு குணமாய்விடுமென்று எண்ணினேன். அவ்வாறே மறுநாள் காலையில் பட்டினிபோட்டு ஏறக்குறைய நோயினின்று நிவர்த்திப் பெற்றேன். ஆனால், முழுதும் குணமடைவதற்கு இன்னும் நீடித்து உபவாசமிருக்க வேண்டுமென்று சாப்பிடுவது அவசியமானால் பழரசத்தையன்றி வேறெதுவும் அருந்தக்கூடாதென்றும் எனக்குத் தெரிந்தே இருந்தன.

அன்று ஏதோ பண்டிகை நாள். மத்தியான போஜனம் எதுவும் நான் அருந்தக்கூடாதென்று கஸ்தூரிபாயிடம் சொன்னேன். ஆனால், அவள் ஆசைகாட்டிப் பேசவே நான் வீழ்ச்சியுற்றேன். பால் அல்லது பாலினாலாகும் பொருள்கள் அருந்துவதில்லை என்று நான் விரதங்கொண்டிருந்தபடியால், எனக்காக அவள் நெய்க்குப் பதிலாக எண்ணெய் கலந்து கோதுமை ஹல்வா செய்திருந்தாள். காராமணிச் சுண்டலும் எனக்காக நிறைய வைத்திருந்தாள். இவற்றினிடம் எனக்கு அதிகப் பிரியம். ஆதலின், உடனே அவள் பேச்சுக்கு இணங்கினேன். என்னுடைய நாவையும் திருப்தி செய்து கஸ்தூரிபாயையும் மகிழ்விக்கும் அளவுக்குக் கொஞ்சமாகச் சாப்பிட்டுத் துன்பத்துக்காளாகாமல் தப்பலாம் என்று நம்பினேன். ஆனால், சுவைப் பிசாசு ஒரு சந்தர்ப்பத்துக்காகக் காத்துக்கொண்டிருந்ததுபோலும்! சிறிதளவு சாப்பிடுவதற்குப் பதிலாக வயிறு நிரம்ப உண்டேன். யமவேதனை வருந்தி அழைப்பதற்கு இதுவே போதுமன்றோ? ஒருமணி நேரத்திற்குள் வயிற்றுப்போக்கு மிகக் கடுமையாகிவிட்டது.

அன்று மாலையே நான் நதியாத்துக்குப் போகவேண்டியிருந்தது. ஆசிரமத்திலிருந்து 10 பர்லாங்கு தூரமேயிருந்த சபர்மதி ஸ்டேஷனுக்கு மிகப்பிரயாசையுடன் நடந்து சென்றேன். ஆமதாபாத்தில் என்னுடன் சேர்ந்துகொண்ட ஸ்ரீ வல்லபாய் எனக்கு உடம்பு சுகமில்லை என்பதைக் கண்டார். ஆனால், நான் சகிக்கமுடியாத துன்பப்படுகிறேன் என்பதை அவர் ஊகித்துணர, நான் இடங்கொடுக்கவில்லை.

இரவு பத்து மணிக்கு நதியாத்துக்குச் சென்றோம். அங்கே நாங்கள் தங்கிய ஹிந்து அனாதாஸ்ரமம் ஸ்டேஷனிலிருந்து அரைமைல் தூரந்தான். ஆனால், எனக்கோ அது பத்துமைல் தூரமாகத் தோன்றிற்று. எப்படியோ ஜாகை போய்ச்சேர்ந்தேன். ஆனால், வயிற்று வலியின் கொடுமை அதிகமாகிக்கொண்டே வந்தது. வழக்கமாக உபயோகிக்கும் கக்கூஸ் தூரத்திலிருந்தபடியால்

அடுத்த அறையில் ஒரு மலச்சட்டி கொண்டுவந்து வைக்கும்படி சொன்னேன். இதைக் கேட்க எனக்கு மிகவும் வெட்கமாயிருந்தது. ஆனால் வேறு வழியில்லை. ஸ்ரீ பூல்சந்தர் உடனே மலச்சட்டி கொண்டுவந்தார். நண்பர்களெல்லாம் மிக்கக் கவலையுடன் என்னைச் சூழ்ந்துகொண்டார்கள். அவர்கள் காட்டிய அன்புக்கும் கவலைக்கும் அளவேயில்லை. ஆயினும் என்னுடைய வேதனையை அவர்களால் போக்கமுடியவில்லை. என்னுடைய பிடிவாதமும் இதற்குத் துணைசெய்தது. வைத்திய உதவி எதுவும் பெற நான் மறுத்துவிட்டேன். நான் செய்த தவறின் தண்டனையை மருந்தெதுவும் சாப்பிடாமல் அனுபவிக்க விரும்பினேன். ஆதலின் அவர்கள் எதுவும் செய்ய இயலாதவர்களாய்ப் பிரமித்து நின்றார்கள். 24மணி நேரத்தில் நான் முப்பது நாற்பது தடவை மலங்கழித்திருக்க வேண்டும்.

ஆரம்பத்தில் பழரசங்கூட அருந்தாமல் பட்டினிக் கிடந்தேன். பசியென்பது அடியோடு போய்விட்டது. என்னுடைய உடம்பு இரும்பையொத்துத் திடமானது என்று வெகுநாளாக நான் எண்ணிவந்தேன். ஆனால், இப்போது அவ்வுடல் ஒரு பிடி களிமண்ணைப்போல ஆகிவிட்டதைக் கண்டேன். நோயை எதிர்க்கும் சக்தியை என் உடல் அடியோடு இழந்துவிட்டது. டாக்டர் கனுாகா வந்து மருந்து சாப்பிடும்படி வேண்டினார். நான் மறுத்தேன். ஊசியினால் குத்தி மருந்தேற்றுவதாகச் சொன்னார். அதற்கும் நான் இணங்கவில்லை. ஊசியினால் மருந்தேற்றும் முறையைப் பற்றி அக்காலத்தில் எனக்கிருந்த அறியாமை நகைக்கத்தக்கதாகும். ஊசியினால் ஏற்றப்படும் மருந்து ஏதோ பிராணியின் நிணநீராய் இருக்கவேண்டுமென நம்பினேன். டாக்டர் குறிப்பிட்ட மருந்து, ஒரு மூலிகையின் சத்து என்று பின்னால் எனக்குத் தெரியவந்தது. அதனால் என்ன பயன்? வயிற்றுப்போக்கு இன்னும் போய்க்கொண்டேயிருந்தது. நான் முற்றும் களைத்துப்போனேன். இந்தக்களைப்பின் பயனாக ஜுரமும் பிதற்றலும் ஏற்பட்டன. நண்பர்கள் இன்னும் பயமடைந்து வேறு சில வைத்தியர்களையும் அழைத்துவந்தார்கள். ஆனால், நோயாளி வைத்தியர்களுடைய யோசனையைக் கேட்கமாட்டேனென்றால் அவர்களால் என்ன செய்யமுடியும்?

சேத் அம்பாலால் தமது உத்தம பத்தினியுடன் நதியாத்திற்கு வந்து என் சகாக்களுடன் கலந்தாலோசித்து ஆமதாபாத்திலுள்ள மிர்ஸார்பூர் பங்களாவுக்கு என்னை மிக ஜாக்கிரதையுடன் கொண்டுபோனார். இந்த நோயின்போது நான் பெற்ற சுயநலமற்ற அன்புத் தொண்டைப்போல் வேறு யாரும் பெறல் அரிது. எனினும்

உள்ளூற அடித்த ஜுரம் நாளுக்கு நாள் என் உடலை மெலியச் செய்து வந்தது. நோய் வெகுகாலம் நீடித்தே தீருமென்றும், ஒருகால் மரணத்திலும் முடியலாமென்றும் எனக்குத் தோன்றிற்று. அம்பாலால் சேத்தின் வீட்டில் என்மீது சொரியப்பட்ட அன்புக்கு அளவில்லையாயினும் நான் மன அமைதியிழந்து, என்னை ஆசிரமத்துக்குக் கொண்டுபோய் விடும்படி அவரை வற்புறுத்தினேன். அவ்வற்புறுத்தலுக்கு அவர் இணங்க வேண்டியதாயிற்று.

இவ்வாறு ஆசிரமத்தில் நான் துன்பப்படுகையில் படுத்துப் புரண்டுகொண்டிருந்தபோது ஜெர்மனி முறியடிக்கப்பட்டதென்றும், இனிமேல் ஆள்திரட்டுதல் அவசியமில்லையென்று கமிஷனர் தெரிவித்திருப்பதாயும் ஸ்ரீ வல்லபாய் செய்தி கொண்டுவந்தார். ஆள்திரட்டலைப் பற்றிய கவலை இனி வேண்டியதில்லை என்ற செய்தி எனக்குப் பெரிதும் ஆறுதல் அளித்தது.

இப்போது நான் ஜல வைத்தியம் செய்துகொண்டிருந்தேன். இது கொஞ்சம் குணமளித்தது. ஆனால், மெலிந்த உடம்புக்குப் பலம் தருவது மிகக் கஷ்டமான வேலையாயிருந்தது. வைத்தியர்கள் பலரும் எவ்வளவோ புத்திமதிகள் சொன்னார்கள். ஆனால், அவற்றில் எதையும் கடைப்பிடிக்க எனக்கு விருப்பமில்லை. பால் அருந்துவதில்லை என்னும் விரதத்தைக் கைவிடாமல், மாமிசச்சாறு அருந்தும்படி சிலர் கூறினார்கள். ஆயுர்வேத சாஸ்திரங்களிலிருந்து இதற்கு ஆதரவும் எடுத்துக்காட்டினார்கள். ஒருவர் முட்டைகளைப் பலமாகச் சிபாரிசு செய்தார். ஆனால், அவர்களெல்லாருக்கும் 'முடியாது' என்னும் ஒரு பதிலையே நான் அளித்துவந்தேன்.

உணவு விஷயத்தை சாஸ்திரங்களின் ஆதாரத்தைக் கொண்டு தீர்மானிக்க வேண்டியதென்று நான் உண்ணவில்லை. என் வாழ்க்கை முறையில் அது கலந்துவிட்டது. என் வாழ்க்கைக்கு அடிப்படையான கொள்கைகளோ இப்போது புற ஆதாரங்களைப் பொறுத்தனவாயில்லை. அக்கொள்கைகளைக் கைவிட்டு நான் வாழ விரும்பவில்லை. என் மனைவி, குழந்தைகள், நண்பர்கள் விஷயத்தில் தாட்சண்யமின்றி நான் வற்புறுத்திய ஒரு கொள்கையை என் விஷயத்தில் மட்டும் எப்படிக் கைவிடக்கூடும்?

இவ்வாறு நீண்டகாலம் நான் நோய்வாய்ப்படுத்தது இம்முதல் முறையிலேயே என் கொள்கைகளைச் சோதிக்க நல்ல சந்தர்ப்பம் கிடைத்தது. ஒருநாள் இரவு நான் நம்பிக்கையை அறவே இழந்தேன். மரணத்தின் வாயிலில் நிற்பதாக எனக்குத் தோன்றிற்று. அனுசூயாபாய்க்குச் செய்தியனுப்பினேன். அவர் ஓட்டோட்டமாக ஆசிரமத்துக்கு வந்து சேர்ந்தார். ஸ்ரீ வல்லபாய், டாக்டர் கனுாகாவை

அழைத்துக்கொண்டு வந்தார். டாக்டர் என் நாடியைப் பிடித்துப் பார்த்துவிட்டு, "நாடி, முற்றும் சரியாயிருக்கிறது. அபாயம் எதுவும் கிடையவே கிடையாது. மிகுந்த பலவீனத்தினால் உண்டான நரம்புத்தளர்ச்சியே உங்கள் சோர்வுக்குக் காரணம்" என்று சொன்னார். எனக்கு மட்டும் நம்பிக்கை உண்டாகவில்லை. அன்றிரவு முழுவதும் தூக்கமில்லாமலே கழித்தேன்.

பொழுது விடிந்தது. ஆனால், எமன் வந்தபாடில்லை. மரணம் சமீபித்திருக்கிறது என்னும் உணர்ச்சிமட்டும் எனக்குப் போகவில்லை. நான் விழித்துக்கொண்டிருந்த நேரமெல்லாம் ஆசிரமவாசிகளில் ஒருவரைப் பகவத்கீதை படிக்கச் சொல்லிக் கேட்டுக்கொண்டிருந்தேன். என்னால் படிக்கக்கூட முடியவில்லை. பேசும் விருப்பமும் இல்லை. ஒரு வார்த்தைப் பேசினாலும் மூளைக்கு மிகவும் களைப்பு ஏற்பட்டது. வாழ்க்கைக்காகவே வாழ்வதில் எனக்கு எப்போதுமே விருப்பமில்லையாதலின், வாழ்வில் எல்லாச் சுவையையும் இழந்தேன். இவ்வாறு ஒரு வேலையையும் செய்யாமல் நண்பர்களால் இடைவிடாமல் ஊழியம் செய்யபட்டு நாளுக்குநாள் மெலிவதைப் பார்த்துக்கொண்டு வாழ்தல் எனக்கு அளவற்ற துன்ப வாழ்க்கையாயிருந்தது.

இவ்வாறு நான் மரணத்தை ஒவ்வொரு நிமிஷமும் எதிர்பார்த்துக் கிடந்தபோது டாக்டர் தால்வால்கர் ஓர் அதிசயமான ஜந்துவை அழைத்துக்கொண்டு வந்து சேர்ந்தார். இந்த ஜந்து ஒரு மகாராஷ்டிரரே யாவார். அவர் பெயர் பிரசித்தியானதன்று. ஆனால், அவரைப் பார்த்தவுடனே என்னைப்போல் அவரும் ஒரு பித்தரெனக் கண்டுகொண்டேன். அவர் தமது சிகிச்சையை என்னிடம் பிரயோகித்துப் பார்ப்பதற்காக வந்தார். அவர் வைத்தியக் கலாசாலையில் ஏறக்குறைய முழுப்பயிற்சியும் பெற்றவர். ஆனால், பட்டம் மட்டும் பெறவில்லை. அவர் பிரம்ம சமாஜத்தைச் சேர்ந்தவரென்று பின்னால் தெரிந்துகொண்டேன். ஸ்ரீமான் கெல்கார், இதுதான் அவர் பெயர். சுதந்திர இயல்பும் பிடிவாத குணமும் உள்ளவர். அவருக்குப் பனிக்கட்டி சிகிச்சையில் அதிக பிரமை. எனக்கு அந்த சிகிச்சை செய்யவேண்டுமென விரும்பினார். அவருக்குப் 'பனிக்கட்டி டாக்டர்' என்று நாங்கள் பெயர் கொடுத்தோம். பெரிய டாக்டர்களுக்குத் தெரியவராத சில விஷயங்களைத் தாம் கண்டுபிடித்துவிட்டதாய் அவர் நம்புகிறார். அவருடைய சிகிச்சைமுறையில் அவருக்குள்ள நம்பிக்கையை எனக்கும் அவர் உண்டுபண்ண முடியாமல் போனது பெரிதும் இரங்கத்தக்கதாகும். அவருடைய முறையில் ஓரளவு வரைக்கும்

நான் நம்புகிறேன். ஆனால் அவசரப்பட்டு அவர் சிற்சில முடிவுகள் செய்திருப்பதாக எனக்குத் தோன்றியது.

அவர் கண்டுபிடித்த விஷயங்களின் குணாகுணங்கள் எத்தகையவாயினும் என் உடம்பில் பரிசோதனை செய்வதற்கு அவருக்கு அனுமதி கொடுத்தேன். புறச் சிகிச்சையில் எனக்கு ஆட்சேபம் கிடையாது. உடம்பு முழுவதும் பனிக்கட்டி வைத்துக்கட்டுவதே அவருடைய சிகிச்சையாகும். அச்சிகிச்சையினால் என் உடம்பில் ஏற்பட்ட குணத்தைப் பற்றி அவர் கூறுவதை நான் ஒப்புக்கொள்ளவில்லையாயினும், எனக்கு ஒரு புதிய நம்பிக்கையையும் புதிய உற்சாகத்தையும், அது அளித்தது என்பதில் சந்தேகமில்லை. மனத்தின் நிலை உடம்பில் பிரதிபலிப்பது இயல்பே அல்லவா? பசியெடுக்க ஆரம்பித்தது. ஐந்து முதல் பத்து நிமிஷம் வரையில் மெதுவாக நடக்கவும் தொடங்கினேன். இப்போது அவர் என் உணவில் ஒரு சீர்திருத்தம் செய்யுமாறு யோசனை சொன்னார். அவர் கூறியதாவது, "நீங்கள் பச்சை முட்டை தின்ன ஆரம்பித்தால் விரைவில் உங்கள் பலத்தைத் திரும்பப் பெறுவீர்கள். இதை உறுதியாய் நம்புங்கள். முட்டைகள் பாலைப்போலவே தீங்கற்றனவாகும். அவை புலாலாகாது என்பது நிச்சயம். எல்லா முட்டைகளிலும் கரு இல்லை என்பது உங்களுக்குத் தெரியுமா? கரு இல்லாத முட்டைகள் மார்க்கெட்டில் கிடைக்கும்" என்றார். ஆனால் இத்தகைய முட்டைகளையும் உட்கொள்ள நான் சித்தமாயில்லை. எனினும், இதுவரை என் உடல்நிலையில் ஏற்பட்டிருந்த அபிவிருத்தியே பொது விஷயங்களில் நான் சிரத்தைக் கொள்வதற்குப் போதுமானதாயிருந்தது.

29. ரௌலட் சட்டமும் எனது தியாகமும்

இவ்வாறு நான் குணமடைந்து வந்த சமயத்தில், பத்திரிகைகளில் ரௌலட் கமிட்டியின் அறிக்கையைத் தற்செயலாகப் பார்த்தேன். அதன் சிபாரிசுகள் என்னைத் திடுக்குறச் செய்தன. வல்லபாய் என்னை அநேகமாக தினந்தோறும் வந்து பார்ப்பது வழக்கம். அவரிடம் என் சந்தேகங்களைத் தெரிவித்தேன். "ஏதாவது செய்தாக வேண்டும்" என்று நான் சொன்னேன். "இந்நிலைமையில் நான் என்ன செய்யக்கூடும்?" என்று அவர் பதிலுக்குக் கேட்டார். அதற்கு நான் கூறியதாவது, "உத்தேச சட்டத்தை எதிர்த்து நிற்பதாகப் பிரதிக்ஞையில் கையொப்பமிட ஒருசிலர் முன்வந்தாலும் போதும். அப்படியும் சட்டம் செய்யப்படுமாயின் நாம் உடனே

சத்தியாக்கிரஹம் தொடங்கவேண்டும். நான் இப்படி நோய்ப்பட்டுக் கிடக்காவிடில், மற்றவர் என்னைப் பின்பற்றுவார்களென எதிர்பார்த்துத் தன்னந்தனியனாகவே போர்த் தொடங்குவேன். ஆனால், தற்போது என்னுடைய தீனமான நிலைமையில், நான் அப்பொறுப்பை ஏற்றுக்கொள்ளத் திறமையற்றவனென எண்ணுகிறேன்."

இந்தப் பேச்சின் பயனாக, என்னுடன் தொடர்புடைய சிலரை அழைத்து ஒரு கூட்டம் கூட்டுவதென்று முடிவுசெய்தோம். ரௌலட் கமிட்டியாரின் சிபாரிசுகள். அக்கமிட்டி அறிக்கையில் வெளியான சாட்சியங்களையே கொண்டு பார்த்தாலும் போதிய ஆதாரமற்றவையாக எனக்குக் காணப்பட்டன. சுயமரியாதை உள்ளவர் எவரும் அச்சிபாரிசுகளுக்குத் தலைகுனியக்கூடாதென்று எண்ணினேன்.

கடைசியாக, மேற்படிக் கூட்டம் ஆசிரமத்தில் நடைபெற்றது. இருபது பேருக்குமேல் அக்கூட்டத்துக்கு அழைக்கப்படவில்லை. வல்லபாயைத் தவிர, ஸ்ரீமதி சரோஜினி, மிஸ்டர் ஹார்னிமான். காலஞ்சென்ற ஜனாப் உமார் சோபானி, ஸ்ரீ சங்கர்லால் பாங்கர், ஸ்ரீ மதி அனுசூயாபாய் இவர்கள் வந்திருந்ததாக எனக்கு நினைவிருக்கிறது. சத்தியாக்கிரஹப் பிரதிக்ஞை இக்கூட்டத்திலேயே தயாரிக்கப்பட்டது. கூட்டத்துக்கு வந்திருந்தவர்கள் எல்லாரும் அதில் கையொப்பமிட்டதாக எனக்கு ஞாபகம். அக்காலத்தில் நான் பத்திரிகை எதுவும் நடத்தவில்லை. ஆனால், அவ்வப்போது என் கருத்துகளைத் தினசரிப் பத்திரிகைகளின் மூலம் வெளியிடுவது வழக்கம். அவ்வழக்கத்தின்படி இப்போது எழுதினேன். சங்கர்லால் பாங்கர் மிகுந்த ஊக்கத்துடன் இக்கிளர்ச்சியில் ஈடுபட்டார். சலிப்புறாமல் நிர்மாண வேலை செய்வதற்கு அவருக்குள்ள ஆச்சரியமானத் திறமையைப் பற்றி இப்போதுதான் முதன்முதலாகத் தெரிந்துகொண்டேன்.

அப்போதிருந்த ஸ்தாபனம் எதுவும் சத்தியாக்கிரஹமென்றும், புதிய ஆயுதத்தை ஏற்றுக்கொள்ளுமென நம்புவது வீண் என்றும் தோன்றியபடியால் என்னுடைய யோசனையில்மேல் 'சத்தியாக்கிரஹ சபை' என்று ஒரு புதிய அமைப்பு ஏற்படுத்தப்பட்டது. அதன் முக்கிய அங்கத்தினர்கள் பம்பாய் வாசிகளாதலால் அதன் தலைமை ஸ்தலமும் அங்கேயே ஏற்பட்டது. ஏராளமானவர்கள் அச்சபையில் சேர விரும்பிப் பிரதிக்ஞையில் கையொப்பமிடலானார்கள். அறிக்கைகள் வெளியிடப்பட்டன. பொதுக்கூட்டங்கள் எங்கும் நடத்தப்பட்டன. இவையெல்லாம் கேதா போராட்டத்தை நினைவூட்டுவனவாயிருந்தன.

நானே சத்தியாக்கிரஹ சபையின் அக்கிராசனனானேன். ஆனால், விரைவிலேயே, அச்சபையிலிருந்த அறிவாளிகளுக்கும் எனக்கும் அதிக ஒற்றுமை ஏற்பட முடியாதெனக் கண்டேன். சபையில் குஜராத்தி மொழியையே உபயோகிக்க வேண்டுமென நான் வற்புறுத்தியதும், மற்றும் என் வேலைமுறைகள் சிலவும் அவர்களுக்குப் பெரிதும் மனத்தொல்லையும், சங்கடமும் அளித்தன. ஆயினும் அவர்களில் பலர் என்னுடைய விநோதக் கொள்கைகளையும், நடவடிக்கைகளையும் பெரிய மனது செய்து பொறுத்து வந்தார்களென்பதைக் குறிப்பிடவேண்டும்.

எனினும், சபை நீண்டகாலம் நீடித்திராதென்பது எனக்குத் தொடக்கத்திலேயே தெளிவாக விளங்கிவிட்டது. சத்தியத்தையும் அஹிம்சையையும் நான் வலியுறுத்தியதை அங்கத்தினர் சிலர் இதற்குள்ளாகவே வெறுக்கத் தொடங்கிவிட்டார்கள் என்பதைக் கண்டேன். ஆயினும், ஆரம்பகாலத்தில் எங்கள் புதுமுயற்சி வெகுதீவிரமாக நடந்து இயக்கம் வலப்பெற்று வந்தது.

மாதிரான் என்னுமிடம் சென்றால் விரைவில் சுகமடையலாமென்று வைத்தியர்களும் நண்பர்களும் சொன்னதன்மேல் அங்கே போனேன். ஆனால், மாதிரானில் தண்ணீர் கனமுள்ளதாகையால் நான் அங்கு வசிப்பது கஷ்டமாகிவிட்டது. சீதபேதியினால் துன்புற்றதின் காரணமாக என் ஆசனத்துவாரம் மிகவும் மெலிவுற்றிருந்தது. அதில் சிறு பிளவுகள் உண்டாயிருந்தபடியால் மலங்கழிக்குங்கால் மிகக்கொடிய வலி ஏற்பட்டது. எனவே, உணவருந்தும் எண்ணமே எனக்குப் பீதி விளைந்தது. ஆதலின் ஒருவாரம் ஆவதற்குள் நான் தேகத்தின் பாதுகாவலாகத் தம்மைத்தாமே ஏற்படுத்திக்கொண்டு டாக்டர் தலாலிடம் ஆலோசனைக் கேட்கும்படி வற்புறுத்தினார். அவ்வாறே டாக்டர் தலால் அழைக்கப்பட்டார். அவர் உடனுக்குடனே முடிவு செய்யும் திறமை உடையவராயிருந்தது என் சிந்தையைக் கவர்ந்தது.

"நீங்கள் பால் அருந்தினாலன்றி உங்கள் உடம்புக்குப் புதிய பலம் தருவிக்க என்னால் முடியாது. பால் அருந்துவதுடன், இரும்புச்சத்தை இஞ்சக்ஷன் செய்துகொள்ளவும் சம்மதித்தால், உங்கள் தேகத்தை முழுதும் முன்போலாக்கிவிடுவதற்கு நான் உத்தரவாதம்" என்றார்.

"இஞ்சக்ஷன் செய்துகொள்ள ஆட்சேபமில்லை. ஆனால், பால் விஷயம் வேறானது. பால் அருந்துவதில்லை என்று நான் விரதங்கொண்டுள்ளேன்" என்றேன்.

“உங்கள் விரதம் எத்தகையது? விவரமாகச் சொல்லுங்கள்” என்றார் வைத்தியர்.

அவ்விரத்தின் வரலாறு முழுவதும் கூறினேன். பசுவும், எருமையும் இடையர்களால் நடத்தப்படும் விதத்தைத் தெரிந்துகொண்ட பின்னர், பாலென்றாலே எனக்கு வெறுப்பு வந்துவிட்டதென்றும், மேலும், பால் மனிதனுடைய இயற்கை உணவன்று என நான் கருதுவதாகவும், ஆதலின் அதை அடியோடு விட்டொழிக்க விரதங்கொண்டதாகவும் அறிவித்தேன். இந்த சம்பாஷணையைக் கேட்டுக்கொண்டு என் படுக்கைக்கருகில் கஸ்தூரிபாய் நின்றுகொண்டிருந்தாள்.

“அப்படியானால் வெள்ளாட்டுப்பால் அருந்துவதற்கு என்ன? அதற்கு ஆட்சேபம் எதுவுமிருக்க முடியாதே?” என்று அவள் இடையில் கூறினாள்.

உடனே டாக்டரும் அதைப் பிடித்துக்கொண்டார். “நீங்கள் வெள்ளாட்டுப்பால் அருந்தினாலும் எனக்குப் போதும்” என்றார்.

என் உறுதி குலைந்தது. சத்தியாக்கிரஹப் போர் நடத்தவேண்டுமென்னும் தீவிரமான அவாவினால் உயிர் வாழும் ஆசையும் எனக்கு உண்டாகிவிட்டது. எனவே, விரதத்தின் கருத்தைக் கைவிட்டு அதன் எழுத்தைக் கடைப்பிடிப்பதுடன் திருப்தியடைந்தேன். நான் விரதமெடுத்துக் கொண்டபோது பசுவின் பாலும், எருமைப்பாலுமே என் மனதில் இருந்தனவாயினும், இயல்பாக அதனுள் எல்லா மிருகங்களின் பாலுமே அடங்கியதாகும். மற்றும், பால் மனிதனுடைய இயற்கை உணவன்று என நான் கொண்டிருக்கும்வரையில் எந்தப் பாலையும் அருந்துவது முறையாகாது. இவையெல்லாம் தெரிந்திருந்தும் வெள்ளாட்டுப் பால் அருந்தச் சம்மதித்தேன். உயிர்வாழும் ஆசை சத்தியப்பற்றினும் வலிமை மிக்கதாகிவிட்டது. எனவே, சத்திய உபாசகனான நான் இந்த ஒருமுறையில் சத்ததியாக்கிரஹப் போர் துவங்கும் ஆவல் காரணமாக எனது புனித இலட்சியத்தைச் சிறிது விட்டுக்கொடுக்கலானேன். இதன் ஞாபகம் இன்றளவும் என் இதயத்தை ஓயாது வருத்திக்கொண்டிருக்கிறது. வெள்ளாட்டுப்பாலை விடுவதெப்படி என்று இடைவிடாமல் சிந்தித்து வருகிறேன். ஆனால், ஆசைகளுக்குள் மிக நுண்ணியதாகிய தொண்டுபுரியும் ஆசை இன்னும் என்னைப் பற்றி நிற்கிறது. அதனின்றும் இன்னும் நான் விடுதலைப் பெறக்கூடவில்லை.

எனக்கு உணவுச் சோதனைகளும் அஹிம்ஸைச் சோதனைகளின் ஒரு பகுதியே. ஆதலின் அவை மிக அருமையானவையாகும்.

அவையே எனக்குச் சந்தோஷனுபவ சாதனங்களாக இருந்து வருகின்றன. ஆனால், வெள்ளாட்டுப்பால் அருந்துவது அஹிம்ஸை உணவு நெறிக்கு விரோதமென்ற காரணத்தினால் எனக்கு அத்துணைத் துன்பம் தந்துவரவில்லை. விரதபங்கம் செய்துவிட்டேனே, சத்தியத்தைக் கைவிட்டேனே என்னும் துயரமே அதிகமாயிருக்கிறது. அஹிம்ஸையென்னும் சிக்கலை என்னால் அவிழ்க்கவே முடியாதென அனுபவத்திலிருந்து உணர்ந்திருக்கிறேன். பிரதிக்ஞைகளின் எழுத்தை மட்டுமல்லாது கருத்தையும் அனுசரித்து நடப்பதே சத்திய இலட்சியத்தைக் கடைப்பிடிப்பதாகும். இவ்விஷயத்தில் என் பிரதிக்ஞையின் வெளிஉருவத்தைக் காப்பாற்றினேனே அல்லாமல், தன் கருத்தை ஆத்மாவைக் கொன்றுவிட்டேன். இதுதான் எனக்குப் பெரிதும் மனவேதனை தந்துவருகிறது, இத்தகைய தெளிவான அறிவு இருந்தும் என்முன், நேரிய வழியைக் காண்கிறேனில்லை. அல்லது நேர்விழியில் செல்ல, எனக்குத் தைரியமில்லை என்றும் சொல்லலாம். இரண்டும் அடிப்படையில் ஒன்றுதான். ஏனெனில், சந்தேகம் என்பது நம்பிக்கையின்மை அல்லது நம்பிக்கைக் குறைவின் விளைவேயாகும். எனவே, "ஆண்டவனே! எனக்கு நம்பிக்கை அருள்வாய்" என்றும் இரவும் பகலும் பிராத்தித்து வருகிறேன்.

நான் வெள்ளாட்டுப்பால் அருந்தத் தொடங்கியதற்கு சற்றுப் பின்னர், டாக்டர் தலால் ஆசனவாயிலிருந்த பிளவுகளைப் போக்க சத்திர சிகிச்சை செய்தார். சிகிச்சை வெற்றியளித்தது. குணமடையத் தொடங்கியதும் உயிர்வாழும் ஆசை மீண்டும் எழுந்தது. ஆண்டவன் எனக்கு வேலை தயாராய் வைத்திருந்தபடியால் அவ்வாசை அதிகமாயிற்று.

30. அற்புதமானக் காட்சி

இவ்வாறு ஒருபுறத்தில் ரௌலட் கமிட்டி அறிக்கைக்கு விரோதமான கிளர்ச்சி பலம்பெற்று வருகையில் மற்றொருபுறத்தில் அக்கமிட்டியின் சிபாரிசுகளை அமுலுக்குக் கொண்டுவர அரசாங்கத்தாரின் உறுதியும் வலுவடைந்து வந்தது. ரௌலட் மசோதா பிரசுரிக்கப்பட்டது. என் வாணாளில் ஒரேயொரு முறைதான் நான் இந்தியச் சட்டசபை மண்டபம் சென்று அச்சபை நடவடிக்கைகளைக் கவனித்திருக்கிறேன். அது இம்மசோதாவின் மீது நடந்த விவாதத்தின்போதேயாகும். ஸ்ரீமான் சீனிவாச சாஸ்திரியார் ஆவேசமான பிரசங்கம் ஒன்று செய்தார். அதில்

அரசாங்கத்துக்குப் பலமான எச்சரிக்கை விடுத்தார். சாஸ்திரியார் வாக்கு வன்மையுடன் கண்டனங்களைச் சரமாரியாகப் பொழிந்துகொண்டிருக்கையில் இராஜப்பிரதிநிதி அவரையே கண்கொட்டாமல் பார்த்துக்கொண்டு பிரமிப்படைந்தவர்போல் கேட்டுவந்தார். அப்பேச்சு அவ்வளவு உண்மையாகவும், உணர்ச்சி நிறைந்ததாகவும் இருந்தபடியால் இராஜப் பிரதிநிதியின் மனதைக்கூட அது மாற்றியிருக்கலாமென எனக்குத் தோன்றிற்று.

ஆனால், ஒரு மனிதன் உண்மையில் தூங்கிக்கொண்டிருந்தால் அவனை எழுப்பலாம். தூங்குவதற்காகப் பாசாங்கு மட்டும் செய்துகொண்டிருந்தால் எவ்வளவுதான் முயற்சி செய்தாலும் அவனை எழுப்ப முடியாதல்லவா? அரசாங்கமும் அதே நிலையில்தான் இருந்துவந்தது. அதன் தீர்மானம் முன்னரே செய்யப்பட்டுவிட்டது. சட்டப்பூர்வமானச் சடங்குகளை நடத்திவிட வேண்டுமென்பது ஒன்றுதான் இப்போது அதன் கவலை. ஆதலின் சாஸ்திரியாரின் எச்சரிக்கை அரசாங்கத்தின் செவியில் சிறிதும் ஏறவில்லை.

இத்தகைய சந்தர்ப்பத்தில் என்னுடைய பேச்சுக்கு எவ்வாறு மதிப்பு ஏற்படக்கூடும்? இராஜப்பிரதிநிதியை நான் மன்றாடி வேண்டிக்கொண்டேன். அவருக்கு அந்தரங்கக் கடிதங்களும், பகிரங்கக் கடிதங்களும் விடுத்தேன். அவற்றில் அரசாங்கம் கைக்கொள்ளும் முறையினால் சத்தியாக்கிரஹம் மேற்கொள்வதைத் தவிர எனக்கு வேறு வழியில்லாமல் போய்விடுமென்று தெளிவாகக் கூறினேன். ஒன்றும் பயன்படவில்லை.

மசோதா இன்னும் சட்டமாகி கெஜட்டில் பிரசுரிக்கப்படவில்லை. இந்நிலைமையில் சென்னையிலிருந்தும் எனக்கு அழைப்பு வந்தது. அப்போது என் உடல் பலவீனமுற்றிருந்ததாயினும். அவ்வழைப்பை ஏற்று நீண்டதூரப் பிரயாணம் செய்யத் துணிந்தேன். அக்காலத்தில் பொதுக்கூட்டங்களில் பேசுவதற்கு வேண்டிய அளவு உரத்தப் பேச எனக்குச் சக்தியில்லை. பொதுக்கூட்டங்களில் நின்றுகொண்டு பேசவும் இயலவில்லை. இந்த சக்திக்குறைவு இப்போதுமிருந்து வருகிறது. நின்றுகொண்டு பேச முயன்றேனானால் என் உடம்பு முழுதும் நடுங்கவும் குலுங்கவும் ஆரம்பித்துவிடும்.

தென்னாட்டுக்கு எப்போது சென்றாலும் என் சொந்த இடத்தில் இருப்பதாகவே எனக்குத் தோன்றும். தென்னாப்பிரிக்காவும் நான் செய்த வேலையின் காரணமாக, தமிழர்கள் மீதும் தெலுங்கர்கள் மீதும் எனக்கு ஏதோ தனி உரிமை உண்டென்று நான்

எண்ணுவதுண்டு. தென்னாட்டார் என் நம்பிக்கையை ஒருபோதும் பொய்ப்படுத்தியதில்லை. ஸ்ரீமான் கஸ்தூரி ரங்க ஐயங்காரின் கையொப்பத்துடன் அழைப்பு வந்தது. ஆனால், அவ்வழைப்புக்குப் பின்னால் நின்றவர் இராஜகோபாலாச்சாரி என்பதாகச் சென்னைக்குப் போகும் வழியில் அறிந்துகொண்டேன். அவருடன் முதன்முதலாக இப்போதுதான் எனக்குப் பழக்கம் ஏற்பட்டதென்று சொல்லலாம். நேருக்குநேர் நாங்கள் சந்தித்து ஒருவரையொருவர் அறிந்துகொண்டது இம்முறையில்தான் என்பதில் சந்தேகமில்லை.

இராஜகோபாலாச்சாரி சமீபத்தில்தான் சேலத்திலிருந்து சென்னைக்கு வக்கீல் தொழில் நடத்தவந்திருந்தார். காலஞ்சென்ற ஸ்ரீகஸ்தூரிரங்க அய்யங்கார் முதலியோர் அவரை வற்புறுத்தி அழைத்திருந்தார்கள். பொதுவாழ்வில் இன்னும் தீவிரமாக ஈடுபட வேண்டுமென்பது அவரது நோக்கம். சென்னையில் அவருடைய விருந்தினராகவே நாங்கள் தங்கினோம். ஆனால், இரண்டு மூன்றுநாள் ஆனபிறகே இதை நான் கண்டுபிடித்தேன். ஏனெனில், நாங்கள் அவருடைய விருந்தினர் என்று எண்ணியிருந்தோம். மகாதேவ தேசாய் எனக்கு உண்மை தெரிவித்தார். அவர் விரைவில் இராஜகோபாலாச்சாரியாருடன் நெருங்கிய பழக்கங்கொண்டார். இராஜகோபாலாச்சாரி தமக்கு இயற்கையான சங்கோச குணத்தினால் எப்போதும் பின்னாலேயே இருந்தார். ஆனால், மகாதேவ் எனக்கு எச்சரிக்கை செய்தார். "இந்த மனிதரிடம் நீங்கள் பழக்கம் செய்துகொள்ள வேண்டும்" என்று அவர் ஒருநாள் கூறினார்.

அவ்வாறே செய்தேன். போராட்டத்துக்குரிய திட்டங்களைப் பற்றி நாங்கள் தினந்தோறும் விவாதித்தோம். ஆனால், பொதுக்கூட்டங்கள் நடத்துவதை அல்லாமல் வேறெந்த வேலைத்திட்டமும் எனக்குத் தோன்றவில்லை. ரௌலட் மசோதா முடிவில் சட்டமாகிவிட்டாலும் அதை எதிர்த்து எப்படி சாத்வீக மறுப்புச் செய்வதென்பது எனக்கு விளங்கவில்லை. அரசாங்கம் அதற்குரிய சந்தர்ப்பம் அளித்தால்தானே சட்டத்துக்குக் கீழ்ப்படிய மறுக்கலாம்? அதில்லாவிடில் மற்றச் சட்டங்களையும் சாத்வீக முறையில் மறுத்தல் கூடுமா? அங்ஙனமாயின், அதற்கு வரம்பு எங்கே என்று நிர்ணயிப்பது? இதுபோன்ற பல விஷயங்களையும் குறித்து நாங்கள் விவாதித்தோம்.

இது சம்பந்தமாக நன்கு ஆராய்ச்சி செய்யும் பொருட்டு ஸ்ரீ கஸ்தூரிரங்க அய்யங்கார் தலைவர்களின் சிறு மகாநாடு ஒன்றைக் கூட்டினார். அதில் சிறப்பாகக் கலந்துகொண்டவர்களில் ஸ்ரீ விஜயராகவாச்சாரியாரும் ஒருவர். சத்தியாக்கிரஹ சாஸ்திரத்தின்

நுட்பமான அம்சங்களையும்கூட விளக்குமாறு ஒரு விரிவான நூல் நான் எழுதவேண்டுமென்று அவர் யோசனை சொன்னார். அது என் ஆற்றலுக்கு அப்பாற்பட்டது என்று கருதி அவ்வாறே அவரிடமும் தெரிவித்தேன்.

இந்த யோசனைகளெல்லாம் நடந்துகொண்டிருக்கையில் ரௌலட் மசோதா சட்டமாகிப் பிரசுரிக்கப்பட்டுவிட்டது என்னும் செய்தி கிடைத்தது. அன்றிரவு அதைப்பற்றிச் சிந்தித்துக்கொண்டே நித்திரையில் ஆழ்ந்தேன். மறுநாள் அதிகாலையில், சிறிது வழக்கத்தைவிட முன்னதாகவே விழித்துக்கொண்டேன். எனக்கு வழி புலனாயிற்று. கனவு கண்டதுபோலவே இருந்தது. காலையில் இராஜகோபாலாச்சாரியிடம் விவரம் முழுவதும் கூறினேன்.

"ஒருநாள் பூரண ஹர்த்தால் (வேலைநிறுத்தம்) நடத்தும்படி தேச மக்களைக் கேட்டுக்கொள்ள வேண்டுமென்று நேற்றிரவில் கனவில் யோசனை உதயமாயிற்று. சத்தியாக்கிரஹம் என்பது ஆத்மத் தூய்மை செய்துகொள்ளும் ஒருமுறையேயாகும். நமது போராட்டம் புனிதமான போராட்டமாதலின் ஆத்மத் தூய்மைக்குரிய ஒரு காரியத்துடன் அதைத் தொடங்குவதே தகுதியென்று நினைக்கிறேன். அன்றைய தினம் இந்திய மக்கள் அனைவரும் தங்கள் வேலைகளை நிறுத்தி உபவாசமிருந்து பிரார்த்தனை நடத்தவேண்டும். முஸ்லிம்கள் ஒரு நாளைக்குமேல் பட்டினிக் கிடக்கமாட்டார்கள். ஆதலின் உபவாசம் 24மணி நேரம் என்று ஏற்படுத்த வேண்டும். எல்லா மாகாணங்களும் நமது வேண்டுகோளுக்கு இணங்குமாவென்று சொல்லுதல் கஷ்டம். ஆனால் பம்பாய், சென்னை, பீஹார், சிந்து இம்மாகாணங்களைப் பற்றி எனக்கு நிச்சயமுண்டு. இவ்விடங்களிலெல்லாம் ஹர்த்தால் சரிவர நடந்தாலும் நாம் திருப்தியடையக் காரணமுண்டு" என்றேன்.

இராஜகோபாலாச்சாரி உடனே இந்த யோசனையை அங்கீகரித்தார். பின்னால் மற்ற நண்பர்களுக்கு அது தெரிவிக்கப்பட்டபோது அவர்களும் அதை வரவேற்றார்கள். சுருக்கமான விண்ணப்பமொன்றை நான் தயாரித்தேன். முதலில் 1919ஆம் ஆண்டு மார்ச்சு மாதம் 30ஆம் தேதி ஹர்த்தால் தினமாகக் குறிக்கப்பட்டது. பின்னர், ஏப்ரல் மாதம் 6ஆம் தேதிக்கு மாற்றப்பட்டது. இவ்வாறு ஜனங்களுக்குச் சொற்பகால அறிக்கையே தந்தோம். வேலை உடனே தொடங்கவேண்டியிருந்தபடியால் நீண்டகால அறிக்கைத் தருவதற்கு நேரமில்லை.

ஆனால், அவ்வற்புதம் எப்படி நடந்ததென்று யாரால் சொல்லமுடியும்? பாரதநாடு முழுவதிலும் ஒரு மூலையிலிருந்து

மற்றொரு மூலைவரை நகரங்களும், கிராமங்களும் அன்றைய தினம் பரிபூரணமான ஹர்த்தால் அனுஷ்டித்தன. அது அதிஅற்புதமானக் காட்சியாயிருந்தது.

31. மறக்கொணாச் சம்பவங்கள்

தென்னிந்திய சுற்றுப்பிரயாணத்தைச் சுருக்கமாக முடித்துக்கொண்டு பம்பாய்க்குத் திரும்பினேன். ஏப்ரல் மாதம் 6ஆம் தேதி கொண்டாட்டத்திற்காக நான் அங்கே வந்து சேர்ந்துவிட வேண்டுமென்று ஸ்ரீ சங்கர்லால் பாங்கர் தந்தி அனுப்பியிருந்தார். ஏப்ரல் மாதம் 4ஆம் தேதி அங்கே போய்ச் சேர்ந்ததாக நினைவிருக்கிறது.

ஆனால், இதற்குமுன்பே மார்ச் மாதம் 30ஆம் தேதியன்று டில்லியில் ஹர்த்தால் நடந்துவிட்டது. டில்லியில் சுவாமி சிரத்தானந்தரும் காலஞ்சென்ற ஹக்கீம் அஜ்மல் கான் சாகிபுவும் வைத்ததுதான் சட்டம். ஹர்த்தால் ஏப்ரல் மாதம் 6ஆம் தேதிக்கு தள்ளி வைக்கப்பட்டிருக்கிறதென்னும் செய்தி அங்கே தாமதமாகச் சேர்ந்தது. இதற்குமுன்பு இத்தகைய ஹர்த்தால் டில்லியில் நடந்ததே கிடையாது. இந்துக்களும், முஸ்லிம்களும் ஒரே மனிதனைப்போல் ஒற்றுமைப்பட்டிருந்ததாகக் காணப்பட்டது. ஜூம்மா மசூதியில் உபந்நியாசம் செய்யும்படி சுவாமி சிரத்தானந்தரை அழைத்திருந்தார்கள். அவரும் அவ்வாறே சென்று உபந்நியாசஞ் செய்தார். இவற்றையெல்லாம் அதிகாரிகளால் பொறுக்கமுடியாமல் போயிற்று. அன்று நடந்த ஊர்வலம் ரயில்வே ஸ்டேஷனை நோக்கிச் சென்றபோது போலீஸார் அதைத் தடுத்துத் துப்பாக்கிப் பிரயோகம் செய்தனர். அதன்பயனாகச் சில உயிர்ச்சேதங்கள் நிகழ்ந்தன. டில்லியில் அடக்குமுறை ஆட்சித் துவங்கப்பட்டது. சிரத்தானந்தர் என்னை அவசரமாக டில்லிக்கு வரும்படி அழைத்திருந்தார். பம்பாயில் ஏப்ரல் மாதம் 6ஆம் தேதிக் கொண்டாட்டம் முடிவுற்றது. டில்லியில் நடந்த அதே சம்பவங்கள் லாகூரிலும் அமிர்தசரஸிலும் நடைபெற்றன. அமிர்தசரஸிலிருந்து டாக்டர் சத்தியபாலும் டாக்டர் கிச்சலும் உடனே அங்குவந்து சேரும்படி வற்புறுத்தி அழைத்திருந்தார்கள். அச்சமயம் அவர்கள் இன்னாரென்றே எனக்குத் தெரியாது. ஆயினும் டில்லியிலிருந்து அமிர்தரஸூக்கு வருவதாக அவர்களுக்குத் செய்தியனுப்பினேன்.

6ஆம் தேதி காலை பம்பாய் நகர வாசிகள் ஆயிரக்கணக்காக வந்து 'சௌபாத்தி' கடற்கரையில் நீராடினார்கள். பின்னர் அவர்கள்

ஊர்வலமாகக் கிளம்பி தாகூர் துவாத்துக்குச் சென்றார்கள். ஊர்வலத்தில் ஆங்காங்கு ஸ்திரீகளும் குழந்தைகளும் காணப்பட்டனர். முஸ்லிம்கள் பெருந்தொகையினராக அதில் கலந்துகொண்டனர். தாகூர் துவாரத்தையடைந்த பின்னர் எங்களில் சிலரை முஸ்லிம் நண்பர்கள் அருகிலிருந்த மசூதிக்கு அழைத்துச்சென்றனர். நானும் ஸ்ரீமதி சரோஜினி தேவியும் அங்கே உபந்நியாசம் செய்தோம். அவ்விடத்திலேயே ஜனங்களைச் சுதேசிய விரதமும் இந்து முஸ்லிம் ஒற்றுமைப் பிரதிக்ஞையும் எடுத்துக்கொள்ளச் செய்யவேண்டுமென்று ஸ்ரீ வித்தல்தாஸ் ஜீரா ஜானி சொன்னார். ஆனால், அதற்கு நான் இணங்கவில்லை. பிரதிக்ஞைகளை ஏற்கனவே செய்துள்ள காரியங்களை முதலில் கவனித்து அவை திருப்தி அளித்தால்தான் அவர்களைப் பிரதிக்ஞை ஏற்கச் செய்யலாமென்றும் நான் கருதினேன். ஒருமுறை செய்துவிட்ட பிரதிக்ஞையைப் பின்னர் எக்காலத்தும் மீறலாகாதென்றும், எனவே சுதேசி விரதத்தின் உட்கருத்துகளையும் இந்து முஸ்லிம் பிரதிக்ஞையின் பெரும் பொறுப்பையும் அனைவரும் நன்குணர வேண்டுமென்றும் நான் எடுத்துக்காட்டினேன். முடிவில் பிரதிக்ஞை செய்ய விரும்புவோர் அனைவரும் மறுநாள் காலையில் அதற்காக ஓர் இடத்தில் கூடவேண்டுமென்று தெரிவித்தேன்.

பம்பாயில் ஹர்த்தால் பூரண வெற்றியுடன் நடந்ததென்று சொல்லவேண்டுவதில்லை. சட்டமறுப்புத் தொடங்குவதற்கு எல்லா ஏற்பாடுகளும் செய்திருந்தோம். இது சம்பந்தமாக இரண்டொரு விஷயங்கள் விவாதிக்கப்பட்டிருந்தன. ஜனத்திரளினால் எளிதில் மீறக்கூடிய சட்டங்களை மறுக்கவேண்டும் என்பதாகத் தீர்மானிக்கப்பட்டது. உப்புவரி ஜனங்களால் மிகவும் வெறுக்கப்பட்டதொன்று. கொஞ்சகாலமாக அவ்வரியை ரத்து செய்யப் பெருமுயற்சி நடந்துவந்தது. ஆதலின் ஜனங்கள் உப்புவரிச் சட்டத்தைமீறிக் கடலிலிருந்து தண்ணீர் கொண்டுபோய் வீட்டில் உப்பு உற்பத்திச் செய்யலாமென நான் சொன்னேன். அரசாங்கத்தினால் தடைக்குள்ளானப் பிரசுரங்களை விற்கலாமென்பது என்னுடைய மற்றொரு யோசனை. என்னுடைய புஸ்தகங்களில் ‘இந்திய சுயராஜ்யம்’, ‘சர்வோதயம்’ என்னும் இரண்டு நூல்கள் ஏற்கனவே தடையுத்திரவுக்கு உள்ளாயிருந்தன. அவற்றை அச்சிட்டுப் பகிரங்கமாக விற்பனைச் செய்தல் சட்டமறுப்புச் செய்வதற்கு மிகச்சுலபமான வழியென்று தோன்றிற்று. ஆதலின் அப்புத்தகங்களின் பிரதிகள் போதிய அளவு அச்சிடப்பட்டன. அன்று மாலை விரதம் முடிந்து உணவருந்திய பின்னர் நடைபெறவிருந்த பெருங்கூட்டத்தில் அவற்றை விற்க ஏற்பாடு செய்யப்பட்டிருந்தது.

அவ்வாறு 6ஆம் தேதி மாலை ஏராளமானத் தொண்டர்கள் தடுக்கப்பட்டப் பிரசுரங்களுடன் வெளிக்கிளம்பினார்கள். நானும் ஸ்ரீமதி சரோஜினியும் மோட்டார் வண்டிகளில் சென்றோம். எல்லாப் பிரதிகளும் விரைவிலேயே செலவழிந்துவிட்டன. விற்பனைப் பணத்தைச் சட்டமறுப்பு இயக்கத்துக்காகவே செலவழிக்கத் தீர்மானத்திருந்தோம். இரண்டு புத்தகங்களுக்கும் பிரதி ஒன்றுக்கு நான்கணா விலை வைக்கப்பட்டிருந்தது. ஆனால், என்னிடமிருந்த ஒருவரெனும் அந்த விலைக்குப் புத்தகம் வாங்கியதாக எனக்கு ஞாபகமில்லை. எவ்வளவோ பேர் தங்களுடைய சட்டைப் பைகளிலிருந்த பணம் முழுவதையும் கொடுத்துப் புத்தகம் வாங்கிக்கொண்டார்கள். ஒரு பிரதிக்காக ஐந்து ரூபா பத்து ரூபா நோட்டுகள் சர்வசாதாரணமாய் வந்து விழுந்தன. ஒருவர் ஐம்பது ரூபா கொடுத்து ஒரு பிரதி வாங்கிக்கொண்டதாகவும் ஞாபகமிருக்கிறது. தடையுத்திரவுக்குள்ளான இப்புத்தகங்களை வாங்குவதால் ஜனங்கள் சிறைக்கு அனுப்பப்படலாமென்று அவர்களுக்குத் தெளிவாக எடுத்துரைக்கப்பட்டது. ஆனால், அந்த நிமிஷத்தில் சிறைச்சாலை பயத்தையே அவர்கள் அடியோடு ஒழித்துவிட்டிருந்தார்கள்.

இது சம்பந்தமாக அராசங்கத்தார் ஒரு சௌகரியமான கொள்கையை மேற்கொண்டதாகப் பின்னால் தெரியவந்தது. உண்மையில், தடைக்குள்ளானப் புத்தகங்கள் விற்கப்படவில்லை என்றும், நாங்கள் விற்ற புத்தகங்கள், 'தடுக்கப்பட்ட பிரசுரங்கள்' ஆகாவென்றும் அவர்கள் கருதினார்களாம். தடைக்குள்ளான புத்தகங்களின் மறுமதிப்பை விற்பது சட்டப்படிக் குற்றமாகாது என்று அராசங்கத்தார் கொண்டனர். இந்தச் செய்தி பெரிதும் ஏமாற்றமளித்தது.

மறுநாள் காலையில் சுதேசி விரதமும், இந்து முஸ்லிம் ஒற்றுமைப் பிரதிக்ஞையும் மேற்கொள்வதற்காக வேறொரு கூட்டம் நடந்தது. மின்னுவதெல்லாம் பொன்னல்ல என்பதை வித்தல்தாஸ் ஜெராஜானி முதன்முதலில் இப்போதே உணர்ந்தார். இக்கூட்டத்திற்கு சொற்ப ஜனங்களே வந்திருந்தார்கள். அவர்களில் பெண்மணிகள் சிலர் இருந்தனர். அச்சிலரை எனக்கு நன்றாய் ஞபாகமிருக்கிறது. கூட்டத்துக்கு வந்த ஆண் மக்களும் சிலரே யாவர். பிரதிக்ஞையை ஏற்கனவே நான் தயாரித்துக்கொண்டு வந்திருந்தேன். வந்திருந்தவர்களுக்கு அதன்பொருளை நன்கு விளக்கிக் கூறினேன். இக்கூட்டத்திற்கு ஜனங்கள் குறைவாக வந்திருந்தது எனக்குத் துயரமாவது வியப்பாவது அளிக்கவில்லை. ஏனெனில், ஜனங்களில் மனப்பான்மையில் இந்தக் குறிப்பான வேற்றுமையை நான் முன்னே

கவனித்திருந்தேன். கிளர்ச்சித் தரும் வேலையென்றால் அவர்களுக்கெப்போதும் பிரியம். அமைதியான நிர்மாண வேலையென்றால் வெறுப்புத்தான். இவ்வேற்றுமை இன்றளவும் இருந்து வருகிறது.

ஆனால், இவ்விஷயத்தைப் பற்றி ஒரு தனி அத்தியாயம் எழுதவேண்டும். எனவே, கதைத் தொடர்ச்சிக்குத் திரும்புவோம். 7ஆம் தேதி இரவு டில்லி வழியாக அமிர்தசரஸ் போகும் எண்ணத்துடன் புறப்பட்டேன். 8ஆம் தேதி வடமதுரையை அடைந்ததும் நான் கைது செய்யப்படலாமென்னும் வதந்தி முதன்முதலாக என் காதுக்கெட்டியது. ரயில் நின்ற அடுத்த இடத்தில் ஆசிரியர் கித்வானி என்னைக் காணவந்தார். என்னைக் கைதுசெய்வது நிச்சயமென்று அவர் திட்டமாகத் தெரிவித்ததுடன் நான் இட்ட வேலைசெய்யத் தாம் சித்தமாயிருப்பதாகவும் கூறினார். அவருக்கு வந்தனமளித்து அவசியமானபோது அவருக்கு வேலையிடத் தயங்காமட்டேன் என்று கூறினேன்.

வண்டி பால்வால் ஸ்டேஷனை அடைவதற்கு முன்னால் எழுத்து மூலமான உத்தரவு ஒன்று எனக்களிக்கப்பட்டது. நான் பஞ்சாபுக்குச் செல்வதால் அமைதிக்குப் பங்கம் நேரிடக்கூடுமாதலின். அம்மாகாணத்தின் எல்லைக்குள் நான் புகுதல் கூடாதென்று அதில் கண்டிருந்தது. போலீசார் என்னை வண்டியிலிருந்து கீழிறங்கும்படி சொன்னார்கள். நான் அப்படிச் செய்ய மறுத்தேன். “அவசரமான அழைப்பு வந்துள்ளபடியால் நான் பஞ்சாபுக்குச் செல்கிறேன். அங்கே அமைதிக்குக் கேடுசூழ்வதற்காகவன்று; அமைதிகாப்பதற்கே போகிறேன். ஆதலின். இவ்வுத்தரவுக்கு இணங்க இயலாமைபற்றி வருந்துகிறேன்” என்று சொன்னேன்.

கடைசியாக, வண்டி பால்வால் ஸ்டேஷனை அடைந்தது. மகாதேவ் தேசாய் என்னுடன் வந்துகொண்டிருந்தார். டில்லிக்குச் சென்று சுவாமி சிரத்தானந்தரிடம் இங்கு நிகழ்ந்ததைச் சொல்லும்படியும் ஜனங்களை அமைதியாய் இருக்குமாறு கேட்டுக்கொள்ளும்படியும் சொன்னேன். எனக்களிக்கப்பட்ட உத்தரவிற்கு நான் கீழ்ப்படிய மறுத்தது ஏன் என்பதையும், எனக்கு எத்தகைய தண்டனை அளிக்கப்பட்டாலும் ஜனங்கள் மட்டும் பூரண அமைதியுடனிருந்தால் நாம் நிச்சயம் வெற்றியடைவோம் என்பதையும் விளக்கிக் கூறும்படி அவரைக் கேட்டுக்கொண்டேன்.

பால்வால் ஸ்டேஷனில் என்னை வண்டியிலிருந்து இறக்கிப் போலீஸ் காவலில் வைத்தார்கள். விரைவில் டில்லியிலிருந்து ஒரு வண்டி வந்தது. அதில் மூன்றாம் வகுப்பு வண்டி ஒன்றில் நான்

ஏற்றப்பட்டேன். போலீசாரும் உடன் வந்தனர். மதுரை சேர்ந்ததும் என்னைப் போலீஸ் காரியாலயத்துக்கு அழைத்துச்சென்றனர். ஆனால், அடுத்தாற்போல் என்னை எங்கே கொண்டுபோகப் போகிறார்கள், என்ன செய்யப்போகிறார்கள் என்பதாகப் போலீஸ் உத்தியோகஸ்தர் எவரும் எனக்குத் தெரிவிக்கக்கூடவில்லை. மறுநாள் அதிகாலையில் என்னை எழுப்பி, பம்பாய்க்குப் போய்க்கொண்டிருந்த ஒரு சாமான் வண்டியில் ஏற்றினார்கள். உச்சிப்பொழுதில் மாதோப்புரு ஸ்டேஷனில் மீண்டும் வண்டியிலிருந்து இறக்கப்பட்டேன். லாகூரிலிருந்து மெயில் வண்டியில் வந்த போலீஸ் இன்ஸ்பெக்டர் மிஸ்டர் பௌரிங் இப்போது என்னைத் தம்வசம் ஏற்றுக்கொண்டார். அவருடன் முதல்வகுப்பு ஏற்றப்பட்டேன். இவ்வாறு சாதாரணக் கைதியிலிருந்து பெரிய மனிதக் கைதியானேன். அவ்வுத்தியோகஸ்தர் ஸர் மைக்கேல் ஓட்வியரின் புகழைப் பாடத்தொடங்கினார். ஸர் மைக்கேலுக்கு என்மீது எவ்வித விரோதபாவமும் கிடையாதென்றும். நான் பஞ்சாபுக்கு வந்தால் அமைதிக்குப் பங்கம் விளையுமென அஞ்சுவதே தடை உத்தரவுக்குக் காரணமென்றும், இன்னும் பலவாறாகவும் அவர் பேசினார். முடிவில் என்னைத் தானாகவே பம்பாய்க்குத் திரும்பிவிடும்படியும் பஞ்சாப் எல்லைக்குள் வராமலிருக்க ஒப்புக்கொள்ளும்படியும் கேட்டுக்கொண்டார். நான் அவ்வுத்தரவுக்கு இணங்க இயலாதிருப்பதாகவும், நானாகத் திரும்பிப்போகச் சித்தமாயில்லை என்றும் பதில் அளித்தேன். அதன்மேல் அவ்வுத்தியோகஸ்தருக்கு வேறு வழி இல்லாமற்போகவே என்மீது சட்டத்தைப் பிரயோகித்தே ஆகவேண்டுமென்று தெரிவித்தார். என்னை என்னதான் செய்யப்போகிறீர்கள் என்று கேட்டேன். அது தமக்கும் தெரியாதென்றும் மேல்உத்தரவை எதிர்பார்த்துக் கொண்டிருப்பதாகவும் அவர் பதிலளித்தார். "தற்போதைக்கு உங்களைப் பம்பாய்க்கு அழைத்துச்செல்கிறேன்" என்றார்.

இவ்வாறு நாங்கள் சூரத்துக்குப் போய்ச்சேர்ந்தோம். இங்கே வேறொரு போலீஸ் உத்தியோகஸ்தரிடம் நான் ஒப்புவிக்கப்பட்டேன். பம்பாய் போய்ச்சேர்ந்ததும், "நீங்கள், இப்போது சுயேச்சை அடைந்துவிட்டீர்கள்" என்று அவர் தெரிவித்து, "ஆனால் மேரின் லையன் ஸ்டேஷனுக்கருகில் நீங்கள் இறங்கிவிட்டால் நலம். உங்களுக்காக வண்டியை நிறுத்தச் சொல்லுகிறேன். கொலாபாயில் பெருங்கூட்டம் கூடியிருக்கக்கூடும்" என்றார். அவர் விருப்பதின்படி செய்ய எனக்கு மிகவும் சந்தோஷந்தான் என்று சொன்னேன். இதனால் அவர் மகிழ்ச்சி அடைந்து எனக்கு வந்தனம் கூறினார்.

அவ்வாறே மேரிஸ் லயன் ஸ்டேஷனில் நான் இறங்கினேன். நண்பர் ஒருவரின் வண்டி அந்தப்பக்கம் போய்க்கொண்டிருந்தது. அவ்வண்டியிலேறி ரேவா சங்கர் ஜாவேரியின் வீட்டில் என்னை விடும்படி சொன்னேன். நான் கைதுசெய்யப்பட்ட செய்தி ஜனங்களுக்குப் பெருங்கோபமூட்டி அவர்களை வெறிகொண்டவர்களாகச் செய்திருக்கிறதென்று அந்நண்பர் தெரிவித்தார். "பைதோனிக்கருகில் ஒவ்வொரு நிமிஷமும் கலகமுண்டாகலாம் என்று எதிர்பார்க்கக்கூடிய நிலைமை ஏற்பட்டிருக்கிறது. மாஜிஸ்ட்டிரேட்டும் போலீஸாரும் அங்கு இதற்குள்ளாகவே போய்விட்டார்கள்" என்று அவர் சொன்னார்.

நான் ரேவா சங்கரரின் வீட்டை அடைந்த தட்சணமே உமார் சோபானியும், அனுசூயாபாயும் அங்குவந்து என்னை உடனே பைதோனிக்கு வருமாறு கேட்டுக்கொண்டார்கள். "ஜனங்கள் பொறுமையிழந்து பெரிதும் பரபரப்படைந்திருக்கிறார்கள். எங்களால் அவர்களைச் சமாதானப்படுத்த முடியவில்லை. நீங்கள் நேரில் வந்தால் மட்டுமே அது முடியும்" என்று அவர்கள் கூறினார்கள்.

உடனே மறுபடியும் வண்டியில் ஏறினேன். பைதோனிக்கருகில் பெருங்கூட்டம் சேர்ந்திருப்பதைக் கண்டேன். என்னைக் கண்டதும் ஜனங்கள் மகிழ்ச்சிப்பெருக்கினால் பைத்தியங் கொண்டவர்களானார்கள். உடனே அவர்கள் ஓர் ஊர்வலமாகி என்னைப் பின்தொடர்ந்தார்கள். 'வந்தே மாதரம்', 'அல்லாஹோ அக்பர்' என்ற கோஷங்கள் ஆகாயத்தை அளாவின. பைதோனியில் குதிரைப் போலீஸ் படை ஒன்றைக் கண்டோம். மேலிருந்து கற்கள் சரமாரியாப் பொழிந்துகொண்டிருந்தன. அமைதியாயிருக்கும்படி கூட்டத்தை வேண்டிக்கொண்டேன். ஆனால், அந்தக் கல்மாரியிலிருந்து தப்பமுடியாதென்றே தோன்றிற்று. ஊர்வலம் அப்துல் ரஹ்மான் வீதியைத்தாண்டி, கிராபோர்டு மார்க்கெட் பக்கம் போகத் திரும்பியபோது, திடீரென்று குதிரைப் போலீஸ் படையொன்று எதிர்ப்பட்டது. ஊர்வலம் மேலே கோட்டைப்பக்கம் போகாமல் தடுப்பதற்காகக் குதிரைப் போலீஸார் வந்திருந்தனர். ஜனக்கூட்டமோ மிக நெருக்கமாயிருந்தது. ஆகவே போலீஸ் படையைப் பிளந்துகொண்டு கூட்டம் மேலே செல்லத் தொடங்கிவிட்டது. அப்பிரமாண்டமான கூட்டத்தில் என்னுடைய குரல் கேட்பதே இயலாதக் காரியம். இத்தகைய நிலைமையில், குதிரைப்படைக்குத் தலைமை வகித்த உத்தியோகஸ்தர், கூட்டத்தைக் கலைக்கும்படி தம்முடைய வீரர்களுக்கு உத்தரவிட்டார். அவ்வளவுதான்! குதிரை வீரர்கள் தங்களுடைய

ஈட்டிகளை வீசிக்கொண்டு கூட்டத்தில் புகுந்தார்கள். ஒரு நிமிஷம் நானும் காயமடைவேன் என்று தோன்றியது. ஆனால், அப்படி நடக்கவில்லை. ஈட்டிகள் எங்கள் மோட்டார் வண்டியை உராய்ந்ததுடன் நாங்கள் தப்பினோம். அவ்வீரர்கள் அதிவேகமாய் எங்களைத் தாண்டி சென்றார்கள். பொதுக்கூட்டம் சின்னபின்னமாயிற்று. ஜனங்கள் ஒரே குழப்பத்திற்கு உள்ளாயினர். பின்னர் ஓடத்தொடங்கினார்கள். சிலர் காலடியினால் மிதிப்பட்டார்கள். வேறு சிலர் உடம்பெல்லாம் காயம் அடைந்தனர். சிலர் நசுக்கப்பட்டனர். எள் விழுவதற்கும் இடமில்லாமல் நெருங்கிய அப்பெருங்கூட்டத்தில், குதிரைகள் போவதற்கு இடமே கிடையாது. ஜனங்கள் கலைந்துபோவதற்கு வழியும் இல்லை. ஆதலின் குதிரை வீரர்கள் குருட்டுத்தனமாகக் கூட்டத்திற்குள் புகுந்து இடித்து மிதித்துக்கொண்டு சென்றார்கள். அவர்கள் செய்ததென்னவென்று அவர்களுக்கே தெரியுமா என என்னால் கருதமுடியவில்லை. மொத்தத்தில், அது ஒரு பயங்கரக் காட்சியாயிருந்தது.

இவ்வாறு கூட்டம் கலைக்கப்பட்டு அது முன்னேறுவது தடுக்கப்பட்டது. எங்கள் மோட்டாரை மட்டும் போகவிட்டார்கள். நான் வண்டியைப் போலீஸ் கமிஷனர் ஆபிஸீக்கு முன்னால் நிற்கச்செய்தேன். போலீஸ் செய்கையைப் பற்றி அவரிடம் புகார் செய்ய விரும்பினேன்.

32. மறக்கொணாச் சம்பவங்கள் II

கமிஷனர் மிஸ்டர் கிரிப்பித்தின் காரியாலயத்துக்குச் சென்றேன். காரியலாயம் மாடி மீதிருந்தது. மாடிக்குச் செல்லும் படிகளில், போர்வீரர்கள் ஆயுதபாணிகளாய் நிற்பதைக் கண்டேன். தாழ்வாரத்திலும் கூட்டம் அதிகமாயிருந்தது. காரியாலயத்தின் உள்ளே செல்ல அனுமதிக்கப்பட்டு உட்சென்றேன். மிஸ்டர் கிரிப்பித்துக்குப் பக்கத்தில் மிஸ்டர் பௌரிங் அமர்ந்திருந்தார்.

நான் கண்ட காட்சிகளைக் கமிஷனருக்கு எடுத்துக்கூறினேன். அவர் சுருக்கமாகக் பதிலளித்தாவது, "ஊர்வலம் கோட்டைக்குச் செல்வதை நான் விரும்பவில்லை. அங்கே போனால் நிச்சயமாயக் கலவரம் நிகழ்ந்திருக்கும். வெறுமனே சொன்னால் ஜனங்கள் கேட்கமாட்டார்கள் என்று கண்டேன். ஆதலின் கூட்டத்தை தாக்கும்படி குதிரைப் போலீஸீக்கு உத்தரவிடுதல் அவசியமாயிற்று."

"ஆனால் அதன் பலன் என்னவாகுமென்றும் உங்களுக்குத் தெரிந்திருக்கவேண்டும்? குதிரைகள் ஜனங்களை மிதியாமல் கூட்டத்தில் புகுந்து எப்படிச்செல்ல முடியும்? குதிரைப் போலீஸாரை அனுப்பியது முற்றும் அநாவசியம்" என்று நான் சொன்னேன்.

"அதை நிர்ணயிக்க வேண்டியவர் நீங்களல்ல. ஜனங்களுக்கு நீங்கள் செய்யும் போதனையினால் என்ன நேரிடுமென்பதை உங்களைவிட போலீஸ் உத்தியோகஸ்தர்களாகிய நாங்கள் நன்றாக அறிவோம். ஆரம்பத்திலேயே கண்டிப்பான நடவடிக்கை எடுத்துக்கொள்ளாவிட்டால் நிலைமை மீறிப்போய்விடும். ஜனங்கள் உங்களுடைய கட்டுக்கு அடங்காமல் போய்விடுவார்களென்று உங்களுக்கு நிச்சயமாய்ச் சொல்வேன். சட்டத்துக்குக் கீழ்ப்படியாமை என்பது அவர்களுக்கு எளிதில் புலனாகிவிடும். ஆனால், அமைதிகாக்கும் கடமையை அவர்களால் உணரமுடியாது. உங்களுடைய நோக்கங்கள் நல்லவை என்பதைப் பற்றி எனக்குச் சந்தேகமே இல்லை. ஆனால், ஜனங்கள் அவற்றை அறிந்துகொள்ளமாட்டார்கள். அவர்கள் தங்கள் மனம்போன வழியேதான் நடப்பார்கள்" என்று மிஸ்டர் கிரிப்பித் கூறினார்.

"இங்கேதான் நீங்கள் சொல்வதை நான் மறுக்கிறேன். ஜனங்கள் இயற்கையில் பலாத்காரத்தை விரும்புவோரல்லர். அமைதியே அவர்கள் இயல்பாகும்" என்று நான் பதிலளித்தேன்.

இவ்வாறு நீண்டநேரம் விவாதித்தோம். கடைசியாக மிஸ்டர் கிரிப்பித் கேட்டதாவது, "ஜனங்கள் உங்களுடைய போதனையை ஏற்றுக்கொள்ளவில்லை என்று நீங்கள் உறுதிபெற்றால், அப்போது என்ன செய்வீர்கள்?"

"அவ்வுறுதி பெற்றால் உடனே சட்டமறுப்பை நிறுத்திவிடுவேன்."

"உண்மையாகவா? விடுதலை செய்த தக்ஷணமே, பஞ்சாபுக்குப் போவேனென்று மிஸ்டர் பௌரிங்கிடம் சொன்னீர்களே?"

"ஆம்; அடுத்த வண்டியில் புறப்படத்தான் எண்ணியிருந்தேன். ஆனால் இன்று அது இயலாதக் காரியம்."

"கொஞ்சம் பொறுமையுடனிருந்தால் ஜனங்களுக்கு உங்கள் போதனை ஏறவில்லை என்று நீங்கள் நிச்சயம் பெறுவீர்கள். ஆமதாபாத்தில் இப்பொழுது என்ன நடக்கிறதென்று உங்களுக்குத் தெரியுமா? அமிர்தசரஸில் என்ன நடந்திருக்கிறது என்று தெரியுமா? எங்கே பார்த்தாலும் ஜனங்கள் வெறிகொண்டுவிட்டார்கள்.

உண்மையில் எல்லா விவரங்களும் இன்னும் எனக்கே வந்து சேரவில்லை. தந்திக் கம்பிகள் சிலவிடங்களில் அறுக்கப்பட்டிருக்கின்றன. இந்தக் கலவரங்களுக்கெல்லாம் பொறுப்பு உங்களையே சாருமென்று நான் ஏன் சொல்லக்கூடாது?"

"அவ்வாறு நான் கண்டால் அப்பொறுப்பை ஏற்றுக்கொள்ளச் சிறிதும் தயங்கமாட்டேன். இது நிச்சயம். ஆமதாபாத்தில் கலவரங்கள் நிகழ்ந்திருப்பது உண்மை என்று தெரிந்தால் எனக்கு மிக்க மனத்துயரமும் வியப்பும் உண்டாகும். அமிர்தசரஸில் என்ன நிகழுமென்று நான் எதுவும் சொல்வதற்கில்லை. நான் அவ்விடத்துக்கு போனதே கிடையாது. அங்கே எவருக்கும் என்னைத் தெரியாது. ஆனால், பஞ்சாபைப் பொறுத்தவரையிலுங்கூட நான் ஒன்று அங்கே செல்வதை தடுத்திராவிட்டால் அமைதி காப்பதற்கு நான் பெரிதும் உதவி செய்திருப்பேன். என்னைத் தடுத்ததினால், அவர்கள் ஜனங்களுக்கு அநாவசியமாகக் கோபமூட்டினார்கள்."

இவ்வாறு நாங்கள் நெடுநேரம் வாதமிட்டோம். நாங்கள் இருவரும் ஒத்துப்போவது இயலாதக் காரியமாயிருந்தது. சௌபாத்தி கடற்கரையில் ஒரு பொதுக்கூட்டத்தில் பேச உத்தேசித்திருப்பதாகவும். ஜனங்களுக்கு அமைதி காக்கும்படி சொல்லப்போவதாவும், அவரிடம் கூறி விடைபெற்றுக்கொண்டேன். அவ்வாறே சௌபாத்திக் கடற்கரையில் கூட்டம் நடந்தது. சத்தியாக்கிரஹத்தின் நிபந்தனைகளைப் பற்றியும் அஹிம்சையைக் கடைப்பிடிக்கவேண்டிய கடமையைப் பற்றியும் விரிவாகப் பேசினேன். "சத்தியாக்கிரஹம் உண்மையாளருக்கே உரிய ஆயுதமாகும். சத்தியாக்கிரஹி ஹிம்சையைக் கடைப்பிடிப்பதாக பிரதிக்ஞை செய்திருக்கிறான். ஜனங்கள் மனோவாக்கு காரியங்களினால் அஹிம்ஸா தருமத்தை அனுஷ்டியாதவரையில் நான் பொதுஜன சத்தியாக்கிரஹம் நடத்த முடியாது" என்று அவர்களுக்குச் சொன்னேன்.

ஆமதாபாத்தில் கலவரங்கள் நிகழ்ந்ததாக அனுசூயாபாய்க்கும் செய்திக் கிடைத்திருந்தது. அவரும் பம்பாயில் கைதுசெய்யப்பட்டதாக ஆமதாபாத்தில் யாரோ வதந்தி கிளப்பிவிட்டிருந்தார். இச்செய்தியினால் ஆலைத் தொழிலாளர்கள் வெறிகொண்டு வேலைநிறுத்தம் செய்து பலாத்காரச் செயல்கள் நிகழ்த்தினார்கள். ஒரு சார்ஜண்டு அடித்துக்கொல்லப்பட்டார்.

நான் ஆமதாபாத்துச் சென்றேன். நதியாத் ரயில்வே ஸ்டேஷனுக்கருகில் ரயில் தண்டவாளங்களைப் பெயர்க்க முயற்சி

செய்யப்பட்டதாகவும், வீரம்காமில் ஓர் அரசாங்க உத்தியோகஸ்தர் கொலைசெய்யப்பட்டதாகவும் ஆமாதாபாத்தில் இராணுவச்சட்டம் அமுலுக்கு வந்திருப்பதாகவும் அறிந்தேன். ஜனங்கள் பயப்பிராந்தி கொண்டிருந்தார்கள். அவர்கள் பலாத்காரச் செயல் புரிந்ததற்கு வட்டியுடன் சேர்த்துப் பழிக்குப்பழி வாங்கப்பட்டு வந்தார்கள்.

ஸ்டேஷனில் காத்துக்கொண்டிருந்த ஒரு போலீஸ் உத்தயோகஸ்தர் கமிஷனர் மிஷ்ட் பிராட்டிடம் என்னை அழைத்துப்போனார். அவர் கோபத்தினால் துடிதுடித்துக் கொண்டிருப்பதைக் கண்டேன். அவரிடம் சாந்தமாகப் பேசிக் கலவரங்கள் நிகழ்ந்துவிட்டதாக என்னுடைய வருத்தத்தைத் தெரிவித்தேன். இராணுவச்சட்ட அமுல் அநாவசியமென்னும் என் கருத்தைத் தெரிவித்தேன். அமைதி நிலைநாட்டுவதற்காகச் செய்யப்படும் எல்லா முயற்சிகளிலும் ஒத்துழைக்கத் தயாராயிருப்பதாய்ச் சொன்னேன். சபர்மதி ஆசிரம மைதானத்தில் பொதுக்கூட்டம் ஒன்று நடத்த அனுமதியும் கேட்டேன். இந்த யோசனை அவருக்குப் பிடித்திருந்தது. ஏப்ரல் மாதம் 13ஆம் தேதி ஞாயிற்றுக்கிழமை அன்று கூட்டம் நடந்ததாக எனக்கு ஞாபகம். அன்றைய தினமோ, மறுநாளோ இராணுவச்சட்ட அமுல் நீக்கப்பட்டது. கூட்டத்தில் ஜனங்களுக்கு அவர்களுடைய தவறை உணர்த்தமுயன்றேன். அவர்களுடைய பலாத்காரச் செயல்களுக்குப் பிராயச்சித்தமாக மூன்றுநாள் நான் உண்ணாவிரதம் மேற்கொள்ளப்போவதாய்த் தெரிவித்தேன். ஜனங்களையும் ஒருநாள் விரதம் அநுஷ்டிக்கும்படி வேண்டிக்கொண்டேன். பலாத்காரக் குற்றம் செய்தவர்கள் முன்வந்து தங்கள் குற்றத்தை ஒப்புக்கொள்ள வேண்டுமென்று கூறினேன்.

என்னுடைய கடமை எனக்கு மிகத்தெளிவாயிருந்தது. ஆமதாபாத் தொழிலாளர்களிடையே நான் அதிகக் காலம் செலவிட்டிருக்கிறேன் . அவர்களுக்கு ஊழியம் செய்திருக்கிறேன். அவர்களிடம் உயர் நடக்கையை நான் எதிர்பார்த்தேன். அத்தகையவர்கள் கலவரங்களில் கலந்துகொண்டது என்னால் பொறுக்க முடியாதாயிற்று. அவர்களுடைய குற்றத்தில் எனக்கும் பங்கு உண்டென்று கருதினேன்.

குற்றத்தை ஒப்புக்கொள்ளும்படி ஜனங்களுக்குப் புத்திமதி கூறியதுபோலவே அக்குற்றங்களை மன்னித்துவிடும்படி அரசாங்கத்துக்கும் யோசனைச் சொன்னேன். இருவரும் என் பேச்சுக்குச் செவிசாய்க்கவில்லை.

காலஞ்சென்ற ஸர் ராமா பாயும், ஆமதாபாத் நகரவாசிகள், மற்றும் சிலரும் என்னிடம் வந்து சத்தியாக்கிரஹத்தை நிறுத்தி வைக்கும்படி வேண்டிக்கொண்டார்கள். இவ்வேண்டுகோளுக்கு அவசியமே கிடையாது. ஏனெனில், ஜனங்கள் அஹிம்சா தர்மத்தை நன்குணரும் வரையில் சத்தியாக்கிரஹத்தை நிறுத்தி வைப்பதென்று நான் முன்னமே முடிவு செய்துவிட்டேன். அந்நண்பர்கள் மகிழ்ச்சியுடன் திரும்பிச் சென்றார்கள்.

ஆனால், இம்முடிவில் மனவருத்தமுற்ற வேறு சிலருமிருந்தார்கள். எங்கெங்கும் அமைதி குடிகொண்டிருக்க வேண்டுமென நான் எதிர்பார்த்தால், சத்தியாக்கிரஹம் தொடங்குவதற்கு அதை ஒரு நிபந்தனையாக ஏற்படுத்தினால் பொதுஜன சத்தியாக்கிரஹம் என்றுமே சாத்தியமில்லையென்று அவர்கள் கருதினார்கள். அவர்களுடன் கருத்து வேற்றுமைகொள்ள எனக்கு வருத்தமாகவேயிருந்தது. நான் எவரிடையே வேலைசெய்து வந்தேனோ, எவர் அஹிம்ஸையைக் காப்பதற்கும் துன்பம் சகிப்பதற்கும் சித்தமாயிருப்பார்களென்று எதிர்பார்த்தேனோ, அவர்களே பலாத்காரத்தைக் கைக்கொண்டார்களென்றால், சத்தியாக்கிரஹம் நிச்சயமாய் அசாத்தியமேயாகும். ஜனங்களை சத்தியாக்கிரஹ இயக்கத்தில் நடத்த விரும்புவோர், அதற்கு இன்றியமையாத அளவிலேனும், அவர்களை அஹிம்ஸை எல்லைக்குள் வைக்க ஆற்றலுள்ளவர்களாயிருக்க வேண்டுமென்று நான் உறுதியான அபிப்பிராயங்கொண்டிருந்தேன். இன்றளவும் நான் அக்கருத்தைக் கொண்டுள்ளேன்.

33. 'இமாலயத் தவறு'

ஆமதாபாத் கூட்டம் முடிந்தவுடனே நதியாத்துக்குச் சென்றேன். இங்கேதான் முதன்முதலில் 'இமாலயத் தவறு' என்னும் சொற்றொடரை உபயோகித்தேன். பின்னால் இச்சொற்றொடர் தேசத்திலே மிகப்பிரபலமாயிற்று. ஆமதாபாத்திலிருந்தபோதே என் தவறினை ஒருவாறு உணரத்தொடங்கியிருந்தேன். ஆனால் நதியாத்துக்குச் சென்று அங்குள்ள நிலைமையைப் பார்த்தவுடன் கேதா ஜில்லாவில் ஏராளமான ஜனங்கள் கைது செய்யப்பட்டிருப்பதாகவும் கேள்விப்பட்டபோது நான் செய்த பெருந்தவறு எனக்குச் சட்டென்று தெளிவாயிற்று. கேதா ஜில்லாவிலும் மற்றவிடங்களிலுமுள்ள ஜனங்களை உரியகாலத்துக்கு

முன்பே சட்டமறுப்பு இயக்கத்தை மேற்கொள்ளும்படி சொல்லிவிட்டதாய் இப்போது அறியலானேன். அங்கு நடந்த பொதுக்கூட்டத்தில் என் கருத்தை வெளியிட்டேன். இவ்வாறு என் தவறை ஒப்புக்கொண்டதால் பலராலும் எள்ளி நகையாடப்பட்டேன். எனினும் அவ்வாறு என் தவறை ஒப்புக்கொண்டதற்காக, நான் எப்போதும் வருந்தியது கிடையாது. ஒருவன் தன்னுடைய தவறுகளை மிகைப்படுத்தியும், பிறருடைய தவறுகளைச் சிறியதாக்கியும் பார்க்கப் பயின்றால் மட்டுமே இரண்டையும் நியாயமாக மதிப்பிடக்கூடுமென்பது என் கொள்கையாகும். சத்தியாக்கிரஹியாய் ஆக விரும்பும் ஒருவன் இவ்விதியை மனப்பூர்வமாகவும் சிறிதும் பிறழாமலும் அனுசரித்து வருதல் அவசியமென்று நான் கருதுகிறேன்.

அந்த இமாலயத் தவறு யாதென்று இப்போது பார்ப்போம். ஒருவன் சாத்வீகச் சட்டமறுப்புக்குத் தகுதிபெறுவதற்கு முன்னால், இராஜாங்கச் சட்டங்களுக்கு விருப்பத்துடனும், மரியாதையுடனும் பணிந்து நடந்திருக்கவேண்டும். பெரும்பாலும் நாம் தண்டனை பயத்தை முன்னிட்டே சட்டங்களுக்குப் பணிந்து நடக்கிறோம். அதிலும் ஒழுக்க நெறியின்பாற் பட்டனவல்லாத சட்டங்களின் விஷயத்தில் இது பெரிதும் உண்மையாகும்.

உதாரணமாக கண்ணியமும் மரியாதையுமுள்ள ஒரு மனிதன் திருடுதல் கூடாது என்னும் சட்டம் இல்லாமல் போயின் உடனே திருட்டுத்தொழிலை மேற்கொள்ளமாட்டான். ஆனால், இவனே இருட்டிய பின்னர் பைசைக்கிள் வண்டிகளில் விளக்குப்போட வேண்டுமென்றும், விதியைப் புறக்கணிப்பதில் சிறிதும் தயங்குவதில்லை. இவ்விஷயத்தில் இனிமேல் ஜாக்கிரதையாய் இருக்கும்படி புத்திமதி சொன்னால் அது குறித்து கோபங்கொள்ளாமல் இருப்பானாவென்பது சந்தேகத்துக்கிடமே. ஆனால், இந்த விதி அசௌகரியங்களை முன்னிட்டேனும் அதற்குப் பணிந்து நடப்பான். இதை மனப்பூர்வமானக் கீழ்ப்படிதல் என்று சொல்லமுடியாது. சத்தியாக்கிரஹியோவெனில், சட்டங்களுக்கு மனப்பூர்வமாகக் கீழ்ப்படிதல் வேண்டும். கட்டாயத்திற்காகவன்றித் தன்னுடைய சொந்த மனோவிருப்பத்தினால், பரிசுத்தமானக் கடமையென்று கருதி அவன் சமூகத்தின் சட்டங்களுக்குக் கீழ்ப்படிகிறான்.

இவ்வாறு ஒருவன் சமூகச் சட்டங்களுக்குச் சிறிதும் பிறழாமல் பணிந்து நடக்கப் பயின்ற பின்னரே, எந்தச் சட்டங்கள் நல்லவை, நியாயமானவை, எவை அதர்மமான, அநியாயச் சட்டங்கள்

என்பதை நிர்ணயிக்கத் தகுதி பெறுகிறான். அப்போதுதான் சில குறிப்பிட்ட சந்தர்ப்பங்களில் சிற்சில சட்டங்கள் மறுக்கவும் அவனுக்கு உரிமை ஏற்படுகிறது. இந்த இன்றியமையாத நிபந்தனையைக் கவனியாது விட்டதுதான் என்னுடைய தவறாகும். ஜனங்கள் இம்முறையில் தங்களைத் தகுதி செய்துகொள்வதற்கு முன்னால் அவர்களைச் சட்டமறுப்புத் தொடங்கும்படி நான் கேட்டுக்கொண்டுவிட்டேன். என்னுடைய இத்தவறு இமயமலைப்போல் பெரிதாய் எனக்குக் காணப்பட்டது. நான் கேதா ஜில்லாவில் பிரவேசித்தவுடன் கேதா சத்தியாக்கிரஹப் போராட்டத்தின் பழைய ஞபாகங்களெல்லாம் திரும்பி வரவே, இவ்வளவு தெளிவான விஷயத்தை நான் உணராமல் போனது எங்ஙனமென்று வியப்புறேன். ஜனங்கள் சாத்வீகச் சட்டமறுப்புச் செய்யத் தகுதிபெறுவதற்கு முன்னால் அதன் ஆழ்ந்த உட்பொருள்களைப் பூரணமாய் உணர்ந்துகொள்ள வேண்டியது அவசியமென இப்போது நன்கறிந்தேன்.

ஆனால், ஒரு கேள்வி நியாயமாகக் கேட்கலாம். அடிக்கடி சட்டங்களை மீறி நடப்பதையே வழக்கமாகக் கொண்டு ஜனங்கள் சட்டமறுப்பின் தத்துவம் முழுவதையும் திடீரென்று அறிந்துகொள்வதோ, அதன் எல்லைக்குள் கண்டிப்பாக நிற்பதோ எப்படிச் சாத்தியமாகும்? என்று வினவலாம். ஆயிரக்கணக்கான, லட்சக்கணக்கான ஜனங்கள் மேற்கூறிய நிபந்தனைகள் எல்லாவற்றையும் ஒப்புக்கொள்ளுதல் அருமைதான். ஆதலின் ஜனத்திரள் சட்டமறுப்பை மீண்டும் தொடங்குவதற்கு முன்னால், நான், பயிற்சிப் பெற்றவர்களும், தூய இதயமுள்ளவர்களும் சத்தியாக்கிரஹ நிபந்தனைகளைப் பூரணமாக அறிந்தவர்களுமான தொண்டர் கூட்டமொன்றை அமைத்தல் அவசியமாகும். அவர்கள் ஜனங்களுக்கு இந்நிபந்தனைகளை விளக்கிக்கூறி இடைவிடாத எச்சரிக்கையுடனிருந்து அவர்களை நேர்வழியில் நடத்தக்கூடும்.

இத்தகைய எண்ணங்கள் நிரம்பிய உள்ளத்துடன் நான் பம்பாய் சேர்ந்தேன். அங்கேயிருந்த சத்தியாக்கிரஹ சபையின் மூலமாய் சத்தியாக்கிரஹத் தொண்டர் படை ஒன்றை அமைத்தேன். அவர்களுடைய உதவிகொண்டு ஜனங்களுக்குச் சத்தியாக்கிரஹத்தின் உட்பொருளை உணர்த்தும் வேலைத் தொடங்கினேன். இவ்விஷயமாக துண்டுப்பிரசுரங்கள் வெளியிடுவதன் மூலமாகவே, இவ்வேலை பெரிதும் நடந்துவந்தது. ஒருபுறத்தில் இம்முயற்சி நடந்துகொண்டிருக்கையில் ஜனங்களுக்கு சத்தியாக்கிரஹத்தின் சமாதான வேலைத்திட்டத்தில் சிரத்தை உண் டாக்குவது கஷ்டமென்பதை நான் தெளிவாக அறியக்கூடியதாயிருந்தது.

தொண்டர்கள் பெருந்தொகையாகப் பதிவு செய்துகொள்ள முன்வரவில்லை. பதிவு செய்துகொண்டவர்களிலும் எல்லாரும் ஒழுங்காகப் பயிற்சி பெறுவதற்கு வரவில்லை. நாளாக ஆக, புதியத் தொண்டர்கள் அதிகமாய் வருவதற்குப் பதிலாக உள்ளவர்களும் கலைந்துபோகத் தொடங்கினர். சாத்வீக சட்டமறுப்புப் பயிற்சி நான் முதலில் எதிர்பார்த்ததுபோல் அவ்வளவு விரைவாக அபிவிருத்தி அடையாதென்பதை நன்கறிந்தேன்.

34. 'நவ ஜீவன்' - 'யங் இந்தியா'

இவ்வாறு அஹிம்ஸா தர்மத்தைப் பாதுகாப்பதற்கான முயற்சி நிதானமாக அபிவிருத்தியடைந்து கொண்டிருக்கையில், அரசாங்கத்தார் சட்டங்களைக் காற்றில் பறக்கவிட்டு அடக்குமுறையைப் பலமாகக் கையாண்டு வந்தனர். இவ்வடக்குமுறை பஞ்சாபில் தன் பூரணத் தோற்றத்துடன் தாண்டவமாடிற்று. தலைவர்கள் கைதுசெய்யப்பட்டார்கள். இராணுவச்சட்டம் அமலுக்கு வந்தது. அதாவது சட்டமென்பதே இல்லாமல் போயிற்று. விசேஷ நீதிமன்றங்கள் ஸ்தாபிக்கப்பட்டன. இவை உண்மையில் நீதிவழங்கும் மன்றங்கள் அல்ல. ஓர் யதேச்சாதிகாரியின் விருப்பத்தை நிறைவேற்றி வைக்கும் கருவிகளாகவே இருந்தன. நீதிமுறைமைக்கு முற்றும் மாறாக, சாட்சியத்துடன் சற்றும் பொருந்தாதக் கொடுந்தண்டனைகள் விதிக்கப்பட்டன. அமிர்தசரஸில் குற்றமற்ற ஆடவரும் பெண்டிரும் புழுக்களைப்போல் வயிற்றினால் ஊர்ந்துசெல்லும்படி செய்யப்பட்டார்கள். இந்தக் கொடுமைக்கு முன்னால், ஜாலியன் வாலாபாக் படுகொலையும் பிரமாதமில்லை என்று எனக்குத் தோன்றிற்று. எனினும் இந்திய ஜனங்களின் கவனத்தையும் உலகின் கவனத்தையும் பெரிதும் கவர்ந்தது இந்தப் படுகொலையேயாகும்.

பலாபலன்களைக் கவனியாமல் பஞ்சாபுக்கு உடனே புறப்பட்டுச் செல்லும்படி நான் வற்புறுத்தப்பட்டேன். அங்கே போக அனுமதிவேண்டி இராஜப்பிரதிநிதிக்கும் கடிதம் எழுதினேன்; தந்தியும் அடித்தேன். ஒன்றும் பயனில்லை. அவ்வனுமதியின்றி நான் புறப்பட்டுச் சென்றால் பஞ்சாபில் எல்லையைத் தாண்டுவதற்கு என்னைவிடப் போவதில்லை. சட்டமறுப்புச் செய்வதுடன் நான் திருப்தியடைய வேண்டியதுதான். ஆதலின் இந்நிலைமையில் என்ன செய்வதென்பது ஒரு பெரிய பிரச்சினையாயிற்று. இது என்னைத் திகைப்படையச் செய்துவிட்டது. அத்தருணத்தில் நான்

பஞ்சாபில் பிரவேசிக்கக் கூடாதென்றும் தடை உத்திரவை மறுத்தால் அதை சாத்வீக மறுப்பு என்று சொல்வதற்கு இல்லை எனத் தோன்றிற்று. ஏனெனில், சாத்வீக சட்டமறுப்புக்கு வேண்டிய அமைதி அப்போது நாட்டில் குடிகொண்டிருக்கவில்லை. பஞ்சாபில் தலைவிரித்தாடிய அடக்குமுறையினால் ஜனங்களின் கோபம் இன்னும் அதிகமாகிக் கொழுந்துவிட்டு எரிந்துகொண்டிருந்தது. இத்தகைய சமயத்தில் சட்டமறுப்புச் செய்தல் தீயில் எண்ணெய் ஊற்றுவதாகுமென்று எண்ணினேன். ஆதலின் நண்பர்கள் எனக்குக் கூறிய யோசனைக்கு மாறாக, பஞ்சாபுக்குப் போகவேண்டாமென்றே தீர்மானித்தேன். இத்தகையத் தீர்மானம் செய்யவேண்டியிருந்தது. எனக்கு அளவில்லாத துன்பமளித்தது. பஞ்சாபில் நிகழ்ந்த கொடுமைகளையும் அநீதிகளையும் பற்றிய செய்திகள் தினந்தோறும் வந்துகொண்டேயிருந்தன. ஆனால், நானோ கையைக் கட்டிக்கொண்டு உட்கார்ந்து பல்லைக்கடிப்பதைத் தவிர, வேறெதுவும் செய்ய இயலாதவனாயிருந்தேன்.

அப்போது, 'பம்பாய் கிரானிகல்' பத்திரிகையை மகாபலம் பொருந்திய பத்திரிகையாக்கியிருந்த ஸ்ரீ ஹார்னிமனைத் திடீரென்று அதிகாரிகள் பிடித்து வெளியேற்றினார்கள். அரசாங்கத்தின் இச்செயல் இழிவிலும் இழிவானதாக எனக்குத் தோன்றிற்று. அதை நினைத்தால் இன்றைக்கும் எனக்கு அருவருப்பாயிருக்கிறது. ஸ்ரீ ஹார்னிமன், சட்டவிரோதமானக் கலவரத்தை விரும்பவில்லை என்பது எனக்குத் தெரியும். சத்தியாக்கிரஹக் கமிட்டியில் அனுமதியின்றி நான் பஞ்சாப் அரசாங்கத்தின் தடைஉத்தரவை மீறியது அவருக்குப் பிடிக்கவில்லை. சட்டமறுப்பை நிறுத்திவைக்கும் யோசனையை அவர் முழுதும் ஆதரித்தார். சட்டமறுப்பை நிறுத்திவைப்பதென்னும் என் தீர்மானத்தை வெளியிடுவதற்கு முன்பே அவர் அப்படி வேண்டுமென்பதாக ஒரு கடிதம் எழுதியிருந்தார். ஆனால், அவர் பம்பாயிலும் நான் ஆமதாபாத்திலும் இருந்தபடியால் நான் என் முடிவை வெளியிட்ட பின்னரே அக்கடிதம் கிடைத்தது. எனவே, அவர் திடீரென்று நாடு கடத்தப்பட்டது எனக்கு மிக்க துன்பமளித்தது.

இந்நிகழ்ச்சிகளின் பயனாக 'பம்பாய் கிரானிகல்' பத்திரிகையின் நிர்வாகிகள் என்னை அப்பத்திரிகை நடத்தும் பொறுப்பை ஏற்கும்படி கேட்டுக்கொண்டார்கள். ஜனாப் பிரரெல்லி ஏற்கனவே உதவி ஆசிரியராயிருந்தார். ஆதலின் நான் செய்யவேண்டியது அதிகம் இருக்கவில்லை. எனினும் ஒரு வேலையை ஏற்றுக்கொண்டால் அதில் முழுதும் ஈடுபடுவது என் வழக்கமாதலால் இந்தப் பொறுப்பு என்னுடைய சிரமத்தை அதிகமாக்கிற்று.

அரசாங்கத்தார் விரைவிலேயே என்னுடைய சிரமத்தைப் போக்க முன்வந்தனர். அவர்களுடைய நடவடிக்கையினால் 'பம்பாய் கிரானிகல்' பத்திரிகையை நிறுத்தவேண்டியதாயிற்று.

'கிரானிக்கல்' நிர்வாகத்தை நடத்திவந்த நண்பர்களான ஜனாப் உமார் கோபானியும், ஸ்ரீமான் சங்கர்லால் பாங்கரும் இத்தருணத்தில் 'யங் இந்தியா'வையும் நிர்வகித்து வந்தார்கள். 'கிரானிகல்' அடக்கப்பட்டுவிட்டப்படியால், நான் 'யங் இந்தியா' ஆசிரியர் பதவியை ஏற்கவேண்டுமென்றும், அதை வாரம் இருமுறைப் பத்திரிகையாக்கி நடத்தவேண்டுமென்றும் யோசனைச் சொன்னார்கள். நானும் இத்தகைய உணர்ச்சிக்கொண்டிருந்தேன். சத்தியாக்கிரஹத்தின் உட்கருத்தைப் பொதுஜனங்களுக்கு விளக்கிக்கூற வேண்டுமென்று எனக்கு ஆவல் இருந்தது. இம்முயற்சியின் மூலமாகப் பஞ்சாப் நிலைமையைக் குறித்தும் ஓரளவு என்னுடைய கடமையைச் செய்யலாமென்று எண்ணினேன். நாம் என்ன எழுதினாலும் அதன் முடிவான பயன் சத்தியாக்கிரஹமேயாகும். அரசாங்கத்துக்கும் இது தெரிந்தேயிருந்தது. எனவே, இந்நண்பர்கள் கூறிய யோசனையை உடனே ஏற்றுக்கொண்டேன்.

ஆனால், ஆங்கில பாஷையின் மூலமாகப் பொதுஜனங்களுக்கு சத்தியாக்கிரஹப் பயிற்சி எவ்வாறளிக்க முடியும்? நான் முக்கியமாக வேலை செய்தற்குரிய இடம் குஜராத்தேயாகும். ஜனாப் சோபானி, ஸ்ரீமான் பாங்கர் இவர்களுடன் ஸ்ரீ இந்துலால் யாக்னிக் என்பாரும் அப்போது தொடர்புள்ளவராய் இருந்தார். இவர் 'நவஜீவன்' என்னும் குஜராத்தி மாதப்பத்திரிகையை அப்போது நடத்திவந்தார். மேற்கூறிய நண்பர்களே இதற்கும் பொருளுதவி செய்து வந்தார்கள். இம்மாதப் பத்திரிகையையும் அவர்கள் என்வசம் கொடுத்தார்கள். ஸ்ரீ இந்துலால் யாக்னிக் என்பாரும் அதில் வேலைசெய்ய இசைந்தார். மாதப்பத்திரிகை வார இதழாக மாற்றப்பட்டது.

இதற்கிடையில் 'கிரானிகல்' புத்துயிர் பெற்றது. எனவே 'யங் இந்தியா' பழையபடி வாரப் பத்திரிகையாக்கப்பட்டது. இரண்டு வாரப் பத்திரிகைகளை இரண்டிடங்களில் நடத்தல் எனக்கு மிகவும் அசௌகரியமாயிருக்கு மென்றெண்ணினேன். மேலும் அதிகப் பணச்செலவுக்கும் இடமாகும். 'நவஜீவன்' ஏற்கனவே ஆமதாபாத்தில்தான் நடந்து வந்தது. எனவே, என் யோசனையின்படி 'யங் இந்தியா'வும் அவ்விடத்துக்கு மாற்றப்பட்டது.

இம்மாறுதலுக்கு வேறு காரணங்களும் இருந்தன. 'இண்டியன் ஒபீனியன்' என்ற பத்திரிகை நடத்தியதில் நான் பெற்ற

அனுபவத்திலிருந்து இத்தகையப் பத்திரிகைகளுக்குச் சொந்த அச்சுக்கூடம் வேண்டுமென்று அறிந்திருந்தேன். மேலும், அப்போது இந்தியாவில் அமலிலிருந்து அச்சுக்கூடங்கள் மிகக் கடுமையானவை. எனவே, என் உள்ளக்கருத்துக்களை உள்ளபடி வெளியிட வேண்டுமானால். லாபத்தைக் கருதி நடக்கும் அச்சுக்கூடங்கள் அவற்றை அச்சடிக்கத் தயங்குதல் இயல்பேயாகும். எனவே, சொந்த அச்சுக்கூடம் நடத்த ஆமதாபாத்திலேயே அதிக சௌகரியமும் உண்டாதலால் 'யங் இந்தியா'வையும் அங்கே கொண்டுபோக வேண்டியிருந்தது.

இந்தப் பத்திரிகைகளின் மூலமாய்ப் பொதுஜனங்களுக்கு சத்தியாக்கிரஹ தத்துவங்களை என்னால் இயன்றளவு போதிக்கும் வேலையைத் தொடங்கினேன். இவ்விரு பத்திரிகைகளும் மிகவும் ஏராளமானச் சந்தா நேயர்களையடைந்தன. ஒரு சமயம் ஏறக்குறைய 40,000 சந்தாதாரர் வரையில் ஒவ்வொரு பத்திரிகைக்கும் ஏற்பட்டார். ஆனால் 'நவ ஜீவன்' நேயர்கள் ஒரேயடியாகப் பெருக. 'யங் இந்தியா' வாசகர்கள் நிதானமாகவே பெருகிவந்தார்கள். நான் சிறைப்பட்ட பின்னர் இவ்விரு பத்திரிகைகளுக்கும் சந்தாதாரர் மிகவும் குறைந்துவிட்டனர். தற்போது எட்டாயிரம் சந்தாதாரர்களுக்கும் குறைவாகவே இருக்கிறார்கள்.

முதலிலிருந்தே இப்பத்திரிகைகளில் விளம்பரம் ஏற்றுக்கொள்ள நான் மறுத்துவிட்டேன். அதனால் அவை நஷ்டம் எதுவும் அடைந்ததாக நான் கருதவில்லை. அதற்குமாறாக, அவற்றின் சுதந்திரம் பாதுகாக்கப்படுவதற்கு மேற்படி தீர்மானம் பெரிதும் துணை செய்தது என்பது என் நம்பிக்கை.

நான் மன அமைதி பெறுவதற்கும் இப்பத்திரிகைகள் ஓரளவு எனக்கு உதவி செய்தன. எவ்வாறெனில், உடனே சட்டமறுப்புத் தொடங்குதல் இயலாதிருந்த நிலையில், என்னுடைய கருத்துகளைத் தாராளமாக வெளியிடவும், ஜனங்களுக்கு உற்சாகமுண்டு பண்ணவும் அவை சாதனங்களாயிருந்தன. இவ்வாறு இந்தச் சோதனை காலத்தில் இவ்விரு பத்திரிகைகளும் ஜனங்களுக்குக் கொடுமையைத் தணிப்பதற்கு அவை தங்களாலியன்ற அளவில் உதவி செய்தன என்றும் நான் கருதுகிறேன்.

35. பஞ்சாப்பில்

பஞ்சாப்பில் நிகழ்ந்தவைகளுக்கெல்லாம் நானே பொறுப்பாளி என்று ஸர் மைக்கல் ஓட்வியர் கருதினார். ஆத்திரமுள்ள சில

பஞ்சாப் இளைஞர்களோ இராணுவச் சட்டத்துக்கு என்னைப் பொறுப்பாளியாகக் கொண்டார்கள். நான் சட்டமறுப்பை நிறுத்தியிராவிட்டால் ஜாலியன் வாலாபாக் படுகொலை நிகழ்ந்திராதென்று அவர்கள் சொன்னார்கள். நான் பஞ்சாபுக்கு வந்தால் என்னைக் கொலைசெய்து போடுவதாகக்கூட அவர்கள் அச்சுறுத்தினார்கள்.

ஆனால், நான் கடைப்பிடித்த வழி மிக நேரியதென்றும் ஆட்சேபத்துக் கிடமற்றதென்றும் நான் கருதினேன். அறிவுடையவர் எவரும் என் செயலைப் பிழைபடக்கொள்ள முடியாதென்றும் நம்பினேன்.

பஞ்சாப்புக்கு செல்லவேண்டுமென்று பரபரப்புக்கொண்டேன். இதற்குமுன் நான் அம்மாகாணத்துக்குப் போனதே கிடையாது. அதனால் நேரில் சென்று நிலைமையைக் கவனிக்க வேண்டுமென்னும் ஆவல் மிகுதியாயிற்று. என்னைப் பஞ்சாபுக்கு அழைத்திருந்த டாக்டர் சத்தியபால், டாக்டர் கிச்சலு, பண்டித ராம்போஜ் அரசாங்கத்தார் அவர்களையும் மற்றவர்களையும் அதிகக் காலம் சிறையில் வைத்திருக்கத் துணியமாட்டார்கள் என்று நான் எண்ணினேன். நான் பம்பாயிலிருந்தபோதெல்லாம் பஞ்சாபியர் ஏராளமாக வந்து என்னைப் பார்ப்பது வழக்கமாயிருந்து வந்தது. இச்சந்தர்ப்பங்களில் நான்கூறிய தேறுதல் மொழிகள் அவர்களுக்கு ஆறுதல் தந்து வந்தன. அக்காலத்தில் என்னிடமிருந்து தன்னம்பிக்கை, அருகில் வருவோரையெல்லாம் தொற்றிக் கொள்வதாயிருந்தது.

ஆனால், நான் பஞ்சாபுக்குச் செல்லும் பிரயாணத்தை அடிக்கடி தள்ளிப்போட வேண்டியதாயிற்று. நான் அங்கே போவதற்கு அனுமதிக் கேட்க, ஒவ்வொருமுறையும் இராஜப்பிரதிநிதி ‘பொறுங்கள்’ என்றே சொல்லி வந்தார். இவ்வாறே நாட்கள் கழிந்துவந்தன.

இதற்கிடையில், இராணுவச் சட்டத்தின்கீழ் பஞ்சாப் அராசங்கம் புரிந்த செயல்களைக் குறித்த விசாரணை செய்ய ஹண்டர் கமிட்டி நியமிக்கப்பட்டது. ஸ்ரீ சி.எப். ஆண்ட்ரூஸ் அங்கே சென்றிருந்தார். அங்குள்ள நிலைமையைக் குறித்து அவர் எழுதியக் கடிதங்கள் நெஞ்சத்தைப் பிளப்பனவாயிருந்தன. அக்கடிதங்களிலிருந்து இராணுவச் சட்டக் கொடுமைகள் பத்திரிகைகளில் வெளியான விவரங்களைக் காட்டிலும் மிகுதியானவையென்று எனக்குத் தோன்றிற்று. அவர் என்னை உடனே புறப்பட்டு வரும்படி வலியுறுத்தி எழுதினார்.

அதேசமயத்தில் உடனே பஞ்சாபுக்குச் செல்லும்படியாக மாளவியாஜி எனக்குத் தந்திமேல் தந்தியனுப்பினார். மீண்டுமொருமுறை நான் இராஜப்பிரதிநிதிக்குத் தந்திச் செய்தியனுப்பி, இப்போதேனும் நான் பஞ்சாபுக்குப் போகலாமென்று கேட்டேன். குறிப்பிட்ட தேதிக்குப் பின்னர் நான் அங்கே போகலாமென்று பதில் தந்திக் கிடைத்தது. 17ஆம் தேதியை அவர் குறிப்பிட்டதாக நினைக்கிறேன். ஆனால் திட்டமாக ஞாபகமில்லை.

நான் லாகூருக்கு வந்ததும் கண்ட காட்சியை என்றும் மறவேன். ரயில்வே நிலையத்தில் ஒரு மூலையிலிருந்து மற்றொரு மூலைவரையில் எள் விழவும் இடமின்றி ஜனங்கள் நிறைந்திருந்தார்கள். நீண்டநாள் பிரிந்திருந்த அருமை உறவினர் ஒருவரைக் காண்பதற்குப் புறப்படுவதுபோல அத்தியந்த ஆவலுடன் நகரவாசிகள் அனைவரும் வீட்டைவிட்டுக் கிளம்பியிருந்தார்கள். அளவுகடந்த மகிழ்ச்சியினால் அவர்கள் தலைகால் தெரியாதவர்களானார்கள். காலஞ்சென்ற பண்டித ராம்போஜ் தத்தரின் பங்காளவில் நான் தங்கினேன். என்னை விருந்தினனாக ஏற்று உபசரிக்கும் பொறுப்பு ஸ்ரீ மதி சரளாதேவிக்கு ஏற்பட்டது. உண்மையில் அது பெரியதொரு பாரமேயாகும். ஏனெனில், அக்காலத்திலிருந்தே நான் தங்கும் இடம் பெரிய சத்திரமாகி வரலாயிற்று.

பஞ்சாபின் பிரபலத் தலைவர்கள் அப்போது சிறையிலிருந்தபடியால் அவர்களுடைய ஸ்தானத்தைப் பண்டித மாளவியா, பண்டித மோதிலால், சுவாமி சிரத்தானந்தர் முதலியோர் வகித்திருந்தார்கள். இது மிகவும் பொருத்தமேயாகுமென்று நான் கருதினேன். மாளவியாவையும், சிரத்தானந்தரையும் முன்னமே நான் நன்கறிவேன். ஆனால், முதன்முதலாக இப்போதுதான் மோதிலால் ஜியுடன் நெருங்கிப் பழகினேன். இவர்களுடன், சிறை செல்லும் பாக்கியம் பெறாத மற்றப் பஞ்சாப் தலைவர்களும் என்னிடம் மிக்க விசுவாசம் காட்டியபடியால் அவர்கள் மத்தியில் ‘அந்நியன்’ என்னும் உணர்ச்சியே எனக்கு உண்டாகவில்லை.

ஹண்டர் கமிட்டியில் முன்பு சாட்சியம் விடுவதில்லையென்று நாங்கள் ஒருமுகமாக முடிவுசெய்தது இப்போது சரித்திரப் பிரத்தியான விஷயமாகிவிட்டது. அம்முடிவுக்குரிய காரணங்கள் அக்காலத்தில் வெளியிடப்பட்டனவாதலின் இங்கே திருப்பிக்கூற வேண்டுவதில்லை. இத்தனைக் காலத்திற்குப் பின்னர் அந்நிகழ்ச்சிகளைப் பற்றிச் சிந்தித்துப் பார்க்கும்போதும். மேற்படி

கமிட்டியை நாங்கள் பகிஷ்கரிக்கத் தீர்மானித்ததும், அதற்குரிய காரணங்களும் முற்றும் சரியானவையென்றே எனக்குத் தோன்றுகிறது.

ஹண்டர் கமிட்டியைப் பகிஷ்கரிக்கத் தீர்மானித்துவிடவே, உத்தியோகப் பற்றில்லாத விசாரணை நடத்துதல் இன்றியமையாததாயிற்று. எனவே காங்கிரஸின் சார்பாக ஒரு விசாரணைக் கமிட்டி நியமிக்கத் தீர்மானிக்கப்பட்டது. பண்டித மோதிலால் நேரு, தேசபந்து தாஸ் அப்பாஸ் தயாப்ஜி, எம்.ஆர். ஜயக்கர் ஆகியவர்களும் நானும் கமிட்டி அங்கத்தினர்களானோம். எங்களை நியமனம் செய்தவர் பண்டித மாளவியாஜியே என்று சொல்லிவிடலாம். விசாரணைச் செய்வதற்காக நாங்கள் பற்பல இடங்களுக்குப் பிரிந்துசென்றோம். கமிட்டியின் வேலைத்திட்டத்தை அமைக்கும் பொறுப்பு எனக்கு ஏற்பட்டது. மிகப்பெரும்பாலான இடங்களில் விசாரணை நடத்தும் உரிமையும் எனக்கே கிடைத்தபடியால், பஞ்சாப் ஜனங்களையும், பஞ்சாப் கிராமங்களையும் நெருங்கிப் பழகி அறிந்துகொள்வதற்கு அரிய சந்தர்ப்பம் ஏற்பட்டது.

இவ்விசாரணையின் போது பஞ்சாப் பெண்களுடனும் நான் பழக்கம் செய்துகொள்ள நேர்ந்தது. எத்தனையோ காலமாக ஒருவரையொருவர் நன்கறிந்தவர்களைப்போல் நாங்கள் பழகினோம். நான் எங்கு சென்றாலும். அவர்கள் கூட்டங்கூட்டமாக வந்து என் முன் இராட்டின நூலைக் குவித்தார்கள். இவ்விசாரணையின்போது நான் செய்த வேலையின் காரணமாக, பஞ்சாப்பில் கதர் வேலைக்கு ஏராளமாக இடமுண்டென்று அறிந்துகொண்டேன்.

ஜனங்களுக்கு இழைக்கப்பட்ட கொடுமைகளைப் பற்றி விசாரணை செய்யச்செய்ய நான் சற்றும் எதிர்பாராத அளவில் அரசாங்கத்தின் கொடுங்கோன்மையைப் பற்றியும், அதிகாரிகளின் யதேச்சாதிகாரச் செயல்களைப் பற்றியும் விவரங்கள் வெளியாகின. அவை எனக்கு அளித்தத் துயரத்துக்கு அளவில்லை. யுத்தத்தின்போது பிரிட்டிஷ் அரசாங்கத்துக்கு மிகுதியான போர்வீரர்களை ஈந்த ஒரு மாகாணம், இவ்வளவு மிருகத்தனமானக் கொடுமைகளையும் எப்படித் தலைகுனிந்து பொறுத்திருந்தது என்பது எனக்குப் பேராச்சரியம் அளித்தது. இப்போதும் அதை எண்ணும்போது எனக்கு வியப்புண்டாகியே வருகிறது.

இந்தக் கமிட்டியின் அறிக்கையை எழுதும் வேலை என்னிடமே ஒப்படைக்கப்பட்டது. பஞ்சாப் ஜனங்களுக்கு அக்காலத்தில் இழைக்கப்பட்ட கொடுமைகளைப் பற்றி அறிந்துகொள்ள

விரும்புவோர் அவ்வறிக்கையைப் படித்துப் பார்ப்பார்களாக. அந்த அறிக்கையில் வேண்டுமென்று ஓரிடத்தில்கூட மிகைப்படுத்திக் கூறவில்லையென்றும், அதில் சொல்லப்பட்ட ஒவ்வொன்றுக்கும் ஆதாரமான சாட்சியம் உண்டென்றும் மட்டுமே இங்கே குறிப்பிட விரும்புகிறேன். கமிட்டியின் வசத்தில் கிடைத்த சாட்சியங்களில் ஒரு சிறு பகுதியே பிரசுரிக்கப்பட்டது. ஆதாராத்தைப் பற்றிச் சிறிதேனும் சந்தேகமுள்ள ஒரு வாக்கியமேனும் அவ்வறிக்கையில் சேர்வதற்கு நாங்கள் இடங்கொடுக்கவில்லை. உண்மையை கலப்பற்ற உண்மையை வெளிப்படுத்த வேண்டுமென்றும் ஒரே நோக்கத்துடன் அது தயாரிக்கப்பட்டதாகும். அவ்றிக்கையை படித்தால் பிரிட்டிஷ் அரசாங்கம் தன் அதிகாரத்தை நிலைநாட்டுவதற்காக எவ்வளவு தூரம் வரையில் போகுமென்பது தெரியவரும், எவ்வளவு ஜீவகாருண்யமற்ற, அநாகரிகக் கொடுமைகளையும் கையாள அவர்கள் பின்வாங்க மாட்டார்களென்பதை நன்கு அறிந்துகொள்ளலாம். எனக்குத் தெரிந்தவரையில் அவ்வறிக்கையில் கூறப்பட்டுள்ள ஒரு விஷயமாவது இதுகாறும் தவறென்பதாக நிரூபிக்கப்படவில்லை.

36. கிலாபத்தும் பசுப் பாதுகாப்பும்

பஞ்சாபில் நிகழ்ந்த கொடுமைகளைச் சற்றே இத்துடன் நிறுத்தி வேறு விஷயமொன்றை நாம் கவனிக்கவேண்டும்.

பஞ்சாபில் டையர் ஆட்சிமுறைகளைக் குறித்து காங்கிரஸ் விசாரணை தொடங்கிச் சில நாளைக்கெல்லாம் டில்லியில் கிலாபத் சம்பந்தமாக ஆலோசிப்பதற்குக் கூடவிருந்த ஹிந்து முஸ்லிம்களின் கலப்பு மகாநாட்டுக்கு வருமாறு பொது அழைப்புக் கடிதம் ஒன்று எனக்குக் கிடைத்து. அதில் கையொப்பமிட்டிருந்தோரில் காலஞ்சென்ற ஹக்கிம் அஜ்மல்கானும், ஜனாப் ஆஸப் அலியும் இருந்தனர். சுவாமி சிரத்தானந்தர் இம்மகாநாட்டுக்கு வருவார் என்று கூறப்பட்டிருந்தது. அவர் மகாநாட்டின் உப அக்கிராசனராய் இருப்பாரென்று சொல்லப்பட்டதாகவும் எனக்கு ஞாபகமிருக்கிறது. மகாநாடு அவ்வருஷம் நவம்பர் மாதத்தில் கூடவிருந்தது. மகாநாட்டில் கிலாபத் விஷயம் மட்டுமன்றி பசுபாதுகாப்பு விஷயமும் ஆலோசிக்கப்படுமென்றும் எனவே பசுவதை சம்பந்தமாக ஒரு முடிவுக்குவர இது மிகச்சிறந்த சந்தர்ப்பமாகும் என்றும் அவ்வழைப்புக் கடிதம் கூறிற்று. இதில் பசு விஷயத்தைக் குறிப்பிட்டிருந்தது எனக்குப் பிடிக்கவில்லை. ஆதலின்,

அழைப்புக்கடிதத்துக்கு நான் எழுதிய பதிலில், மகாநாட்டுக்கு வர என்னாலியன்றவரை முயல்வேனென்று கூறிவிட்டு, இவ்விரண்டு விஷயத்தையும் பிணைக்கக்கூடாதென்று, ஒன்றுக்கொன்று பதிலாகப் பேரம் பேசக்கூடாதென்றும், அவற்றைத் தனித்தனியே கவனித்து முடிவு செய்யவேண்டுமென்றும் கூறியிருந்தேன்.

இவ்வெண்ணங்களுடனேயே மகாநாட்டுக்குச் சென்றேன். பிற்காலத்தில் நடந்த பதினாயிரக்கணக்கான ஜனங்கள் அடங்கிய மகாநாடுகள்போல் இல்லாவிடினும் அக்கூட்டம் பெரியதாகவே இருந்தது. மகாநாட்டில் பிரசன்னமாகிய சுவாமி சிரத்தானந்தரிடம் மேற்கண்ட விஷயத்தைக் குறித்துப் பேசினேன். அவர் என்னுடைய வாதத்தின் நியாயத்தை ஒப்புக்கொண்டு மகாநாட்டின் முன்பு அதை எடுத்துக்கூறும் வேலையை எனக்கே அளித்தார். ஹக்கீம் சாகிபுவினிடம் இவ்விஷயமாகப் பேசினேன். பின்னர் மகாநாட்டில் நான் பேசியதின் சாரமாவது, 'கிலாபத் கிளர்ச்சி' நியாயமான கிளர்ச்சி என்பதாக நான் நம்புகிறேன். அது உண்மையானால் அரசாங்கத்தார் உண்மையிலேயே ஒரு பெரும் அநீதி செய்திருந்தால் அவ்வநீதியை நிவர்த்தி செய்யவேண்டுமென்று முஸ்லிம்கள் கோருவதைத் தாங்கி நிற்க ஹிந்துக்கள் கடமைப்பட்டிருக்கிறார்கள். இது சம்பந்தமாகப் பசுப் பிரச்சினையைக் கிளப்புவதோ, முஸ்லிம்களுடன் பேரம் பேசுவதோ ஹிந்துக்களுக்கு அழகல்ல. அதுபோலவே கிலாபத் கோரிக்கையை ஹிந்துக்கள் ஆதரிப்பதற்குப் பதிலாக, முஸ்லிம்கள் பசுவதையை நிறுத்துவதாகச் சொல்வதும் தகுதியாகாது. ஆனால், முஸ்லிம்கள் ஹிந்துக்களின் சமய உணர்ச்சிக்கு மதிப்பளித்து ஒரே தாய்நாட்டில் பிறந்த சகோதரர்களுக்குத் தாங்கள் செலுத்தவேண்டிய கடமையாகக் கருதி, தங்கள் சொந்த மன விருப்பத்தினால் பசுவதையை நிறுத்தும்பட்சத்தில் அது போற்றுதற்குரியதாகும். அதுவே அவர்களுக்குப் பெருமை தருவதாகும்.

கிலாபத் விஷயத்தை தனிப்படக் கவனித்து உரியன செய்தல் நமது கடமை. அதுவே நமக்குக் கௌரவம். முஸ்லிம்கள் பசுவதையை நிறுத்துதல் தங்கள் சகோதரர்களுக்குத் தாங்கள் செலுத்தவேண்டிய கடமையென்று கருதினால், ஹிந்துக்கள் கிலாபத் விஷயத்தில் உதவி செய்தாலும் செய்யாவிடினும் அக்கடமையை அவர்கள் நிறைவேற்றவேண்டும். எனவே அவ்விரண்டு விஷயங்களையும் தனித்தனியே ஆராய்ந்து முடிவு செய்யவேண்டுமாதலின் இந்த மகாநாட்டில் கிலாபத் பிரச்சினை மட்டுமே ஆலோசிக்கப்பட வேண்டுமென்று நான் கருதுகிறேன்.

மகாநாட்டில் கூடியிருந்தவர்களுக்கு என்னுடைய வாதம் சரியென்று பட்டபடியால், பசுப் பாதுகாப்பு விஷயம் ஆலோசிக்கப்படவில்லை. ஆனால், இந்திய மகாநாடுகளில் முஸ்லிம்கள் அடிக்கடி இதைப் பற்றிக் குறிப்பிட்டார்கள். கிலாபாத் விஷயத்தில் ஹிந்துக்களின் உதவிக்கு நன்றியறிதலாகப் பசுவதையை நிறுத்தவேண்டிய கடமையைப் பற்றி அவர்கள் பேசினார்கள். அவர்கள் உண்மையிலேயே பசுவதையை நிறுத்தி விடுவார்களென்றுகூட ஒருசமயம் தோன்றிற்று.

மௌலானா ஹஸரத் மோகினி இக்கூட்டத்தில் பிரசன்னமாகியிருந்தார். அவரை முன்னமே எனக்குத் தெரியுமாயினும் இம்மகாநாட்டில்தான் அவருடைய போர்த்திறமையை நான் அறிந்துகொண்டேன். ஆரம்பத்திலேயே நாங்கள் இருவரும் கருத்து வேற்றுமை கொண்டோம். சில விஷயங்களில் அக்கருத்து வேற்றுமை இன்னமும் இருந்துவருகிறது.

இம்மகாநாட்டில் நிறைவேறியப் பலத் தீர்மானங்களில் ஒன்று, ஹிந்து முஸ்லிம்களைச் சுதேசி விரதம் ஏற்று அன்னியசாமான் பகிஷ்காரம் செய்யும்படி கேட்டுக்கொண்டது. (அப்போது கதர் இன்னும் தேசியத்திட்டம் ஆகியிருக்கவில்லை) ஹஸரத் மோகினிக்கு இத்தீர்மானம் பிடிக்கவிலலை. கிலாபத் விஷயத்தில் நியாயம் பிறக்காவிட்டால் பிரிட்டிஷ் சாமான்களை மட்டும் பகிஷ்காரம் செய்யவேண்டுமென்று அவர் மாற்றுத்தீர்மானம் கொண்டுவந்தார். இதை நான் எதிர்த்தேன். அதன் கொள்கையே தவறானதென்றும், காரிய சாத்தியமும் அன்றென்றும் நான் சொன்னேன். இது சம்பந்தமான என்னுடைய வாதங்கள் இப்போது எல்லோரும் நன்கறிந்தவையாகிவிட்டன. அஹிம்ஸா தர்மத்தைப் பற்றி என் கருத்தையும் விளக்கிக் கூறினேன். என்னுடைய வாதங்கள் கூட்டத்தினரின் உள்ளத்தைப் பெரிதும் கவர்ந்தனவென்பதை கண்டேன். எனக்கு முன்னால் ஹஸரத் மோகினி பேசியபோது, கூட்டத்தினர் பலமான கரகோஷம் செய்த ஆரவாரத்தைப் பார்த்திருந்தேன். ஆதலின் என்னுடைய பேச்சு ஏறப்போவதில்லை என்று பயந்தேன். என்னுடைய கருத்தைத் தெரிவியாதிருத்தல் கடமையினின்று பிறழ்வதாகும் என்று எண்ணியதனால் மட்டுமே பேசத்துணிந்தேன். ஆனால், நான் எண்ணியதற்கு மாறாக, கூட்டத்தினர் என்பேச்சுக்குக் கவனமாகச் செவிக் கொடுத்ததுடன், வியப்பும் திருப்தியும் அளித்தன. ஒருவர்பின் ஒருவராய்ப் பலர் எழுந்து என் கொள்கையை ஆதரித்துப் பேசினார்கள். பிரிட்டிஷ் சாமான் பகிஷ்காரம் நிறைவேறாதென்பதோடு. அத்தீர்மானம் செய்வதால் உலகினரால் எள்ளி நகையாடப்படுவதற்கும்

உரியவர்களாவோம் என்பதைத் தலைவர்கள் கண்டார்கள். அந்தக் கூட்டத்தில் பிரிட்டிஷ் சாமான் ஏதேனும் ஒன்று தம் உடம்பின்மீது இல்லாதவர் ஒருவர்கூட இல்லை. எனவே கூட்டத்தில் பெரும்பான்மையோர் தங்களாலேயே நிறைவேற்ற முடியாததான ஒரு தீர்மானத்தைச் செய்வதால் கெடுதலே விளையுமென்பதை நன்கு கண்டார்கள்.

"வெறும் அந்நியத்துணி பகிஷ்காரத்தினால் மட்டும் நாம் திருப்தியடைய முடியாது. நமது தேவைக்கு வேண்டிய சுதேசித் துணி முழுதும் நாமே உற்பத்தி செய்துகொண்டு அந்நியத் துணியை அடியோடு பகிஷ்கரிக்க எத்தனைக் காலம் ஆகுமோ? யாருக்குத் தெரியும்? பிரிட்டிஷாரை உடனே பாதிக்கக்கூடிய ஏதேனுமொன்று வேண்டும். அந்நியத்துணி பகிஷ்காரமும் இருக்கட்டும். அதைப்பற்றி எனக்கு ஆட்சேபம் இல்லை. ஆனால், அதைவிட துரிதமான திட்டமொன்றும் தாருங்கள்" என்றார் ஹஸரத் மோகினி.

அவர் பேச்சைக் கேட்டுக்கொண்டிருந்தபோதே அந்நியத்துணி பகிஷ்காரத்தக்கு மேலாகப் புதியதொரு வேலைத்திட்டம் அவசியமென்று உணரலானேன். அந்நியத் துணி பகிஷ்காரத்தை உடனே பூரணமாய் நிறைவேற்றி வைப்பது அசாத்தியமென்றும் எனக்குத் தோன்றிற்று. நாம் விரும்பினால் இராட்டையின் மூலம் நமக்குத் தேவையான அளவு துணி உற்பத்தி செய்துவிடலாமென்பதை அப்போது நான் அறிவேன். இதைப் பின்னால்தான் கண்டுபிடித்தேன். மற்றும், அந்நியத்துணி பகிஷ்காரத்துக்கு நாம் ஆலைகளை மட்டும் நம்பியிருந்தால் மோசம் போவோமென்றும் அப்போதே எனக்குத் தெரிந்திருந்தது. இத்தகையத் தயக்கத்தில் நான் ஆழ்ந்திருக்கையிலேயே மௌலானா தமது பேச்சை முடித்து உட்கார்ந்தார்.

நான் பேசுவதற்கு ஹிந்தி அல்லது உருது மொழியில் தக்க வார்த்தைகள் அகப்படாமலிருந்தது ஒரு பெரும் இடையூறாயிருந்தது. வடநாட்டு முஸ்லிம்கள் அடங்கிய ஒரு கூட்டத்தில் விவாதத்துக்குரிய ஒரு விஷயத்தைப் பற்றி நான் பேச நேர்ந்தது இதுவே முதல்தடவையாகும். ஏற்கனவே கல்கத்தா முஸ்லிம் லீக் சபையில் நான் உருதுவில் பேசியதுண்டு. ஆனால், அது சில நிமிஷ நேரந்தான். மேலும் சபையினருக்கு உருக்கமான வேண்டுகோள் ஒன்று விடுப்பதே அந்தப் பேச்சின் நோக்கம். அதற்குமாறாக இங்கே என் கட்சியை எடுத்துச்சொல்லி ஆதரவு தேடவேண்டியிருந்தது. கூட்டத்திலிருந்தவர்களோ முற்றும் விரோத மனப்பான்மையுள்ளவர்கள் அல்லவராயினும், குற்றங்கண்டுபிடிக்கக்

கூடியவர்கள். ஆனால், நான் சங்கோசம் என்பதை முன்னமே விட்டொழித்திருந்தேன். தில்லி முஸ்லிம்களுக்குக் குற்றமற்ற, நாகரிக உருதுமொழியில் பிரசங்கம் செய்ய நான் வந்தவனல்லன். எனவே, எனக்குத் தெரிந்த அரைகுறையான ஹிந்தியில் நான் கருத்தைக் கூட்டத்துக்குத் தெரிவிப்பதே சரியெனக் கருதினேன். இதில் வெற்றியும் அடைந்தேன். ஹிந்தி அல்லது உருது பாஷையே இந்தியாவின் பொதுமொழியாகக் கூடுமென்பதை இக்கூட்டம் எனக்கு நன்கு நிரூபித்தது. நான் ஆங்கிலத்தில் பேசியிருந்தால் சபையினருடைய மனதை அவ்வளவு தூரம் கவர்ந்திருக்க முடியாது. மௌலனாவும் மேற்குறிப்பிட்டவாறு தீவிர வேலைத்திட்டம் வேண்டுமென்று கூறியிருக்கமாட்டார். அப்படிச் சொல்லியிருந்தாலும் அதை நான் பெரியதாக எடுத்துக்கொண்டிருக்க மாட்டேன்.

என்னுடைய புதியக் கருத்தைத் தெரிவிப்பதற்குத் தகுந்ததொரு ஹிந்தி அல்லது உருது வார்த்தை எனக்கு அகப்படவில்லை. முதலில் இது எனக்குப் பெரிதும் தொல்லை தந்தது. கடைசியாக, 'நான் கோ ஆபரேஷன்' (ஒத்துழையாமை) என்னும் வார்த்தையினால் அதை வெளியிட்டேன். இந்தக் கூட்டதிலேயே முதன்முதலாக இப்பதத்தை உபயோகித்தேன். மௌலனா பேசிக்கொண்டிருக்கும்போதே எனக்கு ஓர் எண்ணம் உதயமாயிற்று. பலவிதத்திலும் அவர் அராசங்கத்துடன் ஒத்துழைத்துக்கொண்டிருக்கையில் அதைப் பலமாக எதிர்த்து நிற்பது குறித்து அவர் பேசுவதில் என்ன பயன்? ஆயுதப்போர் அசாத்தியமென்றால், அல்லது விரும்பத்தக்கதல்ல என்றால், ஒத்துழைப்பதை நிறுத்துவதொன்றே உண்மையான எதிர்ப்பாகுமென்று எனக்குத் தோன்றிற்று. 'ஒத்துழையாமை' என்னும் வார்த்தை இவ்வாறுதான் எழுந்தது. 'ஒத்துழையாமை' என்பதில் அடங்கிய கருத்துகள் எல்லாவற்றையும் பற்றி அப்போது நான் தெளிவாகச் சிந்தித்தவனல்லன். இக்கூட்டத்தில் ஒத்துழையாமையைக் குறித்து ஒரு தீர்மானம் நிறைவேறியதாக எனக்கு ஞபாகமிருக்கிறது. ஆனால், அவ்வெண்ணம் முதிர்ச்சி பெறுவதற்கு இன்னும் சில மாதங்கள் சென்றன. சில மாதகாலம் இம்மாநாட்டின் நடவடிக்கைக் குறிப்புப் புத்தகத்தில் அது புதைந்துகிடந்தது.

37. அமிருதசரஸ் காங்கிரஸ்

நூற்றுக்கணக்கான பஞ்சாபியரை, பஞ்சாப் அராசங்கம் நீண்டகாலம் சிறையில் வைத்திருக்கமுடியவில்லை. இவர்களெல்லாம்

இராணுவச் சட்ட அமுல் நடந்தபோது மிக அற்பமான சாட்சியங்களை ஆதாரமாகக் கொண்டு பெயரளவில் நீதிமன்றங்களாயிருந்த விசேஷ சபைகளால் தண்டிக்கப்பட்டார்கள். இந்த மகத்தான அநீதியைக் குறித்து எங்கே பார்த்தாலும் பலமான கண்டனங்கள் எழுந்தபடியால் அவர்களை இனிமேலும் சிறையில் வைத்திருப்பது இயலாதகக் காரியமாயிற்று. காங்கிரஸ் மகாசபை கூடுவதற்கு முன்பே கைதிகளில் பலர் விடுதலை செய்யப்பட்டனர். அலி சகோதரர்களும் சிறையிலிருந்து நேரே அங்கு வந்து சேர்ந்தார்கள். ஜனங்களின் மகிழ்ச்சி எல்லையற்றதாயிற்று. ஏராளமான வருவாயுள்ள தமது தொழிலைவிட்டுப் பஞ்சாபுக்கு வந்து அங்கேயே தங்கி அரிய தொண்டாற்றிப் பண்டித மோதிலால் நேரு காங்கிரஸிற்கு அக்கிராசனம் வகித்தார். காலஞ்சென்ற சுவாமி சிரத்தானந்தர் உபசரணைக் கூட்டத் தலைவராயிருந்தார்.

இதுவரையில் காங்கிரஸ் நடவடிக்கைகளில் நான் மிகவும் சொற்பமாக ஈடுபட்டிருந்தேன். ஹிந்தி மொழியில் பேசுவதின் மூலம் அப்பாஷையை ஆதரிப்பதற்கும் வெளிநாட்டிலுள்ள இந்தியர்களின் குறைகளை எடுத்துச்சொல்வதற்கும் மேலாகக், காங்கிரஸ் நடவடிக்கைளில் நான் கலந்துகொண்டதில்லை. இவ்வருஷம் அவ்வளவிற்குமேல் கலந்துகொள்ள நேரிடுமென்று எதிர்பார்த்தேனில்லை. ஆனால், இதற்குமுன் பல சந்தர்ப்பங்களில் நேரிட்டிருப்பதுபோல் இப்போதும் பொறுப்புள்ள வேலை திடீரென்று என்னைத் தேடிவந்தது.

புதிய சீர்திருத்தங்களைக் குறித்த அரசரின் அறிக்கை அப்போதுதான் வெளியிடப்பட்டிருந்தது. அது எனக்கு முற்றும் திருப்தியளிக்கவில்லை. மற்றவர்களுக்கும் அவ்வாறே, ஆனால் சீர்திருத்தம் குறையுள்ளதாயினும் அதை ஒப்புக்கொள்ளலாமென்று அச்சமயம் நான் எண்ணினேன். அரசரின் திருமுகத்தில் லார்டு ஸின்னாவின் கைவேலைக் காணப்பட்டதாக எனக்குத் தோன்றியது. அவ்வறிக்கையின் உள்ளுறை சிறிதளவு நம்பிக்கைக்கு இடம் தந்தது. ஆனால் காலஞ்சென்ற லோகமான்யர், தேசபந்து தாஸ் முதலிய தீரர்கள் இதற்குமாறாக கருத்துக் கொண்டிருந்தார்கள். பண்டித மாளியா நடுநிலைமை வகித்தார்.

மாளவியாஜி தமது சொந்த அறையிலேயே எனக்கு இடம் தந்திருந்தார். ஹிந்து சர்வகலாசாலையின் அஸ்திவார விழாவின்போது அவருடைய எளிய வாழ்வைப் பற்றிச் சிறிதளவு தெரிந்துகொண்டிருந்தேன். ஆனால், இப்போது அவருடன் ஒரே

அறையில் இருந்தபடியால் அவருடைய தினசரி வாழ்க்கை முறையை மிக நுட்பமாகக் கவனிக்கமுடிந்தது. நான் பார்த்தவை எனக்கு மகிழ்ச்சியும் வியப்பும் அளித்தன. ஏழைகளெல்லோரும் வரக்கூடிய தர்ம சத்திரத்தைப்போல் அவர் அறைக் காணப்பட்டது. கூட்டம் நிறைந்திருந்தபடியால் அவ்வறையில் ஒரு பக்கத்திலிருந்து மற்றொரு பக்கத்திற்குப் போவதும் கஷ்டமாயிருந்தது. எந்த நேரத்திலும் எவரும் அவ்வறைக்குள் வரலாம். நாங்கள் விரும்பும்வரையில் அவருடன் பேசிக்கொண்டிருக்கலாம். இந்த அறையின் ஒரு மூலையில் என்னுடைய கட்டில் மிகவும் கம்பீரமாகக் கிடந்தது.

ஆனால் மாளவியாஜியின் வாழ்க்கை முறையைக் குறித்துச் சொல்லி இந்த அத்தியாயத்தை நான் நிரப்பக்கூடாது. விஷயத்திற்குச் செல்லவேண்டும்.

இவ்வாறு மாளவியாஜியுடன் தினந்தோறும் சம்பாஷிப்பதற்கு எனக்குச் சந்தர்ப்பம் கிடைத்தது. அவர் என்னைத் தமது தம்பியாகவே பாவித்துப் பற்பலக் கட்சிகளின் கொள்கைகளையும் எனக்கு விளக்கிக் கூறினார். சீர்திருத்தத்தைப் பற்றிய தீர்மானத்தின் மீது நடக்கவிருந்த விவாதத்தில் நான் கலந்துகொண்டே தீரவேண்டுமெனக் கண்டேன்.

பஞ்சாப் அநீதிகளைப் பற்றிக் காங்கிரஸ் அறிக்கை எழுதிய பொறுப்பில் எனக்கும் பங்கு உண்டாதலின், அது சம்பந்தமாக இன்னும் செய்யவேண்டி இருந்தவற்றில் கவனம் செலுத்தியாகவேண்டுமென்று தோன்றிற்று. அவ்விஷயமாக அரசாங்கத்துடன் விவகாரம் நடத்தியாகவேண்டும். இதுபோகவே கிலாபத் விஷயம் வேறிருந்தது. மேலும் மிஸ்டர் மாண்டேகு இந்தியாவுக்குத் துரோகம் செய்யமாட்டார் என்றும், துரோகம் செய்யப்படுமாறு பார்த்திருக்கவும் மாட்டார் என்றும், அக்காலத்தில் நான் நம்பினேன். அலி சகோதரர்களையும் மற்றக் கைதிகளையும் விடுதலை செய்தது ஒரு சுபசகுனமாக எனக்குத் தோன்றிற்று. இந்நிலைமையில் சீர்திருத்தங்களை நிராகரியாமல் அவற்றைக் ஒப்புக்கொண்டு தீர்மானஞ்செய்வதுதான் சரியென்று எண்ணினேன். இதற்குமாறாக, தேசபந்து தாஸ் சீர்திருத்தங்கள் முற்றும் அதிருப்திகரமானவை, சிறிதும் போதாதவை என்பதாக அவற்றை நிராகரித்துவிட வேண்டும் என்று கருதினார். காலஞ்சென்ற லோகமான்யர் ஏறக்குறைய நடுநிலைமையில் இருந்தாராயினும் தேசபந்துவினால், அங்கீகரிக்கப்பட்ட எந்தத் தீர்மானத்தையும் தாங்கி நிற்பது என்று முடிவு செய்திருந்தார்.

நெடுங்காலம் தேசத்தொண்டு செய்து அநேகருடைய நன்மதிப்புக்கு உரியவர்களான இத்தகையத் தலைவர்களுடன் மாறுபட்டு நிற்றல் என்னால் பொறுக்க முடியாததாயிருந்தது. ஆனால், மனச்சான்றோ மிகத்தெளிவான வழிக் காட்டிற்று. காங்கிரஸிலிருந்து ஓடிப்போக முயன்றேன். காங்கிரஸ் கூட்டத்துக்கு நான் வராமலிருந்தால் எல்லோருக்கும் நன்மையாயிருக்குமென்று பண்டித மாளவியாவிடமும் மோதிலாலிடமும் கூறினேன். இதனால், மதிப்பிற்குரிய தலைவர்களுடன் நான் மாறுபடுவதாகக் காட்டிக்கொள்ளாமலும் தப்பித்துக்கொள்ளலாம்.

ஆனால், அவ்விரு பெரியோர்களுக்கும் என் யோசனைப் பிடிக்கவில்லை. இது எப்படியோ லாப ஹரிகிருஷ்ணலாலின் காதுக்கெட்டிவிட்டது. "கூடவே கூடாது. நீங்கள் அப்படிச் செய்தால் பஞ்சாபியருக்குப் பெரிதும் மனவருத்தம் உண்டாகும்" என்று அவர் கூறினார். லோகமான்யர், தேசபந்து ஜனாப் ஜின்னா இவர்களுடன் இவ்விஷயத்தைக் குறித்து விவாதித்தேன். ஆனால் வழியொன்றும் காணவில்லை. கடைசியாக மாளவியாஜியிடம் என் துன்பத்தைத் தெரிவித்தேன். "ராஜி ஏற்படுமென்று எனக்குத் தோன்றவில்லை. என் தீர்மானத்தை நான் கொண்டுவந்தால் வாக்கெடுக்கும்படி நேரிடலாம். ஆனால், அதற்கெவ்வித ஏற்பாடுகளும் இங்கே காணோம். இதுகாறும் காங்கிரஸ் கூட்டத்தில் கையைத் தூக்கச்சொல்லி வாக்கெடுக்கும் முறையே அனுஷ்டிக்கப்பட்டு வந்திருக்கிறது. அப்போது பிரதிநிதிகள் வேடிக்கைப் பார்ப்பவர்கள் என்ற வித்தியாசமில்லாமல் போய்விடுவது வழக்கம். இவ்வளவு பெரியக் கூட்டங்களில் வாக்கு எண்ணிக் கணக்கிடுவதற்கு நமக்கு எவ்விதச் சாதனமும், இல்லை. எனவே வாக்கு எண்ண வேண்டாமென்று நான் விரும்பினாலும் அதற்கு வசதி கிடையாது. அதில் பொருளும் இராது" என்று சொன்னேன். ஆனால், லாலா ஹரிகிருஷ்ண லால் என் துணைக்கு வந்து வேண்டிய ஏற்பாடுகளைச் செய்தவதாகச் சொன்னார். "வாக்கெடுக்கும் தினத்தில் வேடிக்கைப் பார்ப்பவர்களை நாங்கள் உள்ளே விடவில்லை. வாக்கெண்ணுவதற்கு வேண்டிய ஏற்பாடு செய்கிறேன். ஆனால் நீங்கள் காங்கிரஸூக்கு வராமலிருக்கக் கூடாது" என்றார்.

எனவே நான் சரணடைந்தேன். என்னுடைய தீர்மானத்தைத் தயாரித்து, உள்ளுக்குள் நடுங்கிக்கொண்டே அதைப் பிரரேபிக்க முற்பட்டேன். பண்டித மாளவியாவும். ஜனாப் ஜின்னாவும் அதை ஆதரிக்க ஒப்புக்கொண்டிருந்தார்கள். எங்களுடைய அபிப்பிராய பேதத்தில் மனக்கசப்பு என்பது சிறிதும் இல்லை. எங்களுடைய

பேச்சுக்களிலும் அறிவுக்குப் பொருத்தமான வாதத்தை அன்றி ஆத்திரம் சிறிதும் இல்லை என்றாலும், இவ்வவிப்பிராய பேதம் ஜனங்களுக்குப் பிடிக்கவில்லை என்பதைக் கண்டேன். தலைவர்களுக்குள் வித்தியாமிருந்ததே அவர்களுக்கு வருத்தமளித்தது. அவர்கள் பூரண ஒற்றுமையை விரும்பினார்கள்.

உபந்நியாசங்கள் ஒரு பால் நடந்துகொண்டிக்கையிலேயே, மற்றொரு பால் சமரசம் உண்டுபண்ண முயற்சி செய்யப்பட்டு வந்தது. மேடையின் மீதிருந்த தலைவர்களுக்கிடையே இது சம்பந்தமாகச் சீட்டுகள் போவதும் வருவதுமாயிருந்தன. ஒற்றுமை உண்டுபண்ணுவதற்கு மாளவியாஜி பெருமுயற்சி செய்தார். அப்போது ஜெயராம் தாஸ் ஒரு திருத்தப் பிரரேரணை என்னிடம் கொடுத்தார். அதை ஒப்புக்கொண்டு பிரதிநிதிகளை இப்பெரிய தொல்லையினின்று காப்பாற்றுமாறு தமக்கு இயல்பான இனிய முறையில் கேட்டுக்கொண்டார். அத்திருத்தம் எனக்குப் பிடித்திருந்தது. இதற்கிடையில் ஒற்றுமைக்கு எங்கே சந்தர்ப்பம் கிடைக்குமென்று மாளவியாஜி தேடியவண்ணம் இருந்தார். ஜெயராம் தாஸின் திருத்தம் இருகட்சியாரும் ஏற்றுக்கொள்ளக் கூடியதென்று எனக்குத் தோன்றுவதாக அவரிடம் கூறினேன். அடுத்தாற்போல அது லோகாமான்யரிடம் காட்டப்பட்டது. “ஸி.ஆர்.தாஸ் ஒப்புக்கொண்டால் எனக்கு ஆட்சேபமில்லை” என்று அவர் சொன்னார். கடைசியாக, தேசபந்துவும் சிறிது மனமிளகி விபின் சந்திர பாலரை நோக்கினார். மாளவியா உடனே நம்பிக்கைப் பெற்றார். அவர் மேற்படி திருத்தமடங்கிய சீட்டைப் பிடுங்கிக்கொண்டு தேசபந்து திட்டமாக சம்மதம் தெரிவிப்பதற்கு முன்பே எழுந்து, “சகோதரப் பிரதிநிதிகளே! ராஜி முடிவு ஏற்பட்டுவிட்டதென்று உங்களுக்கு மகிழ்ச்சியுடன் தெரிவிக்கிறேன்” என்று கூறினார். பின்னர் நிகழ்ந்த காட்சி வருணிக்கற்பாலதன்று. கரகோஷத்தினால் பந்தலே விழுந்துவிடும் போலிருந்தது. சற்றுமுன் சோர்வாகக் காண்பட்ட சபையினரின் முகங்களில் இப்போது மகிழ்ச்சித் தாண்டவமாடிற்று.

திருத்தப் பிரரேரணை எத்தகையதென்பதைப் பற்றி இங்கே கூறுதல் அவசியமில்லை. என்னுடைய சத்திய சோதனைகளில் மேற்படி தீர்மானம் கொண்டுவர நேர்ந்தாலும் ஒன்று என்பதை விளக்குவதே என்னுடைய நோக்கமாகும். இந்த ராஜி முடிவினால் என்னுடைய பொறுப்பு இன்னும் அதிகமாயிற்று.

38. காங்கிரஸ் பணி

அமிர்தசரஸ் காங்கிரஸ் நடவடிக்கைகளில் நான் கலந்துகொண்டபோது காங்கிரஸ் பணியில் உண்மையில் ஈடுபட்டுவிட்டதாகச் சொல்லமுடியாது, இதற்கு முந்தைய காங்கிரஸுகளுக்கு நான் சென்றிருந்தது அம்மகா சபையினிடம் வருஷந்தோறும் என் பக்தியைத் தெரிவித்துக்கொள்வதற்கேயாகும். விசேஷமாக எனக்கு எவ்வித வேலையும் ஏற்பட்டிருந்ததாக அக்காலங்களில் நான் எண்ணவில்லை. அப்போதெல்லாம் காங்கிரஸ் சைன்யத்தில் ஒரு சாதாரணப் போர் வீரனாகவே இருந்தேன். அதற்குமேற்பட்ட பதவியை நான் விரும்பவில்லை.

அமிர்தசரஸில் என்னுடைய அனுபவத்திலிருந்து இரண்டொரு விஷயங்களில் என்னால் சிறிது வேலை செய்யக்கூடுமென்று தெரியவந்தது. அவை காங்கிரஸுக்கு உபயோகமாய் இருக்குமென்றும் அறிந்தேன். பஞ்சாப் விசாரணை சம்பந்தமாக என்னுடைய வேலை, காலஞ்சென்ற லோகமான்யர், தேசபந்து, பண்டித மோதிலால்ஜி முதலிய தலைவர்களுக்குத் திருப்தி அளித்திருப்பதாகக் கண்டேன். விஷயாலோசனைக் கமிட்டிக்குத் தீர்மானங்கள் தயாரிப்பதற்காகக் கூடிய பிரத்யேகக் கூட்டங்களுக்கு அவர்கள் என்னையும் அழைத்தார்கள். இக்கூட்டங்களுக்குத் தலைவர்களின் விசேஷ நம்பிக்கைக்குப் பாத்திரமானவர்கள்தான் அழைக்கப்பட்டார்கள். அதிலும் அவர்களுடைய உதவி தேவையென்று கருதப்பட்டால் மட்டும்தான் சில சமயம் அழைக்கப்படாதவர்களும் இக்கூட்டங்களுக்கு வந்துவிடுவதுண்டு.

அடுத்த வருஷத்தில் நான் செய்யக்கூடிய வேலைகள் இரண்டிருந்தன. அவற்றில் எனக்குச் சிரத்தை இருந்தது. அவற்றைச் செய்ய ஓரளவு தகுதியும் பெற்றிருந்தேன். இவற்றில் ஒன்று ஜாலியன் வாலாபாக் படுகொலையின் ஞாபகச் சின்னமாகும். காங்கிரஸ் மிகுந்த உற்சாகத்துக்கிடையே இதுகுறித்து ஒரு தீர்மானம் நிறைவேற்றியிருந்தது. அதற்காக ஐந்து லட்சம் ரூபா வசூலிக்க வேண்டுமென்று தீர்மானிக்கப்பட்டிருந்தது. நான் மேற்படி நிதியின் தர்மகர்த்தர்களில் ஒருவனாக நியமிக்கப்பட்டேன். பொது வேலைகளுக்காகப் பிச்சையெடுப்போரில் தலைசிறந்தவர் என்று பண்டித மாளவியா பெயர் பெற்றிருந்தார். இவ்விஷயத்தில் நான் அவருக்கு அதிகம் பின்வாங்கியவனல்லன் என்று அறிந்திருந்தேன். தென்னாப்பிரிக்காவிலிருந்தபோது இத்துறையில் என் ஆற்றலைக் கண்டுபிடித்தேன். மாளவியாஜியைப்போல் ஒப்பற்ற ஜாலவித்தைத்

திறமையினால் இந்திய சமஸ்தானதிபதிகளிடமிருந்து பெருந்தொகையான நன்கொடைகள் வசூலிக்க என்னால் ஆகாது என்பது உண்மையே. ஆனால், ஜாலியன் வாலாபாக் ஞாபகச் சின்னத்துக்கு இராஜாக்கள் மகாராஜாக்களிடம் செல்வதில் பயனில்லையென்றும் அறிந்திருந்தேன்.

பணம் வசூலிக்கும் பொறுப்பு, நான் எதிர்பார்த்ததுபோல் என்மீதே பெரிதும் சார்ந்தது. ஈகைக்குணம் படைத்த பம்பாய் வாசிகள் தாராளமாகப் பணம் கொடுத்தார்கள். எனவே மேற்படி ஞாபகச் சின்னத்திற்காகத் தற்போது பாங்கியில் ஒரு பெரியத் தொகை இருந்துவருகிறது. ஆனால் ஹிந்து, முஸ்லிம், சீக்கியரின் இரத்தம் கலந்தோடியதனால் தூய்மைபெற்ற அப்பூமியில் எத்தகைய ஞாபகச்சின்னம் எழுப்புவது என்பது முடிவாகவில்லை. மேற்படி மூன்று சமூகங்களும் தற்போது அன்பினால் பிணைக்கப்பட்டிருப்பதற்கு மாறாக, ஒன்றோடொன்று போர் புரிந்துவருவதாகக் காண்கிறது. ஆகவே ஞாபகச்சின்ன நிதியை எப்படிப் பயன்படுத்துவது என்பதுதான் இப்போது பெரியப் பிரச்சனையாக இருக்கிறது.

தீர்மானங்கள் தயாரிப்பதில் எனக்கிருந்த ஆற்றலும் காங்கிரஸூக்குப் பயன்படக் கூடியதாயிருந்தது. நீண்டகால அப்பியாசத்தினால் எந்த விஷயத்தையும் சுருக்கமாகக் கூறும் திறமை நான் பெற்றிருந்தேன். இதைக் காங்கிரஸ் தலைவர்கள் கண்டுகொண்டார்கள். அப்போதிருந்த காங்கிரஸ் அமைப்பு கோகலே விட்டுச்சென்ற ஆஸ்தியாகும். அவர் தயாரித்திருந்த சிற்சில விதிகள் காங்கிரஸ் இயந்திரம் இயங்குவதற்கு ஆதாரமாயிருந்தன. இவ்விதிகள் செய்யப்பட்ட வரலாற்றை கோகலேயின் வாய்மொழி மூலமாகவே நான் தெரிந்துகொண்டிருந்தேன். ஆனால், இப்போது காங்கிரஸின் வேலை மிகவும் அதிகமாகிவிட்டபடியால் அவ்வமைப்பு இனிமேல் போதாது என்று எல்லாரும் கருதலானார்கள். இவ்விஷயம் ஒவ்வொரு வருஷமும் காங்கிரஸில் ஆலோசனைக்கு வந்துகொண்டிருந்தது. காங்கிரஸ் ஒருமுறை கூடிக் கலைந்தபின்னர் மீண்டும் அடுத்த வருஷம் கூடும்வரையில் இடைக்காலத்தில் வேலை செய்வதற்கோ, அவ்வப்போது புதிதாக ஏற்படும் நிலைமைகளைப் பற்றி யோசித்தும் காரியம் செய்வதற்கோ எவ்வித அமைப்பும் இல்லாமலிருந்தது. விதிகளின்படி மூன்று காரியதரிசிகள் உண்டு. அவரும் முழுநேரம் வேலை செய்பவரல்லர். இத்தகைய ஒருவர் தனித்து நின்று காங்கிரஸ் ஏற்றுக்கொண்டிருக்கும் பழைய பொறுப்புக்களை நிறைவேற்றலும் எவ்வாறு சாத்தியம்? இந்த

வருஷத்தில் இந்தப் பிரச்சினை மிகவும் முக்கியமாகும் என்று எல்லோரும் கருதினார்கள். காங்கிரஸ் பொதுவிஷயங்களைப் பற்றி விவாதிக்கத் தகுதியில்லாத மிகப்பெரியக் கூட்டமாயிருந்தது. மொத்தம் காங்கிரஸூக்கு வரக்கூடிய பிரதிநிதிகளுக்கு ஒரு வரம்பு கிடையாது. ஒவ்வொரு மாகாணத்திலிருந்தும் இவ்வளவு பிரதிநிதிகள்தான் அனுப்பலாம் என்னும் வரையறையும் இல்லை. இத்தகையக் குழப்ப நிலைமையில் சிறிது அபிவிருத்தியேனும் அவசியம் என்பதை ஒவ்வொருவரும் உணர்ந்தார்கள்.

காங்கிரஸூக்கு அமைப்புத் தயாரிக்கும் வேலையை ஒரு நிபந்தனையின் மீது நான் ஏற்றுக்கொண்டேன். பொதுஜனங்களிடம் மிகுந்த செல்வாக்கு வாய்ந்த தலைவர்கள் லோகமான்யரும் தேசபந்துவும் என்பதைக் கண்டிருந்தேன். எனவே, ஜனங்களின் பிரதிநிதிகளாகிய அவர்கள் காங்கிரஸ் அமைப்புத் தயார் செய்வதில் என்னுடன் கலந்துகொள்ள வேண்டுமென்று கேட்டுக்கொண்டேன். ஆனால், நேரில் தாங்களே இவ்வேலையில் ஈடுபடுவதற்கு அவர்களுக்கு அவகாசம் கிடைக்காதென்பது வெள்ளிடை மலையாதலின், அவர்களுடைய நம்பிக்கைக்குரிய இருவர், காங்கிரஸ் அமைப்புத் தயாரிக்கும் கமிட்டியில் என்னுடன் நியமிக்கப்படவேண்டும் என்றும், அங்கத்தினர் தொகை மொத்தம் மூன்றுபேருக்கு மேல் போகக்கூடாதென்றும் யோசனைச் சொன்னேன். ஸ்ரீ மான்கள் கெல்கரையும், ஐ.பி ஸென்னையும் தங்களுக்குப் பதிலாக நியமித்தார்கள். ஒருமுறையேனும் இக்கமிட்டியார் சேர்ந்து உட்கார்ந்து ஆலோசிக்க முடியவில்லை. எனினும் கடிதப் போக்குவரவு மூலம் நாங்கள் ஒருவரோடொருவர் கலந்துகொண்டோம். முடிவில் ஒருமுகமாக அறிக்கையை சமர்ப்பித்தோம். இந்தக் காங்கிரஸ் அமைப்பைக் குறித்து நான் ஓரளவு பெருமை கொள்கிறேன். இவ்வமைப்பை மட்டும் நாம் முழுதும் நிறைவேற்றி வைத்தோமானால், அதனாலேயே சுயராஜ்யம் பெற்றுவிடுவோம் என்பது என் நம்பிக்கை. மேற்கண்டவாறு காங்கிரஸ் அமைப்புத் தயாரிக்கும் பொறுப்பை ஏற்றுக்கொண்டபோதுதான் உண்மையில் நான் காங்கிரஸ் பணியில் ஈடுபட்டேனென்று கூறலாம்.

39. கைராட்டினம்

நான் 1908ஆம் ஆண்டில் எழுதிய ‘இந்திய சுயராஜ்யம்’ என்னும் நூலில் இந்தியாவில் நாளுக்குநாள் கொடுமையாகி வந்த வறுமைப்

பிணிக்கு இராட்டினம் ஒன்றே மருந்து என்பதாக எழுதினேன். எனினும், அவ்வருஷம் வரையில் கைராட்டினத்தையோ, கைத்தறியையோ பார்த்ததாக எனக்கு ஞபாகமில்லை. பாரதநாட்டிலுள்ள பாமர ஜனங்களின் கொடிய ஏழ்மையைப் போக்குவதற்கு உதவி செய்யும் எந்தச் சாதனமும் அதே சமயத்தில் ராஜ்யப்பேற்றுக்கு உரிய சாதனமும் ஆகும் என்பதை ஒரு மூலாதார உண்மையாக வைத்துக்கொண்டு நான் அப்புத்தகம் எழுதினேன்.

1915ஆம் ஆண்டில் தென்னாப்பிரிக்காவிலிருந்து இந்தியா திரும்பியபோதும் இராட்டினத்தைப் பாராதவனாகவே இருந்தேன். சபர்மதியில் சத்தியாக்கிரஹ ஆசிரமம் ஸ்தாபிக்கப்பட்டபோது சில கைத்தறிகளை அமைத்தோம். ஆனால், அவற்றை அமைத்தவுடனே ஒரு பெரிய கஷ்டம் ஏற்பட்டது. ஆசிரமவாசிகள் அனைவரும் உத்தியோகங்களிலோ, வியாபாரத்திலோ ஈடுபட்டிருந்தவர்களே அல்லாமல் கைத்தொழில் செய்தவர்களல்ல. எனவே எங்களுக்குக் கைத்தறி நெசவு கற்றுக்கொடுப்பதற்குத் தேர்ச்சிப்பெற்ற நெசவுத்தொழிலாளி ஒருவர் தேவையாயிருந்தார். கடைசியில் பளப்புரியிலிருந்து ஒருவரைக் கொண்டுவந்து அமர்த்தினோம். அவர் தொழில் இரகசியம் முழுவதும் சொல்லிக்கொடுக்கவில்லை. ஆனால், மகன்லால் காந்தி எடுத்தக் காரியத்தை எளிதில் விட்டுவிடுகிறவரல்லர். கைத்தொழில் தேர்ச்சிக்கு வேண்டிய இயற்கை ஆற்றல் அவருக்கிருந்தபடியால் விரைவிலேயே அக்கலையை அவர் பூரணமாகக் கற்றுத் தேர்ச்சியடைந்தார். அதன்பின்னர் ஒருவர்பின் ஒருவராய் ஆசிரமத்தில் பலர் நெசவுத்தொழிலில் பயிற்சிப் பெற்றனர்.

எங்கள் கையால் துணி நெய்து அதையே அணியவேண்டுமென்பது எங்கள் இலட்சியமாகும். ஆதலின் உடனே ஆலை நெசவுத்துணியை விட்டொழித்தோம். ஆசிரம அங்கத்தினர்கள் எல்லாரும் இந்தியாவில் உற்பத்தியான நூலைக்கொண்டு கைத்தறியில் நெய்த துணிகளையே உடுத்துவதென்று விரதம் கொண்டார்கள். இவ்விரதம் காரணமாகப் பற்பல அனுபவங்கள் ஏற்பட்டன. நெசவுத்தொழிலாளரின் வாழ்க்கை நிலைமை அவர்கள் எவ்வளவு துணி உற்பத்தி செய்யக்கூடும் என்பது, நூல் கிடைப்பதில் அவர்களுக்கேற்படும் இடையூறுகள் அவர்கள் மோசத்துக்குள்ளாகும் விவரங்கள், கடைசியாக அவர்களுடைய கடன் சுமை முதலியவைகளைக் குறித்து நேரில் அறிந்துகொள்ளக் கூடியதாயிற்று. எங்களுக்குத் தேவையான துணி முழுதும் எங்களால் உடனே தயாரித்துக்கொள்ள முடியவில்லை. எனவே, அடுத்தபடியாய் செய்யக்கூடியது கைத்தறி

நெசவுக்காரர்களிடமிருந்து துணி வாங்குவதேயாகும். ஆனால், இந்திய ஆலை நூலினாலான துணிகள் ஜவுளிக்கடைக்காரர்களிடமோ வேண்டும்போது எளிதில் கிடைப்பதாயில்லை. அவர்கள் நெய்த நயமான துணியெல்லாம் அந்நிய நூலினால் ஆனவை. ஏனெனில், இந்திய ஆலைகள் நயமான உயர்ந்த நம்பர் நூல் உற்பத்தி செய்வது கிடையாது.

இன்றைய தினங்கூட இந்திய ஆலைகளில் உயர்ந்த நம்பர் நூல் மிகக்குறைவாகவே உற்பத்தியாகின்றது. மிகவும் உயர்ந்த நம்பர் நூல் இந்திய ஆலைகளினால் நூற்கவே முடியாது. பெருமுயற்சி செய்தபின்னர் சில நெசவுத்தொழிலாளிகளை எங்களுக்காகச் சுதேசி நூலைக்கொண்டு துணி நெய்யும்படி செய்தோம். அவர்கள் நெய்யும் துணி முழுவதையும் நாங்களே எடுத்துக்கொள்வதாக வாக்களித்தோம். இவ்வாறு ஆலை நூலினாலான துணி அணிதலை நாங்கள் மேற்கொண்டதனாலும், அதுகுறித்து நண்பர்களிடையே பிரச்சார ஏஜண்டுகளாக ஆனோம். இதன் காரணமாக, ஆலைகளுடன் எங்களுக்குத் தொடர்பு ஏற்பட்டது. அவற்றின் நிர்வாகத்தைப் பற்றியும் அவற்றிக்கேற்படும் இடையூறுகளைப் பற்றியும் ஓரளவு தெரிந்துகொண்டோம். நாளடைவில் ஆலைகளில் உற்பத்தியாகும் நூல் முழுவதையும் நெய்துவிடுதல் அவற்றின் நோக்கம் என்பதைக் கண்டோம். கைத்தறி நெசவுக்காரர்களுடன் ஆலைகள் மனப்பூர்வமாக ஒத்துழைக்கவில்லை. தற்போதைக்கு அவை நெய்தது போக மீந்துள்ள நூலைக் கைத்தறிகளுக்குக் கொடுத்துவந்தன. இந்நிலைமையில் எங்களுக்கு வேண்டிய நூலை நாங்களே நூற்றுக்கொள்ள வேண்டுமென்னும் ஆவல் மிகுதியாற்று. அப்படிச் செய்யாதவரையில் ஆலைகளையே நம்பியிருக்க நேரிடும். இந்திய நூல் ஆலைகளில் ஏஜண்டுகளாயிருப்பதனால் தேசத்திற்குத் தொண்டு எதுவும் நாங்கள் செய்வதற்கில்லை என்று உணரலானோம்.

நெசவைப்போலவே நூற்றலிலும் பல கஷ்டங்கள் எதிர்ப்பட்டன. முதலில் இராட்டினமே கிடைக்கவில்லை. நூற்கக் கற்றுக்கொடுக்கக் கூடியவரும் அகப்படவில்லை. ஆசிரமத்தில் நெசவு வேலை சம்பந்தமாக நூலைக்கழியிலிருந்து பிரித்துச் சுற்றுவதற்குச் சில இராட்டினங்கள் உபயோகிக்கலாமென்று எங்களுக்குத் தெரியாது. ஒருமுறை காளிதாஸ் ஜாவேரி ஒரு ஸ்திரீயைக் கண்டுபிடித்தார். அந்த ஸ்திரீ நூற்கும் விதத்தை எங்களுக்குக் காட்டிக்கொடுக்க முடியுமென்று அவர் சொன்னார். உடனே ஆசிரமவாசி ஒருவரை அவரிடம் அனுப்பினோம். இவர் புதிய விஷயங்களை எளிதில் கற்றுக்கொள்ளும் ஆற்றல் வாய்ந்தவரெனப் பெயர்பெற்றவர். ஆயினும் இவர்கூட அந்த

வித்தையின் இரகசியத்தை அறிந்துகொள்ளாமலே திரும்பிவந்து சேர்ந்தார்.

இவ்வாறு காலம் போய்க்கொண்டிருந்தது. என் பொறுமை நாளுக்குநாள் குறைந்துகொண்டு வந்தது. ஆசிரமத்துக்கு வருவோர் போவோரில் சிறிதேனும் இராட்டினத்தைப் பற்றி அறிந்திருக்கக்கூடியவர் என்று தோன்றிய எல்லோரையும் அதைப்பற்றி விசாரித்து வந்தேன். ஆனால், அது முழுதும் பெண்களாலேயே செய்யப்பட்டு வந்த தொழில். இப்போதோ ஏறக்குறைய அழிந்துபோயிருந்தது. எனவே எந்த மூலை முடுக்கிலாவது நூற்கத்தெரிந்த ஸ்திரீ ஒருத்தி இருக்கும்பட்சத்தில் அவளைக் கண்டுபிடிக்கவும் பெண் ஒருத்தியினாலேயே முடியும்.

1917ஆம் வருஷத்தில் புரோச் கல்வி மகாநாட்டில் தலைமை வகிப்பதற்காக என்னுடைய குஜராத்தி நண்பர்கள் என்னை அழைத்துச்சென்றார்கள். இங்கேதான் கங்கா பெண் மஜூம்தார் என்னும் பெண்மணியை நான் கண்டுபிடித்தேன். அவர் விதவை. அவருடைய ஊக்கமும் முயற்சியும் அபாரமானவை. அவர் பள்ளிக்கல்வி அதிகம் பயின்றவரல்லர். ஆனால், இயற்கை அறிவிலும் தைரியத்திலும் சாதாரணமாக இந்நாட்டிலுள்ளள படித்த ஸ்திரீகளை அவர் எளிதில் வென்றுவிடக்கூடியவர். அவர் தீண்டாமைச் சாபத்தை முன்னமே தொலைத்திருந்தார். ஒடுக்கப்பட்டவர்களிடையே அவர் தாராளமாகக் கலந்து பழகி அவர்களுக்கு ஊழியம் புரிந்தார். அவருக்குச் சொந்தமாகக் கொஞ்சம் சொத்து இருந்தது. அவருடைய தேவைகளோ மிகச் சொற்பம். கஷ்டங்களைத் தாங்கிப் பழகிய திட சரீரமுடையவராதலால் எங்கும் துணையின்றி அவர் தைரியமாகச் செல்வதுண்டு. அநாயஸமாகக் குதிரை சவாரி செய்வார். கோத்ரா மகாநாட்டில் அவரிடம் இன்னும் நெருங்கிய பழக்கம் எனக்கு ஏற்பட்டது. இராட்டினம் கிடைக்காததைப் பற்றி என் துயரத்தை அவரிடம் முறையிட்டேன். ஊக்கத்துடன் இடைவிடாமல் தேடிக் கைராட்டினத்தைக் கண்டுபிடிப்பதாக அவர் வாக்களித்தபடிபயல் என் கவலை ஒருவாறு நீங்கிற்று.

40. கைராட்டின வளர்ச்சி

கங்கா பென் அம்மையார் குஜராத் மாகாணம் முழுவதிலும் தேடி அலைந்த பின்னர் கடைசியாக பரோடா இராஜ்யத்திலுள்ள

வீஜப்பூரில் இராட்டினத்தைக் கண்டுபிடித்தார். அங்கே பலர் வீட்டில் இராட்டினங்கள் இருந்தன. ஆனால், அவையெல்லாம் பயனற்ற மரக்கட்டைகளுடன் பரணின் மீது போடப்பட்டு வெகுநாளாயிற்று. யாராவது ஒழுங்காகப் பஞ்சுத்திரிக் கொடுத்து நூலையும் வாங்கிக்கொள்ள முன்வந்தால் தாங்கள் நூல்நூற்கச் சித்தமாயிருப்பதாக அந்த ஊர் ஜனங்கள் தெரிவித்தார்கள். இந்தச் சந்தோஷச் செய்தியை கங்காபென் எனக்குத் தெரிவித்தார். பஞ்சுத்திரி சம்பாதித்தல் மிகவும் கஷ்டமானக் காரியமென்று தெரியவந்தது. காலஞ்சென்ற உமார் சோபானிடம் இதைச் சொன்னபோது அவர் உடனே இந்தக் கஷ்டத்தை நிவர்த்திச் செய்ய ஒப்புக்கொண்டார். தமது ஆலையிலிருந்து தேவையான பஞ்சுத்திரிகள் அனுப்பிவைப்பதாக அவர் கூறினார். அவரிடமிருந்து கிடைத்தப் பஞ்சுத்திரிகளை கங்கா பென்னுக்கு அனுப்பினேன். விரைவில் ஏராளமாக நூல் வந்து குவியத் தொடங்கியது. நூலை என்ன செய்வதென்பது இப்போது பெரிய பிரச்சினையாயிற்று.

ஜனாப் உமார் சோபானி மிக்க தாராள குணமுடையவர்தான். ஆனால், எத்தனைக் காலந்தான் அவருடைய தாராளத்தையே நம்பிக்கொண்டிருக்க முடியும்? இடைவிடாமல் அவரிடமிருந்து பஞ்சுத்திரிகள் வந்துகொண்டிருக்க என் மனமும் அமைதியிழந்து கொண்டிருந்தது. மேலும், ஆலைத்திரிகளை உபயோகிப்பதே தவறென்று எனக்குத் தோன்றியது. ஆலைத்திரிகளை உபயோகிக்கலாம் என்றால் ஆலை நூலையும் ஏன் உபயோகிக்கக்கூடாது? முற்காலத்தில் நூல் நூற்றவர்களுக்கு ஆலைகளிலிருந்து பஞ்சுத்திரிக் கிடைத்திருக்க முடியாது. பின்னர், அவர்கள் எப்படி பஞ்சுகொட்டித் திரிகளாகக் கொண்டனர்? இவ்வாறெண்ணிய நான், பஞ்சு கொட்டிகளையும் கண்டுபிடித்துத் தருமாறு கங்கா பென்னை வேண்டினேன். அவர் இவ்வேலையையும் நம்பிக்கையுடன் ஏற்றுக்கொண்டார். அவ்வாறே பஞ்சுகொட்டத் தயாராயிருந்த ஒருவனைத் தேடிப்பிடித்தார். அவன் அவ்வேலைக்குக் குறைந்தபட்சம் மாதம் 35 ரூபா சம்பளம் வேண்டுமென்று கேட்டான். ஆனால், அக்காலத்தில் இதற்கு எவ்வளவு பணங்கொடுத்தாலும் அதிகமாகாது என்று நான் கருதினேன். பம்பாயில் பருத்திப் பிச்சை எடுத்தேன். ஸ்ரீ எச்வந்த பிரஸாத் தேஸாய் உடனே கொடுத்து உதவினார். இவ்வாறு கங்கா பென்னின் முயற்சி சற்றும் எதிர்பாராத அளவுக்குப் பலன் தந்தது. வீஜபூரில் நூற்கப்பட்ட நூலை நெய்ய நெசவுக்காரர்களையும் அப்பெண்மணி கண்டுபிடித்தார். விரைவில் 'வீஜபூர் கதர்' பெரும் புகழ்பெற்றது.

வீஜபூரில் இத்தகைய அபிவிருத்தி ஏற்பட்டுக்கொண்டு வருகையில், ஆசிரமத்தில் இராட்டினம் விரைவாக நிலைபெற்று வந்தது. மகன்லால் காந்தி தமது தொழில் திறமையையெல்லாம் பயன்படுத்தி இராட்டையில் பல அபிவிருத்திகள் செய்தார். இராட்டினங்களும் மற்றும் அதற்குவேண்டிய சாதனங்களும் ஆசிரமத்தில் உற்பத்திச் செய்யப்படலாயின. ஆசிரமத்தில் முதன்முதலாக உற்பத்தியான கதர் கஜம் ஒன்றுக்கு 17 அணா விலை ஆயிற்று. அந்த முரட்டுக் கதரை அவ்வளவு விலைக்கு வாங்கிக்கொள்ளும்படி நண்பர்களுக்குச் சிபாரிசு செய்ய நான் தயங்கவில்லை. அவர்களும் விருப்பத்துடன் அவ்விலை கொடுத்து வாங்கிக்கொண்டார்கள்.

பம்பாயில் நான் நோயினால் பீடிக்கப்பட்டுப் படுத்தப்படுக்கையாய்க் கிடந்தேன். ஆயினும், அங்கேயும் இராட்டினம் தேடுவதற்குப் போதிய ஆற்றல் எனக்கிருந்தது. கடைசியாக நூல் நூற்பவர்கள் இருவரைக் கண்டுபிடித்தேன். அவர்கள் ஒரு சேர் அதாவது ஏறக்குறை முக்கால் ராத்தல் நூலுக்கு ஒரு ரூபா கேட்டார்கள். அப்போது கதரின் பொருளாதாரத்துவத்தைப் பற்றி எனக்கு ஒன்றுமே தெரியாது. கையால் நூற்றநூலுக்கு என்ன விலைக் கொடுத்தாலும் அதிகமாகாது என்று எண்ணினேன். ஆனால், பிறகு இங்கு நான் கொடுத்த விகிதத்தையும் வீஜபூரில் கொடுக்கப்படும் விகிதத்தையும் ஒப்பிட்டுப்பார்த்தபோது நான் ஏமாற்றப்படுவதாக அறிந்தேன். நூற்பவர்கள் தங்கள் கூலி விகிதத்தில் குறையவே மாட்டோம் என்று சொல்லிவிட்டார்கள். ஆதலின், அவர்களுடைய ஊழியத்தை நிறுத்திவிட வேண்டியதாயிற்று. ஆயினும் அவர்களை அமர்த்தியதினால் பயன் விளையாமற்போகவில்லை. ஸ்ரீ மதிகள் அவந்திகா பாய், ராமி பாய், காம் தார், ஸ்ரீ சங்கர்லால் பாங்கரின் அன்னையார், ஸ்ரீ மதி வஸூமதி பெண் முதலியோருக்கு அவர்கள் நூல்நூற்கக் கற்றுக்கொடுத்தார்கள்.

எனது அறையில் இராட்டினத்தின் இனிய கீதம் எழுந்தது. அந்தக் கீதம் நான் நோய் நீங்கிக் குணம்பெறுவதற்குப் பெரிதும் துணை செய்தது. இவ்வாறு நான் கூறுவது சிறிதும் மிகைப்படுத்தப்பட்டதன்று. அது உடலுக்கு நேரே செய்த நன்மையைவிட மனத்தின் மூலமாகவே அதிக நன்மை செய்தது என்பதை ஒப்புக்கொள்கிறேன். மனிதனுடைய மனத்திற்கு அவன் உடலின்மீது எவ்வளவு செல்வாக்கு உண்டு என்பதையே அது காட்டுவதாகுமன்றே? நானும் இராட்டினம் சுற்றக் கற்றுக்கொண்டேன். ஆனால் அப்போது அதிக வெற்றி பெறவில்லை.

பம்பாயிலும் கையினால் செய்த பஞ்சுத்திரிகள் எப்படிப் பெறுவது என்னும் பிரச்சனை எழுந்தது. ஸ்ரீ ரேவாசங்கரின் வீட்டுவழியாக தினந்தோறும் பஞ்சுக்கொட்டி ஒருவன் தன் வில்லின் நாணிலிருந்து ஒலி எழுப்பிக்கொண்டுபோவது வழக்கம். அவனை அழைத்துவரச்செய்து விசாரித்ததில் அவன் மெத்தைகளுக்கு அடைக்கும் பஞ்சு கொடுப்பவனென்று தெரியவந்தது. நூல்நூற்பதற்குப் பஞ்சு கொட்டித்தரவும் அவன் ஒப்புக்கொண்டான். ஆனால், கூலி மிகவும் அதிகமாய்க் கேட்டான். அவன் கேட்டதைக் கொடுத்துப் பஞ்சுத்திரிகள் சம்பாதித்தேன். இவ்வாறு நூற்கப்பட்ட நூலை, பவித்திரி ஏகாதசி தினத்தன்று சுவாமிக்கு மாலை போடுவதற்காகச் சில வைஷ்ணவ நண்பர்கள் வாங்கிக்கொண்டார்கள். ஸ்ரீ மான் சிவாஜி பம்பாயில் இராட்டை வகுப்பு ஒன்று தொடங்கினார். இந்தப் பரிசோதனைகளுக்கெல்லாம் பணச்செலவு ஏராளமாக ஆயிற்று. ஆனால் தேச பக்தர்களும் கதரில் நம்பிக்கை உடைவர்களுமான நண்பர்கள் இப்பணச் செலவையெல்லாம் விருப்பத்துடன் பொறுத்துக்கொண்டார்கள். அவ்வாறு செலவான பணம் வீணில் செலவழிந்ததில்லை என்பது என்னுடைய தாழ்மையான அபிப்பிராயமாகும். அதனால் விசேஷ அனுபவம் ஏற்பட்டதுடன் இராட்டினத்தின் மூலம் எவ்வளவோ அபிவிருத்தி ஏற்படக்கூடுமென்று தெரியவந்தது.

இக்காலத்தில் கதர் மட்டுமே அணியவேண்டுமென்னும் பேரவா எனக்கு உண்டாயிற்று. இதுவரை சுதேசி ஆலைத்துணியையே நான் அரை வேஷ்டியாக உடுத்திக்கொண்டிருந்தேன். ஆசிரமத்திலும் வீஜபூரிலும் உற்பத்தியான முரட்டுக் கதர்த்துணி 30 அங்குல அகலத்துக்குமேல் இல்லை. எனவே, கங்கா பென்னுக்கு முன்னறிக்கை விடுத்தேன். அதாவது இன்னும் ஒருமாத காலத்திற்குள் 45 அங்குலம் அகலமுள்ள கதர் வேஷ்டி அவர் எனக்குத் தாரவிட்டால் குட்டையான, முரட்டுக் கதர்த்துணியையே வேஷ்டியாக அணியப்போகிறேனென்று அவருக்குத் தெரிவித்தேன். இந்த இறுதி அறிக்கை அவரைத் திடுக்குறச் செய்துவிட்டது. எனினும், அவர் சோர்ந்து பின்வாங்கிவிடவில்லை. அந்த ஒரு மாதத்திற்குள் அவர் 45 அங்குல அகலமுள்ள ஒரு ஜோடி கதர் வேஷ்டி எனக்கனுப்பிவிட்டார். இதனால், ஒரு நெருக்கடியான நிலைமை எனக்கேற்படாமல் அவர் காப்பாற்றினார்.

இதேசமயத்தில் ஸ்ரீ லக்ஷ்மிதாஸ் லாதி என்னுமிடத்திலிருந்து ராம்ஜி என்னும் நெசவுக்காரரையும், அவர் மனைவியையும்

ஆசிரமத்துக்கு அழைத்துவந்து ஆசிரமத்திலேயே கதர் வேஷ்டிகள் நெய்யத்தொடங்கினார். இந்தப் பெண்மணியின் பெயரும் கங்கா பென்தான். இந்தத் தம்பதிகள் கதர் இயக்கத்திற்குச் செய்திருக்கும் தொண்டு அற்பமானதன்று. அவர்கள் குஜராத்திலும், அதற்கு வெளியிலுங்கூட எவ்வளவோ பேருக்குக் கைநூலைக் கொண்டு துணி நெய்யக் கற்றுக்கொடுத்திருக்கிறார்கள். கங்காபெண் கைத்தறியில் அமர்ந்து நெசவு செய்வது மிக உற்சாகமூட்டும் ஒரு காட்சியாகும். எழுதப் படிக்கத் தெரியாத இந்த சகோதரி கைத்தறியில் அமர்ந்துவிட்டால் அதிலேயே முழுகிவிடுகிறார். பின்னர் அவர் கண்களையும், கவனத்தையும் அதிலிருந்து திருப்புவது அரிய காரியமாகும்.

41. சுவையுள்ள சம்பாஷணை

கதர் இயக்கம் அக்காலத்தில் சுதேசி இயக்கம் என்று சொல்லப்பட்டு வந்தது. ஆரம்பத்திலிருந்தே அதை ஆலைச் சொந்தக்காரர்கள் பெரிதும் கண்டித்தார்கள். காலஞ்சென்ற உமார் சோபானி ஓர் ஆலை முதலாளி. திறமை பெரிதும் வாய்ந்தவர். நமது அறிவையும் அனுபவத்தையும் கொண்டு அவர் எனக்கு யோசனை சொல்லி உதவி செய்ததுடன், மற்ற ஆலைச் சொந்தக்காரர்களின் அபிப்பிராயத்தையும் அவ்வப்போது அறிவித்து வந்தார். அவர்களில் ஒருவர் சொல்லிய வாதம் பெரிதும் உண்மையுள்ளதாக அவருக்குத் தோன்றிற்று. எனவே, அவரை நான் சந்திக்கவேண்டும் என்று உமார் சோபானி கூறினார். நானும் அதற்குச் சம்மதித்தேன். அதன்மேல் நாங்கள் சந்திப்பதற்கு ஜனாப் சோபானி ஏற்பாடு செய்தார். ஆலைச் சொந்தக்காரர் சம்பாஷணையைப் பின்வருமாறு தொடங்கினார்.

“இதற்குமுன்பே சுதேசிக் கிளர்ச்சி நடந்ததுண்டு என்பது உங்களுக்குத் தெரியுமல்லவா?”

“ஆம், தெரியும்” என்று பதிலளித்தேன்.

“வங்காளப் பிரிவினைக் கிளர்ச்சியின்போது நாங்கள் (ஆலைச் சொந்தக்காரர்கள்) சுதேசி இயக்கத்தை எங்கள் சொந்த லாபத்துக்கு நன்றாய் பயன்படுத்திக்கொண்டோம் என்பதும் உங்களுக்குத் தெரிந்திருக்கலாம். அவ்வியக்கம் அதிதீவிர நிலையை அடைந்திருக்கலாம். அவ்வியக்கம் அதிதீவிர நிலைமையை அடைந்திருந்தபோது நாங்கள் துணிகளின் விலையை உயர்த்தினோம். இன்னும் கேவலமானக் காரியங்களும் செய்தோம்.”

"ஆம். இதுகுறித்துக் கொஞ்சம் கேள்விப்பட்டிருக்கிறேன். அது குறித்து வருந்தியதும் உண்டு."

"உங்கள் வருத்தத்தை நான் அறிந்துகொள்ளக்கூடும். ஆனால் வருத்தப்படுவதற்குக் காரணம் எதுவும் இருப்பதாக எனக்குத் தோன்றவில்லை. நாங்கள் பரோபகாரக் கருத்துடன் தொழில் நடத்துகிறோமில்லை. லாபத்துக்காகவே தொழில் நடத்துகிறோம். பங்குதாரர்களுக்கு நாங்கள் திருப்தியளித்தாக வேண்டும். ஒரு பொருளின் விலை அதற்கிருக்கும் கிராக்கியையே பொறுத்தது. இந்தச் சட்டத்தை யாராலும் மாற்றமுடியாது வங்காளிகள் தங்கள் கிளர்ச்சியின் காரணமாகச் சுதேசித் துணிகளுக்குக் கிராக்கி அதிகமாகுமென்றும் அதன் பயனாக அவற்றின் விலை உயருமென்றும் அறிந்தேயிருக்கவேண்டும்"

அப்போது நான் குறுக்கிட்டுக் கூறியதாவது, "வங்காளிகள் என்னைப்போல் பிறரை எளிதில் நம்பும் இயல்பினராயிருந்தார்கள். ஆலைச்சொந்தக்காரர்கள் அவ்வளவு சுயநலமுள்ளவர்களாயும், தேசபக்தியற்றவர்களாயும் இருக்கமாட்டார்களென்று அவர்கள் நம்பினார்கள். தாய்நாட்டுக்கு நெருக்கடி நேர்ந்துள்ள ஒரு சமயத்தில் அவர்கள் தேசத்துரோகம் செய்வார்களென்றும், அந்நியத் துணியைக்கூடச் சுதேசித்துணி என்று ஏமாற்றி விற்பார்களென்றும் அவர்கள் எதிர்பார்க்கவில்லை."

"நீங்கள் பிறரை எளிதில் நம்பும் இயல்புடையவர்கள் என்பது எனக்குத் தெரியும். ஆகையினால்தான் என்னைவந்து பார்க்கும்படி உங்களுக்கு இந்தக் கஷ்டம் கொடுத்தேன். சாதுக்களான வங்காளிகள் செய்தத் தவறையே நீங்களும் செய்யவேண்டாமென்று எச்சரிக்கைச் செய்ய விரும்பினேன்" என்று அவர் விடையளித்தார்.

இப்படிச் சொல்லி, அவர் தம் பக்கத்தில் நின்றுகொண்டிருந்த குமாஸ்தாவை, தமது ஆலையில் உற்பத்தியான துணிகளுக்கு மாதிரிகள் கொண்டுவரும்படி கூறினார்கள். அந்த மாதிரிகளில் ஒன்றைச் சுட்டிக்காட்டி அவர் சொன்னதாவது, "இதைப் பாருங்கள், இது எங்கள் ஆலையில் கடைசியாக இப்போது உற்பத்தியாகும் துணிகளுக்கு மாதிரி. இதற்கு ஏராளமாக கிராக்கியிருக்கிறது. வீணாகப்போகும் சாமான்களைக் கொண்டு இதைச் செய்கிறோம். எனவே, அது மிகவும் மலிவாயிருக்கிறது. வடக்கே இமயமலைப் பள்ளத்தாக்கு வரைக்கும் இதை அனுப்பி வைக்கிறோம். தேசம் முழுவதும் எங்களுக்குப் பிரதிநிதிகள் இருக்கிறார்கள். நீங்களோ, உங்கள் ஆட்களோ போகவே முடியாத இடங்களிலெல்லாம் எங்களுக்கு ஏஜண்டுகள் இருக்கிறார்கள். ஆகையால் எங்களுக்குப்

புதிய ஏஜண்டுகள் தேவையில்லை. மேலும், இந்தியாவில் உற்பத்தியாகும் துணி இந்தியாவின் தேவைகளுக்குக் கொஞ்சமும் போதாது என்பதையும் நீங்கள் கவனிக்கவேண்டும். ஆதலின் சுதேசி இயக்கமானது துணி உற்பத்தி அதிகம் ஆவதையே பெரிதும் பொறுத்திருக்கிறது. நமது உற்பத்தியைப் போதிய அளவு அதிகமாக்கி, துணியின் தரத்தையும் விருத்தி செய்துவிட்டோமானால் அந்நியத்துணி இறக்குமதி, தானே நின்றுவிடும். ஆதலின் உங்கள் கிளர்ச்சியை இப்போது நடத்தும் முறையில் நடத்துவதில் பயனில்லை. புதிய ஆலைகளை ஏற்படுத்துவதில் நீங்கள் கவனம் செலுத்தவேண்டும். எங்கள் துணிகளுக்குக் கிராக்கி உண்டுபண்ண இப்போது பிரச்சாரம் தேவையில்லை. உற்பத்தியை அதிகமாக்க வேண்டுவதே இப்போது முக்கியம்."

"தாங்கள் குறிப்பிடும் காரியத்தில் நான் ஏற்கனவேயே ஈடுபட்டிருந்தேனென்றால் என் முயற்சிக்கு ஆசி கூறுவீர்களல்லவா?" என்று நான் கேட்டேன்.

அவருக்கு விளங்கவில்லை. "அதெப்படி சாத்தியம்? புதிய ஆலைகள் ஏற்படுத்துவது குறித்து நீங்கள் கவனம் செலுத்திவருகிறீர்களா என்ன? அப்படியானால், உங்களை நான் பெரிதும் பாராட்டுதல் வேண்டும்."

அவருக்குத் திகைப்பு அதிகமாகிவிட்டது. "அதென்ன விஷயம்?" என்று கேட்டார்.

அவருக்கு இராட்டினத்தைப் பற்றிய எல்லா விவரங்களையும், அதை நான் வெகுகாலம் தேடி அலைந்து கடைசியில் கண்டுபிடித்ததைப் பற்றியும் கூறி, பின்னர் சொன்னதாவது, "நான் முழுதும் உங்களைப்போன்ற அபிப்பிராயமே கொண்டுள்ளேன். ஆலைகளுக்குச் சம்பளமில்லாத ஏஜண்டாக நான் ஆவதில் எவ்வகைப் பயனுமில்லை. அதனால், தேசத்திற்கு நன்மையைவிடத் தீமையே அதிகம் உண்டாகும். இன்னும் வெகுகாலத்துக்கு நமது ஆலைகளுக்கு வாடிக்கைக்காரர்கள் குறையமாட்டார்கள். ஆதலின் கைநூல் துணி உற்பத்திச் செய்வதும் அதை விற்க வழித் தேடுவதுமே என்னுடைய வேலையாகும். எனவே, கதர் உற்பத்தியில் நான் கவனம் செலுத்திவருகிறேன். இவ்வகைச் சுதேசியத்திலேயே எனக்குப் பூரண நம்பிக்கை ஏற்பட்டிருக்கிறது. ஏனெனில், ஏழை இந்தியப் பெண்களுக்கு நான் வேலையும் உணவும் அளிக்கமுடியும். இத்தகைய ஸ்தீரிகளைக்கொண்டு நூல்நூற்று அந்த நூலினால் செய்தத் துணியை இந்திய ஜனங்கள் அணியச் செய்யவேண்டுமென்தே என் நோக்கமாகும். இவ்வியக்கம் எத்துணை தூரம் வெற்றி

அடையப் போகிறதென்று நான் அறியேன். தற்போது அது ஆரம்பநிலையிலேயே இருக்கிறது. ஆனால், அதில் நான் பூரண நம்பிக்கைக் கொண்டுள்ளேன். அதனால் தீமை எதுவும் விளையாதென்பது உறுதி. அத்துடன் தேசத்தின் துணி உற்பத்தி அதன்மூலம் எவ்வளவுக்கு அதிகமாகிறதோ அவ்வளவுக்கு நிச்சயமான நன்மையும் உண்டு. தாங்கள் குறிப்பிட்ட தீமைகளுக்கு என் இயக்கத்தில் இடமில்லை என்பதைத் தாங்கள் கவனிப்பீர்கள்" என்றேன்.

"தேசத்தின் துணி உற்பத்தியை அதிகமாக்க வேண்டுமென்னும் நோக்கத்துடன் உங்கள் இயக்கத்தைத் தொடங்கினால் அதற்கு விரோதமாக நான் எதுவும் சொல்லுவதற்கில்லை. ஆனால், இந்த இயந்திர யுகத்தில் கைராட்டின இயக்கம் வெற்றி அளிக்குமா என்பது வேறு விஷயம். என்வரையில், நீங்கள் வெற்றிபெற வேண்டுமென்று மனப்பூர்வமாகப் பிரார்த்திக்கிறேன்" என்று அவர் கூறினார்.

42. அலை எழுச்சி

கதர் இயக்கத்தின் அபிவிருத்தியைக் குறித்து இன்னமும் இச்சரிதத்தில் விவரித்துக்கொண்டிருத்தல் கூடாது. நான் என் வாழ்நாளில் பற்பல முயற்சிகளில் ஈடுபட்டிருக்கிறேன். அவை எல்லாவற்றையும் பற்றி விவரமாக எழுதினால் ஒவ்வொன்றும் ஒரு தனிப்புத்தகம் ஆகும். ஆதலின் அவைகளைக் குறித்து இவ்வத்தியாயங்களில் நான் விவரமாக எழுதப் புகுதல் சரியன்று. சத்தியசோதனையிடையே இவையெல்லாம் எப்படித் தாமே எழுந்தன என்பதைக் குறிப்பிட்டுச் சொல்வதே இங்கு என் நோக்கமாகும்.

எனவே, இனி ஒத்துழையாமை இயக்கத்தின் சரித்திரத்தைக் கவனிப்போம். அலி சகோதரர்கள் ஆரம்பித்து நடத்திய கிலாபத் கிளர்ச்சி வேகமாக அபிவிருத்தியடைந்து வருகையில், மௌலானா அப்துல்பாரி முதலிய உல்மாக்களுடன் நான் அவ்விஷயமாகக் கலந்து விவரமாகப் பேசினேன். முக்கியமாக, முஸ்லிம் ஒருவர் அஹிம்ஸை விதியை எவ்வளவு தூரம் கடைப்பிடித்து நடக்கலாம் என்பது குறித்து நாங்கள் பேசினோம். முடிவில், அஹிம்ஸையை ஒரு முறையாகக் கொண்டு கடைப்பிடிப்பதை இஸ்லாம் தடுக்கவில்லை என்றும் முஸ்லிம்கள் அம்முறையை அனுசரிப்பதாக உறுதிகூறியுள்ள வரையில் அதினின்றும், பிறழாதிருத்தல் அவர்கள்

கடமையாகுமென்றும் அவர்கள் எல்லாரும் ஒப்புக்கொண்டார்கள். கடைசியாக, கிலாபத் மகாநாட்டில் ஒத்துழையாமைத் தீர்மானம் பிரரேபிக்கப்பட்டு நீண்ட விவாதத்துக்குப் பின்னர் நிறைவேறியது. அலகாபாத்தில் ஒரு கூட்டத்தில் இவ்விஷயமாக இரவு முழுவதும் ஆலோசிக்கப்பட்டது, எனக்கு நன்கு ஞாபகமிருக்கிறது. ஆரம்பத்தில் ஹக்கீம் அஜ்மல்கான் பலாத்காரமற்ற ஒத்துழையாமை காரியத்தில் நடைபெறுமா என்பது குறித்துச் சந்தேகப்பட்டார். ஆனால், அவருடைய சந்தேகம் நீங்கிய பின்னர் அவர் மனப்பூர்வமாக அவ்வியக்கத்தில் ஈடுப்பட்டார். அவருடைய உதவி இயக்கத்தின் ஆக்கத்திற்கு அளவற்ற நன்மை அளித்தது.

அடுத்தாற்போல், ஒத்துழையாத் தீர்மானம், குஜராத் மாகாண அரசியல் மகாநாட்டில் என்னால் பிரரேப்பிக்கப்பட்டது. அதை எதிர்த்தவர்கள் பூர்வாங்கமான ஓர் ஆட்சேபத்தைக் கிளப்பினார்கள். அதாவது காங்கிரஸ் இதுகுறித்து முடிவு செய்வதற்கு முன்னால். ஒரு மாகாண மகாநாட்டுக்கு இத்தகையத் தீர்மானம் நிறைவேற்றத் தகுதி கிடையாது என்று கூறினார்கள். பின்னோக்கிச் செல்வதாய் இருந்தால்தான் இந்த ஆட்சேபம் பொருந்துமென்றும். முன்னோக்கிச் செல்லக் கீழ்ப்பட்ட ஸ்தாபனங்களுக்குப் பூரண உரிமை உண்டென்றும், அவற்றிற்குப் போதிய நம்பிக்கையும் உறுதியும் இருப்பின் அப்படி முன்னேறிச் செல்லுதல் அவற்றின் கடமை என்றும் நான் கூறினேன். தாய்ச்சபையின் மதிப்பை அதிகரிக்கக்கூடிய காரியம் செய்வதற்கு அனுமதி எதற்காக என்று நான் கேட்டேன். பின்னர் விஷயத்தின் மீது விவாதம் நடந்தது. விவாதம் பலமாகவே இருந்ததாயினும் எல்லாரும் ஆத்திரமின்றி அமைதியாகப் பேசினார்கள். கடைசியில், தீர்மானம் மிகப் பெரும்பான்மையோரின் வாக்குகளைப் பெற்று நிறைவேறியது. இதற்கு ஸ்ரீமான்கள் வல்லபாய். அப்பாஸ் தயாப்ஜி இவர்களுடைய செல்வாக்கு பெரிதும் காரணமாகும். ஸ்ரீ தாயப்ஜியே மகாநாட்டின் அக்கிராசனராயிருந்தார். அவருடைய கருத்து ஒத்துழையாத் தீர்மானத்தின் சார்பாகவே இருந்தது.

இவ்விஷயமாக யோசிப்பதற்கு 1920ஆம் ஆண்டு செப்டம்பர் மாதம் கல்கத்தாவில் ஒரு விசேஷ காங்கிரஸைக் கூட்டவேண்டுமென்று அகில இந்தியக் காங்கிரஸ் கமிட்டி தீர்மானித்தது. அதற்காக பலமான ஏற்பாடுகள் செய்யப்பட்டன. லாலா லஜபதிராய் அக்கிராசனராகத் தேர்ந்தெடுக்கப்பட்டார். பம்பாயிலிருந்து கல்கத்தாவுக்கு தனி ரயில் வண்டிகள் விடப்பட்டன. கல்கத்தாவில் பிரதிநிதிகளும், காட்சியாளரும் பெருந்திரளாகக் கூடியிருந்தார்கள்.

மௌலானா ஷௌகத் அலியின் வேண்டுகோளின் மீது வண்டியிலேயே ஒத்துழையாத் தீர்மானத்துக்கு நகல் ஒன்று தயாரித்தேன். இதுவரை என்னுடைய நகல் தீர்மானங்களில் 'பலாத்காரமற்ற' என்ற சொற்றொடரை உபயோகியாமலே இருந்தேன். ஆனால், என்னுடைய பிரசங்கங்களில் மட்டும் அதைக் குறிப்பிடத் தவறுவதில்லை. இவ்விஷயம் சம்பந்தமாக உபயோகிக்க வேண்டிய வார்த்தைகளையே நான் அப்போதுதான் சேகரித்து வந்தேன். 'அஹிம்ஸை' என்னும் சமஸ்கிருத பதத்தை உபயோகித்தால் முஸ்லிம்களின் கூட்டங்களில் என் கருத்தை நன்கு விளக்க முடியாதென்று கண்டேன். எனவே, மௌலானா அபுல்கலாம் ஆஸாத்தை அதற்கு ஏதேனும் புதிய வார்த்தை கண்டுபிடித்துத் தரும்படி கேட்டுக்கொண்டேன். அவர் அஹிம்ஸைக்கு 'பா ஆமன்' என்னும் சொற்றொடரும், ஒத்துழையாமைக்கு 'தர்க்கி மவாலத்' என்ற சொற்றொடரும் உபயோகிக்கலாமென்று கூறினார்.

இவ்வாறு, ஒத்துழையா இயக்க சம்பந்தமாக என் கருத்தை விளக்குவதற்கு ஹிந்தி, குஜராத்தி, உருது வார்த்தைகளை நான் கண்டுபிடித்துக் கொண்டிருக்கையிலேயே, கல்கத்தா விசேஷ காங்கிரஸுக்கு ஒத்துழையாத் தீர்மானத்தைத் தயாரிக்க வேண்டி வந்தது. முதலில் தயாரித்த நகலில் 'பலாத்காரமற்ற' என்ற சொற்றொடர் விடுப்பட்டுப் போயிற்று. இதை நான் கவனியாமலே என்னுடன் ஒரே வண்டியில் வந்துகொண்டிருந்த மௌலானா ஷௌகத் அலியிடம் நகல் தீர்மானத்தைக் கொடுத்துவிட்டேன். இரவில்தான் அத்தவறைக் கண்டுபிடித்தேன். காலையில் நகல் தீர்மானத்தை அச்சுக்கு அனுப்புவதற்குமுன் மேற்படி திருத்தம் செய்துவிட வேண்டுமென்று ஸ்ரீ மகா தேவிடம் சொல்லியனுப்பினேன். ஆனால், அதைச் சேர்ப்பதற்கு முன்னமே நகல் அச்சிடப்பட்டுவிட்டதாக எனக்கு ஞாபகம். விஷயாலோசனைக் கூட்டம் அன்று மாலையே நடைபெற இருந்தது. ஆதலின் அச்சிட்ட நகல் பிரதிகளில் பின்னால் திருத்தம் செய்யவேண்டி நேர்ந்தது. இந்நகல் தீர்மானம் நான் தயாரித்திராவிட்டால் பெரிதும் கஷ்டம் நேர்ந்திருக்கும் என்று பின்னால் அறிந்தேன்.

எனினும், என் நிலை இரங்கத்தக்கதாகவே இருந்தது. தீர்மானத்தை யார் எதிர்க்கப்போகிறார்கள். யார் ஆதரிக்கப்போகிறார்கள் என்பது பற்றி எனக்கு ஒன்றும் தெரியவில்லை. லாலாஜியின் அபிப்பிராயம் என்னவென்றும் விளங்கவில்லை. எத்தனையோ சண்டைகளில் ஈடுகொடுத்த யுத்த

வீரர்கள் பலர் கல்கத்தாவில் கூடியிருந்ததைக் கண்டேன். டாக்டர் பெசண்ட், பண்டித மாளவியா, ஸ்ரீ விஜயராகவாச்சாரியார், தேசபந்து முதலியோர் அவர்களில் சிலராவர்.

என்னுடைய தீர்மானத்தில் பஞ்சாப் கிலாபத் அநீதிகளுக்குப் பரிகாரம் தேடுவதற்கு மட்டுமே ஒத்துழையாமை மேற்கொள்வதாகக் கண்டிருந்தது. ஆனால், இது ஸ்ரீ விஜய ராகவாச்சாரியருக்குத் திருப்தி அளிக்கவில்லை. "ஒத்துழையாமை ஆரம்பிப்பதென்றால் குறிப்பிட்ட அநீதிகளுக்காக மட்டும் அதை ஏன் ஆரம்பிக்க வேண்டும்? நாட்டுக்கு இழைக்கப்பட்டுள்ள அநீதிகளுக்குள்ளே மிகப்பெரியது சுயராஜ்யமின்மையேயாகும். ஆதலின் சுயராஜ்யந்தான் ஒத்துழையாமையின் நோக்கமாய் இருக்கவேண்டும்" என்று அவர் வாதித்தர். அவருடைய யோசனையை நான் உடனே ஏற்றுக்கொண்டேன். என்னுடைய தீர்மானத்தில் சுயராஜ்யக் கோரிக்கையையும் சேர்த்தேன். தீர்மானம் பலமான நீண்ட விவாதத்திற்குப் பின்னர் நிறைவேறியது.

முதன்முதலில் ஒத்துழையாமை இயக்கத்தைச் சேர்ந்தவர் பண்டித மோதிலால். தீர்மானத்தைக் குறித்து அவருடன் நான் சுமுகமாக நடத்திய விவாதம் இன்னும் எனக்கு ஞாபகமிருக்கிறது. தீர்மானத்தின் வாசகத்தில் சில மாறுதல்கள் செய்யவேண்டுமென்று அவர் சொன்னார். அதை நான் ஒப்புக்கொண்டேன். தேசபந்துவையும், இவ்வியக்கத்தில் சேர்த்துவிடுவதாக அவர் கூறினார். தேசபந்துவின் இதயம் தீர்மானத்தின் சார்பாகவே இருந்தது. ஆனால், ஜனங்களுக்குத் திட்டத்தை நிறைவேற்றிவைக்க ஆற்றல் உண்டா என்பது குறித்து அவர் சந்தேகப்பட்டார். நாகபுரி காங்கிரஸூல்தான் அவரும் லாலாஜியும் தீர்மானத்தை ஏகமனதாக ஒப்புக்கொண்டார்கள்.

விசேஷக் காங்கிரஸில் லோகமான்யர் இல்லாமை குறித்து நான் பெரிதும் வருந்தினேன். அவர் உயிருடன் இருந்திருந்தால் அக்காங்கிரஸில் அவர் என் முயற்சிக்கு ஆசி கூறியிருப்பாரென்று நான் இன்றளவும் நம்பி வருகிறேன். இதற்குமாறாக, அவர் இயக்கத்தை எதிர்த்தே இருந்தபோதிலும், அவ்வெதிர்ப்பையே ஒரு பாக்யமாகவும், ஒரு பயிற்சியாகவும் நான் கருதிப் போற்றி இருப்பேன். எங்களுக்குள் எப்போதும் அபிப்பிராய பேதங்கள் இருந்து வந்தபோதிலும் அவை காரணமாக மனக்கசப்பு ஏற்பட்டது கிடையாது. என்னைத் தமது நெருங்கிய நண்பனாகவே அவர் நடத்திவந்தார். இவ்வரிகளை நான் எழுதும்போதே அவர் மரணமுற்றது குறித்தச் சந்தர்ப்பங்கள் என் மனக்கண்முன்

நிற்கின்றன. ஏறக்குறைய நடுநிசியில் யாதவர்க்கர் டெலிபோன் மூலம் அவருடைய மரணச் செய்தியை எனக்கறிவித்தார். அப்போது நான் தோழர்களால் சூழப்பட்டிருந்தேன். அச்செய்தி கேட்டதும் என்னையறியாமலே, "என்னுடைய சிறந்த துணை போய்விட்டது" என்னும் சொற்கள் என் வாயினின்றும் பிறந்தன. அப்போது ஒத்துழையா இயக்கம் பூரண வேகத்துடன் மேலேழுந்து கொண்டிருந்தது. அவரிடமிருந்து ஆதரவும். யோசனைகளும் நான் ஆவலுடன் எதிர்பார்த்துக் கொண்டிருந்தேன். ஒத்துழையாமையின் முடிவான நிலையைப் பற்றி அவர் சிந்திப்பதும் வீண் வேலையேயாகும். ஆனால் அவருடைய மரணத்தினால் நேர்ந்த பெருநஷ்டத்தைக் கல்கத்தாவில் கூடியிருந்த ஒவ்வொருவரும் பெரிதும் உணர்ந்தார்கள் என்பதில் எள்ளளவும் சந்தேகமில்லை. தேச சரித்திரத்தில் மிக நெருக்கடியான அந்த நேரத்தில் யோசனை சொல்வதற்கு லோகமான்யர் இல்லையே என்று வருத்தப்படாதவர் கிடையாது.

43. நாகபுரி காங்கிரஸ்

கல்கத்தா விசேஷ காங்கிரஸ் நிறைவேற்றியத் தீர்மானங்களை நாகபுரி காங்கிரஸில் உறுதிப்படுத்த வேண்டியதாயிற்று. கல்கத்தாவைப்போலவே இங்கும் பிரதிநிதிகளும் காட்சியாளரும் ஏராளமாகக் கூடியிருந்தார்கள். காங்கிரஸ் பிரதிநிதிகளின் தொகை இன்னும் வரையறுக்கப்படவில்லை. இதன் பயனாக நாகபுரி காங்கிரஸில் பிரதிநிதிகள் ஏறக்குறைய 14,000 வரை வந்துவிட்டதாக எனக்கு ஞாபகமிருக்கிறது. பள்ளிக்கூட பகிஷ்காரம் சம்பந்தமாக ஒரு சிறு திருத்தம் செய்யவேண்டுமென்று லாலாஜி வற்புறுத்தினார். அதை நான் ஏற்றுக்கொண்டேன். இவ்வாறே, தேசபந்துவின் யோசனையின்படி சில திருத்தங்களும் செய்யப்பட்டன. அதன்பிறகு ஒத்துழையாமைத் தீர்மானம் ஏகமனதாக நிறைவேறியது.

காங்கிரஸ் அமைப்பைத் திருத்தி ஒழுங்குசெய்வது குறித்தத் தீர்மானம் இந்தக் காங்கிரஸிலேயே யோசிக்கப்பட வேண்டியதாயிருந்தது. இதற்கென்று நியமித்த ஸப் கமிட்டியாரின் நகல் அமைப்புத்திட்டம் கல்கத்தா விசேஷ காங்கிரஸிலேயே ஆஜர் செய்யப்பட்டது. எனவே இவ்விஷயம் நன்கு விவாதிக்கப்பட்டிருந்தது. அது, முடிவாக நிறைவேற்றுவதற்காக நாகபுரி காங்கிரஸில் வந்தபோது ஸ்ரீமான் விஜயராகவாச்சாரியார் அக்கிராசனராயிருந்தார். ஒரேயொரு முக்கியமான மாறுதலுடனே

நகல் திட்டத்தை விஷயாலோசனைக் கமிட்டி ஒப்புக்கொண்டது. என்னுடைய நகல்திட்டத்தை பிரதிநிதிகளின் தொகையை 6,000 என்று குறிப்பிட்டது. இவ்வாறு உயர்த்தியது தீர ஆலோசியாமல் அவசரமாகச் செய்த காரியமே என்பது என் அபிப்பிராயத்தையே எனக்கு உறுதிப்படுத்தியிருக்கின்றது. பிரதிநிதிகளின் தொகை அதிகமாயிருத்தல் வேலை நன்றாக நடப்பதற்கு எவ்விதத்திலும் உதவி செய்யுமென்றாவது, அல்லது அதனால் ஜனநாயக தத்துவம் பாதுகாக்கப்படுகிறதென்றாவது நான் கருதவில்லை. ஆயிரத்தைந்நூறு பிரதிநிதிகள் ஜனங்களுடைய நலத்தில் கவலைகொண்டவர்களாயும், விசால புத்திப் படைத்தவர்களாயும், உண்மையுள்ளவர்களாயும் இருப்பின் கண்டபடி பொறுக்கி எடுக்கப்படும் 6,000 பொறுப்பற்ற பிரதிநிதிகளைப் பார்க்கிலும் அவர்களே ஜனநாயக தத்துவத்தின் சிறந்தப் பாதுகாவலர்களாவார்கள். ஜனநாயகக் கொள்கையை உண்மையில் பாதுகாக்கவேண்டுமானால் ஜனங்கள் தீவிர சுதந்திர உணர்ச்சியும் கொண்டவர்களாயிருக்க வேண்டும். நல்லவர்களும், உண்மையாளர்களுமான மனிதர்களையே தங்கள் பிரதிநிதிகளாகத் தேர்ந்தெடுக்கவேண்டும். ஆனால், விஷயாலோசனைக் கமிட்டியார் எண்ணிக்கையில் ஏதோ மகிமை இருப்பதாகக் கருதி மயக்கமுற்றிருந்தபடியால் ஆறாயிரத்துக்மேலே போகவும் விரும்பினார்கள். ஆதலின் ராஜி ஏற்பாடாகப் பிரதிநிதிகளின் தொகை 6,000 என்று திட்டம் செய்யப்பட்டது.

காங்கிரஸின் இலட்சியம் சம்பந்தமாகவும் தீவிர விவாதம் நடந்தது. நான் தயாரித்திருந்த நகல் அமைப்பில், கூடுமானால் பிரிட்டிஷ் சாம்ராஜ்யத்துக்குள்ளும் அவசியமானால் அதற்கு வெளியிலும் சுயராஜ்யம் பெறுதல் காங்கிரஸின் இலட்சியம் என்று கண்டிருந்தது. காங்கிரஸிற்குள் ஒரு கட்சியார், பிரிட்டிஷ் சாம்ராஜ்யத்திற்குட்பட்ட சுயராஜ்யத்தையே காங்கிரஸின் இலட்சியமாக வரையறுத்துவிட விரும்பினார்கள். இக்கட்சியின் சார்பாகப் பண்டித மாளவியாவும் ஜனாப் ஜின்னாவும் பேசினார்கள். ஆனால், அவர்களுக்கு வாக்குகள் அதிகம் கிடைக்கவில்லை. மற்றும், நகல் அமைப்பில், அமைதியான நியாயமான சாதனங்களையே சுயராஜ்யமடைவதற்குக் கடைப்பிடிக்க வேண்டுமென்றும் கண்டிருந்தது. இதையும் சிலர் எதிர்த்தனர். சுயராஜ்ய சாதனங்களைக் குறித்து எவ்வித நிர்ப்பந்தமும் விதிக்கக்கூடாதென்று அவர்கள் கூறினார்கள். ஆனால், காங்கிரஸ் முடிவில் நகல் அமைப்பில் கண்ட இலட்சியத்தை அப்படியே ஒப்புக்கொண்டது. இந்தக் காங்கிரஸ் அமைப்பை நாம்

உண்மையுடனும், அறிவுடனும், ஊக்கத்துடனும் சிறந்த சாதனமாகி இருக்குமென்று நான் கருதுகிறேன். அதை நடத்தி வைப்பதற்குரிய முயற்சியே நமக்கு சுயராஜ்யம் கொண்டுவந்து தந்திருக்கும். ஆனால், அது குறித்து இங்கே விவாதிப்பது பொருத்தமற்றதாகும்.

ஹிந்து முஸ்லிம் ஒற்றுமை, தீண்டாமை விலக்கு. கதர் இவை குறித்த தீர்மானங்களும் இந்தக் காங்கிரஸில் நிறைவேறின. அதுமுதல் காங்கிரஸைச் சேர்ந்த ஹிந்துக்கள். ஹிந்து மதத்திலிருந்து தீண்டாமை என்னும் சாபக்கேட்டைத் தொலைக்கும் பொறுப்பை ஏற்றுக்கொண்டிருக்கிறார்கள். கதர் இயக்கத்தின் மூலம் காங்கிரஸானது எலும்புக்கூடுகாளாயிருக்கும் இந்திய ஏழை மக்களுடன் உயிர்த்தொடர்பு கொண்டிருக்கிறது. கிலாபத்துக்காக ஒத்துழையாமை இயக்கத்தை மேற்கொண்டு ஹிந்து முஸ்லிம் ஒற்றுமைக்காகக் காங்கிரஸ் நிகழ்த்திய சிறந்த முயற்சியாகும்.

முடிவுரை

இச்சரிதத்தை முடிப்பதற்குரிய காலம் இப்போது வந்துவிட்டது. இக்காலத்திலிருந்து என்னுடைய வாழ்க்கை நிகழ்ச்சிகள் எல்லாம் பகிரங்கமானவையாகும். இதற்குப்பிறகு பொதுஜனங்களுக்குத் தெரியாத சம்பவம் என் வாழ்க்கையில் ஒன்றுமே நடக்கவில்லையென்று சொல்லலாம். மற்றும் 1921ஆம் வருஷத்திலிருந்து நான் காங்கிரஸ் தலைவர்களுடன் மிக நெருங்கி வேலை செய்து வந்திருக்கிறபடியால், அவர்களுடன் என்னுடைய சம்பந்தத்தைப் பற்றிக் கூறாமல் என் வாழ்க்கை நிகழ்ச்சிகளைப் பற்றிச் சிறிதளவும் விவரிக்க முடியாது. சிரத்தானந்தர், தேசபந்து, ஹக்கீம் சாகிப், லாலாஜி ஆகியவர்கள் காலஞ் சென்றுவிட்டார்களாயினும், காங்கிரஸ் தலைவர்கள் பலர் நம்மிடையே இன்னும் உயிர் வாழ்ந்து தொண்டுபுரியும் பாக்கியத்தை நாம் பெற்றிருக்கிறோம். நான் மேலே விவரித்துள்ள பெருமாறுதல்கள் ஏற்பட்ட பின்னர், காங்கிரஸின் சரித்திரம் இன்னும் உருவாகி வருகிறது. சென்ற ஏழு வருஷங்களில் சத்தியமார்க்கதில் நான் செய்த சோதனைகள் எல்லாம் பெரும்பாலும் காங்கிரஸின் மூலமாகவே செய்யப்பட்டவையாகும். ஆதலின் அவற்றைக் குறித்து நான் எழுதப் புகுந்தால் காங்கிரஸ் தலைவர்களுடன் என்னுடைய சம்பந்தத்தைக் பற்றிக் குறிப்பிட்டே தீரவேண்டியிருக்கும். தற்போதைக்கேனும் நான் அவ்வாறு செய்யப்புகுதல் தகுதியாகாது என்பது நிச்சயம். மேலும், என்னுடைய தற்காலச் சோதனைகளுக்குத் திடமான முடிவுகள் இன்னும் ஏற்பட்டுவிட்டதாகச் சொல்லமுடியாது. ஆதலின் இவ்வரலாற்றை இவ்விடத்தில் முடித்துவிடுதல் என்னுடைய கடமை என்பதைத் தெளிவாகக் காண்கிறேன். உண்மையில், என்னுடைய பேனாவுங்கூட இதற்குமேல் எழுதிக்கொண்டுபோக மறுக்கிறது.

இப்பொழுது வாசகர்களிடம் விடைபெற்றுக்கொள்வதில் எனக்குத் துயரம் உண்டாகாமலில்லை. என்னுடைய சத்திய சோதனைகளிடம் நான் பெருமதிப்பு வைத்துள்ளேன். அவற்றின் பெருமை நன்கு வெளியாகும்படி செய்தேனாவென்று நான் அறியேன். உள்ளது உள்ளபடி அவற்றை விவரிக்க நான் பெருமுயற்சி செய்தேன் என்று மட்டுமே சொல்லக்கூடும். சத்தியத்தை, நான் கண்டது கண்டபடியே, நான் கண்ட முறையிலேயே, அணுவளவும் மாறுதலின்றி விவரிக்க இடைவிடாது முயன்றிருக்கிறேன். இதன்பயனாக, சந்தேகமுள்ளவர்களுக்கு சத்தியத்தினிடத்தும் அஹிம்ஸையினிடத்தும் உறுதியான நம்பிக்கை உண்டாகக்கூடுமென்று நான் நம்புகின்றபடியால் இம்முயற்சி எனக்கு இயம்பவொண்ணாத மனச்சாந்தியை நல்கியிருக்கிறது.

சத்தியத்தையன்றி வேறு கடவுள் இல்லையென்னும் கொள்கைக்கு என் அனுபவங்களெல்லாம் ஒருமுகமாக உறுதியளித்திருக்கின்றன. இந்தச் சரிதத்தின் ஒவ்வொரு பக்கமும், சத்திய தரிசனத்துக்குரிய மார்க்கம் அஹிம்ஸை ஒன்றே என்பதை அறிவுறுத்தாவிட்டால் என்னுடைய முயற்சியெல்லாம் வீணாயின என்றே கருதுவேன். ஆனால், என் முயற்சிகள் வீணாயினும், அது என்னுடைய குற்றமாகுமேயன்றி அப்பெருங்கொள்கையின் தவறன்று என்பதை வாசகர்கள் உணர்வார்களாக. அஹிம்ஸைத் துறையில் நான் எவ்வளவு உண்மை உள்ளத்துடன் முயன்றிருப்பினும், அம்முயற்சிகள் அரைகுறையானவையே என்பதில் சந்தேகமில்லை. அவ்வப்போது ஒரு கணநேரம் சத்தியத்தின் தோற்றத்தைக் கண்டதுகொண்டு அதன் அளவில்லாத ஒளியின் இயல்பை நானும் அறிந்துகொள்ள முடியாது. நாம் தினந்தோறும் பார்க்கும் சூரியனுடைய பிரகாசத்தைவிடக் கோடிமடங்கு ஜோதியுடையது சத்தியம். அந்தப் பரஞ்சோதியில் நான் கண்டது அணுவிலும் அணுவான ஒளிக்கிரணமேயாகும். ஆனால், என்னுடைய சோதனைகள் அனைத்தினுடைய பயனாக ஒன்று நான் உறுதியாகச் சொல்லமுடியும். அதாவது கோடிசூரியப் பிரகாசமுடைய சத்தியமென்னும் ஜோதியைப் பூரணமாகத் தரிசனம் செய்யவேண்டுமானால் அஹிம்ஸா தர்மத்தை அன்றி அதற்கு வேறு சாதனம் இல்லையென்பதேயாகும்.

புவனமனைத்திலும் ஊடுருவி நிற்கும் சத்தியப்பொருளை நேருக்குநேர் காண விழையும் ஒருவன், படைப்பில் மிகத் தாழ்ந்த படியிலுள்ள உயிரையும் தன்னைப்போலவே நேசிக்கும் ஆற்றல் பெறவேண்டும். அவன் வாழ்க்கையின் எந்தத் துறையிலிருந்தும்

விலகி நிற்கமுடியாது. ஆகையினாலேயே, சத்தியத்தில் எனக்குள்ள பற்று என்னை அரசியல் துறைக்குக் கொண்டுவந்து சேர்த்தது. சமயத்துக்கும் அரசியலுக்கும் சம்பந்தமில்லை என்று கூறுவோர் சமயத்தைப்பற்றி ஒன்றுமறியார் என்று நான் தாழ்மையுடன், ஆனால் சிறிதும் தயக்கமின்றிக் கூறுவேன்.

ஆத்மத் தூய்மை செய்துகொள்ளாத வரையில் உலகிலுள்ள ஒவ்வோர் உயிரினிடத்தும் தன்னை ஒன்றுபடுத்திக்கொள்ளுதல் இயலாதக் காரியம். ஆத்மத் தூய்மையின்றி அஹிம்ஸா தர்மத்தைக் கடைப்பிடிக்கலாமென்று எண்ணுவதும் வெறும் பகற்கனவாகவே முடியும். இதயப் பரிசுத்தம் இல்லாதவன் ஒருநாளும் இறையொளி காண இயலாது. ஆத்மத் தூய்மைப் பெறுவதென்றால் வாழ்க்கையின் எல்லாத் துறைகளிலும் தூய்மைப் பெற்றேயாகவேண்டும். சுத்தமும் அசுத்தமும் எளிதில் பரவும் இயல்புடையனவாதலின், ஒருவன் தன்னைத் தூய்மைபடுத்திக்கொள்ள முயலும்போது தன்னைச் சுற்றிலும் தூய்மை உண்டு பண்ணுகிறவனாகிறான்.

ஆனால், ஆத்மத் தூய்மை நெறி எளிதானதன்று. அது பெரிதும் கஷ்டமான, செங்குத்தானப் பாதையாகும். ஒருவன் பூரணப் பரிசுத்தமாக வேண்டுமானால் மனோவாக்குக் காயங்களினால் காமக்குரோதங்களை முற்றும் விலக்கியவனாக வேண்டும். நேயம், பகைமை, விருப்பு வெறுப்பு என்னும் சுழல்களிலிருந்து வெளிப்பட வேண்டும். எவ்வளவோ இடைவிடா முயற்சிகள் செய்தும், நான் இன்னும் அத்தகைய மூவகைத் தூய்மைப் பெற்றவனில்லை என்பதை அறிந்துள்ளேன். ஆகையினால்தான் இவ்வுலகத்தவரின் புகழ் உண்டாக்குகின்றது. ஆயுதப் பலத்தினால் வெளி உலகை வெற்றிக் கொள்வதைவிட நுட்பமானக் காமக்குரோத உணர்ச்சிகளை ஜெயித்தல் கஷ்டமானதாக எனக்குக் காணப்படுகிறது. நான் இந்தியாவுக்குத் திரும்பிய நாளிலிருந்து எனக்குள் உறங்கிக்கிடக்கும் ஆசாபாசங்களின் அனுபவம் பெற்று வருகிறேன். அவை இன்னும் என்னிடம் இருக்கின்றனவென்னும் எண்ணம் என்னைத் தாழ்மையுறச் செய்கிறதாயினும், அது காரணமாக நான் தோல்வியடைந்துவிட்டதாகக் கருதிச் சோர்வடைந்துவிடவில்லை.

சத்திய தரிசன முயற்சியில் என்னுடைய அனுபவங்களும் சோதனைகளும் எனக்கு ஜீவசக்தியும், ஆனந்தமும் அளித்து என்னைக் காப்பாற்றிவருகின்றன. ஆனால், இன்னமும் நான் கடக்கவேண்டிய கஷ்டமானப் பாதை உண்டென்பதை நன்கறிவேன். என்னை நான் எத்தருணத்திலும் தாழ்மையுள்ளவனாக்கிக் கொள்ளவேண்டும். ஒருவன் தன்னுடைய சொந்த விருப்பத்தினால்

தன்னைத் தன் சகோதர உயிர்ப் பிரயாணிகளுக்கெல்லாம் கடையானவனாகக் கருதாதவரையில் அவனுக்கு மோட்சம் கிடையாது. தாழ்மைக்குணத்தின் இறுதி எல்லை அஹிம்ஸையாகும்.

தற்போதைக்கேனும், வாசகர்களிடம் நான் விடைபெற்றுக்கொள்ளுதல் வேண்டும். மனோவாக்குக் காயங்களினால் அஹிம்ஸா தர்மத்தை அனுஷ்டிக்கும் வரம் எனக்கு அருளுமாறு சத்திய சொரூபியாகிய பரம்பொருளைப் பிரார்த்திக்கிறேன். அப்பிரார்த்தனையில் கலந்துகொள்ளுமாறு வாசர்களை வேண்டிக்கொண்டு விடைபெற்றுக் கொள்கிறேன்.